STAR

ENGLISH - PUNJABI
PUNJABI - ENGLISH
combined
DICTIONARY

ਸਟਾਰ

ਅੰਗ੍ਰੇਜ਼ੀ – ਪੰਜਾਬੀ
ਪੰਜਾਬੀ – ਅੰਗ੍ਰੇਜ਼ੀ
ਡਿਕਸ਼ਨਰੀ

THIS DICTIONARY
consists of more then 25,000 words
in two parts, from **English** to **Punjabi**
and **Punjabi** to **English**

Other Bilingual Dictionaries :

PUNJABI :
  English-Punjabi-Hindi (Amrik Singh Walia)
  English-Punjabi *(Roman Script)* (T. Graham Bailey)
  English-Punjabi *(Roman Script)* (WP. Hares)
  English-Punjabi (Teja Singh)

HINDI :
  English-Hindi (Joseph Raker, & R. S. Shukla)
  Hindi-English —Joseph Raker & R.S. Shukla
  English-Hindi / Hindi-English *(with Roman Pronounciation)* (J.W. Raker & Ramashankar Shukla)

URDU :
  English-Urdu (Abdul Haq)
  English-Urdu / Urdu-English (Abdul Haq)
  Urdu-Hindi-English *(Romanised)* (Khurshid Alam)

BENGALI :
  English-Bengali / Bengali-English (Debasis Adhikari)

TAMIL :
  English-Tamil / Tamil-English (Jayalalitha Swamy)

GUJARATI :
  English-Gujarati (N. R. Ranina)

SINHALESE :
  English-Sinhalese / Sinhalese-English (Mascrop)

Please ask for a comprehensive Catalogue of Dictionaries & Language Learning Books.

STAR PUBLICATIONS (PVT.) LTD.
4/5B, Asaf Ali Road, New Delhi-110002 (India)

STAR

ENGLISH - PUNJABI
PUNJABI - ENGLISH

combined

DICTIONARY

ਸਟਾਰ

ਅੰਗ੍ਰੇਜ਼ੀ – ਪੰਜਾਬੀ
ਪੰਜਾਬੀ – ਅੰਗ੍ਰੇਜ਼ੀ
ਡਿਕਸ਼ਨਰੀ

Compiled and edited by :
Amrik Singh Walia

in cooperation with
Parkash Singh Gill

© Star Publications (Pvt.) Ltd.-2005

ISBN 81-7650-193-X

Published by :
STAR PUBLICATIONS (PVT.) LTD.
4/5B, Asaf Ali Road,
New Delhi-110002 (India)
(email: starpub@vsnl.net)

First Edition : 2005

Price : Rs. 395.00

Typesetting by :
Kuldeep Singh, Tri Nagar, Delhi

Printēd at :
Jupiter Printers, Okhla, New Delhi

Sequence in Gurmukhi Alphabets

ੳ U	ਅ A	ੲ E	ਸ S	ਹ H
ਕ K	ਖ Kh	ਗ G	ਘ Gh	ਙ Jn
ਚ C	ਛ Ch	ਜ J	ਝ Jh	ਞ Vn
ਟ T	ਠ Th	ਡ D	ਢ Dh	ਣ N
ਤ T	ਥ Th	ਦ D	ਧ Dh	ਨ N
ਪ P	ਫ Ph	ਬ B	ਭ Bh	ਮ M
ਯ U	ਰ R	ਲ L	ਵ V	ੜ Rh

Sequence in English Alphabets

A ਏ	B ਬੀ	C ਸੀ	D ਡੀ	E ਈ	F ਐਫ
G ਜੀ	H ਐਚ	I ਆਈ	J ਜੇ	K ਕੇ	L ਐਲ
M ਐਮ	N ਐਨ	O ਓ	P ਪੀ	Q ਕਿਯੂ	R ਆਰ
S ਐਸ	T ਟੀ	U ਯੂ	V ਵੀ	W ਡਬਲਯੂ	X ਐਕਸ
Y ਵਾਈ	Z ਜ਼ੈਡ				

ਉਚਾਰਨ ਕੁੰਜੀ : ਵਿਅੰਜਨ

ਆਈ ਪੀ ਦੇ ਚਿੰਨ	ਗਰਮੁਖੀ ਚਿੰਨ੍ਹ	ਸ਼ਬਦ ਵਿਚ ਵਰਤੋ	ਗੁਰਮੁਖੀ ਲਿਪੀ ਅੰਤਰਨ
P	ਪ	pad	/ਪੈਡ/
b	ਬ	bad	/ਬੈਡ/
t	ਟ	tub	/ਟੱਬ/
d	ਡ	day	/ਡੇਇ/
k	ਕ	kite	/ਕਾਇਟ/
g	ਗ	gun	/ਗੱਅਨ/
f	ਫ਼	fun	/ਫੱਨ/
v	ਵ	very	/ਵੈੱਰਿ/
s	ਸ	seat	/ਸੀਟ/
z	ਜ਼	zip	/ਜ਼ਿਪ/
o	ਥ	three	/ਥਰੀ/
d	ਦ	that	/ਦੈਟ/
s	ਸ਼	ship	/ਸ਼ਿਪ/
z	ਯ	measure	/ਮੈੱਯਅਰ/
h	ਹ	heart	/ਹਾਟ/
tf	ਚ	chip	/ਚਿਪ/
dz	ਜ	jeep	/ਜੀਪ/
m	ਮ	man	/ਮੈਨ/
n	ਨ	nap	/ਨੈਪ/
nj	ਙ	sing	/ਸਿਙ/
l	ਲ	lap	/ਲੈਪ/
r	ਰ	rot	/ਰੋਟ/
j	ਯ	yet	/ਯੈੱਟ/
w	ਵ	weep	/ਵੀਪ/

* ਸਵਰ ਨਾਲ ਸ਼ੁਰੂ ਹੋਣ ਵਾਲੇ ਸ਼ਬਦ ਤੋਂ ਪਹਿਲਾਂ ਰ-ਜੋੜ ਨੂੰ ਪਰਗਟਾਉਂਦਾ ਹੈ।

ENGLISH - PUNJABI

ਅੰਗ੍ਰੇਜ਼ੀ - ਪੰਜਾਬੀ

A

A, the indefinite article set before nonus of the singular number or before a word beginning with a consonant. ਏ—ਅੰਗਰੇਜ਼ੀ ਪੈਂਤੀ ਦਾ ਪਹਿਲਾ ਅੱਖਰ

Aavora—ਇਕ ਪਰਕਾਰ ਦੇ ਖਜੂਰ ਦੇ ਦਰਖ਼ਤ ਦਾ ਫਲ।

Ab—ਯਹੂਦੀਆਂ ਦੇ ਧਾਰਮਿਕ ਵਰ੍ਹੇ ਦਾ ਪੰਜਵਾਂ ਮਹੀਨਾ।

Aback—ਪਿੱਛੇ, ਅਚਨਚੇਤ।

Abactor—ਪਸ਼ੂਆਂ ਨੂੰ ਹਾਕ ਲੈ ਜਾਣ ਵਾਲਾ ਅਤੇ ਛੁਪਾ ਲੈ ਜਾਣ ਵਾਲਾ।

Abaft—ਜਹਾਜ਼ ਦੇ ਪਤਵਾਰ ਦੇ ਪਾਸੇ ਜਾਂ ਪਿਛਲੇ ਪਾਸੇ।

Abaisance—ਨਮਸ਼ਕਾਰ, ਰਾਮ ਰਾਮ, ਸਤਿ ਸ੍ਰੀ ਅਕਾਲ।

Abalone—ਮੋਤੀ ਦਾ ਸੀਪ।

Abandon—ਤਿਆਗ ਦੇਣਾ, ਛੱਡਣਾ।

Abandoned—ਛੱਡਿਆ ਹੋਇਆ, ਬਿਨਾਂ ਆਸਰੇ।

Abandonment—ਤਿਆਗ, ਛੱਡ।

Abasement—ਨਮੋਸ਼ੀ, ਬੇਇੱਜ਼ਤੀ।

Abash—ਸ਼ਰਮਿੰਦਾ।

Abashment—ਸ਼ਰਮਿੰਦਗੀ, ਘਬਰਾਹਟ।

Abate—ਘੱਟ ਕਰਨਾ, ਹਲਕਾ ਕਰਨਾ।

Abatement—ਘਟਾਓ, ਕਮੀ।

Abater—ਘੱਟ ਕਰਨ ਵਾਲਾ।

Abator—ਬੇਜਾ ਦਖ਼ਲ ਦੇਣ ਵਾਲਾ।

Abattoir—ਬੁੱਚੜਖ਼ਾਨਾ, ਮੌਤ ਘਰ।

Abb—ਜੁਲਾਹੇ ਦੇ ਤਾਣੇ ਦਾ ਸੂਤ।

Abbacy—ਪਾਦਰੀ ਜਾਂ ਮਹੰਤ ਦੀ ਪਦਵੀ ਅਤੇ ਇੱਜ਼ਤ।

Abbey—ਗਿਰਜਾ, ਮੱਠ।

Abbot—ਮੱਠ ਦਾ ਵੱਡਾ ਮਹੰਤ।

Abbreviate—ਸਾਰ ਕੱਢਣਾ, ਨਿਚੋੜ ਕੱਢਣਾ।

Abbreviation—ਕਮੀ।

Abdicate—ਰਾਜ ਤਿਆਗ ਦੇਣਾ।

Abdomen—ਪੇਟ, ਢਿੱਡ।

Abdominous—ਵੱਡੇ ਢਿੱਡ ਵਾਲਾ।

Abduct—ਕੱਢ ਲੈ ਜਾਣਾ।

Abduction—ਕਿਸੇ ਨੂੰ ਵਰਗਲਾ ਕੇ ਕੱਢ ਲੈ ਜਾਣਾ।

Abed—ਬਿਸਤਰੇ ਤੇ।

Aberrance—ਬੁਰੀਆਂ ਰਸਮਾਂ।

Abet—ਸਹਾਇਤਾ ਕਰਨਾ।

Abetment—ਸਹਾਰਾ।

Abetter—ਸਹਾਇਤਾ ਦੇਣ ਵਾਲਾ।

Abeyance—ਥੋੜ੍ਹੇ ਦਿਨਾਂ ਦੀ ਢਿਲ।

Abhor—ਨਫ਼ਰਤ ਕਰਨੀ।

Abhorrence—ਨਫ਼ਰਤ।

Abhorrent—ਨਫ਼ਰਤ ਦੇ ਲਾਇਕ।

Abide—ਠਹਿਰਨਾ।

Abiding—ਠਹਿਰਾਓ।

Abilities—ਯੋਗਤਾ।

Ability—ਦਾਨਾਈ, ਯੋਗਤਾ।

Abjectedness, Abjection, Abjectness—ਨੀਚਪੁਣਾ, ਕਮੀਨਾਪਨ।

Abjectly—ਕਮੀਨੇਪਨ ਨਾਲ।

Abjuration—ਸਹੁੰ ਖਾ ਕੇ ਕਹਿਣਾ।

Abjurer—ਸਹੁੰ ਖਾਣ ਵਾਲਾ।

Ablactation—ਦੁੱਧ ਛੁਡਾਉਣਾ।

Able—ਯੋਗ, ਗੁਣੀ।

Ablehodied—ਮੋਟਾ ਤਾਜਾ।

Ablegate—ਸਰਕਾਰੀ ਕੰਮ ਦੇਸ਼ ਤੋਂ ਬਾਹਰ ਜਾਣਾ।

Ableness—ਦਿਮਾਗੀ ਤਾਕਤ।

Ablution—ਇਸ਼ਨਾਨ।

Ably—ਬੁੱਧੀ ਨਾਲ।

Aabnegate—ਮੁਕਰ ਜਾਣਾ।

Abnegation—ਨਾ ਮਨਜ਼ੂਰ।
Abnegator—ਨਾ ਮਨਜ਼ੂਰ ਕਰਨ ਵਾਲਾ।
Abnormity—ਬੇਕਾਇਦਗੀ।
Aboard—ਕਿਸ਼ਤੀ ਤੇ।
Abode—ਰਹਿਣ ਦੀ ਥਾਂ।
Abolish—ਉਜਾੜ ਦੇਣਾ।
Abolishable—ਹਟਾ ਦੇਣ ਯੋਗ।
Abominable—ਅਪੱਵਿਤ੍ਰ।
Abominate—ਨਫ਼ਰਤ, ਕਰਨਾ।
Abomination—ਨਫ਼ਰਤਲਾਇਕ।
Aboriginal—ਪੁਰਾਣਾ, ਅਸਲੀ।
Aborigines—ਕਿਸੇ ਦੇਸ਼ ਦਾ ਅਸਲ ਵਸਨੀਕ।
Abortion—ਗਰਭਪਾਤ।
Abortive—ਕੱਚਾ।
Abound—ਭਰ ਜਾਣਾ।
About—ਆਸ ਪਾਸ ਨਜ਼ਦੀਕ।
Above—ਵਧੀਕ, ਉੱਚਾ।
Aboveboard—ਸਭ ਦੇ ਸਾਹਮਣੇ।
Abovementioned—ਜੋ ਉਪਰ ਕਿਹਾ ਜਾ ਚੁੱਕਿਆ ਹੈ।
Abracadabra—ਯੰਤ੍ਰ ਮੰਤ੍ਰ।
Abrade—ਰਗੜਨਾ।
Abrasion—ਘਸਾਈ।
Abreast—ਨਾਲ ਨਾਲ।
Abridge—ਤੱਤ ਕੱਢਣਾ।
Abridgment—ਤੱਤ, ਖੁਲਾਸਾ।
Abroad—ਵਾਂਡੇ, ਪ੍ਰਦੇਸ ਵਿਚ।
Abrogate—ਵੱਖਰਾ ਕਰਨਾ।
Abrogation—ਮਨਸੂਖੀ, ਹਟਾਉਣਾ।
Abrupt—ਅਚਾਨਕ।
Abruption—ਉਭਾਰ।
Abruptly—ਅਚਾਨਕ।
Abruptness—ਔਖੜਪਨ, ਉਭਾਰ।
Abscess—ਫਿਨਸੀ।
Abscind—ਕੱਟਣਾ।
Abscission—ਚੀਰ-ਫਾੜ।
Abscond—ਨੱਸ ਜਾਣਾ।
Absence—ਗ਼ੈਰ ਹਾਜ਼ਰ, ਨਾਗਾ।
Absent—ਗ਼ੈਰ ਹਾਜ਼ਰੀ।
Absentee—ਗ਼ੈਰ-ਹਾਜ਼ਰ ਹੋਣ ਵਾਲਾ।
Absorute—ਪੂਰਾ, ਖੁਦ ਮੁਖ਼ਤਾਰ।
Absolutely—ਆਪ ਹੀ ਆਪ।
Absoluteness—ਸਵਾਧੀਨਤਾ।
Absolution—ਛੁਟਕਾਰਾ।
Absolutory—ਜਮਾ ਦੇ ਮੁਤੱਅਲਕ।
Absolve—ਛੱਡ ਦੇਣਾ, ਹੁਕਮ ਦੇਣਾ।
Absolver—ਬਖਸ਼ਣ ਵਾਲਾ।
Absonant—ਗਲਤ, ਅਸ਼ੁੱਧ।
Absonate—ਪਰਹੇਜ਼ ਕਰਨਾ, ਛੱਡ ਦੇਣਾ।
Absorb—ਪੀਣਾ, ਚੁੰਮਣਾ, ਚੂਸਣਾ।
Absorbable—ਜ਼ਜਬ ਹੋਣ ਵਾਲਾ।
Absorbent—ਸੁਕਾ ਦੇਣ ਵਾਲਾ, ਪੀਣ ਵਾਲਾ।
Absorptive—ਚੂਸਣ ਦੀ ਸ਼ਕਤੀ ਰੱਖਣ ਵਾਲਾ।
Abstain—ਮੂੰਹ ਮੋੜਨਾ, ਪਰਹੇਜ਼ ਕਰਨਾ।
Abstainer—ਪਰਹੇਜ਼ਗੀ।
Abstention—ਪਰਹੇਜ਼, ਨਫ਼ਰਤ।
Absterge—ਪੂੰਝਣਾ, ਧੋ ਕੇ ਸਾਫ਼ ਕਰਨਾ।
Abstergent—ਸਾਫ਼ ਕਰ ਦੇਣ ਵਾਲਾ।
Abstinetly—ਪਰਹੇਜ਼ਗਾਰੀ ਨਾਲ।
Abstract—ਸੂਖਮ, ਮਹੀਨ, ਬਰੀਕ ਸੱਤ ਕੱਢਣਾ।
Abstracted—ਗਾਫ਼ਲ, ਬੇਖ਼ੁਦ।
Abstraction—ਵੱਖਰਾ ਕੀਤਾ, ਖ਼ਿਆਲ, ਵਹਿਮ।
Abstruse—ਕਠਿਨ, ਬਾਰੀਕ।
Absurd—ਬੇਜੋੜ, ਬੇਮੇਲ।
Absurdity—ਬੇਵਕੂਫ਼ੀ।
Absurdly—ਬੇਵਕੂਫ਼ੀ ਨਾਲ।
Abundance—ਬਹੁਤਾਤ, ਭਰਪੂਰ।

Abuhdant—ਬਹੁਤ ਸਾਰਾ, ਜ਼ਿਆਦਾ।
Abundantly—ਖੁਲ੍ਹੀ ਤਰ੍ਹਾਂ।
Abase—ਗਾਲ੍ਹ ਕੱਢਣਾ, ਬੁਰਾ ਭਲਾ ਕਹਿਣਾ।
Abusive—ਮੂੰਹ ਫਟ, ਬਦ-ਜ਼ਬਾਨ।
Abut—ਮਿਲਣਾ, ਟੱਕਰ ਖਾਣਾ।
Abutment—ਕਿਸੀ ਦੂਜੀ ਚੀਜ਼ ਦੇ ਉਪਰ ਛੂਹਣ ਵਾਲੀ ਚੀਜ਼।
Abysm, Abyss—ਡੂੰਘਾ।
Acacia—ਕਿੱਕਰ।
Acacy—ਵੈਰ ਨਾ ਰੱਖਣ ਵਾਲੀ ਤਬੀਅਤ।
Academic—ਗਿਆਨ ਦੇ ਮੁਤੱਅਲਕ, ਵਿੱਦਿਅਕ, ਇਲਮੀ।
Academically—ਪਾਠਸ਼ਾਲਾ ਦੇ ਢੰਗ ਤੇ, ਸਿਖਾਉਣ ਦੇ ਤਰੀਕੇ ਤੇ।
Academy—ਗਿਆਨ, ਸਿੱਖਣ ਦੀ ਪਾਠਸ਼ਾਲਾ, ਵਿੱਦਿਅਕ ਕੇਂਦਰ।
Acanthus—ਇਕ ਕੰਡਿਆਂ ਵਾਲਾ ਪੌਦਾ।
Acaulus—ਤਨੇ ਤੋਂ ਬਿਨਾ, ਛੋਟਾ ਦਰਖ਼ਤ।
Accede—ਸਵੀਕਾਰ ਕਰਨਾ, ਪ੍ਰਵਾਨ ਕਰਨਾ।
Accelerate—ਤੇਜ਼ ਕਰਨਾ, ਜਲਦੀ ਕਰਨਾ।
Acceleration—ਜ਼ਿਆਦਤੀ, ਜਲਦੀ।
Accend—ਅੱਗ ਲਾਉਣਾ, ਸਾੜਨਾ।
Accendible—ਅੱਗ ਲੱਗਣ ਦੇ ਯੋਗ।
Accension—ਜਲਨ ਦੀ ਹਾਲਤ।
Accent—ਉਚਾਰਨ, ਆਵਾਜ਼ ਦਾ ਉਤਾਰ ਚੜ੍ਹਾਅ।
Accent—ਜ਼ੋਰ ਲਾਉਣਾ, ਉਚਾਰਣ ਕਰਨਾ।
Accentor—ਗੀਤ ਗਾਉਣ ਵਿਚ ਉਸਤਾਦ।
Accentuate—ਉਚਾਰਣ ਦਾ ਨਿਸ਼ਾਨ, ਜ਼ੋਰ ਦੇਣਾ।
Accentuation—ਉਚਾਰਣ ਦਾ ਪੂਰਨ ਨਿਸ਼ਾਨ।
Accept—ਮਨਜ਼ੂਰ, ਪ੍ਰਵਾਨ ਕਰਨਾ।
Acceptable—ਦਿਲ ਪਸੰਦ, ਕਬੂਲ ਕਰਨ ਯੋਗ।
Acceptation—ਸਾਧਾਰਨ ਅਰਥ, ਸ਼ਬਦ ਅਰਥ।
Access—ਪਹੁੰਚ, ਵਾਧਾ।
Accessible—ਪਹੁੰਚ ਦੇ ਯੋਗ।
Accession—ਰਾਜ ਤਿਲਕ।
Accessory—ਸਹਾਇਕ, ਸਾਥੀ ਫਾਲਤੂ।
Accidence—ਗ੍ਰਾਮਰ, ਵਿਆਕਰਣ ਦੀ ਪਹਿਲੀ ਪੁਸਤਕ।
Accident—ਭਾਵੀ, ਹਾਦਸਾ।
Accidental—ਅਚਾਨਕ, ਆਰਜ਼ੀ।
Accidentally—ਅਚਨਚੇਤ।
Accipient—ਲੈਣ ਵਾਲਾ, ਪਾਉਣ ਵਾਲਾ।
Acclaim—ਸ਼ਾਬਾਸ਼ ਕਰਨਾ, ਵਾਹ ਵਾਹ ਦੇਣੀ।
Acclamatory—ਸ਼ਾਬਾਸ਼ ਦੇ ਲਾਇਕ, ਸਲਾਹੁਣ ਯੋਗ।
Acclive—ਉੱਭਰੀ ਹੋਈ।
Acclivity—ਚੜ੍ਹਾਈ, ਉਚਾਈ।
Accloy—ਜੀ ਭਰਨਾ, ਸ਼ੇਰ ਹੋਣਾ।
Accommodate—ਪਹੁੰਚਾਉਣਾ, ਮਿਲਾਪ ਕਰ ਦੇਣਾ।
Accommodately—ਠੀਕ ਤੌਰ ਤੇ, ਇਕੋ ਜਿਹਾ।
Accommodating—ਦੂਸਰੇ ਦੀ ਮਰਜ਼ੀ ਮੁਤਾਬਕ ਕਰਨਾ, ਮਿਹਰਬਾਨ।
Accommodation—ਕਮਰਾ।
Accommodater—ਮੇਲ ਕਰਾਉਣ ਵਾਲਾ, ਪਹੁੰਚਾਉਣ ਵਾਲਾ।
Accompany—ਨਾਲ ਜਾਣਾ, ਸਾਥ ਦੇਣਾ।
Accomplice—ਅਪਰਾਧ ਦਾ ਸਾਥੀ।
Accomplish—ਪੂਰਾ ਕਰਨਾ, ਮੁਕਾਉਣਾ।
Accomplished—ਪੂਰਾ, ਮੁਕੰਮਲ।
Accomplishment—ਪੂਰਣਤਾਈ, ਕਮਾਲ।

Accord—ਦੇਣਾ, ਮਨਜ਼ੂਰ ਕਰਨਾ।

Accordance—ਮੇਲ-ਮਿਲਾਪ।

Accordant—ਅੰਗੀਕਾਰ, ਅਨੁਕੂਲ, ਮੁਤਾਬਕ।

According—ਅਨੁਸਾਰ, ਜੈਸਾ ਕਿ।

Accordingly—ਇਸੇ ਤਰ੍ਹਾਂ, ਮੁਤਾਬਕ, ਰੀਤੀ ਨਾਲ।

Accost—ਨਮਸਕਾਰ ਕਰਨਾ, ਸੰਬੋਧਨ ਕਰਨਾ।

Accouchement—ਬੱਚਾ ਜਮਾਉਣਾ।

Accoucheur—ਨਰਸ, ਦਾਈ।

Account—ਹਿਸਾਬ ਦੇਣਾ, ਗਿਣਨਾ।

Accountability--ਜਵਾਬਦੇਹੀ, ਜ਼ਿੰਮੇਵਾਰੀ।

Accountable—ਜ਼ਿੰਮੇਵਾਰ, ਹਿਸਾਬ ਦੇਣ ਦੇ ਯੋਗ।

Account-book—ਹਿਸਾਬ ਦੀ ਕਿਤਾਬ।

Accountant—ਹਿਸਾਬ ਰੱਖਣ ਵਾਲਾ, ਕਲਰਕ।

Accouple—ਕੱਠਾ ਕਰਨਾ, ਜੋੜ ਦੇਣਾ।

Accoutre—ਹਥਿਆਰ ਪਹਿਨਾਉਣਾ, ਸੰਵਾਰਨਾ।

Accoutrements--ਸਜਾਉਣ ਦਾ ਸਮਾਨ, ਲੜਾਈ ਦੀ ਵਰਦੀ।

Accoy—ਠੰਡਾ ਕਰਨਾ, ਨਰਮ ਕਰਨਾ।

Accredit—ਸਤਿਕਾਰ ਕਰਨਾ, ਯਕੀਨ ਕਰਨਾ।

Accrescent—ਵਧਣ ਵਾਲਾ।

Accretion—ਪਾਲਨ ਪੋਸ਼ਣ, ਵਧਣਾ, ਫੁੱਲਣਾ।

Accroach—ਦਬਾਉਣਾ।

Accroachment—ਵਾਧਾ ਕਰਨਾ।

Accrue—ਪ੍ਰਾਪਤ ਹੋਣਾ।

Accrument--ਵਧਿਆ ਹੋਇਆ, ਬਹੁਤਾਤ।

Accumbent—ਸਹਾਰੇ ਤੇ ਲੇਟਿਆ ਹੋਇਆ।

Accumulate--ਕੱਠਾ ਕਰਨਾ, ਢੇਰ ਲਾਉਣਾ।

Accumulation—ਢੇਰ, ਬਹੁਤ ਸਾਰੇ।

Accumulator—ਢੇਰ ਲਾਉਣ ਵਾਲਾ।

Accuracy, Accurateness--ਸੱਚਾਈ, ਦਰੁਸਤਗੀ।

Accurate—ਬਿਲਕੁਲ ਠੀਕ।

Accurse—ਸਰਾਪ ਦੇਣਾ।

Accursed—ਦੁਸ਼ਟ, ਬੁਰਾ।

Accusable—ਸਜ਼ਾ ਲਾਇਕ।

Accusant—ਦੋਸ਼ ਲਗਾਉਣ ਵਾਲਾ।

Accusation—ਨਾਰਾਜ਼ਗੀ, ਤੁਹਮਤ।

Accusative—ਕਰਮ, ਕਾਰਕ।

Accuse—ਅਪਰਾਧੀ ਠਹਿਰਾਉਣਾ।

Accused—ਅਪਰਾਧੀ।

Accuser—ਦੋਸ਼ ਲਗਾਉਣ ਵਾਲਾ।

Accustom—ਆਦਤ ਪਾਉਣਾ।

Accustomary—ਆਦੀ।

Accustomed—ਮਾਮੂਲੀ, ਆਦਿ।

Ace—ਤਾਸ਼ ਦਾ ਇੱਕਾ।

Acerb—ਤੇਜ਼ ਤੁਰਸ਼, ਖੱਟਾ।

Acerbity, Acerbitude--ਤੇਜ਼ੀ, ਤੁਰਸ਼ੀ, ਕੁੜਤਨ।

Acervose--ਢੇਰਾਂ ਨਾਲ ਭਰਿਆ ਹੋਇਆ।

Acescent—ਖਟਾਈ।

Acetic—ਜੰਮਿਆ ਹੋਇਆ ਸਿਰਕਾ।

Acetity—ਤੇਜ਼ਾਬ ਵਿਚ ਬਦਲਣਾ।

Acetimeter—ਤੇਜ਼ਾਬ ਦੀ ਤਾਕਤ ਜਾਣਨ ਦਾ ਔਜ਼ਾਰ।

Acetous, Actose—ਖੱਟਾ।

Acetum—ਸਿਰਕਾ।

Ache—ਦੁੱਖ, ਦਰਦ।

Achievable—ਹਾਸਲ ਹੋ ਜਾਣ ਦੇ ਲਾਇਕ।

Achieve—ਪ੍ਰਾਪਤ ਕਰਨਾ।

Achievement—ਬਹਾਦਰੀ ਅਥਵਾ ਮੁਸ਼ਕਲ ਕੰਮ।

Achiever—ਕਾਮਯਾਬ।

Aching—ਲਗਾਤਾਰ ਦਰਦ।

Achras—ਨਾਸ਼ਪਾਤੀ ਦਾ ਦਰਖ਼ਤ।

Acicular—ਛੋਟੀ ਸੂਈ ਵਾਂਗਰ ਬਣਿਆ ਹੋਇਆ।

Acid—ਖੱਟਾ, ਤੁਰਸ਼।

Acidify—ਤੇਜ਼ਾਬ ਬਨਾਉਣਾ।

Acidity, Acidness—ਤੁਰਸ਼ਾ ਪਨ, ਖੱਟਾਈ।

Acidulate—ਖੱਟਾ ਕਰਨਾ।

Acknowledge—ਇਕਰਾਰ ਕਰਨਾ।

Acknowledgement—ਧੰਨਵਾਦ।

Acme—ਉਚਾਈ, ਹੱਦ।

Acne—ਫਿਨਸੀ, ਦਾਗ।

Aconite—ਕੰਡਾ, ਜ਼ਹਿਰ, ਇਕ ਜ਼ਹਿਰੀਲਾ ਪੌਦਾ।

Acorn—ਬਲੂਤ ਦਾ ਫਲ।

Acoustic—ਸ਼ਬਦ ਵਿੱਦਿਆ।

Acquaint—ਵਾਕਫ਼ ਕਰਨਾ, ਖ਼ਬਰ ਦੇਣਾ।

Acquaintance—ਵਾਕਫ਼ਕਾਰ।

Acquainted—ਵਾਕਫ਼, ਜਾਣੂੰ, ਜਾਣ ਪਹਿਚਾਣ ਵਾਲਾ।

Acquest, Acquist—ਪ੍ਰਾਪਤ ਕੀਤੀ ਹੋਈ ਚੀਜ਼।

Acquiesce—ਰਾਜ਼ੀ ਹੋਣਾ, ਕਬੂਲ ਕਰਨਾ।

Acquiescence, Acquiescency—ਮਰਜ਼ੀ।

Acuiescent—ਮੰਨ ਲੈਣ ਵਾਲਾ।

Acquire—ਫ਼ਾਇਦਾ ਚੁੱਕਣਾ।

Acquirement—ਪ੍ਰਾਪਤੀ, ਪਹੁੰਚ।

Acquisition—ਲਾਭ, ਨਫ਼ਾ।

Acquisitive—ਪਾਟੀ ਹੋਈ।

Acquite—ਛੱਡ ਦੇਣਾ।

Acquitment—ਛੁਟਕਾਰਾ।

Acquittal—ਅਪਰਾਧ ਤੋਂ ਛੁਟਕਾਰਾ।

Acquittance—ਛੱਡ ਦੇਣਾ, ਬੇਬਾਕੀ, ਰਸੀਦ।

Acre—4840 ਮੁਰੱਬਾ ਗਜ਼।

Acrid—ਕੌੜਾ, ਤੇਜ਼।

Acridity, Acridness—ਕੌੜਾਪਨ, ਤੇਜ਼।

Acrimonious—ਤੇਜ਼, ਤੁਰਸ਼।

Acrimony—ਤੇਜ਼ੀ, ਤੁਰਸ਼ੀ।

Across—ਆਰ ਪਾਰ, ਟੇਢਾ।

Acrothymia—ਇਕ ਵੱਡੀ ਫਿੰਸੀ।

Act—ਕੰਮ ਕਰਨਾ, ਨਕਲ ਕਰਨਾ।

Action—ਚਾਲ, ਨਾਲਸ਼।

Actionable—ਨਾਲਸ਼ ਕਰਨ ਯੋਗ।

Actionary, Actionist—ਪੱਤੀਦਾਰ।

Activate—ਚੁਸਤ, ਚਾਲਾਕ ਬਨਾਉਣਾ।

Active—ਹਲਕਾ ਫੁਲਕਾ।

Actively—ਹੁਸ਼ਿਆਰੀ ਨਾਲ।

Activeness, Activity—ਫੁਰਤੀ, ਤੇਜ਼ੀ।

Actor—ਕਲਾਕਾਰ, ਕੰਮ ਕਰਨ ਵਾਲਾ।

Actress—ਨਾਟਕ ਆਦਿ ਖੇਡਾਂ ਵਿਚ ਕੰਮ ਕਰਨ ਵਾਲੀ।

Actual—ਅਸਲੀ, ਯਥਾਰਥ।

Actuality, Actualness—ਅਸਲੀ।

Actually—ਸੱਚਮੁਚ।

Actuary—ਰਜਿਸਟਰ ਰੱਖਣ ਵਾਲਾ ਮੁਨਸ਼ੀ।

Actuate—ਉਕਸਾਉਣਾ।

Acuate—ਤੇਜ਼ ਕਰਨਾ।

Acumen—ਚਤੁੱਰ, ਬੁੱਧੀਮਾਨ।

Acuminate—ਨੋਕਦਾਰ ਕਰਨਾ।

Acute—ਹੁਸ਼ਿਆਰ।

Acutely—ਹੁਸ਼ਿਆਰੀ ਨਾਲ।

Acuteness—ਬੁੱਧੀਮਾਨੀ।

Adage—ਕਹਾਵਤ।

Adagial—ਕਹਾਵਤ ਦੇ ਤੌਰ ਤੇ।
Adagio—ਮੱਧਮ ਚਾਲ।
Adamant—ਹੀਰਾ।
Adamnatine—ਬਹੁਤ ਸਖ਼ਤ।
Adams-apple—ਕੰਠ, ਗਲਾ।
Adapt—ਇਕ ਮੇਲ ਦਾ ਬਣਾਉਣਾ।
Adaptable—ਠੀਕ ਕਰਨ ਯੋਗ।
Adaptation, Adaption—ਮੇਲ, ਸੰਜੋਗ।
Adaunt—ਵੱਸ ਵਿਚ ਕਰਨਾ।
Adaw—ਧਮਕਾਉਣਾ।
Add—ਜੋੜਨਾ।
Addable, Addaible—ਜੋੜ ਦੇ ਯੋਗ।
Addendum—ਜ਼ਮੀਮਾ।
Adder—ਜ਼ਹਿਰੀਲਾ ਸੱਪ।
Adder-stung—ਜ਼ਹਿਰੀਲੇ ਸੱਪ ਦਾ ਡਸਿਆ ਹੋਇਆ।
Addibility—ਵਧਾਉਣ ਯੋਗ।
Addice—ਕੁਲਹਾੜੀ, ਤੇਸਾ।
Addition—ਜੋੜ, ਜਮ੍ਹਾਂ।
Additional—ਵਾਧੂ।
Additory—ਹਿਸਾਬ ਜਾਣਨ ਵਾਲਾ।
Addle—ਗੰਦਾ ਅੰਡਾ।
Addle-headed—ਭੋਲਾ।
Address—ਮੁਖ਼ਾਤਬ ਹੋਣਾ, ਪਤਾ।
Addresser—ਮੁਖ਼ਾਤਬ ਹੋਣ ਵਾਲਾ।
Adduce—ਅੱਗੇ ਲਾਉਣਾ।
Adductor—ਸੁਕੜਨ ਵਾਲਾ, ਪੁੱਠਾ।
Adept—ਵਿਦਵਾਨ, ਕਾਰੀਗਰ।
Adequacy, Adequateness—ਬਰਾਬਰੀ।
Adequate—ਮੁਨਾਸਬ।
Adequately—ਠੀਕ ਠੀਕ।
Adespotic—ਮੁਕੱਰਰ, ਅਖ਼ਤਿਆਰਾਤ ਤੇ ਰਾਜ ਕਰਨਾ।
Adhere—ਚਿਪਕਾਉਣਾ।
Adherence, Adherency—ਸਾਬਤ ਕਦਮੀ, ਲਗਾਓ।
Adherent—ਸੰਗੀ।
Adhesion—ਪਾਬੰਦੀ, ਲਿਪਟਾਓ।
Adhesive—ਲੇਸਦਾਰ।
Adhesiveness—ਲੇਸ।
Adhibit—ਇਸਤੇਮਾਲ ਕਰਨਾ।
Adhibition—ਇਸਤੇਮਾਲ।
Adiaphorous—ਵੱਖਰਾ।
Adiaphory—ਬੇਪਰਵਾਹੀ।
Adieu—ਨਮਸ਼ਕਾਰ, ਈਸ਼ਵਰ ਭਲਾ ਕਰੇ।
Adipsa—ਪਿਆਸ ਬੁਝਾਉਣ ਵਾਲੀ ਦਵਾਈ।
Adit—ਮੋਰੀ, ਨਾਲੀ।
Adjacency—ਗੁਆਂਢੀ, ਹਮਸਾਇਆ।
Adjacent—ਨਾਲ ਵਾਲਾ।
Adject—ਮਿਲਾਉਣਾ।
Adjective—ਵਿਸ਼ੇਸ਼ਣ।
Adjectively—ਗੁਣ ਵਾਚਕ ਦੇ ਰੂਪ।
Adjoin—ਜੋੜਨਾ।
Adjoining—ਨਾਲ ਵਾਲਾ।
Adjourn—ਮੁਲਤਵੀ ਕਰਨਾ।
Adjournment—ਮੁਲਤਵੀ।
Adjudge—ਫੈਸਲਾ ਕਰਨਾ।
Adjudicate—ਫੈਸਲਾ ਕਰਨਾ, ਨਿਪਟਾਰਾ ਕਰਨਾ।
Adjudication, Adjudgment—ਕਾਨੂੰਨੀ ਫੈਸਲਾ, ਤਜਵੀਜ਼।
Adjunct—ਜੋੜ।
Adjuration—ਕਸਮ ਖਾਣੀ।
Adjure—ਸਹੁੰ ਖੁਆਉਣੀ।
Adjurer—ਕਸਮ ਉਠਾਉਣ ਵਾਲਾ।
Adjust—ਤਰਤੀਬ ਦੇਣਾ, ਠੀਕ ਕਰਨਾ।
Adjusting, Adjustment—ਫੈਸਲਾ, ਸੁਧਾਰ।

Adjute—ਸਹਾਇਤਾ ਕਰਨਾ।
Adjutor—ਮਦਦਗਾਰ, ਸਹਾਇਕ।
Adjutory—ਸਹਾਇਕ।
Admeasure—ਪੈਮਾਇਸ਼ ਕਰਨੀ।
Admeasurement—ਨਾਪ, ਤੋਲ।
Admetiate—ਪੈਮਾਇਸ਼ ਕਰਨੀ।
Administer—ਰਾਜ ਕਰਨਾ, ਮੁਖ਼ਤਿਆਰੀ ਕਰਨਾ।
Administrable—ਇੰਤਜ਼ਾਮ ਦੇ ਲਾਇਕ।
Administration—ਰਾਜ, ਇੰਤਜ਼ਾਮ।
Administrative—ਇੰਤਜ਼ਾਮੀਆ।
Administrator—ਇੰਤਜ਼ਾਮ ਕਰਨ ਵਾਲਾ।
Admirable—ਬਹੁਤ ਚੰਗੀ।
Admirably—ਨਿਰਾਲੇ ਤੇ ਚੰਗੇ ਢੰਗ ਨਾਲ।
Admiral—ਸਮੁੰਦਰੀ ਜਹਾਜ਼ ਦਾ ਕਪਤਾਨ।
Admiralship—ਸਮੁੰਦਰੀ ਜਹਾਜ਼ ਦੇ ਕਪਤਾਨ ਦੀ ਪਦਵੀ।
Admiralty—ਸਮੁੰਦਰੀ ਕਪਤਾਨ ਦੀ ਪਦਵੀ।
Admiration—ਅਚਰਜ, ਤਾਰੀਫ਼।
Admire—ਉੱਸਤਤ ਕਰਨੀ।
Admirer—ਸਲਾਹੁਣ ਵਾਲਾ, ਚਾਹੁਣ ਵਾਲਾ।
Admiringly—ਉੱਸਤਤ ਦੇ ਯੋਗ।
Admissible—ਵਾਜਬ, ਜਾਇਜ਼, ਮਨਜ਼ੂਰ, ਯੋਗ।
Admission—ਦਾਖ਼ਲ, ਪ੍ਰਵੇਸ਼।
Admit—ਅੰਦਰ ਆਉਣ ਦੇਣਾ।
Admittable—ਮੰਨਣ ਯੋਗ।
Admittance—ਅੰਦਰ ਆਉਣ ਦੀ ਆਗਿਆ।
Admitter—ਮੰਨ ਲੈਣ ਵਾਲਾ ਇਕਬਾਲੀ।
Admixture—ਮਿਲਾਵਟ, ਮੇਲ।
Admonish—ਸਮਝਾਉਣਾ, ਸਿੱਖਿਆ ਦੇਣਾ।
Admonisher—ਸਮਝਾਉਣ ਵਾਲਾ।
Admonition—ਨਸੀਹਤ, ਸਿੱਖਿਆ।
Admenitory—ਚਿਤਾਵਨੀ, ਸਿੱਖਿਆਵਲੀ।
Admove—ਅੱਗੇ ਨੂੰ ਚਲਾਉਣਾ।
Ado—ਬਖੇੜਾ, ਝਗੜਾ, ਤਕਲੀਫ਼।
Adolescence, Adoescency—ਲੜਕਪਨ, ਵਧਣ ਦੀ ਉਮਰ।
Adolescent—ਨਾਬਾਲਿਗ।
Adopt—ਚੋਣ ਕਰਨਾ, ਪਸੰਦ ਕਰਨਾ, ਕਬੂਲ ਕਰਨਾ।
Adopter—ਗੋਦ ਲੈਣ ਵਾਲਾ, ਧਰਮ ਪੁੱਤਰ ਬਣਾਉਣ ਵਾਲਾ।
Adoption—ਮਨਜ਼ੂਰੀ ਦੂਸਰੀ ਬੋਲੀ 'ਚੋਂ ਲੈਣਾ।
Adoptive—ਗੋਦ ਲਿਆ ਹੋਇਆ।
Adorable—ਪੂਜਣ ਯੋਗ, ਮਾਨਯੋਗ।
Adorably—ਪੂਜਾ ਯੋਗ।
Adoration—ਪੂਜਾ-ਪਾਠ, ਭਗਤੀ।
Adore—ਪੂਜਾ ਕਰਨਾ, ਭਗਤੀ ਕਰਨਾ।
Adorer—ਪੁਜਾਰੀ, ਪ੍ਰੇਮੀ।
Adorn—ਸਜਾਉਣਾ, ਸੰਵਾਰਨਾ।
Adornment—ਸ਼ਿੰਗਾਰ, ਸਜਾਵਟ।
Adosculation—ਜੜ, ਪੈਬੰਦ।
Adrift—ਡਾਵਾਂਡੋਲ।
Adriot—ਚਤੁਰ, ਫੁਰਤੀਲਾ।
Adriotly—ਕਾਰੀਗਰੀ ਨਾਲ, ਚਤੁਰਾਈ ਨਾਲ।
Adroitness—ਫੁਰਤੀ, ਚਤੁਰਾਈ।
Adry—ਪਿਆਸਾ।
Adularia—ਧਾਤ।
Adulation—ਖ਼ੁਸ਼ਾਮਦ, ਚਾਪਲੂਸੀ।
Adulatory—ਖ਼ੁਸ਼ਾਮਦੀ।
Adult—ਬਾਲਗ, ਜਵਾਨ।
Adulterate—ਖੋਟ ਮਿਲਾਉਣਾ।

Adulteration—ਮਿਲਾਨ, ਖੋਟ।
Adulter—ਵਿਭਚਾਰੀ, ਕੁਕਰਮੀ।
Adulterant—ਖੋਟ ਮਿਲਾਉਣ ਵਾਲਾ।
Adulterer—ਕੁਕਰਮੀ, ਬਦਕਾਰ।
Adulteress—ਕੁਕਰਮੀ ਇਸਤ੍ਰੀ।
Adulterine—ਹਰਾਮੀ, ਖੋਟਾ।
Adultery—ਵਿਭਚਾਰ, ਕੁਕਰਮ।
Adumbrant—ਪਰਛਾਈ, ਤਸਵੀਰ।
Adumbrate—ਅਕਸ਼, ਹਲਕੀ ਤਸਵੀਰ ਖਿੱਚਣਾ।
Adumbration--ਹਲਕੀ ਜਿਹੀ ਤਸਵੀਰ।
Adust, Adusted—ਸੁੱਕਾ ਭੁੰਨਿਆ ਹੋਇਆ।
Advance—ਪੇਸ਼ਗੀ ਦੇਣਾ।
Advancement—ਸੁਧਾਰ, ਤਰੱਕੀ।
Advancer—ਤਰੱਕੀ ਕਰਨ ਵਾਲਾ।
Advantage—ਫ਼ਾਇਦਾ ਪਹੁੰਚਾਉਣਾ।
Advantageously—ਸਹੂਲੀਅਤ ਨਾਲ, ਆਰਾਮ ਨਾਲ।
Advent—ਆਗਮਨ, ਮਸੀਹ ਦੀ ਆਮਦ।
Advental—ਆਗਮਨ, ਇਤਫ਼ਾਕੀਆ।
Adventure—ਬਿਪਤਾ, ਡਰ, ਮੁਹਿੰਮ।
Adventurer—ਯੋਧਾ, ਜਾਂਬਾਜ਼।
Adventuresome, Adventurous—ਦਿਲਚਲਾ, ਹਿੰਮਤ ਵਾਲਾ।
Adventurously—ਬਹਾਦੁਰੀ ਨਾਲ, ਦਲੇਰੀ ਨਾਲ।
Adverb—ਕਿਰਿਆ ਵਿਸ਼ੇਸ਼ਣ।
Adverbial—ਕਿਰਿਆ ਵਿਸ਼ੇਸ਼ਣ ਦੇ ਸੰਬੰਧ ਵਿਚ।
Adversable—ਉਲਟਾ, ਖਾਸ।
Adversary—ਦੁਸ਼ਮਨ, ਵੈਰੀ।
Adversative—ਦੁਸ਼ਮਣੀ, ਵੈਰਪੁਣਾ।
Adverse—ਵਿਰੋਧ, ਬਰਖ਼ਿਲਾਫ਼।
Adversely—ਬਦਕਿਸਮਤੀ ਨਾਲ।
Adversity—ਬਿਪਤਾ, ਦੁੱਖ, ਮੁਸੀਬਤ।
Advert—ਧਿਆਨ ਦੇਣਾ, ਨਜ਼ਰ ਕਰਨਾ।
Advertence, Advertency--ਧਿਆਨ, ਚਿੰਤਾ, ਲਿਹਾਜ਼।
Advertent—ਸਾਵਧਾਨ, ਖ਼ਬਰਦਾਰ।
Advertise--ਇਸ਼ਤਿਹਾਰ ਦੇਣਾ।
Advertisement—ਇਸ਼ਤਿਹਾਰ, ਐਲਾਨ, ਖ਼ਬਰ।
Advice—ਮੱਤ, ਸਲਾਹ।
Advisable—ਉਚਿਤ, ਮੁਨਾਸਿਬ।
Advise—ਸਮਝਾਉਣਾ, ਮੱਤ ਦੇਣੀ।
Advised—ਸਾਵਧਾਨ, ਹੁਸ਼ਿਆਰ।
Advisedly—ਸੋਚ ਵਿਚਾਰ ਕੇ।
Advisement—ਉਪਦੇਸ਼, ਸਲਾਹ।
Adviser—ਮੰਤਰੀ, ਸਲਾਹਕਾਰ।
Advisory—ਸਲਾਹ ਦੇਣ ਵਾਲੀ।
Advocacy—ਵਕਾਲਤ, ਸਿਫ਼ਾਰਸ਼।
Advocate—ਵਕੀਲ, ਵਕਾਲਤ ਕਰਨ।
Advocation—ਵਕਾਲਤ, ਉਜ਼ਰਦਾਰੀ।
Advoutress—ਬਦਕਾਰ ਇਸਤਰੀ।
Advow--ਪ੍ਰਕਾਸ਼ ਕਰਨਾ, ਬਿਆਨ ਕਰਨਾ।
Adytum—ਮੰਦਰ ਦੀ ਸਭ ਤੋਂ ਪਵਿਤ੍ਰ ਥਾਂ, ਅੰਦਰਲਾ ਹਿੱਸਾ।
Aegis—ਢਾਲ, ਪਨਾਹ।
Aeipathy—ਗੁੱਸਾ, ਕ੍ਰੋਧ, ਬੇਸਬਰੀ।
Aerate—ਹਵਾ ਭਰਨਾ, ਹਵਾ ਨਾਲ ਭਰਨਾ।
Aeration—ਹਵਾ ਨਾਲ ਮਿਲਾਇਆ ਹੋਇਆ।
Aerial—ਹਵਾਈ, ਖ਼ਿਆਲੀ।
Aerie—ਬਾਜ਼ ਦਾ ਘਰ।
Aerification—ਹਵਾ ਭਰਨ ਦਾ ਕੰਮ।
Aerify—ਹਵਾ ਭਰਨਾ, ਹਵਾ ਨਾਲ ਮਿਲਾਉਣਾ।
Aerodrome—ਹਵਾਈ ਅੱਡਾ।
Aerography—ਹਵਾ ਦਾ ਵਰਨਣ।

Aerometer—ਹਵਾ ਮਾਪਣ ਦਾ ਯੰਤਰ।
Aerometry—ਹਵਾ ਮਾਪਣ ਦੀ ਵਿੱਦਿਆ।
Aeronaut—ਹਵਾ ਵਿਚ ਤੈਰਨ ਵਾਲਾ, ਉੱਡਦਾ ਹੋਇਆ।
Aeronautic—ਹਵਾ ਵਿਚ ਉੱਡਦਾ ਹੋਇਆ।
Aerostatics—ਆਕਾਸ਼ ਦੀਆਂ ਚੀਜ਼ਾਂ ਨੂੰ ਰੋਕੀ ਰੱਖਣ ਦਾ ਇਲਮ।
Afar—ਪਰੇ, ਦੂਰ।
Afeard—ਡਰਿਆ ਹੋਇਆ।
Afer—ਦੱਖਣੀ ਪੱਛਮੀ ਹਵਾ।
Affability—ਮਿਲਣਸਾਰੀ, ਆਉ ਭਗਤ।
Affable—ਮਿੱਠੀ ਜ਼ੁਬਾਨ ਵਾਲਾ।
Affableness—ਮਿਲਣਸਾਰੀ, ਸੁਸ਼ੀਲਤਾ।
Affair—ਕਾਰੋਬਾਰ; ਲੜਾਈ, ਮਾਜਰਾ।
Affamish—ਭੁੱਖਾ ਰਹਿਣਾ।
Affamishment—ਭੁੱਖ।
Affect—ਅਸਰ ਪਾਉਣਾ, ਜੋਸ਼ ਪੈਦਾ ਕਰਨਾ।
Affectated—ਬਨਾਵਟੀ, ਜ਼ਾਹਿਰਾ।
Affectation--ਬਨਾਵਟ, ਨਖਰਾ, ਜ਼ਾਹਿਰਦਾਰੀ।
Affected—ਨਖਰੇ ਵਾਲਾ।
Affectedly--ਬਨਾਵਟ ਨਾਲ, ਜ਼ਾਹਿਰਾਦਾਰੀ ਨਾਲ।
Affecting—ਗੁਣਕਾਰੀ ਮੁਅਸਰ, ਨਕਲੀ।
Affection—ਚਾਹਤ, ਪ੍ਰੇਮ, ਪਿਆਰ ਨਾਲ।
Affectionate—ਪ੍ਰੇਮੀ, ਸਨੇਹੀ, ਮਿੱਤਰ।
Affectionately—ਪ੍ਰੇਮ ਨਾਲ, ਪਿਆਰ ਨਾਲ।
Affective—ਪਿਆਰ ਪੈਦਾ ਕਰਨ ਵਾਲਾ, ਅਸਰ ਕਰਨ ਵਾਲਾ।
Affectively—ਅਸਰ ਕਰਨ ਦੇ ਢੰਗ ਤੇ।
Afferment—ਲਗਾਨ, ਜੁਰਮਾਨਾ ਲਗਾਉਣ ਦਾ ਕੰਮ।
Affiance—ਕੁੜਮਾਈ, ਮੰਗਣੀ।
Affiancer—ਵਿਆਹ ਦਾ ਵਾਇਦਾ ਕਰਨ ਵਾਲਾ।
Affidavit—ਹਲਫ਼ ਨਾਮਾ, ਕਸਮ ਖਾ ਕੇ ਬਿਆਨ ਦੇਣਾ।
Affiliation—ਬਾਲਕ ਨੂੰ ਧਰਮ ਪੁੱਤਰ ਕਰਨਾ।
Affili—ਪਾਲਿਸ਼, ਚਮਕਾਉ, ਤੇਲ ਮਲਨਾ।
Affinity—ਨਾਤੇਦਾਰੀ, ਰਿਸ਼ਤੇਦਾਰੀ।
Affirm—ਪਕਿਆਈ ਨਾਲ ਕਹਿਣਾ, ਮੰਨ ਲੈਣਾ।
Affirmance—ਵਚਨ, ਬਿਆਨ।
Affirment—ਵਚਨ ਦੇਣ ਵਾਲਾ।
Affirmation—ਵਚਨ, ਕੌਲ, ਇਕਰਾਰ।
Affirmative—ਇਕਰਾਰੀ, ਪੱਕਾ, ਮਨਜ਼ੂਰੀ ਯੋਗ।
Affix—ਜੋੜਨਾ, ਮਿਲਾਉਣਾ, ਵਿਭਗਤੀ ਜੋ ਅੱਖਰ ਦੇ ਪਿੱਛੋਂ ਲਾਈ ਜਾਵੇ।
Afflation—ਫੂਕ, ਦਮ।
Afflauts—ਅਕਾਸ਼ਵਾਣੀ, ਅਲਹਾਮ।
Afflict—ਦੁੱਖ ਦੇਣਾ, ਸਤਾਉਣਾ।
Afflicter—ਕਸ਼ਟ ਜਾਂ ਦੁੱਖ ਦੇਣ ਵਾਲਾ।
Affliction—ਦੁੱਖ, ਕਲੇਸ਼, ਪੀੜਾ।
Afflictive—ਦੁੱਖਦਾਈ, ਤਕਲੀਫ਼ਦੇਹ।
Affluence, Affluency—ਬਹੁਤਾਤ, ਦੌਲਤ।
Affluent—ਧਨੀ, ਮਾਲਦਾਰ।
Affluently—ਕਸਰਤ ਨਾਲ, ਬਹੁਤ ਜ਼ਿਆਦਾ।
Afflux, Affluxion—ਬਹਾਅ, ਇਕੱਠ।
Afford—ਖ਼ਰਚ ਕਰਨ ਦੀ ਗੁੰਜਾਇਸ਼ ਰੱਖਣਾ, ਦੇ ਸਕਣਾ।
Afforest—ਜੰਗਲ ਬਣਾਉਣਾ।
Afforestation—ਪ੍ਰਿਥਵੀ ਦੀ ਜੰਗਲ ਵਿਚ ਤਬਦੀਲੀ।

Affranchise—ਛੱਡ ਦੇਣਾ, ਆਜ਼ਾਦ ਕਰਨਾ।

Affrap—ਝਗੜਾ, ਲੜਾਈ।

Affreight—ਬੋਝ ਲੱਦਣ ਲਈ ਜਹਾਜ਼ ਕਿਰਾਏ ਤੇ ਲੈਣਾ।

Affreightment—ਜਹਾਜ਼ ਦਾ ਬੋਝ।

Affright—ਡਰਾਉਣਾ, ਧਮਕਾਉਣਾ।

Affront—ਅਪਮਾਨ, ਨਿਰਾਦਰ ਕਰਨਾ।

Affuse—ਛਿੜਕਨਾ, ਧਾਰ ਬੰਨ੍ਹ ਕੇ ਪਾਉਣਾ।

Afield—ਖੇਤ ਵਿਚ, ਮੈਦਾਨ ਵਿਚ।

Aflat—ਧਰਤੀ ਨਾਲ, ਹਮਵਾਰ।

Afloat—ਤਰਦਾ ਹੋਇਆ, ਵਹਿੰਦਾ ਹੋਇਆ।

Afoot—ਪਿਆਦਾ, ਪੈਦਲ।

Afore—ਪਹਿਲੇ ਵਕਤਾਂ ਵਿਚ ਪੁਰਾਤਨ।

Aforehand—ਪਹਿਲਾਂ ਤੋਂ, ਅੱਗੇ ਤੋਂ।

Aforementioned—ਪਹਿਲੇ ਕਿਹਾ, ਪਹਿਲੇ ਦੱਸਿਆ ਹੋਇਆ।

Aforenamed—ਜਿਸ ਦਾ ਨਾਮ ਪਹਿਲੇ ਬਿਆਨ ਹੋ ਚੁੱਕਿਆ ਹੋਵੇ।

Aforetime—ਬੀਤੇ ਸਮੇਂ ਵਿੱਚ।

Afoul—ਫਸਿਆ ਹੋਇਆ।

Afraid—ਡਰਿਆ ਹੋਇਆ।

Afresh—ਨਵੇਂ ਸਿਰੇ ਤੋਂ, ਫੇਰ।

Afront—ਨਿਰਾਦਰ ਕਰਨਾ, ਅਪਮਾਨ ਕਰਨਾ।

Aft—ਪਿਛਲੇ, ਜਹਾਜ਼ ਦੇ ਪਿਛਲੇ ਪਾਸੇ।

After—ਪਿੱਛੇ, ਅਨੁਸਾਰ, ਬਾਅਦ ਵਿਚ, ਅੰਤ ਨੂੰ।

Afteraccount—ਅੱਗੇ ਦਾ ਹਿਸਾਬ ਕਿਤਾਬ।

Afterages—ਆਉਣ ਵਾਲਾ ਸਮਾਂ।

Afterclap—ਪਿਛਲੀ ਵਾਰਦਾਤ।

Aftercomer—ਪਿੱਛੋਂ ਆਉਣ ਵਾਲਾ।

Aftercost—ਫਾਲਤੂ ਖ਼ਰਚ।

Aftercourse—ਅੱਗੇ ਆਉਣ ਵਾਲਾ ਰਿਵਾਜ਼।

Agtercrop—ਪਿਛਲੀ ਖੇਤੀ।

Afterhope—ਆਉਣ ਵਾਲੇ ਸਮੇਂ ਦੀ ਆਸ਼ਾ।

Afterhours—ਆਉਣ ਵਾਲੇ ਘੰਟੇ।

Afterlife—ਬਾਕੀ ਰਹੀ ਜ਼ਿੰਦਗੀ।

Afterlove—ਨਵੀਂ ਪ੍ਰੀਤੀ।

Afternoon—ਤੀਜਾ ਪਹਿਰ।

Afterpiece—ਖੇਡ ਮਗਰੋਂ, ਨਕਲ।

Afterproof—ਪਿਛਲਾ ਸਬੂਤ।

Afterstate—ਪਿਛਲੀ ਹਾਲਤ।

After-thought—ਕੰਮ ਦੇ ਪਿੱਛੋਂ ਸੋਚ।

Aftertimes—ਅੱਗੇ ਆਉਣ ਵਾਲਾ ਸਮਾਂ।

Afterwards—ਇਸ ਦੇ ਪਿੱਛੋਂ।

Afterwitness—ਅੱਗੇ ਆਉਣ ਵਾਲਾ ਜਾਂ ਪਿਛਲਾ ਗਵਾਹ।

Again—ਦੂਜੀ ਵਾਰ, ਫੇਰ।

Against—ਉਲਟ।

Agalacious—ਦੁੱਧ ਨਾ ਦੇਣ ਵਾਲੀ।

Agamist—ਕੁਆਰਾ।

Agape—ਹੈਰਾਨੀ ਨਾਲ ਮੂੰਹ ਖੋਲਿਆ ਹੋਇਆ।

Agapet—ਮੋਹਿਤ, ਆਸ਼ਕ।

Agast, Aghast—ਹੈਰਾਨ, ਪਰੇਸ਼ਾਨ।

Agate—ਸੰਗੇ ਸੁਲੇਮਾਨੀ ਪੱਥਰ।

Agaze—ਹੈਰਾਨ ਹੋਣਾ।

Age—ਉਮਰ, ਕਾਲ, ਜ਼ਮਾਨਾ।

Aged—ਬੁੱਢਾ, ਬਿਰਧ।

Agency—ਆੜ੍ਹਤ, ਏਜੰਟੀ, ਵਸੀਲਾ।

Agent—ਆੜ੍ਹਤੀ, ਗੁਮਾਸ਼ਤਾ, ਮੁਖ਼ਤਿਆਰ ਕਾਰ।

Aggolation—ਬਰਫ਼ ਦਾ ਜਮਾਓ।

Ageer—ਖਾਈ, ਟੋਇਆ।

Aggerate—ਢੇਰ ਲਗਾਉਣਾ।

Aggeration—ਅੰਬਾਰ।
Agglomerate—ਢੇਰ ਕਰਨਾ, ਗੋਲਾ ਬਣਾਉਣਾ।
Agglutinant,Agglutinantive—ਮਿਲਾਉਣ ਵਾਲਾ, ਚਿਪਕਾਉਣ ਵਾਲਾ।
Agglutinate—ਸੀਮੇਂਟ ਨਾਲ ਜੋੜਨਾ, ਚਿਪਕਾਉਣਾ।
Agglutination—ਚਿਪਕਾਓ ਮਿਲਾਓ।
Aggrace—ਮਿਹਰਬਾਨੀ ਕਰਨੀ।
Aggrandization—ਵਡਾਈ ਤਰੱਕੀ।
Aggrandize—ਵੱਡਾ ਕਰਨਾ, ਉੱਚਾ ਕਰਨਾ।
Aggrandizement—ਉੱਚੀ ਪਦਵੀ, ਉਚਾਈ।
Aggrate—ਆਨੰਦ ਕਰਨਾ।
Aggravate—ਭੜਕਾਉਣਾ, ਉਕਸਾਉਣਾ।
Aggregate—ਸਮੂਹ, ਇਕੱਠਾ ਕਰਨਾ।
Aggregator—'ਕੱਠਾ ਕਰਨ ਵਾਲਾ।
Agress—ਹਮਲਾ ਕਰਨਾ, ਪਹਿਲੇ ਜੋੜਨਾ।
Aggresion—ਛੇੜ ਛਾੜ, ਹਮਲਾ, ਜ਼ਬਰਦਸਤੀ।
Aggressive—ਲੜਾਕਾ, ਜੋਧਾ।
Aggressor—ਹਮਲਾ ਜਾਂ ਫ਼ਸਾਦ ਕਰਨ ਵਾਲਾ।
Aggrievance—ਮੁਸੀਬਤ, ਦੁੱਖ।
Aggrieve—ਤਕਲੀਫ਼ ਦੇਣਾ।
Aggrieved—ਦੁਖੀਆ, ਸਤਾਇਆ ਹੋਇਆ।
Agile—ਚਤੁਰ, ਚਲਾਕ।
Agileness, Agility—ਚਤੁਰਾਈ, ਚਲਾਕੀ।
Agistage, Agistment—ਠੇਕੇ ਤੇ ਪਸ਼ੂ ਚਰਾਉਣਾ।
Agistor—ਜੰਗਲ ਦਾ ਅਫ਼ਸਰ।
Agitable—ਹਿਲਾਉਣ ਜਾਂ ਭੜਕਾਉਣ ਦੇ ਯੋਗ।
Agitate—ਹਲਚਲ ਮਚਾਉਣਾ, ਭੜਕਾਉਣਾ।
Agitation—ਬੇਚੈਨੀ, ਖਲਬਲੀ, ਹਰਕਤ।
Agitative—ਬੇਚੈਨੀ ਫੈਲਾਉਣ ਦੀ ਜ਼ਰੂਰਤ।
Agitator—ਬੇਚੈਨੀ ਫੈਲਾਉਣ ਵਾਲਾ।
Aglow—ਰੋਸ਼ਨ, ਬਹੁਤ ਗਰਮ।
Agnail—ਨਹੁੰ ਦੀ ਬੀਮਾਰੀ।
Agnate—ਪਿਤਾ ਵਲੋਂ ਸੰਬੰਧੀ।
Agnatice—ਇਕ ਹੀ ਪਿਤਾ ਜਾਂ ਦਾਦੇ ਦੀ ਸੰਤਾਨ।
Agnation—ਇਕ ਹੀ ਵੱਡੇ ਦੀ ਸੰਤਾਨ।
Agnition—ਮਨਜ਼ੂਰੀ, ਇਕਰਾਰ।
Agnize—ਮੰਨਣਾ, ਸਵੀਕਾਰ ਕਰਨਾ।
Agnominate—ਨਾਉਂ ਲੈਣਾ।
Ago—ਪਹਿਲੇ, ਬੀਤਿਆ ਹੋਇਆ।
Agog—ਸਰਗਰਮ, ਜੋਸ਼ੀਲਾ।
Agonize—ਲੜਾਕਾ, ਯੋਧਾ।
Agonize—ਸਖ਼ਤ ਤਕਲੀਫ਼, ਕਸ਼ਟ ਸਹਿਣ ਕਰਨਾ।
Agony—ਆਖਰੀ ਸਾਹ।
Agora—ਮੰਡੀ, ਮਾਰਕੀਟ।
Agrammatist—ਅਨਪੜ੍ਹ ਮਨੁੱਖ।
Agree—ਇਕਦਿਲ ਹੋਣਾ, ਰਾਜ਼ੀ ਹੋਣਾ।
Agreeability—ਮਿਲਣ ਸਾਰੀ, ਸੁਹਾਣਾਪਨ।
Agreeable—ਮਿਲਣਸਾਰ, ਮਨ ਭਾਵਨਾ।
Ageeableness—ਸੁਹਾਣਾਪਨ।
Agreeably—ਰਾਜ਼ੀ ਹੋ ਕੇ।
Agreed—ਮਨਜ਼ੂਰੀ, ਰਜ਼ਾਮੰਦੀ।
Agreement—ਮੇਲ ਮਿਲਾਪ।
Agrestic, Agrestical—ਵਹਿਸ਼ੀ, ਜੰਗਲੀ।
Agresto—ਕੱਚੇ ਫਲ ਦਾ ਰਸ।
Agricolation—ਕਾਸ਼ਤਕਾਰ, ਕਿਸਾਨ।
Agricultor—ਕਿਸਾਨ, ਕਾਸ਼ਤਕਾਰ।

Agricultural—ਖੇਤੀਬਾੜੀ ਦੇ ਮੁਤਅਲੱਕ ਕਾਸ਼ਤਕਾਰੀ ਦਾ।
Agriculture—ਖੇਤੀਬਾੜੀ, ਕਾਸ਼ਤਕਾਰੀ।
Agrophous—ਬੇਤਹਾਸ਼ਾ ਵਧਾਉਣਾ, ਬੇ ਆਬਾਦ।
Aground—ਧਰਤੀ ਤੇ ਖੁਸ਼ਕੀ ਜਾਂ ਜ਼ਮੀਨ ਤੇ ਫਸਿਆ ਹੋਇਆ।
Ague—ਸਰਦੀ ਦਾ ਬੁਖ਼ਾਰ।
Ague-cake—ਪੇਟ ਤੇ ਸੋਜ਼ਸ਼ ਜਾਂ ਫੋੜਾ।
Ague-fit—ਬੁਖ਼ਾਰ ਦੀ ਬੇਹੋਸ਼ੀ।
Aguish—ਕੰਬਣ ਦਾ ਬੁਖ਼ਾਰ।
Ah—ਹਾਏ ਹਾਏ, ਅਫ਼ਸੋਸ।
Aha—ਵਾਹ ਵਾਹ, ਜੈ ਜੈ ਕਾਰ।
Ahead—ਅੱਗੇ, ਅਗਾੜੀ।
Aheight—ਉੱਚਾਈ ਤੇ।
Aid—ਸਹਾਇਤਾ।
Aidant, Aiding--ਮਦਦਗਾਰ, ਸਹਾਇਕ
Aid-de-camp—ਸੈਨਾਪਤੀ, ਸਹਾਇਕ।
Aider—ਮਦਦਗਾਰ।
Ail—ਬੀਮਾਰ ਹੋਣਾ, ਬੇਚੈਨ ਹੋਣਾ।
Ailing—ਬੀਮਾਰ ਜਿਹਾ, ਰੋਗੀ।
Ailment—ਬੀਮਾਰੀ, ਕਸ਼ਟ, ਦਰਦ।
Aim—ਨਿਸ਼ਾਨਾ, ਸਾਧਨਾ।
Aimer—ਨਿਸ਼ਾਨੇ ਬਾਜ਼।
Aimless—ਬਿਨਾਂ ਮਤਲਬ।
Air—ਹਵਾ, ਢੰਗ, ਬਨਾਵਟ।
Airballoon—ਹਵਾਈ ਗੁਬਾਰਾ।
Airbladder—ਫੂਕਨਾ।
Airborn—ਹਵਾਈ, ਖ਼ਿਆਲੀ।
Airbuilt—ਬਦਹਵਾਈ, ਬੇਅਸਲ।
Airgun—ਹਵਾਈ ਬੰਦੂਕ।
Airhole—ਹਵਾ ਦਾ ਰਸਤਾ।
Airily—ਖ਼ੁਸ਼ੀ ਨਾਲ, ਆਨੰਦ ਨਾਲ।
Airiness—ਖੁਲ੍ਹਮ ਖੁੱਲਾ, ਜ਼ਿੰਦਾ ਦਿਲੀ।
Airing—ਹਵਾ ਦੇਣਾ, ਹਵਾ ਖੋਰੀ।
Airpipe—ਬੁਰੀ ਹਵਾ ਕੱਢਣ ਦੀ ਨਾਲੀ।
Airpump—ਹਵਾ ਕੱਢਣ ਦੀ ਮਸ਼ੀਨ।
Airshaft—ਕੰਨ ਦੇ ਅੰਦਰ ਆਉਣ ਦਾ ਰਾਹ।
Airtight—ਮੂੰਹ ਬੰਦ, ਜਿਸ ਵਿਚੋਂ ਹਵਾ ਨਾ ਨਿਕਲ ਸਕੇ।
Airy—ਹਵਾਈ, ਅਸਮਾਨੀ।
Aisle—ਗਿਰਜੇ ਦੇ ਪਾਸੇ ਦਾ ਰਸਤਾ।
Ait—ਦਰਿਆ ਵਿਚ ਛੋਟਾ ਜਿਹਾ ਟਾਪੂ।
Ajar—ਖੁੱਲ੍ਹਾ ਹੋਇਆ।
Akin—ਰਿਸ਼ਤੇਦਾਰ, ਸੰਬੰਧੀ।
Alack—ਹਾਏ ਹਾਏ, ਅਫ਼ਸੋਸ।
Alacriousness—ਫੁਰਤੀ, ਖ਼ੁਸ਼ੀ।
Alacrity—ਫੁਰਤੀ, ਚਾਲਾਕੀ।
Alalite—ਚਮਕਦਾਰ ਧਾਤ।
Alarm—ਪੁਕਾਰ ਕਰਨਾ, ਚੌਕੰਨਾ ਕਰਨਾ, ਲੜਾਈ ਲਈ ਹੁਸ਼ਿਆਰ ਕਰਨਾ।
Alarm-bell—ਖ਼ਤਰੇ ਦੇ ਵਕਤ ਵਜਾਉਣ ਵਾਲੀ ਘੰਟੀ।
Alarming—ਭਿਆਨਕ, ਖ਼ੌਫ਼ਨਾਕ।
Alarmist—ਖ਼ਤਰੇ ਦੀ ਖ਼ਬਰ ਦੇਣ ਵਾਲਾ।
Alarm-watch—ਜਗਾਉਣ ਵਾਲਾ ਘੰਟਾ।
Alarum—ਜਗਾਉਣ ਵਾਲੀ ਘੜੀ।
Alas—ਅਫ਼ਸੋਸ, ਆਹ।
Alato—ਹੁਣੇ ਹੁਣੇ, ਥੋੜੀ ਦੇਰ ਹੋਈ।
Albatross—ਅਫ਼ਰੀਕਾ ਦੇ ਪਾਣੀ ਦਾ ਪੰਛੀ।
Albeit—ਭਾਵੇਂ।
Albescent—ਸਫ਼ੈਦੀ।
Albino—ਚਿੱਟੇ ਰੰਗ ਦਾ ਪੁਰਖ ਜਾਂ ਹੈਵਾਨ।
Albingo—ਅੱਖ ਦੀ ਇਕ ਬੀਮਾਰੀ।
Albugo—ਅੱਖ ਵਿਚ ਚਿੱਟਾ ਦਾਗ।
Album—ਤਸਵੀਰ ਰੱਖਣ ਲਈ ਕਿਤਾਬ।
Albumen—ਇੱਕ ਚਿੱਟੀ ਚੀਜ਼ ਜੋ ਸਰੀਰਕ ਬਨਾਵਟ ਵਿਚ ਆਮ ਪਾਈ ਜਾਂਦੀ ਹੈ, ਅੰਡੇ ਦੀ ਸਫ਼ੈਦੀ।

Alburnum—ਗੁਦਾ।
Aleedo—ਰਾਮ ਚਿੜੀ।
Alchymic, Alchymical—ਰਸਾਇਣ, ਕੀਮੀਆਗਰੀ ਦੇ ਮੁਤਅਲਕ
Alchymist—ਕੀਮੀਆਗਰ ਰਸਾਇਣ ਬਣਾਉਣ ਵਾਲਾ।
Alchymize—ਕੀਮੀਆ ਬਣਾਉਣਾ।
Alcohol—ਖ਼ਾਲਸ ਸ਼ਰਾਬ।
Alcoholmeter—ਖ਼ਾਲਸ ਸ਼ਰਾਬ ਜਾਚਣ ਦਾ ਇਕ ਯੰਤਰ।
Alcove—ਹੁਜਰਾ, ਕੋਠਾ।
Alder—ਗੁੱਦੇਦਾਰ ਫੁੱਲ ਵਾਲਾ ਦਰਖ਼ਤ।
Alderman—ਮੁਨਸਿਫ਼।
Aldermanity—ਮੁਨਸਫ਼ਾ ਦੀ ਸਭਾ।
Ale —ਜੌਂ ਦੀ ਸ਼ਰਾਬ।
Aleberry—ਜੌਂ ਦੀ ਮਸਾਲੇਦਾਰ ਸ਼ਰਾਬ।
Alebrewer—ਜੌਂ ਦੀ ਸ਼ਰਾਬ ਕੱਢਣ ਵਾਲਾ।
Aleconner—ਸ਼ਰਾਬ ਦੇ ਮਹਿਕਮੇ ਦਾ ਦਰੋਗਾ।
Alee—ਹਵਾ ਦੇ ਸਾਹਮਣੇ ਵਾਲੇ ਪਾਸੇ।
Alefed—ਸ਼ਰਾਬ ਨਾਲ ਪਲਿਆ ਹੋਇਆ।
Alehouse—ਸ਼ਰਾਬ ਘਰ।
Aleknight—ਸਾਥੀ।
Alembic—ਸ਼ਰਾਬ ਕੱਢਣ ਦਾ ਭਾਂਡਾ।
Alert—ਚੁਸਤ, ਤਿਆਰ।
Alertness—ਚੁਸਤੀ, ਤਿਆਰੀ।
Aletaster—ਆਬਕਾਰੀ ਦਾ ਦਰੋਗਾ।
Aletude—ਭੱਦਾਪਨ।
Alewife—ਸ਼ਰਾਬ ਵੇਚਣ ਵਾਲੀ ਤੀਵੀਂ।
Alexiteric—ਵਿਸ਼ ਨੂੰ ਦੂਰ ਕਰਨ ਵਾਲਾ।
Algarot—ਉਲਟੀ, ਕੈ।
Alga—ਸਮੁੰਦਰੀ ਘਾਹ।
Algazel—ਇਕ ਪਰਕਾਰ ਦਾ ਬਾਰਾਸਿੰਗਾ।
Algebra—ਬੀਜ ਗਣਿਤ।
Algebraic—ਅਲਜਬਰੇ ਦੇ ਸੰਬੰਧ ਵਿਚ।
Algebraist—ਅਲਜ਼ਬਰੇ ਦਾ ਵਿਦਵਾਨ।
Algid—ਸਖ਼ਤ ਸਰਦੀ।
Aligdity—ਬਹੁਤ ਸਖ਼ਤ ਸਰਦੀ।
Algific—ਠੰਡ ਪੈਦਾ ਕਰਨ ਵਾਲੀ।
Algor—ਬਹੁਤ ਠੰਡਾ।
Algorihm—ਹਿੰਦਸਿਆਂ ਦੀ ਵਿੱਦਿਆ।
Alguazil—ਸਪੇਨ ਦਾ ਸਿਪਾਹੀ।
Alias—ਅਲ, ਮਸ਼ਹੂਰ, ਮਿਲਦਾ ਜੁਲਦਾ ਨਾਉਂ, ਉਪ ਨਾਉਂ।
Alibi—ਉਜ਼ਰ ਕਿ ਮੁਜ਼ਰਮ ਅਪਰਾਧ ਦੇ ਵੇਲੇ ਕਿਸੇ ਹੋਰ ਥਾਂ ਸੀ।
Alien—ਪਰਦੇਸੀ ਅਜਨਬੀ।
Alienable—ਵੇਚਣ ਲਾਇਕ।
Alinate—ਖਿੱਚ ਲੈਣਾ, ਬਦਲਣਾ।
Alienator—ਜਾਇਦਾਦ ਦਾ ਕਬਜ਼ਾ ਬਦਲਣ ਵਾਲਾ।
Alienee—ਜਿਸ ਦੇ ਨਾਉਂ ਜਾਇਦਾਦ ਬਦਲੀ ਜਾਵੇ।
Aliferous—ਪਰਦਾਰ, ਬਾਜ਼ਵਾਲੀ।
Alight—ਥੱਲੇ ਆਉਣਾ, ਹੇਠਾਂ ਉਤਰਨਾ।
Alike—ਮਿਲਦਾ ਹੋਇਆ, ਇਕੋ ਜਿਹਾ।
Aliment—ਆਹਾਰ, ਖਾਣਾ।
Alimental—ਪੁਸ਼ਟ, ਤਕੜਾ।
Alimony—ਰੋਟੀ, ਕੱਪੜਾ ਤੇ ਹੋਰ ਧਨ ਜੋ ਇਕ ਵਿਆਹੀ ਇਸਤਰੀ ਨੂੰ ਉਸ ਦੇ ਅਲਗ ਹੋਣ ਵੇਲੇ ਦਿੱਤਾ ਜਾਂਦਾ ਹੈ।
Aliped—ਚਮਗਾਦੜ ਦੀ ਕਿਸਮ ਦਾ ਜਾਨਵਰ।
Alipede—ਚਮਗਾਦੜ ਵਰਗਾ ਜਾਨਵਰ।
Alive—ਜੀਉਂਦਾ ਜਾਗਦਾ।
Alkalescency—ਸੱਜੀ ਬਣਾਉਣ ਦਾ ਸੁਭਾਅ।
Alkali—ਖਾਰ, ਸਜੀ।
Alkalization—ਸੱਜੀ ਦੀ ਮਿਲਾਵਟ।

Alkalize—ਸੱਜੀ ਵਰਗਾ ਬਣਾਉਣਾ।
Alkermes—ਕਿਰਮਚੀ ਰੰਗ ਦੀ ਮਠਿਆਈ ਜਾਂ ਮੁਰੱਬਾ।
Alkoran—ਕੁਰਾਨ ਸ਼ਰੀਫ਼।
Alkoranist—ਕੁਰਾਨ ਦਾ ਮੰਨਣ ਵਾਲਾ।
All—ਸਭ, ਸਰਬ, ਪੂਰੇ ਤੌਰ ਨਾਲ।
Allagite—ਹਰੇ ਰੰਗ ਦੀ ਧਾਤ।
Allanite—ਇਕ ਭਾਰੀ ਕਾਲੀ ਧਾਤ।
Allatrate alla-trate—ਭੌਂਕਣਾ।
Alla—ਈਸ਼ਵਰ, ਖ਼ੁਦਾ, ਰੱਬ।
Allay—ਧੀਰਜ ਦੇਣਾ, ਸੁੱਖ ਦੇਣਾ, ਧੀਮਾ ਕਰਨਾ।
Alle—ਇਕ ਪੰਛੀ।
Allectation—ਲਾਲਚ, ਲੋਭ।
Allective—ਲਾਲਚ ਦੇਣ ਵਾਲਾ।
Allegation, Allegement—ਉਜਰ, ਇਕਰਾਰ।
Allege—ਬਿਆਨ ਕਰਨਾ, ਹੁੱਜਤ ਕਰਨਾ।
Allegable—ਕਹਿਣ ਯੋਗ, ਉਜਰ ਕਰਨ ਯੋਗ।
Alleger—ਬਿਆਨ ਕਰਨ ਵਾਲਾ।
Allegiance—ਤਾਬੇਦਾਰੀ, ਵਫ਼ਾਦਾਰੀ।
Allegiant—ਤਾਬੇਦਾਰ, ਵਫ਼ਾਦਾਰ।
Allegorical—ਅਲੰਕਾਰਾਂ ਨਾਲ ਭਰਿਆ ਹੋਇਆ।
Allegory—ਮਿਸਾਲ, ਨਮੂਨਾ।
Allelujah—ਈਸ਼ਵਰ ਦਾ ਧੰਨਵਾਦ, ਖ਼ੁਦਾ ਦਾ ਸ਼ੁਕਰ।
Allemande—ਮੱਧਮ ਸੁਰ ਦਾ ਗੀਤ, ਨਾਚ।
Alleviate—ਆਰਾਮ ਦੇਣਾ, ਹਲਕਾ ਕਰਨਾ।
Alleviation—ਕਮੀ, ਆਰਾਮ।
Alleviative—ਆਰਾਮ ਦੇਣ ਵਾਲਾ, ਹੌਸਲਾ ਦੇਣ ਵਾਲਾ।
Alley—ਗਲੀ, ਕੂਚਾ, ਪਟੜੀ।
All-fool's day—ਅਪ੍ਰੈਲ ਦੀ ਪਹਿਲੀ ਤਾਰੀਖ਼।
Alliaceous—ਲੱਸਣ ਦਾ ਸੁਭਾਅ ਵਾਲਾ।
Alliance—ਸੰਬੰਧ, ਮੇਲ, ਰਿਸ਼ਤਾ।
Allicient—ਖਿੱਚਣ ਵਾਲਾ।
Allies—ਸੰਬੰਧੀ, ਰਿਆਸਤਾਂ।
Alligate—ਜਕੜਨਾ, ਜੋੜਨਾ।
Alligation—ਹਿਸਾਬ ਦਾ ਇਕ ਤਰੀਕਾ।
Alligator—ਮਗਰਮੱਛ, ਘੜਿਆਲ।
Alligature—ਪਟਾ ਜ਼ੰਜੀਰ।
Allision—ਰਗੜ, ਟੱਕਰ।
Alliteration—ਅਲੰਕਾਰ ਇਕੋ ਹੀ ਅੱਖਰ ਨਾਲ ਕਈ ਸ਼ਬਦਾਂ ਦਾ ਕੰਮ ਨਾਲ ਆਰੰਭ ਹੋਣ ਦੀ ਹਾਲਤ।
Alliterative—ਜੋ ਇਕ ਹੀ ਅੱਖਰ ਤੋਂ ਸ਼ੁਰੂ ਹੁੰਦੇ ਹਨ।
Allocation—ਜਮਾਂ, ਵਧਣਾ।
Allocution—ਗੱਲਬਾਤ।
Allodial—ਸੁਵਾਧੀਨ, ਆਜ਼ਾਦ।
Allodium—ਜਗੀਰ, ਬਿਨਾਂ ਸ਼ਰਤ ਮੁਆਫ਼ੀ।
Allophane—ਨੀਲੇ ਰੰਗ ਦੀ ਧਾਤ।
Allot—ਵੰਡਣਾ, ਬਟਵਾਰਾ ਕਰਨਾ।
Allotment—ਬਟਵਾਰਾ, ਵੰਡ।
Allottery—ਬਟਵਾਰਾ, ਭਾਗ।
Allow—ਮਾਨਣਾ, ਇਜਾਜ਼ਤ ਦੇਣਾ।
Allowable—ਦਰੁਸਤ, ਵਾਜਬ।
Allowance—ਮਨਜ਼ੂਰੀ, ਆਗਿਆ, ਤਨਖ਼ਾਹ।
Alloy—ਖੋਟ ਮਿਲਾਵਾਂ।
Alloyage—ਖੋਟ ਮਿਲਾਉਣ ਦਾ ਕੰਮ।
Allubescency—ਮਰਜ਼ੀ, ਰਜ਼ਾਮੰਦੀ।
Allude—ਇਸ਼ਾਰਾ ਕਰਨਾ, ਹਵਾਲਾ ਦੇਣਾ।
Alluminate—ਸਜਾਉਣਾ।
Allominor—ਤਸਵੀਰ ਖਿੱਚਣ ਵਾਲਾ।

Allure—ਲਲਚਾਨਾ, ਮੋਹਣਾ।
Allurer—ਲਾਲਚ ਦੇਣ ਵਾਲਾ।
Alluringness—ਲਾਲਚ, ਲੋਭ।
Allusion—ਭੇਤ, ਇਸ਼ਾਰਾ।
Allusive—ਇਸ਼ਾਰੇ ਦਾ ਹਵਾਲਾ ਦੇਣ ਵਾਲਾ।
Allusively—ਇਸ਼ਾਰਾ ਦਿੰਦਾ ਹੋਇਆ।
Alluvia—ਦਰਿਆ ਵਿਚੋਂ ਨਿਕਲਿਆ ਹੋਇਆ ਟਾਪੂ।
Alluvion—ਕਾਫਰ, ਉਹ ਜ਼ਮੀਨ ਜੋ ਦਰਿਆ ਗਿਰਾ ਕੇ ਛਡ ਗਿਆ ਹੋਵੇ।
Ally—ਰਿਸ਼ਤਾ, ਨਾਤਾ ਕਰਨਾ, ਮੇਲ ਕਰਨਾ।
Almanac—ਜੰਤਰੀ, ਪੱਤਰਾ।
Almandine—ਇਕ ਸਾਧਾਰਨ ਹੀਰਾ।
Alme, Alma—ਨੱਚਣ ਵਾਲੀ ਇਸਤ੍ਰੀ।
Almightiness—ਸਰਬ ਸ਼ਕਤੀਮਾਨ।
Almighty—ਪਰਮੇਸ਼ਵਰ, ਖ਼ੁਦਾ।
Almond—ਬਾਦਾਮ।
Almoner—ਭੰਡਾਰੀ, ਦਾਨ ਦੇਣ ਵਾਲਾ।
Almonry—ਲੰਗਰ ਘਰ, ਖ਼ੈਰਾਤ ਖਾਨਾ।
Almost—ਤਕਰੀਬਨ, ਲੱਗਭਗ।
Alms—ਦਾਨ, ਭਿੱਖਿਆ।
Almsdeed—ਉਪਕਾਰ।
Almsgiver—ਦਾਨ ਕਰਨ ਵਾਲਾ।
Almshouse—ਧਰਮਸ਼ਾਲਾ, ਦਾਨ ਘਰ।
Almsman—ਭਿਖਾਰੀ, ਮੰਗਤਾ।
Aloes—ਦਵਾਈ ਬਣਾਉਣ ਦੀ ਮੁਸੱਬਰ ਦੀ ਗੋਂਦ।
Aloft—ਉਚਾਈ ਤੇ, ਹਵਾ ਵਿੱਚ।
Alone—ਇਕੱਲਾ, ਛੜਾ, ਸਿਰਫ਼।
Along—ਸਿੱਧਾ, ਬਰਾਬਰ।
Alongside—ਨਾਲ ਨਾਲ।
Aloof—ਦੂਰੋਂ, ਵੱਖਰਾ।
Alopecy--ਗੰਜਾਪਨ, ਵਾਲਾਂ ਦਾ ਡਿੱਗਣਾ।
Aloud—ਜ਼ੋਰ ਨਾਲ, ਉੱਚੀ ਆਵਾਜ਼ ਨਾਲ।
Alphabet—ਵਰਣਮਾਲਾ।
Alphabetarrian—ਵਰਣਮਾਲਾ, ਸਿੱਖਣ ਵਾਲਾ ਵਿਦਿਆਰਥੀ।
Alphabetical--ਵਰਣਮਾਲਾ ਦੇ ਅਨੁਸਾਰ।
Alphabetically—ਵਰਣਮਾਲਾ ਦੀ ਤਰਤੀਬ ਵਿਚ।
Alphus—ਕੋਹੜ ਦੀ ਬਿਮਾਰੀ।
Alpine—ਬਹੁਤ ਉੱਚਾ।
Alquifon—ਚਮਕਦਾਰ ਸਿੱਕਾ।
Already—ਪਹਿਲੇ ਤੋਂ ਇਸ ਤੋਂ ਪਹਿਲਾਂ।
Also—ਭੀ, ਸਮੇਤ।
Alt—ਉੱਚਾ ਸੁਰ।
Altar—ਵੇਦੀ, ਕੁਰਬਾਨਗਾਹ।
Altarage—ਪੂਜਾ ਵਗੈਰਾ ਦੀ ਆਮਦਨੀ।
Altarcloth--ਵੇਦੀ ਦਾ ਕੱਪੜਾ, ਕੁਰਬਾਨਗਾਹ ਦੀ ਚਾਦਰ।
Alter—ਬਦਲਣਾ, ਠੀਕ ਕਰਨਾ।
Aterable—ਤਬਦੀਲੀ ਯੋਗ।
Alterage—ਬਾਲਕ ਦਾ ਪਾਲਨ।
Alteration—ਅਦਲ ਬਦਲ।
Altercate—ਤਕਰਾਰ ਕਰਨਾ, ਹੁਜਤ ਕਰਨਾ।
Altercation—ਝਗੜਾ ਟੰਟਾ।
Altern—ਵਾਰੀ-ਵਾਰੀ ਕੰਮ ਕਰਨਾ।
Alternate—ਵਾਰੀ-ਵਾਰੀ, ਆਪਸ ਵਿਚ।
Alternation—ਅਦਲ ਬਦਲ, ਹੇਰ ਫੇਰ।
Alternative—ਦੋ ਚੀਜ਼ਾਂ ਵਿਚੋਂ ਇਕ ਪਸੰਦ ਕਰਨੀ।
Although—ਹਾਲਾਂਕਿ, ਭਾਵੇਂ, ਫੇਰ।
Altiloquence—ਖ਼ੁਸ਼ ਬਿਆਨੀ, ਚੰਗਾ ਬੋਲਣਾ।
Altitude—ਉਚਾਈ, ਬੁਲੰਦੀ।
Alto—ਉੱਚਾ, ਆਕਾਸ਼ੀ।
Altogether—ਸੰਪੂਰਣ, ਪੂਰਾ, ਸਾਰਾ।

Alum 24 Ambrosical

Alum—ਫਟਕੜੀ।
Alumed—ਫਟਕੜੀ ਦੀ ਮਿਲਾਵਟ।
Alumin, Alumina—ਇਕ ਨਰਮ ਮਿੱਟੀ।
Aluminous—ਫਟਕੜੀ ਮਿਲੀ ਹੋਈ।
Aluminum—ਇਕ ਪ੍ਰਕਾਰ ਦੀ ਹਲਕੀ ਧਾਤ।
Alumwater—ਫਟਕੜੀ ਵਿਚ ਮਿਲਿਆ ਹੋਇਆ ਪਾਣੀ।
Alutation—ਚਮੜੇ ਦੀ ਰੰਗਸਾਜ਼ੀ।
Alveary—ਕੰਮ ਦਾ ਛੇਕ, ਮੱਖੀਆਂ ਦਾ ਛੱਤਾ।
Always—ਹਮੇਸ਼ਾ, ਸਦਾ।
Amability—ਸੁੰਦਰਤਾਈ, ਪਸੰਦਗੀ।
Amadot—ਇਕ ਪ੍ਰਕਾਰ ਦੀ ਨਾਸ਼ਪਾਤੀ।
Amail—ਜਾਲ, ਫੰਦਾ।
Amain—ਜ਼ੋਰ ਨਾਲ।
Amalgam, Amalgama—ਧਾਤਾਂ ਵਿਚ ਮਿਲਾਵਟ।
Amalgamate—ਮਿਲਾਉਣਾ, ਸ਼ਾਮਲ ਕਰਨਾ।
Amalagamation—ਧਾਤੂਆਂ ਦੀ ਮਿਲਾਵਟ।
Amand—ਹਟਾ ਦੇਣਾ, ਭੇਜਣਾ।
Amaranthine—ਨਾ ਮੁਰਝਾਉਣ ਵਾਲਾ, ਸਦਾ ਤਾਜ਼ਾ।
Amaritate—ਤੁਰਸ਼, ਕੜਵਾਪਨ।
Amass—ਢੇਰ ਲਗਾਉਣਾ, ਇਕੱਠਾ ਕਰਨਾ।
Amassment—ਢੇਰ।
Amate—ਸਾਥ ਦੇਣਾ, ਇਕੱਠਾ ਹੋਣਾ।
Amateur—ਸ਼ੌਕੀਨ।
Amativeness—ਪਿਆਰ, ਇਸ਼ਕ।
Amaurosis—ਧੁੰਦ।
Amaze—ਹੈਰਾਨ ਕਰਨਾ, ਅਚੰਭਾ।
Amazedly—ਹੈਰਾਨੀ ਨਾਲ, ਅਚੰਭੇ ਨਾਲ।
Amazement—ਡਰ, ਹੈਰਾਨੀ।
Amazon—ਲੜਾਕੀ ਇਸਤ੍ਰੀ, ਮਰਦਾਨਾ ਔਰਤ।
Amazonian—ਬਹਾਦਰ ਔਰਤ।
Ambaguous—ਚੱਕਰਦਾਰ।
Ambassador—ਰਾਜਦੂਤ, ਸਫ਼ੀਰ, ਏਲਚੀ।
Ambassadress—ਏਲਚੀ ਦੀ ਔਰਤ।
Amber—ਧੂੱਪ, ਅੰਬਰ, ਰਾਲ।
Amber-seed—ਮੁਸ਼ਕ, ਅੰਬਰ ਦਾ ਬੀਜ।
Amber-tree—ਮੁਸ਼ਕ, ਅੰਬਰ ਦਾ ਦਰੱਖ਼ਤ।
Ambidexter—ਖੱਬਾ ਤੇ ਸੱਜਾ ਦੋਵੇਂ ਹੱਥ ਇਕੋ ਤਰ੍ਹਾਂ ਨਾਲ ਵਰਤ ਸਕਣ ਵਾਲਾ ਆਦਮੀ, ਜਾਂ ਦੋਨੋਂ ਪਾਸੋਂ ਰਿਸ਼ਵਤ ਲੈਣ ਵਾਲਾ ਮੁਨਸਿਫ਼।
Ambirtrous—ਧੋਖੇਬਾਜ਼, ਦੋਵੇਂ ਪਾਸੇ ਸਲੂਕ ਕਰਨ ਵਾਲਾ।
Ambient—ਚਾਰੋਂ ਪਾਸੇ, ਚੌਗਿਰਦ।
Ambiguity—ਸ਼ੱਕ।
Ambiguous—ਪੇਚਦਾਰ, ਦੋ ਅੱਖਰਾਂ ਵਾਲਾ।
Ambition—ਉਮੰਗ, ਹਵੱਸ।
Ambitious—ਹੌਸਲੇ ਵਾਲਾ, ਉਮੰਗੀ।
Ambitiously—ਹੌਸਲੇ ਨਾਲ।
Ambitude—ਚਾਰੋਂ ਪਾਸੇ।
Amble—ਹੌਲੀ ਹੌਲੀ ਚੱਲਣ ਵਾਲਾ।
Ambler—ਕਦਮ ਕਦਮ ਚੱਲਣ ਵਾਲਾ।
Ambligon—ਤਿਕੋਨ, ਤਿੰਨਾਂ ਕੋਣਿਆਂ ਵਾਲੀ।
Ambo—ਪੜ੍ਹਨ ਦੀ ਮੇਜ਼।
Ambrosia—ਦੇਵਤਿਆਂ ਦਾ ਭੋਗ, ਅੰਮ੍ਰਿਤ।
Ambrosiac—ਅੰਮ੍ਰਿਤ ਦੇ ਸਮਾਨ, ਸੁਆਦੀ।
Ambrosical—ਖ਼ੁਸ਼ਬੂਦਾਰ, ਮਿੱਠਾ।

Ambry—ਖਾਣਾ ਪਕਾਉਣ ਦੇ ਬਰਤਨ ਰੱਖਣ ਦੀ ਥਾਂ।

Ambulance—ਫੌਜੀਆਂ ਦੇ ਵਰਤਣ ਲਈ ਹਸਪਤਾਲ ਦੀ ਗੱਡੀ।

Ambulant—ਘੁੰਮਦਾ ਹੋਇਆ, ਚਲਦਾ ਹੋਇਆ।

Ambulate—ਚੱਲਣਾ, ਫਿਰਨਾ।

Ambulator—ਕੀੜਾ।

Ambulatory—ਟਹਿਲਣ ਦੀ ਥਾਂ।

Ambuscade—ਘਾਤ ਦੀ ਥਾਂ, ਦੁਸ਼ਮਣ ਤੇ ਹਮਲਾ ਕਰਨ ਦਾ ਗੁਪਤ ਅਸਥਾਨ।

Ambust—ਉਬਲਿਆ ਹੋਇਆ, ਸੜਿਆ ਹੋਇਆ।

Ambustion—ਜਲਨ, ਉਬਾਲ।

Amelcorn—ਅਨਾਜ ਬਣਾਉਣ ਦਾ ਦਾਣਾ।

Amelet—ਪੂਰੀ, ਕਚੌੜੀ।

Ameliorate—ਸੁਧਾਰਨਾ, ਸੰਵਾਰਨਾ।

Amelioration—ਤਰੱਕੀ, ਸੁਧਾਰ।

Amen—ਐਸਾ ਹੀ ਹੋ।

Amenable—ਹੁਕਮ ਮੰਨਣ ਵਾਲਾ, ਅਧੀਨ।

Amenance—ਸਲੂਕ, ਚਾਲ ਚਲਨ, ਵਰਤਾਉ।

Amend—ਸੰਵਾਰਨਾ, ਦਰੁੱਸਤ ਕਰਨਾ।

Amendable—ਸੁਧਾਰਨ ਯੋਗ।

Amende—ਜ਼ੁਰਮਾਨਾ।

Amendment—ਤਰਮੀਮ, ਸੁਧਾਰ।

Amends—ਬਦਲਾ, ਦੰਡ।

Amenity—ਸੁੰਦਰਤਾ, ਖ਼ੂਬੀ।

Amerce—ਜ਼ੁਰਮਾਨਾ ਕਰਨਾ।

Amercement—ਜ਼ੁਰਮਾਨਾ, ਦੰਡ।

American—ਅਮਰੀਕਾ ਦਾ ਵਾਸੀ।

Amethodical—ਬੇਢੰਗਾ, ਬੇਤਰੀਕਾ।

Amethyst—ਨੀਲਮ, ਯਾਕੂਤ।

Amiable—ਸਭ ਨੂੰ ਭਾਵਣਾ, ਮਨਮੋਹਣਾ।

Amicable—ਮਿਲਣਸਾਰ, ਮਿਲਿਆ ਜੁਲਿਆ।

Amicableness—ਮੇਲ ਜੋਲ ਦੀ ਦੋਸਤੀ।

Amicably—ਮਿੱਤ੍ਰਤਾਨਾ ਢੰਗ ਨਾਲ।

Amid, Amidst—ਵਿਚਕਾਰ, ਵਿੱਚ।

Amiss—ਅਸ਼ੁੱਧ, ਭੁੱਲ ਨਾਲ।

Amission—ਨੁਕਸਾਨ, ਹਾਨੀ।

Amit—ਸੁੱਟ ਦੇਣਾ, ਗੁਆ ਦੇਣਾ।

Amity—ਮਿੱਤਰਤਾਈ, ਦੋਸਤੀ।

Amma—ਮਹੰਤਣੀ, ਪਾਦਰਨੀ।

Ammonia—ਨਿਸ਼ਾਦਰ, ਇਕ ਤੇਜ਼ ਗੈਸ।

Ammoniac—ਇਕ ਪ੍ਰਕਾਰ ਦੀ ਗੋਂਦ।

Ammunition—ਜੰਗ ਦਾ ਸਾਮਾਨ (ਤੋਪ, ਬਾਰੂਦ ਆਦਿ)।

Ammunition-bread—ਫੌਜ ਦੇ ਲਈ ਰੋਟੀ।

Amnesty—ਮੁਆਫ਼ੀ, ਆਮ ਰਿਹਾਈ।

Amnicolist—ਦਰਿਆ ਦੇ ਕੰਢੇ ਰਹਿਣ ਵਾਲਾ।

Among—ਦਰਮਿਆਨ, ਵਿਚਕਾਰ, ਮਿਲਿਆ ਹੋਇਆ।

Amoret—ਆਸ਼ਕ, ਪਿਆਰ ਕਰਨ ਵਾਲਾ।

Amorette—ਇਕ ਰੰਗੀਲੇ ਮਿਜਾਜ਼ ਵਾਲੀ ਇਸਤਰੀ।

Amorist—ਆਸ਼ਕ, ਪਿਆਰ ਕਰਨ ਵਾਲਾ।

Amorosa—ਰੰਗੀਲੀ ਤੇ ਛਬੀਲੀ ਇਸਤ੍ਰੀ।

Amorous—ਇਸ਼ਕ ਮਿਜਾਜ਼, ਰੰਗੀਲਾ।

Amorousness—ਸ਼ੌਕ, ਪ੍ਰੇਮ, ਇਸ਼ਕ-ਬਾਜ਼ੀ।

Amorphous—ਬੇਢੰਗਾ।

Amorphy—ਆਮ ਰਿਵਾਜ਼ ਦੇ ਉਲਟ।

Amort—ਸੁਸਤ, ਉਦਾਸ, ਮੁਰਦੇ ਵਰਗਾ।

Amount—ਰਕਮ, ਜੋੜ।

Amour—ਪਿਆਰ, ਦੋਸਤੀ, ਪ੍ਰੀਤੀ।

Amove—ਹਿਲਣਾ।

Amper—ਫੋੜਾ, ਸੂਜਨ।
Amphibious—ਜ਼ਮੀਨ ਅਤੇ ਪਾਣੀ ਦੋਹਾਂ ਤੇ ਰਹਿਣ ਵਾਲਾ।
Amphibian—ਜਲ, ਜ਼ਮੀਨ ਦੋਹਾਂ ਵਿਚ ਰਹਿਣ ਵਾਲੇ ਜੰਤੂ।
Amphibolegical—ਸ਼ੱਕ ਵਾਲਾ, ਸ਼ੱਕੀ।
Amphibology—ਦੋ ਅਰਥੀ, ਗੋਲ ਮੋਲ।
Amphiboly—ਦੋ ਅਰਥੀ ਬੋਲਚਾਲ।
Amphitheatre—ਦੰਗਲ, ਅਖਾੜਾ ਤੇ ਨਾਚਘਰ ਅੰਦਰ ਬੈਠਣ ਦੀ ਜਗ੍ਹਾ।
Amphora—ਬਾਜ਼ੂਦਾਰ ਭਾਂਡਾ ਜਾਂ ਕੋਰਾ।
Ample—ਲੰਬਾ ਚੌੜਾ।
Ampliate—ਵਧਾਉਣਾ, ਫੈਲਾਉਣਾ।
Amliation—ਵਧਾਉ, ਫੈਲਾਉ।
Amplifier—ਗੱਲ ਬਣਾਉਣ ਵਾਲਾ।
Amplify—ਰੰਗ ਚੜ੍ਹਾਉਣਾ।
Amplitude—ਖਲਾਰ, ਫੈਲਾਉ।
Amply—ਬਹੁਤ, ਕਾਫ਼ੀ।
Amputate—ਚੀਰ ਫਾੜ ਕਰਨਾ, ਅੰਗ ਕੱਟਣਾ।
Amputation—ਚੀਰ ਫਾੜ।
Amulet—ਜੰਤਰ, ਤਵੀਤ, ਗੀਡਾ।
Amurcous—ਮੈਲਾ, ਗੀਦਾ, ਰੱਦੀ।
Amuse—ਖ਼ੁਸ਼ ਕਰਨਾ, ਧੋਖਾ ਦੇਣਾ।
Amusement—ਦਿਲ ਬਹਿਲਾਉਣਾ।
Amuser—ਤਮਾਸ਼ਾ ਕਰਨ ਵਾਲਾ।
Amusing—ਦਿਲ ਬਹਿਲਾਉਣ ਵਾਲਾ।
Amusive--ਦਿਲਚਸਪ, ਦਿਲ ਬਹਿਲਾਉਣ ਵਾਲਾ।
Amygdalate—ਬਦਾਮਾਂ ਦਾ ਬਣਿਆ ਹੋਇਆ।
Amyline—ਗੋਂਦ।
An—ਇੱਕ, ਇੱਕ ਕੋਈ।
Ana—ਇੱਕ ਮਿਕਦਾਰ ਵਿੱਚ।
Anabaptize—ਦੋਬਾਰਾ, ਬਹੁਤ ਸਮਾਂ ਦੇਣਾ।
Anacamptic—ਅਕਸ, ਫੋਟੋ।
Anacathartic—ਕੈ ਲਿਆਉਣ ਵਾਲੀ ਦਵਾਈ।
Anacheret—ਸੰਨਿਆਸੀ, ਵੈਰਾਗੀ।
Anaconda—ਲੰਕਾ ਦਾ ਇਕ ਸੱਪ।
Anadem—ਫੁੱਲਾਂ ਦਾ ਸਿਹਰਾ।
Anagogltical—ਅਸਮਾਨੀ।
Anagarmmatize—ਥਾਂ ਬਦਲਨਾ।
Anagraph—ਟੀਕਾ।
Anal—ਪੂਛ ਦੇ ਥੱਲੇ।
Analeim—ਇੱਕ ਕਾਨੀ ਚੀਜ਼।
Anlepsis—ਤਾਕਤ ਪਕੜਨਾ।
Analeptic—ਚੰਗਾ ਕਰਨ ਵਾਲੀ ਦਵਾਈ।
Analogical—ਮਿਲਦਾ ਜੁਲਦਾ, ਇਕੋ ਜਿਹਾ।
Analogically--ਉਦਾਹਰਣ ਨਾਲ, ਮਿਸਾਲ ਨਾਲ।
Analogism—ਬਰਾਬਰੀ।
Analogous—ਇਕ ਰੂਪ, ਮਿਲਦਾ ਜੁਲਦਾ।
Analogously—ਇਕ ਸੂਰਤ ਵਾਲਾ।
Analogy—ਇਕਰੂਪਤਾ।
Analysis—ਤੱਤ, ਵੇਰਵਾ।
Analyst—ਸੋਧਣ ਵਾਲਾ, ਤੱਤ ਕੱਢਣ ਵਾਲਾ।
Anamnesis—ਯਾਦ, ਯਾਦਾਸ਼ਤ।
Anamnestic—ਦਿਮਾਗ ਦੀ ਸਹਾਇਕ।
Ananas—ਅਨਾਨਾਸ।
Anaplerotic—ਮਾਸ ਨੂੰ ਵਧਾਉਣ ਵਾਲਾ।
Anarch—ਦੰਗਾ ਜਾਂ ਫਸਾਦ ਕਰਨ ਵਾਲਾ।
Anarchial—ਬਗਾਵਤੀ, ਬੇਚੈਨੀ।
Anarchist—ਗੱਦਾਰ।
Anarchy—ਹਲਚਲ, ਗਦਰ, ਚੋਪਟਰਾਜ।
Anastomose—ਮਿਲਾਉਣਾ।
Anathema—ਫਿਟਕਾਰ, ਲਾਹਨਤ।

Anathematization—ਫਿਟਕਾਰ ਜਾਂ ਸਰਾਪ।

Anathematize—ਫਿਟਕਾਰਨਾ, ਸਰਾਪ ਦੇਣਾ।

Amatomical—ਸਰੀਰਕ ਵਿੱਦਿਆ ਦੇ ਮੁਤਅੱਲਕ।

Anatomically—ਚੀਰ ਫਾੜ ਦੇ ਢੰਗ ਤੇ।

Anatomist—ਜੱਰਾਹ, ਚੀਰਨ ਵਾਲਾ।

Anatomize—ਚੀਰਨਾ, ਫਾੜਨਾ, ਜੱਰਾਹੀ ਕਰਨਾ।

Anatomy—ਚੀਰ ਫਾੜ, ਜੱਰਾਹੀ।

Anatron—ਝੱਗ, ਸੋਢਾ।

Ancestor—ਪਿਤਰ, ਪਿਤਾ, ਦਾਦਾ।

Ancestral—ਵਡੇਰਿਆਂ ਦਾ, ਬਾਪ ਦਾਦੇ ਦਾ।

Ancestry—ਖ਼ਾਨਦਾਨੀ, ਪੀਹੜੀ।

Anchor—ਜਹਾਜ਼ ਦਾ ਲੰਗਰ।

Anchorable—ਲੰਗਰ ਪਾਉਣ ਯੋਗ।

Anchorage—ਲੰਗਰ ਪਾਉਣ ਦੀ ਥਾਂ।

Anchoress—ਸੰਨਿਆਸੀ ਇਸਤ੍ਰੀ।

Anchoret—ਤਿਆਗੀ, ਸੰਨਿਆਸੀ।

Anchorsmith—ਲੰਗਰ ਬਨਾਉਣ ਵਾਲਾ।

Anchovy—ਛੋਟੀ ਸਮੁੰਦਰੀ ਮੱਛੀ।

Anciency—ਪੁਰਾਣਾ ਸਮਾਂ।

Ancient—ਪੁਰਾਣਾ, ਪ੍ਰਾਚੀਨ, ਪਿਛਲੇ ਸਮੇਂ ਦਾ।

Anciently—ਪੁਰਾਣੇ ਸਮੇਂ ਵਿਚ।

Ancientry—ਖ਼ਾਨਦਾਨੀ ਵਡਿਆਈ, ਉੱਚੀ ਨਸਲ।

Ancients—ਪੁਰਾਣੇ ਸਮੇਂ ਦੇ ਲੋਕ।

Ancillary—ਨੌਕਰਾਣੀ, ਬਾਂਦੀ।

Ancle—ਗੱਠਾ, ਗਿੱਟਾ।

Ancon—ਕੋਹਣੀ।

Ancone—ਕੰਧ ਦੀ ਨੁੱਕਰ।

And—ਹੋਰ, ਅਥਵਾ।

Andante—ਮੱਧਮ ਸੁਰ।

Andircns—ਖ਼ਾਸ ਥਾਂ ਵਾਸਤੇ ਲੋਹੇ ਦੀ ਘੰਟੀ।

Andreolite—ਇਕ ਕਾਨ ਦੀ ਚੀਜ਼।

Android—ਇੱਕ ਕੱਲ, ਮਸ਼ੀਨ।

Androtomy—ਚੀਰ ਫਾੜ ਦਾ ਕੰਮ।

Anecdote—ਕਹਾਵਤ, ਕਹਾਣੀ, ਕਿੱਸਾ।

Anecdotonian—ਕਿੱਸਾ ਜਾਂ ਕਹਾਣੀ ਕਹਿਣ ਵਾਲਾ।

Anemography—ਹਵਾ ਦਾ ਬਿਆਨ।

Anemometer—ਹਵਾ ਦੀ ਸ਼ਕਤੀ ਪਰਖਣ ਵਾਲੀ ਕਲਾ।

Anemoscope—ਹਵਾ ਦਾ ਰੁੱਖ ਪਰਖਣ ਵਾਲੀ ਕਲਾ।

Anent—ਬਾਬਤ, ਸੰਬੰਧੀ।

Anew—ਫੇਰ ਦੂਜੀ ਵਾਰ, ਨਵੇਂ ਸਿਰ ਤੋਂ।

Anewst—ਤਕਰੀਬਨ, ਲਗਭਗ।

Anfractuouse—ਵਿੰਗਾ, ਟੇਢਾ।

Anfracture—ਹੈਰਾਨ ਕਰਨ ਵਾਲਾ।

Angel—ਦੇਵਤਾ, ਫ਼ਰਿਸ਼ਤਾ।

Angelic—ਦੇਵਤਿਆਂ ਵਾਂਗ, ਫ਼ਰਿਸ਼ਤੇ ਦੀ ਤਰ੍ਹਾਂ।

Angelot—ਬੰਸਰੀ, ਬੀਨ।

Anger—ਗੁੱਸਾ, ਕ੍ਰੋਧ, ਨਰਾਜ਼ਗੀ।

Angerly—ਕ੍ਰੋਧ ਨਾਲ, ਗੁੱਸੇ ਨਾਲ।

Angina—ਗਲੇ ਦਾ ਸੁੱਜਣਾ।

Angigraphy—ਮਨੁੱਖ ਦੇ ਸਰੀਰ ਦੀਆਂ ਰਗਾਂ ਆਦਿ ਦਾ ਬਿਆਨ।

Angiology—ਮਨੁੱਖ ਦੇ ਸਰੀਰ ਦੀਆਂ ਨਸਾਂ ਆਦਿ ਦੀ ਵਿੱਦਿਆ।

Angiotimist—ਚੀਰ ਫਾੜ ਦੇ ਕੰਮ ਵਿਚ ਉਸਤਾਦ।

Angitomy—ਚੀਰ ਫਾੜ ਦਾ ਕੰਮ।

Angle—ਮੱਛੀ ਫੜਨ ਦਾ ਕੰਡਾ।

Angler—ਮੱਛੀਆਂ ਫੜਨ ਵਾਲਾ ਮਛੇਰਾ।

Anglican—ਇੰਗਲਿਸਤਾਨ ਦਾ।
Anglicise—ਅੰਗ੍ਰੇਜ਼ੀ ਬਣਾਉਣਾ।
Anglicism--ਅੰਗ੍ਰੇਜ਼ੀ ਭਾਸ਼ਾ ਦਾ ਮੁਹਾਵਰਾ।
Angling—ਬਾਂਸ ਜਾਂ ਕੰਡੇ ਨਾਲ ਮੱਛੀਆਂ ਫੜਨ ਦਾ ਤਰੀਕਾ।
Anglo-Danish—ਅੰਗ੍ਰੇਜ਼ ਜਿਸ ਦੀ ਜਨਮ ਭੂਮੀ ਡੈਨਮਾਰਕ ਹੋਵੇ।
Anglo-Saxon—ਅੰਗ੍ਰੇਜ਼ ਜੋ ਸੈਕਸਨ ਦਾ ਵਾਸੀ ਹੋਵੇ।
Angour—ਦਿਲ ਦਾ ਦਰਦ।
Angry—ਕ੍ਰੋਧਿਤ, ਗੁੱਸੇ ਖ਼ੋਰ।
Angsana—ਇਕ ਕਿਸਮ ਦੀ ਲਾਲ ਗੇਂਦ।
Anguish—ਦਿਲ ਜਾਂ ਸਰੀਰ ਦਾ ਦਰਦ।
Angular—ਨੋਕਦਾਰ, ਕੋਨੇ ਵਾਲਾ।
Angulous—ਟੇਢਾ, ਨੋਕਦਾਰ।
Angust—ਸਿੱਧਾ, ਤੰਗ।
Angustness—ਸਿੱਧਾਪਨ।
Anhelose--ਲੰਬੇ ਸਵਾਸ ਲੈਂਦਾ ਹੋਇਆ।
Anhydrite—ਖੜੀਆ ਮਿੱਟੀ, ਗਾਚੀ।
Anil—ਨੀਲ ਦੀ ਬੂਟੀ ਜਾਂ ਦਰਖ਼ਤ।
Anile—ਬਾਲ ਸਮਾਨ ਬੁੱਢਾ, ਬੇਵਕੂਫ਼।
Anileness—ਬੁਢੇਪਾ, ਕਮਜ਼ੋਰੀ।
Anima—ਸਾਹ, ਦਮ ਸਹਾਰਾ।
Animadversion—ਨਿੰਕਾ, ਤੁਹਮਤ, ਡਾਂਟ।
Animadvert—ਝਾੜ ਪਾਉਣਾ।
Animal—ਪਸ਼ੂ, ਜਾਨਵਰ।
Animalcule—ਛੋਟਾ ਜਿਹਾ ਕੀੜਾ।
Animality—ਹੈਵਾਨੀ।
Animalize—ਹੈਵਾਨੀ ਮਾਦੇ ਵਿਚ ਬਦਲਨਾ।
Animate—ਜਾਨਦਾਰ, ਹੌਸਲਾ ਦੇਣਾ, ਜਾਨ ਪਾਉਣਾ।
Animated—ਚੁਸਤ, ਚਲਾਕ, ਚੰਚਲ।
Animation—ਜ਼ਿੰਦਗੀ, ਪ੍ਰਾਣ, ਜੀਵਨ।
Animator—ਜਾਨ ਪਾਉਣ ਵਾਲਾ।
Animose—ਜੋਸ਼ੀਲਾ, ਤੇਜ਼ ਤਰਾਰ।
Animosity—ਈਰਖ਼ਾ, ਵਿਰੋਧ, ਦੁਸ਼ਮਨੀ।
Anker—ਦੱਸ ਗੈਲਨ ਦਾ ਭਾਂਡਾ।
Ankle—ਗਿੱਟਾ।
Ankle-bone—ਗਿੱਟੇ ਦੀ ਹੱਡੀ।
Anlace—ਛੋਟੀ ਤਲਵਾਰ, ਕਿਰਪਾਨ।
Annalist—ਇਤਿਹਾਸ ਲਿਖਣ ਵਾਲਾ ਕਵੀ।
Annalize—ਇਤਿਹਾਸ ਲਿਖਣਾ।
Annals—ਇਤਿਹਾਸ, ਤਵਾਰੀਖ਼।
Anneal—ਸ਼ੀਸ਼ਾ ਗਰਮ ਕਰਨਾ, ਤਾਵ ਦੇਣਾ।
Annex—ਨੱਥੀ ਕਰਨਾ, ਮਿਲਾਉਣਾ।
Annexation—ਜੋੜ, ਮੇਲ, ਸੰਜੋਗ।
Annexment—ਮਿਲੀ ਹੋਈ।
Annihiate—ਮੇਟਣਾ, ਤਬਾਹ ਕਰਨਾ।
Annhlation—ਨਾਸ, ਬਰਬਾਦੀ।
Anniversarily—ਸਾਲਾਨਾ, ਵਾਰਸ਼ਿਕ।
Anniversary—ਵਰ੍ਹੇ ਦਿਨ, ਵਾਰਸ਼ਕ ਦਿਨ।
Annomination—ਦੋ ਅਰਥੀ ਸ਼ਬਦ।
Annotate—ਟੀਕਾ ਲਿਖਣਾ, ਸਮਝਾਣਾ।
Annotation—ਟੀਕਾ, ਵੇਰਵਾ।
Annotator—ਟੀਕਾ-ਕਾਰੀ।
Announce—ਪ੍ਰਗਟ ਕਰਨਾ, ਸਮਾਂ।
Announcement—ਐਲਾਨ ਕਰਨਾ, ਇਸ਼ਤਿਹਾਰ।
Annoy—ਦੁੱਖ ਦੇਣਾ, ਪੀੜ ਕਰਨੀ।
Annoyance—ਦੁੱਖ, ਤਕਲੀਫ਼।
Annoyer—ਦੁੱਖ ਦੇਣ ਵਾਲਾ।
Annual—ਸਾਲਾਨਾ, ਹਰ ਸਾਲ।
Annually—ਹਰ ਸਾਲ, ਵਰ੍ਹੇ ਦੇ ਵਰ੍ਹੇ।
Annuitant—ਸਾਲਾਨਾ ਪੈਨਸ਼ਨ ਪਾਉਣ ਵਾਲਾ।

Annuity—ਸਾਲਾਨਾ ਵਜ਼ੀਫ਼ਾ।
Annul—ਰੱਦ ਕਰਨਾ, ਮੇਟਣਾ।
Annular—ਗੋਲ ਛੱਲੇ ਵਾਂਗਰ।
Annulary—ਛੱਲੇਦਾਰ।
Annulated—ਕੰਡੇਦਾਰ ਮੁੰਦਰੀ।
Aannulet—ਇਕ ਛੋਟੀ ਜਿਹੀ ਸੁੰਦਰੀ।
Annulment— ਮਨਸੂਖੀ।
Annumerate—ਜਮ੍ਹਾਂ ਕਰਨਾ, ਇਕੱਠਾ ਕਰਨਾ।
Annunciate—ਖ਼ਬਰ ਦੇਣਾ, ਢੰਡੋਰਾ ਫੇਰਨਾ।
Annunciator—ਐਲਾਨ ਕਰਨ ਵਾਲਾ।
Anodyne—ਦੁੱਖ ਦੂਰ ਕਰਨ ਵਾਲੀ ਦਵਾਈ।
Anoint—ਤੇਲ ਮੱਲਣਾ, ਰਾਜ ਤਿਲਕ ਕਰਨਾ।
Anomalism—ਅਨ-ਰੀਤੀ, ਬੇਕਾਇਦਗੀ।
Anomalously—ਬਕਾਇਦਗੀ ਨਾਲ।
Anomy—ਨਿਯਮ ਵਿਰੁੱਧ ਕੰਮ।
Anon—ਜਲਦੀ, ਝਟਪਟ।
Anonymous—ਗੁੰਮਨਾਮ, ਲਾਪਤਾ।
Anorexy—ਭੁੱਖ ਨਾ ਲੱਗਣਾ।
Another—ਦੂਜਾ, ਕੋਈ ਹੋਰ।
Ansated—ਦਸਤੇ ਵਾਲਾ।
Anslaight—ਝਗੜਾ।
Answer—ਜਵਾਬ ਦੇਣਾ, ਉੱਤਰ ਦੇਣਾ।
Answerable—ਉੱਤਰ ਯੋਗ, ਜਵਾਬੀ।
Answerer—ਉੱਤਰ ਦੇਣ ਵਾਲਾ।
Ant—ਕੀੜੀ, ਚਿਊਂਟੀ।
Antagonism, Antagony—ਤਕਰਾਰ, ਦੁਸ਼ਮਣੀ।
Antagonize—ਮੁਕਾਬਲਾ ਕਰਨਾ।
Antractic—ਦੱਖਣੀ ਧਰੁਵ ਵਾਲਾ।
Antarthritic—ਗਠਿਆ ਮਾਰ।
Antasthmatic—ਦਮੇ ਨੂੰ ਠੀਕ ਕਰਨ ਵਾਲੀ ਦਵਾਈ।
Ante—ਪਹਿਲੇ, ਅੱਗੇ।
Anteact—ਪਹਿਲਾ ਜਾਂ ਪਿਛਲਾ ਕੰਮ।
Anteater—ਚੀਊਂਟੀ ਖਾਣ ਵਾਲਾ ਕੀੜਾ।
Antecedaneous--ਗੁਜ਼ਰਿਆ ਹੋਇਆ।
Antecede—ਪਹਿਲੇ ਪ੍ਰਾਪਤ ਹੋਣਾ।
Antecedent—ਪਹਿਲਾ, ਪਹਿਲਾਂ ਦਾ।
Antecedently—ਪਹਿਲੇ ਵਾਲਾ।
Antecessor—ਅੱਗੇ ਜਾਣ ਵਾਲਾ।
Antechamber—ਬਾਹਰ ਦਾ ਕਮਰਾ।
Antedate—ਅਗਲੀ ਮਿਤੀ।
Anteciluvian—ਹਜ਼ਰਤ ਨੂਹ ਦੇ ਤੂਫ਼ਾਨ ਤੋਂ ਪਹਿਲੇ ਦਾ ਰਹਿਣ ਵਾਲਾ।
Antelope—ਸਿੰਗ ਵਾਲਾ ਹਿਰਨ।
Antelucan—ਸੂਰਜ ਨਿਕਲਣ ਤੋਂ ਪਹਿਲਾਂ।
Antimeridian—ਦੁਪਹਿਰ ਤੋਂ ਪਹਿਲਾਂ।
Antemetic—ਉਲਟੀ ਨੂੰ ਬੰਦ ਕਰਨ ਵਾਲੀ।
Antemundane—ਅਨਾਦਿ, ਸ੍ਰਿਸ਼ਟੀ ਤੋਂ ਪਹਿਲੇ।
Ant—ਸਿੰਗ ਜਿਸ ਨਾਲ ਕੀੜੇ ਲੱਭਦੇ ਹਨ।
Antenuptial—ਵਿਆਹ ਤੋਂ ਪਹਿਲੇ ਦਾ।
Antepileptic—ਮਿਰਗੀ ਮਾਰ।
Anteposition—ਅੱਖਰ ਦੇ ਬਦਲਣ ਦੀ ਥਾਂ।
Anterior—ਪਹਿਲੇ ਦਾ, ਅਗਲਾ।
Anteriority—ਸਮੇਂ ਜਾਂ ਜਗ੍ਹਾ ਦੇ ਅਨੁਸਾਰ ਪਹਿਲਾ।
Anteroom—ਡਿਉਢੀ, ਬਾਹਰ ਦਾ ਕਮਰਾ।
Antes—ਮਕਾਨ ਦੇ ਬਾਹਰ ਦਾ ਖੰਭਾ।
Antevert—ਰੋਕਣਾ।
Anthelminthic—ਕੀੜੇ ਮਾਰਨ ਦੀ ਦਵਾਈ।

Anthem—ਭਜਨ, ਗੀਤ।
Anthill—ਕੀੜਿਆਂ ਦਾ ਬਨਿਆ ਹੋਇਆ ਮਿੱਟੀ ਦਾ ਢੇਰ।
Anthological—ਗੀਤਾਂ ਦੇ ਸੰਬੰਧ ਵਿਚ।
Anthology—ਫੁੱਲਾਂ ਦਾ ਗੁਲਦਸਤਾ, ਕਵਿਤਾਵਾਂ ਦਾ ਸੰਗ੍ਰਹਿ।
Anthorism—ਵਿਰੁੱਧ ਬਿਆਨ।
Anthracite—ਇਕ ਚਮਕਦਾਰ ਝੂਠਾ ਕੋਇਲਾ।
Anthrax—ਫੋੜਾ, ਖੁਜਲੀ।
Anthropography—ਮਨੁੱਖ ਦੇ ਸਰੀਰ ਦਾ ਬਿਆਨ।
Anthropology--ਚੀਰਫਾੜ ਦੀ ਵਿੱਦਿਆ।
Anthoropomorphite—ਈਸ਼ਵਰ ਨੂੰ ਮਨੁੱਖ ਮੰਨਣ ਵਾਲਾ।
Anthropomorphous—ਮਨੁੱਖ ਦੇ ਸਮਾਨ।
Anthropophagi—ਮਨੁੱਖ ਖਾਣ ਵਾਲਾ।
Anthropophagy—ਆਦਮਖੋਰੀ, ਮਨੁੱਖ ਖਾਣਾ।
Anthypnotic—ਨੀਂਦ ਹਟਾਉਣ ਵਾਲਾ।
Anti—ਵਿਰੁੱਧ, ਉਲਟ।
Anti-acid—ਸੱਜੀ, ਸੱਜੀ ਵਾਲਾ।
Antiarthritic—ਗੰਠੀਆ ਦੀ ਦਵਾਈ।
Antiasthmatic—ਦਮੇ ਦੀ ਦਵਾਈ।
Antic—ਖੇਡ ਤਮਾਸ਼ਾ, ਖੇਡ ਕਰਨਾ।
Anticatarrhal—ਜ਼ੁਕਾਮ ਦੂਰ ਕਰਨ ਵਾਲੀ।
Antichrist—ਈਸਾਈ ਧਰਮ ਦੇ ਵਿਰੁੱਧ।
Antichristian—ਈਸਾਈ ਧਰਮ ਦਾ ਦੁਸ਼ਮਣ।
Antichronism--ਗਲਤ ਤਾਰੀਖ ਦੇਣਾ ਜਾਂ ਲਿਖਣਾ।
Anticipate—ਪਹਿਲੇ ਤੋਂ ਅੱਗੇ ਦੀ ਗੱਲ ਦੱਸਣਾ।
Anticipation—ਪਹਿਲੇ ਤੋਂ ਜਾਨਣਾ।
Anticipator—ਭਵਿੱਖਵਾਣੀ ਕਰਨ ਵਾਲਾ।
Anticipatory-—ਪਹਿਲੇ ਹੀ।
Anticly—ਹਾਸਾ ਮਖੌਲ ਨਾਲ।
Anticonstitutional--ਰਾਜ ਦੇ ਵਿਰੁੱਧ।
Anticontagious—ਛੂਤ ਜਾਂ ਹੈਜ਼ਾ, ਮਾਰਨ ਵਾਲੀ।
Anticonvulsive—ਮਰੋੜ ਨੂੰ ਹਟਾਉਣ ਵਾਲੀ।
Anticosmetic—ਸੁੰਦਰਤਾ ਨੂੰ ਮਿਟਾਉਣ ਵਾਲੀ ਚੀਜ਼।
Anticourt—ਕਚਿਹਰੀ ਦੇ ਵਿਰੁੱਧ।
Antidote—ਜ਼ਹਿਰ ਦਾ ਅਸਰ ਦੂਰ ਕਰਨ ਵਾਲੀ।
Antidysenteric—ਪੇਚਸ . ਦੂਰ ਕਰਨ ਦੀ ਦਵਾਈ।
Antiemetic—ਉਲਟੀ ਦੀ ਦਵਾਈ।
Antiepiscopal—ਪਾਦਰੀ ਦੇ ਰਾਜ ਦੇ ਵਿਰੁੱਧ।
Antiface—ਆਹਮਣੇ ਸਾਹਮਣੇ ਮੂੰਹ।
Antifebrile—ਬੁਖ਼ਾਰ ਦੂਰ ਕਰਨ ਦੀ ਦਵਾਈ।
Antihypnotic—ਨੀਂਦ ਰੋਕਣ ਦੀ ਦਵਾਈ।
Antihysteric—ਪਾਗਲਪਨ ਹਟਾਉਣ ਦੀ ਦਵਾਈ।
Antilogy—ਵਿਚਾਰਾਂ ਦਾ ਫ਼ਰਕ।
Antiloquist—ਉਜ਼ਰ ਕਰਨ ਵਾਲਾ, ਵਿਰੁੱਧ ਬਿਆਨ ਕਰਨ ਵਾਲਾ।
Antimagisterial, Antimagistrical—ਮਜਿਸਟ੍ਰੇਟ ਦੇ ਵਿਰੁੱਧ।
Antimaniacal--ਪਾਗਲਪਨ ਦੀ ਦਵਾਈ।
Antimetrical—ਛੰਦ ਵਿੱਦਿਆ ਦੇ ਨਿਯਮਾਂ ਦੇ ਵਿਰੁੱਧ।

Antiministerial--ਵਜ਼ੀਰਾਂ ਦੇ ਖ਼ਿਲਾਫ਼।

Antiministerialist—ਸਰਕਾਰੀ ਪ੍ਰਬੰਧ ਦੇ ਵਿਰੁੱਧ।

Antimonial—ਸੁਰਮੇ ਵਾਂਗਰ।

Antimony—ਸੁਰਮਾ।

Antimoralist—ਸ਼ਰਾਫ਼ਤ ਦਾ ਦੁਸ਼ਮਣ।

Antinephritic—ਗੁਰਦਿਆਂ ਲਈ ਲਾਭਦਾਇਕ।

Antinomy—ਕਾਨੂੰਨਾਂ ਵਿਚ ਵਿਰੁੱਧ ਵਰਨਣ।

Antipapal—ਪੋਪ ਦੀ ਸਿੱਖਿਆ ਦੇ ਵਿਰੁੱਧ।

Antipathetic,Antipopistical—ਵਿਰੁੱਧ, ਬਰਖ਼ਿਲਾਫ਼।

Antipathy—ਘ੍ਰਿਣਾ, ਨਫ਼ਰਤ।

Antiphlogistic—ਗਲੇ ਦੀ ਸੋਜਨ ਨੂੰ ਲਾਭਦਾਇਕ।

Antiphon, Antiphony—ਭਜਨ, ਗੀਤ।

Antipoison—ਜ਼ਹਿਰ ਮਾਰ।

Antipodes--ਪਾਤਾਲ ਦੇ ਰਹਿਣ ਵਾਲੇ।

Antiport—ਬਾਹਰ ਦਾ ਫਾਟਕ।

Antiprelatical—ਧਰਮ ਦੇ ਵਿਰੁੱਧ।

Antipriest—ਪਾਦਰੀਆਂ, ਮੌਲਵੀਆਂ ਜਾਂ ਬ੍ਰਾਹਮਣਾਂ ਦਾ ਦੁਸ਼ਮਣ।

Antiprohet—ਅਵਤਾਰਾਂ ਜਾਂ ਨਬੀਆਂ ਦੇ ਵਿਰੁੱਧ।

Antiquatin, Antiquary—ਪੁਰਾਣੇ ਜ਼ਮਾਨੇ ਦੀਆਂ ਚੀਜ਼ਾਂ ਲੱਭਣ ਵਾਲਾ।

Antiquarian—ਪ੍ਰਾਚੀਨ ਚੀਜ਼ਾਂ ਨੂੰ ਜੋੜਨ ਵਾਲਾ ਪੁਰਾਣਾ।

Antiquate--ਚਾਲ ਦਾ ਪੁਰਾਣਾ ਬਣਾਉਣਾ।

Antiquated—ਛੱਡਿਆ ਹੋਇਆ।

Antiquateness, Antiqnateness, Antiquation—ਬੇ-ਰਵਾਜੀ।

Antiquity—ਪੁਰਾਣਾ ਜ਼ਮਾਨਾ।

Antirevolutionary—ਝਗੜੇ ਦਾ ਵਿਰੋਧੀ।

Antirheumatic—ਗੰਠੀਆ ਮਾਰ।

Antiscripturist—ਆਕਾਸ਼ਵਾਣੀ ਨਾ ਮੰਨਣ ਵਾਲਾ।

Antiseptic—ਸੜਨ ਦੀ ਦਵਾਈ।

Antisphasmodic—ਮਰੋੜ ਹਟਾਉਣ ਵਾਲੀ।

Antitrades—ਵਿਰੋਧੀ ਹਵਾਵਾਂ।

Antler—ਬਾਰਾਂਸਿੰਗੇ ਦਾ ਇਕ ਸਿੰਗ।

Antlered—ਸਿੰਗਾਂ ਵਾਲਾ।

Anxiety, Anxiousness—ਚਿੰਤਾ, ਫ਼ਿਕਰ।

Anxious—ਪਰੇਸ਼ਾਨ, ਖ਼ਾਹਿਸ਼ਮੰਦ।

Any—ਕੋਈ, ਚਾਹੇ ਕੋਈ।

Anywise—ਕਿਸੀ ਤਰੀਕੇ ਨਾਲ।

Apace—ਛੇਤੀ ਨਾਲ, ਜਲਦੀ ਨਾਲ।

Apanthropt—ਇਕੱਲੇ ਰਹਿਣ ਦੀ ਇੱਛਾ।

Apart—ਇਕਾਂਤ, ਵੱਖਰਾ।

Apartment—ਕਮਰਾ, ਘਰ ਦਾ ਭਾਗ।

Apathetic—ਮੁਰਦਾ ਦਿਲ।

Apathist—ਮੁਰਦਾ ਦਿਲ ਆਦਮੀ।

Apathy—ਮੁਰਦਾ ਦਿਲੀ।

Ape—ਇਕ ਪ੍ਰਕਾਰ ਦਾ ਬਾਂਦਰ।

Apeak—ਨੋਕਦਾਰ।

Apepsy—ਬਦਹਜ਼ਮੀ।

Apet—ਮਸਖ਼ਰਾ, ਮਖੌਲੀਆ।

Apert—ਖੁੱਲ੍ਹਮ ਖੁੱਲਾ।

Apertion—ਛੇਕ, ਰਸਤਾ।

Apertly—ਖੁਲ੍ਹੇ ਤਰੀਕੇ ਨਾਲ।

Apertness—ਚੌੜਾਈ, ਖੁੱਲ੍ਹਾਪਨ।

Aperture—ਖੁੱਲ੍ਹਾ, ਸੁਰਾਖ਼।

Apex—ਕਿਸੀ ਚੀਜ਼ ਦਾ ਕੋਨਾ।

Aphlianthropy—ਮਨੁੱਖੀ ਮੋਹ ਦਾ ਨਾ ਹੋਣਾ।

Aphony—ਗਲਾ ਬੈਠ ਜਾਣਾ।

Aphorism—ਕਹਾਵਤ।

Aphorist—ਕਹਾਵਤਾਂ ਲਿਖਣ ਵਾਲਾ।

Aphoristic, Apharistical—ਵੱਖਰੇ ਵੱਖਰੇ ਸ਼ਬਦਾਂ ਵਿਚ।

Aphtha—ਮੂੰਹ ਦੇ ਛਾਲੇ, ਗਲੇ ਦੀ ਸੋਜਸ਼।

Aphyllous—ਬਿਨਾਂ ਪੱਤੀ।

Apiece—ਇੱਕ ਇੱਕ, ਹਰ ਇੱਕ।

Apishly—ਨਾਦਾਨੀ ਨਾਲ।

Apocalypse—ਆਕਾਸ਼ੀ ਪੁਸਤਕ।

Apocopate—ਸ਼ਬਦ ਦਾ ਆਖਰੀ ਅੱਖਰ ਕੱਟ ਦੇਣਾ।

Acocope—ਬਾਕੀ ਦਾ ਅੱਖਰ ਸੁਟ ਦੇਣਾ।

Apocryphal—ਡਾਵਾਂਡੋਲ, ਸ਼ੱਕੀ।

Apodal—ਬੇਪਰਵਾਹ।

Apogee—ਪ੍ਰਿਥਵੀ ਤੋਂ ਬਹੁਤ ਦੂਰ ਦਾ ਭਾਗ।

Apolepsy—ਖ਼ੂਨ ਦੀ ਰੁਕਾਵਟ।

Apollyon—ਸ਼ੈਤਾਨ।

Apologetic—ਮਾਫ਼ੀ ਦਾ।

Apologist—ਮਾਫ਼ੀ ਮੰਗਣ ਵਾਲਾ।

Apologize—ਖਿਮਾਂ ਮੰਗਣਾ, ਮਾਫ਼ੀ ਮੰਗਣੀ।

Apologue—ਕਹਾਣੀ, ਦ੍ਰਿਸ਼ਟਾਂਤ।

Apology—ਮਾਫ਼ੀ, ਖਿਮਾਂ।

Apolusis—ਖ਼ਰਾਬ ਹਾਲਤ।

Apomecometry—ਦੂਰ ਦੀਆਂ ਚੀਜ਼ਾਂ ਨੂੰ ਮਾਪਣਾ।

Apophysis—ਹੱਡੀ ਦਾ ਉਭਾਰ ਜਾਂ ਸੂਜਨ।

Apopletic, Apopletical—ਮਿਰਗੀ ਦਾ ਮਾਰਿਆ।

Apoplexy—ਮਿਰਗੀ, ਅਧਰੰਗ।

Apostacy—ਧਰਮ ਦਾ ਨਾਸ਼, ਧਰਮ ਛੱਡਣਾ।

Apostate—ਅਧਰਮੀ।

Apostatize—ਆਪਣਾ ਧਰਮ ਛੱਡਣਾ।

Apostemation—ਫੋੜੇ ਦੀ ਬਨਾਵਟ।

Aposteme, Apostume—ਫੋੜਾ।

Apostel—ਹਜ਼ਰਤ ਮੁਹੰਮਦ ਜਾਂ ਮਸੀਹ ਨੂੰ ਮੰਨਣ ਵਾਲਾ।

Appostrophe—ਉਹ ਚਿੰਨ੍ਹ ਜਿਸ ਤੋਂ ਸ਼ਬਦ ਦਾ ਸੰਖੇਪਤ ਜਾਣਿਆ ਜਾਂਦਾ ਹੈ।

Apothecasy—ਦਵਾਈ ਵੇਚਣ ਵਾਲਾ।

Apothegm, Apothem, Apopthegm—ਕਹਾਵਤ, ਮਿਸਾਲ।

Apotheesis—ਦੇਵਤਾ ਦੀ ਪਦਵੀ।

Apozem—ਬੂਟੀਆਂ ਜਾਂ ਜੜ੍ਹਾਂ ਦਾ ਉਬਾਲ।

Appair—ਖ਼ਰਾਬ ਕਰਨਾ, ਸੜਾਉਣਾ।

Appal—ਡਰਾਉਣਾ, ਹਿੰਮਤ ਤੋੜਨਾ।

Appalment—ਡਰ ਦੀ ਨਿਸ਼ਾਨੀ।

Apparatus—ਕਿਸੇ ਦਸਤਕਾਰੀ ਜਾਂ ਸਾਇੰਸ ਦੇ ਸਾਮਾਨ ਦੇ ਯੰਤਰ।

Apparel—ਕੱਪੜੇ, ਵਸਤਰ।

Apparent—ਸਪਸ਼ਟ, ਸਾਫ਼।

Apparently—ਖੁੱਲਮ ਖੁਲ੍ਹਾ, ਸਪਸ਼ਟ।

Apparition—ਸੂਰਤ, ਭੂਤ, ਪ੍ਰੇਤ।

Appay—ਦਿਲਾਸਾ ਦੇਣਾ।

Appeach—ਦੋਸ਼ ਲਾਉਣਾ, ਇਲਜ਼ਾਮ ਲਾਉਣਾ।

Appeacher—ਇਲਜ਼ਾਮ ਲਾਉਣ ਵਾਲਾ।

Appeachment—ਦੋਸ਼, ਜ਼ੁਰਮ।

Appeal—ਅਸਰ ਪਾਉਣਾ।

Appealable—ਅਪੀਲ ਦੇ ਯੋਗ।

Appealer—ਅਪੀਲ ਕਰਨ ਵਾਲਾ।

Appear—ਦਿੱਸਣਾ, ਹਾਜ਼ਰ ਹੋਣਾ।

Appearance—ਦਰਸ਼ਨ, ਦਿਖਾਵਾ।

Appeasable—ਮੰਨਣ ਯੋਗ।
Appease—ਚੁੱਪ ਕਰਾਉਣਾ, ਮਨਾਉਣਾ।
Appellancy—ਅਪੀਲ, ਲਲਕਾਰ।
Appellent—ਅਪੀਲ ਕਰਨ ਵਾਲਾ।
Appellate—ਅਪੀਲ ਸੁਣਨ ਵਾਲੀ ਅਦਾਲਤ।
Appellation—ਪਦਵੀ, ਮਾਣ, ਖ਼ਿਤਾਬ।
Appellee—ਜਿਸ ਦੇ ਵਿਰੁੱਧ ਅਪੀਲ ਕੀਤੀ ਗਈ ਹੋਵੇ।
Appellor—ਅਪੀਲ ਕਰਨ ਵਾਲਾ।
Append—ਮਿਲਾਉਣਾ, ਚਿਪਕਾਉਣਾ।
Appendancy—ਮਿਲਾਇਆ ਹੋਇਆ, ਜੋੜਿਆ ਹੋਇਆ।
Appendant—ਮਿਲਾਇਆ ਜਾਂ ਛੱਡਿਆ ਹੋਇਆ ਭਾਗ।
Appendix—ਮਿਲਾਇਆ ਹੋਇਆ।
Apperseive—ਸਮਝਣਾ, ਧਿਆਨ ਵਿਚ ਲਿਆਉਣਾ।
Apperception—ਸੋਚ ਸਮਝ।
Apperil—ਖ਼ਤਰਾ, ਦੁੱਖ।
Appertain—ਸੰਬੰਧ ਰੱਖਣਾ।
Appetence—ਇੱਛਾ, ਅਭਿਲਾਸ਼ਾ।
Appetent—ਅਭਿਲਾਸ਼ਾ ਕਰਨ ਵਾਲਾ।
Appetible—ਇੱਛਾ ਅਨੁਸਾਰ।
Appetite—ਭੁੱਖ ਲਾਲਸਾ।
Applaud—ਤਾੜੀਆਂ ਮਾਰਨਾ।
Applauder—ਤਾਰੀਫ਼ ਕਰਨ ਵਾਲਾ।
Applause—ਵਾਹ ਵਾਹ, ਉੱਸਤਤੀ।
Apple—ਅੱਖ ਦੀ ਪੁਤਲੀ, ਸੇਬ।
Apple-sauce—ਸੇਬ ਦੀ ਚਟਣੀ।
Apple-tree—ਸੇਬ ਦਾ ਦਰਖ਼ਤ।
Apple-yard—ਸੇਬ ਦੇ ਦਰਖ਼ਤਾਂ ਦਾ ਘੇਰਾ।
Appliance—ਸਜਾਵਟ ਦੀਆਂ ਚੀਜ਼ਾਂ।
Applicable—ਲੱਗਣ ਯੋਗ।
Applicant—ਅਪੀਲ ਕਰਨ ਵਾਲਾ।
Applicate—ਵਿੰਗੀ ਲਕੀਰ ਉਪਰ ਸਿੱਧੀ ਖਿੱਚੀ ਹੋਈ ਲਕੀਰ।
Application—ਦਰਖ਼ਾਸਤ, ਅਰਜ਼ੀ, ਪ੍ਰਯੋਗ।
Apply—ਮਿਲਾਉਣਾ, ਲਗਾਉਣਾ।
Appoint—ਨੀਯਤ ਕਰਨਾ।
Appointable—ਭਰਤੀ ਕਰਨ ਯੋਗ।
Appointee—ਨੀਯਤ ਕੀਤਾ ਹੋਇਆ ਮਨੁੱਖ।
Appointment—ਨੌਕਰੀ ਮਿਲਣ ਦੀ ਪ੍ਰਤਿਗਿਆ।
Apportion—ਵੰਡਣਾ।
Appose—ਸਵਾਲ ਕਰਨਾ।
Apposer—ਪੁੱਛਣ ਵਾਲਾ।
Apposite—ਮਿਲਦਾ ਹੋਇਆ, ਠੀਕ।
Appositely—ਠੀਕ ਸਮੇਂ ਤੇ ਉਚਿਤ।
Aposition—ਜੋੜ, ਬਹੁਤਾਤ।
Apraise—ਮੁੱਲ ਪਾਉਣਾ।
Apprecation—ਦਿਲ ਦੀ ਪ੍ਰਾਰਥਨਾ।
Appreciable—ਦਿਲ ਪਸੰਦ।
Appreciate—ਕਦਰ ਕਰਨਾ, ਮੁੱਲ ਪਾਉਣਾ।
Appreciation—ਕਦਰਦਾਨੀ।
Apprehend—ਪਕੜਨਾ, ਸਮਝਣਾ।
Apprehensible—ਵਿਚਾਰ ਕਰਨ ਯੋਗ।
Apprehension—ਡਰ, ਸਮਝ।
Apprehensive--ਵਹਿਮੀ, ਛੇਤੀ ਸਮਝਣ ਵਾਲਾ।
Apprehensiveness—ਭੈਅ।
Apprentice—ਉਮੀਦਵਾਰ, ਸ਼ਾਗਿਰਦ।
Apprenticeship--ਸ਼ਾਗਿਰਦੀ, ਉਮੀਦਵਾਰੀ।
Apprize—ਦੱਸਣਾ, ਖ਼ਬਰ ਦੇਣਾ।
Approach—ਪਹੁੰਚ, ਨਜ਼ਦੀਕ।
Approachable—ਪਹੁੰਚਣ ਯੋਗ।
Approacher—ਪਹੁੰਚਣ ਵਾਲਾ।

Approbate—ਮੰਨਣਾ, ਪਸੰਦ ਕਰਨਾ।
Approbation—ਮਨਜ਼ੂਰੀ, ਪਸੰਦਗੀ।
Approompt—ਉਕਸਾਉਣਾ।
Approperate—ਜਲਦੀ ਕਰਨਾ।
Appropinquate—ਕੋਲ ਆਉਣਾ।
Appropriable—ਕੋਲ ਰੱਖਣ ਯੋਗ।
Appropriate—ਕਬਜ਼ਾ ਕਰਨਾ, ਆਪਣਾ ਕਰਨਾ।
Appropriation—ਖ਼ਰਚ, ਵਰਤਾਉ।
Approvable—ਮਨਜ਼ੂਰੀ ਯੋਗ।
Approver—ਇਕਬਾਲੀ।
Approximant--ਕਰੀਬ ਕਰੀਬ, ਲੱਗਭਗ।
Approximate—ਲੱਗਭਗ, ਕਰੀਬਨ।
Approximation—ਨਜ਼ਦੀਕੀ, ਨਿਕਟ।
Appluse, Appulsion--ਟੱਕਰ, ਠੋਕਰ।
Appulsive—ਟਕਰਾਉਣ ਵਾਲਾ
Appurtenance—ਲਗਾਓ, ਸੰਬੰਧ।
Apricate—ਧੁੱਪ ਸੇਕਣੀ।
Apricity—ਧੁੱਪ, ਸੂਰਜ ਦੀ ਤਪਸ਼।
April—ਸਾਲ ਦਾ ਚੌਥਾ ਮਹੀਨਾ।
Apron—ਪੇਟ 'ਤੇ ਲਪੇਟਣ ਵਾਲਾ ਕੱਪੜਾ।
Apropos—ਸਮੇਂ ਦੇ ਅਨੁਸਾਰ।
Apsis—ਕਿਸੇ ਮਰਕਜ਼ ਦਾ ਉਹ ਭਾਗ ਜੋ ਧਰਤੀ ਦੇ ਨੇੜੇ ਜਾਂ ਬਹੁਤ ਦੂਰ ਹੋਵੇ।
Apt—ਚੋਤੁਰ, ਤਿਆਰ।
Aptate—ਲਾਇਕ ਬਣਾਉਣਾ।
Aptitude—ਲਿਆਕਤ ਮੇਲ।
Aptly—ਅਕਲਮੰਦੀ ਨਾਲ।
Apyrous—ਗਰਮ ਪਰੰਤੂ ਜਲਣ ਦੇ ਅਯੋਗ।
Aquarogia—ਸੋਨਾ ਪਿਘਲਾਉਣ ਦਾ ਤੇਜ਼ਾਬ।
Aquarium—ਮਛਲੀ ਘਰ।
Aquarius—ਕੁੰਭ ਰਾਸ਼ੀ, ਪਾਣੀ ਲਿਆਉਣ ਵਾਲਾ।
Aquatic, Aquatical, Aquatile--ਸਮੁੰਦਰੀ, ਦਰਿਆਈ।
Aquavitae—ਬਰਾਂਡੀ ਦੀ ਸ਼ਰਾਬ।
Aqueduct—ਨਾਲੀ, ਮੋਰੀ।
Aqueous—ਪਾਣੀ ਵਾਂਗ।
Aquila—ਇਕ ਸਿਤਾਰੇ ਦਾ ਨਾਮ।
Aquiline—ਉਕਾਬ ਦੀ ਚੁੰਝ ਦੀ ਤਰ੍ਹਾਂ ਨੋਕਦਾਰ।
Aquilon—ਉੱਤਰੀ ਹਵਾ।
Arab, Arabin—ਅਰਬ ਦੇਸ਼ ਦਾ ਰਹਿਣ ਵਾਲਾ।
Arabesk, Arabesque—ਵੇਲ ਬੂਟੇ।
Arabian—ਅਰਬ ਦੇ ਦੇਸ਼ ਦਾ।
Arabic—ਅਰਬੀ ਭਾਸ਼ਾ।
Arabist—ਅਰਬੀ ਭਾਸ਼ਾ ਦਾ ਵਿਦਵਾਨ।
Arbale—ਖੇਤੀ ਦੇ ਯੋਗ।
Araneous—ਮੱਕੜੀ ਦੇ ਜਾਲੇ ਦੀ ਤਰ੍ਹਾਂ।
Aration—ਖੇਤੀਬਾੜੀ।
Arbalat, Arabalist—ਤਿਰਛੀ ਕਮਾਨ।
Arbitrament—ਫੈਸਲਾ।
Arbitrarily—ਸੀਨਾਜ਼ੋਰੀ, ਖੁਦਸੀ।
Arbitrary—ਖ਼ੁਦਮੁਖ਼ਤਾਰ, ਆਪਣੀ ਕਰਨ ਵਾਲਾ।
Arbitrate—ਨਿਆਂ ਕਰਨਾ।
Arbitration—ਸਾਲਸੀ ਫੈਸਲਾ।
Arbitrator—ਨਿਆਂ ਕਰਨ ਵਾਲਾ।
Arbitress, Arbitratrix—ਨਿਆਂ ਕਰਨ ਵਾਲੀ ਇਸਤਰੀ।
Arbor—ਧੁਰੀ।
Arborator—ਰੁੱਖ ਲਗਾਉਣ ਵਾਲਾ।
Arboret—ਝਾੜੀ, ਦਰਖ਼ਤ।
Arborist—ਪ੍ਰਾਕਿਰਤੀ ਦਾ ਵਿਦਵਾਨ।
Arbour—ਬਿਰਛਾਂ ਦੀ ਛਾਂ ਹੇਠ ਜਗ੍ਹਾ।
Arbuscle—ਝਾੜੀ, ਬਿਰਛ।

Arc, Arck—ਧਨੁਖ ਕਮਾਨ।
Arcade—ਛੱਤਾ, ਕਾਂਚਾ।
Arcane—ਛੁਪਿਆ ਹੋਇਆ, ਗੁਪਤ।
Arcanum—ਭੇਤ।
Arch—ਮਹਿਰਾਬ, ਡਾਂਟ, ਵੱਡਾ ਆਗੂ।
Archaeology—ਪੁਰਾਤਨ ਚੀਜ਼ਾਂ ਦੀ ਵਿੱਦਿਆ।
Archaism—ਪੁਰਾਣੇ ਸਲੋਕ।
Archangel—ਯਮਦੂਤ।
Archduke—ਬਹੁਤ ਵੱਡਾ ਨਵਾਬ, ਰਾਜ ਕੁੰਵਰ।
Arched—ਗੋਲ ਕਮਾਨਦਾਰ।
Archenemy—ਜਾਨੀ ਦੁਸ਼ਮਨ।
Archer—ਧਨੁੱਖ ਧਾਰੀ।
Archeress—ਧਨੁੱਖਧਾਰੀ ਇਸਤ੍ਰੀ।
Archery—ਧੁਨਸ਼ ਧਾਰਣ।
Archetype—ਅਸਲ ਨਮੂਨਾ।
Arch-fiend—ਭੂਤਾਂ ਦਾ ਸਰਦਾਰ।
Archical—ਅਸਲੀ ਪ੍ਰਿਥਮ।
Architect—ਰਾਜ, ਇਮਾਰਤ ਬਣਾਉਣ ਦੀ ਵਿੱਦਿਆ ਜਾਨਣ ਵਾਲਾ।
Architectonics—ਇਮਾਰਤੀ ਵਿੱਦਿਆ।
Architector—ਰਾਜ।
Architecture—ਇਮਾਰਤ ਬਣਾਉਣ ਦੀ ਵਿੱਦਿਆ।
Architrave—ਮਹੱਲ ਦਾ ਵੱਡਾ ਖੰਬਾ।
Archives—ਸਰਕਾਰੀ ਜਾਂ ਇਤਿਹਾਸਕ ਕਾਗਜ਼ਾਤ ਰੱਖਣ ਦੀ ਥਾਂ।
Archlike—ਕਮਾਨ ਦੇ ਸਮਾਨ।
Archly—ਧੋਖੇਬਾਜ਼ੀ ਨਾਲ।
Archprelate—ਮਹਾਨ ਰਿਖੀ, ਲਾਟ ਪਾਦਰੀ।
Arch-prophet—ਮਹਾਨ ਰਿਖੀ, ਵੱਡਾ ਅਵਤਾਰ।
Arch-rebel—ਬਾਗ਼ੀਆਂ ਦਾ ਸਰਦਾਰ।
Arch-traitor—ਮੰਨਿਆਂ ਹੋਇਆ ਬਾਗ਼ੀ।
Arch-treasurer—ਖ਼ਜ਼ਾਨਚੀ, ਮੁਨਸ਼ੀ ਮਾਲ।
Archvillain—ਨਾਮੀ ਸ਼ੈਤਾਨ।
Archwise—ਕਮਾਨ ਦੇ ਸਮਾਨ।
Arctic—ਉੱਤਰ ਦੀ ਦਸ਼ਾ ਨੂੰ।
Arcuate—ਕਮਾਨ ਵਾਂਗੂ ਝੁਕਣਾ।
Arcuature—ਕਮਾਨ ਜਾਂ ਮਹਿਰਾਬ ਦਾ ਝੁਕਾਅ।
Arcubalist—ਟੇਢਾ ਧਨੁਸ਼।
Arcubalister--ਕਮਾਨ ਵਾਲਾ, ਧਨੁਸ਼ਧਾਰੀ।
Ardency, Ardentness--ਸ਼ੌਕ, ਮਿਹਨਤ।
Ardent—ਉਤਸ਼ਾਹੀ, ਜੋਸ਼ ਵਾਲਾ।
Ardently—ਉਤਸ਼ਾਹ।
Ardour—ਉਤਸ਼ਾਹ।
Arduous—ਕਠਿਨ, ਮਿਹਨਤੀ।
Area—ਵਿਸਤਾਰ, ਹਦੂਦ।
Arefy—ਸੁਕਾਉਣਾ।
Arena—ਅਖਾੜਾ, ਥੀਏਟਰ।
Arenaceous, Arenose—ਰੇਤ ਦਾ ਭਰਿਆ ਹੋਇਆ।
Arenation—ਰੇਤ ਦਾ ਇਸ਼ਨਾਨ।
Areometer—ਦਰਵ ਪਦਾਰਥ ਮਾਪਣ ਵਾਲਾ ਯੰਤਰ।
Argent—ਚਾਂਦੀ ਦਾ, ਰੁਪਹਿਲੀ।
Argentation—ਚਾਂਦੀ ਦਾ ਪਾਣੀ।
Argentry—ਚਾਂਦੀ ਦੀਆਂ ਚੀਜ਼ਾਂ।
Argil—ਘੁਮਿਆਰ ਦੀ ਮਿੱਟੀ।
Argosy—ਸੌਦਾਗਰੀ ਦਾ ਵੱਡਾ ਜਹਾਜ਼।
Argue—ਬਹਿਸ ਕਰਨਾ, ਦਲੀਲ ਕਰਨਾ।
Arguer—ਬਹਿਸ ਕਰਨ ਵਾਲਾ।
Argument—ਦਲੀਲ, ਸਬੂਤ।
Argumentize—ਦਲੀਲ ਦੇਣਾ।
Aria—ਸੁਰ, ਤਾਲ।
Arid—ਖ਼ੁਸ਼ਕ, ਸੁੱਕਾ।

Aridity—ਖ਼ੁਸ਼ਕੀ, ਸੁੱਕਾਪਨ।
Aries—ਮੇਂਢਾ, ਮੇਖ ਰਾਸ਼ੀ।
Aright—ਠੀਕ ਠੀਕ।
Aril, Arillus—ਬੀਜ ਦਾ ਬਾਹਰੀ ਛਿਲਕਾ।
Arise—ਜਾਗਣਾ, ਚੜ੍ਹਨਾ।
Aristarch—ਬਾਰੀਕ ਦੇਖਣ ਵਾਲਾ।
Aristarchy—ਬਾਰੀਕ ਬੀਨੀ।
Aristocracy—ਅਮੀਰਾਂ ਦਾ ਰਾਜ।
Aristocrat—ਅਮੀਰਾਂ ਦੇ ਰਾਜ ਦਾ ਤਰਫ਼ਦਾਰ।
Aristocratic, Aristocratical—ਘਮੰਡੀ, ਅਮੀਰਾਨਾ।
Arithmancy—ਗਣਿਤ ਵਿੱਦਿਆ ਤੋਂ ਅੱਗੇ ਕਹਿਣਾ।
Arithmetic--ਗਣਿਤ, ਗਣਿਤ ਵਿੱਦਿਆ।
Arithmetical—ਹਿਸਾਬੀ।
Arithmetician—ਹਿਸਾਬ ਦਾਨ।
Ark—ਹਜ਼ਰਤ ਨੂਹ ਦੀ ਕਿਸ਼ਤੀ।
Arm—ਬਾਜ਼ੂ, ਬਾਂਹ।
Armada—ਫ਼ੌਜੀ ਜਹਾਜ਼ਾਂ ਦਾ ਬੇੜਾ।
Armament—ਸੈਨਾ, ਜੰਗੀ ਫ਼ੌਜ।
Armamentary—ਹਥਿਆਰ ਘਰ।
Armature—ਬਸਤਰ।
Arm-chair—ਅਰਾਮ ਕੁਰਸੀ।
Armenian stone—ਇਕ ਨੀਲਾ ਕਾਨੀ ਪੱਥਰ।
Armentose—ਪਸ਼ੂਆਂ ਦਾ ਭਰਿਆ ਹੋਇਆ।
Armillary—ਚੂੜੀ ਜਾਂ ਕੰਗਣ ਦੀ ਤਰ੍ਹਾਂ।
Armillet—ਚੂੜੀ, ਕੰਗਨੀ।
Armipotent—ਸੂਰਮਾ, ਬੀਰ।
Armistice—ਲੜਾਈ ਦਾ ਕੁਝ ਸਮੇ ਲਈ ਬੰਦ ਹੋਣਾ।
Armless—ਬਿਨਾਂ ਹਥਿਆਰ।
Armlet—ਬਾਜ਼ੂਬੰਦ, ਕੜਾ।
Armorer—ਜ਼ਰਾ ਬਕਤਰ ਜਾਂ ਸ਼ਸਤ੍ਰ ਬਣਾ ਕੇ ਵੇਚਣ ਵਾਲਾ।
Armorial—ਖ਼ਾਨਦਾਨੀ ਨਿਸ਼ਾਨੀਆਂ।
Armory—ਹਥਿਆਰ ਘਰ, ਅਸਲਾ ਖ਼ਾਨਾ।
Armpit—ਬਗਲ, ਕੱਛ।
Armour-bearer—ਕਵਚ ਉਠਾਉਣ ਵਾਲਾ।
Arms—ਲੜਾਈ ਦਾ ਹਥਿਆਰ।
Army—ਫ਼ੌਜ, ਸੈਨਾ।
Aromatic, Aromatical—ਖ਼ੁਸ਼ਬੂਦਾਰ, ਮਹਿਕਦਾਰ।
Aromatics—ਖ਼ੁਸ਼ਬੂ, ਮਹਿਕ।
Aromatize—ਸੁਗੰਧਿਤ ਕਰਨਾ।
Aromatous—ਖ਼ੁਸ਼ਬੂਦਾਰ।
Around—ਚਾਰੇ ਪਾਸੇ, ਹਰ ਪਾਸੇ।
Arouse—ਜਗਾਉਣਾ, ਉਕਸਾਉਣਾ।
Arow—ਲਾਈਨ ਵਿੱਚ, ਕਤਾਰ ਵਿੱਚ।
Arquebuse—ਦਸਤੀ ਬੰਦੂਕ।
Arrack, Arack—ਦੇਸੀ ਸ਼ਰਾਬ।
Arraign—ਅਪਰਾਧੀ ਬਣਾਉਣਾ, ਦੋਸ਼ ਲਗਾਉਣਾ।
Arraignment—ਨਾਲਿਸ਼, ਜ਼ੁਰਮ।
Arrange—ਸੰਵਾਰਨਾ, ਸੁਧਾਰਨਾ।
Arrangement—ਸਜਾਵਟ, ਸੁਧਾਰ।
Arranger—ਸੁਧਾਰਨ ਵਾਲਾ, ਠੀਕ ਕਰਨ ਵਾਲਾ।
Arrant—ਬਹੁਤ ਹੀ ਬੁਰਾ, ਬਦਨਾਮ।
Arras—ਕੰਧਾਂ ਦਾ ਪਰਦਾ, ਵੇਲ ਬੂਟੇ ਵਾਲਾ ਪਰਦਾ।
Array—ਤਰਤੀਬ ਦੇਣਾ, ਕੱਪੜੇ ਪਵਾਉਣਾ।
Arrear, Arrearage—ਪਿਛਲੀ, ਬਾਕੀ।
Arrest—ਪਕੜਨਾ, ਗ੍ਰਿਫ਼ਤਾਰ ਕਰਨਾ।
Arret—ਵੱਡੀ ਅਦਾਲਤ ਦਾ ਹੁਕਮ।
Arride—ਹੱਸਣਾ, ਮਖ਼ੌਲ ਕਰਨਾ।
Arrival—ਪਹੁੰਚ, ਆਗਮਨ।

Arrive—ਆਉਣਾ, ਪਹੁੰਚਣਾ।
Arrode—ਦੰਦਾਂ ਨਾਲ ਕੱਟਣਾ।
Arrogance—ਅਭਿਮਾਨ, ਮਾਣ।
Arrogant—ਅਭਿਮਾਨੀ, ਘੁਮੰਡੀ।
Arrogantly—ਅਭਿਮਾਨ ਨਾਲ।
Arrogate—ਅਭਿਮਾਨ, ਘਮੰਡ।
Arrogation—ਸ਼ਾਸਤ੍ਰ ਦੇ ਵਿਰੁੱਧ।
Arrondisement—ਘੇਰਾ, ਹਾਤਾ।
Arrow—ਤੀਰ, ਬਾਣ।
Arrow-root—ਅਰਾਰੋਟ।
Arsenal—ਤੋਪਖ਼ਾਨਾ।
Arsenic—ਹੜਤਾਲ, ਸੰਖੀਆ।
Arsentie—ਹੜਤਾਲ ਦਾ ਤੇਜ਼ਾਬ।
Arson—ਅੱਗ ਲਾਉਣਾ, ਅੱਗ ਲਾਉਣ ਦਾ ਦੋਸ਼।
Art—ਗੁਣ, ਹੁਨਰ।
Artery—ਸ਼ਾਹ ਰਗ।
Arterial—ਸ਼ਾਹ ਰਗ ਦੇ ਮੁਤਅੱਲਕ
Artful—ਗੁਣੀ, ਚਾਲਾਕ।
Artfully—ਹਿਕਮਤ ਨਾਲ।
Artfulness—ਚਤੁਰਤਾ, ਹਿਕਮਤ।
Artichoke—ਹਾਥੀ ਚੱਕ, ਇਕ ਤਰ੍ਹਾਂ ਦਾ ਪੌਦਾ।
Article—ਅਖ਼ਬਾਰ ਵੱਲ ਚਿੱਠੀ।
Articulate—ਸਾਫ਼, ਖੁੱਲ੍ਹਾ ਹੋਇਆ।
Articulately—ਸਾਫ਼।
Articulation—ਜੋੜ, ਉਚਾਰਨ।
Artifice—ਚਾਲ, ਚਲਾਕੀ।
Artificer—ਦਸਤਕਾਰ, ਕਾਰੀਗਰ।
Artificial—ਬਨਾਵਟੀ, ਨਕਲੀ।
Artificiality—ਬਨਾਵਟ, ਨਕਲ।
Artificially—ਬਨਾਵਟ ਨਾਲ, ਤਰਕੀਬ ਨਾਲ।
Artificious—ਦਿਖਲਾਵਾ।
Artillery—ਤੋਪਖ਼ਾਨਾ, ਤੋਪ।
Artisan—ਕਾਰੀਗਰ, ਮਾਮੂਲੀ ਸੌਦਾਗਰ।
Artist—ਗੁਣੀ।
Artless—ਸਾਦਾ, ਭੋਲਾ।
Artlessly—ਸਾਦਗੀ ਨਾਲ।
Artlessness—ਭੋਲਾਪਨ, ਸਾਦਗੀ।
As—ਜੈਸਾ, ਵੈਸਾ, ਜਿਸ ਵੇਲੇ, ਕਿਉਂਕਿ।
Asafoetida—ਹਿੰਗ।
Ascarides—ਪੇਟ ਦੇ ਕੀੜੇ।
Ascend—ਚੜ੍ਹਨਾ, ਉਠਾਉਣਾ।
Ascendable—ਚੜ੍ਹਾਈ ਯੋਗ।
Ascendant—ਜ਼ਬਰਦਸਤ, ਇਕਬਾਲ, ਵੱਧ ਕੇ।
Ascendancy—ਵੱਡਾਪਨ, ਵਡਿਆਈ।
Ascension—ਉਠਾਉ, ਚੜ੍ਹਾਈ।
Ascension-day--ਇਕਬਾਲ ਦਾ ਦਿਨ।
Ascent—ਉਠਾਉਣਾ, ਚੜ੍ਹਾਈ।
Ascertain—ਪਤਾ ਲਗਾਉਣਾ, ਨਿਸ਼ਚਿਤ ਕਰਨਾ।
Ascertainable—ਨਿਸ਼ਚੇ ਯੋਗ।
Ascertainment—ਜਾਂਚ, ਨਿਸ਼ਚੇ।
Ascetic—ਤਪੱਸਵੀ, ਸੰਨਿਆਸੀ।
Asceticism—ਤੱਪ, ਸੰਨਿਆਸ।
Ascites—ਜਲੋਦਰ ਰੋਗ।
Ascititious—ਫਾਲਤੂ, ਜ਼ਿਆਦਾ।
Ascribe--ਕਾਰਨ ਸਮਝਣਾ, ਜ਼ਿੰਮੇ ਲਾਉਣਾ।
Ascription—ਲਗਾਓ, ਆਰੋਪ।
Ash—ਇਕ ਪ੍ਰਕਾਰ ਦਾ ਬਿਰਛ।
Ashamed—ਸ਼ਰਮਿੰਦਾ, ਪਸ਼ੇਮਾਨ।
Ashcoloured—ਖਾਕੀ।
Ashes—ਸੁਆਹ, ਖਾਕ, ਰਾਖ਼।
Ashhole—ਸੁਆਹ ਕੱਠੀ ਕਰਨ ਜਾਂ ਨਿਕਲਣ ਦੀ ਮੋਰੀ।
Ashore—ਕੰਡੇ 'ਤੇ, ਕਿਨਾਰੇ 'ਤੇ।
Ashy—ਸੁਆਹ ਮਲੀ ਹੋਈ, ਪੀਲਾ।
Asian—ਏਸ਼ੀਆ ਦਾ।

Asiatic—ਏਸ਼ੀਆ ਦਾ ਵਸਨੀਕ।
Aside—ਇੱਕ ਪਾਸੇ, ਵੱਖਰਾ।
Asinary, Asinine—ਖੋਤੇ ਦੀ ਤਰ੍ਹਾਂ।
Asinego—ਅਨਾੜੀ, ਮੂਰਖ।
Asio—ਸਿੰਗ ਵਾਲਾ ਉਲੂ।
Ask—ਮੰਗਣਾ, ਪੁੱਛਣਾ।
Askance—ਟੇਢਾ, ਤਿਰਛਾ।
Aslake—ਘੱਟ ਕਰਨਾ।
Aslant—ਟੇਢਾ, ਤਿਰਛਾ।
Asleep—ਸੁੱਤਾ ਹੋਇਆ, ਆਰਾਮ ਵਿੱਚ।
Aslop—ਢਲਵਾਂ, ਝੁਕਾਓ।
Asomatous—ਬਿਨਾਂ ਦੇਹ।
Asp, Aspic—ਇਕ ਪ੍ਰਕਾਰ ਦਾ ਜ਼ਹਿਰੀਲਾ ਛੋਟਾ ਸੱਪ।
Aspect—ਰੂਪ, ਪ੍ਰਕਾਸ਼।
Aspect, Asprous—ਬੇਡੌਲ।
Asperate—ਖੁਰਦਰਾ।
Asperity—ਖੁਰਦਰਾਪਨ, ਰੁੱਖਾਪਨ।
Asperly—ਰੁਖਾਈ ਨਾਲ।
Aspernation—ਬੇਪਰਵਾਹੀ, ਗਫ਼ਲਤ।
Asperous—ਉੱਚਾ ਨੀਵਾਂ।
Asperse—ਕਲੰਕ ਲਗਾਉਣਾ।
Aspersion—ਦੋਸ਼, ਇਲਜ਼ਾਮ।
Asphyxia—ਮੂਰਛਾ।
Aspirant—ਇੱਛਾ ਕਰਨ ਵਾਲਾ।
Aspirate—ਪੂਰਾ ਉਚਾਰਨ ਕਰਨਾ।
Aspiration—ਦਿਲੀ ਖ਼ਾਹਿਸ਼।
Aspire—ਇੱਛਾ ਕਰਨਾ।
Aspiring—ਵੱਡੇ ਹੌਸਲੇ ਵਾਲਾ, ਸਾਹਸੀ।
Asquint—ਭੈਂਗੀ ਨਜ਼ਰ ਨਾਲ।
Ass—ਖੋਤਾ, ਮੂਰਖ।
Assail—ਹਮਲਾ ਕਰਨਾ, ਬੁਰਾ ਭਲਾ ਕਹਿਣਾ।
Assailable—ਜਿਸ 'ਤੇ ਹਮਲਾ ਹੋ ਸਕੇ।
Assailant—ਹਮਲਾ ਕਰਨ ਵਾਲਾ।
Assart—ਬਿਰਛ ਉਖੇੜਨਾ।
Assassin, Assassinator—ਗੁਪਤ।
Assassinate—ਧੋਖੇ ਨਾਲ ਮਾਰ ਸੁੱਟਣਾ।
Assassination—ਕਤਲ, ਖ਼ੂਨ।
Assault—ਚੜ੍ਹਾਈ, ਹਮਲਾ।
Assaulter—ਹਮਲਾ ਕਰਨ ਵਾਲਾ।
Assay—ਜਾਂਚਣਾ।
Assayer—ਸਰਾਫ਼, ਜਾਂਚਣ ਵਾਲਾ।
Assectation—ਹਾਜ਼ਰੀ।
Assecution—ਪ੍ਰਾਪਤੀ।
Assemblage—ਜਮਘਟਾ, ਮੰਡਲੀ।
Assemble—ਇਕੱਠਾ ਕਰਨਾ।
Assembly—ਸਭਾ ਮੰਡਲੀ।
Assent—ਮੰਨ ਲੈਣਾ, ਹਾਮੀ ਭਰਨਾ।
Assenter—ਮੰਨਣ ਵਾਲਾ।
Assert—ਦਾਅਵਾ ਕਰਨਾ, ਇਕਰਾਰ ਕਰਨਾ।
Assertion—ਬਿਆਨ, ਬਚਨ।
Assertive—ਨਿਸੰਦੇਹ, ਬੇਸ਼ਕ।
Assertor—ਦਾਅਵੇਦਾਰ, ਸੰਗੀ ਹੋਣਾ।
Asserve—ਸਾਥ ਦੇਣਾ, ਮਦਦ ਕਰਨਾ।
Asses—ਟੈਕਸ ਲਾਉਣਾ, ਅੰਦਾਜ਼ਾ ਲਾਉਣਾ।
Assessment—ਟੈਕਸ, ਲਗਾਨ।
Assessor—ਟੈਕਸ ਲਗਾਉਣ ਵਾਲਾ, ਜੱਜ ਨੂੰ ਸਲਾਹ ਦੇਣ ਵਾਲਾ।
Assets—ਪੂੰਜੀ, ਸਾਰਾ ਰੁਪਿਆ।
Assever, Asseverate--ਵਚਨ ਕਰਨਾ।
Asseveration—ਸਹੁੰ ਖਾ ਕੇ, ਇਕਰਾਰ ਕਰਨਾ।
Assiduity—ਮਿਹਨਤ ਨਾਲ।
Assiduous—ਮਿਹਨਤੀ।
Assiduously—ਮਿਹਨਤ ਨਾਲ।
Assign—ਮੁਕੱਰਰ ਕਰਨਾ, ਹਿੱਸਾ ਕਰਨਾ।
Assignable—ਬਦਲਣ ਯੋਗ।
Assignee—ਕਾਰਿੰਦਾ, ਕਰਤਾ।

Assignment—ਸਪੁਰਦਗੀ, ਹਵਾਲੇ ਕਰਨਾ।

Assignor—ਇੰਤਕਾਲ ਕਰਨ ਵਾਲਾ।

Assimilate—ਮਿਲ ਜਾਣਾ, ਇਕ ਸਮਾਨ ਕਰਨਾ।

Assimilation—ਇਕ ਮੇਲ, ਇਕ ਰੂਪ।

Assimulate—ਬਹਾਨਾ ਕਰਨਾ, ਮਕਰ ਕਰਨਾ।

Assist—ਸਹਾਇਤਾ ਕਰਨਾ, ਸਹਾਰਾ ਦੇਣਾ।

Assistance—ਸਹਾਇਤਾ, ਸਹਾਰਾ।

Assize—ਭਾਅ ਠਹਿਰਾਉਣ ਦਾ ਨੇਮ।

Assize—ਅਦਾਲਤ, ਕਚਹਿਰੀ।

Associable—ਮਿਲਣਸਾਰ।

Associate—ਮਿਲਾਪ ਕਰਨਾ, ਸਾਥੀ, ਮ੍ਰਿਤਤਾਈ ਕਰਨਾ।

Association—ਮੇਲ ਜੋੜ, ਸਭਾ, ਮੇਲ।

Associative—ਮਿਲਣਸਾਰ, ਮਿਲਾਪ ਦੇ ਯੋਗ।

Associator—ਸਾਥੀ, ਸੰਗੀ।

Assonance—ਇਕ ਆਵਾਜ਼, ਇਕ ਸੁਰ।

Assonate—ਘੰਟੇ ਦੀ ਤਰ੍ਹਾਂ ਵੱਜਣਾ।

Assort—ਵੰਡਣਾ, ਅੱਡ-ਅੱਡ ਕਰਨਾ।

Assot—ਮੋਹਿਤ ਕਰਨਾ।

Assuage—ਘੱਟ ਕਰਨਾ, ਧੀਮਾ ਕਰਨਾ।

Asuager—ਘੱਟ ਕਰਨ ਵਾਲਾ।

Assuasive—ਘੱਟ ਕਰਨ ਵਾਲੀ।

Assume—ਧਾਰਨ ਕਰਨਾ, ਜ਼ਿੰਮੇ ਲੈਣਾ।

Assuming—ਘਮੰਡੀ, ਹੰਕਾਰੀ।

Assumption—ਆਪਣੇ ਉੱਪਰ ਲੈਣਾ।

Assurance—ਭਰੋਸਾ, ਬੀਮਾ।

Assure—ਯਕੀਨ ਦਵਾਉਣਾ।

Assured—ਠੀਕ, ਪੱਕਾ।

Assuredly—ਬਿਨਾ ਸ਼ੱਕ, ਨਿਸੰਦੇਹ।

Assurer—ਵਿਸ਼ਵਾਸ ਦਿਲਾਉਣ ਵਾਲਾ, ਬੀਮਾ ਕਰਨ ਵਾਲਾ।

Asterisk—ਤਾਰੇ ਦੀ ਤਰ੍ਹਾਂ ਨਿਸ਼ਾਨ।

Asterites—ਤਾਰੇ ਦੀ ਤਰ੍ਹਾਂ।

Astern—ਜਹਾਜ਼ ਦੇ ਪਿਛਲੇ ਪਾਸੇ।

Asthma—ਦਮੇ ਦੀ ਬੀਮਾਰੀ।

Asthmatic, Asthmatical—ਦਮੇ ਦਾ ਰੋਗੀ।

Asthenic—ਕਮਜ਼ੋਰ, ਨਿਰਬਲ।

Astipulate—ਇਕ ਰਾਏ ਹੋਣਾ, ਵਾਅਦਾ ਕਰਨਾ।

Astipulation—ਇਕਰਾਰ ਨਾਮਾ, ਸ਼ਰਤ।

Astonish—ਹੈਰਾਨ ਕਰਨਾ।

Astonishing—ਅਚੰਭਾ, ਹੈਰਾਨੀ।

Astonishment—ਅਚੰਭਾ।

Astound—ਅਚੰਭੇ ਵਿਚ ਪਾਉਣਾ।

Astral—ਸਿਤਾਰਿਆਂ ਵਰਗਾ।

Astray—ਭਟਕਦਾ ਹੋਇਆ, ਭੁੱਲਿਆ ਹੋਇਆ।

Astrict—ਸੁਕੇੜਨਾ, ਬੰਦਸ਼ ਕਰਨਾ।

Astrictive—ਰੋਕਣ ਵਾਲੀ।

Astride—ਇਕ ਲੱਤ ਇੱਧਰ ਇਕ ਲੱਤ ਉੱਧਰ।

Astrings—ਰਚਣਾ, ਸਮੇਟਣਾ।

Astringency—ਸੰਕੋਚ, ਬੰਧੇਜ।

Astringent—ਖਿੱਚਣ ਵਾਲਾ, ਸਮੇਟਣ ਵਾਲਾ।

Astrography—ਜੋਤਿਸ਼, ਨਜੂਮ।

Astrolabe—ਸੂਰਜ ਤੇ ਤਾਰਿਆਂ ਦੀ ਉਚਾਈ ਪਤਾ ਕਰਨ ਦਾ ਯੰਤਰ।

Astrologer, Astrologian—ਜੋਤਸ਼ੀ, ਨਜੂਮੀ।

Astrologize—ਜੋਤਿਸ਼ ਵਿੱਦਿਆ।

Astrology—ਜੋਤਿਸ਼।

Astronomer—ਸੂਰਜ, ਚੰਦ੍ਰ, ਤਾਰਿਆਂ ਦੀ ਵਿੱਦਿਆ ਜਾਨਣ ਵਾਲਾ।

Astronomic, Astronomical—ਜੋਤਿਸ਼ ਵਿੱਦਿਆ ਦੇ ਸੰਬੰਧ ਵਿਚ।

Astronomy—ਖਗੋਲ ਵਿੱਦਿਆ।

Astroscopy—ਸਿਤਾਰਿਆਂ ਦੀ ਵਿੱਦਿਆ।
Astrut—ਅੱਕੜਪਨ ਨਾਲ।
Astute—ਚਾਲਾਕ, ਸਿਆਣਾ।
Astuteness—ਚਾਲਾਕੀ, ਸਿਆਣਪ।
Asunder—ਵੱਖ ਵੱਖ, ਨਿਆਰਾ।
At—ਪਰ, ਵਿੱਚ।
Atagas—ਇਕ ਹਬਸ਼ੀ ਖੇਡ।
Ataraxy—ਸੰਤੋਖ, ਧੀਰਜ।
Ataxy—ਰੋਕ, ਹਰਜ, ਬੇਚੈਨੀ।
Athanor—ਕੀਮੀਆਗਰੀ ਦੀ ਭੱਠੀ।
Atheism—ਨਾਸਤਕਤਾ, ਈਸ਼ਵਰ ਨੂੰ ਨਾ ਮੰਨਣਾ।
Atheist—ਨਾਸਤਕ।
Atheistic, Atheistical—ਨਾਸਤਕ, ਬੇਸ਼ਰਮ।
Atheologian—ਬੇ-ਦੀਨ, ਬੇ-ਮਜ਼ਹਬ।
Athlete—ਪਹਿਲਵਾਨ, ਕਸਰਤੀ, ਚੁਸਤ।
Athirst—ਬਿਨਾਂ ਪਾਣੀ ਦੇ ਪਿਆਸਾ।
Athwart—ਪਾਰ, ਆਰ ਪਾਰ।
Athantean—ਬਹੁਤ ਵੱਡਾ, ਮੋਟਾ।
Atlantic—ਯੂਰੋਪ ਤੇ ਅਮਰੀਕਾ ਦੇ ਵਿਚਕਾਰ ਦਾ ਸਮੁੰਦਰ।
Atlas—ਨਕਸ਼ਿਆਂ ਦੀ ਪੁਸਤਕ।
Atmosphere—ਵਾਯੂਮੰਡਲ।
Atmospheric, Atmospherical—ਵਾਯੂ ਦਾ।
Atom, Atomy—ਜ਼ੱਰਾ, ਪ੍ਰਮਾਣੂ।
Atomical—ਪ੍ਰਮਾਣੂ ਦੀ ਤਰ੍ਹਾਂ।
Atone—ਡੰਡ ਦੇਣਾ, ਬਦਲੇ ਵਿਚ।
Atonement—ਡੰਡ, ਮੇਲ, ਪ੍ਰਾਸ਼ਚਿਤ।
Atoner—ਪ੍ਰਾਸ਼ਚਿਤ ਕਰਨ ਵਾਲਾ।
Atonv—ਕਮਜ਼ੋਰੀ, ਨਿਰਬਲਤਾ।
Atrabilarian, Atrabilarious—ਉਦਾਸ, ਅਫ਼ਸੋਸਨਾਕ।
Atramental, Atramentous—ਕਾਲਾ, ਸਿਆਹ।
Atrocious—ਮਹਾਂਪਾਪੀ, ਬਹੁਤ ਬੁਰਾ।
Atrociously—ਬੁਰੇ ਤਰੀਕੇ ਨਾਲ।
Atrociousness—ਮਹਾਂ ਅਪਰਾਧ।
Atrocity—ਬੇ-ਰਹਿਮੀ, ਬੁਰਾਈ।
Atrophy—ਖ਼ੁਰਾਕ ਨਾ ਪਚਣ ਨਾਲ ਦੁਬਲਾਪਨ।
Attach—ਕੁਰਕ ਕਰਨਾ, ਜੋੜਨਾ।
Attachable—ਕੁਰਕੀ ਯੋਗ, ਅਪਣਾ ਕਰਨ ਯੋਗ।
Attachment--ਕੁਰਕੀ, ਪਿਆਰ, ਲਿਹਾਜ਼।
Attack—ਹਮਲਾ ਕਰਨਾ, ਧਾਵਾ ਕਰਨਾ।
Attacker—ਹਮਲਾ ਕਰਨ ਵਾਲਾ।
Attain—ਪਾਉਣਾ, ਪੂਰਾ ਕਰਨਾ, ਹਾਸਲ ਕਰਨਾ।
Attainable—ਪਹੁੰਚਣ ਯੋਗ, ਮਿਲਣ ਦੇ ਕਾਬਲ।
Attainder—ਧੱਬਾ, ਕਲੰਕ ਦੇ ਕਾਰਣ, ਮਾਲ ਜਪਤ ਕਰਨਾ।
Attainment—ਪਹੁੰਚ, ਪ੍ਰਾਪਤ।
Attaint—ਅਪਮਾਨ ਕਰਨਾ, ਕਲੰਕ ਲਗਾਉਣਾ।
Attampt—ਯਤਨ ਕਰਨਾ, ਕੋਸ਼ਿਸ਼।
Attend—ਹਾਜ਼ਰ ਹੋਣਾ, ਸਾਥ ਦੇਣਾ।
Attendance—ਸੇਵਾ, ਨੌਕਰੀ।
Attendant—ਨੌਕਰ, ਚਾਕਰ, ਸੇਵਕ।
Attention—ਧਿਆਨ, ਮਨ, ਸੁਚੇਤ।
Attentive—ਸਾਵਧਾਨ, ਸੁਚੇਤ।
Attentively—ਧਿਆਨ ਨਾਲ।
Attenuate—ਪਤਲਾ ਕਰਨਾ, ਪਾਣੀ ਵਰਗਾ ਕਰਨਾ।
Attenuation—ਪਤਲਾਪਨ।
Atter—ਸੜਿਆ ਹੋਇਆ ਮਾਦਾ।
Attest—ਸਾਬਤ ਕਰਨਾ, ਗਵਾਹੀ ਦੇਣਾ, ਸਹੀ ਕਰਨੀ।
Attestation—ਗਵਾਹੀ, ਦਸਤਖ਼ਤ।

Attester—ਸਾਖੀ, ਗਵਾਹ।
Attic—ਅਟਾਰੀ, ਚੁਬਾਰਾ।
Attinge—ਛੂਹਣਾ, ਨਾਲ ਲੱਗਣਾ।
Attire—ਕੱਪੜੇ ਪਾਉਣਾ, ਗਹਿਣੇ ਸੰਵਾਰਨਾ।
Attitude—ਦਸ਼ਾ, ਵਰਤਾਅ।
Attorn—ਨੌਕਰੀ ਦਾ ਬਦਲਨਾ।
Attorney—ਮੁਖ਼ਤਾਰ, ਵਕੀਲ।
Attract—ਖਿੱਚਣਾ, ਮੋਹਿਤ ਕਰਨਾ।
Attraction—ਖਿਚਾਓ, ਆਕ੍ਰਸ਼ਨ।
Attractive—ਮਨ ਹਰਨ, ਕਸ਼ਿਸ਼ ਵਾਲਾ।
Attractor—ਦਿਲ ਪਸੰਦ ਚੀਜ਼।
Attribute—ਸੁਭਾਅ, ਗੁਣ।
Attribution—ਲਗਾਓ, ਖਾਸੀਅਤ।
Attrition—ਰਗੜ।
Attune—ਸੁਰ ਮਿਲਾਉਣਾ।
Auburn—ਭੂਰਾ, ਕਣਕ ਰੰਗੀ।
Auction—ਨੀਲਾਮੀ।
Auctionary—ਨੀਲਾਮ ਦੇ ਸੰਬੰਧ ਵਿਚ।
Auctioneer—ਨੀਲਾਮ ਕਰਨ ਵਾਲਾ।
Audacious—ਦਲੇਰ, ਗੁਸਤਾਖ਼।
Audiacously—ਸੁਣਨ ਯੋਗ।
Audience—ਸਰੋਤਾ ਗਣ।
Audit—ਪੜਤਾਲ, ਜਾਂਚ।
Audition—ਸੁਣਨ ਦੀ ਸ਼ਕਤੀ।
Auditor—ਸੁਣਨ ਵਾਲਾ, ਪੜਤਾਲ ਕਰਨ ਵਾਲਾ।
Auditress—ਪੜਤਾਲ ਕਰਨ ਵਾਲੀ ਇਸਤ੍ਰੀ।
Auf—ਅਨਾੜੀ, ਮੂਰਖ।
Auger—ਬਰਮਾ, ਸੁਰਾਖ਼ ਕਰਨ ਦਾ ਸ਼ਸਤਰ।
Aught—ਕੁੱਝ, ਕੋਈ ਚੀਜ਼।
Augment—ਉੱਨਤੀ ਕਰਨਾ।
Augmentation—ਵਾਧਾ, ਉੱਨਤੀ।
Augmenter—ਵਧਾਉਣ ਵਾਲਾ।
Augur—ਸ਼ਗਨ ਵਿਚਾਰਨਾ, ਅੱਗੇ ਦੀ ਗੱਲ ਦੱਸਣੀ।
Augurer—ਸ਼ਗਨ ਦੱਸਣ ਵਾਲਾ।
Augury—ਭਵਿਸ਼ਤ ਕਥਨ।
August—ਮਹਾਂ ਪ੍ਰਤਾਪੀ, ਅੰਗ੍ਰੇਜ਼ੀ ਸਾਲ ਦਾ ਅੱਠਵਾਂ ਮਹੀਨਾ।
Augustness—ਵੱਡਾਪਨ, ਉਚਾਈ।
Aulic—ਸਰਕਾਰੀ।
Aunt—ਚਾਚੀ, ਮਾਮੀ।
Aura—ਸੁਗੰਧ, ਸਾਹ ਬਾਹਰ ਕੱਢਣਾ।
Aureat, Aureate—ਸੁਨਹਿਰੀ।
Aureola—ਕਿਰਨਾਂ ਦਾ ਘੇਰਾ।
Auric—ਸੁਨਹਿਰੀ, ਸੋਨੇ ਤੇ ਆਕਸੀਜਨ ਦਾ ਤੇਜ਼ਾਬ।
Auricle—ਕੰਨ ਦਾ ਪਰਦਾ ਜਾਂ ਘੇਰਾ।
Auricula—ਬਹੁਤ ਸੁੰਦਰ ਫੁੱਲ।
Auricular—ਕਾਨਾਫੂਸੀ, ਕੰਨ ਵਿਚ ਕਿਹਾ ਹੋਇਆ।
Auriga—ਉੱਤਰੀ ਸਿਤਾਰਿਆਂ ਦਾ ਇਕ ਇਕੱਠ।
Aurigraphy—ਸੁਨਹਿਰੀ ਅੱਖਰ।
Ausisclap—ਕੰਨ ਸਾਫ਼ ਕਰਨ ਦਾ ਸ਼ਸਤ੍ਰ।
Aurroa—ਅੰਮ੍ਰਿਤ ਵੇਲੇ, ਬਹੁਤ ਸਵੇਰੇ।
Aurora—ਉੱਤਰੀ ਉਜਾਲਾ।
Auroral—ਉੱਤਰੀ ਉਜਾਲੇ ਵਰਗਾ
Aurulent—ਸੁਨਿਹਰੀ ਰੰਗ ਦਾ।
Auspice—ਸ਼ੁਭ ਸ਼ਗਨ।
Auspices—ਸ਼ਰਨ, ਹਿਫ਼ਾਜ਼ਤ।
Auspicious—ਸ਼ੁੱਭ ਨੇਕ, ਮੁਬਾਰਕ।
Auspiciously—ਸ਼ੁੱਭ ਸ਼ਗਨ ਵਾਲਾ।
Auspiciousness—ਇਕਬਾਲ ਮੰਦੀ, ਖ਼ੁਸ਼ਹਾਲੀ।
Auster—ਦੱਖਣੀ ਹਵਾ।
Austerity—ਸਖ਼ਤੀ ਕਠੋਰਤਾ।
Austral, Austrine—ਦੱਖਣੀ, ਦੱਖਣ ਦੇ ਪਾਸੇ।
Australize—ਦੱਖਣ ਵੱਲ।

Austromancy--ਹਵਾ ਦੇਖ ਕੇ ਪੇਸ਼ਨਗੋਈ ਕਰਨਾ।

Au'thentic—ਅਸਲੀ, ਠੀਕ, ਸੁੱਚਾ।

Authenticate--ਅਸਲੀ, ਸਿੱਧ ਕਰਨਾ।

Authenticity—ਪ੍ਰਮਾਣ, ਅਸਲੀਅਤ।

Author—ਲਿਖਾਰੀ, ਕਰਤਾ।

Authoress—ਪੁਸਤਕ ਰਚਣ ਵਾਲੀ ਇਸਤ੍ਰੀ।

Authoritative—ਅਖ਼ਤਿਆਰ ਵਾਲਾ।

Authority—ਅਧਿਕਾਰ।

Authorize—ਅਧਿਕਾਰ ਦੇਣਾ।

Authorship—ਕਰਤਾ ਬਣਨ ਦੇ ਲੱਖਣ।

Auto-biography—ਆਪਣੀ ਜੀਵਨ ਕਹਾਣੀ।

Autocracy—ਖ਼ੁਦ ਮੁਖ਼ਤਿਆਰੀ।

Autocrat—ਖ਼ੁਦਸਰ ਬਾਦਸ਼ਾਹ।

Autocratic, Autocratical--ਅਧਿਕਾਰ ਵਿਚ।

Autocratrix—ਖ਼ੁਦ ਮੁਖ਼ਤਾਰ ਰਾਣੀ।

Autograph—ਆਪਣੇ ਹੱਥ ਦੀ ਲਿਖੀ ਹੋਈ ਚਿੱਠੀ।

Autography--ਆਪਣੀ ਅਸਲੀ ਲਿਖਾਈ।

Automalite—ਸਖ਼ਤ ਹਰੀ ਚੀਜ਼।

Automatic, Automatical, Automatous—ਆਪਣੇ ਆਪ ਚੱਲਣ ਵਾਲੀ।

Automaton—ਆਪਣੇ ਆਪ ਚੱਲਣ ਵਾਲੀ ਮਸ਼ੀਨ।

Automobile—ਮੋਟਰ ਗੱਡੀ।

Autonomous—ਸਵਾਧੀਨ, ਅਜ਼ਾਦ।

Autonomy—ਖ਼ੁਦ ਇੰਤਜ਼ਾਮੀ।

Autopsy—ਮੁਰਦੇ ਦੀ ਚੀਰਫਾੜ।

Autumn—ਪੱਤਝੜ, ਉਤਾਰ।

Autumnal—ਪੱਤਝੜ ਦਾ।

Auxiliar, Auxlliary—ਸਹਾਇਕ, ਸੰਗੀ।

Auxilatory—ਮਦਦਗਾਰ।

Avail—ਲਾਭ ਉਠਾਉਣਾ।

Available—ਮਿਲਣ ਵਾਲਾ, ਲਾਭਦਾਇਕ।

Avalanche—ਬਰਫ਼ ਜਾਂ ਮਿੱਟੀ ਆਦਿ ਦਾ ਢੇਰ।

Avant-gaurd—ਗਾਰਡ, ਫ਼ੌਜ ਦਾ ਪਹਿਲਾ ਦਸਤਾ।

Avarice—ਲਾਲਚੀ, ਲੋਭੀ, ਕੰਜੂਸ।

Avaunt—ਦੂਰ ਜਾਉ।

Avener—ਘੁੜਸਾਲ ਦਾ ਦਰੋਗਾ।

Avenge—ਬਦਲਾ ਲੈਣਾ।

Avenger—ਬਦਲਾ ਲੈਣ ਵਾਲਾ।

Avenue—ਰਸਤਾ, ਦੋਹਾਂ ਪਾਸੇ ਬਿਰਛਾਂ ਦੇ ਵਿਚਕਾਰ ਰਾਹ।

Aver—ਇਕਰਾਰ ਕਰਨਾ।

Average—ਔਸਤ।

Averment—ਮਰਜ਼ੀ, ਮੁਤਾਬਕ ਬਿਆਨ।

Avernat—ਇਕ ਪ੍ਰਕਾਰ ਦਾ ਅੰਗੂਰ।

Aversation—ਹਿਕਾਰਤ, ਦੁਸ਼ਮਨੀ।

Averse—ਵੈਰੀ, ਉਲਟ, ਟੇਢਾ।

Aversion—ਨਫ਼ਰਤ, ਘ੍ਰਿਣਾ।

Avert—ਦੂਰ ਕਰਨਾ, ਹਟਾਉਣਾ।

Averter—ਦੂਰ ਕਰਨ ਵਾਲਾ।

Aviary—ਚਿੜੀਆਘਰ।

Avidious—ਲਾਲਚੀ, ਲੋਭੀ।

Avidity—ਹਿਰਸ, ਲਾਲਚ, ਲੋਭ।

Avise—ਸੋਚਣਾ, ਉਪਦੇਸ਼ ਕਰਨਾ।

Avitous—ਜੱਦੀ, ਪੁਸ਼ਤੈਨੀ।

Avocation—ਕੰਮ, ਧੰਦਾ।

Aviod—ਕਿਨਾਰਾ ਕਰਨਾ, ਪਰਹੇਜ਼ ਕਰਨਾ।

Avoidable—ਛੱਡਣ ਯੋਗ।

Avoirdupois—ਇਕ ਵਜ਼ਨ ਜਿਸ ਦੇ ਇਕ ਪੌਂਡ ਦੇ 16 ਔਸ ਹਨ।

Avoke—ਵਾਪਸ ਸੱਦਣਾ।

Avouch—ਇਕਰਾਰ ਕਰਨਾ।

Avouchment—ਇਕਰਾਰ।

Avow—ਕਬੂਲ ਕਰਨਾ, ਮੰਨਣਾ।

Avowal—ਸੱਚ ਸੱਚ ਕਹਿਣਾ।

Avulsion—ਇਕ ਚੀਜ਼ ਨੂੰ ਦੂਜੀ ਚੀਜ਼ ਨਾਲ ਖਿੱਚਣਾ।

Await—ਇੰਤਜ਼ਾਰ ਕਰਨੀ ਦੇਖਣੀ।

Awake—ਜਗਾਉਣਾ, ਉਠਾਉਣਾ।

Awaken—ਸੁਚੇਤ ਕਰਨਾ।

Award—ਡਿਗਰੀ ਦੇਣਾ, ਨਿਆਏ ਕਰਨਾ।

Awarder—ਡਿਗਰੀ ਦੇਣ ਵਾਲਾ।

Aware—ਚੌਕਸ, ਹੁਸ਼ਿਆਰ।

Away—ਦੂਰ ਹੋ ਜਾਓ, ਹਟ ਜਾਓ।

Awe—ਰੋਅਬ, ਦਬਦਬਾ, ਡਰ।

Awe-commanding—ਡਰਾਉਣਾ, ਰੋਅਬ ਪਾਉਣਾ।

Awe-inspiring—ਭਿਆਨਕ।

Awful—ਭਿਅੰਕਰ, ਡਰਾਉਣਾ।

Awfully—ਅਦਬ ਦੇ ਡਰ ਦੇ ਢੰਗ ਤੇ।

Awhile—ਕੁੱਝ ਦੇਰ ਤਕ।

Awkward—ਬੇਡੌਲ, ਅਨਾੜੀ।

Awkwardly—ਭੱਦੇ ਢੰਗ ਨਾਲ।

Awkwardness—ਭੱਦਾਪਨ, ਬਦ-ਨੁਮਾਈ।

Awl—ਸੂਆ, ਬਰਮਾ।

Awn—ਅਨਾਜ ਦੇ ਵਾਲ।

Awning—ਜਹਾਜ਼ ਜਾਂ ਕਿਸ਼ਤੀ ਦਾ ਪਰਦਾ।

Awny—ਬਾਲਦਾਰ।

Axe—ਕੁਹਾੜੀ, ਹਥੌੜੀ।

Axiform—ਧੁਰੇ ਦੇ ਰੂਪ ਵਿਚ।

Axiom—ਮੰਨੀ ਹੋਈ ਗੱਲ।

Axis—ਧੁਰਾ।

Axle—ਧੁਰੀ।

Axolote—ਪਾਣੀ ਦੀ ਛਿਪਕਲੀ।

Ay—ਹਾਂ, ਬੇਸ਼ਕ, ਕਿੰਤੂ।

Aye—ਹਮੇਸ਼ਾ, ਨਿਤ।

Azote—ਨਾਈਟ੍ਰੋਜਨ ਹਵਾ।

Azoth—ਸਾਫ਼ ਪਾਰਾ।

Azure—ਨੀਲਾ ਰੰਗ ਕਰਨਾ।

B

B, the second letter of the English alphabet. ਬੀ—ਅੰਗਰੇਜ਼ੀ ਪੈਂਤੀ ਦਾ ਦੂਜਾ ਅੱਖਰ।

Baa—ਭੇਡ ਦੀ ਭੈਂ ਭੈਂ।

Babble—ਬੱਚਿਆਂ ਵਾਂਗ ਬੋਲਣਾ ਬਕਵਾਸ।

Babbler—ਬਕ ਬਕ ਕਰਨਾ।

Babe—ਛੋਟਾ ਬੱਚਾ।

Babel—ਗੜਬੜ।

Babery—ਖਿਡੌਣਾ।

Baboon—ਵੱਡਾ ਬੰਦਰ, ਲੰਗੂਰ।

Baby—ਛੋਟਾ ਬੱਚਾ, ਛੋਟੇ ਬੱਚੇ ਦੇ ਸਮਾਨ।

Babyhood—ਬਚਪਨ, ਬਾਲਪਨ।

Baby-house—ਗੁੱਡੀਆਂ ਦਾ ਘਰ।

Babyish, Babish—ਚੁਲਬੁਲਾ।

Baccated—ਮੋਤੀਆਂ ਨਾਲ ਜੜਿਆ ਹੋਇਆ।

Bacchanal—ਭੰਗੜਾ, ਸ਼ਰਾਬੀ।

Bacchanals—ਸ਼ਰਾਬੀ।

Bacchic—ਸ਼ਰਾਬੀ।

Bachelor—ਕੁੰਆਰਾ, ਡਿਗਰੀ।

Back—ਪਿੱਠ, ਸਵਾਰ ਹੋਣਾ।

Backbite—ਪਿੱਠ ਪਿਛੇ ਬੁਰਾ ਕਹਿਣਾ।

Backbiter—ਚੁਗਲ ਖੋਰ, ਨਿੰਦਕ।

Backbiting—ਨਿੰਦਾ, ਚੁਗਲੀ।

Backbone—ਰੀੜ ਦੀ ਹੱਡੀ।

Backdoor—ਚੋਰ ਖਿੜਕੀ, ਚੋਰ ਦਰਵਾਜ਼ਾ।

Backfriend—ਛਿਪਿਆ ਹੋਇਆ ਸ਼ਤਰੂ।

Backgammon—ਪਾਸਿਆਂ ਦੀ ਖੇਡ।
Background—ਪਿਛਵਾੜਾ, ਪਰਦੇ ਵਿਚ।
Backside—ਪਿੱਠ, ਪਿਛਲੇ ਪਾਸੇ।
Backward—ਬੇਮਨ, ਸੁਸਤ, ਪਿੱਛੇ।
Backwardly—ਸੁਸਤੀ ਨਾਲ।
Backwards—ਪਿਛਲੇ ਪਾਸੇ।
Bacon—ਸੂਰ ਦਾ ਨਮਕੀਨ ਤੇ ਸੁੱਕਾ ਮਾਸ।
Bad—ਬੁਰਾ।
Badge—ਬਿੱਲਾ, ਨਿਸ਼ਾਨ।
Badger—ਦੁੱਖ ਦੇਣਾ।
Badinage—ਮਖੌਲ, ਹਾਸਾ।
Badminton—ਚਿੜੀ ਛਿਕਾ।
Badly—ਬੁਰੇ ਤਰੀਕੇ ਨਾਲ।
Bafle—ਭੜਕਾਉਣਾ, ਧੋਖਾ ਦੇਣਾ।
Baffler—ਧੋਖਾ ਦੇਣ ਵਾਲਾ।
Bag—ਥੈਲਾ, ਬੋਰੀ।
Baggage—ਅਸਬਾਬ।
Bagging—ਥੈਲੀਆਂ ਦਾ ਕੱਪੜਾ।
Bail—ਜ਼ਮਾਨਤ।
Bailable—ਜ਼ਮਾਨਤ ਯੋਗ।
Bailiff—ਅਮੀਨ, ਪਿਆਦਾ, ਕੁਰਕੀਆਂ।
Bailee—ਅਮਾਨਤ ਲੈਣ ਵਾਲਾ, ਜ਼ਾਮਨ।
Bailment—ਅਮਾਨਤ।
Bailor—ਅਮਾਨਤ ਰੱਖਣ ਵਾਲਾ।
Bails—ਘੇਰਾ, ਛੱਲਾ।
Bait—ਲਾਲਚ, ਜਾਲ ਫੈਲਾਉਣਾ।
Baize—ਊਨੀ ਕੱਪੜਾ।
Bake—ਪੱਕਣਾ, ਕਮਾਇਆ ਜਾਣਾ।
Bake-house—ਰਸੋਈ ਬਾਵਰਚੀ ਖਾਣਾ।
Baker—ਨਾਨਬਾਈ, ਤੰਦੂਰ ਵਾਲਾ।
Bakery—ਰੋਟੀ ਪਕਾਉਣ ਦਾ ਪੇਸ਼ਾ।
Balance—ਤਰਾਜੂ, ਤੱਕੜੀ।
Balancer—ਤੋਲਣ ਵਾਲਾ।
Balass—ਪੀਲੇ ਰੰਗ ਦਾ ਮਾਣਕ ਜਾਂ ਲਾਲ।
Balcony—ਬਰਾਮਦਾ, ਬਰਾਂਡਾ।
Bald—ਰੀਜਾ।
Baldachin—ਛਤਰ, ਸ਼ਾਮਿਆਨਾ।
Baldly—ਰੀਜੇਪਨ ਨਾਲ।
Baldness—ਰੁੱਖ਼ਾਪਨ, ਰੀਜ।
Baldpated—ਰੀਜੇ ਸਿਰ ਵਾਲਾ।
Baldric—ਸਿਪਾਹੀ ਦੀ ਪੇਟੀ।
Bale—ਗਠਰੀ, ਗੰਢ ਬੰਨਣਾ।
Baleful—ਦੁਖੀ, ਦੁੱਖ ਭਰਿਆ।
Balefully—ਦੁੱਖ ਨਾਲ।
Balister—ਕਮਾਨ, ਗੁਲੇਲ।
Balk—ਸ਼ਤੀਰ, ਨਾਉਮੀਦੀ, ਨਿਰਾਸ਼ ਕਰਨਾ
Ball—ਗੋਲੀ, ਗੇਂਦ, ਨਾਚ।
Ballad—ਪੇਂਡੂ ਗੀਤ।
Ballad-singer—ਪੇਂਡੂ ਗੀਤ ਗਾਉਣ ਵਾਲਾ।
Ballarag—ਤੰਗ ਕਰਨਾ।
Ballast—ਬੋਝ, ਭਾਰ।
Ballatoon—ਭਾਰੀ ਸਮਾਨ ਲੱਦਣ ਦੀ ਕਿਸ਼ਤੀ।
Ballatry—ਨੱਚਣ ਦਾ ਗੀਤ।
Ballet—ਨਾਚ ਨਾਟਕ।
Ballon—ਗੁਬਾਰਾ।
Ballot—ਰਾਏ ਦੇਣ ਦੀ ਗੋਲੀ।
Ballot-box—ਗੋਲੀਆਂ ਰੱਖਣ ਦਾ ਬਕਸਾ।
Balm—ਸੁਗੰਧੀ ਵਾਲੀ ਮਰਹਮ ਜਾਂ ਲੇਸ਼।
Balmy—ਸੁੱਖਦਾਈ, ਸੁਗੰਧਿਤ।
Balneary—ਹਮਾਮ, ਗੁਸਲਖ਼ਾਨਾ।
Balotade—ਘੋੜੇ ਦੀ ਛਲਾਂਗ।
Balsam—ਧੂਪ ਦਾ ਬਿਰਛ।
Baltic—ਬਾਲਟਿਕ ਸਮੁੰਦਰ।
Baluster—ਜੰਗਲੇ ਦਾ ਥੰਮ੍ਹ।
Balustrade—ਜੰਗਲਾ, ਵਾੜ।
Bamboo—ਬਾਂਸ।
Ban—ਮਨਾਹੀ, ਸਰਾਪ।
Banana—ਕੇਲਾ।

Band—ਫੌਜ ਦਾ ਦਸਤਾ, ਕੱਠੇ ਕਰਨਾ।
Bandage—ਪੱਟੀ, ਪੱਟੀ ਬੰਨ੍ਹਣਾ।
Bandbox—ਛੋਟਾ ਬਕਸ।
Bandit—ਡਾਕੂ, ਲੁਟੇਰਾ।
Banditti—ਬਹੁਤ ਸਾਰੇ ਡਾਕੂ।
Bandog—ਬੜਾ ਭਾਰੀ ਕੁੱਤਾ।
Bandy—ਏਧਰ ਉਧਰ ਸੁੱਟਣਾ।
Bandy-Leg—ਟੇਢੀ ਲੱਤ।
Baneful—ਜ਼ਹਿਰੀਲਾ, ਘਾਤਕ।
Bang—ਮਾਰਨਾ, ਕੁੱਟਣਾ।
Bangle—ਵੰਗ।
Bangue—ਡੰਗ।
Banian—ਬਰਗਦ ਦਾ ਬਿਰਛ।
Banians—ਬਨੀਆ, ਮਹਾਜਨ।
Banish—ਦੇਸ਼ ਤੋਂ ਕੱਢ ਦੇਣਾ।
Banisher—ਦੇਸ਼ ਨਿਕਾਲਾ ਦੇਣ ਵਾਲਾ।
Banishment—ਦੇਸ਼ ਨਿਕਾਲਾ।
Bank—ਸਮੁੰਦਰ ਦਾ ਕਿਨਾਰਾ, ਕੋਠੀ, ਬੈਂਕ।
Bank-bill—ਪਰਾਮੇਸਰੀ ਨੋਟ।
Banker—ਮਹਾਜਨ, ਸ਼ਾਹੂਕਾਰ।
Banking—ਸ਼ਾਹੂਕਾਰਾ, ਰੁਪਏ ਦਾ ਵਪਾਰ।
Bankrupt—ਦੀਵਾਲੀਆ।
Bankruptcy—ਦੀਵਾਲੀਆਪਨ।
Bank-stock—ਬੈਂਕ ਦੀ ਪੂੰਜੀ।
Banner—ਫੌਜੀ ਨਿਸ਼ਾਨ।
Bannered—ਫੌਜੀ ਝੰਡੀਆਂ ਨਾਲ ਸਜਿਆ ਹੋਇਆ।
Bannition—ਬੇਦਖ਼ਲੀ।
Bannock—ਚਪਾਤੀ।
Banquet—ਜ਼ਿਆਫਤ, ਦਾਅਵਤ।
Banter—ਮਖੌਲ ਕਰਨਾ।
Bantling—ਦੁੱਧ ਪੀਂਦਾ ਬੱਚਾ।
Baptism—ਨਾਮਕਰਣ ਸੰਸਕਾਰ।
Baptistry—ਬਪਤਿਮ ਦੇਣ ਦੀ ਥਾਂ।
Baptize—ਈਸਾਈ ਬਣਾਉਣਾ।
Baptizer—ਬਪਤਿਸਮਾ ਦੇਣ ਵਾਲਾ।
Banbar—ਰੋਕਣਾ, ਅਦਾਲਤ ਦੇ ਵਕੀਲ।
Bar—ਸ਼ਰਾਬ ਖਾਨੇ ਦਾ ਜੰਗਲਾ, ਰੁਕਾਵਟ।
Barb—ਕਾਂਟਾ, ਤੀਰ ਆਦਿ ਦੀ ਨੋਕ।
Barbacan—ਫਸੀਲ ਦੀ ਬੁਰਜ।
Babarian—ਜੰਗਲੀ, ਗੀਵਾਰ।
Barbaric—ਪਰਦੇਸੀ।
Barbarism—ਮੂਰਖਤਾ, ਬੇਰਹਿਮੀ।
Barbarity—ਕਠੋਰਤਾਈ।
Barbarous—ਜੰਗਲੀ।
Barbed—ਹਥਿਆਰਾਂ ਨਾਲ ਸਜਿਆ ਹੋਇਆ।
Barber—ਨਾਈ, ਹਜਾਮ।
Barberry—ਇਕ ਪ੍ਰਕਾਰ ਦੀ ਜੰਗਲੀ ਝਾੜੀ।
Bard—ਭੱਟ, ਕਵੀ।
Bardic—ਸ਼ਾਇਰਾਨਾ।
Bare—ਨੰਗਾ।
Bareboned—ਪਿੰਜਰ ਵਾਲਾ, ਨੰਗੀ ਹੱਡੀ ਵਾਲਾ।
Barefaced—ਬੇਸ਼ਰਮ, ਬੇਹਯਾ।
Barfacdly—ਬੇਸ਼ਰਮੀ ਨਾਲ।
Barefoot—ਨੰਗੇ ਪੈਰ।
Bareheaded—ਨੰਗੇ ਸਿਰ।
Barely—ਖੁੱਲ੍ਹਮ ਖੁੱਲ੍ਹਾ।
Bareness—ਨੰਗਾਪਨ।
Bargain—ਸੌਦਾ, ਖਰੀਦ ਵੇਚ।
Bargainer—ਗਾਹਕ।
Barge—ਮਾਲ ਲੱਦਣ ਵਾਲੀ ਬੇੜੀ।
Barge-master—ਕਿਸ਼ਤੀ ਦਾ ਮਾਲਕ।
Bark—ਕੁੱਤੇ ਦਾ ਭੌਂਕਣਾ, ਛਿਲਕਾ।
Barker—ਭੌਂਕਣ ਵਾਲਾ।
Barley—ਜੌਂ।
Barley-brake—ਪੇਂਡੂ ਖੇਡ।
Barley-mow—ਖਲਿਆਨ।
Barm—ਖਮੀਰ, ਝੱਗ।
Barmaid—ਨੌਕਰਾਣੀ।

Barn—ਅਨਾਜ ਦੇ ਰੱਖਣ ਦੀ ਥਾਂ।
Barometer—ਹਵਾ ਦੇ ਨਾਪ ਦਾ ਆਲਾ।
Baron—ਅੰਗ੍ਰੇਜ਼ੀ ਨਵਾਬ।
Baronage—ਨਵਾਬ ਦੀ ਪਦਵੀ।
Baroness—ਨਵਾਬ ਦੀ ਬੇਗਮ।
Baronet—ਛੋਟਾ ਨਵਾਬ।
Baronetcy—ਸੂਬੇਦਾਰ ਦੀ ਪਦਵੀ।
Barony—ਤਅੱਲਕਦਾਰੀ।
Baroscope—ਹਵਾ ਦਾ ਨਾਪ।
Barouche—ਚੌਪਹੀਆ ਗੱਡੀ।
Barracan—ਊਨੀ ਰੇਸ਼ਮ ਕੱਪੜਾ।
Barrack--ਫੌਜੀ ਗੋਰਿਆਂ ਦੀਆਂ ਕੋਠੜੀਆਂ।
Barrack-master--ਬੈਰਕਾਂ ਦਾ ਸੁਪਰੀਂਡੈਂਟ
Barrator—ਮੁਕੱਦਮਾ ਬਣਾਉਣ ਵਾਲਾ।
Barratry—ਕਾਨੂੰਨੀ, ਧੋਖਾ।
Barrel—ਪੀਪਾ, ਬੰਦੂਕ ਦੀ ਨਲੀ।
Barren—ਬੰਜਰ, ਸੰਢ।
Barreness—ਸੰਢ ਪਨ।
Barricade—ਮੋਰਚਾ, ਨਾਕਾ ਬੰਦੀ।
Barrier—ਹੱਦ, ਹੱਦ ਬੰਨ੍ਹਣਾ।
Barrister—ਵੱਡੀ ਕਚਹਿਰੀ ਦਾ ਵਕੀਲ।
Barrow—ਹੱਥ ਗੱਡੀ, ਠੇਲਾ।
Barter—ਬਦਲਣਾ, ਤਬਾਦਲਾ ਕਰਨਾ।
Barterer—ਸੌਦਾਗਰ।
Bartery—ਸੌਦਾਗਰੀ ਚੀਜ਼ਾਂ ਦਾ ਬਦਲਣਾ।
Bartram—ਇਕ ਪੌਦਾ।
Basanite—ਕਾਲਾ ਪੱਥਰ, ਸਲੇਟ।
Base—ਮੁੱਢ, ਨੀਂਹ, ਸਹਾਰਾ।
Base-born—ਹਰਾਮੀ।
Baseless—ਬੇ-ਬੁਨਿਆਦੀ।
Baselv—ਪਾਜੀਪਨ ਨਾਲ।
Base-minded—ਕਮੀਨਾ, ਪਾਜੀ।
Basement—ਜੜ੍ਹ।
Baseness—ਨੀਚਤਾ, ਹਰਾਮੀਪਨ।
Basent—ਲੋਹੇ ਦੀ ਟੋਪੀ।
Bashful—ਸ਼ਰਮੀਲਾ, ਡਰਾਕਲ।
Bashfulness—ਲੱਜਾ, ਸ਼ਰਮ।
Basil—ਤੁਲਸੀ ਦਾ ਫੁੱਲ।
Basilicon—ਇਕ ਪ੍ਰਕਾਰ ਦੀ ਮਰਹਮ।
Basilisk—ਚੋਟੀ ਵਾਲਾ ਸੱਪ।
Basin—ਹੌਜ, ਛੋਟਾ, ਭਾਂਡਾ।
Basis—ਬੁਨਿਆਦ।
Bask—ਧੁੱਪ ਸੇਕਣਾ।
Basket—ਟੋਕਰੀ, ਪਟਾਰਾ।
Basket-bell—ਖੇਡ।
Bass—ਡੂੰਘੀ ਭਾਰੀ ਆਵਾਜ਼, ਖਟਾਈ।
Basset—ਤਾਸ਼ ਦੀ ਖੇਡ।
Basson—ਸ਼ਹਿਨਾਈ।
Bastard—ਹਰਾਮੀ, ਕਮੀਨਾ।
Bastardize—ਹਰਾਮੀ ਠਹਿਰਾਉਣਾ।
Bastardy—ਹਰਾਮਜ਼ਾਦੀ।
Baste—ਮਾਰਨਾ ਘਿਉ ਚੋਪੜਨਾ, ਕੱਚੀ ਸਿਲਾਈ ਕਰਨਾ।
Bastile—ਜੇਲ੍ਹਖਾਨਾ।
Bastinade—ਡਾਂਗ ਪੈਰਾਂ ਵਿਚ ਮਾਰਨੀ।
Basting—ਡਾਂਗਾਂ ਦੀ ਮਾਰਕੁਟ।
Bastion—ਬੁਰਜ।
Bat—ਚਮਗਾਦੜ, ਕ੍ਰਿਕਟ ਖੇਡਣ ਦਾ ਬੱਲਾ।
Bat—ਬੱਲੇ ਨਾਲ ਖੇਡਣਾ।
Batch—ਘਾਣੀ।
Bate—ਛੱਡਣਾ, ਘੱਟ ਕਰਨਾ।
Bateau—ਇਕ ਛੋਟੀ ਕਿਸ਼ਤੀ।
Bateful—ਝਗੜਾਲੂ।
Batement—ਸਸਤਾਪਨ, ਕਮੀ।
Bat-fowling—ਰਾਤ ਨੂੰ ਪੰਛੀਆਂ ਦਾ ਸ਼ਿਕਾਰ ਕਰਨਾ।
Bath—ਇਸ਼ਨਾਨ ਦਾ ਕਮਰਾ।
Bathe—ਨਹਾਉਣਾ।
Bathing—ਇਸ਼ਨਾਨ।
Bating—ਬਿਨਾਂ।

Battable—ਬੀਜਣ ਯੋਗ।
Battalious—ਫ਼ੌਜੀ ਲੜਾਕਾ।
Battalion—ਪੈਦਲ ਫ਼ੌਜੀ ਦਸਤਾ।
Batteller -- ਆਕਸਫੋਰਡ ਦਾ ਵਿਦਿਆਰਥੀ।
Batten—ਮੋਟੇ ਤਾਜ਼ੇ ਹੋਣਾ, ਐਸ਼ ਕਰਨਾ।
Batter—ਕਣਕ ਆਦਿ ਨੂੰ ਤੋੜਨਾ ਕੁੱਟਣਾ।
Battering-ram—ਦੀਵਾਰ ਗਿਰਾਉਣ ਦਾ ਇੰਜਨ।
Battery—ਮੋਰਚਾ, ਤੋਪ ਲਗਾਉਣ ਦਾ ਚਬੂਤਰਾ।
Battle—ਲੜਾਈ, ਯੁੱਧ।
Battle-array—ਸਫ਼ ਆਰਾਈ।
Battle-axe—ਕੁਹਾੜਾ।
Battlement—ਮੋਰਚਾ, ਫ਼ਸੀਲ।
Battology—ਬਕਵਾਸ।
Battulate—ਵਪਾਰ ਨੂੰ ਰੋਕਣਾ।
Bauble—ਖਿਡੌਣਾ।
Bawd—ਦਲਾਲ, ਦਲਾਲੀ ਖਾਨਾ।
Bawdiness—ਬਦਕਾਰੀ।
Bawdy—ਰੀਦਾ, ਖ਼ਰਾਬ।
Bawl—ਉੱਚੀ ਆਵਾਜ਼ ਨਾਲ ਸੱਦਣਾ।
Bawler—ਸੱਦਣ ਵਾਲਾ।
Bawrel—ਇਕ ਪ੍ਰਕਾਰ ਦਾ ਸ਼ਿਕਾਰ।
Bay—ਖਲੀ, ਤੇਜ ਦਾ ਰੁੱਖ।
Bayonet—ਸੰਗੀਨ, ਕਿਰਚ।
Bayou—ਤੰਗ ਦਰਾਰ।
Bays—ਮੁਕਟ ਜਾਂ ਹਾਰ।
Baysalt—ਸਮੁੰਦਰੀ ਲੂਣ।
Bay-window—ਖਿੜਕੀ।
Bazaar—ਮਾਰਕੀਟ, ਮੰਡੀ।
Be—ਹੋਣਾ, ਹੋ ਜਾਣਾ, ਰਹਿਣਾ।
Beach—ਸਮੁੰਦਰ ਦਾ ਕੰਡਾ।
Beached—ਲਹਿਰ ਨਾਲ ਧੋਤਾ ਹੋਇਆ।
Beachy—ਕੰਡੇ ਵਾਲਾ।
Beacon—ਰਾਹ ਦੱਸਣ ਵਾਲੀ ਉੱਚੀ ਰੋਸ਼ਨੀ।
Bead—ਗੋਲੀ, ਮਣਕਾ।
Beadle—ਚਪੜਾਸੀ, ਦਰਬਾਨ।
Beadsman—ਦੂਜੇ ਲਈ ਅਰਦਾਸ ਕਰਨ ਵਾਲਾ।
Beagle—ਖ਼ਰਗੋਸ਼ ਮਾਰਨ ਵਾਲੇ ਸ਼ਿਕਾਰੀ ਕੁੱਤੇ।
Bcak—ਚੁੰਝ, ਚੋਟੀ।
Beaked—ਚੁੰਝਦਾਰ, ਨੁਕੀਲਾ।
Beaker—ਵੱਡਾ ਪਿਆਲਾ।
Beam—ਕਿਰਨ, ਕੜੀ, ਚਮਕਣਾ।
Beamless—ਨਾ ਚਮਕਣ ਵਾਲਾ
Beamy—ਚਮਕਦਾ ਹੋਇਆ।
Bean—ਲੋਬੀਆ।
Bear—ਰਿੱਛ, ਭਾਲੂ।
Bear—ਬੋਝਾ ਚੁੱਕਣਾ, ਸਹਾਰਾ ਦੇਣਾ।
Bearbaiting—ਕੁੱਤਿਆਂ ਨਾਲ ਰਿੱਛ ਦੀ ਲੜਾਈ।
Beard—ਦਾੜ੍ਹੀ, ਮੁਕਾਬਲਾ ਕਰਨਾ।
Bearded—ਦਾੜ੍ਹੀ ਵਾਲਾ।
Bearless—ਬਿਨਾਂ ਦਾੜ੍ਹੀ।
Bearer—ਚਿੱਠੀ ਲੈ ਜਾਣ ਵਾਲਾ, ਉਠਾਉਣ ਵਾਲਾ।
Bearherd—ਰਿੱਛਾਂ ਦਾ ਰਖਵਾਲਾ।
Bearing—ਦਸ਼ਾ, ਅਸਥਾਨ।
Bearlike—ਰਿੱਛ ਦੇ ਰੂਪਕ।
Bearward—ਰਿੱਛਾਂ ਦਾ ਪਾਲਣ ਵਾਲਾ।
Beast—ਪਸ਼ੂ, ਕਠੋਰ ਆਦਮੀ।
Beastly—ਪਸ਼ੂ ਸਮਾਨ।
Beat—ਮਾਰਨਾ, ਦਬਾ ਪਾਉਣਾ।
Beaten—ਪੁਰਾਣੀ ਲਕੀਰ ਜਾਂ ਚਾਲ।
Beatific—ਸੁਖਦਾਇਕ, ਅਨੰਦ ਦਾਇਕ।
Beatify—ਖ਼ੁਸ਼ ਕਰਨਾ, ਸੁੱਖ ਦੇਣਾ।
Beatitude—ਪਰਮ ਸੁਖੀ, ਖ਼ੁਸ਼।
Beau—ਬਾਂਕਾ, ਛੈਲਾ, ਨੌਜਵਾਨ।

Beauish—ਰੰਗੀਲਾ ਬਾਂਕਾ।
Beau-monde—ਸੁਖੀ, ਅਮੀਰ।
Beauteoue—ਸੁੰਦਰ, ਸੋਹਣੀ।
Beautifier—ਸਜਾਉਣ ਵਾਲਾ।
Beautiful—ਸੁੰਦਰ।
Beautifulness—ਸੁੰਦਰਤਾ।
Beautifully—ਖ਼ੂਬਸੂਰਤੀ ਨਾਲ, ਸੋਹਣੇ ਢੰਗ ਨਾਲ।
Beautify—ਸੋਹਣਾ ਬਣਾਉਣਾ, ਸਜਾਉਣਾ।
Beauty—ਸੁੰਦਰਤਾਈ।
Beauty-spot—ਬਿੰਦੀ, ਤਿਲ।
Becalm—ਠੰਡਾ ਕਰਨਾ, ਸ਼ਾਂਤੀ ਪ੍ਰਚਾਨਾ।
Because—ਕਿਉਂਕਿ, ਇਸ ਲਈ।
Bechance—ਅਪੜਨਾ, ਉਤਰਨਾ।
Becharm--ਮੋਹਿਤ ਹੋਣਾ, ਦਿਲ ਦੇਣਾ।
Bechicsn—ਖ਼ਾਂਸੀ ਦੀ ਦਵਾਈ।
Beck—ਸਿਰ ਹਿਲਾ ਕੇ ਦੱਸਣਾ।
Beckon—ਛੁਪੇ ਇਸ਼ਾਰੇ ਕਰਨਾ।
Beclip—ਲਿਪਟਣਾ, ਘੇਰਨਾ।
Becloud—ਧੁੰਦਲਾ ਕਰਨਾ।
Become—ਠੀਕ ਆਉਣਾ, ਹੋਣਾ।
Becoming—ਮੁਨਾਸਿਬ, ਲਾਇਕ।
Becripple—ਲੰਗੜਾ ਕਰਨਾ।
Bed—ਬਿਸਤਰਾ, ਚਾਰਪਾਈ।
Bed—ਬਿਸਤਰੇ ਤੇ ਰੱਖਣਾ।
Bedabble—ਗਿੱਲਾ ਰੱਖਣਾ, ਛਿੜਕਣਾ।
Bedaggle—ਕੂੜੇ ਵਿਚ ਘਸੀਟਣਾ।
Bedash—ਪਾਣੀ ਛਿੜਕਣਾ।
Bedaub—ਰੰਗ ਲਗਾਉਣਾ।
Bedazzle—ਨਿਗਾਹ ਚੁੰਧਿਆਣਾ।
Badchamber—ਸੌਣ ਦਾ ਕਮਰਾ।
Bedding—ਬਿਛੌਣਾ, ਬਿਸਤਰਾ।
Bedeck—ਸਜਾਉਣਾ।
Bede-house—ਹਸਪਤਾਲ।
Bedevil—ਹੈਰਾਨ ਕਰਨਾ।
Bedew—ਗਿੱਲਾ ਕਰਨਾ।
Bedfellow—ਕੱਠਾ ਸੌਣ ਵਾਲਾ।
Bed-hangings—ਬਿਸਤਰੇ ਜਾਂ ਮੰਜੇ ਦੇ ਪਰਦੇ।
Bedight—ਸਜਾਉਣਾ।
Bedim—ਧੁੰਦਲਾ ਕਰਨਾ।
Bedlam—ਪਾਗਲ ਖਾਨਾ।
Bedlamite—ਪਾਗਲ, ਦੀਵਾਨਾ।
Bedinate—ਕੱਠੇ ਸੌਣ ਵਾਲਾ।
Bedpresser—ਸੁਸਤ।
Bedrench—ਭਿਗੋਣਾ।
Bedroom—ਸੌਣ ਦਾ ਕਮਰਾ।
Bedrite—ਇਸਤ੍ਰੀ ਨਾਲ ਸੌਣ ਦਾ ਹੱਕ।
Bedstead—ਚਾਰਪਾਈ, ਮੰਜੀ।
Bedtime—ਸੌਣ ਦਾ ਸਮਾਂ।
Bedwork—ਸਹਿਜ ਕੰਮ।
Bee—ਸ਼ਹਿਦ ਦੀ ਮੱਖੀ।
Beef—ਗਊ ਦਾ ਮਾਸ
Beef-steak—ਬੈਲ ਆਦਿ ਦੇ ਮਾਸ ਦਾ ਟੁਕੜਾ।
Beehive—ਸ਼ਹਿਦ ਦੀ ਮੱਖੀ ਦਾ ਛੱਤਾ।
Been—ਸਿਤਾਰ, ਸਾਰੰਗੀ।
Beer—ਸ਼ਰਾਬ, ਬੀਅਰ।
Beer-barrel—ਬੀਅਰ ਦਾ ਪੀਪਾ।
Beer-shop—ਬੀਅਰ ਦੀ ਦੁਕਾਨ।
Beet—ਚੁਕੰਦਰ।
Beetle—ਹਥੌੜੀ।
Beetle-headed—ਮੂਰਖ਼, ਔਧੀ ਖੋਪਰੀ।
Beetling—ਝੁਕੀ ਹੋਈ।
Befall—ਆਉਣਾ, ਬਹਿਣਾ।
Befit—ਠੀਕ ਹੋਣਾ।
Befool—ਅਨਾੜੀ ਬਣਾਉਣਾ।
Before—ਸਾਹਮਣੇ, ਅੱਗੇ।
Beforehand—ਅੱਗੇ ਤੋਂ, ਪਹਿਲਾਂ ਤੋਂ।
Beforetime—ਵਕਤ ਤੋਂ ਪਹਿਲੇ।
Befoul—ਗੰਦਾ ਕਰਨਾ।

Befriend—ਸਹਾਇਤਾ ਕਰਨਾ, ਹਿਮਾਇਤ ਕਰਨਾ।
Befringe—ਝਾਲਰ ਲਗਾਉਣਾ।
Beg—ਮੰਗਣਾ, ਪ੍ਰਾਰਥਨਾ ਕਰਨਾ।
Beget—ਜੰਮਣਾ, ਖੜਾ ਕਰਨਾ।
Beggar—ਮੰਗਤਾ, ਭਿਖਾਰੀ।
Beggarly—ਕੰਗਾਲ, ਨੀਚ।
Beggary—ਦਲਿੱਦਰੀ, ਕੰਗਾਲੀ।
Begin—ਸ਼ੁਰੂ ਕਰਨਾ, ਆਰੰਭ ਕਰਨਾ।
Beginner—ਸ਼ੁਰੂ ਕਰਨ ਵਾਲਾ।
Beginning—ਸ਼ੁਰੂਆਤ, ਆਰੰਭ।
Begird—ਘੇਰ ਲੈਣਾ, ਲਪੇਟਣਾ।
Begnaw—ਹੌਲੀ ਹੌਲੀ ਖਾ ਜਾਣਾ।
Begone—ਚਲ ਦੂਰ ਹੋ।
Begrime—ਮੈਲਾ ਕਰਨਾ।
Begrudge—ਈਰਖ਼ਾ ਕਰਨੀ, ਹਸਦ ਕਰਨਾ।
Beguile—ਠੱਗਣਾ, ਅੱਖਾਂ ਵਿਚ ਘੱਟਾ ਪਾਉਣਾ।
Behalf—ਨਮਿਤ, ਖ਼ਾਤਰ।
Behave—ਵਰਤਣਾ, ਸਲੂਕ ਕਰਨਾ।
Behavior—ਸਲੂਕ, ਵਰਤਾਉ।
Behead—ਸਿਰ ਕੱਟਣਾ।
Behemoth—ਸਮੁੰਦਰੀ ਘੋੜਾ।
Behest—ਆਗਿਆ, ਹੁਕਮ।
Behind—ਪਿੱਠ ਤੇ, ਪਿੱਛੇ।
Behold—ਦੇਖਣਾ।
Beholden—ਮਸ਼ਕੂਰ, ਅਹਿਸਾਨਮੰਦ।
Beholder—ਤਮਾਸ਼ਾ ਦੇਖਣ ਵਾਲਾ।
Behoof—ਲਾਭ, ਫ਼ਾਇਦਾ।
Behoove—ਠੀਕ ਹੋਣਾ, ਮੁਨਾਸਬ ਹੋਣਾ।
Being—ਭਾਵ, ਹਸਤੀ, ਚੀਜ਼।
Belace—ਬੰਨ੍ਹਣਾ।
Belate—ਰੋਕਣਾ, ਦੇਰ ਕਰਨਾ।
Belated—ਰਾਤ ਹੋ ਜਾਣਾ, ਅਟਕ ਜਾਣਾ।
Belch—ਡਕਾਰ ਲੈਣਾ।
Beldam—ਡਾਇਨ।
Beleaguer—ਘੇਰ ਲੈਣਾ।
Belfry—ਘੰਟਾਘਰ।
Belial—ਸ਼ਰਾਰਤ, ਪਾਜ਼ੀਪਨ।
Belie—ਝੂਠ ਕਰਨਾ, ਝੁਠਲਾਣਾ।
Belief—ਵਿਸ਼ਵਾਸ, ਵਿਚਾਰ।
Believe—ਵਿਸ਼ਵਾਸ ਕਰਨਾ।
Believable—ਇਤਬਾਰ ਦੇ ਲਾਇਕ।
Believer—ਵਿਸ਼ਵਾਸ ਕਰਨ ਵਾਲਾ।
Belike—ਸ਼ਾਇਦ।
Bell—ਘੰਟੀ।
Belladonna—ਮਕੋਹ, ਜ਼ਹਿਰੀਲੀ ਬੂਟੀ
Belle—ਗੋਰੀ ਇਸਤ੍ਰੀ, ਸੁੰਦਰ, ਕਾਮਨੀ।
Beles-Letter—ਵਿੱਦਿਆ ਰਸ, ਇਲਮ ਅਦਬ।
Bell-founer—ਘੰਟਾ ਬਣਾਉਣ ਵਾਲਾ।
Belligerate—ਯੁੱਧ ਕਰਨਾ।
Belligerent—ਲੜਾਕਾ, ਲੜਨ ਵਾਲਾ।
Bellipotent—ਮਹਾਂਬਲੀ, ਯੋਧਾ।
Belliman—ਢਿੰਡੋਰਾ ਦੇਣ ਵਾਲਾ।
Bell-metal—ਕਾਂਸ, ਅਸਤਧਾਤ।
Bellow—ਗਰਜਨਾ, ਚਿੱਲਾਣਾ।
Bellows—ਫੂਕਣੀ, ਧੌਂਕਣੀ।
Belluine—ਜ਼ਾਹਿਲ, ਬੇਵਕੂਫ਼।
Belly-band—ਪੇਟੀ, ਕਮਰਬੰਦ।
Belly-got—ਪੇਟੂ, ਖਾਊ।
Belly-pinched—ਭੁੱਖਾ।
Belong—ਸੰਬੰਧ ਹੋਣਾ।
Beloved—ਪਿਆਰੀ।
Below—ਥੱਲੇ, ਹੇਠਾਂ।
Belt—ਪੇਟੀ।
Bemire—ਗੰਦਾ, ਕਿੱਚੜ ਵਰਗਾ ਮੈਲਾ।
Bemoan—ਰੋਣਾ, ਮਾਤਮ ਕਰਨਾ।
Bemock—ਮਖੌਲ ਕਰਨਾ, ਠੱਠਾ ਕਰਨਾ।
Bemourn—ਵਿਰਲਾਪ ਕਰਨਾ।
Bench—ਤਖ਼ਤਾ, ਅਦਾਲਤ ਦੇ ਹਾਕਮ।

Bend—ਟੇਢਾਪਨ, ਘੁਮਾਓ, ਝੁਕਣਾ, ਟੇਢਾ ਹੋਣਾ।
Beneath—ਹੇਠਾਂ, ਥੱਲੇ।
Benediction—ਅਸੀਸ, ਅਸ਼ੀਰਵਾਦ।
Benefaction—ਦਾਨ, ਬਖ਼ਸ਼ਿਸ਼।
Benefactor—ਦਾਤਾ, ਦੀਨ ਦਿਆਲ।
Benefice—ਵਜ਼ੀਫ਼ਾ, ਭਗਵਾਨ ਨਮਿਤ।
Beneflcence—ਉਪਕਾਰ।
Beneficent—ਉਪਕਾਰੀ, ਦਾਤਾ।
Benefical—ਫਲਦਾਇਕ।
Beneficiary—ਦਾਨ ਪਾਤਰ, ਲੈਣ ਵਾਲਾ।
Benefit—ਮਿਹਰਬਾਨੀ, ਉਪਕਾਰ।
Benevolent—ਭਲਾਈ, ਉਪਕਾਰ।
Bengalee—ਭਲਾ ਮੰਗਣ ਵਾਲਾ।
Benight—ਬੰਗਾਲ ਦੀ ਬੋਲੀ।
Benight—ਰਾਤ ਹੋਣਾ।
Benighted—ਹਨੇਰੇ ਵਿਚ ਫਸਿਆ ਹੋਇਆ।
Benign—ਦਿਆਵਾਨ, ਭਲਾ।
Benignity—ਕਿਰਪਾ, ਮਿਹਰਬਾਨੀ।
Benignly—ਮਿਹਰਬਾਨੀ ਨਾਲ।
Benison—ਬਰਕਤ, ਭਲਾਈ।
Bent—ਝੁਕਿਆ ਹੋਇਆ, ਮੁੜਿਆ ਹੋਇਆ।
Benumb—ਘਬਰਾ ਦੇਣਾ।
:epraise—ਤਾਰੀਫ਼ ਕਰਨਾ, ਵਡਿਆਈ ਕਰਨਾ।
I epurple—ਊਦਾ ਰੰਗ ਕਰਨਾ।
E equeath—ਛੱਡ ਜਾਣੀ, ਵਸੀਅਤ ਕਰਨਾ।
B quest—ਵਸੀਅਤ ਨਾਮਾ, ਵਸੀਅਤ ਾਹੀ।
Be ate—ਝਿੜਕਣਾ, ਦੁਰਕਾਰਨਾ।
Be ave—ਲੈ ਲੈਣਾ, ਖੋਹ ਲੈਣਾ।
Br revment—ਮੌਤ, ਅਫ਼ਸੋਸ।
Be gomot—ਨਾਸ਼ਪਾਤੀ, ਸੁਗੰਧਤ।
Berlin—ਰੱਥ, ਗੱਡੀ।
Berry—ਬੇਰ, ਪਿਪਲੀ।
Berth—ਰੇਲ ਜਾਂ ਜਹਾਜ਼ ਵਿਚ ਸੌਣ ਦੀ ਥਾਂ।
Bescreen—ਛਿਪਾਉਣਾ।
Bescribble—ਖ਼ਰਾਬ ਅੱਖਰ ਲਿਖਣਾ, ਬੁਰਾ ਖ਼ਤ।
Beseech—ਪ੍ਰਾਰਥਨਾ ਕਰਨਾ, ਤਰਲੇ ਕਰਨਾ।
Beseem—ਸ਼ੋਭਾ ਦੇਣਾ, ਯੋਗ ਹੋਣਾ।
Beseeming—ਸਜਾਵਟ, ਦੇਖਣ ਵਿਚ।
Beset—ਘੇਰਾ ਪਾਉਣਾ, ਟੁੱਟ ਕੇ ਪੈਣਾ।
Beshrew—ਸਰਾਪ ਦੇਣਾ, ਕੋਸਣਾ।
Beside—ਕੋਲ, ਨੇੜੇ, ਬਹੁਤਾ, ਵੱਖ ਵੱਖ
Besinger—ਘੇਰਾ ਪਾਉਣ ਵਾਲਾ।
Beslubber—ਲੇਪਣਾ, ਗਿੱਲਾ ਕਰਨਾ।
Besmear—ਖ਼ਰਾਬ ਕਰਨਾ, ਲਬੇੜਨਾ।
Besmut—ਕੱਜਲ ਨਾਲ ਕਾਲਾ ਕਰਨਾ।
Besom—ਝਾੜੂ, ਬਹੁਕਰ, ਬਹੁਕਰ ਦੇਣਾ।
Besort—ਯੋਗ ਹੋਣਾ, ਠੀਕ ਆਉਣਾ।
Bosot—ਬੇਹੋਸ਼ ਕਰਨਾ, ਪਾਗਲ ਬਣਾਉਣਾ।
Bespeak—ਹੁਕਮ ਦੇਣਾ।
Bespot—ਧੱਬੇ ਲਾਉਣਾ।
Bespread—ਫੈਲਾਉਣਾ, ਖਿਲਾਰਨਾ।
Best—ਸਭ ਤੋਂ ਵਧੀਆ, ਸਭ ਤੋਂ ਚੰਗਾ।
Bestial—ਪਸ਼ੂ, ਵਹਿਸ਼ੀ।
Bestir—ਕੰਮ ਵਿਚ ਲੱਗੇ ਰਹਿਣਾ, ਰੁੱਝੇ ਰਹਿਣਾ।
Bestow—ਦਾਨ ਦੇਣਾ, ਰਹਿਣ ਨੂੰ ਥਾਂ ਦੇਣਾ।
Bestowal—ਦਾਨ, ਬਖ਼ਸ਼ਿਸ਼।
Bestrew—ਖਿਲਾਰਨਾ, ਖਿੰਡਾਉਣਾ।
Bestride—ਸਵਾਰ ਹੋਣਾ, ਚੜ੍ਹ ਬੈਠਣਾ।
Bestud—ਫੁੱਲਾਂ ਨਾਲ ਸਜਾਉਣਾ।
Bet—ਸ਼ਰਤ, ਸ਼ਰਤ ਲਾਉਣੀ।
Betake—ਧਿਆਨ ਦੇਣਾ।

Betal—ਪਾਨ ਦਾ ਪੱਤਾ।
Bethink—ਯਾਦ ਕਰਨਾ, ਸੋਚਣਾ।
Betide—ਆਨ ਪੌਣਾ, ਹੋਣਾ।
Betimes—ਜਲਦੀ, ਵਕਤ ਤੇ।
Betoken—ਦੱਸਣਾ, ਜ਼ਾਹਿਰ ਕਰਨਾ।
Betray—ਧੋਖੇ ਨਾਲ ਫੜਾ ਦੇਣਾ।
Betrayer—ਧੋਖੇਬਾਜ਼, ਬੇਵਫ਼ਾ।
Betrim—ਸਜਾਉਣਾ, ਸੰਵਾਰਨਾ।
Betroth—ਸਗਾਈ ਕਰਨਾ, ਮੰਗਣੀ ਕਰਨਾ।
Better—ਵੱਧ ਕੇ, ਉਤਮ।
Betters—ਵੱਡੇ, ਭਲੇ, ਬਜ਼ੁਰਗ।
Bettor—ਸ਼ਰਤ ਜਾਂ ਦਾਅ ਲਗਾਉਣ ਵਾਲਾ।
Between—ਦਰਮਿਆਨ, ਵਿਚਕਾਰ।
Beverage—ਸ਼ਰਬਤ, ਕੋਈ ਪੀਣ ਦੀ ਚੀਜ਼।
Bevy—ਇਸਤ੍ਰੀਆਂ ਦੀ ਟੋਲੀ।
Bewail—ਗ਼ਮ ਕਰਨਾ, ਹੱਥ ਮਲਣਾ।
Bewailing—ਗ਼ਮ, ਰੋਣਾ।
Beware—ਹੁਸ਼ਿਆਰ ਹੋਣਾ।
Bewilder—ਭਟਕਾਉਣਾ, ਗੜਬੜ ਕਰਨਾ।
Bewitch—ਜਾਦੂ ਕਰਨਾ, ਮੋਹ ਲੈਣਾ।
Bewitchery—ਜਾਦੂ, ਟੂਣਾ।
Bewitching—ਮਨਮੋਹਣੀ, ਜਾਦੂ ਭਰਿਆ।
Bewrap—ਲਪੇਟਣਾ, ਬੰਦ ਕਰਨਾ।
Bewray—ਖੋਲਣਾ ਮਾਲੂਮ ਕਰਨਾ।
Beyond—ਦੂਜੇ ਪਾਸੇ, ਪਾਰ, ਪਰੇ, ਉਸ ਪਾਰ।
Bezel—ਮੁੰਦਰੀ ਦੇ ਨੱਗ ਦਾ ਸਥਾਨ।
Bezonian—ਕਮੀਨਾ, ਕਪੂਤ।
Bheels—ਭੀਲ ਲੋਕ।
Biangulated—ਦੋ ਕੋਣ, ਦੋ ਕੋਣਿਆ ਵਾਲਾ।
Biarchy—ਦੋ ਆਦਮੀਆਂ ਦਾ ਰਾਜ।
Bias—ਝੁਕਾਅ, ਇਕ ਪਾਸੇ ਝੁਕਣਾ।
Bib—ਬੱਚਿਆਂ ਦੀ ਛਾਤੀ ਤੇ ਰੱਖਣ ਵਾਲਾ ਕੱਪੜਾ।
Bibacity—ਬਹੁਤ ਸ਼ਰਾਬ ਖੋਰੀ।
Bibber—ਸ਼ਰਾਬ ਪੀਣ ਵਾਲਾ।
Bibble—ਬਕਵਾਸੀ, ਬਦਜ਼ੁਬਾਨ।
Bible—ਇਸਾਈਆਂ ਦੀ ਪਵਿੱਤਰ ਪੁਸਤਕ।
Bibliographer—ਪੁਸਤਕ ਵਿੱਦਿਆ ਦਾ ਗਿਆਨੀ।
Bibliography—ਪੁਸਤਕ ਵਿੱਦਿਆ।
Bibliople—ਪੁਸਤਕਾਂ ਵੇਚਣ ਵਾਲਾ।
Bibliotheca—ਪੁਸਤਕ ਦੀ ਦੁਕਾਨ, ਕੁਤਬਖ਼ਾਨਾ।
Biblicthecary—ਲਾਇਬ੍ਰੇਰੀ ਦਾ ਕਲਰਕ।
Biblis—ਸ਼ਰਾਬ ਦਾ ਕੀੜਾ।
Biblist—ਬਾਈਬਲ ਦਾ ਵਿਦਵਾਨ।
Bice—ਨੀਲਾ ਰੰਗ।
Bicipital—ਦੋ ਸਿਰ ਵਾਲਾ।
Bicker—ਝਗੜਾ ਕਰਨਾ, ਥਰਥਰਾਣਾ।
Bickern—ਲੋਹੇ ਦਾ ਛੱਲਾ।
Bicorn—ਦੋ ਸਿੰਗ ਵਾਲਾ।
Bid—ਹੁਕਮ ਦੇਣਾ, ਪੁੱਛਣਾ।
Bidder—ਬੋਲੀ ਦੇਣ ਵਾਲਾ।
Bidding—ਬੋਲੀ, ਹੁਕਮ।
Bide—ਰਹਿਣਾ, ਕਰਦੇ ਰਹਿਣਾ।
Bidental—ਦੋ ਦੰਦਾਂ ਵਾਲਾ।
Biding—ਘਰ, ਰਹਿਣ ਦੀ ਥਾਂ।
Biennial—ਦੋ ਸਾਲਾਂ ਦਾ।
Bier—ਅਰਥੀ, ਜਨਾਜ਼ਾ।
Biferous—ਦੋ ਫਸਲੀ, ਦੋ ਮੌਸਮੀ।
Biflorous—ਦੋ ਫੁੱਲਾਂ ਵਾਲਾ।
Bifold—ਦੋਹਰਾ, ਦੋ ਤਹਿਆਂ ਵਾਲਾ।
Biformity—ਦੋ-ਸੂਰਤਾ, ਜਾਂ ਦੋ-ਰੂਪੀਆ।
Bifurcated—ਦੋ ਨੋਕਾਂ ਵਾਲਾ, ਦੋ ਸ਼ਾਖਾ।
Big—ਵੱਡਾ, ਕੁੱਲ, ਗਰਭਵਤੀ।

Bigamist—ਦੋ ਪੱਤੀਆਂ ਵਾਲੀ ਇਸਤ੍ਰੀ, ਦੋ ਇਸਤ੍ਰੀਆਂ ਵਾਲਾ ਪਤੀ।

Bigamy—ਇਕ ਵਿਆਹ ਦੇ ਹੁੰਦਿਆਂ ਦੂਜਾ ਵਿਆਹ ਕਰਨਾ।

Bight—ਖਾੜੀ, ਖਲੀਜ।

Bigness—ਵਡਿਆਈ, ਵੱਡਾਪਨ।

Bigot—ਹਠਧਰਮੀ, ਕੱਟੜ।

Bigoted—ਢੀਠ।

Bilateral—ਦੋ ਪਾਸਿਆਂ ਵਾਲਾ।

Bilbo—ਤਲਵਾਰ, ਕਿਰਚ।

Bile—ਪਿੱਤ, ਸਫਰਾ।

Bigle—ਜਹਾਜ਼ ਦੇ ਤਲੇ ਵਿਚ ਛੇਕ ਹੋਣਾ।

Bilectonc—ਮਸਾਣੇ ਦੀ ਪੱਥਰੀ, ਪੱਥਰੀ।

Bilge-pump—ਪੈਂਦੇ ਤੋਂ ਪਾਣੀ ਕੱਢਣ ਦਾ ਯੰਤਰ।

Bilinguous—ਦੋ ਬੋਲੀਆਂ ਵਾਲਾ।

Biliteral—ਦੋ ਅੱਖਰ।

Bilk—ਫਰੇਬ ਕਰਨਾ, ਠੱਗਣਾ।

Bill—ਚੋਂਚ, ਇਸ਼ਤਿਹਾਰ।

Bill of exchange—ਹੁੰਡੀ, ਪਰਚਾ।

Billet—ਗੱਠਾਂ, ਚਿੱਠੀ।

Billet doux—ਪ੍ਰੇਮ ਪੱਤਰ।

Billhards—ਅਾਂਟੇ ਦਾ ਖੇਡ।

Billingsgate—ਗੰਦੀ ਬੋਲ ਚਾਲ।

Billion—ਦੱਸ ਖ਼ਰਬ।

Billow—ਵੱਡੀ ਲਹਿਰ, ਤਰੰਗ।

Bimanous—ਦੋ ਹੱਥਾ।

Bimensal—ਹਰ ਦੋ ਮਹੀਨੇ ਪਿੱਛੋਂ।

Bin—ਸ਼ਰਾਬ ਦੀ ਕੋਠੜੀ।

Binate—ਜੋੜੇ, ਦੁਗਣੇ।

Bind—ਪੱਕਾ ਕਰਨਾ, ਬੰਨ੍ਹਣਾ।

Binder—ਬੰਨ੍ਹਣ ਵਾਲਾ, ਜਿਲਦਸਾਜ਼।

Binding—ਜਿਲਦ।

Bining—ਵਾਜਿਬ, ਉਚਿਤ।

Bindwecd—ਬੇਲ।

Binocle—ਦੁਨਾਲੀ ਦੂਰਬੀਨ।

Binocular—ਦੋ ਅੱਖਾਂ ਨਾਲ ਦੇਖਣ ਵਾਲੀ ਦੂਰਬੀਨ।

Binomial—ਦੋ ਹਿੱਸਿਆਂ ਦਾ ਬਣਿਆ ਹੋਇਆ।

Biographer—ਜੀਵਨ ਕਥਾ ਲਿਖਣ ਵਾਲਾ।

Biography--ਜੀਵਨ ਕਥਾ ਦੇ ਮੁਤਅੱਲਕ।

Biparous—ਇਕ ਦਫ਼ਾ ਦੋ ਬੱਚੇ ਦੇਣ ਵਾਲੀ।

Bipartite—ਦੋ ਹਿੱਸੇ, ਦੋ ਸ਼ਾਖਾ।

Bipartition—ਅਧੋ ਅੱਧ।

Biped—ਦੋ ਪੈਰਾਂ ਵਾਲਾ ਪਸ਼ੂ।

Bipedal—ਦੋ ਪੈਰਾਂ ਵਾਲਾ।

Bipennated—ਦੋ ਖੰਭਾਂ ਵਾਲਾ।

Biquadrate, Biquadratic—ਮੁਰੱਬੇ ਦਾ ਮੁਰੱਬਾ।

Birch—ਇਕ ਵਲਾਇਤੀ ਦਰਖ਼ਤ।

Bird—ਪੰਛੀ, ਪਰਿੰਦਾ।

Bird-cage—ਪੰਛੀ ਮਾਰਨ ਦਾ ਤੀਰ।

Bird-catcher—ਚਿੜੀਮਾਰ।

Bird's eye—ਪੰਛੀ ਦੀ ਨਜ਼ਰ, ਉਪਰੋਂ ਦਿਸਿਆ ਦ੍ਰਿਸ਼।

Bird-like—ਪੰਛੀ ਦੇ ਸਮਾਨ।

Bird's nest—ਘੋਂਸਲਾ, ਪੰਛੀਆਂ ਦੇ ਰਹਿਣ ਦੀ ਥਾਂ।

Birth—ਜਨਮ, ਕੁਲ, ਬੰਸ।

Birth-day—ਜਨਮ ਦਿਨ, ਵਰ੍ਹੇਗੰਢ।

Biscuit—ਬਿਸਕੁਟ, ਟਿਕੀ।

Bisect—ਕਟ ਕੇ ਬਰਾਬਰ ਦੋ ਹਿੱਸੇ ਕਰਨੇ।

Bisection—ਅਧੋ ਅੱਧ।

Bisexous—ਨਰ ਤੇ ਮਾਦ ਮਿਲੇ ਹੋਏ।

Bishop—ਲਾਟ, ਪਾਦਰੀ।

Bishopric—ਪਾਦਰੀ ਦਾ ਇਲਾਕਾ।

Bismuth—ਫੁੱਲ, ਧਾਤ, ਕਾਂਸਾ।

Bissextile—ਲੀਪ ਦਾ ਸਾਲ।

Bisson—ਅੰਧਾ।
Bistre—ਦੀਵੇ ਦੀ ਕਾਲਖ਼ ਦਾ ਰੰਗ।
Bit—ਗਰਾਹੀ, ਟੋਟਾ, ਥੋੜ੍ਹਾ ਜਿਹਾ।
Bitch—ਕੁੱਤੀ।
Bite—ਕੱਟਣਾ, ਧੋਖਾ ਦੇਣਾ।
Bitting—ਤੇਜ਼, ਤੁਰਸ਼।
Bitnoben—ਚੂਰਨ।
Bitt—ਲੋਹੇ ਦੀ ਲਗਾਮ।
Bittern—ਬਗਲਾ।
Bitterness—ਰੰਜ, ਕੁੜੱਤਨ।
Bittersweet—ਇਕ ਪ੍ਰਕਾਰ ਦਾ ਸੇਬ।
Bitumen—ਰਾਲ।
Bituminate— ਰਾਲ ਦੇ ਨਾਲ ਮਿਲਾਉਣਾ।
Bituminous—ਰਾਲ ਦੀ ਮਿਲਾਵਟ।
Bivalve, Bivalvous, Bilalvular —ਦੋ ਪਲੜਾ, ਦੋ ਦਰਾ।
Biventral—ਦੋ ਪੇਟ ਵਾਲਾ।
Bivouac—ਫ਼ੌਜ ਦਾ ਪੜਾਅ।
Blab—ਨਿੰਦਿਆ ਕਰਨਾ, ਭੇਦ ਖੋਲਣਾ, ਭੇਦ ਖੋਲਣ ਵਾਲਾ।
Blaber—ਗੱਪੀ।
Black—ਕਾਲਾ।
Blackamoor—ਹਬਸ਼ੀ।
Black browed—ਉਦਾਸ, ਭਿਆਨਕ।
Black-cap—ਬੁਲਬੁਲ।
Blacken—ਕਾਲਾ ਕਰਨਾ, ਬਦਨਾਮ ਕਰਨਾ।
Blacking—ਜੁੱਤੀ ਦੀ ਸਿਆਹੀ।
Blackish—ਕਾਲਾ ਜਿਹਾ, ਸਿਆਹੀ ਮਾਇਲ।
Blackleg—ਧੋਖੇਬਾਜ਼, ਕਮੀਨਾ
Blackness—ਸਿਆਹੀ।
Blacksmith—ਲੋਹਾਰ।
Bladder—ਮਸਾਣਾ, ਫੁਕਨਾ।
Blade—ਫਲ, ਧਾਰਾ, ਪੱਤਰ।
Bladebone—ਮੋਢੇ ਦੀ ਹੱਡੀ।
Blain—ਛਾਲਾ, ਫਿੰਸੀ।
Blamale—ਅਪਰਾਧੀ, ਕਸੂਰਵਾਰ।
Blame—ਅਪਰਾਧ, ਪਾਪ, ਅਪਰਾਧ ਲਗਾਉਣਾ।
Blameless—ਨਿਰਦੋਸ਼, ਨਿਰ-ਅਪਰਾਧ।
Blameworthy—ਇਲਜ਼ਾਮ ਯੋਗ, ਅਪਰਾਧੀ।
Blanch—ਚਿੱਟਾ ਕਰਨਾ, ਉਜਲਾ ਕਰਨਾ।
Bland—ਕੋਮਲ, ਮੁਲਾਇਮ।
Blandiloquence—ਖ਼ੁਸ਼ਾਮਦ ਦੀ ਗੱਲ।
Blandish—ਮਿੱਠੀਆਂ ਗੱਲਾਂ ਨਾਲ ਦਿਲ ਲਗਾਉਣਾ।
Blandishment—ਚਾਪਲੂਸੀ।
Blank—ਖਾਲੀ ਥਾਂ, ਉਜਲਾ, ਹੱਕਾ ਬੱਕਾ
Blank-verse—ਬੇ ਤੁਕਾ ਛੰਦ।
Blanket—ਕੰਬਲ।
Blanketing—ਕੰਬਲ ਬਣਾਉਣ ਦਾ ਕੱਪੜਾ।
Blare—ਲਲਕਾਰਨਾ।
Blaspheme—ਈਸ਼ਵਰ ਦੀ ਨਿੰਦਾ ਕਰਨੀ।
Blasphemous—ਈਸ਼ਵਰ ਜਾਂ ਮਜ਼ਹਬ ਦੀ ਨਿੰਦਾ ਕਰਨ ਵਾਲਾ।
Blasphemy—ਈਸ਼ਵਰ ਜਾਂ ਵੇਦ ਨਿੰਦਾ।
Blast—ਹਵਾ ਦਾ ਝੌਂਕਾ।
Blasting—ਬਾਰੂਦ ਨਾਲ ਉਡਾਉਣਾ।
Blaze—ਘੋੜੇ ਦਾ ਚਿੱਟਾ ਧੱਬਾ, ਭੜਕਨ।
Blazing-star—ਪੂਛਲ ਵਾਲਾ ਤਾਰਾ।
Blazon—ਸਜਾਉਣਾ ਸੰਵਾਰਨਾ।
Blazoner—ਮਸ਼ਹੂਰ ਕਰਨ ਵਾਲਾ, ਬਦਨਾਮ ਕਰਨ ਵਾਲਾ।
Bleach—ਚਿੱਟਾ ਕਰਨਾ ਜਾਂ ਹੋਣਾ।
Bleachery—ਚਿੱਟੇ ਕਰਨ ਦੀ ਥਾਂ।
Bleak—ਸ਼ੀਤਲ, ਠੰਡਾ, ਖੁੱਲ੍ਹਾ।

Bleakness—ਠੰਡਕ, ਸਰਦੀ।
Bleaky—ਠੰਡਕ, ਖੁੱਲਾ।
Blear—ਚੁੰਨਾ ਕਰਨਾ, ਧੁੰਧਲਾ।
Blear-eyed—ਚੁੰਨੀਆਂ ਅੱਖਾਂ ਵਾਲਾ।
Bleat—ਭੈਂ ਭੈਂ ਕਰਨਾ।
Bled—ਜ਼ਖ਼ਮ।
Bleed—ਰਗ ਖੋਲਣਾ।
Bleading—ਲਹੂ ਕਢਣਾ।
Blemish—ਦਾਗ਼, ਕਲੰਕ।
Blench—ਟਾਲਣਾ, ਰੋਕਣਾ।
Blend—ਮਿਲਣਾ, ਇਕ ਹੋਣਾ।
Blende—ਕੱਚੀ ਧਾਤ।
Bless—ਅਸੀਸ ਦੇਣਾ, ਖ਼ੁਸ਼ ਕਰਨਾ।
Blessed—ਖ਼ੁਸ਼ਹਾਲ, ਮੁਬਾਰਕ।
Blessedness—ਖ਼ੁਸ਼ੀ, ਸ਼ਾਦਮਾਨੀ।
Blessing—ਅਸ਼ੀਰਵਾਦ, ਦੁਆ, ਕਿਰਪਾ।
Blind—ਅੰਨ੍ਹਾ, ਹਨੇਰਾ।
Blindfold—ਅੱਖ ਬੰਦ ਕਰਨਾ।
Blindly—ਅੰਧਾਧੁੰਦ, ਬਿਨਾਂ ਵਿਚਾਰ।
Blindman's-buff—ਅੱਖ ਮਿਚੋਲੀ, ਲੁੱਕਣ ਮੀਟੀ।
Blindness—ਅੰਨ੍ਹਾਪਨ।
Blindside—ਕਮਜ਼ੋਰ ਪਾਸਾ।
Blink—ਪਲਕ ਮਾਰਨਾ, ਅੱਖ ਝਪਕਣਾ।
Blinkard—ਘਟ ਨਿਗਾਹ ਵਾਲਾ।
Bliss—ਅਨੰਦ, ਕਲਿਆਣ।
Blissful—ਮਹਾਨ ਆਨੰਦਤ।
Blissfulness—ਖ਼ੁਸ਼ੀ, ਸੁੱਖ।
Blister—ਛਾਲਾ, ਮਰਹਮ ਲਗਾਉਣਾ।
Blithe, Blithesome—ਖ਼ੁਸ਼ਦਿਲ।
Blithely—ਖ਼ੁਸ਼ੀ ਨਾਲ।
Bloat—ਸੁੱਜਣਾ, ਫੁਲਨਾ।
Bloatedness—ਵਰਮ, ਸੋਜਨ।
Blobberlip—ਵੱਡਾ ਬੁੱਲ।
Block—ਲੱਕੜ ਜਾਂ ਸੰਗਮਰਮਰ ਦਾ ਟੁਕੜਾ, ਬੰਦ ਕਰਨਾ।
Blockade—ਨਾਕਾਬੰਦੀ, ਘੇਰਾ ਪਾਉਣਾ।
Blockhead—ਮੂਰਖ਼, ਬੇਵਕੂਫ਼।
Blockheaded—ਅਨਾੜੀ, ਮੂਰਖ਼।
Blockishness—ਮੂਰਖ਼ਤਾਈ, ਬੇਵਕੂਫ਼ੀ।
Blocktin—ਡਬਲ ਜਾਂ ਮੋਟਾ ਟਿਨ।
Blood—ਖ਼ੂਨ, ਖ਼ਾਨਦਾਨ, ਖ਼ੂਨ ਕੱਢਣਾ, ਨਾੜੀ ਖੋਲਣਾ।
Bloodhound—ਸ਼ਿਕਾਰੀ ਕੁੱਤਾ, ਜੋ ਸੁਗੰਧ ਨਾਲ ਸ਼ਿਕਾਰ ਲੱਭਦਾ ਹੈ।
Blood-less—ਬਿਨਾਂ ਖ਼ੂਨ।
Bloodshed—ਕਤਲ, ਖ਼ੂਨ ਖ਼ਰਾਬਾ।
Bloodshot—ਸੁਰਖ਼, ਖ਼ੂਨੀ।
Bloodsuker—ਜੌਂਕ, ਜਲਾਦ।
Bloodvessel—ਰਗ, ਨਾੜੀ।
Bloodwarm—ਠੰਡਾ, ਗਰਮ।
Bloody—ਖ਼ੂਨ ਨਾਲ ਭਰਿਆ ਹੋਇਆ, ਖ਼ੂਨੀ।
Bloody-minded—ਬੇਰਹਿਮ, ਜ਼ਾਲਮ।
Bloom—ਨਵੀਂ ਜਵਾਨੀ, ਗੁੰਚਾ, ਗਲ੍ਹ ਦੀ ਲਾਲੀ।
Bloom—ਖਿਲਣਾ, ਫੁੱਲਣਾ।
Blooming—ਨੌਜਵਾਨ, ਫੁਲਦਾਰ।
Blore—ਝੌਂਕਾ।
Blossom—ਫੁੱਲ ਕਲੀ।
Blot—ਧੱਬੇ ਲਗਾਉਣਾ, ਬਦਨਾਮ ਕਰਨਾ।
Blotch—ਦਾਗ, ਧੱਬਾ।
Blote—ਧੂੰਏਂ ਨਾਲ ਸੁਖਾਣਾ।
Blotting-paper—ਖ਼ੁਸਕਾ, ਸਿਆਹੀ ਚੂਸ।
Blow—ਚੋਟ, ਆਫ਼ਤ, ਫੂਕਨਾ, ਵਜਾਣਾ।
Blowpipe—ਹਵਾ ਫੂਕਣ ਦੀ ਨਲੀ, ਫੂਕਣੀ।
Blowzy—ਲਾਲ ਮੂੰਹ ਵਾਲਾ।
Blubber—ਮੱਛੀ ਦੀ ਚਰਬੀ, ਸਿਸਕ ਕੇ ਰੋਣਾ।
Bludgeon—ਡੰਡਾ, ਲਾਠੀ।

Blue—ਨੀਲੇ ਰੰਗ ਦਾ।
Bluebottle—ਇਕ ਨੀਲਾ ਫੁੱਲ।
Blue-eyed—ਨੀਲੀਆਂ ਅੱਖਾਂ ਵਾਲਾ।
Blueness—ਨੀਲਾਪਨ।
Blue-veined—ਨੀਲ ਰੰਗੀ, ਨੀਲੀ ਨਾੜੀ ਵਾਲਾ।
Bluff—ਵੱਡਾ, ਮੋਟਾ, ਰੁੱਖਾ।
Bluish—ਨੀਲਾ।
Blunder—ਭੁੱਲ, ਗਲਤੀ ਕਰਨਾ।
Blunderbuss—ਵੱਡੀ ਨਾਲੀ ਦੀ ਬੰਦੂਕ।
Blunderhead—ਮੂਰਖ਼, ਬੇਵਕੂਫ਼।
Blunt—ਖੁੰਡਾ, ਖੁਰਦਰਾ।
Bluntly—ਉੱਜੜਪਨ ਨਾਲ।
Bluntness—ਰੀਂਵਾਰਪਨ, ਉੱਜੜਪਨ।
Bluntwitted—ਮੂਰਖ਼, ਬੇਵਕੂਫ਼।
Blur—ਕਲੰਕ ਲਗਾਉਣਾ, ਧੱਬਾ।
Blurt—ਬਿਨਾਂ ਸੋਚੇ ਸਮਝੇ ਬੋਲਣਾ।
Blush—ਸ਼ਰਮਿੰਦਾ ਹੋਣਾ।
Bluster—ਗਰਜਣਾ, ਡੀਂਗ ਮਾਰਨਾ।
Blustering—ਗਰਜ, ਡੀਂਗ।
Blustrous—ਧੌਂਸ ਦੇਣ ਵਾਲਾ।
Boa—ਅਜਗਰ, ਇਕ ਵੱਡਾ ਸੱਪ।
Board—ਤਖ਼ਤੇ ਲਗਾਉਣਾ, ਜਹਾਜ਼ ਤੇ ਸਵਾਰ ਹੋਣਾ, ਖਾਣ ਅਤੇ ਰਹਿਣ ਦਾ ਕਿਰਾਇਆ ਦੇਣਾ।
Boarder—ਠੇਕੇ ਤੇ ਭੋਜਣ ਖਾਣ ਵਾਲਾ।
Boarding-school—ਜਿੱਥੇ ਵਿਦਿਆਰਥੀ ਮਾਸਟਰ ਦੇ ਨਾਲ ਰਹਿੰਦੇ ਹਨ।
Board-wages—ਖਾਣ-ਪੀਣ ਦਾ ਖ਼ਰਚ।
Boast—ਸ਼ੇਖੀ, ਵਡਿਆਈ, ਡੀਂਗ ਮਾਰਨਾ, ਵਡਿਆਈ ਕਰਨਾ।
Boastful—ਸ਼ੇਖੀਬਾਜ਼, ਅਭਿਮਾਨੀ।
Boat—ਕਿਸ਼ਤੀ, ਨਾਵ,
Boatman—ਮਾਂਝੀ, ਮਲਾਹ।
Boatswain—ਕਿਸ਼ਤੀ ਦਾ ਮੈਨੇਜਰ।
Bob—ਟਾਲਣਾ, ਧੋਖਾ ਦੇਣਾ।
Bobstays—ਜਹਾਜ਼ ਦੇ ਰੱਸੇ।
Bobtail—ਸਾਧਾਰਨ ਮਨੁੱਖ।
Bocasine—ਇਕ ਪਤਲਾ ਅੱਛਾ ਕੱਪੜਾ।
Bockelet—ਲੰਬੇ ਪਰਾਂ ਵਾਲਾ ਬਾਜ਼।
Bode—ਸ਼ਗੁਨ ਦੇਣਾ, ਟਾਲ ਦੇਣਾ।
Bodement—ਸ਼ਗੁਨ, ਫਾਲ।
Bodge—ਚੌਂਕਨਾ, ਫਿਨਸੀ, ਫੋੜਾ।
Bodice—ਅੰਗੀ, ਕੁੜਤੀ।
Bodied—ਸਰੀਰ ਵਾਲਾ।
Bodiless—ਬਿਨਾਂ ਸਰੀਰ।
Bodiliness—ਦੇਹ।
Bodily—ਦੇਹੀ, ਅੰਗੀ।
Bodkin—ਸੂਆ, ਸਿਲਾਈ।
Body—ਸਰੀਰ, ਜਿਸਮ।
Body-guard—ਬਾਦਸ਼ਾਹ ਦੇ ਸਰੀਰ ਦਾ ਰੱਖਿਅਕ!
Bog—ਦਲ ਦਲ, ਚਿੱਕੜ।
Boggle—ਚੌਂਕਨਾ।
Boggy—ਚਿੱਕੜ ਵਾਲੀ, ਦਲਦਲੀ।
Boghouse—ਪਾਖਾਨਾ।
Bogland—ਦਲਦਲੀ ਦੇਸ਼।
Bogle—ਭੂਤ, ਪ੍ਰੇਤ।
Boil—ਉਬਲਣਾ, ਫੋੜਾ।
Boiler—ਇੰਜਣ, ਪਤੀਲਾ।
Boilling—ਉਬਾਲ।
Boisterous—ਤੇਜ਼, ਗੁੱਸੇ ਵਾਲਾ।
Boisterously—ਤੇਜ਼ੀ ਨਾਲ, ਗੁੱਸੇ ਨਾਲ।
Boisterousness—ਤੇਜ਼ੀ, ਉਦਮ।
Bold—ਨਿਡਰ, ਸੂਰਬੀਰ।
Bolden—ਸਬਰ ਦੇਣਾ।
Boldly—ਵੀਰਤਾ ਨਾਲ।
Boldness—ਗੁਸਤਾਖ਼ੀ, ਅੱਖੜਪਨ।
Boll—ਗੋਲ ਡੰਠਲ ਵਾਲਾ ਪਿਆਲਾ।
Bloster—ਗੋਲ ਤੇ ਲੰਬਾ ਸਿਰਹਾਣਾ, ਸਿਰਹਾਣਾ ਲਗਾਉਣਾ।

Bolt--ਚਿਟਕਨੀ, ਬਿਜਲੀ ਖਟਕਾ ਲਗਾਉਣਾ।
Bolt-boat—ਮਜ਼ਬੂਤ ਕਿਸ਼ਤੀ।
Bolus—ਵੱਡੀ ਟੰਕੀ।
Bomb—ਬੰਬ ਦਾ ਗੋਲਾ।
Bombard—ਗੋਲਾਬਾਰੀ ਕਰਨਾ।
Bombardment—ਬੰਬਾਂ ਦਾ ਹਮਲਾ।
Bombasin—ਨਕਲੀ ਰੇਸ਼ਮ।
Bombastic—ਵੱਡੇ ਵੱਡੇ ਸ਼ਬਦਾਂ ਦੀਆਂ ਗੱਲਾਂ।
Bombilation—ਭਨਭਨਾਹਟ।
Bombycinous—ਰੇਸ਼ਮੀ।
Bombyx—ਰੇਸ਼ਮੀ ਕੱਪੜਾ।
Bonair—ਅੰਗੀਕਾਰ।
Bonaroba—ਨੁਮਾਇਸ਼ੀ।
Bonasus—ਭੈਂਸਾ, ਝੋਟਾ।
Bond—ਇਕਰਾਰ ਨਾਮਾ, ਗੁਲਾਮ, ਕੈਦੀ।
Bondage—ਕੈਦ, ਗੁਲਾਮੀ।
Bondmaid—ਲੌਂਡੀ, ਨੌਕਰਾਣੀ।
Bondman—ਗੁਲਾਮ, ਖ਼ਰੀਦਿਆ ਹੋਇਆ ਨੌਕਰ।
Bondservice—ਗੁਲਾਮੀ, ਦਾਸਤਾ।
Bond-slave—ਗੁਲਾਮ, ਖ਼ਿਦਮਤਗਾਰ।
Bondsman—ਜ਼ਮਾਨਤ ਦੇਣ ਵਾਲਾ।
Bone—ਹੱਡੀ।
Bone-ache—ਹੱਡੀ ਦੀ ਪੀੜ।
Bonelace—ਹਲਕਾ ਗੋਟਾ।
Boneless—ਬਿਨਾਂ ਹੱਡੀ।
Bonfire—ਆਤਿਸ਼ਬਾਜ਼ੀ।
Boniform—ਸੁੰਦਰ।
Bon-mot—ਲਤੀਫ਼ਾ, ਚੁਟਕਲਾ।
Bonnet—ਜ਼ਨਾਨੀ ਟੋਪੀ।
Bonny—ਸੁੰਦਰ, ਚੰਚਲ।
Bonus—ਲਾਭ, ਇਨਾਮ।
Bony—ਹੱਡੀ ਦਾ ਬਣਿਆ ਹੋਇਆ।
Booby—ਬੇਵਕੂਫ਼, ਮੂਰਖ਼।
Book—ਪੁਸਤਕ, ਕਿਤਾਬ, ਬਹੀਖ਼ਾਤਾ।
Bookbinder—ਜਿਲਦਸਾਜ਼, ਜਿਲਦ ਬਣਾਉਣ ਵਾਲਾ।
Bookbinding—ਜਿਲਦਸਾਜ਼ੀ।
Bookcase—ਕਿਤਾਬਾਂ ਦੀ ਅਲਮਾਰੀ।
Bookish—ਕਿਤਾਬੀ ਕੀੜਾ।
Book-keeper—ਹਿਸਾਬ ਰੱਖਣ ਵਾਲਾ।
Book-keeping—ਹਿਸਾਬ ਕਿਤਾਬ, ਲੇਖਾ।
Bookmaking—ਪੁਸਤਕ ਬਣਾਉਣ ਦੀ ਵਿੱਦਿਆ।
Bookmate—ਜਮਾਤੀ, ਇਕੋ ਸਕੂਲ ਵਿਚ ਪੜ੍ਹਨ ਵਾਲਾ।
Book-seller—ਕਿਤਾਬ ਵੇਚਣ ਵਾਲਾ।
Bookworm—ਕਿਤਾਬੀ ਕੀੜਾ।
Boom—ਗਰਜਣਾ, ਜੋਸ਼ ਨਾਲ ਝਪਟਣਾ।
Boon—ਬਖ਼ਸ਼ੀਸ਼, ਸੁਗਾਤ।
Boor—ਪੇਂਡੂ, ਉੱਜਡ।
Boorish—ਗੰਵਾਰ, ਉੱਜਡ।
Boose—ਗਊਸ਼ਾਲਾ।
Boose—ਬਹੁਤ ਸ਼ਰਾਬ ਪੀਣਾ।
Boosy—ਸ਼ਰਾਬ ਪੀਣ ਵਾਲਾ।
Boot—ਨਫ਼ਾ ਉਠਾਉਣਾ, ਪ੍ਰਾਪਤ ਹੋਣਾ।
Booth—ਝੌਂਪੜੀ, ਡੇਰਾ, ਛੱਪੜ।
Boothose—ਜੁਰਾਬ।
Bootless—ਖ਼ਾਲੀ, ਨਿਸਫ਼ਲ।
Booty—ਲੁੱਟ ਜਾਂ ਡਾਕੇ ਦਾ ਮਾਲ।
Bopeep—ਝਾਤ, ਅੱਖ ਮਿਚੋਲੀ।
Borachio—ਸ਼ਰਾਬੀ।
Borage—ਬੂਟੀ, ਪੌਦਾ।
Borax—ਸੁਹਾਗਾ।
Border—ਕਿਨਾਰਾ, ਹਾਸ਼ੀਆ, ਸਰਹੱਦ, ਨੇੜੇ ਆਉਣਾ।
Borderers—ਕਿਨਾਰੇ ਜਾਂ ਸਰਹੱਦ ਦਾ ਵਸਨੀਕ।
Bore—ਬੰਦੂਕ ਦੀ ਨਲੀ, ਕਸ਼ਟ, ਤੰਗ ਕਰਨਾ, ਭੇੜ ਕਰਨਾ।

Boreal—ਉੱਤਰੀ, ਸ਼ੁਮਾਲੀ।
Boreas—ਸ਼ੁਮਾਲੀ ਹਵਾ।
Borough—ਕਸਬਾ ਜਿਸ ਦਾ ਆਪਣਾ ਮੈਂਬਰ ਪਾਰਲੀਮੈਂਟ ਵਿਚ ਹੋਵੇ।
Boroughmonger—ਦੇਹਾਤੀ ਸੌਦਾਗਰ।
Borrow—ਉਧਾਰ ਲੈਣਾ, ਕਰਜ਼ ਲੈਣਾ।
Borrower—ਕਰਜ਼ ਲੈਣ ਵਾਲਾ।
Boscage—ਜੰਗਲ, ਵਣ।
Bosky—ਜੰਗਲੀ, ਖ਼ੁਰਦਰਾ
Bosom—ਛਾਤੀ, ਘੇਰਾ, ਦਿਲ।
Bosom—ਛਾਤੀ ਨਾਲ ਲਗਾਉਣਾ।
Bossed—ਉਭਰਿਆ ਹੋਇਆ, ਫੁੱਲਦਾਰ।
Bossive—ਬੇਡੌਲ, ਬਦਸ਼ਕਲ।
Botanic, Botanical—ਬਨਸਪਤੀ ਸੰਬੰਧੀ।
Botanist—ਬਨਸਪਤੀ ਵਿੱਦਿਆ ਦਾ ਜਾਣੂ।
Botanology—ਜੜ੍ਹੀ ਬੂਟੀ ਦੀ ਵਿੱਦਿਆ ਦਾ ਵਰਣਨ।
Botany—ਪੌਦਿਆਂ ਆਦਿ ਦੀ ਵਿੱਦਿਆ।
Botch—ਛਾਲਾ, ਫਿੰਨਸੀ।
Botcher—ਪੁਰਾਣੇ ਕੱਪੜੇ ਸੀਣ ਜਾਂ ਰੀਢਣ ਵਾਲੀ।
Botchy—ਫੋੜਿਆਂ ਨਾਲ ਭਰਿਆ ਹੋਇਆ।
Both—ਭੀ, ਦੋਵੇਂ।
Bother—ਤੰਗ ਕਰਨਾ।
Bots—ਕੀੜੇ, ਜੋਕ।
Bottle—ਬੋਤਲ, ਬੋਤਲ ਭਰਨਾ।
Bottle-companion, Bottle friend—ਇਕ ਸਾਥ ਖਾਣ ਪੀਣ ਵਾਲਾ।
Bottom—ਤਲਾ।
Bottomless—ਡੂੰਘਾ, ਅਥਾਹ।
Boudior—ਜ਼ਨਾਨਾ ਬੈਠਕ।
Bough—ਸ਼ਾਖ, ਟਾਹਣੀ।
Bought—ਖਰੀਦਿਆ, ਮੁੱਲ ਲਿਆ, ਗੀਢ।
Boullion—ਸ਼ੋਰਬਾ।
Bounce—ਛਾਲ ਮਾਰਨੀ, ਸ਼ੇਖੀ ਮਾਰਨਾ।
Bouncer—ਵਡਿਆਈ ਕਰਨ ਵਾਲਾ।
Bound—ਛਾਲ, ਹੱਦ, ਬੰਨ੍ਹਿਆ ਹੋਇਆ।
Boundary—ਹੱਦ, ਸਰਹੱਦ।
Boundless—ਬੇਹੱਦ, ਬੇਅੰਤ।
Boundstone—ਖੇਡਣ ਦਾ ਪੱਥਰ।
Bounteous, Bountiful—ਦਾਨੀ, ਉਦਾਰ।
Bountifulness—ਬਖ਼ਸ਼ਿਸ਼, ਦਾਤ।
Bounty—ਦਾਨ।
Bouquet—ਗੁਲਦਸਤਾ।
Bourgeon—ਫੁੱਲਣਾ, ਖਿਲਣਾ।
Bourn—ਨਦੀ, ਕਿਨਾਰਾ, ਨਾਲਾ।
Bouse or Boose—ਦੀਵਾਨਾ, ਸ਼ਰਾਬ ਵਿਚ ਮਸਤ।
Bout—ਲੜਾਈ, ਸ਼ਰਾਬਖ਼ੋਰੀ।
Bovine—ਬੇਵਕੂਫ਼, ਪਸ਼ੂ ਦੀ ਤਰ੍ਹਾਂ।
Bow—ਕਮਾਨ, ਗਜ਼, ਨਮਸਕਾਰ, ਸਲਾਮ।
Bowbent—ਟੇਢਾ, ਝੁਕਿਆ ਹੋਇਆ।
Boweless—ਬੇਰਹਿਮ, ਨਿਰਦਈ।
Bowels—ਆਂਦਰਾਂ, ਅੰਦਰਲਾ ਹਿੱਸਾ।
Bower—ਕੁੰਜ, ਗੁਫ਼ਾ।
Bowery—ਕੁੰਜ, ਸਾਯਾ ਵਾਲਾ।
Bow-hand—ਕਮਾਨ ਚਲਾਨ ਵਾਲਾ।
Bowl—ਪਿਆਲਾ, ਕਟੋਰਾ।
Bowler—ਗੇਂਦ ਸੁਟਣ ਵਾਲਾ।
Bowling—ਗੇਂਦ ਦੇਣਾ।
Bowman—ਤੀਰਅੰਦਾਜ਼।
Bowshot—ਜਿੰਨੀ ਦੂਰ ਇਕ ਤੀਰ ਜਾ ਸਕੇ।
Bowstrinng—ਕਮਾਨ ਦਾ ਚਿੱਲਾ।
Bowyer—ਤੀਰ ਕਮਾਨ ਬਨਾਣ ਵਾਲਾ।
Box—ਮੁੱਕਾ, ਪੇਟੀ, ਮੁੱਕਾ ਮਾਰਨਾ।
Boxing—ਮੁੱਕੇ ਬਾਜ਼ੀ।
Boy—ਮੁੰਡਾ, ਲੜਕਾ।
Boyhood—ਲੜਕਪਨ, ਬਚਪਨ।

Boyish—ਸਾਦਾ, ਮੁੰਡਿਆਂ ਵਾਂਗ।
Boyishness, Boysism—ਲੜਕਪਨ, ਖੇਡ।
Brabble—ਚਿਲਾਹਟ, ਦੰਗਾ।
Brace—ਬੰਦ, ਜੋੜਾ।
Bracelet—ਕੰਗਣ, ਚੂੜੀ।
Bracer—ਤਸਮਾ, ਬੰਦ।
Brachygrapher—ਮੁਖ਼ਤਸਰ ਲਿਖਣ ਵਾਲਾ।
Brachygraphy—ਮੁਖਤਸਰ ਲਿਖਣ ਦੀ ਵਿੱਦਿਆ।
Brack—ਦਰਾਰ, ਛੇਕ।
Bracket—ਘੇਰਾ, ਲਕੀਰ।
Brackish—ਖਾਰਾ, ਨਮਕੀਨ।
Brackishness—ਖਾਰਾਪਨ।
Brad—ਕਿੱਲ, ਮੇਖ।
Brag—ਡੀਂਗ, ਸ਼ੇਖੀ ਮਾਰਨੀ।
Braggadocio—ਸ਼ੇਖੀ ਮਾਰਨ ਵਾਲਾ।
Braggart, Bragger—ਘਮੰਡੀ।
Bragget—ਮਿੱਠੀ ਸ਼ਰਾਬ।
Braid—ਗੁੰਦਨਾ, ਬਨਾਣਾ।
Brain—ਦਿਮਾਗ, ਮਗਜ਼, ਬੁੱਧੀ।
Brainless—ਅਨਾੜੀ, ਮੂਰਖ।
Brainsick—ਦਿਮਾਗੀ ਬੀਮਾਰ, ਪਾਗਲ।
Brait—ਬਗੈਰ ਛਿਲਿਆ ਹੀਰਾ।
Brake—ਪ੍ਰਾਤ, ਝਾੜ, ਕੰਘਾ।
Braky—ਕੰਡੇਦਾਰ।
Brama—ਬ੍ਰਹਮਾ ਦੇਵਤਾ।
Bramble—ਕਾਂਟੇ ਵਾਲੀ ਝਾੜੀ।
Bran—ਸ਼ਾਖ, ਵੰਸ਼, ਟਹਿਣੀ।
Branchlet—ਕੌਂਪਲ, ਛੋਟੀ ਸ਼ਾਖ।
Branchy—ਡਾਲ ਵਾਲਾ, ਸ਼ਾਖਦਾਰ।
Brand—ਦਾਗ਼ ਲਾਉਣਾ।
Brandish—ਘੁਮਾਉਣਾ, ਹਿਲਾਉਣਾ।
Brandy—ਬ੍ਰਾਂਡੀ ਦੀ ਸ਼ਰਾਬ।
Brangle—ਝਗੜਾ, ਫ਼ਸਾਦ ਕਰਨਾ।
Brass—ਪਿੱਤਲ, ਸ਼ੋਖੀ।
Brass-visaged—ਗੁਸਤਾਖ਼ੀ, ਬੇਸ਼ਰਮੀ।
Brassy—ਪਿੱਤਲ ਵਰਗਾ, ਕਠੋਰ।
Brat—ਮੁੰਡਾ, ਲੜਕਾ।
Bravado—ਸ਼ੇਖੀ, ਧਮਕੀ।
Brave—ਬਹਾਦਰ, ਸੂਰਬੀਰ।
Bravely—ਦਲੇਰੀ ਨਾਲ।
Bravery—ਵੀਰਤਾ, ਬਹਾਦਰੀ।
Bravo—ਵਾਹ ਵਾਹ, ਸ਼ਾਬਾਸ਼।
Brawl—ਝਗੜਨਾ, ਝਗੜਾ।
Brawl—ਝਗੜਾ ਜਾਂ ਦੰਗਾ ਕਰਨਾ।
Brawler—ਝਗੜਾਲੂ, ਫ਼ਸਾਦੀ।
Brawn—ਸੂਰ ਦਾ ਸਖ਼ਤ ਮਾਸ।
Bray—ਖੋਤੇ ਦੀ ਬੋਲੀ, ਮਾਰਨਾ ਪਿੱਟਣਾ।
Braze—ਪਿੱਤਲ ਮੜ੍ਹਨਾ, ਪਿੱਤਲ ਦਾ ਟਾਂਕਾ ਲਗਾਉਣਾ।
Brazen—ਪਿੱਤਲ ਦਾ ਬਣਿਆ ਹੋਇਆ।
Brazenface—ਢੀਠ, ਗੁਸਤਾਖ਼, ਸ਼ੋਖ਼।
Breach—ਛੇਕ, ਝਗੜਾ।
Bread—ਰੋਟੀ, ਦਾਣਾ ਪਾਣੀ।
Bread-corn—ਰੋਟੀ ਦਾ ਅਨਾਜ।
Breadth—ਚੌੜਾਈ, ਪਾਟ।
Break—ਤੋੜਨਾ, ਬਰਬਾਦ ਕਰਨਾ, ਸੁਰਾਖ਼, ਖਾਲੀ ਥਾਂ।
Breaker—ਤੋੜਨ ਵਾਲਾ, ਕੰਢੇ ਨਾਲ ਟਕਰਾਉਣ ਵਾਲੀ ਲਹਿਰ।
Breakfast—ਜਲਪਾਨ, ਨਾਸ਼ਤਾ।
Break-neck—ਗਰਦਨ ਤੋੜ, ਖਤਰੇ ਦੀ ਜਗ੍ਹਾ।
Breakwater—ਲਹਿਰ ਤੋੜ ਬੰਨ੍ਹ।
Breast—ਛਾਤੀ, ਦਿਲ, ਹਿਰਦਾ।
Breastplate—ਛਾਤੀ ਬੰਦ, ਕਵਚ।
Breastwork—ਕੰਗੂਰਾ, ਮੋਰਚਾਬੰਦੀ।
Breath—ਸਾਹ, ਪ੍ਰਾਣ।
Breathe—ਦਮ ਲੈਣਾ।
Breathing—ਸਾਹ ਲੈਣਾ।

Breathless—ਹੌਂਕਦਾ, ਹੋਇਆ, ਮੁਰਦੇ ਦੇ ਬਰਾਬਰ।
Breech—ਚਿੱਤੜ, ਤੋਪ ਜਾਂ ਬੰਦੂਕ ਦਾ ਪਿਛਲਾ ਹਿੱਸਾ।
Breeches—ਜਾਂਘਿਆ, ਪਤਲੂਨ।
Breed—ਬੱਚੇ ਦੇਣਾ, ਵਿੱਦਿਆ ਦੇਣਾ।
Breeding—ਸਿੱਖਿਆ ਪਾਲਣ।
Breese—ਡੰਕ ਮਾਰ ਮੱਖੀ।
Breeze—ਠੰਡੀ ਹਵਾ।
Brethren—ਭਾਈ, ਭਾਈਬੰਦ।
Breviat—ਸੰਖੇਪ, ਖੁਲਾਸਾ।
Braviature—ਸੰਖੇਪ।
Brevier—ਇਕ ਪ੍ਰਕਾਰ ਦਾ ਛੋਟਾ ਟਾਈਪ।
Brevity—ਖੁਲਾਸਾ ਥੋੜਾ ਕੀਤਾ ਹੋਇਆ।
Brew—ਸ਼ਰਾਬ ਬਣਾਉਣਾ।
Brewage—ਮਿਲਾਵਟ।
Brewer—ਸ਼ਰਾਬ ਬਣਾਉਣ ਵਾਲਾ।
Brewery—ਸ਼ਰਾਬਖ਼ਾਨਾ।
Bribe—ਰਿਸ਼ਵਤ, ਰਿਸ਼ਵਤ ਦੇਣਾ।
Bribery—ਰਿਸ਼ਵਤਖ਼ੋਰੀ।
Brick—ਇੱਟ, ਇੱਟ ਵਿਛਾਉਣਾ।
Brickbat—ਇੱਟ ਦਾ ਟੁਕੜਾ, ਰੋੜਾ।
Brickdust—ਸੁਰਖ਼ੀ।
Brickearth—ਇੱਟਾਂ ਦੀ ਮਿੱਟੀ।
Brickkiln—ਆਵਾ।
Bricklayer—ਰਾਜ।
Brickle—ਕਮਜ਼ੋਰ, ਦੁਰਬਲ।
Brickmaker—ਕੁਮਹਾਰ, ਇੱਟਾਂ ਬਣਾਉਣ ਵਾਲਾ।
Bridal—ਵਿਆਹ ਸੰਬੰਧੀ।
Bride—ਦੁਲਹਨ, ਲਾੜੀ।
Bride-cake—ਭਾਜੀ।
Bride-chamber--ਦੁਲਹਨ ਦਾ ਕਮਰਾ।
Bridegroom—ਦੁਲਹਾ, ਲਾੜਾ।
Bridemaid—ਦੁਲਹਨ ਦੀ ਸਹੇਲੀ।
Bridewell—ਜੇਲ੍ਹਖ਼ਾਨਾ।
Bridge—ਪੁਲ, ਨੱਕ ਦਾ ਬਾਂਸਾ।
Bridle—ਲਗਾਮ, ਬਾਗ, ਰੋਕ।
Bridlehand—ਖੱਬਾ ਹੱਥ।
Brief—ਸੰਖੇਪ, ਮੁਖਤਸਰ।
Briefly—ਥੋੜੇ ਅੱਖਰਾਂ ਵਿਚ।
Brier—ਕੰਢੇਦਾਰ ਝਾੜੀ।
Brig—ਦੋ ਮਸਤੂਲਾਂ ਵਾਲਾ ਜਹਾਜ਼।
Brigade—ਫ਼ੌਜ ਦਾ ਵੱਡਾ ਦਸਤਾ।
Brigand—ਲੁਟੇਰਾ, ਡਾਕੂ।
Brigandage—ਲੁੱਟ, ਚੋਰੀ।
Brigandine—ਲੋਹੇ ਦਾ ਕੋਟ।
Brigantine—ਸਮੁੰਦਰੀ ਲੁਟੇਰਿਆਂ ਦਾ ਜਹਾਜ਼।
Bright—ਉਜਲਾ, ਚਮਕਦਾਰ, ਰੋਸ਼ਨ।
Brighten—ਪਾਲਸ਼ ਕਰਨਾ, ਉਜਲਾ ਕਰਨਾ।
Brightness—ਚਮਕ ਦਮਕ, ਉਜਲਾ-ਪਨ।
Brigue—ਫ਼ਸਾਦ, ਦੰਗਾ।
Brilliance, Brilliancy—ਚਮਕ ਦਮਕ।
Brilliant—ਚਮਕਦਾਰ, ਉਤਮ ਹੀਰਾ।
Brim—ਕਿਨਾਰਾ, ਕੰਠ।
Brimful—ਭਰਪੂਰ, ਨਕੋ ਨਕ।
Brimming—ਨੱਕੋ ਨੱਕ ਭਰਿਆ ਹੋਇਆ।
Brimstone—ਗੰਧਕ।
Brinded, or Brindled—ਚਿਤਕਬਰਾ।
Brine—ਸਮੁੰਦਰ, ਅਥਰੂ।
Bring—ਲਾਉਣਾ, ਲੈ ਆਣਾ।
Brinish, Briny—ਨਮਕੀਨ, ਖ਼ਾਰਾ।
Brink—ਕਿਨਾਰਾ, ਕੰਢਾ।
Brisk—ਫੁਰਤੀਲਾ, ਚਤੁਰ।
Briskly—ਫੁਰਤੀ ਨਾਲ, ਤੇਜ਼ੀ ਨਾਲ।
Briskness—ਚਾਲਾਕੀ।
Bristle—ਸੂਰ ਦੇ ਵਾਲ।

Brite—ਜ਼ਿਆਦਾ ਪਕਣਾ।
British—ਇੰਗਲਿਸ਼ਤਾਨੀ, ਅੰਗ੍ਰੇਜ਼ੀ।
Briton—ਅੰਗ੍ਰੇਜ਼, ਬ੍ਰਿਟੇਨ ਦੇ ਨਿਵਾਸੀ।
Brittle—ਭੁਰਭੁਰਾ, ਨਾਜ਼ੁਕ।
Broach—ਖੋਲਣਾ, ਰਸਤਾ ਦੇਣਾ।
Broad—ਚੌੜਾ, ਖੁਲ੍ਹਾ।
Broad day—ਦਿਨ ਦਿਹਾੜੇ।
Broadside—ਜਹਾਜ਼ ਦਾ ਪਹਿਲੂ, ਜਹਾਜ਼ੀ ਤੋਪਾਂ ਦੀ ਬੋਛਾੜ।
Broadwise—ਚੌੜਾਈ ਨਾਲ।
Brocage—ਦਲਾਲੀ, ਕਮੀਸ਼ਨ।
Brock—ਛਾਪਾ।
Broket—ਦੋ ਵਰ੍ਹੇ ਦਾ ਲਾਲ ਹਿਰਨ।
Brodekin—ਸਲੀਪਰ, ਗੁਰਗਾਬੀ।
Broderer—ਚਿਕਨ ਦੋਜ਼, ਵੇਲ ਬੂਟੀ ਕੱਢਣ ਵਾਲਾ।
Broil—ਦੰਗਾ, ਫ਼ਸਾਦ, ਝਮੇਲਾ, ਝਗੜਾ, ਭੁੰਨਣਾ, ਸਾੜਨਾ।
Broken-hearted—ਨਿਰਾਸ਼, ਉਦਾਸੀ।
Brokenly—ਬੇਕਾਇਦਾ, ਉਕੱੜ ਦੁੱਕੜ।
Broker—ਦਲਾਲ।
Bronchial—ਗਲੇ ਦੇ ਮੁਤਅਲਕ।
Bronchus—ਗਲਾ, ਕੰਠ।
Bronze—ਕਾਂਸੀ, ਪਿੱਤਲ।
Brooch—ਸਾੜ੍ਹੀ ਦਾ ਪਿੰਨ, ਜੁਗਨੀ।
Brood—ਪੰਛੀਆਂ ਦੇ ਬੱਚੇ, ਅੰਡਿਆਂ 'ਤੇ ਬੈਠਣਾ, ਡਰਨਾ।
Brookmint—ਪਾਣੀ ਦੀ ਟਕਸਾਲ।
Brooky—ਨਦੀ ਨਾਲਿਆਂ ਤੋਂ ਭਰਪੂਰ।
Broom—ਝਾੜੂ।
Broth—ਸ਼ੋਰਬਾ।
Brothel—ਚਕਲਾ, ਛੱਲਾ ਕੋਠੀ।
Brother—ਭਰਾ, ਸਕਾ ਭਰਾ।
Botherhood—ਭਾਈਚਾਰਾ, ਬਰਾਦਰੀ।
Brotherly—ਭਰਾ ਦੇ ਸਮਾਨ ਪਿਆਰਾ।
Brow—ਭਵਾਂ, ਮੱਥਾ।
Browbeat—ਧਮਕਾਉਣਾ, ਘੂਰਨਾ।
Brown—ਭੂਰਾ, ਬਦਾਮੀ।
Brownish—ਭੂਰਾ ਜਿਹਾ।
Brownness—ਭੂਰਾ ਰੰਗ।
Brownstudy—ਚਿੰਤਾ, ਫ਼ਿਕਰ, ਵਿਚਾਰ।
Browse—ਡੰਗਰ ਚਰਾਉਣਾ, ਘਾਹ।
Bruise—ਪੀਸ ਦੇਣਾ, ਸੱਟ।
Bruiser—ਮੁੱਕੇਬਾਜ਼।
Bruit—ਚਰਚਾ, ਚਰਚਾ ਕਰਨਾ।
Brumal—ਠੰਡਾ।
Brunette—ਸਾਂਵਲੇ ਰੰਗ ਦੀ ਇਸਤਰੀ।
Brunt—ਸਦਮਾ, ਚੋਟ, ਹਮਲਾ।
Brush—ਬੁਰਸ਼, ਬੁਰਸ਼ ਨਾਲ ਸਾਫ ਕਰਨਾ।
Brushwood—ਝਾੜੀ।
Brustle—ਰੇਸ਼ਮ ਦੇ ਸਮਾਨ ਸਰਸਰਾਨਾ।
Brutal—ਹੈਵਾਨ, ਕਠੋਰ।
Brutality—ਕਠੋਰ, ਕਠੋਰਪਲ।
Brutalize—ਕਠੋਰ ਬਣਾਉਣਾ।
Brutally—ਕਠੋਰਤਾ ਨਾਲ।
Brute—ਜੰਗਲੀ, ਕਠੋਰ ਮਨੁੱਖ।
Brutish—ਪਸ਼ੂ ਵਰਗਾ, ਜੰਗਲੀ।
Brutishness—ਬੇਰਹਿਮੀ, ਕਠੋਰਪਨ।
Bubble—ਬੁਲਬੁਲਾ, ਖ਼ਿਆਲੀ ਪੁਲਾਅ।
Bubble—ਬੁਲਬੁਲੇ ਉਠਣਾ, ਧੋਖਾ ਦੇਣਾ।
Bubo—ਗਿਲਟੀ।
Bucaneer—ਸਮੁੰਦਰੀ ਲੁਟੇਰੇ।
Buck—ਕੱਪੜੇ ਧੋਣ ਦਾ ਪਾਣੀ।
Buck—ਸਜੀ ਵਾਲੇ ਪਾਣੀ ਨਾਲ ਕੱਪੜੇ ਧੋਣਾ।
Buckbasket—ਧੋਣ ਵਾਲੇ ਕੱਪੜੇ ਲੈ ਜਾਣ ਵਾਲਾ ਬਰਤਨ।
Bucket—ਬਾਲਟੀ, ਡੋਲਚੀ।
Bucking—ਧੁਲਾਈ।
Bucking-stool—ਧੋਬੀ ਦਾ ਪਟਰਾ।
Bocolic—ਦੇਹਾਤੀ, ਪੇਂਡੂ।
Bud—ਕੋਂਪਲ ਆਉਣਾ।

Buddha—ਮਹਾਤਮਾ ਬੁੱਧ।
Buddhism—ਬੁੱਧ ਮਤ।
Budge—ਸਰਕਨਾ, ਹਟਣਾ।
Budget—ਖ਼ਰਚ ਦਾ ਸਾਲਾਨਾ ਹਿਸਾਬ।
Buff—ਮੱਝ ਦੀ ਖੱਲ।
Buff—ਮੁੱਕੇ ਮਾਰਨਾ, ਪੀਟਣਾ।
Buffalo—ਭੈਂਸਾ, ਝੋਟਾ।
Buffet—ਥੱਪੜ ਮਾਰਨਾ।
Buffle—ਹੈਰਾਨ ਹੋਣਾ।
Buffoon—ਮਖੌਲੀਆ, ਮਸਖ਼ਰਾ।
Buffoonery—ਮਸਖ਼ਰਾਪਨ।
Bug—ਖਟਮਲ।
Bugle—ਨਰਸਿੰਘਾ।
Bugle-horn—ਨਰਸਿੰਘਾ, ਸ਼ਿਕਾਰੀਆਂ ਦਾ ਬਿਗੁਲ।
Build—ਬਣਾਉਣਾ, ਉਠਾਉਣਾ।
Builder—ਰਾਜ ਮਿਸਤਰੀ।
Building—ਘਰ, ਮਕਾਨ, ਇਮਾਰਤ।
Bulb—ਗੱਠਾ, ਸ਼ਲਗਮ।
Bulded—ਗੋਲ ਸਿਰ ਵਾਲਾ।
Bulhous—ਗਠੀਲਾ।
Bulbul—ਬੁਲਬੁਲ, ਹਜ਼ਾਰ ਦਾਸਤਾਨ।
Bulge—ਉਭਾਰ, ਪੀਪੇ ਦਾ ਉਭਰਿਆ ਹੋਇਆ ਹਿੱਸਾ।
Bulk—ਡੀਲ ਡੌਲ।
Bulkiness—ਆਕਾਰ, ਵੱਡਪਨ।
Bulky—ਮੋਟਾ, ਭਾਰੀ।
Bull—ਪੋਪ ਦਾ ਹੁਕਮ, ਭੁੱਲ ਚੁੱਕ।
Bullbaiting—ਸਾਨ੍ਹ ਤੇ ਕੁੱਤਿਆਂ ਦੀ ਲੜਾਈ।
Bullcalf—ਬੱਛੜਾ, ਮੂਰਖ਼ ਮਨੁੱਖ।
Bulldog—ਚੌੜੇ ਮੋਟੇ ਮੂੰਹ ਵਾਲਾ ਕੁੱਤਾ।
Bullet—ਗੋਲੀ।
Bulletin—ਗਜ਼ਟ, ਐਲਾਨ।
Bullfly—ਭੌਰਾ, ਇਕ ਕਿਸਮ ਦੀ ਮੱਖੀ।
Bullfrog—ਇਕ ਪ੍ਰਕਾਰ ਦਾ ਡੱਡੂ।
Bullhead—ਮੂਰਖ਼, ਇਕ ਪ੍ਰਕਾਰ ਦੀ ਮੱਛੀ।
Bullion—ਸੋਨੇ ਜਾਂ ਚਾਂਦੀ ਦੀ ਇੱਟ।
Bullock—ਬੈਲ।
Bullseye—ਸਿਤਾਰੇ, ਚੰਦਰਮਾ।
Bully—ਝਗੜਾਲੂ।
Bully—ਧਮਕਾਣਾ, ਝਗੜਨਾ।
Bulwark—ਫਸੀਲ, ਚਾਰਦੀਵਾਰੀ।
Bum—ਚਿਤੜ।
Bumballiff—ਕਲਰਕ, ਨਾਜ਼ਰ।
Bumbard—ਭਾਰੀ ਤੋਪ।
Bumblebee—ਜੰਗਲੀ ਮੱਖੀ, ਭੌਰਾ।
Bump—ਸੋਜ, ਟੱਕਰ, ਸਦਮਾ, ਟੱਕਰ ਲਗਾਉਣਾ।
Bumper—ਭਰਿਆ ਹੋਇਆ ਪਿਆਲਾ।
Bun—ਛੋਟੀ ਮੋਟੀ ਰੋਟੀ।
Bunch—ਗੁੱਛਾ।
Bandle—ਗੱਠਾ, ਪੁਲੰਦਾ।
Bung—ਡਾਟ ਲਗਾਉਣਾ।
Bungalow—ਬੰਗਲਾ, ਕੋਠੀ।
Bungle—ਕੰਮ ਵਿਗਾੜਨਾ, ਮੰਦਾ ਕੰਮ।
Bungler—ਬੇਵਕਤ, ਕੰਮ ਵਿਗਾੜਨ ਵਾਲਾ।
Bunt—ਉਭਰਨਾ, ਬਾਦਬਾਨ ਦਾ ਫੈਲਾਉ।
Bunter—ਕਮੀਨਾ, ਨੀਚ।
Bunting—ਜਹਾਜ਼ ਦੀਆਂ ਝੰਡੀਆਂ ਬਣਾਉਣ ਵਾਲਾ ਕੱਪੜਾ।
Buoy—ਪਾਣੀ ਤੇ ਤੈਰਨ ਵਾਲਾ ਨਿਸ਼ਾਨ।
Buoyancy—ਹਲਕਾਪਨ, ਤੈਰਨ ਦਾ ਸੁਭਾਅ।
Buoyant—ਹਲਕਾ, ਤੈਰਨ ਵਾਲਾ।
Burden—ਬੋਝ, ਭਾਰੀ ਦੁੱਖ।
Burden—ਲੱਦਣਾ।
Burdensome—ਭਾਰੀ, ਬੋਝਲ।
Bureau—ਲਿਖਣ ਦੀ ਮੇਜ਼, ਦਫ਼ਤਰ।
Burgamot—ਇਕ ਨਾਸ਼ਪਾਤੀ।
Burgess—ਸ਼ਹਿਰ ਵਾਲਾ, ਰਈਸ।

Burgh—ਉਹ ਸ਼ਹਿਰ ਜਿਸ ਨੂੰ ਪ੍ਰਤੀਨਿਧੀ ਭੇਜਣ ਦਾ ਅਧਿਕਾਰ ਹੈ।
Burgher—ਪਰਜਾ, ਰਈਸ।
Burglar—ਚੋਰ, ਸੰਨ੍ਹ ਮਾਰ।
Burglary—ਸੰਨ੍ਹ, ਚੋਰੀ।
Burgomaster—ਮਜਿਸਟ੍ਰੇਟ।
Burial—ਮੁਰਦੇ ਨੂੰ ਦੱਬਣ ਦਾ ਕੰਮ।
Burial-place—ਕਬਰਿਸਤਾਨ।
Burin—ਕਬਰ ਖੋਦਣ ਦਾ ਹਥਿਆਰ।
Burlesque—ਠੱਠਾ ਕਰਨਾ।
Burly—ਭਾਰੀ, ਹੱਟਾ ਕੱਟਾ।
Burn—ਅੱਗ ਲਾਉਣਾ, ਜਲਾਉਣਾ, ਜਲਣ, ਚੋਟ।
Burner—ਜਲਾਉਣ ਵਾਲਾ, ਦੀਵਾ।
Burning—ਜਲਨ, ਸੜਦਾ ਹੋਇਆ।
Burning-glass—ਆਤਸ਼ੀ ਸ਼ੀਸ਼ਾ।
Burnish—ਪਾਲਸ਼, ਰੋਗਨ ਮਲਨਾ।
Burrow—ਛੇਕ ਕਰਨਾ, ਬਿਲ ਬਣਾਉਣਾ।
Bursar—ਕਾਲਜ ਦਾ ਖ਼ਜ਼ਾਨਚੀ।
Bursary—ਕਾਲਜ ਦਾ ਖ਼ਜ਼ਾਨਾ।
Burst—ਫਟਨਾ, ਪਾੜਨਾ, ਤੋੜਨਾ, ਕੜਕ, ਧਮਾਕਾ।
Bury—ਦਬਣਾ, ਲੁਕਾਉਣਾ।
Burying—ਕਿਰਿਆ ਕਰਮ।
Bush—ਝਾੜੀ, ਝਾੜ।
Bushel—32 ਸੇਰ ਦਾ ਤੋਲ।
Bushy—ਝਾੜੀਦਾਰ।
Busily—ਮਿਹਨਤ ਨਾਲ।
Business—ਕੰਮ ਕਾਜ, ਕਾਰ ਵਿਹਾਰ।
Buskin—ਉਚੀ ਅੱਡੀ ਦਾ ਜੁੱਤਾ।
Buss—ਮੱਛੀਆਂ ਪਕੜਨ ਦੀ ਕਿਸ਼ਤੀ, ਚੁੰਬਨ।
Bust—ਸਿਰ ਤੋਂ ਛਾਤੀ ਤੱਕ ਦੀ ਮੂਰਤ, ਛਾਤੀ।
Bustard—ਸ਼ੁਤਰ ਮੁਰਗ ਦੀ ਕਿਸਮ ਦਾ ਪੰਛੀ।
Bustle—ਦੌੜ ਭੱਜ ਕਰਨੀ।
Busy—ਕੰਮ ਵਿਚ ਲਗਾ ਹੋਇਆ।
But—ਲੇਕਿਨ, ਪਰੰਤੂ, ਸਿਵਾਏ।
Butcher—ਕਸਾਈ, ਘਾਤਕ।
Butchery—ਕਸਾਈਪਨ, ਕਤਲ।
But-end—ਆਖ਼ਰੀ ਸਿਰਾ।
Butler—ਖ਼ਾਨਸਾਮਾ, ਭੰਡਾਰੀ।
Butment—ਖੰਭਾ, ਥੰਮ੍ਹ।
Butt—ਪੀਪਾ, ਖਿਡੌਣਾ, ਨਿਸ਼ਾਨਾ, ਟੱਕਰ।
Butter—ਮੱਖਣ, ਮੱਖਣ ਨਾਲ ਚੋਪੜਨਾ।
Buttercup—ਮੱਖਣ ਦਾਨ।
Butterfly—ਤਿਤਲੀ।
Buttermilk—ਛਾਹ, ਮੱਖਣ ਕੱਢਿਆ ਦੁੱਧ।
Buttertooth—ਵੱਡਾ ਅਗਲਾ ਦੰਦ।
Buttery—ਘਿਉ ਵਰਗਾ।
Buttock—ਚਿੱਤੜ।
Button—ਬੀੜਾ, ਬਟਨ ਲਗਾਉਣਾ, ਘੁੰਡੀ।
Buttonhole—ਬਟਨ ਲਗਾਉਣ ਦਾ ਕਾਜ।
Buttress—ਪੁਸਤਾ, ਸਹਾਰਾ, ਟਕ।
Buxom—ਜ਼ਿੰਦਾਦਿਲ, ਫੁਰਤੀਲਾ।
Buxomly—ਫੁਰਤੀ ਨਾਲ।
Buxomness—ਚੰਚਲਤਾ, ਫੁਰਤੀ।
Buy—ਖਰੀਦਣਾ, ਮੁੱਲ ਲੈਣਾ।
Buyer—ਗਾਹਕ, ਖ਼ਰੀਦਾਰ।
Buzz—ਭਿਨਭਿਨਾਹਟ, ਕਾਨਾਫੂਸੀ, ਫੁਸਲਾਨਾ।
Buzzard—ਸ਼ਿਕਰਾ, ਮੂਰਖ਼, ਭੋਂਦੂ।
By—ਪਾਸ, ਨਿਕਟ, ਨੇੜੇ ਤੋਂ, ਮਾਰਫ਼ਤ, ਵਸੀਲਾ
By and by—ਹੌਲੀ ਹੌਲੀ, ਥੋੜ੍ਹੀ ਦੇਰ ਵਿਚ।
Bye—ਝੌਂਪੜੀ, ਬਸਤੀ।
By-gone—ਗਿਆ ਹੋਇਆ।
By-lane—ਚੋਰ ਗਲੀ, ਪਗਡੰਡੀ।

By-law—ਨੀਅਤ ਕੀਤੇ ਕਾਨੂੰਨ ਅਨੁਸਾਰ।

By-name—ਅੱਧਾ ਨਾਓ।

By-path—ਚੋਰ ਰਸਤਾ।

Byre—ਗਊਸ਼ਾਲਾ।

By-road—ਸੜਕ।

Byssine—ਰੇਸ਼ਮੀ।

By-stander—ਤਮਾਸ਼ਬੀਨ, ਦਰਸ਼ਕ।

By-walk—ਪੋਸ਼ੀਦਾ, ਗੁਪਤ ਸੈਰ ਕਰਨ ਦੀ ਥਾਂ।

By-way—ਗਲੀ, ਚੋਰ ਗਲੀ।

By-word—ਬਨਾਵਟੀ ਬੋਲੀ।

C

C, the third letter of the English alphabet. ਸੀ—ਅੰਗਰੇਜ਼ੀ ਪੈਂਤੀ ਦਾ ਤੀਜਾ ਅੱਖਰ।

Cab—ਇਕ ਘੋੜੇ ਦੀ ਬੱਘੀ।

Cable—ਸਾਜ਼ਸ਼।

Cabalistic, Cabalistical—ਗੁਪਤ, ਛਿਪੀ ਹੋਈ।

Cabaret—ਸ਼ਰਾਬਖਾਨਾ।

Cabbage—ਗੋਭੀ।

Cabbbage—ਕਤਰਨ ਵਿਚ ਕੱਪੜਾ ਚੁਰਾਉਣਾ।

Cabin—ਝੌਂਪੜੇ ਵਿਚ ਬੰਦ ਰਖਣਾ, ਜਹਾਜ਼ ਦਾ ਕਮਰਾ।

Cabinet—ਅੰਤਰਿੰਗ ਸਭਾ, ਮੰਤਰੀਆਂ ਦੀ ਕਮੇਟੀ।

Cabinet council—ਮੰਤਰੀਆਂ ਦੀ ਕਮੇਟੀ।

Cabinet-maker—ਲੱਕੜੀ ਦਾ ਕੰਮ ਕਰਨ ਵਾਲਾ।

Cable—ਜਹਾਜ਼ ਦਾ ਰੱਸਾ ਜਾਂ ਜ਼ੰਜੀਰ।

Caboose—ਜਹਾਜ਼ ਦਾ ਬਾਵਰਚੀ ਖਾਨਾ।

Caberiolet—ਇਕ ਘੋੜੇ ਦੀ ਬੱਘੀ।

Cachet—ਮੋਹਰ ਲੱਗਿਆ ਹੋਇਆ ਪੱਤਰ।

Cachexy—ਰੋਗੀ, ਅਭਾਗਾ।

Cachinnation—ਹੱਸੀ, ਠੱਠਾ।

Cackle—ਕੁੱਕੜ ਦੀ ਆਵਾਜ਼, ਐਵੇਂ ਬੋਲਣਾ।

Cacoa—ਨਾਰੀਅਲ।

Cacodemon—ਭੂਤ, ਪ੍ਰੇਤ, ਜਿੰਨ।

Cacography—ਬੁਰੀ ਲਿਖਾਵਟ।

Cacology—ਗਲਤ ਉਚਾਰਣ।

Cacophony—ਸਖ਼ਤ ਆਵਾਜ਼।

Cadaver—ਲਾਸ਼, ਮੁਰਦਾ।

Cadaverous—ਮੁਰਦਾ ਸਮਾਨ।

Caddow—ਵੱਡੀ ਚੁੰਝ ਵਾਲਾ ਕਾਂ।

Caddy—ਚਾਹਦਾਨੀ।

Cade—ਕੋਮਲ, ਪਾਲਤੂ।

Cadence—ਧੁੰਨ, ਤਾਲ, ਆਵਾਜ਼ ਦਾ ਉਤਾਰ ਚੜ੍ਹਾਅ।

Cadent—ਹੌਲੀ ਹੌਲੀ ਡਿਗਦਾ ਹੋਇਆ।

Cadet—ਜੰਗੀ ਸਕੂਲ ਦਾ ਵਿਦਿਆਰਥੀ, ਛੋਟਾ ਭਰਾ।

Cadge—ਬੋਝਾ ਚੁਕਣਾ।

Caducity—ਕਮਜ਼ੋਰੀ, ਦੁਰਬਲਤਾ।

Caducus—ਮਿਰਗੀ।

Cag—ਛੋਟਾ ਪੀਪਾ।

Cage—ਪਿੰਜਰਾ।

Cairn—ਪੱਥਰਾਂ ਦਾ ਢੇਰ, ਕਬਰ ਦਾ ਨਿਸ਼ਾਨ।

Caitiff—ਕਮੀਨਾ, ਪਾਜੀ।

Cajole—ਧੋਖਾ ਦੇਣਾ।

Cajoler—ਧੋਖਾ ਦੇਣ ਵਾਲਾ, ਖ਼ੁਸ਼ਾਮਦੀ, ਚਾਪਲੂਸ।

Cajolery—ਧੋਖਾ, ਚਾਪਲੂਸੀ।

Cake—ਰੋਟੀ, ਮਿਲਾਉਣਾ, ਸਖ਼ਤ ਕਰਨਾ।

Calabosh—ਕਦੂ, ਲੌਕੀ।
Calamitous—ਅਭਾਗਾ, ਕਿਸਮਤ ਦਾ ਮਾਰਿਆ।
Calamity—ਮੁਸੀਬਤ, ਆਫ਼ਤ।
Calamitousness—ਆਫ਼ਤ, ਮੁਸੀਬਤ।
Calash—ਖੁਲ੍ਹੀ ਗੱਡੀ।
Calcar—ਸ਼ੀਸ਼ਾ ਪਿਘਲਾਣ ਦੀ ਭੱਠੀ।
Calcareous—ਚੂਨਾ ਜਾਂ ਮਿੱਟੀ ਮਿਲਿਆ ਹੋਇਆ।
Calceated—ਨਾਲ ਬੰਨ੍ਹਿਆ ਹੋਇਆ।
Calcination—ਰਸਾਇਣ ਜਾਂ ਕੁਸ਼ਤੇ ਦੀ ਬਨਾਵਟ।
Calcine—ਕੁੱਸ਼ਤਾ ਕੀਤਾ ਹੋਇਆ।
Calcitrate—ਦੂਰ ਸੁੱਟਣਾ।
Calcium—ਚੂਨਾ।
Calculable—ਗਿਣਨ ਯੋਗ।
Calculate—ਗਿਣਨਾ, ਜੋੜਨਾ, ਹਿਸਾਬ ਲਗਾਉਣਾ।
Calculation—ਗਿਣਤੀ, ਹਿਸਾਬ।
Calculative, Calculatary--ਗਿਣਤੀ ਦੇ ਮੁਤਅੱਲਕ।
Calculator—ਗਿਣਨ ਵਾਲਾ, ਹਿਸਾਬ ਦਾਨ।
Calculous—ਪਥਰੀਲਾ, ਸਖ਼ਤ।
Caldron—ਦੇਗ, ਕੜਾਹੀ।
Calefaction—ਗਰਮੀ, ਜੋਸ਼।
Calendar—ਜੰਤਰੀ, ਪੱਤਰਾ।
Calender—ਚਮਕੀਲਾ ਬਣਾਉਣਾ, ਘੋਟਣਾ।
Calf—ਵੱਛਾ, ਲੱਤ ਦੀ ਪਿੰਡਲੀ।
Caliber—ਬੰਦੂਕ ਦੀ ਨਾਲੀ।
Calico—ਛੀਂਟ।
Calid—ਬਹੁਤ ਗਰਮ।
Calidity, Calidness—ਸਖ਼ਤ ਗਰਮੀ, ਤਪਸ਼।
Caligation—ਹਨੇਰਾ, ਧੁੰਦਲਾਹਟ।
Caligraphist—ਖ਼ੁਸ਼ਖਤ, ਸੁੰਦਰ ਲਿਖਤ।
Calipers—ਗੋਲਾਈ ਨਾਪਣ ਵਾਲੀ ਪਰਕਾਰ।
Caliph—ਖ਼ਲੀਫ਼ਾ।
Caliver—ਛੋਟੀ ਬੰਦੂਕ।
Calix—ਪਿਆਲਾ।
Calk—ਜਹਾਜ਼ ਦਾ ਛੇਕ ਬੰਦ ਕਰਨਾ।
Call—ਪੁਕਾਰਨਾ, ਬੁਲਾਉਣਾ, ਮੁਲਾਕਾਤ।
Callet—ਬਦਕਾਰ ਇਸਤਰੀ।
Callid—ਮੱਕਾਰ।
Callidity—ਮੱਕਾਰੀ, ਛਲ।
Calling—ਵਪਾਰ, ਕੰਮ ਧੰਦਾ।
Callosity—ਸੂਜਨ, ਸਖ਼ਤ ਥਾਂ।
Callous—ਕਠੋਰ।
Callousness--ਸੰਗ ਦਿਲੀ, ਕਠੋਰਤਾਈ।
Callow—ਬਿਨਾਂ ਪੰਖ, ਨੰਗਾ।
Calm—ਚੁੱਪ ਕਰਾਉਣਾ।
Calmly—ਹੌਲੀ ਹੌਲੀ, ਸ਼ਾਂਤੀ ਨਾਲ।
Calmness—ਚੁੱਪਚਾਪ, ਸ਼ਾਂਤੀ, ਖ਼ਾਮੋਸ਼ੀ।
Caltrop—ਲੋਹੇ ਦੇ ਕਾਂਟੇ।
Calumniate--ਨਿੰਦਾ ਕਰਨੀ, ਸ਼ਿਕਾਇਤ।
Calumnation—ਨਿੰਦਾ।
Calumnator—ਚੁਗਲਖ਼ੋਰ, ਦੋਸ਼ ਲਾਉਣ ਵਾਲਾ।
Calumny—ਕਲੰਕ, ਤੁਹਮਤ।
Calve—ਵੱਛਾ ਦੇਣਾ, ਜਣਨਾ।
Calvity—ਗੰਜ।
Calx—ਚੂਨਾ ਮਿੱਟੀ, ਕੁਸ਼ਤਾ।
Calyx—ਕਟੋਰਾ, ਫੁੱਲ ਦੇ ਬਾਹਰ ਦਾ ਪਰਦਾ।
Camber—ਧਨੁੱਖ ਦੇ ਸਮਾਨ ਸ਼ਤੀਰ।
Cambrel—ਕੁੰਡਾ, ਕਾਂਟਾ।
Camel—ਊਠ।
Camera-obscura—ਤਸਵੀਰਾਂ ਖਿੱਚਣ ਵਾਲਾ ਸ਼ਸਤਰ।

Camerated—ਗੁੰਬਦਦਾਰ, ਮਿਹਰਾਬਦਾਰ।
Camis—ਪਤਲਾ ਕੱਪੜਾ।
Camlet—ਊਨੀ ਰੇਸ਼ਮੀ ਕੱਪੜਾ।
Camp—ਛਾਉਣੀ, ਪੜਾਅ, ਖੇਮਾ।
Campaign—ਲਾਮ ਜਾਂ ਲੜਾਈ ਵਿਚ ਕੰਮ ਕਰਨਾ
Campaigner—ਪੁਰਾਣਾ ਤਜ਼ਰਬਾਕਾਰ ਸਿਪਾਹੀ।
Campestral—ਜੰਗਲ ਦਾ ਰੁਖ਼।
Camphire, Cmphor—ਕਫੂਰ।
Camphorate—ਕਾਫੂਰ ਦੀ ਮਿਲਾਵਟ।
Camphot—ਕਫੂਰ ਦਾ ਰੁਖ਼।
Can—ਕੁੱਪਾ, ਪਿਆਲਾ।
Canaille—ਕਮੀਨੇ, ਜ਼ਲੀਲ।
Canakin—ਕਟੋਰੀ, ਪਿਆਲੀ।
Canal—ਨਹਿਰ।
Canary—ਨੱਚਣਾ, ਕੁੱਦਣਾ।
Cancel—ਕੱਟਣਾ, ਰੱਦ ਕਰਨਾ।
Cancelated—ਸਲੀਬ ਦੇ ਨਿਸ਼ਾਨ ਵਾਲਾ।
Cancer—ਨਾਸੂਰ, ਕੇਕੜਾ।
Cancriform—ਕੇਕੜੇ ਦੀ ਤਰ੍ਹਾਂ।
Candelabrum—ਝਾੜ, ਚਿਰਾਗ।
Candent—ਗਰਮ, ਜਲਦਾ ਹੋਇਆ।
Candicant—ਸਫ਼ੈਦੀ, ਚਿੱਟਾ ਜਿਹਾ।
Candid—ਸਪਸ਼ਟ, ਖੁੱਲ੍ਹਮ ਖੁੱਲ੍ਹਾ।
Candidate—ਉਮੀਦਵਾਰ।
Candidly—ਸਾਫ਼ ਸਾਫ਼।
Candidness—ਸੱਚਾਈ।
Candle—ਮੋਮਬੱਤੀ।
Candlestick—ਸ਼ਮਾਦਾਨ।
Candour—ਸੱਚਾਈ, ਸਫ਼ਾਈ।
Candy—ਮਿਸਰੀ, ਮੁਰੱਬਾ ਬਣਾਉਣਾ, ਖੰਡ ਚੜ੍ਹਾਨੀ।
Cane—ਬੈਂਤ, ਸੋਟੀ।
Canine—ਕੁੱਤੇ ਦੇ ਗੁਣ ਰੱਖਣ ਵਾਲਾ।
Caning—ਬੈਂਤ ਦੀ ਸਜ਼ਾ।
Canister—ਪੀਪਾ।
Canker—ਘੁਣ, ਕੀੜਾ।
Cankery—ਸੜਿਆ ਹੋਇਆ।
Cannequin—ਸਫ਼ੈਦ ਸੂਤੀ ਕੱਪੜਾ।
Cannibal—ਆਦਮਖ਼ੋਰ।
Cannibalism—ਆਦਮਖ਼ੋਰੀ।
Cannon—ਤੋਪ।
Cannonade—ਗੋਲਾਬਾਰੀ।
Cannon-ball—ਤੋਪ ਦਾ ਗੋਲਾ।
Cannonier—ਤੋਪਚੀ।
Cannular—ਨਲੀ ਦੇ ਰੂਪ ਦਾ।
Canoe—ਭਾਰਤੀ ਕਿਸ਼ਤੀ।
Canonical—ਸੁਰਖ਼ੀ ਬਾਕਾਇਦਾ।
Canonicals—ਪਾਦਰੀਆਂ ਦਾ ਜਾਮਾ।
Canonize—ਸਾਧੂ ਬਣਨਾ।
Canopy—ਛੱਤਰ, ਸ਼ਾਮਿਆਨਾ।
Canorous—ਸੁਰੀਲਾ, ਰਸੀਲਾ।
Cant—ਕੋਨਾ, ਬਹਾਨਾ, ਦਿਖਾਵਾ।
Cantaluers—ਡਾਟ।
Cantation—ਗੀਤ, ਗਾਉਣਾ।
Canteen—ਫੌਜ ਦਾ ਭੋਜਨ ਅਸਥਾਨ, ਚੋਖਟਾ, ਪਲਟਨ ਦਾ ਸ਼ਰਾਬਖ਼ਾਨਾ।
Canter—ਬਨਾਵਟੀ, ਮੱਕਾਰ।
Canthus—ਅੱਖ ਦਾ ਕੋਨਾ।
Canticle—ਗੀਤ, ਭਜਨ।
Cantle—ਟੁਕੜਿਆਂ ਵਿਚ ਕਟਣਾ, ਟੁਕੜਾ, ਭਾਗ।
Canto—ਅਧਿਆਇ, ਕਾਂਡ।
Canton—ਛੋਟਾ ਜਿਹਾ ਪ੍ਰਾਂਤ।
Cantonal—ਪ੍ਰਾਂਤਾਂ ਵਿਚ ਵੰਡਿਆ ਹੋਇਆ।
Cantonment—ਛਾਵਨੀ, ਸਦਰ।
Canvas—ਵਿਲਾਇਤੀ ਕਿਰਮਚ।
Canvass—ਪਰੀਖਿਆ, ਅਰਜ਼ੀ, ਬਹਿਸ ਕਰਨਾ, ਪਰੀਖਿਆ ਕਰਨਾ।

Canvasser—ਦਰਖ਼ਾਸਤ ਕਰਨ ਵਾਲਾ।
Canzoner—ਗੀਤ, ਗਾਉਣਾ।
Caoutchouc—ਹਿੰਦੁਸਤਾਨੀ ਰਬੜ।
Cap—ਟੋਪੀ।
Capability—ਸਮਰਥਾ, ਲਿਆਕਤ।
Capable—ਕਾਬਿਲ, ਯੋਗ।
Capacious—ਖੁੱਲ੍ਹਾ, ਫਰਾਗ।
Capaciousness—ਚੋੜਾਈ, ਫੈਲਾਉ।
Capacitate—ਯੋਗ ਬਣਾਉਣਾ।
Capacity—ਲਿਆਕਤ, ਸਮਝ।
Cap-a-pie—ਸਿਰ ਤੋਂ ਪੈਰ ਤਕ।
Caparison—ਝੁਲ ਪਾਉਣਾ, ਜ਼ੀਨ ਪਾਉਣਾ।
Cape—ਰਾਸ, ਉੜ੍ਹਨਾ।
Caper—ਛਲਾਂਗ, ਕਲੋਲ ਕਰਨਾ।
Caperer—ਛਲਾਂਗ ਲਗਾਉਣ ਵਾਲਾ।
Capias—ਵਾਰੰਟ।
Capillary—ਖ਼ੂਨ ਦੀ ਰਗ।
Capiltaments—ਫੁੱਲ ਦੇ ਵਾਲ।
Capital—ਸਖ਼ਤ ਸਜ਼ਾ ਦੇ ਯੋਗ, ਮਾਰੇ ਜਾਣ ਯੋਗ, ਰਾਜਧਾਨੀ।
Capital—ਮਾਇਆ, ਪੂੰਜੀ।
Capitalist—ਸਾਹੂਕਾਰ, ਸਰਮਾਇਆ-ਦਾਰ।
Capitulate—ਹਥਿਆਰ ਸੁੱਟ ਦੇਣਾ, ਮੰਨ ਜਾਣਾ।
Capitulation—ਹਾਰ ਜਾਣਾ।
Capitulator—ਹਥਿਆਰ ਸੁੱਟਣ ਵਾਲਾ।
Capon—ਖੱਸੀ ਕੀਤਾ ਹੋਇਆ ਮੁਰਗ।
Capote—ਅੰਗਰਖਾ, ਚੋਗਾ।
Caprice—ਤਰੰਗ, ਖ਼ਿਆਲ।
Capricious—ਮੌਜੀ, ਅਨੋਖਾ।
Capriciousness—ਉਮੰਗ, ਮੌਜ।
Capricorn—ਮੱਕਰ ਰਾਸ਼ੀ।
Caprification—ਮੇਵੇ ਦੇ ਪਕਾਉਣ ਦੇ ਢੰਗ।
Caprine—ਮਸਤ, ਕਾਮੀ।
Capriole—ਘੋੜੇ ਦੀ ਛਲਾਂਗ।
Capsicum—ਲਾਲ ਮਿਰਚ।
Capsize—ਉਲਟ ਚਾਲ।
Capstan—ਲੰਗਰ ਦੀ ਚਕਰ।
Capsular, Capstern—ਬਕਸ ਦੇ ਸਮਾਨ ਖੋਖਲਾ।
Capsulate, Capsulated—ਛਿਲਕੇ ਦਾਰ।
Capsule—ਡੋਡਾ, ਖਾਨਾ।
Captain—ਕਪਤਾਨ, ਸੈਨਾਪਤੀ।
Captainship—ਕਪਤਾਨ ਦਾ ਦਰਜਾ।
Captious—ਝਗੜਾਲੂ, ਹੁਜਤੀ।
Captiousness—ਨੁਕਤਾਚੀਨੀ, ਟੀਕਾ ਟਿੱਪਣੀ।
Captivating—ਮਨਮੋਹਨ, ਮੋਹ ਲੈਣ ਵਾਲੀ।
Captive—ਕੈਦੀ।
Captivate—ਮੋਹ ਲੈਣਾ, ਮੋਹਨਾ।
Captive—ਕੈਦੀ, ਗੁਲਾਮ।
Captivity—ਗੁਲਾਮੀ, ਕੈਦ।
Captor—ਗ੍ਰਿਫ਼ਤਾਰ ਕਰਨ ਵਾਲਾ।
Capture—ਲੁੱਟ ਦਾ ਮਾਲ।
Capuched—ਲਬਾਦਾ ਪਾ ਕੇ।
Capachin—ਜ਼ਨਾਨਾ ਚੋਗਾ।
Caput-mortum—ਤਿਲਛਟ, ਮੈਲ।
Car—ਗੱਡੀ, ਰੱਥ।
Carac—ਪਾਣੀ ਦਾ ਸ਼ੀਸ਼ਾ, ਮੀਨਾ।
Caracole—ਚੱਕਰ ਲਾਉਣਾ, ਘੋੜੇ ਦੀ ਇਕ ਚਾਲ।
Caravan—ਕਾਫ਼ਲਾ, ਯਾਤਰੀਆਂ ਦਾ ਸਮੂਹ।
Caravansera, Caravanasary--ਸਰ੍ਹਾਂ, ਯਾਤਰੀਆਂ ਦੇ ਉਤਾਰਣ ਦੀ ਥਾਂ।
Caraway—ਜੀਰਾ, ਚਿੱਟਾ ਜੀਰਾ।
Carabine—ਛੋਟੀ ਬੰਦੂਕ।

Carbinier—ਬੰਦੂਕਚੀ।
Carbon—ਕੋਇਲੇ ਦਾ।
Carbonaceous—ਕੋਇਲੇ ਵਾਲਾ।
Carbonic—ਕੋਇਲੇ ਦਾ ਤੇਜ਼ਾਬ।
Carboniferous—ਕੋਇਲਾ ਪੈਦਾ ਕਰਨ ਵਾਲਾ।
Carbonize—ਕੋਇਲਾ ਕਰਨਾ ਜਾਂ ਬਣਾਨਾ।
Carboy—ਪਾਣੀ ਭਰਨ ਦਾ ਤੁਰਕੀ ਮਕਾਨ।
Carbuncle—ਇਕ ਜ਼ਹਿਰੀਲਾ ਫੋੜਾ।
Carbuncled—ਜੜਾਊ।
Carbuncular—ਫੋੜੇ ਦੀ ਤਰ੍ਹਾਂ ਫੁਲਿਆ ਹੋਇਆ।
Carcanet—ਜਵਾਹਰਾਤ ਦਾ ਹਾਰ।
Carcass—ਪਸ਼ੂ ਦੀ ਲਾਸ਼।
Carcelage—ਕੈਦ ਦੀ ਫੀਸ।
Card—ਟਿਕਟ, ਤਾਸ਼।
Cardamom, Cardamomum—ਇਲਾਇਚੀ।
Carder—ਰੂੰ ਧੁੰਨਣ ਵਾਲਾ।
Cardiac—ਤਾਕਤ ਦੇਣ ਵਾਲੀ।
Cardiace—ਜਵਾਹਰ, ਸ਼ਬ ਚਿਰਾਗ।
Cardiace—ਦਿਲ ਦੀਆਂ ਦਵਾਈਆਂ।
Cardina—ਬੜਾ ਵਧੀਆ, ਅਸਲੀ।
Cardinal—ਪੂਰਬ, ਪੱਛਮ, ਉੱਤਰ, ਦੱਖਣ।
Cardinal—ਦੂਰਅੰਦੇਸ਼ੀ, ਇਸਤਕਲਾਲ।
Carding—ਤਾਸ਼ ਦਾ ਖੇਡ, ਧੁਨਾਈ।
Cardite—ਪੌਦਾ, ਸ਼ੰਖ।
Carditis—ਦਿਲ ਦੀ ਸੂਜਨ।
Card-table—ਤਾਸ਼ ਖੇਡਣ ਦੀ ਮੇਜ਼।
Care—ਚਿੰਤਾ, ਫ਼ਿਕਰ, ਧਿਆਨ, ਚੌਕਸੀ।
Care—ਚਿੰਤਾ ਵਿਚ ਹੋਣਾ।
Careen—ਦਰਾਰ ਬੰਦ ਕਰਨਾ।
Career—ਚਾਲ, ਦੌੜ।
Careful—ਹੁਸ਼ਿਆਰ, ਖ਼ਬਰਦਾਰ।
Carefulness—ਹੁਸ਼ਿਆਰੀ, ਖ਼ਬਰਦਾਰੀ।
Careless—ਬੇਪਰਵਾਹ।
Carelessly—ਬੇਪਰਵਾਹੀ ਨਾਲ।
Carelessness—ਬੇਪਰਵਾਹੀ।
Caress—ਪੁਚਕਾਰਨਾ, ਲਾਡ।
Caret—ਭੁੱਲ ਦਾ ਨਿਸ਼ਾਨ।
Cargo—ਜਹਾਜ਼ ਦਾ ਮਾਲ।
Cargoose—ਪਨਡੁੱਬੀ।
Caricature—ਸ਼ਿਕਾਇਤ ਜਾਂ ਬਦਨਾਮੀ ਦੀ ਤਸਵੀਰ।
Caricature—ਬੁਰਿਆਈ ਦੀ ਤਸਵੀਰ।
Caries—ਬਦਬੂ।
Carious—ਸੜਿਆ ਹੋਇਆ।
Cark—ਚਿੰਤਾ, ਫ਼ਿਕਰ।
Carl—ਮੂਰਖ਼, ਪੇਂਡੂ, ਗੰਵਾਰ।
Carlish—ਮੂਰਖ਼, ਅਨਾੜੀ।
Carlings—ਜਹਾਜ਼ ਦੇ ਸ਼ਤੀਰ।
Carman—ਗੱਡੀਵਾਨ, ਰੱਥਵਾਨ।
Carminative—ਹਵਾ ਕੱਢਣ ਵਾਲੀ ਦਵਾਈ।
Carmine—ਲਾਲ ਰੰਗ, ਕਿਰਮਚੀ।
Carnage—ਘਮਸਾਨ, ਕਤਲ।
Carnal—ਕਾਮੀ।
Carualite—ਦੁਨਿਆਵੀ, ਸੰਸਾਰੀ।
Carnality—ਕਾਮ ਵਾਸ਼ਨਾ।
Carnal-minded—ਸੰਸਾਰਕ।
Carnal-mindedness—ਸੰਸਾਰਕਤਾ।
Carnation—ਗੁਲਨਾਰ ਦਾ ਫੁੱਲ।
Carneous, Carnous—ਮੋਟਾ।
Carnify—ਮਾਸ ਬਣਾਉਣਾ।
Carnivorous—ਮਾਸ ਖਾਣ ਵਾਲਾ, ਲਾਲਚੀ।
Caroche—ਸੈਰ ਕਰਨ ਦੀ ਗੱਡੀ।
Carol—ਗੀਤ, ਗਾਣੇ।
Carol—ਉੱਸਤਤੀ ਕਰਨਾ।
Carnousal—ਸ਼ਰਾਬ ਖੋਰੀ।

Carouse—ਬਦਮਸਤੀ ਕਰਨਾ।
Carouser—ਸ਼ਰਾਬੀ, ਮਦਹੋਸ਼।
Carp—ਖੋਟ ਕੱਢਣਾ, ਦੋਸ਼ ਨਿਕਾਲਣੇ।
Carpenter—ਤਰਖਾਣ।
Carpentry—ਤਰਖਾਣ ਦਾ ਪੇਸ਼ਾ।
Carper—ਨੁਕਤਾਚੀਨ, ਦੋਸ਼ ਕੱਢਣ ਵਾਲਾ।
Carpet—ਦਰੀ, ਗਲੀਚਾ।
Carpet—ਦਰੀ ਵਿਛਾਉਣਾ।
Carpeting—ਦਰੀਆਂ ਬਣਾਨ ਦਾ ਕੱਪੜਾ।
Carping—ਨੁਕਤਾਚੀਨੀ।
Carpolite—ਅਖਰੋਟ ਜਾਂ ਸੁਪਾਰੀ ਦੇ ਮੇਵੇ।
Carpology—ਮੇਵਿਆਂ ਦਾ ਬਿਆਨ।
Carriage—ਚਾਲ ਚਲਨ, ਗੱਡੀ।
Carrick-bitts—ਬੋਝਾ ਉਠਾਣ ਵਾਲੀ ਕਲ ਦੇ ਖੰਭੇ।
Carrier—ਕੁੱਲੀ, ਲੈ ਜਾਣ ਵਾਲਾ।
Carrion—ਸੜਿਆ ਹੋਇਆ ਮਾਸ।
Carrion—ਮੁਰਦਾਰਖ਼ੋਰ।
Carrot—ਗਾਜਰ।
Carroty—ਗਾਜਰ ਦੇ ਸਮਾਨ ਲਾਲ।
Carry—ਭਾਰ ਚੁੱਕਣਾ।
Cart—ਭਾਰ ਚੁੱਕਣ ਵਾਲੀ ਗੱਡੀ।
Cartage—ਕਿਰਾਇਆ, ਗੱਡੇ ਦੀ ਢੁਆਈ।
Cartel—ਯੁੱਧ ਦੇ ਕੈਦੀਆਂ ਦੇ ਤਬਾਦਲੇ ਦਾ ਇਕਰਾਰ।
Carter—ਗੱਡੀ ਵਾਲਾ।
Cartilage—ਮਰਮਰੀ ਹੱਡੀ।
Cart-horse—ਗੱਡੀ ਦਾ ਘੋੜਾ।
Cart-load—ਗੱਡੀ ਦਾ ਭਾਰ।
Cartoon—ਵੱਡੀ ਤਸਵੀਰ, ਵਿਗਾੜੀ ਹੋਈ ਤਸਵੀਰ।
Cartouch—ਗੋਲੀ ਰੱਖਣ ਦਾ ਬਕਸ।
Cartridge—ਕਾਰਤੂਸ।
Cartwright—ਗੱਡੀ ਬਣਾਨ ਜਾਂ ਵੇਚਣ ਵਾਲਾ।
Carnucle—ਸੋਜ, ਮਾਸ ਦੀ ਥੈਲੀ।
Carve—ਬੇਲ ਬੂਟੇ ਕੱਢਣਾ।
Carver—ਬੁੱਤ ਤਰਾਸ਼।
Carving—ਕੁੰਦਾਕਾਰੀ।
Cascade—ਆਬਸ਼ਾਰ, ਝਰਨਾ।
Case—ਖੋਲ, ਮਿਆਨ, ਮੁਕੱਦਮਾ।
Case—ਢੱਕਣਾ, ਉਪਰੋਂ ਖਿਚਣਾ।
Caseknife—ਰਸੋਈ ਘਰ ਦਾ ਚਾਕੂ।
Casemate—ਗੁੰਬਦ।
Casetuent—ਖਿੜਕੀ, ਝਰੋਖਾ।
Cascous—ਪਨੀਰ ਦੇ ਬਰਾਬਰ।
Caseworm—ਇਕ ਪ੍ਰਕਾਰ ਦਾ ਕੀੜਾ।
Cash—ਨਕਦੀ ਰੁਪਏ।
Cash-account—ਨਕਦੀ ਲੈਣੀ ਦੇਣੀ।
Cash-book—ਰੋਕੜ, ਹਿਸਾਬ ਦਾ ਰਜਿਸਟਰ।
Cashier—ਖ਼ਜ਼ਾਨਚੀ, ਰੋਕੜ ਰੱਖਣ ਵਾਲਾ।
Cash-keeper—ਖ਼ਜ਼ਾਨਚੀ।
Casing—ਗਿਲਾਫ਼, ਪਰਦਾ।
Cask—ਪੀਪਾ, ਲੋਹੇ ਦੀ ਟੋਪੀ।
Casper—ਜਵਾਹਰਾਤ ਰੱਖਣ ਦੀ ਡੱਬੀ।
Cassate—ਰੱਦ ਕਰਨਾ।
Cassation—ਅਦਲੀ ਬਦਲੀ।
Cassia—ਅਮਲਤਾਸ, ਤੇਜਪਾਤ।
Cassowary—ਇਕ ਵੱਡਾ ਪੰਛੀ।
Cassock—ਹੇਠਾਂ ਪਹਿਨਣ ਦਾ ਕੱਪੜਾ।
Cassonade—ਬਿਨਾਂ ਛਾਣੀ ਚੀਨੀ।
Cast—ਸਾਂਚਾ, ਸੁੱਟਣਾ।
Castanets—ਖੜਤਾਲਾਂ।
Castway—ਗਿਆ ਗੁਜਰਿਆ।
Caste—ਜਾਤੀ, ਵਰਨ।
Castellan—ਕਿਲ੍ਹੇ ਦਾ ਕਪਤਾਨ।
Castellation—ਮੋਰਚਾਬੰਦੀ।
Castigate—ਸਜ਼ਾ ਦੇਣਾ, ਮਾਰਨਾ।
Castigator—ਸਜ਼ਾ ਦੇਣ ਵਾਲਾ।
Casting—ਢਾਲਣਾ, ਸਾਂਚਾ।

Casting-vote—ਇਨਸਾਫ਼ ਕਰਨ ਵਾਲੀ ਰਾਏ।
Castle—ਕਿਲ੍ਹਾ, ਕੋਟ।
Castle-builder—ਖ਼ਿਆਲੀ ਪੁਲਾਅ ਪਕਾਣ ਵਾਲਾ।
Castled—ਕੋਟ ਦੇ ਕਿਲ੍ਹੇ ਨਾਲ ਮਜ਼ਬੂਤ ਕੀਤਾ ਹੋਇਆ।
Castlet—ਕੋਟ, ਗੜ੍ਹੀ।
Castor-oil—ਅਰੰਡੀ ਦਾ ਤੇਲ।
Castrate—ਖੱਸੀ ਕਰਨਾ।
Casual—ਅਚਾਨਕ।
Casualty—ਹਾਦਸਾ, ਦੁਰਘਟਨਾ।
Casuist—ਗੁਰੂ, ਪੀਰ, ਮੁਰਸ਼ਦ।
Casuistry—ਉਪਦੇਸ਼, ਨਸੀਹਤ।
Cat—ਬਿੱਲੀ।
Catabaptist—ਬਪਤਿਸਮਾ ਦਾ ਵਿਰੋਧੀ।
Catachrestically—ਜ਼ਬਰਦਸਤੀ ਨਾਲ।
Cataclysm—ਉਭਾਰ, ਚੜ੍ਹਾਅ।
Catacomb—ਮੁਰਦਿਆਂ ਦੇ ਦੱਬਣ ਦਾ ਟੋਇਆ।
Catagraph—ਤਸਵੀਰ ਦਾ ਪਹਿਲਾ ਪੰਨਾ।
Catalepsy—ਮਿਰਗੀ।
Cataleptic—ਮਿਰਗੀ ਦੇ ਮੁਤਅਲੱਕ।
Catalogue—ਫੈਹਰਿਸਤ ਬਣਾਉਣਾ, ਸੂਚੀ ਪੱਤਰ ਬਣਾਨਾ।
Catamenia—ਮਾਹਵਾਰੀ।
Catamaran—ਬੇੜਾ।
Catamount—ਜੰਗਲੀ ਬਿੱਲੀ।
Catapasm—ਦਵਾਈ ਦਾ ਗੁੱਡਾ।
Cataphract—ਸ਼ਸਤਰਧਾਰੀ ਸਵਾਰ।
Catapult—ਪੱਥਰ ਆਦਿ ਸੁੱਟਣ ਦਾ ਇੰਜਣ।
Cataract—ਮੋਤੀਆ ਬਿੰਦ।
Catarrh—ਜ਼ੁਕਾਮ, ਨਜ਼ਲਾ।
Catastrophe—ਮੁਸੀਬਤ, ਆਫ਼ਤ।
Catcall—ਸੀਟੀ।
Catch—ਪਕੜਨਾ, ਠਹਿਰਾਉਣਾ।
Catch—ਲਗਾਤਾਰ ਗੀਤ, ਛੂਤ।
Catchpenny—ਨਿਕੰਮੀ।
Catchpoll—ਨਾਜ਼ਰ ਦਾ ਨਾਇਬ।
Catchword—ਟੁੱਟ, ਤਰਕ।
Catechise—ਸੋਵਾਲ ਕਰਨਾ।
Cateshiser—ਸਵਾਲ ਕਰਨ ਵਾਲਾ।
Catechist—ਗੱਲਬਾਤ ਸਿਖਾਉਣ ਵਾਲਾ।
Catechu—ਕਥਾ।
Catechumen—ਨਵਾਂ ਈਸਾਈ।
Categorical—ਪੂਰੀ ਤਰ੍ਹਾਂ ਨਾਲ, ਸਾਫ਼ ਸਾਫ਼।
Category—ਕਿਸਮ, ਪ੍ਰਕਾਰ।
Catenarian—ਜ਼ੰਜੀਰ ਦੇ ਸਮਾਨ।
Catenate—ਜ਼ੰਜੀਰ ਨਾਲ ਮਿਲਾਣਾ।
Cater—ਖਾਣ ਦਾ ਬੰਦੋਬਸਤ ਕਰਨਾ।
Caterer—ਰਸੋਈਆ, ਖਾਨਸਾਮਾ।
Cateress—ਬਾਵਰਚਨ ਇਸਤ੍ਰੀ।
Caterpiller—ਕੀੜਾ।
Caterwaul—ਬਿੱਲੀ ਦੇ ਸਮਾਨ ਚਿੱਲਾਣਾ।
Catery—ਖਾਣਾ ਰੱਖਣ ਦੀ ਥਾਂ।
Cates—ਮੋਹਨ ਭੋਗ, ਮਿੱਠਾ ਪਕਵਾਨ।
Catgut—ਟਾਟ, ਮੋਮਜਾਮਾ।
Catharist—ਪਰਹੇਜ਼ਗਾਰ।
Cathartic—ਜੁਲਾਬ, ਪਾਖਾਨਾ ਲਾਉਣ ਵਾਲੀ ਦਵਾਈ।
Cathedral—ਵੱਡਾ ਗਿਰਜਾ।
Catheter—ਪਿਸ਼ਾਬ ਕੱਢਣ ਦੀ ਨਲੀ।
Catholic—ਰੋਮਨ ਕੈਥੋਲਿਕ ਮਤ ਨੂੰ ਮੰਨਣ ਵਾਲਾ।
Catholicise—ਰੋਮਨ ਕੈਥੋਲਿਕ ਬਣਾਨਾ।
Catholism, Catholicity—ਕੱਟੜ ਈਸਾਈਪਨ।
Catholicly—ਆਮ ਤੌਰ ਤੇ, ਸਾਧਾਰਨ।

Catholicon—ਆਮ ਇਲਾਜ।
Catkins—ਫੁੱਲਾਂ ਦੀਆਂ ਲੜੀਆਂ।
Catling—ਜਰਾਹ ਦੀ ਛੁਰੀ।
Catepsis—ਮੋਤਿਆਬਿੰਦ, ਜਲਦੀ ਸਮਝਣਾ।
Catopter, Catoptron, Cattopter—ਸ਼ੀਸ਼ਾ, ਆਰਸੀ।
Catoptrics—ਰੋਸ਼ਨੀ ਦਾ ਮਾਲੂਮ ਹੋਣਾ।
Cat's-eye—ਇਕ ਪ੍ਰਕਾਰ ਦੀ ਪਥਰੀਲੀ ਚੀਜ਼
Cat's-head—ਇਕ ਵੱਡਾ ਸੇਬ।
Cat's-paw—ਭੋਲਾ, ਧੋਖਾ ਖਾਣ ਵਾਲਾ।
Cattle—ਮਵੇਸ਼ੀ, ਗਾਂ-ਮੱਝ ਆਦਿ ਪਸ਼ੂ।
Caudal—ਜੰਤ ਜੀ, ਪੂਛ।
Caudate, Caudated—ਪੂਛ ਵਾਲਾ, ਦੁਮਦਾਰ।
Caudes—ਤਣਾ।
Cauf—ਮਛਲੀਆਂ ਦਾ ਪਿੰਜਰਾ।
Caul—ਜਾਲੀ, ਝੁੱਲੀ।
Cauliferous—ਡੰਠਲ ਵਾਲਾ।
Cauliflower—ਫੁੱਲ।
Cauline—ਡੰਠਲ ਨਾਲ ਮਿਲਿਆ ਹੋਇਆ।
Causal—ਮੂਜਬ, ਕਾਰਣ ਬਣਾਨ ਵਾਲਾ।
Causality—ਮਾਤਹਤ ਰਹਿਣਾ।
Casuality—ਕਾਰਣ, ਕੰਮ ਦਾ ਸਿਲਸਿਲਾ।
Causative—ਕਰਨਹਾਰ, ਇੱਲਤੀ।
Cause—ਸਬਬ, ਕਾਰਣ, ਵਸੀਲਾ।
Causeless—ਬਿਨਾਂ ਕਾਰਣ, ਬਿਨਾਂ ਵਜਾਹ।
Causelessness—ਗਲਤ ਕਾਰਣ, ਬੇ ਵਜਾਹ।
Causer—ਕਰਤਾ, ਇੱਲਤ।
Causeway, Causey—ਉਚੀ ਸੜਕ।
Causidical—ਵਕੀਲ ਦੇ ਮੁਤਅੱਲਕ।
Caustic—ਜਲਾਉਣ ਵਾਲਾ, ਤੇਜ਼।
Cautelous—ਚਤੁਰ, ਚਲਾਕ।
Cauter—ਦਾਗਣੇ ਵਾਲਾ ਗਰਮ ਲੋਹਾ।
Cauterize—ਝੁਲਸਣਾ।
Cavtery—ਦਾਗ, ਗੁਲ।
Caution—ਸਾਵਧਾਨੀ, ਹੁਸ਼ਿਆਰੀ।
Cautionary—ਚਿਤਾਵਨੀ।
Cautious—ਚੌਕਸ, ਖ਼ਬਰਦਾਰ।
Cautiously—ਹੁਸ਼ਿਆਰੀ ਨਾਲ।
Cavalcade—ਸਵਾਰੀ, ਜਲੂਸ।
Cavalier—ਸ਼ਾਹੀ ਸਵਾਰ।
Cavalierly—ਘਮੰਡ ਨਾਲ, ਅਭਿਮਾਨ ਨਾਲ।
Cavalry—ਰਿਸਾਲਾ, ਸਵਾਰਾਂ ਦਾ ਪਰਾ।
Cavate—ਖੋਦਣਾ।
Cavazion—ਧਰਤੀ ਦਾ ਖੋਦਣਾ।
Cave—ਗੁਫ਼ਾ, ਖੋਹ।
Caveat—ਹੁਕਮ।
Cavern—ਖੋਹ, ਗੁਫ਼ਾ।
Cavernulous—ਗੁਫ਼ਾ ਨਾਲ ਭਰਪੂਰ।
Cavesson—ਘੋੜੇ ਦਾ ਮੁਹਰਾ।
Cavetto—ਗੋਲ ਸਾਂਚਾ।
Cavil—ਫ਼ਜ਼ੂਲ ਨੁਕਤਾਚੀਨੀ।
Caviller—ਨੁਕਤਾਚੀਨ।
Caviling—ਤਕਰਾਰ, ਝਗੜਾ।
Cavillous—ਹੁਜਤੀ, ਨੁਕਤਾਚੀਨ।
Cavillously—ਹੁੱਜਤ ਨਾਲ।
Cavity—ਗੁਫ਼ਾ, ਟੋਹਾ, ਗਾਰ।
Caw—ਕਾਂ ਕਾਂ ਕਰਨਾ।
Cayenne—ਲਾਲ ਮਿਰਚ
Cayman—ਮਗਰਮੱਛ।
Cease—ਬੰਦ ਕਰਨਾ, ਛੱਡ ਦੇਣਾ।
Ceasless—ਨਿੱਤ, ਹਮੇਸ਼ਾ।
Cecias—ਉਤਰ ਪੂਰਬੀ ਹਵਾ।
Cec—ਧੁੰਦਲਾਪਨ।
Cedar—ਦੇਵਦਾਰ ਦਾ ਬਿਰਖ।

Cede—ਸੌਂਪਣਾ, ਹਵਾਲੇ ਕਰਨਾ।
Ceduous—ਡਿੱਗਣ ਯੋਗ।
Cell—ਛੱਤ ਪਾਉਣਾ।
Celling—ਛੱਤ, ਚਾਦਰ।
Celature—ਧਾਤਾਂ 'ਤੇ ਅੱਖਰ ਖੋਦਣਾ।
Celebrate—ਮਨਾਉਣਾ, ਰਚਾਉਣਾ।
Celebration—ਖ਼ੁਸ਼ੀ ਮਨਾਉਣਾ।
Celebrious—ਮਸ਼ਹੂਰ, ਪ੍ਰਸਿੱਧ।
Celebrity—ਮਸ਼ਹੂਰੀ।
Celerity—ਜਲਦੀ, ਫੌਰਨ।
Celestial—ਅਕਾਸ਼ੀ, ਅਸਮਾਨੀ।
Celestins—ਪਾਦਰੀਆਂ ਦਾ ਟੋਲਾ।
Celibacy, Celibate—ਕੁੰਵਾਰਾ ਜੀਵਨ।
Celine—ਪੇਟ ਦੇ ਸੰਬੰਧ ਵਿਚ।
Cell—ਤਹਿਖ਼ਾਨਾ, ਘਰ।
Cellar—ਤਹਿਖ਼ਾਨਾ, ਤਹਿਖ਼ਾਨੇ ਦਾ ਗੋਦਾਮ।
Cellarer—ਭੰਡਾਰੀ।
Cellaret—ਬੋਤਲਾਂ ਦਾ ਖਾਨੇਦਾਰ ਬਕਸਾ।
Cellular—ਖੋਖਲਾ।
Celsiftude—ਉਚਾਈ।
Cement—ਸੀਮੇਂਟ, ਚੂਨਾ ਮਿਲਨਾ ਜੋੜਨਾ।
Cemetry—ਕਬਰਿਸਤਾਨ।
Cense—ਧੂਪ ਦੇਣਾ।
Censer—ਧੂਪ ਦਾਨ।
Censorious—ਸਖ਼ਤ ਦਿਲ, ਨੁਕਤਾ-ਚੀਨ।
Censorlike—ਸਖ਼ਤ ਮਿਜ਼ਾਜ, ਨੁਕਤਾ-ਚੀਨ।
Censorship—ਮੋਹਤਮਮ ਦੀ ਪਦਵੀ।
Censurable—ਤੋਹਮਤ ਦੇ ਯੋਗ, ਨਿੰਦਾ ਯੋਗ।
Censure—ਦੋਸ਼ ਲਾਉਣਾ, ਦੋਸ਼।
Census—ਮਨੁੱਖੀ ਗਿਣਤੀ, ਮਰਦੁਮਸ਼ੁਮਾਰੀ, ਜਨਗਣਨਾ।
Cent—ਸੈਂਕੜਾ, ਇਕ ਸਿੱਕਾ।
Centage—ਫੀ ਸੈਂਕੜਾ।
Centaur—ਨਰ ਘੋੜਾ।
Centenary—ਸੌ ਦੀ ਗਿਣਤੀ, ਸਦੀ।
Centennial—ਸੌ ਸਾਲਾ।
Centsimal—ਸੌਵਾਂ ਹਿੱਸਾ।
Centicipitous—ਸੌ ਸਿਰ ਵਾਲਾ।
Centifidous—ਸੌ ਹਿੱਸੇ ਵਾਲਾ।
Centifolious—ਸੌ ਪਤਰ ਵਾਲਾ।
Centigrade—ਸੌ ਦਰਜੇ ਦਾ।
Centipede—ਕਨਖਜੂਰਾ।
Cento—ਵੱਖੋ-ਵੱਖ ਪੁਸਤਕਾਂ ਤੋਂ ਬਣਾਇਆ ਹੋਇਆ ਮਜ਼ਮੂਨ।
Central—ਮਰਕਜ਼ੀ, ਵਿਚਕਾਰ ਦਾ।
Centre—ਮਰਕਜ਼ੀ, ਵਿਚਕਾਰਲੀ ਥਾਂ, ਵਿਚਕਾਰ ਹੋਣਾ।
Centre-bit—ਵਰਮਾ, ਛੇਕ ਕਰਨ ਵਾਲਾ।
Centric—ਦਰਮਿਆਨੀ, ਵਿਚਕਾਰਲੀ।
Centrifugal—ਕੇਂਦਰ ਤੋਂ ਹਟ ਜਾਣ ਵਾਲੀ ਸ਼ਕਤੀ।
Centripetal—ਵਿਚਕਾਰ।
Centuple—ਸੈਂਕੜੇ ਸਦੀਆਂ ਦਾ।
Centuriate—ਸੌ ਵਿਚ ਵੰਡਣਾ।
Century—ਸ਼ਤਾਬਦੀ।
Cephalagic—ਸਿਰਦਰਦ ਦੀ ਦਵਾਈ।
Cephalalgy—ਸਿਰ ਦਾ ਦਰਦ।
Cerasin—ਗੋਂਦ ਕਤੀਰਾ।
Cerastes—ਸਿੰਗ ਵਾਲਾ।
Cerate—ਮੋਮ, ਰੋਗਨ।
Cerebral—ਦਿਮਾਗੀ।
Cerecloth, Cerement—ਮੋਮਜਾਮਾ।
Ceremonial—ਰਿਵਾਜ, ਰੀਤ।
Ceremonial, Ceremonious—ਰਿਵਾਜ਼ੀ, ਰੀਤੀ ਨਾਲ।
Ceremony—ਰਸਮ, ਰੀਤ ਰਿਵਾਜ।
Ceremonially—ਰੀਤੀ ਦੇ ਮੁਤਾਬਿਕ।

Ceremoniously—ਰੀਤੀ ਨਾਲ।
Cereolite—ਮੋਮ ਦੇ ਸਮਾਨ, ਮਿੱਟੀ ਦੀ ਚੀਜ਼।
Cereous—ਮੋਮ ਸਮਾਨ।
Cerin—ਨਰਮ ਮੋਮ।
Cerography—ਮੋਮੀ ਬੇਲ ਬੂਟਾ।
Ceroon—ਚਮੜੇ ਜਾਂ ਖੱਲ ਦਾ ਗੱਠਾ।
Ceroplastic—ਮੋਮ ਦਾ ਸਾਂਚਾ।
Cerrus—ਕੜਵਾ ਬਲੂਤ।
Certain—ਯਕੀਨੀ, ਨਿਸ਼ਚਾ।
Certainly—ਯਕੀਨ ਨਾਲ।
Certainty—ਯਕੀਨੀ, ਨਿਸ਼ਚਤ।
Certes—ਜ਼ਰੂਰ, ਯਕੀਨਨ।
Certificate—ਨੇਕਨਾਮੀ ਦੀ ਚਿੱਠੀ, ਜਾਂਚ, ਤਹਕੀਕ, ਪ੍ਰਮਾਣ ਪੱਤਰ।
Certification—ਪ੍ਰਮਾਣ-ਪੱਤਰ।
Certifier—ਯਕੀਨ ਦਿਵਾਉਣ ਵਾਲਾ।
Certify—ਪ੍ਰਮਾਣ ਕਰਨਾ।
Certitude—ਯਕੀਨ, ਸੱਚਮੁਚ।
Cerule, Cerulean, Ceruleous—ਨੀਲਾ।
Cerumen—ਕੰਨ ਦੀ ਮੈਲ।
Cervical—ਗਰਦਨ ਦੇ ਸੰਬੰਧ ਵਿਚ।
Cervine—ਹਰਨ ਦੇ ਮੁਤਅੱਲਕ।
Cervix—ਗਰਦਨ ਦੇ ਪਿਛਲੇ ਪਾਸੇ।
Cess—ਮਹਿਸੂਲ, ਚੰਦਾ।
Cessation—ਅੰਤ, ਠਹਿਰਾਓ।
Cessible—ਨਰਮ, ਮੁਲਾਇਮ।
Cession—ਸੌਂਪ ਦੇਣਾ, ਸਪੁਰਦਗੀ।
Cesspool—ਚਿੱਕੜ, ਪਾਖਾਨੇ ਆਦਿ ਦੀ ਮੋਰੀ।
Chafe—ਗੁੱਸਾ, ਲਾਲ ਪੀਲਾ ਹੋਣਾ।
Chafer—ਭੰਵਰਾ, ਇਕ ਕੀੜਾ।
Chaff—ਤੂੜੀ, ਛਿਲਕਾ।
Chaffer—ਝਗੜਾ ਕਰਨਾ।
Chafferer—ਝਗੜਾਲੂ, ਗਾਹਕ।
Chaffy—ਤੂੜੀ ਨਾਲ ਭਰਿਆ ਹੋਇਆ, ਰੀਦਾ, ਨਿਕੰਮਾ।
Chafingdish—ਅੰਗੀਠੀ।
Chagrin—ਤੰਗ ਕਰਨਾ, ਦੁਖ ਦੇਣਾ।
Chain—ਸਿਲਸਿਲਾ, ਜ਼ੰਜੀਰ ਨਾਲ ਬੰਨ੍ਹਣਾ।
Chainpump—ਜਹਾਜ਼।
Chainshot—ਜ਼ੰਜੀਰੀ ਗੋਲਾ।
Chair—ਕੁਰਸੀ, ਚੌਕੀ, ਅਦਾਲਤੀ ਕੁਰਸੀ।
Chairman—ਪ੍ਰਧਾਨ, ਸਰਪੰਚ।
Chaise—ਗੱਡੀ, ਬੱਘੀ।
Chalcedony—ਚਿਤਕਬਰਾ ਪੱਥਰ।
Chalcography—ਤਾਂਬੇ ਦੀ ਖੁਦਾਈ।
Chalice—ਪਿਆਲਾ।
Challenger—ਯੁੱਧ ਲਈ ਲਲਕਾਰਨ ਵਾਲਾ।
Chalk—ਗਾਚਣੀ, ਗਾਚਣੀ ਦਾ ਨਿਸ਼ਾਨ ਕਰਨਾ।
Chalkpit—ਗਾਚਣੀ ਮਿੱਟੀ ਦੀ ਕਾਨ।
Chalky—ਗਾਚਣੀ ਮਿੱਟੀ ਦਾ ਰੋੜਾ।
Challenge—ਅਪਰਾਧੀ ਬਣਾਉਣਾ, ਜੁਰਮ ਲਗਾਉਣਾ।
Chalybean—ਫੌਲਾਦੀ।
Chaly-beate—ਲੋਹਾ ਮਿਲਿਆ ਹੋਇਆ।
Chamber—ਚੁਬਾਰਾ, ਕਮਰਾ, ਕੋਠਰੀ।
Chamberer—ਫਰੇਬੀ ਸਾਜ਼ਸ਼ੀ।
Chambering—ਮੱਕਾਰ।
Chamberlain--ਦੀਵਾਨ, ਵੱਡਾ ਅਫ਼ਸਰ।
Chamberlye—ਪਿਸ਼ਾਬ।
Chamber-maid—ਨੌਕਰਾਨੀ।
Chamber-practice—ਵਕਾਲਤ ਦਾ ਕੰਮ, ਜੋ ਘਰ ਬੈਠੇ ਕਰ ਸਕੇ।
Chameleon—ਗਿਰਗਟ, ਛਿਪਕਲੀ।
Chamois—ਇਕ ਪ੍ਰਕਾਰ ਦੀ ਬੱਕਰੀ।
Champ—ਚਬਾਉਣਾ, ਨਿਗਲਨਾ।
Champagne—ਸ਼ਰਾਬ।

Champiagn—ਖੁੱਲ੍ਹਾ ਮੈਦਾਨ।
Champer—ਚਬਾਉਣ ਵਾਲਾ।
Champignen—ਆਪਣੇ ਆਪ ਉਗਣ ਵਾਲੀ ਝਾੜੀ।
Champion—ਬਹਾਦਰ, ਪਹਿਲਵਾਨ।
Chance—ਮੌਕਾ, ਸੰਯੋਗ।
Chancel—ਗਿਰਜੇ ਦਾ ਪੂਰਬੀ ਭਾਗ।
Chancellor—ਸਦਰ, ਦੀਵਾਨ।
Chancellorship—ਦੀਵਾਨੀ।
Chancre—ਫੋੜਾ।
Chandelier—ਝਾੜ, ਸ਼ੀਸ਼ੇ ਦਾ ਝਾੜ।
Chandler—ਬੱਤੀ ਬਣਾਉਣ ਵਾਲਾ।
Change—ਬਦਲਨਾ, ਰੇਜ਼ਗਾਰੀ।
Changeable—ਬਦਲਣ ਯੋਗ, ਨਾ-ਪਾਇਦਾਰ।
Changeful—ਬੇਫਲ, ਨਾ-ਪਾਇਦਾਰ।
Changeless—ਲਗਾਤਾਰ, ਮੁਤਸਕਿਲ।
Changeling—ਬਦਲਨਾ।
Channel—ਧਾਰਾ, ਨਾਲਾ, ਪਾਣੀ ਦਾ ਰਸਤਾ ਕੱਟਣਾ।
Chant—ਗਾਉਣਾ, ਭਜਨ।
Chanter—ਭਜਨ ਗਾਉਣ ਵਾਲਾ
Chanticleer—ਮੁਰਗ, ਕੁੱਕੜ।
Chantress—ਗਾਉਣ ਵਾਲੀ ਇਸਤ੍ਰੀ।
Chantry—ਧਰਮਸ਼ਾਲਾ।
Chaology—ਸ਼ੋਰ ਸ਼ਰਾਬਾ, ਪਰਲੋ ਦਾ ਵਰਣਨ।
Chaos—ਗੜਬੜ, ਸ਼ੋਰ ਸ਼ਰਾਬਾ।
Chaotic—ਗੜਬੜ, ਘਾਲਮੇਲ।
Chap—ਪਾਟਣਾ, ਲੜਕਾ, ਦਰਾਰ।
Chapeau—ਟੋਪੀ, ਕੁੱਲਾ।
Chapel—ਗਿਰਜਾ, ਮੰਦਰ।
Chapelry—ਗਿਰਜੇ ਦਾ ਘੇਰਾ।
Chapfallen—ਲੱਜਿਤ, ਸ਼ਰਮਿੰਦਾ।
Chaplain—ਪਾਦਰੀ।
Chaplet—ਹਾਰ, ਸੇਹਰਾ।
Chapman—ਗਾਹਕ, ਖ਼ਰੀਦਦਾਰ।
Chapter—ਪਾਦਰੀਆਂ ਦੀ ਸਭਾ।
Char—ਇਕ ਛੋਟੀ ਜਿਹੀ ਮੱਛੀ।
Character—ਚਾਲ ਚਲਨ, ਸ਼ਬਦ।
Characteristic—ਅੱਖਰ, ਹਰਫ਼।
Charcterize—ਖ਼ਾਸੀਅਤ ਬਣਾ ਦੇਣਾ।
Charcterless—ਬਿਨਾਂ ਚਾਲ ਚਲਨ, ਬੇ ਫ਼ਜ਼ੂਲ।
Charade—ਇਕ ਪਹੇਲੀ।
Charcoal—ਲੱਕੜੀ ਦਾ ਕੋਇਲਾ।
Charge—ਅਮਾਨਤ, ਖ਼ਰਚ।
Chargeable—ਕੀਮਤੀ, ਅਪਰਾਧੀ।
Chargeableness—ਖ਼ਰਚ।
Chargeful—ਕੀਮਤੀ, ਬਹੁਮੁੱਲਾ।
Charily—ਕਿਫ਼ਾਇਤ ਨਾਲ।
Chariness—ਚਤੁਰਾਈ, ਹੁਸ਼ਿਆਰੀ।
Chariot—ਰੱਥ, ਗੱਡੀ।
Charioteer—ਰੱਥਵਾਨ, ਗੱਡੀਵਾਨ।
Charitable—ਸਖ਼ੀ, ਦਾਤਾ।
Charitably—ਕਿਰਪਾ ਨਾਲ, ਮਿਹਰਬਾਨੀ ਨਾਲ।
Charitative—ਭਲਾ ਮੰਗਣ ਵਾਲਾ।
Charity—ਭਲਾਈ, ਦਾਨ।
Charlatan—ਦਗ਼ਾਬਾਜ਼, ਬਨਾਵਟੀ।
Charlatanical—ਬਨਾਵਟੀ, ਬੇਵਕੂਫ਼।
Charlatanry—ਧੋਖਾ, ਬਨਾਵਟ।
Charm—ਜਾਦੂ, ਮੋਹ ਲੈਣਾ।
Charmer—ਜਾਦੂਗਰ।
Charming—ਸੋਹਣੀ, ਮੋਹਣੀ।
Charnel-house—ਮਰਘਟ, ਹੱਡੀਆ ਰੱਖਣ ਦੀ ਥਾਂ।
Charry—ਕੋਇਲੇ ਦੇ ਸੰਬੰਧ ਵਿਚ।
Chart—ਸਮੁੰਦਰ ਦੇ ਕੰਢੇ ਦਾ ਨਕਸ਼ਾ।
Charter—ਸਨਦ, ਇਕਰਾਰਨਾਮਾ।
Charatered--ਜਿਸ ਪਾਸ ਸਨਦ ਹੋਵੇ।

Charter-party—ਦੋਹਾਂ ਦਾ ਇਕਰਾਰ-ਨਾਮਾ।
Char-woman—ਦਿਨ ਦੀ ਨੌਕਰਾਣੀ।
Chary—ਚਤੁਰ, ਹੁਸ਼ਿਆਰ।
Chase—ਬੰਦੂਕ ਦੀ ਨਲੀ, ਸ਼ਿਕਾਰ ਕਰਨਾ।
Chaser—ਸ਼ਿਕਾਰ ਕਰਨ ਵਾਲਾ।
Chasm—ਟੋਹਾ, ਗੁਫ਼ਾ।
Chasseurs—ਸਿਪਾਹੀ, ਪੈਦਲ ਸੈਨਾ।
Chaste—ਸ਼ਰਮੀਲਾ, ਪਾਕ-ਦਾਮਨ।
Chaste-eyed—ਸ਼ਰਮੀਲੀ।
Chastely—ਪਾਕ-ਦਾਮਨੀ, ਪਵਿੱਤ੍ਰਤਾਈ।
Chasten—ਪਵਿੱਤਰ ਕਰਨਾ, ਠੀਕ ਕਰਨਾ।
Chastener—ਸੁਧਾਰਨ ਵਾਲਾ।
Chastise—ਸਜ਼ਾ ਦੇਣਾ।
Chastisement—ਸਜ਼ਾ, ਦੰਡ।
Chastiser—ਸਜ਼ਾ ਦੇਣ ਵਾਲਾ।
Chastity, Chasteness—ਅਸਮਤ, ਪਾਕ-ਦਾਮਨੀ।
Chat—ਗੱਲਬਾਤ ਕਰਨਾ।
Chateau—ਕਿਲ੍ਹਾ, ਕੋਟ, ਗੜ੍ਹ।
Chattel—ਚੀਜ਼, ਮਾਲ ਅਸਬਾਬ।
Chatter—ਬਕਵਾਸ ਕਰਨੀ, ਬੜਬੜ ਕਰਨੀ।
Chatterbox—ਬਵਕਾਸੀ, ਗੱਪੀ।
Chatty—ਬਾਤੂਨੀ।
Chatwood—ਜਲਾਉਣ ਦੀ ਲੱਕੜੀ।
Cheap—ਸਸਤਾ, ਘੱਟ ਮੁੱਲ ਵਾਲਾ।
Cheapen—ਮੁੱਲ ਕਰਨਾ।
Cheaply—ਘੱਟ ਕੀਮਤ।
Cheat—ਧੋਖਾ, ਫ਼ਰੇਬ।
Cheater—ਧੋਖੇਬਾਜ਼, ਜਾਲਸਾਜ਼।
Check—ਰੋਕਣਾ, ਦਬਾਣਾ।
Checker—ਜਾਂਚ ਕਰਨ ਵਾਲਾ।
Checkmate—ਕਿਸ਼ਤ, ਮਾਤ।
Checkroll—ਨੌਕਰਾਂ ਦੀ ਫਹਿਰਿਸਤ।
Cheek—ਰੁਖ਼ਸਾਰ, ਗਲ੍ਹ, ਹਿੱਸਾ।
Cheekbone—ਗਲ੍ਹ ਦੀ ਹੱਡੀ।
Cheektooth—ਜਾੜ੍ਹ।
Cheep—ਚੂੰ ਚੂੰ ਕਰਨਾ।
Cheer—ਵਾਹ ਵਾਹ, ਜੈਕਾਰਾ।
Cheerful—ਚੰਚਲ, ਹੱਸਮੁਖ।
Cheerfulness—ਖ਼ੁਸ਼ੀ, ਪ੍ਰਸੰਨਤਾ।
Cheerfully—ਖ਼ੁਸ਼ੀ ਨਾਲ, ਜ਼ਿੰਦਾਦਿਲੀ ਨਾਲ।
Cheerless—ਉਦਾਸ, ਉਚਾਟ।
Cheerily—ਖ਼ੁਸ਼ੀ ਨਾਲ, ਆਨੰਦ ਨਾਲ।
Cheery—ਮਨ ਲੁਭਾਉਣਾ, ਪ੍ਰਸੰਨ, ਮਗਨ।
Cheese—ਪਨੀਰ।
Cheesecake—ਪਨੀਰ ਦੀ ਰੋਟੀ।
Cheesemonger--ਪਨੀਰ ਵੇਚਣ ਵਾਲਾ।
Chekoa—ਚੀਨੀ ਮਿੱਟੀ।
Cheliform—ਪੰਜੇ ਦੀ ਸ਼ਕਲ ਵਾਲਾ।
Chemical—ਰਸਾਇਣਕ।
Chemist—ਦਵਾਈਆਂ ਵੇਚਣ ਵਾਲਾ।
Cheque—ਹੁੰਡੀ, ਚੈੱਕ।
Chequer—ਵੱਖੋ-ਵੱਖ ਰੰਗ ਕਰਨਾ।
Chequers—ਸ਼ਤਰੰਜੀ।
Cherish—ਪਾਲਨਾ ਪੋਸਣਾ।
Cherry—ਲਾਲ, ਸ਼ਾਹ ਦਾਨਾ।
Cherry-cheeked— ਲਾਲ ਗਲ੍ਹਾਂ ਵਾਲਾ।
Chersonese—ਜਜੀਰਾ ਨੁਮਾ।
Cherub—ਫ਼ਰਿਸ਼ਤਾ।
Cherubic, Cherubicel—ਫ਼ਰਿਸ਼ਤਾ।
Cherubim—ਫ਼ਰਿਸ਼ਤਾ ਦਾ ਬਹੁਵਚਨ।
Cherup—ਚਹਿਚਹਾਣਾ, ਸੋਹਣੀ ਅਵਾਜ਼ ਨਾਲ ਬੋਲਣਾ।
Chesnut, Chestnut—ਅਖ਼ਰੋਟ ਦਾ ਫਲ ਜਾਂ ਬਿਰਖ।
Chess—ਸ਼ਤਰੰਜ।
Chess-board—ਸ਼ਤਰੰਜ ਦਾ ਫੱਟਾ।

Chessom—ਗਿੱਲੀ ਮਿੱਟੀ, ਗਾਰਾ।
Chess-player—ਸ਼ਤਰੰਜ ਦਾ ਖਿਡਾਰੀ।
Chest—ਛਾਤੀ, ਸੀਨਾ।
Chevalier—ਬਹਾਦਰ, ਪਹਿਲਵਾਨ।
Cheveril—ਬੱਕਰੀ ਦਾ ਬੱਚਾ।
Chevisance—ਇਕਰਾਰਨਾਮਾ, ਮਸੌਦਾ।
Chew—ਚਬਾਉਣਾ।
Chario-oscuro—ਧੁੱਪ ਛਾਂ।
Chicane, Chicanery—ਹੇਰ ਫੇਰ, ਟਾਲ ਮਟੋਲ।
Chick, Chicken—ਮੁਰਗੀ ਦੇ ਬੱਚੇ।
Chicken hearted--ਡਰਪੋਕ, ਬੁਜ਼ਦਿਲ।
Chicken-pox—ਚੇਚਕ, ਮੋਤੀਆ।
Chicling—ਛੋਟਾ ਜਿਹਾ ਮੁਰਗੀ ਦਾ ਬੱਚਾ।
Chide—ਧਮਕਾਣਾ, ਘੂਰਨਾ।
Chief—ਸਰਦਾਰ, ਵੱਡਾ ਅਫ਼ਸਰ।
Chiefdom—ਸਰਦਾਰੀ, ਅਫ਼ਸਰੀ।
Chiefly—ਖ਼ਾਸ ਕਰਕੇ।
Chiefrie—ਕਿਰਾਇਆ, ਮਹਿਸੂਲ।
Chieftain—ਸਰਦਾਰ, ਹਾਕਮ।
Child—ਬੱਚਾ, ਬਾਲਕ।
Childbearing—ਬੱਚਾ ਪੈਦਾ ਕਰਨਾ।
Childbed—ਜਣਨ ਦੀ ਹਾਲਤ।
Childhood—ਬਚਪਨ, ਲੜਕਪਨ।
Childish—ਬੱਚਿਆਂ ਦੀ ਤਰ੍ਹਾਂ।
Childishly—ਬੱਚਿਆਂ ਵਰਗਾ।
Childlike—ਸਾਦਾ, ਬੱਚਿਆਂ ਵਾਂਗ।
Children—ਬੱਚੇ।
Chiliardron—ਹਜ਼ਾਰ ਪਾਸਿਆਂ ਦੀ ਮੂਰਤ।
Chiliarch—ਹਜ਼ਾਰ ਦਾ ਸਰਦਾਰ।
Chiliarchy—ਹਜ਼ਾਰ ਆਦਮੀਆਂ ਦਾ ਦਸਤਾ।
Chill—ਉਦਾਸ, ਫ਼ਿਕਰਮੰਦ, ਉਦਾਸ ਕਰਨਾ।
Chilli—ਲਾਲ ਮਿਰਚ।
Chilliness—ਥਰਥਰਾਹਟ।
Chilly—ਥੋੜ੍ਹਾ ਠੰਢਾ।
Chime—ਘੰਟਿਆਂ ਦੀ ਅਵਾਜ਼, ਹਾਂ ਕਰਨਾ, ਸੁਰ ਮਿਲਾਉਣਾ।
Chimera—ਝੂਠੀ ਕਲਪਨਾ।
Chimerical—ਖ਼ਿਆਲੀ, ਵਹਿਮੀ।
Chimerize—ਖ਼ਿਆਲੀ ਪੁਲਾਓ।
Chimney—ਧੂੰਆਂ ਨਿਕਲਣ ਦਾ ਰਸਤਾ।
Chimpanzee—ਵਣ ਮਾਨਸ਼
Chin—ਠੋਡੀ।
China—ਚੀਨੀ ਮਿੱਟੀ ਦੇ ਬਰਤਨ, ਇਕ ਦੇਸ਼ ਦਾ ਨਾਮ।
Chincough—ਜ਼ੋਰ।
Chine—ਰੀੜ੍ਹ ਦੀ ਹੱਡੀ।
Chinese—ਚੀਨ ਦੇਸ਼ ਦੇ ਰਹਿਣ ਵਾਲੇ।
Chink—ਝਰੋਖਾ।
Chinky—ਛੇਦ ਵਾਲੀ, ਸੁਰਾਖ਼ ਵਾਲੀ।
Chip—ਚੀਥੜਾ, ਟੁਕੜਾ, ਟੁਕੜੇ ਟੁਕੜੇ ਕਰਨਾ।
Chirograph—ਲਿਖਣ ਦਾ ਔਜ਼ਾਰ।
Chirography—ਲਿਖਣ ਦੀ ਵਿਦਿਆ।
Chirology—ਇਸ਼ਾਰੇ ਨਾਲ ਗੱਲਬਾਤ ਕਰਨੀ।
Chiromancer—ਹਸਤ ਵਿੱਦਿਆ ਦਾ ਜਾਣੂ।
Chiromancy—ਹਸਤ ਵਿੱਦਿਆ।
Chirosophist—ਜੋਤਸ਼ੀ।
Chirp—ਚੂੰ ਚੂੰ ਕਰਨਾ।
Chirping—ਚਹਿਚਹਾਹਟ।
Chirurgeon—ਜੱਰਾਹ, ਨਾਈ।
Chirurgery—ਜੱਰਾਹੀ, ਨਾਈ ਦਾ ਕੰਮ।
Chisel—ਛੈਣੀ, ਛੈਣੀ ਨਾਲ ਕੱਟਣਾ।
Chit—ਰੁੱਕਾ, ਪਰਚਾ।
Chitchat—ਗੱਲਬਾਤ, ਗੱਪਸ਼ਪ।
Chilterling—ਜਾਨਵਰਾਂ ਦੀਆਂ ਆਂਦਰਾਂ।

Chivalrous—ਬਹਾਦਰ, ਲੜਾਕਾ
Chivalry—ਦਲੇਰੀ, ਬਹਾਦਰੀ।
Chive—ਪਿਆਜ਼, ਲੱਸਣ।
Chiven—ਚਟਾਨ ਦੀ ਉਚਾਈ।
Chloroform—ਬੇਹੋਸ਼ੀ ਦੀ ਦਵਾਈ।
Chlorosis—ਸਫ਼ੈਦਾ।
Choice—ਚੁਣੀ ਹੋਈ ਚੀਜ਼, ਪਸੰਦਗੀ, ਕੀਮਤੀ।
Choir—ਭਜਨ ਮੰਡਲੀ।
Choke—ਗਲਾ ਘੁੱਟਣਾ।
Chokefull—ਭਰਪੂਰ।
Choky—ਗਲਾ ਘੁੱਟਣ ਵਾਲਾ।
Choler—ਪਿੱਤਾ, ਗੁੱਸਾ।
Cholera-morbus—ਹੈਜ਼ੇ ਦੀ ਬੀਮਾਰੀ।
Choleric—ਪਿੱਤ ਵਾਲਾ, ਗੁਸੈਲ।
Cholericness—ਪਿੱਤ, ਗੁੱਸਾ।
Choose—ਚੁਣਨਾ, ਪਸੰਦ ਕਰਨਾ।
Chooser—ਚੁਣਨ ਵਾਲਾ, ਪਸੰਦ ਕਰਨ ਵਾਲਾ।
Chop—ਚੂਰ ਚੂਰ ਕਰਨਾ, ਗੋਸ਼ਤ ਦਾ ਟੁਕੜਾ।
Chophouse—ਤੰਦੂਰ, ਨਾਨਬਾਈ ਦੀ ਦੁਕਾਨ।
Chopness—ਫੋੜਾ, ਫਿੰਸੀ।
Chopper—ਛੁਰਾ।
Chopping—ਮੋਟਾ, ਖ਼ੁਸ਼।
Chopping block—ਮਾਸ ਕੱਟਣ ਦਾ ਫੱਟਾ।
Chopping-knife—ਚਾਕੂ, ਛੁਰਾ।
Choppy—ਛੇਕ ਵਾਲਾ।
Chops, Chaps—ਜੰਤੂ ਦਾ ਮੂੰਹ।
Choral—ਭਜਨ ਮੰਡਲੀ ਦੇ ਮੁਤਅੱਲਕ।
Chord—ਤਾਰ, ਕਮਾਨ ਦੀ ਡੋਰੀ।
Chordee—ਸੁਜ਼ਾਕ, ਜਰੀਆਨ।
Chorist—ਗਾਉਣ ਵਾਲਾ, ਗਵੱਈਆ।
Choroid—ਪਰਦਾ।
Chorous—ਗੀਤ ਦਾ ਹਿੱਸਾ।
Chough—ਲਾਲ ਚੁੰਝ ਵਾਲਾ ਕਾਂ।
Chouse—ਧੋਖਾ ਦੇਣਾ।
Chrism—ਪਵਿੱਤਰ, ਸੁੱਚਾ।
Christ—ਈਸਾ ਮਸੀਹ।
Christen—ਈਸਾਈ ਬਣਾਉਣਾ।
Christendom--ਈਸਾਈਆਂ ਦਾ ਦੇਸ਼।
Christian—ਈਸਾਈ, ਮਸੀਹੀ।
Christianity—ਈਸਾਈ ਮਤ।
Christianize—ਈਸਾਈ ਕਰਨਾ।
Christmas, Christmas-day—25 ਦਸੰਬਰ, ਵੱਡਾ ਦਿਨ।
Chromatic—ਗਾਣੇ ਅਤੇ ਰੰਗ ਦੇ ਬਾਰੇ।
Chromatics—ਰੰਗਾਂ ਦੀ ਵਿੱਦਿਆ।
Chrome or Chromic yellow—ਸੁੰਦਰ ਹਰਾ ਬੇਲ ਬੂਟਾ।
Chrome—ਦਰਿਆਫ਼ਤ।
Chronic—ਪੁਰਾਣਾ ਰੋਗ।
Chronicle—ਇਤਿਹਾਸ ਲਿਖਣਾ।
Chronicler—ਇਤਿਹਾਸ ਲਿਖਣ ਵਾਲਾ।
Chronogram—ਜਿਸ ਅੱਖਰ ਦੇ ਕੱਠਿਆਂ ਕਰਨ ਨਾਲ ਤਾਰੀਖ ਬਣ ਜਾਏ।
Chronologer—ਤਾਰੀਖ਼ ਲਿਖਣ ਵਾਲਾ।
Chronological--ਇਤਿਹਾਸ ਦੇ ਬਾਰੇ।
Chronology—ਇਤਿਹਾਸ ਦੀ ਲਿਖਾਈ।
Chronometer—ਠੀਕ ਸਮਾਂ ਦੱਸਣ ਵਾਲੀ ਘੜੀ।
Chrysalis—ਪੰਛੀਆਂ ਦੀ ਖੰਭ ਨਿਕਲਣ ਤੋਂ ਪਹਿਲੀ ਹਾਲਤ।
Chrysolite—ਪਸੀਨਾ, ਇਕ ਪ੍ਰਕਾਰ ਦਾ ਹਰਾ ਜਾਂ ਪੀਲਾ ਰਤਨ।
Chubby—ਮੋਟਾ, ਰਿਸ਼ਟ ਪੁਸ਼ਟ।
Chuck—ਕੁੜਕੁੜਾਨਾ।

Chuckle—ਰੁੱਕ ਕੇ ਜਾਂ ਦੱਬ ਕੇ ਹੱਸਣਾ।
Chuffiness—ਗੰਵਾਰਪਨ।
Chum—ਮਿੱਤਰ, ਦੋਸਤ।
Chump—ਲੱਕੜੀ ਦਾ ਕੁੰਦਾ।
Church—ਗਿਰਜਾਘਰ।
Churchgoer—ਗਿਰਜੇ ਜਾਣ ਵਾਲਾ।
Churchman—ਪਾਦਰੀ, ਗਿਰਜੇ ਦਾ ਮੈਂਬਰ।
Churchwarden—ਗਿਰਜੇ ਦਾ ਪੁਰੋਹਿਤ।
Churchyard—ਗਿਰਜੇ ਦਾ ਘੇਰਾ।
Churlish—ਗੰਵਾਰ, ਉੱਜਡ।
Churlishness—ਗੰਵਾਰਪਨ।
Churm—ਚਿੱਲਾਹਟ।
Churn—ਚਾਟੀ, ਮੱਖਣ ਕੱਢਣਾ।
Chyle—ਰੱਸ।
Chylous—ਰੱਸ ਵਾਲਾ।
Chyme—ਰੱਸ।
Chymic—ਰਸਾਇਣ ਵਿੱਦਿਆ ਬਾਰੇ।
Chymify—ਰੱਸ ਬਣਾਉਣਾ।
Chymist—ਰਸਾਇਣ ਬਣਾਉਣ ਵਾਲਾ।
Chymistry—ਰਸਾਇਣ ਵਿੱਦਿਆ।
Ciathiform—ਪਿਆਲੇ ਦੇ ਰੂਪ ਵਾਲਾ।
Cibol—ਪਿਆਜ਼, ਲੱਸਣ।
Cicada—ਟਿੱਡੀ, ਝਿੰਗੁਰ।
Cicatrice—ਜ਼ਖ਼ਮ ਦਾ ਨਿਸ਼ਾਨ।
Cicatricose—ਨਿਸ਼ਾਨ ਵਾਲਾ।
Cicatrize—ਜ਼ਖ਼ਮ ਭਰਨਾ।
Ciceronian—ਪਵਿੱਤਰ, ਸਾਫ਼।
Cid—ਸੈਨਾਪਤੀ, ਬਹਾਦਰ।
Cider—ਸੇਬ ਦੀ ਸ਼ਰਾਬ।
Cigar—ਸਿਗਰਟ।
Ciliary—ਪਲਕਾਂ ਦੇ ਮੁਤਅੱਲਕ।
Cilicrous—ਵਾਲਾਂ ਵਾਲਾ, ਰੋਏਂਦਾਰ।
Cimmerian—ਜ਼ਿਆਦਾ ਹਨੇਰਾ।
Cimolite—ਚਿਕਨੀ ਸਫ਼ੈਦ ਮਿੱਟੀ, ਗਾਚਨੀ।
Cinchona—ਕੁਨੈਣ।
Cincture—ਕਮਰਬੰਦ, ਘੇਰਾ, ਪੇਟੀ।
Cinder—ਅੰਗਾਰਾ।
Cinefaction—ਰਾਖ਼।
Cineration—ਰਾਖ਼ ਹੋਣਾ।
Cinercous—ਰਾਖ਼ ਦੀ ਤਰ੍ਹਾਂ, ਰਾਖ਼ ਵਰਗੀ।
Cinnabar—ਸ਼ਿੰਗਰਫ।
Cinnamon—ਦਾਲ ਚੀਨੀ।
Cinque—ਤਾਸ਼ ਉਤੇ ਪੰਜ ਦਾ ਨਿਸ਼ਾਨ।
Cion—ਡਾਲੀ, ਸ਼ਾਖ, ਟਹਿਣੀ।
Cipher—ਬਿੰਦੀ, ਦਸਤਖ਼ਤ।
Ciphering—ਹਿਸਾਬ।
Cipolih—ਹਰੇ ਰੰਗ ਦਾ ਸੰਗਮਰਮਰ।
Circar—ਪਰਗਨਾ, ਭਾਰਤ ਦਾ ਵੱਡਾ ਹਿੱਸਾ।
Circinate—ਦਾਇਰਾ ਬਣਾਉਣਾ।
Circle—ਚੱਕਰ, ਹਲਕਾ, ਖਿੱਚਣਾ, ਘੁਮਾਉਣਾ, ਘੇਰ ਲੈਣਾ।
Circlet—ਛੋਟਾ ਜਿਹਾ ਚੱਕਰ।
Circuit—ਚੱਕਰ, ਘੇਰਾ, ਇਰਦ ਗਿਰਦ ਘੁੰਮਣਾ।
Circuitous—ਚੱਕਰ ਦਾਰ, ਪੇਚੀਦਾ।
Circulable—ਘੁੰਮਣ ਯੋਗ।
Circular—ਇਸ਼ਤਿਹਾਰ, ਗਸ਼ਤੀ ਚਿੱਠੀ, ਚੱਕਰਦਾਰ।
Circularity—ਗੋਲਾਈ।
Circulate—ਘੁੰਮਾਉਣਾ, ਫਿਰਾਣਾ।
Circulation—ਗਰਦਸ਼, ਫੈਲਾਓ।
Circulatory—ਗੋਲ।
Circumambulate—ਚਾਰੇ ਪਾਸੇ ਘੁੰਮਣਾ।
Circumcise—ਖ਼ਤਨਾ ਕਰਨਾ।
Circumcision—ਸੁੰਨਤ, ਖ਼ਤਨਾ।
Circumduct—ਇਰਦ ਗਿਰਦ ਲੈ ਆਉਣਾ।

Circumference—ਦਾਇਰਾ, ਘੇਰਾ।
Circumferential—ਗੋਲ।
Circumflex—ਸ਼ੀਸ਼ਾ, ਸ਼ਬਦ ਦੇ ਉਚਾਰਨ ਨੂੰ ਠੀਕ ਕਰਨ ਲਈ (A) ਦਾ ਚਿੰਨ੍ਹ।
Circumfluence—ਪਾਣੀ ਦਾ ਘੇਰਾ, ਚੱਕਰ।
Circumfluent—ਚਾਰੇ ਪਾਸੇ ਵਹਿੰਦਾ ਹੋਇਆ।
Circumforaneous—ਅਵਾਰਾਗਰਦ, ਇਧਰ ਉਧਰ ਫਿਰਨ ਵਾਲਾ।
Circumfuse—ਫੈਲਾਉਣਾ, ਬਿਖੇਰਨਾ।
Circumgyrate—ਲੁੜ੍ਹਕਨਾ, ਘੁੰਮਣਾ।
Circumjacent—ਇਰਦ ਗਿਰਦ।
Circumlocution—ਹੇਰ ਫੇਰ ਦੀ ਗੱਲ।
Circumlocutory—ਚੱਕਰਦਾਰ।
Circummured—ਘੇਰਿਆ ਹੋਇਆ।
Circumnavigate—ਦੁਨੀਆਂ ਦੇ ਚਾਰੇ ਪਾਸੇ ਫਿਰਨਾ।
Circumnevigation—ਦੁਨੀਆਂ ਦੇ ਚਾਰੇ ਪਾਸੇ ਸਮੁੰਦਰੀ ਸਫ਼ਰ।
Circumnavigator—ਦੁਨੀਆਂ ਦੇ ਚਾਰੇ ਪਾਸੇ ਸਮੁੰਦਰੀ ਸਫ਼ਰ ਕਰਨ ਵਾਲਾ।
Circumpolar—ਕੁਤਬ ਦੇ ਚਾਰੇ ਪਾਸੇ।
Circumrotation—ਘੁੰਮਾਓ, ਚੱਕਰ।
Circumrotatory—ਘੁੰਮਦਾ ਹੋਇਆ।
Circumscribe—ਘੇਰਨਾ, ਹੱਦ ਬੰਨ੍ਹਣਾ।
Circumscriptible—ਹੱਦ ਬੰਨ੍ਹਣ ਯੋਗ।
Circumscription—ਹੱਦ, ਚੱਕਰ।
Circumspect—ਹੁਸ਼ਿਆਰ ਹੋਣਾ।
Circumspection—ਹੁਸ਼ਿਆਰੀ।
Circumspective—ਸਾਵਧਾਨ ਹੋਣਾ।
Circumstance—ਦਸ਼ਾ, ਅਵਸਥਾ, ਹਾਦਸਾ।
Circumstantial—ਵੇਰਵੇ ਨਾਲ।
Circumstantially—ਵੇਰਵੇ ਨਾਲ।
Circumstantiate—ਵੇਰਵੇ ਨਾਲ ਬਿਆਨ ਦੇਣਾ।
Circumterraneous—ਧਰਤੀ ਦੇ ਚਾਰੇ ਪਾਸੇ।
Circumundulate—ਲਹਿਰਾਂ ਦੀ ਤਰ੍ਹਾਂ ਘੁੰਮਣਾ।
Circumvagant—ਅਵਾਰਾਗਰਦ।
Curcumvallate—ਚਾਰ ਦੀਵਾਰੀ ਬਨਾਉਣਾ।
Circumvent—ਧੋਖਾ ਦੇਣਾ।
Circumvention—ਧੋਖਾ, ਫ਼ਰੇਬ, ਛਲ।
Circumventive—ਕਪਟੀ, ਛੱਲਿਆ।
Circumvolve—ਚਾਰੇ ਪਾਸੇ ਘੁੰਮਣਾ।
Circius—ਤਮਾਸ਼ੇ ਦਾ ਮੈਦਾਨ।
Cirri—ਸੂਤਰ, ਰੇਸ਼ਾ।
Cirrigerous—ਘੁੰਗਰਾਂ ਵਾਲੇ, ਜ਼ੁਲਫ਼ਾਂ ਵਾਲੇ।
Cirrous—ਪੇਚਦਾਰ।
Cistern—ਤਲਾ, ਹੌਜ਼।
Cital—ਮੁਲਾਮਤ, ਤੋਹਮਤ।
Citation—ਸੰਮਨ, ਹਵਾਲਾ, ਬੁਲਾਵਾ।
Cite—ਸੱਦਣਾ, ਸੰਮਨ ਜਾਰੀ ਕਰਨਾ।
Citer—ਸੱਦਣ ਵਾਲਾ, ਸੰਮਨ ਭੇਜਣ ਵਾਲਾ।
Cithern—ਸਿਤਾਰ।
Citizen—ਸ਼ਹਿਰ ਨਿਵਾਸੀ, ਸ਼ਹਿਰੀ।
Citizenship—ਸ਼ਹਿਰੀ ਅਧਿਕਾਰ।
Citric-acid—ਨਿੰਬੂ ਦਾ ਸੱਤ।
Citrine—ਨਿੰਬੂ ਦੇ ਰੰਗ ਦਾ।
Citron—ਖੱਟਾ, ਗਲਗਲ।
City—ਸ਼ਹਿਰ, ਨਗਰ।
Civic, Civical—ਸ਼ਹਿਰ ਦਾ, ਕਮੇਟੀ ਦਾ।
Civil—ਨਾਗਰਿਕ, ਸਭੱਯ, ਸੁਸ਼ੀਲ।
Civil-law—ਮੁਲਕੀ ਕਾਨੂੰਨ।

Civil-war—ਖ਼ਾਨਾਜੰਗੀ, ਦੇਸ਼ ਦੀ ਅੰਦਰੂਨੀ ਲੜਾਈ।
Civilian—ਅਫ਼ਸਰ, ਅਹੁੱਦੇਦਾਰ।
Civility—ਸੁਸ਼ੀਲਤਾ।
Civilization—ਸੱਭਿਅਤਾ, ਤਹਿਜ਼ੀਬ।
Civilize—ਸੱਭਿਅ ਬਣਾਉਣਾ, ਸੁਧਾਰਨਾ।
Civilized—ਸੱਭਿਅ, ਸੁਸ਼ੀਲ।
Civilly—ਤਹਿਜ਼ੀਬ ਨਾਲ।
Clack—ਚਿਲਾਹਟ, ਸ਼ੋਰ, ਬਕਵਾਸ ਕਰਨਾ।
Claim—ਅਧਿਕਾਰ, ਮੰਗ, ਹੱਕ।
Claimable—ਦਾਅਵਾ ਕਰਨ ਯੋਗ।
Claimant, Claimer--ਹੱਕਦਾਰ, ਮੁਦਈ, ਦਾਅਵੇਦਾਰ।
Claim—ਚਿਪਕਾਉਣਾ, ਲਿਪਟਾਉਣਾ।
Clamant—ਰੋਂਦਾ ਹੋਇਆ।
Clamber—ਮੁਸ਼ਕਲ ਨਾਲ ਚੜ੍ਹਨਾ।
Clammy—ਲੇਸਦਾਰ, ਚਿਪਚਿਪਾ।
Clamorously—ਚੀਖ਼ ਕੇ।
Clamour—ਚੀਖ਼ਣਾ, ਸ਼ੋਰ ਪਾਉਣਾ।
Clamp—ਲੋਹੇ ਦੀ ਪੱਟੀ, ਸ਼ਿਕੰਜਾ।
Clan—ਵੰਸ਼, ਕੌਮ, ਫ਼ਿਰਕਾ।
Clancular—ਚੁੱਪਚਾਪ, ਚੋਰੀ ਚੋਰੀ।
Clancularly—ਗੁਪਤ ਤਰੀਕੇ ਨਾਲ।
Clandestine—ਚੁੱਪਚਾਪ, ਗੁਪਤ।
Clang, Clangour—ਖੜਖੜਾਹਟ।
Clannish—ਬਿਰਾਦਰੀ ਦਾ।
Clank—ਝਣਕਾਰਨਾ।
Clap—ਤਾੜੀ ਮਾਰਨਾ, ਵਾਹ ਵਾਹ ਕਰਨਾ।
Clapper—ਟਨ ਟਨ।
Clapperclaw—ਧਮਕਾਉਣਾ, ਗਾਲ੍ਹ ਕੱਢਣਾ।
Claret—ਫਰਾਂਸੀਸੀ ਸ਼ਰਾਬ।
Clarify—ਸਾਫ਼ ਕਰਨਾ, ਡਾਂਟਣਾ।
Clarinet—ਅਲਗੋਜ਼ਾ।
Clarion—ਨਰਸਿੰਗਾ।
Claritude, Clarity--ਚਮਕ, ਸਫ਼ਾਈ।
Clash—ਟਕਰਨਾ, ਵਿਰੋਧ ਕਰਨਾ, ਖਟਪਟ।
Clasp—ਜਕੜਨਾ, ਗਲ ਲਾਉਣਾ, ਪਕੜ।
Clasper—ਵੇਲ।
Class—ਸਜਾਉਣਾ, ਚੁਨਣਾ, ਜਮਾਤ, ਦਰਜਾ, ਪਦਵੀ।
Classic, Classical—ਉੱਚ ਕੋਟੀ ਦਾ।
Classics—ਯੂਨਾਨੀ ਤੇ ਰੁਮਾਨੀ ਵਧੀਆ ਪੁਸਤਕਾਂ।
Classification—ਤਰਤੀਬ, ਦਰਜਾ-ਬੰਦੀ।
Classify—ਤਰਤੀਬ, ਤਰੀਕੇ ਨਾਲ ਰੱਖਣਾ।
Clatter—ਖੱਟ ਖੱਟ।
Claudicate—ਲੰਗੜਾਨਾ, ਠਹਿਰਨਾ।
Clause—ਸ਼ਰਤ, ਫਿਕਰਾ।
Clavated—ਗੋਲੀਦਾਰ।
Claviger—ਕੁੰਜੀ ਚੁਕਣ ਵਾਲਾ।
Claw—ਪੰਜਾ, ਚੰਗੁਲ।
Clawback—ਖ਼ੁਸ਼ਾਮਦੀ।
Clawed—ਪੰਜੇ ਵਾਲਾ।
Clay—ਲੇਪ ਕਰਨਾ, ਲਗਾਉਣਾ।
Clay-cold—ਮੁਰਦਾ, ਬੇਜਾਨ।
Clayey, Clayish—ਮਿੱਟੀ ਦੇ ਬਰਾਬਰ।
Claymarl—ਸਫ਼ੈਦ ਚਿਕਨੀ ਮਿੱਟੀ।
Claymore--ਦੋ ਕਬਜ਼ਿਆਂ ਵਾਲੀ ਤਲਵਾਰ।
Clean—ਨਿਰਮਲ, ਸਾਫ਼ ਸੁਥਰਾ, ਸਾਫ਼ ਕਰਨਾ।
Cleanliness—ਉਜਲਾਪਨ।
Cleanly—ਸਫ਼ਾਈ ਨਾਲ।
Cleanse—ਸਾਫ਼ ਕਰਨਾ, ਪਵਿੱਤਰ ਕਰਨਾ।
Cleansing—ਪਵਿੱਤਰਤਾਈ, ਸਫ਼ਾਈ।
Clear—ਸਾਫ਼ ਕਰਨਾ, ਫ਼ੈਸਲਾ ਕਰਨਾ।
Clear—ਸਾਫ਼, ਚਮਕਦਾਰ, ਫ਼ੈਸਲਾ ਕਰਨਾ।
Clearance—ਸਫ਼ਾਈ, ਛੁਟਕਾਰਾ।

Clearing—ਫ਼ੈਸਲਾ, ਛੁਟਕਾਰਾ।
Clearly—ਸਾਫ਼ ਸਾਫ਼।
Clearsighted—ਗਿਆਨੀ, ਵਿਦਵਾਨ।
Cleats—ਪੱਟੀ, ਜੋੜ।
Cleave—ਤੋੜਨਾ, ਫਟਨਾ।
Cleaver—ਛੁਰਾ।
Cleft—ਦਰਾਰ, ਫਟਿਆ ਹੋਇਆ।
Cleg—ਘੋੜੇ ਨੂੰ ਕੱਟਣ ਵਾਲੀ ਮੱਖੀ।
Clemency—ਦਇਆ, ਕੋਮਲਤਾ।
Clement—ਦਇਆਵਾਨ, ਸਰਲ ਸੁਭਾਅ।
Clemently—ਦਇਆ ਨਾਲ, ਕ੍ਰਿਪਾ ਨਾਲ।
Clench—ਪਕੜਨਾ।
Clepe—ਪੁਕਾਰਨਾ, ਸੱਦਣਾ।
Clepsydra—ਪਾਣੀ ਦੀ ਘੜੀ।
Clergy—ਪਾਦਰੀ ਲੋਕ।
Clergyman—ਪਾਦਰੀ।
Cleric—ਪਾਦਰੀਆਂ ਦੇ ਚਾਲ-ਚਲਨ ਦੇ ਮੁਤਅੱਲਕ।
Clerk—ਲਿਖਣ ਵਾਲਾ, ਲੇਖਕ, ਮੁਨਸ਼ੀ।
Clerk-like—ਮੁਨਸ਼ੀਆਂ ਦੀ ਤਰ੍ਹਾਂ।
Clever—ਚਤੁਰ, ਸਿਆਣਾ।
Cleverly—ਹੁਸ਼ਿਆਰੀ ਨਾਲ।
Cleverness—ਚਤੁਰਤਾ, ਸਿਆਣਪ।
Clew—ਖੋਜ, ਇਸ਼ਾਰਾ, ਨਿਸ਼ਾਨ।
Click—ਚੇਂ ਚੇਂ ਕਰਨਾ,
Client—ਮੁਵਕਿਲ, ਅਸਾਮੀ।
Cliff—ਚੱਟਾਨ।
Cliffy—ਚੱਟਾਨ ਵਾਲੀ।
Climate—ਆਬੋ-ਹਵਾ, ਜਲਵਾਯੂ।
Climatic—ਜਲਵਾਯੂ ਦੇ ਸੰਬੰਧ ਵਿਚ।
Climature—ਜਲਵਾਯੂ।
Climax—ਉਭਾਰ, ਬੁਲੰਦੀ।
Climb—ਚੜ੍ਹਨਾ।
Climbable—ਚੜ੍ਹਨ ਯੋਗ।
Climber—ਚੜ੍ਹਨ ਵਾਲਾ, ਬੇਲ।
Clinch—ਜਕੜਨਾ, ਸੁਕੜਨਾ, ਦੋ-ਅਰਥੀ।
Cling—ਚਿੰਬੜਨਾ, ਲਪੇਟਨਾ।
Clingy—ਚਿੰਬੜਨ ਵਾਲਾ।
Clink—ਠਨ ਠਨ, ਠਨ ਠਨ ਕਰਨਾ।
Clip—ਕੱਟਣਾ, ਛਾਂਟਨਾ।
Clipper—ਸਿੱਕੇ ਦਾ ਮੁੱਲ ਘਟਾਉਣ ਵਾਲਾ।
Clique—ਦਲ, ਗਿਰੋਹ, ਜੱਥਾ।
Cloak—ਛੁਪਾਉਣਾ, ਢੱਕਣਾ, ਕੋਟ, ਪਰਦਾ।
Clod—ਮਿੱਟੀ ਦਾ ਢੇਲਾ, ਗੰਵਾਰ।
Clodpated—ਬੇਵਕੂਫ਼।
Clog—ਬੋਝਾ, ਰੁਕਾਵਟ, ਰੋਕਣਾ, ਚਿਮਟਾਨਾ।
Cloister—ਮੇਹਰਾਬਦਾਰ।
Cloistered—ਤਿਆਗੀ, ਸੰਨਿਆਸੀ।
Close—ਬੰਦ ਕਰਨਾ, ਮਿਲਾਉਣਾ, ਖ਼ਤਮ ਕਰਨਾ, ਬੰਦ, ਤੰਗ, ਠੋਸ।
Closely—ਨੇੜੇ ਨੇੜੇ, ਧਿਆਨ ਨਾਲ।
Closeness—ਗਰਮੀ, ਨਜ਼ਦੀਕੀ।
Close-stool—ਪਾਖਾਨੇ ਦੀ ਚੌਕੀ।
Close-tongued--ਬੋਲਣ ਵਿਚ ਹੁਸ਼ਿਆਰ।
Closet—ਕੋਠੜੀ, ਕਮਰਾ, ਕੋਠੜੀ ਵਿਚ ਬੰਦ ਕਰਨਾ।
Closing—ਅਖ਼ੀਰ, ਅੰਤ।
Closure—ਘੇਰਾ, ਅੰਤ।
Clot—ਢੇਲਾ ਬੰਨਣਾ, ਰੋੜਾ, ਭਾਰੀ ਢੇਲਾ।
Cloth—ਕੱਪੜਾ, ਚਾਦਰ।
Clothe—ਕੱਪੜੇ ਪਾਉਣਾ।
Clothier—ਊਨੀ ਕੱਪੜਾ ਬਨਾਣ ਵਾਲਾ।
Clothing—ਪੁਸ਼ਾਕ, ਕੱਪੜਾ।
Clotted—ਜੰਮਿਆ ਹੋਇਆ, ਥੱਕਿਆ ਹੋਇਆ।
Clotter—ਜਮਾਉਣਾ, ਥੱਕਿਆ ਹੋਣਾ।
Cloud—ਹਨੇਰਾ ਕਰਨਾ, ਬੱਦਲ।
Cloudcapt—ਬੱਦਲਾਂ ਨਾਲ ਛੁਪਿਆ ਹੋਇਆ।
Cloudiness—ਹਨੇਰਾ, ਧੁੰਦਲਾਪਨ।

Cloudlet—ਬਦਲੀ।
Cloudless—ਖੁੱਲ੍ਹਾ, ਸਾਫ਼।
Cloudy—ਬੱਦਲ ਛਾਇਆ ਹੋਇਆ।
Clout—ਚੀਥੜਾ, ਲੱਤਾ।
Clouterly—ਭੱਦਾ, ਬਿਨਾਂ ਡੀਲ ਡੌਲ।
Clove—ਲੌਂਗ, ਲੱਸਣ।
Cloven—ਚੀਰਿਆ ਹੋਇਆ।
Cloven-footed—ਖੁਰ, ਫੱਟਾ।
Clover—ਤਿੰਨ ਪੱਤੀਆ ਘਾਹ।
Clownish—ਗੰਵਾਰ, ਬਦ-ਇਖ਼ਲਾਕ।
Cloy—ਜੀ ਭਰਨਾ, ਉਕਤਾਨਾ।
Club—ਸਭਾ, ਲਾਠੀ।
Clubber—ਸਭਾ ਦਾ ਮੈਂਬਰ।
Clubbish—ਗੰਵਾਰ।
Club-law—ਜਿਸ ਦੀ ਲਾਠੀ ਉਸ ਦੀ ਭੈਂਸ।
Cluck—ਕੱਟ ਕੱਟ ਕਰਨਾ।
Clue—ਛੇਕ, ਇਸ਼ਾਰਾ, ਖੋਜ।
Clump—ਢੇਲਾ, ਦਰਖਤਾਂ ਦਾ ਝੁੰਡ।
Clumps—ਮੂਰਖ਼, ਅਨਾੜੀ।
Clumsily—ਬੁਰੇ ਤਰੀਕੇ ਨਾਲ।
Clumsy—ਅਨਾੜੀ, ਬੇਡੋਲ।
Cluster—ਗੁੱਛਾ, ਝੁੰਡ।
Clutch—ਪੰਜਾ, ਪਕੜ।
Clutter—ਚਿਲਾਹਟ, ਸ਼ੋਰ ਕਰਨਾ, ਚੀਖ਼ਣਾ।
Coacervate—ਢੇਰ ਲਾਉਣਾ, ਜਮ੍ਹਾਂ ਕਰਨਾ।
Coach—ਸਵਾਰੀ ਦੀ ਗੱਡੀ, ਗੱਡੀ ਵਿਚ ਸਵਾਰ ਹੋਣਾ।
Coach box—ਕੋਚਵਾਨ ਦੇ ਬੈਠਣ ਦੀ ਥਾਂ।
Coach maker—ਗੱਡੀ ਬਨਾਣ ਵਾਲਾ।
Coachman—ਡਰਾਈਵਰ, ਕੋਚਵਾਨ।
Coact—ਮਿਲ ਕੇ ਕੰਮ ਕਰਨਾ।
Coadjutor—ਸਹਾਇਕ, ਸਾਥੀ।
Coadjutrix—ਸਹਾਇਕ ਇਸਤ੍ਰੀ।
Coadunition—ਵੱਖੋ-ਵੱਖ ਚੀਜ਼ਾਂ ਦੀ ਮਿਲਾਵਟ।
Coafforest--ਜੰਗਲ ਬਣਾਉਣਾ, ਉਜਾੜਨਾ।
Coagent—ਸਾਂਝੀ।
Coagulate—ਬੰਨ੍ਹਣਾ, ਜਮਾਉਣਾ।
Coagulum—ਜੰਮਿਆ ਹੋਇਆ।
Coal—ਕੋਇਲਾ, ਕੋਇਲਾ ਬਣਾਉਣਾ।
Coal-black—ਕੋਇਲੇ ਦੀ ਤਰ੍ਹਾਂ ਕਾਲਾ।
Coal-mine—ਕੋਇਲੇ ਦੀ ਖਾਨ।
Coal-stone--ਇਕ ਪ੍ਰਕਾਰ ਦਾ ਚਮਕਦਾਰ ਕੋਇਲਾ।
Coalery—ਕੋਇਲੇ ਦੀ ਖਾਨ।
Coalesce—ਜੋੜਨਾ, ਮਿਲਾਉਣਾ।
Coalescence—ਜੋੜ, ਮੇਲ।
Coalition—ਮੇਲ, ਮਿਲਾਪ।
Co-ally—ਸਹਾਇਕ, ਸਾਥੀ।
Coaly—ਕੋਇਲੇ ਵਾਂਗ।
Coaptation—ਵੱਖੋ-ਵੱਖ ਹਿੱਸਿਆਂ ਦਾ ਮੇਲ।
Coarctation—ਥਾਂ ਦਾ ਸੁੰਗੜਨਾ।
Coarse—ਕੱਚਾ, ਖੁਰਦਰਾ, ਗੰਵਾਰ।
Coarsely—ਖੁਰਦਰੇ ਤਰੀਕੇ ਨਾਲ।
Coarseness—ਖੁਰਦਰਾਪਨ।
Co-assessor—ਸਰਪੰਚ, ਸਾਥੀ ਸਾਲਸ।
Coast—ਕੰਢਾ, ਸਮੁੰਦਰ ਦਾ ਕੰਢਾ।
Coastrng—ਕੰਢੇ ਕੰਢੇ ਜਹਾਜ਼ ਚਲਾਣਾ।
Coasting-trade—ਕੰਢੇ ਦਾ ਵਪਾਰ।
Coat—ਛਿਲਕਾ, ਵਾਸਕਟ, ਖੱਲ।
Coat—ਤਹਿ ਕਰਨਾ, ਢਕਣਾ, ਕਲੀ ਕਰਨਾ।
Coat-armour—ਇਮਾਰਤ ਦੇ ਨਿਸ਼ਾਨ।
Coating—ਕਲੀ, ਲੇਪ।
Coax—ਮਨਾਉਣਾ, ਦਮ ਦੇਣਾ।
Coaxer—ਫੁਸਲਾਉਣ ਵਾਲਾ।
Cob—ਮਜ਼ਬੂਤ ਟੱਟੂ।

Cobalt—ਇਕ ਪ੍ਰਕਾਰ ਦੀ ਧਾਤ।
Cobble—ਟਾਂਕੇ ਲਾਉਣਾ।
Cobbler—ਮੋਚੀ, ਜੁੱਤੇ ਸੀਉਣ ਵਾਲਾ।
Cobcal—ਸਲੀਪ, ਜ਼ਨਾਨੀ ਜੁੱਤੀ।
Coble—ਖੁੱਲ੍ਹੀ ਹੋਈ ਕਿਸ਼ਤੀ।
Cobweb—ਮੱਕੜੀ ਦਾ ਜਾਲਾ।
Cochineal—ਕਰਿਮਜ਼ੀ ਰੰਗ ਬਨਾਉਣ ਵਾਲਾ ਕੀੜਾ।
Cock—ਟੋਪੀ ਚੜ੍ਹਾਉਣਾ।
Cock—ਕੁੱਕੜ, ਨਾਲੀ ਬੰਦੂਕ ਦਾ ਘੋੜਾ।
Cockade—ਟੋਪੀ ਪਹਿਨਣ ਦਾ ਫੀਤਾ।
Cockatoo—ਇਕ ਪ੍ਰਕਾਰ ਦਾ ਤੋਤਾ।
Cockatrice—ਇਕ ਪ੍ਰਕਾਰ ਦਾ ਸੱਪ।
Cockboat—ਜਹਾਜ਼ੀ ਕਿਸ਼ਤੀ।
Cockcrowing—ਸਵੇਰਾ, ਅੰਮ੍ਰਿਤ ਵੇਲਾ।
Cocker—ਲਾਡ ਪਿਆਰ ਕਰਨਾ।
Cockerel—ਚੂਜ਼ਾ, ਛੋਟਾ ਕੁੱਕੜ।
Cocking, Cockfight—ਕੁੱਕੜਾਂ ਦੀ ਲੜਾਈ।
Cockle—ਘਾਹ ਫੂਸ।
Cocklestairs—ਚੱਕਰਦਾਰ ਪੌੜੀਆਂ।
Cockloft—ਪਰਛੱਤੀ, ਕੋਠਾ।
Cockmatch—ਕੁੱਕੜਾਂ ਦੀ ਲੜਾਈ।
Cockney—ਲੰਡਨ ਸ਼ਹਿਰ ਦਾ ਵਾਸੀ।
Cockpit—ਕੁੱਕੜਾਂ ਦੇ ਲੜਨ ਦੀ ਥਾਂ।
Cockscomb—ਕੇਸਰ, ਕਲਗੀ, ਬਾਂਕਾ, ਸ਼ੌਕੀਨ।
Cock-sure—ਪੂਰੇ ਯਕੀਨ ਨਾਲ।
Cockswain—ਪਨਵਾਰੀਆ।
Cocoa—ਅਨਾਰ, ਅਨਾਰ ਦਾ ਸ਼ਰਬਤ।
Cocoon—ਕੋਵਾ, ਰੇਸ਼ਮ।
Coction—ਹਾਜ਼ਮਾ।
Cod—ਇਕ ਪ੍ਰਕਾਰ ਦੀ ਮੱਛੀ।
Code—ਕਾਨੂੰਨ ਦੀ ਕਿਤਾਬ।
Codger—ਕੰਜੂਸ।
Codecil—ਵਸੀਅਤਨਾਮਾ।
Codification—ਕਾਨੂੰਨ ਦੀ ਤਰਤੀਬ।
Codify—ਕਾਨੂੰਨ ਬਣਾਉਣਾ।
Coefficacy, Coefficiency—ਮਿਲ ਕੇ ਕੰਮ ਕਰਨ ਦੀ ਯੋਗਤਾ।
Coefficient—ਹਿਸਾਬ, ਅੰਸ਼।
Coefficiently—ਮਿਲ ਕੇ, ਇਕੱਠੇ।
Coequal—ਬਰਾਬਰ, ਇਕ ਰੂਪ।
Coerce—ਜ਼ਬਰਦਸਤੀ ਕਰਨਾ, ਰੋਕਣਾ।
Coercible—ਰੋਕਣ ਯੋਗ।
Coercion—ਜ਼ਬਰਦਸਤੀ, ਰੋਕ।
Coercive—ਜ਼ਬਰਦਸਤ।
Coestate—ਇਕੱਠੀ ਜਾਗੀਰ।
Coeternal—ਇਕੋ ਸਮੇਂ ਦੇ।
Coeval—ਸਮਕਾਲੀ, ਇਕ ਉਮਰ ਦਾ।
Coexist—ਸਮਕਾਲੀਨ ਹੋਣਾ।
Coexistent--ਇਕੋ ਵਕਤ ਦੇ, ਸਮਕਾਲੀਨ।
Coextensive—ਇਕ ਫੈਲਾਵ ਦਾ।
Coffee—ਕਾਹਵਾ, ਕਾਫ਼ੀ।
Coffeehouse—ਕਾਹਵਾ ਘਰ।
Coffeeman—ਕਾਹਵਾ ਵੇਚਣ ਵਾਲਾ।
Coffeepot—ਕਾਹਵਾ ਬਣਾਨ ਦਾ ਭਾਂਡਾ।
Coffer—ਖ਼ਜ਼ਾਨੇ ਦਾ ਬਕਸਾ, ਖ਼ਜ਼ਾਨਾ ਜਮ੍ਹਾਂ ਕਰਨਾ।
Coffin—ਕਫ਼ਨ, ਤਾਬੂਤ।
Cog—ਖ਼ੁਸ਼ਾਮਦ ਕਰਨਾ, ਚੱਕਰ ਦੇ ਦੰਦੇ।
Cogency—ਮਜ਼ਬੂਤੀ, ਤਾਕਤ।
Cogent—ਪੱਕਾ, ਮਜ਼ਬੂਤ।
Cogently—ਮਜ਼ਬੂਤੀ ਨਾਲ।
Coggery—ਧੋਖਾ, ਫ਼ਰੇਬ।
Cogitable—ਜੋ ਸਮਝ ਵਿਚ ਆ ਸਕੇ।
Cogitate—ਡਰ, ਖ਼ਿਆਲ।
Cogitation—ਸੋਚ, ਵਿਚਾਰ।
Cognate—ਸੰਬੰਧੀ, ਰਿਸ਼ਤੇਦਾਰ।
Cognation—ਰਿਸ਼ਤਾ, ਨਾਤਾ।
Cognition—ਗਿਆਨ, ਜਾਣਕਾਰੀ।

Cognizable—ਵਿਚਾਰ ਯੋਗ।
Cognizance—ਸੁਣਵਾਈ, ਅਖ਼ਤਿਆਰ।
Cognomen—ਸਿਰਨਾਵਾਂ, ਪਦਵੀ।
Cognominal—ਇਕ ਨਾਮ।
Cognominate—ਨਾਂ ਰੱਖਣਾ।
Cognoscence—ਵਿੱਦਿਆ।
Cognoscente—ਜਾਨਣ ਵਾਲਾ।
Cognoscible—ਜਾਨਣ ਯੋਗ।
Cogue—ਲੱਕੜੀ ਦਾ ਛੋਟਾ ਭਾਂਡਾ।
Cogwheel—ਦੰਦਿਆਂ ਵਾਲਾ ਚੱਕਰ।
Cohabit—ਭੋਗ ਕਰਨਾ, ਇਕੱਠੇ ਸੌਣਾ।
Cohabitant—ਇਕੋ ਮਕਾਨ ਵਿਚ ਰਹਿਣ ਵਾਲੇ।
Cohabitation--ਭੋਗ ਵਿਲਾਸ, ਸੋਹਬਤ।
Coheir—ਭਾਈਵਾਲ, ਹਿੱਸੇਦਾਰ।
Coheiress—ਭਾਈਵਾਲ ਇਸਤ੍ਰੀ।
Cohere—ਜੰਮਣਾ, ਚਿੰਬੜ ਜਾਣਾ।
Coherence—ਸੰਬੰਧ।
Coherent—ਜੁੜਿਆ ਹੋਇਆ।
Cohesion—ਮਿਲਾਓ, ਲਗਾਓ।
Cohesive—ਚਿਪਚਿਪਾ, ਚਿੰਬੜਨ ਵਾਲਾ।
Cohibit—ਦਬਾਓ ਪਾਉਣਾ।
Cohobate—ਦੂਜੀ ਵਾਰ ਛਾਨਣਾ।
Cohort—500 ਸਿਪਾਹੀਆਂ ਦਾ ਜੱਥਾ।
Cohortation—ਗੱਲਾਂ ਨਾਲ ਦਿਲ ਤਕੜਾ ਕਰਨਾ।
Coif—ਜ਼ਨਾਨੀ ਟੋਪੀ।
Coigne—ਕੋਨੇ ਦੀ ਇੱਟ ਜਾਂ ਪੱਥਰ।
Coil—ਲੱਛਾ ਬਣਾਉਣਾ, ਚੀਖਣਾ।
Coin—ਸਿੱਕਾ, ਰੁਪਇਆ।
Coinage—ਸਿੱਕਾ ਘੜਨਾ।
Coincide—ਮਿਲਾਉਣਾ, ਠੀਕ ਆਉਣਾ।
Coincidence—ਇਕ ਵਾਰ, ਮਿਲਾਪ।
Coincident--ਮਿਲਦਾ ਹੋਇਆ, ਅਨੁਸਾਰ।
Coinor—ਸਿੱਕਾ ਬਣਾਉਣ ਵਾਲਾ।
Coinquinate—ਗੰਦਾ ਕਰਨਾ, ਮੈਲਾ ਕਰਨਾ, ਨਾਪਾਕ ਕਰਨਾ।
Coinquination—ਗੰਦਾਪਨ, ਨਾਪਾਕੀ।
Coistrel—ਡਰਪੋਕ, ਭਗੌੜਾ।
Coition—ਭੋਗ, ਸੋਹਬਤ।
Coir—ਨਾਰੀਅਲ ਦਾ ਸੂਤ ਜਾਂ ਰੱਸੀ।
Coke—ਪੱਥਰ ਦਾ ਕੋਇਲਾ।
Colander—ਛਲਨੀ।
Colbertine—ਗੋਟਾ, ਕਿਨਾਰੀ।
Cold—ਠੰਡਾ, ਸੀਤਲ, ਠੰਡ, ਸਰਦੀ।
Cold-blooded—ਠੰਡਾ, ਠੰਡੀ ਮਿੱਟੀ ਦਾ।
Cold-hearted—ਠੰਡੀ ਤਬੀਅਤ ਦਾ।
Cold-heartedness—ਸਰਦ, ਬੇ ਪਰਵਾਹੀ।
Coldish—ਉਦਾਸ, ਸ਼ਰਮੀਲਾ, ਠੰਢਾ ਜਿਹਾ।
Coldness—ਸਰਦੀ, ਠੰਢਕ।
Colic—ਪੇਟ ਦਾ ਦਰਦ।
Collapse—ਟਕਰਾਉਣਾ।
Collapsed—ਡਿਗਿਆ ਹੋਇਆ।
Collar—ਕੰਠੀ, ਹੰਸਲੀ, ਗਰਦਨ ਤੋਂ ਫੜਨਾ।
Collar-bone—ਹੰਸਲੀ।
Collateral—ਨਾਲ ਨਾਲ।
Collation—ਜਲਪਾਨ, ਭੋਜਨ, ਖਾਣਾ।
Collator—ਮੁਕਾਬਲਾ ਕਰਨ ਵਾਲਾ।
Colleague—ਸਾਥੀ ਅਫ਼ਸਰ।
Collect—ਇਕੱਠਾ ਕਰਨਾ, ਜਮ੍ਹਾਂ ਕਰਨਾ।
Collected—ਮਜ਼ਬੂਤ ਦਿਲ, ਹੁਸ਼ਿਆਰ।
Collectedness—ਹੋਸ਼ ਕਾਇਮ ਰਖਣਾ।
Collection—ਇਕੱਠਾ ਕਰਨਾ।
Collective—ਇਕੱਠਾ ਹੋਇਆ।
Collector—ਇਕੱਠਾ ਕਰਨ ਵਾਲਾ, ਮਹਿਸੂਲ ਜਮ੍ਹਾਂ ਕਰਨ ਵਾਲਾ, ਜ਼ਿਲ੍ਹਾਦਾਰ।

College—ਦੱਸਵੀ ਤੋਂ ਉਪਰਲੇ ਦਰਜਿਆਂ ਦੀ ਪਾਠਸ਼ਾਲਾ।
Collegial—ਕਾਲਜ ਦੇ ਮੁਤਅੱਲਕ।
Collegian—ਕਾਲਜ ਦਾ ਮੈਂਬਰ, ਵਿਦਿਆਰਥੀ।
Collegiate—ਕਾਲਜ ਦਾ ਵਿਦਿਆਰਥੀ।
Collet—ਅੰਗੂਠੀ ਵਿਚ ਨਗ ਲਗਾਉਣ ਦੀ ਥਾਂ।
Collide—ਟਕਰਾਉਣਾ, ਭਿੜਨਾ।
Collier—ਕੋਇਲਾ ਖੋਦਣ ਵਾਲਾ।
Collery—ਕੋਇਲੇ ਦੀ ਖਾਨ।
Colligate—ਇਕੱਠੇ ਬੰਨ੍ਹਣਾ।
Colliquate—ਗਲਾਉਣਾ, ਪਿਘਲਣਾ।
Collision—ਟੱਕਰ, ਧੱਕਾ।
Collocate—ਥਾਂ ਦੇਣਾ।
Collocution—ਸਲਾਹ, ਗੱਲਬਾਤ।
Collogue—ਫੁਸਲਾਉਣਾ, ਮਨਾਉਣਾ।
Collop—ਬੋਟੀ, ਮਾਸ ਦਾ ਟੁੱਕੜਾ।
Colloquial—ਬੋਲਚਾਲ ਦੇ ਸੰਬੰਧ ਵਿਚ।
Colloquy—ਗੱਲਬਾਤ, ਸਲਾਹ।
Collude—ਠੱਗਣਾ, ਸਾਜ਼ਿਸ਼ ਕਰਨਾ।
Collusion—ਬੰਦਸ਼, ਫ਼ਰੇਬ।
Collusive—ਕਪਟੀ, ਫ਼ਰੇਬੀ।
Colty—ਕੋਇਲੇ ਨਾਲ ਮੈਲਾ ਕਰਨਾ।
Collyrium—ਕੱਜਲ, ਸੁਰਮਾ।
Colmar—ਇਕ ਪ੍ਰਕਾਰ ਦੀ ਨਾਸ਼ਪਾਤੀ।
Colon—ਪੜ੍ਹਨ ਵਿਚ ਠਹਿਰਨ ਦੀ ਨਿਸ਼ਾਨੀ।
Colonel—ਕਰਨੈਲ।
Colonise—ਬਸਤੀ ਬਣਾਉਣਾ।
Colonist—ਨਵੀਂ ਆਬਾਦੀ ਦਾ ਰਹਿਣ ਵਾਲਾ।
Colonnade—ਖੰਭਿਆਂ ਦੀ ਕਤਾਰ।
Colony—ਨਵੀਂ ਆਬਾਦੀ।
Colophon—ਨਤੀਜਾ, ਅੰਤ।
Coloquintida—ਕੌੜਾ ਸੇਬ।
Colorate—ਧਾਰੀਦਾਰ, ਧੱਬੇਦਾਰ।
Colossal—ਬਹੁਤ ਵੱਡਾ, ਮਹਾਨ।
Colossus—ਵੱਡੀ ਮੂਰਤ, ਦੇਵ।
Colour—ਰੰਗ, ਨਿਸ਼ਾਨ।
Colouring—ਰੰਗਸਾਜ਼ੀ ਦਾ ਹੁਨਰ।
Colourless—ਬੇਰੰਗ, ਸਾਫ਼।
Colours—ਨਿਸ਼ਾਨ, ਝੰਡਾ।
Colt—ਮੂਰਖ਼।
Colt—ਖੇਡ ਕਰਨਾ, ਖੇਡਣਾ।
Coltish—ਖਿਡਾਰੀ।
Coluber—ਕਾਲਾ ਸੱਪ।
Colubrine—ਮੱਕਾਰ, ਫਰੇਬੀ।
Columbary—ਕਬੂਤਰ ਖਾਨਾ।
Columbine—ਫ਼ਾਖ਼ਤਾ (ਇਕ ਪੰਛੀ) ਦੇ ਰੰਗ ਦਾ।
Column—ਕਤਾਰ, ਖੰਭਾ।
Columnar—ਖੰਭਿਆਂ ਦਾ ਬਣਿਆ ਹੋਇਆ।
Coma—ਬੇਹੋਸ਼ੀ ਦੀ ਨੀਂਦ।
Comate—ਸਾਥੀ, ਸਾਂਝੀ।
Comarose—ਬੇਹੋਸ਼, ਬੇਖ਼ਬਰ।
Comb—ਪਹਾੜੀਆਂ ਨਾਲ ਘਿਰੀ ਹੋਈ ਘਾਟੀ, ਕੰਘੀ, ਝਾੜਨਾ।
Combat—ਲੜਾਈ, ਯੁੱਧ, ਲੜਨਾ, ਯੁੱਧ ਕਰਨਾ।
Combatent, Combater—ਲੜਾਕਾ, ਜੰਗੀ ਸਿਪਾਹੀ।
Comber—ਕੰਘੀ ਕਰਨ ਵਾਲਾ।
Combination—ਮਿਲਾਪ, ਜੋੜ।
Combine—ਮਿਲਾਣਾ, ਇਕਰੂਪ ਕਰਨਾ।
Combustible—ਜਲਣਯੋਗ।
Combustion—ਹੈਰਾਨੀ, ਤੇਜ਼ੀ।
Come—ਬੀਤਣਾ, ਗੁਜ਼ਰਨਾ, ਆਉਣਾ।
Comedian—ਭੰਡ, ਐਕਟਰ।
Comedy—ਸਵਾਂਗ, ਨਕਲ।
Comediness—ਖ਼ੂਬਸੂਰਤੀ, ਸੁੰਦਰਤਾ।
Comedy—ਸੁੰਦਰ।

Comer—ਆਉਣ ਵਾਲਾ।

Comessation—ਨਿਉਤਾ, ਦਾਅਵਤ।

Comestible—ਖਾਣ ਯੋਗ।

Comet—ਪੂਛਲ ਤਾਰਾ।

Cometography--ਤਾਰਿਆਂ ਦਾ ਵਰਣਨ।

Comfit, Comfiture--ਰੇਵੜੀ, ਇਲਾਇਚੀ ਦਾਣਾ।

Comfort—ਆਰਾਮ ਦੇਣਾ, ਸੁੱਖ ਦੇਣਾ, ਦਿਲਾਸਾ ਦੇਣਾ।

Comfortable—ਸੁਖਦਾਇਕ, ਆਰਾਮ-ਦੇਹ।

Comfortably—ਸੁੱਖ ਨਾਲ, ਖ਼ੁਸ਼ੀ ਨਾਲ।

Comforter—ਸੁਖਦਾਈ, ਧੀਰਜ ਦੇਣ ਵਾਲਾ।

Comic—ਹਸਾਉਣ ਵਾਲਾ, ਮਖੌਲੀ।

Comical—ਮਸਖ਼ਰਾ, ਮਖੌਲੀਆ।

Coming—ਆ ਰਿਹਾ ਹੈ।

Comity—ਸ਼ਿਸ਼ਟਾਚਾਰ।

Comma—ਪੜ੍ਹਨ ਵਿਚ ਠਹਿਰਨ ਦੀ ਨਿਸ਼ਾਨੀ।

Command—ਹੁਕਮ ਦੇਣਾ, ਰਾਜ ਕਰਨਾ, ਹੁਕਮ, ਸਰਦਾਰੀ।

Commandant—ਸਰਦਾਰ, ਅਫ਼ਸਰ।

Commander—ਸੈਨਾਪਤੀ, ਕਮਾਨਦਾਰ।

Commandment--ਈਸ਼ਵਰ ਦਾ ਹੁਕਮ।

Commatic—ਸੰਖੇਪ, ਮੁਖ਼ਤਸਰ।

Commemorable—ਯਾਦ ਰਖਣ ਯੋਗ, ਮੰਨਣ ਯੋਗ।

Commemorate—ਮਨਾਉਣਾ, ਯਾਦਗਾਰ ਕਾਇਮ ਕਰਨਾ।

Commemoration--ਯਾਦਗਾਰੀ, ਮੰਨਣਾ।

Commence—ਸ਼ੁਰੂ ਕਰਨਾ, ਆਰੰਭ ਕਰਨਾ।

Commencement—ਪਹਿਲ, ਆਰੰਭ।

Commend—ਸਿਫ਼ਾਰਸ਼ ਕਰਨਾ।

Commendable—ਪ੍ਰਸ਼ੰਸਾ ਯੋਗ।

Commendation--ਸਿਫ਼ਾਰਸ਼, ਤਾਰੀਫ।

Commendatory—ਉੱਸਤਤ ਵਾਲਾ।

Commender—ਸਿਫ਼ਾਰਸ਼ ਕਰਨ ਵਾਲਾ।

Commensurable—ਇਕ ਨਾਪ।

Commensuration—ਇਕ ਵਜ਼ਨ ਵਾਲਾ।

Comment—ਰਾਏ, ਰਾਏ ਦੇਣਾ, ਕਹਿਣਾ।

Commentary—ਰਾਏ, ਟੀਕਾ।

Commentate—ਟੀਕਾ ਲਿਖਣਾ, ਰਾਏ ਦੇਣਾ।

Commentator—ਟੀਕਾਕਾਰ, ਰਾਏ ਦੇਣ ਵਾਲਾ।

Commerce—ਲੈਣ ਦੇਣ ਕਰਨਾ, ਸੌਦਾਗਰੀ ਕਰਨਾ, ਵਪਾਰ।

Commercial—ਸੌਦਾਗਰੀ, ਲੈਣ ਦੇਣ।

Commigration—ਦੇਸ਼ ਤਿਆਗ।

Commination—ਸਜ਼ਾ ਦੀ ਧਮਕੀ।

Commingle—ਮਿਲਾਉਣਾ।

Comminuible—ਪੀਸਣ ਯੋਗ।

Comminute—ਪੀਸਣਾ।

Commiserate—ਰਹਿਮ ਕਰਨਾ, ਤਰਸ ਖਾਣਾ।

Commiseration—ਦਇਆ, ਤਰਸ।

Commissariat—ਫ਼ੌਜ ਦਾ ਖ਼ੁਰਾਕੀ ਸਮਾਨ ਪਹੁੰਚਾਉਣ ਵਾਲਾ।

Commissary—ਗੁਮਾਸ਼ਤਾ, ਦਰੋਗਾ।

Commission—ਸਪੁਰਦਗੀ, ਅਮਾਨਤ, ਸਨਦ, ਸੌਂਪਣਾ।

Commissioner--ਵੱਡਾ ਹਾਕਮ, ਮੁਖ਼ਤਿਆਰ ਕਾਰ।

Commissure—ਜੋੜ, ਦਰਾਰ, ਸਾਂਚਾ।

Commit—ਵਚਨ ਦੇਣਾ।

Commitment—ਕੈਦ ਦਾ ਹੁਕਮ, ਸਪੁਰਦਗੀ।

Committee—ਪੰਚਾਇਤ, ਕਮੇਟੀ।

Commix—ਇਕੱਠਾ ਕਰਨਾ, ਮਿਲਾਣਾ।

Commode—ਪਾਖਾਨੇ ਦੀ ਚੌਕੀ।

Commondious—ਕੰਮ ਦਾ ਉਪਕਾਰੀ।

Commodity—ਜਿਨਸ, ਮਾਲ।

Common—ਆਮ ਲੋਕ, ਸਰਵ-ਸਧਾਰਨ, ਖੁੱਲ੍ਹਾ ਮੈਦਾਨ।

Commonalty—ਆਮ ਲੋਕ, ਸਾਧਾਰਨ ਜਨਤਾ।

Commoner—ਪਾਰਲੀਮੈਂਟ ਦਾ ਮੈਂਬਰ, ਦੂਜੇ ਦਰਜੇ ਦਾ ਵਿਦਿਆਰਥੀ।

Commonly—ਆਮ ਤੌਰ ਤੇ।

Commonplace—ਸਾਧਾਰਨ ਪੁਸਤਕ ਵਿੱਚ ਲਿਖਣਾ।

Commonplace book—ਯਾਦਦਾਸ਼ਤ ਦੀ ਕਿਤਾਬ, ਰੋਜ਼ਨਾਮਚਾ।

Commons—ਪਰਜਾ, ਸਭਾ, ਭੋਜਨ।

Commonwealth—ਜਮਹੂਰੀ ਰਾਜ।

Commorant—ਵਾਸੀ, ਰਹਿਣ ਵਾਲਾ।

Commorient—ਇਕੋ ਵੇਲੇ ਮਰਨਾ।

Commotion—ਹਲਚਲ, ਬੇਚੈਨੀ।

Commune—ਗੱਲਬਾਤ ਕਰਨਾ।

Communicate—ਕਹਿਣਾ, ਵਰਤਣਾ।

Communication—ਗੱਲਬਾਤ, ਚਿੱਠੀ ਪੱਤਰ।

Communicative—ਸੱਚਾ, ਸੱਚ ਕਹਿਣ ਵਾਲਾ।

Communing—ਬੋਲ ਚਾਲ, ਗੱਲਬਾਤ।

Communion—ਮੇਲ ਜੋਲ, ਸੰਗਤ।

Community—ਆਮ ਆਦਮੀ, ਪਰਜਾ।

Commutable—ਬਦਲਣ ਯੋਗ।

Commutation—ਅਦਲਾ-ਬਦਲੀ।

Commute—ਬਦਲਣਾ, ਫੇਰਨਾ।

Compact—ਇਕਰਾਰਨਾਮਾ, ਜੋੜਨਾ, ਮਿਲਾਉਣਾ।

Compactness—ਗਾੜ੍ਹਾਪਨ, ਸੰਘਣਾ।

Compagmate—ਟੁੱਟੇ ਹੋਏ ਦੀ ਮੁਰੰਮਤ ਕਰਨਾ।

Compagination—ਬਨਾਵਟ, ਮੁਰੰਮਤ।

Companiable—ਮਿਲਣਸਾਰ।

Companiableness—ਮਿਲਣਸਾਰੀ।

Companion—ਸਾਥੀ, ਸੰਗੀ।

Companionable—ਮਿਲਣਸਾਰ।

Companionship—ਸੰਗਤ, ਸਾਥ।

Company—ਜੱਥਾ, ਗਿਰੋਹ, ਸੰਗਤ, ਸਾਂਝੀ, ਨਾਲ ਹੋਣਾ।

Comparable—ਬਰਾਬਰ ਦਾ।

Comparatively—ਮੁਕਾਬਲੇ ਵਿਚ।

Compare—ਮੁਕਾਬਲਾ ਕਰਨਾ, ਮਿਲਾਣਾ।

Comparison—ਮੁਕਾਬਲਾ, ਮਿਸਾਲ।

Compart—ਸੁਧਾਰਨਾ, ਵੱਖਰਾ ਕਰਨਾ।

Compartment—ਕੋਠੜੀ, ਕਮਰਾ।

Compass—ਘੇਰਨਾ, ਪਕੜਨਾ, ਚੱਕਰ।

Compasses—ਪਰਕਾਰ।

Compassion—ਤਰਸ, ਦਇਆ।

Compassionate—ਦਇਆ ਕਰਨਾ।

Compatibility—ਮਿਲਣਸਾਰੀ।

Compatible—ਯੋਗ, ਮਿਲਣਸਾਰ।

Compatibly—ਮਿਲਾਪ ਨਾਲ।

Compatriot—ਇਕ ਦੇਸ਼ ਦਾ।

Compeer—ਸਾਥੀ, ਬਰਾਬਰੀ ਕਰਨਾ।

Compel—ਮਜ਼ਬੂਰ।

Compend—ਖੁਲਾਸਾ, ਸੰਖੇਪ।

Compendiate—ਖੁਲਾਸਾ ਕਰਨਾ, ਸੰਖੇਪ ਕਰਨਾ।

Compendious—ਖੁਲਾਸਾ।

Compendium—ਸੰਖੇਪ।

Compensate—ਬਦਲਾ ਦੇਣਾ, ਮੁਆਵਜ਼ਾ ਦੇਣਾ।

Compensation—ਬਦਲਾ, ਮੁਆਵਜ਼ਾ।
Comperendinate—ਦੇਰ ਲਾਉਣਾ।
Competence, Competency—ਅਧਿਕਾਰ, ਯੋਗਤਾ।
Competent—ਯੋਗ, ਲਾਇਕ, ਉੱਚਿਤ।
Competition—ਮੁਕਾਬਲਾ, ਬਰਾਬਰੀ।
Competitor—ਮੁਕਾਬਲਾ ਕਰਨ ਵਾਲਾ।
Compilation—ਸੰਗ੍ਰਹਿ।
Compilator—ਸੰਚੇ ਕਰਤਾ।
Compile—ਇਕੱਠਾ ਕਰਨਾ।
Compiler—ਸੰਚੇ ਕਰਤਾ।
Complacency—ਸੰਤੋਖ, ਤਸੱਲੀ।
Complacent—ਦਇਆਵਾਨ, ਸੁਸ਼ੀਲ।
Complain—ਸ਼ਿਕਾਇਤ ਕਰਨਾ, ਦੁਖੜਾ ਰੋਣਾ।
Complainant—ਮੁਦਅਈ, ਫ਼ਰਿਆਦੀ।
Complainer—ਫ਼ਰਿਆਦ ਕਰਨ ਵਾਲਾ।
Complaint—ਸ਼ਿਕਾਇਤ।
Complaisance--ਚੰਗਾ ਸੁਭਾਅ, ਸ਼ੀਲਤਾ।
Complaisant—ਦਿਆਲੂ, ਸਭਯ।
Complement—ਭਰਤੀ, ਪੂਰਾ।
Complemental—ਮੁਕੰਮਲ।
Complete—ਸੰਪੂਰਨ, ਤਮਾਮ, ਮੁਕੰਮਲ, ਪੂਰਾ ਕਰਨਾ, ਮੁਕੰਮਲ ਕਰਨਾ।
Completeness—ਭਰਪੂਰਤਾ, ਪੂਰਨਤਾ।
Completion—ਸਮਾਪਤੀ, ਅੰਜਾਮ।
Complex—ਉਲਝਿਆ ਹੋਇਆ, ਤਹਿ-ਦਰ-ਤਹਿ।
Complexion—ਮੂੰਹ ਦਾ ਰੰਗ ਰੂਪ।
Complexionary—ਰੰਗ ਰੂਪ ਦੇ ਸੰਬੰਧ ਵਿੱਚ।
Compliable—ਰਾਜ਼ੀ ਹੋਣ ਦੇ ਯੋਗ।
Compliance—ਰਜ਼ਾਮੰਦੀ।
Compliant—ਸੁਸ਼ੀਲ, ਸਰਲ ਸੁਭਾਅ।
Complicacy—ਉਲਝਨ, ਪੇਚੀਦਗੀ।
Complicate—ਪੇਚੀਦਾ, ਉਲਝਿਆ ਹੋਇਆ।
Complicateness--ਪੇਚੀਦਗੀ, ਉਲਝਨ।
Complication—ਉਲਝਨ।
Compliment—ਉੱਸਤਤ, ਖ਼ੁਸ਼ਾਮਦ।
Complimental, Complimentary—ਉੱਸਤਤ ਕਰਨ ਵਾਲਾ, ਖ਼ੁਸ਼ਾਮਦੀ।
Complore—ਇਕੱਠੇ ਅਫ਼ਸੋਸ ਕਰਨਾ।
Complot—ਨਾਲ ਹੋਣਾ, ਬਗਾਵਤ ਕਰਨਾ।
Comply—ਇੱਕ ਮੱਤ ਹੋਣਾ, ਮੰਨਣਾ।
Component—ਹਿੱਸਾ, ਟੋਟਾ।
Comport—ਇੱਕ ਰਾਏ ਹੋਣਾ।
Comportance—ਵਰਤਾਅ, ਢੰਗ।
Compose—ਸੁਧਾਰਨਾ, ਦਿਲਾਸਾ ਦੇਣਾ।
Composed—ਸੰਜੀਦਾ।
Composedly—ਭਰੋਸੇ ਨਾਲ, ਧੀਰਜ ਨਾਲ।
Composer—ਪੁਸਤਕ ਕਰਤਾ।
Composing—ਛਾਪੇ ਦੇ ਅੱਖਰ ਜੋੜਨਾ।
Composition—ਮਿਲਾਵਾ, ਬਨਾਵਟ।
Compositor—ਛਾਪੇ ਦੇ ਅੱਖਰ ਜੋੜਨ ਵਾਲਾ।
Compost—ਖਾਦ ਪਾਉਣਾ।
Composure—ਸੁੱਖ ਸ਼ਾਂਤੀ।
Compound—ਇਕੱਠਾ ਕਰਨਾ, ਮਿਲਾਉਣਾ, ਮੇਲ ਸ਼ਬਦ, ਮਿਲਿਆ ਹੋਇਆ।
Compounder—ਦਵਾਈ ਬਣਾਉਣ ਵਾਲਾ, ਫੈਸਲਾ ਕਰਾਉਣ ਵਾਲਾ।
Comprehend—ਇਕੱਠਾ ਰਖਣਾ, ਯਾਦ ਕਰਨਾ।
Comprehensible—ਸਮਝਣ ਯੋਗ।
Comprehension--ਸਮਝ ਬੂਝ, ਗਿਆਨ।
Comprehensive--ਸਮਝਦਾਰ, ਬੁੱਧੀਮਾਨ।

Compress—ਦਬਾਉਣਾ, ਗੱਦੀ ਬੰਨ੍ਹਣ ਦੀ ਪੇਟੀ।

Compressible—ਦਬਾਉਣ ਯੋਗ।

Compression—ਦਬਾਅ, ਖਿਚਾਅ।

Compressive—ਦਬਾਉਣ ਯੋਗ।

Compressure—ਦਬਾਅ, ਖਿਚਾਅ।

Comprise—ਮਿਲਾਣਾ, ਇਕੱਠਾ ਕਰਨਾ।

Comprobate—ਸਬੂਤ ਨਾਲ, ਇਕ ਮੇਲ ਹੋਣਾ।

Compromise—ਰਾਜ਼ੀਨਾਮਾ।

Compt—ਹਿਸਾਬ, ਗਣਿਤ।

Comptroller—ਖ਼ਜ਼ਾਨੇ ਦਾ ਅਫ਼ਸਰ।

Compulsion—ਮਜ਼ਬੂਰੀ, ਦਬਾਅ।

Compulsive—ਲਾਚਾਰੀ, ਮਜਬੂਰੀ।

Compunction—ਪਸ਼ਚਾਤਾਪ, ਅਫਸੋਸ।

Compunctious—ਪਛਤਾਣ ਵਾਲਾ।

Compurgator—ਸਫ਼ਾਈ, ਗਵਾਹੀ।

Computable—ਗਿਣਨ ਯੋਗ।

Computate--ਜੋੜਨਾ, ਗਿਣਨਾ, ਵਿਚਾਰਣਾ।

Computation—ਜੋੜਨਾ, ਵਿਚਾਰਨਾ।

Compute—ਗਿਣਨਾ, ਜੋੜਨਾ।

Computer—ਗਿਣਨ ਵਾਲਾ।

Comrade—ਸਾਥੀ, ਮਿੱਤਰ।

Con—ਸਿਮਰਨ ਕਰਨਾ, ਯਾਦ ਕਰਨਾ।

Concatenate—ਜੋੜਨਾ।

Concatenation—ਸਿਲਸਿਲਾ, ਕ੍ਰਮ।

Concave—ਖੋਖਲਾਪਨ, ਖਾਲੀ।

Concaveness, Concavity—ਖੁੱਲ੍ਹਾ, ਖੋਖਲਾਪਨ।

Concavo—ਦੋਵੇਂ ਪਾਸੇ ਖੋਖਲਾ।

Concavo-convex—ਇਕ ਪਾਸੇ ਖੋਖਲਾ ਦੂਜੇ ਪਾਸੇ ਉਭਰਿਆ ਹੋਇਆ।

Conceal—ਛੁਪਾਉਣਾ, ਅਲੋਪ ਕਰਨਾ, ਗੁਪਤ ਕਰਨਾ।

Concealer—ਛਪਾਉਣ ਵਾਲਾ।

Concealment—ਗੁਪਤ, ਚੋਰੀ।

Concede—ਮੰਨਣਾ, ਸਵੀਕਾਰ ਕਰਨਾ।

Conceit—ਅਭਿਮਾਨ, ਵਹਿਮ, ਸੋਚਣਾ, ਵਿਚਾਰਨਾ।

Conceited—ਘਮੰਡੀ, ਅਭਿਮਾਨੀ।

Conceitedly—ਘੁੰਮਡ ਨਾਲ, ਵਹਿਮ ਨਾਲ।

Conceivable—ਸਮਝਣਯੋਗ, ਮੁਮਕਿਨ।

Conceive—ਸੋਚਣਾ, ਸਮਝਣਾ, ਗਰਭਵਤੀ ਹੋਣਾ।

Conceiver—ਸੋਚਣ ਵਾਲਾ।

Concent—ਮੇਲ ਮਿਲਾਪ।

Concentrate—ਖ਼ਿਆਲ ਜਮਾਣਾ।

Concentration—ਧਿਆਨ ਇਕ ਥਾਂ ਲਗਾਉਣਾ।

Concentre—ਵਿਚਕਾਰ ਲਿਆਉਣਾ।

Concentric—ਇਕ ਕੇਂਦਰ।

Concentual—ਸੁਡੌਲ, ਪੂਰੇ ਮੇਲ ਦਾ।

Conception—ਵਿਚਾਰ, ਖ਼ਿਆਲ।

Concern—ਸੰਬੰਧ ਰੱਖਣਾ, ਲਗਾਓ।

Concerning—ਵਿਸ਼ਾ, ਸੰਬੰਧ ਵਿਚ, ਵਾਸਤੇ।

Concert—ਮਸ਼ਵਰਾ, ਸਲਾਹ।

Concession—ਰਿਆਇਤ, ਮਨਜ਼ੂਰੀ।

Conch—ਘੋਂਘਾ, ਸ਼ੰਖ।

Conchoid—ਇਕ ਗੋਲਾਈ ਦਾ ਨਾਮ।

Conchology—ਇਲਮ, ਵਿਦਿਆ।

Conciliar—ਕੌਂਸਲ ਦੇ ਮੁਤਅੱਲਕ।

Conciliate—ਰਾਜ਼ੀ ਕਰਨਾ, ਮਨਾਉਣਾ।

Conciliation—ਮਾਨ, ਮਨੌਤੀ, ਸੁਲਾਹ।

Conciliatory—ਮਿਲਾਪੀ, ਮਿਲਣਸਾਰ।

Concinnity—ਸਫ਼ਾਈ।

Concise—ਖੁਲਾਸਾ, ਸੰਖੇਪ।

Concisely—ਸੰਖੇਪ ਤੌਰ ਤੇ।

Conciseness—ਸੰਖੇਪ।

Concitation—ਬੇਚੈਨੀ, ਹਲਚਲ।

Conclamation—ਚੀਖ਼ਣਾ।

Conclave—ਗੁਪਤ ਸਭਾ, ਜਲਸਾ।

Conclude—ਖ਼ਤਮ ਕਰਨਾ, ਸਮਾਪਤ ਕਰਨਾ।

Concludent—ਸੰਪੂਰਨ, ਤਮਾਮ।

Conclusion—ਅੰਤ, ਅੰਜਾਮ, ਪਰਿਣਾਮ।

Conclusive—ਆਖ਼ਰੀ।

Concoagulate—ਇਕੱਠੇ ਜਮਾਉਣਾ।

Concoct—ਹਜ਼ਮ ਕਰਨਾ, ਉਪਾਅ ਕਰਨਾ।

Concoction—ਉਪਾਅ, ਹਾਜ਼ਮਾ।

Concolour—ਇਕ ਰੰਗ।

Concomitance, Concomitancy—ਇਕ ਸਾਥ, ਇਕੱਠੇ।

Concomitant—ਨਾਲ ਨਾਲ, ਮਿਲਿਆ ਹੋਇਆਂ।

Concord—ਸੰਜੋਗ, ਮੇਲ, ਇਕ ਰਾਏ ਹੋਣਾ।

Concordance—ਮਿਲਾਪ, ਏਕਤਾ।

Concordant—ਮਿਲਦਾ ਹੋਇਆ, ਇਕ ਰੰਗ, ਯੋਗ।

Concorporal—ਇਕੋ ਸਰੀਰ।

Concourse—ਭੀੜ, ਇਕੱਠ।

Concreate—ਇਕ ਵਕਤ ਤੇ ਪੈਦਾ ਕਰਨਾ।

Concredit—ਸੌਂਪਣਾ, ਸਪੁੱਰਦ ਕਰਨਾ।

Concrete—ਇਕੱਠਾ ਕਰਨਾ, ਜਮਾਉਣਾ, ਜੰਮਿਆ ਹੋਇਆ, ਇਕੱਠਾ।

Concretion—ਜਮਾਓ।

Concreture—ਜਮਾਇਆ ਹੋਇਆ ਢੇਰ।

Concubinage—ਰੰਡੀਬਾਜ਼ੀ।

Concubine—ਰੰਡੀ, ਦਾਸ ਇਸਤ੍ਰੀ।

Conculcate—ਕੁਚਲਣਾ।

Concupiscence—ਕਾਮ, ਮਸਤੀ, ਵਾਸਨਾ।

Concupiscent—ਕਾਮੀ, ਮਸਤ।

Concur—ਸਹਿਮਤ ਹੋਣਾ, ਇਕੱਠੇ ਹੋਣਾ।

Concurrence—ਇਕ ਚਿੱਤ, ਇਕ ਖ਼ਿਆਲ।

Concurrent—ਇਕ ਰਾਏ, ਇਕ ਸਾਥ।

Concurrently—ਨਾਲ ਨਾਲ, ਇਕ ਮੱਤ।

Concussion—ਜੋਸ਼, ਧੱਕਾ।

Condemn—ਅਪਰਾਧੀ ਠਹਿਰਾਣਾ, ਦੋਸ਼ ਦੇਣਾ।

Condemnable—ਦੋਸ਼ੀ, ਅਪਰਾਧਯੋਗ।

Condemnation—ਸਜ਼ਾ ਦਾ ਹੁਕਮ।

Condemner—ਅਪਰਾਧੀ ਠਹਿਰਾਉਣ ਵਾਲਾ।

Condensate—ਗਾੜ੍ਹਾ ਕਰਨਾ, ਸੰਘਣਾ ਬਣਾਉਣਾ।

Condensation—ਗਾੜ੍ਹਾ, ਜਮਾਓ।

Condense—ਗਾੜ੍ਹਾ ਹੋਣਾ, ਸੰਘਣਾ, ਹੋਣਾ।

Condenser—ਗਾੜ੍ਹਾ ਕਰਨ ਵਾਲ ਯੰਤਰ।

Condescend—ਝੁਕਾਣਾ, ਦਬਾਣਾ।

Condescending—ਮਿਲਣਸਾਰ, ਮੰਨਣ ਵਾਲਾ, ਨਰਮ।

Condescension--ਨਿਮਰਤਾ, ਸੁਸ਼ੀਲਤਾ।

Condign—ਵਾਜਿਬ, ਅਧਿਕਾਰੀ।

Condiment—ਚਾਸ਼ਨੀ, ਖਾਣ ਦੀ ਚੰਗੀ ਚੀਜ਼।

Condisciple—ਗੁਰਭਾਈ।

Condite—ਮਸਾਲਾ ਲਗਾਉਣਾ।

Condition—ਦਸ਼ਾ, ਲੱਛਣ, ਪਦਵੀ, ਤਬੀਅਤ, ਸ਼ਰਤ, ਵਾਅਦਾ ਕਰਨਾ।

Conditional—ਸ਼ਰਤੀਆ।

Conditionally—ਇਸ ਸ਼ਰਤ ਨਾਲ।

Conditionate—ਠੀਕ ਕਰਨਾ, ਯੋਗ ਕਰਨਾ।

Condolatory—ਅਫ਼ਸੋਸ ਕਰਨਾ।

Condole—ਅਫ਼ਸੋਸ ਕਰਨਾ, ਅੱਥਰੂ ਸੁਟਣੇ।
Condolment—ਸੋਗ, ਅਫ਼ਸੋਸ।
Condolence—ਅਫ਼ਸੋਸ, ਸੋਗ।
Condor—ਇਕ ਕਿਸਮ ਦਾ ਵੱਡਾ ਗਿੱਧ।
Conduce—ਤ੍ਰਿਪਤ ਕਰਨਾ, ਸਹਾਇਤਾ ਕਰਨੀ।
Conducement—ਝੁਕਾਅ, ਮਿਲਾਨ।
Conducent, Conducible, Conducive—ਸਹਾਇਕ।
Conduct—ਤੌਰ ਤਰੀਕਾ, ਵਰਤਾਰਾ, ਰਾਹ ਦਿਖਾਉਣਾ, ਸੁਧਾਰਨਾ।
Conduction—ਪਹੁੰਚਾਣਾ, ਛੱਡਣਾ।
Conductive—ਰਸਤਾ ਦੱਸਣ ਵਾਲੀ।
Conductor—ਆਗੂ, ਚਲਾਣ ਵਾਲਾ।
Conduit—ਨਾਲੀ, ਮੋਰੀ।
Conduplicate—ਦੋ ਤਹਿ ਕਰਨਾ।
Condyl—ਸੋਜ, ਨਾੜ।
Cone—ਨੋਕਦਾਰ, ਗੋਲ ਸਿਖਰ।
Confabulate—ਗੱਲਬਾਤ ਕਰਨੀ।
Confabulation—ਗੱਲਬਾਤ।
Confamiliar—ਭੇਦੀ, ਪੱਕਾ ਮਿੱਤਰ।
Confect—ਮਿਠਾਈ, ਮੁਰੱਬਾ, ਖੰਡ ਲਗਾਉਣੀ।
Confectionery—ਮਿਠਾਈ, ਮੁਰੱਬਾ।
Confectioner—ਹਲਵਾਈ।
Confedercy—ਸਾਜਸ਼, ਮੇਲ।
Confederate—ਸਹਾਇਕ, ਸਾਥੀ।
Confederation—ਏਕਾ, ਮੇਲ, ਸਾਜਸ਼।
Confer—ਰਾਏ ਲੈਣਾ, ਪੁੱਛਣਾ।
Conference—ਸਲਾਹ, ਮਸ਼ਵਰਾ।
Confess—ਮੰਨ ਲੈਣਾ, ਕਬੂਲ ਕਰਨਾ।
Confessedly—ਅਲਬੱਤਾ।
Confession—ਇਕਰਾਰ, ਮੰਨਣਾ।
Confest—ਸਾਫ਼ ਸਾਫ਼, ਖੁੱਲ੍ਹਾ ਹੋਇਆ।
Confidant—ਭੇਦ ਜਾਨਣ ਵਾਲਾ।
Confide—ਭਰੋਸਾ ਕਰਨਾ।
Confidence—ਭਰੋਸਾ, ਇਤਬਾਰ।
Confident—ਬੇਸ਼ਕ, ਭਰੋਸੇ ਨਾਲ।
Confidental—ਗੁਪਤ, ਵਫ਼ਾਦਾਰ।
Confidently—ਭਰੋਸੇ ਨਾਲ।
Configurate—ਰੰਗ ਰੂਪ ਦਿਖਾਣਾ।
Configure—ਸੂਰਤ ਬਨਾਉਣਾ।
Confine—ਸਰਹੱਦ, ਹੱਦ, ਘੇਰਨਾ, ਰੋਕਣਾ।
Confinement—ਰੋਕ, ਕੈਦ, ਬੰਧਨ।
Confinity—ਨਜ਼ਦੀਕੀ।
Confirm—ਪੱਕਾ ਕਰਨਾ, ਮਜ਼ਬੂਤ ਕਰਨਾ।
Confirmation—ਸਬੂਤ, ਨਾਮਕਰਣ ਸੰਸਕਾਰ।
Confirmative—ਸਬੂਤ, ਪੱਕਾ।
Confirmatory—ਇਮਦਾਦੀ।
Confiscable—ਜ਼ਬਤ ਜਾਂ ਕੁਰਕ ਕਰਨ ਲਾਇਕ।
Confiscate—ਜ਼ਬਤ ਕੀਤਾ ਹੋਇਆ, ਕੁਰਕ ਕਰਨਾ।
Confiscation—ਕੁਰਕੀ, ਜ਼ਬਤੀ।
Confiture—ਮਿਠਾਈਆਂ ਦੀ ਮਿਲਾਵਟ।
Confix—ਜਕੜਨਾ।
Conflagrant—ਜਲਦਾ ਹੋਇਆ।
Conflagration—ਪ੍ਰਚੰਡ ਅੱਗ, ਸ਼ੋਲੇ।
Conflict—ਲੜਨਾ, ਝਗੜਨਾ, ਟੱਕਰ, ਧੱਕਾ, ਜੰਗ।
Confluctuate—ਇਕੱਠੇ ਵਹਿਣਾ।
Confluence—ਬਹੁਤ ਸਾਰੀਆਂ ਨਦੀਆਂ ਦੇ ਆਪਸ ਵਿਚ ਮਿਲਣ ਦੀ ਥਾਂ, ਸੰਗਮ।
Conflux—ਦਰਿਆਵਾਂ ਦਾ ਮਿਲਾਪ।
Conform—ਮਨਜ਼ੂਰ ਕਰਨਾ।
Conformable—ਇਕ ਰੂਪ, ਹਮਸ਼ਕਲ।
Conformably—ਅਨੁਸਾਰ।
Conformation—ਬਨਾਵਟ, ਢਾਂਚਾ।
Conformist—ਧਾਰਮਕ ਰੀਤੀਆਂ ਨਾਲ ਚੱਲਣ ਵਾਲਾ।

Conformity—ਮੇਲ, ਮਿਲਦਾ ਹੋਇਆ।
Confound—ਹੈਰਾਨ ਕਰਨਾ।
Confoundedly—ਸ਼ਰਮਸਾਰੀ ਨਾਲ।
Confraternity—ਬਰਾਦਰੀ, ਧਾਰਮਕ।
Confornt—ਸਾਹਮਣਾ ਕਰਨਾ।
Confuse—ਉਲਝਾਉਣਾ, ਹੈਰਾਨ ਕਰਨਾ।
Confusedly—ਘਬਰਾਹਟ ਨਾਲ।
Confusion—ਉਲਝਨ, ਹੈਰਾਨੀ।
Confutable—ਬਦਲਣ ਯੋਗ।
Confutation—ਝੂਠਾ ਬਹਾਨਾ।
Confute—ਰੱਦ ਕਰਨਾ, ਝੂਠਾ ਕਰਨਾ।
Congee—ਪ੍ਰਣਾਮ, ਰਾਮ ਰਾਮ, ਸਲਾਮ।
Congeal—ਜੰਮਣਾ, ਸਖ਼ਤ ਕਰਨਾ।
Congealable--ਸਖ਼ਤ ਹੋਣ ਦੇ ਲਾਇਕ।
Congealation—ਜਮਾਵਟ।
Congenerous—ਇਕ ਕਿਸਮ ਦਾ।
Congenial—ਇਕ ਮੇਲ।
Congenious—ਇਕ ਕਿਸਮ ਦਾ।
Congenital—ਨਾਲ ਜੰਮਿਆ, ਹਮਜ਼ਾਦ।
Congeries—ਢੇਰ, ਕੱਠ।
Congest—ਢੇਰ ਲਗਾਉਣਾ, ਇਕੱਠਾ ਕਰਨਾ।
Congiaciate—ਬਰਫ਼ ਜਮਾਉਣਾ।
Conglomerate—ਇਕੱਠਾ ਕਰਨਾ।
Conglomeration—ਢੇਰ ਲਗਾਉਣਾ।
Conglutinant—ਲੇਸਦਾਰ, ਮਰਹਮ।
Conglutinate—ਜੋੜਨਾ, ਚਮੇੜਨਾ।
Conglutinator—ਮਰਹਮ।
Congou—ਇਕ ਵਧੀਆ ਚਾਹ।
Congratulate--ਵਧਾਈ ਦੇਣਾ, ਮੁਬਾਰਕਬਾਦ ਦੇਣਾ।
Congratulation—ਵਧਾਈ।
Congratulator—ਵਧਾਈ ਦੇਣ ਵਾਲਾ।
Congratulatory—ਵਧਾਈ ਦਾ।
Congree—ਇਕ ਮੇਲ ਹੋਣਾ, ਮਿਲਣਾ।
Congreet—ਬੰਦਗੀ, ਸਲਾਮ।
Congregate—ਇਕੱਠੇ ਹੋਣਾ।
Congregation—ਸਭਾ, ਟੋਲੀ।
Congress—ਜਲਸਾ, ਸਭਾ।
Congressional—ਕਾਂਗਰਸ ਦੇ ਸੰਬੰਧ ਵਿੱਚ।
Congrue—ਇਕ ਮੱਤ, ਸਹਿਮਤ ਹੋਣਾ।
Congruence—ਮੇਲ ਮਿਲਾਪ।
Congruent—ਠੀਕ, ਮੁਨਾਸਬ।
Congruity—ਮੁਨਾਸਬਤ, ਮੇਲ।
Congruous—ਮੁਨਾਸਬ।
Congruously—ਇਕ ਢੰਗ, ਮੇਲ ਨਾਲ।
Conic, Conical—ਨੋਕਦਾਰ।
Coniform—ਗਾਂ-ਪੂੰਛ ਰੂਪੀ।
Conistra—ਥੀਏਟਰ, ਦੰਗਲ, ਅਖਾੜਾ।
Conject—ਇਕੱਠੇ ਸੁੱਟਣਾ।
Conjector, Conjecturer—ਅੰਦਾਜ਼ਾ ਲਗਾਉਣ ਵਾਲਾ।
Conjectural—ਅਨੁਮਾਨੀ, ਅੰਦਾਜ਼ੇ ਮੁਤਾਬਕ।
Conjecture—ਅਨੁਮਾਨ।
Conjecture—ਅਟਕਲ ਕਰਨਾ।
Conjoin—ਜੋੜਨਾ, ਮਿਲਾਉਣਾ।
Conjoint—ਜੋੜ ਮਿਲਿਆ ਹੋਇਆ।
Conjugal—ਵਿਆਹ ਸੰਬੰਧੀ।
Conjugate—ਜੋੜੇ ਦਾ, ਇਕ ਅਰਥੀ ਸ਼ਬਦ, ਮਿਲਾਉਣਾ, ਜੋੜਨਾ।
Conjugation—ਜੋੜਾ, ਗਰਦਾਨ।
Conjunct—ਜੁੜਿਆ ਹੋਇਆ, ਮਿਲਿਆ ਹੋਇਆ।
Conjunction—ਮੇਲ, ਜੋੜ, ਮਿਲਾਪ।
Conjunctive—ਮਿਲਿਆ ਹੋਇਆ।
Conjunctly—ਮਿਲ ਕੇ, ਇਕੱਠੇ।
Conjuncture—ਨਾਜ਼ੁਕ ਵੇਲਾ, ਘਟਨਾ।
Conjuration—ਸਹੁੰ ਦੇਣਾ।

Conjure—ਸਹੁੰ ਦੇਣਾ।
Conjure—ਜੰਤਰ ਮੰਤਰ ਕਰਨਾ।
Conjurer—ਜੋਤਸ਼ੀ, ਜਾਦੂਗਰ।
Connate—ਜੋੜਾ।
Connatural—ਕੁਦਰਤ ਦੇ ਅਨੁਸਾਰ।
Connect—ਜੋੜਨਾ, ਬੰਨਣਾ।
Connection, Connexion—ਜੋੜ, ਸੰਬੰਧ।
Connective, Connexive--ਮਿਲਾਉਣ ਵਾਲਾ।
Connictation—ਝਪਕੀ, ਅੱਖ ਮਾਰਨਾ।
Connive—ਅੱਖ ਝਪਕਣਾ।
Connivance—ਝਪਕੀ।
Conniver—ਅੱਖਾਂ ਬੰਦ ਕਰਨ ਵਾਲਾ।
Connoisseur—ਕਦਰ ਪਾਉਣ ਵਾਲਾ।
Connotate—ਈਜ਼ਾਦ ਕਰਨਾ, ਨਵੀ ਚੀਜ਼ ਪੈਦਾ ਕਰਨਾ।
Connotation—ਨਤੀਜਾ, ਖ਼ਾਸ ਨਾਮ ਦਾ ਵਰਤਾਵਾ।
Conquassate—ਵਿਗਾੜਨਾ, ਗੜਬੜ ਕਰਨਾ।
Conquer—ਜਿੱਤਣਾ, ਵਸ ਵਿੱਚ ਕਰਨਾ।
Conquerable—ਜਿੱਤਣ ਯੋਗ।
Conqueress—ਜਿੱਤਣ ਵਾਲੀ ਇਸਤ੍ਰੀ।
Conqueror—ਜਿੱਤਣ ਵਾਲਾ।
Conquest—ਜਿੱਤ, ਫਤਹਿ।
Consanguineous—ਰਿਸ਼ਤੇਦਾਰ।
Consanguinity—ਨਾਤਾ।
Conscience—ਜ਼ਮੀਰ, ਧਰਮ।
Conscientious—ਧਰਮਾਤਮਾ, ਸੱਚਾ।
Conscientiously—ਸੱਚਾਈ ਨਾਲ, ਜ਼ਮੀਰ ਦੀ ਆਵਾਜ਼ ਦੇ ਅਨੁਸਾਰ।
Conscientiousness—ਧਰਮਾਤਮਾ-ਪਨ।
Conscionable—ਸੱਚਾ, ਮਾਕੂਲ।
Conscious—ਭੇਦੀ, ਜਾਨਣ ਵਾਲਾ।
Consciously—ਜਾਣ ਬੁਝ ਕੇ।
Consciousness—ਜਾਣਕਾਰੀ, ਚੇਤਨਾ।
Conscript—ਲਿਖਿਆ ਹੋਇਆ, ਫੌਜ ਵਿਚ ਭਰਤੀ ਕੀਤਾ ਹੋਇਆ।
Conscription—ਫੌਜ ਵਿਚ ਜ਼ਬਰਨ ਭਰਤੀ ਕਰਨਾ।
Consecrate—ਪਵਿੱਤਰ ਬਣਾਨਾ, ਸੰਕਲਪ ਕਰਨਾ।
Consecrate—ਪਵਿੱਤਰ ਕੀਤਾ ਹੋਇਆ।
Consecration—ਸੰਕਲਪ।
Consecrator—ਸੰਕਲਪ ਕਰਨ ਵਾਲਾ।
Consecutive—ਲਗਾਤਾਰ।
Consecutively—ਸਿਲਸਿਲੇਵਾਰ।
Consenescence—ਬੁਢੇਪਾ।
Consension—ਏਕਾ, ਮੇਲ ਮਿਲਾਪ, ਸੰਜੋਗ।
Consent—ਅੰਗੀਕਾਰ ਕਰਨਾ, ਮਨਜ਼ੂਰ ਕਰਨਾ।
Consenter—ਮੰਨਣ ਵਾਲਾ।
Consentient—ਇਕ ਮਤ ਹੋਣਾ।
Consequence—ਪਦਵੀ, ਰੁੱਤਬਾ।
Consequent—ਫਲਦਾਇਕ।
Consequential—ਅਭਿਮਾਨੀ, ਘਮੰਡੀ।
Conservable—ਬਚਾਓ, ਬਚਾਉਣ ਯੋਗ।
Conservant—ਰਖਿਆ ਕਰਨ ਵਾਲਾ।
Conservation, Conservancy--ਹਿਫ਼ਾਜ਼ਤ, ਬਚਾਓ।
Conservative—ਬਚਾਅ ਰੱਖਣ ਵਾਲੀ।
Conservatory—ਨਾਜ਼ੁਕ ਪੌਦਿਆਂ ਲਈ ਸ਼ੀਸ਼ੇ ਦਾ ਘਰ।
Conserve—ਮਿਠਾਈ, ਮੁਰੱਬਾ, ਗੁਲਕੰਦ ਜਾਂ ਮੁਰੱਬ ਪਾਉਣਾ।
Consession—ਜਮ੍ਹਾਂ ਹੋਣਾ, ਇਕੱਠੇ ਹੋ ਕੇ ਬੈਠਣਾ।
Consider—ਵਿਚਾਰ ਕਰਨਾ, ਸੋਚਣਾ।

Considerable—ਵਿਚਾਰਨ ਯੋਗ।
Considerably--ਵਿਸ਼ੇਸ਼ ਰੂਪ ਨਾਲ।
Considerate—ਵਿਚਾਰਵਾਨ, ਸਿਆਣਾ।
Considerately—ਕਦਰਦਾਨੀ ਨਾਲ।
Consideration--ਆਦਰ, ਸੋਚ ਵਿਚਾਰ।
Considerator—ਬਹੁਤ ਸੋਚ ਵਿਚਾਰ ਕਰਨ ਵਾਲਾ।
Consign—ਠਹਿਰਾਉਣਾ, ਸੌਂਪ ਦੇਣਾ।
Consignee—ਜਿਸ ਨੂੰ ਮਾਲ ਦਿੱਤਾ ਜਾਵੇ।
Consignment—ਸਪੁਰਦਗੀ।
Consigner, Consignor—ਸੌਂਪਣ ਵਾਲਾ।
Consist—ਸ਼ਾਮਲ ਹੋਣਾ।
Consistence, Consistency—ਮੇਲ, ਗਾੜ੍ਹਾਪਨ।
Consistent—ਮਿਲਦਾ, ਯੋਗ।
Consistently—ਇੱਕ ਚਾਲ ਨਾਲ।
Consistory—ਧਾਰਮਿਕ ਕਚਹਿਰੀ।
Consolable—ਹੌਂਸਲਾ ਦੇਣ ਵਾਲਾ।
Consolate—ਹੌਂਸਲਾ ਦੇਣਾ।
Consolation—ਤਸੱਲੀ, ਦਿਲਾਸਾ।
Console—ਤਸੱਲੀ ਦੇਣਾ।
Consoler—ਹਮਦਰਦ, ਤਸੱਲੀ ਦੇਣ ਵਾਲਾ।
Consolidate—ਸਖ਼ਤ ਕਰਨਾ, ਜਮਾਉਣਾ, ਸਖ਼ਤ ਜੰਮਿਆ ਹੋਇਆ।
Consoling—ਹੌਂਸਲਾ ਦੇਣ ਵਾਲਾ।
Consolidation—ਜਮਾਵਟ।
Consonance—ਮੇਲ, ਇਕ ਰੂਪ।
Consonant—ਮੁਤਾਬਕ, ਇਕੋ ਜਿਹਾ।
Consonous—ਸੁਰੀਲਾ, ਇੱਕ ਮੇਲ।
Consonant—ਹਰਫ਼, ਵਿਅੰਜਨ।
Consopiate—ਨੀਂਦਰ ਆਉਣੀ।
Consort—ਇਸਤ੍ਰੀ ਜਾਂ ਪਤੀ ਸਾਥੀ, ਨਾਲ ਰਹਿਣਾ, ਪਿਆਰ ਕਰਨਾ।
Consortion—ਭੋਗ, ਸੋਹਬਤ।
Conspectable--ਜ਼ਾਹਰ, ਖੁਲ੍ਹਾ ਹੋਇਆ।
Conspection—ਦਿੱਸਣਾ, ਜ਼ਾਹਰ ਹੋਣਾ।
Conspicuity—ਚਮਕ, ਖੁਲ੍ਹਾਪਨ।
Conspicuous—ਜ਼ਾਹਰ, ਮਸ਼ਹੂਰ।
Conspioueusly—ਖੁੱਲ੍ਹਾ, ਖੁੱਲ੍ਹਮ ਖੁੱਲ੍ਹਾ।
Conspicuousness—ਖੁੱਲ੍ਹਾਪਨ।
Conspiracy—ਸਾਜ਼ਿਸ਼, ਬਗਾਵਤ।
Conspirant—ਬਾਗੀ, ਸਾਜ਼ਸ਼ੀ।
Conspirater, Conspirer—ਸਾਜ਼ਸ਼ ਕਰਨ ਵਾਲਾ।
Conspire—ਦੋਸ਼, ਸਾਜ਼ਸ਼ ਕਰਨਾ।
Conspurcation--ਅਪਵਿੱਤਰਤਾ, ਗੰਦਾਪਨ।
Constable—ਸਿਪਾਹੀ, ਚੌਕੀਦਾਰ।
Constablewick--ਚੌਕੀਦਾਰ ਦਾ ਇਲਾਕਾ।
Constancy—ਧੀਰਜ, ਵਫਾਦਾਰੀ।
Constant—ਵਫ਼ਾਦਾਰ।
Constantly—ਧੀਰਜ ਨਾਲ।
Constellation--ਸਿਤਾਰਿਆਂ ਦਾ ਗਿਰੋਹ।
Consternation—ਡਰ, ਦਹਿਸ਼ਤ।
Constipate—ਇਕੱਠੇ ਹੋਣਾ, ਕਬਜ਼ਾ।
Constipation—ਆੜ, ਬੰਧੇਜ।
Constituent—ਟੁਕੜਾ, ਖ਼ਾਸ।
Constituent—ਜਜਮਾਨ, ਦਾਅਵਤ ਦੇਣ ਵਾਲਾ।
Constitute—ਮੁਕੱਰਰ ਕਰਨਾ, ਨਿਯੁਕਤ ਕਰਨਾ।
Constitution—ਬਨਾਵਟ, ਕਾਨੂੰਨ।
Constiutional--ਜ਼ਾਬਤੇ ਨਾਲ, ਕਾਨੂੰਨਨ।

Constitutionalist—ਸਰਕਾਰ ਦਾ ਸਾਥੀ ਜਾਂ ਮਿੱਤਰ।
Constitutionally—ਕਾਨੂੰਨਨ।
Constitutionist—ਕਾਨੂੰਨੀ ਸਰਕਾਰ ਨੂੰ ਮੰਨਣ ਵਾਲਾ।
Constrain—ਮਜਬੂਰ ਕਰਨਾ।
Constraint—ਦਬਾਅ, ਮਜਬੂਰੀ।
Constrict—ਸੁਕੇੜਨਾ, ਤੰਗ ਕਰਨਾ।
Constriction—ਸੁਕੇੜ, ਕਸ਼ਸ਼।
Constringe—ਦਬਾਉਣਾ, ਸੁਕੇੜਨਾ।
Construct—ਬਣਾਉਣਾ।
Constructer—ਬਣਾਉਣ ਵਾਲਾ।
Construction—ਬਨਾਵਟ, ਤਰਕੀਬ, ਜੋੜ।
Constructive—ਬਣਾਉਣ ਵਾਲਾ।
Constructure—ਮਕਾਨ, ਘਰ, ਭਵਨ।
Construe—ਤਰਜਮਾ ਕਰਨਾ।
Constuprate—ਭੋਗ ਕਰਨਾ, ਅੱਯਾਸ਼ੀ ਕਰਨਾ।
Consul—ਏਲਚੀ, ਸਫ਼ੀਰ।
Consular—ਮਜਿਸਟ੍ਰੇਟ ਜਾਂ ਮੰਤਰੀ ਦੇ ਮੁਤਅੱਲਕ।
Consult—ਰਾਏ ਲੈਣਾ, ਮਸ਼ਵਰਾ ਕਰਨਾ।
Consulation—ਮਸ਼ਵਰਾ,ਸਲਾਹ।
Consume—ਖ਼ਰਚ ਕਰਨਾ, ਵਰਤਣਾ।
Consumer—ਖ਼ਰਚ ਕਰਨ ਵਾਲਾ।
Consummate—ਪੁਖ਼ਤਾ, ਪੂਰਾ।
Consummation—ਤਕਮੀਲ, ਪੂਰਨ।
Consumption—ਖ਼ਰਚ, ਸਤਿਆਨਾਸ।
Consumptive—ਬਰਬਾਦ ਕਰਨ ਵਾਲਾ, ਤਪਦਿਕ ਵਾਲਾ।
Consutile—ਸ਼ਾਮਲ ਕੀਤਾ ਹੋਇਆ।
Contabulate—ਫ਼ਰਸ਼ ਲਗਾਣਾ।
Contact—ਛੂਤ, ਮਿਲਾਓ, ਮੇਲ।
Contagion—ਛੂਤ ਨਾਲ ਲਗਣ ਵਾਲੀ ਬੀਮਾਰੀ।
Contagious—ਛੂਤ ਵਾਲੀ।
Contain—ਸ਼ਾਮਲ ਕਰਨਾ, ਰੋਕਣਾ।
Contaminate—ਅਪਵਿੱਤਰ ਕਰਨਾ, ਖ਼ਰਾਬ ਕਰਨਾ, ਗੰਦਾ।
Contamination--ਗੰਦਾਪਨ, ਭਰਿਸ਼ਟਤਾ।
Contemn—ਨਫ਼ਰਤ ਕਰਨਾ।
Contemper, Contemperate—ਘਟ ਕਰਨਾ।
Contemplate—ਸੋਚਣਾ, ਵਿਚਾਰਨਾ।
Contemplation—ਚਿੰਤਾ, ਖ਼ਿਆਲ।
Contemplative—ਸੋਚਣ ਵਾਲਾ।
Contemporariness—ਇਕ ਜ਼ਮਾਨੇ ਦਾ, ਇਕੋ ਸਮੇਂ ਦਾ।
Contemporary—ਸਮਕਾਲੀ, ਇਕੋ ਸਮੇਂ ਦਾ।
Contempt—ਨਫ਼ਰਤ, ਘ੍ਰਿਣਾ।
Contemptible—ਪਾਜ਼ੀ, ਕਮੀਨਾ, ਨੀਚ।
Contemptibly—ਨਫ਼ਰਤ ਨਾਲ।
Contemptuous—ਅਭਿਮਾਨੀ, ਨਫ਼ਰਤ ਕਰਨ ਵਾਲਾ।
Contemptuously—ਨਫ਼ਰਤ ਨਾਲ।
Contend—ਝਗੜਾ ਕਰਨਾ, ਲੜਨਾ।
Contender—ਲੜਾਕਾ, ਯੋਧਾ।
Content—ਰਾਜ਼ੀ, ਸੰਤੋਖੀ, ਤਸੱਲੀ।
Contented—ਖ਼ੁਸ਼, ਸੰਤੁਸ਼ਟ।
Contention—ਝਗੜਾ, ਤਕਰਾਰ।
Contentions—ਝਗੜਾਲੂ, ਲੜਾਕਾ।
Contentment—ਸਬਰ, ਸੰਤੋਖ।
Contents—ਮਜ਼ਮੂਨ, ਮਤਲਬ।
Conterminate—ਇਕ ਹੱਦ, ਇਕੱਠੀ ਸੀਮਾ।
Conterminous—ਸਰਹੱਦੀ, ਮਿਲਿਆ ਹੋਇਆ।
Contesseration—ਮੰਡਲੀ, ਜੱਥਾ।

Contest—ਝਗੜਾ, ਬਹਿਸ, ਝਗੜਾ ਕਰਨਾ।
Contestable—ਬਹਿਸ ਕਰਨ ਯੋਗ।
Contestation—ਝਗੜਾ, ਤਕਰਾਰ।
Context—ਬੁਣਨਾ, ਸੀਉਣਾ।
Contiguity—ਜੋੜ, ਮੇਲ।
Contiguous--ਜੁੜਿਆ ਹੋਇਆ, ਇਕੱਠਾ।
Contiguously--ਨਾਲ ਨਾਲ, ਲਗਾਤਾਰ।
Contiguousness--ਜੋੜ, ਮੇਲ, ਲਗਾਓ।
Continence, Continency--ਬਰਦਾਸ਼ਤ।
Continent—ਮਹਾਂਦੀਪ।
Continental—ਮਹਾਂਦੀਪ ਦੇ ਸੰਬੰਧ ਵਿੱਚ।
Contingence, Contingency—ਸੰਜੋਗ, ਮੌਕਾ।
Contingent—ਇਤਫ਼ਾਕੀਆ।
Contingently—ਸੰਜੋਗ ਨਾਲ।
Continual—ਲਗਾਤਾਰ, ਜਾਰੀ।
Continually--ਹਮੇਸ਼ਾ, ਨਿੱਤ, ਲਗਾਤਾਰ।
Continuance—ਸਥਿਰਤਾ, ਗੰਭੀਰਤਾ।
Continuate—ਮਿਲਾਣਾ, ਜੋੜਨਾ।
Continuation—ਸਿਲਸਿਲਾ, ਜਾਰੀ ਰਹਿਣਾ।
Continue—ਜਾਰੀ ਰਹਿਣਾ।
Continuous—ਜਾਰੀ, ਲਗਾਤਾਰ।
Continuity—ਸਿਲਸਿਲਾਬੰਦੀ।
Contort—ਮਰੋੜਨਾ, ਬਲ ਦੇਣਾ।
Contortion—ਮਰੋੜ, ਬਲ।
Contour—ਢਾਂਚਾ, ਨਕਸ਼ਾ।
Contra—ਬਰਖ਼ਿਲਾਫ਼, ਵਿਰੁਧ।
Contraband—ਵਰਜਿਤ, ਕਾਨੂੰਨ ਦੇ ਵਿਰੁੱਧ।
Contract—ਕੌਲ ਕਰਾਰ, ਇਕਰਾਰਨਾਮਾ, ਠੇਕਾ, ਕੰਮ ਕਰਨਾ, ਇਕਰਾਰ ਕਰਨਾ।
Contractble—ਸੁਕੜਨ ਯੋਗ।
Contraction—ਸੰਖੇਪ, ਇਖਤਸਾਰ।
Contractor—ਠੇਕੇਦਾਰ, ਸੌਦਾਗਰ।
Contradict—ਰੱਦ ਕਰਨਾ।
Contradicter—ਰੱਦ ਕਰਨ ਵਾਲਾ।
Contradiction—ਵਿਰੋਧ, ਇੰਨਕਾਰ।
Contradictory—ਬਰਖ਼ਿਲਾਫ਼, ਵਿਰੁੱਧ।
Contranatural—ਕੁਦਰਤ ਦੇ ਵਿਰੁੱਧ।
Contraposition—ਭੇਦਭਾਵ, ਖ਼ਿਲਾਫ਼ ਕਰਨਾ।
Contraregularity—ਬੇਕਾਇਦਗੀ, ਕਾਨੂੰਨ ਦੇ ਵਿਰੁੱਧ।
Contraries—ਉਲਟਾ ਸਵਾਲ।
Contrariety—ਵਿਰੋਧ, ਵਿਪਰੀਤ।
Contrarily, Contrariwise--ਵਿਰੋਧਤਾ ਨਾਲ।
Contrary—ਇਸ ਦੇ ਵਿਰੁੱਧ।
Contrast—ਮੁਕਾਬਲਾ, ਭੇਦ, ਮੁਕਾਬਲਾ ਕਰਨਾ।
Contravallation—ਮੋਰਚਾਬੰਦੀ।
Contravene—ਰੋਕਣਾ, ਮਨਾ ਕਰਨਾ।
Contravention—ਰੁਕਾਵਟ।
Contributary—ਇਕੋ ਰਾਜੇ ਨੂੰ ਸਹਾਇਤਾ ਦੇਣ ਵਾਲੇ।
Contribute—ਦੇਣਾ, ਹਿੱਸਾ ਦੇਣਾ।
Contribution—ਦਾਨ, ਚੰਦਾ।
Contributive, Contributory--ਮਦਦਗਾਰ।
Contristate—ਉਦਾਸ ਹੋਣਾ।
Contrite—ਅਫ਼ਸੋਸ ਕਰਨ ਵਾਲਾ।
Contrition—ਪਸ਼ਚਾਤਾਪ, ਸੋਗ।
Contrivance—ਤਦਬੀਰ, ਹਿਕਮਤ।
Contrive—ਉਪਾਅ ਕਰਨਾ, ਕੋਸ਼ਿਸ਼ ਕਰਨਾ।

Control—ਰੋਕ, ਅਧਿਕਾਰ, ਮਾਤਹਿਤ ਰੱਖਣਾ, ਦਬਾਅ ਪਾਉਣਾ।

Controllable—ਜੋ ਰੋਕਿਆ ਜਾ ਸਕੇ।

Controller—ਕੰਟਰੋਲ ਕਰਨ ਵਾਲਾ, ਦਰੋਗਾ।

Controversial—ਤਕਰਾਰੀ, ਬਹਿਸ ਦੇ ਮੁਤਅੱਲਕ।

Controversy—ਤਕਰਾਰ, ਬਹਿਸ।

Controvert—ਝਗੜਾ ਕਰਨਾ।

Controvertible—ਬਹਿਸ ਯੋਗ।

Contrucidate—ਕਤਲ ਕਰਨਾ, ਮਾਰ ਸੁੱਟਣਾ।

Contumacious—ਗੁਸਤਾਖ਼ੀ, ਹੱਠੀ।

Contumaciousness, Contumacy—ਬੇਅਦਬੀ, ਗੁਸਤਾਖ਼ੀ।

Contumelious—ਗੁਸਤਾਖ਼, ਹਿਕਾਰਤੀ।

Contumely—ਗੁਸਤਾਖ਼ੀ, ਬੇਅਦਬੀ।

Contund—ਕੁਚਲਨਾ, ਚਕਨਾਚੂਰ ਕਰਨਾ।

Conundrum—ਪਹੇਲੀ, ਜੁਗਤ।

Conusable—ਸੁਣਨ ਯੋਗ।

Conusance—ਸੁਣਵਾਈ।

Convalesce—ਤਕੜਾ ਹੋਣਾ, ਤੰਦਰੁਸਤ ਹੋਣਾ।

Convalescence—ਸਿਹਤਮੰਦ ਹੋਣਾ।

Convalescent—ਸਿਹਤਮੰਦ।

Convene—ਇਕੱਠਾ ਕਰਨਾ, ਜਮ੍ਹਾਂ ਕਰਨਾ।

Convenience—ਆਰਾਮ, ਯੋਗਤਾ।

Convenient—ਆਰਾਮਦੇਹ, ਮੁਆਫਕ।

Conveniently—ਆਸਾਨੀ ਨਾਲ।

Convent—ਧਾਰਮਕ ਅਸਥਾਨ।

Conventicle—ਧਰਮ ਸਭਾ।

Convention—ਮਜਲਸ, ਸਭਾ, ਜੱਥਾ।

Conventional—ਰਸਮੀ, ਰਿਵਾਜ਼ੀ।

Conventionist—ਕੌਲ ਇਕਰਾਰ ਕਰਨ ਵਾਲਾ।

Converge—ਇੱਕ ਕੇਂਦਰ ਵਲ ਝੁਕਣਾ।

Convergence—ਇੱਕ ਕੇਂਦਰ ਨਾਲ ਮਿਲਣਾ।

Covergent, Converging—ਇਕ ਕੇਂਦਰ ਦੇ ਵਲ।

Conversant—ਗਿਆਨੀ, ਸਿਆਣਾ।

Conversation—ਗੱਲਬਾਤ, ਬੋਲਚਾਲ।

Conversational—ਗੱਲਬਾਤ ਦੇ ਸੰਬੰਧ ਵਿੱਚ।

Converse—ਵਿਰੁੱਧ, ਉਲਟਾ, ਗੱਲਬਾਤ ਕਰਨਾ।

Conversely—ਉਲਟਾ, ਵਿਰੁੱਧ।

Conversion—ਉਲਟ ਪੁਲਟ, ਬਦਲਣਾ।

Convert—ਧਰਮ ਬਦਲਣ ਵਾਲਾ, ਧਰਮ ਬਦਲਨਾ।

Convertible—ਬਦਲਣ ਦੇ ਯੋਗ।

Convertite—ਧਰਮ ਬਦਲਣ ਵਾਲਾ।

Convex—ਉਭਰਿਆ ਹੋਇਆ, ਉਭਾਰ।

Convexconcave—ਉਭਰਿਆ ਹੋਇਆ, ਖੁੱਲ੍ਹਾ।

Convey—ਪਹੁੰਚਾਣਾ, ਉਠਾ ਲੈ ਜਾਣਾ।

Conveyance—ਪਹੁੰਚਾਣਾ, ਗੱਡੀ।

Convicinity—ਗਵਾਂਢੀ, ਨਜ਼ਦੀਕੀ।

Convict—ਦੋਸ਼ੀ ਠਹਿਰਾਉਣਾ, ਕੈਦੀ, ਦੋਸ਼ੀ।

Conviction—ਅਪਰਾਧ।

Convince—ਵਿਸ਼ਵਾਸ ਦਿਲਾਣਾ, ਨਿਸ਼ਚੇ ਕਰਾਉਣਾ।

Convincible—ਇਤਬਾਰ ਕਰਨ ਯੋਗ।

Convitiate—ਬੁਰਾ ਭਲਾ ਕਹਿਣਾ।

Convive—ਨਿਉਤਾ ਦੇਣਾ, ਦਾਅਵਤ ਦੇਣਾ।

Convivial—ਉਤਸਵ ਸੰਬੰਧੀ।

Convocate—ਸਭਾ ਵਿੱਚ ਸੱਦਣਾ।

Convocation—ਜਲਸਾ, ਸਭਾ।

Convoke—ਸੱਦਣਾ, ਇਕੱਠ ਕਰਨਾ।

Convoluted—ਪੇਚਦਾਰ।

Convoy—ਰੱਖਿਆ ਕਰਨਾ, ਬਚਾਓ, ਰੱਖਿਆ।
Convulve—ਮਰੋੜਨਾ।
Convulsion—ਮਰੋੜ, ਬਲ, ਪੇਚ।
Convulsively—ਘਬਰਾਹਟ ਨਾਲ।
Cony—ਖ਼ਰਗੋਸ਼, ਸਿੱਧਾ ਸਾਦਾ।
Cony-burrow—ਖ਼ਰਗੋਸ਼ ਦੇ ਬਿਲ ਬਨਾਉਣ ਦੀ ਥਾਂ।
Coo—ਗੂੰ ਗੂੰ ਕਰਨਾ।
Cook—ਬਾਵਰਚੀ, ਨਾਨਬਾਈ, ਖਾਣਾ ਬਣਾਉਣਾ।
Cookery—ਬਾਵਰਚੀਗਿਰੀ।
Cookmaid—ਬਾਵਚਰਨ।
Cook-room—ਬਾਵਰਚੀਖਾਨਾ, ਰਸੋਈ।
Cool—ਠੰਢਾ ਕਰਨਾ, ਠੰਢਾ, ਬੇਪਰਵਾਹ, ਠੰਢਕ।
Cool-head—ਠੰਢੀ ਤਬੀਅਤ ਵਾਲਾ।
Cooling—ਠੰਢਾ ਅਤੇ ਤਾਜ਼ਾ ਕਰਨ ਵਾਲੀ।
Cooly—ਗੁਸਤਾਖ਼ੀ ਨਾਲ, ਢੀਠਤਾ ਨਾਲ।
Coolness—ਠੰਢ, ਸਰਦੀ।
Cooly—ਮਜ਼ਦੂਰ, ਭਾਰ ਚੁੱਕਣ ਵਾਲਾ।
Coop—ਪੀਪਾ, ਕੁੱਪਾ, ਮੁਰਗੀ ਦਾ ਪਿੰਜਰਾ।
Cooper—ਪੀਪੇ ਬਣਾਨ ਵਾਲਾ।
Coopery—ਪੀਪੇ ਬਣਾਉਣ ਦੀ ਵਿੱਦਿਆ।
Co-operate—ਮਿਲ ਕੇ ਕੰਮ ਕਰਨਾ।
Co-operation—ਮਿਲਾਪ, ਸੰਬੰਧ।
Co-operative—ਮਿਲ ਕੇ ਕੰਮ ਕਰਨ ਵਾਲੇ, ਹਿੱਸੇਦਾਰ।
Co-operator—ਹਿੱਸੇਦਾਰ।
Co-optate—ਚੁਣਨਾ, ਪਸੰਦ ਕਰਨਾ।
Co-optation—ਚੁਣਨਾ, ਪਸੰਦ ਕਰਨਾ।
Co-ordinate—ਬਰਾਬਰ ਦਾ।
Coot—ਮੁਰਗਾਬੀ, ਪਨਡੁੱਬੀ।
Cop—ਕਿਸੇ ਚੀਜ਼ ਦਾ ਸਿਰਾ।
Copal—ਰੰਗ ਵਿਚ ਪਾਉਣ ਵਾਲਾ ਗੋਂਦ।
Co-parcenary, Co-parceny—ਪੱਟੀਦਾਰੀ, ਭਾਈਵਾਲੀ।
Co-parcener—ਹਿੱਸੇਦਾਰੀ।
Co-partner—ਹਿੱਸੇਦਾਰ, ਸ਼ਰੀਕ।
Co-partnership—ਭਾਈਵਾਲੀ, ਹਿੱਸੇ-ਦਾਰੀ।
Cope—ਛੱਤ, ਪਗੜੀ, ਮੁਕਾਬਲਾ ਕਰਨਾ।
Copesmate—ਸਾਥੀ, ਮਿੱਤਰ।
Copier—ਨਕਲ ਕਰਨ ਵਾਲਾ।
Coping—ਮੰਡੇਰ।
Copious—ਬਹੁਤ, ਬਹੁਤ ਜ਼ਿਆਦਾ।
Copiously—ਬਹੁਤ ਸਾਰਾ।
Copiousness—ਬਹੁਤਾਤ।
Coplant—ਇਕ ਸਾਥ ਹੋਣਾ।
Coportion—ਬਰਾਬਰ ਦਾ ਹਿੱਸਾ।
Copped, Coppled—ਨੋਕਦਾਰ, ਗਾਂ ਪੂੰਛ।
Copper—ਤਾਂਬਾ, ਤਾਂਬੇ ਦਾ ਪਤਰਾ ਚੜ੍ਹਾਉਣਾ।
Copper-bottomed—ਤਾਂਬੇ ਦੇ ਪੈਂਦੇ ਵਾਲਾ।
Copperish—ਤਾਂਬੇ ਦਾ।
Copper-plate—ਤਾਂਬੇ ਦੇ ਖ਼ੁਦੇ ਹੋਏ ਅੱਖਰ।
Coppersmith—ਠਠੇਰਾ।
Coppledust—ਧਾਤ ਸਾਫ਼ ਕਰਨ ਵਾਲਾ ਬੂਰਾ।
Copple-stones—ਪੱਥਰ ਦੇ ਗੋਲ ਟੁਕੜੇ।
Coprophoria—ਪਾਖਾਨਾ ਲਗਾਣ ਵਾਲੀ ਦਵਾਈ।
Coope—ਛੋਟੇ ਛੋਟੇ ਦਰੱਖ਼ਤਾਂ ਦਾ ਜੰਗਲ।
Copula—ਸੰਗਿਆ ਅਤੇ ਜੋੜ ਸੰਬੰਧੀ ਸ਼ਬਦ।
Copulate—ਮਿਲਾਉਣਾ, ਜੋੜਨਾ।
Copulation—ਮਿਲਾਉਣਾ, ਸੋਹਬਤ, ਭੋਗ।

Copulative—ਸੰਬੰਧੀ ਸ਼ਬਦ।
Copy—ਨਕਲ ਕਰਨਾ, ਉਤਾਰਨਾ।
Copy-book—ਕਾਪੀ।
Copyhold—ਪੱਟਾ।
Copyholder—ਪੱਟਾਦਾਰ
Copyist—ਨਕਲ ਕਰਨ ਵਾਲਾ।
Copyright—ਪੁਸਤਕ ਛਾਪਣ ਦਾ ਅਧਿਕਾਰ।
Coquet—ਨਖ਼ਰਾ ਕਰਨਾ, ਚੋਚਲਾ ਕਰਨਾ।
Coquetry—ਨਖ਼ਰੇਬਾਜ਼ੀ।
Coquette—ਨਖ਼ਰੇ ਵਾਲੀ।
Coquetish—ਨਖ਼ਰੇ ਵਾਲੀ, ਛਬੀਲੀ।
Coral—ਮੂੰਗਾ, ਮਰਜਾਨ।
Corallaceous—ਮੂੰਗੇ ਵਰਗਾ।
Coralliform—ਮੂੰਗੇ ਦੇ ਰੂਪ ਦਾ।
Corban—ਕਾਂਸਾ, ਭਿੱਖਿਆ ਮੰਗਣਾ।
Cord—ਰੱਸਾ, ਡੋਰੀ, ਰੱਸਿਆਂ ਨਾਲ ਕਸਣਾ।
Cordage—ਜਹਾਜ਼ੀ ਰੱਸੇ।
Cordial—ਤਾਕਤ ਦੇਣ ਵਾਲਾ, ਜਿਗਰੀ, ਦਿਲੀ ਹਾਰਦਿਕ।
Cordially—ਆਦਰ, ਸਤਿਕਾਰ ਨਾਲ।
Cordon—ਜੰਗੀ ਸਥਾਨਾਂ ਦਾ ਸਿਲਸਿਲਾ।
Corduroy—ਪੱਕਾ ਸੂਤੀ ਕੱਪੜਾ।
Core—ਗੁੱਦਾ, ਗਿਰੀ।
Cored—ਲੂਣ ਨਾਲ ਤਿਆਰ ਕੀਤਾ ਹੋਇਆ।
Coriander—ਧਨੀਆ।
Corinth—ਕਿਸ਼ਮਿਸ਼, ਸੌਗੀ।
Co-rival—ਵਿਰੋਧੀ।
Cork—ਕਾਕ, ਕਾਕ ਲਗਾਉਣਾ।
Corking-pin—ਸਿਲਾਈ।
Corkscrew—ਕਾਕ ਕੱਢਣ ਦਾ ਪੇਚ।
Cormorant—ਸ਼ਿਕਾਰੀ ਪੰਛੀ।
Corn—ਗੱਲਾ ਅਨਾਜ, ਗੋਖਰੂ, ਲੂਣ ਸੁਟਣਾ, ਦਾਨਾ ਬਣਾਉਣਾ।
Cornamute—ਦੇਹਾਤੀ ਬੰਸਰੀ।
Corn-chandler—ਬਣੀਆ, ਅਨਾਜ ਵੇਚਣ ਵਾਲਾ।
Corn-cutter—ਗੋਖਰੂ, ਕਟਣ ਵਾਲਾ।
Cornea—ਅੱਖ ਦੀ ਪੁਤਲੀ ਦਾ ਸਾਫ਼ ਪਰਦਾ।
Corneous—ਸਿੰਗ ਵਰਗਾ।
Corner—ਕੋਣਾ, ਮੋੜ।
Cornerwise—ਟੇਢਾ, ਤਿਰਛਾ।
Cornet—ਇਕ ਪ੍ਰਕਾਰ ਦਾ ਵਾਜਾ।
Corneter—ਸ਼ੰਖ ਵਜਾਉਣ ਵਾਲਾ।
Cornfield—ਅਨਾਜ ਦਾ ਖੇਤ।
Cornice—ਕੰਗਨੀ, ਕੰਘੀ।
Cornicle—ਛੋਟਾ ਸਿੰਗ।
Cornific—ਸਿੰਗ ਬਣਾਉਣ ਯੋਗ।
Corning-house—ਬਾਰੂਦ ਬਣਾਉਣ ਦਾ ਘਰ।
Cornmeter—ਅਨਾਜ ਦਾ ਨਾਪ।
Cornmill—ਅਨਾਜ ਪੀਸਣ ਦੀ ਚੱਕੀ।
Corny—ਸਿੰਗ ਦੇ ਵਾਂਗ ਪੱਕਾ।
Corol—ਫੁੱਲ ਦੀਆਂ ਪੱਤੀਆਂ।
Corollary—ਨਤੀਜਾ, ਹਾਸਿਲ।
Coroona—ਤਾਜ, ਮੁਕਟ।
Coronal—ਰਾਜ ਮੁਕਟ, ਸ਼ਾਹੀ ਹਾਰ।
Coronation—ਰਾਜ ਤਿਲਕ, ਟਿੱਕਾ।
Coroner—ਸੰਜੋਗੀ ਮੌਤ ਦਾ ਕਾਰਣ।
Coronet—ਛੋਟਾ ਤਾਜ, ਕੁਲਾਹ।
Corporal—ਫ਼ੌਜ ਦਾ ਛੋਟਾ ਹਾਕਮ।
Corporally—ਸਰੀਰ ਦੇ ਸੰਬੰਧ ਵਿਚ।
Corporate—ਗਿਰੋਹ, ਸਨਦ ਪਾਈ ਹੋਈ।
Corporator—ਸਨਦ ਪਾਈ ਹੋਈ ਜਮਾਤ ਦਾ ਮੈਂਬਰ।
Corporeal, Corporal—ਜਿਸਮਾਨੀ, ਸਰੀਰਕ।
Corporealist—ਆਕਾਸ਼ੀ ਅੰਗਾਂ ਤੋਂ ਇਨਕਾਰੀ।

Corporation—ਸਨਦ ਪਾਈ ਹੋਈ ਜਮਾਤ।
Corporify—ਸਰੀਰਕ ਬਣਾਉਣਾ।
Corps—ਪਲਟਨ, ਰਿਸਾਲਾ।
Corpse—ਮੁਰਦਾ ਲਾਸ਼, ਮ੍ਰਿਤਕ ਸਰੀਰ।
Corpulence—ਮੋਟਾਪਨ।
Corpulent—ਮੋਟਾ ਸਰੀਰ।
Copuscle—ਪਾਰਾ, ਟੁਕੜੀ।
Corrade—ਮਲ ਦੇਣਾ, ਪੀਸਣਾ।
Corradiation—ਕਿਰਨਾਂ ਦਾ ਮੇਲ।
Correct—ਠੀਕ ਕਰਨਾ, ਸੁਧਾਰਨਾ, ਦਰੁੱਸਤ।
Correction—ਦਰੁੱਸਤਗੀ, ਸੁਧਾਰ।
Correctness—ਦਰੁੱਸਤ, ਸੱਚਾਈ।
Correlation—ਆਪਸ ਦਾ ਸੰਬੰਧ।
Correlative—ਪਰਸਪਰ ਸੰਬੰਧੀ।
Corroption—ਧਮਕੀ, ਘੁਰਕੀ।
Correspond—ਇਕ ਮੇਲ ਹੋਣਾ, ਠੀਕ ਬਿਠਾਣਾ, ਚਿੱਠੀ ਪੱਤਰ।
Correspondence—ਚਿੱਠੀ ਪੱਤਰੀ, ਪੱਤਰ ਵਿਹਾਰ।
Correspondent—ਅਨੁਸਾਰ, ਸਮਾਨ, ਚਿੱਠੀ ਲਿਖਣ ਵਾਲਾ।
Corridor—ਘਰ ਦੇ ਚਾਰੇ ਪਾਸੇ ਦਾ ਵਰਾਂਡਾ।
Corroborant—ਤਸਦੀਕ ਕਰਨ ਵਾਲਾ।
Corroboration—ਸਬੂਤ, ਪ੍ਰਮਾਣ।
Corroborative—ਸਹਾਇਕ।
Corrode—ਖਾ ਜਾਣਾ, ਕੱਟਣਾ।
Corrodent—ਖਾ ਜਾਣ ਵਾਲਾ, ਵਿਗਾੜਨ ਵਾਲਾ।
Corrodiate—ਖਾ ਜਾਣਾ।
Corrosion—ਕਾਟ, ਵਿਗਾੜ।
Corrosive—ਖਾਣ ਵਾਲੀ ਦਵਾਈ, ਕਾਟ ਕਰਨ ਵਾਲੀ, ਖਾ ਜਾਣ ਵਾਲੀ।
Corrugate—ਸੁਕੇੜਨਾ।
Corrupt—ਰਿਸ਼ਵਤ ਦੇਣਾ, ਵਿਗਾੜਨਾ, ਖ਼ਰਾਬ, ਬੁਰਾ, ਰਿਸ਼ਵਤਖ਼ੋਰ।
Corruptible—ਸੜਨ ਦੇ ਲਾਇਕ।
Corruption—ਰਿਸ਼ਵਤਖ਼ੋਰੀ।
Corruptness—ਸੜਨ, ਬੁਰਾਈ।
Corselet or Corslet—ਢਾਲ।
Corset—ਸੀਨਾ ਬੰਦ, ਚੋਲੀ।
Cortege—ਨੌਕਰਾਂ ਦੀ ਜਮਾਤ।
Cortex—ਪੌਦੇ ਦੇ ਬਾਹਰ ਦਾ ਛਿਲਕਾ।
Cortical—ਛਿਲਕੇਦਾਰ।
Cortocated—ਛਿਲਕੇ ਵਾਲਾ।
Corvet, Corveto--ਉਛਲਣਾ, ਕੁੱਦਣਾ।
Corvette—ਇਕ ਛੋਟਾ ਫ਼ੌਜੀ ਜਹਾਜ਼।
Coruscant—ਚਮਕਦਾਰ।
Coruscate—ਚਮਕਣਾ।
Coruscation—ਚਮਕ, ਝਲਕ।
Corybantic—ਪਾਗਲ, ਦੀਵਾਨਾ।
Corybantiate—ਅੱਖਾਂ ਖੋਲ੍ਹ ਕੇ ਸੌਣਾ।
Coryphaeus—ਮੁਖੀਆ, ਸਰਦਾਰ।
Cosier—ਦਰਜ਼ੀ।
Cosignificative—ਇਕੋ ਮਤਲਬ ਦਾ।
Cosmetic—ਸੁੰਦਰਤਾਈ ਦੇਣ ਵਾਲਾ।
Cosmical—ਸੂਰਜ ਦੇ ਨਾਲ ਚੜ੍ਹਨ ਦੇ ਡੁੱਬਣ ਵਾਲਾ।
Cosmogony—ਸੰਸਾਰ ਰਚਨਾ।
Cosmography—ਸੰਸਾਰ ਦਾ ਵਰਣਨ।
Cosmology—ਸੰਸਾਰ ਵਿੱਦਿਆ।
Cosmopolitan, Cosmopolite--ਸੰਸਾਰ ਦਾ ਭਲਾ ਮੰਗਣ ਵਾਲਾ, ਸਾਰੀ ਦੁਨੀਆਂ ਦਾ।
Coss—ਦੋ ਮੀਲ ਦਾ ਨਾਪ, ਕੋਹ।
Cosset—ਪਾਲਤੂ ਭੇਡ ਦਾ ਬੱਚਾ।
Cost—ਮੁੱਲ, ਲਾਗਤ, ਕੀਮਤ, ਖ਼ਰਚ, ਮੁੱਲ ਲਗਾਉਣਾ, ਖ਼ਰਚ ਹੋਣਾ।
Costard—ਗੋਲ ਵੱਡਾ ਸੇਬ।

Costardmonger, Costermonger—ਮੇਵਾ ਵੇਚਣ ਵਾਲਾ।
Costive—ਮਲ ਰੋਕਣ ਵਾਲਾ ਰੋਗ।
Costiveness—ਕਬਜ਼।
Costliness—ਮਹਿੰਗੀ, ਬਹੁਤ ਮੁੱਲ।
Costly—ਵੱਡੇ ਮੁੱਲ ਦਾ।
Costs—ਖ਼ਰਚਾ, ਲਾਗਤ।
Costume—ਪੋਸ਼ਾਕ, ਖ਼ਾਸ ਕੱਪੜਾ।
Cot—ਝੌਂਪੜੀ, ਕੁਟੀਆ।
Cote—ਝੌਂਪੜੀ, ਭੇਡਾਂ ਦਾ ਵਾੜਾ।
Cotemporaneous—ਸਮਕਾਲੀ।
Contemporary—ਸਮਕਾਲੀ ਮਨੁੱਖ।
Co-tenant—ਇਕੋ ਘਰ ਦਾ।
Cottager, Cotter, Cottier—ਝੋਂਪੜੀ ਵਿਚ ਰਹਿਣ ਵਾਲਾ।
Cotton—ਸੂਤੀ ਕੱਪੜਾ, ਰੂੰ।
Cottony—ਰੂੰ ਵਰਗਾ।
Cotyledon—ਗੋਲ ਚੌੜਾ ਪੱਤਾ।
Couch—ਮੰਜੀ, ਚਾਰਪਾਈ, ਲੇਟ ਜਾਣਾ, ਛੁਪਣਾ, ਸੌਣਾ।
Couchant—ਸਿਰ ਚੁੱਕ ਕੇ ਬੈਠਾ ਹੋਇਆ।
Couchee—ਸੌਣ ਦਾ ਸਮਾਂ।
Coucher—ਅੱਖ ਦਾ ਜਾਲਾ ਉਤਾਰਨ ਵਾਲਾ।
Couchgrass—ਇਕ ਪ੍ਰਕਾਰ ਦਾ ਘਾਹ।
Couching—ਝੁਕਾਅ।
Cough—ਖੰਘ, ਖਾਂਸੀ, ਖੰਘਣਾ, ਖੰਘਾਰਨਾ।
Coul—ਗੋਲ ਨਲੀ।
Coulter—ਹਲ ਦੀ ਫਾੜ, ਫਾਲਾ।
Council—ਮਜਲਿਸ, ਜਲਸਾ।
Counsel—ਵਕੀਲ, ਉਪਦੇਸ਼, ਰਾਏ, ਉਪਦੇਸ਼ ਦੇਣਾ, ਰਾਏ ਦੇਣਾ।
Counsellor—ਮੰਤਰੀ, ਸਲਾਹਕਾਰ।
Count—ਨਵਾਬ, ਠਾਕੁਰ, ਗਿਣਤੀ, ਗਿਣਤੀ ਕਰਨਾ, ਸਮਝਣਾ।
Countable—ਗਿਣਤੀ ਦੇ ਲਾਇਕ।
Countenance—ਰੂਪ, ਚਿਹਰਾ।
Counter—ਨਕਲੀ ਸਿੱਕਾ, ਖੋਟਾ।
Counteract—ਰੋਕਣਾ, ਕੱਟਣਾ।
Counter-attraction—ਮੁਕਾਬਲਾ, ਰੋਕ।
Counterbalance—ਬਰਾਬਰ ਤੋਲਨਾ, ਧੜਾ ਕਰਨਾ, ਹਮਵਜ਼ਨ ਕਰਨਾ।
Counterbond—ਜ਼ਾਮਨ ਦੀ ਜ਼ਮਾਨਤ।
Counterbuff—ਉਲਟਾ ਮਾਰਨਾ, ਬਦਲੇ ਵਿਚ ਹਮਲਾ ਕਰਨਾ।
Countercharm—ਉਲਟਾ ਮੰਤਰ ਜਾਂ ਜਾਦੂ।
Counter-current—ਉਲਟੀ ਧਾਰ।
Counter-evidence—ਦੂਜੀ ਗਵਾਹੀ।
Counterfeit—ਬਨਾਵਟੀ, ਜਾਅਲੀ।
Counterfeasance—ਜਾਲਸਾਜ਼ੀ, ਝੂਠ।
Counterguard—ਛੋਟੀ ਫ਼ਸੀਲ।
Countermand—ਹੁਕਮ ਬਦਲਣਾ।
Countermarch—ਪਿੱਛੇ ਨੂੰ ਮੁੜਨਾ।
Countermine—ਸੁਰੰਗ ਦੇ ਹੇਠਾਂ, ਧੋਖਾ, ਧੋਖੇ ਨਾਲ ਹਰਾ ਦੇਣਾ।
Countermotion—ਉਲਟੀ ਚਾਲ।
Counter-natural--ਕੁਦਰਤ ਦੇ ਵਿਰੁੱਧ।
Counterpane—ਪਲੰਘ ਪੋਸ਼।
Counterplea—ਗਲਤ ਮੰਗ, ਜਵਾਬ ਬਾਜ਼ੀ।
Counterplead—ਉਜ਼ਰ ਕਰਨਾ।
Counterpoise—ਬਰਾਬਰ ਦਾ ਤੋਲ, ਬਰਾਬਰ ਵਜ਼ਨ ਕਰਨਾ।
Counterpoison—ਜ਼ਹਿਰ, ਮੋਹਰਾ।
Counterproof—ਸਬੂਤ ਦੇ ਵਿਰੁੱਧ ਸਬੂਤ।
Counter-revolution—ਇਨਕਲਾਬ ਸਾਨੀ।
Counterscarp—ਖਾਈ, ਖੁੰਦਕ।

Counterseal—ਦੂਜੀ ਮੋਹਰ ਲਗਾਉਣਾ।
Counter-security—ਜ਼ਾਮਨ ਦੀ ਜ਼ਮਾਨਤ।
Countersign—ਦਸਤਖ਼ਤ ਦੇ ਸਾਹਮਣੇ ਤਸਦੀਕ ਲਈ ਹੋਰ ਦਸਤਖ਼ਤ ਕਰਨਾ।
Countersink—ਬਰਾਬਰ ਤਹਿ ਤੱਕ ਡੁਬਣਾ।
Countervail—ਬਰਾਬਰ ਵਜ਼ਨ ਹੋਣਾ, ਬਰਾਬਰੀ, ਹਮਵਜ਼ਨੀ।
Counterview—ਸਨਮੁਖ, ਮੁਕਾਬਲਾ।
Countess—ਬੇਗਮ, ਠਾਕੁਰ ਜਾਂ ਨਵਾਬ ਦੀ ਇਸਤ੍ਰੀ।
Counting-house—ਹਿਸਾਬ ਦਾ ਦਫ਼ਤਰ।
Countless—ਅਣਗਿਣਤ, ਬੇਸ਼ੁਮਾਰ।
Countrified—ਦੇਹਾਤੀ ਨਮੂਨੇ ਦਾ।
Country—ਦੇਸ਼, ਮੁਲਕ, ਭੂਮੀ।
Country-dance—ਪੇਂਡੂ ਨਾਚ।
Country-man—ਦੇਸ਼ਵਾਸੀ, ਵਤਨੀ।
County—ਇਲਾਕਾ, ਜ਼ਿਲ੍ਹਾ।
Couple—ਜੋੜਾ, ਕੈਂਚੀ, ਲਾੜਾ ਲਾੜੀ, ਜੋੜਨਾ, ਮਿਲਾਣਾ।
Courage—ਹੌਂਸਲਾ, ਬਹਾਦਰੀ।
Courageous—ਯੋਧਾ, ਬਹਾਦਰ।
Courant—ਇਕ ਤਰ੍ਹਾਂ ਦਾ ਨਾਚ।
Courap—ਬੀਮਾਰੀ, ਰੋਗ।
Courbaril—ਰੰਗ ਵਿੱਚ ਵਰਤਣ ਵਾਲਾ ਗੋਂਦ।
Courier—ਹਰਕਾਰਾ, ਏਲਚੀ।
Course—ਚਾਲ, ਰਫ਼ਤਾਰ, ਘੁੜ ਦੌੜ ਦਾ ਮੈਦਾਨ।
Courser—ਘੁੜ ਦੌੜ ਦਾ ਘੋੜਾ।
Court—ਕਚਹਿਰੀ, ਅਜਲਾਸ, ਖ਼ੁਸ਼ਾਮਦ ਕਰਨਾ, ਚਾਪਲੂਸੀ।
Court-day—ਕਚਹਿਰੀ ਖੁਲ੍ਹਣ ਦਾ ਦਿਨ।
Court-dress—ਦਰਬਾਰੀ ਪੁਸ਼ਾਕ।
Courteous—ਸੁਸ਼ੀਲ, ਮਿਲਣਸਾਰ।
Courteously—ਅਦਬ ਨਾਲ, ਇਖ਼ਲਾਕ ਨਾਲ।
Courteousness—ਮਿਲਣਸਾਰੀ।
Courtesan—ਕੰਜਰੀ, ਰੰਡੀ।
Courtesy—ਅਦਬ, ਨਿਮਰਤਾ, ਨਰਮੀ ਨਾਲ ਸਲਾਮ ਕਰਨਾ।
Court-hall, Court-house—ਕਚਹਿਰੀ।
Courtier—ਦਰਬਾਰੀ, ਮੋਹਿਤ।
Courting—ਖ਼ੁਸ਼ਾਮਦੀ, ਚਾਪਲੂਸ।
Courtlike—ਮਿਲਣਸਾਰ।
Courtly—ਮਿਲਣਸਾਰ, ਸੁਸ਼ੀਲ।
Court-martial—ਜੰਗੀ ਜਾਂ ਫੌਜੀ ਅਦਾਲਤ।
Courtship—ਇਸ਼ਕਬਾਜ਼ੀ, ਪ੍ਰੇਮ।
Cousin—ਮਸੇਰਾ, ਚਚੇਰਾ ਭਰਾ।
Cove—ਖਾੜੀ, ਖਲੀਜ, ਮਿਹਰਾਬ ਬਨਾਉਣਾ।
Covenant—ਕੌਲ, ਇਕਰਾਰ, ਵਾਇਦਾ, ਸੌਦਾ, ਇਕਰਾਰ ਕਰਨਾ।
Covenanter—ਇਕਰਾਰ ਕਰਨ ਵਾਲਾ।
Covenous—ਧੋਖੇਬਾਜ਼।
Cover—ਛੁਪਾਣਾ, ਢਕਣਾ, ਪਰਦਾ, ਹਵਾਲੇ ਕਰਨਾ।
Covercle—ਪਰਦਾ, ਢੱਕਣ।
Covering—ਪਰਦਾ, ਗਿਲਾਫ਼।
Coverlet, Coverlid—ਰਜ਼ਾਈ, ਲਿਹਾਫ।
Covert—ਝਾੜੀ, ਬਚਾਅ, ਗੁਪਤ ਅਸਥਾਨ।
Covert—ਗੁਪਤ ਛੁਪਿਆ ਹੋਇਆ।
Coverture—ਰੱਖਿਆ ਅਸਥਾਨ।
Covet—ਲਾਲਚ ਕਰਨਾ, ਇੱਛਾ ਕਰਨਾ।
Covetous—ਲਾਲਚੀ, ਲੋਭੀ।
Covetousness—ਲੋਭ, ਲਾਲਚ।
Covey—ਝੋਲ।
Covin—ਧੋਖੇਬਾਜ਼ਾਂ ਦਾ ਜੱਥਾ।

Coving—ਛੱਤਾ।
Cow—ਡਰਾਉਣਾ, ਗਾਂ।
Coward—ਡਰਪੋਕ, ਬੁਜ਼ਦਿਲ।
Cowardice—ਡਰ, ਕਾਇਰਤਾ।
Cowardliness—ਬੁਜ਼ਦਿਲੀ।
Cowardly—ਡਰਪੋਕ, ਕਮੀਨਾ।
Cower—ਗੋਡਿਆਂ ਦੇ ਭਾਰ ਝੁਕਣਾ।
Cowherds—ਗਵਾਲਾ, ਚਰਵਾਹਾ।
Cow-house—ਗਊਸ਼ਾਲਾ।
Cow-pox—ਗੋਥਨ।
Cowl—ਵੈਰਾਗੀ ਜਾਂ ਪਾਦਰੀ ਦਾ ਕੱਪੜਾ।
Co-worker—ਨਾਲ ਕੰਮ ਕਰਨ ਵਾਲਾ।
Cowslip—ਪੀਲੇ ਰੰਗ ਦਾ ਫੁਲ।
Coxcomb—ਸ਼ੌਕੀਨ, ਨੁਮਾਇਸ਼ੀ।
Coy—ਸ਼ਰਮੀਲਾ।
Coyly—ਲੱਜਾ ਨਾਲ।
Coyness—ਸ਼ਰਮ, ਲੱਜਾ।
Coz—ਚਚੇਰਾ, ਮਸੇਰਾ ਅਤੇ ਫੁਫੇਰਾ ਭਰਾ।
Cozen—ਠਗਣਾ, ਧੋਖਾ ਦੇਣਾ।
Cozy—ਸੁਖਦਾਇਕ।
Crab—ਜੰਗਲੀ ਸੇਬ।
Crabbed—ਖੱਟਾ, ਚਿੜਚਿੜਾ।
Crabbedness—ਖਟਾਈ, ਚਿੜਚਿੜਾਪਨ।
Crack—ਤਰੇੜ, ਕੜਕਨਾ, ਟੁੱਟਣਾ।
Crackbrained—ਪਾਗਲ, ਦੀਵਾਨਾ।
Cracker—ਪਟਾਖਾ, ਸ਼ੇਖੀਬਾਜ਼।
Crackle—ਕੜਕਨਾ।
Cracks, Cracknel—ਇੱਕ ਤਰ੍ਹਾਂ ਦਾ ਬਿਸਕੁਟ।
Cradle—ਝੂਲੇ ਵਿੱਚ ਲਿਟਾਉਣਾ, ਬਾਲਪਨ, ਪੰਘੂੜਾ।
Craft—ਮੱਕਾਰੀ, ਧੋਖਾ।
Craftily—ਛੱਲ ਨਾਲ, ਧੋਖੇ ਨਾਲ।
Craftiness—ਮੱਕਾਰੀ, ਛੱਲ।
Craftsman—ਕਾਰੀਗਰ, ਦਸਤਕਾਰ।
Crafty—ਚਲਾਕ, ਕਪਟੀ।
Crag—ਟੀਲਾ, ਚੱਟਾਨ।
Cram—ਭਰ ਲੈਣਾ, ਠੋਸਣਾ।
Crambo—ਤੁੱਕ ਬੰਦੀ।
Cramp—ਮਰੋੜ, ਪੇਚਿਸ਼, ਕਬਜ਼, ਰੋਕਣਾ, ਬੰਨ੍ਹਣਾ।
Cranch, Craunch—ਚਬਾਣਾ।
Crane—ਭਾਰੀ ਬੋਝ ਚੁਕਣ ਦਾ ਯੰਤਰ।
Cranium—ਖੋਪਰੀ, ਮਸਤਕ।
Crank—ਲੋਹੇ ਦੀ ਧੁਰੀ ਦੀ ਕੱਜੀ ਜਾਂ ਸਿਰਾ, ਮੋਟਾ ਤਾਜ਼ਾ, ਤਕੜਾ, ਤਾਕਤ।
Crannied—ਛੇਕ ਵਾਲਾ, ਫਟਿਆ ਹੋਇਆ।
Cranny—ਦਰਾਰ, ਸੁਰਾਖ਼।
Crape—ਮਾਤਮੀ ਨਿਸ਼ਾਨ, ਸੰਤਾਪ।
Crapulous—ਖੁਮਾਰ, ਨਸ਼ੇ ਨਾਲ ਉਤਪੰਨ ਰੋਗ।
Crash—ਤੋੜਨਾ, ਕੁਚਲਨਾ, ਧਮਾਕਾ।
Crassitude—ਖੁਰਦਰਾਪਨ, ਮੋਟਾਈ।
Crass—ਗਾੜ੍ਹਾ, ਮੋਟਾ, ਖੁਰਦਰਾ।
Crastinate—ਦੇਰ ਕਰਨਾ।
Crater—ਜਵਾਲਾਮੁਖੀ ਪਰਬਤ ਦਾ ਮੂੰਹ।
Cravat—ਗੁਲੂਬੰਦ।
Crave—ਪ੍ਰਾਰਥਨਾ ਕਰਨਾ, ਚਾਹੁਣਾ।
Craven—ਨਸਿਆ ਹੋਇਆ, ਡਰਪੋਕ, ਕਮੀਨਾ, ਬੁਜ਼ਦਿਲ।
Craving—ਇੱਛਾ, ਚਾਹ।
Craw—ਪੰਛੀਆਂ ਦਾ ਮੇਹਦਾ।
Crawfish, Crayfish—ਝੀਂਗਾ ਮੱਛੀ।
Crawl—ਹੌਲੀ ਹੌਲੀ ਤੁਰਨਾ, ਰੇਂਗਣਾ।
Crawler—ਕੋਪਲ, ਕੀੜਾ।
Crayon—ਤਸਵੀਰ, ਨਰਮ ਪੈਂਸਿਲ।
Craze—ਕੁਚਲਣਾ।
Crazedness—ਦੀਵਾਨਗੀ।
Craziness—ਕਮਜ਼ੋਰੀ, ਪਾਗਲਪਨ।
Crazy—ਕਮਜ਼ੋਰ, ਨਿਰਬਲ।
Creak—ਚੂੰ ਚੂੰ ਕਰਨਾ।

Creaking—ਚਿੜਚਿੜਾਹਟ।

Cream—ਮਲਾਈ, ਸੱਤ, ਮਲਾਈ ਕਢਣਾ, ਸੱਤ ਕਢਣਾ।

Creamfaced—ਪੀਲਾ, ਡਰਪੋਕ।

Creamy—ਮਲਾਈਦਾਰ।

Crease—ਭਾਨ, ਵੱਟ ਪਾਉਣਾ।

Create—ਪੈਦਾ ਕਰਨਾ, ਨਿਰਮਾਣ ਕਰਨਾ।

Creation—ਪੈਦਾਇਸ਼, ਖ਼ਲਕਤ।

Creator—ਪੈਦਾ ਕਰਨ ਵਾਲਾ, ਕਰਤਾ, ਪਰਮਾਤਮਾ।

Creature—ਮਖ਼ਲੂਕ, ਜੀਵ ਜੰਤੂ।

Credence—ਨਿਸ਼ਚਾ, ਵਿਸ਼ਵਾਸ।

Credent—ਨਿਸ਼ਚੇ ਯੋਗ, ਇਤਬਾਰ ਯੋਗ।

Credential—ਪ੍ਰਮਾਣ ਪੱਤਰ।

Credibility, Credibleness—ਵਿਸ਼ਵਾਸ, ਇਤਬਾਰ।

Credible—ਇਤਬਾਰਯੋਗ।

Credibly—ਨਿਸ਼ਚਤ ਤਰੀਕੇ ਨਾਲ।

Credit—ਵਿਸ਼ਵਾਸ, ਇਤਬਾਰ, ਉਧਾਰ, ਇਤਬਾਰ ਕਰਨਾ, ਸੱਚ ਮੰਨਣਾ।

Creditable—ਪ੍ਰਸੰਸਾ ਯੋਗ, ਕਾਬਿਲੇ ਤਾਰੀਫ਼।

Creditably—ਠੀਕ ਤਰੀਕੇ ਨਾਲ।

Creditor—ਸ਼ਾਹੂਕਾਰ, ਮਹਾਜਨ, ਉਧਾਰ ਦੇਣ ਵਾਲਾ।

Credulity—ਸਾਦਾਪਨ, ਭੋਲਾਪਨ।

Credulous—ਸਾਦਾ, ਭੋਲਾ।

Creed—ਧਰਮ ਨੀਤੀ।

Creek—ਖ਼ਾੜੀ, ਖ਼ਲੀਜ।

Creeky—ਪੇਚੀਦਾ, ਖਾੜੀਦਾਰ।

Creep—ਰੇਂਗਣਾ, ਘਸੀਟਦਿਆਂ ਜਾਣਾ।

Creeper—ਕੌਂਪਲ, ਰੇਂਗਨ ਵਾਲਾ।

Creephole—ਬਿਲ, ਬਹਾਨਾ।

Creepingly—ਲੇਟਦਾ ਹੋਇਆ।

Cremation—ਮੁਰਦਾ ਜਲਾਣਾ, ਦਾਹ ਕ੍ਰਿਆ।

Crenated—ਖੁਰਦਰਾ, ਦੰਦਿਆਂ ਵਾਲਾ।

Crepitation—ਖੜਖੜਾਹਟ, ਚਿੜਚਿੜ।

Crepusculous—ਟਿਮਟਿਮਾਂਦਾ ਹੋਇਆ।

Crescent—ਦੂਜ ਦਾ ਚੰਨ, ਹਲਾਲ।

Crescent, Crescive--ਵਧਦਾ ਹੋਇਆ।

Cress—ਜਲ ਬੂਟੀ।

Cresset—ਅਕਾਸ਼ੀ ਬੱਤੀ, ਮਸ਼ਾਲ।

Crest—ਕਲਗੀ, ਗੁੱਛਾ।

Crestfallen—ਟੁੱਟਿਆ ਦਿਲ, ਸਿਰ ਝੁਕਿਆ ਹੋਇਆ।

Cretaceous—ਖੜੀਆ ਮਿੱਟੀ ਵਾਂਗ।

Creticism—ਝੂਠ, ਬਹੁਤਾਨ।

Crevice—ਛੇਕ, ਇੱਕ ਤਰ੍ਹਾਂ ਦੀ ਮੱਛੀ।

Crew—ਜਹਾਜ਼ੀ ਕਾਫ਼ਲਾ, ਮੱਲਾਹ।

Crib—ਅਸਤਬਲ, ਝੌਂਪੜੀ, ਛੁਪਾਣਾ, ਵਖਰਾ ਕਰਨਾ।

Cribble—ਅਨਾਜ ਸਾਫ਼ ਕਰਨਾ, ਛਾਨਣਾ।

Crick—ਜੋੜ, ਥੱਲਾ।

Cricket—ਗੇਂਦ ਖੇਡਣਾ, ਕ੍ਰਿਕਟ ਖੇਡਣਾ।

Cricketer—ਕ੍ਰਿਕਟ ਖੇਡਣ ਵਾਲਾ।

Crier—ਬਾਂਗ ਦੇਣ ਵਾਲਾ।

Crime—ਦੋਸ਼, ਜੁਰਮ।

Criminal—ਅਪਰਾਧੀ, ਦੋਸ਼ੀ।

Criminate—ਦੋਸ਼ ਲਗਾਣਾ, ਦੋਸ਼ੀ ਠਹਿਰਾਣਾ।

Crimp—ਭੁਸਮੁਰਾ, ਸਿਪਾਹੀ ਭਰਤੀ ਕਰਨ ਵਾਲਾ।

Crimple—ਸੁਕੇੜਨਾ, ਸਮੇਟਣਾ।

Crimson—ਮੂੰਹ ਲਾਲ ਹੋਣਾ।

Cringe--ਡੰਡਵਤ ਪ੍ਰਣਾਮ ਕਰਨਾ, ਸੁਕੇੜਨਾ, ਸਲਾਮ ਕਰਨਾ।

Crinigerous, Crinose—ਖੁਰਦਰਾ।

Crink—ਝੁਰੀ, ਸ਼ਿਕਨ।

Crinkle—ਝੁਰੀ ਪਾਉਣੀ।

Cripple—ਲੰਗੜਾ ਕਰਨਾ, ਕਮਜ਼ੋਰ ਕਰਨਾ।

Crisis—ਨਾਜ਼ਕ ਵਕਤ, ਔਖਾ ਵੇਲਾ।
Crisp—ਝੁਰੀ ਪਾਉਣਾ, ਮਰੋੜਨਾ।
Crispy—ਝੁਰੀਦਾਰ।
Criterion—ਕਸਵੱਟੀ, ਜਾਂਚ, ਪਰਖ।
Critic—ਨੁਕਤਾਚੀਨ।
Critical—ਖ਼ਤਰਨਾਕ, ਨਾਜ਼ੁਕ।
Criticise—ਨੁਕਤਾਚੀਨੀ ਕਰਨਾ।
Criticism—ਨੁਕਤਾਚੀਨੀ।
Croak—ਟਰ ਟਰ, ਗੌਂ ਗੌਂ, ਟਰਟਰਾਣਾ।
Croaker—ਸ਼ਿਕਾਇਤੀ, ਕੁੜਕੁੜਾਨ ਵਾਲਾ।
Crock—ਚੀਨੀ ਜਾਂ ਮਿੱਟੀ ਦਾ ਭਾਂਡਾ।
Crockery—ਚੀਨੀ ਜਾ ਮਿੱਟੀ ਦਾ ਭਾਂਡਾ।
Crocodile—ਮਗਰਮੱਛ, ਘੜੀਆਲ।
Crocus—ਕੇਸਰ ਫੁੱਲ।
Croft—ਫੁਲਵਾੜੀ, ਬਗੀਚਾ।
Croisade—ਧਰਮ ਯੁੱਧ, ਜਹਾਦ।
Cromlech—ਲੱਠ, ਮੀਨਾਰ।
Crony—ਪੁਰਾਣਾ ਮਿੱਤਰ।
Crook—ਮੁੜੀ ਹੋਈ ਸੋਟੀ, ਮਰੋੜਨਾ, ਵਿੰਗਾ ਕਰਨਾ।
Crookbacked—ਕੁਬੜਾ।
Crooked—ਝੁਕਿਆ ਹੋਇਆ।
Crookedness—ਟੇਢਾਪਨ।
Crop—ਅੰਨ, ਅਨਾਜ, ਫਸਲ ਕੱਟਣਾ, ਫਸਲ ਪੈਦਾ ਕਰਨਾ।
Cropful—ਭਰਪੂਰ।
Cropsick—ਬਹੁਤਾ ਖਾਣ ਕਰਕੇ ਬੀਮਾਰ।
Crore—ਸੌ ਲੱਖ ਰੁਪਿਆ, ਕਰੋੜ।
Crosier—ਵੱਡੇ ਪਾਦਰੀ ਦੀ ਛੜੀ।
Cross—ਸਲੀਬ ਦਾ ਨਿਸ਼ਾਨ, ਦੁਖ, ਤਿਰਛਾ, ਟੇਢਾ, ਆਰਪਾਰ, ਪਾਰ ਕਰਨਾ, ਰਸਤਾ ਕਟਣਾ।
Cross-bite—ਧੋਖਾ, ਛਲ, ਕਪਟ।
Cross-bow—ਤਿਰਛੀ ਕਮਾਨ।
Cross-cut—ਨਜ਼ਦੀਕ ਦੇ ਰਸਤੇ ਲੈ ਜਾਣਾ।
Cross-examine—ਜਿਰਹ ਕਰਨਾ, ਉਲਟੇ ਸਵਾਲ ਕਰਨਾ।
Cross-grained—ਚਿੜਚਿੜਾ, ਟੇਢਾ।
Crossness—ਤੁਰਸ਼ ਮਿਜਾਜ਼।
Cross-purpose—ਉਲਟਾ ਮਤਲਬ, ਹੇਰ ਫੇਰ।
Cross-question—ਛਾਨਬੀਨ ਕਰਨਾ, ਜਿਰਹਾ ਕਰਨਾ।
Cross-road—ਨਜ਼ਦੀਕ ਦਾ ਰਸਤਾ।
Cross-way—ਚੌਕ, ਚੁਰਾਹਾ।
Cross-wise—ਤਿਰਛਾ, ਆਰ ਪਾਰ।
Crotch—ਕਾਂਟਾ, ਨੋਕ।
Crotchet—ਵਿੰਗੀ ਲੱਕੜੀ, ਤਰੰਗ।
Crouch—ਹੱਥ ਜੋੜਨਾ, ਪੈਰੀਂ ਪੈਣਾ।
Croup—ਖੰਘ, ਜਿਸਦੇ ਨਾਲ ਬੱਚੇ ਮਰ ਜਾਂਦੇ ਹਨ।
Crow—ਕਾਂ, ਕਾਗ, ਡੀਂਗ ਮਾਰਨਾ।
Crow-bar—ਲੋਹੇ ਦੀ ਸੀਖ।
Crowd—ਭੀੜ, ਹਜੂਮ।
Crowed—ਭੀੜ ਕਰਨਾ, ਧਕਮ-ਧੱਕਾ, ਦਬਾਣਾ।
Crown—ਮੁਕਟ, ਸਿਹਰਾ, ਪੂਰਾ ਕਰਨਾ, ਸਜਾਣਾ।
Crown-glass—ਵਧੀਆ ਸ਼ੀਸ਼ਾ।
Crows-feet—ਝੁਰੀਆਂ, ਬੁਢਾਪੇ ਦੇ ਨਿਸ਼ਾਨ।
Crowtoe—ਗੁੱਛੇਦਾਰ ਦਰਖ਼ਤ।
Crucial—ਆੜਾ, ਆਰ ਪਾਰ।
Cruciate—ਕਸ਼ਟ ਦੇਣਾ, ਦੁੱਖ ਦੇਣਾ।
Crucible—ਕੁਠਾਲੀ।
Crucifix—ਮਸੀਹ ਦੀ ਮੂਰਤੀ।
Cruciform—ਸਲੀਬ ਦੀ ਸ਼ਕਲ ਦਾ।
Crude—ਕੱਚਾ, ਅਧੂਰਾ।
Cruel—ਕਠੋਰ, ਜ਼ਾਲਮ।
Cruelly—ਜ਼ੁਲਮ ਨਾਲ।
Cruelty—ਕਠੋਰਪਨ।

Cruise—ਦੁਸ਼ਮਨ ਨੂੰ ਲੱਭਣ ਲਈ ਜਹਾਜ਼ ਵਿਚ ਜਾਣਾ।
Cruiser—ਦੁਸ਼ਮਣ ਦੀ ਖੋਜ ਵਿਚ ਜਾਂ ਲੁੱਟਣ ਲਈ ਫਿਰਨ ਵਾਲਾ ਜਹਾਜ਼।
Crumb—ਰੋਟੀ ਦਾ ਟੁਕੜਾ।
Crumble—ਚੂਰ ਚੂਰ ਕਰਨਾ।
Crummy—ਨਰਮ, ਪੋਲਾ।
Crumple—ਝੁਰੀ ਪਾਉਣਾ, ਸੁਕੜਨਾ।
Cruor—ਲਹੂ, ਖ਼ੂਨ।
Crupper—ਦੁਮਚੀ, ਘੋੜੇ ਦੀ ਪੇਟੀ।
Crusade, Croisade—ਧਰਮ ਯੁੱਧ।
Crusader—ਗਾਜ਼ੀ, ਧਰਮ ਯੁੱਧ ਕਰਨ ਵਾਲਾ।
Cruse—ਛੋਟਾ ਪਿਆਲਾ।
Cruset—ਕੁਠਾਲੀ, ਸੁਨਿਆਰੇ ਦੀ ਭੱਠੀ।
Crush—ਕੁਚਲਨਾ, ਬਰਬਾਦ ਕਰਨਾ, ਟੱਕਰ, ਧੱਕਾ।
Crust—ਛਿਲਕਾ, ਛਿੱਲ, ਲਪੇਟਨਾ।
Crustaceous—ਛਿਲਕੇਦਾਰ।
Crustation—ਪਰਦਾ, ਝਿੱਲੀ।
Crustiness—ਚਿੜਚਿੜਾਪਨ, ਬਦ-ਮਿਜਾਜ਼।
Crusty—ਛਿਲਕੇ ਵਾਲਾ।
Crutch—ਲੰਗੜਿਆਂ ਦੀ ਲਾਠੀ।
Crutch—ਲਾਠੀ ਟਿਕਾ ਕੇ ਚਲਣਾ।
Cry—ਪੁਕਾਰਨਾ, ਰੋਣਾ, ਚਿਲਾਹਟ, ਪੁਕਾਰ।
Crying—ਫਰਿਆਦ।
Crypt—ਗੁਫ਼ਾ, ਖੋਹ।
Cryptic, Cryptical—ਗੁਪਤ, ਛੁਪਿਆ ਹੋਇਆ।
Cryptography—ਗੁਪਤ ਲੇਖ।
Crystal—ਬਿਲੌਰ, ਚਮਕਦਾਰ।
Crystaline—ਬਿਲੌਰੀ, ਚਮਕਦਾਰ।
Crystalize—ਜਮਾ ਕੇ ਕਲਮਾਂ ਬਣਾਨਾ।
Crysalization—ਕਲਮ ਬਣਾਉਣ ਦੀ ਤਰਕੀਬ।
Cub—ਪਿੱਲਾ, ਭਾਲੂ ਜਾਂ ਲੂੰਮੜੀ ਦਾ ਬੱਚਾ।
Cubation—ਅੰਡੇ ਸੇਹਣਾ।
Cube—ਛੇ ਪਾਸੇ ਵਾਲਾ, ਛੇ-ਪਹਿਲੂ।
Cubic, Cubical—ਛੇ-ਪਹਿਲੂ ਦੇ ਸੰਬੰਧ ਵਿਚ।
Cubit—ਅੱਧਾ ਗਜ਼।
Cuckold—ਇਸਤ੍ਰੀ ਦੀ ਕਮਾਈ ਖਾਣਾ।
Cuckoldly—ਪਾਜ਼ੀ, ਬਦਕਾਰ।
Cuckoo—ਕੋਇਲ।
Cucumber—ਖੀਰਾ, ਕੱਕੜੀ।
Cud—ਜੁਗਾਲੀ।
Cudden, Cuddy—ਗੰਵਾਰ, ਮੂਰਖ਼।
Cuddle—ਜੱਫੀ ਪਾਉਣਾ।
Cuddy—ਜਹਾਜ਼ ਦਾ ਕਮਰਾ।
Cudgel—ਲਾਠੀ।
Cudgeller—ਲਾਠੀ ਮਾਰਨ ਵਾਲਾ।
Cue—ਇਸ਼ਾਰਾ, ਵਾਰੀ।
Cuirass—ਜ਼ਰਾ ਬਖ਼ਤਰ।
Cuirassier—ਜ਼ਰਾ ਬਖ਼ਤਰ।
Cuisse—ਲੋਹੇ ਦਾ ਜਾਨੂੰ ਪੋਸ਼।
Culinary—ਰਸੋਈ ਘਰ ਦੇ ਸੰਬੰਧ ਵਿਚ।
Cull—ਚਮਕ, ਚੁਣਨਾ।
Culler—ਪਸੰਦ ਕਰਨ ਵਾਲਾ।
Cullion—ਸ਼ੈਤਾਨ, ਭੂਤ।
Cully—ਭੋਲਾ, ਸਾਦਾ, ਧੋਖਾ ਦੇਣਾ, ਛਲਣਾ।
Culm—ਪੌਦਾ।
Culmen—ਚੋਟੀ, ਨੁਕਤਾ।
Culminate—ਚੋਟੀ, ਰਾਸ ਤੇ ਪੁਜਣਾ।
Culpable—ਅਪਰਾਧੀ, ਕੈਦੀ।
Culprit—ਅਪਰਾਧੀ, ਕੈਦੀ।
Cultivate—ਹਲ ਚਲਾਣਾ, ਜੋਤਣਾ।
Cultivation—ਜੋਤ, ਹਲਵਾਹੀ।
Cultivator—ਕਿਸਾਨ, ਕਾਸ਼ਤਕਾਰ।
Cultrated—ਨੋਕਦਾਰ, ਤੇਜ਼ਧਾਰ।
Culture—ਸਭਿਅਤਾ।

Culvert—ਮੋਰੀ, ਪਾਣੀ ਦਾ ਰਸਤਾ।
Cumbent—ਲੇਟਿਆ ਹੋਇਆ।
Cumber—ਭਾਰ ਲੱਦਣਾ।
Cumbersome—ਭਾਰੀ, ਬੋਝਲ।
Combrance—ਰੁਕਾਵਟ, ਬੋਝ।
Cumulate—ਢੇਰ ਲਾਉਣਾ।
Cumulative—ਢੇਲਾ, ਇਕੱਠਾ ਹੋਣ ਵਾਲੀ।
Cun—ਸਮਝਣਾ, ਜਾਨਣਾ।
Cunning, Cunningness-- ਹੁਸ਼ਿਆਰ, ਚਾਲਾਕ, ਹੁਸ਼ਿਆਰੀ, ਹੁਨਰਮੰਦ, ਚਤੁਰ।
Cunningly—ਹੁਸ਼ਿਆਰੀ ਨਾਲ, ਚਲਾਕੀ ਨਾਲ।
Cup—ਪਿਆਲਾ, ਕਟੋਰਾ, ਲਹੂ ਕੱਢਣਾ।
Cupbearer—ਸ਼ਰਾਬ ਪਿਲਾਣ ਵਾਲਾ।
Cupboard—ਭਾਂਡਿਆਂ ਦੀ ਅਲਮਾਰੀ, ਜਮ੍ਹਾਂ ਕਰਨਾ।
Cupid—ਕਾਮਦੇਵ।
Cupidity—ਲਾਲਚ, ਲੋਭ।
Cupola—ਗੁੰਬਦ, ਗੁਮਟ।
Cupping-glass—ਸਿੰਗੀ।
Cur—ਨਿਕੰਮਾ।
Curable—ਠੀਕ ਹੋਣ ਯੋਗ।
Curate—ਛੋਟਾ ਪੁਜਾਰੀ।
Curator—ਰਖਵਾਲੀ ਕਰਨ ਵਾਲਾ।
Curb—ਅਟਕਾਣਾ, ਰੋਕਣਾ।
Curd, Crudle—ਦਹੀ, ਦਹੀ ਜਮਾਉਣਾ।
Cure—ਸਿਹਤ, ਇਲਾਜ, ਰਾਜ਼ੀ ਕਰਨਾ, ਤੰਦਰੁਸਤ ਕਰਨਾ।
Cured—ਚੰਗਾ ਭਲਾ।
Curfew—ਅੱਠ ਵਜੇ ਦਾ ਘੰਟਾ।
Curiosity—ਸ਼ੌਕ, ਅਜੀਬ ਚੀਜ਼।
Curious—ਖੋਜੀ, ਨਾਦਰ, ਅਜੀਬ।
Curl—ਮਰੋੜ, ਛੱਲਾ, ਛੱਲੇਦਾਰ ਬਣਾਨਾ।
Curlew—ਪਨ-ਕੱਕੜੀ।
Curly—ਪੇਚਦਾਰ, ਘੁੰਗਰਾਲੇ।
Curmudgeon—ਲਾਲਚੀ, ਕੰਜੂਸ।
Currant—ਕਿਸ਼ਮਿਸ਼, ਮੁਨੱਕਾ।
Currency—ਰਿਵਾਜ਼, ਟਕਸਾਲ, ਨੋਟ।
Current—ਚਾਲ, ਹੱਥੋ ਹੱਥ, ਹਿਸਾਬ, ਰਵਾਨੀ, ਧਾਰ।
Currently—ਆਮ ਤੌਰ ਤੇ।
Curricle—ਦੋ ਪਹੀਆ, ਦੋ ਘੋੜਿਆਂ ਦੀ ਗੱਡੀ।
Currier—ਚਮੜਾਸਾਜ਼।
Currish—ਝਗੜਾਲੂ।
Curry—ਚਮੜਾ ਕਮਾਨਾ, ਮਲਣਾ, ਕਰੀ, ਕੜ੍ਹੀ।
Currycomb—ਖਰੇਰਾ।
Curse—ਫਿਟਕਾਰ, ਬਦਦੁਆ, ਸਰਾਪ ਦੇਣਾ, ਫਿਟਕਾਰਨਾ।
Cursive—ਬੇਪਰਵਾਹ।
Cursory—ਸਰਸਰੀ, ਬੇ-ਪਰਵਾਹੀ।
Curtail—ਘਟਾਉਣਾ, ਛੋਟਾ ਕਰਨਾ।
Curtain—ਮਸਹਰੀ, ਪਰਦਾ ਲਗਾਉਣਾ।
Curtain-lecture—ਇਸਤ੍ਰੀ ਦੇ ਮੇਹਣੇ ਜਾਂ ਸਿੱਖਿਆ।
Curtal—ਖੁਲਾਸਾ, ਸੰਖੇਪ।
Curvature—ਟੇਢਾਪਨ, ਝੁਕਾਅ।
Curve—ਮਰੋੜਨਾ, ਝੁਕਾਣਾ, ਮੋੜਨਾ।
Curvet—ਛਲਾਂਗ, ਉਛਲਣਾ, ਕਲੋਲ ਕਰਨਾ।
Curvity—ਟੇਢਾਪਨ, ਮੋੜ।
Cushion—ਗੱਦੀ, ਗਦੇਲਾ।
Cuspated—ਨੋਕਦਾਰ, ਨੁਕੀਲਾ।
Cuspidal—ਤੇਜ਼, ਨੁਕੀਲਾ।
Cuspidate—ਤੇਜ਼ ਕਰਨਾ।
Custard—ਦੁੱਧ ਨਾਲ ਬਣਿਆ ਭੋਜਨ।
Custodial—ਰੱਖਿਆ ਦੇ ਸੰਬੰਧ ਵਿਚ।
Custody—ਰੱਖਿਆ, ਹਿਫ਼ਾਜ਼ਤ।
Custom—ਮਹਿਸੂਲ, ਲਗਾਨ, ਰਿਵਾਜ਼।

Custom-house—ਚੁੰਗੀ ਘਰ, ਮਹਿਸੂਲ ਘਰ।

Customary—ਦਸਤੂਰ ਦੇ ਅਨੁਸਾਰ ਕਾਨੂੰਨ ਦੀ ਕਿਤਾਬ, ਮਾਮੂਲੀ, ਰਿਵਾਜੀ।

Custmer—ਗਾਹਕ, ਖ਼ਰੀਦਾਰ।

Cut—ਕੱਟਣਾ, ਛਾਂਟਨਾ, ਚੀਰਾ, ਕਾਟ, ਜ਼ਖ਼ਮ।

Cutaneous—ਖੱਲ ਦਾ।

Cuticle—ਖੱਲ, ਪੋਸਤ।

Cuticular—ਚਮੜੇ ਦਾ।

Cutlass—ਸ਼ਹਿਤੀਰ, ਸੈਫ਼।

Cutler—ਛੁਰੀ ਬਣਾਉਣ ਜਾਂ ਵੇਚਣ ਵਾਲਾ।

Cutlery—ਛੁਰੀਆਂ ਬਣਾਉਣ ਦਾ ਕੰਮ।

Cutpurse—ਜੇਬ੍ਹ ਕਤਰਾ।

Cutter—ਇਕ ਹਲਕਾ ਜਹਾਜ਼।

Cutthroat—ਕਾਤਲ, ਜੱਲਾਦ।

Cutting—ਕਾਟ, ਟੁਕੜਾ, ਡਾਲੀ।

Cyathiform—ਗਲਾਸ ਜਾਂ ਪਿਆਲੇ ਦੀ ਸ਼ਕਲ ਦਾ।

Cycle—ਪੈਰ ਦੀ ਗੱਡੀ, ਸਾਈਕਲ।

Cycloid—ਸ਼ਕਲ, ਗੋਲ।

Cyclopaedia, Cyclopede—ਵਿਦਿਆ ਤੇ ਕਲਾ ਦਾ ਕੋਸ਼।

Cyclopean, Cyclopic—ਭਿਆਨਕ, ਡਰਾਵਨਾ।

Cygnet—ਹੰਸ ਦਾ ਬੱਚਾ।

Cylinder—ਨਲ, ਡੰਡਾ, ਵੇਲਣ।

Cylindric, Cylindrical—ਨਲਦਾਰ, ਬੇਲਨ ਦੇ ਆਕਾਰ ਦਾ।

Cymar—ਦੁਪੱਟਾ।

Cymbal—ਖੜਤਾਲ, ਝਾੜ।

Cynarctomachy—ਕੁੱਤਿਆਂ ਤੇ ਬੈਲ ਦੀ ਲੜਾਈ।

Cynegetics—ਕੁੱਤਿਆਂ ਨਾਲ ਸ਼ਿਕਾਰ ਕਰਨ ਦਾ ਹੁਨਰ।

Cynic, Cynical—ਤੁਰਸ਼ ਮਿਜਾਜ਼ੀ, ਰੁਖਾ।

Cynicism—ਰੁਖਾਪਨ।

Cynosure—ਧਰੂ ਤਾਰਾ।

Cypress—ਇਕ ਦਰਖਤ, ਦੁਖ ਦਾ ਨਿਸ਼ਾਨ।

Cyprian—ਸਈਪਰਸ ਦੀਪ ਦਾ ਵਾਸੀ।

Cyst—ਪੀਪ ਦੀ ਥੈਲੀ।

Cystocele—ਫੂਕਨੇ ਦਾ ਫਟਨਾ।

Czar—ਰੂਸ ਦੇ ਬਾਦਸ਼ਾਹ ਦੀ ਪਦਵੀ।

Czarina—ਰੂਸ ਦੀ ਮਹਾਰਾਣੀ ਦੀ ਪਦਵੀ।

Czarowitz—ਜ਼ਾਰ, ਰੂਸ ਦੇ ਵੱਡੇ ਪੁੱਤਰ ਦੀ ਪਦਵੀ।

D

D, the forth letter of the English alphabet. ਡੀ—ਅੰਗਰੇਜ਼ੀ ਪੈਂਤੀ ਦਾ ਚੌਥਾ ਅੱਖਰ।

Dab—ਹੌਲੀ ਥੱਪੜ ਮਾਰਨਾ।

Dabble—ਪਾਣੀ ਵਿਚ ਖੇਤਨਾ, ਸਰਸਰੀ ਕਰਨਾ।

Dabbler—ਨੀਮ ਹਕੀਮ, ਅਨਾੜੀ।

Dabchick—ਮੁਰਗਾਬੀ।

Dace—ਇਕ ਚਮਕਦਾਰ ਮੱਛੀ।

Dactylogy or Dactylology—ਹੱਥ ਦੇ ਇਸ਼ਾਰਿਆਂ ਨਾਲ ਗੱਲ ਕਰਨੀ।

Dad, Dadda, Daddy—ਪਿਤਾ, ਦਾਦਾ।

Daddle—ਬੱਚੇ ਵਾਂਗ ਡਿੱਗ ਡਿੱਗ ਕੇ ਚੱਲਣਾ।

Daff—ਡਰਾਓਣਾ, ਭੈਅ ਦੇਣਾ।

Daffodil, Daffodilly—ਨਰਗਿਸ ਦਾ ਫੁੱਲ।

Daft—ਪਾਗਲ, ਦੀਵਾਨਾ।

Dagger—ਕਟਾਰ, ਖੰਜਰ।

Daggle—ਚਿੱਕੜ ਜਾਂ ਪਾਣੀ ਵਿਚ ਘਸੀਟਣਾ।

Daily—ਹਰ ਰੋਜ਼, ਰੋਜ਼ਾਨਾ।

Dainty—ਨਾਜ਼ੁਕ, ਰਸੀਲਾ, ਮਜ਼ੇਦਾਰ।

Daintiness—ਨਜ਼ਾਕਤ, ਨਰਮੀ।

Dairy—ਮੱਖਣ, ਪਨੀਰ ਆਦਿ ਬਣਾਉਣ ਦਾ ਕਾਰਖ਼ਾਨਾ।

Dairy-maid—ਗੁਜਰੀ, ਗੁਆਲਣ।

Daisy—ਇਕ ਸੁੰਦਰ ਫੁੱਲ।

Dale—ਘਾਟੀ, ਉਚੀ ਨੀਵੀਂ ਜ਼ਮੀਨ।

Dalliance—ਰਾਗ ਰੰਗ, ਨਖ਼ਰੇ।

Dallop—ਗੁੱਛਾ, ਝਾੜ।

Dally—ਵਕਤ ਟਾਲਣਾ, ਰੰਗ ਰਲੀਆਂ ਮਨਾਉਣਾ।

Dam—ਬੰਨ੍ਹ, ਪੁਸ਼ਤਾ, ਰੋਕ, ਬੰਦ ਕਰਨਾ, ਰੋਕਣਾ।

Damage—ਨੁਕਸਾਨ, ਹਰਜ਼ਾਨਾ, ਨੁਕਸਾਨ ਪਹੁੰਚਾਉਣਾ, ਵਿਗਾੜਨਾ।

Damask—ਬੂਟੇਦਾਰ, ਫੁੱਲਦਾਰ।

Damaskin—ਜੁੜੀ ਹੋਈ ਤਲਵਾਰ।

Dame—ਬੇਗ਼ਮ, ਰਾਣੀ।

Damn—ਫਿਟਕਾਰਨਾ, ਸਰਾਪ ਦੇਣਾ।

Damnable—ਲਾਅਨਤੀ, ਨਿੰਦਾ ਯੋਗ।

Damnatory—ਫਿਟਕਾਰ ਪੂਰਵਕ।

Damned—ਦੋਜ਼ਖ਼ੀ, ਲਾਅਨਤੀ।

Damnify—ਪੀੜਾ ਦੇਣਾ, ਨੁਕਸਾਨ ਪਹੁੰਚਾਣਾ।

Damp—ਉਦਾਸ, ਗਮਗੀਨ, ਗਿਲਾ ਕਰਨਾ, ਉਦਾਸ ਕਰਨਾ।

Dampness—ਸਿੱਲ੍ਹ, ਨਮੀ।

Damsel—ਜਵਾਨ ਲੜਕੀ।

Dance—ਨੱਚਣਾ, ਨਾਚ।

Dancer—ਨੱਚਣਵਾਲੀ।

Dancing—ਨਾਚ, ਮੁਜਰਾ।

Dandie—ਉਛਲਣਾ, ਕੁਦਣਾ।

Dandriff, Dandruff—ਸਿਰ ਵਿਚ ਖ਼ਾਰਿਸ਼, ਰੂਸੀ।

Dandy—ਰੰਗੀਲਾ, ਛੈਲਾ।

Dandyism—ਬਾਂਕਾਪਨ, ਰੰਗੀਲਾਪਨ।

Dane—ਡੈਨਮਾਰਕ ਦਾ ਵਾਸੀ।

Danger—ਖ਼ਤਰਾ।

Dangerous—ਖ਼ਤਰਨਾਕ, ਜੋਖ਼ਮ ਵਾਲਾ ਕੰਮ।

Dangle—ਪਿੱਛੇ ਲਾਉਣਾ।

Dangler—ਜ਼ਨਾਨੀਆਂ ਦੇ ਮਗਰ ਫਿਰਨ ਵਾਲਾ।

Danish—ਡੈਨਮਾਰਕ ਦਾ।

Dank—ਗਿੱਲਾ, ਸਿੱਲ੍ਹਾ।

Dap—ਪਾਣੀ ਵਿਚ ਡਿੱਗਣ ਦੇਣਾ।

Dapper—ਸਾਫ਼ ਸੁਥਰਾ।

Dapple—ਧਾਰੀਦਾਰ ਬਣਾਉਣਾ।

Dappled—ਧਾਰੀਦਾਰ, ਦੋ ਰੰਗਾ।

Dare—ਹਿੰਮਤ ਕਰਨਾ, ਅੱਖਾਂ ਦਿਖਾਉਣਾ।

Daring—ਨਿਡਰ, ਹਿੰਮਤੀ।

Dark—ਹਨੇਰਾ, ਕਾਲਾ, ਮੂਰਖ, ਬੇਵਕੂਫ਼ੀ, ਜਹਾਲਤ।

Darken—ਹਨੇਰਾ ਜਾਂ ਕਾਲਾ ਕਰਨਾ।

Darkish—ਸਿਆਹੀ ਮਾਇਲ।

Darkness—ਹਨੇਰਾ, ਨਾਪਾਕੀ।

Darling—ਪ੍ਰਿਅ, ਪਿਆਰੀ, ਲਾਡਲੀ।

Darn—ਮੁਰੰਮਤ ਕਰਨਾ, ਰਫ਼ੂ ਕਰਨਾ।

Darnel—ਅਨਾਜ ਦੇ ਨਾਲ ਦੀ ਘਾਹ।

Dart—ਬਰਛੀ, ਬਲ੍ਹਮ, ਤੀਰ ਦੇ ਸਮਾਨ ਉੱਡਣਾ।

Dash—ਧੱਕਾ, ਅਲਹਿਦਗੀ, ਚਿੰਨ੍ਹ, ਚੋਟ।

Dastard—ਬੁਜ਼ਦਿਲ।

Dastardy—ਬੁਜ਼ਦਿਲੀ।

Data—ਮੰਨੀਆਂ ਹੋਈਆਂ ਗੱਲਾਂ।

Date—ਤਾਰੀਖ਼, ਮਿਤੀ।

Date-tree—ਖਜੂਰ ਦਾ ਦਰੱਖ਼ਤ।

Dative—ਵਿਭਗਤੀ।

Datum—ਮੰਨੀ ਹੋਈ ਗੱਲ।

Daub—ਮੱਲਣਾ, ਥੋਪਣਾ, ਖ਼ੁਸ਼ਾਮਦ ਕਰਨਾ, ਗੋਟਾ, ਅਨਾੜੀ ਦੀ ਚਿੱਤਰਕਾਰੀ।

Daughter—ਲੜਕੀ, ਬੇਟੀ, ਧੀ।

Daughterly—ਲੜਕੀ ਦੇ ਸਮਾਨ।

Daunt—ਡਰਾਉਣਾ, ਧਮਕਾਉਣਾ।

Dauntless—ਨਿਡਰ, ਬੇਬਾਕ।

Daw—ਇਕ ਪ੍ਰਕਾਰ ਦਾ ਕਾਂ।

Dawdle—ਟਾਲ ਮਟੋਲ ਕਰਨਾ, ਦੇਰ ਕਰਨਾ।

Dawn—ਤੜਕਾ ਹੋਣਾ, ਅੰਮ੍ਰਿਤ ਵੇਲਾ ਹੋਣਾ।

Day—ਦਿਨ, ਧੁੱਪ, ਉਜਾਲਾ।

Day-book—ਰੋਜ਼ਨਾਮਚਾ।

Day-break—ਬਹੁਤ ਸਵੇਰੇ।

Day-dream—ਖ਼ਿਆਲੀ ਪੁਲਾਅ।

Day-labour—ਦਿਨ ਦੀ ਮਜ਼ਦੂਰੀ।

Day-labourer—ਮਜ਼ਦੂਰ, ਦਿਹਾੜੀ-ਦਾਰ।

Day-light—ਸੂਰਜ ਦੀ ਰੌਸ਼ਨੀ।

Day-star—ਸਵੇਰ ਦਾ ਤਾਰਾ।

Day-time—ਦਿਨ ਦਾ ਵਕਤ।

Day-work--ਦਿਨ ਦਾ ਕੰਮ ਜਾਂ ਮਜ਼ਦੂਰੀ।

Daze, Dazzle—ਚਕਾਚੌਂਧ ਹੋਣਾ, ਚੁੰਧਿਆ ਜਾਣਾ।

Dazzling—ਚਮਕੀਲਾ।

Deacon—ਛੋਟੇ ਦਰਜੇ ਦਾ ਪਾਦਰੀ।

Dead—ਮਰੇ ਹੋਏ ਲੋਕ, ਮੁਰਦਾ, ਬੇਜ਼ਾਨ।

Dead-drunk—ਬਦਮਸਤ, ਮਦਹੋਸ਼।

Deaden—ਕਮਜ਼ੋਰ ਕਰਨਾ।

Deadly—ਸਖ਼ਤ ਮੁਹਲਕ।

Deadly-nightshade—ਜ਼ਹਿਰੀਲਾ ਪੌਦਾ।

Deadness—ਕਮਜ਼ੋਰੀ, ਸੁਸਤੀ।

Dead-set—ਸ਼ਿਕਾਰੀ ਕੁੱਤਿਆਂ ਦੀ ਤਾਕ ਵਿਚ ਬੈਠਣਾ।

Deadwind—ਨਾ-ਮੁਆਫ਼ਕ ਜਾਂ ਉਲਟੀ ਹਵਾ।

Deaf—ਬੋਲਾ, ਡੋਰਾ, ਬਹਿਰਾ, ਮੂਰਖ਼।

Deafen—ਬਹਿਰਾ ਬਣਾਉਣਾ, ਮੂਰਖ਼ ਬਣਾਉਣਾ।

Deafness—ਬਹਿਰਾਪਨ।

Deal—ਹਿੱਸਾ, ਤਕਸੀਮ, ਹਿੱਸਾ ਕਰਨਾ।

Dealer—ਵਪਾਰੀ, ਸੌਦਾਗਰ।

Dealing—ਕੰਮ ਕਾਰ, ਵਪਾਰ, ਸੌਦਾਗਰੀ।

Dealbate—ਕਲੀ ਕਰਨਾ, ਸਫ਼ੈਦੀ ਕਰਨਾ।

Dear—ਪਿਆਰਾ, ਬਰਖ਼ੁਰਦਾਰ, ਮਹਿੰਗਾ।

Dear-bought—ਮਹਿੰਗਾ, ਕੀਮਤੀ।

Dearly—ਪਿਆਰ ਨਾਲ, ਬਹੁਤ ਕੀਮਤੀ।

Dearn—ਉਦਾਸ, ਇਕੱਲਾ।

Dearness—ਮਹਿੰਗਾਈ।

Dearth—ਅਕਾਲ।

Death—ਮੌਤ, ਕਾਲ।

Death-bed—ਮੌਤ ਦੇ ਬਿਸਤਰੇ 'ਤੇ।

Deatless—ਅਮਰ, ਅਬਿਨਾਸ਼ੀ।

Death-like—ਸੁੰਨਸਾਨ, ਮਰਨ ਸਮਾਨ।

Deathsman—ਜੱਲਾਦ।

Deathward—ਮੌਤ ਦੀ ਤਰਫ।

Debar—ਆੜ ਕਰਨਾ, ਬਾੜ ਲਗਾਉਣਾ।

Debark—ਰੋਕਣਾ, ਆਸ ਕਰਨਾ।

Debase—ਘਟਾਉਣਾ, ਆਦਰ ਮਾਣ ਘਟਾਣਾ।

Debasement--ਮਿਲਾਵਟ, ਕਮ-ਕਦਰੀ।

Debatable—ਬਹਿਸਯੋਗ, ਤਰਕਯੋਗ।

Debate—ਝਗੜਾ, ਵਿਵਾਦ ਕਰਨਾ, ਫੈਸਲਾ ਕਰਨਾ।

Debater—ਝਗੜਾਲੂ, ਹੁਜਤੀ, ਵਿਵਾਦੀ।

Debauch—ਸ਼ਰਾਬਖੋਰੀ, ਬਦਪਰਹੇਜ਼ੀ, ਭ੍ਰਿਸ਼ਟ ਹੋਣਾ, ਖ਼ਰਾਬ ਹੋਣਾ।

Debauchee—ਸ਼ਰਾਬੀ, ਅੱਯਾਸ਼।

Debauchery—ਬਦਕਾਰੀ।

Debenture—ਪ੍ਰਤਿਗਿਆ ਪੱਤਰ।
Debile—ਕਮਜ਼ੋਰ, ਨਿਰਬਲ।
Debilitate—ਕਮਜ਼ੋਰ ਕਰਨਾ।
Debility—ਕਮਜ਼ੋਰੀ।
Debit—ਕਰਜ਼ਾ, ਉਧਾਰ।
Debonair—ਸੁਸ਼ੀਲ, ਸੁਥਰਾ।
Debouch—ਝਾੜ, ਜੰਗਲ ਵਿਚ ਫਿਰਨਾ।
Debris—ਮਲਬਾ, ਚੱਟਾਨ ਦੇ ਟੁਕੜੇ।
Debt—ਕਰਜ਼, ਉਧਾਰ, ਅਹਿਸਾਨ।
Debtor—ਕਰਜ਼ਾਈ, ਰਿਣੀ।
Decade—ਦੱਸ ਵਰ੍ਹੇ ਦਾ ਸਮਾਂ।
Decadence, Decadency—ਉਤਾਰ ਬਟੀ।
Decagon—ਦੱਸ ਕਿਨਾਰਿਆਂ ਵਾਲਾ।
Decalouge—ਦੱਸ ਹੁਕਮ ਜੋ ਹਜ਼ਰਤ ਮੂਸਾ ਤੇ ਉਤਰੀਆਂ ਸਨ।
Decamp—ਛੁੱਪ ਜਾਣਾ।
Decant—ਢਾਲਣਾ, ਨਿਤਾਰਨਾ।
Decanter—ਪਿਆਲਾ, ਸੁਰਾਹੀ।
Decapitate—ਸਿਰ ਕੱਟਣਾ, ਗਰਦਨ ਮਾਰਨੀ।
Decay—ਉਤਾਰ, ਰਸੀਦਗੀ, ਗਿਰਾਵਟ, ਘਟਣਾ, ਮੁਰਝਾਣਾ।
Decease—ਮੌਤ, ਕਾਲ।
Decase—ਮਰਨਾ।
Deceased—ਮਰਹੂਮ, ਸਵਰਗਵਾਸੀ।
Deceit—ਧੋਖਾ, ਛਲ।
Decetful—ਧੋਖੇਬਾਜ਼।
Decceitfully—ਮੱਕਾਰੀ ਨਾਲ, ਧੋਖੇ ਨਾਲ।
Deceive—ਧੋਖਾ ਦੇਣਾ, ਛਲ ਕਰਨਾ।
Deceiver—ਧੋਖੇਬਾਜ਼।
December—ਸਾਲ ਦਾ ਆਖਰੀ ਮਹੀਨਾ।
Decemvirate—ਦੱਸ ਅਫ਼ਸਰਾਂ ਦਾ ਜੱਥਾ।
Decency—ਸ਼ਰਮ, ਮਾਕੂਲੀਅਤ।
Decent—ਮੁਨਾਸਬ, ਸੋਹਣਾ।
Deception—ਧੋਖਾ, ਛਲ।
Decide—ਫੈਸਲਾ ਕਰਨਾ, ਠਹਿਰਾਣਾ, ਨਿਬੜਨਾ।
Decided—ਨਿਸ਼ਚਿਤ, ਫੈਸਲਾਸ਼ੁਦਾ।
Decimal—ਦੱਸਵਾਂ, ਅਸ਼ਾਰੀਆ।
Decipher—ਮਤਲਬ ਸਮਝਣਾ।
Decision—ਫੈਸਲਾ, ਨਿਆਂ।
Decisive—ਨਿਸ਼ਚਿਤ, ਆਖ਼ਰੀ।
Deck—ਢੱਕਣਾ, ਸਜਾਉਣਾ, ਤਖ਼ਤਾ, ਤਾਸ਼ ਦੀ ਗਦੀ।
Declaim—ਲੰਬੀ ਚੌੜੀ ਗੱਲ ਕਰਨੀ।
Declamation—ਖਾਲੀ ਸ਼ਬਦ, ਬੇਅਰਥੀ ਗੱਲਾਂ।
Declaration—ਬਿਆਨ, ਵਰਣਨ।
Declarative—ਤਸ਼ਰੀਹੀ, ਇਕਰਾਰੀ।
Declaratory—ਸਾਫ਼ ਸਾਫ਼ ਬਿਆਨ।
Declare—ਬੋਲਣਾ, ਵਰਣਨ ਕਰਨਾ।
Declension—ਉਤਾਰ, ਗਿਰਾਵਟ।
Declinate—ਢਲਾਨ।
Declination—ਝੁਕਾਅ, ਢਲਾਨ।
Decline—ਉਤਰਨਾ, ਖ਼ਰਾਬ ਹੋਣਾ।
Declivity—ਉਤਾਰ, ਘਟਾਓ।
Declivous—ਝੁਕਾਅ ਵਾਲਾ।
Decoct—ਉਬਾਲਨਾ, ਹਜ਼ਮ ਕਰਨਾ।
Decoction—ਉਬਾਲ, ਕਾੜ੍ਹਾ।
Decoliate—ਸਿਰ ਕੱਟਣਾ।
Decompose—ਤੱਤ ਜਾਂ ਅਮਲ ਜੁਦਾ ਕੱਢਣਾ।
Decomposite—ਦੁਬਾਰਾ ਮਿਲਾਵਟ।
Decomposition—ਬੰਨ੍ਹੀ ਹੋਈ ਚੀਜ਼ ਨੂੰ ਵਖਰਾ ਕਰਨਾ।
Decorament—ਸਜਾਵਟ, ਬਨਾਵਟ।
Decorate—ਸੰਵਾਰਨਾ, ਸਜਾਉਣਾ।
Decoration—ਬਨਾਵਟ, ਖ਼ੂਬਸੂਰਤੀ।
Decorator—ਸਜਾਉਣ ਵਾਲਾ।

Decorous—ਸ਼ੋਭਾਵਾਨ, ਯੋਗ।
Decorticate—ਛਿਲਕਾ ਲਾਹੁਣਾ।
Decorum—ਸੁਭਾਵਨਾ, ਪਸੰਦੀ।
Decoy—ਲਾਲਚ ਦੇਣਾ, ਧੋਖਾ, ਛਲ।
Decrease—ਘਟਾਉਣਾ, ਘੱਟ ਕਰਨਾ, ਕਮੀ।
Decree—ਹੁਕਮ ਦੇਣਾ, ਡਿਗਰੀ ਦੇਣਾ, ਕਾਨੂੰਨ, ਆਗਿਆ।
Decrement—ਕਮੀ, ਘਟਾਵ।
Decrepit—ਬੁੱਢਾ, ਕਮਜ਼ੋਰ।
Decrepitude—ਬੁਢੇਪਾ।
Decrescent—ਘਟਦਾ ਹੋਇਆ।
Decretal—ਡਿਗਰੀ ਸੰਬੰਧੀ।
Decretion—ਘਟਾਅ, ਕਮੀ।
Decumbent—ਝੁਕਿਆ ਹੋਇਆ।
Decuple—ਦੱਸ ਗੁਣਾ।
Dedecorate—ਅਪਮਾਨ ਕਰਨਾ।
Dedicate—ਸਮਰਪਣ ਕਰਨਾ।
Dedication—ਚੜ੍ਹਾਵਾ, ਭੇਟ।
Deduce—ਨਤੀਜਾ ਕਢਣਾ, ਫਲ ਕੱਢਣਾ।
Deducement—ਘਟਾਣਾ, ਘੱਟ ਕਰਨਾ।
Deduct—ਘਟ ਕਰਨਾ।
Deduction—ਕਮੀ।
Deductive—ਨਤੀਜਾ ਨਿਕਲਣ ਦੇ ਯੋਗ।
Deed—ਵਸੀਕਾ, ਦਸਤਾਵੇਜ਼।
Deem—ਖ਼ਿਆਲ ਕਰਨਾ, ਸਮਝਣਾ।
Deep—ਸਿਆਣਾ, ਡੂੰਘੇ ਖ਼ਿਆਲ ਵਾਲਾ।
Deepen—ਗਹਿਰਾ ਕਰਨਾ।
Deep-mouthed--ਮੋਟੀ ਅਵਾਜ਼ ਵਾਲਾ।
Deep-read—ਬਹੁਤ ਪੜ੍ਹਿਆ ਹੋਇਆ।
Deer—ਹਿਰਨ।
Deesis—ਪ੍ਰਾਰਥਨਾ, ਦਰਖ਼ਾਸਤ।
Deface—ਬਦਸੂਰਤ ਕਰਨਾ।
Defacement—ਵਿਗਾੜ, ਖ਼ਰਾਬੀ।
Defacto—ਅਸਲ ਵਿਚ।
Defalcation—ਗਬਨ, ਵਿਸ਼ਵਾਸਘਾਤ।
Defamation—ਰੁਸਵਾਈ, ਬਦਨਾਮੀ।
Defamatory—ਬਦਨਾਮੀ ਦਾ ਕਾਰਣ।
Defame—ਦੋਸ਼ ਲਗਾਉਣਾ, ਨਿੰਦਾ ਕਰਨਾ।
Defaulter—ਹਿਸਾਬ ਚੋਰ, ਕਰਜ਼ਾ ਦੇਣ ਵਲੋਂ ਬੇਪਰਵਾਹ।
Defeasance—ਹਾਰ।
Defeasible—ਰੱਦ ਕਰਨ ਯੋਗ।
Defeat—ਹਰਾਉਣਾ, ਮਾਰ ਭਜਾਉਣਾ।
Defecate—ਸਾਫ਼ ਕਰਨਾ।
Defect—ਕਸਰ, ਭੁੱਲ, ਦੋਸ਼।
Defection—ਵਿਗਾੜ, ਬਗਾਵਤ।
Detective—ਅਧੂਰਾ, ਘਟ।
Defectiveness—ਖੋਟ, ਕਮੀ।
Defectiuous—ਅਧੂਰਾ, ਨੁਕਸਦਾਰ।
Defence—ਰੱਖਿਆ, ਬਚਾਅ।
Defenceles—ਨੰਗਾ, ਬਿਨਾਂ ਸ਼ਸਤਰ।
Defend—ਰੱਖਿਆ ਕਰਨਾ, ਬਚਾਉਣਾ।
Defender—ਰੱਖਿਆ ਕਰਨ ਵਾਲਾ।
Defensible—ਜਵਾਬ ਦੇਣ ਦੇ ਯੋਗ।
Defensive—ਪਨਾਹ, ਬਚਾਓ।
Defer—ਦੇਰ ਕਰਨਾ, ਮੁਲਤਵੀ ਕਰਨਾ।
Deference—ਆਦਰ, ਮਾਨ।
Deferential—ਸਤਿਕਾਰ ਵਾਲਾ, ਬਾ-ਇੱਜ਼ਤ।
Defiance—ਧਮਕੀ ਦੇਣਾ, ਲਲਕਾਰਨਾ।
Deficiency—ਕਮੀ, ਖ਼ਾਮੀ, ਅਧੂਰਾਪਨ।
Deficient—ਅਪੂਰਨ, ਅਧੂਰਾ।
Deficiently—ਅਧੂਰੇ ਢੰਗ ਨਾਲ।
Deficit—ਕਮੀ, ਕਸਰ।
Defier—ਲਲਕਾਰਨ ਵਾਲਾ।
Defile—ਮੈਲਾ ਕਰਨਾ, ਗੰਦਾ ਕਰਨਾ, ਨਾਕਾ, ਤੰਗ ਰਸਤਾ।
Defiled—ਮੈਲਾ, ਅਪਵਿੱਤਰ।

Define—ਵਰਣਨ ਕਰਨਾ, ਉਪਮਾ ਕਰਨਾ।
Definite—ਠੀਕ, ਹੱਦਬੰਦੀ।
Definition—ਸੰਖੇਪ, ਤਾਰੀਫ਼।
Deflagrate—ਅੱਗ ਲਾਉਣਾ।
Deflect—ਮੋੜਨਾ, ਸਿੱਧਾ ਰਸਤਾ ਛੱਡਣਾ।
Deflection—ਮੋੜ, ਟੇਢਾਪਨ।
Deflour—ਖੋਹ ਲੈਣਾ।
Deform—ਕਰੂਪ ਕਰਨਾ, ਵਿਗਾੜਨਾ।
Deformity—ਭੱਦਾਪਨ, ਕਰੂਪ।
Defraud—ਦਗਾ ਕਰਨਾ, ਹੱਕ ਮਾਰਨਾ।
Defray—ਖ਼ਰਚ ਚੁੱਕਣਾ, ਅਦਾ ਕਰਨਾ।
Defrayer—ਬੋਝ ਚੁੱਕਣ ਵਾਲਾ।
Defrayment—ਅਦਾਇਗੀ।
Deft—ਹੁਸ਼ਿਆਰ, ਚਲਾਕ।
Deftly—ਹੁਸ਼ਿਆਰੀ ਨਾਲ।
Defunct—ਬੈਕੁੰਠ ਵਾਸੀ, ਮ੍ਰਿਤਕ।
Degeneracy—ਗਿਰਾਵਟ, ਕਮੀ।
Degenerate—ਕਮੀਨਾ, ਜ਼ਲੀਲ, ਨੀਚ।
Degeneration—ਨੀਚਤਾ, ਕਮੀਨਾਪਨ।
Deglutinate—ਛੱਡਣਾ, ਵੱਖਰਾ ਕਰਨਾ।
Deglutition, Degradation—ਨਿਗਲਣਾ, ਹੜੱਪ ਕਰਨਾ।
Degrade—ਘਟਾਉਣਾ, ਘੱਟ ਕਰਨਾ।
Degradation—ਭਾਰੀ ਜਾਂ ਬੋਝਲ ਕਰਨਾ।
Degree—ਪ੍ਰਕਾਰ, ਦਰਜਾ, ਪਦਵੀ।
Degustation—ਸੁਆਦ ਲੈਣ ਦਾ ਗਿਆਨ।
Dehort—ਰੋਕਣਾ, ਜੀ ਤੋੜਨਾ।
Dehortation-- ਰੋਕ, ਦਿਲ, ਬਰਦਾਸ਼ਤਗੀ।
Deiform—ਦੇਵਤਾ ਸਰੂਪ।
Deify—ਦੇਵਤ ਬਣਾਉਣਾ।
Deign—ਮੰਨਣਾ, ਰਾਜ਼ੀ ਹੋਣਾ।
Deism—ਬ੍ਰਹਮ ਗਿਆਨੀ।
Deist—ਈਸ਼ਵਰਵਾਦੀ।
Deity—ਪਰਮਾਤਮਾ, ਵਾਹਿਗੁਰੂ, ਖ਼ੁਦਾ।
Deject—ਉਦਾਸ ਕਰਨਾ।
Dejection—ਉਦਾਸੀ, ਬੇਦਿਲੀ।
Dejecture—ਮਲ, ਮੂਤਰ, ਮੈਲ।
Delay—ਮੁਲਤਵੀ ਕਰਨਾ, ਦੇਰ ਕਰਨਾ, ਸੁਸਤੀ ਕਰਨਾ।
Dele—ਰੱਦ ਕਰਨਾ।
Delectable—ਮਨਭਾਉਣਾ, ਸੁਹਾਵਣਾ।
Delegate—ਅਮਾਨਤ ਦੇਣਾ, ਸੌਂਪਣਾ, ਸਫ਼ੀਰ, ਮੁਖ਼ਤਾਰ।
Delegation—ਸਫ਼ੀਰ, ਏਲਚੀ।
Delete—ਮਿਟਾਉਣਾ, ਖ਼ਾਰਜ ਕਰਨਾ।
Deleterious—ਜ਼ਹਿਰੀਲਾ, ਘਾਤਕ।
Delf—ਚੀਨੀ ਦਾ ਬਰਤਨ।
Delibate—ਚੂਸਣਾ, ਘੁੱਟ ਪੀਣਾ।
Delibation—ਸਵਾਦ, ਮਜ਼ਾ।
Deliberate—ਸੋਚਣਾ, ਵਿਚਾਰ ਕਰਨਾ।
Deliberately—ਸੋਚ ਵਿਚਾਰ ਕੇ, ਜਾਨ ਬੁਝ ਕੇ।
Deliberation—ਵਿਚਾਰ, ਸੋਚ।
Delicacy—ਨਜ਼ਾਕਤ, ਕੋਮਲਤਾ।
Delicate—ਕੋਮਲ, ਸਵਾਦੀ।
Delicious—ਮਜ਼ੇਦਾਰ, ਮਿੱਠੀ, ਸਵਾਦੀ।
Delight—ਆਨੰਦ, ਖ਼ੁਸ਼ੀ।
Delightful—ਆਨੰਦਮਈ, ਦਿਲਕਸ਼।
Delineate—ਨਕਸ਼ਾ ਬਣਾਉਣਾ, ਤਸਵੀਰ ਖਿੱਚਣਾ।
Delineation—ਖਾਕਾ, ਨਕਸ਼ਾ।
Delinquency—ਕੋਤਾਹੀ, ਕਸੂਰ।
Delinquent—ਦੋਸ਼ੀ, ਕਸੂਰਵਾਰ।
Deliquate--ਪਾਣੀ ਬਣ ਜਾਣਾ, ਪਿਘਲਣਾ।
Deliquesce—ਪਿਘਲਣਾ, ਗਲਨਾ।
Delirious—ਬੇਹੋਸ਼, ਬਦਹਵਾਸ।
Delitescent—ਛੁਪਿਆ ਹੋਇਆ।
Deliver—ਹਵਾਲੇ ਕਰਨਾ, ਸੌਂਪਣਾ।

Deliverance—ਖ਼ਲਾਸੀ, ਛੁਟਕਾਰਾ।
Deliverer—ਬਚਾਉਣ ਵਾਲਾ।
Delivery—ਸੌਂਪਣਾ, ਬੱਚੇ ਦੀ ਪੈਦਾਇਸ਼।
Dell—ਖੱਡ, ਘਾਟੀ।
Delta—ਉਹ ਜ਼ਮੀਨ ਜਿਹੜੀ ਪਾਣੀ ਨਾਲ ਘਿਰੀ ਹੋਈ ਹੋਵੇ।
Deltoid—ਤਿੰਨ ਕੋਣਿਆਂ ਵਾਲਾ, ਤਿਕੋਨਾ।
Delude—ਧੋਖਾ ਦੇਣਾ, ਛਲਣਾ।
Delve—ਖੋਦਣਾ, ਖਾਈ, ਗੁਫ਼ਾ।
Delver—ਖੋਦਣ ਵਾਲਾ।
Deluge—ਸਲ੍ਹਾਬ, ਹੜ੍ਹ।
Delusion—ਧੋਖਾ, ਫ਼ਰੇਬ।
Delusive—ਧੋਖਾ ਦੇਣਾ, ਛਲ ਕਰਨਾ।
Demagogue—ਬਾਗੀਆਂ ਦਾ ਜੱਥੇਦਾਰ।
Demand—ਲੋੜ, ਦਾਅਵਾ, ਮੰਗਣਾ, ਦਾਅਵਾ ਕਰਨਾ।
Demarcation—ਹੱਦਬੰਦੀ।
Demean—ਅਪਮਾਨ ਕਰਨਾ।
Demeanour—ਢੰਗ, ਤਰੀਕਾ।
Dementate—ਪਾਗਲ ਬਣਾਉਣਾ।
Demerit—ਕਸੂਰ, ਸਜ਼ਾ।
Demesne—ਮੁਲਕ, ਇਲਾਕਾ।
Demi—ਅੱਧਾ।
Demigod—ਦੇਵ, ਦੇਵ ਇਸਤ੍ਰੀ।
Demise—ਮੌਤ, ਕਾਲ।
Democracy-- ਜ਼ਮਹੂਰੀ ਰਾਜ, ਲੋਕਤੰਤਰ।
Democrat, Democratist-- ਜ਼ਮਹੂਰੀ ਰਾਜ ਦਾ।
Demolish—ਗਿਰਾਉਣਾ, ਤੋੜਨਾ।
Demolition—ਵਿਗਾੜ, ਉਜਾੜ, ਨਾਸ।
Demon—ਜਿੰਨ, ਸ਼ੈਤਾਨ, ਪ੍ਰੇਤ।
Demoniac—ਭੂਤ, ਪ੍ਰੇਤ।
Demonology—ਭੂਤ ਵਿੱਦਿਆ।
Demonstrate--ਦੱਸਣਾ, ਪ੍ਰਮਾਣ ਦੇਣਾ, ਚੰਗੀ ਤਰ੍ਹਾਂ ਸਮਝਾਉਣਾ।
Demonstration—ਖ਼ਿਆਲਾਤ ਦੱਸਣਾ, ਪ੍ਰਮਾਣ।
Demonstrative—ਪ੍ਰਮਾਣਿਕ, ਸਬੂਤ ਵਾਲਾ।
Demoralization—ਵਿਗਾੜ, ਬਦ-ਇਖ਼ਲਾਕੀ।
Demoralize—ਵਿਗਾੜਨਾ।
Demulece—ਹੌਂਸਲਾ ਦੇਣਾ, ਮਨਾਉਣਾ।
Demur—ਦੇਰ ਕਰਨਾ, ਸ਼ੱਕ ਕਰਨਾ।
Demurrage—ਜਹਾਜ਼ ਦੀ ਦੇਰ ਦਾ ਹਰਜਾਨਾ।
Demy—ਕਾਗਜ਼ ਦਾ ਨਾਪ।
Den—ਗੁਫ਼ਾ।
Denationalize—ਦੇਸ਼ ਦੇ ਅਧਿਕਾਰਾਂ ਤੋਂ ਖ਼ਾਰਿਜ ਕਰਨਾ।
Deny—ਇਨਕਾਰ, ਨਾ-ਮਨਜ਼ੂਰੀ।
Dendrology—ਦਰਖ਼ਤਾਂ ਦੀ ਵਿਦਿਆ।
Deniable—ਇਨਕਾਰਯੋਗ।
Denial—ਇਨਕਾਰ।
Denizen—ਵਾਸੀ, ਰਹਿਣ ਵਾਲਾ।
Denominate—ਨਾਮ ਰੱਖਣਾ, ਬਿਆਨ ਕਰਨਾ।
Denomination—ਰਿਵਾਜ, ਨਾਮ, ਰਸਮ, ਪਦਵੀ।
Denote—ਇਸ਼ਾਰਾ ਕਰਨਾ, ਜਤਾਉਣਾ, ਦੱਸ਼ਣਾ।
Denotable—ਦੱਸਣ ਯੋਗ।
Denotement—ਇਸ਼ਾਰਾ, ਦੱਸ।
Denouement—ਭੇਦ ਪਤਾ ਕਰਨਾ।
Denounce—ਧਮਕਾਉਣਾ, ਲਾਅਨਤ ਕਰਨਾ।
Denouncement—ਧਮਕੀ, ਲਾਅਨਤ।
Dense—ਸੰਘਣਾ, ਕੋਲ ਕੋਲ।
Density—ਠੋਸਪਨ, ਗਾੜ੍ਹਾਪਨ।
Dent—ਦੰਦਾਂ ਦਾ ਨਿਸ਼ਾਨ
Dentate, Dentated—ਦੰਦੀਲਾ।

Dentifrice—ਦੰਦਾਂ ਦਾ ਮੰਜਨ।
Dentist—ਦੰਦ ਬਣਾਉਣ ਵਾਲਾ।
Denunciation—ਧਮਕੀ, ਖੁੱਲ੍ਹਮ ਖੁੱਲਾ।
Depart—ਜਾਣਾ, ਛੱਡ ਦੇਣਾ।
Department—ਮਹਿਕਮਾ, ਦਫ਼ਤਰ।
Departmental—ਮਹਿਕਮੇ ਦੇ ਸੰਬੰਧ ਵਿੱਚ।
Departure—ਜਾਣਾ, ਮੌਤ ਹੋਣੀ, ਰੁਖ਼ਸਤ ਹੋਣਾ।
Depectible—ਲੇਸਦਾਰ।
Depend—ਭਰੋਸਾ ਰੱਖਣਾ।
Dependace—ਭਰੋਸਾ, ਯਕੀਨ।
Dependent—ਨੌਕਰ, ਮਾਤਹਿਤ, ਅਧੀਨ, ਤਾਬੇਦਾਰ।
Deperdit—ਗੁੰਮ ਹੋਇਆ।
Deperdition—ਨੁਕਸਾਨ, ਬਰਬਾਦੀ।
Depict—ਨਕਸ਼ਾ ਖਿੱਚਣਾ।
Depletion—ਖ਼ੂਨ ਕੱਢਣਾ।
Deplorable—ਉਦਾਸ, ਫ਼ਿਕਰਮੰਦ।
Deplore—ਮਾਤਮ ਕਰਨਾ, ਅਫ਼ਸੋਸ ਕਰਨਾ।
Deploy—ਖੋਲ੍ਹ ਕੇ ਫੈਲਾਉਣਾ।
Deplume—ਖੰਭ ਜਾਂ ਬਾਜੂ ਤੋੜਨਾ।
Deponent—ਹਲਫੀਆ, ਸ਼ਹਾਦਤ।
Depopulate—ਉਜਾੜਨਾ, ਵੀਰਾਨ ਕਰਨਾ।
Depopulation—ਉਜਾੜ, ਵੀਰਾਨ।
Deport, Deportment—ਉਠਾ ਲੈ ਜਾਣਾ, ਕੱਢ ਦੇਣਾ, ਢੰਗ, ਤਰੀਕਾ।
Deportation—ਦੇਸ਼ ਨਿਕਾਲਾ।
Deposal—ਬਰਖ਼ਾਸਤਗੀ।
Depose—ਗਵਾਹੀ ਦੇਣਾ, ਛੱਡ ਦੇਣਾ।
Deposit—ਅਮਾਨਤ ਰੱਖਣਾ, ਜਮ੍ਹਾਂ ਕਰਾਉਣਾ।
Depositary—ਅਮਨ, ਖ਼ਜ਼ਾਨਚੀ।
Deposition—ਗਵਾਹੀ, ਇਕਰਾਰ।
Depository—ਭੰਡਾਰ, ਗੁਦਾਮ।
Depot—ਮਾਲ ਗੁਦਾਮ, ਭੰਡਾਰ।
Deprave—ਵਿਗਾੜਨਾ, ਖ਼ਰਾਬ ਕਰਨਾ।
Depravity—ਖ਼ਰਾਬੀ, ਵਿਗਾੜ।
Deprecate—ਤੌਬਾ ਕਰਨਾ, ਪਛਤਾਉਣਾ।
Deprecation—ਪਛਤਾਵਾ, ਤੌਬਾ।
Depreciate—ਮੁੱਲ ਘਟਾਉਣਾ, ਬੇਇੱਜ਼ਤ ਕਰਨਾ।
Depreciation—ਘਟਾਓ, ਬੇ-ਇੱਜ਼ਤੀ, ਮੁੱਲ ਘੱਟ ਕਰਨਾ।
Depredate—ਲੁੱਟਮਾਰ ਕਰਨਾ।
Depredation—ਲੁੱਟਮਾਰ, ਲੁੱਟ।
Depredator—ਡਾਕੂ, ਲੁਟੇਰਾ।
Deprehension—ਪਕੜ, ਗ੍ਰਿਫ਼ਤਾਰੀ।
Depress—ਅਧੀਨ ਕਰਨਾ, ਢਿੱਲਾ ਕਰਨਾ।
Depression—ਅਧੀਨਤਾਈ, ਉਦਾਸੀ।
Deprivation—ਛੁੱਟ।
Deprive—ਮਾਰ ਸੁੱਟਣਾ, ਬੇਦਖ਼ਲ ਕਰਨਾ।
Depth—ਡੂੰਘਿਆਈ, ਹੇਠਲੀ ਥਾਂ।
Depulse—ਧਕੇਲਣਾ।
Depurate—ਪਵਿੱਤਰ, ਸਾਫ਼ ਸੁਥਰਾ।
Deputation--ਕਾਇਮ ਮੁਕਾਮੀ, ਪ੍ਰਤੀਨਿਧੀ।
Depute—ਭੇਜਣਾ, ਮੁਕਰੱਰ ਕਰਨਾ।
Deputy—ਪ੍ਰਤੀਨਿਧੀ, ਨਾਇਬ।
Deraign—ਸਾਬਤ ਕਰਨਾ।
Deraignment—ਗਵਾਹੀ, ਸਬੂਤ।
Derange—ਉਲਟ ਪੁਲਟ ਕਰਨਾ।
Derangement—ਗੜਬੜ, ਉਲਟ ਪੁਲਟ।
Derelict—ਛੱਡੀ ਹੋਈ, ਤਿਆਗੀ ਹੋਈ।
Deride—ਹੱਸਣਾ, ਮਖ਼ੌਲ ਕਰਨਾ।
Deridingly—ਮਖ਼ੌਲ ਨਾਲ।
Derision—ਹਾਸਾ, ਮਖ਼ੌਲ।
Derivation—ਮਾਦਾ, ਧਾਤੂ।

Derivative—ਕੱਢਿਆ ਹੋਇਆ।
Derive—ਨਤੀਜਾ ਕੱਢਣਾ।
Dermal—ਚਮੜੇ ਜਾਂ ਖੱਲ ਦਾ।
Dernier—ਆਖ਼ਰੀ, ਅੰਤਮ।
Derogate—ਘਟਾਉਣਾ, ਰੱਦ ਕਰਨਾ।
Derogation—ਬੇਕਦਰੀ, ਅਪਮਾਨ।
Derogative, Derogatory--ਅਪਮਾਨ ਦਾ, ਹਤਕ ਦਾ।
Descant—ਗਾਉਣਾ, ਬਿਆਨ ਕਰਨਾ, ਵਰਣਨ ਕਰਨਾ।
Descendant—ਵੰਸ਼, ਸੰਤਾਨ।
Describe—ਬਿਆਨ ਕਰਨਾ।
Description—ਬਿਆਨ, ਵਰਣਨ।
Descriptive—ਵਰਣਨਯੋਗ।
Descry—ਮਾਲੂਮ ਕਰਨਾ।
Desecrate—ਅਪਵਿੱਤਰ ਕਰਨਾ।
Desecration—ਅਪਵਿੱਤ੍ਰਤਾ, ਨਾਪਾਕੀ।
Desert—ਗੁਣ, ਲਿਆਕਤ, ਉਜਾੜ ਜੰਗਲ, ਦੌੜ ਜਾਣਾ, ਨੱਸ ਜਾਣਾ।
Deserter—ਭਗੌੜਾ, ਤਿਆਗੀ।
Desertion—ਦੌੜ ਜਾਣਾ, ਨੱਸ ਜਾਣਾ।
Deserve—ਹੱਕਦਾਰ, ਯੋਗ ਹੋਣਾ।
Deservedly—ਨੇਮ ਨਾਲ, ਇਨਸਾਫ਼ ਨਾਲ।
Deserving—ਹੱਕਦਾਰ, ਯੋਗ।
Deshabille—ਘਰ ਦੀ ਮਾਮੂਲੀ ਪੁਸ਼ਾਕ।
Desiccate—ਸੁਖਾਉਣਾ।
Desiderate—ਇੱਛਾ ਕਰਨਾ, ਚਾਹੁਣਾ।
Desideratum—ਮੰਗ, ਲੋੜ, ਇੱਛਾ।
Design—ਨਕਸ਼ਾ ਬਣਾਉਣਾ, ਇਰਾਦਾ, ਨਕਸ਼ਾ।
Designate—ਨਾਮ ਰੱਖਣਾ।
Designation--ਮਤਲਬ, ਅਰਥ, ਖ਼ਿਤਾਬ, ਪਦਵੀ।
Designing—ਧੋਖੇਬਾਜ਼, ਛਲੀ।
Desirable—ਮਨਭਾਉਂਦਾ, ਦਿਲਪਸੰਦ।
Desire—ਸ਼ੌਕ, ਲਾਲਸਾ, ਇੱਛਾ।
Desirous—ਚਾਹੁਣ ਵਾਲਾ, ਇੱਛਾ ਕਰਨ ਵਾਲਾ।
Desist—ਕਿਨਾਰਾ ਕਰਨਾ।
Desk—ਲਿਖਣ ਦੀ ਢਲਵੀਂ ਮੇਜ਼।
Desolate—ਬਰਬਾਦ ਕਰਨਾ, ਉਜਾੜਨਾ, ਸੁੰਨਸਾਨ।
Desolater—ਉਜਾੜਨ ਵਾਲਾ।
Desolation—ਉਜਾੜ, ਸੁੰਨਸਾਨ।
Desolatory—ਉਜਾੜਨ ਵਾਲੀ।
Despair—ਨਿਰਾਸ਼ ਹੋਣਾ।
Desparing—ਨਿਰਾਸ਼, ਨਾ-ਉਮੀਦ।
Despatch—ਭੇਜਣਾ, ਡਾਕ, ਫੁਰਤੀ।
Desperado—ਬੇਪਰਵਾਹ ਆਦਮੀ।
Desperate—ਨਿਰਾਸ਼, ਉਦੰਡ।
Desperation—ਨਿਰਾਸ਼ਾ, ਮਾਯੂਸੀ।
Despiacable—ਅਪਮਾਨੀ, ਕਮੀਨਾ।
Despise—ਨੀਚ, ਨਫ਼ਰਤ ਕਰਨਾ।
Despite—ਵੈਰ, ਵਿਰੋਧ, ਦੁੱਖ ਦੇਣਾ, ਤੰਗ ਕਰਨਾ।
Despiteful—ਕਪਟੀ, ਦੁਸ਼ਮਨ।
Despoil—ਲੁੱਟਣਾ, ਖੋਹ ਲੈਣਾ।
Despond—ਨਿਰਾਸ਼ ਹੋਣਾ, ਦਿਲ ਟੁੱਟਣਾ।
Despondency—ਮਾਯੂਸੀ, ਉਦਾਸੀ।
Despondent—ਉਦਾਸ, ਨਿਰਾਸ਼।
Desponding—ਨਾ-ਉਮੀਦ, ਨਿਰਾਸ਼।
Despot—ਖ਼ੁਦ ਮੁਖ਼ਤਾਰ।
Despotic, Despotical—ਸੁਤੰਤਰ, ਖ਼ੁਦ ਮੁਖ਼ਤਾਰ।
Despotism—ਖ਼ੁਦ ਮੁਖ਼ਤਾਰੀ।
Dessert—ਚਬਾਉਣਾ, ਭੋਜਨ ਦੇ ਅੰਤ ਵਿਚ ਫਲ ਜਾਂ ਮਿਠਾਈ ਖਾਣਾ।
Destination—ਠਿਕਾਣਾ, ਉਦੇਸ਼।
Destine—ਠਹਿਰਾਣਾ, ਮੁਕੱਰਰ ਕਰਨਾ।
Destiny—ਕਿਸਮਤ, ਤਕਦੀਰ।
Destitute—ਕੰਗਾਲ, ਨਿਰਬਲ।

Destitution—ਗਰੀਬੀ, ਨਿਰਧਨਤਾ।
Destroy—ਉਜਾੜਨਾ, ਬਰਬਾਦ ਕਰਨਾ।
Destructible—ਮਿਟਾਉਣ ਯੋਗ।
Destruction—ਸਤਿਆਨਾਸ, ਵਿਨਾਸ਼।
Destructive—ਮਾਰ ਦੇਣ ਵਾਲੀ, ਹਾਨੀਕਾਰਕ।
Desultory—ਬੇ-ਤਰਤੀਬ, ਬੇ-ਫਾਇਦਾ।
Detach—ਵੱਖਰਾ ਕਰਨਾ।
Detachment—ਫੌਜ ਦਾ ਵੱਖਰਾ ਭਾਗ।
Detail—ਬਿਉਰਾ, ਤਫ਼ਸੀਲ।
Detain—ਠਹਿਰਾਣਾ।
Detainder—ਪਰਵਾਨਾ, ਕੁਰਕੀ।
Detect—ਜਾਣ ਲੈਣਾ, ਮਾਲੂਮ ਕਰ ਲੈਣਾ।
Detection—ਅਪਰਾਧ, ਜ਼ੁਰਮ ਦੀ ਤਲਾਸ਼।
Detenebrate—ਹਨੇਰਾ ਦੂਰ ਕਰਨਾ।
Detention—ਹੱਕ ਮਾਰ ਲੈਣਾ।
Deter—ਡਰਾ ਕੇ ਰੋਕਣਾ।
Deterge—ਜ਼ਖ਼ਮ ਸਾਫ਼ ਕਰਨਾ।
Detergent—ਸਾਫ਼ ਕਰਨ ਵਾਲੀ, ਜੁਲਾਬ ਲਾਉਣ ਵਾਲੀ ਦਵਾਈ।
Deteriorate—ਵਿਗਾੜਨਾ, ਖੋਟਾ ਹੋ ਜਾਣਾ।
Deterioration—ਵਿਗਾੜ, ਖ਼ਰਾਬੀ।
Determinate—ਠੀਕ ਕਰਨਾ, ਹੱਦ ਬੰਨ੍ਹਣਾ।
Determinate—ਹੱਦ ਬਣੀ ਹੋਈ, ਮੁਕੱਰਰ।
Determination—ਇਰਾਦਾ, ਫ਼ੈਸਲਾ, ਮਤ।
Determine—ਇਰਾਦਾ ਕਰਨਾ, ਫ਼ੈਸਲਾ ਕਰਨਾ।
Determined—ਪੱਕਾ, ਠੀਕ।
Detersion—ਸਫ਼ਾਈ ਕਰਨਾ।
Detersive—ਸਾਫ਼ ਕਰਨ ਵਾਲੀ।
Detest—ਨਫ਼ਰਤ, ਘ੍ਰਿਣਾ।
Detestable—ਕਮੀਨਾ, ਨੀਚ।
Detestation—ਨਫ਼ਰਤ, ਘ੍ਰਿਣਾ।
Dethrone—ਰਾਜ ਅਧਿਕਾਰ ਖੋਹ ਲੈਣਾ।
Detinue—ਅਦਾਲਤੀ ਪਰਵਾਨਾ।
Detonate—ਗੜਗੜਾਨਾ, ਗਿੜਗਿੜਾਨਾ।
Detonation—ਵਿਸਫੋਟ, ਧਮਾਕਾ।
Detort—ਮੋੜਨਾ, ਏਂਠਨਾ।
Detour—ਮੋੜ, ਨੁਕਰ।
Detract—ਬਦਨਾਮ ਕਰਨਾ।
Detraction—ਨਿੰਦਾ, ਬਦਨਾਮੀ।
Detriment—ਨੁਕਸਾਨ, ਘਾਟਾ।
Detrimental—ਨੁਕਸਾਨ ਪਹੁੰਚਾਣ ਵਾਲਾ।
Detrude—ਹੇਠਾਂ ਸੁੱਟਣਾ।
Detruncate—ਕੱਟਣਾ।
Deuce—ਭੂਤ, ਪ੍ਰੇਤ।
Deuterogamy—ਦੂਜਾ ਵਿਆਹ।
Devastate—ਬਰਬਾਦ ਕਰਨਾ।
Devastation—ਬਰਬਾਦੀ, ਤਬਾਹੀ।
Develop—ਪਰਦਾ ਖੋਲ੍ਹਣਾ, ਜ਼ਾਹਿਰ ਕਰਨਾ।
Development—ਪ੍ਰਕਾਸ਼, ਉੱਨਤੀ, ਫੈਲਾਅ।
Devest—ਉਤਾਰਨਾ, ਨੰਗਾ ਕਰਨਾ।
Deviate—ਬਹਿਕਾਨਾ, ਝੁਠਲਾਉਣਾ।
Deviation—ਭੁੱਲ, ਗਲਤੀ।
Device—ਨਿਸ਼ਾਨ, ਮਨਸੂਬਾ।
Devil—ਸ਼ੈਤਾਨ, ਭੂਤ, ਪ੍ਰੇਤ।
Devilish—ਸ਼ੈਤਾਨ, ਦੁਸ਼ਟ।
Devilry—ਸ਼ੈਤਾਨੀ।
Devious—ਗੁਮਰਾਹ, ਭੁੱਲਿਆ ਹੋਇਆ।
Devise—ਚਿੰਤਨ ਕਰਨਾ, ਤਜਵੀਜ਼ ਕਰਨੀ।
Devisable—ਛੱਡ ਕੇ ਮਰਨ ਯੋਗ।
Deviser—ਉਪਾਅ ਕਰਨੇ ਵਾਲਾ।
Devoid—ਖ਼ਾਲੀ, ਰਹਿਤ।

Devoir—ਨੌਕਰੀ, ਫ਼ਰਜ਼।
Devolve—ਸੌਂਪਣਾ, ਉਤਾਰਨਾ।
Devote—ਭਗਤੀ ਕਰਨਾ, ਭੇਟ ਚੜ੍ਹਾਣਾ।
Devotee—ਭਗਤ, ਤਪੱਸਵੀ।
Devotion—ਪੂਜਾ, ਦਾਨ, ਨਿਮਾਜ਼।
Devotional—ਭਗਤੀ ਦਾ, ਪੂਜਾ ਦਾ।
Devour—ਬਰਬਾਦ ਕਰਨਾ।
Devout—ਭਗਤ, ਯੋਗੀ।
Dew—ਤ੍ਰੇਲ, ਤਰੇਲ ਪੈਣਾ।
Dewan—ਦੀਵਾਨ।
Dewdrop—ਤਰੇਲ ਦੀ ਬੂੰਦ।
Dewlap—ਗਾਂ ਬੈਲ ਦੀ ਗਰਦਨ ਦੇ ਹੇਠਾਂ ਵਾਲਾ ਮਾਸ।
Dewy—ਤਰੇਲ ਨਾਲ ਭਿੱਜਿਆ ਹੋਇਆ।
Dexterity—ਚਤੁਰਾਈ, ਹੁਸ਼ਿਆਰੀ।
Dexter, Dextral—ਸੱਜਾ ਹੱਥ।
Dextrous—ਮੱਕਾਰ, ਛਲੀਆ।
Diabetes—ਬਹੁਮੂਤਰ ਰੋਗ, ਸ਼ੱਕਰ ਰੋਗ।
Diabolic, Diabolical—ਸ਼ੈਤਾਨ, ਦੁਸ਼ਟ।
Diabollsm—ਭੂਤ ਦਾ ਪਰਛਾਵਾਂ।
Diacritical—ਫ਼ਰਕ ਮਾਲੂਮ ਕਰਨ ਵਾਲਾ।
Diadem—ਤਾਜ, ਰਾਜ ਪਾਟ।
Diaeresis—ਹਰੂਫ ਇਲੱਤ ਨੂੰ ਬਤੌਰ ਹਰਫ਼ ਸਮਝ ਕੇ ਪੜ੍ਹਨਾ।
Diagonal—ਕੋਣਾ, ਲਕੀਰ।
Diagonally—ਝੁਕਿਆ ਹੋਇਆ।
Diagram—ਸ਼ਕਲ, ਸਾਂਚਾ।
Dial—ਧੁੱਪ ਘੜੀ, ਹਲਕਾ।
Dialect—ਬੋਲੀ, ਭਾਸ਼ਾ।
Dialecties—ਨਿਆਂ ਸ਼ਾਸਤਰ।
Dialogue—ਬੋਲ ਚਾਲ, ਗੱਲਬਾਤ।
Diameter—ਚੱਕਰ, ਦਾਇਰਾ।
Diamond—ਹੀਰਾ, ਅਲਮਾਸ।
Diaper—ਬੇਲ ਬੂਟੇਦਾਰ ਰੇਸ਼ਮੀ ਕੱਪੜਾ।
Diaphoretic—ਪਸੀਨਾ ਲਿਆਉਣ ਵਾਲੀ ਦਵਾਈ।
Diaphragm—ਛੇਕ ਵਾਲਾ ਪਰਦਾ।
Diarist—ਰੋਜ਼ਨਾਮਚਾ ਲਿਖਣ ਵਾਲਾ।
Diarrhoea—ਦਸਤ, ਸੰਗ੍ਰਹਿਣੀ।
Diary—ਰੋਜ਼ਨਾਮਚਾ।
Diatribe—ਲੰਬੀ ਬਹਿਸ, ਲਗਾਤਾਰ ਬਿਆਨ।
Dibble—ਨੋਕਦਾਰ ਸ਼ਸਤਰ।
Dicacious—ਬਕਵਾਸੀ, ਬਾਤੂਨੀ।
Dice—ਪਾਸਾ, ਦਾਣਾ।
Dictate—ਹੁਕਮ ਦੇਣਾ, ਜ਼ਬਾਨੀ ਬਿਆਨ ਲਿਖਣਾ।
Dictation—ਹੁਕਮ, ਹਿਦਾਇਤ।
Dictator—ਖ਼ੁਦਮੁਖ਼ਤਾਰ ਹਾਕਮ।
Dictatorial, Dictatory—ਹਾਕਮਾਨਾ, ਅਫ਼ਸਰਾਨਾ।
Dictatorship—ਹੁਕਮਰਾਨੀ, ਰਾਜ।
Diction—ਮੁਹਾਵਰਾ, ਬੋਲੀ।
Dictionary—ਸ਼ਬਦ ਕੋਸ਼।
Dictum—ਵਰਣਨ, ਬਿਆਨ।
Didactic—ਉਪਦੇਸ਼ ਪੂਰਵਕ।
Diddle—ਧੋਖਾ ਦੇਣਾ।
Die—ਮਰਨਾ, ਮੁਰਝਾਉਣਾ, ਠੱਪਾ।
Diet—ਖਾਣਾ, ਆਹਾਰ।
Dietetics, Dietetical—ਪਰਹੇਜ਼ੀ, ਖਾਣੇ ਦੇ ਬਾਰੇ ਵਿੱਚ।
Differ—ਮਿਲਣਾ, ਇਕ ਰਾਏ ਨਾ ਹੋਣਾ।
Difference—ਭੇਦ, ਫ਼ਰਕ।
Different—ਨਿਆਰਾ, ਅਨਮੇਲ, ਬੇਜੋੜ।
Differential—ਭੇਦ ਪਾਉਣ ਵਾਲਾ।
Difficilitate—ਕਠਿਨ ਬਣਾਉਣਾ।
Diffide—ਭਰੋਸਾ ਨਾ ਕਰਨਾ।
Difficult—ਕਠਿਨ, ਮੁਸ਼ਕਲ।
Difficulty—ਕਠਿਨਤਾ ਨਾਲ, ਮੁਸ਼ਕਲ ਨਾਲ, ਸੰਕਟ।

Diffidence—ਸੰਕੋਚ, ਸ਼ੱਕ, ਸੰਦੇਹ।
Diffident—ਸ਼ੱਕੀ, ਵਹਿਮੀ।
Difformity—ਬੇਤਰੀਕੇ ਨਾਲ ਬੇ-ਕਾਇਦਗੀ।
Diffuse—ਛਿੜਕਨਾ, ਫੈਲਾਉਣਾ, ਫੈਲਿਆ ਹੋਇਆ।
Diffused—ਭੱਦਾ, ਬੇਢੰਗਾ।
Diffusion—ਫੈਲਾਉ, ਛਿੜਕਾਉ।
Diffusive—ਫੈਲਿਆ ਹੋਇਆ।
Dig—ਪੁੱਟਣਾ, ਖੋਦਣਾ।
Digamy—ਦੂਜਾ ਵਿਆਹ।
Digest—ਹਜ਼ਮ ਕਰਨਾ, ਪਚਾਉਣਾ, ਕਾਨੂੰਨ ਦੀ ਕਿਤਾਬ।
Digestible—ਹਜ਼ਮ ਕਰਨ ਯੋਗ।
Digestion—ਸੁਧਾਰ, ਪਚਾਉਣਾ, ਹਾਜ਼ਮਾ।
Digger—ਖੋਦਣ ਵਾਲਾ।
Dight—ਸੰਵਾਰਨਾ, ਸਜਾਉਣਾ।
Digit—ਪੌਣਾ ਇੰਚ, 1 ਤੋਂ 9 ਤਕ ਦੇ ਹਿੰਦਸੇ।
Dignify—ਇੱਜ਼ਤ ਕਰਨਾ, ਪਦਵੀ ਵਧਾਉਣੀ।
Dignitary—ਵੱਡਾ ਪਾਦਰੀ।
Dignity—ਲਿਆਕਤ, ਰੁੱਤਬਾ।
Digress—ਫਿਰਨਾ, ਬਚਣਾ।
Digression—ਹੇਰ ਫੇਰ।
Dihedral—ਦੋ ਪਾਸੇ ਵਾਲਾ।
Dike—ਖਾਈ, ਨਹਿਰ।
Dilapidate—ਉਜਾੜਨਾ, ਬਰਬਾਦ ਕਰਨਾ।
Dilapidation—ਵਿਗਾੜ, ਬਰਬਾਦੀ।
Dilatation—ਫੈਲਾਓ।
Dilate—ਫੈਲਾਉਣਾ, ਖੋਲ੍ਹਣਾ।
Dilatoriness—ਸੁਸਤੀ, ਢਿੱਲ।
Dilatory—ਸੁਸਤ, ਦੇਰ ਲਗਾਓ ਵਾਲਾ।
Dilemma—ਮੁਸ਼ਕਲ ਕੰਮ।
Diligence—ਮਿਹਨਤ, ਉਦਯੋਗ।
Diligent—ਮਿਹਨਤੀ।
Diligently—ਮਿਹਨਤ ਨਾਲ।
Dilucid—ਬਰਾਬਰ।
Dilucidate—ਸਾਫ਼ ਕਰਨਾ।
Diluent—ਦੁਬਲਾ ਪਤਲਾ ਕਰਨ ਵਾਲਾ।
Dilute—ਕਮਜ਼ੋਰ ਕਰਨਾ।
Dilution—ਹਲਕਾਪਨ, ਪਤਲਾਪਨ।
Diluvial—ਦਰਿਆ ਦੇ ਹਵਾਲੇ।
Dim—ਫਿੱਕਾ, ਧੁੰਦਲਾ।
Dimension—ਲੰਬਾਈ, ਚੌੜਾਈ ਜਾਂ ਉਚਾਈ ਆਦਿ, ਮਾਤਰਾ।
Diminish—ਛੋਟਾ ਕਰਨਾ, ਘਟਾਉਣਾ।
Diminution—ਕਮੀ, ਘਾਟਾ।
Diminutive—ਛੋਟਾ, ਬੱਚਾ।
Dimness—ਧੁੰਦਲਾਪਨ, ਨਜ਼ਰ ਦੀ ਕਮਜ਼ੋਰੀ।
Dimple—ਗਲ੍ਹ, ਠੋਡੀ ਦਾ ਟੋਇਆ।
Din—ਸ਼ੋਰ ਸ਼ਰਾਬਾ, ਚੀਕਣਾ।
Dine—ਖਾਣਾ ਦੇਣਾ, ਭੋਜਨ।
Ding—ਟਨ ਟਨ ਕਰਨਾ, ਘੰਟਾ ਵਜਾਉਣਾ।
Ding-dong—ਘੰਟੇ ਦੀ ਅਵਾਜ਼, ਟਨ ਟਨ।
Dingle—ਘਾਟੀ, ਦੱਰਾ।
Dingy—ਮੈਲਾ, ਕਾਲਾ, ਗੰਦਾ।
Dinner—ਰਾਤ ਦਾ ਖਾਣਾ, ਦਾਅਵਤ ਦੇਣਾ।
Dint—ਚੋਟ, ਨਿਸ਼ਾਨ, ਵਸੀਲਾ।
Dip—ਡੁਬੋਣਾ, ਡੁਬਕੀ ਲਗਾਣਾ।
Diphthong—ਦੋ ਸ਼ਬਦਾਂ ਦੀ ਇਕੱਠੀ ਅਵਾਜ਼।
Diploma—ਵਿੱਦਿਆ ਹਾਸਲ ਕਰਨ ਦੀ ਡਿਗਰੀ।
Diplomacy—ਜੋੜ ਤੋੜ ਕਰਨ ਦੀ ਲਿਆਕਤ, ਵਕਾਲਤ ਦੀ ਰੀਤੀ।
Diplomatic—ਡਿਗਰੀ ਜਾਂ ਸਨਦ ਦੇ ਸੰਬੰਧ ਵਿਚ।
Dire, Direful—ਭਿਆਨਕ, ਡਰਾਉਣਾ।

Direct—ਸਿੱਧਾ, ਠੀਕ, ਸਾਦਾ।
Direction—ਨਿਸ਼ਾਨਾ, ਡਾਕ।
Directly—ਸਿੱਧਾ, ਠੀਕ।
Directness—ਸਿੱਧਾ ਰਸਤਾ, ਸੱਚਿਆਈ।
Director—ਇੰਤਜ਼ਾਮ ਕਰਨ ਵਾਲਾ।
Directory—ਹਿਦਾਇਤ ਨਾਮਾ, ਕਾਇਦਾ, ਨਾਮ ਪਤਾ ਦੱਸਣ ਵਾਲੀ ਪੁਸਤਕ।
Direful—ਭਿਆਨਕ, ਖ਼ੌਫ਼ਨਾਕ।
Direness—ਭੈਅ, ਡਰ।
Dirk—ਕਟਾਰ, ਛੁਰਾ।
Dirt—ਚਿੱਕੜ, ਮੈਲ।
Dirtiness—ਮੈਲਾਪਨ, ਅਪਵਿੱਤ੍ਰਤਾਈ।
Dirty—ਗੰਦਾ, ਅਪਵਿੱਤਰ।
Disability—ਨਾਲਾਇਕੀ, ਦੁਰਲਬਤਾ।
Disable—ਬੇਕਾਰ ਕਰਨਾ, ਨਾਲਾਇਕ ਕਰਨਾ।
Disadvantage—ਨੁਕਸਾਨ।
Disadvantageous—ਦੁਖਦਾਈ, ਬੇ ਫ਼ਾਇਦਾ।
Disadvantageously--ਨੁਕਸਾਨ ਨਾਲ।
Disaffect—ਨਾਰਾਜ਼ ਕਰਨਾ।
Disaffection—ਨਾਰਾਜ਼ਗੀ ਨਾਲ।
Disaffirm—ਇਨਕਾਰ ਕਰਨਾ, ਬਰ-ਖ਼ਿਲਾਫ਼ ਹੋਣਾ।
Disagree—ਇਕ ਰਾਏ ਨਾ ਹੋਣਾ, ਵਿਰੁੱਧ ਹੋਣਾ।
Disagreeable—ਨਾਖ਼ੁਸ਼, ਬੇਸੂਦ।
Disagreement—ਨਾ ਰਜ਼ਾਮੰਦੀ।
Disallow—ਰੱਦ ਕਰਨਾ, ਨਾ-ਮੰਨਣਾ।
Disappear—ਉੱਡ ਜਾਣਾ, ਅਲੋਪ ਹੋਣਾ।
Disappearance—ਓਝਲ, ਛੁਪਾਅ।
Disappoint—ਦਿਲ ਤੋੜਨਾ, ਨਾ-ਉਮੀਦ ਹੋਣਾ।
Disappointment—ਨਿਰਾਸ਼ਾ, ਨਾ-ਕਾਮੀ।
Disappreciate—ਘੱਟ ਕਦਰ ਕਰਨਾ, ਘਟ ਮੁੱਲ ਲਗਾਣਾ।
Disapprobation—ਇਨਕਾਰ, ਨਾ-ਮਨਜ਼ੂਰੀ।
Disapproval—ਨਾ-ਮੰਜ਼ੂਰੀ, ਨਾ-ਪਸੰਦੀ।
Disapprove—ਨਾ-ਪਸੰਦ ਕਰਨਾ।
Disarm—ਹਥਿਆਰ ਖੋਹ ਲੈਣਾ।
Disarrange—ਗੜਬੜ ਕਰਨਾ, ਉਲਟ ਪੁਲਟ ਕਰਨਾ।
Disarrangement—ਉਲਟ ਪੁਲਟ।
Disarray—ਗੜਬੜ।
Disarray--ਨੰਗਾ ਕਰਨਾ, ਕੱਪੜੇ ਉਤਾਰਨਾ।
Disaster—ਸੰਕਟ, ਮੁਸੀਬਤ।
Disastrous—ਅਭਾਗਾ, ਬਦਕਿਸਮਤ।
Disavouch—ਨਾ-ਮੰਨਣਾ।
Disavowal, Disavowment--ਇਨਕਾਰ।
Disband—ਸੈਨਾ ਨੂੰ ਤੋੜ ਦੇਣਾ।
Disbelief—ਬੇ-ਇਤਬਾਰੀ, ਅਵਿਸ਼ਵਾਸ।
Disbelieve—ਇਤਬਾਰ ਨਾ ਕਰਨਾ।
Disburse—ਖ਼ਰਚ ਕਰਨਾ।
Disbursement—ਖ਼ਰਚ ਦੇਣਾ।
Disc—ਥਾਲੀ, ਮੰਡਲ, ਕੁੰਡਲ।
Discard—ਵੱਖਰਾ ਕਰਨਾ, ਕੱਢ ਦੇਣਾ।
Discern—ਸਮਝਾਉਣਾ, ਪਛਤਾਉਣਾ।
Discernible—ਸਮਝਣ ਯੋਗ, ਪ੍ਰਗਟ।
Discernment—ਪਛਾਣ।
Discharge—ਨੌਕਰੀ ਤੋਂ ਵੱਖਰਾ ਕਰਨਾ।
Disciple—ਵਿਦਿਆਰਥੀ।
Disciplinarian—ਸਖ਼ਤੀ ਨਾਲ ਰਾਜ ਕਰਨ ਵਾਲਾ।
Discipline--ਅਦਬ, ਤਾਬੇਦਾਰੀ, ਬੰਦੋਬਸਤ, ਸਿੱਖਿਆ ਦੇਣਾ, ਪੜ੍ਹਾਉਣਾ।
Disclaim—ਦਾਅਵਾ ਛੱਡਣਾ, ਤਿਆਗਣਾ।
Disclose—ਭੇਦ ਖੋਲਣਾ।

Disclosure—ਪ੍ਰਗਟ, ਭੇਦ ਖੁਲ੍ਹਣਾ।
Discolour—ਰੰਗ ਬਦਲਣਾ, ਰੰਗ ਵਿਗਾੜਨਾ।
Discomfiture—ਹਾਰ, ਸ਼ਿਕਸਤ।
Discomfort—ਬੇਅਰਾਮ ਕਰਨਾ, ਦੁੱਖ ਦੇਣਾ।
Discommode—ਤਕਲੀਫ਼ ਦੇਣਾ।
Discommodity—ਦੁੱਖ, ਤਕਲੀਫ਼।
Discompose—ਘਬਰਾਣਾ, ਵੱਖਰਾ ਕਰਨਾ।
Discomposure-- ਗੜਬੜ, ਘਬਰਾਹਟ।
Disconcert—ਹੈਰਾਨ ਕਰਨਾ।
Disconnect—ਸੰਬੰਧ ਤੋੜਨਾ।
Disconsolate—ਉਦਾਸ, ਬੇਚੈਨ।
Discontent—ਚੁੱਪਚਾਪ, ਬੇਜ਼ਾਰੀ।
Discontinuance—ਨਾਗਾ, ਛੁੱਟੀ।
Discontinue—ਛੱਡਣਾ, ਬੰਦ ਕਰਨਾ।
Discorded—ਅਣਬਣ, ਝਗੜਾ।
Discordant—ਵਿਰੁੱਧ, ਅਨਮੇਲ।
Discount—ਵਿਆਜ ਵਟਾ ਕੱਟਣਾ, ਛੱਡ ਦੇਣਾ, ਕਟੌਤੀ।
Discountenance—ਤੋੜਨਾ, ਸ਼ਰਮਿੰਦਾ ਕਰਨਾ।
Discounter—ਵਿਆਜ ਤੇ ਰੁਪਿਆ ਦੇਣ ਵਾਲਾ, ਦਲਾਲ।
Discourage—ਦਿਲ ਤੋੜਨਾ, ਹੌਂਸਲਾ ਘਟਾਉਣਾ।
Discouragement—ਨਿਰਾਸ਼ਾ, ਬੇ ਹੌਂਸਲਾ।
Discourse—ਬੋਲਚਾਲ।
Discourteous—ਰੁੱਖਾ, ਬੇਅਦਬ।
Discourteously—ਅੱਖੜਪਨ, ਬੇ ਅਦਬੀ ਨਾਲ।
Discourtesy—ਬੇਅਦਬੀ।
Discous—ਚੌੜਾ, ਵੱਡਾ।
Discover—ਖੋਜ, ਪਤਾ ਲਗਾਉਣਾ।
Discovery—ਈਜ਼ਾਦ, ਪ੍ਰਗਟ।
Discredit—ਬੇ-ਇਤਬਾਰੀ, ਸੰਦੇਹ, ਅਪਮਾਨ ਕਰਨਾ।
Discreditable—ਨਿੰਦਾ ਯੋਗ, ਪ੍ਰਤੀਤ ਨਾ ਕਰਨ ਯੋਗ।
Discreet—ਸਾਵਧਾਨ, ਹੁਸ਼ਿਆਰ।
Discrepance, Discrepancy—ਫ਼ਰਕ, ਮਤਭੇਦ, ਵਿਰੋਧ।
'**Discrete**—ਵੱਖਰਾ, ਨਿਆਰਾ।
Discretion—ਸਮਝ, ਬੁੱਧੀ।
Discretional—ਬੇਰੋਕ, ਬੇਹੱਦ।
Discriminate--ਚੁਣਨਾ, ਅਲੱਗ ਕਰਨਾ, ਵਿਚਾਰਨਾ।
Discrimination—ਤਮੀਜ਼, ਫ਼ਰਕ, ਭੇਦ।
Discriminative—ਭੇਦ ਵਾਲਾ।
Discus—ਚੱਕਰ।
Discuss—ਬਹਿਸ ਕਰਨਾ, ਜਾਂਚ ਕਰਨਾ।
Discussion—ਵਾਰਤਾਲਾਪ, ਬਹਿਸ।
Disdain—ਨਫ਼ਰਤ, ਘ੍ਰਿਣਾ।
Disdain—ਨਫ਼ਰਤ ਕਰਨਾ।
Disdainful—ਨੀਚ, ਕਮੀਨਾ।
Disease—ਰੋਗ, ਬੀਮਾਰੀ।
Disembark—ਜਹਾਜ਼ ਤੋਂ ਉਤਰਨਾ।
Disembowel—ਆਂਦਰਾਂ ਕੱਢਣਾ।
Disengage—ਵੱਖਰਾ ਕਰਨਾ, ਛੁਟਣਾ।
Disenable—ਨਿਕੰਮਾ ਕਰਨਾ।
Disentangle—ਖੋਲ੍ਹਣਾ, ਝਗੜੇ ਤੋਂ ਕਢਣਾ।
Disfigure—ਰੂਪ ਵਿਗਾੜਨਾ, ਕਰੂਪ ਕਰਨਾ।
Disfranchise--ਅਧਿਕਾਰ ਖੋਹ ਲੈਣੇ।
Disgrace—ਅਪਮਾਨ ਕਰਨਾ, ਬੇਇੱਜ਼ਤੀ।
Disgraceful—ਕਮੀਨਾ, ਨੀਚ।

Disguise—ਭੇਸ ਬਦਲਣਾ, ਛਿਪਾਉਣਾ।
Disgust—ਨਾਪਸੰਦੀ, ਨਫ਼ਰਤ, ਨਰਾਜ਼ ਕਰਨਾ।
Dish—ਰਕਾਬੀ, ਥਾਲੀ।
Dishearten—ਬੇਦਿਲ ਕਰਨਾ, ਹਿੰਮਤ ਤੋੜਨਾ।
Dishevel—ਵਾਲ ਖੋਲਣਾ ਜਾਂ ਖਿੰਡਾਣਾ।
Dishonest—ਬੇਈਮਾਨ, ਬਦ-ਦਿਆਨਤ।
Dishonesty--ਬੇਈਮਾਨੀ, ਬਦ-ਦਿਆਨਤੀ।
Dishonour—ਅਪਮਾਨ, ਬੇਇੱਜ਼ਤੀ।
Dishonourable—ਬੇਇੱਜ਼ਤ, ਨੀਚ।
Disinclination—ਨਫ਼ਰਤ, ਘ੍ਰਿਣਾ।
Disincline--ਦਿਲ ਫੇਰਨਾ, ਮੂੰਹ ਫੇਰਨਾ।
Disinfect—ਪਵਿੱਤਰ ਕਰਨਾ।
Disingenous—ਕਮੀਨਾ, ਨੀਚ।
Disinherit—ਹਿੱਸਾ ਨਾ ਦੇਣਾ।
Disinter—ਕਬਰ ਚੋਂ ਮੁਰਦਾ ਕੱਢਣਾ।
Disinterested—ਬੇਪਰਵਾਹ।
Disjoin—ਵੱਖੋ ਵੱਖ ਕਰਨਾ।
Disjoint—ਸਾਰੇ ਜੋੜ ਵੱਖੋ ਵੱਖ ਕਰਨੇ।
Disjunction—ਭੇਦ, ਜੁਦਾਈ।
Disjunctive—ਵੱਖ ਕਰਨ ਵਾਲਾ।
Dislike—ਨਾ-ਪਸੰਦਗੀ, ਘ੍ਰਿਣਾ।
Dislocate--ਸਰਕਾਨਾ, ਜਗ੍ਹਾ ਤੋਂ ਹਿਲਾਉਣਾ।
Dislocation—ਉਖੜਨਾ, ਸਰਕਨਾ।
Dislodge—ਹਟਾਉਣਾ, ਕੱਢਣਾ।
Disloyal—ਬੇਵਫ਼ਾ, ਨਮਕ ਹਰਾਮ।
Disloyalty—ਬੇਵਫ਼ਾਈ, ਨਮਕ ਹਰਾਮੀ।
Dismal—ਉਦਾਸ, ਰੰਜੀਦਾ।
Dismantle—ਨੰਗਾ ਕਰਨਾ।
Dismast—ਮਸਤੂਲ ਉਤਾਰਨਾ।
Dismay—ਭੈਅ ਦੇਣਾ, ਡਰਾਉਣਾ, ਦਹਿਸ਼ਤ।
Dismember—ਜੋੜ ਵੱਖ ਕਰਨਾ।
Dismiss—ਅਲੱਗ ਕਰਨਾ, ਨਾਮ ਕਟਣਾ, ਕੱਢ ਦੇਣਾ।
Dismissal—ਛੁੱਟੀ, ਬਰਖ਼ਾਤਗੀ, ਵਿਦਾ।
Dismount—ਘੋੜੇ ਤੋਂ ਹੇਠਾਂ ਲਾਹੁਣਾ।
Disobedience—ਹੁਕਮ ਨਾ ਮੰਨਣਾ।
Disobedient—ਹੁਕਮ ਨਾ ਮੰਨਣ ਵਾਲਾ।
Disobey—ਹੁਕਮ ਨਾ ਮੰਨਣਾ।
Disoblige—ਨਰਾਜ਼ ਕਰਨਾ, ਭੜਕਾਣਾ।
Disorder—ਬੇ-ਇੰਤਜ਼ਾਮੀ, ਬੀਮਾਰੀ, ਬੇ ਇੰਤਜ਼ਾਮੀ ਕਰਨਾ, ਫਸਾਦ ਕਰਨਾ।
Disorderly—ਬੇਤਰਤੀਬੀ ਨਾਲ, ਬੇ-ਕਾਨੂੰਨੀ ਨਾਲ।
Disorganization--ਗੋਲਮਾਲ, ਹਲਚਲ, ਬਦ-ਇੰਤਜ਼ਾਮੀ।
Disorganize--ਗੜਬੜ ਕਰਨਾ, ਤੋੜਨਾ।
Disown—ਸਵੀਕਾਰ ਨਾ ਕਰਨਾ।
Disparage—ਨਿੰਦਾ ਕਰਨਾ।
Disparity—ਫ਼ਰਕ, ਅਸਮਾਨਤਾ।
Dispassionate—ਬੇਪਰਵਾਹ, ਸੱਚਾ।
Dispel—ਦੂਰ ਕਰਨਾ।
Dispensable—ਛੱਡਣ ਯੋਗ।
Dispensary—ਦਵਾਈ ਘਰ।
Dispensation—ਛੁੱਟੀ, ਲੁੱਟ, ਮਾਫ਼ੀ।
Dispensative—ਛੱਡ ਦੇਣ ਵਾਲਾ।
Dispensatory—ਹਿਕਮਤ ਦੀ ਕਿਤਾਬ, ਕਰਜ਼ੇ ਤੋਂ ਛੁਡਾਉਣ ਵਾਲਾ।
Dispense—ਵੰਡਣਾ, ਹਿੱਸਾ ਕਰਨਾ।
Disperge—ਛਿੜਕਣਾ।
Disperse—ਤਿਤਰ ਬਿਤਰ ਕਰਨਾ।
Dispersion—ਫੈਲਾਅ।
Dispirit—ਹਿੰਮਤ ਤੋੜਨਾ।
Displace—ਉਲਟ ਪੁਲਟ ਕਰਨਾ, ਜਹਾਜ਼ ਤੋਂ ਹਟਾਉਣਾ।

Displacement—ਆਪਣੇ ਅਸਥਾਨ ਤੋਂ ਹਟਾਉਣ ਦਾ ਕੰਮ।

Displacency—ਬੇਅਦਬੀ, ਘ੍ਰਿਣਾ।

Display—ਫੈਲਾਉਣਾ, ਪ੍ਰਗਟ ਕਰਨਾ, ਨੁਮਾਇਸ਼।

Displease—ਨਰਾਜ਼ ਕਰਨਾ।

Displeasure—ਨਰਾਜ਼ਗੀ, ਖਫ਼ਗੀ।

Disport—ਤਮਾਸ਼ਾ, ਦਿਲ ਬਹਿਲਾਣਾ।

Disposal—ਇੰਤਜ਼ਾਮ, ਅਧਿਕਾਰ।

Dispose—ਸਮਾਪਤ ਕਰਨਾ, ਵੇਚਣਾ।

Disposition—ਆਦਤ, ਸੁਭਾਅ।

Disposses—ਬੇਦਖ਼ਲ ਕਰਨਾ।

Disproof—ਖੰਡਨ, ਅਪ੍ਰਮਾਣ।

Disproportion—ਨਾ-ਮੁਨਾਸਬ।

Disproportionable, Disproportional, Disproportionate—ਅਨਮੇਲ, ਘੱਟ ਵੱਧ।

Disprove--ਗਲਤ ਕਰਨਾ, ਝੂਠਾ ਕਰਨਾ।

Disputable—ਬਹਿਸ ਯੋਗ।

Disputant—ਬਹਿਸ ਕਰਨ ਵਾਲਾ।

Disputation—ਬਹਿਸ, ਝਗੜਾ।

Dispute—ਝਗੜਾ, ਤਕਰਾਰ, ਬਹਿਸ।

Disrepute—ਬਦਨਾਮੀ, ਬੇਇਜ਼ੱਤੀ।

Disrespect—ਅਪਮਾਨ, ਬੇਇਜ਼ੱਤੀ।

Disrespectful--ਅਪਮਾਨ ਕਰਨ ਵਾਲਾ।

Disrobe—ਕੱਪੜੇ ਉਤਾਰਨਾ, ਨੰਗਾ ਕਰਨਾ।

Dissatisaction—ਅਸੰਤੋਸ਼ੀ, ਨਾ-ਰਾਜ਼ਗੀ।

Dissatisfactory—ਸੰਤੋਖ ਨਾ ਕਰਨ ਵਾਲੀ।

Dissatisfy—ਨਾਖ਼ੁਸ਼ ਕਰਨਾ, ਮਨ ਨਾ ਭਰਨਾ।

Dissect—ਚੀਰਨਾ ਫਾੜਨਾ।

Dissection—ਚੀਰ ਫਾੜ।

Dissemble—ਭੇਸ ਬਦਲਣਾ।

Dissembler—ਭੇਸ ਬਦਲਣ ਵਾਲਾ, ਬਨਾਵਟੀ।

Disseminate—ਫੈਲਣਾ, ਬੀਜਣਾ।

Dissemination—ਫੈਲਾਅ, ਝਗੜਾ।

Dissent—ਵਿਰੁੱਧ, ਬਰ-ਖ਼ਿਲਾਫ਼।

Dissenter—ਨਾਸਤਕ, ਵਿਰੁੱਧ।

Dissentient—ਧਰਮ ਦਾ ਵਿਰੋਧੀ।

Disserve—ਨੁਕਸਾਨ ਪਹੁੰਚਾਣਾ।

Disservice—ਨੁਕਸਾਨ, ਹਰਜ।

Disserver—ਦੋ ਟੁਕੜੇ ਕਰਨਾ, ਦੋ ਹਿੱਸੇ ਵੰਡਣਾ।

Dissidence—ਅਨਮੇਲ, ਇਨਕਾਰ।

Dissimilar—ਬੇਮੇਲ, ਬੇਜੋੜ।

Dissimilarity—ਅਨਮੇਲ, ਅੰਤਰ।

Dissimulation—ਮੱਕਾਰੀ, ਫਰੇਬ।

Dissipate—ਬਿਖੇਰਨਾ, ਫੈਲਾਉਣਾ।

Dissipation—ਫ਼ਜ਼ੂਲ ਖ਼ਰਚੀ।

Dissociate—ਵੱਖਰਾ ਕਰਨਾ, ਵਿਦਾ ਕਰਨਾ।

Dissoluble—ਪਿਘਲਣ ਯੋਗ।

Dissolute—ਬਦਕਾਰ, ਬਦਚਲਨ।

Dissolve—ਪਿਘਲਣਾ, ਘੁਲਣਾ।

Dissolvent—ਪਿਘਲਣ ਯੋਗ।

Dissonance—ਬੇਸੁਰਾਪਨ।

Dissonant—ਬੇਸੁਰਾ।

Dissuade—ਰੋਕਣਾ, ਡਾਂਟਣਾ।

Dissuasive—ਰੋਕਣ ਵਾਲਾ।

Distance—ਯੁੱਗ, ਫਾਸਲਾ, ਅੰਤਰ, ਦੂਰ ਨਿਕਲ ਜਾਣਾ।

Distant—ਦੂਰ, ਫਾਸਲੇ ਤੇ।

Distaste—ਘ੍ਰਿਣਾ, ਨਫ਼ਰਤ।

Distemper—ਬੀਮਾਰੀ,-ਬੇਚੈਨੀ, ਪਰੇਸ਼ਾਨ ਹੋਣਾ, ਵਿਆਕੁਲ ਹੋਣਾ।

Distention—ਚੌੜਾਈ, ਫੈਲਾਓ।

Distich—ਦੋਹਾ, ਛੰਦ।
Distil—ਸੱਤ ਖਿੱਚਣਾ।
Distillation—ਅਰਕ ਖਿੱਚਣਾ।
Distillery—ਭੱਠੀ, ਸ਼ਰਾਬਖਾਨਾ।
Distinct—ਵੱਖਰਾ, ਮਸ਼ਹੂਰ।
Distinction—ਫ਼ਰਕ, ਭੇਦ।
Distinctive—ਖ਼ਾਸ।
Distinguish—ਪਛਾਣਨਾ, ਮਸ਼ਹੂਰੀ ਕਰਨਾ।
Distinguishable—ਪਛਾਣਨ ਯੋਗ।
Distinguished—ਮਸ਼ਹੂਰ, ਨਾਮੀ।
Distort—ਅਰਥ ਬਦਲਨਾ, ਭੁੱਲ ਦੱਸਣਾ।
Distortion—ਅਧਰੰਗ, ਲਕਵਾ।
Distract—ਵੱਖਰਾ ਕਰਨਾ, ਪਰੇਸ਼ਾਨ ਕਰਨਾ।
Distraction—ਅਨਬਨ, ਫਸਾਦ।
Distrain—ਕੁਰਕੀ ਕਰਨੀ।
Distraint—ਕੁਰਕੀ।
Distress—ਦੁੱਖ ਦੇਣਾ, ਸੰਕਟ ਵਿਚ ਪਾਉਣਾ।
Distribute—ਵੰਡਣਾ।
Distribution—ਵੰਡ, ਪੁੰਨਦਾਨ।
Distributive—ਵੰਡਣ ਵਾਲਾ।
District—ਜ਼ਿਲ੍ਹਾ, ਇਲਾਕਾ।
Distrust—ਭਰੋਸਾ ਨਾਂ ਕਰਨਾ, ਬੇ-ਇਤਬਾਰੀ।
Distrustful—ਵਹਿਮੀ, ਸ਼ੱਕੀ।
Disturb—ਬੇਚੈਨ ਕਰਨਾ।
Disturbance—ਹਲਚਲ, ਗੜਬੜ।
Disunion—ਜੁਦਾਈ, ਫੁੱਟ।
Disunite--ਅਲੱਗ ਕਰਨਾ, ਫੁਟ ਪਾਉਣਾ।
Ditch—ਖਾਈ, ਟੋਆ।
Dition—ਰਾਜ, ਇਲਾਕਾ।
Ditto—ਵੈਸਾ ਹੀ, ਹੂ-ਬ-ਹੂ
Ditty—ਠੁਮਰੀ, ਰਾਗਨੀ।
Diurnal—ਦਿਨ ਦਾ, ਰੋਜ਼ਾਨਾ।
Diverìcate—ਦੋ ਹਿੱਸਿਆਂ ਵਿਚ ਵੱਖਰਾ ਹੋਣਾ।
Diver—ਪਨਡੁੱਬੀ।
Diverge—ਫੱਟਣਾ, ਫੈਲਾਉਣਾ।
Divergence—ਫੈਲਾਉ, ਚੌੜਾਈ।
Divergent—ਫਟਣ ਵਾਲਾ।
Divers, Diverse—ਕਈ ਪ੍ਰਕਾਰ ਦਾ।
Diversification—ਫ਼ਰਕ, ਰੰਗ ਬਰੰਗੀ, ਤਬਦੀਲੀ।
Diversify—ਰੰਗ ਬਰੰਗਾ ਕਰਨਾ।
Diversion—ਮੋੜ, ਖੇਲ, ਤਮਾਸ਼ਾ।
Diversity—ਰੰਗ ਬਿਰੰਗੀ ਕਿਸਮ।
Divert—ਮੋੜਨਾ, ਫੇਰਨਾ।
Divest—ਬੇਦਖ਼ਲ ਕਰਨਾ।
Divide—ਜੁਦਾ ਕਰਨਾ, ਵੱਖ ਕਰਨਾ।
Dividend—ਹਿੱਸਾ, ਵੰਡ।
Divination—ਨਜੂਮ।
Divine—ਅਸਮਾਨੀ, ਦੈਵੀ।
Divinity—ਪਰਮਾਤਮਾ, ਨਿਰਾਕਾਰ।
Divisible—ਵੰਡਣ ਯੋਗ।
Division—ਬਟਵਾਰਾ, ਹਿੱਸਾ।
Divisor—ਅੰਕਾਂ ਦਾ ਇਲਮ।
Divorce—ਛੱਡਣਾ, ਤਿਆਗ ਦੇਣਾ, ਤਲਾਕ।
Divulge—ਪ੍ਰਗਟ ਕਰਨਾ।
Dizziness—ਸਿਰ ਚਕਰਾਉਣਾ।
Dizzy—ਸਿਰ ਚਕਰਾਇਆ ਹੋਇਆ, ਮਦਹੋਸ਼।
Do—ਕੰਮ ਕਰਨਾ, ਵਰਤਣਾ।
Docible, Docility—ਸਿੱਖਣ ਯੋਗ।
Dock—ਬੰਦਰਗਾਹ, ਖਾੜੀ।
Docket—ਠਿਕਾਣਾ, ਪਤਾ।
Dockyard—ਜਹਾਜ਼ ਦਾ ਗੁਦਾਮ।
Doctor—ਪੰਡਿਤ, ਗਿਆਨੀ, ਹਕੀਮ, ਵੈਦ, ਡਾਕਟਰ।

Doctress—ਇਸਤ੍ਰੀ ਡਾਕਟਰ।
Doctrine—ਸਿੱਖਿਆ, ਅਸੂਲ।
Document—ਉਪਦੇਸ਼, ਦਸਤਾਵੇਜ਼, ਲੇਖ, ਲਿਖਾਵਟ।
Documentary—ਸਨਦੀ, ਲਿਖਾਵਟੀ।
Dodecagon—ਬਾਰਾਂ ਕੋਣਿਆਂ ਵਾਲਾ ਖੇਤਰ।
Dodge—ਛੱਲ ਕਰਨਾ, ਘੁੰਮ ਘੁੰਮ ਕੇ ਨਿਕਲ ਜਾਣਾ।
Dodger—ਧੋਖੇਬਾਜ਼।
Doe—ਹਿਰਣੀ।
Doff—ਉਤਾਰਨਾ, ਟਾਲਣਾ।
Dog—ਕੁੱਤਾ, ਲੋਹੇ ਦਾ ਟੁਕੜਾ, ਮੱਕਾਰੀ, ਪਿੱਛੇ ਲੱਗਣਾ।
Doggerel—ਤੁਕਬੰਦੀ, ਕਮੀਨਾ।
Dogma—ਕਾਨੂੰਨ।
Dogmatical—ਪੱਕਾ, ਕਠਿਨ।
Dogmatism—ਖੁਦਸਰੀ।
Dogrose—ਸਦਾ ਗੁਲਾਬ।
Doings—ਕਰਨੀ, ਕਰਤੂਤ।
Dole—ਰੰਜ ਕਰਨਾ, ਵੰਡਣਾ, ਦੁਖ।
Doleful—ਉਦਾਸ, ਉਚਾਟ।
Dolesome—ਦੁਖਦਾਇਕ।
Doll—ਗੁੱਡੀ, ਖਿਡੌਣਾ।
Dollar—ਅਮਰੀਕਾ ਦਾ ਸਿੱਕਾ।
Dolorific—ਗਮਨਾਕ, ਦਰਦਨਾਕ।
Dolorous—ਦੁਖਦਾਈ।
Dolphin—ਇਕ ਵੱਡੀ ਲੰਮੀ ਮੱਛੀ।
Doff—ਸਾਦਾ, ਮੂਰਖ਼, ਗੰਵਾਰ।
Domain—ਜਗੀਰ, ਰਿਆਸਤ।
Dome—ਘਰ, ਹਵੇਲੀ।
Domestic—ਘਰੇਲੂ, ਘਰ ਦਾ, ਨੌਕਰ।
Domesticate—ਪਾਲਤੂ ਬਣਾਨਾ, ਸੁਧਾਰਨਾ।
Domicil—ਰਹਿਣ ਦਾ ਅਸਥਾਨ।
Dominant—ਪ੍ਰਬਲ, ਜ਼ਬਰਦਸਤ।
Dominate—ਰਾਜ ਕਰਨਾ, ਹਕੂਮਤ ਕਰਨਾ।
Domination—ਹਕੂਮਤ, ਜ਼ੁਲਮ।
Domineer—ਜ਼ੁਲਮ ਨਾਲ ਰਾਜ ਕਰਨਾ।
Dominion—ਰਾਜ।
Don—ਸਪੇਨ ਦੇਸ਼ ਦੇ ਭਲੇ ਪੁਰਖਾਂ ਦੀ ਪਦਵੀ।
Donation—ਦਾਨ।
Done—ਹੋ ਚੁੱਕਿਆ, ਕੀਤਾ ਗਿਆ।
Donee—ਦਾਨ ਦੇਣ ਵਾਲਾ।
Donjon—ਕਿਲ੍ਹੇ ਵਿਚ ਬਚਾਓ ਦਾ ਅਸਥਾਨ।
Donkey—ਖੋਤਾ, ਗਧਾ।
Donor—ਦਾਨ ਦੇਣ ਵਾਲਾ।
Doodle—ਮੂਰਖ਼, ਬੇਵਕੂਫ਼।
Doom—ਆਗਿਆ ਦੇਣਾ, ਹੁਕਮ ਦੇਣਾ।
Doomsday—ਪਰਲੋ, ਕਿਆਮਤ।
Door—ਦਰਵਾਜ਼ਾ।
Dormant—ਸੁੱਤਾ ਹੋਇਆ, ਗੁਪਤ।
Dormer—ਖਿੜਕੀ, ਢਲਾਣ।
Dormitory—ਸੌਣ ਦੀ ਜਗ੍ਹਾ।
Dormouce—ਗਲਹਿਰੀ ਵਾਂਗ ਦਰਖ਼ਤਾਂ 'ਤੇ ਰਹਿਣ ਵਾਲਾ ਜਾਨਵਰ।
Dorsal—ਪਿਛਲਾ।
Dose—ਖ਼ੁਰਾਕ, ਮਿਕਦਾਰ।
Dot—ਬਿੰਦੀ, ਨੁਕਤਾ।
Dotage—ਮੋਹ, ਪ੍ਰੀਤੀ।
Dotal—ਦਾਜ ਦੇ ਸੰਬੰਧ ਵਿਚ।
Dotard—ਬੁੱਢਾ, ਮੋਹਿਤ, ਆਸ਼ਕ।
Dote—ਮੋਹਿਤ ਹੋਣਾ, ਦਿਮਾਗ ਖ਼ਰਾਬ ਹੋਣਾ।
Double—ਦੁਗਣਾ, ਦੂਹਰਾ।
Double-dealer—ਮੱਕਾਰ, ਫਰੇਬੀ।
Double-dealing—ਫਰੇਬ, ਮੱਕਾਰੀ, ਚਲਾਕੀ।
Double-minded—ਧੋਖੇਬਾਜ਼।

Doublet—ਵਾਸਕਟ, ਜੋੜਾ।
Doubly—ਦੁਗਣਾ, ਦੁਹਰਾ।
Doubt—ਸ਼ੱਕ ਕਰਨਾ, ਡਾਵਾਂਡੋਲ ਹੋਣਾ, ਭਰਮ।
Doubtful—ਸ਼ੱਕੀ, ਡਾਵਾਂਡੋਲ।
Doubtless—ਬਿਨਾਂ ਸ਼ੱਕ।
Douceur—ਨਜ਼ਰਾਨਾ, ਤੋਹਫਾ।
Dough—ਖਮੀਰ, ਗੁੰਨਿਆ ਹੋਇਆ ਖਾਣਾ।
Douse—ਡੁਬਕੀ ਮਾਰਨਾ, ਡੁਬੋਣਾ।
Dove—ਕੁਮਾਰੀ, ਕਬੂਤਰ, ਪਿਆਰ ਦਾ ਸ਼ਬਦ।
Dovecot—ਦੜਬਾ, ਕਬੂਤਰਖ਼ਾਨਾ।
Dowager—ਰੰਡੀ, ਵਿਧਵਾ।
Dowdy—ਕਰੂਪ ਇਸਤ੍ਰੀ।
Dower, Dowry—ਦਾਨ-ਦਹੇਜ, ਦਾਜ।
Down—ਖੁੱਲ੍ਹਾ, ਰੇਤਲਾ ਮੈਦਾਨ, ਨਰਮ।
Down-cast—ਉਦਾਸ, ਗਮਗੀਨ।
Downfall—ਤਬਾਹੀ, ਬਰਬਾਦੀ।
Downright—ਸਿੱਧਾ, ਖੁਲ੍ਹਾ।
Downward—ਨੀਚੇ, ਹੇਠਾਂ, ਥੱਲੇ ਨੂੰ।
Downy—ਕੋਮਲ, ਨਰਮ।
Doze—ਨੀਂਦਰ ਆਉਣੀ।
Dozen—ਦਰਜਨ, ਬਾਰਾਂ।
Doziness—ਨੀਂਦ, ਊਂਘ।
Drab—ਮੋਟਾ ਊਨੀ ਕੱਪੜਾ।
Drabble—ਲਬੇੜਨਾ, ਗੰਦਾ ਕਰਨਾ।
Draff—ਫੋਕ, ਬਾਕੀ।
Draft—ਹੁੰਡੀ, ਮਜ਼ਮੂਨ, ਪਰਚਾ।
Drag—ਘਸੀਟਣਾ, ਖਿੱਚਣਾ, ਜਾਲ, ਹੱਥ ਗੱਡੀ।
Draggle—ਚਿੱਕੜ ਵਿਚ ਲਿਤਾੜਨਾ।
Dragman—ਮੱਛੀਆਂ ਫੜਨ ਵਾਲਾ।
Dragon—ਉੱਡਦਾ ਸੱਪ।
Dragoman—ਏਸ਼ੀਆ ਦੇ ਦੋਭਾਸ਼ੀਆ।
Dragoon—ਪਿਆਦਾ ਤੇ ਸਵਾਰ ਦੋਹਾਂ ਦਾ ਕੰਮ ਦੇਣ ਵਾਲਾ ਸਿਪਾਹੀ।
Drain—ਨਾਲੀ, ਮੋਰੀ, ਪਾਣੀ ਖਿੱਚਣਾ।
Drainage—ਮੋਰੀ, ਨਾਲੀ।
Drake—ਬਤਖ਼, ਹੰਸ।
Dram—ਔਂਸ, ਸ਼ਰਾਬ ਦਾ ਪਿਆਲਾ।
Drama—ਡਰਾਮਾ, ਨਾਟਕ, ਅਭਿਨੈ।
Dramatic, Dramatical—ਡਰਾਮੇ ਦੀ।
Dramatist—ਨਾਟਕ ਦਾ ਕਰਤਾ।
Drape—ਕੱਪੜੇ ਨਾਲ ਢੱਕਣਾ।
Draper—ਕੱਪੜਾ ਵੇਚਣ ਵਾਲਾ।
Drapery—ਸੂਤੀ ਕੱਪੜਾ।
Drastic—ਤਾਕਤਵਰ।
Draught—ਹੁੰਡੀ, ਮਸੌਦਾ, ਘੁਟ।
Draughtsman--ਮਸੌਦਾ ਲਿਖਣ ਵਾਲਾ।
Draw—ਖਿੱਚਣਾ, ਮਿਆਨ ਤੋਂ ਬਾਹਰ ਕੱਢਣਾ।
Drawback—ਖੋਟ, ਛੁੱਟ, ਕਮੀ।
Drawbridge—ਘੁਮਾਵਦਾਰ ਪੁਲ।
Drawer—ਖਿਚਣ ਵਾਲਾ, ਦਰਾਜ।
Drawers—ਪਜਾਮਾ।
Drawing—ਨਕਸ਼ਾ, ਚਿੱਤਰਕਾਰੀ।
Drawing-room—ਬੈਠਕ।
Drawl—ਰੁੱਕ ਰੁੱਕ ਕੇ ਬੋਲਣਾ।
Dray—ਛੱਕੜਾ, ਗੱਡੀ।
Drayhorse—ਗੱਡੀ ਦਾ ਘੋੜਾ।
Dread—ਡਰਾਉਣਾ, ਭੈਅ ਦੇਣਾ।
Dreadful—ਭਿਆਨਕ।
Dreadless—ਬੇਖ਼ੌਫ਼, ਨਿਡਰ।
Dream—ਸੁਪਨਾ, ਖ਼ਿਆਲੀ ਪੁਲਾਅ, ਸੁਪਨਾ ਵੇਖਣਾ।
Drear, Dreary—ਉਦਾਸ, ਸੁੰਨਸਾਨ।
Dreariness—ਉਦਾਸੀਨਤਾ।
Dreary—ਉਦਾਸੀਨ, ਸੁੰਨਸਾਨ।
Dredge—ਸਿੱਪਾਂ ਦਾ ਜਾਲ।
Dregs—ਤਲਛਟ, ਨਿਕੰਮੀ ਚੀਜ਼।

Drench—ਭਿਗੋਣਾ, ਤਰ ਕਰਨਾ।
Dress—ਪੱਟੀ ਕਰਨਾ, ਪਾਉਣਾ, ਵੇਸ, ਬਸਤਰ।
Dresser—ਪੱਟੀ ਬੰਨ੍ਹਣ ਵਾਲਾ।
Dressing—ਮਲ੍ਹਮ ਪੱਟੀ।
Dressy—ਚੰਗੀ ਪੁਸ਼ਾਕ।
Drey—ਗਾਲ੍ਹੜ ਦਾ ਘੋਂਸਲਾ।
Dribble—ਕਤਰਾ ਕਤਰਾ ਟਪਕਣਾ।
Driblet—ਛੋਟਾ ਕਤਰਾ।
Drift—ਛੇਦ ਕਰਨਾ।
Drill—ਸੁਰਾਖ਼ ਕਰਨਾ, ਛੇਦਣਾ।
Drink—ਪੀਣਾ, ਸ਼ਰਾਬ ਪੀਣਾ।
Drip—ਬੂੰਦ ਬੂੰਦ ਕਰਕੇ ਚੋਣਾ।
Drive—ਧੱਕਾ ਦੇਣਾ, ਘਸੀਟਣਾ, ਚਲਾਣਾ, ਗੱਡੀ ਦੀ ਸਵਾਰੀ।
Driver—ਗੱਡੀ ਚਲਾਉਣ ਵਾਲਾ।
Drivel—ਬੇਵਕੂਫ਼ੀ, ਕਮਜ਼ੋਰ ਹੋਣਾ।
Driveller—ਮੂਰਖ।
Drizzle—ਫੁਹਾਰ ਪੈਣੀ।
Droll—ਮਸਖ਼ਰਾ।
Drollery—ਮਸਖ਼ਰਾਪਨ।
Dromedary—ਸਾਂਢਣੀ।
Drone—ਸ਼ਹਿਦ ਦੀ ਨਰ ਮੱਖੀ।
Droop—ਮੁਰਝਾਣਾ, ਝੁਕਣਾ।
Drop—ਬੂੰਦ, ਕਤਰਾ।
Droplet—ਛੋਟਾ ਕਤਰਾ।
Dropsy—ਜਲੋਦਰ।
Dross—ਮੈਲ।
Drought—ਅਕਾਲ, ਖੁਸ਼ਕੀ।
Droughty—ਤਿਹਾਇਆ।
Drove—ਜੱਥਾ, ਭੀੜ।
Drown—ਡੁੱਬਣਾ।
Drowse—ਊਂਘਣਾ।
Drowsiness—ਊਂਘ, ਨੀਂਦਰੇ ਵਰਗਾ।
Drowsy—ਸੁਸਤ।
Drub—ਕੁੱਟਣਾ।
Drubbing—ਮਾਰ ਪੀਟ।
Drudge—ਮਿਹਨਤ ਕਰਨਾ।
Drudgery—ਸਖ਼ਤ ਮਿਹਨਤ।
Drug—ਦਵਾਈ, ਔਸ਼ਧੀ।
Druggist—ਦਵਾ ਫਰੋਸ਼।
Drum—ਢੋਲ, ਦਮਾਮਾ।
Drummer—ਨਗਾਰਚੀ।
Drunk—ਮਸਤ, ਨਸ਼ਈ।
Drunkard—ਬਹੁਤ ਸ਼ਰਾਬ ਪੀਣ ਵਾਲਾ।
Drunkenness—ਸ਼ਰਾਬ ਨੋਸ਼ੀ।
Dry—ਖੁਸ਼ਕ, ਸੁੱਕਾ।
Dry-lodgings—ਸਰ੍ਹਾਂ, ਠਹਿਰਣ ਦਾ ਥਾਂ।
Dry—ਖੁਸ਼ਕ ਕਰਨਾ।
Dryness—ਖੁਸ਼ਕੀ।
Dual—ਦੋਹਰਾ।
Dub—ਬਖਸ਼ਣਾ।
Dubious—ਸ਼ੱਕ ਵਾਲਾ, ਪੇਚੀਦਾ।
Dubitable—ਮਸਕੂਕ।
Ducal—ਨਵਾਬੀ।
Duchess—ਰਾਣੀ, ਬੇਗਮ।
Duchy—ਨਵਾਬ ਦੀ ਰਿਆਸਤ।
Duck—ਬਤਖ਼।
Duckling—ਬਤਖ਼ ਦਾ ਬੱਚਾ।
Duct—ਨਾਲੀ, ਮੋਰੀ।
Ductile—ਨਰਮ, ਲਚਕਦਾਰ।
Ductility—ਲਚਕ, ਮੁਲਾਇਮਤ।
Dudgeon—ਨਰਾਜ਼ਗੀ।
Due—ਫ਼ਰਜ਼ ਪੂਰਾ ਕਰਨਾ।
Duel—ਕੁਸ਼ਤੀ।
Duet—ਦੋ ਮਨੁੱਖਾਂ ਦਾ ਇਕੱਠੇ ਗਾਣ ਦਾ ਗੀਤ।
Dug—ਥਣ।
Duke—ਵਿਲਾਇਤ ਦੇ ਵੱਡੇ ਨਵਾਬ।
Dukedom—ਡਿਊਕ ਦੀ ਪਦਵੀ।
Dulcet—ਮਿੱਠੀ ਅਵਾਜ਼।

Dulcify—ਸੁਰੀਲਾ ਬਣਾਉਣਾ।
Dulcimer—ਸਾਜ਼ ਦੀ ਕਿਸਮ।
Dull—ਮੂਰਖ਼, ਬੇਵਕੂਫ਼।
Dull-market—ਬਜ਼ਾਰ ਦਾ ਮੰਦਾ ਹੋਣਾ।
Dullard—ਮੂਰਖ਼।
Dully—ਮੂਰਖ਼ਤਾ ਨਾਲ।
Dulness—ਮੂਰਖ਼ਤਾ।
Duly—ਮੁਨਾਸਿਬ ਢੰਗ ਨਾਲ।
Dumb—ਖ਼ਾਮੋਸ਼ ਕਰਨਾ।
Dumb-bell—ਮੁਗਦਰ।
Dumbfound—ਹੈਰਾਨ ਕਰਨਾ।
Dumbness—ਗੁੰਗਾਪਨ।
Dumpy—ਛੋਟਾ ਤੇ ਮੋਟਾ।
Dun—ਭੂਰਾ, ਤਕਾਜ਼ਾ ਕਰਨਾ।
Dunce—ਮੂਰਖ਼, ਬੇਵਕੂਫ਼।
Dung—ਗੋਬਰ, ਲਿੱਦ।
Dungeon—ਕੈਦਖ਼ਾਨਾ, ਜੇਲ੍ਹ।
Duodenum—ਛੋਟੀਆਂ ਆਂਦਰਾਂ ਵਿਚੋਂ ਪਹਿਲੀ ਆਂਦਰ।
Dupe—ਫਰੇਬ ਦੇਣਾ, ਧੋਖਾ ਦੇਣਾ।
Duplicate—ਦੋਹਰਾਣਾ, ਦੁਗਣਾ ਕਰਨਾ।
Duplicity—ਫਰੇਬ, ਕਪਟ।
Durability—ਸਥਿਰਤਾ।
Durable—ਟਿਕਾਊ, ਸਥਿਰ।
Duration—ਸਥਿਰਤਾ, ਸਮਾਂ, ਟਿਕਾਅ।
During—ਵਿੱਚ, ਰਹਿੰਦੇ ਹੋਏ, ਦੌਰਾਨ।
Dusk—ਧੁੰਦਲਾ, ਹਨੇਰਾ।
Dust—ਧੂੜ, ਮੌਤ, ਨੀਵੀਂ ਹਾਲਤ।
Dutiable—ਟੈਕਸ ਯੋਗ, ਮਸੂਲ ਦੇ ਲਾਇਕ।
Dutiful—ਹੁਕਮ ਮੰਨਣ ਵਾਲਾ।
Duty—ਫਰਜ਼, ਧਰਮ।
Dwarf—ਬੌਨਾ, ਪਿਸਤਾ ਕੱਦ।
Dwell—ਰਹਿਣਾ, ਵੱਸਣਾ।
Dwelling—ਘਰ, ਮਕਾਨ।
Dwindle—ਸੁਕੜਨਾ, ਘੱਟ ਹੋਣਾ।
Dye—ਰੰਗਣਾ, ਰੰਗ ਦੇਣਾ।
Dyer—ਰੰਗਰੇਜ਼, ਛਾਪਣ ਵਾਲਾ।
Dynasty—ਰਾਜਵੰਸ਼, ਰਾਜਿਆਂ ਦੀ ਕੁਲ।
Dysentery—ਆਂਦਰਾਂ ਦੀ ਬੀਮਾਰੀ।
Dyspeptic—ਬਦਹਜ਼ਮੀ ਦਾ ਮਰੀਜ਼।

E

E, the fifth letter of the English alphabet. ਈ—ਅੰਗਰੇਜ਼ੀ ਪੈਂਤੀ ਦਾ ਪੰਜਵਾਂ ਅੱਖਰ।
Each—ਹਰ ਇਕ, ਵੱਖਰਾ।
Eager—ਸ਼ੌਕੀਨ, ਬੇਸਬਰ।
Eagle—ਉਕਾਬ।
Ear—ਕੰਨ, ਰਸ।
Early—ਸਵੇਰੇ, ਵਕਤ ਤੋਂ ਪਹਿਲੇ, ਜਲਦੀ।
Earn—ਕਮਾਉਣਾ, ਪੈਦਾ ਕਰਨਾ।
Earnest—ਸੱਚਮੁਚ ਸਰਗਰਮ।
Earnings—ਮਿਹਨਤ, ਕਮਾਈ, ਉੱਜਰਤ।
Earth—ਜ਼ਮੀਨ, ਭੂਮੀ।
Earthen—ਮਿੱਟੀ ਦੀ ਬਣੀ ਹੋਈ।
Earhquake—ਭੂਚਾਲ।
Earthy—ਮਿੱਟੀ ਦਾ ਬਣਿਆ ਹੋਇਆ।
Ear-trumpet—ਇਕ ਯੰਤਰ ਜਿਸ ਨਾਲ ਡੋਰੇ ਸੁਣਦੇ ਹਨ।
Ease—ਆਸਾਨ ਕਰਨਾ, ਦਰਦ ਤੋਂ ਆਰਾਮ ਆਉਣਾ।
East—ਪੂਰਬ, ਮਸ਼ਰਕ।
Easter—ਮਸੀਹ ਦੇ ਜੀਅ ਉਠਣ ਦਾ ਦਿਨ।
Eastern—ਪੂਰਬ ਦਿਸ਼ਾ ਵੱਲ ਦਾ।
Eastward—ਪੂਰਬ ਦਿਸ਼ਾ ਵੱਲ।
Easy—ਆਸਾਨ, ਆਰਾਮ ਨਾਲ।

Eat—ਖਾਣਾ, ਨਿਗਲਣਾ, ਚੱਟ ਜਾਣਾ।

Eatable—ਖਾਣ ਯੋਗ, ਖ਼ੁਰਾਕ।

Ebb—ਸਮੁੰਦਰ ਦੇ ਪਾਸੇ ਵਹਿ ਜਾਣਾ।

Ebriety—ਮਦਹੋਸ਼ੀ, ਹੌਲਾਪਨ।

Ebullient—ਉਬਾਲਣ ਵਾਲਾ।

Ebullition—ਉਬਾਲ, ਜੋਸ਼।

Eccentric—ਬਕਾਇਦਾ, ਵਹਿਮੀ।

Eccentricity—ਮਨਮੌਜ, ਨਿਰਾਲਾ-ਪਨ।

Edacious—ਲਾਲਚੀ।

Edacity—ਲਾਲਚ, ਹਿਰਸ।

Edge—ਕਿਨਾਰਾ, ਬਰੀਕੀ।

Edible—ਖਾਣ ਦੇ ਯੋਗ।

Edict—ਆਗਿਆ ਪੱਤਰ, ਆਗਿਆ।

Edification—ਸੁਧਾਰ, ਉਪਦੇਸ਼।

Edifice—ਵੱਡਾ ਮਕਾਨ, ਘਰ।

Edify—ਸਿਖਾਉਣਾ।

Edit—ਤਿਆਰ ਕਰਕੇ ਛਪਾਉਣਾ।

Edition—ਛਪਾਈ, ਛਾਪਾ।

Editor—ਛਾਪੇ ਦਾ ਮੈਨੇਜਰ ਜਾਂ ਜ਼ਿੰਮੇਵਾਰ ਆਦਮੀ।

Editorship—ਛਾਪੇ ਦੇ ਮਾਲਕ ਦੀ ਪਦਵੀ।

Educate—ਸਿਖਾਉਣਾ, ਪੜ੍ਹਾਉਣਾ।

Educational—ਪੜ੍ਹਾਈ, ਸਿੱਖਿਆ।

Education—ਪੜ੍ਹਾਈ ਦੇ ਸੰਬੰਧ ਵਿਚ।

Education—ਪੜ੍ਹਾਈ, ਸਿੱਖਿਆ।

Educe—ਖਿੱਚਣਾ, ਕੱਢਣਾ।

Eduction—ਖਿੱਚ, ਨਿਕਾਸ।

Eel—ਇਕ ਕਿਸਮ ਦੀ ਮੱਛੀ।

Effable—ਮਿਲਣਸਾਰ, ਬਿਆਨ ਕਰਨ ਦੇ ਯੋਗ।

Efface—ਮਿਟਾ ਦੇਣਾ, ਪੂੰਝਣਾ, ਛਿਲਣਾ।

Effect—ਅਸਰ, ਤਾਸੀਰ, ਅਸਰ ਕਰਨਾ।

Effective—ਅਸਰ ਵਾਲਾ, ਗੁਣੀ।

Effectual—ਗੁਣੀ, ਕਾਰਆਮਦ।

Effectuate—ਪੂਰਾ ਕਰਨਾ।

Effeminacy—ਬੁਜ਼ਦਿਲੀ, ਕਾਇਰਤਾ।

Effeminate—ਨਪੁੰਸਕ, ਨਾਮਰਦ।

Effervesce—ਉਬਾਲਣਾ, ਉਬਲਣਾ।

Effervescence—ਉਬਾਲ, ਜੋਸ਼।

Effete—ਬੰਜਰ, ਪੁਰਾਣਾ, ਨਿਰਾਰਥਕ।

Efficaclous—ਚੰਗਾ ਪ੍ਰਭਾਵ ਪਾਣ ਵਾਲਾ।

Efficacy—ਗੁਣ, ਫਲ, ਅਸਰ।

Efficient—ਯੋਗ, ਗੁਣਕਾਰੀ, ਲਾਇਕ।

Efficiently—ਤਸੱਲੀਦਾਇਕ।

Effigy—ਮੂਰਤੀ, ਪੁਤਲੀ, ਬੁੱਤ।

Efflate—ਹਵਾ ਭਰਨਾ, ਫੁਲਣਾ।

Efflorescence—ਫੁੱਲਾਂ ਦੀ ਰੁੱਤ, ਫੁੱਲ ਖਿੜਨਾ, ਖ਼ੁਸ਼ਬੂ।

Effluent—ਵਹਿੰਦਾ ਹੋਇਆ, ਚਲਦਾ ਹੋਇਆ।

Effluvium—ਬੁਖ਼ਾਰ, ਤਾਪ।

Efflux—ਬਹਾਓ।

Effort—ਉਦਮ, ਕੋਸ਼ਿਸ਼, ਨੱਸ ਭੱਜ।

Effossion—ਖੋਦ ਕੇ ਕੱਢਣਾ।

Effrontery—ਬੇਅਦਬੀ।

Effulge—ਚਮਕਣਾ।

Effulgence—ਚਮਕ ਦਮਕ, ਝਲਕ।

Effulgent—ਚਮਕਦਾਰ।

Effuse—ਕੱਢਣਾ, ਉਲਟਣਾ।

Effusion—ਬਹਾਓ, ਪਾਣੀ ਨਿਕਲਣਾ।

Effusive—ਵਹਿੰਦਾ ਹੋਇਆ।

Eft—ਇਕ ਕਿਸਮ ਦੀ ਛਿਪਕਲੀ।

Egg—ਐਂਡਾ, ਕੰਮ ਲਈ ਪ੍ਰੇਰਨਾ।

Eglomerate—ਸੁਲਝਾਉਣਾ, ਉਲਝਣਾ, ਖੋਲਣਾ।

Egotism—ਹੰਕਾਰ, ਅਭਿਮਾਨ।

Egotist—ਅਭਿਮਾਨੀ, ਹੰਕਾਰੀ।

Egotistical—ਘਮੰਡੀ, ਅਭਿਮਾਨੀ।

Egregious—ਅਚੰਭਾ, ਬਹੁਤ ਸਾਰਾ।

Egress, Egression--ਨਿਕਾਸ, ਕਢਾਈ।
Egret—ਇੱਕ ਪ੍ਰਕਾਰ ਦਾ ਬਗਲਾ।
Eder—ਇੱਕ ਪ੍ਰਕਾਰ ਦੀ ਬਤਖ਼।
Eight—ਅੱਠ।
Eighteen—ਅਠਾਰ੍ਹਾਂ।
Eighteenth—ਅਠਾਰ੍ਹਵਾਂ।
Eighth—ਅੱਠਵਾਂ।
Eightieth—ਅੱਸੀਵਾਂ।
Eighty—ਅੱਸੀ।
Either—ਦੋ ਵਿਚੋਂ ਕੋਈ ਇੱਕ।
Ejaculate—ਉਚਾਰਣ ਕਰਨਾ, ਬੋਲਣਾ।
Ejaculation—ਪ੍ਰਾਰਥਨਾ, ਮੰਤਰ।
Eject—ਕੱਢਣਾ, ਸੁੱਟਣਾ।
Ejection—ਦੇਸ਼ ਨਿਕਾਲਾ।
Ejectment—ਪਰਵਾਨਾ, ਬੇਦਖ਼ਲੀ।
Eke—ਭੀ, ਇਸੇ ਤਰ੍ਹਾਂ।
Elaborate—ਬੜੀ ਮਿਹਨਤ ਨਾਲ।
Elaboration—ਮਿਹਨਤ, ਜਾਨਫਸਾਨੀ।
Elapse—ਬੀਤਣਾ, ਗੁਜ਼ਰ ਜਾਣਾ।
Elastic—ਲਚਕਦਾਰ।
Elasticity—ਲਚਕ।
Elate—ਬਹੁਤ ਖ਼ੁਸ਼, ਅਭਿਮਾਨੀ, ਬਹੁਤ ਖ਼ੁਸ਼ ਹੋਣਾ।
Elation—ਘੁਮੰਡ, ਅਭਿਮਾਨ।
Elbow—ਕੂਹਣੀ, ਕੂਹਣੀ ਮਾਰਨਾ।
Elbow-chair—ਬਾਜ਼ੂਦਾਰ ਕੁਰਸੀ।
Elder—ਵੱਡਾ, ਬਜ਼ੁਰਗ।
Elderly—ਬਜ਼ੁਰਗਾਂ ਵਰਗਾ।
Eldest—ਸਭ ਤੋਂ ਵੱਡਾ, ਜੇਠਾ।
Elect—ਚੁਣਨਾ, ਚੁਣਿਆ ਹੋਇਆ।
Election—ਚੋਣਾਂ, ਇੰਤਖ਼ਾਬ।
Elective—ਚੁਣਿਆ ਹੋਇਆ।
Elector—ਜਿਸ ਨੂੰ ਰਾਏ ਦੇਣ ਦਾ ਹੱਕ ਹੋਵੇ, ਛਾਂਟਣ ਵਾਲਾ।
Electric—ਬਿਜਲੀ ਪੈਦਾ ਕਰਨ ਵਾਲੀ।
Electrify—ਬਿਜਲੀ ਦਾ ਅਸਰ ਪੈਦਾ ਕਰਨਾ।
Electroplate—ਬਿਜਲੀ ਨਾਲ ਚਾਂਦੀ ਜਾਂ ਸੋਨੇ ਦਾ ਪਾਣੀ ਚੜ੍ਹਾਉਣਾ।
Elegance—ਖ਼ੁਬਸੂਰਤੀ, ਸੁੰਦਰਤਾ।
Elegant—ਸੁਥਰਾ, ਕੋਮਲ, ਸੁੰਦਰ।
Elegiac—ਮਾਤਮੀ, ਸੋਗੀ।
Element—ਅਸਲ, ਤੱਤ, ਮੂਲ।
Elemental—ਅਸਲੀ।
Elementary—ਅਸਲੀ, ਮੂਲ।
Elephant—ਹਾਥੀ, ਗਜ।
Elephantine—ਹਾਥੀ ਵਰਗਾ ਵੱਡਾ।
Elevate—ਪਦਵੀ ਵਧਾਉਣਾ, ਉੱਚਾ ਕਰਨਾ, ਉੱਚੀ ਪਦਵੀ ਵਾਲਾ।
Elevation—ਮਹਾਨਤਾ, ਵਡਿਆਈ।
Eleve—ਚੇਲਾ, ਸ਼ਾਗਿਰਦ।
Eleven—ਗਿਆਰਾਂ, ਦੱਸ ਤੇ ਇਕ।
Eleventh—ਗਿਆਰ੍ਹਵਾਂ।
Elf—ਪਰੀ, ਜਿੰਨ, ਭੂਤ।
Elflock—ਜਟਾਂ, ਉਲਝੇ ਹੋਏ ਵਾਲ।
Elicit—ਪਰਗਟ ਕਰਨਾ, ਕਢਣਾ।
Elide—ਸੁੱਟ ਦੇਣਾ, ਕੱਟ ਦੇਣਾ।
Eligible—ਪਸੰਦ ਯੋਗ, ਚੁਣਨ ਦੇ ਕਾਬਲ।
Elimate—ਪਾਲਿਸ਼ ਕਰਨਾ, ਸਾਫ਼ ਕਰਨਾ।
Eliminate—ਦਰਵਾਜ਼ਾ ਖੋਲ੍ਹ ਕੇ ਕੱਢਣਾ।
Elimination--ਨਿਕਾਸੀ, ਅਦਲ-ਬਦਲ।
Elision—ਕਾਟ, ਜੁਦਾਈ।
Elixir—ਰਸਾਇਣ ਮਿਲੇ ਹੋਏ ਸ਼ਰਬਤ।
Elk—ਬਾਰਾਂਸਿੰਗਾ।
Ell—ਸਵਾ ਗਜ਼।
Ellipsis—ਚਮਰ, ਚੱਕਰ।
Elliptic, Elliptical—ਚਮਰ ਚੱਕਰ ਦੇ ਸਮਾਨ।
Elm—ਇੱਕ ਪ੍ਰਕਾਰ ਦਾ ਦਰਖ਼ਤ।

Elecution—ਬੋਲਣ ਜਾਂ ਕਹਿਣ ਦੀ ਤਾਕਤ।

Elogy, Eulogy—ਉਂਸਤਤੀ।

Eloin—ਹਟਾਉਣਾ, ਦੂਰ ਲੈ ਜਾਣਾ।

Elongate—ਲੰਬਾ ਕਰਨਾ, ਵੱਡਾ ਕਰਨਾ।

Elongation—ਦੂਰੀ, ਖਿਚਾਉ।

Elope—ਨੱਸ ਜਾਣਾ।

Elopement—ਫਰਾਰ, ਨੱਠਣਾ।

Eloquence—ਮਿੱਠਾ ਬੋਲ।

Eloquent—ਰਸੀਲਾ, ਚੰਗਾ ਬੋਲਣ ਵਾਲਾ।

Else—ਹੋਰ, ਦੂਜਾ।

Elsewhere—ਦੂਜੀ ਥਾਂ।

Elucidate—ਪ੍ਰਗਟ ਕਰਨਾ।

Elucidation—ਖੋਲ੍ਹਣਾ, ਵੇਰਵਾ ਕਰਨਾ।

Elude—ਨਿਕਲ ਜਾਣਾ।

Elusion—ਜਾਲ, ਧੋਖਾ।

Elusive, Elusory—ਧੋਖੇਬਾਜ਼।

Elute—ਸਾਫ਼ ਕਰਨਾ।

Elutriate—ਛਾਂਟਣਾ।

Elysian—ਆਨੰਦਦਾਇਕ।

Elysium—ਅਨੰਦ ਦੀ ਥਾਂ, ਸਵਰਗ।

Emaciate—ਕਮਜ਼ੋਰ, ਦੁਬਲਾ, ਕਮਜ਼ੋਰ ਹੋਣਾ।

Emanant—ਨਿਕਲਣ ਵਾਲਾ।

Emanate—ਨਿਕਲਣਾ, ਬਾਹਰ ਹੋਣਾ।

Emanation—ਨਿਕਾਸੀ।

Emancipate—ਨੌਕਰੀ ਛੱਡਣਾ।

Emancipation—ਛੁਟਕਾਰਾ, ਮੁਕਤੀ, ਸੁਤੰਤਰਤਾ।

Emasculate—ਨਾਮਰਦ ਕਰਨਾ।

Embale—ਬੈਠਣਾ, ਜਕੜਨਾ।

Embalm—ਮੁਰਦੇ ਨੂੰ ਸੁਗੰਧੀ ਲਗਾ ਕੇ ਰੱਖਣਾ।

Embank—ਬੰਨ੍ਹ ਬੰਨ੍ਹਣਾ।

Embankment—ਬੰਨ੍ਹ, ਪੁਸ਼ਤਾ।

Embar—ਰੋਕਣਾ।

Embargo—ਜਹਾਜ਼ ਨੂੰ ਚੱਲਣ ਤੋਂ ਰੋਕਣਾ।

Embark—ਜਹਾਜ਼ ਤੇ ਚੜ੍ਹਨਾ।

Embarkation—ਜਹਾਜ਼ ਦੀ ਸਵਾਰੀ ਕਰਨਾ।

Embarrass—ਘਬਰਾਉਣਾ, ਪਰੇਸ਼ਾਨ ਕਰਨਾ।

Embarrassment--ਹੈਰਾਨੀ, ਘਬਰਾਹਟ।

Embassage, Embassy—ਏਲਚੀ।

Embassador—ਦੂਤ, ਏਲਚੀ।

Embattle—ਮੋਰਚਾਬੰਦੀ ਕਰਨਾ।

Embellish—ਸਜਾਉਣਾ, ਸੰਵਾਰਨਾ।

Embellishment—ਸਜਾਵਟ।

Embers—ਅੰਗਾਰਾ, ਚਿੰਗਾਰੀ।

Embezrle—ਛੁਪਾਉਣਾ, ਖੋਹ ਲੈਣਾ, ਗਬਨ ਕਰਨਾ।

Embezzlement—ਗਬਨ, ਚੋਰੀ।

Emblazon—ਸਜਾਉਣਾ, ਚਮਕਾਉਣਾ।

Emblem—ਨਿਸ਼ਾਨ, ਤਸਵੀਰ।

Emblematic, Emblematical--ਨਿਸ਼ਾਨ ਵਾਲੀ।

Embody—ਮਿਲਾਉਣਾ, ਜੋੜਨਾ।

Embolden—ਦਲੇਰ ਕਰਨਾ, ਹੌਂਸਲਾ ਵਧਾਉਣਾ।

Emboss—ਵੇਲ ਬੂਟੇ ਜਾਂ ਫੁੱਲ ਕੱਢਣਾ।

Embowel—ਆਂਦਰਾਂ ਕੱਢਣਾ।

Embower—ਗੁਫ਼ਾ ਵਿਚ ਰਹਿਣਾ।

Embrace—ਗਲਵਕੜੀ ਪਾਉਣਾ, ਗਲੇ ਮਿਲਣਾ।

Embrasure—ਤੋਪ ਰੱਖਣ ਦਾ ਝਰੋਖਾ।

Embrocate—ਮਾਲਿਸ਼ ਕਰਨਾ, ਮਲਣਾ।

Embrocation—ਮਾਲਿਸ਼, ਲੇਪ।

Embroider—ਵੇਲ ਬੂਟੇ ਕੱਢਣਾ।

Embroiderer—ਵੇਲ ਬੂਟੇ ਕੱਢਣ ਵਾਲਾ।

Embroil—ਤੰਗ ਕਰਨਾ, ਦੁੱਖ ਦੇਣਾ।

Embryo, Embryon—ਕੱਚਾ, ਅਧੂਰਾ ਕੰਮ।

Emend—ਠੀਕ ਕਰਨਾ, ਦਰੁੱਸਤ ਕਰਨਾ।

Emendation—ਦਰੁੱਸਤੀ, ਤਬਦੀਲੀ।

Emerald—ਕੀਮਤੀ ਪੱਥਰ, ਜਵਾਹਰ।

Emerge—ਪ੍ਰਗਟ ਹੋਣਾ।

Emergence, Emergency—ਔਖਾ ਵੇਲਾ, ਬਿਪਤਾ।

Emersion—ਡੁੱਬਦੇ ਹੋਏ ਨੂੰ ਕੱਢਣਾ।

Emetic—ਉਲਟੀ ਲਗਾਉਣ ਵਾਲੀ ਦੌਵਾਈ।

Emication—ਚਿੰਗਾਰੀਆਂ ਉਡਾਉਣਾ।

Emiction—ਪਿਸ਼ਾਬ, ਮੂਤਰ।

Emigrant—ਦੇਸ਼ ਛੱਡਣ ਵਾਲਾ।

Emigrate—ਦੂਜੇ ਦੇਸ਼ ਵਿਚ ਵਸਣਾ।

Emigration—ਦੇਸ਼ ਛੱਡਣਾ।

Eminence—ਉਚਾਈ, ਬਜ਼ੁਰਗੀ, ਵੱਡੀ ਪਦਵੀ।

Eminent—ਉਚਾ, ਵੱਡੀ ਪਦਵੀ ਵਾਲਾ।

Emissary--ਜਾਸੂਸ, ਭੇਦ ਲੈਣ ਵਾਲਾ।

Emission—ਪ੍ਰਗਟ, ਨਿਕਾਸ।

Emit—ਖਾਰਜ ਕਰਨਾ, ਛਿਪਣਾ।

Emmet—ਕੀੜੀ, ਚਿਊਂਟੀ।

Emmew—ਬੰਦ ਕਰਨਾ, ਕੈਦ ਕਰਨਾ।

Emolliate—ਨਰਮ ਕਰਨਾ, ਮੁਲਾਇਮ ਕਰਨਾ।

Emollient—ਨਰਮ ਕਰਨ ਵਾਲੀ।

Emolument—ਫਾਇਦਾ, ਨਫ਼ਾ।

Emotion—ਜੋਸ਼, ਮੌਜ।

Empale—ਬੰਨ੍ਹ ਬੰਨ੍ਹਣਾ, ਸੂਲੀ ਦੇਣਾ।

Empalement—ਆੜ, ਘੇਰਾ, ਸੂਲੀ।

Empannel—ਜੂਰੀ ਦੇ ਮੈਂਬਰਾਂ ਵਿਚ ਸ਼ਾਮਲ ਕਰਨਾ।

Emperor--ਸ਼ਹਿਨਸ਼ਾਹ, ਮਹਾਰਾਜ ਅਧਿਰਾਜ।

Emphasis—ਸ਼ਬਦਾਂ ਵਿੱਚ ਕਿਸੇ ਖ਼ਾਸ ਸ਼ਬਦ 'ਤੇ ਜ਼ੋਰ।

Emphatic, Emphatical--ਜ਼ੋਰਦਾਰ।

Emphatically—ਜ਼ੋਰ ਨਾਲ।

Empire—ਰਾਜ, ਹਕੂਮਤ।

Empiric—ਨੀਮ ਹਕੀਮ।

Empiric, Empirical—ਅਜ਼ਮਾਇਸ਼ੀ।

Empirically—ਅਜ਼ਮਾਇਸ਼ ਨਾਲ।

Employ—ਮੁਕਰੱਰ, ਕੰਮ ਵਿਚ ਲਾਉਣਾ।

Employment—ਨੌਕਰੀ, ਕੰਮ।

Employer—ਮਾਲਕ, ਸੁਆਮੀ।

Employee—ਨੌਕਰ।

Emporium—ਮੰਡੀ, ਵਪਾਰ ਦੀ ਥਾਂ।

Emproverish—ਕਮਜ਼ੋਰ ਕਰਨਾ।

Empower—ਅਧਿਕਾਰ ਦੇਣਾ, ਯੋਗ ਬਨਾਣਾ।

Empress—ਮਹਾਰਾਣੀ, ਮਲਿਕਾ।

Emptiness—ਖੋਖਲਾਪਨ, ਪੋਲ।

Empty—ਖਾਲੀ, ਸੁੰਨਸਾਨ, ਖਾਲੀ ਕਰਨਾ।

Empyreal—ਆਕਾਸ਼ੀ, ਹਵਾਈ।

Empyreen—ਸਵਰਗ, ਉਚਾ ਅਸਮਾਨ।

Emu—ਆਸਟ੍ਰੇਲੀਆ ਦੀ ਇਕ ਵੱਡੀ ਚਿੜੀ।

Emulate—ਬਰਾਬਰੀ ਕਰਨਾ।

Emulation—ਬਰਾਬਰੀ।

Emulous—ਬਰਾਬਰੀ ਕਰਨ ਵਾਲਾ।

Emulsion—ਦੁੱਧ ਦੇ ਸਮਾਨ ਦਵਾਈ।

Enable—ਯੋਗ ਬਨਾਉਣਾ।

Enact—ਜਾਰੀ ਕਰਨਾ, ਮੰਨਣਾ।

Enactment—ਕਾਨੂੰਨ ਬਣਾਉਣਾ।

Enacture—ਇਰਾਦਾ, ਖ਼ਿਆਲ।

Enamel—ਮੀਨਾਕਾਰੀ ਕਰਨਾ, ਮੀਨਾਕਾਰੀ ਦੀ ਚੀਜ਼।

Enamour—ਮੋਹਿਤ ਕਰਨਾ।

Encage—ਪਿੰਜਰੇ ਵਿਚ ਬੰਦ ਕਰਨਾ।

Encamp—ਡੇਰਾ ਲਾਉਣਾ।
Encampment—ਤੰਬੂ ਲਾਉਣਾ।
Encase—ਬੰਦ ਚੀਜ਼ ਨੂੰ ਖੋਲ੍ਹਣਾ।
Encave—ਖੋਹ ਜਾਂ ਗੁਫ਼ਾ ਵਿਚ ਛਿਪਣਾ।
Enceinte—ਗਰਭਵਤੀ, ਹਾਮਲਾ।
Enchafe—ਨਾਰਾਜ਼ ਕਰਨਾ, ਕ੍ਰੋਧਿਤ ਕਰਨਾ।
Enchain—ਜੰਜੀਰ ਨਾਲ ਬੰਨ੍ਹਣਾ।
Enchant—ਜਾਦੂ ਕਰਨਾ।
Enchanter—ਜਾਦੂਗਰ।
Enchantment—ਜਾਦੂਗਰੀ।
Enchantress—ਜਾਦੂਗਰਨੀ।
Enchase—ਸੋਨੇ ਦੇ ਨਕਸ਼ ਬਣਾਉਣਾ।
Encircle—ਘੇਰਣਾ, ਚੱਕਰ ਬੰਨ੍ਹਣਾ।
Enclosure—ਘੇਰਾ, ਅਹਾਤਾ।
Encoffin—ਕਫ਼ਨ ਵਿਚ ਲਪੇਟਣਾ।
Encomiast—ਉਸਤਤੀ ਕਰਨ ਵਾਲਾ, ਭੱਟ।
Encomium—ਉਸਤਤੀ।
Encompass--ਘੇਰਨਾ, ਅਹਾਤਾ ਬੰਨ੍ਹਣਾ।
Encore—ਦੁਬਾਰਾ।
Encounter—ਅਚਾਨਕ ਮੁਲਾਕਾਤ, ਮੁਠ-ਭੇੜ, ਲੜਨਾ, ਮੁਕਾਬਲਾ ਕਰਨਾ।
Encourage—ਦਲੇਰੀ ਦੇਣਾ।
Encouragement—ਹੌਂਸਲਾ, ਦਲੇਰੀ।
Encrisp—ਮੋੜਨਾ, ਵਾਲ ਸੰਵਰਨਾ।
Encroach—ਜ਼ਬਰਦਸਤੀ ਕਰਨਾ।
Encroacher—ਜ਼ਬਰਦਸਤੀ ਕਰਨ ਵਾਲਾ।
Encroachment—ਜ਼ਬਰਦਸਤੀ।
Encumber—ਟੋਕਣਾ, ਹੈਰਾਨ ਕਰਨਾ।
Encumbrance—ਰੋਕ, ਬੋਝਾ।
Encyclopedia—ਡਿਕਸ਼ਨਰੀ
End—ਸਮਾਪਤੀ, ਮੌਤ, ਬਰਬਾਦੀ।
Endanger—ਖ਼ਤਰੇ ਵਿਚ ਪਾਉਣਾ।
Endear—ਪਿਆਰ ਕਰਨਾ।
Endearment—ਕੋਸ਼ਿਸ਼।
Endeavour—ਪਰਿਣਾਮ।
Endeavour—ਕੋਸ਼ਿਸ਼ ਕਰਨਾ।
Endecagon—ਗਿਆਰ੍ਹਾਂ ਪਾਸਿਆਂ ਦੀ ਸ਼ਕਲ।
Endemic—ਕਿਸੇ ਖ਼ਾਸ ਕੌਮ ਜਾਂ ਜ਼ਿਲ੍ਹੇ ਸੰਬੰਧੀ। ਮੁਲਕੀ ਰੋਗ।
Ending—ਖ਼ਾਤਮਾ, ਆਖ਼ਰ।
Endive—ਇਕ ਤਰ੍ਹਾਂ ਦਾ ਪੌਦਾ।
Endless—ਬੇਸ਼ੁਮਾਰ, ਬੇਅੰਤ, ਨਿਰੰਤਰ।
Endmost—ਸਭ ਤੋਂ ਦੂਰ।
Endogenous—ਅੰਦਰੋਂ ਉੱਗਣ ਜਾਂ ਪ੍ਰਗਟ ਹੋਣ ਵਾਲਾ।
Endorse—ਦਸਤਖ਼ਤ ਕਰਨਾ, ਪਿੱਛੇ ਲਿਖਣਾ।
Endorsement—ਦਸਤਖ਼ਤ।
Endow—ਦਾਨ ਕਰਨਾ, ਦੇਣਾ।
Endowment—ਦਾਨ, ਪੁੰਨ, ਦਾਜ।
Endurable—ਸਾਧਾਰਨ ਯੋਗ।
Endurance—ਧੀਰਜ, ਠਹਿਰਾਓ।
Endure—ਉਠਾਉਣਾ, ਸਹਿਣਾ।
Enduring—ਕਾਫ਼ੀ ਚਿਰ ਰਹਿਣ ਵਾਲੀ।
Endwise—ਸਿੱਧਾ, ਬਰਾਬਰ।
Enema—ਗੁਦੇ ਵਿਚ ਪਿਚਕਾਰੀ ਰਾਹੀ ਦਵਾਈ ਚੜ੍ਹਾਉਣਾ।
Enemy—ਦੁਸ਼ਮਣ।
Energetic, Energetical—ਪੱਕਾ, ਅਸਰ ਵਾਲਾ।
Energetically--ਤਾਕਤ ਨਾਲ, ਚਾਲਾਕੀ ਨਾਲ।
Energy—ਜ਼ੋਰ, ਤਾਕਤ, ਅਸਰ।
Enervate—ਕਮਜ਼ੋਰ ਕਰਨਾ।
Enervation—ਕਮਜ਼ੋਰੀ।
Enfeeble—ਦੁਬਲਾ ਜਾਂ ਕਮਜ਼ੋਰ ਕਰਨਾ।
Enfeeblement—ਨਿਰਬਲਤਾ।

Enfetter—ਜ਼ੰਜੀਰਾਂ ਨਾਲ ਬੰਨ੍ਹਣਾ।

Enforce—ਜ਼ਬਰਦਸਤੀ ਕਰਨਾ।

Enforcement—ਮਜ਼ਬੂਰੀ, ਜ਼ਬਰ-ਦਸਤੀ।

Enfranchise—ਛੱਡਣਾ, ਬਰਖ਼ਾਸਤ ਕਰਨਾ।

Enfranchisement--ਆਜ਼ਾਦੀ, ਛੁਟਕਾਰਾ।

Engage—ਕੰਮ ਵਿਚ ਲਾਉਣਾ, ਨੌਕਰ ਕਰਨਾ।

Engaged—ਰੁੱਝਿਆ ਹੋਇਆ, ਬੱਝਾ ਹੋਇਆ।

Engagement—ਮਸ਼ਗੂਲ, ਸ਼ਰਤ।

Engaging—ਪਿਆਰਾ, ਦਿਲ ਖਿੱਚਵਾਂ।

Engaol—ਕੈਦ ਕਰਨਾ।

Engender—ਖ਼ੁਸ਼ ਕਰਨਾ।

Engild—ਚਮਕਾ ਦੇਣਾ।

Engine—ਵਸੀਲਾ, ਹਥਿਆਰ।

Engineer—ਇਮਾਰਤਾਂ ਜਾਂ ਤੋਪਖਾਨੇ ਦਾ ਕੰਮ ਕਰਨ ਵਾਲਾ।

Engineering—ਇਮਾਰਤਾਂ ਦਾ ਕੰਮ ਜਾਂ ਤੋਪ ਖਾਨੇ ਦੀ ਵਿੱਦਿਆ।

Engird—ਘੇਰਨਾ, ਹੱਦ ਬਨਾਣੀ।

Engirdle—ਘੇਰਾ ਪਾਉਣਾ।

English—ਅੰਗ੍ਰੇਜ਼ੀ ਭਾਸ਼ਾ।

Engraft—ਭਰਨਾ, ਬਿਠਾਉਣਾ, ਪਿਓਂਦ ਲਾਣਾ।

Engrain—ਗੂੜ੍ਹਾ ਰੰਗਣਾ।

Engrave—ਨਕਸ਼ ਕਰਨਾ।

Engraver—ਨੱਕਾਸ਼, ਕੁੰਦਾਗਰ।

Engraving—ਉਕਰੀ ਹੋਈ ਤਸਵੀਰ, ਉਕਰਨ ਦੀ ਵਿਦਿਆ।

Engross--ਥੋਕ ਖ਼ਰੀਦਣਾ, ਜਜ਼ਬ ਕਰਨਾ।

Engulf, Engulph—ਨਿਗਲਣਾ।

Enhance—ਵਿਸ਼ੇਸ਼ ਕਰਨਾ, ਵਧਾਣਾ।

Enhancement—ਜ਼ਿਆਦਤੀ, ਵਿਸ਼ੇਸ਼।

Enigma—ਪਹੇਲੀ, ਪੇਚੀਦਾ ਮਾਮਲਾ।

Enigmatic, Enigmatical—ਗੂੜ੍ਹ, ਪੇਚੀਦਾ।

Enigmatize—ਪੇਚੀਦਾ ਗੱਲ ਕਰਨਾ।

Enjoin—ਹੁਕਮ ਦੇਣਾ, ਤਾਕੀਦ ਕਰਨਾ।

Enjoinment—ਹਦਾਇਤ, ਹੁਕਮ।

Enjoy—ਖ਼ੁਸ਼ ਹੋਣਾ, ਮਜ਼ਾ ਲੁੱਟਣਾ।

Enjoyment—ਖ਼ੁਸ਼ੀ, ਆਰਾਮ।

Enkindle—ਅੱਗ ਲਾਉਣਾ, ਜਲਾਣਾ।

Enlarge—ਵਧਾਉਣਾ, ਫੈਲਾਉਣਾ।

Enlargement—ਫੈਲਾਉ, ਵਿਸਤਾਰ।

Enlighten—ਚਮਕਣਾ, ਰੋਸ਼ਨ ਕਰਨਾ।

Enlink—ਜਕੜਨਾ।

Enlist—ਭਰਤੀ ਕਰਨਾ, ਰਜਿਸਟਰ ਵਿਚ ਲਿਖਣਾ।

Enlistment—ਦਾਖ਼ਲਾ।

Enliven—ਪ੍ਰਸੰਨ ਕਰਨਾ, ਉਤਸਾਹਿਤ ਕਰਨਾ।

Enmesh—ਘੇਰਨਾ, ਫਸਾਉਣਾ।

Enmity—ਦੁਸ਼ਮਣੀ, ਵੈਰ।

Ennerve—ਤਾਕਤ ਦੇਣਾ, ਮਜ਼ਬੂਤ ਕਰਨਾ।

Ennoble—ਅਹੁਦਾ ਜਾਂ ਪਦਵੀ ਦੇਣਾ।

Ennul—ਸੁਸਤੀ, ਥਕਾਵਟ।

Enod—ਬੇਜੋੜ।

Enormity—ਮਹਾਨ ਪਾਪ, ਵੱਡਾ ਜੁਰਮ।

Enormous—ਬੇਕਾਇਦਾ।

Enough—ਕਾਫੀ, ਸਾਰਾ।

Enounce—ਐਲਾਨ ਕਰਨਾ, ਮਸ਼ਹੂਰ ਕਰਨਾ।

Enquire—ਪੁੱਛ ਗਿੱਛ ਕਰਨਾ, ਪਤਾ ਕਰਨਾ।

Enrage—ਭੜਕਾਣਾ, ਨਾਰਾਜ਼ ਕਰਨਾ।

Enrange—ਸਜਾਉਣਾ, ਤਰਤੀਬਵਾਰ ਰੱਖਣਾ।

Enrank—ਲਾਈਨ ਵਿਚ ਤਰਤੀਬ ਦੇਣਾ।
Enrapture—ਅਤਿਐਤ ਖ਼ੁਸ਼ੀ।
Enravish—ਅਤਿਪ੍ਰਸੰਨ ਕਰਨਾ।
Enregister—ਸੂਚੀ ਪੱਤਰ ਵਿੱਚ ਲਿਖਣਾ।
Enrich—ਅਮੀਰ ਬਨਾਣਾ, ਹਰਾ ਕਰਨਾ।
Enrichment—ਅਮੀਰੀ, ਦੌਲਤਮੰਦੀ।
Enrobe—ਕੱਪੜੇ ਪਹਿਨਣਾ।
Enrol—ਦਰਜ ਕਰਨਾ, ਰਜਿਸਟਰਡ ਕਰਨਾ।
Enrolment—ਰਜਿਸਟਰ ਵਿੱਚ ਦਰਜ ਕਰਨ ਦਾ ਕੰਮ।
Enroot—ਜੜ੍ਹ ਲਾਉਣਾ, ਗੱਡਣਾ।
Enroute—ਰਸਤੇ ਵਿੱਚ।
Ensanguine—ਲਹੂ ਨਾਲ ਭਰਨਾ।
Enshrine—ਪਵਿੱਤਰ ਸਮਝ ਕੇ ਬਚਾ ਰੱਖਣਾ।
Enshroud—ਢੱਕਣਾ, ਲੁਕਾਉਣਾ।
Enseal—ਮੋਹਰ ਲਗਾਉਣਾ।
Enshield—ਬਚਾਉਣਾ, ਰੱਖਿਆ ਕਰਨਾ।
Ensign—ਨਿਸ਼ਾਨ, ਝੰਡਾ।
Enslave—ਗੁਲਾਮ ਬਣਾਉਣਾ।
Enslavement—ਗੁਲਾਮੀ, ਦਾਸਪੁਣਾ।
Ensnare—ਜਾਲ ਵਿਚ ਫਸਾਉਣਾ।
Ensue—ਪਿੱਛਾ ਕਰਨਾ, ਕਾਮਯਾਬ ਹੋਣਾ।
Ensure—ਭਰੋਸਾ ਕਰਨਾ, ਅਜਮਾਉਣਾ।
Entail—ਉਹ ਧਨ ਜੋ ਮਰਨ ਦੇ ਪਿੱਛੋਂ ਕੇਵਲ ਪੁੱਤਰ ਦੇ ਕੰਮ ਆਵੇ।
Entangle—ਮਰੋੜਨਾ, ਫਸਾਉਣਾ।
Entanglement--ਘਬਰਾਹਟ, ਉਲਝਨ।
Enter—ਦਰਜ ਕਰਨਾ, ਦਾਖ਼ਲ ਹੋਣਾ, ਅੰਦਰ ਜਾਣਾ।
Enterlace—ਇੱਕ ਦੂਜੇ ਨੂੰ ਮਿਲਾਣਾ।
Enterparlance—ਸਲਾਹ, ਮਸ਼ਵਰਾ।
Enterprise—ਮੁਹਿੰਮ, ਹਿੰਮਤ, ਇਰਾਦਾ ਕਰਨਾ।
Enterprising—ਦਲੇਰ, ਬਹਾਦਰ, ਲੜਾਕਾ।
Entertain—ਗੱਲਬਾਤ ਕਰਨੀ, ਦਿਲ ਬਹਿਲਾਉਣਾ।
Entertaining—ਦਿਲਚਸਪ।
Enthral—ਦਾਸ ਬਣਾਉਣਾ।
Enthrone—ਰਾਜ ਤਿਲਕ ਕਰਨਾ।
Enthusiasm—ਸਰਗਰਮੀ, ਤੇਜ਼ੀ।
Enthusiast--ਮਸਤ ਜੋਸ਼ੀਲਾ, ਸਰਗਰਮ।
Enthusiastic—ਜੋਸ਼ ਵਿਚ ਭਰਿਆ ਹੋਇਆ।
Entice—ਲਲਚਾਉਣਾ, ਲੁਭਾਉਣਾ।
Enticement—ਲਾਲਚ, ਲੋਭ।
Entire—ਕੁਲ, ਤਮਾਮ।
Entirely—ਕੁਲ, ਸਭ, ਸੰਪੂਰਣ।
Entitle--ਨਾਮ ਰਖਣਾ, ਅਧਿਕਾਰ ਦੇਣਾ।
Entity—ਮੌਜੂਦਗੀ।
Entoil—ਪਰੇਸ਼ਾਨ ਕਰਨਾ।
Entomb—ਦਫ਼ਨ ਕਰਨਾ।
Entombment—ਦੱਬਣ ਦੀ ਹਾਲਤ।
Entomology—ਕੀੜਿਆਂ ਦਾ ਵਰਣਨ।
Entrails—ਆਂਦਰਾਂ, ਅੰਤੜੀਆਂ।
Entrance—ਦਰਵਾਜ਼ਾ, ਪ੍ਰਵੇਸ਼ ਦੁਆਰ।
Entrap—ਫੰਦੇ ਵਿਚ ਫਸਾਉਣਾ।
Entreat—ਦਰਖ਼ਾਸਤ ਕਰਨਾ।
Entreaty—ਦਰਖ਼ਾਸਤ, ਬੇਨਤੀ।
Entree—ਦਾਖ਼ਲਾ, ਪਹੁੰਚ।
Entrench—ਖਾਈ ਨਾਲ ਘੇਰਨਾ।
Entry—ਦਾਖ਼ਲਾ।
Entwine—ਲਪੇਟਣਾ।
Enubilate—ਬੱਦਲਾਂ ਤੋਂ ਸਾਫ਼ ਕਰਨਾ।
Enubilous—ਸਾਫ਼, ਖੁੱਲ੍ਹਾ।
Enumerate—ਗਿਣਨਾ, ਸ਼ੁਮਾਰ ਕਰਨਾ।
Enumeration—ਗਿਣਤੀ, ਹਿਸਾਬ।

Enunciate—ਮਸ਼ਹੂਰ ਕਰਨਾ।
Enunciation—ਵਰਨਣ, ਦਾਅਵਾ।
Envelop—ਢਕਣਾ, ਲਿਫਾਫਾ, ਪਰਦਾ, ਲਿਫਾਫੇ ਵਿਚ ਬੰਦ ਕਰਨਾ।
Envenom—ਜ਼ਹਿਰ ਮਿਲਾਣਾ, ਦਿਲ ਮੈਲਾ ਕਰਨਾ।
Enviable—ਦਿਲ ਪਸੰਦ।
Enviuos—ਬੁਰਾ ਮੰਗਣ ਵਾਲਾ।
Enviously—ਦਰਦ ਨਾਲ।
Environ—ਘੇਰਨਾ, ਖਿੱਚਣਾ।
Environment--ਘੇਰਾ, ਆਾਲਾ ਦੁਆਲਾ, ਗੁਆਂਢ।
Environs—ਚਾਰੇ ਪਾਸੇ, ਇਰਦ-ਗਿਰਦ।
Envoy—ਏਲਚੀ, ਸਫ਼ੀਰ।
Envy—ਦੁਸ਼ਮਣੀ ਕਰਨਾ, ਵੈਰ, ਦੁਸ਼ਮਣੀ।
Enwrap—ਲਪੇਟਨਾ, ਢੱਕਣਾ।
Epact—ਸੰਗਰਾਂਦੀ ਥਿਤਾਂ ਵਾਲੇ ਮਹੀਨੇ ਦਾ ਫ਼ਰਕ।
Epaulet—ਸਿਪਾਹੀਆਂ ਦੀ ਵਰਦੀ ਦਾ ਬਿੱਲਾ।
Epenthetic—ਵਿਚ ਲਗਿਆ ਹੋਇਆ।
Ephemera—ਦਿਨ ਭਰ ਦਾ ਬੁਖ਼ਾਰ।
Eephmeral—ਕੇਵਲ ਇੱਕ ਦਿਨ ਦਾ।
Epic—ਬਹਾਦਰਾਨਾ, ਵੀਰਤਾ ਦਾ।
Epicene—ਉਹ ਸ਼ਬਦ ਜੋ ਪੁਲਿੰਗ ਤੇ ਇਸਤ੍ਰੀ ਲਿੰਗ ਹੋਵੇ।
Epicedium—ਮਰਨ ਦਾ ਗੀਤ।
Epicerastic—ਨਰਮ ਦਿਲ।
Epicure, Epicurean--ਕਾਮੀ, ਅੱਯਾਸ਼।
Epicycle—ਇੱਕ ਛੋਟਾ ਦਾਇਰਾ ਜਿਸ ਦਾ ਕੇਂਦਰ ਵੱਡੇ ਦਾਇਰੇ ਦੇ ਮਾਤਹਿਤ ਹੋਵੇ।
Epidemic—ਉੜਨੀ।
Epidermis—ਝਿੱਲੀ, ਚਮੜੀ।
Epigrammatic—ਲਤੀਫ਼ੇ।
Epigrammatist—ਲਤੀਫ਼ਿਆਂ ਦਾ ਲਿਖਾਰੀ।
Epigraph—ਮਜ਼ਮੂਨ ਜੋ ਖੋਦ ਕੇ ਲਿਖਿਆ ਹੋਵੇ।
Epilepsy—ਮਿਰਗੀ।
Epileptic, Epileptical—ਮਿਰਗੀ ਵਾਲਾ।
Epilogism—ਗਿਣਤੀ, ਹਿਸਾਬ।
Epilogue—ਤਮਾਸ਼ੇ ਤੋਂ ਮਗਰੋਂ ਦੀ ਗੱਲਬਾਤ।
Episcopacy—ਪਾਦਰੀ ਦਾ ਰਾਜ।
Episcopal—ਪਾਦਰੀਆਂ ਵਾਲਾ।
Episcopate—ਪਾਦਰੀ ਦੀ ਪਦਵੀ।
Episcopy—ਰੱਖਿਆ, ਨਿਗਰਾਨੀ।
Episcopicide—ਪਾਦਰੀ ਦਾ ਕਾਤਲ।
Episode—ਕਹਾਣੀ ਤੇ ਕਹਾਣੀ।
Epistle—ਚਿੱਠੀ, ਰੁੱਕਾ।
Epistolary—ਚਿੱਠੀ ਪੱਤਰ ਸੰਬੰਧੀ।
Epistolize—ਚਿੱਠੀ ਲਿਖਣਾ।
Epistolography—ਚਿੱਠੀ ਲਿਖਣ ਦੀ ਵਿੱਦਿਆ।
Epitaof—ਕੁਤਬਾ, ਮਿਰਤੂ ਲੇਖ।
Epithalamium—ਵਿਆਹ ਦਾ ਗੀਤ।
Epithet—ਲਕਬ, ਨਾਮ।
Epithumetic, Epithumetical—ਬੇਹੋਸ਼, ਬਦਮਸਤ।
Epitome—ਖੁਲਾਸਾ, ਸੰਖੇਪ।
Epitomise—ਸੰਖੇਪ ਕਰਨਾ।
Epoch, Epocha—ਤਰੀਕ, ਮਿਤੀ।
Epode—ਦੋਹੇ ਦਾ ਆਖ਼ਰੀ ਹਿੱਸਾ।
Epopee—ਸ਼ਾਖਾ।
Epsom-salt—ਜੁਲਾਬ ਦੇਣ ਲਈ ਇਕ ਤਰ੍ਹਾਂ ਦਾ ਲੂਣ।
Epulary—ਨੇਵਤੇ ਦਾ।
Epulation—ਨੇਵਤਾ।
Epulotic—ਆਰਾਮ ਦੇਣ ਵਾਲੀ ਦਵਾਈ।

Equability—ਬਰਾਬਰੀ, ਸਥਿਰਤਾਈ।
Equable—ਬਰਾਬਰੀ।
Equal, Equally—ਬਰਾਬਰ।
Equalize—ਬਰਾਬਰੀ ਕਰਨਾ।
Equality, Equalness—ਬਰਾਬਰੀ।
Equalization—ਬਰਾਬਰ ਹੋਣ ਦਾ ਕੰਮ।
Equanimity—ਸੰਜੀਦਗੀ।
Equanimous—ਇਕੋ ਜਿਹਾ, ਸਥਿਰ।
Equation—ਬਰਾਬਰੀ।
Equator—ਭੂ-ਕਖਸ਼।
Equatorial—ਭੂ-ਮਧ ਰੇਖਾ ਸੰਬੰਧੀ।
Equerry—ਘੁੜਸਾਲ ਦਾ ਦਰੋਗਾ।
Equestrian—ਸਵਾਰ ਦੇ ਮੁਤਅਲੱਕ।
Equiangular—ਸਮਕੋਣ।
Equidistant—ਬਰਾਬਰ ਦੀ ਦੂਰੀ ਵਾਲਾ।
Equiform—ਇਕੋ ਜਿਹੀ ਸ਼ਕਲ ਵਾਲਾ।
Equilateral—ਚਾਰੇ ਪਾਸੇ ਬਰਾਬਰ।
Equilibration—ਬਰਾਬਰ ਤੋਲ ਵਾਲਾ।
Equiliberate—ਇਕੋ ਜਿਹਾ ਭਾਰ ਕਰਨਾ।
Equilibrium—ਬਰਾਬਰ ਵਜਨ।
Equinox—ਜਦੋਂ ਰਾਤ ਦਿਨ ਇਕੋ ਜਿਹੇ ਹੋਣ।
Equip—ਤਿਆਰ ਕਰਨਾ।
Equipage—ਸਵਾਰੀ, ਸਾਜ ਸਮਾਨ।
Equipment—ਤਿਆਰੀ, ਸਜਾਵਟ।
Equipoise—ਬਰਾਬਰ ਤੋਲ ਦਾ।
Equipollent—ਬਰਾਬਰ ਤਾਕਤ ਦਾ।
Equiponderant--ਬਰਾਬਰ ਤੋਲ ਵਾਲਾ।
Equisonant—ਬਰਾਬਰ ਆਵਾਜ਼ ਦਾ।
Equitable—ਠੀਕ, ਇਨਸਾਫ਼।
Equity—ਇਨਸਾਫ਼, ਹੱਕ।
Equivalence—ਬਰਾਬਰ ਤਾਕਤ।
Equivalent—ਬਰਾਬਰ ਪਦਵੀ ਦਾ।
Equivocal—ਦੋ ਅਰਥ।
Equivocate—ਪੇਚਦਾਰ।
Equivocation—ਗੋਲ ਮੋਲ ਗੱਲ।
Era—ਸੀਮਤ, ਸੰਨ।
Eradiation—ਰੋਸ਼ਨੀ ਦਾ ਫੈਲਾਵ।
Eradicate—ਜੜ੍ਹ ਤੋਂ ਪੁੱਟਣਾ।
Eradication—ਉਜਾੜ, ਬਰਬਾਦੀ।
Eradicative—ਜੜ੍ਹੋਂ ਪੁੱਟਣ ਵਾਲਾ।
Erase—ਤਬਾਹ ਕਰਨਾ, ਖੁਰਚਨਾ।
Erasure—ਉਜਾੜ, ਬਰਬਾਦੀ।
Ere—ਇਸ ਤੋਂ ਪਹਿਲਾਂ।
Erect—ਉੱਚਾ, ਸਿੱਧਾ, ਦਲੇਰ।
Erectile—ਜੋ ਖੜ੍ਹਾ ਕੀਤਾ ਜਾ ਸਕੇ।
Erection—ਬਨਾਵਟ ਮਕਾਨ, ਉਚਾਈ।
Erelong—ਥੋੜ੍ਹੀ ਦੇਰ ਵਿਚ।
Eremite—ਯੋਗੀ, ਤਪੱਸਵੀ।
Erenow—ਇਸ ਤੋਂ ਪਹਿਲੇ।
Ergo—ਇਸ ਲਈ।
Eristical—ਜਿਸ 'ਤੇ ਬਹਿਸ ਹੋ ਸਕੇ।
Erode—ਖਾ ਜਾਣਾ, ਕੱਟਣਾ।
Ermine—ਇਕ ਪ੍ਰਕਾਰ ਦਾ ਜਾਨਵਰ।
Erosion—ਖਾ ਜਾਣਾ।
Erosive—ਕੱਟਣ ਵਾਲੀ।
Err—ਗਲਤੀ ਕਰਨਾ, ਭਟਕਣਾ।
Errand—ਸੰਦੇਸ਼ਾ, ਜ਼ਬਾਨੀ ਖ਼ਬਰ।
Errantry—ਆਵਾਰਾਗਰਦੀ।
Erratic—ਆਵਾਰਾ, ਬੇਕਾਇਦਾ।
Errata—ਗਲਤੀਨਾਮਾ।
Erratum—ਲਿਖਣ ਜਾਂ ਛਾਪਣ ਵਿਚ ਭੁੱਲ।
Erroneous—ਗਲਤ, ਅਸ਼ੁੱਧ।
Erroneousness—ਗਲਤੀ।
Error—ਗੁਨਾਹ, ਭੁੱਲ, ਕਸੂਰ।
Erubescence—ਲਾਲੀ, ਸੁਰਖ਼ੀ।
Eruct—ਡਕਾਰ ਲੈਣਾ।

Erudite—ਵਿਦਵਾਨ, ਪੰਡਤ।

Eruption—ਭੜਕਾਣਾ, ਸੁਜਨ, ਫੋੜਾ।

Escalade—ਪੌੜੀ ਲਾ ਕੇ ਚੜ੍ਹਨਾ।

Escapade—ਘੋੜੀ ਦੀ ਟੇਢੀ ਚਾਲ।

Escape—ਬਚਣਾ, ਨਿਕਲ ਜਾਣਾ।

Escapement—ਘੜੀ ਦੀ ਚਾਲ ਠੀਕ ਕਰਨ ਵਾਲਾ ਪੁਰਜ਼ਾ।

Escarp—ਢਾਲ ਵਾਲਾ ਬਣਾਉਣਾ।

Escarpment—ਢਲਵਾਨ।

Eschar, Eschara—ਨਿਸ਼ਾਨ, ਦਾਗ।

Escheat—ਲਾਵਾਰਸ ਮਾਲ।

Escheatable—ਜ਼ਬਤੀ ਦੇ ਯੋਗ।

Eschew—ਛੱਡਣਾ, ਜੋੜਨਾ।

Escort—ਰਸਤੇ ਦੀ ਰੱਖਿਆ, ਨਿਗਰਾਨੀ।

Escout—ਛੁੱਪ ਕੇ ਸੁਣਨ ਵਾਲਾ।

Escutcheon—ਢਾਲ।

Esculent—ਖਾਣ ਯੋਗ।

Esoteric—ਗੁਪਤ, ਛੁਪਿਆ ਹੋਇਆ।

Especial—ਖ਼ਾਸ, ਵੱਡਾ।

Especially—ਖ਼ਾਸਕਰ।

Esperance—ਉਮੀਦ, ਆਸ।

Espial—ਜਾਂਚ ਪੜਤਾਲ।

Espionage—ਜਾਸੂਸੀ, ਭੇਦ ਲੈਣਾ।

Esplanade—ਕਿਲ੍ਹੇ ਦੇ ਸਾਹਮਣੇ ਦਾ ਮੈਦਾਨ।

Espousal—ਮੰਗਣੀ ਜਾਂ ਵਿਆਹ ਦੇ ਸੰਬੰਧ ਵਿਚ।

Espouse—ਵਿਆਹ ਕਰਨਾ।

Espy—ਦੂਰੋਂ ਦੇਖਣਾ।

Esquire—ਸਰਦਾਰ, ਅਹੁਦੇਦਾਰ, ਖਿਤਾਬ, ਨੌਕਰੀ ਕਰਨਾ।

Essay—ਲੇਖ, ਕੋਸ਼ਿਸ਼ ਕਰਨਾ, ਅਜ਼ਮਾਉਣਾ, ਤਜ਼ਰਬਾ, ਅਜ਼ਮਾਇਸ਼।

Essayist—ਮਜ਼ਮੂਨ ਲਿਖਣ ਵਾਲਾ, ਲੇਖ ਲਿਖਣ ਵਾਲਾ।

Essence—ਮੂਲ, ਜੜ੍ਹ, ਖ਼ੁਸ਼ਬੂਦਾਰ।

Essential—ਅਟਲ, ਜ਼ਰੂਰੀ ਤੌਰ, ਅਸਲੀ ਚੀਜ਼।

Essoin—ਗ਼ੈਰਹਾਜ਼ਰੀ ਦੀ ਮੁਆਫ਼ੀ।

Establish—ਮੁਕੱਰਰ ਕਰਨਾ, ਕਾਇਮ ਕਰਨਾ।

Establishment—ਬਹਾਲੀ ਦਫ਼ਤਰ।

Estate—ਅਹੁੱਦਾ, ਮਲਕੀਅਤ।

Esteem—ਲਿਹਾਜ਼ ਕਰਨਾ, ਆਦਰ ਸਤਿਕਾਰ ਕਰਨਾ।

Esthetic—ਖ਼ੂਬਸੂਰਤੀ ਦੀ ਵਿੱਦਿਆ।

Estiferous—ਆਤਸ਼ੀ, ਗਰਮੀ ਪੈਦਾ ਕਰਨ ਵਾਲਾ।

Estimable—ਸਤਿਕਾਰਯੋਗ।

Estimate—ਅੰਦਾਜ਼ਾ ਲਗਾਉਣਾ, ਮੁੱਲ ਲਗਾਉਣਾ।

Estimation—ਕਦਰ, ਸਤਿਕਾਰ।

Estop—ਰੋਕਣਾ।

Estoppel—ਕਾਨੂੰਨੀ ਰੋਕ।

Estrange—ਵੱਖਰਾ ਕਰਨਾ।

Estrangement—ਵਿਛੋੜਾ, ਫ਼ਰਕ।

Estreat—ਅਸਲ ਦੀ ਸੱਚੀ ਨਕਲ।

Estrepement—ਲੁੱਟ, ਖ਼ਰਾਬੀ।

Estuary—ਸਮੁੰਦਰ ਦੀ ਸ਼ਾਖ਼, ਖਾੜੀ।

Etch—ਤੇਜ਼ਾਬ ਨਾਲ ਨਕਸ਼ਾ ਜਾਂ ਤਸਵੀਰ ਬਣਾਉਣਾ।

Eternal—ਨਿੱਤ, ਅਨਾਦੀ।

Eternalize, Eternize--ਅਜਰ ਅਮਰ ਬਣਾਉਣਾ।

Eternally—ਹਮੇਸ਼ਾ, ਸਦਾ।

Eterne—ਜੋ ਕਦੀ ਖ਼ਰਾਬ ਨਾ ਹੋਵੇ।

Eternity—ਸਦਾ ਲਈ।

Ether—ਆਕਾਸ਼, ਅਸਮਾਨ।

Ethereal--ਅਸਮਾਨੀ, ਹਵਾਈ, ਖਾਲਸ।

Ethic, Ethical—ਇਖ਼ਲਾਕੀ, ਨੈਤਿਕ।

Ethics—ਨੀਤੀ ਵਿੱਦਿਆ।

Ethiop, Ethiopian-- ਹਬਸ਼ੀ, ਇਥੋਪੀਆ ਦੇਸ਼ ਦਾ ਨਿਵਾਸੀ।

Ethnicism—ਮੂਰਤੀ ਪੂਜਾ।

Ethnology—ਮਨੁੱਖ ਜਾਤੀ ਦੀ ਵਰਣਨ ਵਿੱਦਿਆ।

Ethology—ਨੀਤੀ ਸ਼ਾਸਤਰ।

Etiolate—ਚਿੱਟਾ ਹੋਣਾ।

Etiquette—ਅਦਬ ਦਾ ਤਰੀਕਾ।

Etymological—ਸ਼ਬਦ ਸਾਧਨ ਸੰਬੰਧੀ।

Etymology—ਸਰਫ਼ ਵਿੱਦਿਆ।

Eucharist—ਧੰਨਵਾਦ ਦੀ ਅਸ਼ੀਰਵਾਦ।

Eulogical—ਤਾਰੀਫੀ, ਉੱਸਤਤੀ ਵਾਲੀ।

Eulogist—ਉੱਸਤਤ ਕਰਨ ਵਾਲਾ।

Eulogize—ਉੱਸਤਤੀ ਕਰਨਾ।

Eulogium, Eulogy—ਉੱਸਤਤੀ, ਤਾਰੀਫ਼।

Eunuch—ਨਪੁੰਸਕ, ਹਿਜੜਾ।

Eupepsy—ਚੰਗਾ ਹਾਜ਼ਮਾ।

Euphemism—ਕੌੜੀ ਗੱਲ ਮਿੱਠੇ ਢੰਗ ਨਾਲ ਕਹਿਣਾ।

Euphony—ਮਿੱਠਾ ਬੋਲ।

Euphuism—ਬੜੀ ਔਖੀ ਰਚਨਾ।

Euphuist—ਮਿੱਠਾ ਬੋਲਣ ਵਾਲਾ।

Eurasian—ਅਜਿਹਾ ਬੱਚਾ ਜਿਸਦੇ ਮਾਪਿਆਂ ਵਿਚੋ ਇਕ ਯੂਰਪ ਦਾ ਤੇ ਇਕ ਏਸ਼ੀਆ ਦਾ ਹੋਵੇ।

European—ਯੂਰਪ ਦਾ ਵਾਸੀ।

Eurus—ਪੂਰਬ ਦਿਸ਼ਾ ਦੀ ਹਵਾ।

Euthanasia—ਆਰਾਮਦਾਇਕ ਮੌਤ।

Evacuant--ਕਬਜ਼ ਖੋਲ੍ਹਣ ਵਾਲੀ ਦਵਾਈ।

Evacuate—ਖ਼ਾਰਜ ਕਰਨਾ, ਛੱਡਣਾ।

Evacuation—ਛੱਡਣਾ, ਸੁੱਟਣਾ।

Evade—ਟਾਲ ਮਟੋਲ ਕਰਨਾ।

Evanescent—ਛੁੱਪ ਜਾਣ ਵਾਲਾ।

Evangel—ਅੰਜੀਲ।

Evangelical—ਅੰਜੀਲ ਦੇ ਮੁਤਅਲਕ।

Evangelist—ਅੰਜੀਲ ਲਿਖਣ ਵਾਲਾ।

Evaporate—ਬੁਖ਼ਾਰਾਤ ਜਾਂ ਭਾਫ ਬਣ ਜਾਣਾ।

Evaporation—ਭਾਫ਼ ਦਾ ਬਣਨਾ।

Evasion—ਹੀਲਾ, ਬਹਾਨਾ।

Evasive—ਧੋਖੇਬਾਜ਼, ਗੋਲਮਾਲ।

Eve—ਸੰਧਿਆ, ਸ਼ਾਮ।

Evection—ਚੰਨ ਦਾ ਉਤਾਰ ਚੜ੍ਹਾਅ।

Even—ਬਰਾਬਰ, ਚੌਰਸ, ਉਸੇ ਤਰ੍ਹਾਂ।

Evenhanded—ਇਨਸਾਫ਼ ਨਾਲ, ਠੀਕ ਠੀਕ।

Evening—ਸ਼ਾਮ, ਸੰਧਿਆ, ਸੰਝ।

Evenly—ਸਿੱਧਾ, ਬਰਾਬਰ।

Evenness—ਬਰਾਬਰੀ।

Event—ਵਾਰਦਾਤ, ਨਤੀਜਾ, ਘਟਨਾ।

Eventful—ਪੂਰਾ ਹਾਲ।

Even-tide—ਸ਼ਾਮ ਦਾ ਸਮਾਂ।

Eventual—ਫਲਦਾਇਕ।

Eventually—ਅੰਤ ਵਿਚ।

Eventuate—ਵਾਪਰਨਾ, ਅੰਤ ਹੋਣਾ।

Ever—ਕਿਸੇ ਵੇਲੇ, ਸਦਾ।

Evergreen—ਸਦਾਬਹਾਰ।

Everlasting—ਅਮਰ, ਅਨੰਤ।

Evermore—ਸਦਾ, ਹਮੇਸ਼ਾ।

Evert—ਵਿਗਾੜਨਾ, ਖ਼ਰਾਬ ਕਰਨਾ।

Every—ਹਰ ਇੱਕ।

Everyday—ਰੋਜ਼ਾਨਾ, ਹਰ ਰੋਜ਼।

Everywhere—ਹਰ ਥਾਂ।

Evict—ਬੇਦਖ਼ਲ ਕਰਨਾ।

Eviction—ਬੇਦਖ਼ਲੀ।

Evidence—ਗਵਾਹੀ, ਸਾਬਿਤ ਕਰਨਾ।

Evident—ਪ੍ਰਗਟ, ਸਾਫ਼ ਸਾਫ਼।

Evidential—ਸਾਫ਼, ਪ੍ਰਗਟ।

Evidently—ਬਿਨਾਂ ਸ਼ੱਕ।

Evil—ਐਬ ਵਾਲਾ, ਖ਼ਰਾਬ, ਬੁਰਾਈ।

Evildoer—ਗੁਨਾਹਗਾਰ।
Evilminded—ਸ਼ਰਾਰਤੀ, ਕਮੀਨਾ।
Evince—ਸਾਬਤ ਕਰਨਾ।
Evincible—ਸਬੂਤ ਯੋਗ।
Evincive—ਸਿੱਧ ਕਰਨ ਵਾਲੀ।
Eviscerate—ਆਂਦਰਾਂ ਕੱਢਣਾ।
Evitable—ਬਚਣ ਯੋਗ।
Evitate—ਵੱਖਰਾ ਰਹਿਣਾ, ਬਚ ਕੇ ਨਿਕਲਣਾ।
Evocate—ਬੋਲਣਾ, ਪੁਕਾਰਨਾ।
Evoke—ਬੋਲਣਾ, ਪੁਕਾਰਨਾ।
Evolation—ਉੱਡਣਾ।
Evolve—ਪ੍ਰਗਟ ਕਰਨਾ।
Ewe—ਭੇਡ।
Ewer—ਲੋਟਾ, ਸੁਰਾਹੀ।
Exacerbate—ਗੁੱਸਾ ਭੜਕਾਉਣਾ, ਅੱਗ ਲਾਉਣੀ।
Exacinate—ਗੁੱਦਾ ਜਾਂ ਗਿਰੀ ਕੱਢਣਾ।
Exact—ਠੀਕ, ਸੱਚਾ, ਮੰਗਣਾ, ਜ਼ਬਰਦਸਤੀ ਕਰਨਾ।
Exaction—ਦਸਤਅੰਦਾਜ਼ੀ, ਟੈਕਸ।
Exactly—ਠੀਕ ਤੌਰ ਨਾਲ।
Exactness—ਦਰੁਸਤਗੀ।
Exacuate—ਤੇਜ਼ ਕਰਨਾ।
Exaggerate—ਲੰਬਾ ਕਰਨਾ, ਵਧਾਣਾ।
Exaggeration—ਗਲਤ ਕਹਿਣਾ।
Exalt—ਵੱਡਾ ਕਰਨਾ, ਦਿਲ ਵਧਾਉਣਾ।
Exaltation—ਵਡਿਆਈ।
Examination—ਇਮਤਿਹਾਨ, ਪ੍ਰੀਖਿਆ।
Examine—ਇਮਤਿਹਾਨ ਲੈਣਾ, ਪ੍ਰਸ਼ਨ ਪੁੱਛਣਾ, ਵਿਚਾਰ ਕਰਨਾ।
Examinee—ਇਮਤਿਹਾਨ ਦੇਣ ਵਾਲਾ।
Examiner—ਇਮਤਿਹਾਨ ਲੈਣ ਵਾਲਾ।
Example—ਮਿਸਾਲ, ਨਮੂਨਾ।
Exanimate, Exanimous--ਮੁਰਦਾ, ਬੇਜਾਨ।
Exasperate—ਗੁੱਸੇ ਕਰਨਾ, ਭੜਕਾਣਾ।
Exasperation—ਗੁੱਸਾ, ਉਤੇਜਨਾ।
Excavate—ਖੋਦਣਾ।
Excavation—ਟੋਆ, ਗੁਫਾ।
Exceed—ਹੱਦ ਤੋਂ ਬਾਹਰ ਜਾਣਾ।
Exceeding—ਬਹੁਤ ਜ਼ਿਆਦਾ।
Exceedingly—ਬਹੁਤ ਦਰਜੇ ਤਕ।
Excel—ਜਿੱਤਣਾ, ਵੱਧ ਜਾਣਾ।
Excellence, Excellency—ਗੁਣ, ਖ਼ੂਬੀ, ਪ੍ਰਤਿਸ਼ਠਾ।
Excellent—ਉਤਮ, ਅੱਛਾ, ਬੇਹਤਰ।
Excellently—ਚੰਗੀ ਤਰ੍ਹਾਂ ਨਾਲ।
Except, Excepting—ਕੱਢ ਦੇਣਾ, ਅਲਗ ਕਰਨਾ, ਸਿਵਾਏ, ਬਿਨਾਂ।
Exception—ਛੁੱਟ, ਸਿਵਾਏ।
Exceptionable—ਛੁਟ ਦੇਣ ਯੋਗ।
Exceptional—ਖ਼ਾਸ, ਵਖਰਾ।
Excern—ਵੱਖਰਾ ਕਰਨਾ।
Excerp—ਚੁਣਨਾ, ਛਾਂਟਣਾ।
Excerpt—ਨਿਚੋੜ, ਅਰਕ।
Excess—ਜ਼ਿਆਦਤੀ।
Excessive—ਬੇਅੰਦਾਜ਼, ਬੇਹੱਦ।
Exchange—ਅਦਲਾ ਬਦਲੀ ਕਰਨਾ, ਹੁੰਡੀ, ਨੋਟ।
Exchequer—ਖ਼ਜ਼ਾਨਾ, ਇੰਗਲੈਂਡ ਦੀ ਖ਼ਾਸ ਅਦਾਲਤ।
Excisable—ਮਹਿਸੂਲੀ, ਲਾਗਤ ਯੋਗ।
Excise—ਮਹਿਸੂਲ, ਲਗਾਨ।
Excision—ਬਰਬਾਦੀ, ਤਬਾਹੀ।
Excitable—ਭੜਕਾਉਣ ਯੋਗ, ਵਰਤਣ-ਯੋਗ।
Excitation—ਬੇਚੈਨੀ, ਹਲਚਲ।
Excite—ਬੇਚੈਨ ਕਰਨਾ, ਭੜਕਾਉਣਾ।
Excitement—ਬੇਚੈਨੀ।
Exciting—ਉਭਾਰਨ ਵਾਲਾ, ਬਹਿਕਾਣ ਵਾਲਾ।

Exclaim—ਸ਼ੋਰ ਗੁਲ ਕਰਨਾ, ਚੀਕਣਾ।
Exclamation—ਪੁਕਾਰ, ਹੈਰਾਨੀ ਦਾ ਚਿੰਨ੍ਹ।
Exclamatory—ਵਿਸਮਯ ਸੂਚਕ।
Exclude—ਰੋਕਣਾ, ਸ਼ਾਮਲ ਨਾ ਕਰਨਾ।
Exclusion—ਮਨਾਹੀ, ਰੋਕ।
Exclusive—ਛੱਡ ਕੇ, ਬਿਨਾਂ ਸ਼ਰੀਕ।
Exclusiveness—ਜੁਦਾਈ, ਵੱਖ।
Excoct—ਉਬਾਲ ਕੇ ਬਣਾਉਣਾ।
Excogitate—ਤਜਵੀਜ ਕਰਨਾ।
Excommunicate—ਬਿਰਾਦਰੀ ਤੋਂ ਬਾਹਰ ਕੱਢਣਾ।
Excommunication—ਬਿਰਾਦਰੀ ਤੋਂ ਬਾਹਰ ਕੱਢਿਆ ਜਾਣਾ।
Excoriate—ਖੱਲ ਉਤਾਰਨਾ।
Excoriation—ਚਮੜੀ ਉਧੇੜਨ ਦੀ ਹਾਲਤ।
Excreate—ਥੁੱਕਣਾ, ਉਗਲਨਾ।
Excrement—ਗੋਬਰ, ਮੈਲਾ।
Excrementitious—ਗੰਦਗੀ ਨਾਲ ਭਰਿਆ ਹੋਇਆ।
Excrescence—ਫੋੜਾ, ਫਿੰਸੀ, ਗਿਲਟੀ।
Excretion—ਗੋਬਰ, ਗੰਦਗੀ।
Excretory—ਗੰਦਗੀ ਬਾਹਰ ਕੱਢਣ ਵਾਲੀ।
Excruciate—ਤੰਗ ਕਰਨਾ, ਸਤਾਉਣਾ।
Excruciating—ਤੰਗ ਕਰਨ ਵਾਲਾ।
Excruciation—ਤੰਗੀ, ਔਖ।
Exculpate—ਦੋਸ਼ ਤੋਂ ਬਰੀ ਕਰਨਾ।
Exculpation—ਦੋਸ਼ ਤੋਂ ਖ਼ਲਾਸੀ।
Excursion—ਸੈਰ ਸਪਾਟਾ, ਹਮਲਾ।
Excusable—ਬਖਸ਼ਣ ਯੋਗ।
Excusation—ਮਾਫ਼ੀ, ਉਜਰ।
Excuse—ਮਾਫ਼ ਕਰਨਾ, ਛੱਡਣਾ।
Excuss—ਕੁਰਕ ਕਰਨਾ।
Exeat—ਜਾਣ ਦੀ ਆਗਿਆ, ਛੁੱਟੀ।
Execrable—ਅਪਵਿੱਤਰ।
Execrate—ਲਾਹਨਤ ਪਾਉਣਾ, ਬਦ-ਅਸੀਸ ਦੇਣਾ।
Execration—ਬਦਅਸੀਸ, ਸਰਾਪ।
Exect—ਕੱਟਣਾ, ਕੱਢ ਦੇਣਾ।
Execute—ਵਰਤੋਂ ਵਿਚ ਲਿਆਉਣਾ, ਪੂਰਾ ਕਰਨਾ, ਕਤਲ ਕਰਨਾ।
Execution—ਪੂਰਤੀ, ਫਾਂਸੀ, ਸੂਲੀ।
Executioner—ਫਾਂਸੀ ਦੇਣ ਵਾਲਾ।
Executive—ਕਾਰਿੰਦਾ, ਹੁਕਮਰਾਨ।
Executor—ਵਸੀਅਤ 'ਤੇ ਧਿਆਨ ਦੇਣ ਵਾਲਾ।
Executrix—ਕੰਮ ਨਿਭਾਉਣ ਵਾਲੀ ਤੀਵੀ।
Exegetical—ਖੋਲ੍ਹਿਆ ਹੋਇਆ, ਤਫਸੀਲ ਵਾਰ।
Exemplar—ਨਮੂਨਾ, ਉਦਾਹਰਣ।
Exemplary—ਨਮੂਨਾ ਲਾਉਣ ਯੋਗ।
Exemplify—ਉਦਾਹਰਣ ਦੇਣਾ, ਨਕਲ ਕਰਨੀ।
Exempt—ਛੱਡ ਦੇਣਾ, ਖਿਮਾਂ ਕਰਨਾ।
Exemption—ਛੁਟਕਾਰਾ, ਮੁਆਫ਼ੀ।
Exenterate—ਆਂਦਰਾਂ ਕੱਢਣਾ।
Exequies—ਕਿਰਿਆ ਕ੍ਰਮ।
Exercise—ਅਭਿਆਸ, ਵਰਜਿਸ਼, ਭਜਨ ਬੰਦਗੀ, ਚਲਾਣਾ, ਵਰਤਣਾ।
Exert—ਹੱਥ ਪੈਰ ਮਾਰਨੇ, ਜ਼ੋਰ ਲਾਣਾ।
Exertion—ਯਤਨ, ਉਦਯੋਗ।
Exfoliate—ਛਿੱਲੜ ਉਤਾਰਨਾ।
Exhalation—ਮੂੰਹ 'ਚੋਂ ਸਾਹ ਕੱਢਣਾ।
Exhale—ਭਾਫ਼ ਬਣਾਉਣਾ, ਸਾਹ ਕੱਢਣਾ।
Exhaust—ਬਿਲਕੁਲ ਕੱਢ ਦੇਣਾ।
Exhaustion—ਨਿਕਾਸ, ਖਾਲੀ ਕਰ ਦੇਣਾ।
Exheredate—ਛੁਡਾ ਲੈਣਾ।
Exhibit—ਦਿਖਾਲਣਾ, ਪੈਦਾ ਕਰਨਾ।

Exhibition—ਨੁਮਾਇਸ਼, ਦਿਖਾਵਾ।
Exhibitioner—ਵਜ਼ੀਫ਼ਾ ਲੈਣ ਵਾਲਾ।
Exhilarate—ਪ੍ਰਸੰਨ ਕਰਨਾ, ਹੱਸਣਾ।
Exhilaration—ਪ੍ਰਸੰਨਤਾ, ਖ਼ੁਸ਼ੀ।
Exhort—ਨੇਕੀ ਦੀ ਸਿੱਖਿਆ ਦੇਣੀ।
Exhortation—ਨੇਕੀ ਦੀ ਸਿਖਿਆ।
Exhumation—ਦੱਬੀ ਹੋਈ ਚੀਜ਼ ਕੱਢਣੀ।
Exhume—ਕਬਰ ਖੋਦਣੀ, ਖੋਦ ਕੇ ਕੱਢਣਾ।
Exigency—ਲੋੜ, ਤੰਗੀ।
Exigent—ਲੋੜ ਵਾਲਾ, ਜ਼ਰੂਰੀ।
Exiguity—ਦੁਬਲਾਪਨ, ਕਮਜ਼ੋਰੀ।
Exile—ਜਲਾਵਤਨੀ, ਦੇਸ਼ ਨਿਕਾਲਾ।
Exist—ਰਹਿਣਾ, ਹੋਣਾ।
Existence—ਸਥਿਤੀ, ਵਜੂਦ।
Existent—ਜੀਉਂਦਾ, ਮੌਜੂਦ।
Exit—ਰਸਤਾ, ਮੌਤ, ਰੁੱਖਸਤ।
Exodus—ਕੂਚ, ਈਸਾਈਆਂ ਦੀ ਧਰਮ ਪੁਸਤਕ ਤੌਰੈਤ ਦਾ ਦੂਜਾ ਅਧਿਆਇ।
Exogenous—ਹਰ ਵਰ੍ਹੇ ਪਰਤਾਂ ਵਿਚ ਵਧਣ ਵਾਲਾ।
Exonerate—ਭਾਰ ਉਤਾਰਨਾ, ਛੱਡ ਦੇਣਾ।
Exoneration—ਦੋਸ਼ ਤੋਂ ਛੁਟਕਾਰਾ।
Exorable—ਜੋ ਬੇਨਤੀ ਕਰਕੇ ਮਨਾਇਆ ਜਾਵੇ।
Exorbitance—ਵਾਧਾ, ਜ਼ਿਆਦਤੀ, ਹੱਦੋਂ ਵਧ।
Exorbitant--ਅਤਿਅੰਤ, ਬਹੁਤ ਜ਼ਿਆਦਾ।
Exorcise—ਝਾੜਨਾ, ਭੂਤ ਕੱਢਣਾ।
Exorcism—ਭੂਤ ਵਿੱਦਿਆ।
Exordial—ਸ਼ੁਰੂ ਦਾ, ਪਹਿਲੇ ਪਹਿਲ।
Exordium—ਭੂਮਿਕਾ, ਮੁੱਢ।
Exoteric—ਪ੍ਰਗਟ, ਬਾਹਰਲਾ, ਆਮ।
Exotic—ਪਰਦੇਸੀ, ਗੈਰ-ਮੁਲਕੀ।
Expand—ਖੋਲ੍ਹ ਦੇਣਾ, ਫੈਲਾਉਣਾ।
Expanse—ਫੈਲਾਉ, ਚੌੜਾਈ।
Expansible—ਫੈਲਣ ਯੋਗ।
Expansion—ਫੈਲਾਉ।
Expansive—ਫੈਲਣ ਦੇ ਯੋਗ, ਵਧਣ ਯੋਗ।
Exparte—ਇੱਕ ਪਾਸੇ ਦਾ।
Expatiate—ਬੇਰੋਕ ਫਿਰਨਾ, ਘੁੰਮਣਾ।
Expatriate—ਦੇਸ਼ ਤੋਂ ਬਾਹਰ ਕੱਢਣਾ।
Expatiation—ਵਿਸਤਾਰ ਪੂਰਵਕ, ਬਹਿਸ ਜਾਂ ਲਿਖਤ।
Expect—ਉਮੀਦ ਰੱਖਣਾ, ਇੰਤਜ਼ਾਰ ਕਰਨਾ।
Expectancy—ਉਮੀਦ, ਆਸ।
Expectant—ਉਡੀਕ ਕਰਨ ਵਾਲਾ।
Expectation—ਉਡੀਕ, ਇੰਤਜ਼ਾਰ।
Expectorant—ਗਲੇ ਵਿਚੋਂ ਬਲਗਮ ਕੱਢਣ ਵਾਲੀ ਦਵਾਈ।
Expectorate—ਖੰਘਣਾ, ਖੰਘ ਆਉਣੀ।
Expectoration—ਥੁੱਕ, ਬਲਗਮ।
Expedience—ਕਾਹਲ, ਆਪਾਧਾਪੀ।
Expediency—ਮਤਲਬ, ਖੁਦਗਰਜ਼ੀ।
Expedient—ਦਰੁੱਸਤ, ਠੀਕ, ਯੋਗ।
Expediently--ਝਟਪਟ, ਆਰਾਮ ਨਾਲ।
Expedite—ਭੇਜਣਾ, ਰਵਾਨਾ ਕਰਨਾ।
Expedition—ਮੁਹਿੰਮ, ਜਹਾਜ਼ ਦਾ ਸਫ਼ਰ, ਫੁਰਤੀ।
Expeditious—ਚਾਲਾਕ, ਚਤੁਰ।
Expel—ਦੂਰ ਕਰਨਾ, ਕੱਢਣਾ।
Expellable—ਜੋ ਕਢਿਆ ਜਾ ਸਕੇ।
Expend—ਖ਼ਰਚ ਕਰਨਾ।
Expenditure—ਖ਼ਰਚ।
Expense—ਖ਼ਰਚਾ, ਕੀਮਤ।
Expensive—ਕੀਮਤੀ, ਮਹਿੰਗਾ।

Expensiveness—ਫ਼ਜ਼ੂਲ ਖ਼ਰਚੀ।
Experience—ਅਜ਼ਮਾਇਸ਼, ਜਾਂਚ।
Experiment—ਅਜ਼ਮਾਇਸ਼, ਜਾਂਚ ਕਰਨਾ।
Experimental—ਪ੍ਰਯੋਗ ਨਾਲ, ਪ੍ਰੀਖਿਆ ਨਾਲ।
Expert—ਚਾਲਾਕ, ਤਜ਼ਰਬਾਕਾਰ।
Expiable—ਪ੍ਰਾਸਚਿਤ ਦੇ ਲਾਇਕ।
Expiate—ਪਛਤਾਵਾ, ਪ੍ਰਾਸਚਿਤ ਕਰਨਾ।
Expiation—ਤੌਬਾ, ਪਸ਼ਚਾਤਾਪ।
Expiration—ਮੌਤ, ਅੰਤ।
Expire—ਮਰ ਜਾਣਾ, ਸਾਹ ਛੱਡਣਾ।
Expiring—ਮੌਤ ਦੇ ਸੰਬੰਧ ਵਿਚ।
Explain—ਹੱਲ ਕਰਨਾ, ਸਮਝਾਣਾ।
Explanation—ਵੇਰਵਾ, ਸਫ਼ਾਈ।
Explanatory—ਵੇਰਵੇ ਦੇ ਮੁਤਅਲੱਕ।
Expletive—ਤਕੀਆ ਕਲਾਮ, ਭਰਤੀ।
Explicate—ਖੋਲ੍ਹਣਾ, ਜ਼ਾਹਿਰ ਕਰਨਾ।
Explication—ਬਿਆਨ, ਵਰਣਨ।
Explicit—ਸਾਫ਼, ਜ਼ਾਹਿਰ।
Explode—ਫੁਟਣਾ, ਭਬੁਕੇ ਨਾਲ ਉਡਣਾ।
Exploit—ਬਹਾਦੁਰੀ ਦਾ ਕੰਮ।
Exploration—ਖੋਜ, ਤਲਾਸ਼।
Exploratory—ਜਾਂਚ ਕਰਦੇ ਹੋਏ।
Explore—ਲੱਭਣਾ, ਤਲਾਸ਼ ਕਰਨਾ।
Explosion—ਧਮਾਕਾ, ਭੜਾਕਾ।
Explosive—ਜਲਦੀ ਅੱਗ ਫੜਨ ਵਾਲਾ।
Explosively—ਧਮਾਕੇ ਨਾਲ।
Exponent—ਚਿੰਨ੍ਹ, ਪ੍ਰਤੀਨਿਧ।
Export—ਦੇਸ਼ ਤੋਂ ਬਾਹਰ ਮਾਲ ਭੇਜਣਾ, ਸੌਦਾਗਰੀ, ਮਾਲ।
Exportation—ਨਿਕਾਸੀ ਮਾਲ, ਮਾਲ ਦੀ ਰਵਾਨਗੀ।
Expose—ਖੋਲ੍ਹ ਕੇ ਰੱਖਣਾ।
Exposed—ਖੁੱਲ੍ਹਿਆ ਪਿਆ।
Exposition—ਵੇਰਵਾ, ਬਿਆਨ, ਮੇਲਾ।
Expositor—ਟੀਕਾ ਕ਼ਰਨ ਵਾਲਾ, ਉਲਥਾਕਾਰ।
Expository—ਟੀਕਾ ਕਰਨ ਵਾਲੀ।
Expostulate—ਗਿਲਾ, ਤਕਰਾਰ।
Exposure—ਸ਼ਿਕਾਇਤ ਕਰਨੀ।
Expound—ਬਿਆਨ ਕਰਨਾ।
Expounder—ਟੀਕਾਕਾਰ।
Express—ਦਬਾਉਣਾ, ਜ਼ਾਹਿਰ ਕਰਨਾ, ਕਹਿਣਾ।
Expressible—ਕਹਿਣ ਯੋਗ, ਦਬਾਉਣ ਯੋਗ।
Expression—ਵਰਣਨ, ਭਾਵ, ਸ਼ਕਲ।
Expressive—ਅਰਥਾਂ ਭਰਿਆ।
Expressiveness—ਸਪਸ਼ਟਤਾ, ਬਿਆਨ।
Expressly—ਸਾਫ਼ ਸਾਫ਼, ਖ਼ਾਸ ਕਰ।
Expugn—ਜ਼ਬਰਦਸਤੀ ਕਰਨਾ।
Expugnable—ਜਿੱਤਣ ਯੋਗ।
Expulsion—ਬੇਦਖ਼ਲੀ, ਬਾਹਰ ਕਢਣਾ।
Expunge—ਕੱਟਣਾ, ਕਲਮ ਖਿੱਚਣਾ।
Expurgate—ਮੈਲ ਕੱਢਣਾ।
Exquisite—ਬਾਂਕਾ, ਛਬੀਲਾ।
Exquisiteness—ਬਰੀਕੀ, ਖ਼ੂਬੀ।
Exscind—ਕੱਟ ਦੇਣਾ।
Exsect—ਬਾਹਰ ਸੁੱਟਣਾ, ਕੱਢਣਾ, ਛਾਂਟਣਾ।
Exsection—ਕਟਾਵ।
Exsiccate—ਖਾਲੀ ਕਰਨਾ, ਕੱਢਣਾ।
Exsuction—ਸੋਖਣਾ।
Extant—ਬਾਕੀ।
Extemporaneous—ਮੌਕੇ ਅਨੁਸਾਰ ਕਹਿਣਾ।
Extempore—ਬਿਨਾਂ ਤਿਆਰੀ ਤੋਂ।
Extemporice—ਮੌਕੇ 'ਤੇ ਕਹਿਣਾ।
Extend—ਵਧਾਉਣਾ, ਫੈਲਾਉਣਾ।
Extensible—ਖਿੱਚਣ ਦੇ ਯੋਗ।
Extension—ਚੌੜਾਈ, ਖੁੱਲ੍ਹੀ, ਵਿਸਤਾਰ।
Extensive—ਖੁੱਲ੍ਹਾ, ਵੱਡਾ।

Extensiveness—ਲੰਬਾਈ, ਚੌੜਾਈ।
Extent—ਫੈਲਾਉ, ਦਰਜਾ।
Extenuate—ਕਮਜ਼ੋਰ ਕਰਨਾ, ਘਟਾਣਾ।
Exterior—ਉਪਰਲਾ ਹਿੱਸਾ।
Exterminate—ਜੜ੍ਹ ਤੋਂ ਪੁੱਟਣਾ, ਖ਼ਤਮ ਕਰਨਾ।
Extermination—ਤਬਾਹੀ, ਬਰਬਾਦੀ।
External—ਪਰਦੇਸੀ, ਅਚਾਨਕ।
Externals—ਸੂਰਤ, ਬਾਹਰੀ ਭਾਗ।
Externally—ਬਾਹਰੋਂ, ਦੇਖਣ ਵਿਚ।
Extinct—ਬੁਝਿਆ ਹੋਇਆ, ਖ਼ਤਮ ਹੋਇਆ।
Extinction—ਨਾਸ ਹੋਣਾ, ਬੁਝਣਾ।
Extinguish—ਬੁਝਾਉਣਾ, ਠੰਡਾ ਕਰਨਾ।
Extinguishable—ਬੁੱਝ ਜਾਣ ਯੋਗ।
Extinguishment—ਹਟਣਾ, ਝੁਕਾਅ।
Extirpate—ਮਿਟਾਉਣਾ, ਜੜ੍ਹ ਤੋਂ ਪੁਟਣਾ।
Extirpation—ਤਬਾਹੀ।
Extol—ਤਾਰੀਫ਼ ਕਰਨੀ, ਉੱਸਤਤੀ।
Extort—ਜ਼ੋਰ ਨਾਲ ਖੋਹ ਲੈਣਾ, ਮੰਗਣਾ।
Extortion—ਰਿਸ਼ਵਤ, ਲੁੱਟ।
Extortionate—ਸਖ਼ਤ, ਬੇਰਹਿਮ।
Extra—ਫਾਲਤੂ, ਵਧ।
Extract—ਨਿਚੋੜ ਅਰਕ, ਘਸੀਟਣਾ, ਖਿਚਣਾ।
Extraction—ਖਿੱਚ, ਨਿਚੋੜ।
Extractive—ਜੋ ਕੱਢਿਆ ਜਾਵੇ।
Extradetal—ਜੋ ਦਾਜ ਵਿਚ ਸ਼ਾਮਲ ਨਾ ਹੋਵੇ, ਦਾਜ ਦੇ ਬਾਹਰ।
Extragenious—ਪ੍ਰਦੇਸੀ, ਵੱਖਰਾ।
Extramundane—ਤਿਆਗੀ।
Extraneous—ਪਰਾਇਆ, ਓਪਰਾ।
Extraneously—ਉਪਰਲੇ ਤੌਰ ਨਾਲ।
Extraordinarily—ਵਿਸ਼ੇਸ਼, ਖ਼ਾਸ ਤੌਰ।
Extraordinary--ਅਜੀਬ, ਖ਼ਾਸ, ਅਨਮੋਲ।
Extravagance—ਜ਼ਿਆਦਤੀ, ਫ਼ਜ਼ੂਲ ਖ਼ਰਚੀ।
Extravagant—ਬੇਹਿਸਾਬ, ਫ਼ਜ਼ੂਲ ਖ਼ਰਚ।
Extravasation—ਉਫਾਨ।
Extreme—ਸਭ ਤੋਂ ਪਰ੍ਹੇ, ਬਹੁਤ ਵੱਡਾ।
Extremity—ਹੱਦ, ਆਖ਼ਰੀ।
Extricate—ਸੁਲਝਾਉਣਾ, ਕੱਢਣਾ।
Extrication—ਖਲਾਸੀ, ਛੁੱਟੀ।
Extrude—ਬਾਹਰ ਕਰਨਾ, ਧਕੇਲਣਾ।
Extrinsic—ਦਿਖਾਵੇ ਦਾ।
Extrusion—ਨਿਕਾਸ।
Exuberance—ਬਹੁਤਾਤ।
Exuberant—ਬਹੁਤ, ਜ਼ਿਆਦਾ।
Exudation—ਪਸੀਨਾ, ਅਰਕ, ਨਿਕਾਸ।
Exude—ਪਸੀਜਣਾ, ਬਰਸਣਾ।
Exulcerate—ਨਾਸੂਰ ਹੋਣਾ।
Exult—ਬਹੁਤ ਖ਼ੁਸ਼ ਹੋਣਾ।
Exultant—ਅਤਿਅੰਤ ਪ੍ਰਸੰਨ।
Exustion—ਜਲਣਾ, ਉਜਾਲਾ ਦੇਣਾ।
Eyas—ਬਾਜ਼ ਦਾ ਬੱਚਾ।
Eye—ਅੱਖ, ਲਿਹਾਜ਼, ਨਿਗਾਹ ਕਰਨਾ।
Eyeball—ਅੱਖ ਦੀ ਪੁਤਲੀ।
Eyebrow—ਭਰੱਵਟੇ, ਅੱਥਰੂ।
Eyedrop—ਅੱਥਰੂ।
Eye-glass—ਐਨਕ।
Eyelash—ਪਲਕ।
Eyeless—ਅੰਨ੍ਹਾ।
Eyelet—ਛੇਕ, ਸੁਰਾਖ਼।
Eyelid—ਅੱਖ ਦਾ ਪਰਦਾ।
Eyesalve—ਸੁਰਮਾ, ਅੰਜਨ।
Eyesight—ਨਜ਼ਰ, ਦ੍ਰਿਸ਼ਟੀ।
Eyesore—ਅੱਖਾਂ ਦਾ ਕਾਂਟਾ।
Eye-tooth—ਦਾੜ੍ਹ ਦੇ ਨਾਲ ਦਾ ਦੰਦ।
Eye-witness—ਚਸ਼ਮਦੀਦ ਗਵਾਹ।
Eyry—ਸ਼ਿਕਾਰੀ ਚਿੜੀਆਂ ਦਾ ਆਲ੍ਹਣਾ।

F

F, the sixth letter of the English alphabet—**ਐਫ**-ਅੰਗ੍ਰੇਜ਼ੀ ਪੈਂਤੀ ਦਾ ਛੇਵਾਂ ਅੱਖਰ।
Fable—ਕਿੱਸਾ, ਝੂਠੀ ਕਹਾਣੀ।
Fabric—ਕੱਪੜਾ, ਮਕਾਨ।
Fabricate—ਪੈਦਾ ਕਰਨਾ, ਬਣਾਉਣਾ।
Fabrication—ਬਨਾਵਟ, ਕਹਾਣੀ, ਘਾੜਤ।
Fabulist—ਕਿੱਸਾ ਕਹਾਣੀ ਲਿਖਣ ਵਾਲਾ।
Fabulous—ਬਨਾਵਟੀ, ਝੂਠਾ।
Facade—ਘਰ ਦਾ ਅਗਵਾੜਾ।
Face—ਮੁਕਾਬਲਾ ਕਰਨਾ।
Facer—ਬਹੁਰੂਪੀਆ, ਸ਼ੋਖ।
Facetiae—ਲਤੀਫ਼ਾ, ਚੁਟਕਲਾ।
Facetious—ਖ਼ੁਸ਼ ਮਿਜਾਜ਼, ਮਖੌਲੀਆ।
Facetiously—ਹਾਸੇ ਮਜ਼ਾਕ ਨਾਲ।
Facetiousness—ਮਖੌਲ, ਹਾਸਾ ਠੱਠਾ।
Facile—ਆਸਾਨ, ਨਰਮ, ਖ਼ੁਸ਼ਮਿਜਾਜ਼।
Facilitate—ਆਸਾਨ ਕਰਨਾ।
Facility—ਆਸਾਨੀ, ਸਹੂਲਤ।
Facing—ਸਾਹਮਣਾ, ਹਾਸ਼ੀਆ।
Fac-simile—ਹੂ-ਬ-ਹੂ, ਠੀਕ ਨਕਲ।
Fact—ਅਸਲ ਹਾਲ।
Faction—ਵਿਰੋਧ, ਰਾਜਨੀਤਕ ਪਾਰਟੀ।
Factious--ਫ਼ਸਾਦੀ, ਫ਼ਸਾਦ ਦੇ ਮੁਤਅੱਲਕ।
Facticious—ਨਕਲੀ, ਬਨਾਵਟੀ।
Factor—ਆੜ੍ਹਤੀਆ, ਗੁਮਾਸ਼ਤਾ, ਟੁਕੜਾ।
Factorage—ਆੜ੍ਹਤ, ਦਲਾਲੀ।
Factory—ਕਾਰਖ਼ਾਨਾ, ਦੁਕਾਨ, ਕੋਠੀ।
Factotum—ਉਹ ਨੌਕਰ ਜਿਸ ਤੋਂ ਸਭ ਤਰ੍ਹਾਂ ਦਾ ਕੰਮ ਲਿਆ ਜਾਵੇ।
Faculty—ਯੋਗਤਾ, ਕਾਬਲੀਅਤ।
Fade—ਸੁੱਖਣਾ, ਮੁਰਝਾਉਣਾ।
Fadeless—ਨਾ ਮੁਰਝਾਉਣ ਵਾਲਾ।
Fadge—ਠੀਕ ਹੋਣਾ, ਸਫ਼ਲ ਹੋਣਾ।
Fag—ਥੱਕ ਜਾਣਾ, ਦਾਸ, ਟਹਿਲੀਆ।
Fag-end—ਅੰਤਮ ਹਿੱਸਾ।
Fagot—ਗੱਠਾ ਬੰਨ੍ਹਣਾ।
Fail—ਘੱਟ ਹੋਣਾ, ਕਮਜ਼ੋਰ ਹੋਣਾ, ਨਾਕਾਮ ਹੋਣਾ।
Failure—ਨਾਕਾਮੀ, ਘਾਟਾ, ਅਸਫ਼ਲਤਾ।
Faint—ਕਮਜ਼ੋਰ, ਦੁਰਬਲ।
Faintish—ਬੜਾ ਉਦਾਸ।
Fair—ਸੋਹਣਾ, ਸਾਫ਼, ਠੀਕ।
Fairness—ਈਮਾਨਦਾਰੀ, ਸੁੰਦਰਤਾਈ।
Fair-play—ਦਰੁੱਸਤ ਚਾਲ ਚਲਨ।
Fairy—ਪਰੀ, ਬਹੁਤ ਸੁੰਦਰ।
Fairy-land—ਪਰਿਸਤਾਨ।
Faith—ਭਰੋਸਾ, ਨਿਸ਼ਚਾ।
Faithful—ਖਰਾ, ਸੱਚਾ, ਈਮਾਨਦਾਰ।
Faithfully—ਈਮਾਨਦਾਰੀ ਨਾਲ।
Faithfulness—ਈਮਾਦਾਰੀ, ਸੱਚਾਈ।
Faithless—ਨਮਕ ਹਰਾਮ, ਬੇਵਫ਼ਾ।
Faithlessness—ਕ੍ਰਿਤਘਣਤਾ, ਵਾਅਦਾ ਖ਼ਿਲਾਫ਼ੀ।
Fakir—ਫ਼ਕੀਰ।
Falcate—ਟੇਢਾ ਹੋਇਆ ਹੋਇਆ।
Falchion—ਤਲਵਾਰ।
Falcon—ਬਾਜ਼, ਸ਼ਿਕਰਾ।
Falconry—ਸ਼ਿਕਰੇ ਨਾਲ ਸ਼ਿਕਾਰ ਕਰਨਾ।
Fald-stool—ਪਾਦਰੀ ਦੀ ਕੁਰਸੀ, ਆਰਾਮ ਕੁਰਸੀ।
Fall—ਡਿੱਗਣਾ, ਝੜਨਾ, ਹਮਲਾ ਕਰਨਾ, ਬਦਲਨਾ।
Fallacious—ਝੂਠ, ਧੋਖੇ ਦਾ।
Fallacy—ਧੋਖਾ, ਮੁਗਾਲਤਾ, ਛਲ।
Fallible—ਭੁੱਲਣ ਵਾਲਾ।

Falling-sickness—ਮਿਰਗੀ।
Fallow—ਹਲ ਚਲਾਉਣਾ, ਜੋਤਨਾ।
False—ਝੂਠ, ਨਕਲੀ।
Falsehood—ਫਰੇਬ।
Falsely—ਧੋਖੇ ਨਾਲ, ਫਰੇਬ ਨਾਲ।
Falseness—ਝੂਠ।
Falsification—ਮਿਲਾਵਟ, ਬਨਾਵਟ।
Falsify—ਖੋਟਾ ਬਣਾਉਣਾ, ਝੂਠਾ ਕਰਨਾ।
Falsity—ਝੂਠ, ਮਕਰ।
Falter—ਕੰਬਣਾ, ਰੁੱਕਣਾ।
Fame—ਨੇਕਨਾਮੀ, ਪ੍ਰਸਿੱਧੀ।
Familiar—ਵਾਕਫ਼, ਮਿਲਿਆ ਜੁਲਿਆ।
Familiarity—ਮੇਲ ਜੋਲ, ਵਾਕਫੀ।
Familiarise—ਸ਼ੁਹਰਤ, ਪ੍ਰਸਿੱਧ ਕਰਨਾ।
Familiarly—ਆਮ, ਵਾਕਫਾਂ ਵਾਂਗ।
Family—ਘਰਾਨਾ, ਪਰਿਵਾਰ।
Famine—ਭੁੱਖਮਰੀ, ਅਕਾਲ।
Famish—ਭੁੱਖ ਨਾਲ ਮਰਨਾ।
Famous—ਮਸ਼ਹੂਰ, ਪ੍ਰਸਿੱਧ।
Fan—ਪੱਖਾ, ਫੂਕਨੀ, ਹਵਾ ਕਰਨਾ।
Fanatic—ਕੱਟੜ, ਸਰਗਰਮ, ਜੋਸ਼ੀਲਾ।
Fanatical—ਕੱਟੜ, ਪਾਗਲ।
Fanaticism—ਕੱਟੜਪਨ, ਸਰਗਰਮੀ।
Fancier—ਲਹਿਰੀ, ਮੌਜੀ।
Fanciful—ਖ਼ਿਆਲੀ, ਵਹਿਮੀ।
Fancy—ਨਫੀਸ, ਪਸੰਦ, ਵਹਿਮ।
Fandago—ਇਕ ਪ੍ਰਕਾਰ ਦਾ ਸਪੇਨ ਦਾ ਨਾਚ।
Fane—ਮੰਦਰ, ਗਿਰਜਾ, ਗੁਰਦੁਆਰਾ, ਮਸਜਿਦ।
Fang—ਲੰਬਾ ਦੰਦ, ਪੰਜਾ।
Fangled—ਰੰਗੀਲਾ।
Fantail—ਪੱਖੇ ਵਾਂਗ ਪਰਾਂ ਵਾਲਾ ਕਬੂਤਰ।
Fantastical—ਵਹਿਮੀ, ਖ਼ਿਆਲੀ।
Fantasy—ਖ਼ਿਆਲ, ਕਲਪਨਾ।
Fantom—ਭੂਤ, ਪ੍ਰੇਤ।
Fap—ਪੀਤੀ ਹੋਈ, ਮਸਤ, ਮਦਹੋਸ਼।
Far—ਦੂਰ, ਬਰੇਤਾ।
Farce—ਹੱਸਣ ਯੋਗ, ਨਕਲ, ਰੋਕਣਾ।
Farcical--ਮਖ਼ੌਲ, ਸਵਾਂਗ ਦਾ।
Fardel—ਇਕ ਛੋਟੀ ਗਠੜੀ।
Fare—ਰੇਲ ਦਾ ਕਿਰਾਇਆ।
Farewell—ਰੁੱਖ਼ਸਤ ਦੀ ਆਖਰੀ ਵਿਦਾਈ।
Farina—ਆਟਾ, ਨਸ਼ਾਸਤਾ।
Farm—ਖੇਤ, ਲਗਾਨ।
Farmer—ਕਿਸਾਨ, ਠੇਕੇਦਾਰ।
Farmost—ਬਹੁਤ ਦੂਰ, ਸਭ ਤੋਂ ਵੱਖਰਾ।
Faro—ਜੂਏ ਦੀ ਇਕ ਖੇਡ।
Farrago—ਪੰਜ ਮੇਲ, ਖਿਚੜੀ।
Farrier—ਨਲਬੰਦ, ਸਲੋਤਰੀ।
Farriery—ਨਲਬੰਦੀ, ਸਲੋਤਰੀ ਦਾ ਕੰਮ।
Farrow—ਸੂਰ ਦਾ ਝੋਲ।
Farther—ਦੂਰ, ਅੱਗੇ।
Farthing—ਦਮੜੀ, ਪੈਸੇ ਦਾ ਚੋਥਾ ਹਿੱਸਾ।
Farthingale—ਪੇਟੀਕੋਟ ਖਿਲਾਰਨ ਦਾ ਚੱਕਰ।
Fascicular—ਗੱਠਾ ਬੰਨ੍ਹਿਆ ਹੋਇਆ, ਫੁੱਲਾਂ ਦਾ ਗੁੱਛਾ।
Fascinate—ਮੋਹ ਲੈਣਾ, ਜਾਦੂ ਕਰਨਾ।
Fascination—ਜਾਦੂਗਰੀ।
Fash—ਤੰਗ ਕਰਨਾ, ਸਤਾਉਣਾ।
Fashion—ਪਹਿਨਾਵਾ, ਰੂਪ, ਲਿਬਾਸ।
Fashionable—ਅਸ਼ਰਾਫ, ਸਜੀਲਾ।
Fashionless—ਬੇਢੰਗਾ, ਬੇਤਰਜ।
Fast—ਵਰਤ, ਰੋਜ਼ਾ, ਭੁੱਖਾ ਰਹਿਣਾ।
Fasten—ਜਕੜਨਾ, ਬੰਨ੍ਹਣਾ।
Fastidious—ਨਾਜ਼ੁਕ ਮਿਜਾਜ਼।
Fastidiosness—ਨਜ਼ਾਕਤ, ਨਰਮੀ।
Fasting—ਰੋਜ਼ਾ, ਵਰਤ।
Fat—ਮੋਟਾ, ਚਰਬੀ।
Fatal—ਪ੍ਰਾਣ ਨਾਸ਼ਕ।
Fatalism—ਭਾਗਾਂ ਦੀ ਵਿੱਦਿਆ।

Fatality—ਤਕਦੀਰ, ਕਿਸਮਤ।
Fate—ਕਿਸਮਤ, ਤਕਦੀਰ।
Father—ਪਿਤਾ, ਬਜ਼ੁਰਗ।
Fatherhood—ਬਜ਼ੁਰਗੀ ਦੀ ਚਾਲ।
Fatherland—ਜਨਮ ਭੂਮੀ, ਦੇਸ਼।
Father-in-law—ਸਹੁਰਾ।
Fatherless—ਯਤੀਮ, ਪਿਤਾਹੀਨ।
Fatherly—ਪਿਤਾ ਵਰਗਾ।
Fathom—ਡੂੰਘਿਆਈ, ਨੀਵੀਂ ਥਾਂ।
Fathomless—ਅਥਾਹ, ਅਗਮ।
Fatigate—ਥੱਕਿਆ ਹੋਇਆ।
Fatigue—ਥਕਾਨ, ਮਿਹਨਤ।
Fatling—ਮਾਰਨ ਲਈ ਮੋਟਾ ਕੀਤਾ ਗਿਆ ਜਾਨਵਰ।
Fatness—ਮੋਟਾਈ।
Fatten—ਮੋਟੇ ਹੋਣਾ, ਮੋਟਾ ਕਰਨਾ।
Fatty—ਚਰਬੀਦਾਰ।
Fatuity—ਮੂਰਖ਼ਪੁਣਾ, ਬੇਵਕੂਫੀ।
Fatuous—ਬੇਵਕੂਫ਼, ਮੂਰਖ਼।
Fauces—ਸੰਘ।
Fault—ਪਾਪ ਗਲਤੀ, ਭੁੱਲ।
Faultless—ਬੇਗੁਨਾਹ, ਬੇਕਸੂਰ।
Faulty—ਐਬੀ, ਨੁਕਸਾਨਦਾਰ।
Faun—ਇੱਕ ਜੰਗਲੀ ਦੇਵਤਾ।
Fauna—ਜੱਟ, ਦੇਹਾਤੀ।
Fauteuil—ਆਰਾਮ ਕੁਰਸੀ।
Favour—ਪ੍ਰੇਮ ਦੀ ਨਿਸ਼ਾਨੀ, ਮਿਹਰਬਾਨੀ।
Favourable—ਮਿਹਰਬਾਨੀ, ਦਿਆਲੂ।
Favoured—ਮਨਭਾਉਣਾ, ਪਸੰਦ ਦਾ।
Favourite—ਪਿਆਰਾ।
Favouritism—ਤਰਫ਼ਦਾਰੀ।
Fawn—ਹਿਰਨ ਦਾ ਬੱਚਾ, ਖ਼ੁਸ਼ਾਮਦ ਕਰਨਾ।
Fawener—ਖ਼ੁਸ਼ਾਮਦੀ।
Fay—ਪਰੀ, ਜਿੰਨ, ਵਿਸ਼ਵਾਸ।
Fealty—ਵਫ਼ਾਦਾਰੀ, ਈਮਾਨਦਾਰੀ।
Fear—ਡਰ, ਦਹਿਸ਼ਤ।
Fearfully—ਡਰ ਨਾਲ।
Fearful—ਡਰਿਆ ਹੋਇਆ, ਭਿਆਨਕ।
Fearfulness—ਬੁਜ਼ਦਿਲੀ, ਕਾਇਰਤਾ।
Fearless—ਦਿਲੇਰ, ਬਹਾਦਰ।
Feasibility—ਸੁਗਮ, ਆਸਾਨੀ ਨਾਲ।
Feasible—ਸਹਿਲ, ਜੋ ਹੋ ਸਕਦਾ ਹੋਵੇ।
Feast—ਮਹਿਮਾਨੀ ਭੋਜ, ਦਾਅਵਤ ਕਰਨਾ।
Feasting—ਪ੍ਰੀਤੀ ਭੋਜਨ।
Feat—ਮੁਹਿੰਮ, ਬਹਾਦਰੀ ਦਾ ਕੰਮ।
Feather—ਪਰ, ਖੰਭ, ਖੰਭ ਜੰਮਣਾ।
Feathery—ਪਰਦਾਰ, ਖੰਭਦਾਰ।
Featly—ਨਰਮੀ ਨਾਲ।
Feature—ਸੂਰਤ, ਸ਼ਕਲ।
Febrifuge—ਬੁਖ਼ਾਰ ਉਤਾਰਨ ਦੀ ਦਵਾ।
Febrile—ਬੁਖ਼ਾਰ ਸੰਬੰਧੀ।
February—ਅੰਗ੍ਰੇਜ਼ੀ ਕੈਲੰਡਰ ਦਾ ਦੂਜਾ ਮਹੀਨਾ, ਫਰਵਰੀ।
Fecal—ਮੈਲਾ, ਗੰਦਾ।
Feces—ਮਿੱਟੀ, ਗੰਦਗੀ।
Fecul—ਖਾਦ ਜਾਂ ਗੋਹੇ ਸੰਬੰਧੀ।
Feculence—ਗੰਦਗੀ, ਮੈਲਾ।
Feculent—ਮੈਲਾ, ਗੰਦਾ।
Fecundate—ਗਰਭਵਤੀ ਕਰਨਾ।
Fecundity—ਉਪਜਾਊ ਸ਼ਕਤੀ, ਜ਼ਰਖ਼ੇਜ਼ੀ।
Federal—ਸ਼ਰੀਕਦਾਰ, ਸੰਘਾਤਕ।
Federalize—ਮਿਲਣ ਦੇ ਇਕਰਾਰ ਨਾਮਿਆਂ ਵਿਚ ਮਿਲਣਾ।
Federate—ਸੰਧੀ ਵਿਚ ਸ਼ਾਮਲ।
Federation—ਸੰਘ, ਸਭਾ, ਮੰਡਲ।
Fee—ਫੀਸ, ਮਜ਼ਦੂਰੀ, ਰਿਸ਼ਵਤ।
Feeble—ਕਮਜ਼ੋਰ, ਦੁਰਬਲ।
Feebleness—ਕਮਜ਼ੋਰੀ।
Feed—ਭਰਨਾ, ਕਮੀ ਦੂਰ ਕਰਨਾ, ਸ਼ਿਕਾਰ ਕਰਨਾ।

Feeder—ਖੁਆਉਣ ਵਾਲਾ, ਖਾਣ ਵਾਲਾ, ਰੇਲ ਦੀ ਲਾਈਨ।

Feed-pipe—ਇੰਜਣ ਨੂੰ ਪਾਣੀ ਪਾਉਣ ਵਾਲੀ ਨਾਲੀ।

Feel—ਮਹਿਸੂਸ ਕਰਨਾ, ਦੇਖਣਾ, ਮਾਲੂਮ ਕਰਨਾ।

Feeler—ਕੀੜਿਆਂ ਦੀ ਮੁੱਛ ਜਾਂ ਸਿੰਗ, ਦੂਸਰਿਆਂ ਦੇ ਖ਼ਿਆਲ ਪਤਾ ਕਰਨ ਦੀ ਹਿੰਮਤ।

Feeling—ਅਸਰ, ਦਿਲ ਦਾ ਖ਼ਿਆਲ।

Feet—ਪੈਰ।

Feign—ਬਹਾਨਾ ਕਰਨਾ, ਬਨਾਵਟ ਕਰਨਾ।

Feignedly—ਬਹਾਨੇ ਨਾਲ।

Feint—ਬਹਾਨਾ ਬਣਾਉਣਾ।

Felicitate—ਖ਼ੁਸ਼ ਕਰਨਾ, ਨਿਹਾਲ ਕਰਨਾ।

Felicity—ਇਕਬਾਲ, ਖ਼ੁਸ਼ਹਾਲੀ।

Feline—ਬਿੱਲੀ ਜਿਹਾ।

Fell—ਗਿਰਨਾ, ਡਿੱਗਣਾ।

Fell-monger—ਚਮੜੇ ਦਾ ਵਪਾਰੀ।

Fellow—ਸਾਥੀ, ਬਰਾਬਰ।

Fellowship—ਜਾਗੀਰ, ਵਿਦਿਆਰਥੀ ਦਾ ਵਜ਼ੀਫ਼ਾ।

Felon—ਬੁਰਾ ਮੰਗਣ ਵਾਲਾ।

Felonious—ਬਦ, ਬੁਰਾ।

Felony—ਫਾਂਸੀ ਦੇ ਯੋਗ ਗੁਨਾਹ।

Felt—ਨਿਊਣਾ।

Female—ਇਸਤਰੀ ਲਿੰਗ, ਤੀਵੀਂ।

Feminine—ਇਸਤਰੀ ਲਿੰਗ।

Femorai—ਜੰਘ (ਪੱਟ) ਜਾਂ ਰਾਨ ਦੇ ਸੰਬੰਧ ਵਿਚ।

Femoral—ਪੱਟ ਦਾ।

Femur—ਹੱਡੀ, ਪੱਟਾਂ ਦੀ ਹੱਡੀ।

Fen—ਦਲਦਲ, ਚਿੱਕੜ।

Fence—ਕੰਧ, ਆੜ, ਬਚਾਓ।

Fencibal—ਰੱਖਿਆ ਯੋਗ।

Fencing—ਤਲਵਾਰ ਨਾਲ ਆਪਣੀ ਰੱਖਿਆ ਦਾ ਹੁਨਰ।

Fencing-mater—ਗਤਕੇਬਾਜ਼ੀ ਦਾ ਉਸਤਾਦ।

Fend—ਰੋਕਣਾ, ਮਨ੍ਹਾਂ ਕਰਨਾ।

Fender—ਅੱਗ ਦੇ ਸਾਹਮਣੇ ਦੀ ਰੋਕ।

Fennel—ਸੌਂਫ।

Fenny—ਚਿੱਕੜ ਵਾਲਾ।

Fenugreek—ਮੇਥੀ, ਸੌਂਫ।

Feoff—ਜਾਗੀਰ, ਜਾਗੀਰ ਬਖ਼ਸ਼ਣਾ।

Feoffee—ਜਾਗੀਰਦਾਰ।

Feracious—ਫਲਦਾਰ।

Ferial—ਤਿਉਹਾਰ ਦਾ।

Ferine—ਬੇਰਹਿਮੀ, ਜੰਗਲੀ।

Ferment—ਖ਼ਮੀਰ, ਜੋਸ਼।

Fermentation--ਖਮੀਰ, ਜੋਸ਼, ਉਬਾਲਾ।

Fermentative—ਖਮੀਰ ਚੁੱਕਣ ਵਾਲਾ।

Fern—ਇਕ ਤਰ੍ਹਾਂ ਦਾ ਪੌਦਾ।

Ferocious—ਜੰਗਲੀ, ਭਿਅੰਕਰ।

Ferocity—ਸੰਗਦਿਲੀ, ਵਹਿਸ਼ਤ।

Ferreous—ਲੋਹੇ ਦਾ।

Ferret—ਨੇਵਲੇ ਵਰਗਾ ਇਕ ਜਾਨਵਰ।

Ferriage—ਬੇੜੀ ਦਾ ਕਿਰਾਇਆ।

Ferrule—ਲੱਕੜੀ ਦੇ ਸਿਰੇ ਤੇ ਲੋਹੇ ਦਾ ਛੱਲਾ।

Ferry—ਘਾਟ, ਕਿਸ਼ਤੀ ਦਾ ਪਾਰ ਜਾਣਾ।

Feeryman—ਮਲਾਹ।

Fertile—ਹਰਾ ਭਰਾ, ਸਰਸਬਜ਼।

Fertility—ਹਰੀ ਭਰੀ, ਜ਼ਰਖ਼ੇਜ਼ੀ।

Fertilize—ਹਰਾ ਭਰਾ ਕਰਨਾ, ਕਮਾਉਣਾ।

Ferule—ਡੰਡਾ, ਬੈਂਤ।

Fervency—ਸ਼ੌਕ, ਸਰਗਰਮੀ।

Fervent—ਸਰਗਰਮ।

Fervently—ਜੋਸ਼ ਨਾਲ, ਸ਼ੌਕ ਨਾਲ।

Fervid—ਗਰਮ, ਤੇਜ਼।

Fervour—ਗਰਮੀ, ਜੋਸ਼, ਤੇਜ਼ੀ।
Fescue—ਮਾਸਟਰ ਦੀ ਸੋਟੀ।
Festal—ਤਿਉਹਾਰ ਸੰਬੰਧੀ, ਖੁਸ਼।
Fester—ਸੜਨਾ, ਗਲਨਾ।
Festival—ਮੇਲਾ, ਤਿਉਹਾਰ।
Festive—ਖ਼ੁਸ਼ੀ ਦਾ, ਮੇਲੇ ਦਾ।
Festivity—ਸ਼ਾਦੀ, ਖ਼ੁਸ਼ੀ।
Festoon—ਸੇਹਰਾ, ਹਾਰ।
Fetch—ਲੈ ਆਉਣਾ, ਪੂਰਾ ਕਰਨਾ, ਫਰੇਬ।
Fete—ਖ਼ੁਸ਼ੀ ਦਾ ਦਿਨ, ਤਿਉਹਾਰ।
Fetid—ਗੰਦਾ, ਬਦਬੂ ਵਾਲਾ।
Fetlok—ਘੋੜੇ ਦੇ ਗਿੱਟੇ ਦੇ ਪਿਛਲੇ ਪਾਸੇ ਦੇ ਵਾਲ, ਬੇੜੀ, ਰੋਕ।
Fetor—ਬਦਬੂ, ਗੰਦ।
Fetter—ਬੇੜੀਆਂ ਪਾਉਣੀਆਂ।
Fettle—ਚੰਗੀ ਹਾਲਤ।
Fetus—ਪੇਟ ਦਾ ਬੱਚਾ, ਗਰਭ।
Feud—ਜਗੀਰ, ਦੁਸ਼ਮਨ।
Feudal—ਜਗੀਰਦਾਰ, ਸੇਵਾ ਸੰਬੰਧੀ।
Feudalism--ਪੁਰਾਤਨ ਢੰਗ ਦੀ ਜਗੀਰਦਾਰੀ, ਫੌਜੀ ਸੇਵਾ ਲਈ।
Feudlist—ਫੌਜੀ ਸੇਵਾ ਲਈ, ਜਾਗੀਰਦਾਰੀ ਦਾ ਜਾਣੂ।
Feudatory—ਜਾਗੀਰਦਾਰ।
Feu-de-jo—ਵੱਡੀ ਖ਼ੁਸ਼ੀ ਵਿਚ ਸਲਾਮੀ।
Fever—ਤਾਪ, ਬੁਖ਼ਾਰ।
Feverish—ਗਰਮ, ਬੁਖ਼ਾਰ ਵਾਲਾ।
Few—ਥੋੜ੍ਹਾ, ਕੁਝ।
Fewness—ਸੰਖੇਪ, ਮੁਖ਼ਤਸਰ।
Fez—ਤੁਰਕੀ ਟੋਪੀ, ਮੌਤ ਦੇ ਨੇੜੇ।
Fiance—ਮੰਗੇਤਰ।
Fiasco—ਭੁੱਲ, ਅਸਫਲਤਾ।
Fiat—ਹੁਕਮ, ਫੁਰਮਾਨ।
Fib—ਝੂਠ।
Fibre—ਰੇਸ਼ਾ, ਤਾਰ।
Fibrous—ਰੇਸ਼ੇਦਾਰ, ਤਾਰਾਂ ਵਾਲਾ।
Fickle—ਬੇਚੈਨ।
Fickleness—ਲਾਪਰਵਾਹੀ।
Fictile—ਮਿੱਟੀ ਦਾ ਬਣਿਆ ਹੋਇਆ।
Fiction—ਕਹਾਣੀ, ਕਿੱਸਾ।
Fictitious—ਬਨਾਵਟੀ, ਝੂਠਾ।
Fid—ਲੱਕੜੀ ਜਾਂ ਲੋਹੇ ਦੀ ਸੂਈ।
Fiddle—ਸਾਰੰਗੀ, ਸਿਤਾਰ ਵਜਾਉਣਾ, ਗੱਪ, ਬਕਵਾਸ।
Fiddler—ਸਾਰੰਗੀ ਵਜਾਉਣ ਵਾਲਾ।
Fidelity—ਸੱਚਾਈ, ਵਫ਼ਾਦਾਰੀ।
Fidget—ਚੰਚਲਤਾ, ਹੇਰਾ ਫੇਰੀ।
Fidgety—ਬੇਚੈਨ।
Fiduciary—ਪੱਕਾ, ਮਜ਼ਬੂਤ।
Fiducial—ਨਿਰਸੰਦੇਹ, ਬੇਸ਼ੱਕ।
Fie—ਛੀ ਛੀ, ਬੂ।
Fief—ਫੌਜੀ ਸੇਵਾ ਲਈ ਜਾਗੀਰ।
Field—ਮੈਦਾਨ, ਖੁੱਲ੍ਹੀ ਥਾਂ।
Field-day—ਕਵਾਇਦ ਦਾ ਦਿਨ।
Field-marshal—ਸੈਨਾਪਤੀ, ਫੌਜ ਦਾ ਅਹੁਦੇਦਾਰ।
Field-piece—ਸਫ਼ਰੀ ਤੋਪ।
Fiend—ਭੂਤ, ਸ਼ੈਤਾਨ।
Fiendish—ਭੂਤ ਵਰਗਾ।
Fierce—ਭਿਆਨਕ, ਤੇਜ਼।
Fiery—ਗਰਮ, ਅੱਗ ਵਰਗਾ।
Fifer—ਬੰਸਰੀ ਵਜਾਉਣ ਵਾਲਾ।
Fife—ਬੰਸਰੀ।
Fifteen—ਪੰਦਰ੍ਹਾਂ।
Fifth—ਪੰਜਵਾਂ।
Fiftieth—ਪੰਜਾਹਵਾਂ।
Fifty—ਪੰਜਾਹ।
Fig—ਅੰਜੀਰ, ਗੋਲ, ਪੋਸ਼ਾਕ।
Fight—ਲੜਾਈ ਕਰਨਾ, ਯੁੱਧ।
Fighting—ਝਗੜਾ, ਲੜਾਈ ਕਰਨਾ, ਲੜਨ ਵਾਲਾ।
Figment—ਬਨਾਵਟੀ।

Figurate—ਸੋਹਣਾ।
Figuration—ਖ਼ੂਬਸੂਰਤੀ।
Figurative—ਮਿਜਾਜ਼ੀ, ਮਾਇਆ ਰੂਪੀ।
Figure—ਹਿੰਦਸਾ, ਸ਼ਕਲ, ਆਕਾਰ।
Filacious—ਸੂਤੀ, ਸੂਤਰ ਦਾ ਬਣਿਆ ਹੋਇਆ।।
Filament—ਬਰੀਕ ਸੂਤਰ।
Filatory—ਸੂਤ ਕੱਤਣ ਦੀ ਮਸ਼ੀਨ।
Filature—ਚਰਖ਼ੀ ਤੇ ਰੇਸ਼ਮ ਚੜ੍ਹਾਉਣਾ, ਉਟੇਰਨਾ, ਸੂਤ ਲਪੇਟਨ ਦੀ ਚਰਖ਼ੀ।
Filch—ਛੋਟੀ ਚੀਜ਼ ਛੁਪਾਉਣੀ।
File—ਤਾਰ, ਨੱਥੀ, ਫਾਈਲ।
Filial—ਪੁੱਤਰ ਸੰਬੰਧੀ।
Filibuster—ਲੁਟੇਰਾ, ਲੁੱਟਣ ਵਾਲਾ।
Filings—ਬੁਰਾਦਾ, ਚੂਰਾ।
Fill—ਪੂਰਾ ਕਰਨਾ, ਭਰਨਾ।
Fillet—ਸਿਰ 'ਤੇ ਬੰਨ੍ਹਣ ਵਾਲਾ ਕੱਪੜਾ, ਪੱਟ ਦਾ ਮਾਸ।
Filling—ਭਰਨ ਦੀਆਂ ਚੀਜ਼ਾਂ।
Fillip—ਨਾਖ਼ੂਨਾਂ ਨਾਲ ਮਾਰਨਾ।
Filly—ਵਛੇਰੀ, ਸੁੰਦਰ ਇਸਤ੍ਰੀ।
Film—ਜਾਲਾ, ਝਿੱਲੀ।
Filmy—ਝਿੱਲੀ ਵਾਲਾ।
Filter—ਸਾਫ਼ ਕਰਨਾ, ਛਾਣਨਾ।
Filth—ਮੈਲਾ, ਗੰਦਗੀ।
Filthiness—ਗੰਦਗੀ।
Filthy—ਚਿੱਕੜ, ਮੈਲਾ।
Filtrate—ਛਾਣਨਾ, ਨਿਤਾਰਨਾ।
Filtration—ਛਣਾਈ, ਕੱਪੜ ਛਾਣ।
Fimbriate—ਝਾਲਰ ਲਾਉਣਾ।
Fin—ਮੱਛੀ ਦੀ ਬਾਂਹ ਜਾਂ ਖੰਭ।
Final—ਅਖ਼ੀਰ, ਕਤੱਈ।
Finally—ਆਖ਼ਰ, ਬਿਲਕੁਲ।
Finance—ਖ਼ਜ਼ਾਨਾ, ਆਮਦਨੀ।
Financial—ਖ਼ਜ਼ਾਨਾ, ਆਮਦਨੀ ਦੇ ਮੁਤਅੱਲਕ।
Financier—ਖ਼ਜ਼ਾਨਚੀ, ਰੋਕੜੀਆ।
Find—ਪਾਉਣਾ, ਲੱਭਣਾ।
Finding—ਖੋਜ, ਫੈਸਲਾ।
Fine—ਨਫ਼ੀਸ, ਸੁੰਦਰ, ਨਰਮ।
Finely—ਖ਼ੁਸ਼ੀ ਨਾਲ, ਸੁੰਦਰਤਾਈ ਨਾਲ।
Fineness—ਵਧੀਆਪਨ, ਸਫ਼ਾਈ।
Finery—ਸਜਾਵਟ, ਛੋਟੇ ਜ਼ੇਵਰ।
Finesse—ਢੰਗ, ਬਹਾਨਾ।
Finespun—ਬਰੀਕ ਕੱਤਿਆ ਹੋਇਆ।
Finger—ਉਂਗਲੀ, ਛੂਹਣਾ, ਟਟੋਲਨਾ।
Finger-print—ਉਂਗਲੀ ਦੀ ਛਾਪ।
Fingered—ਖੇਡਿਆ ਹੋਇਆ।
Fingering—ਛੂਹਣਾ, ਵਾਜਾ ਵਜਾਉਣਾ।
Finical—ਹੋਛਾ, ਹਲਕਾ।
Fining—ਸ਼ਰਾਬ ਨੂੰ ਸਾਫ਼ ਕਰਨ ਦੀ ਚੀਜ਼।
Finis—ਅੰਤ, ਆਖ਼ੀਰ।
Finish—ਖ਼ਤਮ ਕਰਨਾ, ਮੁਕਾਉਣਾ।
Finished—ਪੂਰਾ, ਤਿਆਰ।
Finite—ਬੰਨ੍ਹਿਆ ਹੋਇਆ।
Finless—ਬੇਪਰਦਾ।
Finny—ਖੰਭਦਾਰ।
Fir—ਸਨੌਬਰ।
Fire—ਅੱਗ, ਜਲਨ, ਸ਼ੋਹਲਾ।
Fire-arms—ਤੋਪ, ਬੰਦੂਕ ਆਦਿ।
Fireband—ਸੜਦੀ ਲੱਕੜੀ, ਅੱਗ ਲਾਉਣ ਵਾਲਾ।
Fire-brigade—ਅੱਗ ਬੁਝਾਉਣ ਵਾਲੇ।
Fire-damp—ਕੋਇਲੇ ਦੀ ਖਾਨ ਵਿਚ ਭੜਕਣ ਵਾਲੀ ਹਵਾ।
Fire-engine—ਅੱਗ ਬੁਝਾਉਣ ਦਾ ਇੰਜਨ।
Fire-fly—ਜੁਗਨੂੰ।
Fire-man—ਅੱਗ ਬੁਝਾਉਣ ਵਾਲਾ।
Fire-proof—ਨਾ ਜਲਣ ਵਾਲਾ।
Fire-lock—ਬੰਦੂਕ, ਪੱਥਰ ਕਲਾ।

Fire-side—ਅੰਗੀਠੀ, ਅੱਗ ਦੇ ਨੇੜੇ ਦੀ ਥਾਂ।
Fire-work—ਆਤਿਸ਼ਬਾਜ਼ੀ।
Fireworship—ਅਗਨੀ ਪੂਜਾ।
Firing—ਗੋਲੀ ਚਲਾਉਣਾ।
Firk—ਮਾਰਨਾ।
Firkin—32 ਸੇਰ 10 ਛਟਾਂਕ ਦਾ ਪੈਮਾਨਾ।
Firm—ਮਜ਼ਬੂਤ, ਪੱਕਾ, ਦੁਕਾਨ।
Firmament—ਆਕਾਸ਼, ਸਵਰਗ।
Firmly—ਪੱਕਿਆਈ ਨਾਲ।
Firmness—ਪੱਕਿਆਈ।
Firman—ਹੁਕਮ, ਤੁਰਕੀ ਫਰਮਾਨ।
First—ਪਹਿਲਾ, ਵੱਡਾ, ਵਧੀਆ।
First-born—ਸਭ ਤੋਂ ਵੱਡਾ ਬੱਚਾ।
First-class—ਸਭ ਤੋਂ ਚੰਗਾ, ਆਲਾ ਦਰਜਾ।
First-hand—ਠੀਕ, ਫੌਰਨ।
Firstling—ਪਹਿਲੀ ਫਸਲ, ਜਾਨਵਰ ਦਾ ਪਹਿਲਾ ਬੱਚਾ।
Firstly—ਪਹਿਲਾ ਥਾਂ, ਪਹਿਲਾਂ ਤੋਂ।
Firth—ਖਾੜੀ, ਮੁਹਾਨਾ।
Fisc—ਸਰਕਾਰੀ ਖ਼ਜ਼ਾਨਾ।
Fiscal—ਸਰਕਾਰੀ ਕੋਸ਼।
Fish—ਮੱਛੀ, ਮੱਛੀ ਪਕੜਨਾ।
Fisherman—ਮਾਛੀ, ਮੱਛੀਆਂ ਫੜਨ ਵਾਲਾ।
Fishery, Fishing—ਮਾਹੀਗੀਰੀ, ਮੱਛੀ ਫੜਨ ਦੀ ਥਾਂ।
Fishmonger—ਮੱਛੀਆਂ ਦਾ ਵਪਾਰੀ।
Fishy—ਸੁਸਤ, ਮੱਛੀਆਂ ਦਾ ਭਰਿਆ ਹੋਇਆ।
Fission—ਹਿੱਸਿਆਂ ਵਿੱਚ ਵੰਡਣਾ।
Fissure—ਦਰਾੜ।
Fist—ਮੁੱਠੀ, ਮੁੱਕਾ।
Fistic—ਮੁੱਕੇਬਾਜ਼ੀ।
Fistual—ਨਾਸੂਰ, ਭਗੰਦਰ।
Fsitular—ਪੋਲਾ, ਖੋਪਲਾ।
Fit—ਬੇਹੋਸ਼ੀ, ਠੀਕ, ਦਰੁੱਸਤ ਕਰਨਾ।
Fitch—ਮੂੰਗ, ਮਸੂਰ, ਉੜਦ ਦੀ ਦਾਲ।
Fitful—ਜੋਸ਼ ਵਿਚ।
Fitness—ਯੋਗਤਾ, ਲਿਆਕਤ।
Fitter—ਠੀਕ ਕਰਨ ਵਾਲਾ।
Fitting—ਬਰਾਬਰ, ਮੁਨਾਸਿਬ।
Five—ਪੰਜ।
Five-fold—ਪੰਜ ਗੁਣਾ।
Fix—ਜੜ੍ਹਨਾ, ਮੁਕਰੱਰ ਕਰਨਾ।
Fixation—ਮਜ਼ਬੂਤੀ।
Fixative—ਜਮਾਉਣ ਵਾਲਾ, ਜਮਾਉਣ ਦੀ ਚੀਜ਼।
Fixity—ਪੱਕਿਆਈ, ਪਾਏਦਾਰੀ।
Fixture—ਜਮਾਉਣਾ।
Fizz, Fizzle—ਸੰਨਸੰਨਾਉਣਾ, ਫਿਸ-ਫਿਸਾਉਣਾ।
Flabby, Flaccid—ਢਿੱਲਾ, ਕਮਜ਼ੋਰ।
Flaccidity—ਨਰਮੀ, ਢਿੱਲੀ।
Flag—ਕੌਮੀ, ਝੰਡਾ, ਫ਼ਰਸ਼ ਦਾ ਪੱਥਰ।
Flageolet—ਅਲਗੋਜ਼ਾ, ਬੰਸਰੀ।
Flaggy—ਫਿੱਕਾ, ਨਾਜ਼ੁਕ।
Flagitious—ਬਦਮਾਸ਼, ਬਹੁਤ ਜ਼ਾਲਮ।
Flagon—ਝੱਜਰ, ਬੋਤਲ।
Flagrancy—ਬਦਜ਼ਾਤੀ, ਬੁਰਾਈ।
Flagrant—ਹੱਦ ਤੋਂ ਜ਼ਿਆਦਾ, ਬਦਨਾਮ।
Flail—ਲੱਕੜੀ ਦਾ ਡੰਡਾ ਜਾਂ ਆਲਾ ਅਨਾਜ ਝਾੜਨ ਲਈ।
Flake—ਤਹਿ, ਪਾਪੜੀ।
Flaky—ਪਪਰੀਲਾ, ਤਹਿਦਾਰ।
Flambean—ਮਸ਼ਾਲ।
Flame—ਸ਼ੋਹਲਾ, ਜੋਸ਼।
Flaming—ਚਮਕਦਾ ਹੋਇਆ।
Flamingo—ਇਕ ਤਰ੍ਹਾਂ ਦੀ ਲਾਲ ਚਿੜੀ।
Flange—ਬਾਹਰ ਨਿਕਲੀ ਹੋਈ ਨੁੱਕਰ, ਛੱਲਾ, ਕਿਨਾਰਾ।

Flank—ਕੰਢੇ ਤੇ ਹੋਣਾ, ਸੈਨਾ ਦਾ ਇਕ ਪਾਸਾ।
Flannel—ਫਲਾਲੀਨ ਦਾ ਕੱਪੜਾ।
Falp—ਖੰਭ ਝਾੜਨਾ, ਲਟਕਣਾ।
Flap—ਢਿੱਲੇ, ਚੌੜੇ ਕੰਨਾਂ ਵਾਲਾ।
Flapper—ਜਵਾਨ ਜੰਗਲੀ ਬਤਖ਼।
Flare—ਚਮਕਣਾ, ਰੋਸ਼ਨ ਕਰਨਾ।
Flash—ਨੀਚ, ਪਾਜੀ, ਝਲਕੀ, ਦਿਖਾਵਾ।
Flashy—ਨੁਮਾਇਸ਼ੀ, ਦਿਖਾਵੇ ਦਾ।
Flask—ਬੋਤਲ, ਕੁੱਪਾ।
Flat—ਬਰਾਬਰ ਜ਼ਮੀਨ, ਚੱਟਾਨ।
Flatly—ਸਾਫ਼ ਸਾਫ਼, ਦੋ ਟੁਕ।
Flatness—ਇਕਸਾਰਤਾ, ਸੁਸਤੀ।
Flatten—ਚੌਰਸ ਕਰਨਾ, ਤੇਜ਼ ਆਵਾਜ਼।
Flatter—ਖ਼ੁਸ਼ਾਮਦ ਕਰਨਾ।
Flatterer—ਖ਼ੁਸ਼ਾਮਦ, ਚਾਪਲੂਸੀ।
Flatulent—ਵਾਈ ਨਾਲ ਫੁਲਿਆ ਹੋਇਆ।
Flaunt—ਬਨਾਵਟ, ਫੜਫੜਾਉਣਾ।
Flavour—ਖ਼ੁਸ਼, ਜ਼ਾਇਕਾ, ਸੁਆਦੀ।
Flavourless—ਬੇਸੁਆਦੀ।
Flaw—ਹਵਾ ਦਾ ਥੱਪੇੜਾ, ਦਰਾਰ।
Flawless—ਗੁਨਾਹ, ਪੂਰਾ।
Flawy—ਨਾਕਸ, ਔਗੁਣ ਭਰਿਆ।
Flax—ਪਟਸਨ।
Flay—ਖੱਲ ਖਿੱਚਣਾ।
Fleam—ਖ਼ੂਨ ਕੱਢਣ ਦਾ ਹਥਿਆਰ, ਨਸ਼ਤਰ।
Fleck—ਧੱਬਾ, ਲਕੀਰ।
Fledge—ਉਡਣ ਯੋਗ ਕਰਨਾ।
Fleecy—ਉਨੀ, ਉੱਨ ਨਾਲ ਢੱਕਿਆ ਹੋਇਆ।
Fleer—ਮੂੰਹ ਬਣਾਉਣਾ, ਤਾਹਨੇ ਮਾਰਨਾ।
Fleet—ਜਹਾਜ਼ਾਂ ਦਾ ਬੇੜਾ, ਚੁਸਤ।
Fleeting—ਚੰਚਲ, ਕੱਚਾ।
Flesh—ਪਸ਼ੂਆਂ ਦਾ ਖਾਣਾ।
Fleshed—ਮੋਟਾ।
Flesher—ਕਸਾਈ।
Fleshings—ਚੁਸਤ ਪੁਸ਼ਾਕ।
Fleshy—ਮੋਟਾ, ਤਕੜਾ।
Fletchen—ਤੀਰ ਕਮਾਨ ਬਣਾਉਣ ਵਾਲਾ।
Flex—ਝੁਕਾਉਣਾ।
Flexibility—ਲਚਕ, ਮੁਲਾਇਮਤ।
Flexible—ਲਚੀਲਾ, ਨਰਮ।
Flexile—ਨਰਮ।
Flexion—ਲਚੀਲਾਪਨ।
Flexuous—ਝੁਕਦਾ ਹੋਇਆ।
Flexure—ਝੁਕਾਅ, ਲਚਕ।
Flicker—ਖੰਡ ਝੜਨਾ, ਫੜਫੜਾਨਾ।
Flight—ਉਚਾਈ, ਚਿੜੀਆਂ ਦਾ ਝੁੰਡ, ਉਡਾਨ।
Flightness—ਬੇਕਰਾਰੀ, ਵਹਿਮ।
Flighty—ਵਹਿਮੀ, ਤੇਜ਼ ਉਡਾਰੂ, ਲਹਿਰੀ।
Flimsy—ਕਮਜ਼ੋਰ।
Flinch—ਕਤਰਾਣਾ, ਫਿਰਨਾ।
Fling—ਸੁੱਟਣਾ, ਜ਼ੋਰ ਨਾਲ ਉਡਣਾ।
Flint—ਸਖ਼ਤ, ਚਕਮਕ ਪੱਥਰ।
Flinty—ਪੱਥਰ ਵਾਂਗ ਸਖ਼ਤ।
Flip—ਚਾਬੁਕ, ਸ਼ਰਬਤ।
Flip-flap—ਫੜ ਫੜ, ਚੱਪ ਚੱਪ।
Flippancy—ਬਕ ਬਕ।
Flippaut—ਜ਼ਬਾਨ, ਬਕਵਾਸ, ਸ਼ੇਖੀ।
Flipper—ਮੱਛੀ ਆਦਿ ਜਾਨਵਰਾਂ ਦੇ ਤੈਰਨ ਵਾਲੇ ਖੰਭਾਂ ਵਰਗੇ ਪੈਰ।
Flirt—ਝਾੜ ਪਾਉਣੀ, ਨਖ਼ਰਾ, ਚੁਲਬੁਲੀ ਔਰਤ।
Flirtation—ਚੁਲਬੁਲਾਪਨ, ਨੱਖਰਾ।
Flit—ਉੱਡਣਾ, ਖੰਭ ਮਾਰਨਾ।
Flitch—ਸੂਰ ਦੇ ਪਾਸੇ ਦਾ ਨਮਕੀਨ ਮਾਸ।
Flitting—ਪਰਵਾਜ਼, ਉਡਾਰੀ।

Flitter—ਫੜਨਾ।

Float—ਵਹਿਣਾ, ਤੈਰਨਾ, ਤੈਰਨ ਵਾਲਾ।

Flock—ਝੁੰਡ, ਟੋਲਾ, ਇਕੱਠ।

Floe—ਸਮੁੰਦਰ ਵਿੱਚ ਵਗਦਾ ਹੋਇਆ ਇੱਕ ਬਰਫ਼ ਦਾ ਤੋਦਾ।

Flog—ਚਾਬੁਕ ਮਾਰਨਾ।

Flogging—ਬੈਤਾਂ ਦੀ ਮਾਰ।

Flood—ਸੈਲਾਬ, ਹੜ੍ਹ।

Flood-gate--ਪਾਣੀ ਕੱਢਣ ਦਾ ਦਰਵਾਜ਼ਾ।

Flood-tide—ਹੜ੍ਹ, ਸੈਲਾਬ।

Floor—ਫ਼ਰਸ਼, ਮਕਾਨ ਦੀ ਜ਼ਮੀਨ।

Floor-cloth—ਫ਼ਰਸ਼ ਵਾਸਤੇ ਚਮਕਦਾ ਕੱਪੜਾ।

Flop—ਖੰਭ ਫੜਫੜਾਉਣਾ।

Floral—ਫੁੱਲਾਂ ਦਾ।

Florescence—ਖਿਲਣਾ, ਫਲਣਾ-ਫੁੱਲਣਾ।

Floret—ਛੋਟਾ ਫੁੱਲ।

Floriculture—ਫੁੱਲਦਾਰ, ਪੌਦਿਆਂ ਦਾ ਲਗਾਉਣਾ।

Florid—ਫਲਦਾਰ, ਚਮਕੀਲੇ ਰੰਗ ਦਾ।

Floriferous—ਫੁੱਲਦਾਰ।

Florin—ਬਰਤਾਨਵੀ ਚਾਂਦੀ ਦਾ ਸਿੱਕਾ।

Florist—ਮਾਲੀ, ਬਾਗਵਾਨ।

Floscule—ਇਕ ਛੋਟਾ ਫੁੱਲ।

Floss—ਰੇਸ਼ਮ।

Flotilla—ਛੋਟੇ ਜਹਾਜ਼ਾਂ ਦਾ ਬੇੜਾ।

Flotsam—ਟੁੱਟੇ ਜਹਾਜ਼ਾਂ ਦਾ ਵਹਿੰਦਾ ਹੋਇਆ ਮਾਲ।

Flounce—ਹੱਥ ਪੈਰ ਮਾਰਨਾ।

Flounder—ਇੱਕ ਪ੍ਰਕਾਰ ਦੀ ਮੱਛੀ, ਹਿੱਲਣਾ, ਲੜਖੜਾਉਣਾ।

Flour—ਆਟਾ, ਮੈਦਾ, ਆਟਾ ਪੀਸਣਾ।

Flourish—ਉੱਗਣਾ, ਵਧਣਾ, ਫੁੱਲਾਂ ਨਾਲ ਸਜਾਉਣਾ।

Flout—ਤਾਅਨੇ ਦਿੰਦਾ, ਦਿਲਲੱਗੀ ਕਰਨਾ।

Flow—ਵਹਿਣਾ, ਜਾਰੀ ਹੋਣਾ, ਪਿਘਲਣਾ।

Flower—ਫੁੱਲ, ਉਮੰਗ, ਹਰਾ ਭਰਾ।

Flowery—ਫੁੱਲਦਾਰ, ਰੰਗੀਨ।

Fluctuate—ਉਤਾਰਨਾ, ਚੜ੍ਹਨਾ, ਹਿਲਣਾ।

Fluctuation--ਉਤਾਰ ਚੜ੍ਹਾਅ, ਤਬਦੀਲੀ।

Flue—ਹਵਾਦਾਰ।

Fluent—ਰਵ੍ਹਾਂ, ਜਾਰੀ।

Fluently—ਰਵਾਨੀ ਦੇ ਨਾਲ।

Fluff—ਮੁਲਾਇਮ।

Fluid—ਪਾਣੀ, ਦ੍ਰਵ ਪਦਾਰਥ।

Fluidity—ਪਤਲਾਪਨ, ਵਹਾਉ।

Fluke—ਲੰਗਰ ਦਾ ਉਹ ਹਿੱਸਾ ਜਿਹੜਾ ਜ਼ਮੀਨ ਵਿੱਚ ਦੱਬਿਆ ਜਾਂਦਾ ਹੈ, ਇਕ ਕਿਸਮ ਦੀ ਮੱਛੀ।

Flume—ਤੰਗ ਗਲੀ, ਪਨਚੱਕੀ ਚਲਾਉਣ ਲਈ ਨਾਲੀ।

Flummery—ਦਲੀਆ, ਚਾਪਲੂਸੀ।

Fluminous—ਦਰਿਆਵਾਂ ਦੀ ਬਹੁਤਾਤ।

Flunkey—ਚਪੜਾਸੀ, ਪਹਿਰੇਦਾਰ।

Flurry—ਹਲਚਲ, ਘਬਰਾਹਟ, ਡਰਾਉਣਾ।

Flush—ਭੜਕਾਉਣਾ, ਲਾਲ ਹੋਣਾ, ਜੋਸ਼ ਵਿੱਚ ਆਉਣਾ।

Fluster—ਘਬਰਾਹਟ, ਗਰਮੀ।

Flute—ਬੰਸਰੀ, ਮੁਰਲੀ।

Flutter—ਫੜਫੜਾਉਨਾ, ਬੇਚੈਨ ਹੋਣਾ।

Fluvial—ਦਰਿਆਈ।

Fluxible—ਪੰਘਰਨ ਯੋਗ।

Flux—ਧਾਤ, ਜਰਿਆਨ।

Fluxion—ਵਹਾਓ, ਰਵਾਨੀ।

Fly—ਉੱਡਣਾ, ਦੌੜਨਾ।

Fly-blow—ਮੱਖੀ ਦਾ ਅੰਡਾ।

Flying-fox—ਚਮਗਾਦੜ।

Foal—ਘੋੜੇ ਜਾਂ ਖੋਤੀ ਦਾ ਬੱਚਾ, ਵੱਛਾ ਜਾਂ ਵੱਛੀ ਜਣਨਾ।

Foam—ਕਫ਼, ਝੱਗ।

Foamy—ਝੱਗ ਵਾਲਾ।

Fob—ਘੜੀ ਦੀ ਜੇਬ੍ਹ, ਧੋਖਾ ਦੇਣਾ।

Focillation—ਤਸੱਲੀ, ਦਮ ਦਿਲਾਸਾ।

Focus—ਨੁਕਤਾ, ਸੈਂਟਰ।

Fodder—ਚਾਰਾ, ਘਾਹ, ਤੂੜੀ।

Foe—ਦੁਸ਼ਮਨ, ਵੈਰੀ।

Foeman—ਵਿਰੋਧੀ ਮਨੁੱਖ।

Fog—ਕੋਹਰਾ, ਧੁੰਦ।

Foggi—ਕੋਹਰੇ ਦੀ ਭਰੀ ਹੋਈ।

Foh—ਨਫ਼ਰਤ ਦਾ ਸ਼ਬਦ, ਘ੍ਰਿਣਾ।

Foible—ਕਸੂਰ, ਨੁਕਸ।

Foil—ਬੇਕਾਇਦਾ ਕਰਨਾ, ਬੇਕਾਰ ਕਰਨਾ।

Foin—ਧੱਕਾ ਦੇਣਾ, ਖੋਹਣਾ, ਧੱਕਾ।

Foist—ਮਿਲਿਆ ਹੋਇਆ।

Fold—ਲਪੇਟਣਾ, ਬੰਦ ਕਰਨਾ।

Folder—ਕਾਗਜ਼ ਨੂੰ ਤਹਿ ਕਰਨ ਵਾਲਾ ਔਜ਼ਾਰ।

Foliaceous—ਕਾਗਜ਼ ਵਰਗਾ।

Foliage—ਬੇਲ ਬੂਟਾ, ਫੁੱਲ ਪੱਤੀ।

Folio—ਹਿਸਾਬ ਦੀ ਕਿਤਾਬ ਦਾ ਵਰਕ।

Folk—ਲੋਕ, ਆਦਮੀ।

Folk-lore—ਕਹਾਵਤ, ਰਵਾਇਤ।

Follow—ਪਿੱਛਾ ਕਰਨਾ।

Follower—ਸ਼ਾਗਿਰਦ, ਮਾਤਹਿਤ।

Following—ਦੂਸਰਾ, ਹੇਠ ਲਿਖਿਆ।

Folly—ਬੇਵਕੂਫ਼ੀ, ਹਮਾਕਤ।

Foment—ਸੇਕਣਾ, ਗਰਮ ਪਾਣੀ ਦੀ ਟਕੋਰ ਕਰਨੀ।

Fomentation—ਸੇਕ, ਸੇਕ ਕਰਨ ਦਾ ਪਾਣੀ।

Fond—ਮੂਰਖ਼, ਜ਼ਰੂਰਤਮੰਦ।

Fondle—ਲਾਡ ਕਰਨਾ।

Fondling—ਪਿਆਰਾ, ਅਜ਼ੀਜ਼।

Fondness—ਪਿਆਰ, ਸ਼ੌਕ।

Font—ਚਸ਼ਮਾ, ਇੱਕ ਸਾਂਚੇ ਦੇ ਛਾਪੇ ਦੇ ਹਰਫ਼।

Food—ਖ਼ੁਰਾਕ, ਭੋਜਨ।

Fool—ਮੂਰਖ਼, ਬੇਵਕੂਫ਼।

Foolary—ਬੇਵਕੂਫ਼ੀ, ਮੂਰਖ਼ਤਾ।

Foolish—ਬੇਵਕੂਫ਼, ਮੂਰਖ਼।

Foolishly—ਹਮਾਕਤ ਨਾਲ, ਬੇਵਕੂਫ਼ੀ ਨਾਲ।

Foolishcap—ਇਕ ਛੋਟੇ ਤਖਤੇ ਦਾ ਕਾਗਜ਼।

Foot—ਪੈਰ, ਕਦਮ।

Football—ਪੈਰਾਂ ਨਾਲ ਖੇਡਣ ਵਾਲਾ ਇਕ ਗੇਂਦ ਜਾਂ ਖੇਡ।

Foot-boy—ਹਰਕਾਰਾ।

Footman—ਸੇਵਕ, ਹਰਕਾਰਾ।

Footmark—ਪੈਰਾਂ ਦਾ ਨਿਸ਼ਾਨ।

Footnote—ਸਫ਼ੇ ਦੇ ਹੇਠਲੇ ਹਵਾਲੇ ਲਈ ਨੋਟ।

Footpath—ਪਗਡੰਡੀ, ਪੈਦਲ ਚੱਲਣ ਦਾ ਰਸਤਾ।

Foot-print—ਪੈਰਾਂ ਦੇ ਨਿਸ਼ਾਨ।

Foot-step—ਰਸਤਾ, ਕਦਮ।

Footstool—ਪੈਰ ਰੱਖਣ ਵਾਸਤੇ ਚੌਕੀ।

Fop—ਛੈਲਾ, ਬਾਂਕਾ।

Foppery—ਬਨਾਓ।

Foppish—ਦਿਖਾਵੰਦਾ, ਨੁਮਾਇਸ਼ੀ।

For—ਵਾਸਤੇ, ਲਈ।

Forage—ਚਾਰਾ, ਦਾਣਾ।

Forasmuch—ਬਾ-ਲਿਹਾਜ਼।

Foray—ਹਮਲਾ ਕਰਨਾ, ਚੜ੍ਹਾਈ ਕਰਨਾ।

Forbear—ਦੇਰੀ ਕਰਨੀ, ਬਾਜ਼ ਰਹਿਣਾ, ਖਤਮ ਕਰਨਾ, ਬਚੇ ਰਹਿਣਾ, ਸਹਿ ਲੈਣਾ।

Forbearance--ਸੱਚਾਈ, ਸਬਰ, ਬਰਦਾਸ਼ਤ।

Forbid—ਰੋਕਣਾ, ਮਨ੍ਹਾਂ ਕਰਨਾ।

Forbidding—ਨਾਪਸੰਦ, ਬੁਰਾ।

Force—ਤਾਕਤ, ਦਬਾਉਣਾ, ਮਜ਼ਬੂਰ ਕਰਨਾ।

Forceful—ਤਾਕਤਵਰ, ਜ਼ੋਰਦਾਰ।

Forceless—ਕਮਜ਼ੋਰ, ਨਾਮਰਦ।

Forcemeat—ਮਸਾਲੇਦਾਰ ਕੀਮਾ।

Forceps—ਨਾਈ ਦੀ ਚਿਮਟੀ।

Forcible—ਜ਼ੋਰਦਾਰੀ, ਤਾਕਤਵਰ।

Forcing—ਬਿਨ ਫ਼ਲ ਦਰਖ਼ਤਾਂ ਤੋਂ ਫਲ ਪੈਦਾ ਕਰਨਾ।

Ford—ਘਾਟ, ਨਾਲਾ, ਹਿਲਣਾ।

Fordable—ਜਾਣਯੋਗ।

Fore—ਪਹਿਲਾ, ਸਾਹਮਣੇ।

Fore-and-aft—ਜਹਾਜ਼ ਦੇ ਉਸ ਹਿੱਸੇ ਤੋਂ ਇਸ ਹਿੱਸੇ ਤਕ।

Fore-arm—ਪੌਂਚੇ ਤੋਂ ਕੂਹਣੀ ਤੱਕ, ਆਸਤੀਨ ਚੜ੍ਹਾਉਣਾ।

Forebode—ਪੇਸ਼ੀਨਗੋਈ ਕਰਨਾ, ਪਹਿਲੇ ਦੱਸਣਾ।

Forecast—ਦੂਰ ਅੰਦੇਸ਼ੀ ਕਰਨਾ।

Foreclose—ਰੋਕਣਾ, ਵੱਖਰਾ ਰੱਖਣਾ।

Foreclosure—ਰੁਕਾਵਟ।

Foredoom—ਪਹਿਲਾਂ ਤੋਂ ਮੁਕਰੱਰ ਕਰਨਾ।

Forefather—ਵੱਡੇ ਬਜ਼ੁਰਗ, ਪਿਤਾ ਪਿਤਾਮਾ।

Forefinger—ਅੰਗੂਠੇ ਦੇ ਕੋਲ ਵਾਲੀ ਉਂਗਲੀ।

Forego—ਅੱਗੇ ਜਾਣਾ।

Forehand—ਜ਼ਰੂਰਤ ਤੋਂ ਪਹਿਲਾਂ ਕੀਤਾ ਗਿਆ।

Forehead—ਮੱਥਾ, ਪੇਸ਼ਾਨੀ।

Foreign—ਗੈਰ ਮੁਲਕੀ, ਪਰਦੇਸੀ।

Foreigner—ਪ੍ਰਦੇਸੀ, ਬਾਹਰਲੇ ਮੁਲਕ ਦਾ।

Forejudge—ਸਬੂਤ ਤੋਂ ਪਹਿਲਾਂ ਤਜਵੀਜ਼ ਕਰਨਾ।

Foreland—ਰਾਸ।

Forelock—ਮੱਥੇ ਦੇ ਵਾਲ।

Foreman—ਕਾਰੀਗਰਾਂ ਦਾ ਪ੍ਰਧਾਨ।

Foremast--ਜਹਾਜ਼ ਦਾ ਅਗਲਾ ਮਸਤੂਲ।

Foremost—ਸਭ ਤੋਂ ਪਹਿਲਾਂ।

Forenoon—ਦੁਪਹਿਰ ਤੋਂ ਪਹਿਲਾਂ।

Forensic--ਅਦਾਲਤੀ ਕਾਨੂੰਨ ਦੇ ਬਾਰੇ।

Foreordian—ਪਹਿਲਾਂ ਤੋਂ ਹੀ ਮੁਕਰੱਰ ਕਰ ਦੇਣਾ।

Forepart—ਪਹਿਲਾ ਭਾਗ, ਮੱਥਾ।

Forepass—ਅਣਦੇਖਿਆਂ ਲੰਘ ਜਾਣਾ।

Forerank—ਅਵੱਲ ਦਰਜਾ, ਪਹਿਲਾ ਰੁੱਤਬਾ।

Forerun—ਪਹਿਲਾਂ ਪਤਾ ਦੇਣਾ।

Forerunner--ਹਰਕਾਰਾ, ਪਹਿਲਾਂ ਭੇਜਿਆ ਹੋਇਆ।

Foresaid—ਪਹਿਲੇ ਕਿਹਾ ਗਿਆ।

Foresee—ਪਹਿਲਾਂ ਤੋਂ ਹੀ ਦੇਖ ਲੈਣਾ।

Foreshadow—ਪਹਿਲੇ ਦੱਸਣਾ।

Foreshorten—ਅਗੋਂ ਕੱਟਣਾ।

Foreshow—ਪਹਿਲੋਂ ਕਹਿ ਦੇਣਾ।

Foreside—ਸਾਹਮਣਾ ਪਾਸਾ।

Foresight—ਦੂਰ ਦੀ ਸੋਝੀ, ਪਹਿਲਾਂ ਸੋਚ।

Forest—ਜੰਗਲ, ਰੁੱਖ।

Forestry—ਜੰਗਲ ਦਾ ਪ੍ਰਬੰਧ, ਰੁੱਖ ਲਗਾਉਣਾ।

Foretaste—ਪਹਿਲੇ ਕਹਿਣਾ, ਪਹਿਲਾਂ ਹੀ ਸਵਾਦ ਲੈਣਾ।

Foretell—ਪੇਸ਼ੀਨਗੋਈ।

Forthought—ਦੂਰ ਦੀ ਸੋਝੀ।

Foretooth—ਸਾਹਮਣੇ ਦੇ ਦੰਦ।

Foretop—ਮੱਥੇ ਦੇ ਵਾਲ।

Foretoken—ਪਹਿਲੋਂ ਦੱਸਣਾ।

Forever—ਸਦਾ, ਹਮੇਸ਼ਾ।

Forewarn—ਖ਼ਬਰਦਾਰ ਕਰਨਾ।

Foreword—ਭੂਮਿਕਾ।
Forfeit—ਜ਼ਬਤ ਕਰਨਾ, ਜ਼ੁਰਮਾਨਾ।
Forfeitable—ਕੁਰਕੀ ਦੇ ਯੋਗ।
Forfeiture—ਜ਼ਬਤੀ, ਜ਼ੁਰਮਾਨਾ।
Forge—ਭੱਠੀ, ਲੁਹਾਰ ਖਾਨਾ, ਨਕਲੀ ਦਸਤਖ਼ਤ ਕਰਨਾ।
Forgery—ਜਾਲਸਾਜ਼ੀ, ਧੋਖੇਬਾਜ਼ੀ।
Forget—ਭੁਲਾਉਣਾ, ਭੁੱਲ ਜਾਣਾ।
Forgetful—ਬੇਪਰਵਾਹ, ਗਾਫ਼ਲ।
Forgefulness—ਸੁਸਤੀ, ਬੇਪਰਵਾਹੀ।
Forget-me-not—ਇੱਕ ਚਮਕਦਾਰ ਸੋਹਣਾ ਫੁੱਲ।
Forging—ਬਨਾਵਟ, ਜੇਲੀ।
Forgive—ਛੱਡਣਾ, ਮਾਫ਼ ਕਰਨਾ।
Forgiveness—ਮਾਫ਼ੀ, ਛੁਟਕਾਰਾ।
Forgo—ਅਮਲ ਕਰਨਾ, ਛੱਡਣਾ।
Fork—ਮੇਜ਼ ਦਾ ਕਾਂਟਾ, ਤੀਰ ਦੀ ਨੋਕ।
Forlorn—ਬੇਕਸ, ਲਾਚਾਰ, ਸੁੰਨਸਾਨ।
Form—ਸ਼ਕਲ, ਨਕਸ਼ਾ, ਖ਼ਰਗੋਸ਼ ਦੇ ਸੌਣ ਦੀ ਜਗ੍ਹਾ।
Formal—ਤਰਤੀਬਵਾਰ, ਰਿਵਾਜੀ।
Formalist—ਰਸਮਾਂ ਵਿੱਚ ਚੱਲਣ ਵਾਲਾ।
Formality—ਰਸਮ, ਤਕਲੁੱਫ, ਜ਼ਾਹਿਰ-ਦਾਰੀ।
Formally—ਰਸਮੀ ਢੰਗ ਨਾਲ।
Formation—ਬਨਾਵਟ ਤਰਕੀਬ।
Former—ਬਣਾਉਨ ਵਾਲਾ, ਪਹਿਲਾਂ ਪਹਿਲ ਕਿਹਾ ਗਿਆ।
Formerly—ਪਿਛਲੇ ਯੁੱਗ ਦੇ ਪੁਰਾਣੇ।
Formicary—ਕੀੜਿਆਂ ਦੇ ਰਹਿਣ ਦੀ ਥਾਂ।
Formidable—ਡਰਾਉਣਾ, ਭਿਆਨਕ।
Formidably—ਡਰਾਉਣੇ ਢੰਗ ਨਾਲ।
Formless—ਬੇਸ਼ਕਲ।
Formula—ਨੇਮ, ਨੁਸਖ਼ਾ, ਹਿਸਾਬ।
Formulate—ਸਾਫ਼ ਤਰ੍ਹਾਂ ਸਮਝਣ ਦੇ ਯੋਗ।
Fornication—ਪਰਾਈ ਇਸਤ੍ਰੀ ਦੇ ਨਾਲ ਭੋਗ ਕਰਨਾ।
Fornicator—ਵੇਸਵਾਗਾਮੀ, ਬਦਮਾਸ਼।
Forsake—ਵੱਖ ਹੋ ਜਾਣਾ, ਛੱਡ ਦੇਣਾ।
Forsooth—ਅਸਲ ਵਿੱਚ।
Forswear—ਕਸਮ ਖਾਣਾ।
Fort—ਕਿਲ੍ਹਾ, ਗੜ੍ਹ।
Forte—ਬਲ ਨਾਲ, ਸ਼ਕਤੀ ਨਾਲ।
Forth—ਸਾਹਮਣੇ, ਬਾਹਰ।
Forthcoming--ਆਉਣ ਵਾਲਾ, ਹਾਜ਼ਰ।
Forthright—ਸਿੱਧਾ, ਨਿਰਭੈ।
Forthwith—ਜਲਦੀ, ਹੁਣ।
Fortieth—ਚਾਲ੍ਹੀਵਾਂ।
Fortification—ਕਿਲ੍ਹਾਬੰਦੀ।
Fortify—ਕਿਲ੍ਹਾਬੰਦੀ, ਮਜ਼ਬੂਤੀ।
Fortissimo—ਬੜੇ ਜ਼ੋਰ ਨਾਲ।
Fortitude—ਹਿੰਮਤ।
Fortnight—2 ਹਫ਼ਤੇ ਜਾਂ 14 ਦਿਨ।
Fortress—ਛੋਟਾ ਕਿਲ੍ਹਾ।
Fortuitous—ਅਚਾਨਕ, ਅਕਸਮਾਤ।
Fortuity—ਹਾਦਸਾ, ਅਚਾਨਕ।
Fortunate—ਭਾਗਵਾਨ, ਕਿਸਮਤੀ।
Fortunately—ਖ਼ੁਸ਼ ਕਿਸਮਤੀ ਨਾਲ।
Fortune—ਕਿਸਮਤ, ਤਕਦੀਰ।
Fortunehunter—ਉਹ ਆਦਮੀ ਜੋ ਜ਼ਿਆਦਾ ਦਾਜ ਦੇ ਲਾਲਚ ਵਿੱਚ ਸ਼ਾਦੀ ਕਰੇ।
Fortune-teller—ਜੋਤਸ਼ੀ, ਨਜੂਮੀ।
Forty—ਚਾਲੀ।
Forum—ਕਚਹਿਰੀ, ਚੌਕ, ਚਬੂਤਰਾ।
Forward—ਸਾਹਮਣੇ, ਅੱਗੇ, ਸਹਾਇਤਾ ਕਰਨਾ।
Forwardness—ਸ਼ੌਕ, ਸ਼ੋਖੀ।

Forwards—ਅੱਗੇ ਦਾ।

Fosse—ਖਾਈ, ਗੁਫਾ।

Fossil—ਪਥਰੀਲਾ, ਕਾਨ ਦੀ ਵਸਤੂ।

Fossilise—ਪੁਰਾਣਾ ਹੋ ਜਾਣਾ, ਪੱਥਰ ਬਣ ਜਾਣਾ।

Foster—ਪਾਲਣਾ, ਸਹਾਇਤਾ ਕਰਨਾ।

Foster-child—ਪਾਲਿਆ ਹੋਇਆ ਬਾਲਕ।

Foster-father—ਉਹ ਆਦਮੀ ਜੋ ਕਿਸੇ ਗ਼ੈਰ ਬੱਚੇ ਦੀ ਪਾਲਣਾ ਕਰੇ।

Fother—ਸਾਢੇ ਉੱਨੀ ਹੇਡਰਵੇਟ ਦਾ ਇਕ ਵੱਟਾ।

Foul—ਮੈਲਾ, ਗੰਦਾ।

Foully—ਗੰਦਾ, ਮੈਲ।

Found—ਨਿਓ ਰੱਖਣਾ, ਮੁਕਰੱਰ ਕਰਨਾ।

Foul-mouthed—ਭੈੜੀ ਜ਼ਬਾਨ ਵਾਲਾ।

Foulness—ਗੰਦਗੀ, ਮੈਲ, ਬੇਇਮਾਨੀ।

Foundation—ਬੁਨਿਆਦ, ਸ਼ੁਰੂ।

Founder—ਜੜ੍ਹ ਲਗਾਉਣ ਵਾਲਾ।

Foundery—ਢਲਾਈ ਦਾ ਕਾਰਖ਼ਾਨਾ।

Foundling—ਲਾਵਾਰਸ ਬੱਚਾ।

Fount—ਚਸ਼ਮਾ, ਛਾਪੇ ਦਾ ਟਾਈਪ ਦਾ ਪੂਰਾ ਸਾਮਾਨ।

Fountain—ਚਸ਼ਮਾ, ਪਾਣੀ ਦਾ ਫੁਹਾਰਾ।

Fountain-pen—ਸਿਆਹੀ ਦੀ ਕਲਮ।

Four—ਚਾਰ।

Fourfold—ਚੌਗੁਣਾ।

Fourscore—ਅੱਸੀ।

Foursquare—ਚਕੋਰ, ਚੌਰਸ।

Fourteen—ਚੌਦਾਂ।

Fourteenth—ਚੌਦਵਾਂ।

Fourth—ਚੌਥਾ।

Fowl—ਪੱਖੀ, ਕੁੱਕੜ।

Fowler—ਚਿੜੀਮਾਰ।

Fowling-piece—ਚਿੜੀਆਂ ਦੇ ਮਾਰਨ ਦੀ ਬੰਦੂਕ।

Fox—ਲੂੰਮੜੀ, ਧੋਖੇਬਾਜ਼।

Fox-hound—ਲੂੰਮੜੀ ਦਾ ਸ਼ਿਕਾਰ ਕਰਨ ਵਾਲਾ ਕੁੱਤਾ।

Foxy—ਲੂੰਮੜੀ ਦੀ ਤਰ੍ਹਾਂ ਧੋਖੇਬਾਜ਼।

Fracas—ਫ਼ਸਾਦ, ਝਗੜਾ।

Fraction—ਟੁਕੜਾ, ਬਹੁਤ ਛੋਟਾ ਹਿੱਸਾ।

Fractional—ਕਸਰ ਦਾਰ।

Fractionize—ਹਿੱਸੇ ਕਰਨਾ, ਟੁਕੜੇ ਕਰਨਾ।

Fractious—ਝਗੜਾਲੂ, ਚਿੜਚਿੜਾ।

Fracture—ਹੱਡੀ ਟੁੱਟਣਾ।

Fragile—ਜਲਦੀ ਟੁੱਟਣ ਵਾਲਾ।

Fragility—ਕਮਜ਼ੋਰੀ, ਨਜ਼ਾਕਤ।

Fragment—ਟੁੱਟਿਆ ਹੋਇਆ ਟੁਕੜਾ।

Fregmentry—ਟੋਟਿਆਂ ਦਾ ਬਣਿਆ, ਲੜੀ ਰਹਿਤ।

Fragrance—ਸੁਗੰਧੀ, ਖ਼ੁਸ਼ਬੂ।

Fragrant—ਮਹਿਕਦਾਰ।

Frail—ਨਾ ਪਾਇਦਾਰ, ਵਿਗੜਨ ਤੇ ਸੜਨ ਵਾਲੀ।

Frailty—ਕਮਜ਼ੋਰੀ, ਕੱਚਾਪਨ।

Frame—ਨਕਸ਼ਾ, ਜੜਨਾ, ਸੰਵਾਰਨਾ, ਬਣਾਉਣਾ।

Framework—ਲੱਕੜੀ ਦਾ ਚੋਖਟਾ।

France—ਚਾਂਦੀ ਦਾ ਫਰਾਂਸੀਸੀ ਸਿੱਕਾ ਸਾਢੇ ਨੌ ਪੈਨੀ ਦਾ।

Franchise—ਅਸੈਂਬਲੀ ਜਾਂ ਪਾਰਲੀਮੈਂਟ ਵਿਚ ਰਾਏ ਦੇਣ ਦਾ ਹੱਕ।

Franchisement-- ਛੁਟਕਾਰਾ, ਆਜ਼ਾਦੀ।

Frangibility—ਕਮਜ਼ੋਰੀ।

Frangible—ਟੁੱਟਣ ਵਾਲੀ, ਕਮਜ਼ੋਰ ਜੋ ਟੁੱਟ ਸਕੇ।

Frank—ਖੁੱਲ੍ਹਾ ਦਿਲ, ਸਾਫ਼ ਕਹਿਣ ਵਾਲਾ।

Frankly—ਖੁੱਲ੍ਹਮ-ਖੁੱਲ੍ਹਾ।

Frankness—ਸਾਫ਼ ਦਿਲੀ, ਸਾਦਗੀ।

Frantic—ਸ਼ੁਦਾਈ, ਪਾਗਲ।
Fraternal—ਬਿਰਾਦਰੀ ਦਾ।
Fraternity—ਬਿਰਾਦਰੀ, ਜਾਤ ਵਾਲਾ।
Fraternize--ਬਿਰਾਦਰੀ ਜੋੜਨਾ, ਭਾਈਬੰਦ ਕਰਨਾ।
Fratricide—ਭਰਾ ਨੂੰ ਮਾਰਨਾ।
Fraud—ਫ਼ਰੇਬ, ਧੋਖਾ।
Fraudulence, Fraudulency—ਮੱਕਾਰ, ਧੋਖੇਬਾਜ਼, ਦਗਾਬਾਜ਼ੀ।
Fraudulent—ਫ਼ਰੇਬੀ, ਮੱਕਾਰ, ਧੋਖੇਬਾਜ਼।
Fraudulently—ਧੋਖੇ ਨਾਲ, ਫ਼ਰੇਬ ਨਾਲ।
Fraught—ਲੱਦਿਆ ਹੋਇਆ।
Fray—ਧਮਕਾਉਣਾ, ਖਿਝਾਉਣਾ।
Freak—ਲਹਿਰ, ਖ਼ਿਆਲ।
Freakish—ਚੰਚਲ, ਮੌਜੀ, ਵਹਿਮੀ।
Freckle—ਜਿਸਮ ਤੇ ਪੀਲਾ ਧੱਬਾ।
Free—ਸੁਤੰਤਰ, ਆਜ਼ਾਦ, ਪਵਿੱਤਰ।
Freebooter—ਡਾਕੂ, ਲੁਟੇਰਾ।
Freebooting—ਦਾਗ, ਧੱਬੇ।
Freedom—ਸੁਤੰਤਰਤਾ, ਆਜ਼ਾਦੀ।
Freehanded—ਦਾਨੀ, ਸਖ਼ੀ।
Freehold—ਜਾਗੀਰ, ਜ਼ਿਮੀਦਾਰੀ।
Freely—ਖ਼ੁਸ਼ੀ ਨਾਲ, ਬਹੁਤਾਤ ਨਾਲ।
Freeman—ਜੋ ਸੁਤੰਤਰ ਹੋਵੇ।
Freemason—ਗੁਪਤ ਸਭਾ ਦਾ ਮੈਂਬਰ।
Freeness—ਆਜ਼ਾਦੀ, ਛੁੱਟੀ।
Free-tkinker—ਆਜ਼ਾਦ, ਨਾਸਤਕ।
Free-trade—ਬਿਨਾਂ ਟੈਕਸ ਦਾ ਵਪਾਰ।
Free-will—ਆਪਣੀ ਰਾਏ, ਆਜ਼ਾਦ ਰਾਏ।
Freeze—ਜਮਾਉਣਾ, ਆਕੜਨਾ।
Freight—ਮਾਲ-ਅਸਬਾਬ, ਮਾਲ-ਅਸਬਾਬ ਦਾ ਕਿਰਾਇਆ।
French—ਫਰਾਂਸ ਦਾ, ਫਰਾਂਸੀਸੀ ਬੋਲੀ, ਫਰਾਂਸੀਸੀ ਲੋਕ।
Frentical—ਪਾਗਲ, ਸ਼ੁਦਾਈ।
Frenzy—ਦੀਵਾਨਗੀ, ਪਾਗਲਪਨ।
Frequency—ਅਧਿਕਤਾ,
Frequent—ਬਰਾਬਰ, ਲਗਾਤਾਰ।
Fresco—ਗਿੱਲੇ ਪਲਸਤਰ 'ਤੇ ਤਸਵੀਰ ਬਣਾਉਣ ਦੀ ਵਿਧੀ।
Fresh—ਤਾਜ਼ਾ, ਨਵਾਂ।
Freshen—ਤਾਜ਼ਾ ਕਰਨਾ, ਨਿਰੋਗ ਕਰਨਾ।
Freshly—ਤਾਜ਼ਾ ਕਰਨਾ।
Freshness—ਤਾਜ਼ਗੀ।
Fret—ਮਿਟਾ ਦੇਣਾ, ਗਲਾਉਣਾ, ਘਸੀਟਣਾ, ਰਗੜਨਾ।
Fretful—ਨਾਰਾਜ਼, ਚਿੜਚਿੜਾ।
Fret-work—ਉਭਰਵਾਂ ਕੰਮ।
Fribility, Friableness—ਆਸਾਨੀ ਨਾਲ।
Friable—ਭੁਰਭੁਰਾ।
Friar—ਫ਼ਕੀਰ, ਸਾਧੂ।
Friary—ਅਖਾੜਾ, ਖਾਨਗਾਹ।
Fribble—ਨੀਚ, ਹੋਛਾ।
Friction—ਰਗੜ, ਲੜਾਈ।
Friday—ਸ਼ੁੱਕਰਵਾਰ, ਜੁੰਮਾ।
Friend—ਮਿੱਤਰ, ਦੋਸਤ।
Friendless—ਮਿੱਤਰ-ਹੀਨ, ਇਕੱਲਾ।
Friendship—ਮਿੱਤਰਤਾ, ਦੋਸਤੀ।
Frieze—ਮੋਟਾ ਉੱਨ ਦਾ ਕੱਪੜਾ।
Friezed—ਪਸ਼ਮਦਾਰ।
Frigate—ਲੜਾਈ ਦਾ ਜਹਾਜ਼।
Fright—ਭੈ, ਡਰ।
Frighten—ਡਰਾਉਣਾ, ਧਮਕਾਉਣਾ।
Frightful—ਡਰਾਵਣਾ, ਭਿਆਨਕ।
Frightfully—ਡਰ ਨਾਲ।
Frigidity—ਸਰਦੀ, ਠੰਡਾਪਨ।
Frigorific—ਠੰਡਾ ਕਰਨ ਵਾਲਾ।
Frill—ਝਾਲਰ।
Frippery—ਨੀਚ, ਪੁਰਾਣਾ ਕੱਪੜਾ।
Frisk—ਨੱਚਣਾ, ਕੁੱਦਣਾ।

Frisket—ਛਪਣ ਵੇਲੇ ਕਾਗਜ਼ ਰੋਕਣ ਵਾਲਾ ਚੋਖਟਾ।

Friskiness—ਸ਼ੇਖੀ, ਚੁਲਬਲਾਪਨ।

Frisky—ਚੰਚਲ, ਚਲਾਕ।

Frit—ਉਹ ਚੀਜ਼ ਜਿਸ ਦਾ ਸ਼ੀਸ਼ਾ ਬਣਾਇਆ ਜਾਂਦਾ ਹੈ।

Fritter—ਰੋਟੀ, ਟੁੱਕੜਾ।

Frivolity—ਹਲਕਾਪਨ।

Frivolous—ਹਲਕਾ।

Frizz, Frizzle—ਮਰੋੜਨਾ।

Fro—ਅੱਗੇ, ਏਥੇ, ਉਥੇ।

Frock—ਉਪਰ ਦੀ ਢਿੱਲੀ ਪੁਸ਼ਾਕ।

Frock-coat—ਹਲਕਾ ਕੋਟ।

Frog—ਡੱਡੂ, ਕੋਟ ਦਾ ਬਟਨ।

Frolicsome—ਸ਼ੋਖ, ਚੰਚਲ।

From—ਪਾਸੋਂ, ਕੋਲੋਂ, ਤੋਂ।

Frond—ਝਾੜ ਜਾਂ ਤਾੜ ਦੇ ਪੱਤੇ।

Frondescence—ਬਸੰਤ ਰੁੱਤ।

Front—ਸਾਹਮਣੇ, ਚਿਹਰਾ, ਮੱਥਾ।

Frontage—ਇਮਾਰਤ ਦੇ ਸਾਹਮਣੇ ਦਾ ਹਿੱਸਾ।

Frontal—ਸਾਹਮਣੇ ਦਾ ਮੱਥਾ।

Frontier—ਸਰਹੱਦ, ਹੱਦ।

Frontispiece—ਮੱਥਾ, ਨੱਕ, ਤਸਵੀਰ ਜੋ ਕਿਤਾਬ ਦੇ ਸ਼ੁਰੂ ਵਿਚ ਲਗਦੀ ਹੈ।

Frore—ਜੰਮਿਆ ਹੋਇਆ।

Frost—ਬਰਫ਼, ਠੰਡ।

Frostily—ਬੜੀ ਠੰਡਕ ਨਾਲ, ਪਾਲੇ ਨਾਲ।

Frosting—ਮਿੱਠਾ ਜੋ ਰੋਟੀ 'ਤੇ ਲਗਾਇਆ ਜਾਵੇ।

Frosty—ਬਹੁਤ ਸਰਦੀ।

Froth—ਝੱਗ।

Frothy—ਝੱਗਦਾਰ, ਕੋਮਲ।

Frounce—ਵੱਟ ਪਾਣਾ, ਬਦਲ ਦੇਣਾ।

Frouzy, Frowzy—ਸੜਿਆ ਹੋਇਆ, ਮੈਲਾ।

Froward—ਜ਼ਿੱਦੀ, ਤੰਗ ਮਿਜਾਜ਼।

Frown—ਘੁਰਕੀ ਦੇਣਾ, ਘੂਰਨਾ।

Fructification—ਫਲ।

Fructify—ਫਲਨਾ।

Frugal, Frugality—ਗੁੰਜਾਇਸ਼ੀ, ਘਟ ਖ਼ਰਚ ਕਰਨ ਵਾਲਾ।

Frugivorous—ਅਨਾਜ ਜਾਂ ਫਲ ਤੇ ਬਸਰ ਕਰਦੇ ਹੋਏ।

Fruit—ਫਲ।

Fruitage—ਫਲ ਆਦਿ।

Fruiterer—ਫਲ ਵੇਚਣ ਵਾਲਾ।

Fruitery—ਮੇਵਾ ਰੱਖਣ ਦੀ ਥਾਂ।

Fruitul—ਫਲਦਾਰ, ਹਰੀ ਭਰੀ।

Fruition—ਆਨੰਦ, ਭੋਗ ਵਿਲਾਸ, ਸਫਲਤਾ।

Fruitless—ਬੇਫ਼ਾਇਦਾ, ਫ਼ਜ਼ੂਲ।

Frumentaceous--ਅਨਾਜ ਦਾ ਬਣਿਆ ਹੋਇਆ।

Frumenty—ਦਲੀਆ।

Frump—ਪੁਰਾਣੇ ਢੰਗ ਦੀ ਇਸਤ੍ਰੀ।

Frustrate—ਹਰਾਉਣਾ, ਤੋੜਨਾ।

Frustration—ਹਾਰ, ਸ਼ਿੱਕਸਤ।

Fry—ਤਲਨਾ, ਪਕਵਾਨ।

Frying-pan—ਕੜਾਹੀ।

Fuddle—ਖ਼ੂਬ ਸ਼ਰਾਬ ਪੀਣਾ, ਮਸਤ ਕਰਨਾ।

Fudge—ਝੂਠੀ ਕਹਾਣੀ।

Fuel—ਲੱਕੜੀ, ਬਾਲਣ।

Fugacious—ਉੱਡ ਜਾਣ ਵਾਲੀ।

Fugacity—ਤਰਨ ਦੀ ਖ਼ੂਬੀ, ਨਾ ਪਾਇਦਾਰੀ।

Fugitive—ਨੱਸ ਜਾਣ ਵਾਲਾ, ਭਗੌੜਾ।

Fulcrum—ਟੇਕ, ਆਧਾਰ।

Fulfil—ਪੂਰਾ ਕਰਨਾ।

Fulfilment—ਪੂਰਾ ਕਰਨਾ, ਪੂਰਨਤਾ।

Fulgency—ਭੜਕਦਾਰ, ਸ਼ਾਨ।

Fulgent—ਰੌਸ਼ਨ, ਉੱਜਲਾ, ਚਮਕਦਾ ਹੋਇਆ।
Full—ਭਰਿਆ ਹੋਇਆ, ਪੂਰਾ।
Fullage—ਧੁਲਾਈ ਕਰਨ ਦੀ ਮਜ਼ਦੂਰੀ।
Full-blown—ਖਿੜਿਆ ਹੋਇਆ ਫੁੱਲ।
Fuller's-earth—ਸੱਜੀ, ਮਿੱਟੀ।
Fully—ਸਾਰਾ, ਪੂਰਾ।
Fulminate—ਝਾੜ ਪਾਉਣੀ, ਘੁਰਕੀ ਦੇਣਾ।
Fulmination—ਗਰਜ, ਕੜਕ, ਝਾੜ।
Fulness—ਭਰੀ ਹੋਈ।
Fulsome—ਬੁਰੀ, ਜੋ ਪਸੰਦ ਨਾ ਆਵੇ।
Fulvous—ਹਲਕਾ ਪੀਲਾ ਰੰਗ।
Fumble—ਉਲਟ ਪੁਲਟ ਕਰਨਾ, ਲੱਭਣਾ।
Fume—ਗੁੱਸਾ ਹੋਣਾ, ਭਾਫ਼ ਹੋ ਕੇ ਉੱਡ ਜਾਣਾ।
Fumigation—ਲਪਟ, ਮਹਿਕ, ਖ਼ੁਸ਼ਬੂ।
Fun—ਤਮਾਸ਼ਾ, ਖੇਡ।
Function—ਕੰਮ, ਧੰਦਾ।
Functionary—ਅਧਿਕਾਰੀ, ਪਦਵੀ ਵਾਲਾ।
Fund—ਖ਼ਜ਼ਾਨਾ, ਮਾਇਆ।
Fundamental—ਮੂਲ, ਅਸਲੀ।
Funeral—ਕਿਰਿਆ-ਕਰਮ, ਕਫ਼ਨ ਦੇ ਬਾਰੇ ਵਿੱਚ।
Funereal—ਮਾਤਮੀ।
Funnel—ਨਲੀ, ਪੀਕ।
Funny—ਚੰਚਲ, ਗੱਪੀ।
Fur—ਪੋਸਤੀਨ।
Furdish—ਚਮਕਾਉਣਾ, ਮਾਂਜਣਾ।
Furcate—ਸ਼ਾਖਦਾਰ।
Furfur—ਸਿਰ ਦੀ ਖ਼ੁਸ਼ਕੀ।
Furious—ਗੁੱਸੇ ਨਾਲ ਭਰਿਆ ਹੋਇਆ, ਤੇਜ਼।
Furl—ਤਹਿ ਕਰਨਾ, ਲਪੇਟਣਾ।
Furlong—ਇੱਕ ਮੀਲ ਦਾ ਅੱਠਵਾਂ ਹਿੱਸਾ।
Furlough—ਪਿੰਡ ਨੂੰ ਜਾਣ ਦੀ ਛੁੱਟੀ, ਛੁੱਟੀ ਹੋਣਾ।
Furnace—ਭੱਠੀ।
Furnish—ਦਰੁੱਸਤ ਕਰਨਾ, ਤਿਆਰ ਕਰਨਾ।
Furniture—ਘਰ ਦਾ ਸਾਮਾਨ, ਲੱਕੜ ਦੀ ਮੇਜ਼ ਕੁਰਸੀ ਆਦਿ।
Furor—ਗੁੱਸਾ, ਨਾਰਾਜ਼ਗੀ।
Furrior—ਸਮੂਰ ਦਾ ਵਪਾਰੀ।
Furrow—ਲਕੀਰ, ਕਾੜ੍ਹਨਾ, ਦਰਾਜ।
Further—ਅੱਗੇ, ਦੂਜਾ, ਫਾਸਲੇ ਤੇ।
Furtherance—ਉੱਨਤੀ, ਤਰੱਕੀ।
Furthermore—ਇਸ ਤੋਂ ਇਲਾਵਾ।
Furrive—ਗੁਪਤ।
Furuncle—ਗਿਲਟੀ, ਫੋੜਾ।
Furthermost—ਬਹੁਤ ਦੂਰ।
Furthest—ਲੰਬਾਈ ਨਾਲੋਂ ਜ਼ਿਆਦਾ।
Fury—ਬਹੁਤ ਗੁੱਸਾ।
Furzy—ਕੰਡੇਦਾਰ ਝਾੜੀ ਨਾਲ ਭਰਿਆ ਹੋਇਆ।
Fuscous—ਕਾਲਾ ਸਿਆਹ।
Fuse—ਪਿਘਲਾਉਣਾ, ਗਾਲਣਾ।
Fusible—ਗਲਣ ਯੋਗ, ਪਿਘਲਣ ਯੋਗ।
Fusil—ਹਲਕੀ ਬੰਦੂਕ।
Fusiler—ਤੋਪ ਜਾਂ ਬੰਦੂਕ ਦਾ ਫਾਇਰ।
Fusion—ਪਿਘਲਾਹਟ।
Fuss—ਸ਼ੋਰਗੁੱਲ।
Fussy—ਚੁੱਲਬੁਲ।
Fusted—ਬਦਬੂਦਾਰ।
Fustic—ਇੱਕ ਤਰ੍ਹਾਂ ਦੀ ਲੱਕੜੀ ਜਿਸ ਨਾਲ ਪੀਲਾ ਰੰਗ ਰੰਗਦੇ ਹਨ।
Fustigate—ਲਾਠੀ ਨਾਲ ਮਾਰਨਾ।
Fusty—ਬਦਬੂ ਵਾਲਾ।
Futile—ਹਲਕਾ ਫੁਲਕਾ, ਬੇਕਾਰ।
Futility—ਹਲਕਾਪਨ।
Future—ਭਵਿੱਖ, ਆਉਣ ਵਾਲਾ ਸਮਾਂ।

Futurity—ਅਗਲੀ ਅਵਸਥਾ।
Fuze—ਪਲੀਤਾ।
Fuzz—ਭਾਫ਼ ਬਣ ਕੇ ਉੱਡ ਜਾਣਾ।
Fy—ਥੂ ਥੂ, ਤੌਬਾ ਤੌਬਾ।

G

G, seventh letter of the English alphabet. ਜੀ--ਅੰਗ੍ਰੇਜ਼ੀ ਵਰਣਮਾਲਾ ਦਾ ਸੱਤਵਾਂ ਅੱਖਰ।
Gaberdine—ਚੋਗਾ।
Gab—ਗੱਪਸ਼ਪ, ਬਕ ਬਕ।
Gabble—ਬਕਵਾਸ ਕਰਨੀ, ਛੇਤੀ ਬੋਲਣਾ।
Gabion—ਟੋਕਰੀ।
Gable—ਮਕਾਨ ਦਾ ਕੋਨਾ।
Gaby—ਮੂਰਖ਼।
Gadabout—ਸੈਰ ਸਪਾਟਾ ਕਰਨ ਵਾਲਾ।
Gadfly—ਮੱਖ, ਮੱਛਰ।
Gadwall—ਇੱਕ ਤਰ੍ਹਾਂ ਦੀ ਬਤਖ਼।
Gaff—ਕਾਂਟੇ ਨਾਲ ਮੱਛੀਆਂ ਫੜਨੀਆਂ।
Gag—ਡੱਟ, ਮੂੰਹ ਬੰਦ ਕਰਨਾ।
Gage—ਗਿਰਵੀ ਰੱਖਣਾ।
Gaiety—ਆਨੰਦ, ਰੰਗ ਰਲੀਆਂ।
Gaily—ਖ਼ੁਸ਼ੀ ਨਾਲ।
Gain—ਲਾਭ ਲੈਣਾ, ਸਫਲ ਹੋਣਾ।
Gainful—ਨਫ਼ੇ ਵਾਲਾ, ਲਾਭਦਾਇਕ।
Gainless—ਲਾਭ ਹੀਣ, ਨਿਸ਼ਫਲ।
Gainsay—ਵਿਰੋਧ ਕਰਨਾ।
Gait—ਰਫ਼ਤਾਰ, ਚਾਲ, ਢੰਗ।
Galaxy--ਆਕਾਸ਼ ਗੰਗਾ, ਪ੍ਰਸਿੱਧ ਆਦਮੀਆਂ ਦਾ ਇਕੱਠ।
Gaiter—ਜ਼ੁਰਾਬ, ਜ਼ੁਰਾਬ ਪੁਆਉਣਾ।
Gale—ਹਨੇਰੀ, ਝੱਖੜ।
Gall—ਕੌੜੀ ਚੀਜ਼, ਕਠੋਰਪਨ।
Gallant—ਦਲੇਰ, ਸਾਹਸੀ।
Gallantry—ਬਹਾਦਰੀ, ਦਲੇਰੀ।
Gallantly—ਬਹਾਦਰੀ ਨਾਲ।
Gallery—ਰੰਗ ਮਹਿਲ, ਤਸਵੀਰਘਰ।
Galley—ਇਕ ਤਰ੍ਹਾਂ ਦਾ ਜਹਾਜ਼, ਛਾਪੇ ਦੇ ਹਰਫ਼ ਰੱਖਣ ਦਾ ਫੱਟਾ।
Galliord—ਜ਼ਿੰਦਾਦਿਲ ਆਦਮੀ।
Galligaskins—ਪਜਾਮਾ, ਪਤਲੂਨ।
Gallipot—ਚੀਨੀ ਦਾ ਭਾਂਡਾ, ਬਿਆਮ।
Gallon—ਗੈਲਨ, ਇੱਕ ਪੈਮਾਨਾ
Galiop—ਤੇਜ਼ ਦੌੜਨਾ, ਤੇਜ਼ ਚਾਲ।
Galloway—ਟੱਟੂ, ਛੋਟੇ ਕੱਦ ਦਾ ਘੋੜਾ।
Gallow—ਡਰਾਉਣਾ, ਭੈ-ਭੀਤ ਕਰਨਾ।
Gallows—ਫਾਂਸੀ ਦੀ ਸੂਈ।
Galvanic—ਬਿਜਲੀ ਦੇ ਸੰਬੰਧ ਵਿਚ।
Galvanism—ਬਿਜਲੀ ਪੈਦਾ ਕਰਨ ਦਾ ਇੱਕ ਵਿਸ਼ੇਸ਼ ਢੰਗ।
Galvanize—ਬਿਜਲੀ ਦੀ ਸ਼ਕਤੀ ਪੈਦਾ ਕਰਨਾ।
Gamble—ਜੂਆ ਖੇਡਣਾ।
Gambling—ਜੂਆ।
Gambol—ਨੱਚਣਾ, ਕਲੋਲ ਕਰਨਾ।
Game—ਖੇਡ, ਸ਼ਿਕਾਰ ਕਰਨਾ।
Game-cock—ਲੜਾਈ ਦਾ ਕੁੱਕੜ, ਜੰਗੀ ਮੁਰਗਾ।
Game-keeper—ਖੇਡ ਦਾ ਰਾਖਾ।
Gamester—ਸ਼ਿਕਾਰੀ, ਜੁਆਰੀ।
Gamut—ਸਰਗਮ ਰਾਗਾਂ ਦੀ ਸੁਰਾਂ।
Gander—ਹੰਸ, ਬਤਖ਼।
Gang—ਟੋਲੀ, ਜੱਥਾ।
Ganglion—ਨੱਸ ਦੀ ਥਾਂ ਦਾ ਸੁੱਜਣਾ, ਘੇਘਾ।
Ganglionic—ਸੜਨਾ, ਮਾਰਨਾ।
Gangrene—ਮਾਸ ਦਾ ਸੜ ਜਾਣਾ, ਮਾਰਨਾ।

Gangernous--ਮੁਰਦਾ, ਸੜਿਆ ਹੋਇਆ।
Gangway—ਤੰਗ ਰਸਤਾ, ਜੇਲ੍ਹ, ਕੈਦਖਾਨਾ।
Gaol, Gaoler—ਕੈਦਖਾਨੇ ਦਾ ਦਰੋਗਾ।
Gap—ਤਰੇੜ, ਛੇਕ।
Gape—ਉਬਾਸੀ ਲੈਣਾ, ਮੂੰਹ ਖੋਲ੍ਹਣਾ।
Garb—ਪੁਸ਼ਾਕ।
Garbage—ਗੰਦਗੀ, ਕੂੜਾ।
Garble—ਛਾਣਨਾ, ਚੁਣਨਾ।
Garden—ਬਾਗ਼।
Gardener—ਮਾਲੀ।
Gardenia—ਚਮੇਲੀ।
Gardening—ਮਾਲੀ ਦਾ ਕੰਮ।
Gargrize—ਪਾਣੀ ਵਿਚ ਦਵਾਈ ਪਾ ਕੇ ਚੂਲੀ ਕਰਨਾ।
Gargle—ਕੁਲੀ ਕਰਨਾ।
Gargoyle—ਛੱਤ ਦੇ ਪਾਣੀ ਨੂੰ ਕੱਢਣ ਦੀ ਮੋਰੀ।
Garland—ਹਾਰ, ਫੁੱਲਮਾਲਾ, ਗਜਰਾ।
Garment—ਪੁਸ਼ਾਕ, ਕੱਪੜੇ।
Garner—ਅਨਾਜ, ਅੰਨ।
Garnet—ਯਾਕੂਤ।
Garnish—ਸਜਾਉਣਾ, ਸੰਵਾਰਨਾ।
Garniture—ਗਹਿਣਾ, ਸਜਾਵਟ।
Garret—ਅਟਾਰੀ।
Garrison—ਕਿਲ੍ਹੇ ਦੀ ਸੈਨਾ।
Garrote—ਗਲਾ ਘੁੱਟਣਾ।
Garrulous—ਗੱਪੀ, ਬਕਵਾਸੀ।
Garrulousness—ਬਕਵਾਸ, ਬੁੜਬੁੜ।
Gas—ਰੌਸ਼ਨੀ ਵਾਲਾ ਧੂੰਆਂ।
Gasalier—ਗੈਸ ਦਾ ਜਹਾਜ਼।
Gasconade—ਸ਼ੇਖੀ, ਸ਼ੇਖੀ ਮਾਰਨਾ।
Gaseous—ਗੈਸ ਦੀ ਤਰ੍ਹਾਂ।
Gash—ਵੱਡਾ ਫੋੜਾ।
Gaskins—ਢਿੱਲਾ ਜਾਂਘੀਆ।
Gas-light—ਗੈਸ ਦੀ ਰੋਸ਼ਨੀ।
Gasometer—ਗੈਸ ਕੱਠਾ ਕਰਨ ਦਾ ਮੀਟਰ।
Gasp—ਸਾਹ ਭਰਨਾ, ਵੱਡਾ ਸਾਹ ਲੈਣਾ।
Gastric—ਪੇਟ ਸੰਬੰਧੀ।
Gastritis—ਪੇਟ ਦੀ ਸੋਜ।
Gastronomy—ਪੇਟ ਪਾਲਣਾ।
Gate—ਦਰਵਾਜ਼ਾ।
Gateway—ਫਾਟਕ, ਡਿਓਢੀ।
Gather—ਇਕੱਠਾ ਕਰਨਾ।
Gathering—ਭੀੜ ਜਮ੍ਹਾਂ ਕਰਨਾ।
Gaud—ਖਿਡੌਣਾ, ਸਜਾਵਟ।
Gaudily—ਭੜਕੀਲੀ।
Gaudiness—ਚਮਕ ਦਮਕ।
Gaudy—ਚਟਕੀਲਾ, ਭੜਕੀਲਾ।
Gauffer—ਮੋੜਨਾ, ਤਹਿ ਕਰਨਾ।
Gauge—ਨਾਪਣਾ, ਪੈਮਾਇਸ਼ ਕਰਨਾ।
Gaunt—ਦੁਬਲਾ, ਕਮਜ਼ੋਰ।
Gauntlet—ਲੋਹੇ ਦਾ ਦਸਤਾਨਾ।
Gauze—ਜਾਲੀ, ਬਰੀਕ ਕੱਪੜਾ।
Gauzy—ਬਾਰੀਕ ਜਾਲੀ ਵਾਂਗ।
Gawky—ਕਾਠ ਦਾ ਉੱਲੂ।
Gay—ਦਿਲਸ਼ਾਦ ਖ਼ੁਸ਼ੀ।
Gaze—ਟਿਕਟਿਕੀ ਲਗਾਉਣਾ।
Gazelle—ਹਿਰਨ, ਮਿਰਗ।
Gazette—ਅਖ਼ਬਾਰ, ਸਮਾਚਾਰ ਪੱਤਰ।
Gazetter—ਅਖ਼ਬਾਰ-ਨਵੀਸੀ, ਭੂਗੋਲਿਕ ਡਿਕਸ਼ਨਰੀ।
Gean—ਜੰਗਲੀ ਸ਼ਾਹਦਾਨੇ ਦਾ ਰੁੱਖ।
Gear—ਘੋੜੇ ਦਾ ਸਾਜ ਲਗਾਉਣਾ।
Gee—ਹੱਕਣਾ, ਟਿਕ ਟਿਕ ਕਰਨਾ।
Geese—ਰਾਜ ਹੰਸ।
Gelatinous—ਚਿਪਚਿਪਾ।
Geld—ਖੱਸੀ ਕਰਨਾ।
Gelding—ਖੱਸੀ ਜਾਨਵਰ।
Gelid—ਬਹੁਤ ਠੰਡਾ।
Gem—ਜਵਾਹਰ।

Gemini—ਜੋੜੇ, ਮਿਥੁਨ ਰਾਸ਼ੀ।
Gemmy—ਜਵਾਹਰਾਤਾਂ ਨਾਲ ਸਜਣਾ ਜਾਂ ਚਮਕਣਾ।
Gemmation—ਦਰਖ਼ਤਾਂ ਦਾ ਕਲਿਆਣਾ।
Gemmeous—ਜਵਾਹਰ ਦੀ ਕਿਸਮ ਦਾ।
Gender—ਨਰ ਜਾਂ ਮਾਦਾ ਦੀ ਪ੍ਰਕਾਰ।
Genealogy—ਪੀੜ੍ਹੀ, ਪੁਸ਼ਤ।
Generable—ਜੋ ਜੰਮ ਸਕੇ।
Genera—ਕਿਸਮਾਂ, ਜਿਨਸਾਂ।
General—ਕੁਲ, ਸਭ, ਆਮ।
Generalise—ਵੱਖੋ ਵੱਖ ਹਿੱਸੇ ਕਰਨੇ।
Generalissimo—ਸੈਨਾਪਤੀ।
Generality—ਆਮ, ਅਕਸਰ।
Generally—ਆਮ ਤੌਰ ਤੇ।
Generalship—ਸੈਨਾਪਤੀ ਹੋਣਾ।
Generate—ਉਪਜਾਉਣਾ।
Generation—ਔਲਾਦ, ਨਸਲ।
Generic—ਟੁਕੜੇ ਦਾਰ, ਕਿਸਮਦਾਰ।
Generosity—ਉਦਾਰਤਾ।
Generous—ਖੁੱਲ੍ਹਾ ਦਿਲ, ਸਖ਼ੀ।
Genesis—ਜਨਮ, ਉੱਤਪਤੀ।
Genet—ਸਪੇਨ ਦੇਸ਼ ਦਾ ਟੱਟੂ।
Genetic—ਜੰਮਣ ਦੇ ਸੰਬੰਧ ਵਿੱਚ।
Genial—ਖ਼ੁਸ਼ਦਿਲ, ਦਿਲ ਵਧਾਉਣ ਵਾਲਾ।
Geniality—ਹਮਦਰਦੀ, ਖ਼ੁਸ਼ਦਿਲੀ।
Genially—ਖ਼ੁਸ਼ੀ ਨਾਲ।
Genii—ਭੂਤ, ਪ੍ਰੇਤ।
Genital—ਵੰਸ਼ ਦੇ ਸੰਬੰਧ ਵਿੱਚ।
Genitive—ਸੰਬੰਧ ਕਾਰਕ।
Geniture—ਪੈਦਾਇਸ਼, ਉੱਤਪਤੀ।
Genius—ਗੁਣੀ ਪੁਰਖ।
Genteel—ਸੱਭਿਅਤਾ, ਚੰਗਾ।
Gentile—ਜੋ ਯਹੂਦੀ ਨਾ ਹੋਵੇ, ਕਾਫ਼ਰ।
Gentelness—ਸ਼ਰਾਫ਼ਤ, ਸੱਭਿਅਤਾ।
Gentility—ਨਰਮੀ, ਸੱਭਿਅਤਾ।
Gentle—ਸ਼ਰੀਫ਼, ਨੇਕ।
Gentlefolk—ਸ਼ਰੀਫ਼ ਲੋਕ।
Gentleman—ਭਲਾ ਪੁਰਸ਼।
Gentleness—ਸ਼ਰਾਫ਼ਤ।
Gentlewoman—ਨੇਕ ਔਰਤ।
Gently—ਹੌਲੀ ਜਿਹੀ, ਨਰਮੀ ਨਾਲ।
Gentry—ਸ਼ਰੀਫ਼ ਆਦਮੀ।
Genuflect—ਪ੍ਰਾਰਥਨਾ ਕਰਨ ਵਾਂਗ ਝੁਕਣਾ।
Genuflection—ਗੋਡਿਆਂ ਦਾ ਝੁਕਾਅ।
Genuine—ਖ਼ਾਲਸ, ਅਸਲ।
Genuineness—ਖਰਾਪਨ।
Genuinely—ਅਸਲ ਵਿੱਚ।
Genus—ਜਾਤ, ਕਿਸਮ।
Geographer—ਭੂਗੋਲ ਬਣਾਉਣ ਵਾਲਾ।
Geographical—ਭੂਗੋਲ ਦੇ ਸੰਬੰਧ ਵਿੱਚ।
Geography—ਭੂਗੋਲ।
Geological—ਭੂਗੋਲ ਦੇ ਬਾਰੇ ਵਿੱਚ।
Geology—ਭੂਗੋਲ ਵਿੱਦਿਆ।
Geometrical—ਰੇਖਾ ਗਣਿਤ ਸੰਬੰਧੀ।
Geometrician--ਗਣਿਤ ਜਾਣਨ ਵਾਲਾ।
Geometry—ਰੇਖਾ ਗਣਿਤ।
Germ—ਜਰਾਸੀਮ, ਜੀਵ ਦੀ ਮੁੱਢਲੀ ਸੂਰਤ।
German—ਜਰਮਨੀ ਦਾ ਵਸਨੀਕ, ਨੇੜੇ ਦਾ ਰਿਸ਼ਤੇਦਾਰ।
Germane—ਬਿਲਕੁਲ ਮਿਲਦਾ ਹੋਇਆ।
Germinal—ਕੀੜੇ ਦੇ ਬਾਰੇ ਵਿਚ।
Germinate—ਅੰਕੁਰ, ਬਾਹਰ ਨਿਕਲਣਾ।
Germination—ਜੰਮਣਾ, ਉੱਗਣਾ।
Gerund—ਕਿਰਿਆ ਵਾਚਕ ਸੰਗਿਆ।
Gestation—ਹਮਲ, ਗਰਭ।
Gesticulate—ਸੂਰਤ ਬਣਾਉਣਾ, ਅਜੀਬ ਹਰਕਤਾਂ ਕਰਨੀਆਂ, ਨਕਲ ਕਰਨੀ।
Gesticulation—ਸਰੀਰਕ ਹਰਕਤਾਂ ਨਾਲ ਸਮਝਾਉਣ ਦੀ ਹਾਲਤ।

Gesture—ਭਾਵ, ਚੇਸ਼ਟਾ।
Get—ਪੈਦਾ ਕਰਨਾ, ਪਾਉਣਾ।
Gewgaw—ਕਠਪੁਤਲੀ, ਖਿਡੌਣਾ।
Ghastliness—ਭਿਆਨਕ ਮੂਰਤ।
Ghastly—ਮੁਰਦਾ, ਭੂਤ।
Gherkin—ਖੀਰਾ।
Ghost—ਭੂਤ ਪ੍ਰੇਤ, ਰੂਹ।
Ghostly—ਰੂਹਾਨੀ, ਭੂਤਾਂ ਵਾਲਾ।
Giant—ਲੰਬਾ ਚੌੜਾ ਆਦਮੀ, ਦੈਂਤ।
Giantlike—ਦੇਵ ਦੀ ਤਰ੍ਹਾਂ, ਦੈਂਤ ਵਰਗਾ।
Gib—ਬੁੱਢਾ, ਕਮਜ਼ੋਰ ਪੁਰਸ਼।
Gibber—ਬਾਂਦਰ ਵਾਂਗ ਬੋਲਣਾ।
Gibberish—ਊਟ ਪਟਾਂਗ।
Gibbet—ਫਾਂਸੀ ਦੇ ਲਟਕਾ ਕੇ ਰੱਖਣਾ।
Gibbon—ਲੰਗੂਰ।
Gibbous—ਕੁਬੜਾ, ਟੇਢਾ।
Gibe—ਲਾਅਨਤ ਕਰਨਾ।
Giblets—ਪੰਛੀ ਦੇ ਉਹ ਹਿੱਸੇ ਜੋ ਪਕਾਉਣ ਤੋਂ ਪਹਿਲਾਂ ਕੱਟ ਦੇਂਦੇ ਹਨ।
Giddily—ਬੇਪਰਵਾਹੀ ਨਾਲ।
Giddiness—ਸਿਰ ਫਿਰਨਾ।
Giddy—ਜਿਸ ਦਾ ਸਿਰ ਫਿਰਦਾ ਹੋਵੇ।
Gift—ਭੇਂਟ, ਦਾਨ।
Gifted—ਗੁਣ ਵਾਲਾ, ਯੋਗ।
Gig—ਹਲਕੀ ਗੱਡੀ।
Gigantic—ਵੱਡਾ, ਸਖ਼ਤ, ਭਾਰੀ।
Giggle—ਹਾਸਾ, ਠੱਠਾ, ਕਹਿਕਹਾ।
Gild—ਸੋਨੇ ਦਾ ਪਾਣੀ ਫੇਰਨਾ, ਸੋਨਾ ਚੜ੍ਹਾਉਣਾ।
Gilding—ਮੁਲੰਮਾ, ਸੋਨੇ ਦਾ ਪੱਤਰ।
Gill—ਅੱਧ ਪਾ ਦਾ ਪੈਮਾਨਾ।
Gillie—ਨੌਕਰ, ਬੱਚੇ ਨੂੰ ਆਪਣੇ ਉੱਤੇ ਸਵਾਰ ਕਰਾ ਕੇ ਸੈਰ ਕਰਾਉਣ ਵਾਲਾ।
Gilt—ਕਲੱਈ ਕੀਤਾ ਹੋਇਆ।
Gimcrack—ਪੱਤਰ, ਖਿਡੌਣਾ।
Gimlet—ਬਰਮਾ ਜਾਂ ਬਰਮੀ।
Gimp—ਰੇਸ਼ਮੀ ਕੰਨੀ ਜਾਂ ਗੋਟਾ।
Gin—ਇੱਕ ਪ੍ਰਕਾਰ ਦੀ ਸ਼ਰਾਬ, ਫੰਦਾ।
Ginger—ਅੱਦਰਕ, ਸੁੰਢ।
Gingerly—ਵਧੀਆ ਢੰਗ ਨਾਲ।
Gipsy—ਖਾਨਾਬਦੋਸ਼ ਕੌਮ।
Giraffe—ਸ਼ੁਤਰਮੁਰਗ, ਇੱਕ ਵਿਸ਼ੇਸ਼ ਤਰ੍ਹਾਂ ਦਾ ਜਾਵਨਰ, ਜਿਰਾਫ਼।
Gird—ਬੈਠਣਾ, ਕੱਸਣਾ, ਘੇਰਨਾ, ਪਕੜਨਾ।
Girder—ਬੰਨ੍ਹਣ ਵਾਲਾ, ਗਾਰਡਰ।
Girdle—ਪੇਟੀ।
Girl—ਕੁੜੀ, ਲੜਕੀ।
Girt—ਲਪੇਟਣਾ, ਕੱਸਣਾ, ਕੱਸਿਆ ਹੋਇਆ।
Girlishness—ਲੜਕੀਪੁਣਾ।
Girth—ਤੰਗ ਪੇਟੀ, ਘੇਰਾ।
Gist—ਅਸਲ ਮਤਲਬ।
Gives—ਦੇਣਾ, ਬਖ਼ਸ਼ਣਾ।
Gizzard—ਪੋਟਾ।
Glacial—ਬਰਫ਼ ਦਾ।
Glaciate—ਜੰਮਣਾ, ਬਰਫ਼ ਹੋ ਜਾਣਾ।
Glaciation—ਜੰਮਣਾ, ਜਮਾਉਣਾ।
Glacier—ਬਰਫ਼ ਦੀ ਚੱਟਾਨ।
Glad—ਖ਼ੁਸ਼, ਮਸਤ।
Gladden—ਖ਼ੁਸ਼ ਕਰਨਾ।
Gladiator—ਤਲਵਾਰ ਚਲਾਉਣ ਵਾਲਾ।
Gladness—ਖ਼ੁਸ਼ੀ ਨਾਲ।
Gladsome—ਖ਼ੁਸ਼ੀ, ਆਨੰਦਿਤ।
Gladsomeness—ਖ਼ੁਸ਼, ਆਨੰਦ।
Glair—ਕੋਈ ਚਮਕੀਲੀ ਚੀਜ਼।
Glance—ਨਜ਼ਰ, ਚਮਕ।
Gland—ਗਿਲਟੀ।
Glander—ਘੋੜੇ ਦੀ ਇੱਕ ਬੀਮਾਰੀ।
Glandform—ਗਿਲਟੀ ਦੀ ਸੂਰਤ।
Glandular—ਗਿਲਟੀਦਾਰ।
Glandulation—ਗਿਲਟੀ ਜਾਂ ਗੱਠ ਦਾ ਬਣਨਾ।

Glare—ਚਮਕ, ਤੇਜ਼।
Glaring—ਚਮਕਦੇ ਹੋਏ।
Glass—ਸ਼ੀਸ਼ਾ, ਚਸ਼ਮਾ, ਸ਼ੀਸ਼ਾ ਚੜ੍ਹਾਉਣਾ।
Glassy—ਸ਼ੀਸ਼ੇ ਵਰਗਾ।
Glaubor's-salt—ਸਜੀ ਦਾ ਨਮਕ।
Glave—ਚੌੜੀ ਤਲਵਾਰ, ਖੰਡਾ।
Glaze—ਰੋਗਨ ਕਰਨਾ, ਘੋਟਨਾ।
Glazier—ਸ਼ੀਸ਼ੇ ਲਾਉਣ ਵਾਲਾ।
Gleam—ਲਪਕ, ਚਮਕ।
Gleamy—ਮਹਿਕਦਾ ਹੋਇਆ।
Glean—ਚੁਣਨਾ, ਚੋਣ।
Gleby—ਛੱਤੇਦਾਰ।
Glee—ਖ਼ੁਸ਼ੀ।
Gleeful—ਖ਼ੁਸ਼।
Glen—ਦੱਰਾ, ਘਾਟੀ।
Glibly—ਚਿਕਨੇਪਨ ਨਾਲ।
Glibness—ਫਿਸਲਾਹਟ।
Glide—ਤੇਜ਼ੀ ਨਾਲ ਲੰਘਣਾ।
Glimmer—ਜਗਮਗਾਣਾ।
Glimpse—ਚਲਦੀ ਨਜ਼ਰ, ਝਲਕ।
Glisten—ਚਮਕਣਾ।
Glister—ਚਮਕਾਉਣਾ।
Glitter—ਪ੍ਰਤਾਪ, ਚਮਕ।
Gloaming—ਹਨੇਰਾ, ਤਰਕਾਲਾਂ ਵੇਲੇ।
Gloat—ਬੜੇ ਗੌਰ ਨਾਲ, ਟਿਕਟਿਕੀ।
Globate—ਗੋਲ।
Globe—ਗੋਲਾ।
Globule—ਗੋਲਦਾਨਾ, ਲਹੂ ਦੀਆਂ ਬੂੰਦਾਂ।
Glomerate—ਗੋਲੀ ਬਣਾਉਣਾ।
Gloom—ਉਦਾਸ ਹੋਣਾ।
Gloomily—ਹਨੇਰੇ ਨਾਲ, ਉਦਾਸੀ ਨਾਲ।
Gloominess—ਹਨੇਰਾ, ਉਦਾਸੀ।
Gloomy—ਹਨੇਰਾ, ਉਦਾਸ।
Glorification—ਪ੍ਰਸ਼ੰਸਾ, ਵਡਿਆਈ।
Glorify—ਵਡਿਆਈ ਕਰਨਾ।
Glorious—ਚਮਕਦਾਰ।
Glory—ਪ੍ਰਸ਼ੰਸਾ, ਵਡਿਆਈ।
Gloss—ਚਮਕ ਦਮਕ।
Glossarist—ਸ਼ਬਦਕੋਸ਼ ਦਾ ਲੇਖਕ।
Glossary—ਸ਼ਬਦਕੋਸ਼।
Glossiness—ਸਫ਼ਾਈ।
Glossy—ਚਮਕਦਾਰ।
Glоottal—ਨਾਰੀ ਸੰਬੰਧੀ।
Glottis—ਗਲਾ।
Glove—ਦਸਤਾਨੇ, ਦਸਤਾਨੇ ਪਾਉਣਾ ਜਾਂ ਬਣਾਉਣਾ।
Glow—ਗਰਮੀ, ਜਲਨਾ, ਜੋਸ਼ ਵਿਚ ਆਉਣਾ।
Gloze—ਚਾਪਲੂਸੀ ਕਰਨਾ, ਖ਼ੁਸ਼ਾਮਦ ਕਰਨਾ।
Glozing—ਖ਼ੁਸ਼ਾਮਦ।
Glue—ਸਰੇਸ਼, ਜੋੜਨਾ, ਮਿਲਾਉਣਾ।
Glum—ਉਦਾਸ, ਨਾਖ਼ੁਸ਼।
Glume—ਅਨਾਜ ਦਾ ਛਿਲਕਾ।
Glut—ਨਿਗਲਨਾ, ਭਰਪੂਰ।
Gluten—ਮੇਵਾ।
Glutinous—ਲੇਸਦਾਰ, ਚਿਪਚਿਪਾ।
Glutton—ਬਹੁਤ ਖਾਣ ਵਾਲਾ।
Gluttonous—ਪੇਟੂ, ਖਾਊ।
Gluttonously—ਲਾਲਚ ਨਾਲ।
Glycerin—ਚਰਬੀ ਜਾਂ ਤੇਲ ਨਾਲ ਬਣਾਉਣਾ।
Gnarl—ਗੰਢ, ਗੁਰਾਉਣਾ।
Gnarled—ਗੰਢਦਾਰ।
Gnash, Gnashing—ਦੰਦ ਪੀਹਣਾ, ਕਿਚਕਿਚਾਣਾ।
Gnat—ਮੱਛਰ, ਪਿੱਸੂ।
Gnaw—ਦੰਦਾਂ ਨਾਲ ਕੱਟਣਾ।
Gnomon—ਘੜੀ ਦਾ ਕਾਂਟਾ।
Gnu—ਬੈਲ ਵਰਗਾ ਬਾਰ੍ਹਾਂਸਿੰਗਾ।
Go—ਜਾਣਾ, ਚੱਲਣਾ।
Goad—ਅੰਕੁਸ਼, ਉਕਸਾਉਣਾ।

Goadsman—ਬੈਲ ਹੱਕਣ ਵਾਲਾ।
Goal—ਪਹੁੰਚਣ ਦੀ ਥਾਂ।
Goat—ਬੱਕਰਾ।
Goatee—ਬੱਕਰੇ ਵਰਗੀ ਦਾੜ੍ਹੀ।
Goat-herd—ਗਡਰੀਆ, ਚਰਵਾਹਾ।
Gobbet—ਗਰਾਹੀ, ਡਲੀ, ਟੋਟਾ।
Gobble—ਜਲਦੀ ਜਲਦੀ ਖਾਣਾ।
Goblet—ਕਟੋਰਾ, ਪਿਆਲਾ।
Goblin—ਜਿੰਨ, ਭੂਤ।
Go-by—ਟਾਲਮਟੋਲ, ਬਿਨਾਂ ਧਿਆਨ।
Go-cart—ਬੱਚੇ ਨੂੰ ਤੁਰਨਾ ਸਿਖਾਉਣ ਵਾਲਾ ਛੋਟਾ ਗੱਡਾ।
God—ਰੱਬ, ਵਾਹਿਗੁਰੂ, ਅੱਲਾਹ, ਮਸੀਹ।
God's acre—ਦੇਵੀ, ਮਾਤਾ।
God-child—ਧਰਮ ਦਾ ਬੱਚਾ।
Goddess—ਦੇਵੀ, ਮਾਤਾ।
Godless—ਨਾਸਤਿਕ, ਕਾਫ਼ਰ।
Godfather—ਧਰਮ ਦਾ ਪਿਤਾ।
God-head, God-like—ਈਸ਼ਵਰੀ।
Godliness—ਪ੍ਰੇਮ ਧਰਮ।
Godly—ਨੇਕ ਨੀਅਤੀ, ਧਰਮ।
Godmother—ਧਰਮ ਦੀ ਮਾਂ।
Godown—ਗੁਦਾਮ।
Godsend—ਈਸ਼ਵਰੀ ਦਾਤ।
Godship—ਖ਼ੁਦਾਈ, ਈਸ਼ਵਰੀ।
Godson—ਧਰਮ ਪੁੱਤਰ।
Godspeed—ਸਫਲਤਾ।
Goggle—ਅੱਖ ਮਾਰਨਾ।
Going—ਚਾਲ, ਢੰਗ, ਰਵਾਨਗੀ।
Goggles—ਐਨਕ।
Goiter—ਘੇਂਘਾ, ਰੀਂਢਮਾਲਾ।
Goitrous—ਗੰਠਮਾਲਾ ਵਾਲਾ।
Gold—ਸੋਨਾ, ਸੁਨਹਿਰਾ।
Gold-beater—ਸੋਨੇ ਦਾ ਵਰਕ ਬਣਾਉਣ ਵਾਲਾ।
Golden—ਸੁਨਹਿਰੀ, ਸੋਨੇ ਵਾਲੀ।
Golden-age—ਸਤਯੁੱਗ।
Golden-rule—ਸੁਨਹਿਰੀ ਅਸੂਲ।
Goldsmith—ਸੁਨਿਆਰਾ।
Golf—ਸੋਟੀ ਤੇ ਗੋਲੀਆਂ ਦੀ ਖੇਡ।
Gondola—ਮੋਰਪੰਖੀ ਨਾਚ।
Gone—ਲੰਘ ਗਿਆ, ਬਰਬਾਦ।
Gong—ਘੜਿਆਲ।
Goniometer—ਜ਼ਾਵੀਏ ਮਿਣਨ ਵਾਲਾ ਯੰਤਰ।
Gonorrhoea—ਸੁਜ਼ਾਕ।
Good—ਅੱਛਾ, ਚੰਗਾ ਭਲਾ, ਨੇਕ।
Good-breeding—ਸੱਭਿਅਤਾ, ਤਹਿਜ਼ੀਬ।
Good-bye—ਚੱਲਣ ਸਮੇਂ ਦਾ ਸਲਾਮ।
Good-day—ਬੰਦਗੀ, ਰਾਮ ਰਾਮ।
Good-for-nothing—ਨਿਕੰਮਾ, ਖ਼ਰਾਬ।
Good-humoured—ਖ਼ੁਸ਼ਮਿਜਾਜ਼।
Goodliness—ਭਲਾਈ, ਸੁੰਦਰਤਾ।
Goodly—ਸੁਹਾਵਨਾ, ਵਧੀਆ, ਵੱਡਾ।
Goodness—ਕਿਰਪਾ, ਨੇਕੀ।
Good-night—ਰਾਤ ਵੇਲੇ ਦਾ ਪ੍ਰਣਾਮ।
Goods—ਮਾਲ-ਅਸਬਾਬ।
Good-turn—ਨੇਕੀ, ਭਲਾਈ।
Good-wife—ਘਰਵਾਲੀ।
Good-will—ਭਲਾਈ, ਨੇਕ ਨੀਅਤੀ।
Goody-Goody—ਹੱਦ ਤੋਂ ਵੱਧ ਨੇਕ।
Goose—ਹੰਸ, ਦਰਜੀ ਦੀ ਪ੍ਰੈਸ।
Gooseberry—ਕਰੌਂਦੇ ਦਾ ਰੁੱਖ, ਕਰੌਂਦਾ।
Goosecap—ਬੇਵਕੂਫ਼, ਬੁੱਧੂ।
Gordian-knot—ਬਹੁਤ ਕਠਿਨ, ਗੁੰਝਲਦਾਰ।
Gore—ਗਾੜ੍ਹਾ ਖ਼ੂਨ, ਤਿਕੋਨੀ ਜ਼ਮੀਨ।
Gorge—ਨੱਕੋ ਨੱਕ ਭਰਨਾ, ਆਫਰਨਾ।
Gorgeous—ਚਮਕੀਲਾ।
Gorgeously—ਸ਼ਾਨ ਨਾਲ, ਭੜਕ ਨਾਲ।
Gorgeousness—ਚਮਕ ਦਮਕ।
Gorget—ਗਲੇ ਦਾ ਬਖਤਰ।

Gorilla—ਵਣਮਾਨਸ਼, ਜਾਂਗਲੀ।
Gormand—ਪੇਟੂ, ਖਾਊ।
Gormandise—ਨਿਗਲਨਾ।
Gorse—ਜੰਗਲੀ ਦਰਖ਼ੱਤ।
Gory—ਲਹੂ ਨਾਲ ਭਰਿਆ ਹੋਇਆ।
Gosling—ਬਤਖ਼ ਦਾ ਬੱਚਾ।
Gospel—ਖ਼ੁਸ਼ਖ਼ਬਰੀ, ਅੰਜੀਲ।
Goss—ਇੱਕ ਤਰ੍ਹਾਂ ਦੀ ਕਾਂਟੇਦਾਰ ਝਾੜੀ।
Gossip—ਗੱਪੀ, ਗੱਪ।
Gossipry—ਗੱਪਸ਼ਪ।
Gossoon—ਮੁੰਡਾ, ਛੋਟਾ ਲੜਕਾ।
Gothic—ਕੌਮ ਦੇ ਮੁਤਅੱਲਕ।
Gouge—ਰਖਾਨੀ ਨਾਲ ਪੁੱਟਣਾ।
Gourd—ਇੱਕ ਤਰ੍ਹਾਂ ਦਾ ਪੌਦਾ ਤੇ ਉਹਦੇ ਫ਼ਲ।
Gourmand—ਪੇਟੂ, ਖਾਊ।
Gout—ਗਠੀਏ ਦੀ ਬੀਮਾਰੀ ਦਾ ਮਰੀਜ਼।
Gouty—ਗਠੀਏ ਦੀ ਬੀਮਾਰੀ ਵਿਚ ਫਸਿਆ ਹੋਇਆ।
Govern—ਰਾਜ ਕਰਨਾ, ਹਕੂਮਤ ਕਰਨਾ।
Governable—ਹਕੂਮਤ ਜਾਂ ਹੁਕਮ ਕਰਨ ਯੋਗ।
Governance—ਪ੍ਰਬੰਧ, ਪ੍ਰਭਾਵ।
Governante—ਉਸਤਾਦਣੀ।
Governess—ਉਸਤਾਦਣੀ, ਰਾਣੀ।
Government—ਰਾਜ, ਹਕੂਮਤ।
Governmental—ਸਰਕਾਰੀ।
Governor—ਹਾਕਮ, ਉਸਤਾਦ।
Governorship—ਹੁਕਮਰਾਨੀ, ਸ਼ਾਸਨ।
Gown—ਚੋਗਾ, ਪਰਛਾਂਵਾਂ।
Grab—ਪਕੜਨਾ, ਜਕੜਨਾ।
Grabble—ਟਟੋਲਨਾ।
Grace—ਕਿਰਪਾ, ਮਿਹਰਬਾਨੀ।
Graceful—ਹੁਸਨ, ਸੁੰਦਰ।
Gracefully—ਸੁੰਦਰਤਾ ਨਾਲ।
Gracefulness—ਸੁੰਦਰਤਾ, ਸਜਾਵਟ।
Graceless—ਭੈੜਾ, ਪਾਜੀ, ਬਦਜ਼ਾਤ।
Gracious—ਮਿਹਰਬਾਨ।
Graciously—ਦੁਆ ਨਾਲ, ਕਿਰਪਾ ਨਾਲ।
Graciousness—ਦਿਆਲਤਾ।
Gradation—ਦਰਜਾ, ਪਦਵੀ।
Gradational—ਧੀਰਜ ਨਾਲ।
Grade—ਪਦਵੀ, ਦਰਜਾ।
Gradient—ਸਿਲਸਿਲੇ ਨਾਲ।
Gradine—ਕਾਂਟੇਦਾਰ।
Gradual, Gradually—ਸਿਲਸਿਲੇ ਵਾਰ।
Graduate—ਉਪਾਧੀ ਪ੍ਰਾਪਤ ਮਨੁੱਖ।
Graduation—ਕ੍ਰਮਵਾਰ ਤਰੱਕੀ।
Graduator—ਇਕ ਯੰਤਰ ਜਿਸ ਨਾਲ ਬਰਾਬਰ ਹਿੱਸੇ ਕਰਦੇ ਹਨ।
Graft—ਕਲਮ ਲਗਾਉਣਾ।
Grain—ਅਨਾਜ, ਬੀਜ।
Graip—ਕਾਂਟੇਦਾਰ ਫਾਵੜਾ।
Gram—ਇਕ ਕਿਸਮ ਦਾ ਅਨਾਜ, ਚਨਾ।
Graminivorous—ਘਾਹ ਦੇ ਰਹਿਣ ਵਾਲਾ।
Grammar—ਵਿਆਕਰਣ।
Grammarian—ਵਿਆਕਰਣ ਬਣਾਉਣ ਵਾਲਾ।
Grammatic, Grammatical—ਵਿਆਕਰਣ ਸੰਬੰਧੀ।
Grammatically—ਵਿਆਕਰਣ ਦੇ ਪ੍ਰਮਾਣ ਨਾਲ।
Granary—ਅਨਾਜ ਦਾ ਗੁਦਾਮ ਜਾਂ ਕੋਠੜੀ।
Grand—ਵੱਡਾ, ਪ੍ਰਧਾਨ।
Grand-child—ਪੋਤਰਾ, ਪੋਤਰੀ।
Grand-daughter—ਪੋਤਰੀ, ਦੋਹਤਰੀ।
Grandee—ਅਮੀਰ।
Grandeur—ਪ੍ਰਧਾਨਤਾ, ਵਡਿਆਈ।
Grand-father—ਦਾਦਾ, ਨਾਨਾ।

Grandiloquence—ਰੰਗੀਨ ਬੋਲਣ ਦਾ ਢੰਗ।
Grand-mother—ਦਾਦੀ, ਨਾਨੀ।
Grandsire—ਦਾਦਾ, ਨਾਨਾ ਆਦਿ।
Grandson—ਪੋਤਰਾ, ਦੋਹਤਰਾ।
Graniferous—ਅਨਾਜ ਉਤਪੰਨ ਕਰਨ ਵਾਲੇ।
Granite—ਸਖ਼ਤ ਪੱਥਰ।
Granitic—ਬਿਲੌਰੀ।
Granivorous—ਦਾਨਾ ਖੋਰ।
Grant—ਬਖ਼ਸ਼ਣਾ, ਮਨਜ਼ੂਰ।
Grantee—ਬਖ਼ਸ਼ਿਸ਼ ਲੈਣ ਵਾਲਾ।
Grantor—ਕਾਨੂੰਨ ਬਣਾਉਣ ਵਾਲਾ।
Granular, Granulate—ਦਾਣੇਦਾਰ।
Granulation—ਦਾਣੇਦਾਰ ਕਰਨ ਦੀ ਹਾਲਤ।
Granule—ਦਾਣਾ, ਜ਼ੱਰਾ।
Granulous—ਦਾਣੇ ਨਾਲ ਭਰਿਆ ਹੋਇਆ।
Grapes—ਅੰਗੂਰ, ਸੋਗੀ।
Graphic—ਰੌਸ਼ਨ, ਨੱਕਸ਼ਦਾਰ।
Graphically—ਖ਼ੁਸ਼ ਬਿਆਨੀ।
Grapnel—ਛੋਟਾ ਲੰਗਰ।
Grapple—ਪੱਕਾ ਫੜਨਾ, ਹੱਥੋਪਾਈ ਕਰਨਾ।
Grasp—ਪਕੜਨਾ, ਫੜਨਾ।
Grasping—ਲਾਲਚੀ।
Grass—ਘਾਹ।
Grass-green—ਹਰੀ ਘਾਹ, ਘਾਹ ਦਾ ਰੰਗ।
Grass-hopper—ਟਿੱਡਾ।
Grass-plot—ਹਰੀ ਘਾਹ ਦਾ ਬਗੀਚਾ।
Grassy—ਘਾਹ ਦਾ।
Grate—ਤੰਗ ਕਰਨਾ।
Grateful—ਦਿਲ ਪਸੰਦ।
Gratefully—ਧੰਨਵਾਦ ਨਾਲ।
Gratefulness—ਅਹਿਸਾਨਮੰਦੀ।
Grater—ਰੇਤੀ।
Gratification—ਖ਼ੁਸ਼ੀ, ਪ੍ਰਸੰਸਾ।
Gratify—ਖ਼ੁਸ਼ ਕਰਨਾ।
Grating—ਸਖ਼ਤ, ਨਾਪਸੰਦ, ਜਾਲੀ।
Gratis—ਮੁਫ਼ਤ।
Gratitude—ਸ਼ੁਕਰ।
Gratuitous—ਬੇਗਰਜ਼, ਮੁਫ਼ਤ।
Gratuitously—ਮੁਫ਼ਤ।
Gratuity—ਇਨਾਮ।
Gratulate—ਵਧਾਈ ਦੇਣਾ।
Gratulation—ਜੈ-ਜੈਕਾਰ।
Gratulatory—ਖ਼ੁਸ਼ੀ ਦਾ।
Grave—ਕਬਰ ਖੋਦਣਾ।
Gravel—ਰੋੜਾ, ਕੰਕੜ।
Gravelly—ਪਥਰੀਲਾ।
Gravely—ਗੰਭੀਰਤਾ ਨਾਲ।
Graveness—ਗੰਭੀਰਤਾ।
Grave-yard—ਕਬਰਿਸਤਾਨ।
Gravid—ਗਰਭਵਤੀ ਔਰਤ।
Gravitate—ਝੁਕਣਾ।
Gravitation—ਖਿਚਾਓ, ਝੁਕਾਓ।
Gravity—ਭਾਰੀਪਨ, ਸੰਜੀਦਗੀ।
Gravy—ਤਰੀ।
Gray—ਸਿਆਹੀ ਮਾਇਲ ਰੰਗ, ਧੌਲਾ ਰੰਗ।
Gray-beard—ਬੁੱਢਾ ਆਦਮੀ।
Grayisn—ਕੁੱਝ ਕਾਲਾ ਤੇ ਕੁੱਝ ਕਬਰਾ ਰੰਗ।
Grayhound—ਤੇਜ਼ ਸ਼ਿਕਾਰੀ ਕੁੱਤਾ।
Grayling—ਇੱਕ ਤਰ੍ਹਾਂ ਦੀ ਮੱਛੀ।
Graze—ਰਗੜਨਾ।
Grazier—ਚਰਵਾਹਾ।
Grease—ਚਰਬੀ ਲਾਉਣਾ।
Greasy—ਚਰਬੀਦਾਰ।
Great—ਵੱਡਾ।

Greatly 168 Groundlessly

Greatly—ਵੱਡਾ ਜਿਹਾ ਦਲੇਰੀ ਨਾਲ।
Greatness—ਸਰਦਾਰੀ।
Greed—ਲਾਲਚ, ਲੋਭ।
Greedily—ਲਾਲਚ ਨਾਲ।
Greediness—ਇੱਛਾ, ਲੋਭ।
Greedy—ਇੱਛਾ ਵਾਲਾ।
Greek—ਯੂਨਾਨ ਦੀ ਬੋਲੀ।
Green—ਹਰਾ, ਸਬਜ਼।
Greenery—ਹਰਿਆਵਲ।
Green-eyed—ਸਬਜ਼ ਅੱਖਾਂ ਵਾਲਾ।
Green-grocer—ਸਬਜ਼ੀ ਵਾਲਾ।
Green-horn—ਅਨਾੜੀ ਜਵਾਨ।
Green-house—ਪੌਦੇ ਤਾਜ਼ੇ ਰੱਖਣ ਦਾ ਘਰ।
Green-crop—ਹਰੀ ਫ਼ਸਲ, ਘਾਹ।
Greenish—ਸਬਜ਼ੀ ਵਰਗੀ।
Greenness—ਸਬਜ਼ ਰੰਗ, ਹਰਾ।
Greens—ਸਬਜ਼ੀ ਤਰਕਾਰੀ।
Greet—ਨਮਸਕਾਰ ਕਰਨਾ, ਆਉ-ਭਗਤ ਕਰਨੀ।
Greeting—ਨਮਸਕਾਰ, ਸਲਾਮ।
Gregarious—ਇਕੱਠਾ ਰਹਿਣ ਵਾਲਾ, ਜੱਥੇ ਨਾਲ ਰਹਿਣ ਵਾਲਾ।
Grenade—ਬੰਬ।
Grenadier—ਗੋਲਾ ਸੁੱਟਣ ਵਾਲਾ, ਲੰਬਾ ਪੈਦਲ ਸਿਪਾਹੀ।
Grewsome—ਭਿਆਨਕ।
Grey—ਭੂਰਾ ਰੰਗ।
Greyhound—ਸ਼ਿਕਾਰੀ ਕੁੱਤਾ।
Griddle—ਤਵਾ।
Grief—ਰੰਜ, ਫ਼ਿਕਰ।
Grievance—ਗ਼ਮਗੀਨ, ਉਦਾਸ।
Grieve—ਦੁਖੀ ਹੋਣਾ।
Grill—ਭੁੰਨਣਾ।
Grille—ਲੋਹੇ ਦੀ ਛੜਾਂ ਨਾਲ ਬਣੀ ਹੋਈ ਝੁੱਝਰੀ।
Grim—ਡਰਾਉਣਾ, ਭਿਆਨਕ।
Grimace—ਮੂੰਹ ਬਣਾਉਣਾ।
Grime—ਮੈਲਾ ਕਰਨਾ।
Grimness—ਭਿਆਨਕ।
Grin—ਕਚਕਚਾਨਾ।
Grind—ਤੰਗ ਕਰਨਾ, ਰਗੜਨਾ।
Grip—ਪਕੜਨਾ, ਕੱਟਣਾ।
Gripe—ਪੱਕਾ ਫੜਨਾ।
Gris—ਇੱਕ ਤਰ੍ਹਾਂ ਦਾ ਕਾਲਾ ਚਿੱਟਾ ਸਿੰਧੂਰ
Grisly—ਭਿਆਨਕ, ਡਰਾਉਣਾ।
Grist—ਆਟਾ ਪੀਹਣਾ।
Gristle—ਕੁਰਕਰੀ ਹੱਡੀ।
Grittiness—ਫਿਰਫਿਰਹਾਟ।
Gritty—ਕਿਰਕਿਰਾ, ਰੇਤਲਾ।
Grizzle—ਭੂਰਾ ਰੰਗ।
Groan—ਕਰਾਹੁਣਾ, ਆਹ ਭਰਨਾ।
Groat—ਇੱਕ ਸਿੱਕਾ ਲਗਭਗ ਪੌਣੇ ਤਿੰਨ ਆਨੇ।
Grocer—ਪੰਸਾਰੀ, ਕਿਰਿਆਨਾ ਵੇਚਣ ਵਾਲਾ।
Grog—ਸ਼ਰਾਬ ਤੇ ਪਾਣੀ ਦੀ ਮਿਲਾਵਟ।
Grocery—ਪੰਸਾਰੀ ਦੀ ਦੁਕਾਨ।
Grogram—ਰੇਸ਼ਮੀ ਤੇ ਊਨੀ ਮਿਲਾਵਟੀ ਕੱਪੜਾ।
Groom—ਲਾੜਾ, ਦੂਲਾ।
Groove—ਨਲੀ ਜਾਂ ਘਰ।
Grope—ਟੋਹਣਾ, ਟਟੋਲਣਾ।
Gross—ਮੋਟਾ, ਬਹੁਤ।
Grossly—ਮੋਟੇ ਤੌਰ ਨਾਲ।
Grossness—ਮੋਟਾਈ, ਭੱਦਾਪਨ।
Grotesque—ਬੇਮੇਲ।
Grotto—ਗੁਫ਼ਾ, ਕੋਣਾ।
Ground—ਜ਼ਮੀਨ, ਸ਼ੁਰੂ ਕਰਨਾ, ਤਲਛਟ।
Groundless—ਬੇਬੁਨਿਆਦ, ਬਿਨਾਂ ਕਾਰਨ।
Groundlessly—ਬਿਨਾਂ ਕਾਰਣ ਤੋਂ।

Ground-work—ਜੜ੍ਹ, ਮੂਲ।
Group—ਜੱਥਾ, ਜਮਾਤ।
Grous—ਜੰਗਲੀ ਮੁਰਗਾ।
Grout—ਗਾਹ, ਦਲਿਆ।
Grove—ਦਰਖ਼ਤਾਂ ਦਾ ਝੁੰਡ।
Grovel—ਰੀਂਗਣਾ, ਨੀਵਾਂ ਦਿਲ ਕਰਨਾ।
Grovelling—ਨੀਚ।
Grow—ਪੈਦਾ ਹੋਣਾ।
Growl—ਬੁੜਬੁੜਾਉਣਾ।
Growth—ਉੱਨਤੀ, ਤਰੱਕੀ।
Grub—ਖੋਦ ਸੁੱਟਣਾ, ਉਖਾੜ ਦੇਣਾ, ਘੁਣ।
Grubber—ਕੁਦਾਰੀ।
Grudge—ਜਲਨਾ, ਈਰਖ਼ਾ ਕਰਨਾ।
Grudgingly—ਨਾਰਾਜ਼ਗੀ ਨਾਲ, ਬਿਨਾਂ ਮਰਜ਼ੀ।
Gruel—ਰਬੜੀ।
Gruff—ਰੁੱਖਾ, ਤੇਜ਼ ਸੁਭਾਅ ਵਾਲਾ।
Gruffly—ਰੁੱਖੇਪਨ ਨਾਲ।
Guffness—ਰੁੱਖਾਪਨ, ਤੁਰਸ਼ੀ।
Grum—ਕੌੜਾ, ਰੁੱਖਾ।
Grumble—ਬੁੜਬੁੜਾਉਣਾ।
Grumbler—ਬੁੜਬੁੜਾਉਣ ਵਾਲਾ।
Grumbling—ਬੁੜਬੁੜਾਹਟ, ਸ਼ਿਕਾਇਤ।
Grume—ਜੰਮਿਆ ਹੋਇਆ ਖ਼ੂਨ।
Grumly—ਰੁੱਖੇਪਨ ਨਾਲ।
Grumous—ਜੰਮਿਆ ਹੋਇਆ।
Grompy—ਤੇਜ਼ ਮਿਜਾਜ਼, ਰੁੱਖਾ।
Grunt—ਗੁਰਗੁਰਾਉਣਾ, ਭਾਰੀ ਆਵਾਜ਼।
Grunter—ਇੱਕ ਤਰ੍ਹਾਂ ਦੀ ਮੱਛੀ।
Graiacum—ਇੱਕ ਤਰ੍ਹਾਂ ਦੇ ਰੁੱਖ ਦਾ ਧੂਣਾ।
Guano—ਇੱਕ ਤਰ੍ਹਾਂ ਦੀ ਵਿਠ ਜੋ ਖਾਦ ਦੇ ਕੰਮ ਆਉਂਦੀ ਹੈ।
Guarantee—ਜ਼ਾਮਨ ਹੋਣਾ, ਜ਼ਮਾਨਤ।
Guaranteed—ਜ਼ਮਾਨਤ ਕੀਤਾ ਹੋਇਆ।
Guard—ਰਖਵਾਲਾ, ਸੁਰੱਖਿਅਤ।
Guardable—ਰਾਖੀ ਯੋਗ।
Guarded—ਸੁਰੱਖਿਅਤ, ਹੁਸ਼ਿਆਰ।
Guardedly—ਹੁਸ਼ਿਆਰੀ ਨਾਲ।
Guardian—ਰੱਖਿਆ ਕਰਨ ਵਾਲਾ।
Guardianship—ਸਰਪ੍ਰਸਤੀ।
Guardsman—ਸਿਪਾਹੀ, ਰੱਖਿਆ ਦੇ ਸਿਪਾਹੀ।
Guava—ਅਮਰੂਦ, ਮੇਵਾ।
Guerdon—ਇਨਾਮ, ਇਨਾਮ ਦੇਣਾ।
Guerrilla—ਬੇ ਕਾਇਦਾ ਲੜਾਈ।
Guess—ਖ਼ਿਆਲ ਕਰਨਾ।
Guest—ਮਹਿਮਾਨ, ਪਰਾਹੁਣਾ।
Guffaw—ਜ਼ੋਰ ਦਾ ਹਾਸਾ।
Guidance—ਸਿੱਖਿਆ।
Guide—ਰਾਹ ਦੱਸਣਾ, ਸੁਝਾਣਾ।
Guideless—ਬਿਨਾਂ ਰੱਖਿਅਕ।
Guide-post—ਉਹ ਨਿਸ਼ਾਨ ਜੋ ਰਸਤਾ ਦੱਸਦਾ ਹੈ।
Guild—ਜੱਥੇ, ਇੱਕ ਫਿਰਕੇ ਦੇ ਦੋ ਲੋਕ।
Guild-hall—ਆਮ ਕਮਰਾ।
Guile—ਮੱਕਾਰੀ, ਧੋਖ਼ੇਬਾਜ਼ੀ।
Guileful—ਬਹਾਨੇਬਾਜ਼, ਮੱਕਾਰ।
Guileless—ਸਾਫ਼ ਦਿਲ, ਨੇਕ।
Guillotine—ਫਾਂਸੀ ਦੇਣ ਦੀ ਮਸ਼ੀਨ।
Guilt—ਪਾਪ, ਅਪਰਾਧ।
Guiltily—ਪਾਪ ਨਾਲ, ਅਪਰਾਧ ਨਾਲ।
Guiltiness—ਪਾਪ।
Guiltless—ਨਿਰ-ਅਪਰਾਧ।
Guilty—ਪਾਪੀ, ਫ਼ਸਾਦੀ।
Gusinea—ਅੰਗ੍ਰੇਜ਼ੀ ਸਿੱਕਾ ਲਗਭਗ ਸਾਢੇ ਦੱਸ ਰੁਪਏ ਦੀ ਮੁਹਰ।
Guise—ਸ਼ਕਲ ਸੂਰਤ।
Guiser—ਬੜੇ ਦਿਨ ਦੇ ਤਮਾਸ਼ੇ ਦਾ ਸਵਾਂਗ।
Guitar—ਸਾਰੰਗੀ, ਸਿਤਾਰ।
Gulf—ਖਾੜੀ।

Gull—ਫ਼ਰੇਬ ਦੇਣਾ, ਸਮੁੰਦਰੀ ਮੁਰਗ।
Gullet—ਹਲਕ, ਗਲਾ।
Gullibility—ਭੋਲਾਪਨ, ਸਾਦਗੀ।
Gullible—ਭੋਲਾ।
Gulp—ਢਕੋਸਨਾ, ਨਿਗਲ ਜਾਣਾ।
Gum—ਮਸੂੜਾ, ਗੋਂਦ।
Gum-boil—ਮਸੂੜੇ ਦਾ ਫੋੜਾ।
Gummy—ਗੋਂਦ ਵਾਲਾ, ਲੇਸਦਾਰ।
Gumption—ਹੁਸ਼ਿਆਰੀ, ਅਕਲ।
Gun—ਬੰਦੂਕ, ਤੋਪ।
Gunner—ਤੋਪਚੀ, ਬੰਦੂਕ ਵਾਲਾ।
Gunnery—ਗੋਲਾ ਚਲਾਣ ਦੀ ਵਿੱਦਿਆ।
Gunny—ਟਾਟ, ਬੋਰਾ।
Gunpowder—ਬਾਰੂਦ।
Gunshot—ਗੋਲੀ ਦੀ ਮਾਰ।
Gunwale—ਜਹਾਜ਼ ਦੇ ਪਾਸੇ ਦਾ ਉਪਰਲਾ ਭਾਗ।
Gurge—ਭੰਵਰ।
Gurgle—ਕੁਲ ਕੁਲ ਕਰਨਾ, ਗਰਾਰਾ।
Gush—ਬਹੁਤ ਫੁੱਟ ਕੇ ਵਹਿਣਾ, ਉਬਾਲ।
Gust—ਹਵਾ ਦਾ ਝੌਂਕਾ।
Gustable—ਸਵਾਦੀ, ਮਜ਼ੇਦਾਰ।
Gusty—ਹਨੇਰੀ ਨਾਲ ਭਰੀ ਹੋਈ।
Gut—ਸਾਫ਼ ਕਰਨਾ।
Gutter—ਨਾਲੀ, ਪਰਨਾਲਾ।
Guttural—ਗਲੇ ਦੇ ਸੰਬੰਧ ਵਿਚ।
Guy—ਭਾਰੀ ਚੀਜ਼ ਕਾਇਮ ਰੱਖਣ ਦਾ ਰੱਸਾ।
Guzzle—ਭਰ ਭਰ ਸ਼ਰਾਬ ਪੀਣਾ।
Gymkhana—ਵਰਜਿਸ਼ ਖਾਨਾ।
Gymnasium—ਦੰਗਲ, ਅਖਾੜਾ।
Gymnast—ਵਰਜਸ਼ੀ, ਕਸਰਤੀ।
Gymnastic—ਕਸਰਤ ਦੇ ਬਾਰੇ ਵਿਚ।
Gynarchy—ਔਰਤਾਂ ਦਾ ਰਾਜ।
Gypsum—ਖੜੀਆ ਮਿੱਟੀ।
Gyral—ਚੱਕਰ ਕੱਟਦੇ ਹੋਏ।
Gyration—ਚੱਕਰ ਘੁੰਮੇਰੀ।
Gyrfalcone—ਇੱਕ ਤਰ੍ਹਾਂ ਦੀ ਵੱਡੀ ਗਿੱਧ।
Gyroscop—ਗਤੀ ਤੇ ਸਿਧਾਂਤ ਨੂੰ ਪ੍ਰਦਰਸ਼ਨ ਕਰਨ ਵਾਲਾ ਇੱਕ ਯੰਤਰ।
Gyve—ਬੇੜੀ, ਜ਼ੰਜੀਰ।

H

H, the eighth letter in English alphabet. **ਐਚ**—ਅੰਗਰੇਜ਼ੀ ਪੈਂਤੀ ਦਾ ਅੱਠਵਾਂ ਅੱਖਰ।
Ha—ਆਹ, ਵਾਹ ਖ਼ੂਬ।
Hah—ਵਾਹ ਵਾਹ।
H—ਹੁਕਮਨਾਮਾ, ਚਲਾਨ ਕਰਨਾ।
Haberdashery—ਮਨਿਆਰੀ ਦਾ ਸਮਾਨ।
Habergeon—ਛਾਤੀ ਤੇ ਗਿੱਚੀ ਦਾ ਸੰਜੋਗ।
Habiliment—ਪੁਸ਼ਾਕ, ਕੱਪੜੇ।
Habit—ਆਦਤ, ਸੁਭਾਅ।
Habitable—ਰਹਿਣ ਯੋਗ।
Habitation—ਮਕਾਨ, ਘਰ।
Habitual—ਆਦੀ, ਨੀਅਤ ਕੀਤਾ ਹੋਇਆ।
Habitually—ਆਦਤ ਵਾਂਗ।
Habituate—ਆਦਤ ਪਾਉਣੀ।
Habitue—ਸਦਾ ਜਾਣ ਵਾਲਾ।
Habnab—ਇਤਫ਼ਾਕ ਨਾਲ।
Hack—ਕਿਰਾਏ ਦਾ ਘੋੜਾ।
Hackery—ਬੈਲ ਗੱਡੀ।
Hackle—ਚੀਰਨ, ਸਨ ਸਾਫ਼ ਕਰਨ ਦੀ ਕੰਘੀ।

Hackney—ਕਿਰਾਏ ਦਾ ਘੋੜਾ ਜਾਂ ਗੱਡੀ।
Hackney-coach—ਕਿਰਾਏ ਦੀ ਗੱਡੀ।
Hackneyed—ਇਸਤੇਮਾਲ ਕੀਤੀ ਹੋਈ।
Hades—ਪਰਲੋਕ।
Haft—ਦੱਸਤਾ, ਕਬਜ਼ਾ।
Hag—ਜਾਦੂਗਰਨੀ।
Haggard—ਦੁਬਲਾ, ਪਤਲਾ।
Haggish—ਚੁੜੇਲ ਵਾਂਗ।
Haggle—ਪੁਰਜ਼ੇ ਪੁਰਜ਼ੇ ਕਰਨਾ, ਕੱਟਣਾ।
Hagiography—ਧਰਮ ਗ੍ਰੰਥ।
Hagiology—ਸੰਤਾਂ ਦਾ ਇਤਿਹਾਸ।
Hail—ਪੁਕਾਰਨਾ, ਨਮਸਕਾਰ ਕਰਨਾ।
Hail-fellow—ਯਾਰ, ਦੋਸਤ।
Hailstone—ਪੱਥਰ, ਔਲੇ।
Hair—ਵਾਲ।
Hair-breadth--ਵਾਲ ਬਰਾਬਰ ਫਾਸਲਾ।
Hairiness—ਵਾਲਦਾਰ।
Hair-stroke—ਖ਼ੁਸ਼ ਖ਼ੱਤ।
Hairy—ਵਾਲਦਾਰ, ਪਸ਼ਮੀ।
Halberd—ਤੇਸਾ, ਗੰਡਾਸਾ।
Hale—ਤੰਦਰੁਸਤ, ਮਜ਼ਬੂਤ, ਘਸੀਟਣਾ।
Half—ਅੱਧਾ।
Half blood—ਮਤਰੇਇਆ, ਦੂਜੇ ਮਾਤਾ ਪਿਤਾ ਦਾ।
Half-blooded—ਕਮੀਨਾ, ਨੀਚ।
Half-seas-over—ਮਸਤ, ਮਦਹੋਸ਼।
Halibut—ਇੱਕ ਪ੍ਰਕਾਰ ਦੀ ਮੱਛੀ।
Haliography—ਸਮੁੰਦਰ ਦਾ ਵਰਣਨ।
Hall—ਵੱਡਾ ਕਮਰਾ।
Halloo—ਪੁਕਾਰਨਾ, ਸੰਬੋਧਨ ਕਰਨਾ, ਆਵਾਜ਼।
Hallow—ਸਾਫ਼ ਕਰਨਾ।
Halm—ਭੂਸਾ, ਤੂੜੀ।
Hallucination—ਭੁੱਲ, ਗਲਤੀ।
Halo—ਕੁੰਡਲ, ਮੰਡਲ।
Halt—ਠਹਿਰਨਾ, ਲੰਗੜਾਨਾ।
Halter—ਫਾਂਸੀ ਲਟਕਾਉਣ ਦਾ ਰੱਸਾ।
Haltingly—ਹੌਲੀ ਹੌਲੀ, ਲੰਗੜਾ ਕੇ।
Halve—ਅੱਧੋ ਅੱਧ ਕਰਨਾ।
Ham—ਜੰਘਾਂ, ਪੱਟ।
Hamlet—ਛੋਟਾ ਪਿੰਡ, ਬਸਤੀ।
Hammer—ਹਥੌੜੀ।
Hammock—ਜਹਾਜ਼ੀ ਪਲੰਘ, ਝੂਲਣ ਵਾਲਾ ਪੀੜ੍ਹਾ।
Hamper—ਰੋਕਣਾ, ਟੋਕਰੀ।
Hamstring—ਲੰਗੜਾ ਕਰਨਾ।
Hanaper—ਚੀਜ਼ਾਂ ਸੰਭਾਲਣ ਦੀ ਥਾਂ।
Hand—ਹੱਥ, ਘੜੀ ਦੀ ਸੂਈ ਦੇਣਾ, ਇਸਤੇਮਾਲ ਕਰਨਾ।
Handbook—ਦਸਤੀ ਕਿਤਾਬ।
Handcuff—ਹੱਥਕੜੀ।
Handicap—ਸ਼ਰਤੀਆ ਘੋੜ ਦੌੜ।
Handicraft—ਦਸਤਕਾਰੀ, ਕਾਰੀਗਰੀ।
Handly—ਯੋਗਤਾ ਨਾਲ।
Handiness—ਚਤੁਰਾਈ।
Handiwork—ਦਸਤਕਾਰੀ, ਕਾਰੀਗਰੀ।
Handkerchief—ਰੁਮਾਲ, ਗੁਲੂਬੰਦ।
Handle—ਦਸਤਾ, ਕਬਜ਼ਾ।
Handmaid—ਨੌਕਰਾਨੀ।
Handsome—ਸੁੰਦਰ।
Handsomely—ਸੁੰਦਰਤਾ ਨਾਲ, ਖੁੱਲ੍ਹ ਦਿਲੀ ਨਾਲ।
Handspike—ਲੱਕੜ ਦੀ ਟੇਕ।
Handwriting—ਲਿਖਣ ਢੰਗ, ਲਿਖਾਈ।
Handy—ਕੰਮ ਦਾ, ਆਰਾਮ ਦਾ।
Hang—ਫਾਂਸੀ ਦੇਣਾ, ਲਟਕਾਉਣਾ।
Hang-dog—ਕਮੀਨਾ, ਨੀਚ, ਪਾਜੀ।
Hanger-on—ਪਿਛਲੱਗਾ, ਫਾਂਸੀ ਦੇਣਾ।
Hangruan—ਜੱਲਾਦ, ਚੰਡਾਲ।
Hank—ਲੱਛਾ, ਪੇਚਕ।
Hanker—ਵੱਡੀ ਇੱਛਾ।

Hankering—ਇੱਛਾ, ਸ਼ੌਕ।
Hanky-pinky—ਛਲ, ਫਰੇਬੀ।
Hap—ਇਤਫ਼ਾਕ, ਸੰਜੋਗ।
Haphazard—ਘਟਨਾ।
Hapless—ਬਦ-ਕਿਸਮਤ।
Haply—ਸ਼ਾਇਦ, ਅਚਾਨਕ।
Happen—ਪੈਨ ਆਉਣਾ।
Happily—ਖ਼ੁਸ਼ਕਿਸਮਤੀ ਨਾਲ, ਖ਼ੁਸ਼ੀ ਨਾਲ।
Happiness—ਖ਼ੁਸ਼ੀ, ਆਰਾਮ।
Happy—ਖ਼ੁਸ਼, ਸੁਭਾਗ ਵਾਲਾ।
Harase—ਤੰਗ ਕਰਨਾ।
Harbinger—ਹਰਕਾਰਾ।
Harbour—ਬੰਦਰਗਾਹ, ਜਹਾਜ਼ਾਂ ਦੇ ਠਹਿਰਨ ਦੀ ਥਾਂ।
Harbourage—ਰਾਖੀ ਦੀ ਥਾਂ।
Hard—ਮੁਸ਼ਕਲ, ਮਿਹਨਤ ਨਾਲ।
Harden—ਪੱਕਾ ਕਰਨਾ, ਮਜ਼ਬੂਤ ਕਰਨਾ।
Hard-fisted—ਪੱਕੇ ਹੱਥਾਂ ਵਾਲਾ।
Hard-hearted—ਪੱਥਰ ਦਿਲ, ਕਠੋਰ।
Hardihood—ਬਹਾਦਰੀ, ਪਕਿਆਈ।
Hardiness—ਸਖ਼ਤ, ਮਜ਼ਬੂਤ।
Hardship—ਸਖ਼ਤ ਮਿਹਨਤ।
Hardware—ਲੋਹੇ ਦੀਆਂ ਚੀਜ਼ਾਂ।
Hardy—ਬਹਾਦਰ, ਪੱਕਾ, ਬੇਸ਼ਰਮ।
Hare—ਖ਼ਰਗੋਸ਼।
Harem—ਅੰਤਾਪੁਰ, ਜ਼ਨਾਨਖਾਨਾ।
Hark—ਸੁਣਨਾ।
Harlequin—ਮਸਖ਼ਰਾ।
Harm—ਨੁਕਸਾਨ, ਤਕਲੀਫ਼।
Harmful—ਨੁਕਸਾਨਦਾਇਕ।
Harmless—ਬਿਨਾਂ ਨੁਕਸਾਨ।
Harmonical—ਸੁਰੀਲਾ।
Harmonious—ਸੁਰੀਲਾ, ਸੁਡੌਲ।
Harmonium—ਵਾਜਾ।
Harmonize—ਆਵਾਜ਼ ਮਿਲਾਉਣਾ।
Harmony—ਮੇਲ ਜੋਲ।
Harness—ਘੋੜਾ ਜਾਂ ਬੱਘੀ ਦਾ ਸਾਜ਼।
Harp—ਬੀਨ ਵਜਾਉਣਾ।
Harpist—ਬੀਨ ਵਜਾਉਣ ਵਾਲਾ।
Harrow—ਹੋਗਾ, ਹੋਗਾ ਫੇਰਨਾ।
Harry—ਲੁੱਟਣਾ, ਉਜਾੜਨਾ।
Harsh—ਸਖ਼ਤ, ਖੁਰਦਰਾ।
Hart—ਬਾਰ੍ਹਾਂਸਿੰਗਾ, ਨੌਸ਼ਾਦਰ।
Hartshorn—ਹਿਰਨ ਦਾ ਸਿੰਗ।
Harvast—ਫਸਲ ਕੱਟਣ ਦਾ ਸਮਾਂ।
Hash—ਕੀਮਾ ਕਰਨਾ।
Hasp—ਜ਼ੰਜੀਰ, ਕੁੰਡਾ।
Haste—ਜਲਦੀ।
Hasten—ਜਲਦੀ ਕਰਨਾ, ਦੁੜਾਉਣਾ।
Hasty—ਜਲਦੀ ਨਾਲ।
Hat—ਟੋਪੀ।
Hatch—ਅੰਡੇ ਤੋੜਨੇ, ਬੱਚੇ ਕੱਢਣੇ।
Hatchet—ਕੁਹਾੜੀ।
Hatchway—ਜਹਾਜ਼ ਦਾ ਦਰਵਾਜ਼ਾ।
Hate, Hatred—ਘ੍ਰਿਣਾ, ਨਫ਼ਰਤ।
Hatter—ਟੋਪੀਆਂ ਬਣਾਉਣ ਜਾਂ ਵੇਚਣ ਵਾਲਾ।
Haughtily—ਅਖੰਡ ਅਭਿਮਾਨ ਨਾਲ।
Haughty—ਅਭਿਮਾਨੀ, ਪਖੰਡੀ।
Haul—ਘਸੀਟਣਾ, ਖਿੱਚਣਾ।
Hauesh—ਜੰਘ।
Haunt—ਆਉਣਾ ਜਾਣਾ।
Haunted—ਜਿੱਥੋਂ ਭੂਤ ਦਾ ਲਾਂਘਾ ਹੋਵੇ।
Have—ਰੱਖਣਾ, ਜਿੱਤਣਾ, ਮਨਜ਼ੂਰ ਕਰਨਾ।
Haved—ਤਬਾਹੀ, ਬਰਬਾਦੀ।
Haven—ਬੰਦਰਗਾਹ।
Haw—ਰੁੱਖ ਦਾ ਬੀਜ ਤੇ ਫੁੱਲ, ਝਿਜਕ ਕੇ ਬੋਲਣਾ।
Hawk—ਬਾਜ਼ ਨਾਲ ਸ਼ਿਕਾਰ ਕਰਨਾ।
Hawker—ਫੇਰੀ ਵਾਲਾ।

Hawthurn—ਕੰਢੇਦਾਰ, ਫੁੱਲਾਂ ਵਾਲੀ ਝਾੜੀ।

Hay—ਸੁੱਕਾ ਘਾਹ।

Hazard—ਘਟਨਾ, ਖ਼ਾਤਰ, ਹਾਦਸਾ, ਖ਼ਤਰੇ ਵਿੱਚ ਪਾਉਣਾ।

Hazardous—ਖ਼ਤਰਨਾਕ, ਭਿਆਨਕ।

Haziness—ਹਨ੍ਹੇਰਾਪਨ।

Hazy—ਧੁੰਦਲਾ।

He—ਉਹ, ਉਸ ਨੇ।

Head—ਸਿਰ, ਲੀਡਰ।

Headache—ਸਿਰਦਰਦ।

Heading—ਸਿਰਨਾਵਾਂ, ਮੱਥਾ।

Headiness—ਹੱਠ।

Headless—ਬੇ-ਸਿਰ, ਬੇ-ਅਕਲ।

Headlong—ਸਿਰ ਦੇ ਭਾਰ।

Headman—ਚੌਧਰੀ, ਸਰਦਾਰ।

Headmost—ਅਗਲਾ।

Headsman—ਜੱਲਾਦ, ਚੰਡਾਲ।

Head-quarters—ਵੱਡਾ ਦਫ਼ਤਰ।

Headstrong—ਹੱਠੀ, ਗੁਸਤਾਖ਼।

Headway—ਤਰੱਕੀ।

Head-work—ਦਿਮਾਗ਼ੀ ਮਿਹਨਤ।

Heady—ਕਾਹਲਾ, ਤੇਜ਼।

Heal—ਚੰਗਾ ਹੋਣਾ, ਤਕੜਾ ਹੋਣਾ।

Health—ਸਿਹਤ, ਤੰਦਰੁਸਤ।

Healthful—ਚੰਗਾ ਭਲਾ, ਤੰਦਰੁਸਤ।

Healthy—ਭਲਾ ਚੰਗਾ।

Heap—ਢੇਰ, ਬਹੁਤ ਸਾਰਾ।

Hear—ਸੁਣਨਾ, ਧਿਆਨ ਦੇਣਾ।

Hearken—ਸੁਣ ਲੈਣਾ।

Hearsay—ਸੁਣੀ ਸੁਣਾਈ ਗੱਲ।

Hearse—ਮੁਰਦੇ ਨੂੰ ਕਬਰ ਤੱਕ ਲਿਜਾਉਣ ਵਾਲੀ ਗੱਡੀ।

Hearth—ਚੁੱਲ੍ਹਾ।

Heartily—ਦਿਲੋਂ।

Heartless—ਕਠੋਰ, ਬੇ-ਦਿਲ।

Heart-rending—ਦਿਲ ਦੁਖਾਉਣ ਵਾਲਾ।

Hearty—ਸੱਚਾ, ਸਰਗਰਮ।

Heat—ਗਰਮੀ, ਤਪਸ਼।

Heath—ਇੱਕ ਤਰ੍ਹਾਂ ਦਾ ਰੁੱਖ ਜਿਸ ਦੇ ਝਾੜੂ ਬਣਦੇ ਹਨ।

Heathen—ਬੇ-ਦੀਨ, ਕਾਫ਼ਰ।

Heathenism—ਬੁੱਤਪ੍ਰਸਤੀ, ਮੂਰਤੀ ਪੂਜਾ।

Heave—ਹਿਲਣਾ, ਉਠਾਉਣਾ।

Heaven—ਸਵਰਗ, ਬੈਕੁੰਠ, ਅਕਾਸ਼।

Heaviness—ਭਾਰੀ ਬੋਝ।

Heaving—ਦਿਲ ਦੀ ਹਰਕਤ, ਛਾਤੀ ਦਾ ਉਭਾਰ, ਠੰਡਾ ਸਾਹ।

Heavy—ਔਖਾ, ਭਾਰਾ, ਗਰਭਵਤੀ, ਸੁਸਤੀ।

Hebetate—ਖੁੰਡਾ ਕਰਨਾ, ਅਕਲ ਘਟਾਉਣਾ।

Hebetude—ਖੁੰਡਾਪਨ।

Hebrican—ਯਹੂਦੀ ਭਾਸ਼ਾ ਦਾ ਜਾਣਕਾਰ।

Hecatomb—ਸੌ ਬੈਲਾਂ ਦਾ ਬਲੀਦਾਨ।

Hectic—ਤਪ, ਇੱਕ ਕਿਸਮ ਦਾ ਬੀਮਾਰ।

Hector—ਛੇੜਛਾੜ ਕਰਨਾ।

Hedge—ਅਹਾਤਾਬੰਦੀ, ਵਾੜ ਲਾਉਣੀ।

Hedge-hog—ਇੱਕ ਕਿਸਮ ਦਾ ਜੰਗਲੀ ਚੂਹਾ।

Heed—ਖ਼ਿਆਲ ਕਰਨਾ, ਧਿਆਨ ਦੇਣਾ।

Heedful—ਹੁਸ਼ਿਆਰ, ਖ਼ਬਰਦਾਰ।

Heedless—ਬੇ-ਫ਼ਿਕਰ।

Heel—ਅੱਡੀ ਲਗਾਉਣਾ।

Heel-piece—ਬੂਟ ਦੀ ਅੱਡੀ ਦੇ ਚਮੜੇ ਦਾ ਟੋਟਾ।

Height—ਉਚਾਈ, ਬੁਲੰਦੀ।

Heighten—ਉੱਚਾ ਕਰਨਾ, ਰੁੱਤਬਾ ਦੇਣਾ।

Heinous—ਸਖ਼ਤ, ਵੱਡਾ।

Heir—ਅਧਿਕਾਰੀ, ਵਾਰਸ।

Heir-appareut—ਰਾਜ ਪੁੱਤਰ।
Heiress—ਵਾਰਸ ਇਸਤਰੀ।
Heirless—ਲਾਵਾਰਸ, ਲਾ-ਵਲਦ।
Heir-loom—ਸਮਾਨ ਜੋ ਵਿਰਸੇ ਵਿੱਚ ਮਿਲੇ।
Heirship—ਵਿਰਾਸਤ।
Helieal—ਪੇਚਦਾਰ।
Heliegraph—ਇੱਕ ਯੰਤਰ ਜੋ ਸੂਰਜ ਦੀਆਂ ਕਿਰਨਾਂ ਨੂੰ ਪ੍ਰਕਾਸ਼ਤ ਕਰਦਾ ਹੈ।
Heliatry—ਸੂਰਜ ਦੀ ਪੂਜਾ।
Hell—ਦੋਜ਼ਖ਼, ਨਰਕ।
Hellish—ਨਰਕੀ, ਬੁਰਾ।
Helmet—ਲੋਹੇ ਦਾ ਟੋਪ।
Helotry—ਗੁਲਾਮੀ।
Help—ਮਦਦ ਕਰਨਾ, ਸਹਾਇਤਾ।
Helpless—ਬੇਵਸ, ਮੁਹਤਾਜ।
Helpmate—ਸਹਾਇਕ, ਸਾਥੀ।
Helter-skelter--ਡਿਗਦਿਆਂ-ਢਹਿੰਦਿਆਂ।
Helve—ਕੁਹਾੜੀ ਦਾ ਦਸਤਾ।
Hem—ਗੋਟ, ਮਗਜ਼ੀ।
Hemiplgeia—ਅਧਰੰਗ।
Hemisphere—ਅੱਧਾ ਗੋਲਾ।
Hemorrhage—ਖ਼ੂਨ ਦਾ ਵਹਾਅ।
Hemp—ਭੰਗ, ਗਾਂਜਾ, ਪਟਸਨ।
Hen—ਮੁਰਗੀ, ਕੁੱਕੜੀ।
Henbane—ਭੰਗ, ਗਾਂਜਾ।
Hence—ਇਸ ਲਈ, ਇਥੇ।
Henceforward—ਭਵਿੱਖ ਤੋਂ, ਆਦਿਕ।
Henchman—ਨੌਕਰ, ਦਾਸ।
Hen-coop—ਕੁੱਕੜੀਆਂ ਦਾ ਪਿੰਜਰਾ।
Hen-hearted—ਡਰ, ਬੁਜ਼ਦਿਲ।
Henpecked—ਇਸਤ੍ਰੀ ਦਾ ਸੇਵਕ।
Hepatic—ਜਿਗਰੀ।
Heptagon—ਸੱਤ ਪਾਸਿਆਂ ਵਾਲੀ ਸ਼ਕਲ।
Heptagonal—ਸੱਤ ਤਰਫ਼ਾ।
Heptarchy—ਸੱਤ ਬੰਦਿਆਂ ਦਾ ਰਾਜ।
Heraldry—ਰਾਜਦੂਤੀ ਵਿੱਦਿਆ।
Her—ਉਸ ਇਸਤ੍ਰੀ ਦਾ।
Herald—ਮੁਨਾਦੀ ਕਰਾਉਣ ਵਾਲਾ।
Herb, Herbage—ਜੜ੍ਹੀ ਬੂਟੀ।
Herbarium—ਸੁੱਕੇ ਪੱਤਿਆਂ ਦਾ ਸੰਗ੍ਰਹਿ।
Herd—ਝੁੰਡ।
Herdsman—ਚਰਵਾਹਾ।
Here—ਏਥੇ, ਏਸ ਹਾਲ ਵਿੱਚ।
Hereabouts—ਇਥੇ ਕਿੱਥੇ।
Hereafter—ਅੱਗੇ ਪਿੱਛੇ, ਬਾਅਦ।
Hereat—ਇਸ ਤੇ।
Hereby—ਇਸ ਨਾਲ।
Hereditary—ਪੁਸ਼ਤੈਨੀ।
Herein—ਇਸ ਦੇ ਵਿੱਚ।
Hereof—ਇਸ ਵਿੱਚ, ਇਸ ਦਾ।
Hereon—ਇਸ ਤੇ।
Heretic—ਕਾਫ਼ਰ।
Heretical—ਕੁਫ਼ਰ ਭਰਿਆ।
Heretofore—ਪਹਿਲੇ।
Hereunto—ਇਸ ਦੇ ਨਾਲ।
Hereupon—ਇਸ ਕਾਰਣ ਤੋਂ।
Herewith—ਇਸ ਦੇ ਨਾਲ।
Heritable—ਬਪੌਤੀ ਹੋਣ ਯੋਗ।
Heritage—ਵਿਰਸਾ, ਜੱਦੀ ਮਾਲ।
Heritor—ਪਿੰਡ ਦਾ ਜ਼ਿੰਮੀਦਾਰ।
Heimetic—ਬਿਲਕੁੱਲ।
Hermit—ਬਾਨਪ੍ਰਸਤੀ।
Hernitage—ਆਸ਼ਰਮ, ਕੁਟੀਆ।
Hernia—ਅੰਡਕੋਸ਼ (ਗਿਲਟੀਆਂ) ਦਾ ਰੋਗ।
Hero—ਸੂਰਮਾ, ਬਹਾਦਰ।
Heroic—ਬਹਾਦਰਾਨਾ।
Heroine—ਬਹਾਦਰ ਇਸਤ੍ਰੀ।
Heron—ਬਗਲਾ।
Heroism—ਬਹਾਦਰੀ।

Hero-worship—ਬਹਾਦਰ ਦੀ ਪੂਜਾ।
Herpetic—ਖਾਜ ਸੰਬੰਧੀ।
Herring—ਇੱਕ ਤਰ੍ਹਾਂ ਦੀ ਛੋਟੀ ਮੱਛੀ।
Hers—ਉਸ ਇਸਤ੍ਰੀ ਦਾ।
Herself—ਆਪ, ਆਪਣੇ ਆਪ।
Hesitancy—ਦੁੱਬਿਧਾ, ਸ਼ੱਕ।
Hesitate—ਸ਼ੱਕ ਕਰਨਾ।
Hesitation—ਸ਼ੱਕ, ਪਸ਼ੋ ਪੇਸ਼।
Hesper—ਸ਼ਾਮ ਦਾ ਤਾਰਾ।
Hesperian—ਪੱਛਮੀ।
Hest—ਆਗਿਆ, ਨਸੀਹਤ।
Heterodox—ਕਾਫ਼ਰ, ਗੁਮਰਾਹ।
Heterogeneous—ਬੇਮੇਲ, ਵਿਰੁੱਧ।
Hew—ਚੂਰ ਚੂਰ ਕਰਨਾ।
Hexagon, Hexagonal, Hexangular—ਛੇ ਕਿਨਾਰਿਆਂ ਵਾਲਾ।
Hexapede—ਛੇ ਖੰਭਾਂ ਵਾਲਾ ਜਾਨਵਰ।
Hiatus—ਛੇਦ, ਸੁਰਾਖ਼।
Hibernal—ਸਰਦੀ, ਠੰਡੀ।
Hibernian—ਆਇਰਲੈਂਡ ਦਾ ਵਸਨੀਕ ਤੇ ਉਸ ਸੰਬੰਧੀ।
Hiccough—ਹਿਚਕੀ, ਹਿਚਕੀ ਲੈਣੀ।
Hidalgo—ਭਲਾ ਆਦਮੀ।
Hide—ਛੁਪਾਉਣਾ, ਗੁਪਤ ਰਖਣਾ, ਚਮੜਾ।
Hideous—ਭਿਆਨਕ।
Hie—ਜਾਣਾ, ਜਲਦੀ ਤੁਰਨਾ।
Hierarchy—ਫਰਿਸ਼ਤਿਆਂ ਦਾ ਦਰਜਾ।
Hierophant—ਵੱਡਾ ਪਾਦਰੀ।
Higgle—ਲੈਣ ਦੇਣ ਵਿਚ ਹੁੱਜਤ ਕਰਨਾ।
High—ਉੱਚਾ, ਲੰਮਾ।
High-bred—ਉੱਚੇ ਖ਼ਾਨਦਾਨ ਵਿਚਲਾ।
High-handed—ਸਖ਼ਤ, ਦੁਖਦਾਈ।
Highland—ਪਹਾੜੀ ਦੇਸ਼।
Highlander—ਸਕਾਟਲੈਂਡ ਦੇ ਪਹਾੜੀ ਲੋਕ।
High-mettled—ਬਹਾਦਰ, ਬੜਾ ਤੇਜ਼।
Highness—ਮਹਾਰਾਜ, ਹਜ਼ੂਰ।
Highroad—ਆਮ ਰਸਤਾ।
High school—ਵੱਡਾ ਸਕੂਲ।
High-seasoned—ਮਸਾਲੇਦਾਰ।
Highsounding—ਵੱਡਾ, ਵੱਡੇ ਸ਼ਬਦਾਂ ਦਾ।
High-water—ਹੜ੍ਹ, ਸੈਲਾਬ।
Highway—ਆਮ ਰਸਤਾ।
Highwayman—ਲੁਟੇਰਾ।
Hilarious—ਖ਼ੁਸ਼, ਆਨੰਦਿਤ।
Hilarity—ਖ਼ੁਸ਼ੀ, ਆਨੰਦ।
Hill—ਪਹਾੜੀ।
Hillock—ਟਿੱਲਾ, ਪਹਾੜ।
Hilt—ਦਸਤਾ, ਕਬਜ਼ਾ।
Hind—ਬਾਰਾਸਿੰਘਾ, ਪਿਛਲਾ।
Hinder, Hindrance—ਰੋਕਣਾ, ਮਨ੍ਹਾਂ ਕਰਨਾ।
Hinge—ਕਬਜ਼ਾ, ਅਟਕਾਉਣਾ।
Hint—ਇਸ਼ਾਰਾ ਕਰਨਾ।
Hip—ਚਿੱਤੜ।
Hippodrome—ਘੁੜ ਦੌੜ ਦਾ ਚੱਕਰ।
Hippopotamus—ਦਰਿਆਈ ਘੋੜਾ।
Hire—ਕਿਰਾਇਆ, ਭਾੜੇ ਤੇ।
Hireling—ਮਜ਼ਦੂਰ।
Hiss—ਘ੍ਰਿਣਾ, ਫਿਟਕਾਰ।
Historian—ਇਤਿਹਾਸ ਲਿਖਣ ਵਾਲਾ।
Historical—ਇਤਿਹਾਸਕ, ਤਵਾਰੀਖ਼ੀ।
Histrionic—ਨਾਟਕ ਸੰਬੰਧੀ।
History—ਇਤਿਹਾਸ, ਤਵਾਰੀਖ਼।
Hit—ਜ਼ਖ਼ਮ, ਸੱਟ।
Hitch—ਅਟਕਣਾ, ਫਸ ਜਾਣਾ।
Hither—ਇਸ ਪਾਸੇ, ਇਧਰ।
Hitherto—ਇਸ ਵਕਤ ਤੱਕ।
Hitherward—ਇਧਰ।
Hive—ਛੱਤਾ ਲਗਾਣਾ, ਜੰਬੂਰਖਾਨਾ।
Ho—ਠਹਿਰਾਉਣ ਦੀ ਆਵਾਜ਼।

Hoar—ਚਿੱਟੇ ਵਾਲਾਂ ਵਾਲਾ।
Hoard—ਜਮ੍ਹਾਂ ਕਰਨਾ।
Hoariness—ਸਫ਼ੈਦੀ, ਧੌਲਾਪਨ।
Hoarse—ਭਾਰੀ ਆਵਾਜ਼ ਵਾਲਾ।
Hoary—ਭੂਰਾ, ਚਿੱਟਾ।
Hoax—ਧੋਖਾ।
Hobble—ਲੜਖੜਾਣਾ, ਮਟਕ ਕੇ ਚਲਣਾ।
Hobby—ਇੱਕ ਮਜਬੂਤ ਟੱਟੂ, ਦਿਲਪਸੰਦ ਖੇਡ।
Hobgoblin—ਭੂਤ, ਪ੍ਰੇਤ।
Hock—ਗੋਡੇ ਦਾ ਪਿਛਲਾ ਹਿੱਸਾ, ਇਕ ਤਰ੍ਹਾਂ ਦੀ ਹਲਕੀ ਸ਼ਰਾਬ।
Hockey—ਹਾਕੀ ਦੀ ਖੇਡ।
Hocus-pocus—ਮਦਾਰੀ, ਮਦਾਰੀ ਦੀ ਖੇਡ।
Hod—ਗਾਰੇ ਦੀ ਟੋਕਰੀ।
Hodge-podge—ਖਿੱਚੜੀ, ਹਿਲਿਆ ਮਿਲਿਆ।
Hodierual—ਅੱਜ ਕਲ੍ਹ ਦਾ
Hodman—ਗਾਰਾ ਢੋਣ ਵਾਲਾ।
Hoe—ਫਾਵੜਾ, ਕਹੀ, ਕੱਸੀ।
Hog—ਸੂਅਰ।
Hoggish—ਸੂਅਰ ਵਰਗਾ, ਗਲੀਜ।
Hoiden—ਸ਼ੋਖ਼ ਕੁੜੀ।
Hoise—ਉਠਾਉਣਾ।
Hoist—ਖੜਾ ਕਰਨਾ, ਚੜ੍ਹਾਉਣਾ।
Hold—ਰੋਕਣਾ, ਪਕੜਨਾ, ਜਹਾਜ਼ ਦਾ ਪੇਂਦਾ (ਤਲਾ)।
Holdback—ਰੋਕ।
Holdfast—ਕੁੰਡਾ, ਪਕੜੀ ਹੋਈ ਚੀਜ਼।
Holding—ਅਧਿਕਾਰ, ਪੱਠਾ।
Hole—ਛੇਕ, ਸੁਰਾਖ਼।
Holiday—ਛੁੱਟੀ, ਤਿਉਹਾਰ ਦਾ ਦਿਨ।
Holiness—ਪੋਪ ਦੀ ਪਦਵੀ, ਉੱਚੀ ਪਦਵੀ।
Holioa—ਪੁਕਾਰਨਾ, ਲਲਕਾਰਨਾ।
Hollow—ਖਾਲੀ, ਖੋਖਲਾ।
Hollow-hearted—ਬੇਈਮਾਨ, ਬੇਵਫ਼ਾ।
Holly—ਸਦਾ ਹਰਾ ਭਰਾ ਦਰਖ਼ਤ।
Holocaust—ਹਵਨ, ਸਭ ਕੁਝ ਅੱਗ ਵਿੱਚ ਸਾੜ ਦੇਣ ਦੀ ਕੁਰਬਾਨੀ।
Holster—ਪਿਸਤੌਲ ਰੱਖਣ ਲਈ ਚਮੜੇ ਦਾ ਬੈਗ।
Holt—ਜੰਗਲੀ ਪਹਾੜੀ।
Holy—ਪਵਿੱਤਰ।
Homage—ਆਗਿਆ ਪਾਲਨ ਕਰਨੀ, ਕਿਹਾ ਮੰਨਣਾ।
Home—ਘਰ, ਦੇਸ਼, ਮਕਾਨ।
Home-bred—ਘਰੋਗੀ, ਪਾਲਤੂ, ਅਸਲੀ।
Home-felt—ਦਿਲੀ, ਅੰਦਰੂਨੀ।
Homeless—ਬੇਘਰ।
Homeliness—ਭੱਦਾਪਨ, ਸਾਦਗੀ।
Homely—ਸਾਦਾ, ਰੁੱਖਾ ਸੁੱਕਾ।
Homeopathic—ਹੋਮਿਉਪੈਥਿਕ ਇਲਾਜ ਦੇ ਸੰਬੰਧ ਵਿਚ।
Homeopathy—ਹੋਮਿਉਪੈਥੀ ਇਲਾਜ।
Homesick—ਘਰ ਜਾਣ ਦਾ ਇਛੁੱਕ।
Homestead—ਜ਼ਿਮੀਦਾਰ ਦੇ ਰਹਿਣ ਦੀ ਥਾਂ।
Homespun—ਸਾਦਾ, ਮੋਟਾ।
Homeward—ਘਰ ਦੇ ਪਾਸੇ।
Homicidal—ਕਤਲ ਸੰਬੰਧੀ।
Homicide—ਕਤਲ, ਖ਼ੂਨ।
Homily—ਧਾਰਮਿਕ ਸਿੱਖਿਆ।
Hominy—ਰਬੜੀ, ਦਲੀਆ।
Homocentric—ਇਕੋ ਕੇਂਦਰ ਦੇ।
Homogeneous—ਇਕੋ ਜਿਹਾ, ਹਮ-ਜਿਨਸ।
Homologous—ਇੱਕ ਭਾਗ ਦੇ।
Hone—ਸਾਨ, ਤਿੱਖਾ ਕਰਨਾ ਵਾਲਾ ਪੱਥਰ।
Honest—ਸੱਚਾ ਈਮਾਨਦਾਰ।
Honesty—ਦਿਆਨਤਦਾਰੀ, ਸੱਚਾਈ।

Honey—ਸ਼ਹਿਦ, ਮਾਖਿਉਂ, ਮਧੂ।

Honeycomb—ਮਧੂ-ਮੱਖੀਆਂ ਦਾ ਛੱਤਾ।

Honeymoon—ਵਿਆਹ ਹੋਣ ਮਗਰੋਂ ਪਹਿਲਾ ਦਿਨ।

Honour—ਇੱਜ਼ਤ, ਮਾਣ, ਸ਼ਾਨ।

Honourable—ਪੂਜਨੀਕ, ਮਾਨਯੋਗ।

Hood—ਟੋਪ, ਓੜਨੀ।

Hoodwink—ਅੱਖਾਂ ਢੱਕਣਾ।

Hoof—ਖੁਰ, ਸੁਮ।

Hook—ਆਂਕੜਾ, ਕਾਂਟਾ, ਝੁਕਣਾ।

Hoot—ਧਿਕਾਰਨਾ, ਤਾੜੀ ਵਜਾਉਣਾ।

Hoop—ਛੱਲਾ, ਘੇਰਾ, ਕੁੰਡਲੀ।

Hop—ਇੱਕ ਲੱਤ ਨਾਲ ਨੱਚਣਾ।

Hope—ਉਮੀਦ, ਆਸ।

Hopeful—ਉਮੀਦਵਾਰ, ਪੱਕੀ ਆਸ।

Hopper—ਕੁੱਦਣ ਵਾਲਾ, ਚੱਕੀ ਦਾ ਗਲਾ।

Hopple—ਪੈਰ ਨੂੰ ਜ਼ੰਜੀਰ ਬੰਨ੍ਹਣਾ।

Horary—ਘੰਟੇ ਘੰਟੇ ਦਾ।

Horde—ਜੱਥੇ, ਫਿਰਨ ਵਾਲੇ ਲੋਕ।

Horizon—ਦਾਇਰਾ, ਘੇਰਾ।

Horn—ਸਿੰਘ, ਤਾਕਤ ਦਾ ਨਿਸ਼ਾਨ।

Horn-book—ਬੱਚਿਆਂ ਦੀ ਪਹਿਲੀ ਕਿਤਾਬ।

Horn-pipe—ਇਕ ਤਰ੍ਹਾਂ ਦਾ ਇਕੱਲਾ ਨਾਚ।

Horography—ਘੰਟਿਆਂ ਦਾ ਹਿਸਾਬ, ਘੜੀ ਬਣਾਉਣ ਦੀ ਵਿੱਦਿਆ।

Horologe—ਘੜੀ।

Horoscope—ਜਨਮਪਤ੍ਰੀ।

Horrible—ਭਿਆਨਕ, ਡਰਾਉਣਾ।

Horrid—ਭਿਆਨਕ, ਦਹਿਸ਼ਤਨਾਕ।

Horrify—ਭੈ, ਡਰਾਉਣਾ।

Horror—ਦਹਿਸ਼ਤ।

Horse—ਘੋੜਾ, ਘੋੜੇ ਤੇ ਸਵਾਰ ਹੋਣਾ।

Horse-breaker—ਘੋੜਿਆਂ ਨੂੰ ਸਿਖਾਉਣ ਵਾਲਾ।

Horse-laugh—ਉੱਚਾ ਹਾਸਾ।

Horseman—ਘੋੜੇ ਦੀ ਸਵਾਰੀ।

Horsemanship—ਚਾਬੁਕ, ਸਵਾਰੀ।

Hortation—ਸਿੱਖਿਆ।

Hortative—ਆਗਿਆ ਪੱਤਰ, ਸਿੱਖਿਅਕ।

Horticulture—ਬਾਗਬਾਨ।

Hose—ਮੋਜਾ, ਚਮੜੇ ਦੀ ਨਾਲ।

Hosiery—ਬੁਣੀ ਹੋਈ ਚੀਜ਼, ਜੁਰਾਬ ਆਦਿ।

Hospitable—ਮਹਿਮਾਨ ਨਿਵਾਜ।

Hospital—ਹਸਪਤਾਲ।

Hospitality—ਮਹਿਮਾਨਦਾਰੀ।

Host—ਮਹਿਮਾਨਦਾਰ।

Hostelry—ਸਰ੍ਹਾਂ, ਹੋਟਲ।

Hostess—ਮੇਜਬਾਨ ਔਰਤ।

Hostile—ਦੁਸ਼ਮਨ, ਮੁਖ਼ਾਲਫ਼।

Hostility—ਵਿਰੋਧਤਾ।

Hot—ਗਰਮ, ਤੱਤਾ।

Hotel—ਸਰ੍ਹਾਂ, ਮੁਸਾਫ਼ਰਖਾਨਾ।

Hot-headed—ਗੁੱਸੇ ਵਾਲਾ, ਤੇਜ਼ ਮਿਜ਼ਾਜ।

Hot-pressed--ਸਖ਼ਤ ਦਬਾਇਆ ਹੋਇਆ।

Hotspur—ਤੇਜ਼ ਮਿਜ਼ਾਜ, ਕ੍ਰੋਧੀ।

Hough—ਜਾਨਵਰ ਦੀ ਪਿਛਲੀ ਲੱਤਾਂ ਦਾ ਜੋੜ।

Hound—ਸ਼ਿਕਾਰੀ ਕੁੱਤਾ।

Hour—ਇੱਕ ਘੰਟਾ ਜਾਂ ਸੱਠ ਮਿੰਟ।

Hourglass—ਧਰਮ ਕਾਂਟਾ, ਸਮਾਂ ਦੱਸਣ ਵਾਲਾ ਸ਼ੀਸ਼ਾ ਜਿਸ ਵਿੱਚ ਰੇਤ ਇੱਕ ਪਾਸਿਉਂ ਦੂਜੇ ਪਾਸੇ ਜਾਂਦੀ ਹੈ।

Hour-hand—ਘੜੀ ਦੀ ਘੰਟੇ ਵਾਲੀ ਸੂਈ।

House—ਘਰ, ਵੰਸ਼, ਕੋਠੀ, ਮਕਾਨ।

Hous-breaking—ਘਰ ਵਿਚ ਸੰਨ੍ਹ ਲਾਉਣ ਦਾ ਕੰਮ।

Household—ਕੁਟੰਬ, ਖ਼ਾਨਦਾਨ ਸੰਬੰਧੀ।

House-keeper—ਘਰ ਵਾਲੀ।
Housemaid—ਨੌਕਰਾਣੀ।
Housing—ਘੋੜੇ ਦਾ ਸਾਜ਼।
Housewife—ਘਰ ਦੀ ਮਾਲਕਣ, ਗ੍ਰਹਿਣੀ।
Hovel—ਝੌਂਪੜੀ, ਕੁਟੀਆ।
Hover—ਘੁੰਮਦੇ ਫਿਰਦੇ ਰਹਿਣਾ।
How—ਕਿਸ ਤਰ੍ਹਾਂ।
However—ਪਰੰਤੂ, ਹਰ ਸੂਰਤ ਵਿੱਚ।
Howl—ਭੌਂਕਣਾ।
Howsoever—ਕਿਨ੍ਹਾਂ ਹੀ, ਕਿਦਾਂ ਦਾ ਹੀ।
Hubbub—ਹਲਚਲ, ਸ਼ੋਰ।
Huckster—ਫੇਰੀ ਵਾਲਾ।
Huddle—ਭੀੜ, ਇਕੱਠ।
Hue—ਰੰਗ।
Huff—ਤਾਪ, ਕ੍ਰੋਧ।
Huffy—ਚਿੜਚਿੜਾ।
Hug—ਜੱਫੀ ਪਾ ਕੇ ਮਿਲਣਾ, ਛਾਤੀ ਨਾਲ ਲਾਉਣਾ।
Huge—ਬਹੁਤ ਵੱਡਾ।
Hogger-mugger—ਗੜਬੜ, ਗੁੱਪ ਚੁੱਪ।
Hull—ਛਿਲਕਾ, ਜਹਾਜ਼ ਦੇ ਪੋਟੇ ਤੇ ਗੋਲਾ ਮਾਰਨਾ।
Hum—ਹੌਲੀ ਹੌਲੀ ਗਾਉਣਾ, ਭਿੰਨ-ਭਿਨਾਉਣਾ।
Human—ਇਨਸਾਨੀ, ਆਦਮੀ ਲਈ।
Humane—ਨਰਮ ਦਿਲ, ਦਿਆਲੂ।
Humanity—ਇਨਸਾਨੀਅਤ, ਸੱਭਿਅਤਾ।
Humanking—ਮਨੁੱਖ ਦੀ ਜਾਤੀ।
Humble—ਵਿਚਾਰਾ, ਨਾਚੀਜ਼।
Humble-bee—ਭੌਂਵਰਾ।
Humbug—ਫ਼ਰੇਬ ਦੇਣਾ, ਛਲ।
Humdrum—ਬੁੱਧੂ, ਬੇਵਕੂਫ਼।
Humid—ਗਿੱਲਾ।
Humiliate—ਦਬਾਉਣਾ, ਸ਼ਰਮਿੰਦਾ ਕਰਨਾ।
Humiliation—ਛੋਟਾਪਨ, ਹਲਕਾਪਨ।
Humility—ਗਰੀਬੀ, ਅਧੀਨਤਾ।
Humming—ਭਨਭਨਾਹਟ।
Humorous—ਮਸਖ਼ਰਾ, ਮਨਮੌਜੀ।
Humour—ਮਖੌਲੀਆ।
Hump—ਕੁੱਬੜ, ਸੂਜਨ।
Hunch—ਕੁੱਬ।
Hunch-back—ਕੁੱਬਾ ਬੰਦਾ।
Hundred—ਸੌ।
Hunger—ਭੁੱਖ, ਖਾਣ ਦੀ ਇੱਛਾ।
Hungry—ਭੁੱਖਾ।
Hunt—ਸ਼ਿਕਾਰ ਕਰਨਾ, ਪਿੱਛਾ ਕਰਨਾ।
Hunter—ਸ਼ਿਕਾਰੀ।
Hurdle—ਟੱਟੀ ਲਗਾਉਣਾ।
Hurdy-gurdy—ਸਾਰੰਗੀ ਵਰਗਾ ਸਾਜ।
Hurl—ਉਛਲਨਾ, ਸੁੱਟਣਾ।
Hurly-burly—ਗੜਬੜੀ, ਖੜਬੜੀ।
Hurra—ਖ਼ੁਸ਼ੀ, ਜਿੱਤ।
Hurricane—ਹਨੇਰਾ, ਤੂਫ਼ਾਨ।
Hurry—ਜਲਦੀ, ਬਹੁਤ ਛੇਤੀ।
Hurt—ਜ਼ਖ਼ਮ, ਸੱਟ, ਦੁੱਖ।
Hurtful—ਦੁੱਖਦਾਈ, ਤਕਲੀਫ਼ ਦੇਣ ਵਾਲਾ।
Hurtle—ਧੱਕਾ ਦੇਣਾ।
Husband—ਪਤੀ, ਸੰਕੋਚ ਨਾਲ ਚੱਲਣਾ, ਖੇਤੀਬਾੜੀ ਕਰਨੀ।
Husbandman--ਕਿਸਾਨ, ਜੱਟ, ਕਾਸ਼ਤਕਾਰ।
Husbandry—ਖਾਨੇਦਾਰੀ, ਗ੍ਰਿਹਸਤ।
Hush—ਚੁੱਪਚਾਪ।
Hush-money—ਚੁੱਪ ਕਰਾਉਣ ਲਈ ਰਿਸ਼ਵਤ।
Husk—ਭੂਸੀ ਦਾ ਛਿਲਕਾ।
Huskiness—ਰੁੱਖ਼ਾਪਨ।

Husky—ਛਿਲਕੇਦਾਰ।
Hussar—ਵਿਲਾਇਤੀ ਸਵਾਰਾਂ ਦਾ ਰਿਸਾਲਾ।
Hussy—ਚਲਾਕ ਇਸਤ੍ਰੀ, ਠਗਣੀ।
Hustle—ਫਿਟਕਾਰਨਾ, ਝਾੜ ਪਾਉਣੀ।
Hut—ਕੁਟੀਆ, ਝੌਂਪੜੀ।
Hutch—ਸੰਦੂਕ, ਪਿੰਜਰਾ।
Huzza—ਖ਼ੁਸ਼ੀ ਭਰੀ ਆਵਾਜ਼।
Hyades—ਸਿਤਾਰਿਆਂ ਦਾ ਇੱਕ ਝੁੰਡ।
Hyaline—ਬਿਲੌਰੀ, ਸਾਫ਼।
Hybrid—ਦੋਗਲਾ, ਦੋ-ਨਸਲਾ।
Hydra—ਬਹੁਤ ਸਿਰਾਂ ਵਾਲਾ।
Hydrant—ਪਾਣੀ ਦੀ ਨਾਲ।
Hydrogen—ਉਹ ਹਵਾ ਜੋ ਪਾਣੀ ਦਾ ਭਾਗ ਹੈ।
Hydrographer—ਦਰਿਆ ਮਾਪਣ ਵਾਲਾ।
Hydromancy—ਪਾਣੀ ਦੁਆਰਾ ਸ਼ਗਨ ਦੱਸਣ ਦਾ ਢੰਗ।
Hydrometry—ਸ਼ਰਾਬ ਆਦਿ ਦੀ ਸ਼ਕਤੀ ਮਾਪਣ ਦਾ ਢੰਗ।
Hydropathy—ਠੰਡੇ ਪਾਣੀ ਨਾਲ ਇਲਾਜ ਦਾ ਤਰੀਕਾ।
Hydrophobia—ਪਾਣੀ ਤੋਂ ਡਰਨ ਵਾਲੀ ਬੀਮਾਰੀ।
Hydropic—ਜਲੋਧਰ (ਢਿੱਡ ਦਾ) ਰੋਗ।
Hyena—ਲਕੜਬੱਗਾ।
Hygiene—ਸਿਹਤ ਦੀ ਵਿੱਦਿਆ।
Hymen—ਵਿਆਹ ਦਾ ਦੇਵਤਾ।
Hymn—ਪ੍ਰਸ਼ੰਸਾ ਦਾ ਗੀਤ।
Hymnic—ਧਾਰਮਿਕ ਗੀਤਾਂ ਦਾ।
Hymnologist—ਧਾਰਮਿਕ ਗੀਤ ਲਿਖਣ ਵਾਲਾ।
Hynology—ਭਜਨਾਂ ਦੀ ਕਿਤਾਬ।
Hyperbole—ਹੱਦ ਤੋਂ ਜ਼ਿਆਦਾ ਤਾਰੀਫ਼।
Hypernolical—ਕਿਸੇ ਗੱਲ ਨੂੰ ਘਟਾ ਵਧਾ ਕੇ ਕਹਿਣ ਵਾਲਾ।
Hyperbolize—ਵਧਾ ਕੇ ਕਹਿਣਾ ਜਾਂ ਲਿਖਣਾ।
Hyperborean—ਬਹੁਤ ਠੰਡਾ, ਉੱਤਰੀ।
Hypercritic—ਨੁਕਤਾਚੀਨ।
Hypercritical—ਨੁਕਤਾਚੀਨੀ।
Hyphen—ਸਮਾਪਤੀ ਚਿੰਨ੍ਹ।
Hypnotic—ਨੀਂਦ ਲਿਆਉਣ ਵਾਲਾ।
Hypnotism—ਨੀਂਦ ਦੀ ਉਹ ਹਾਲਤ ਜਿਸ ਵਿੱਚ ਮਨੁੱਖ ਇਸ਼ਾਰੇ ਨਾਲ ਕੰਮ ਕਰੇ।
Hypochondria—ਬਦਹਜ਼ਮੀ ਨਾਲ ਦਿਮਾਗ ਵਿੱਚ ਗੜਬੜ।
Hypocrisy—ਮਕਰ, ਫ਼ਰੇਬ।
Hypocritical—ਪਖੰਡੀ, ਬਹੁਰੂਪੀਆ।
Hypodermic—ਚਮੜੀ ਅੰਦਰਲੀ ਤਹਿ ਵਿੱਚ ਪ੍ਰਵੇਸ਼ ਕੀਤਾ ਹੋਇਆ।
Hypotenuse—ਸਭ ਤੋਂ ਵੱਡੀ ਭੁਜਾ, ਸਮਕੋਣ।
Hypothesis—ਅੰਦਾਜ਼ਾ, ਅਨੁਮਾਨ।
Hypothetical—ਫ਼ਰਜ਼ ਕੀਤਾ ਹੋਇਆ, ਸ਼ਰਤੀ।
Hyssop—ਚੂਰਾ।
Hysteria—ਤੀਵੀਆਂ ਦੀ ਗਸ਼ੀ ਦਾ ਰੋਗ।
Hysterical—ਮੂਰਛਤ, ਬੇਹੋਸ਼।
Hysterics—ਇਸਤ੍ਰੀਆਂ ਦੀ ਬੇਹੋਸ਼ੀ ਦੀ ਬੀਮਾਰੀ।

I

I, the ninth letter of the English alphabet. **ਆਈ**—ਅੰਗ੍ਰੇਜ਼ੀ ਲਿਪੀ ਦਾ ਨੌਂਵਾਂ ਅੱਖਰ।
I—ਮੈਂ, ਜਦੋਂ ਕੋਈ ਆਪਣਾ ਆਪ ਜ਼ਾਹਿਰ ਕਰੇ।
Ibex—ਬੱਕਰੀ ਦੀ ਕਿਸਮ ਦਾ ਇਕ ਜਾਨਵਰ।

Ibis—ਮਿਸਰ ਦੀ ਇਕ ਚਿੜੀ।
Ice—ਬਰਫ਼।
Iceberg—ਬਰਫ਼ ਦਾ ਵਹਿੰਦਾ ਹੋਇਆ ਪਹਾੜ।
Icebound—ਬਰਫ਼ ਨਾਲ ਚਾਰੇ ਪਾਸਿਉਂ ਘਿਰਿਆ ਹੋਇਆ।
Ice-breaker—ਸਮੁੰਦਰੀ ਬਰਫ਼ ਤੋੜਨ ਵਾਲਾ ਜਹਾਜ਼।
Ice-cream—ਦੁੱਧ ਦੀ ਜੰਮੀ ਦੀ ਬਰਫ਼।
Ice-house—ਬਰਫ਼ ਰੱਖਣ ਦੀ ਕੋਠੜੀ।
Ichneumon—ਇੱਕ ਕਿਸਮ ਦਾ ਨੇਵਲਾ।
Ichnography—ਨਕਸ਼ਾ।
Ichor—ਸਵਾਦ।
Icicle—ਬਰਫ਼ ਦੀ ਕਲਮ।
Iconography—ਬੁੱਤਾਂ ਸੰਬੰਧੀ ਵਰਨਣ।
Icy—ਬਰਫ਼ੀਲਾ, ਠੰਡਾ।
Idea—ਖ਼ਿਆਲ, ਵਿਚਾਰ।
Ideal—ਖ਼ਿਆਲੀ, ਕਿਆਸੀ, ਵਹਿਮੀ।
Idealize—ਖ਼ਿਆਲ ਬੰਨ੍ਹਣਾ।
Idealism—ਇੱਕ ਤਰ੍ਹਾਂ ਦਾ ਖ਼ਿਆਲ ਜੋ ਜਗਤ ਧੋਖਾ ਹੈ।
Ideally—ਖ਼ਿਆਲ ਵਿੱਚ।
Identical—ਉਹੀ ਹਮਸ਼ਕਲ।
Identify—ਪਛਾਨਣਾ, ਵੈਸਾ ਹੀ ਸਾਬਤ ਕਰਨਾ।
Identity—ਸਮਾਨਤਾ, ਬਰਾਬਰੀ।
Idiocy—ਪਾਗਲਪਨ।
Idiom—ਮੁਹਾਵਰਾ, ਬੋਲੀ ਦਾ ਢੰਗ।
Idiomatic—ਬੋਲਚਾਲ ਦੇ ਮੁਆਫਕ, ਮੁਹਾਵਰੇ ਦੇ ਨਾਲ।
Idiopathy—ਪਹਿਲਾ ਰੋਗ।
Idiot—ਮੂਰਖ।
Idle—ਬੇਹੂਦਾ, ਨਿਕੰਮਾ।
Idleheaded—ਬੇਵਕੂਫ਼।
Idleness —ਸੁਸਤੀ।
Idle-pated —ਬੇਵਕੂਫ਼, ਬੁੱਧੂ।
Idol—ਪੂਜਣਯੋਗ, ਮੂਰਤੀ।
Idoalator—ਮੂਰਤੀ ਪੂਜਕ।
Idolatrize—ਬੁੱਤ ਪੂਜਣਾ।
Idolatry—ਮੂਰਤੀ ਪੂਜ।
Idoneous—ਠੀਕ, ਮੁਨਾਸਬ।
Idyl—ਛੋਟਾ ਪੇਂਡੂ ਗੀਤ।
Idyllic—ਗੁੱਜਰਾਂ ਦੇ ਗੀਤ।
If—ਅਗਰ, ਜੇਕਰ।
Igneous—ਅੱਗ ਲਗਾਉਣਾ, ਅੱਗ ਜਲਾਉਣੀ।
Ignite—ਅੱਗ ਲਗਾਉਣੀ।
Ignition—ਅੱਗ ਦਾ ਲਗਾਉਣਾ।
Ignify—ਅੱਗ ਬਣਾਉਣਾ।
Ignipotent—ਅੱਗ ਤੇ ਕਾਬੂ ਰੱਖਣ ਵਾਲਾ।
Ignivomous—ਜਵਾਲਾਮੁਖੀ।
Ignoble—ਕਮੀਨਾ, ਨੀਚ।
Ignominy—ਬਦਨਾਮੀ।
Ignoramus—ਮੂਰਖ, ਝੁੱਡੂ।
Ignorance—ਬੇਇਲਮ, ਬੇਵਕੂਫ਼।
Ignorant—ਮੂਰਖ, ਬੇਵਕੂਫ਼।
Ignore—ਕੁਝ ਖ਼ਿਆਲ ਨਾ ਕਰਨਾ, ਅਸਵੀਕਾਰ ਕਰਨਾ।
Igvana—ਇਕ ਤਰ੍ਹਾਂ ਦੀ ਛਿਪਕਲੀ।
Ilk—ਉਹੋ ਹੀ, ਹਰ ਇੱਕ
Ill—ਬੀਮਾਰ।
Illapse—ਗੁਜਰਨਾ, ਲੰਘ ਜਾਣਾ।
Illaqueate—ਫਸਾਉਣਾ, ਪਕੜਨਾ।
Illation—ਫਲ, ਨਤੀਜਾ।
Ilative—ਫਲਦਾਇਕ, ਨਤੀਜੇ ਵਾਲਾ।
Illaudable—ਪ੍ਰਸ਼ੰਸਾ ਨਾ ਕਰਨ ਯੋਗ।
Ill-blood—ਦੁਸ਼ਮਣੀ, ਗੁੱਸਾ।
Ill-bread—ਅਸੱਭਿਅ, ਬੇਅਦਬ।
Illegal—ਕਾਨੂੰਨ ਦੇ ਵਿਰੁੱਧ।
Illegality—ਅਨੁਚਿਤ, ਕਾਨੂੰਨ ਦੇ ਵਿਰੁੱਧ।

Illegible—ਬੁਰੀ ਲਿਖਾਈ।
Illegitimacy—ਹਰਾਮੀਪੁਣਾ।
Illegitimate—ਅਨੁਚਿਤ, ਨਕਲੀ।
Ill-favoured—ਬਦਸੂਰਤ, ਬਦਸ਼ਕਲ।
Illiberal—ਕਮੀਨਾ।
Illiberally—ਕੰਜੂਸੀ ਨਾਲ।
Illicit—ਕਾਨੂੰਨ ਵਿਰੁੱਧ।
Illimitable—ਅਨੰਤ, ਬੇਹੱਦ।
Illimited—ਅਥਾਹ, ਬੇਹੱਦ।
Illiterate—ਅਨਪੜ੍ਹ।
Ill-lived—ਬਦਕਾਰ।
Ill-natured—ਬੁਰੇ ਸੁਭਾਅ ਵਾਲਾ।
Illness—ਬੀਮਾਰੀ।
Illogical—ਨਿਰਅਰਥ, ਬੇ-ਦਲੀਲ।
Ill-omened—ਭੈੜਾ ਸ਼ਗਨ।
Ill-starred—ਬਦਕਿਸਮਤ।
Ill-tempered—ਚਿੜਚਿੜਾ।
Ill-treat—ਬੁਰਾ ਵਰਤਾਅ ਕਰਨਾ।
Illude—ਧੱਕਾ ਦੇਣਾ।
Illume—ਜਗਾਉਣਾ, ਰੋਸ਼ਨ ਕਰਨਾ।
Illuminate—ਰੋਸ਼ਨ ਕਰਨਾ।
Illumination—ਰੋਸ਼ਨੀ, ਉਜਾਲਾ।
Illumine—ਰੋਸ਼ਨ ਕਰਨਾ, ਧੋਖਾ ਦੇਣਾ।
Illusion—ਝੂਠਾ ਦਿਖਾਵਾ, ਭੁੱਲ।
Illusive—ਧੋਖੇ ਨਾਲ, ਫਰੇਬੀ।
Illustrate—ਪ੍ਰਕਾਸ਼ ਕਰਨਾ।
Illustration—ਪ੍ਰਕਾਸ਼, ਵਰਣਨ।
Illustrious—ਨਾਮੀ, ਪ੍ਰਸਿੱਧ।
Ill-will—ਈਰਖਾ, ਵੈਰ।
Image—ਮੂਰਤ, ਸ਼ਕਲ ਸੂਰਤ।
Imaginable—ਸਮਝਣ ਦੇ ਯੋਗ।
Imaginery—ਕਿਆਸ, ਖ਼ਿਆਲੀ।
Imagination—ਧਿਆਨ, ਖ਼ਿਆਲ।
Imagine—ਧਿਆਨ ਕਰਨਾ, ਵਿਚਾਰਨਾ।
Imbank—ਬੰਦ, ਬੰਨ੍ਹਣਾ।
Imbathe—ਗੋਤਾ ਲਾਉਣਾ, ਨਹਾਉਣਾ।
Imbecile—ਕਮਜ਼ੋਰ, ਨਿਰਬਲ।
Imbed—ਪਲੰਘ ਜਾਂ ਬਿਸਤਰੇ ਵਿਚ ਲੇਟਨਾ।
Imbibe—ਖਿੱਚ ਲੈਣਾ, ਚੂਸ ਲੈਣਾ।
Imbiber—ਪੀਣ ਵਾਲਾ, ਜਜ਼ਬ ਕਰਨ ਵਾਲਾ।
Imbitter—ਤੰਗ ਕਰਨਾ।
Imborder—ਬਾਰਡਰ ਲਾਉਣਾ।
Imbosk—ਲੁਕਾਉਣਾ।
Imbrinagle—ਫਸਾਉਣਾ, ਉਛਾਲਣਾ।
Imbricated—ਲੜੀਵਾਰ, ਉਪਰ ਥਲੇ ਰੱਖਿਆ ਹੋਇਆ।
Imbrown—ਭੂਰਾ ਕਰਨਾ, ਹਨੇਰਾ ਕਰਨਾ।
Imbosom—ਦਿਲ ਵਿਚ ਰੱਖਣਾ।
Imbrue—ਗਿੱਲਾ ਕਰਨਾ, ਤਰ ਕਰਨਾ।
Imbrute—ਜਾਨਵਰ ਬਣਾਉਣਾ, ਜ਼ਲੀਲ ਕਰਨਾ।
Imbue—ਰੰਗ ਗੂੜ੍ਹਾ ਚੜ੍ਹਾਉਣਾ।
Imburse—ਰੁਪਿਆ ਦੇਣਾ।
Imitate—ਨਕਲ ਕਰਨੀ।
Imitation—ਨਕਲ, ਉਤਾਰਾ।
Immaculate—ਬੇਦਾਗ, ਬੇ-ਐਬ, ਸਾਫ਼।
Immailed—ਤਿਆਰ, ਹਥਿਆਰ ਬੰਦ।
Immanacle—ਕੈਦ ਕਰਨਾ, ਬੇੜੀ ਪਾਉਣੀ।
Immane—ਬਹੁਤ ਵੱਡਾ।
Immanent—ਅਸਲੀ ਜਾਤੀ।
Immanity—ਵੱਡਾਪਨਾ, ਵਹਿਸ਼ਤ।
Immartial—ਯੁੱਧ ਨਾ ਕਰਨ ਯੋਗ।
Immaterial—ਸਰੀਰ ਬਿਨਾਂ, ਬੇਲੋੜ ਚੀਜ਼।
Immaterialism—ਆਵਾਗਵਨ ਦਾ ਨਿਸ਼ਚਾ।
Immature—ਨਾ ਕੱਚਾ ਨਾ ਪੱਕਾ।
Immaturity—ਕਚਿਆਈ।
Immeasurable—ਅਥਾਹ, ਬੇਪਨਾਹ।

Immedicable—ਬੇ-ਇਲਾਜ, ਲਾ-ਇਲਾਜ।
Immelodious—ਬੇਸੁਰ, ਨਾ-ਪੱਧਰਾ।
Immediate—ਜਲਦ ਨਜ਼ਦੀਕ।
Immemorial--ਪੁਰਾਣਾ, ਪ੍ਰਾਚੀਨ ਸਮੇਂ ਦਾ।
Immense—ਬੇਹੱਦ ਵੱਡਾ।
Immensity—ਅਧਿਕਤਾ, ਜ਼ਿਆਦਾ।
Immensurable—ਬੇਹੱਦ, ਅਥਾਹ।
Immerge—ਡੁਬੋਣਾ, ਗਰਕ ਕਰਨਾ।
Immerse—ਡੁਬੋਣਾ।
Immesh—ਜਾਲ ਵਿੱਚ ਫਸਾਉਣਾ।
Immethodical—ਬੇਢੰਗ, ਬੇਤਰਤੀਬ।
Immigrant—ਪਰਦੇਸੀ।
Immigrate—ਕਿਸੇ ਦੇਸ਼ ਵਿਚ ਜਾ ਰਹਿਣਾ।
Imminence—ਆਉਣ ਵਾਲੀ ਆਫ਼ਤ।
Imminently—ਜ਼ਰੂਰੀ, ਛੇਤੀ ਨਾਲ।
Imminution—ਘਾਟ, ਕਮੀ।
Immission—ਅੰਦਰ ਪਹੁੰਚਾਉਣ ਦੀ ਹਾਲਤ, ਟੀਕਾ।
Immit—ਅੰਦਰ ਵਾੜਨਾ, ਟੀਕਾ ਲਾਉਣਾ।
Immix—ਰਲਾਉਣਾ, ਮਿਲਾਉਣਾ।
Immobility—ਅਸਥਿਰਤਾ, ਸਕੂਨ।
Immoderate—ਬੇਹਿਸਾਬ, ਵਿਅਰਥ।
Immodest—ਬੇਅਰਥ, ਬੇਸ਼ਰਮ।
Immodesty—ਬੇਸ਼ਰਮੀ।
Immolate—ਬਲੀ ਦੇਣਾ, ਭੇਂਟ ਚੜ੍ਹਾਨਾ।
Immolator—ਕੁਰਬਾਨੀ ਕਰਨ ਵਾਲਾ।
Immolation—ਬਲੀ ਦੇਣਾ।
Immoral—ਬੇਈਮਾਨ, ਬਦਚਲਨ।
Immorality—ਬੇਈਮਾਨੀ, ਬਦਕਾਰੀ।
Immortal—ਹਮੇਸ਼ਾ ਰਹਿਣ ਵਾਲਾ, ਅਮਰ।
Immortalize—ਅਮਰ ਬਣਾਉਣਾ।
Immortification—ਨਫ਼ਸ ਪ੍ਰਸਤੀ।
Immovable—ਨਾ ਹਿਲਣ ਵਾਲਾ, ਅਸਥਿਰ।
Immunity—ਅਧਿਕਾਰ, ਹੱਕ।
Immure—ਕੈਦ ਕਰਨਾ, ਘੇਰਾ ਪਾਉਣਾ।
Immusical—ਬੇਸੁਰ, ਬੇਰਾਗ।
Immutable—ਅਚਲ, ਜੋ ਨਾ ਬਦਲੇ।
Imp—ਸ਼ੈਤਾਨ ਮੁੰਡਾ।
Impact—ਧੱਕਾ, ਟੱਕਰ।
Impair—ਵਿਗਾੜਨਾ ਘਟਾਉਣਾ।
Impale—ਫਾਂਸੀ ਦੇਣਾ।
Impalpable—ਮਹੀਨ, ਬਾਰੀਕ।
Impanel—ਪੰਚਾਂ ਦਾ ਨਾਂ ਲਿਖਣਾ।
Imparity—ਫਰਕ, ਅਸਮਾਨਤਾ।
Impark—ਸਾਧਾਰਨ ਪ੍ਰਿਥਵੀ ਤੋਂ ਵੱਖ ਕਰਨਾ।
Imparl—ਫੈਸਲੇ ਲਈ ਟਾਲਣਾ।
Imparlance—ਟਾਲਣ ਦਾ ਪਰਵਾਨਾ।
Impart—ਹੁਕਮ ਦੇਣਾ।
Impartial—ਨਿਰਪੱਖ, ਮੁਨਸਿਫ।
Impartible—ਤਕਸੀਮ ਨਾ ਹੋ ਸਕੇ, ਪੇਸ਼ ਕਰਨ ਯੋਗ।
Impartment—ਪ੍ਰਗਟ, ਜ਼ਾਹਿਰ।
Impassible—ਦੁੱਖ ਨਾ ਸਹਿਣ ਯੋਗ।
Impassable—ਬੰਦ।
Impassibility—ਦੂਰ ਤੋਂ ਛੁਟਕਾਰਾ।
Impassion—ਗੁੱਸੇ ਨਾਲ ਭਰ ਜਾਣਾ।
Impassionable--ਅਸਾਨੀ ਨਾਲ ਭੜਕਨ ਵਾਲਾ
Impassive—ਅਚੇਤ।
Impaste—ਗੁੰਨ੍ਹਣਾ।
Impatience—ਬੇਚੈਨੀ।
Impatient—ਬੇਚੈਨ, ਬੇ-ਸਬਰ।
Impawn—ਰਹਿਣ ਰੱਖਣਾ, ਗਹਿਣੇ ਪਾਉਣਾ।
Impeach—ਅਪਰਾਧੀ ਬਣਾਉਣਾ।
Impeachment—ਦਾਅਵਾ, ਨਾਲਸ਼।

Impearl—ਮੋਤੀ ਜੜਨਾ, ਮੋਤੀਆਂ ਨਾਲ ਸਜਾਉਣਾ।
Impeccable—ਪਾਕ, ਬੇਗੁਨਾਹ।
Impecunious—ਗਰੀਬ, ਦੀਨ।
Impede—ਰੋਕਣਾ, ਮਨ੍ਹਾਂ ਕਰਨਾ।
Impediment—ਰੁਕਾਵਟ।
Impel—ਧੱਕਾ ਦੇਣਾ, ਚਲਾਉਣਾ।
Impellint—ਧੱਕਣ ਜਾਂ ਰੋੜਨ ਵਾਲੀ ਸ਼ਕਤੀ।
Impeller—ਧੱਕਣ ਵਾਲਾ।
Impen—ਘੇਰਨਾ, ਬੰਦ ਕਰਨਾ।
Impend—ਨੇੜੇ ਹੋਣਾ।
Impenetrable—ਅਚਿੰਤ, ਬੇਫ਼ਿਕਰ।
Impenetrability—ਬਿਨਾਂ ਦਖ਼ਲ।
Impenitence—ਸਖ਼ਤੀ, ਡੀਠਤਾ।
Impenitent—ਜੋ ਮੁਆਫ਼ੀ ਨਾ ਮੰਗੇ, ਕੱਟੜ।
Impennous—ਬਿਨਾਂ ਖੰਭਾਂ ਤੋਂ।
Imperative—ਵਾਜ਼ਬ, ਜ਼ਰੂਰੀ।
Imperceptible—ਅਗੋਚਰ, ਨਾ ਦਿਸਣ ਵਾਲਾ।
Imperdible—ਅਟੱਲ।
Imperfect—ਨਾ-ਮੁਕੰਮਲ, ਕਮਜ਼ੋਰ।
Imperforate—ਛੇਕ ਤੋਂ ਬਿਨਾਂ।
Imperial—ਸ਼ਾਹੀ ਰਾਜ ਸੰਬੰਧੀ।
Imperialism—ਸ਼ਹਿਨਸ਼ਾਹੀ, ਹਕੂਮਤ।
Imperil—ਖ਼ਤਰੇ ਵਿਚ ਪਾਉਣਾ।
Imperious—ਘੁਮੰਡੀ।
Imperiousness—ਮਾਨ, ਅਧਿਕਾਰ।
Imperishable—ਅਮਰ।
Impermeable—ਜੋ ਲੰਘਿਆ ਨਾ ਜਾ ਸਕੇ।
Impersonal—ਬੇਨਾਮ।
Impersonality—ਬੇ-ਨਾਮੀ।
Impersonate—ਨਕਲ ਕਰਨੀ, ਭੇਸ ਬਣਾਉਣਾ।
Impertinence--ਬੇਹੂਦਗੀ, ਅ-ਸੱਭਿਅਤਾ।
Impertinent—ਬੇਮੇਲ।
Imperturbable—ਸ਼ਾਂਤ, ਅਟੱਲ।
Imperturbation—ਚੈਨ, ਅਟੱਲਤਾ।
Impervious—ਔਖ ਨਾਲ ਲੰਘਣ ਯੋਗ।
Impetrate—ਮਿੰਨਤਾਂ ਨਾਲ ਲੈਣਾ।
Impetuous—ਤੇਜ਼ ਮਿਜਾਜ਼, ਸਰਗਰਮ।
Impierce—ਵਿੰਨ੍ਹਣਾ, ਆਰ ਪਾਰ ਕਰਨਾ।
Impetus—ਤਾਕਤ, ਚਾਲ।
Impiety—ਪਾਪ, ਅਧਰਮ।
Impinge—ਉਪਰ ਡਿੱਗਣਾ, ਟੱਕਰ ਖਾਣਾ।
Impious—ਅਧਰਮੀ, ਪਾਪੀ।
Impish—ਸ਼ਰਾਰਤੀ।
Implacability--ਕਠੋਰਤਾ, ਵੈਰ, ਵਿਰੋਧ।
Implacable—ਸਖ਼ਤ, ਕਠੋਰ।
Implant—ਗੱਡਣਾ, ਕਲਮ ਲਾਉਣੀ।
Implausible—ਨਾ-ਪਸੰਦ, ਨਾ-ਮਨਜ਼ੂਰ।
Implead—ਦਾਅਵਾ ਕਰਨਾ।
Implement—ਹਥਿਆਰ, ਅਸਬਾਬ।
Impletion—ਭਰਨ ਦਾ ਕੰਮ।
Implex—ਗੁੰਝਲਦਾਰ, ਪੇਚਦਾਰ।
Implicate—ਫਸਾਉਣਾ।
Implication—ਇਸ਼ਾਰਾ, ਮਰਜ਼ੀ।
Implicit—ਇਤਬਾਰੀ, ਪੂਰਾ।
Implore—ਮੰਗਣਾ, ਬੇਨਤੀ ਕਰਨੀ।
Implunge—ਡੋਬਣਾ, ਗਰਕ ਕਰਨਾ।
Imply—ਸਮਝਾਉਣਾ, ਅਰਥ ਰੱਖਣਾ।
Impoison—ਕੌੜਾ ਕਰਨਾ, ਜ਼ਹਿਰੀਲਾ ਕਰਨਾ।
Impolicy—ਅਵਿਸ਼ਵਾਸ, ਗਲਤ ਢੰਗ।
Impolite—ਬੇਅਦਬ, ਰੁੱਖਾ।
Impolitic—ਅਸੱਭਿਅ, ਨਾਮੌਕੂਲ।
Impenderable—ਹਲਕਾ।
Imporous—ਠੋਸ, ਅਤਿ ਸੂਖਮ।

Import—ਦੂਜੇ ਦੇਸ਼ ਤੋਂ ਲਿਆਉਣਾ, ਅੰਦਰ ਲਿਆਉਣਾ।

Importance—ਪ੍ਰਭਾਵ, ਵਜ਼ਨ, ਗੌਰਵ।

Important—ਜ਼ਰੂਰੀ, ਭਾਰੀ।

Importation—ਬਾਹਰੋ ਆਪਣੇ ਦੇਸ਼ ਵਿੱਚ ਲਿਆਉਣਾ।

Importer—ਬਾਹਰੋਂ ਮਾਲ ਮੰਗਵਾਉਣ ਵਾਲਾ।

Importunate—ਮਿਹਨਤ ਕਰਨ ਵਾਲਾ, ਜ਼ਿੱਦੀ।

Importune—ਦਬਾਉਣਾ, ਅੜਨਾ।

Impose—ਧੋਖਾ ਦੇਣਾ, ਸਿਰ ਤੇ ਰੱਖਣਾ।

Imposition—ਛਲ, ਧੋਖਾ।

Impossibility—ਨਾ-ਮੁਮਕਿਨ।

Impossible—ਨਾ-ਮੁਮਕਿਨ, ਮੁਹਾਲ।

Impost—ਮਹਿਸੂਲ, ਟੈਕਸ।

Imposthumate--ਫੋੜਾ ਹੋਣਾ, ਪੱਕਣਾ।

Impostor—ਫਰੇਬੀ, ਠੱਗ।

Imposture—ਫਰੇਬ, ਦਗ਼ਾਬਾਜ਼ੀ।

Impotence—ਨਾਮਰਦੀ, ਕਮਜ਼ੋਰੀ।

Impotent—ਕਮਜ਼ੋਰ, ਸੁਸਤ, ਢਿੱਲਾ।

Impound—ਕੈਦ ਰੱਖਣਾ, ਬੰਨ ਰੱਖਣਾ।

Impoverishment--ਨਿਰਧਨਤਾ, ਗਰੀਬੀ।

Impracticability—ਨਾ ਹੋਣ ਯੋਗ, ਨਾਮੁਮਕਿਨ।

Impracticable--ਅਸੰਭਵ, ਨਾ-ਮੁਮਕਿਨ।

Impercatioon—ਲਾਅਨਤ, ਸਰਾਪ।

Imprecision—ਠੀਕ ਹੋਣ ਵਾਲਾ।

Impregnable—ਅਜੀਤ, ਅਜੈ।

Impregnate—ਗਰਭ ਕਰਨਾ, ਭਰਨਾ।

Impregnation—ਗਰਭ।

Imprescriptible—ਜੋ ਬੇਧਿਆਨੀ ਨਾਲ ਵੀ ਖ਼ਰਾਬ ਨਾ ਹੋ ਸਕੇ।

Impress—ਨਿਸ਼ਾਨ ਛਾਪਾ, ਮੋਹਰ ਕਰਨਾ।

Impression—ਛਾਪਾ, ਦਾਬ, ਖ਼ਿਆਲ।

Impressive—ਗੰਭੀਰ, ਪੁਰਅਸਰ।

Impressment—ਜ਼ਬਰਦਸਤੀ ਕੰਮ ਕਰਾਉਣਾ।

Imprest—ਬਿਆਨਾ, ਕਰਜ਼ਾ।

Imprimatur—ਛਾਪਣ ਦੀ ਆਗਿਆ।

Imprimis—ਪਹਿਲਾਂ।

Imprint—ਨਿਸ਼ਾਨ ਲਾਉਣਾ, ਯਾਦ ਰੱਖਣਾ।

Imprison—ਕੈਦ ਕਰਨਾ।

Improbable—ਨਾਮੁਮਕਿਨ, ਅਸੰਭਵ।

Improbity—ਬੇਈਮਾਨੀ।

Impromptu—ਬਿਨਾਂ ਤਿਆਰੀ ਤੋਂ।

Improper—ਨਾ-ਮੁਨਾਸਿਬ ਢੰਗ ਨਾਲ।

Impropriety--ਅਯੋਗਤਾ, ਨਾ-ਕਾਬਲੀਅਤ।

Improve—ਸੁਧਾਰਨਾ, ਅੱਛਾ ਕਰਨਾ।

Improvident—ਅਸਾਵਧਾਨ, ਗਾਫ਼ਿਲ।

Improvise—ਮੌਕੇ ਤੇ ਕਹਿਣਾ, ਜੋੜ ਦੇਣਾ।

Imprudent—ਮੂਰਖ਼, ਅਸੱਭਿਅ।

Impudence—ਬੇਅਦਬੀ, ਬੇਸ਼ਰਮੀ।

Impudent—ਬੇਸ਼ਰਮ, ਹੱਠੀ।

Impugn—ਕੱਟਣਾ, ਖੰਡਨ ਕਰਨਾ।

Impulse—ਚਾਲ, ਹਰਕਤ।

Impulsive—ਜਲਦਬਾਜ਼।

Impunity—ਛੁਟਕਾਰਾ, ਰਿਹਾਈ।

Impure—ਪਾਪੀ, ਮੈਲਾ।

Imputation—ਅਪਰਾਧ, ਲਗਾਓ।

Impute—ਕਲੰਕ ਲਗਾਉਣਾ।

Inability—ਲਾਚਾਰੀ, ਅਯੋਗਤਾ।

Inaccessible—ਪਹੁੰਚ ਤੋਂ ਬਾਹਰ।

Inacuracy—ਭੁੱਲ, ਗਲਤੀ।

Inaccurate—ਗਲਤ।

Inaction—ਬੇਕਾਰੀ, ਸੁਸਤੀ।

Inadequacy—ਕਮੀ, ਅਯੋਗਤਾ।

Inadmissible—ਨਾ-ਮੰਨਣ ਯੋਗ।
Inadvertence—ਬੇਪਰਵਾਹੀ, ਬੇਖ਼ਬਰੀ।
Inalienable—ਭਾਗ ਜੋ ਵੱਖ ਨਾ ਹੋ ਸਕੇ।
Inamorato—ਆਸ਼ਕ।
Inanimate—ਬੇਸ਼ਰਮ, ਬੇਜਾਨ, ਨਿਰਜੀਵ।
Inanition, Inanity—ਹੋਛਾਪਨ, ਖਾਲੀ ਥਾਂ।
Inappetence—ਰੰਜ।
Inapplicable—ਬੇ-ਮੌਕਾ।
Inapprehensible—ਸਮਝ ਤੋਂ ਬਾਹਰ ਦਾ।
Inapproachable—ਪਹੁੰਚ ਤੋਂ ਪਰ੍ਹੇ।
Inappropriate—ਬੇ-ਮੇਲ, ਅਯੋਗ।
Inaptitude—ਅਯੋਗਤਾ।
Inappreciable—ਬਾਰੀਕ।
Inarticulate—ਜੋ ਬੋਲਣ ਵਿਚ ਸਾਫ਼ ਨਾ ਹੋਵੇ।
Inartificial—ਸਿੱਧਾ ਸਾਦਾ, ਜੋ ਬਨਾਵਟੀ ਨਾ ਹੋਵੇ।
Inasmuch—ਇਸ ਹਾਲਤ ਵਿਚ।
Inattention—ਭੁੱਲ, ਬੇਫ਼ਿਕਰੀ।
Inaudible—ਚੁੱਪਚਾਪ, ਬੇ-ਆਵਾਜ਼।
Inaugural—ਸ਼ੁਰੂ ਦਾ।
Inaugurate—ਨਵਾਂ ਕੰਮ ਕਰਨਾ।
Inauspicious—ਅਸ਼ੁੱਭ, ਮਨਹੂਸ।
Inborn—ਅਸਲੀ, ਜਾਤੀ।
Inbred—ਅਸਲੀ, ਪੈਦਾਇਸ਼ੀ।
Incage—ਬੰਦ ਕਰਨਾ, ਕੈਦ ਕਰਨਾ।
Incalculable—ਅਣਗਿਣਤ, ਬੇਅੰਤ।
Incandescent—ਚਮਕਦਾ ਹੋਇਆ, ਰੋਸ਼ਨੀ।
Incantation—ਜਾਦੂ, ਮੰਤਰ।
Incapability—ਅਯੋਗਤਾ, ਕਮੀ।
Incapacitate—ਬੇਬਸ, ਤੰਗ, ਛੋਟਾ।
Incarceration—ਕੈਦ।
Incarnate—ਅਵਤਾਰ ਲੈਣਾ।
Incautious—ਬੇਖ਼ਬਰ, ਬੇਫ਼ਿਕਰ।
Incendiary—ਅੱਗ ਲਾਉਣ ਵਾਲਾ, ਫ਼ਸਾਦੀ।
Incense—ਸੁਗੰਧੀ, ਲਪਟ, ਭੜਕਾਉਣਾ।
Incentive—ਉਕਸਾਉਣ ਵਾਲਾ, ਲਾਲਚ।
Inception—ਆਰੰਭ, ਸ਼ੁਰੂ।
Inccesment—ਲਗਾਤਾਰ, ਬਰਾਬਰ।
Incest—ਗਮਨ, ਵਿਭਚਾਰ।
Inch—ਇੱਕ ਫੁੱਟ ਦਾ 12ਵਾਂ ਹਿੱਸਾ।
Inchastity—ਅਪਵਿੱਤਰਤਾ।
Inchoation—ਕਿਸੇ ਕੰਮ ਦਾ ਸ਼ੁਰੂ।
Incident—ਹਾਦਸਾ, ਘਟਨਾ।
Incidentally—ਇਤਫ਼ਾਕੀਆ, ਅਚਾਨਕ।
Incinerate—ਸਾੜ ਕੇ ਸੁਆਹ ਕਰਨਾ।
Incipiency—ਮੁੱਢ, ਆਦਿ।
Incisive—ਚੀਰਨ ਵਾਲਾ, ਕੱਟਣ ਵਾਲਾ।
Incisure—ਕਾਟ, ਚੀਰਾ।
Incite—ਲੋਭ ਦੇਣਾ, ਉਭਾਰਨਾ।
Incivil—ਅਸੱਭਿਅ, ਬੇ-ਤਹਿਜ਼ੀਬ।
Inclasp—ਗੋਦ ਵਿੱਚ ਲੈਣਾ, ਜੱਫੀ ਪਾਣੀ।
Inclemency—ਸਖ਼ਤੀ, ਬੇਰਹਿਮੀ।
Inclement—ਬੇ-ਤਰਸ, ਸਖ਼ਤ।
Incline—ਝੁਕਣਾ, ਮਰੋੜਨਾ।
Inclose—ਲਪੇਟਣਾ, ਬੰਦ ਕਰਨਾ।
Inclosure—ਘੇਰਾ, ਬੰਧੇਜ।
Include—ਸ਼ਾਮਲ ਕਰਨਾ।
Inclusion—ਇਸਤੇਮਾਲ।
Inclusive—ਮਿਲਿਆ ਹੋਇਆ, ਸ਼ਾਮਲ।
Incorecible—ਜਿਸ ਨੂੰ ਮਜਬੂਰ ਨਾ ਕੀਤਾ ਜਾ ਸਕੇ।
Incogitaney—ਬੇਫ਼ਿਕਰੀ।
Incognito—ਗੁਪਤ ਭੇਸ ਵਿੱਚ।
Incognizable—ਨਾ ਜਾਨਣ ਯੋਗ।
Incoherence—ਪਰੇਸ਼ਾਨੀ।
Incoherent—ਢਿੱਲਾ, ਪਰੇਸ਼ਾਨ।

Incombustible—ਨਾ ਸੜਨ ਯੋਗ।
Income—ਆਮਦਨ, ਲਾਭ।
Income-tax—ਆਮਦਨੀ ਉਤੇ ਸਲਾਨਾ ਟੈਕਸ।
Incommensurate—ਨਾ-ਕਾਫ਼ੀ, ਘਟ।
Incommodious—ਦੁੱਖਦਾਈ।
Incommunicative—ਦੂਸਰਿਆਂ ਨਾਲ ਘੱਟ ਮਿਲਣ ਵਾਲਾ।
Incommutable—ਜੋ ਬਦਲਿਆ ਨਾ ਜਾ ਸਕੇ।
Incompact—ਢਿੱਲਾ, ਪੋਲਾ।
Incomparable—ਬੇ-ਮਿਸਾਲ, ਬੇ-ਜੋੜ।
Incompatible—ਬੇ-ਮੇਲ, ਵਿਰੁੱਧ।
Incompetence—ਅਯੋਗਤਾ।
Incompetent—ਅਪੂਰਨ, ਨਾ-ਮੁਕੰਮਲ।
Incomplete—ਅਧੂਰਾ।
Incomplex—ਸਾਦਾ।
Incomplianc—ਨਾ-ਮਨਜ਼ੂਰੀ।
Incomprehensible--ਸਮਝ ਤੋਂ ਬਾਹਰ।
Incompressibility—ਨਾ ਸਹਿਣ ਦੀ ਸ਼ਕਤੀ, ਸਖ਼ਤੀ।
Inconcealable—ਨਾ ਛੁਪਣ ਯੋਗ।
Inconceivable—ਸਮਝ ਤੋਂ ਬਾਹਰ।
Inconclusively—ਅਧੂਰਾਪਨ।
Incondensable—ਨਾ ਜੰਮਣ ਯੋਗ।
Incongealable—ਨਾ ਜੰਮਣ ਯੋਗ।
Incongenial—ਬੇ-ਮੇਲ, ਨਾ ਮਿਲਦਾ।
Inconsquence—ਬੇ-ਦਲੀਲ।
Inconsequential—ਵਿਰੁੱਧ।
Inconsiderable—ਵਿਅਰਥ, ਫ਼ਜ਼ੂਲ।
Inconsiderate—ਬੇਫ਼ਿਕਰ, ਉਤਾਵਲਾ।
Inconsistent—ਬੇ-ਮੇਲ, ਵਿਰੁੱਧ।
Inconsolable—ਲਾ-ਇਲਾਜ, ਨਾ ਸਹਿਣ ਯੋਗ।
Inconsonant—ਬੇਜੋੜ, ਵੱਖਰਾ।
Inconspicuous—ਛੁਪਿਆ ਹੋਇਆ।
Inconstant—ਚੰਚਲ।
Incontestable—ਨਿਰ-ਵਿਵਾਦ।
Inconstancy—ਬੇਕਰਾਰੀ, ਕੱਚਾਪਨ।
Incontaminate—ਪਵਿੱਤਰ, ਸਾਫ।
Incontinence—ਬਦ-ਪਰਹੇਜ਼ੀ।
Incontrovertible—ਝਗੜੇ ਤੋਂ ਬਿਨਾਂ।
Inconvenience—ਕਸ਼ਟ ਦੇਣਾ।
Inconvenient—ਨਾ-ਮੁਨਾਸਿਬ, ਬੇਮੌਕਾ।
Inconvertible—ਨਾ ਬਦਲਣ ਵਾਲਾ।
Incorporate—ਇਕੱਠਾ ਕਰਨਾ, ਮਿਲਣਾ।
Incorporation—ਮੇਲ, ਇਕੱਠ।
Incorporeal—ਆਤਮਾ ਸੰਬੰਧੀ।
Incorrect—ਗਲਤ, ਝੂਠਾ, ਅਸ਼ੁੱਧ।
Incorrigible—ਠੀਕ ਨਾ ਹੋਵੇ।
Incorrodible—ਜੋ ਕਟਿਆ ਨਾ ਜਾਵੇ।
Incorrupt—ਪਵਿੱਤਰ, ਸੁੱਚਾ।
Incrassate—ਗਾੜ੍ਹਾ ਹੋਣਾ, ਮੋਟਾ ਹੋਣਾ।
Increase—ਉੱਨਤੀ, ਵਧਾਉਣਾ।
Incredibility, Incredulity—ਬੇ-ਇਤਬਾਰੀ।
Incredible—ਬੇ-ਇਤਬਾਰ।
Incredulous—ਸ਼ੱਕੀ, ਇਤਬਾਰ ਨਾ ਕਰਨ ਵਾਲਾ।
Increment—ਉੱਨਤੀ, ਤਰੱਕੀ।
Incriminate—ਦੋਸ਼ੀ ਠਹਿਰਾਉਣਾ।
Incrust—ਪਰਤ ਚੜ੍ਹਾਉਣਾ।
Incubation—ਅੰਡਾ, ਸੀਨਾ।
Incubus—ਭਿਆਨਕ ਸੁਪਨਾ।
Inculcate—ਸਮਝਾਉਣਾ, ਸਿਖਾਉਣਾ।
Inculcation—ਸਿੱਖਿਆ ਦੇਣੀ।
Inculpate--ਫਸਾਉਣਾ, ਇਲਜ਼ਾਮ ਲਗਾਉਣਾ।
Incumbent—ਸਹਾਰਾ ਲਿਆ ਹੋਇਆ।
Incur—ਆਪਣੇ ਜ਼ਿੰਮੇ ਲਾਉਣਾ।
Incurvate—ਝੁਕਾਓ।

Incurvature—ਝੁਕਾਵ।
Incuse—ਠੋਕਣ ਨਾਲ।
Indebted—ਅਹਿਸਾਨਮੰਦ।
Indebtedness—ਉਧਾਰ।
Indecent—ਬੇਸ਼ਰਮ।
Indecipherable—ਜੋ ਪੜ੍ਹਿਆ ਨਾ ਜਾ ਸਕੇ।
Indecision—ਸ਼ੱਕ।
Indecisive—ਬਿਨਾਂ ਧੀਰਜ।
Indeclinable—ਨਾਕਸ।
Indecorous—ਅਨੁਚਿਤ, ਅਸੱਭਿਅ।
Indeed—ਸੱਚਮੁਚ, ਠੀਕ ਠੀਕ।
Indefatigable—ਨਾ ਥੱਕਣ ਵਾਲਾ।
Indefeasible—ਜੋ ਹਾਰ ਨਾ ਸਕੇ।
Indefective—ਬੇ-ਐਬ।
Indefensible—ਬੇ-ਹਿਫ਼ਾਜ਼ਤ।
Indefinite—ਬੇਹੱਦ, ਬੇਸ਼ੁਮਾਰ।
Indeliberate—ਝਟਪਟ, ਅਚਾਨਕ।
Indelible—ਪੱਕਾ, ਅਮਿਟ।
Indelicacy—ਨਾਪਾਕੀ, ਫੂਹੜਪਨ।
Indelicate—ਭੱਦਾ, ਬਦਨਾਮ।
Indemnify—ਜ਼ੁਰਮਾਨਾ ਦੇਣਾ, ਹਰਜ਼ੇ ਦੀ ਜ਼ਮਾਨਤ।
Indemnity—ਜ਼ਮਾਨਤ, ਹਰਜ਼ਾ।
Indent—ਮੋੜਨਾ, ਦੰਦੇ ਵਾਲਾ ਕਰਨਾ।
Indentation—ਲਹਿਰ।
Indenture--ਲਿਖਤੀ ਇਕਰਾਰ, ਇਕਰਾਰਨਾਮਾ।
Independence—ਆਜ਼ਾਦੀ, ਲਾ-ਪਰਵਾਹੀ।
Independent—ਆਜ਼ਾਦ, ਸੁਤੰਤਰ।
Indescribable—ਜੋ ਵਰਨਣ ਤੋਂ ਬਾਹਰ ਹੋਵੇ।
Indesinent—ਲਗਾਤਾਰ।
Indestructible—ਜੋ ਨਸ਼ਟ ਨਾ ਹੋ ਸਕੇ।
Indeterminable—ਜੋ ਪੱਕਾ ਨਾ ਹੋਵੇ।
Indetermmation—ਬੇ-ਠਿਕਾਣੇ ਹੋਣਾ, ਬੇਦਿਲੀ।
Index—ਰਸਤਾ ਦੱਸਣ ਦਾ ਨਿਸ਼ਾਨ, ਸੂਚੀ-ਪੱਤਰ।
Indexterity—ਸੁਸਤੀ, ਅਨਾੜੀਪਨ।
Indian—ਹਿੰਦੁਸਤਾਨੀ, ਭਾਰਤੀ।
Indian-corn—ਮੱਕੀ, ਬਾਜਰਾ, ਜਵਾਰ।
Indicate—ਜ਼ਾਹਰ ਕਰਨਾ, ਦੱਸਣਾ।
Indication—ਨਿਸ਼ਾਨ, ਚਿੰਨ੍ਹ।
Indicative—ਦੱਸਣ ਵਾਲਾ, ਇਤਲਾਹ ਦੇਣ ਵਾਲਾ।
Indict—ਬਦਨਾਮ ਕਰਨਾ।
Indictable—ਬਦਨਾਮ ਹੋਣ ਦੇ ਯੋਗ।
Indiction—ਮੁਨਾਦੀ, ਐਲਾਨ।
Indifference—ਬੇਕਦਰੀ, ਬੇ-ਪਰਵਾਹੀ।
Indifferent—ਹਲਕਾ, ਬੇ-ਪਰਵਾਹ।
Indigence—ਗਰੀਬੀ, ਤੰਗੀ।
Indigenous—ਦੇਸੀ।
Indigestible—ਨਾਕਾਬਲ ਹਜ਼ਮ।
Indigestion—ਬਦਹਜ਼ਮੀ।
Indignant—ਕ੍ਰੋਧੀ, ਸੜਿਆ ਬਲਿਆ।
Indignation—ਗੁੱਸਾ।
Indignity—ਅਪਮਾਨ, ਹੱਤਕ।
Indigo—ਉਲਟਾ, ਟੇਢਾ।
Indiscernible—ਜੋ ਦਿੱਸੇ ਨਾ।
Indiscerptible—ਜੋ ਹਿੱਸੇ ਕੀਤਿਆਂ ਨਸ਼ਟ ਨਾ ਹੋਵੇ।
Indiscreet—ਬੇਸ਼ਰਮ, ਅਸੱਭਿਅ।
Indiscertion—ਗੁਸਤਾਖ਼ੀ।
Indjuscriminate—ਅਭੇਦ, ਬੇਤਮੀਜ਼।
Indispensable—ਵਾਜਿਬ।
Indispose—ਨਾਰਾਜ਼ ਕਰਨਾ, ਬੀਮਾਰ ਕਰਨਾ।
Indisposition—ਬੀਮਾਰ, ਨਾਰਾਜ਼ੀ।

Indisputable—ਨਿਰਸੰਦੇਹ, ਨਿਸ਼ਚੇ।
Indissoluble—ਨਾ ਗਲਣ ਜਾਂ ਘੁਲਣ ਵਾਲਾ, ਸਖ਼ਤ, ਪੱਕਾ।
Indissolvable—ਜੋ ਗਲ ਨਾ ਸਕੇ।
Indistinct—ਨਾ-ਮਾਲੂਮ।
Indistinguishable—ਨਾ ਪਹਿਚਾਨਣ ਯੋਗ।
Indite—ਲਿਖਣਾ, ਲਿਖਾਉਣਾ।
Individual—ਇੱਕ, ਇਕੱਲਾ।
Individuality—ਏਕਤਾ, ਇਕੱਲਾਪਨ।
Individualize—ਵੱਖਰਾ ਕਰਨਾ।
Individually—ਵੱਖੋ ਵੱਖ।
Indivisibility—ਏਕਤਾ।
Indivisible—ਜਿਸ ਦਾ ਭਾਗ ਨਾ ਹੋ ਸਕੇ।
Indoctrinate—ਅਸੂਲ ਦੀ ਸਿੱਖਿਆ ਦੇਣਾ।
Indo-European—ਹਿੰਦੁਸਤਾਨ ਵਿੱਚ ਰਹਿਣ ਵਾਲਾ ਯੂਰਪ ਦਾ ਵਾਸੀ।
Indolence—ਸੁਸਤੀ, ਆਰਾਮ ਤਲਬੀ।
Indolent—ਆਲਸੀ, ਸੁਸਤ।
Indomitable—ਬੇਕਾਬੂ, ਮੂੰਹਜ਼ੋਰ।
Indoor—ਅੰਦਰੂਨੀ, ਮਕਾਨ ਦੇ ਅੰਦਰ।
Indorse—ਦਸਤਖ਼ਤ ਕਰਨਾ।
Induce—ਝੁਕਾਉਣਾ, ਦੱਸਣਾ, ਪੈਦਾ ਕਰਨਾ।
Indorser—ਹੁੰਡੀ 'ਤੇ ਦਸਤਖ਼ਤ ਕਰਨ ਵਾਲਾ।
Indraught—ਪਾਣੀ ਦਾ ਅੰਦਰ ਵਲ ਪ੍ਰਵਾਹ।
Induct—ਮੁਕੱਰਰ ਕਰਨਾ, ਰੱਖਣਾ।
Induction—ਨਤੀਜਾ, ਆਸ।
Inductive—ਕਾਰਣ ਹੋਣ ਵਾਲਾ, ਨਤੀਜਾ ਦੱਸਣ ਵਾਲਾ।
Indue—ਪਹਿਨਾਉਣਾ।
Indulge—ਆਦਤ ਪਾਉਣਾ, ਰਾਜ਼ੀ ਕਰਨਾ।
Indulgence—ਲਾਭ, ਪਿਆਰ।
Indurate—ਸਖ਼ਤ ਦਿਲ, ਪੱਥਰ ਦਿਲ।
Induration—ਸਖ਼ਤੀ, ਕਠੋਰਤਾ।
Industrial—ਸੱਨਅਤ, ਮਿਹਨਤ, ਹੱਥ ਦਾ ਕੰਮ।
Industrious—ਮਿਹਨਤੀ, ਸਰਗਰਮ।
Industry—ਮਿਹਨਤ, ਸਨਅਤ।
Inedriant—ਨਸ਼ੀਲੀ।
Indwelling—ਅੰਦਰਲਾ, ਦਿਲੀ।
Inebriate—ਮਸਤ ਕਰਨਾ, ਮਤਵਾਲਾ ਕਰਨਾ।
Inebriety—ਮਸਤੀ, ਨਸ਼ੇਬਾਜ਼ੀ।
Inedited—ਅਣ-ਛਪਿਆ।
Ineffable—ਤਾਰੀਫ਼ ਤੋਂ ਬਾਹਰ।
Ineffaceable—ਅਮਿੱਟ, ਪੱਥਰ ਦੀ ਲਕੀਰ।
Ineffective—ਅਕਾਰਥ, ਬੇਸੁੱਧ।
Ineffectual—ਬੇਅਸਰ, ਨਿਸਫਲ।
Inefficacious—ਹਲਕਾ, ਕਮਜ਼ੋਰ।
Inefficacy—ਕਮਜ਼ੋਰੀ।
Inefficient—ਕਮਜ਼ੋਰ, ਨਾਲਾਇਕ।
Inelastic—ਜੋ ਵਧੇ ਨਾ।
Inelasticity—ਸਖ਼ਤੀ, ਬੇਰਹਿਮੀ।
Inelegance—ਭੱਦਾਪਨ, ਅਸੱਭਿਅਤਾ।
Inelegant—ਭੱਦਾ, ਬੇਢੰਗਾ।
Ineligibility—ਅਯੋਗਤਾ।
Ineligible—ਨਾਲਾਇਕ, ਅਯੋਗ।
Ineloquent—ਮੈਲਾ, ਜੋ ਸਾਫ਼ ਨਾ ਹੋਵੇ।
Inept—ਮੂਰਖ਼, ਨਕਾਰਾ।
Ineptitude—ਬੇਵਕੂਫ਼ੀ, ਨਾਲਾਇਕੀ।
Inequality--ਨਾ-ਬਰਾਬਰੀ, ਨਾ-ਮੁਨਾਸਿਬ।
Inequitable—ਗਲਤ, ਨਾ-ਮੁਆਫਿਕ।
Ineradicable—ਨਾ ਉਖਾੜਣ ਯੋਗ।
Inerrable—ਗਲਤੀ ਰਹਿਤ, ਅਭੁੱਲ।

Inert—ਸੁਸਤ, ਮੂਰਖ।
Inessential—ਜਿਸ ਦੀ ਲੋੜ ਨਾ ਹੋਵੇ।
Inestimable—ਬੇਹਿਸਾਬ, ਅਣਗਿਣਤ।
Inevitable—ਲਾਇਲਾਜ।
Inexact—ਅਸ਼ੁੱਧ।
Inexcitable—ਮੁਰਦਾ, ਸੁਸਤ।
Inexcusable—ਜੋ ਮਾਫ਼ ਨਾ ਹੋ ਸਕੇ।
Inexecution—ਹੁਕਮ ਨਾ ਮੰਨਣ ਦੀ ਹਾਲਤ।
Inexertion—ਸੁਸਤੀ, ਸਕੂਨ।
Inexhausted—ਖ਼ਰਚ ਨਾ ਕੀਤਾ ਹੋਇਆ, ਭਰਿਆ ਹੋਇਆ।
Inexistent—ਨਾਵਜੂਦ ਵਿੱਚ।
Inexorable—ਨਾ ਮੰਨਣ ਵਾਲਾ।
Inexpedience, Inexpediency—ਬੇਪਰਵਾਹੀ।
Inexpedient—ਅਯੋਗ, ਗ਼ੈਰ ਮੁਨਾਸਬ।
Inexpensive—ਘਟ ਖ਼ਰਚ।
Inexperience—ਅਨਾੜੀਪੁਣਾ।
Inexperienced—ਨਾ-ਤਜ਼ੁਰਬੇਕਾਰ।
Inexpert—ਅਨਾੜੀ, ਅ-ਕੁਸ਼ਲ।
Inexplicable—ਅਰਥ ਜੋ ਨਾ ਕਿਹਾ ਜਾ ਸਕੇ।
Inexplicit—ਜੋ ਸਮਝ ਵਿਚ ਨਾ ਆਵੇ।
Inexplosive—ਨਾ ਸੜਨ ਵਾਲਾ।
Inexpressible—ਨਾ ਦੱਸਣ ਯੋਗ।
Inexpugnable—ਅਜਿੱਤ।
Inextinguishable—ਨਾ ਬੁਝਣ ਯੋਗ।
Inextricable—ਖੁੱਲ੍ਹ ਨਾ ਸਕੇ, ਗੁੰਝਲਦਾਰ।
Infallibility—ਛੁਟਕਾਰਾ, ਖਲਾਸੀ।
Infallible—ਬੇਸ਼ੱਕ, ਨਿਰਸੰਦੇਹ।
Infamous—ਬੁਰਾ, ਖੋਟਾ।
Infamy—ਬਦਨਾਮੀ, ਬੇਸ਼ਰਮੀ।
Infancy—ਬਚਪਨ।
Infant—ਬਾਲਕ, ਬੱਚਾ।
Infanta—ਸਪੇਨ ਦੇਸ਼ ਅਤੇ ਪੁਰਤਗਾਲ ਦੀ ਸ਼ਹਿਜ਼ਾਦੀ।
Infanticide—ਬੱਚੇ ਮਾਰਨ ਵਾਲਾ।
Infantine—ਬੱਚਿਆਂ ਵਰਗਾ।
Infantry—ਪੈਦਲ ਫ਼ੌਜ।
Infatuate—ਮੂਰਖ਼ ਕਰਨਾ।
Infatuation—ਮੂਰਖਤਾ।
Infeasible—ਜੋ ਨਾ ਹੋ ਸਕੇ।
Infect—ਬੀਮਾਰੀ ਦੀ ਛੂਤ ਲਗਾਉਣਾ, ਵਿਗਾੜਨਾ।
Infection—ਛੂਤ।
Infectious—ਛੂਤ, ਬੀਮਾਰੀ।
Infecund—ਬਾਂਝ।
Infecundity—ਅਰਲਤਾ।
Infetment—ਜਾਗੀਰਦਾਰੀ।
Infelicitous—ਨਾਖ਼ੁਸ਼।
Infelicity—ਦੁੱਖ, ਤਕਲੀਫ਼।
Infelt—ਦਿਲ 'ਤੇ ਪ੍ਰਭਾਵ ਪਾਉਣਾ।
Infer—ਗੱਲ ਵਿਚੋਂ ਗੱਲ ਕੱਢਣੀ, ਮਤਲਬ ਕੱਢਣਾ।
Inference—ਫਲ, ਨਤੀਜਾ।
Inferential—ਅਨੁਮਾਨ ਕਰਨ ਯੋਗ।
Inferior—ਛੋਟਾ, ਘਟੀਆ।
Internal—ਨਰਕ ਦਾ ਗਾਮੀ।
Infertility—ਬੰਜਰ, ਕਲਰ।
Infest—ਤੰਗ ਕਰਨਾ, ਦੁੱਖ ਦੇਣਾ।
Infidelity—ਬਦ-ਦਿਆਨਤੀ।
Infiltrate—ਛੇਕ ਵਿਚੋਂ ਦਾਖ਼ਲ ਹੋਣਾ।
Infinite—ਬਹੁਤ ਅਪਾਰ।
Infinitesimal—ਬਹੁਤ ਛੋਟਾ।
Infinitive—ਬੇਹੱਦ, ਨਿਯਮ।
Infirm—ਕਮਜ਼ੋਰ, ਬੀਮਾਰ।
Infirmity—ਦੁੱਖ, ਬੀਮਾਰੀ।

Infix—ਬੰਨ੍ਹਣਾ, ਜਕੜਨਾ।
Inflame—ਅੱਗ ਲਾਉਣਾ।
Inflammation—ਸੜਨ ਦੇ ਨਾਲ ਸੋਜ, ਫੋੜਾ।
Inflate—ਫੂਕਣਾ, ਹਵਾ ਭਰਨਾ।
Inflation—ਘੁਮੰਡ।
Inflect—ਮੋੜਨਾ, ਝੁਕਾਉਣਾ।
Inflective—ਝੁਕਾ ਸਕਣ ਵਾਲਾ।
Inflex—ਝੁਕਾਉਣਾ, ਟੇਢਾ ਕਰਨਾ।
Inflexible—ਪੱਕਾ, ਸਖ਼ਤ।
Inflextion—ਗਰਦਾਨ, ਆਵਾਜ਼ ਦਾ ਉਤਾਰ ਚੜ੍ਹਾਅ।
Inflict—ਲਗਾਮ ਪਾਉਣਾ।
Inflorescence—ਫਲ ਆਉਣਾ।
Inflow—ਵਗਣਾ, ਵੱਧਣਾ।
Influence—ਲਿਹਾਜ਼, ਦਬਾਅ, ਪ੍ਰਭਾਵ।
Influenza—ਸਰਦੀ ਜ਼ੁਕਾਮ ਦਾ ਬੁਖ਼ਾਰ।
Influx—ਅੰਦਰ ਜਾਣਾ।
Infold—ਗਲੇ ਲਾਉਣਾ, ਲਪੇਟਣਾ।
Inform—ਜਾਨ ਪਾਉਣੀ, ਖ਼ਬਰ ਦੇਣਾ।
Informant--ਖ਼ਬਰ ਦੇਣ ਵਾਲਾ, ਏਲਚੀ।
Information—ਖ਼ਬਰ, ਸੂਚਨਾ।
Infraction—ਨਾ ਮੰਨਣਾ।
Infragrant—ਖ਼ੁਸ਼ਬੋ ਰਹਿਤ।
Infrangible—ਜੋ ਟੁੱਟ ਨਾ ਸਕੇ।
Infrequency—ਥੋੜਾ ਹੋਣਾ, ਥੁੜ੍ਹ।
Infrequent—ਥੋੜਾ ਘੱਟ।
Infringe—ਤੋੜਨਾ, ਵਿਰੁੱਧ ਕਰਨਾ।
Infumed—ਧੂੰਏਂ ਵਿੱਚ ਸੁਕਾਇਆ ਹੋਇਆ, ਧੂੰਆਂ ਦਿੱਤਾ ਹੋਇਆ।
Infuriate—ਦੀਵਾਨਾ ਕਰਨਾ, ਜੋਸ਼ ਦਿਵਾਉਣਾ।
Infuse—ਅਰਕ ਜਾਂ ਪਾਣੀ ਵਿਚ ਭਿਗੋਣਾ।
Infusible—ਜੋ ਅਰਕ ਜਾਂ ਪਾਣੀ ਵਿਚ ਭਿਗੋਇਆ ਜਾ ਸਕੇ।
Infusion—ਅੰਦਰ ਲਾਉਣਾ।
Ingeminate-- ਦੁਹਰਾਉਣਾ, ਦੁਹਰਾਇਆ।
Ingenerate--ਜਾਤੀ, ਮਨ ਵਿੱਚ ਉਪਜਾਉਣਾ।
Ingenious—ਤੇਜ਼ ਤਬੀਅਤ, ਸੁੰਦਰ, ਸਾਫ਼ ਦਿਲ ਦਾ, ਭਲਾਮਾਨਸ।
Ingenously—ਖੁੱਲ੍ਹ ਦਿਲੀ ਨਾਲ, ਸਾਫ਼ ਦਿਲ ਨਾਲ।
Ingest—ਪੇਟ ਵਿੱਚ ਪਾਉਣਾ।
Inglorious—ਸ਼ਰਮ ਵਾਲਾ, ਹਲਕਾ।
Ingoing—ਅੰਦਰ ਜਾਣਾ।
Ingratt—ਜੜਨਾ, ਪੈਬੰਦ ਲਾਉਣਾ।
Ingrain—ਪੱਕਾ ਰੰਗਣਾ, ਦਬਾਉਣਾ।
Ingrate—ਨਾ ਧੰਨਵਾਦੀ, ਨਾ-ਪਸੰਦ।
Ingratiate—ਪਸੰਦ ਕਰਨਾ।
Ingratitude—ਕ੍ਰਿਤਘਣਤਾ, ਨੇਕੀ ਭੁੱਲ ਜਾਣੀ।
Ingredient—ਅਸਬਾਬ, ਸਮਾਨ।
Ingress—ਦਰਵਾਜ਼ਾ।
Ingulf—ਪੀਣਾ, ਨਿਗਲਣਾ।
Ingurgitate—ਬਹੁਤ ਪੀਣਾ।
Inhabit—ਰਹਿਣਾ।
Inhabitant—ਰਹਿਣ ਵਾਲਾ।
Inhabitation—ਆਬਾਦੀ, ਬਸਤੀ।
Inhalation—ਸਾਹ ਲੈਣਾ।
Inhale—ਸਾਹ ਖਿੱਚਣਾ, ਪੀਣਾ।
Inharmonious—ਬੇ-ਸੁਰ, ਬੇ-ਤਾਲ।
Inhere—ਰਹਿਣਾ, ਪੱਕੇ ਹੋਣਾ।
Inherence, Inherency—ਵਿਆਪ।
Inherent—ਅਸਲ, ਜਾਤ।
Inherit—ਕਬਜ਼ਾ ਕਰਨਾ, ਵਾਰਸ।
Inheritance—ਵਿਰਾਸਤ, ਬਦਲਾ।
Inheritrix—ਤੀਵੀਂ, ਵਾਰਿਸ।
Inhibit—ਰੋਕਣਾ, ਅਟਕਾਉਣਾ।
Inhibition—ਰੋਕ, ਅਟਕਾਵ।

Inhospitable—ਸਤਿਕਾਰ ਨਾ ਕਰਨ ਵਾਲਾ।
Inhuman—ਕਠੋਰ, ਨਿਰਦਈ।
Inhumanity—ਕਠੋਰਤਾ, ਬੇਰਹਿਮੀ।
Inhume—ਗੱਡਣਾ, ਦਫ਼ਨ ਕਰਨਾ।
Inimaginable—ਨਾ ਸਮਝੇ ਜਾਣ ਯੋਗ।
Inimical—ਵਿਰੋਧੀ, ਨੁਕਸਾਨਦਾਇਕ।
Inimitable—ਵਧੀਆ, ਬਹੁਤ ਸੁੰਦਰ।
Iniquitous—ਅਧਰਮੀ।
Iniquity—ਸ਼ਰਾਰਤ, ਪਾਪ।
Initial—ਪਹਿਲਾ ਅੱਖਰ।
Initiate—ਸਿਖਾਉਣਾ, ਸ਼ੁਰੂ ਕਰਨਾ।
Initiation—ਆਰੰਭ, ਸੰਸਕਾਰ।
Initiative—ਸ਼ੁਰੂ ਕਰਨ ਦਾ ਅਖ਼ਤਿਆਰ।
Initiatory—ਮੁੱਢ ਦਾ, ਸ਼ੁਰੂ ਤੋਂ।
Inject—ਅੰਦਰ ਸੁੱਟਣਾ ਜਾਂ ਪਹੁੰਚਾਣਾ।
Injection—ਅੰਦਰ ਸੁੱਟਣਾ।
Injudicious—ਬੇ-ਤਹਿਜ਼ੀਬ।
Injunction—ਹੁਕਮ, ਟੀਕਾ।
Injure—ਨੁਕਸਾਨ ਪਹੁੰਚਾਉਣਾ, ਜ਼ਖ਼ਮੀ ਕਰਨਾ।
Injurious—ਹਾਨੀਕਾਰਕ, ਪੀੜ ਕਰਨ ਵਾਲਾ।
Injury—ਨੁਕਸਾਨ, ਭਾਰੀ ਸੱਟ।
Injustice—ਬੇ-ਇਨਸਾਫ਼ੀ।
Ink—ਰੋਸ਼ਨਾਈ, ਸਿਆਹੀ।
Inkhorn—ਸਿਆਹੀਦਾਨ।
Inkle—ਕਲਪਨਾ, ਖ਼ਿਆਲ ਕਰਨਾ।
Inkstand—ਦਵਾਤ, ਕਲਮਦਾਨ।
Inky—ਸਿਆਹੀ ਵਾਲਾ।
Inlace—ਗੋਟਾ ਕਿਨਾਰੀ ਲਗਾਉਣੀ।
Inland—ਦੇਸ਼ ਦਾ ਅੰਦਰੂਨੀ ਹਿੱਸਾ।
Inlander—ਦੇਸ਼ ਦੇ ਅੰਦਰ ਰਹਿਣ ਵਾਲਾ।
Inlay—ਜੜਨਾ।
Inlaying—ਪਿਚਕਾਰੀ ਦਾ ਕੰਮ।
Inlet—ਅੰਦਰ ਆਉਣ ਦਾ ਰਸਤਾ।
Inly—ਦਿਲ ਨਾਲ, ਅੰਦਰੂਨੀ।
Inmate—ਇਕ ਸਥਾਨ ਤੇ ਰਹਿਣ ਵਾਲਾ।
Inmost—ਅੰਦਰੂਨੀ।
Inn—ਮੁਸਾਫ਼ਰਖਾਨਾ।
Innate—ਜਾਤੀ, ਅਸਲੀ।
Innavigable—ਜਿਸ ਦੇ ਵਿੱਚ ਜਹਾਜ਼ ਆਦਿ ਨਾ ਚੱਲ ਸਕਣ।
Inner—ਅੰਦਰੂਨੀ।
Innermost—ਅੰਦਰੂਨੀ, ਵਿਚਲੀ।
Innervate—ਨਸਾਂ ਨੂੰ ਤਾਕਤ ਦੇਣਾ।
Innkeeper—ਸਰ੍ਹਾਂ ਵਾਲਾ।
Innocence, Innocency--ਸਾਦਗੀ, ਲਾ-ਇਲਮੀ।
Innocent—ਬੇਗੁਨਾਹ, ਨਿਰਦੋਸ਼।
Innocuous—ਬੇਗੁਨਾਹ, ਹਾਨੀਰਹਿਤ।
Innominate—ਗੁਮਨਾਮ, ਬੇਨਾਮ।
Innovate—ਨਵਾਂ ਰਾਹ ਕੱਢਣਾ, ਈਜਾਦ ਕਰਨਾ।
Innovation—ਈਜ਼ਾਦ ਕਰਨ ਵਾਲਾ।
Innoxious—ਸਾਫ਼, ਹਾਨੀ ਰਹਿਤ।
Innuendo—ਇਸ਼ਾਰਾ, ਰਮਜ਼।
Innumerable—ਅਣਗਿਣਤ।
Innutrition—ਘੱਟ ਖ਼ੁਰਾਕ।
Inobservant—ਬੇਪਰਵਾਹ।
Inocutate—ਪਿਉਂਦ ਲਾਉਣੀ, ਟੀਕਾ ਲਾਉਣਾ।
Inoculation—ਚੇਚਕ ਦਾ ਟੀਕਾ।
Inodorous—ਬਿਨਾਂ ਸੁਗੰਧੀ।
Inoffensive—ਹਾਨੀਰਹਿਤ।
Inofficial—ਜੋ ਸਰਕਾਰੀ ਨਾ ਹੋਵੇ।
Inofficious—ਬੇਧਿਆਨ, ਨਾ-ਮਿਹਰਬਾਨ।
Inoperative—ਬੇਅਸਰ।
Inopportune—ਬੇਵਕਤ।
Inordinacy—ਗੈਰਮਾਮੂਲੀ, ਬੇਕਾਇਦਾ।
Inorganic—ਆਸ ਦੇ ਵਿਰੁੱਧ।

Inosculation--ਜੋੜਨਾ, ਪੈਬੰਦ ਲਗਾਉਣਾ।
Inquest—ਖੋਜ, ਤਲਾਸ਼, ਤਹਿਕੀਕਾਤ, ਛਾਨਬੀਨ।
Inquietude—ਬੇਚੈਨੀ, ਬੇਅਰਾਮ।
Inquire—ਪੁੱਛਗਿੱਛ ਕਰਨਾ।
Inquiry—ਪੁੱਛਗਿੱਛ।
Inquisition--ਜਾਂਚ, ਅਦਾਲਤੀ ਪੜਤਾਲ।
Inquisitive—ਅਜੀਬ।
Inquisitively—ਤਲਾਸ਼ ਲਈ।
Inroad—ਹਮਲਾ।
Insalubrious—ਸਿਹਤ ਲਈ ਨੁਕਸਾਨ-ਦੇਹ।
Insalucary—ਨੁਕਸਾਨ ਦੇਣ ਵਾਲਾ।
Insane—ਪਾਗਲ, ਹੋਸ਼ ਤੋਂ ਬਾਹਰ।
Insanity—ਪਾਗਲਪਨ।
Insatiability—ਲਾਲਚ, ਲੋਭ।
Insatiable—ਬਹੁਤ ਭੁੱਖਾ, ਲਾਲਚੀ।
Insatiate—ਲੋਭੀ, ਲਾਲਚੀ।
Inscribe—ਨਿਸ਼ਾਨ ਕਰਨਾ, ਨਕਸ਼ ਕਰਨਾ।
Inscription—ਨਕਸ਼, ਪਤਾ, ਖੁਤਬਾ।
Inscriptive—ਨਕਸ਼ ਵਾਲਾ।
Inscrutable—ਤਲਾਸ਼ ਤੋਂ ਪਰੇ, ਨਾ ਲੱਭਣ ਯੋਗ।
Insect—ਕੀੜੇ ਮਕੌੜੇ।
Insecticide—ਕੀੜਿਆਂ ਨੂੰ ਮਾਰਨਾ।
Insection—ਚੀਰ, ਰਗੜ, ਕਾਟ।
Insectivora--ਕਾਂਟੇਦਾਰ, ਜੰਗਲੀ ਚੂਹੇ।
Insectivorous—ਕੀੜੇ ਖਾਣ ਵਾਲਾ।
Insecure—ਬਿਨਾਂ ਹਿਫ਼ਾਜ਼ਤ।
Insecurity—ਡਰ, ਅਸ਼ਾਂਤੀ।
Insensate—ਮੂਰਖ, ਬੇਵਕੂਫ਼।
Insensible—ਬੇਖ਼ਬਰ।
Insensitive—ਬੇਹੋਸ਼।
Insentient—ਬੇਹੋਸ਼, ਬੇਖ਼ਬਰ।
Inseparable—ਜੋ ਵੱਖ ਨਾ ਹੋ ਸਕੇ।
Insert—ਸ਼ਾਮਲ ਕਰਨਾ, ਮਿਲਾਉਣਾ।
Insertion—ਦਾਖ਼ਲਾ।
Insessorial—ਛਪਕਨੇ ਵਾਲੀ ਚਿੜੀਆਂ ਦਾ।
Inset—ਜੜਨਾ, ਜੰਮਿਆ ਹੋਇਆ।
Inshore—ਸਮੁੰਦਰ ਦੇ ਕੰਢੇ।
Inside—ਅੰਦਰਲਾ, ਅੰਦਰਲਾ ਭਾਗ।
Insidious—ਧੋਖਾ ਦੇਣ ਵਾਲਾ।
Insight—ਅੰਦਰੂਨੀ ਨਿਗਾਹ।
Insignia—ਨਿਸ਼ਾਨ, ਤਗ਼ਮਾ, ਵੀਰਤਾ ਜਾਂ ਸਨਮਾਨ ਦਾ ਚਿੰਨ੍ਹ।
Insignificance, Insignificancy—ਹਲਕਾਪਨ, ਛੋਟਾਪਨ।
Insignificant—ਬੇਕਦਰ, ਛੋਟਾ।
Insincere—ਕਪਟੀ, ਝੂਠਾ।
Insincerity—ਕਪਟ, ਝੂਠ।
Insinuate—ਚਾਦਰ ਦੇ ਕੇ ਬਿਠਾਉਣਾ, ਆਪਣੇ ਉਤੇ ਕ੍ਰਿਪਾਲੂ ਕਰਨਾ।
Insipid—ਫਿੱਕਾ।
Insist—ਪੱਕਾ ਕਰਨਾ, ਖੜਾ ਹੋਣਾ।
Insistence—ਜ਼ਿੱਦ, ਲੋੜ।
Insnare—ਜਾਲ ਵਿਚ ਫਸਾਉਣਾ।
Insobriety—ਮਸਤੀ, ਬੇਹੋਸ਼ੀ।
Insociable—ਨਾ ਘੁਲਣ ਮਿਲਣ ਵਾਲਾ।
Insolate—ਧੁੱਪੇ ਸੁਕਾਉਣਾ।
Insolation—ਧੁੱਪ ਵਿੱਚ ਰੱਖਣਾ।
Insolence—ਸ਼ੇਖੀ, ਢੀਠਤਾਈ।
Insolent—ਢੀਠ, ਬੇਅੱਦਬ।
Insolubility—ਹਲ ਨਾ ਹੋਣ ਵਾਲੀ ਚੀਜ਼, ਨਾ ਘੁਲਣਯੋਗ।
Insoluble—ਨਾ ਘੁਲਣ ਵਾਲਾ।
Insolvable—ਜੋ ਹਲ ਨਾ ਹੋ ਸਕੇ।
Insolvency—ਦੀਵਾਲਾ, ਗਰੀਬੀ।
Insolvent—ਦੀਵਾਲੀਆ, ਗਰੀਬ।

Insomnia—ਨਾ ਸੌਂ ਸਕਣ ਦਾ ਰੋਗ।
Insomnious—ਸੌਣ ਵਿਚ ਬੇਚੈਨੀ।
Insomuch—ਇੰਨੀ, ਇਸ ਹੱਦ ਤਕ।
Insouth—ਅਸਲ ਵਿਚ।
Inspect—ਦੇਖਣਾ, ਪੜਤਾਲ ਕਰਨੀ।
Inspection—ਦੇਖਭਾਲ, ਨਿਗਾਹਬਾਨੀ।
Inspectorate—ਇੰਨਸਪੈਕਟਰੀ।
Instruct—ਉਪਦੇਸ਼ ਕਰਨਾ, ਸਮਝਾਉਣਾ।
Instruction—ਉਪਦੇਸ਼, ਸਲਾਹ, ਖ਼ਬਰ।
Instructive—ਸਲਾਹ ਵਾਲੀ, ਉਪਦੇਸ਼ ਵਾਲੀ।
Instructor—ਉਪਦੇਸ਼ਕ, ਸਲਾਹਕਾਰ।
Instrument—ਔਜ਼ਾਰ, ਹਥਿਆਰ।
Instrumental—ਉਪਕਾਰੀ, ਸਹਾਇਕ।
Instrumentality—ਵਸੀਲਾ, ਦੁਆਰਾ।
Insubjection—ਹੁਕਮ ਅਦੂਲੀ, ਨਾ-ਫਰਮਾਨੀ।
Insubmission—ਹੁਕਮ ਅਦੂਲੀ।
Insubordinate—ਬਦ-ਤਹਜ਼ੀਬ।
Insubordination—ਹੁਕਮ ਅਦੂਲੀ।
Insufferable—ਨਾ ਸਹਿਣ ਯੋਗ।
Insufficiency—ਘਟ, ਥੋੜੀ।
Insufficient—ਥੋੜਾ, ਘੱਟ।
Insular—ਟਾਪੂ ਦਾ, ਪਾਣੀ ਨਾਲ ਘਿਰਿਆ ਹੋਇਆ।
Insulate, Insulation--ਵੱਖਰਾ ਕਰਨਾ।
Insult—ਬਦਨਾਮੀ, ਬੇਇੱਜ਼ਤੀ।
Insulting—ਗੁਸਤਾਖ਼ੀ।
Insultingly—ਬੇਇੱਜ਼ਤੀ ਨਾਲ।
Insuperable—ਅਜਿੱਤ।
Insupportable—ਜੋ ਬਰਦਾਸ਼ਤ ਨਾ ਹੋ ਸਕੇ।
Insuppressible—ਜੋ ਦਬਿਆ ਨਾ ਜਾਵੇ।
Insurance—ਬੀਮਾ, ਤਸੱਲੀ।
Insure—ਬੀਮਾ ਕਰਨਾ, ਤਸੱਲੀ ਕਰਨੀ।
Insurer—ਬੀਮਾ ਕਰਨ ਵਾਲਾ।
Insurgent—ਰਾਜਧ੍ਰੋਹੀ, ਫਸਾਦੀ, ਬਾਗੀ।
Insurmountable—ਜੋ ਅਧੀਨ ਨਾ ਹੋ ਸਕੇ।
Insurrection—ਬਗਾਵਤ, ਰਾਜ-ਵਿਦ੍ਰੋਹ।
Insurrectionary—ਬਗਾਵਤ, ਝਗੜੇ ਦਾ।
Insusceptible—ਬੇਅਸਰ।
Intact—ਪੂਰਾ, ਜੋ ਅਧੂਰਾ ਨਾ ਹੋਵੇ।
Intangible—ਜੋ ਟਟੋਲਨ ਨਾਲ ਮਾਲੂਮ ਨਾ ਹੋ ਸਕੇ।
Integer—ਅੰਕ, ਸਾਰਾ।
Integral—ਪੂਰਾ ਕਰਨਾ, ਤਮਾਮ।
Integrate—ਪੂਰਾ ਕਰਨਾ।
Integration—ਪੂਰਤੀ।
Integrity—ਸਫ਼ਾਈ, ਸੱਚਾਈ।
Integument—ਛਿੱਲ, ਪਰਦਾ।
Intellect—ਸਮਝ, ਅਕਲ।
Intellectual—ਦਿਮਾਗ਼ੀ।
Intellectualism—ਦਿਮਾਗ਼ ਸੰਬੰਧੀ।
Intelligence—ਸੂਚਨਾ, ਸਮਝ।
Intelligent—ਹੁਸ਼ਿਆਰ, ਸਮਝਦਾਰ।
Intelligently—ਹੁਸ਼ਿਆਰੀ ਨਾਲ।
Intelligible—ਸਾਫ਼।
Intemperance—ਬਦ-ਪਰਹੇਜ਼ੀ, ਬਹੁਤ ਸ਼ਰਾਬ ਪੀਣਾ।
Intemperate—ਬਦ-ਪਰਹੇਜ਼।
Intenable—ਜਿਸਦੀ ਰਾਖੀ ਨਾ ਕੀਤੀ ਜਾ ਸਕੇ।
Intend—ਇਰਾਦਾ ਕਰਨਾ।
Intendancy—ਜ਼ਿਲ੍ਹੇ ਦੀ ਕਚਹਿਰੀ।
Intense—ਸਖ਼ਤ, ਬਹੁਤ।
Intesify—ਤੇਜ਼ ਕਰਨਾ, ਵਧਾਉਣਾ।
Intensity—ਸਖ਼ਤ ਕਰਨਾ, ਜ਼ਿਆਦਤੀ।
Intensive—ਜ਼ੋਰ ਦੇਣ ਵਾਲਾ।

Intent—ਇੱਛਾ, ਮਰਜ਼ੀ।
Intention—ਮਤਲਬ, ਤਜਵੀਜ਼।
Intently—ਮਿਹਨਤ ਨਾਲ।
Inter—ਦਫ਼ਨ ਕਰਨਾ, ਦਬਾਉਣਾ।
Interaction—ਵਾਰੀ ਵਾਰੀ।
Intercalary—ਸੰਯੁਕਤ।
Intercede—ਸਿਫ਼ਾਰਸ਼ ਕਰਨਾ, ਦਖ਼ਲ ਦੇ ਕੇ ਝਗੜਾ ਮਿਟਾਉਣਾ।
Intercept—ਰੋਕਣਾ, ਰਸਤਾ ਬੰਦ ਕਰਨਾ।
Intercession—ਸਿਫ਼ਾਰਸ਼।
Intercessor—ਅੰਦਰੂਨੀ।
Interchange—ਅਦਲ-ਬਦਲ।
Intercipient—ਰਾਹ ਵਿੱਚ ਪਕੜ ਲੈਣ ਵਾਲਾ।
Interclude—ਰੋਕਣਾ, ਰੋਕ ਪਾਉਣੀ।
Intercommon—ਇਕੋ ਮੇਜ਼ ਤੇ ਖਾਣਾ।
Intercommune—ਮੇਲ ਜੋਲ ਰਖਣਾ।
Intercommunicate—ਆਪਸ ਵਿੱਚ ਆਉਣ ਜਾਣ।
Intercommunication—ਆਪਸੀ ਮੇਲ-ਜੋਲ।
Intercourse—ਰੀਤੀ, ਮੇਲ।
Intercurrent—ਵਿਚਕਾਰ ਰੋਕ।
Intercutaneous—ਚਮੜੀ ਦੇ ਅੰਦਰ।
Interdict—ਰੋਕਨਾ, ਮਨ੍ਹਾਂ ਕਰਨਾ।
Interdiction—ਰੋਕ, ਸਰਾਪ, ਬੰਦਿਸ਼।
Interdictory—ਬੰਦਿਸ਼ ਕਰਨ ਵਾਲਾ।
Interest—ਲਾਭ, ਵਿਆਜ, ਦਿਲ ਲਗਾਉਣਾ।
Interesting—ਦਿਲਚਸਪ।
Interfere—ਦਖ਼ਲ ਦੇਣਾ, ਝਗੜਨਾ।
Interference—ਦਖ਼ਲ।
Interim—ਕੁੱਝ ਸਮੇਂ ਲਈ।
Interfused—ਵਿੱਚ ਖਿਲਰਿਆ ਹੋਇਆ।
Interior—ਅੰਦਰੂਨੀ ਹਿੱਸਾ।
Interjacent—ਵਿਚਕਾਰਲਾ।
Interject—ਦਖ਼ਲ ਦੇਣਾ।
Interjection—ਵਿੱਚ ਦਖ਼ਲ ਦੇਣਾ।
Interlace—ਮਿਲਾ ਜੁਲਾ ਦੇਣਾ।
Interlard—ਦਾਖ਼ਲ ਕਰਨਾ।
Interlay—ਵਿੱਚ ਰੱਖਣਾ।
Interleaf, Interleave--ਛਪੇ ਵਰਕਿਆਂ ਵਿੱਚ ਇੱਕ ਸਾਦਾ ਵਰਕਾ ਰੱਖਣਾ।
Interline—ਇੱਕ ਇੱਕ ਲਾਈਨ ਛੱਡ ਕੇ ਲਿਖਣਾ।
Interlink—ਲੜੀ ਨਾਲ ਲੜੀ ਜੋੜਨਾ।
Interlocation—ਵਿੱਚ ਵਿੱਚ ਰੱਖਣਾ।
Interlock—ਇਕੱਠਾ ਕਰਨਾ, ਮਿਲਾਉਣਾ।
Interlocution—ਗੱਲਬਾਤ।
Interlope—ਬਿਨਾਂ ਪੁੱਛੇ ਵਾਪਸ ਕਰਨਾ।
Interlude—ਨਾਟਕ ਵਿੱਚ ਕੋਈ ਗੀਤ ਜਾਂ ਤਮਾਸ਼ਾ।
Interlonar—ਚੰਦ੍ਰਮਾ ਦਿਸਣ ਦੇ ਸਮੇਂ ਸੰਬੰਧੀ।
Intermarriage—ਆਪਸ ਵਿੱਚ ਵਿਆਹ ਦੀ ਰੀਤ।
Intermarry—ਆਪਸ ਵਿੱਚ ਵਿਆਹ ਕਰਨਾ।
Intermeddle—ਵਿੱਚ ਆਉਣਾ।
Intermediary--ਵਿਚਕਾਰਲਾ, ਵਿਚੋਲਾ।
Intermediate—ਵਿਚਕਾਰ ਦਾ।
Intermedium—ਵਿਚਕਾਰ ਕੰਮ ਕਰਨ ਵਾਲਾ।
Interment—ਮਿੱਟੀ ਦੇਣਾ, ਦਬਾਉਣਾ।
Interminable—ਅਥਾਹ, ਬੇਹੱਦ।
Interminate—ਬੇਹੱਦ।
Intermingle—ਮਿਲਾਵਟ ਕਰਨਾ।
Intermission—ਛੁੱਟੀ।
Intermit—ਮੁਲਤਵੀ ਕਰਨਾ।
Intermittent—ਵਾਰੀ ਨਾਲ ਆਉਣ ਵਾਲਾ ਬੁਖ਼ਾਰ।

Intermix—ਇਕੱਠਾ ਕਰਨਾ।
Intermixture—ਮੇਲ ਜੋਲ।
Internal—ਅੰਦਰੂਨੀ।
International—ਵੱਖੋ-ਵੱਖ ਜਾਤੀਆਂ ਦੇ ਅੰਦਰ।
Internecine—ਹਤਿਆਰਾ, ਕਾਤਲ।
Internuncio—ਏਲਚੀ, ਵਕੀਲ।
Interpellation—ਸੱਦਣਾ, ਤਲਬੀ।
Interpolate—ਸ਼ਾਮਲ ਕਰਨਾ।
Interpose—ਦਖ਼ਲ ਦੇਣਾ।
Interpret—ਬਿਆਨ ਕਰਨਾ, ਤਾਰੀਫ਼ ਕਰਨਾ।
Interpretation—ਤਰਜਮਾ, ਖੋਲ ਕੇ ਦੱਸਣਾ।
Interpreter—ਤਰਜਮਾ ਜਾਂ ਵਿਆਖਿਆ ਕਰਨ ਵਾਲਾ।
Interregnum—ਉਹ ਸਮਾਂ ਜਦੋਂ ਬਾਦਸ਼ਾਹ ਨਾ ਹੋਣ ਕਰਕੇ ਤਖ਼ਤ ਖਾਲੀ ਹੋਵੇ।
Interrelation—ਆਪਸ ਵਿੱਚ ਰਿਸ਼ਤੇ-ਦਾਰੀ।
Interrogate—ਪੁੱਛਣਾ, ਸਵਾਲ ਕਰਨਾ।
Interrogation—ਪ੍ਰਸ਼ਨ, ਪੁੱਛ।
Interrogative—ਪ੍ਰਸ਼ਨ ਵਾਚਕ।
Interrupt—ਵਿੱਚ ਆਉਣਾ, ਰੋਕਣਾ।
Interruption—ਰੋਕ, ਠਹਿਰਾਓ।
Intersect—ਦੋ ਭਾਗ ਕਰਨਾ, ਕਟਣਾ।
Intersection—ਉਹ ਨਿਸ਼ਾਨ ਜਿੱਥੇ ਲਾਈਨਾਂ ਇਕ ਦੂਜੇ ਨੂੰ ਕੱਟਣ।
Interaperse—ਫੈਲਾਉਣਾ।
Interspersion—ਫੈਲਾਓ।
Interstice—ਤੰਗ ਜਾਂ ਖਾਲੀ ਥਾਂ, ਛੇਕ, ਤਰੇੜ।
Interstratify—ਤਹਿ ਵਿੱਚ ਰੱਖਣਾ।
Intertexture—ਬਨਾਵਟ।
Intertwine—ਲਪੇਟਣਾ, ਕੱਟਣਾ।
Intertwist—ਮਰੋੜਨਾ, ਵਟਾਉਣਾ।
Interval—ਵਿਚਕਾਰ ਦਾ ਫਾਸਲਾ।
Intervene—ਵਿੱਚ ਆਉਣਾ, ਦਖ਼ਲ ਦੇਣਾ।
Intervention—ਵਿੱਚ ਆਉਣ ਦੀ ਹਾਲਤ।
Interview—ਭੇਂਟ, ਦਰਸ਼ਨ।
Interweave—ਮਿਲਾ ਕੇ ਬੁਣਨਾ।
Intestable—ਜਿਹੜੀ ਵਸੀਅਤ ਕਰਨ ਯੋਗ ਨਾ ਹੋਵੇ।
Intestate—ਬਿਨਾਂ ਵਸੀਅਤ ਕੀਤੇ ਕਰਨ ਵਾਲਾ।
Intestine—ਅੰਦਰੂਨੀ ਗੱਲਾਂ।
Intestines—ਆਂਦਰਾਂ, ਅੰਤੜੀਆਂ।
Inthral—ਦਾਸ ਬਨਾਉਣਾ।
Intimacy—ਦੋਸਤੀ, ਮੇਲ ਜੋਲ।
Intimate—ਇਤਲਾਹ ਦੇਣਾ, ਗੂੜ੍ਹਾ ਦੋਸਤ।
Intimation—ਸੂਚਿਤ ਕਰਨਾ, ਇਸ਼ਾਰਾ।
Intimidate—ਡਰਾਉਣਾ, ਹਿੰਮਤ ਤੋੜਨੀ।
Intimidation—ਧਰਤੀ, ਡਰ।
Into—ਵਿੱਚ, ਅੰਦਰ।
Intolerant—ਨਾ ਸਹਿਣ ਵਾਲਾ, ਕੱਟੜ।
Intoleration—ਨਾ ਸਹਿਣ ਸ਼ਕਤੀ, ਕੱਟੜਪੁਣਾ।
Intomb—ਦੱਬਣਾ, ਗੱਡਣਾ।
Intolerable—ਜੋ ਬਰਦਾਸ਼ਤ ਨਾ ਹੋ ਸਕੇ।
Intolerance—ਰੋਕ।
Intone—ਗੁਣਗੁਣਾਉਣਾ।
Intoxicate—ਬੇਹੋਸ਼, ਮਤਵਾਲਾ।
Intoxication—ਨਸ਼ਾ, ਬੇਹੋਸ਼ੀ।
Intractable—ਬੇਕਾਬੂ।
Intransient—ਜੋ ਝੱਟ ਨਾ ਲੰਘ ਸਕੇ।
Intransitive—ਜ਼ਰੂਰੀ।

Intransmutable—ਜੋ ਦੂਸਰੀ ਚੀਜ਼ ਵਿੱਚ ਨਾ ਬਦਲ ਸਕੇ।
Intrant—ਅੰਦਰ ਜਾਣ ਵਾਲਾ।
Intrench—ਖੋਦਣਾ, ਮੋਰਚਾ ਬਣਾਉਣਾ।
Interncnhment—ਮੋਰਚਾਬੰਦੀ।
Intrepid—ਦਲੇਰ, ਬਹਾਦਰ, ਨਿਡਰ।
Intricacy—ਫ਼ਿਕਰ, ਲਪੇਟ।
Intricate—ਪੇਚਦਾਰ, ਮੁਸ਼ਕਲ।
Intrigue—ਚੋਰੀ ਚੋਰੀ ਚੱਲਣਾ।
Intrinsicate—ਪੇਚਦਾਰ।
Intrinsic, Intrinsical—ਜਾਤੀ, ਅਸਲੀ।
Introduce—ਮਿਲਾਉਣਾ, ਲੈ ਜਾਣਾ।
Introduction—ਭੂਮਿਕਾ, ਦੋ ਸ਼ਬਦ।
Introductory—ਸਿਫ਼ਾਰਸ਼ੀ ਚਿੱਠੀ।
Intromit—ਅੰਦਰ ਭੇਜਣਾ।
Introspect--ਅੰਦਰ ਦੇਖਣਾ, ਧਿਆਨ ਦੇਣਾ।
Introspection--ਧਿਆਨ ਨਾਲ ਦੇਖਣਾ।
Introvert—ਅੰਦਰ ਨੂੰ ਮੋੜਨਾ।
Intrude—ਬਿਨਾਂ ਬੁਲਾਏ ਜਾਣਾ, ਦਾਖ਼ਲ ਕਰਨਾ।
Intrusion—ਬਿਨਾਂ ਪੁੱਛੇ ਅੰਦਰ ਜਾਣਾ।
Intrust—ਅਮਾਨਤ ਰੱਖਣਾ।
Intuition—ਗਿਆਨ, ਸਿਆਣਪ।
Intuitive—ਜੋ ਦਿਲੋਂ ਬਿਨਾਂ ਦਲੀਲ ਤੋਂ ਮਾਲੂਮ ਹੋ ਜਾਏ।
Intumescence—ਸੋਜ, ਫੈਲਾਓ।
Intussuscept—ਇੱਕ-ਇੱਕ ਕਰਕੇ ਲੈਣਾ।
Intwine—ਇਕੱਠਾ ਕਰਨਾ, ਲਪੇਟਣਾ।
Intwist—ਮਿਲਾ ਕੇ ਵੱਟਣਾ ਜਾਂ ਬੁਣਨਾ।
Inundate—ਡੁਬੋਣਾ, ਝਰਨਾ।
Inundation—ਸੈਲਾਬ, ਹੜ੍ਹ।
Inure—ਆਦਤ ਪਾਉਣਾ।
Inurn—ਦੱਬਣਾ, ਗੱਡਣਾ।
Invade—ਚੜ੍ਹਾਈ ਕਰਨਾ, ਹੱਥ ਪਾਉਣਾ।
Invader—ਹੱਲਾ ਕਰਨ ਵਾਲਾ।
Invalid—ਕਮਜ਼ੋਰ, ਬੇਕਾਰ ਬਣਨਾ।
Invalidate—ਝੂਠਾ ਕਰਨਾ, ਰੱਦ ਕਰਨਾ।
Invalidity—ਕਮਜ਼ੋਰੀ।
Invaluable—ਅਨਮੋਲ, ਵਧੀਆ।
Invariable—ਇਕੋ ਜਿਹਾ।
Invasion—ਹਮਲਾ, ਚੜ੍ਹਾਈ।
Invective—ਗਾਲ੍ਹ, ਲਾਅਨਤ।
Inveigh—ਤਾਹਨੇ ਦੇਣਾ, ਬੁਰਾ ਭਲਾ ਕਹਿਣਾ।
Inveigler—ਫਸਾਉਣ ਵਾਲਾ, ਬਹਿਕਾਉਣ ਵਾਲਾ।
Inveiglment—ਲਾਲਚ।
Invent—ਪੈਦਾ ਕਰਨਾ, ਈਜ਼ਾਦ ਕਰਨਾ।
Invention—ਈਜ਼ਾਦ।
Inventor—ਈਜ਼ਾਦ ਕਰਨ ਵਾਲਾ।
Inventory—ਸੂਚੀ ਪੱਤਰ ਬਣਾਉਣਾ।
Inverse—ਉਲਟਾ, ਹੇਠਲਾ, ਉਪਰ।
Inversion—ਉਲਟ-ਪੁਲਟ, ਇਨਕਲਾਬ।
Invert--ਉਲਟਾਉਣਾ।
Invertabrate—ਬਿਨਾਂ ਰੀੜ੍ਹ ਦੀ ਹੱਡੀ ਦੇ ਜੀਵ-ਜੰਤੂ।
Invest—ਰੁਪਿਆ ਵਿਆਜ 'ਤੇ ਲਾਉਣਾ, ਪੁਸ਼ਾਕ ਪਹਿਨਾਉਣੀ।
Investigable—ਪੁੱਛਗਿੱਛ ਕਰਨ ਯੋਗ।
Investigate--ਲੱਭਣਾ, ਤਲਾਸ਼ ਕਰਨਾ।
Investigation—ਖੋਜ, ਤਲਾਸ਼।
Investiture—ਤਿਲਕ, ਪੁਸ਼ਾਕ।
Investment—ਸੂਦ 'ਤੇ ਲੱਗਿਆ ਹੋਇਆ ਰੁਪਿਆ।
Inveteracy—ਆੜ।
Inveterate—ਜ਼ਿੱਦੀ, ਦਿਲੀ, ਸਖ਼ਤ।
Invidious—ਈਰਖ਼ਾ ਵਾਲਾ।

Invigorate—ਮਜਬੂਤ ਕਰਨਾ, ਬਲ ਦੇਣਾ।

Invincible—ਅਜਿੱਤ।

Inviolability—ਜੋ ਨਾ ਮਿਟ ਸਕੇ।

Inviolable—ਅਮਿੱਟ।

Inviolate—ਅਭੰਗ।

Invisible—ਜੋ ਨਾ ਦਿਸੇ।

Invitation—ਬੁਲਾਉਣਾ, ਦਾਅਵਤ।

Invite—ਬੁਲਾਉਣਾ।

Invocate—ਮੰਗਣਾ, ਪ੍ਰਾਰਥਨਾ ਕਰਨਾ।

Invocation—ਪ੍ਰਾਰਥਨਾ।

Invoice—ਬੀਜਕ, ਚਲਾਨ।

Invoke—ਬੁਲਾਉਣਾ, ਉੱਸਤਤੀ ਕਰਨਾ।

Involuntary—ਬੇਇਰਾਦਾ, ਬੇਬਸ।

Involution—ਲਪੇਟ, ਪੇਚ।

Involve—ਪਕੜਨਾ, ਲਪੇਟਣਾ।

Invulnerable—ਜਿਸ ਤੇ ਘਾਓ ਨਾ ਹੋ ਸਕੇ।

Inward—ਦਿਲ ਨਾਲ, ਅੰਦਰੂਨੀ।

Inweave—ਬੁਣਨਾ, ਵਟਣਾ।

Inwrap—ਲਪੇਟਣਾ।

Inwrought—ਜੜਾਊ।

Ionic—ਯੂਨਾਨੀ, ਯੂਨਾਨ ਦਾ।

Iodine—ਇੱਕ ਪ੍ਰਕਾਰ ਦੀ ਦਵਾਈ।

Irascible—ਚਿੜਚਿੜਾ।

Irate—ਭਿਆਨਕ।

Ire—ਗੁੱਸਾ।

Iridescence—ਧਨੁਸ਼ ਵਾਂਗ।

Iridescent—ਅਰਸ਼ੀ ਪੀਂਘ ਵਾਂਗ, ਰੰਗਦਾਰ।

Iris—ਅਰਸ਼ੀ ਪੀਂਘ, ਅੱਖ ਦੀ ਪੁਤਲੀ।

Irish—ਆਇਰਲੈਂਡ ਦਾ ਵਾਸੀ।

Irk—ਤੰਗ ਕਰਨਾ, ਧਿਕਾਰਨਾ।

Irksome—ਨਾ-ਗਵਾਰ, ਦੁੱਖਦਾਈ।

Iron—ਲੋਹਾ, ਸਖ਼ਤ।

Iron-clad—ਲੋਹਾ ਚੜ੍ਹਾਇਆ ਹੋਇਆ।

Iron-founder—ਲੋਹਾ ਢਾਲਣ ਵਾਲਾ।

Iron-hearted—ਸਖ਼ਤ ਦਿਲ, ਬੇਤਰਸ।

Ironical—ਤਾਨੇ ਦਾ ਭਰਿਆ ਹੋਇਆ।

Ironmonger—ਲੋਹਾਰ, ਲੋਹਾ ਵੇਚਣ ਵਾਲਾ।

Iron-mould—ਲੋਹੇ ਦਾ ਧੱਬਾ।

Ironware—ਲੋਹੇ ਦੇ ਬਰਤਨ।

Irony—ਲੋਹੇ ਦਾ ਬਣਿਆ ਹੋਇਆ।

Irony—ਨਿੰਦਾ, ਸ਼ਿਕਾਇਤ।

Irradiant—ਕਿਰਨਾਂ ਸੁੱਟਦਾ ਹੋਇਆ, ਚਮਕਦਾ।

Irradiate—ਸਜਾਉਣਾ, ਚਮਕਾਉਣਾ।

Irradiation—ਚਮਕ, ਰੌਸ਼ਨੀ।

Irrational—ਮੂਰਖ਼।

Irrationally—ਬੇਵਕੂਫ਼ੀ ਨਾਲ।

Irreclaimable—ਨਾ ਸੁਧਾਰਨ ਯੋਗ।

Irreconcilable—ਬੇਮੇਲ, ਵਿਰੁੱਧ।

Irrecancilement—ਅਜੋੜਤਾ, ਵਿਰੋਧ।

Irrecoverable—ਜੋ ਠੀਕ ਨਾ ਹੋ ਸਕੇ।

Irreducible—ਜੋ ਅਸਲੀ ਹਾਲਤ ਤੇ ਨਾ ਆ ਸਕੇ।

Irreflective—ਜਿਸ 'ਤੇ ਪ੍ਰਭਾਵ ਨਾ ਪੈ ਸਕੇ।

Irrefragable—ਲਾ-ਜਵਾਬ, ਨਾ ਮੁਕਰਨ ਯੋਗ।

Irrefutable—ਅਟੁੱਟ, ਅਖੰਡ।

Irregular—ਬੇਕਾਇਦਾ, ਗਲਤ, ਵਿਰੁੱਧ।

Irregularity—ਬੇਕਾਇਦਗੀ।

Irregulate—ਲੜੀ ਤੋੜਨਾ, ਬੇਤਰਤੀਬ ਕਰਨਾ।

Irrelative—ਬੇਜੋੜ, ਬੇਮੇਲ।

Irrelevance, Irrelevancy—ਖਾਰਜ ਹੋਣ ਜਾਂ ਨਿਕਲਣ ਦੀ ਹਾਲਤ।

Irreligious—ਬੇ-ਧਰਮ, ਬੇ-ਦੀਨ।

Irremediable—ਲਾਇਲਾਜ।

Irremiasible—ਨਾ ਖਿਮਾ ਕਰਨ ਯੋਗ।
Irreparable—ਗਿਆ ਗੁਜਰਿਆ, ਜਿਸ ਦਾ ਸੁਧਾਰ ਨਾ ਹੋ ਸਕੇ।
Irremovable—ਅਟੱਲ, ਜੋ ਇਧਰ ਉਧਰ ਨਾ ਹੋ ਸਕੇ।
Irrepealable—ਅਪੀਲ ਦੇ ਯੋਗ।
Irreprehensible—ਬੇ-ਐਬ, ਬੇ-ਨੁਕਸ।
Irrepressible—ਜੋ ਰੁਕ ਨਾ ਸਕੇ।
Irreproachable—ਪਵਿੱਤਰ।
Irreprovable—ਪਵਿੱਤਰ, ਬੇਐਬ।
Irreptitious—ਗੁਪਤ, ਦਾਖ਼ਲ ਕੀਤਾ ਜਾਣ ਵਾਲਾ।
Irresistance—ਹੁਕਮ, ਅਟੱਲ।
Irresistible—ਅਰੋਕ, ਅਟੱਲ।
Irresoulte—ਨਾ ਪੱਕਾ, ਡਾਵਾਂਡੋਲ।
Irresolution—ਅਸਥਿਰਤਾ।
Irresolvable—ਜੋ ਖ਼ਿਆਲ ਵਿੱਚ ਨਾ ਆ ਸਕੇ।
Irrespective—ਬਿਨਾਂ ਲਿਹਾਜ਼।
Irresponsible—ਗੈਰ ਜ਼ਿੰਮੇਦਾਰ, ਜੋ ਉੱਤਰ ਨਾ ਦੇ ਸਕੇ।
Irretrievable—ਗਿਆ ਗੁਜ਼ਰਿਆ, ਲਾਇਲਾਜ।
Irreverence, Irreverent—ਬੇ-ਅਦਬ।
Irreverently—ਬੇਦਅਬੀ ਨਾਲ।
Irrevocable—ਅਟੱਲ।
Irrigate—ਸਿੰਚਣਾ, ਪਾਣੀ ਦੇਣਾ।
Irrigation—ਸਿੰਚਾਈ।
Irriguous—ਗਿੱਲਾ, ਤਾਜ਼ਾ।
Irritability—ਤੇਜ਼ੀ।
Irritable—ਚਿੜਚਿੜਾ, ਸਖ਼ਤ ਮਿਜਾਜ਼।
Irritant—ਦੁੱਖਦਾਇਕ।
Irritate—ਛੇੜਨਾ, ਤੰਗ ਕਰਨਾ।
Irritation—ਛੇੜਖਾਨੀ, ਭੜਕਾਉਣਾ।
Irruption—ਆਕ੍ਰਮਣ, ਹਮਲਾ।
Is—ਹੈ।
Ischuria, Ischury—ਪਿਸ਼ਾਬ ਦਾ ਰੁਕਣਾ।
Isinglass—ਮੱਛੀ ਦਾ ਸਰੇਸ਼, ਅੱਬਰਕ।
Islam—ਇਸਲਾਮ, ਮੁਸਲਮਾਨਾਂ ਦਾ ਮਜ਼੍ਹਬ।
Islander—ਟਾਪੂ ਦਾ ਵਸਨੀਕ।
Island—ਟਾਪੂ, ਦੀਪ, ਜੰਜ਼ੀਰਾ।
Isle—ਟਾਪੂ ਲਗਾਉਣਾ।
Isobar—ਨਕਸ਼ੇ ਦੀ ਉਹ ਲਾਈਨ ਜੋ ਸਮੁੰਦਰ ਦੇ ਬਰਾਬਰ ਸਤਹ ਵਾਲੀ ਥਾਂ ਦੱਸਦੀ ਹੈ।
Isochronal—ਬਰਾਬਰ ਸਮੇਂ ਦਾ।
Isolate—ਸਮਕਾਲੀਨ।
Isonomy—ਅਧਿਕਾਰਾਂ ਦੀ ਬਰਾਬਰ ਵੰਡ।
Isosceles—ਦੋ ਭੁੱਜ ਬਰਾਬਰ।
Isothermal—ਬਰਾਬਰ ਮੌਸਮ।
Israelite—ਯਹੂਦੀ।
Issue—ਰਵਾਨਗੀ, ਨਤੀਜਾ ਜਾਰੀ ਹੋਣਾ।
Issueless—ਬੇ-ਸੰਤਾਨ
It—ਇਹ।
Italian—ਇਟਲੀ ਦਾ ਵਸਨੀਕ ਜਾਂ ਬੋਲੀ।
Italicize—ਤਿਰਛਾ ਛਾਪਣਾ।
Italics—ਟੇਢੇ ਹਰਫ਼, ਅੱਖਰ।
Itch—ਖ਼ਾਰਿਸ਼, ਖੁਜਲੀ।
Item—ਰਕਮ, ਨੋਟ।
Iterate—ਦੋਹਰਾਉਣਾ।
Itinerate—ਘੁੰਮਣਾ ਫਿਰਨਾ, ਇੱਧਰ-ਉੱਧਰ ਆਉਣਾ ਜਾਣਾ।
Itinerary—ਸਫ਼ਰੀ, ਸਫ਼ਰਨਾਮਾ।
Its—ਇਸ ਦਾ।
Itself—ਆਪ ਹੀ।
Ivy—ਇਸ਼ਕ ਪੇਚਾ।
Ivory—ਹਾਥੀ ਦੰਦ, ਦੰਦਖੰਡ।

J

J, the tenth letter of the English alphabet. **ਜੇ**—ਅੰਗਰੇਜ਼ੀ ਪੈਂਤੀ ਦਾ ਦੱਸਵਾਂ ਅੱਖਰ।

Jabber—ਬਕਵਾਸ ਕਰਨੀ।

Jackal—ਗਿੱਦੜ।

Jackanapes—ਗੁੰਡਾ, ਬਦਮਾਸ਼।

Jackass—ਮੂਰਖ਼, ਬੇਵਕੂਫ਼।

Jackboots—ਵੱਡੇ ਬੂਟੇ

Jackdaw—ਕਾਂ।

Jacket—ਜਾਕੇਟ।

Jack-knife—ਵੱਡਾ ਚਾਕੂ।

Jacobin—ਸਰਕਾਰ ਦਾ ਵਿਰੋਧੀ, ਇਕ ਤਰ੍ਹਾਂ ਦਾ ਕਬੂਤਰ।

Jade—ਬੇਕਾਰ ਘੋੜਾ, ਤੰਗ ਕਰਨਾ।

Jag—ਦੰਦ ਕੱਢਣਾ।

Jaggy—ਨਾ-ਬਰਾਬਰ।

Jail—ਕੈਦਖ਼ਾਨਾ।

Jailer—ਕੈਦਖਾਨੇ ਦਾ ਦਰੋਗਾ।

Jam—ਮੁਰੱਬਾ, ਜਕੜਨਾ।

Jalap—ਜੁਲਾਬ, ਅਬਾਸ ਦੀ ਜੜ੍ਹ।

Jamb—ਖਿੜਕੀ, ਪੱਥਰ ਦੀ ਚੱਟਾਨ।

Jangle—ਬੇਸੁਰਾ ਬੋਲਣਾ।

Jangler—ਝਗੜਾਲੂ, ਹੁਜਤੀ।

Janitor—ਦਰਬਾਨ, ਚੌਕੀਦਾਰ।

Janty—ਭੜਕੀਲਾ।

January—ਅੰਗ੍ਰੇਜ਼ੀ ਕੈਲੰਡਰ ਅਨੁਸਾਰ ਪਹਿਲਾ ਮਹੀਨਾ, ਜਨਵਰੀ।

Japan—ਰੋਗਨ, ਰੋਗਨ ਕਰਨਾ, ਜਾਪਾਨ ਦੇਸ਼, ਕਾਲਾ ਚਮਕੀਲਾ ਕਰਨਾ।

Japanner—ਵਾਰਨਿਸ਼ ਕਰਨ ਵਾਲਾ।

Jape—ਮਜ਼ਾਕ, ਮਖ਼ੌਲ।

Jar—ਗਗਰੀ, ਟੱਕਰ।

Jargon—ਗੱਪਸ਼ਪ, ਸਮਝ ਵਿੱਚ ਨਾ ਆਉਣ ਵਾਲਾ।

Jasmine—ਚੰਬੇਲੀ।

Jaundice—ਯਰਕਾਨ, ਪੀਲੀਆ ਰੋਗ।

Javelin—ਨੇਜਾ, ਬਰਛੀ।

Jaw—ਜਬੜਾ।

Jay—ਨੀਲਕੰਠ।

Jealous—ਸ਼ੱਕੀ, ਬਦਗੁਮਾਨ, ਸੰਦੇਹੀ।

Jealousy—ਸੰਦੇਹ, ਜਲਨ।

Jeer—ਤਾਅਨਾ ਮਾਰਨਾ, ਚਿੜ੍ਹਾਉਣਾ।

Jejune—ਰੁੱਖੀ ਸੁੱਕੀ, ਲਾਚਾਰ।

Jelly—ਮਾਜੂਨ, ਲੁਆਬਦਾਰ ਚੀਜ਼।

Jelly-fish—ਇੱਕ ਪ੍ਰਕਾਰ ਦਾ ਦਰਿਆਈ ਜਾਨਵਰ।

Jenny—ਬੁਣਨ ਦੀ ਮਸ਼ੀਨ।

Jeopard—ਖ਼ਤਰੇ ਵਿੱਚ ਪਾਉਣਾ।

Jeopardize—ਭੈਅ ਵਿੱਚ ਪਾਉਣਾ ਜਾਂ ਨੁਕਸਾਨ।

Jeopardy—ਜਾਨ ਜੋਖ਼ਮ, ਅੰਦੇਸ਼ਾ, ਖ਼ਤਰਾ।

Jeremiad—ਸ਼ਿਕਾਇਤ, ਰੰਜ।

Jerk—ਸੁੱਟਣਾ, ਹਿਲਾਣਾ, ਝਟਕਾ।

Jerkin—ਕੁੜਤੀ, ਵਾਸਕਟ।

Jersey—ਊਨੀ ਕੁੜਤਾ, ਸਾਫ਼ ਊਨ।

Jessamine—ਚੰਬੇਲੀ।

Jess—ਚਮੜੇ ਜਾਂ ਰੇਸ਼ਮ ਦੀ ਡੋਰੀ।

Jest—ਹਾਸਾ ਮਜ਼ਾਕ, ਮਖ਼ੌਲ।

Jester—ਫਟਕਾਰ, ਤਾਅਨਾ, ਬੋਲੀ।

Jesuitic—ਚਾਲਾਕ, ਜੀਸੁਈਟ ਫ਼ਿਰਕੇ ਦੇ ਸੰਬੰਧ ਵਿਚ।

Jesus—ਮਨੁੱਖ ਦਾ ਰੱਖਿਅਕ, ਈਸਾ ਮਸੀਹ।

Jet—ਫਵਾਰਾ, ਉਭਰਨਾ।

Jetty—ਮਾਲ ਉਤਾਰਨ ਜਾਂ ਲੱਦਣ ਦਾ ਖੰਭਾ।

Jew—ਯਹੂਦੀ।

Jewel—ਜਵਾਹਰਾਤ, ਗਹਿਣੇ ਨਾਲ ਸਜਾਉਣਾ।

Jeweller–ਗਹਿਣੇ ਵੇਚਣ ਵਾਲਾ।
Jewess–ਯਹੂਦਨ।
Jewish–ਯਹੂਦੀ ਵਰਗਾ।
Jib–ਜਹਾਜ਼ ਦਾ ਸਭ ਤੋਂ ਅਗਲਾ ਪਾਲ, ਜ਼ਬਾਨ ਨੂੰ ਇੱਕ ਪਾਸਿਓਂ ਦੂਜੇ ਪਾਸੇ ਫੇਰਨਾ।
Jib-boom–ਇਕ ਸੀਖਚਾ।
Jibe–ਲਾਅਨਤ ਮੁਲਾਮਤ ਕਰਨਾ।
Jiffy–ਛਿਣ, ਪਲ।
Jig–ਇੱਕ ਕਿਸਮ ਦਾ ਨਾਚ।
Jilt–ਬੇਵਫ਼ਾ ਔਰਤ, ਬੇਵਫ਼ਾਈ ਕਰਨੀ।
Jimp–ਸਾਫ਼ ਸੁਥਰਾ।
Jingle–ਝਨਕਾਰ।
Job–ਕੋਈ ਚੰਗਾ ਕੰਮ, ਚੰਗੀ ਛਪਾਈ।
Jobber–ਠੇਕੇ ਤੇ ਛੋਟੇ ਛੋਟੇ ਕੰਮ ਕਰਨ ਵਾਲਾ।
Jobbery–ਠੇਕੇਦਾਰੀ, ਦਲਾਲੀ।
Job-master–ਗੱਡੀ ਜਾਂ ਘੋੜੇ ਨੂੰ ਠੇਕੇ ਤੇ ਚਲਾਉਣ ਵਾਲਾ।
Job-printing–ਕਿਸਮ ਕਿਸਮ ਦੀ ਛਪਾਈ।
Jockey–ਚਾਬੁਕ ਸਵਾਰ, ਘੋੜੇ ਵੇਚਣ ਵਾਲਾ।
Jocose–ਮਖ਼ੌਲੀਆ।
Jocular–ਖਿਡਾਰੀ, ਖ਼ੁਸ਼ ਮਿਜਾਜ਼।
Jocund–ਖ਼ੁਸ਼, ਪ੍ਰਸੰਨ।
Jog–ਉਤਸਾਹ ਦਿਲਾਉਣਾ, ਉਕਸਾਉਣਾ।
Joggle–ਆਹਿਸਤਾ ਨਾਲ ਹਿਲਾ ਦੇਣਾ।
Join–ਮਿਲਾਉਣਾ, ਜੋੜਨਾ।
Joiner–ਤਰਖਾਣ।
Joint–ਇਕੱਠਾ ਜੋੜਨਾ।
Jointly–ਇਕੱਠੇ ਮਿਲਕੇ।
Joint-stock–ਮਿਲੀ ਹੋਈ ਪੂੰਜੀ।
Jointure–ਇਸਤ੍ਰੀ ਧਨ।
Joist–ਕੜੀ, ਸ਼ਤੀਰ, ਕੜੀ ਲਾਉਣੀ।
Joke–ਹਾਸਾ ਮਖ਼ੌਲ।
Jolly–ਜ਼ਿੰਦਾ ਦਿਲ, ਵਿਨੋਦੀ।
Jolt–ਧੱਕਾ ਮਾਰਨਾ।
Jolt head–ਬੇਵਕੂਫ਼, ਬੁੱਧੂ।
Jonquil–ਨਰਗਿਸ ਦਾ ਫੁੱਲ।
Jostle–ਕੁਹਣੀ ਮਾਰਨਾ।
Jot–ਲਿਖ ਲੈਣਾ, ਦਰਜ ਕਰਨਾ।
Journal–ਦੈਨਿਕ ਅਖ਼ਬਾਰ।
Journalist–ਸੰਪਾਦਕ, ਪੱਤਰ ਦਾ ਲੇਖਕ।
Journey–ਸਫ਼ਰ।
Journeyman--ਦਿਹਾੜੀਦਾਰ, ਕਾਰਿੰਦਾ।
Journeywork–ਦਿਹਾੜੀ ਜਾਂ ਠੇਕੇ ਦਾ ਕੰਮ।
Joust–ਝੂਠੀ ਲੜਾਈ, ਝੂਠੀ ਲੜਾਈ ਕਰਨੀ।
Jovial–ਜ਼ਿੰਦਾਦਿਲ।
Jovialist–ਜ਼ਿੰਦਾਦਿਲ, ਰੰਗੀਨ।
Jowl–ਗੱਲ੍ਹ, ਰੁਖ਼ਸਾਰ।
Joy–ਆਨੰਦ, ਖ਼ੁਸ਼ੀ।
Joyful–ਬਹੁਤ ਖ਼ੁਸ਼।
Joyous–ਖ਼ੁਸ਼।
Jubilant–ਜਿੱਤ ਦੇ ਗੀਤ ਗਾਉਣ ਵਾਲਾ।
Jubilate–ਖ਼ੁਸ਼ ਹੋਣਾ, ਮਗਨ ਹੋਣਾ।
Jubilee–ਪੰਜਾਹ ਸਾਲਾ ਜਸ਼ਨ।
Judaism–ਯਹੂਦੀ ਧਰਮ।
Judge–ਮੁਨਸਫ਼, ਇਨਸਾਫ਼ ਕਰਨ ਵਾਲਾ।
Jugement–ਫ਼ੈਸਲਾ।
Judgment-seat–ਅਦਾਲਤ।
Judicatory–ਅਦਾਲਤ ਦਾ ਅਫ਼ਸਰ।
Judicature–ਅਦਾਲਤ ਦਾ ਇਨਸਾਫ਼।
Judicial–ਅਦਾਲਤੀ ਇਨਸਾਫ਼ ਵਾਲਾ।
Judicially–ਕਾਨੂੰਨ ਅਨੁਸਾਰ।
Judiciary–ਹਾਕਮ ਜਾਂ ਜੱਜਾਂ ਦਾ ਇਕੱਠ।
Judicious–ਬੁੱਧੀਮਾਨ।

Jug—ਸੁਰਾਹੀ, ਬੁਲਬੁਲ ਦੀ ਅਵਾਜ਼।
Juggle—ਬਾਜ਼ੀਗਰੀ, ਹੱਥ ਦੀ ਸਫ਼ਾਈ।
Juggler—ਬਾਜ਼ੀਗਰ।
Jugular—ਗਲੇ ਦਾ, ਸੰਘ ਦਾ।
Juice—ਅਰਕ।
Juiciness—ਰਸੀਲਾਪਨ।
Juicy—ਰਸਦਾਰ, ਅਰਕਦਾਰ।
Juke, Jook—ਉਤਰਨਾ, ਬੈਠਣਾ।
Julep—ਸ਼ਰਬਤ, ਪਤਲੀ ਦਵਾਈ।
July—ਅੰਗ੍ਰੇਜ਼ੀ ਕੈਲੰਡਰ ਅਨੁਸਾਰ ਸੱਤਵਾਂ ਮਹੀਨਾ, ਜੁਲਾਈ।
Jumble—ਗੜਬੜ ਕਰਨਾ।
Jump—ਛਾਲ ਮਾਰਨੀ।
Juncate—ਪੇੜਾ, ਬਰਫ਼ੀ।
Junction—ਮਿਲਣ ਦੀ ਥਾਂ, ਮਿਲਾਪ।
Juncture—ਇਤਫ਼ਾਕ।
June—ਅੰਗ੍ਰੇਜ਼ੀ ਕੈਲੰਡਰ ਦਾ ਛੇਵਾਂ ਮਹੀਨਾ।
Jungle—ਜੰਗਲ, ਝਾੜੀ।
Junior—ਛੋਟਾ, ਘਟ ਉਮਰ ਦਾ।
Junk—ਪੁਰਾਣੀਆਂ ਰੱਸੀਆਂ, ਚੀਨੀ ਬੇੜੀ।
Junket—ਮਠਿਆਈ, ਲੁਕਾ ਕੇ ਪ੍ਰੀਤੀ ਭੋਜਨ ਦੇਣਾ।
Junto—ਜੱਥਾ।
Jurat—ਫ਼ੌਜਦਾਰੀ ਹਾਕਮ।
Juridical—ਅਦਾਲਤੀ।
Jurisconsult—ਵਕੀਲ, ਕਾਨੂੰਨਦਾਰ।
Jurisdiction—ਅਧਿਕਾਰ, ਅਖ਼ਤਿਆਰ।
Jurisdictive—ਅਧਿਕਾਰ ਸੰਬੰਧੀ।
Jurisprudence— ਨਿਯਮਾਂ ਦੀ ਵਿੱਦਿਆ।
Jurisprudent—ਨਿਯਮਾਂ ਵਿਚ ਚਤੁਰ।
Jurist—ਕਾਨੂੰਨਦਾਰ।
Juror—ਪੰਚ।
Jury—ਅਫ਼ਸਰ।
Just—ਠੀਕ, ਮੁਨਾਸਿਬ।
Justice—ਇਨਸਾਫ਼।
Justifiable—ਉਚਿਤ, ਵਾਜਬ।
Justification—ਛੁਟਕਾਰਾ, ਸਫ਼ਾਈ।
Justifier—ਛੁਟਕਾਰਾ ਦੁਆਉਣ ਵਾਲਾ।
Justify—ਦਰੁੱਸਤ, ਸਾਬਤ ਕਰਨਾ।
Justle—ਟੱਕਰ ਮਾਰਨੀ, ਧੱਕਾ।
Justly—ਇਨਸਾਫ਼ ਨਾਲ, ਠੀਕ ਠੀਕ।
Jut—ਬਾਹਰ ਨਿਕਲਨਾ।
Jute—ਪਟਸਨ।
Juvenescent—ਜਵਾਨ ਹੋਣਾ।
Juvenile—ਬੱਚਾ, ਛੋਟਾ।
Juvenility—ਨਵੀਂ ਜਵਾਨੀ।
Juxtaposition—ਨੇੜਲਾ ਰਿਸ਼ਤਾ।

K

K, the eleventh letter of the English alphabet. ਕੇ—ਅੰਗ੍ਰੇਜ਼ੀ ਪੈਂਤੀ ਦਾ ਗਿਆਰ੍ਹਵਾਂ ਅੱਖਰ।
Kadi—ਕਾਜ਼ੀ।
Kafir—ਦੱਖਣੀ ਅਫ਼ਰੀਕਾ ਦਾ ਵਸਨੀਕ, ਨਾਸਤਕ, ਰੱਬ ਨੂੰ ਨਾ ਮੰਨਣ ਵਾਲਾ।
Kail—ਇੱਕ ਕਿਸਮ ਦੀ ਗੋਭੀ।
Kam—ਟੇਢਾ।
Kangaroo—ਆਸਟ੍ਰੇਲੀਆ ਦਾ ਇੱਕ ਪਸ਼ੂ।
Kaw—ਕਾਂ ਕਾਂ ਕਰਨੀ।
Kawn—ਤੁਰਕੀ ਸਰ੍ਹਾਂ।
Kayle—ਇੱਕ ਖੇਡ।
Keck—ਉਲਟੀ ਕਰਨ ਵਰਗੀ ਅਵਾਜ਼ ਕੱਢਣਾ।
Kedge—ਇੱਕ ਛੋਟਾ ਲੰਗਰ।
Keel—ਜਹਾਜ਼ ਦੇ ਪੈਂਦੇ ਦੇ ਵਿਚਕਾਰਲੀ ਲੱਕੜੀ।
Keen—ਤੇਜ਼, ਤੇਜ਼ ਬੁੱਧੀ।
Keenness—ਤੇਜ਼ੀ, ਸਖ਼ਤੀ, ਉਤਸ਼ਾਹ।

Keep—ਰੱਖਣਾ, ਪਾਲਣਾ, ਟਿਕਣਾ।
Keeper—ਦਰੋਗਾ, ਰਾਖਾ।
Keeping—ਨਿਗਾਹਬਾਨੀ, ਰਖਿਆ।
Keepsake—ਨਿਸ਼ਾਨੀ, ਯਾਦਗਾਰ।
Keg—ਛੋਟਾ ਪੀਪਾ।
Kell—ਉਹ ਝਿੱਲੀ ਜਿਸ ਵਿੱਚ ਜਨਮ ਵੇਲੇ ਬੱਚਾ ਲਪੇਟਿਆ ਹੁੰਦਾ ਹੈ।
Kennel—ਕੁੱਤਾ ਘਰ।
Kerchief—ਰੁਮਾਲ, ਸਿਰ ਦਾ ਕੱਪੜਾ।
Kerf—ਆਰੀ ਦੇ ਚੀਰ ਦਾ ਨਿਸ਼ਾਨ, ਡਿੱਗੇ ਹੋਏ ਰੁੱਖ ਦਾ ਟੁੱਟਿਆ ਹੋਇਆ ਸਿਰਾ।
Kern—ਆਇਰਲੈਂਡ ਦਾ ਸਿਪਾਹੀ, ਚੱਕੀ।
Kernel—ਇੱਕ ਛੋਟਾ ਦਾਣਾ।
Kerosene—ਮਿੱਟੀ ਦਾ ਤੇਲ।
Ketch—ਦੋ ਮਸਤੂਲਾਂ ਦਾ ਛੋਟਾ ਜਹਾਜ਼।
Ketchup—ਚਟਨੀ।
Kettle—ਕੜਾਹੀ, ਦੇਗਚੀ।
Kettle-drum—ਨਗਾਰਾ, ਢੋਲ।
Key—ਕੁੰਜੀ/ਚਾਬੀ।
Keyhole—ਕੁੰਜੀ/ਚਾਬੀ ਦਾ ਛੇਕ।
Keystone—ਡਾੱਟ ਦਾ ਵਿਚਲਾ ਪੱਥਰ।
Kibe—ਬਿਆਈ, ਚੀਰ।
Kick—ਠੋਕਰ, ਲੱਤਾਂ ਨਾਲ ਮਾਰਨਾ।
Kick-shaw—ਅਨੋਖੀ ਤੇ ਨਵੀਂ ਚੀਜ਼।
Kid—ਬੱਕਰੀ ਦਾ ਬੱਚਾ।
Kiddle—ਮੱਛੀਆਂ ਫੜਨ ਲਈ ਨਦੀ ਵਿਚ ਵਾੜ।
Kidnap—ਆਦਮੀ ਨੂੰ ਚੁੱਕ ਕੇ ਲੈ ਜਾਣਾ।
Kidney—ਗੁਰਦਾ।
Kill—ਖੂਨ ਕਰਨਾ, ਜਾਨੋਂ ਮਾਰਨਾ।
Kiln—ਭੱਠਾ, ਆਵਾ।
Kilt—ਇੱਕ ਪ੍ਰਕਾਰ ਦੀ ਕੁਰਤੀ।
Kin—ਭਾਈਚਾਰਾ, ਰਿਸ਼ਤੇਦਾਰੀ।
Kind—ਕਿਸਮ, ਪ੍ਰਕਾਰ।
Kindle—ਸਾੜਨਾ, ਜਲਨਾ।
Kindliness—ਮਿਹਰਬਾਨੀ, ਨੇਕੀ।
Kindly—ਮਿਹਰਬਾਨੀ ਕਰਕੇ, ਕ੍ਰਿਪਾ ਕਰਕੇ।
Kindness—ਮਿਹਰਬਾਨੀ ਕਿਰਪਾ।
Kindred—ਰਿਸ਼ਤੇਦਾਰ, ਹਮ-ਜਿਨਸ।
Kine—ਗਊ।
King—ਬਾਦਸ਼ਾਹ, ਤਾਸ਼ ਦਾ ਬਾਦਸ਼ਾਹ, ਸ਼ਤਰੰਜ ਦਾ ਸ਼ਾਹ।
Kingdom—ਰਾਜ, ਬਾਦਸ਼ਾਹਤ।
Kingly—ਸ਼ਾਹਾਨਾ, ਰਾਜਸੀ।
King's-evil—ਕੰਠਮਾਲਾ।
King's-English—ਵਧੀਆ ਤੇ ਠੀਕ ਅੰਗ੍ਰੇਜ਼ੀ।
King-post—ਛੱਤ ਦੇ ਚੌਖਟੇ ਦੀ ਸ਼ਤੀਰੀ।
Kink—ਰੱਸੀ ਨੂੰ ਗੰਢ ਪਾਉਣੀ।
Kinsfolk—ਰਿਸ਼ਤੇਦਾਰ।
Kinship—ਰਿਸ਼ਤੇਦਾਰੀ।
Kinsman—ਰਿਸ਼ਤੇਦਾਰ, ਭਾਈਬੰਦ।
Kinswoman—ਰਿਸ਼ਤੇਦਾਰ ਤੀਵੀਂ।
Kipper—ਮੱਛੀ, ਸੁੱਕੀ ਨਮਕੀਨ ਮੱਛੀ।
Kirk—ਗਿਰਜਾਘਰ।
Kritle—ਚੋਗਾ, ਜਾਮਾ।
Kiss—ਬੋਸਾ, ਚੁੰਮਣਾ।
Kit—ਮਲਾਹ ਜਾਂ ਸਿਪਾਹੀ ਦਾ ਸਮਾਨ।
Kitchen—ਰਸੋਈਘਰ।
Kite—ਪਤੰਗ, ਚੀਲ।
Kith—ਵਾਕਫ਼, ਰਿਸ਼ਤੇਦਾਰ।
Kitten—ਬਿੱਲੀ ਦਾ ਬੱਚਾ।
Knab—ਪਕੜਨਾ, ਦੰਦ ਨਾਲ ਕੱਟਣਾ।
Knack—ਖਿਡੌਣਾ, ਚਲਾਕੀ, ਢੰਗ, ਸਲੀਕਾ।
Knacky—ਮੱਕਾਰ, ਦਗ਼ਾਬਾਜ਼।
Knag—ਲੱਕੜੀ ਦੀ ਗੰਢ।
Knap—ਦੰਦ, ਕੱਟਣਾ, ਖਟਕਾਣਾ।
Knave—ਬਦਮਾਸ਼, ਝੂਠਾ।
Knavish—ਮੱਕਾਰ, ਚਾਲ ਬਾਜ਼।
Knead—ਗੁੰਨ੍ਹਣਾ, ਮਸਲਨਾ।
Knee—ਗੋਡਾ।

Knee-pan—ਗੋਡੇ ਦੀ ਗੋਲ ਹੱਡੀ।
Kneel—ਗੋਡਿਆਂ ਦੇ ਭਾਰ ਬੈਠਣਾ।
Kned—ਘੰਟਾ ਵਜਾਉਣਾ।
Knick-knack—ਖਿਡੌਣਾ, ਤੁਛ ਚੀਜ਼।
Knife—ਚਾਕੂ, ਛੁਰੀ।
Knight—ਬਹਾਦੁਰ ਸਰਦਾਰ ਬਣਾਨਾ।
Knighterrant—ਆਪਣੀ ਬਹਾਦੁਰੀ ਦਿਖਾਉਣ ਲਈ ਘੁੰਮਣ ਵਾਲਾ ਯੋਧਾ।
Knighthood—ਸਰਦਾਰੀ, ਬਹਾਦਰੀ ਦਾ ਤਮਗ਼ਾ।
Knob—ਗੰਢ, ਕੋਈ ਗੋਲ ਚੀਜ਼।
Knock—ਖਟਖਟਾਨਾ, ਮਾਰਨਾ।
Knoll—ਘੰਟੀ ਵਜਾਉਣੀ, ਘੰਟੀ ਦੀ ਆਵਾਜ਼।
Knop—ਫੁੱਲਾਂ ਦਾ ਗੁੱਛਾ।
Knot—ਗੰਢ।
Knotty—ਗੰਢਦਾਰ।
Know—ਜਾਣਨਾ, ਵਾਕਫ਼ ਹੋਣਾ।
Knowing--ਹੁਸ਼ਿਆਰ, ਚੌਕਸ, ਵਾਕਫ਼ਦਾਰ।
Knowledge—ਸਮਝ, ਗਿਆਨ।
Knuckle—ਹਾਰ ਮੰਨਣਾ।
Knurl—ਗੰਢ।
Kyanise—ਲੱਕੜੀ ਨੂੰ ਖ਼ਰਾਬ ਹੋਣ ਤੋਂ ਬਚਾਉਣਾ।

L

L, the twelth letter of the English alphabet. **ਐਲ**—ਅੰਗ੍ਰੇਜ਼ੀ ਪੈਂਤੀ ਦਾ ਬਾਹਰਵਾਂ ਅੱਖਰ।
L—ਦੇਖੋ, ਤੱਕੋ ਤਾਂ ਸਹੀ।
Labefaction—ਕਮਜ਼ੋਰੀ, ਨਿਰਬਲਤਾ।
Label—ਪਰਚੀ, ਕਾਗਜ਼ ਉੱਤੇ ਨਾਂ ਲਿਖ ਕੇ ਚਿਪਕਾਉਣਾ।
Labial—ਬੁੱਲ੍ਹਾਂ ਸੰਬੰਧੀ, ਬੁੱਲ੍ਹਾਂ ਨਾਲ ਬੋਲਿਆ ਸ਼ਬਦ।
Labio-dental—ਜੋ ਬੁੱਲ੍ਹਾਂ ਤੇ ਦੰਦਾਂ 'ਚੋਂ ਨਿਕਲੇ।
Laboratory—ਪ੍ਰਯੋਗਸ਼ਾਲਾ, ਰਸਾਇਣ ਆਦਿ ਚੀਜ਼ਾਂ ਜਾਂਚਣ ਦੀ ਥਾਂ।
Laborious—ਮਿਹਨਤੀ।
Labour—ਮਜ਼ਦੂਰੀ ਕਰਨਾ, ਮਿਹਨਤ ਕਰਨਾ।
Labourer—ਮਜ਼ਦੂਰ, ਕੁਲੀ, ਮਿਹਨਤੀ।
Laburnum—ਇਕ ਛੋਟਾ ਰੁੱਖ ਜਿਸ ਵਿਚ ਪੀਲੇ ਫੁੱਲਾਂ ਦੇ ਗੁੱਛੇ ਹੁੰਦੇ ਹਨ।
Labyrinth—ਭੁੱਲਭੁਲਈਆ, ਚੱਕਰ ਦੀ ਥਾਂ।
Lac—ਲਾਖ, ਰੰਗਣ ਦੀ ਲਾਖ, ਇਕ ਲੱਖ, ਸੌ ਹਜ਼ਾਰ।
Lace—ਗੋਟਾ ਕਿਨਾਰੀ।
Lacerate—ਕੱਟਣਾ, ਟੁਕੜੇ ਟੁਕੜੇ ਕਰਨਾ।
Laches—ਸੁਸਤੀ, ਬੇਖ਼ਬਰੀ।
Lachrymal—ਅੱਥਰੂ ਲਿਆਉਣ ਵਾਲਾ।
Lachrymary—ਅੱਥਰੂਆਂ ਭਰੀ।
Lachrymose—ਉਦਾਸ, ਅੱਥਰੂਆਂ ਭਰੀ।
Lack—ਕਮੀ।
Lackadaisical—ਖ਼ਿਆਲੀ।
Lackaday—ਹਾਏ ਹਾਏ, ਅਫ਼ਸੋਸ।
Lackbrain—ਬੁੱਧੂ, ਝੁੱਡੂ।
Lackey—ਪਿਆਦਾ, ਹਰਕਾਰਾ, ਸੇਵਾ ਕਰਨੀ।
Lacklustre—ਬੇਚਮਕ, ਧੁੰਦਲਾ।
Laconic—ਛੋਟਾ, ਸੰਖੇਪ ਨਾਲ।
Lacquer—ਇੱਕ ਪੀਲੀ ਵਾਰਨਿਸ਼, ਲਾਖ ਤੇ ਸ਼ਰਾਬ ਦਾ ਬਣਿਆ ਹੋਇਆ ਰੰਗ।
Lactation—ਦੁੱਧ ਪੀਣ ਦਾ ਵਕਤ।

Lactescence—ਦੂਧੀਆ, ਦੁੱਧ ਰੰਗਾ।
Lactiferous—ਦੁੱਧ ਜਾਂ ਸਫ਼ੈਦ ਰਸ ਵਾਲਾ।
Lactometer—ਦੁੱਧ ਜਾਂਚਣ ਦਾ ਯੰਤਰ।
Lad—ਲੜਕਾ, ਮੁੰਡਾ।
Ladder—ਪੌੜੀ, ਸੀੜੀ।
Laddie—ਵਿਆਹ ਦਾ ਇਛੁੱਕ ਨੌਜਵਾਨ।
Lade—ਲੱਦਣਾ, ਭਾਰ ਰੱਖਣਾ।
Ladle—ਕੜਛਾ, ਚਮਚਾ।
Lading—ਭਾਰ, ਅਸਬਾਬ।
Lady—ਇਸਤ੍ਰੀ, ਬੀਵੀ।
Lady-day—ਜਿਸ ਦਿਨ ਫ਼ਰਿਸ਼ਤੇ ਨੇ ਮਰੀਅਮ ਨੂੰ ਈਸਾ ਦੇ ਜਨਮ ਦੀ ਖ਼ਬਰ ਦਿੱਤੀ ਸੀ (25 ਮਾਰਚ)।
Lady-love—ਮਾਸ਼ੂਕ, ਪ੍ਰੇਮਿਕਾ।
Ladyship—ਤੀਵੀਆਂ ਦਾ ਖ਼ਿਤਾਬ।
Lag—ਹੌਲੀ ਚੱਲਣਾ।
Laggard—ਸੁਸਤ।
Lagoon—ਦਲਦਲ, ਝੀਲ।
Laid—ਲੇਟਿਆ ਹੋਇਆ।
Lair—ਜੰਗਲੀ ਪਸ਼ੂਆਂ ਦੇ ਰਹਿਣ ਦੀ ਥਾਂ।
Laird—ਸਰਦਾਰ, ਜ਼ਿੰਮੀਦਾਰ, ਮਾਲਕ।
Laity—ਗ੍ਰਿਹਸਤੀ।
Lake—ਗੂੜ੍ਹਾ ਲਾਲ।
Lakelet—ਛੋਟੀ ਝੀਲ।
Lamb—ਭੇਡ ਦਾ ਬੱਚਾ।
Lambent—ਚੰਚਲ, ਖਿਡਾਰੀ।
Lambkin—ਭੇਡ ਦਾ ਛੋਟਾ ਬੱਚਾ।
Lame—ਲੰਗੜਾ, ਲੂਲਾ।
Lamella—ਪੱਤਰਾ, ਪੱਤਰ, ਵਰਕ।
Lamely—ਲੰਗੜਿਆਂ ਵਰਗਾ।
Lameness—ਲੰਗੜਾਪਨ।
Lament—ਸੋਗ ਕਰਨਾ।
Lamentable—ਗ਼ਮਗੀਨ, ਉਦਾਸ।
Lamentably—ਬੁਰੀ ਤਰ੍ਹਾਂ
Lamentation—ਵਿਰਲਾਪ, ਮਾਤਮ।
Lamina—ਵਰਕ, ਛਿਲਕਾ।
Laminar—ਵਰਕ ਵਰਗਾ, ਵਰਕ ਰੱਖਦਾ।
Laminate—ਬਾਰੀਕ ਪਰਤ ਚੜ੍ਹਾਉਣਾ।
Lamish—ਕੁਝ ਲੰਗੜਾ।
Lamp—ਲਾਲਟੈਨ, ਦੀਵਾ।
Lampblack—ਦੀਵੇ ਦੀ ਸਿਆਹੀ।
Lamplighter—ਗਲੀਆਂ ਵਿਚ ਲੈਂਪ ਜਗਾਉਣ ਵਾਲਾ।
Lampoon—ਨਿੰਦਾ, ਨਿੰਦਾ ਕਰਨੀ।
Lance—ਬਰਛੀ, ਛਵ੍ਹੀ।
Lanceolate—ਦੋ ਧਾਰਾਂ ਵਾਲਾ।
Lancer—ਬਰਛੀਆਂ ਵਾਲਾ, ਨੇਜ਼ਾ।
Lancet—ਨਸ਼ਤਰ, ਚੀਰਨ ਫਾੜਨ ਦਾ ਇੱਕ ਔਜ਼ਾਰ।
Lanch—ਚੀਰਨਾ, ਜ਼ਖ਼ਮੀ ਕਰਨਾ।
Lancinate—ਚੀਰਨਾ, ਫਾੜਨਾ।
Land—ਜ਼ਮੀਨ, ਦੇਸ਼, ਭੂਮੀ।
Landau—ਇੱਕ ਤਰ੍ਹਾਂ ਦੀ ਗੱਡੀ।
Landholder—ਜ਼ਮੀਨ ਦਾ ਮਾਲਕ।
Landing—ਕਿਨਾਰੇ ਤੇ ਉਤਾਰ, ਪੌੜੀ।
Landjobber—ਜ਼ਮੀਨ ਵੇਚਣ ਜਾਂ ਖਰੀਦਣ ਵਾਲਾ।
Landlady—ਜ਼ਮੀਨ ਦੀ ਮਾਲਕਣ।
Landless—ਜ਼ਮੀਨ ਬਗੈਰ, ਬੇ-ਜ਼ਮੀਨਾ।
Landlock—ਜ਼ਮੀਨ ਨਾਲ ਘੇਰਨਾ।
Landlord—ਮਕਾਨ ਦਾ ਮਾਲਿਕ।
Lordlouper—ਖਾਨਾਬਦੋਸ਼, ਟੱਪਰੀਵਾਸੀ।
Land-lubber—ਖ਼ੁਸ਼ਕੀ ਦਾ ਵਸਨੀਕ।
Landmark—ਜ਼ਮੀਨ ਦੀ ਹੱਦ ਦਾ ਨਿਸ਼ਾਨ, ਜਹਾਜ਼ਾਂ ਨੂੰ ਰਾਹ ਦੱਸਣ ਲਈ ਜ਼ਮੀਨ 'ਤੇ ਉੱਚਾ ਨਿਸ਼ਾਨ।
Landscape—ਪਿੰਡ ਦੀ ਤਸਵੀਰ।
Land-ship—ਢਾਲ।
Landsman—ਨਵਾਂ ਮਲਾਹ।

Land-tax—ਜ਼ਮੀਨ ਦਾ ਟੈਕਸ।

Land-waiter—ਜਹਾਜ਼ ਤੋਂ ਉਤਰੇ ਸਮਾਨ ਦਾ ਮਹਿਸੂਲ ਲੈਣ ਵਾਲਾ।

Land-ward—ਜ਼ਮੀਨ ਵੱਲ।

Lane—ਗਲੀ, ਕੂਚਾ।

Language—ਭਾਸ਼ਾ, ਬੋਲੀ।

Languid—ਸੁਸਤ, ਥੱਕਿਆ ਹੋਇਆ।

Languidly—ਕਮਜ਼ੋਰੀ ਨਾਲ।

Languidness—ਕਮਜ਼ੋਰੀ, ਸੁਸਤੀ, ਆਲਸ।

Languish—ਕਮਜ਼ੋਰ ਹੋਣਾ।

Languishing—ਕਮਜ਼ੋਰੀ, ਨਿਰਬਲਤਾ, ਥਕਾਵਟ।

Languishingly—ਕਮਜ਼ੋਰੀ ਨਾਲ, ਆਲਸ ਨਾਲ।

Languishment—ਕਮਜ਼ੋਰੀ, ਨਜ਼ਾਕਤ।

Languor—ਕਮਜ਼ੋਰੀ, ਸੁਸਤੀ।

Laniary—ਮਾਸ ਪਾੜਨ ਵਾਲਾ।

Lank—ਦੁਬਲਾ, ਪਤਲਾ।

Lankly—ਕਮਜ਼ੋਰੀ ਨਾਲ, ਪਤਲੇਪਨ ਨਾਲ।

Lankness—ਦੁਬਲਾਪਨ।

Lanky—ਕਮਜ਼ੋਰ।

Lantern—ਲਾਲਟੈਨ, ਲੈਂਪ।

Lanuginous—ਊਨੀ, ਪਸ਼ਮੀ।

Lap—ਸਾਫ਼ ਕਰਨਾ, ਜੀਭ ਨਾਲ ਚੱਟਣਾ, ਗੋਦੀ।

Lapdog—ਛੋਟਾ ਕੁੱਤਾ।

Lapidary—ਜੌਹਰੀ, ਰਤਨ ਆਦਿ ਕੱਟਣ ਵਾਲਾ।

Lapidation—ਪੱਥਰਾਂ ਨਾਲ ਮਾਰਨਾ।

Lapidescence—ਪੱਥਰ ਹੋ ਜਾਣਾ।

Lapidify—ਪੱਥਰ ਬਣਾਉਣਾ।

Lapidist—ਜੌਹਰੀ, ਰਤਨਾਂ ਦਾ ਵਪਾਰੀ।

Lappet—ਦਾਮਨ।

Lapse—ਗਲਤੀ, ਭੁੱਲ।

Lapstone—ਉਹ ਪੱਥਰ ਜਿਸ ਤੇ ਮੋਚੀ ਚਮੜਾ ਕੁੱਟਦੇ ਹਨ।

Larboard—ਜਹਾਜ਼ ਦਾ ਖੱਬਾ ਪਾਸਾ।

Larcegist—ਚੋਰ।

Larceny—ਚੋਰੀ।

Lard—ਸੂਰ ਦੀ ਚਰਬੀ।

Large—ਵੱਡਾ, ਬਹੁਤ।

Largeness—ਵਡਿਆਈ, ਉਦਾਰਤਾ।

Largely—ਖੁੱਲ੍ਹ ਦਿਲੀ ਨਾਲ, ਬਹੁਤਾਤ ਨਾਲ।

Largess—ਸੁਗਾਤਦਾਨ, ਬਖ਼ਸ਼ੀਸ਼।

Lark—ਚਕੋਰ, ਗਾਉਣ ਵਾਲਾ ਪੰਛੀ।

Lascivious—ਮਸਤ, ਸ਼ੋਖ।

Lash—ਚਾਬੁਕ ਦੀ ਸਜ਼ਾ, ਕੋੜੇ ਮਾਰਨਾ।

Lass—ਕੁੜੀ, ਲੜਕੀ।

Lassitude—ਸੁਸਤੀ, ਆਲਸ।

Lasso—ਫੰਦਾ।

Last—ਆਖ਼ਰੀ, ਪਿਛਲਾ।

Lasting—ਮਜ਼ਬੂਤ, ਪਾਏਦਾਰ।

Latch—ਚਿਟਕਣੀ, ਪਕੜਨਾ, ਚਿਟਕਣੀ ਲਾਉਣੀ, ਫਸਾਉਣਾ।

Latchet—ਜੁੱਤੀ ਬੰਨ੍ਹਣ ਦਾ ਫੀਤਾ।

Latch-key—ਚਿਟਕਣੀ ਖੋਲ੍ਹਣ ਦੀ ਚਾਬੀ।

Late—ਦੇਰ ਨਾਲ, ਸਵੇਰੇ, ਦਿਨ ਚੜ੍ਹੇ।

Lately—ਹੁਣੇ ਹੁਣੇ, ਥੋੜਾ ਚਿਰ ਹੋਇਆ।

Latency—ਗੁਪਤ।

Lateness—ਦੇਰ, ਹੁਣ ਦਾ ਸਮਾਂ।

Latent—ਅੰਦਰੂਨੀ।

Later—ਪਿਛਲਾ, ਆਖ਼ਰੀ।

Lateral—ਪਾਸੇ ਦਾ, ਇਕ ਤਰਫ਼ਾ।

Laterally—ਪਾਸੇ, ਵਲੋਂ।

Lateritious—ਇੱਟ ਵਾਂਗ ਲਾਲ ਜਾਂ ਭੂਰੇ ਰੰਗ ਦਾ।

Lath—ਲੱਕੜੀ ਦੀ ਫੱਟੀ, ਖ਼ਰਾਦ ਮਸ਼ੀਨ।

Lather—ਸਾਬਣ ਦੀ ਝੱਗ।

Lathy—ਪਤਲਾ, ਲੰਬਾ।

Latitude—ਲਕੀਰ, ਚੌੜਾਈ।
Latin—ਰੋਮ ਦਾ, ਰੋਮ ਦੀ ਜ਼ਬਾਨ।
Latinise—ਸ਼ਬਦਾਂ ਨੂੰ ਲਾਤੀਨੀ ਕਰ ਦੇਣਾ।
Latinism—ਲਾਤੀਨੀ ਮੁਹਾਵਰਾ।
Latinity—ਲਾਤੀਨੀ ਲਿਖਣ ਦਾ ਢੰਗ।
Latish—ਕੁਝ ਦੇਰ ਨਾਲ।
Latrine—ਟੱਟੀ, ਪਾਖਾਨਾ, ਸੰਡਾਸ।
Latrociny—ਡਾਕਾ, ਲੁੱਟਮਾਰ।
Latten—ਟੀਨ ਜਾਂ ਲੋਹੇ ਦਾ ਪਤਰ।
Latter—ਪਿਛਲਾ, ਆਖ਼ਰੀ।
Latterly—ਥੋੜ੍ਹੇ ਦਿਨਾਂ ਵਿਚ।
Lattice—ਲੱਕੜੀ ਜਾਂ ਲੋਹੇ ਦੀ ਜਾਲੀ।
Laud—ਤਾਰੀਫ਼ ਕਰਨਾ, ਪ੍ਰਸੰਸਾ ਕਰਨਾ।
Laudability—ਗੁਣ, ਖ਼ੂਬੀ।
Laudable—ਸਿਫ਼ਤ ਕਰਨ ਯੋਗ।
Laudably—ਸਿਫ਼ਤ ਕਰਾਉਣ ਯੋਗ।
Laudanum—ਅਫ਼ੀਮ ਦਾ ਅਰਕ।
Laudation—ਉੱਸਤਤ, ਸਿਫ਼ਤ।
Laudatory—ਸਿਫ਼ਤ ਭਰਿਆ।
Laugh—ਹੱਸਣਾ, ਖੁਸ਼ ਹੋਣਾ, ਮੁਸਕਰਾਣਾ।
Laughable—ਹੱਸਣ ਯੋਗ।
Laughingly—ਹਾਸੇ ਵਿਚ।
Laughingstock—ਮਸਖ਼ਰਾ, ਮਖੌਲੀਆ।
Laughter—ਹੱਸੀ, ਕਹਿਕਹਾ।
Launch—ਧਕੇਲਣਾ, ਜਹਾਜ਼ ਨੂੰ ਪਾਣੀ ਵਿੱਚ ਉਤਾਰਨਾ।
Launder—ਧੋਬਣ, ਧੋਣਾ।
Laundress—ਧੋਬਣ।
Laundry—ਕੱਪੜੇ ਧੋਣ ਦੀ ਥਾਂ।
Laureate—ਪਦਵੀ ਦੇਣਾ।
Laurel—ਤੱਜ ਦਾ ਰੁੱਖ।
Lava—ਜਵਾਲਾਮੁਖੀ ਪਹਾੜਾਂ ਵਿਚੋਂ ਨਿਕਲਣ ਵਾਲੀ ਪਿਘਲੀ ਹੋਈ ਚੀਜ਼।
Lavatory—ਧੁਆਈ, ਜ਼ਖ਼ਮ ਧੋਣ ਦੀ ਦਵਾਈ।
Lave—ਨਹਾਉਣਾ, ਗਿੱਲਾ ਕਰਨਾ।
Lavender—ਇੱਕ ਸੁਗੰਧਤ ਦਰਖ਼ਤ।
Lavish—ਫਾਲਤੂ ਖ਼ਰਚ ਕਰਨਾ।
Lavishly—ਫ਼ਜ਼ੂਲ ਖ਼ਰਚੀ ਨਾਲ।
Law—ਕਾਨੂੰਨ, ਨਿਯਮ।
Lavishment—ਫ਼ਜ਼ੂਲ ਖ਼ਰਚੀ।
Law-abiding—ਕਾਨੂੰਨ ਵਿਚ ਰਹਿਣ ਵਾਲਾ।
Law-book—ਕਾਨੂੰਨ ਦੀ ਕਿਤਾਬ।
Lawful—ਕਾਨੂੰਨ ਅਨੁਸਾਰ, ਠੀਕ।
Lawfully—ਬੇ-ਕਾਨੂੰਨ, ਬੇ-ਨਿਯਮ।
Lawn—ਹਰੇ ਘਾਹ ਵਾਲੀ ਜ਼ਮੀਨ।
Lawsuit—ਮੁਕੱਦਮਾ।
Lawyer—ਕਾਨੂੰਨ ਜਾਣਨ ਵਾਲਾ, ਵਕੀਲ।
Lax—ਢਿੱਲਾ, ਖੁੱਲ੍ਹਾ, ਉਦਾਸ, ਨਰਮ।
Laxation—ਢਿੱਲਾਪਨ।
Laxative—ਕਬਜ਼ ਦੂਰ ਕਰਨ ਵਾਲੀ ਦਵਾਈ।
Laxity—ਢਿੱਲਾਪਨ, ਆਲਸ।
Lay—ਰੱਖਣਾ, ਘਟ ਕਰਨਾ, ਅੰਡੇ ਦੇਣਾ।
Layer—ਤਹਿ, ਕਿਲ੍ਹਾ।
Layman—ਉਹ ਧਰਮੀ ਮਨੁੱਖ ਜੋ ਪਾਦਰੀ ਨਾ ਹੋਵੇ।
Lazar—ਛੂਤ ਦੀ ਬੀਮਾਰੀ ਦਾ ਰੋਗੀ।
Lazaretto—ਹਸਪਤਾਲ, ਦਵਾਈਖਾਨਾ।
Lazily—ਸੁਸਤੀ ਨਾਲ।
Laziness—ਸੁਸਤੀ।
Lazy—ਸੁਸਤ, ਆਲਸੀ।
Lead—ਸਿੱਕਾ, ਸਿੱਕੇ ਦੀ ਚਾਦਰ।
Leaden—ਪੱਥਰ ਦਿਲ, ਕਠੋਰ।
Leader—ਮੁਖੀਆ, ਜੱਥੇਦਾਰ।
Leading—ਖ਼ਾਸ, ਵੱਡਾ, ਪਹਿਲਾ।
Leaf—ਪੱਤਾ, ਵਰਕਾ, ਬੂਹੇ ਦਾ ਇਕ ਪਾਸਾ।
Leafless—ਰੁੰਡ ਮੁੰਡ।
Leaflet—ਛੋਟੀ ਪੱਤੀ।

League—ਸਭਾ, ਮੇਲ, ਜੋੜ, ਤਿੰਨ ਮੀਲ।
Leak—ਛੇਕ, ਚੋਣਾ।
Leakage—ਟਪਕਣਾ, ਰਿਸਣਾ।
Lean—ਪਤਲਾ, ਬਿਨਾਂ ਚਰਬੀ ਦਾ ਮਾਸ।
Leap—ਛਾਲ ਮਾਰਨੀ, ਉਛਲਨਾ।
Leap-year—ਹਰ ਚੌਥਾ ਸਾਲ ਜਿਸ ਵਿਚ ਇਕ ਦਿਨ ਵੱਧ ਹੁੰਦਾ ਹੈ।
Learn—ਸਿੱਖਣਾ, ਜਾਣਨਾ।
Learner—ਵਿਦਿਆਰਥੀ, ਪੜ੍ਹਾਕੂ।
Learning—ਵਿੱਦਿਆ, ਯੋਗਤਾ।
Learned—ਬੁੱਧੀਮਾਨ, ਗਿਆਨੀ।
Lease—ਪਟਾ, ਕਿਰਾਇਆਨਾਮਾ।
Leasehold—ਪਟੇ ਰਾਹੀਂ ਕਬਜ਼ੇ ਵਿੱਚ।
Leash—ਫੀਤਾ, ਪੇਟੀ, ਡੋਰੀ।
Least—ਬਹੁਤ ਛੋਟਾ, ਸਭ ਤੋਂ ਘੱਟ।
Leather—ਪੱਕਾ ਚਮੜਾ।
Leathern—ਚਮੜੇ ਦਾ।
Leave—ਛੁੱਟੀ, ਇਜਾਜ਼ਤ।
Leavenous—ਖ਼ਮੀਰ ਵਾਲਾ।
Leavings—ਝੂਠਾ, ਬਚਿਆ ਖੁਚਿਆ।
Lection—ਈਸ਼ਵਰ, ਪ੍ਰਾਰਥਨਾ।
Lecher—ਰੰਡੀਬਾਜ਼, ਅੱਯਾਸ਼।
Leacherous—ਕਾਮੀ।
Lecture—ਵਖਿਆਨ, ਝਿੜਕਨਾ।
Lecturer—ਭਾਸ਼ਣ ਦੇਣ ਵਾਲਾ।
Ledge—ਪਹਾੜ ਦਾ ਸਿਲਸਿਲਾ।
Ledger—ਹਿਸਾਬ ਦੀ ਕਿਤਾਬ, ਖਾਤਾ।
Lee—ਸੁਰੱਖਿਅਤ ਥਾਂ।
Leech—ਹਕੀਮ, ਵੈਦ ਬਾਦਬਾਨ ਦਾ ਕੰਢਾ।
Leer—ਟੇਢੀ ਨਜ਼ਰ।
Leeway—ਹਵਾ ਦੀ ਤਰਫ਼ ਜਹਾਜ਼ ਦਾ ਠੀਕ ਰਸਤੇ ਨਾਲ ਫਾਸਲਾ।
Left—ਖੱਬਾ, ਛੱਡਿਆ ਹੋਇਆ।
Left-handed—ਖੱਬਚੂ, ਭੱਦਾ, ਬਦ-ਕਿਸਮਤ।
Leg—ਲੱਤ, ਟੰਗ।
Legacy—ਵਸੀਅਤ ਨਾਲ ਛੱਡਿਆ ਹੋਇਆ।
Legal—ਕਾਨੂੰਨਨ, ਵਾਜਬ।
Legalize—ਵਾਜਬ ਸਮਝਣਾ।
Legation—ਵਕਾਲਤ, ਏਲਚੀਗਿਰੀ।
Legend—ਕਹਾਣੀ, ਸਿੱਕੇ ਦੀ ਲਿਖਾਵਟ।
Legendary—ਝੂਠਾ, ਕਹਾਣੀ ਵਾਲਾ।
Legerdemain—ਹੱਥ ਦੀ ਸਫ਼ਾਈ।
Legible—ਸਾਫ਼ ਲਿਖਿਆ ਹੋਇਆ।
Legibly—ਸਾਫ਼।
Legion—ਬਹੁਗਿਣਤੀ, ਸਿਪਾਹੀਆਂ ਦਾ ਇਕੱਠ।
Legislate, Lagislation—ਕਾਨੂੰਨ ਬਣਾਉਣਾ।
Legislative, Lagislator—ਕਾਨੂੰਨ ਬਣਾਉਣ ਵਾਲਾ।
Legislature--ਕਾਨੂੰਨ ਬਣਾਉਣ ਵਾਲਿਆਂ ਦੀ ਸਭਾ।
Legitimacy—ਅਸਲੀਅਤ।
Legitimate—ਯੋਗ, ਜਾਇਜ਼।
Legume—ਦਾਲ ਦਾ, ਫਲਾਂ ਵਾਲਾ।
Leisure—ਛੁੱਟੀ ਦਾ ਸਮਾਂ।
Lemming—ਇਕ ਤਰ੍ਹਾਂ ਦਾ ਚੂਹਾ।
Lemon—ਨਿੰਬੂ, ਖੱਟਾ।
Lemonade—ਨਿੰਬੂ ਦਾ ਸ਼ਰਬਤ।
Lemures—ਭੂਤ, ਪ੍ਰੇਤ।
Lend—ਕਰਜ਼ਾ ਦੇਣਾ, ਉਧਾਰ ਦੇਣਾ।
Length—ਲੰਬਾਈ।
Lenghten—ਲੰਬਾ ਕਰਨਾ।
Lengthwise—ਲੰਬਾਈ।
Leniency—ਨਰਮੀ।
Lenient—ਨਰਮ, ਰਹਿਮ ਦਿਲ।
Lenity—ਨਰਮੀ।
Lens—ਦੂਰਬੀਨ ਜਾਂ ਕੈਮਰੇ ਦਾ ਸ਼ੀਸ਼ਾ।
Lent—ਈਸਟਰ ਤੋਂ ਪਹਿਲਾਂ ਚਾਲੀ ਦਿਨਾਂ ਦਾ ਰੋਜ਼ਾ।

Lenten—ਚਾਲੀ ਦਿਨਾਂ ਦੇ ਰੋਜ਼ੇ ਸੰਬੰਧੀ, ਘੱਟ, ਸਾਦਾ।

Lenticular—ਮਸਰਾਂ ਦੇ ਦਾਣੇ ਵਰਗਾ।

Lentil—ਮਸਰ, ਮੋਠ।

Lentous—ਚਿਪਚਿਪਾ, ਲੇਸਦਾਰ।

Leo—ਸਿੰਘ ਰਾਸ਼ੀ।

Leonine—ਸ਼ੇਰ ਦਾ, ਸ਼ੇਰ ਵਰਗਾ।

Leopard—ਚੀਤਾ।

Lepid—ਖੁਸ਼, ਚੁਟਕੀਲਾ।

Leprosy—ਕੋਹੜ।

Leprous—ਕੋਹੜੀ।

Lesion—ਜ਼ਖ਼ਮ, ਸੱਟ, ਤਕਲੀਫ਼।

Leper—ਕੋਹੜੀ।

Less—ਘੱਟ, ਥੋੜ੍ਹਾ।

Lessee—ਕਿਰਾਇਦਾਰ।

Lessen—ਘਟਾਉਣਾ।

Lesson—ਸਬਕ, ਪਾਠ, ਉਪਦੇਸ਼।

Lest—ਸ਼ਾਇਦ।

Let—ਇਜਾਜ਼ਤ ਦੇਣਾ, ਰੁਕਾਵਟ।

Lethal—ਮਾਰੂ, ਪ੍ਰਾਣ-ਘਾਤਕ।

Lethargic—ਆਲਸੀ, ਸੁਸਤ।

Lethargy—ਸੁਸਤ, ਆਲਸ।

Letter—ਪੱਤਰ, ਖ਼ਤ ਚਿੱਠੀ, ਛਾਪੇ ਦਾ ਅੱਖਰ।

Letterpress—ਛਾਪਾ, ਛਪੀ ਹੋਈ ਚੀਜ਼।

Letters—ਵਿੱਦਿਆ, ਇਲਮ।

Levant—ਭੂ-ਮੱਧ ਸਾਗਰ ਦਾ ਪੂਰਬੀ ਪਾਸਾ, ਕਰਜ਼ਾ ਦਿੱਤੇ ਬਿਨਾਂ ਭੱਜ ਜਾਣਾ।

Levee—ਸਭਾ, ਸਭਾ ਵਿੱਚ ਜਾਣਾ।

Level—ਬਰਾਬਰੀ, ਬਰਾਬਰ, ਮੈਦਾਨ।

Lever—ਭਾਰ ਚੁੱਕਣ ਵਾਲਾ ਯੰਤਰ।

Leveret—ਖ਼ਰਗੋਸ਼ ਦਾ ਬੱਚਾ।

Leviable—ਮਹਿਸੂਲ ਲਗਾਉਣ ਯੋਗ।

Leviathan—ਵੱਡਾ ਦਰਿਆਈ ਜਾਨਵਰ ਜਿਸ ਦਾ ਬਾਈਬਲ ਵਿੱਚ ਜ਼ਿਕਰ ਹੈ।

Levigate—ਪੀਸਣਾ, ਘੋਟਣਾ, ਬਰੀਕ ਕਰਨਾ।

Levity—ਹਲਕਾਪਨ, ਬੇਵਕੂਫ਼ੀ।

Levy—ਫ਼ੌਜ ਦਾ ਰੁਪਿਆ ਜਮ੍ਹਾਂ ਕਰਨਾ।

Lewd—ਭੋਗੀ, ਅਸ਼ਲੀਲ।

Lexicographer—ਕੋਸ਼ ਲਿਖਣ ਵਾਲਾ।

Lexicography—ਕੋਸ਼ ਲਿਖਣਾ।

Lexicon—ਸ਼ਬਦ ਕੋਸ਼।

Liable—ਮਜਬੂਰ, ਜ਼ਿੰਮੇਵਾਰ।

Liability—ਜ਼ਿੰਮੇਵਾਰੀ।

Liaison—ਇਸਤ੍ਰੀ ਪੁਰਸ਼ ਦਾ ਨਜਾਇਜ਼ ਪ੍ਰੇਮ।

Liar—ਝੂਠਾ।

Libation—ਸ਼ਰਾਬ ਦਾ ਚੜ੍ਹਾਵਾ।

Libel—ਨਿੰਦਾ ਦਾ ਲੇਖ, ਬਦਨਾਮੀ, ਬਦਨਾਮ ਕਰਨਾ।

Libellous—ਬਦਨਾਮ ਕਰਨ ਵਾਲਾ।

Liberal—ਆਜ਼ਾਦ ਖ਼ਿਆਲ।

Liberality—ਉਦਾਰਤਾ, ਖੁੱਲ੍ਹਾ ਦਿਲ।

Liberate—ਆਜ਼ਾਦ ਕਰਨਾ, ਮੁੱਕਤ ਕਰਨਾ।

Libertine—ਕਾਮੀ, ਭੋਗੀ।

Liberty—ਆਜ਼ਾਦੀ।

Libra—ਤੁਲਾ ਰਾਸ਼ੀ, ਜੋੜ।

Librarian—ਪੁਸਤਕਾਲੇ ਦਾ ਪ੍ਰਬੰਧਕ।

Library—ਪੁਸਤਕਾਲਾ।

Librate—ਬਰਾਬਰ ਕਰਨਾ, ਤੋਲਣਾ।

Libratory—ਝੂਲਦਾ, ਤੱਕੜੀ ਵਾਂਗ ਹਿਲਦਾ।

Lice—ਜੂਆਂ।

License—ਲਾਇਸੈਂਸ, ਆਗਿਆ-ਪੱਤਰ।

Licentiate—ਅਧਿਕਾਰ ਦੇਣ ਵਾਲਾ।

Licit—ਕਾਨੂੰਨੀ।

Lick—ਚੱਟਣਾ, ਮਾਰਨਾ, ਸੱਟ।

Lickerish—ਸੋਹਣਾ, ਮੋਹਣ ਵਾਲਾ।

Lie—ਝੂਠ, ਭਰੋਸਾ ਕਰਨਾ, ਆਰਾਮ ਕਰਨਾ।

Lid—ਛੱਪੜ, ਢੱਕਣ, ਅੱਖ ਦਾ ਪਰਦਾ।
Lief—ਖ਼ੁਸ਼ੀ ਨਾਲ, ਮਰਜ਼ੀ ਨਾਲ।
Liege—ਅਧੀਨ, ਵਫ਼ਾਦਾਰ, ਪਰਜਾ, ਬਾਦਸ਼ਾਹ।
Lien—ਅਧਿਕਾਰ, ਹੱਕ।
Lieu—ਥਾਂ, ਛੁੱਟੀ।
Lieutement—ਛੋਟਾ ਅਫ਼ਸਰ।
Life—ਜੀਵਨ, ਜ਼ਿੰਦਗੀ।
Life-guard—ਬਾਦਸ਼ਾਹ ਦਾ ਰਖਵਾਲਾ।
Life-insurance—ਜੀਵਨ ਬੀਮਾ।
Lifeless—ਬੇਜਾਨ।
Life-time—ਜ਼ਿੰਦਗੀ ਭਰ, ਸਾਰੀ ਉਮਰ।
Lift—ਉੱਚਾ ਕਰਨਾ।
Ligament—ਬੰਦ, ਪੱਟੀ।
Ligaion—ਬੰਨ੍ਹ ਬੰਨ੍ਹਣਾ।
Light—ਰੋਸ਼ਨੀ, ਬੱਤੀ, ਚਮਕੀਲਾ।
Ligh-beare—ਮਸ਼ਾਲਚੀ।
Lighen—ਹਲਕਾ ਕਰਨਾ, ਘੱਟ ਕਰਨਾ।
Lighter—ਜਗਾਉਣ ਵਾਲਾ, ਖੁਲ੍ਹੀ ਵੱਡੀ ਬੇੜੀ।
Light-fingered—ਚੋਰ, ਉਚੱਕਾ।
Light-headed—ਕਮਜ਼ੋਰ, ਬੇਖ਼ਬਰ, ਬੇ ਸਮਝ।
Light-house—ਰੋਸ਼ਨੀ ਦੀ ਮੀਨਾਰ।
Lightly—ਹਲਕਾ, ਫੁਲਕਾ।
Light-minded—ਚੰਚਲ।
Lightning—ਬਿਜਲੀ।
Ligneous—ਲੱਕੜ ਦਾ।
Ligniform—ਲੱਕੜ ਦੀ ਸ਼ਕਲ ਦਾ।
Like—ਪ੍ਰਕਾਰ, ਬਰਾਬਰ।
Likelihood—ਮਨ ਭਾਉਣਾ।
Likely—ਹੋਣ ਯੋਗ।
Likewise—ਇਸੇ ਪ੍ਰਕਾਰ।
Liking—ਸ਼ੌਕ, ਚਾਹ।
Liliputian—ਬਹੁਤ ਛੋਟਾ।
Lilt—ਖ਼ੁਸ਼ਦਿਲੀ ਨਾਲ ਗਾਉਣਾ।
Lily—ਕਮਲ ਦਾ ਫੁੱਲ।
Limb—ਕਿਨਾਰਾ, ਸ਼ਾਖ।
Limber—ਲਚਕਦਾਰ।
Limbo—ਨਰਕ ਨੇੜੇ ਇਕ ਥਾਂ, ਕੈਦਖਾਨਾ।
Lime—ਚੂਨਾ।
Lime-kiln—ਚੂਨੇ ਦੀ ਭੱਠੀ।
Limestone—ਚੂਨੇ ਦਾ ਪੱਥਰ।
Limit—ਹੱਦ, ਕਿਨਾਰਾ।
Limitation—ਮਿਆਦ, ਰੋਕ।
Limitless—ਬੇਹੱਦ।
Limn—ਤਸਵੀਰ ਬਣਾਉਣੀ, ਮੀਨਾਕਾਰੀ ਕਰਨੀ।
Limousine—ਇਕ ਕਿਸਮ ਦੀ ਕਾਰ।
Limp—ਕਮਜ਼ੋਰ, ਲੰਙਾ ਚੱਲਣ ਵਾਲਾ।
Limpid—ਖ਼ਾਲਸ, ਸਾਫ਼।
Limpidity—ਸਫ਼ਾਈ।
Limy—ਚਿਪਚਿਪਾ, ਚੂਨਾ ਮਿਲਿਆ।
Lincture—ਚੱਟਣ ਵਾਲੀ ਦਵਾਈ।
Line—ਲਕੀਰ, ਦਰਜਾ, ਪੈਦਲ ਫ਼ੌਜ।
Lineage—ਕੁਲ, ਵੰਸ਼, ਔਲਾਦ।
Lineal—ਖ਼ਾਨਦਾਨੀ, ਜੱਦੀ।
Lineament—ਸ਼ਕਲ, ਆਕਾਰ।
Linear—ਸਿੱਧਾ, ਪਤਲਾ।
Linen—ਸਨ ਜਾਂ ਪਟਸਨ ਦਾ ਕੱਪੜਾ।
Linen-draper—ਕੱਪੜੇ ਦਾ ਵਪਾਰੀ।
Ling—ਇਕ ਪ੍ਰਕਾਰ ਦੀ ਮੱਛੀ।
Linget—ਲੰਬਾ ਕਰਨਾ, ਦੇਰੀ ਕਰਨੀ।
Lingual—ਜੀਭ ਦਾ।
Linguist—ਬਹੁਤ ਭਾਸ਼ਾਵਾਂ ਬੋਲਣ ਵਾਲਾ।
Liniment—ਮਾਲਸ਼ ਦਾ ਤੇਲ ਜਾਂ ਮੱਲ੍ਹਮ।
Link—ਜੰਜ਼ੀਰ ਦੀ ਕੜੀ।
Linner—ਇਕ ਤਰ੍ਹਾਂ ਦੀ ਅੰਗ੍ਰੇਜ਼ੀ ਚਿੜੀ।
Linseed—ਅਲਸੀ।
Linsey-woolsey—ਉਨ ਤੇ ਲਿਨਨ ਦਾ ਬਣਿਆ ਕੱਪੜਾ।
Linstock—ਤੋਪ ਦਾਗਣ ਦੀ ਲੱਕੜੀ।

Lint—ਫਹਾ, ਪੱਟੀ, ਜ਼ਖ਼ਮ 'ਤੇ ਕਰਨ ਵਾਲੀ।
Lintel—ਚੌਖਟ।
Lion—ਸ਼ੇਰ, ਸਿੰਘ।
Lioness—ਸ਼ੇਰਨੀ, ਸਿੰਘਣੀ।
Lionlike—ਦਲੇਰ, ਭਿਆਨਕ।
Lip—ਕਿਸੇ ਚੀਜ਼ ਦਾ ਕੰਡਾ।
Lippon—ਭਰੋਸਾ ਕਰਨਾ।
Liquation—ਪੰਘਰਨਾ, ਗਲਣਾ।
Liquetiable—ਪਿਘਲਣ ਯੋਗ।
Liquefy—ਪਿਘਲਾਣਾ।
Liquescent—ਗਲ ਜਾਣ ਵਾਲੀ।
Liqueur—ਮਿੱਠੀ ਖ਼ੁਸ਼ਬੂਦਾਰ ਸ਼ਰਾਬ।
Liquid—ਵਹਿਣ ਵਾਲੀ ਚੀਜ਼, ਨਰਮ।
Liquidate—ਠੀਕ ਕਰਨਾ।
Liquidator—ਠੀਕ ਕਰਨ ਵਾਲਾ।
Liquor—ਸ਼ਰਾਬ।
Lisp—ਸਾਫ਼ ਨਾ ਬੋਲਣ ਸਕਣਾ।
Lissome—ਲਚਕੀਲ਼ਾ, ਨਰਮ।
List—ਸੂਚੀ, ਕੱਪੜੇ ਦੀ ਪੱਟੀ, ਫੈਹਰਿਸਤ।
Listen—ਸੁਨਣਾ, ਕੰਨ ਲਾਉਣਾ।
Listless—ਬੇਪਰਵਾਹ, ਗਾਫਿਲ।
Litany—ਈਸਾਈਆਂ ਵਿੱਚ ਪ੍ਰਾਰਥਨਾ ਦਾ ਇਕ ਢੰਗ।
Literal—ਠੀਕ ਠੀਕ।
Literally—ਸ਼ਬਦ।
Literary—ਵਿੱਦਿਆ ਸੰਬੰਧੀ।
Literature—ਕਿਤਾਬਾਂ ਦੀ ਵਿਦਿਆ।
Lithe—ਲਚਕਦਾਰ, ਨਰਮ।
Lithic—ਪੱਥਰ ਦਾ।
Lithography—ਪੱਥਰ ਦੀ ਛਾਪ, ਲਿਥੋ।
Lithophagious—ਪੱਥਰ ਖਾਣ ਵਾਲਾ।
Lithotomy—ਮਸਾਨੇ ਦੇ ਅੰਦਰ ਦਾ ਪੱਥਰ ਕੱਟਣ ਦਾ ਹੁਨਰ।
Litigant—ਮੁੱਦਈ, ਮੁਕਦਮਾ ਲੜਨ ਵਾਲਾ।
Litigate—ਮੁੱਕਦਮਾ ਲੜਨਾ।
Litigation—ਮੁੱਕਦਮਾ, ਝਗੜਾ।
Litter—ਘਾਹ ਦਾ ਬਿਸਤਰ।
Little—ਛੋਟਾ, ਘੱਟ।
Littoral—ਸਮੁੰਦਰ ਦੇ ਕਿਨਾਰੇ ਤੇ।
Liturgy—ਈਸਾਈਆਂ ਦੀ ਧਰਮ ਪੁਸਤਕ, ਪ੍ਰਾਰਥਨਾ।
Live—ਰਹਿਣਾ, ਜੀਊਣਾ।
Live—ਜੀਵਤ।
Liveli-hood—ਰੋਜ਼ੀ, ਜੀਵਿਕਾ।
Liveliness—ਖ਼ੁਸ਼ਦਿਲੀ।
Livelong—ਮੁਸ਼ਕਲ, ਲੰਬਾ।
Lively—ਚਾਲਾਕ, ਹਿੰਮਤ ਵਾਲਾ।
Liver—ਜਿਗਰ, ਕਲੇਜਾ।
Livestock—ਘੋੜੇ, ਪਸ਼ੂ।
Livid—ਰੀਦਾ ਰੰਗ, ਕਾਲਾ।
Living—ਜੀਵਿਤ।
Lizard—ਛਿਪਕਲੀ।
Lo—ਦੇਖੋ।
Load—ਭਾਰ, ਬੋਝਾ।
Loading—ਭਾਰ, ਜਹਾਜ਼ ਦਾ ਬੋਝ।
Load-star—ਧਰੁਵ ਤਾਰਾ।
Load-stone—ਚਕਮਕ ਪੱਥਰ।
Loaf—ਚੀਨੀ ਦਾ ਢੇਰ, ਪਾਵ ਰੋਟੀ।
Loafer—ਸੁਸਤ, ਕਮੀਨਾ।
Loam—ਚਿਕਨੀ ਮਿੱਟੀ, ਪੋਚਾ ਪਾਣਾ।
Loan—ਕਰਜ਼ਾ, ਉਧਾਰ।
Loathe—ਨਫ਼ਰਤ ਕਰਨਾ।
Loathsome—ਨਫ਼ਰਤੀ।
Lob—ਮੋਟਾ ਸੁਸਤ ਆਦਮੀ।
Lobby—ਦਲਾਨ, ਡਿਓਢੀ।
Lobe—ਫੇਫੜੇ ਦਾ ਇਕ ਹਿੱਸਾ।
Lobstar—ਮੱਛੀ।
Local—ਸ਼ਹਿਰੀ, ਦੇਸੀ।
Localise—ਖਾਸ ਥਾਂ ਤੇ ਮੁਕੱਰਰ ਕਰਨਾ।

Locality—ਥਾਂ, ਮੁਕਾਮ।
Locally—ਸ਼ਹਿਰੀ।
Locate—ਰੱਖਣਾ, ਸਥਾਪਨਾ ਕਰਨਾ।
Loch—ਖਾੜੀ, ਝੀਲ।
Lock—ਤਾਲਾ, ਵਾਲਾਂ ਦਾ ਗੁੱਛਾ।
Locket—ਗਲੇ ਵਿਚ ਪਹਿਨਣ ਦਾ ਗਹਿਣਾ।
Locksmith—ਲੋਹਾਰ, ਤਾਲਾ ਬਣਾਉਣ ਵਾਲਾ।
Lock-up—ਹਵਾਲਾਤ।
Locomotion—ਚਾਲ, ਨਕਲ, ਮਕਾਨ।
Locomotive—ਇੰਜਣ, ਧੂੰਆਂ ਕੱਢਣ ਦੀ ਕਲਾ।
Lode—ਨਾਲ, ਦੌਰ।
Locust—ਟਿੱਡੀ, ਮੱਕੜੀ।
Locution—ਤਕਰੀਰ।
Lodge—ਝੌਂਪੜੀ, ਟਿਕਾਣਾ।
Lofty—ਘਮੰਡੀ, ਉੱਚਾ।
Log—ਜਹਾਜ਼ ਦੀ ਚਾਲ।
Log-book—ਯਾਦਦਾਸ਼ਤ ਦੀ ਕਿਤਾਬ।
Logger-head—ਬੁੱਧੂ, ਮੂਰਖ, ਝਗੜਾਲੂ।
Logic—ਤਰਕ ਸ਼ਾਸਤ੍ਰ।
Logical—ਮੰਤਕੀ, ਤਰਜੀ।
Loggia—ਇਕ ਪ੍ਰਕਾਰ ਦੀ ਗੈਲਰੀ।
Logomachy—ਲਫ਼ਜ਼ਾਂ ਦਾ ਝਗੜਾ।
Logwood—ਇਕ ਪ੍ਰਕਾਰ ਦੀ ਲੱਕੜੀ।
Loin—ਲੱਕ, ਪਿਨ।
Loiter—ਟਾਲਨਾ, ਸੁਸਤੀ ਕਰਨਾ।
Loll—ਲੇਟ ਕਰਨਾ, ਦੇਰ ਕਰਨਾ।
Loneliness—ਇਕੱਲਾਪਨ।
Lonesome—ਇਕੱਲਾ, ਸੁੰਨਸਾਨ।
Long—ਲੰਬਾ, ਦੂਰ।
Longeval—ਲੰਬੀ ਉਮਰ ਦਾ।
Longevity—ਲੰਬੀ ਉਮਰ।
Long-headed—ਦੂਰ ਅੰਦੇਸ਼।
Longing—ਇੱਛਾ, ਚਾਹ।
Longitude—ਪੂਰਬ ਤੋਂ ਪੱਛਮ ਦਾ ਫਾਸਲਾ।
Long-sighted—ਦੂਰ ਅੰਦੇਸ਼।
Loo—ਭੱਦਾ ਬੰਦਾ, ਅਨਾੜੀ, ਉਜੱਡ।
Look—ਦੇਖਣਾ, ਸ਼ਕਲ ਸੂਰਤ।
Looking-glass—ਸ਼ੀਸ਼ਾ, ਦਰਪਣ।
Look-out—ਧਿਆਨ, ਚੌਕਸੀ, ਦੇਖਣ ਦੀ ਚੀਜ਼।
Loom—ਜੁਲਾਹੇ ਦਾ ਸਮਾਨ।
Loon—ਅਨਾੜੀ, ਕਮੀਨਾ।
Loop—ਹਲਕਾ, ਫੰਦਾ, ਚੋਰ ਰਸਤਾ, ਰੋਸ਼ਨਦਾਨ।
Loose—ਖੁੱਲ੍ਹਾ, ਆਜ਼ਾਦ।
Looseness—ਆਜ਼ਾਦੀ।
Loot—ਲੁੱਟ ਦਾ ਮਾਲ, ਲੁੱਟਮਾਰ।
Lop—ਕੱਟਣਾ, ਵੱਖ ਕਰਨਾ।
Loquacious—ਬਾਤੂਨੀ, ਗੱਪੀ।
Lord--ਵੱਡਾ ਆਦਮੀ, ਈਸ਼ਵਰ, ਹਾਕਮ।
Lordliness—ਅਮੀਰ, ਘੁਮੰਡ।
Lording—ਨਵਾਬ, ਛੋਟਾ ਲਾਰਡ।
Lordly—ਘੁਮੰਡ ਨਾਲ।
Lord's day—ਐਤਵਾਰ।
Lordship—ਵਡਿਆਈ, ਅਧਿਕਾਰ।
Lore—ਅਕਲ, ਸਿੱਖਿਆ।
Lorication—ਢਕਣਾ, ਗਿਲਾਫ।
Lorn—ਗੁਆਚਿਆ ਹੋਇਆ, ਛੱਡਿਆ ਹੋਇਆ।
Lorry—ਲਾਰੀ, ਗੱਡੀ।
Lose—ਗੁਆਚਣਾ, ਨੁਕਸਾਨ ਪਾਉਣਾ।
Loss—ਨੁਕਸਾਨ।
Lost—ਗੁਆਚਿਆ ਹੋਇਆ, ਹਾਰਿਆ ਹੋਇਆ, ਬੇਅਸਰ, ਅਦਿੱਖ, ਬਰਬਾਦ।
Lot—ਹਿੱਸਾ, ਜ਼ਮੀਨ ਦਾ ਹਿੱਸਾ।
Lotion—ਫੋੜੇ ਧੋਣ ਦੀ ਦਵਾਈ ਮਿਲਿਆ ਪਾਣੀ।

Lottery—ਲਾਟਰੀ ਕੱਢਣ ਦਾ ਤਰੀਕਾ।
Lotus—ਕੰਵਲ ਦਾ ਫੁੱਲ।
Loud—ਉੱਚੀ ਆਵਾਜ਼।
Lough—ਝੀਲ, ਸਰੋਵਰ।
Lounge—ਅਵਾਰਾਗਰਦੀ ਕਰਨਾ।
Louse—ਜੂੰ, ਲੀਖ, ਸਿਰ ਦੀਆਂ ਜੂੰਆਂ।
Lousy—ਜੂੰਆਂ ਦਾ ਭਰਿਆ, ਮੈਲਾ ਰੀਦਾ।
Lout—ਉਜੱਡ, ਕਮੀਨਾ, ਪਾਜੀ।
Lovable—ਪਿਆਰ ਯੋਗ।
Love—ਪਿਆਰ, ਮੁਹੱਬਤ।
Love-apple—ਟਮਾਟਰ।
Love-knot—ਗੰਢ ਜਿਹੜੀ ਪਿਆਰ ਜਾਂ ਵਿਆਹ ਵਿਚ ਲਗਾਈ ਜਾਂਦੀ ਹੈ।
Loveliness—ਖ਼ੂਬਸੂਰਤੀ, ਸੁਹਪਣ।
Lovely—ਸੁੰਦਰ।
Lover—ਆਸ਼ਕ, ਪ੍ਰੇਮੀ।
Love-sick—ਪਿਆਰ ਵਿਚ ਫਸਿਆ ਹੋਇਆ, ਪ੍ਰੇਮ ਰੋਗੀ।
Love-song—ਪ੍ਰੇਮ ਦਾ ਗੀਤ।
Low—ਨੀਚਾ, ਹੌਲੀ ਆਵਾਜ਼।
Lower—ਨੀਵਾਂ ਕਰਨਾ।
Lowermost—ਸਭ ਤੋਂ ਨੀਵਾਂ।
Lowland—ਨੀਵੀ ਉਤਰਾਈ, ਜ਼ਮੀਨ।
Lowliness—ਗਰੀਬੀ।
Low-minded—ਕਮੀਨਾ ਦਿਲ।
Lowness—ਗਰੀਬੀ, ਨੀਚਾਪਨ।
Loyal—ਆਗਿਆਕਾਰੀ।
Loyalty—ਵਫ਼ਾਦਾਰੀ, ਆਗਿਆ ਦਾ ਮੰਨਣਾ।
Lozenge—ਮਿੱਠੀ ਟਿੱਕੀ।
Lubber—ਕਮਜ਼ੋਰ, ਨਿਖੱਟੂ।
Lubricate—ਚਿਕਨਾ ਕਰਨਾ, ਕਿਸੇ ਪੁਰਜ਼ੇ ਵਿਚ ਤੇਲ ਦੇਣਾ।
Lucent—ਚਮਕੀਲਾ, ਰੋਸ਼ਨ।
Lucid—ਸਾਫ਼, ਸੁਗਮ।
Lucidity—ਚਮਕ, ਸਫ਼ਾਈ।
Lucifer—ਸ਼ੁਕਰ ਤਾਰਾ, ਮਾਚਿਸ, ਸ਼ੈਤਾਨ।
Luck—ਕਿਸਮਤ, ਸੰਜੋਗ।
Luckily—ਸੰਜੋਗ ਨਾਲ, ਕਿਸਮਤ ਨਾਲ।
Lucky—ਖ਼ੁਸ਼ ਕਿਸਮਤ, ਸੁਭਾਗਵਾਨ।
Lucrative—ਲਾਭਦਾਇਕ।
Lucre—ਨਫ਼ਾ।
Lucubrate—ਦੀਵੇ ਸਾਹਮਣੇ ਪੜ੍ਹਨਾ।
Luculent—ਚਮਕਦਾ ਹੋਇਆ, ਸਾਫ਼।
Ludicrous—ਹਾਸੇ ਦਾ, ਤਮਾਸ਼ੇ ਦਾ।
Luff—ਜਹਾਜ਼ ਦਾ ਉਹ ਹਿੱਸਾ ਜੋ ਹਵਾ ਦੇ ਸਾਹਮਣੇ ਹੋਵੇ।
Lug—ਕੋਈ ਭਾਰੀ ਚੀਜ਼, ਇਕ ਕਿਸਮ ਦਾ ਬਾਦਬਾਨ।
Luggage—ਮਾਲ ਅਸਬਾਬ, ਯਾਤਰੀ ਦਾ ਸਮਾਨ।
Lugubrious—ਉਦਾਸ, ਫ਼ਿਕਰਮੰਦ।
Lukewarm—ਕੋਸਾ, ਉਦਾਸ, ਗੁਣਗੁਣਾ ਗਰਮ।
Lull—ਆਰਾਮ ਦੇਣਾ, ਚੁੱਪ ਕਰਾਉਣਾ।
Lullaby—ਬੱਚਿਆਂ ਨੂੰ ਦੇਣ ਵਾਲੀ ਲੋਰੀ।
Lumbago—ਲੱਕ ਦੀ ਦਰਦ।
Lumber—ਰੱਦੀ ਚੀਜ਼ਾਂ ਵੇਚਣ ਲਈ।
Lumber-room—ਰੱਦੀ ਚੀਜ਼ਾਂ ਦਾ ਗੁਦਾਮ।
Luminous—ਚਮਕਣ ਵਾਲੀ।
Lump—ਢੇਲਾ, ਇਕ ਥਾਂ ਤੇ ਇਕੱਠਾ ਕਰਨਾ।
Lumpish—ਭਾਰੀ, ਸੁਸਤ।
Lumpy—ਡਲੇਦਾਰ।
Lunacy—ਪਾਗਲਪਨ।
Lunar—ਚੰਦਰਮਾ ਵਰਗਾ।
Lunatic—ਪਾਗਲ, ਦੀਵਾਨਾ।
Lunch—ਤੀਜੇ ਪਹਿਰ ਦਾ ਖਾਣਾ, ਦੁਪਹਿਰ ਦਾ ਭੋਜਨ।
Lune—ਅੱਧੇ ਚੰਦਰਮਾ ਦੀ ਸ਼ਕਲ ਦਾ।
Lung—ਫੇਫੜਾ।

Lunt—ਤੋਪ ਚਲਾਉਣ ਦਾ ਤੋੜਾ।
Lunular—ਨਵੇਂ ਚੰਦਰਮਾ ਦੀ ਸ਼ਕਲ।
Lurch—ਜਹਾਜ਼ ਦਾ ਇਕ ਪਾਸੇ ਲੁੜਕ ਜਾਣਾ, ਤਕਲੀਫ ਵਾਲੀ ਹਾਲਤ।
Lure—ਲੁਭਾਉਣ ਵਾਲਾ, ਵਰਗਲਾਉਣ ਵਾਲਾ।
Lurid—ਧੁੰਦਲਾ, ਗਰਦ ਵਾਲਾ
Lurk—ਛਿਪਿਆ ਰਹਿਣਾ, ਘਾਤ ਵਿਚ ਰਹਿਣਾ।
Luscious—ਖੁਸ਼, ਸਵਾਦੀ।
Lust—ਮਸਤੀ ਵਿਚ ਆਉਣਾ, ਲਾਲਸਾ।
Lustful—ਕਾਮੀ, ਅੱਯਾਸ਼।
Lustral—ਸ਼ੁੱਧ ਕਰਨ ਵਾਲਾ।
Lustrate—ਸ਼ੁੱਧ ਕਰਨਾ, ਮਾਂਜਣਾ।
Lustration—ਸ਼ੁੱਧਤਾ।
Lustre—ਚਮਕ ਦਮਕ।
Lustrous—ਚਮਕਦਾਰ।
Lustrum—ਪੰਜ ਸਾਲ ਦਾ ਸਮਾਂ।
Lusty—ਮਜਬੂਤ, ਤਕੜੀ।
Lute—ਇਕ ਤਰ੍ਹਾਂ ਦਾ ਵਾਜਾ।
Luxate—ਉਖਾੜਨਾ, ਅਸਥਾਨ ਤੋਂ ਹਟਣਾ।
Luxuriant—ਬਹੁਤ ਜ਼ਿਆਦਾ ਚੜ੍ਹਨ ਵਾਲਾ।
Luxuriate—ਐਸ਼ ਨਾਲ ਰਹਿਣਾ, ਬਹੁਤ।
Luxury—ਚੰਗਾ ਖਾਣਾ ਪਹਿਨਣਾ, ਸੁੱਖ ਸਾਧਨ, ਵਿਲਾਸਤਾ।
Lychnobite—ਰਾਤ ਨੂੰ ਕੰਮ ਕਰਨ ਵਾਲਾ ਅਤੇ ਸਵੇਰੇ ਸੌਣ ਵਾਲਾ।
Lydian—ਨਰਮ, ਕਮਜ਼ੋਰ, ਲੀਡੀਆ ਸੰਬੰਧੀ।
Lye—ਸੱਜੀਦਾਰ ਪਾਣੀ।
Lying—ਝੂਠਾ, ਲੇਟਿਆ ਹੋਇਆ।
Lynx—ਜੰਗਲੀ ਬਿੱਲੀ।
Lynch—ਕੁੱਟਮਾਰ ਕਰਨਾ।
Lyre—ਤਾਰਾਂ ਵਾਲਾ ਵਾਜਾ।
Lyrist—ਬੀਨ ਵਜਾਉਣ ਵਾਲਾ।

M

M, the thirteenth letter of the English alphabet. **ਐਮ**—ਅੰਗ੍ਰੇਜ਼ੀ ਪੈਂਤੀ ਦਾ ਤੇਰ੍ਹਵਾਂ ਅੱਖਰ।
Mab—ਪਰੀਆਂ ਦੀ ਰਾਣੀ।
Mac—ਪੁੱਤਰ।
Macadamize—ਪੱਥਰ ਨਾਲ ਰੋੜੀ ਵਿਛਾਉਣਾ।
Mace—ਸੋਟਾ, ਡੰਡਾ।
Maceration—ਪਤਲਾ ਕਰਨ ਦਾ ਕੰਮ।
Machination—ਸਾਜਿਸ਼, ਚਾਲ, ਘਾਤ।
Machine—ਕਲ ਪੁਰਜਾ, ਮਸ਼ੀਨ।
Machine-gun—ਮਸ਼ੀਨ ਨਾਲ ਚਲੱਣ ਵਾਲੀ ਤੋਪ।
Machiner—ਕਲ ਪੁਰਜ਼ੇ।
Mackintosh—ਬਰਸਾਤੀ।
Macrocosm—ਦੁਨੀਆ, ਸੰਸਾਰ।
Maculate—ਧੱਬਾ ਲਗਾਉਣਾ, ਦਾਗ ਲਾਉਣਾ।
Mad—ਪਾਗਲ।
Madam—ਬੇਗਮ, ਪਤਨੀ, ਔਰਤ।
Madcap—ਸ਼ੁਦਾਈ ਬੰਦਾ।
Madden—ਪਾਗਲ ਹੋਣਾ ਜਾਂ ਬਣਾਉਣਾ।
Made—ਬਣਿਆ ਹੋਇਆ, ਠੀਕ, ਬਨਾਵਟੀ, ਸੁਭਾਗਾ।
Mademoiselle—ਕੁਮਾਰੀ, ਕੰਨਿਆ।
Madness—ਪਾਗਲਪਨ।
Madonna—ਬੀਵੀ, ਮਰੀਅਮ ਜਾਂ ਉਸ ਦੀ ਤਸਵੀਰ।
Madrigal—ਪੇਂਡੂ ਗੀਤ।
Magazine—ਰਸਾਲਾ, ਅਖ਼ਬਾਰ, ਗੁਦਾਮ।
Maggot—ਇਕ ਤਰ੍ਹਾਂ ਦਾ ਕੀੜਾ, ਮੌਜ, ਤਰੰਗ।
Magi—ਪੂਰਬੀ ਫਲਾਸਫਰ।

Magic—ਮਾਇਆ, ਜਾਦੂ, ਟੂਣਾ।
Magic-lantern—ਜਾਦੂ ਦਾ ਲੈਂਪ।
Magical—ਜਾਦੂ ਦੀ।
Magician—ਜਾਦੂਗਰ।
Magiracy—ਜੱਜ ਦੀ ਪਦਵੀ।
Magistrate—ਜੱਜ, ਹਾਕਮ।
Magnanimous--ਹੌਂਸਲੇ ਵਾਲਾ, ਦਿਲੇਰ।
Magnate—ਵੱਡਾ ਆਦਮੀ, ਅਮੀਰ ਆਦਮੀ।
Magnesia—ਇਕ ਤਰ੍ਹਾਂ ਦੀ ਚਿੱਟੀ ਮਿੱਟੀ।
Magnet—ਚੁੰਬਕ ਪੱਥਰ, ਮਿਕਨਾਤੀਸ।
Magnetic—ਮਿਕਨਾਤੀਸੀ, ਚੁੰਬਕੀ।
Magnetism—ਮਿਕਨਾਤੀਸੀ ਤਾਕਤ, ਚੁੰਬਕੀ ਤਾਕਤ।
Magnetize—ਮਿਕਨਾਤੀਸੀ ਤਾਕਤ ਪੈਦਾ ਕਰਨਾ।
Magnificence—ਸ਼ਾਨ ਸ਼ੌਕਤ।
Magnificent—ਅੱਛਾ, ਰੌਣਕ ਵਾਲਾ।
Magnify—ਤਾਰੀਫ਼ ਕਰਨਾ, ਵਧਾਉਣਾ।
Magnitude—ਵਡਿਆਈ, ਬਜ਼ੁਰਗੀ।
Magpie—ਨੀਲਕੰਠ।
Mahogany—ਸਖ਼ਤ ਲਾਲ ਲੱਕੜ।
Maid—ਕੁਆਰੀ ਕੰਨਿਆ, ਦਾਸੀ, ਛੋਕਰੀ।
Maiden—ਕੁਆਰੀ, ਤਾਜ਼ਾ।
Maid-servant—ਦਾਸੀ, ਨੌਕਰਾਣੀ।
Mail—ਡਾਕ, ਡਾਕ ਲਿਜਾਉਣ ਦਾ ਥੈਲਾ।
Mail-coach—ਡਾਕ।
Maim—ਲੰਗੜਾ ਕਰਨਾ।
Main—ਅਸਲੀ, ਮੁੱਖ, ਵੱਡਾ।
Main-land—ਮਹਾਂਦੀਪ, ਮੁੱਖ ਟਾਪੂ।
Mainly—ਖ਼ਾਸ, ਜ਼ਿਆਦਾ।
Mainmast—ਜਹਾਜ਼ ਦਾ ਅਸਲੀ ਜਾਂ ਵਿਚਕਾਰਲਾ ਮਸਤੂਲ।
Mainprize—ਜ਼ਮਾਨਤ।
Mainspring—ਮਸ਼ੀਨ ਦਾ ਖ਼ਾਸ ਪੁਰਜ਼ਾ, ਕਿਸੇ ਕੰਮ ਦਾ ਖ਼ਾਸ ਕਾਰਨ।
Mainstay—ਖ਼ਾਸ ਆਸਰਾ।
Maintain—ਬਹਾਲ ਰੱਖਣਾ, ਕਾਇਮ ਰੱਖਣਾ।
Maintenance—ਪਾਲਣ ਪੋਸ਼ਣ, ਰੋਜ਼ੀ।
Maize—ਜਵਾਰ।
Majestic—ਸ਼ਾਨਦਾਰ, ਸੁਹਾਵਣਾ।
Majesty—ਸੱਜ ਧਜ, ਸ਼ਾਨ ਸ਼ੌਕਤ।
Major—ਵੱਡਾ, ਬਜ਼ੁਰਗ।
Major-domo—ਘਰ ਦਾ ਦਰੋਗਾ, ਖਾਨਸਾਮਾ।
Majority—ਅਧਿਕਤਾ, ਬਹੁਮਤ।
Make—ਬਣਾਉਣਾ, ਨਿਰਮਾਣ ਕਰਨਾ।
Makebate—ਲੜਾਈ ਦਾ ਮੂਲ।
Maker—ਕਾਰੀਗਰ, ਬਣਾਉਣ ਵਾਲਾ।
Makeshift—ਤਦਬੀਰ।
Maladministration--ਬਦ-ਇੰਤਜ਼ਾਮੀ।
Malady—ਬੁਰਿਆਈ, ਬੀਮਾਰੀ।
Malapert—ਗੁਸਤਾਖ਼, ਬੇਅਦਬ, ਸ਼ੋਖ, ਬੇ-ਲਿਹਾਜ਼।
Malaria—ਬੁਖ਼ਾਰ।
Male—ਮਰਦ, ਨਰ।
Malediction—ਬੱਦ-ਦੁਆ, ਸਰਾਪ।
Malefactor—ਪਾਪੀ, ਦੋਸ਼ੀ।
Malevolence—ਬਦ-ਅੰਦੇਸ਼ੀ, ਲਾਗ ਲਪੇਟ।
Malevoient—ਕਪਟੀ।
Malice—ਕਪਟ, ਧ੍ਰੋਹ, ਵੈਰ।
Malicious—ਕਪਟੀ, ਬੁਰਾ ਮੰਗਣ ਵਾਲਾ।
Malign—ਬਦਨਾਮ ਕਰਨਾ।
Malignant—ਸਖ਼ਤ, ਧ੍ਰੋਹੀ।
Malinger—ਬੀਮਾਰੀ ਦਾ ਬਹਾਨਾ ਕਰਨਾ।
Malison—ਸਰਾਪ, ਬੱਦ-ਦੁਆ।

Mall—ਸੈਰ ਦੀ ਸੜਕ ਜਾਂ ਅਸਥਾਨ।
Mailard—ਜੰਗਲੀ ਬਤਖ਼।
Malleable—ਨਰਮ, ਕੁਟਣ ਯੋਗ।
Malpractice—ਬਦਚਲਨੀ।
Malt—ਜੌਂ ਦੀ ਸ਼ਰਾਬ ਬਣਾਉਣ।
Maltreat—ਤਰੀਕੇ ਦਾ ਵਰਤਾਉ।
Maltreatment—ਬਦਸਲੂਕੀ।
Maltster—ਜੌਂ ਦੀ ਸ਼ਰਾਬ ਬਣਾਉਣ ਵਾਲਾ।
Malversation—ਬਦਕਾਰੀ, ਬੁਰਾ ਆਚਰਣ।
Mamma—ਮਾਂ, ਮਾਤਾ।
Mammal—ਦੁੱਧ ਪਿਲਾਉਣ ਵਾਲਾ ਪਸ਼ੂ।
Mammiferous—ਚੂਚੀ ਵਾਲਾ ਥੈਲਾ।
Mammon—ਦੌਲਤ, ਮਾਲ।
Mammoth—ਬਹੁਤ ਵੱਡਾ, ਇਕ ਤਰ੍ਹਾਂ ਦਾ ਹਾਥੀ।
Man—ਆਦਮੀ, ਪਤੀ, ਇਨਸਾਨ।
Manacle—ਹੱਥਕੜੀ ਲਗਾਉਣਾ।
Manage, Management—ਪ੍ਰਬੰਧ ਕਰਨਾ।
Manager—ਪ੍ਰਬੰਧਕ।
Manciple—ਭੰਡਾਰੀ।
Mandate—ਆਗਿਆ-ਪੱਤਰ।
Mandible—ਜਾਨਵਰਾਂ ਦਾ ਜਬੜਾ।
Mandolin—ਸਿਤਾਰ, ਸਾਰੰਗੀ।
Manducate—ਕੱਟਣਾ, ਚਿੱਥਣਾ।
Mane—ਘੋੜੇ ਦੀ ਗਰਦਨ।
Manes—ਪ੍ਰੇਤ।
Manful—ਬਹਾਦਰ, ਹਿੰਮਤ ਵਾਲਾ।
Mange—ਜਾਨਵਰਾਂ ਦੀ ਖੁਜਲੀ।
Manger—ਖੁਰਲੀ।
Mangle—ਟੁਕੜੇ ਟੁਕੜੇ ਕਰਨਾ।
Mango—ਅੰਬ।
Mangy—ਖਾਰਸ਼ੀ, ਸੁੱਕਾ, ਰੁੱਖਾ।
Manhood—ਇਨਸਾਨੀਅਤ, ਬਹਾਦਰੀ।
Mania—ਪਾਗਲਪਨ।
Maniacal—ਪਾਗਲ, ਜਨੂੰਨੀ।
Manifest—ਸਾਫ਼ ਕਰਨਾ, ਪ੍ਰਗਟ।
Manifestation—ਪ੍ਰਕਾਸ਼ਨ।
Manifold—ਤਰ੍ਹਾਂ ਤਰ੍ਹਾਂ ਦਾ ਕੰਮ ਕਰਨਾ।
Manikin—ਛੋਟਾ ਆਦਮੀ, ਬੌਣਾ।
Manipulate—ਦਸਤਕਾਰੀ ਕਰਨਾ, ਹੱਥ ਦਾ ਕੰਮ ਕਰਨਾ।
Manipulation—ਦਸਤਕਾਰੀ।
Mankind—ਮਨੁੱਖ ਜਾਤੀ।
Manliness—ਬਜ਼ੁਰਗੀ, ਵੱਡਪਣ।
Manner—ਤਰੀਕਾ, ਚਾਲ।
Mannerly—ਸੱਭਿਅ।
Manoeuvre—ਜਹਾਜ਼ ਜਾਂ ਫ਼ੌਜ ਦੀ ਥਾਂ ਬਦਲਣਾ, ਢੰਗ ਨਾਲ ਕੰਮ ਕਰਨਾ, ਭਾਵ, ਢੰਗ, ਘਾਤ, ਜੋੜ ਤੋੜ, ਚਾਲ।
Manor—ਜਾਗੀਰ, ਜ਼ਿੰਮੀਂਦਾਰੀ।
Manse—ਜ਼ਿੰਮੀਂਦਾਰ ਦਾ ਘਰ।
Mansion—ਮਕਾਨ, ਮਹੱਲ।
Manslaughter—ਮਨੁੱਖ ਘਾਤ।
Mantelct—ਅੰਗਿਆ, ਜੰਪਰ।
Mantilla—ਇਕ ਤਰ੍ਹਾਂ ਦਾ ਬੁਰਕਾ, ਓੜਨੀ।
Mantle—ਚੋਗਾ, ਓੜਣਾ, ਖ਼ੁਸ਼ੀ ਮਨਾਉਣਾ।
Mantua—ਜ਼ਨਾਨਾ ਚੋਗਾ ਜਾਂ ਗਾਉਨ।
Manual—ਛੋਟੀ ਕਿਤਾਬ।
Manufacture-- ਕਾਰੀਗਰੀ, ਦਸਤਕਾਰੀ।
Manumit—ਰਿਹਾ ਕਰਨਾ, ਛੱਡਣਾ।
Manure—ਖਾਦ, ਹਰਾ ਕਰਨਾ।
Manuscript—ਹੱਥ ਦਾ ਲਿਖਿਆ ਹੋਇਆ ਕਾਗਜ਼।
Many—ਬਹੁਤ ਜ਼ਿਆਦਾ।
Map—ਨਕਸ਼ਾ, ਖਾਕਾ।
Mar—ਨੁਕਸਾਨ, ਧੱਬਾ।
Maraud—ਲੁਟੇਰੇ ਵਾਂਗ ਲੁੱਟਣਾ।

Marble—ਸੰਗਮਰਮਰ।
March—ਅੰਗ੍ਰੇਜ਼ੀ ਕੈਲੰਡਰ ਅਨੁਸਾਰ ਤੀਜਾ ਮਹੀਨਾ, ਮਾਰਚ, ਚੱਲਣਾ।
March-mad—ਦੀਵਾਨਾ, ਬਹਾਦਰ, ਨਿਧੜਕ।
Marcid—ਮੁਰਝਾਇਆ ਹੋਇਆ।
Mare—ਘੋੜੀ।
Margin—ਸਰਹੱਦ, ਕਿਨਾਰਾ।
Margrave—ਜਰਮਨੀ ਦਾ ਸ਼ਾਹੀ ਖ਼ਿਤਾਬ।
Marigold—ਗੇਂਦੇ ਦੇ ਫੁੱਲ ਦਾ ਬੂਟਾ।
Marine—ਦਰਿਆਈ ਜਾਂ ਜਹਾਜ਼ ਦੇ ਕੰਮਾਂ ਦੀ ਬਾਹਰੀ ਫ਼ੌਜ।
Mariner—ਜਹਾਜ਼ ਦਾ ਮਲਾਹ।
Marital—ਪਤੀ ਦਾ, ਵਿਆਹ ਸੰਬੰਧੀ।
Maritime—ਸਮੁੰਦਰੀ, ਸਮੁੰਦਰ ਨੇੜਲਾ।
Mark—ਨਿਸ਼ਾਨ, ਸਿੱਕਾ, ਸਬੂਤ।
Market—ਬਜ਼ਾਰ, ਚੌਕ।
Marksman—ਨਿਸ਼ਾਨੇਬਾਜ਼।
Marl—ਮਿੱਟੀ, ਖਾਦ।
Marmalade—ਨਾਰੰਗੀ ਦਾ ਮੁਰੱਬਾ।
Maroon—ਗੁਲਾਮ, ਹਬਸ਼ੀ।
Marque—ਮਜ਼ਦੂਰੀ ਵਸੂਲ ਕਰਨ ਦੀ ਆਗਿਆ।
Marquee—ਅਹੁਦੇਦਾਰ ਦਾ ਵੱਡਾ ਤੰਬੂ।
Marquetry—ਜੜਾਊ ਕੰਮ।
Marquis—ਇਕ ਖ਼ਿਤਾਬ।
Marriage—ਵਿਆਹ, ਸ਼ਾਦੀ।
Marriageable—ਵਿਆਹ ਯੋਗ।
Marrow—ਮਤਲਬ, ਕਿਸੇ ਚੀਜ਼ ਦਾ ਸੱਤ।
Marry—ਸ਼ਾਦੀ ਕਰਨਾ, ਵਿਆਹ ਕਰਨਾ।
Mars—ਕਿਸਾਨੀ ਤੇ ਲੜਾਈ ਦਾ ਦੇਵਤਾ, ਮੰਗਲ ਗ੍ਰਹਿ।
Marsh—ਦਲਦਲ, ਤਰ।
Marshal—ਅਵੱਲ ਦਰਜੇ ਦਾ ਫ਼ੌਜੀ ਅਫ਼ਸਰ।
Marsupial—ਥੈਲੀ ਵਿਚ ਬੱਚੇ ਲੈ ਜਾਣ ਵਾਲਾ।
Marshy—ਦਲਦਲਦਾਰ, ਚਿੱਕੜ ਵਾਲਾ।
Mart—ਮੰਡੀ, ਹਟ।
Marten—ਇਕ ਤਰ੍ਹਾਂ ਦਾ ਨੇਵਲਾ।
Martial—ਜੰਗ ਦੇ ਸੰਬੰਧ ਵਿਚ।
Martin—ਅਬਾਬੀਲ, ਚਿੜੀ।
Martinet—ਕਾਨੂੰਨ ਮੰਨਣ ਵਾਲਾ।
Martingale—ਘੋੜੇ ਦੀ ਪੇਟੀ।
Martyr—ਸ਼ਹੀਦ, ਧਰਮ ਲਈ ਮਰਨ ਵਾਲਾ।
Martyrdom—ਧਰਮ ਲਈ ਮਰਨਾ।
Marvel—ਅਚੰਭਾ, ਹੈਰਤ।
Marvellous—ਅਜੀਬ, ਅਚੰਭਿਤ ਕਰਨ ਵਾਲਾ।
Masculine—ਮਰਦਾਨਾ।
Mash—ਸਾਨੀ, ਦਲਿਆ।
Mask—ਬੁਰਕਾ, ਚਿਹਰਾ, ਭੇਸ ਬਦਲਨਾ।
Mason—ਰਾਜ, ਮਿਸ਼ਨ।
Masonry—ਰਾਜ ਦਾ ਕੰਮ।
Masquerade—ਨਾਚ ਜਾਂ ਤਮਾਸ਼ਾ ਜਿਸ ਵਿੱਚ ਸਭ ਨੇ ਬੁਰਕਾ ਪਾਇਆ ਹੋਵੇ, ਭੇਸ ਬਦਲਨਾ, ਮੂੰਹ ਲੁਕਾਉਣਾ।
Mass—ਬਹੁਤ ਸਾਰੇ ਢੇਰ, ਸਭਾ।
Massacre—ਕਤਲ, ਮਾਰਨਾ।
Masseter—ਹੇਠਲੇ ਜਬੜੇ ਦਾ ਪੱਠਾ।
Massive—ਭਾਰਾ, ਮੋਟਾ।
Mast—ਮਸਤੂਲ, ਇਕ ਤਰ੍ਹਾਂ ਦਾ ਫਲ।
Master—ਮਾਲਕ, ਹਾਕਮ, ਉਸਤਾਦ।
Master-key—ਜਿਸ ਕੁੰਜੀ ਨਾਲ ਕਈ ਕਿਸਮ ਦੇ ਜਿੰਦਰੇ ਖੁੱਲ੍ਹਦੇ ਹੋਣ।
Masterpiece—ਕਮਾਲ, ਸਭ ਤੋਂ ਵਧੀਆ।
Mastery—ਬਜ਼ੁਰਗੀ।
Masticate—ਚਬਾਉਣਾ।
Mat—ਚਟਾਈ, ਫ਼ਰਸ਼।

Match—ਜੋੜ, ਸ਼ਾਦੀ, ਮਾਚਿਸ।
Matchless—ਲਾਜਵਾਬ।
Match-lock—ਤੋੜੇਦਾਰ ਬੰਦੂਕ।
Mate—ਦੋਸਤ, ਸਾਥੀ।
Material—ਖ਼ਾਸ ਮਸਾਲਾ, ਉਹ ਚੀਜ਼ ਜਿਸ ਤੋਂ ਕੋਈ ਚੀਜ਼ ਬਣਾਈ ਜਾਵੇ।
Materialism—ਆਤਮਾ ਦੀ ਹਸਤੀ ਮੰਨਣ ਦਾ ਅਸੂਲ।
Materiality—ਸਰੀਰਕ ਜੀਵਨ।
Materially—ਆਸਤਕ ਰੂਪ ਵਿਚ ਮੂਰਤੀ।
Maternal—ਮਾਤਾ ਦਾ, ਮਾਂ ਪੱਖ ਦਾ।
Mathematical—ਹਿਸਾਬ ਦੇ ਸੰਬੰਧ ਵਿੱਚ।
Mathematician—ਹਿਸਾਬ ਵਿੱਚ ਸਿਆਣਾ।
Mathematics—ਗਣਿਤ ਵਿੱਦਿਆ, ਹਿਸਾਬ।
Matinee—ਅੰਮ੍ਰਿਤ ਵੇਲੇ ਦਾ ਗੀਤ ਜਾਂ ਦਿਨ ਦਾ ਖੇਡ (ਨਾਟਕ ਆਦਿ)।
Matins—ਸਵੇਰ ਦੀ ਪੂਜਾ ਜਾਂ ਸੇਵਾ।
Matrass—ਕੁਠਾਲੀ, ਸੰਪੁਟ।
Matriculation—ਦੱਸਵੀਂ ਕਲਾਸ।
Matrimonial—ਵਿਆਹ ਸੰਬੰਧੀ।
Matrix—ਸਾਂਚਾ, ਬੱਚੇਦਾਨੀ।
Matron—ਇਸਤ੍ਰੀ, ਮਾਲਕਨ, ਹਸਪਤਾਲ ਜਾਂ ਬੋਰਡਿੰਗ ਦੀ ਪ੍ਰਬੰਧਕ।
Matter—ਮਜ਼ਮੂਨ, ਅਸਲ।
Mattock—ਫਰਸਾ, ਕੁਦਾਲ।
Mattress—ਗੱਦਾ, ਤੋਸ਼ਕ।
Maturation—ਪੱਕਾ ਹੋਣਾ, ਪੁਖਤਗੀ।
Mature—ਬਾਲਗ, ਪੱਕਾ, ਤਿਆਰ।
Maturity—ਪੱਕਾ ਪਨ, ਤਰੀਕ ਦਾ ਖ਼ਤਮ ਹੋ ਜਾਣਾ।
Matutinal—ਸਵੇਰ ਦਾ।
Maudlin—ਮਦਹੋਸ਼, ਮਸਤ।
Maul—ਜ਼ਖ਼ਮੀ ਕਰਨਾ, ਮੁੰਗਲੀ ਨਾਲ ਮਾਰਨਾ।
Maulstick—ਚਿੱਤਰਕਾਰਾਂ ਦੀ ਸੋਟੀ।
Maund—ਟੋਕਰੀ, ਮਣ (ਚਾਲੀ ਕਿਲੋ ਦਾ ਤੋਲ)।
Maunder—ਉਖੜ ਉਖੜ ਕੇ ਬੋਲਣਾ।
Mausoleum—ਮਕਬਰਾ, ਰੋਜ਼ਾ।
Maw—ਜਾਨਵਰ ਦਾ ਮਾਦਾ।
Mawkish—ਬੁਰਾ, ਨਾਗਵਾਰ।
Maxillary—ਜਬੜੇ ਦਾ, ਜਬੜੇ ਦੀ ਹੱਡੀ ਦਾ।
Maxim—ਕਾਇਦਾ, ਕਹਾਵਤ।
Maximum—ਵੱਡੇ ਤੋਂ ਵੱਡਾ ਹਿੱਸਾ।
May—ਅੰਗ੍ਰੇਜ਼ੀ ਕੈਲੰਡਰ ਅਨੁਸਾਰ ਪੰਜਵਾਂ ਮਹੀਨਾ, ਅਧਿਕਾਰੀ ਹੋਣਾ, ਮਈ ਦਾ ਮਹੀਨਾ।
May-day—ਮਈ ਦਾ ਪਹਿਲਾ ਦਿਨ।
May-hap—ਸ਼ਾਇਦ।
Mayor—ਸ਼ਹਿਰ ਦਾ ਵੱਡਾ ਹਾਕਮ।
Maarine—ਗੂੜ੍ਹਾ ਨੀਲਾ ਰੰਗ।
Maze—ਭੁੱਲਭਲਈਆ, ਬਖੇੜਾ, ਭੰਵਰ।
Mead—ਇਕ ਤਰ੍ਹਾਂ ਦਾ ਸ਼ਰਬਤ।
Meadow—ਪਸ਼ੂਆਂ ਦੇ ਚਰਨ ਦਾ ਥਾਂ।
Meagre—ਦੁਬਲਾ, ਪਤਲਾ।
Meal—ਆਟਾ, ਖ਼ੁਰਾਕ।
Mealy-mouthed—ਮਿੱਠੀਆਂ ਮਿੱਠੀਆਂ ਗੱਲਾਂ ਕਰਨ ਵਾਲਾ।
Mean—ਵਸੀਲਾ, ਵਿਚਕਾਰਲਾ।
Meander—ਚੱਕਰਦਾਰ ਰਸਤਾ, ਮੋੜ।
Meaning—ਮਤਲਬ, ਅਰਥ, ਮੰਤਵ।
Meanness—ਕਮੀਨਾਪਨ।
Means—ਅਸਬਾਬ, ਆਮਦਨ।
Meantime—ਦਰਮਿਆਨ ਵਿੱਚ, ਇਸੇ ਸਮੇਂ।
Measled—ਚੇਚਕ, ਛੋਟੀ ਮਾਤਾ।
Measles—ਚੇਚਕ, ਖਸਰਾ, ਮਾਤਾ।

Measure—ਮਾਪ, ਕੱਦ, ਟਿਕਾਣਾ।
Measurement—ਨਾਪ ਤੋਲ।
Meat—ਖੁਰਾਕ, ਮਾਸ।
Mechanical—ਕਲਾ ਦੇ ਸੰਬੰਧ ਵਿੱਚ, ਮਸ਼ੀਨੀ।
Mechanics—ਕਲ-ਪੁਰਜ਼ੇ ਦੀ ਵਿੱਦਿਆ।
Mechanism--ਕਲ-ਪੁਰਜ਼ੇ ਦੀ ਬਨਾਵਟ।
Medal—ਤਮਗਾ, ਪਦਵੀ ਦਾ ਨਿਸ਼ਾਨ।
Meddle—ਲੜਨਾ, ਦੰਗਾ, ਕੁਸ਼ਤੀ।
Meddlesome—ਫ਼ਜ਼ੂਲ ਦਖ਼ਲ ਦੇਣ ਵਾਲਾ।
Medial—ਵਿੱਚ, ਦਰਮਿਆਨ।
Mediaeval—ਦਰਮਿਆਨਾ ਸਮਾਂ, ਛੇਵੀਂ ਸਦੀ ਤੋਂ ਪੰਦਰਵੀਂ ਸਦੀ ਤੱਕ ਦਾ ਸਮਾਂ।
Mediate, Mediation—ਦਰਮਿਆਨ/ਵਿਚਕਾਰ ਆਉਣਾ।
Medicable—ਇਲਾਜ ਯੋਗ।
Medical—ਇਲਾਜ ਸੰਬੰਧੀ।
Medicament—ਲੇਪ, ਦਵਾ-ਦਾਰੂ।
Medicate—ਇਲਾਜ ਕਰਨਾ।
Medicine—ਦਵਾਈ, ਇਲਾਜ।
Medieval—ਵਿਚਕਾਰਲਾ।
Mediocre—ਦਰਮਿਆਨਾ।
Meditate—ਨੀਅਤ ਕਰਨਾ, ਸੋਚਣਾ।
Medium—ਵਿਚਕਾਰ, ਤਰਤੀਬ ਹੋਣਾ।
Medley—ਮਿਲਾਵਟ।
Medullar—ਹੱਡੀ ਦੇ ਗੁਦੇ ਦਾ।
Meed—ਇਨਾਮ, ਬਦਲਾ।
Meek—ਨਰਮ, ਮੁਲਾਇਮ।
Meet—ਮਿਲਣਾ, ਮੁਲਾਕਾਤ ਕਰਨਾ।
Meeting—ਮੁਲਾਕਾਤ, ਮੇਲ, ਜਲਸਾ, ਮਹਿਫ਼ਲ।
Mettly—ਠੀਕ।
Megaphone—ਤੁਰਹੀ, ਨਰਸਿੰਗਾ।
Melancholy—ਉਦਾਸ, ਫ਼ਿਕਰਮੰਦ।
Meliorate—ਚੰਗਾ ਕਰਨਾ।
Mellifluous—ਮਿੱਠੇ ਬੋਲ ਵਾਲਾ।
Mellow—ਮੁਲਾਇਮ, ਨਰਮ।
Melodious—ਰਸੀਲਾ, ਮਿੱਠਾ।
Melody—ਤਰੰਗ, ਰਾਗ।
Melon—ਖ਼ਰਬੂਜਾ, ਤਰਬੂਜ਼।
Melrose—ਗੁਲਾਬ ਦੇ ਫੁੱਲਾਂ ਦਾ ਸ਼ਹਿਦ।
Melt—ਗਲਨਾ, ਪਿਘਲਣਾ।
Membership—ਪਦਵੀ, ਮੈਂਬਰੀ।
Membrane—ਝਿੱਲੀ, ਪਰਦਾ।
Memento—ਯਾਦਗਾਰੀ।
Memoir—ਲਿਖਤੀ ਇਤਿਹਾਸ, ਜੀਵਨ ਕਹਾਣੀ, ਲੇਖ।
Memorable—ਯਾਦਗਾਰੀ।
Memorandum—ਯਾਦਦਾਸ਼ਤ।
Memorial—ਯਾਦਗਾਰ, ਨਿਸ਼ਾਨੀ।
Memorize—ਯਾਦ ਦਿਵਾਉਣਾ।
Memory—ਯਾਦਦਾਸ਼ਤ, ਯਾਦ।
Menace—ਧਮਕੀ, ਹਰਕਤ।
Menagerie—ਜਾਨਵਰ ਖਾਨਾ।
Mend—ਸੁਧਾਰਨਾ, ਠੀਕ ਕਰਨਾ।
Mendacity—ਝੂਠ, ਗਲਤ।
Mendicant—ਭਿਖਾਰੀ, ਫ਼ਕੀਰ।
Memdicity—ਭਿਖਾਰੀਪੁਣਾ।
Menial—ਮੁਲਾਜ਼ਮ, ਨੀਚ।
Menstrual—ਮਹੀਨੇ ਵਾਰ, ਮਾਹਵਾਰੀ।
Mensurable—ਨਾਪ ਸਕਣ ਯੋਗ।
Mensuration—ਪੈਮਾਇਸ਼।
Mental—ਦਿਮਾਗੀ, ਮਾਨਸਿਕ।
Mentally—ਦਿਮਾਗੀ।
Mention—ਵਰਣਨ, ਬਿਆਨ, ਹਵਾਲਾ।
Mentor—ਸਲਾਹਕਾਰ।
Menu—ਭੋਜਨ ਜਾਂ ਕਿਰਾਏ ਦਾ ਸੂਚੀ ਪੱਤਰ।
Mercantile—ਮਹਾਜਨੀ, ਵਪਾਰਕ।
Mercenary—ਭਾੜੇ ਦਾ ਸਿਪਾਹੀ।

Mercer—ਰੇਸ਼ਮੀ ਸਮਾਨ ਦਾ ਵਪਾਰੀ।
Merchandise—ਵਪਾਰ, ਸੌਦਾਗਰੀ, ਸੌਦਾ।
Merchant—ਸੌਦਾਗਰ, ਵਪਾਰੀ।
Merchantable—ਵਿਕਣ ਯੋਗ।
Merciful—ਦਿਆਲੂ, ਰਹਿਮ ਦਿਲ।
Merciless—ਬੇਰਹਿਮ, ਨਿਰਦਈ।
Mercury—ਪਾਰਾ, ਇਕ ਦੇਵਤਾ।
Mercy—ਰਹਿਮ, ਤਰਸ।
Mere—ਕੇਵਲ, ਸਿਰਫ।
Meretricious—ਬਨਾਵਟੀ, ਜ਼ਾਹਰ-ਦਾਰੀ।
Merge—ਡੁੱਬਣਾ, ਖੋਜਣਾ।
Meridian—ਦੁਪਹਿਰ।
Merino—ਇਕ ਤਰ੍ਹਾਂ ਦਾ ਊਨੀ ਕੱਪੜਾ।
Merit—ਗੁਣ, ਯੋਗਤਾ।
Meritorious—ਗੁਣੀ, ਇਨਾਮ ਦੇਣ ਯੋਗ।
Merle—ਕੋਇਲ।
Merlin—ਇਕ ਤਰ੍ਹਾਂ ਦਾ ਬਾਜ਼।
Mermaid—ਸਮੁੰਦਰ ਵਿਚ ਰਹਿਣ ਵਾਲੀ ਇਕ ਤੀਵੀਂ ਜਿਸ ਦਾ ਅੱਧਾ ਧੜ ਤੀਵੀਂ ਦਾ ਤੇ ਅੱਧਾ ਮੱਛੀ ਦਾ ਹੁੰਦਾ ਹੈ।
Merriment—ਮਜ਼ਾਕ, ਖ਼ੁਸ਼ੀ।
Merry—ਚੰਚਲ, ਮਜ਼ਾਕੀਆ।
Mesh—ਜਾਲੀ ਦਾ ਛੇਕ ਜਾਂ ਜਾਲ।
Mesmerise—ਬੇਹੋਸ਼ ਕਰਨਾ।
Mesne—ਵਿਚਕਾਰਲਾ, ਦਰਮਿਆਨੀ।
Mess—ਖਾਣਾ, ਲੈਣਾ, ਇਕੱਠੇ ਖਾਣਾ।
Message—ਸੰਦੇਸ਼ਾ, ਖ਼ਬਰ, ਸੁਨੇਹਾ।
Messiah—ਮਸੀਹ, ਈਸਾ।
Messmate—ਹਾਂਡੀ ਵਾਲਾ।
Messuage—ਮਕਾਨ ਤੇ ਉਸ ਸੰਬੰਧੀ ਜ਼ਮੀਨ।
Metal—ਧਾਤੂ।
Metalist—ਧਾਤੂ ਦਾ ਕੰਮ ਕਰਨ ਵਾਲਾ।
Metallurgy—ਧਾਤੂ ਸਾਫ਼ ਕਰਨ ਦਾ ਹੁਨਰ।
Metamorphose—ਸ਼ਕਲ ਬਦਲਣਾ, ਕਾਇਆ ਪਲਟ ਦੇਣੀ।
Metaphor—ਅਲੰਕਾਰ, ਇਸ਼ਾਰਾ।
Metaphysical—ਆਤਮ ਵਿੱਦਿਆ ਸੰਬੰਧੀ।
Metaphysician—ਆਤਮ ਵਿੱਦਿਆ ਦਾ ਗੁਣੀ।
Mete—ਪੈਮਾਨਾ, ਮਾਪ।
Meteor—ਟੁੱਟਦਾ ਹੋਇਆ ਤਾਰਾ।
Meteorology—ਹਵਾ ਸੰਬੰਧੀ ਵਿਦਿਆ।
Meter—ਪੈਮਾਨਾ, ਸਾਢੇ 39 ਇੰਚ ਦਾ ਨਾਪ।
Methinks—ਮੈਨੂੰ ਪਤਾ ਹੁੰਦਾ ਹੈ।
Method—ਢੰਗ, ਤਰੀਕਾ।
Methodical—ਬਾਕਾਇਦਾ, ਤਰਤੀਬ ਨਾਲ।
Methodize—ਤਰਤੀਬ ਦੇਣਾ।
Metre—ਚਾਲ, ਵਜ਼ਨ, ਫਰਾਂਸੀਸੀ ਨਾਪ ਜੋ 39.37 ਇੰਚ ਹੁੰਦਾ ਹੈ।
Metropolis—ਦੇਸ਼ ਦਾ ਵੱਡਾ ਨਗਰ।
Metropolitan—ਰਾਜਧਾਨੀ ਦੇ ਬਾਰੇ ਵਿੱਚ।
Mettle—ਦਲੇਰੀ, ਹਿੰਮਤ।
Mew—ਬਿੱਲੀ ਦੀ ਆਵਾਜ਼, ਇਕ ਪੰਛੀ।
Mewl—ਬੱਚੇ ਵਾਂਗ ਰੋਣਾ।
Mica—ਅਬਰਕ।
Mickle—ਬਹੁਤ ਵੱਡਾ, ਵਿਸ਼ਾਲ।
Microphone—ਇਕ ਮਸ਼ੀਨ ਜਿਸ ਨਾਲ ਹੌਲੀ ਆਵਾਜ਼ ਉੱਚੀ ਸੁਣੀ ਜਾਵੇ।
Microscope—ਖੁਰਦਬੀਨ।
Microscopic—ਬਹੁਤ ਛੋਟਾ।
Mid—ਦਰਮਿਆਨਾ।
Midday—ਦੁਪਹਿਰ।
Middle—ਵਿਚਕਾਰ।

Midge—ਇਕ ਛੋਟੀ ਮੱਖੀ।
Midland—ਦਰਿਆ ਤੋਂ ਪਰ੍ਹੇ, ਅੰਦਰੂਨੀ।
Midnight—ਅੱਧੀ ਰਾਤ।
Midshipman—ਛੋਟਾ ਜਹਾਜ਼ੀ ਅਫ਼ਸਰ।
Midst—ਦਰਮਿਆਨ, ਵਿਚਕਾਰ।
Midway—ਅੱਧਾ ਰਾਹ।
Midwifery—ਦਾਈਪੁਣਾ।
Mien—ਸੂਰਤ, ਛਵੀ।
Might—ਸ਼ਕਤੀ, ਸਕਾ।
Mighty—ਤਾਕਤ ਵਾਲਾ, ਬਹਾਦਰ।
Migrate—ਦੇਸ਼ ਛੱਡਣਾ।
Migration—ਦੇਸ਼ ਨਿਕਾਲਾ।
Milch—ਦੁੱਧ ਦੇਣ ਵਾਲਾ।
Mild—ਨਰਮ, ਕੋਮਲ।
Mile—ਮੀਲ।
Mileage—ਇਕ ਮੀਲ ਦੀ ਮਜ਼ਦੂਰੀ।
Militant—ਲੜਾਕਾ।
Military—ਫ਼ੌਜ।
Militis—ਉਹ ਕਾਮੇ ਜੋ ਲੜਾਈ ਵੇਲੇ ਸਿਪਾਹੀ ਦਾ ਕੰਮ ਦੇਣ।
Milk—ਦੁੱਧ।
Milkmaid—ਗੁਜਰੀ, ਗੁਆਲਣ।
Milkman—ਦੁੱਧ ਵਾਲਾ, ਗੁੱਜਰ।
Milk-pail—ਦੁੱਧ ਦਾ ਭਾਂਡਾ, ਦੋਹਨੀ।
Milk-pan—ਦੁੱਧ ਦੀ ਹਾਂਡੀ।
Milky—ਦੁੱਧ ਦੀ ਬਣੀ ਹੋਈ।
Milky-way—ਅਕਾਸ਼ ਗੰਗਾ।
Mill—ਚੱਕੀ, ਅਫ਼ਰੀਕਾ ਦਾ ਇਕ ਸਿੱਕਾ।
Miller—ਚੱਕੀ ਵਾਲਾ।
Millet—ਬਾਜਰਾ, ਜਵਾਰ।
Million—ਦੱਸ ਲੱਖ।
Millionaire—ਲਖਪਤੀ।
Millstone—ਚੱਕੀ ਦਾ ਪੁੜ।
Mill-wright—ਚੱਕੀ ਬਣਾਉਣ ਵਾਲਾ।
Milt—ਨਰ ਮੱਛ ਦਾ ਚਿੱਟਾ ਮਾਦਾ।
Milter—ਮੱਛ।
Mimic—ਬਹੁਰੂਪੀਆ, ਨਕਲ ਕਰਨਾ।
Mimiery—ਨਕਲ, ਸਵਾਂਗ।
Minaret—ਮੀਨਾਰ।
Mince—ਮਟਕ ਨਾਲ ਚਲਣਾ।
Mind—ਦਿਲ, ਧਿਆਨ।
Mindful—ਹੁਸ਼ਿਆਰ।
Mine—ਸੁਰੰਗ ਲਗਾਉਣਾ, ਸੁਰੰਗ।
Miner—ਖਾਨ ਵਿੱਚ ਕੰਮ ਕਰਨ ਵਾਲਾ।
Mineral—ਧਾਤ ਮਿਲੀ ਹੋਈ।
Mineralize—ਧਾਤ ਨਾਲ ਮਿਲਣਾ।
Minerva—ਸਰਸਵਤੀ, ਵਿੱਦਿਆ ਦੀ ਦੇਵੀ।
Mingle—ਗੜਬੜ ਕਰਨਾ।
Miniture--ਛੋਟੀ ਤਸਵੀਰ, ਛੋਟਾ ਆਕਾਰ।
Minify—ਕਦਰ ਘਟਾਉਣਾ, ਘਟਾਉਣਾ।
Minimize—ਘੱਟ ਕਰਨਾ, ਛੋਟਾ ਕਰਨਾ।
Minimum—ਘੱਟ ਤੋਂ ਘਟ।
Minion—ਦਿਲਪਸੰਦ, ਛਾਪੇ ਦਾ ਛੋਟਾ ਟਾਈਪ।
Minister—ਵਜ਼ੀਰ, ਮੰਤਰੀ, ਦੀਵਾਨ।
Ministerial—ਰਾਜ ਕਰਮਚਾਰੀ।
Ministry—ਮੰਤਰਾਲਾ, ਮੰਤਰੀਮੰਡਲ, ਰਾਜਸੀ ਦਫ਼ਤਰ।
Minow—ਇਕ ਤਰ੍ਹਾਂ ਦੀ ਛੋਟੀ ਮੱਛੀ।
Minor—ਨਾਬਾਲਗ।
Minority—ਥੋੜੀ, ਬੱਚਾ।
Minotaur—ਅੱਧਾ ਆਦਮੀ ਅੱਧਾ ਬੈਲ।
Minster—ਮੱਠ, ਗਿਰਜਾ।
Minstrel—ਗਾਇਕ, ਰਸੋਈਆ।
Mint—ਟਕਸਾਲ।
Minus—ਘੱਟ, ਘਟਾਉਣ ਦਾ ਚਿੰਨ੍ਹ।
Minute—ਬਾਰੀਕ, ਯਾਦਦਸ਼ਤ।
Minute-book—ਕਿਤਾਬ ਯਾਦਦਾਸ਼ਤ।
Minx—ਹਰਜਾਈ, ਬੇਵਫ਼ਾ ਤੀਵੀਂ।
Miracle—ਕਰਾਮਾਤ, ਕਰਮ।

Mirage—ਮ੍ਰਿਗ ਤ੍ਰਿਸ਼ਨਾ, ਧੋਖਾ।
Mire—ਚਿੱਕੜ, ਚਿੱਕੜ ਵਿਚ ਫਸਣਾ।
Mirk—ਹਨੇਰਾ।
Mirror—ਸ਼ੀਸ਼ਾ, ਉੱਸਤਤ।
Mirth—ਆਨੰਦ, ਖ਼ੁਸ਼ੀ।
Misanthropy—ਇਨਸਾਨ ਤੋਂ ਨਫ਼ਰਤ।
Misapply—ਬਰਬਾਦ ਕਰਨਾ।
Misapprehension--ਗਲਤ ਸਮਝਣਾ।
Misbehave—ਬਦਸਲੂਕੀ।
Miscalculate--ਗਲਤ ਗਿਣਨਾ, ਗਲਤ ਅੰਦਾਜ਼ਾ।
Miscall—ਗਲਤ ਨਾਮ ਲੈਣਾ।
Miscarriage—ਬਦਚਲਨੀ, ਗਰਭਪਾਤ।
Miscellaneous—ਮੁਖ਼ਤਲਿਫ।
Mischance—ਬਦਨਸੀਬੀ।
Mischief—ਬੁਰਾਈ, ਸ਼ਰਾਰਤ।
Mischivous—ਬੁਰਾ, ਹਾਨੀਕਾਰਕ।
Misconceive—ਗਲਤ ਸਮਝਣਾ।
Misconduct—ਬਦਚਲਨੀ।
Misconjecture—ਗਲਤ ਕਿਆਸ।
Misconture—ਗਲਤ ਅਰਥ ਕਰਨਾ।
Miscount—ਗਿਣਤੀ ਵਿਚ ਗਲਤੀ।
Misdeed—ਅਪਰਾਧ, ਜ਼ੁਰਮ।
Misdemeancur—ਕੁਲ, ਅਪਰਾਧ।
Misdirect—ਝੂਠਾ ਰਸਤਾ ਦਿਖਾਣਾ।
Misemploy—ਬਿਰਥਾ, ਦੀਵਾਨਾ।
Miser—ਕੰਜੂਸ।
Miserable—ਕਮਬਖ਼ਤ, ਗਰੀਬ।
Misery—ਮੁਸੀਬਤ, ਤਬਾਹੀ।
Misfortune—ਬਦਕਿਸਮਤੀ।
Misgiving—ਧੋਖਾ ਦੇਣਾ।
Misgovern—ਬਦ-ਇੰਤਜ਼ਾਮੀ।
Misguide—ਗੁਮਰਾਹ ਕਰਨਾ, ਭੁਲਾਉਣਾ।
Mishap—ਬਦਬਖ਼ਤਾ।
Misinterpret—ਗਲਤ ਅਰਥ ਕਰਨਾ।
Misinterpretation—ਗਲਤ ਧਿਆਨ ਕਰਨਾ।
Misjoin—ਗਲਤ ਤੌਰ ਤੇ ਮਿਲਣਾ।
Misjudge—ਗਲਤ ਰਾਏ।
Mislead—ਧੋਖਾ ਦੇਣਾ।
Mismanage—ਬੁਰਾ ਪ੍ਰਬੰਧ।
Misogyny—ਇਸਤ੍ਰੀ ਤੋਂ ਘ੍ਰਿਣਾ।
Misplace—ਗਲਤ ਥਾਵੇਂ ਰੱਖਣਾ।
Misprint—ਗਲਤ ਛਾਪਾ।
Misprounciation—ਅਸ਼ੁੱਧ ਉਚਾਰਣ।
Misreport—ਗਲਤ ਇਤਲਾਹ।
Misrepresent—ਝੂਠ ਕਹਿਣਾ।
Miss—ਭੁੱਲ, ਕੁੜੀ, ਬੇਟੀ।
Mis-serve—ਇਮਾਨਦਾਰੀ ਨਾਲ ਕੰਮ ਨਾ ਕਰਨਾ।
Mis-shape—ਬਦਸ਼ਕਲ ਬਣਾਉਣਾ।
Missile—ਭਾਲਾ, ਬਰਛਾ।
Missing—ਗੁਆਚੀ ਹੋਈ ਚੀਜ਼।
Mission—ਏਲਚੀ, ਉਦੇਸ਼।
Missonary—ਪਾਦਰੀ।
Misspend—ਫਾਲਤੂ ਖਰਚ ਕਰਨਾ।
Mis-state—ਝੂਠ ਬਿਆਨ ਦੇਣਾ।
Mist—ਕੁਹਰਾ ਪੈਣਾ, ਧੁੰਦਲਾ ਕਰਨਾ।
Mistake—ਭੁੱਲ, ਗਲਤੀ।
Mistaken—ਗਲਤ ਸਮਝਣਾ।
Mister—ਸਾਹਿਬ, ਸ੍ਰੀਮਾਨ ਜੀ।
Mistiness—ਹਨੇਰਾ, ਧੁੰਦ।
Mistime—ਬੇਵਕਤ ਕਰਨਾ, ਕੁ-ਸਮੇਂ ਕਰਨਾ।
Mistranslate--ਗਲਤ ਤਰਜਮਾ ਕਰਨਾ।
Mistress—ਬੇਗ਼ਮ, ਬੀਵੀ।
Mistrial—ਗ਼ਲਤ ਤਜਵੀਜ਼।
Mistrust—ਬੇਇਤਬਾਰੀ ਕਰਨਾ।
Mistune—ਗਲਤ ਰਾਗ ਵਜਾਉਣਾ।
Misty—ਧੁੰਦਲਾ।

Misunderstand—ਗਲਤ ਸਮਝਣਾ।
Misuse—ਗਲਤ ਇਸਤੇਮਾਲ ਕਰਨਾ।
Mitigate—ਘੱਟ ਕਰਨਾ।
Mitigation—ਕਮੀ।
Mix—ਮਿਲਣਾ।
Mixture—ਮਿਲਾਵਟ।
Moan—ਆਹ, ਸਿਸਕੀ।
Moat—ਖਾਈ।
Mob—ਹਜ਼ੂਮ, ਭੀੜ।
Mobility—ਤੇਜ਼ੀ।
Mobilize—ਫ਼ੌਜ ਨੂੰ ਲੜਾਈ ਤਿਆਰ ਕਰਨਾ।
Mock—ਨਕਲ ਕਰਨਾ।
Mockery—ਹਾਸੀ, ਨਕਲ।
Modal—ਨਮੂਨਾ।
Mode—ਰਿਵਾਜ਼।
Model—ਨਮੂਨਾ, ਪੈਮਾਨਾ।
Moderat—ਰੋਕਣਾ, ਦਰਮਿਆਨਾ।
Moderation—ਥੋੜਾ, ਧੀਰਜ।
Modern—ਵਰਤਮਾਨ ਦਾ।
Modernize—ਵਰਤਮਾਨ ਤਰੀਕੇ ਨਾਲ ਵਰਤਣਾ।
Modest—ਪਵਿੱਤਰ।
Modification—ਤਬਦੀਲੀ, ਸੁਧਾਰ।
Modify—ਬਦਲਨਾ।
Modish—ਰੀਤੀ ਦੇ ਮੁਤਾਬਕ।
Modulate—ਅਲਾਪਣਾ।
Module—ਪੈਮਾਨਾ।
Moiety—ਅੱਧਾ।
Moil—ਮਿਹਨਤ ਕਰਨਾ।
Moist—ਤਰ, ਸਿਲ੍ਹਾ।
Moisten—ਤਰ ਕਰਨਾ।
Moistness—ਸਿਲਾਬਾ, ਗਿਲਾਪਣ।
Moisture—ਗਿੱਲਾਪਣ।
Motar—ਦੰਦ ਪੀਹਣ ਵਾਲਾ।
Molasses—ਗੁੜ, ਸ਼ੀਰਾ।
Mole—ਮੱਸਾ, ਤਿਲ।
Molecule—ਪਰਮਾਣੂ, ਜ਼ੱਰਾ।
Mole-hill—ਛੰਛੂਦਰ ਦੀ ਖੋਦੀ ਹੋਈ ਮਿੱਟੀ।
Molest—ਛੇੜਨਾ, ਦੁੱਖ ਦੇਣਾ।
Molestation—ਛੇੜਛਾੜ।
Mollity—ਨਰਮ ਕਰਨਾ।
Molten—ਪਿਘਲੀ ਹੋਈ, ਗਲੀ ਹੋਈ।
Moment—ਘੜੀ, ਜ਼ਰੂਰੀ।
Momentary—ਇਕ ਮਿੰਟ ਦਾ।
Momentous—ਜ਼ਰੂਰੀ।
Monad—ਪਰਮਾਣੂ।
Monarch—ਹਾਕਮ, ਰਾਜਾ।
Monastery—ਅਖਾੜਾ।
Monday—ਸੋਮਵਾਰ।
Monetary—ਰੁਪਏ ਦਾ, ਸਿੱਕੇ ਦਾ।
Money—ਪੈਸਾ, ਰੁਪਿਆ।,
Money-broker—ਸ਼ਰਾਫ਼, ਦਲਾਲ।
Monger—ਵੇਚਣ ਵਾਲਾ ਵਪਾਰੀ।
Monition—ਸਿੱਖਿਆ, ਆਗਾਹੀ।
Monitive—ਉਪਦੇਸ਼ਕ।
Monitor—ਉਪਦੇਸ਼ਕ, ਛੋਟਾ ਮਾਸਟਰ।
Monk—ਫ਼ਕੀਰ, ਸਾਧੂ।
Monkey—ਬੰਦਰ, ਲੰਗੂਰ।
Monk's hood--ਇਕ ਤਰ੍ਹਾਂ ਦੀ ਜ਼ਹਿਰੀਲੀ ਬੂਟੀ।
Monocular—ਇਕ ਅੱਖ ਦਾ।
Monody—ਸਿਆਪੇ ਦਾ ਗੀਤ।
Monogamy—ਵਿਆਹ, ਸ਼ਾਦੀ।
Monogram—ਕਈ ਅੱਖਰਾਂ ਨੂੰ ਮਿਲਾ ਕੇ ਬਣਿਆ ਹੋਇਆ ਅੱਖਰ।
Monograph—ਕਿਸੇ ਚੀਜ਼ ਦਾ ਲੇਖ ਦੁਆਰਾ ਬਿਆਨ।
Monolith—ਇਕ ਹੀ ਪੱਥਰ ਦਾ ਥੰਮ੍ਹ।
Monologue—ਆਪਣੇ ਆਪ ਬੋਲਣਾ।
Monopoly—ਇਕ ਅਧਿਕਾਰ।

Monosyllable—ਇਕ ਹਰਕਤ ਦਾ ਹਰਫ਼, ਉਹ ਹਰਫ਼ ਜਿਸ ਦਾ ਉਚਾਰਣ ਇਕ ਵਾਰ ਹੋਵੇ।

Monotheism—ਇਕ ਈਸ਼ਵਰ ਨੂੰ ਮੰਨਣ ਦਾ ਵਿਸ਼ਵਾਸ।

Monotone—ਆਵਾਜ਼ ਦੀ ਇਕਸਾਰਤਾ।

Monotonous—ਇਕੋ ਜਿਹੀ ਆਵਾਜ਼ ਕਰਨ ਵਾਲਾ।

Monsieur—ਜਨਾਬ, ਸਾਹਿਬ।

Monsoon—ਮੌਸਮੀ ਹਵਾ।

Monster—ਅਦਭੁੱਤ, ਅਜੀਬ।

Monstrous—ਡਰਾਉਣਾ।

Month—ਮਹੀਨਾ।

Monthly—ਮਹੀਨੇ ਵਿਚ ਇਕ ਵਾਰ।

Monument—ਯਾਦਗਾਰੀ, ਨਿਸ਼ਾਨੀ।

Monumental—ਯਾਦਗਾਰੀ ਦੇ ਬਾਰੇ ਵਿੱਚ।

Mood—ਮਨ ਦੀ ਦਸ਼ਾ।

Moody—ਉਦਾਸ, ਚਿੜਚਿੜਾ।

Moon—ਚੰਨ, ਚੰਦਰਮਾ, ਚਾਂਦ, ਮਹੀਨਾ।

Moonbeam—ਚੰਦ ਰਿਸ਼ਮ।

Moonlight—ਚੰਨ ਦੀ ਰੋਸ਼ਨੀ।

Moor--ਹਬਸ਼ੀ, ਦਲਦਲ, ਲੰਗਰ ਪਾਉਣਾ।

Moorish—ਦਲਦਲ ਵਾਲੀ, ਹਬਸ਼ੀ ਦੇ ਬਾਰੇ।

Moorind—ਦਲਦਲ।

Moorland—ਦਲਦਲ ਵਾਲੀ ਧਰਤੀ।

Moot—ਵਾਦ-ਵਿਵਾਦ ਕਰਨਾ, ਬਹਿਸਣਾ।

Mop—ਝਾੜੂ, ਝਾੜੂ ਦੇਣਾ।

Mope—ਸੁਸਤ ਹੋਣਾ।

Moppet—ਕਠਪੁਤਲੀ, ਗੁੱਡੀ।

Mopish—ਬੇਦਿਲ, ਮੂਰਖ਼।

Moral—ਅੱਛਾ, ਬਾ-ਇਖ਼ਲਾਕ।

Morale—ਆਦਤ, ਸਿੱਖਿਆ।

Morality—ਭਲਾਈ ਦਾ ਅਸਲ।

Moralize—ਭਲੇ ਖ਼ਿਆਲਾਤ ਪੈਦਾ ਕਰਨਾ।

Morass—ਦਲਦਲ ਵਾਲੀ ਧਰਤੀ।

Morbid—ਬਿਮਾਰ, ਰੋਗੀ।

More—ਹੋਰ, ਜ਼ਿਆਦਾ।

Morel—ਇਕ ਤਰ੍ਹਾਂ ਦੀ ਗੁੱਛੀ।

Moreover—ਇਸ ਦੇ ਇਲਾਵਾ।

Morning—ਸਵੇਰ, ਪ੍ਰਾਤਕਾਲ।

Morocco—ਇਕ ਤਰ੍ਹਾਂ ਦਾ ਚਮੜਾ।

Morose—ਬਦ-ਮਿਜਾਜ਼।

Morphia—ਨੀਂਦ ਲਿਆਉਣ ਵਾਲੀ ਦਵਾਈ।

Morrow—ਕੱਲ, ਅੱਜ ਦੇ ਮਗਰੋਂ।

Morse—ਦਰਿਆਈ ਘੋੜਾ।

Morsel—ਟੁਕੜਾ।

Mortal—ਕਾਤਲ, ਘਾਤੀ।

Mortar—ਗਾਰਾ, ਗੋਲਾ ਦਾਗਣ ਦਾ ਗੁਬਾਰਾ।

Mortgage—ਗਿਰਵੀ ਰੱਖਣਾ।

Mortification—ਤਪੱਸਿਆ, ਮਾਸ ਦਾ ਸੜਨਾ।

Mortify—ਮਿਟਾਉਣਾ, ਤੰਗ ਕਰਨਾ।

Mosaic—ਜੜਾਊ ਕੰਮ।

Mosque—ਮਸਜਿਦ।

Misquito—ਮੱਛਰ, ਮੱਸਾ।

Moss—ਸਵਾਰ, ਕਾਈ।

Moth—ਪਤੰਗ।

Mother—ਮਾਤਾ, ਮਾਂ, ਦਾਈ।

Mothery—ਗਲੀਜ਼, ਮੈਲਾ।

Motion—ਇੱਛਾ, ਮਰਜ਼ੀ।

Motive—ਹਰਕਤ ਦੇਣ ਵਾਲਾ, ਪ੍ਰੇਰਨਾ।

Motely—ਸਤਰੰਗਾ, ਬਹੁਰੰਗੀ।

Motor—ਚਲਾਣ ਵਾਲਾ, ਮੋਟਰ।

Mottled—ਦਾਗਦਾਰ।

Motto—ਕਹਾਵਤ।

Mould—ਨਰਮ ਮਿੱਟੀ ਪਾਉਣਾ।

Mouldy—ਫਫੂੰਦੀ ਨਾਲ ਭਰਿਆ ਹੋਇਆ।
Moult—ਖੰਭ ਝਾੜਨਾ।
Mound—ਮੋਰਚਾਬੰਦੀ ਕਰਨਾ।
Mount—ਪਹਾੜੀ, ਸਵਾਰ ਹੋਣਾ।
Mountain—ਪਹਾੜ, ਪਰਬਤ।
Mountainous— ਪਰਬਤਾਂ ਨਾਲ ਘਿਰਿਆ ਹੋਇਆ।
Mourn—ਮਾਤਮ ਕਰਨਾ।
Mournful—ਉਦਾਸ।
Mourning—ਮਾਤਮੀ ਪੁਸ਼ਾਕ।
Mouse—ਚੂਹਾ।
Mouse-trap—ਚੂਹੇ ਦਾ ਪਿੰਜਰਾ।
Moustache—ਮੁੱਛ।
Mouth—ਮੂੰਹ, ਦਰਵਾਜ਼ਾ।
Mouthful—ਨਿਵਾਲਾ।
Mouthpiece—ਵਾਜੇ ਦਾ ਉਹ ਹਿੱਸਾ ਜਿੱਥੇ ਮੂੰਹ ਲਾਇਆ ਜਾਂਦਾ ਹੈ, ਪ੍ਰਤੀਨਿਧ।
Movables—ਮਾਲ ਅਸਬਾਬ।
Move—ਹਰਕਤ ਕਰਨਾ, ਉਭਾਰਨਾ।
Movement—ਹਰਕਤ, ਹਿਲਣਾ-ਜੁਲਣਾ।
Mow—ਤੂੜੀ ਇਕੱਠੀ ਕਰਨੀ।
Much—ਬਹੁਤ ਜ਼ਿਆਦਾ।
Mucid—ਸੜਿਆ ਹੋਇਆ।
Mucilage—ਲੇਸਦਾਰ ਚੀਜ਼, ਲੁਆਬ।
Muck—ਖਾਦ ਪਾਉਣੀ।
Muckworm—ਗੋਬਰ ਦਾ ਕੀੜਾ।
Mucky—ਗਲੀਜ਼, ਗੰਦਾ।
Mucous—ਲੁਆਬਦਾਰ।
Mud—ਚਿੱਕੜ।
Muddle—ਗੰਦਾ ਕਰਨਾ, ਮੈਲਾ ਕਰਨਾ।
Muff—ਗਰਮ ਦਸਤਾਨਾ।
Muffle—ਢੱਕਣਾ।
Mug—ਪਿਆਲਾ, ਗੜਵਾ, ਲੋਟਾ।
Muggy—ਗਰਮ, ਤੇਜ਼।
Mulberry—ਸ਼ਹਿਤੂਤ।
Mule—ਖ਼ੱਚਰ।
Mulish—ਹੱਠੀ, ਅੜੀਅਲ।
Mull—ਨਰਮ ਕਰਨਾ, ਮਸਾਲਾ ਦੇਣਾ।
Mullion—ਖਿੜਕੀ ਦਾ ਖੜਾ ਡੰਡਾ, ਗਜ਼।
Multifarious—ਰੰਗ ਬਿਰੰਗ।
Multiform—ਕਈ ਰੂਪ ਰੰਗ ਦਾ।
Multiformity—ਬਹੁਰੂਪ।
Multilateral—ਕਈ ਪਾਸਿਆਂ ਦਾ।
Multiparous—ਬਹੁਤ ਬੱਚੇ ਜੰਮਣ ਵਾਲੀ।
Multipede—ਕੰਨਖਜੂਰਾ, ਬਹੁਤ ਪੈਰਾਂ ਵਾਲਾ।
Multiple—ਗੁਣਫਲ, ਅਪਵਰਗ।
Multiplex—ਕਈ ਗੁਣਾ।
Multiplicand—ਗੁਣਨ।
Multiplication—ਗੁਣਾ, ਜ਼ਰਬ।
Multiplier—ਜ਼ਿਆਦਾ ਕਰਨ ਵਾਲਾ।
Multiply—ਜ਼ਰਬ/ਗੁਣਾ ਕਰਨਾ।
Multipresence—ਇਕ ਵੇਲੇ ਕਈ ਥਾਂ ਹੋਣ ਦੀ ਤਾਕਤ।
Multitude—ਭੀੜ।
Multure—ਅਨਾਜ ਪੀਹਣਾ।
Mum—ਇਕ ਪ੍ਰਕਾਰ ਦੀ ਜੌਂ ਦੀ ਸ਼ਰਾਬ।
Mumble — ਮੂੰਹ ਨਾਲ ਬੋਲਣਾ, ਬੁੜਬੁੜਾਉਣਾ।
Mummery—ਬਹੁਰੂਪੀਆ ਮਨ।
Munch—ਵੱਡੇ ਵੱਡੇ ਫੱਕੇ ਮਾਰਨਾ।
Municipal—ਸ਼ਹਿਰੀ ਸਫਾਈ, ਦੇਸੀ, ਮੁਲਕੀ।
Municipality—ਉਹ ਜਮਾਤ ਜੋ ਸ਼ਹਿਰ ਦੀ ਸਫ਼ਾਈ ਲਈ ਮੁਕਰੱਰ ਹੋਵੇ।
Munificence—ਸਖ਼ਾਵਤ, ਉਦਾਰਤਾ।
Munificent—ਸਖ਼ੀ।
Muniment—ਦਸਤਾਵੇਜ਼, ਸਨਦ, ਗੜ੍ਹੀ।
Munition—ਗੋਲਾ ਬਾਰੂਦ।
Mural—ਦੀਵਾਰ ਸੰਬੰਧੀ।
Murder—ਕਤਲ ਕਰਨਾ, ਜਾਨੋਂ ਮਾਰਨਾ।

Murderous—ਕਾਤਲ, ਕਤਲ ਕਰਨ ਵਾਲਾ।
Muriatic—ਨਮਕੀਨ।
Muricated—ਤੇਜ਼ ਨੁਕੀਲੇ ਹਥਿਆਰ ਲਗਾਣੇ।
Murine—ਚੂਹੇ ਰੰਗਾ।
Murky—ਹਨੇਰਾ।
Murmur—ਬੜਬੜਾਹਟ।
Muscle—ਸਿੱਪੀ, ਇਕ ਮੱਛੀ।
Muscular—ਪੱਠਿਆਂ ਦਾ, ਮਜ਼ਬੂਤ।
Museful—ਚੁੱਪਚਾਪ।
Museum—ਅਜਾਇਬਘਰ।
Mushroom—ਸੱਪ ਦੀ ਕੁੰਜ, ਖੁੰਬ, ਨਵਾਂ ਰਜਿਆ, ਥੋੜ੍ਹੇ ਦਿਨਾਂ ਦਾ।
Music—ਗਾਣਾ ਵਜਾਉਣਾ, ਗੀਤ, ਰਾਗ।
Musical—ਗਾਉਣ ਵਜਾਉਣ ਦਾ।
Musician—ਸਾਰੰਗੀਆ।
Musk—ਕਸਤੂਰੀ, ਕਸਤੂਰੀ ਵਾਲਾ ਹਿਰਨ।
Musket—ਬੰਦੂਕ।
Musketry—ਬੰਦੂਕ ਚਲਾਉਣ ਦੀ ਵਿੱਦਿਆ।
Muslin—ਮਲਮਲ।
Must—ਜ਼ਰੂਰ ਚਾਹੀਦਾ।
Mustache—ਮੁੱਛ।
Mustard—ਰਾਈ, ਤਾਰਾ, ਤੋਰੀਆ।
Muster—ਇਕੱਠਾ ਹੋਣਾ, ਹਾਜ਼ਰੀ।
Musty—ਪੁਰਾਣਾ, ਗਲਿਆ ਸੜਿਆ।
Mutable—ਅਸਥਿਰ, ਚੰਚਲ।
Mutation—ਤਬਦੀਲੀ।
Mute—ਚੁੱਪਚਾਪ, ਗੂੰਗਾ।
Mutilate—ਛਾਂਟਣਾ, ਵੱਖਰਾ ਕਰਨਾ।
Mutinous—ਗੱਦਾਰ, ਬਾਗੀ।
Mutiny—ਬਗਾਵਤ, ਗਦਰ ਕਰਨਾ।
Mutter—ਬੁੜਬੁੜਾਉਣਾ।
Mutton—ਭੇਡ ਦਾ ਮਾਸ।
Mutual—ਦੋਹਾਂ ਦਾ, ਆਪਸ ਦਾ।
Muzzle—ਪਸ਼ੂਆਂ ਦੇ ਮੂੰਹ ਉਤੇ ਲਗਾਉਣ ਵਾਲੀ ਜਾਲੀ।
My—ਮੇਰਾ।
Myography—ਪੱਠਿਆਂ ਦਾ ਵਰਨਣ।
Myology—ਪੱਟੀ ਦਾ ਵਰਨਣ।
Myopy—ਤੰਗ ਨਜ਼ਰੀ।
Myrobalan—ਹਰੜ, ਬਹੇੜਾ, ਆਂਵਲਾ।
Myrtle—ਵਿਲਾਇਤੀ ਮਹਿੰਦੀ।
Mysterious—ਗੁਪਤ, ਗੂੜ੍ਹ।
Mystery—ਭੇਦ, ਧਾਰਮਿਕ ਖੇਡ।
Mystic—ਯੋਗੀ, ਸੂਫ਼ੀ, ਆਰਿਫ਼।
Mystical—ਭੇਦ ਨਾਲ ਭਰਪੂਰ।
Mysticism—ਤੱਤ, ਯੋਗ ਗਿਆਨ ਵਿੱਦਿਆ।
Mystify—ਪੇਚੀਦਾ ਕਰਨਾ।
Myth—ਕਿੱਸਾ, ਕਹਾਣੀ।
Mythology—ਦੇਵਤਿਆਂ ਦੀ ਕਥਾ।

N

N, the forteenth letter of English alphabet. ਐਨ—ਅੰਗ੍ਰੇਜ਼ੀ ਪੈਂਤੀ ਦਾ ਚੌਦਵਾਂ ਅੱਖਰ।
Nab—ਅਚਾਨਕ ਪਕੜਨਾ।
Nadir—ਨੁਕਤਾ, ਬ੍ਰਹਿਮੰਡ ਦਾ ਉਹ ਭਾਗ ਜੋ ਸਾਡੇ ਐਨ ਹੇਠਾਂ ਹੈ।
Nag—ਛੋਟਾ ਟੱਟੂ, ਅਪਰਾਧ।
Nail—ਨਾਖੂਨ, ਮੇਖ, ਕਿੱਲ।
Nainsook—ਵਧੀਆ ਬਰੀਕ ਕੱਪੜਾ।
Naive—ਸਿੱਧਾ, ਭਲਾਮਾਣਸ਼।
Nalvete—ਸਾਦਗੀ, ਭੋਲਾਪਨ।
Naked—ਨੰਗਾ, ਖੋਲ੍ਹਿਆ ਹੋਇਆ।
Namby-pamby—ਬਨਾਵਟੀ, ਭੱਦਾ।

Name—ਨਾਮ, ਇਤਬਾਰ।
Namesake—ਹਮਨਾਮ, ਇਕ ਨਾਂ ਵਾਲੇ।
Nap—ਅੱਖ ਲੱਗਣੀ।
Nape—ਗਰਦਨ ਦਾ ਪਿਛਲਾ ਪਾਸਾ।
Naphtha—ਮਿੱਟੀ ਦਾ ਤੇਲ।
Nappy—ਗੁਦਗੁਦਾ, ਰੋਏਦਾਰ।
Nard—ਮਾਲਤੀ, ਬਾਲਛੜ।
Narial—ਨੱਕ ਦਾ।
Narrate—ਬਿਆਨ ਕਰਨਾ, ਕਹਿਣਾ।
Narration—ਬਿਆਨ, ਕਿੱਸਾ।
Narrative—ਬਿਰਤਾਂਤ, ਕਹਾਣੀ।
Narrow—ਤੰਗ, ਘੱਟ ਕਰਨਾ।
Narrow-minded—ਚੰਗਾ, ਘੱਟ ਹੌਂਸਲੇ ਵਾਲਾ।
Nasal—ਨੱਕ ਸੰਬੰਧੀ, ਨੱਕ ਦੀ ਅਵਾਜ਼।
Nasty—ਗੰਦਾ, ਮੈਲਾ।
Natal—ਜਮਾਂਦਰੂ, ਪੈਦਾਇਸ਼ੀ।
Natation—ਤੈਰਨਾ, ਤੈਰਾਕੀ।
Nation—ਕੌਮ, ਜਾਤ।
National—ਕੌਮੀ, ਜਾਤੀ।
Nationalize—ਕੌਮ ਵਿਚ ਦਾਖ਼ਲ ਕਰਨਾ।
Native—ਅਸਲੀ ਵਾਸੀ, ਦੇਸੀ।
Natty—ਸੁਥਰਾ ਦਰੁੱਸਤ।
Natural—ਕੁਦਰਤੀ, ਅਸਲੀ ਜਨਮ ਦਾ ਪਾਗਲ।
Naturalization—ਕੌਮੀ ਹਕੂਕ ਦੇਣਾ।
Naturalize—ਦੇਸੀ ਜਾਂ ਮੁਲਕੀ ਬਣਾਉਣਾ।
Nature—ਬਨਾਵਟ, ਤਰਕੀਬ।
Naught—ਨਿਕੰਮਾ, ਬੁਰਾ।
Naughty—ਸ਼ਰਾਰਤੀ, ਨਟਖਟ।
Nausea—ਬੀਮਾਰੀ, ਉਬਾਸੀ।
Nauseate—ਉਲਟੀ ਆਉਣਾ, ਨਾਪਸੰਦ ਕਰਨਾ।
Nautical—ਜਹਾਜ਼ੀ ਮਲਾਹ।
Nautilas—ਇਕ ਤਰ੍ਹਾਂ ਦਾ ਸਮੁੰਦਰੀ ਘੋਗਾ।
Naval—ਜਹਾਜ਼ੀ, ਸਮੁੰਦਰੀ।
Nave—ਗਿਰਜੇ ਦੇ ਵਿਚ।
Navel—ਵਿਚਕਾਰਲਾ ਭਾਗ।
Navigate—ਜਹਾਜ਼ ਦੁਆਰਾ ਪਾਰ ਕਰਨਾ।
Navigation—ਜਹਾਜ਼ ਚਲਾਉਣਾ।
Navy—ਜੰਗੀ ਜਹਾਜ਼ਾਂ ਦਾ ਬੇੜਾ, ਜਹਾਜ਼ੀ ਸ਼ਕਤੀ।
Nay—ਇਨਕਾਰ।
Nazarite—ਯਹੂਦੀ ਜੋ ਅਤਿ ਪਵਿੱਤਰਤਾ ਨੂੰ ਮੰਨਦਾ ਹੈ।
Neal—ਤਪਾਉਣਾ, ਤੱਤਾ ਕਰਨਾ।
Neap—ਹਲਕਾ, ਨੀਚਾ।
Near—ਨਜ਼ਦੀਕ, ਨਾਲ, ਨੇੜੇ, ਲਗਭਗ।
Nearly—ਲਗਭਗ।
Neat—ਸਾਫ਼, ਖ਼ਾਲਸ।
Neb—ਨੱਕ, ਮੂੰਹ, ਚੁੰਝ।
Nebula—ਸਿਤਾਰਿਆਂ ਦਾ ਧੁੰਦਲਾ ਘੇਰਾ, ਅੱਖਾਂ ਦਾ ਫੋਲਾ।
Nebutous—ਧੁੰਦਲਾ।
Necessary—ਜ਼ਰੂਰੀ, ਅਵੱਸ਼।
Necesitate—ਮਜਬੂਰ ਕਰਨਾ, ਦਬਾਉਣਾ।
Necessity—ਜ਼ਰੂਰਤ, ਖ਼ਾਹਿਸ਼।
Neck—ਗਰਦਨ।
Necklace—ਹਾਰ, ਮਾਲਾ।
Necromanoer—ਜਾਦੂਗਰ।
Nectar—ਅੰਮ੍ਰਿਤ, ਸ਼ੁੱਧ ਸ਼ਰਬਤ।
Nectrin—ਅੰਮ੍ਰਿਤ ਸਮਾਨ ਮਿੱਠਾ।
Need—ਲੋੜ, ਖਾਹਿਸ਼।
Needle—ਸੂਈ, ਸੋਜਨ।
Needless—ਬੇਮਤਲਬ, ਫ਼ਜ਼ੂਲ।
Needle-work—ਸੀਨਾ, ਸੂਈ ਦਾ ਕੰਮ।
Needy—ਲੋੜਵੰਦ, ਮੁਹਤਾਜ।

Nefarious—ਬਹੁਤ ਬਦਮਾਸ਼।
Negation—ਇਨਕਾਰ।
Negative—ਇਨਕਾਰੀ।
Neglect—ਲਾਪਰਵਾਹੀ, ਖ਼ਿਆਲ ਨਾ ਕਰਨਾ।
Neglectful—ਬੇਪਰਵਾਹ, ਗਾਫ਼ਲ।
Negligence—ਬੇਪਰਵਾਹੀ।
Negligent—ਗਾਫ਼ਲ, ਅਚੇਤ।
Negociate—ਮਾਮਲਾ ਕਰਨ, ਗੱਲਬਾਤ ਕਰਨੀ।
Negotiable—ਵੇਚਣ ਯੋਗ।
Negotiate—ਲੈਣ ਦੇਣ ਕਰਨਾ, ਮਾਮਲਾ ਕਰਨਾ।
Negotiation—ਮਾਮਲੇਦਾਰੀ, ਖ਼ਰੀਦ ਫ਼ਰੋਖ਼ਤ।
Negress—ਹਬਸ਼ਣ।
Negro—ਅਫ਼ਰੀਕਾ ਦਾ ਹਬਸ਼ੀ।
Negus—ਸ਼ਰਾਬ, ਖੰਡ ਨਿੰਬੂ ਦਾ ਸ਼ਰਬਤ।
Neigh—ਹਿਨਹਿਨਾਉਣਾ।
Neighbour—ਪੜੋਸੀ, ਹਮਸਾਇਆ।
Neighbouring—ਨਜ਼ਦੀਕੀ, ਪ੍ਰਾਸ।
Neither—ਕੋਈ ਵੀ ਨਹੀਂ।
Neogamist—ਨਵਾਂ ਵਿਆਹਿਆ।
Neology—ਨਵਿਆਂ ਸ਼ਬਦਾਂ ਦੀ ਬਨਾਵਟ।
Neophyte—ਨਵਾਂ ਚੇਲਾ।
Neoteric—ਨਵਾਂ, ਹੁਣ ਦਾ।
Nephew—ਭਤੀਜਾ, ਭਾਣਜਾ।
Nephritis—ਗੁਰਦੇ ਦੀ ਬੀਮਾਰੀ।
Nepotism—ਰਿਸ਼ਤੇਦਾਰਾਂ ਨਾਲ ਪਿਆਰ।
Neptune—ਇਕ ਸਿਤਾਰਾ ਜੋ ਸੂਰਜ ਤੋਂ ਦੂਰ ਦਿਸਦਾ ਹੈ।
Nereid—ਸਾਗਰ ਦੇਵੀ।
Nerve—ਬਲ, ਸ਼ਕਤੀ, ਬਲਵਾਨ ਕਰਨਾ, ਧੀਰਜ।
Nervous—ਨਸਾਂ ਦੇ ਸੰਬੰਧ ਵਿਚ।
Nerviousness—ਨਸਾਂ ਦੀ ਕਮਜ਼ੋਰੀ।
Neselence—ਜਹਾਲਤ, ਬੇਵਕੂਫ਼ੀ।
Nest—ਘੌਂਸਲਾ, ਘੌਂਸਲਾ ਬਣਾਉਣਾ।
Nestle—ਵੱਸਣਾ, ਆਬਾਦ ਕਰਨਾ।
Net—ਜਾਲ, ਬੰਦਾ।
Nethermost—ਸਭ ਤੋਂ ਨੀਵਾਂ।
Netting—ਜਾਲੀ।
Nettle—ਡੰਗ ਮਾਰਨਾ, ਪੈਦਾ ਕਰਨਾ।
Net-work—ਜਾਲੀ ਦਾ ਕੰਮ।
Neuralgia—ਨਸਾਂ ਵਿਚ ਦਰਦ।
Neurology—ਨਸਾਂ ਸੰਬੰਧੀ ਵਿੱਦਿਆ।
Neuter—ਦੋਹਾਂ ਵਿਚੋਂ ਕੋਈ ਨਹੀਂ, ਸਭ ਤੋਂ ਵੱਖਰਾ।
Neutral—ਕਿਸੇ ਦਾ ਤਰਫਦਾਰ ਨਾ ਹੋਣਾ।
Neutralize—ਬੇਅਸਰ ਕਰਨਾ, ਬੇਅਮਲ ਕਰਨਾ।
Never—ਹਰਗਿਜ਼ ਨਹੀਂ, ਕਦੇ ਨਹੀਂ।
Nevertheless—ਤਾਂ ਵੀ।
New—ਨਵਾਂ, ਨਿਰਾਲਾ।
Newfangled—ਨਵਾਂ ਬਣਿਆ ਹੋਇਆ, ਨਵਾਂ ਕੱਢਿਆ ਹੋਇਆ, ਨਵੀਨਤਾ ਦਾ ਇੱਛੁਕ।
Newish—ਤਾਜ਼ਗੀ, ਨਵਾਂਪਨ।
News—ਖ਼ਬਰ, ਘਟਨਾ, ਵਾਕਿਆ।
Newsmonger—ਖ਼ਬਰਾਂ ਦਾ ਸ਼ੌਕੀਨ।
Newspaper—ਅਖ਼ਬਾਰ, ਅਖ਼ਬਾਰ ਦਾ ਕਾਗਜ਼।
Next—ਦੂਜਾ ਫਿਰ, ਕਰੀਬ।
Nib—ਜ਼ਬਾਨ, ਚੁੰਝ।
Nibble—ਕਤਰਨ, ਕਤਰਨਾ।
Nice—ਸੋਹਣਾ, ਬਹੁਤ ਉਮਦਾ।
Niche—ਜਾਲਾ, ਖਾਨਾ।
Nick—ਠੀਕ ਮੌਕਾ।
Nickel—ਇਕ ਤਰ੍ਹਾਂ ਦੀ ਸਖ਼ਤ ਧਾਤੂ।
Nick-nacks—ਛੋਟੀਆਂ ਛੋਟੀਆਂ ਚੀਜ਼ਾਂ।
Nickname—ਵਿਗੜਿਆ ਹੋਇਆ ਨਾਮ।

Nictate, Nictitate—ਅੱਖ ਬੰਦ ਕਰਨਾ।
Nidorous—ਭੁੰਨੇ ਹੋਏ ਮਾਸ ਦੀ ਵਾਸ਼ਨਾ।
Niece—ਭਾਣਜੀ, ਭਤੀਜੀ।
Niggerd—ਕੰਜੂਸ, ਤੰਗ ਦਿਲ।
Nigger—ਹਬਸ਼ੀ, ਕਾਲਾ ਆਦਮੀ।
Nigh—ਨਜ਼ਦੀਕ, ਕੋਲ।
Night—ਰਾਤ, ਹਨੇਰਾ।
Nightfall—ਤਰਕਾਲਾਂ, ਸ਼ਾਮ।
Nightingale—ਬੁਲਬੁਲ।
Nightmare—ਡਰਾਉਣਾ ਸੁਪਨਾ।
Nightshade—ਧਤੂਰਾ, ਇਕ ਜ਼ਹਿਰੀਲਾ ਰੁੱਖ।
Nightward—ਸ਼ਾਮ ਦੇ ਵੇਲੇ।
Night-watch—ਰਾਤ ਦਾ ਪਹਿਰਾ।
Nigrescent—ਹਨੇਰਾ ਹੁੰਦਾ ਹੋਇਆ।
Nill—ਨਹੀਂ ਨਾ।
Nimble—ਚੁਸਤ, ਹੁਸ਼ਿਆਰ।
Nimbus—ਬਰਸਣ ਵਾਲਾ ਬੱਦਲ, ਮੰਡਲ।
Nincompoop—ਬੇਵਕੂਫ਼, ਮੂਰਖ।
Nine—ਨੌਂ।
Ninefold—ਨੌਂ ਗੁਣਾਂ।
Nineteen—ਉਨੀ।
Nineteenth—ਉੱਨੀਵਾਂ, ਉੱਨੀਵਾਂ ਹਿੱਸਾ।
Ninety—ਨੱਬੇ।
Ninny—ਬੇਵਕੂਫ਼।
Ninth—ਨੌਂਵਾਂ, ਨੌਂਵਾਂ ਹਿੱਸਾ।
Ninthly—ਨੱਬੇ ਹਿੱਸੇ ਵਿਚ।
Nip—ਚੁਟਕੀ ਲੈਣਾ, ਕਤਰਨਾ।
Nippers—ਮੋਚਣਾ।
Nipple—ਘੁੰਡੀ, ਚੂਚੀ।
Nit—ਛੋਟੇ ਕੀੜਿਆਂ ਦਾ ਅੰਡਾ।
Nitrate—ਲੂਣ ਜੋ ਸ਼ੋਰੇ ਦੇ ਤੇਜ਼ਾਬ ਵਿਚੋਂ ਨਿਕਲਦਾ ਹੈ।
Nitre—ਸ਼ੋਰਾ, ਨੋਸ਼ਾਦਰ।
Nitric—ਸ਼ੋਰੇ ਦਾ।
Nitrify—ਸ਼ੋਰਾ ਬਣਾਉਣਾ।
Nitrogen—ਹਵਾ ਦਾ ਇਕ ਅੰਸ਼।
Nitrogenous--ਨਾਈਟ੍ਰੋਜਨ ਦੇ ਮੁਤਅੱਲਕ।
Nitro-glycerine—ਇਕ ਵੱਡੀ ਆਵਾਜ਼ ਜੋ ਨਾਈਟ੍ਰਿਕ ਅਤੇ ਸਲਫਿਊਰਿਕ ਐਸਿਡ ਨੂੰ ਗਿਲਸਰੀਨ ਮਿਲਾਉਣ ਨਾਲ ਹੁੰਦੀ ਹੈ।
Nitrous—ਸ਼ੋਰੇ ਦੇ ਜਾਂ ਆਕਸੀਜਨ ਦੇ ਸੰਬੰਧ ਵਿਚ।
Nival—ਬਰਫ਼ ਨਾਲ ਭਰਿਆ।
No—ਨਹੀਂ।
Nob—ਸਿਰ।
Nobility—ਸ਼ਰਾਫ਼ਤ।
Noble—ਸ਼ਰੀਫ਼, ਵੱਡਾ, ਸੱਜਣ।
Nobly—ਦਿਲਾਵਰੀ ਨਾਲ।
Nobody—ਕੋਈ ਨਹੀਂ।
Noctambulist—ਉਹ ਆਦਮੀ ਜੋ ਸੁਪਨੇ ਵਿਚ ਫਿਰਦਾ ਰਹੇ।
Noctilucous—ਰਾਤ ਨੂੰ ਜਗਮਗ ਕਰਨ ਵਾਲਾ।
Noctivagant—ਰਾਤ ਨੂੰ ਫਿਰਨ ਵਾਲਾ।
Nocturn—ਰਾਤ ਦੀ ਪ੍ਰਾਰਥਨਾ।
Nocturnal—ਰਾਤ ਦਾ।
Nocuous—ਨੁਕਸਾਨਦਾਇਕ।
Nod—ਸਿਰ ਨੀਵਾਂ ਕਰਨਾ, ਸਿਰ ਹਿਲਾ ਕੇ ਦੱਸਣਾ।
Nodal—ਸਿਰ ਦੀ ਹਰਕਤ।
Nodated—ਗੀਢਦਾਰ।
Noddle—ਮਸਤਕ, ਸਿਰ।
Noddy—ਮੂਰਖ।
Node—ਗੀਢ, ਨੁਕਤਾ।
Nodose—ਗੀਢ ਵਾਲਾ ਹੋਣ ਦੀ ਖ਼ੂਬੀ।
Nodular—ਛੋਟੀ ਗੀਢ ਦੀ ਸ਼ਕਲ ਵਿੱਚ।
Noetic—ਸਮਝ ਦੇ ਸੰਬੰਧ ਵਿੱਚ।
Noggin—ਇਕ ਲੱਕੜ ਦਾ ਪਿਆਲਾ।

Noise—ਸ਼ੋਰ, ਸ਼ੋਰ ਕਰਨਾ।
Noiseless—ਚੁੱਪਚਾਪ।
Noisome—ਨੁਕਸਾਨਦੇਹ।
Noisy—ਸ਼ੋਰ ਵਾਲੀ।
Nolition—ਇਨਕਾਰ, ਨਾ ਮਰਜ਼ੀ।
Nomad—ਦਰ-ਦਰ ਫਿਰਨ ਵਾਲਾ।
Nome—ਸੂਬਾ, ਖੰਡ।
Nomanclature—ਨਾਮਾਵਲੀ, ਸ਼ਬਦ ਕੋਸ਼।
Naminal—ਨਾਮ, ਨਾਮ ਮਾਤਰ।
Nominate—ਨਾਮ ਚੁਣਨਾ, ਨਾਮ ਦੱਸਣਾ।
Nomination—ਨਾਮਜ਼ਦ ਕਰਨ ਦਾ ਕੰਮ।
Nominative—ਕੰਮ ਕਰਨ ਵਾਲਾ।
Nominator—ਨਾਮ ਮੁਕੱਰਰ ਕਰਨ ਵਾਲਾ।
Nominee—ਮੁਕੱਰਰ ਕੀਤਾ ਹੋਇਆ।
Nonage—ਬਚਪਨ।
Nonagenarian—ਨੜ੍ਹਿੱਨਵੇਂ ਤੋਂ ਸੌ ਸਾਲ ਦੇ ਵਿੱਚ ਦਾ ਬੰਦਾ।
Nonagon—ਨੌਂ ਪਾਸਿਆਂ ਵਾਲੀ ਸ਼ਕਲ।
Nonce—ਸਮਾਂ, ਮੌਕਾ।
Non-chalance—ਲਾਪਰਵਾਹੀ।
Non-chalant—ਬੇਪਰਵਾਹ।
Non-commissioned—ਬਿਨਾਂ ਸਨਦ ਵਾਲਾ।
Non-conforming—ਸਰਕਾਰੀ ਤਰੀਕੇ ਦੇ ਬਰਖ਼ਿਲਾਫ਼ ਕਰਨ ਵਾਲਾ।
Non-conformist—ਮੁਖ਼ਾਲਫ਼।
Nondescript—ਵਰਨਣ ਨਾ ਕਰਨ ਯੋਗ।
None—ਕੋਈ ਨਹੀਂ।
Nonentity—ਘਾਟ ਨਾ ਹੋਣਾ।
Nonesuch—ਜਿਸ ਦੇ ਮੁਕਾਬਲੇ ਵਿਚ ਕੋਈ ਨਾ ਹੋਵੇ।
Non-juror—ਹਲਫ਼ਨਾਮਾ ਲੈਣ ਤੋਂ ਇਨਕਾਰੀ।
Nonpareil—ਇਕ ਤਰ੍ਹਾਂ ਦਾ ਛੋਟਾ ਟਾਈਪ।
Nonplus—ਘਬਰਾਹਟ, ਸਖ਼ਤ ਤਕਲੀਫ਼।
Non-residence—ਰਹਿਣ ਦੀ ਥਾਂ ਦਾ ਨਾ ਮਿਲਣਾ।
Nonsense, Nonsensical—ਬੇ ਮਾਨੀ, ਮੂਰਖ਼।
Nonsuit—ਕਿਸੇ ਮੁਕੱਦਮੇ ਦਾ ਖਾਰਜ ਹੋਣਾ।
Noodle—ਬੇਵਕੂਫ਼।
Nook—ਕੋਣਾ।
Noology—ਦਿਲ ਦੀ ਗੱਲਾਂ ਦੀ ਵਿੱਦਿਆ।
Noon—ਦੁਪਹਿਰ ਦੇ 12 ਵਜੇ ਦਾ ਸਮਾਂ।
Noontide—ਦੁਪਹਿਰ ਵੇਲੇ।
Noose—ਫਾਂਸੀ, ਕਮੰਦ ਪਾਉਣਾ।
Nor—ਨਾ।
Norm—ਨਮੂਨਾ, ਕਾਇਦਾ, ਅੱਖਰ।
Normal—ਨਿਯਮ ਸਿੱਖਣ ਵਾਲਿਆਂ ਦਾ ਸਕੂਲ, ਬਾਕਾਇਦਾ।
Norman—ਨਾਰਮੰਡੀ ਦਾ ਵਾਸੀ।
North—ਉੱਤਰ।
North-east—ਉੱਤਰ ਤੇ ਪੂਰਬ ਦੇ ਵਿਚਕਾਰ।
North-eastward—ਉੱਤਰ ਤੇ ਪੂਰਬ ਦੇ ਪਾਸੇ।
Northerly—ਉੱਤਰ ਦਾ, ਉੱਤਰ ਦੇ ਪਾਸੇ।
Northerner—ਉੱਤਰ ਦਾ ਵਾਸੀ।
Northernmost—ਉਹ ਅਸਥਾਨ ਜੋ ਬਹੁਤਾ ਉੱਤਰ ਵੱਲ ਹੋਵੇ।
Northwardly—ਉੱਤਰ ਵੱਲ।
Northwest—ਉੱਤਰ ਪੱਛਮ।
North-western—ਉੱਤਰੀ-ਪੱਛਮੀ।
Nose—ਨੱਕ, ਸੁੰਘਣਾ।

Nosegay—ਗੁਲਦਸਤਾ, ਗੁੱਛਾ।
Nosology—ਬੀਮਾਰੀ ਪਹਿਚਾਨਣ ਦੀ ਵਿੱਦਿਆ।
Nostril—ਨਥੁਨੇ, ਨਾਸਾਂ।
Nostrum—ਕੋਈ ਗੁਪਤ ਦਵਾਈ।
Not—ਨਹੀਂ, ਨਾ।
Notability—ਨਾਮਵਰ, ਪ੍ਰਸਿੱਧ।
Notable—ਮਸ਼ਹੂਰ।
Notarial—ਹੁੰਡੀ ਆਦਿ ਤਸਦੀਕ ਕਰਨ ਵਾਲੇ ਅਫ਼ਸਰ ਸੰਬੰਧੀ।
Notary—ਹੁੰਡੀ ਆਦਿ ਤਸਦੀਕ ਕਰਨ ਵਾਲਾ।
Notaion—ਚਿੰਨ੍ਹਕਾਰੀ ਸੰਖਿਆ ਦਾ ਲਿਖਣਾ।
Notch—ਛੇਕ।
Note—ਨਿਸ਼ਾਨ, ਯਾਦਦਾਸ਼ਤ।
Note-book—ਯਾਦਦਾਸ਼ਤ ਦੀ ਕਿਤਾਬ।
Noted—ਨਾਮੀ, ਮਸ਼ਹੂਰ।
Note-paper—ਚਿੱਠੀ ਦਾ ਕਾਗਜ਼।
Noteworthy—ਕਾਬਿਲ ਯਾਦਦਾਸ਼ਤ।
Nothing—ਕੁੱਝ ਨਹੀਂ।
Notice—ਧਿਆਨ ਦੇਣਾ।
Noticeable—ਧਿਆਨ ਯੋਗ।
Notification--ਐਲਾਨ-ਨਾਮਾ, ਇਸ਼ਤਿਹਾਰ।
Notify—ਐਲਾਨ ਕਰਨਾ।
Notion—ਵਿਚਾਰ, ਰਾਏ।
Notional—ਖ਼ਿਆਲੀ, ਵਹਿਮੀ।
Notoriety—ਮਸ਼ਹੂਰੀ, ਬਦਨਾਮੀ।
Notorious—ਮਸ਼ਹੂਰ, ਬਦਨਾਮ।
Notoriously—ਐਲਾਨੀਆ, ਖੁੱਲ੍ਹਮ ਖੁੱਲ੍ਹਾ।
Notus—ਦੱਖਣੀ ਹਵਾ।
Notwithstanding—ਬਾਵਜੂਦ ਇਸ ਦੇ।
Nought—ਕੁੱਝ ਨਹੀਂ।
Noun—ਸੰਗਿਆ, ਨਾਮ।
Nourish—ਪਾਲਣਾ, ਪਿਆਰ ਕਰਨਾ।
Nourisher—ਪਾਲਣ ਕਰਨ ਵਾਲਾ।
Nourishing—ਪੁਸ਼ਟੀਕਾਰਕ, ਬੁੱਧੀ-ਕਾਰਕ।
Nourishment—ਖ਼ੁਰਾਕ।
Novel—ਨਾਵਲ, ਕਹਾਣੀ ਦੀ ਕਿਤਾਬ।
Novelist—ਨਾਵਲ ਲਿਖਣ ਵਾਲਾ।
Novelty—ਸੁੰਦਰ ਚੀਜ਼, ਅਜੀਬ ਚੀਜ਼।
November—ਨਵੰਬਰ, ਅੰਗ੍ਰੇਜ਼ੀ ਕੈਲੰਡਰ ਅਨੁਸਾਰ ਗਿਆਰਵਾਂ ਮਹੀਨਾ।
Novercal—ਮਤਰੇਈ ਮਾਂ ਸੰਬੰਧੀ।
Novice—ਸ਼ਾਗਿਰਦ, ਕੱਚਾ।
Novitiate—ਸ਼ਾਗਿਰਦੀ, ਕੱਚਾਪਨ।
Now—ਹੁਣ।
Now-a-days—ਅੱਜ ਕੱਲ੍ਹ।
Nowhere—ਕਿੱਥੇ ਨਹੀਂ।
Nowise—ਕਿਸੇ ਤਰ੍ਹਾਂ ਨਹੀਂ।
Noxious—ਦੁੱਖਦਾਈ।
Nozzle—ਨਿਕਲਿਆ ਹੋਇਆ ਸਿਰਾ।
Nuance—ਰੰਗ ਦੀ ਤੇਜ਼ੀ।
Nubile—ਵਿਆਹ ਯੋਗ।
Nucleus—ਗਿਰੀ, ਗੁਦਾ, ਪੂਛਲ ਤਾਰੇ ਦਾ ਸਿਰ।
Nude—ਅਲਫ਼ ਨੰਗਾ।
Nudge—ਧੱਕਾ, ਧੱਕਾ ਦੇਣਾ।
Nudity—ਨੰਗਾਪਨ।
Nugatory—ਬੇਕਾਰ, ਨਿਕੰਮਾ।
Nugget—ਕੀਮਤੀ ਧਾਤੂ ਦੀ ਡਲੀ।
Nuisance—ਦੁੱਖਦਾਈ ਚੀਜ਼।
Null—ਰੱਦੀ, ਝੂਠੀ।
Nullify—ਰੱਦ ਕਰਨਾ।
Nullity—ਨਾਸ।
Numb—ਸੁਸਤ, ਸੁੰਨ ਕਰਨਾ।
Number—ਰਕਮ, ਗਿਣਨਾ, ਸੰਖਿਆ।
Numberless—ਬੇਸ਼ੁਮਾਰ, ਗਿਣਤੀ ਤੋਂ ਬਾਹਰ।

Numerable—ਗਿਣਤੀ ਯੋਗ।
Numeral—ਹਿੰਦਸੇ।
Numerary—ਹਿੰਦਸੇ ਦਾ।
Numerate—ਗਿਣਤੀ ਕਰਨਾ।
Numeration--ਗਿਣਤੀ, ਗਣਿਤ ਵਿੱਦਿਆ।
Numerator—ਗਿਣਤੀ ਕਰਨ ਵਾਲਾ।
Numerical—ਹਿੰਦਸੇ ਦਾ, ਗਿਣਤੀ ਦਾ।
Numerically—ਗਿਣਤੀ ਨਾਲ।
Numerous—ਬਹੁਤ ਜ਼ਿਆਦਾ।
Numismatic—ਸਿੱਕੇ ਦੀ ਮੁਦਰਾ, ਸ਼ਾਸਤ੍ਰ ਵਿੱਦਿਆ ਦੇ ਮੁਤਅੱਲਕ।
Numismatics—ਸਿੱਕੇ ਦੀ ਵਿੱਦਿਆ।
Numskull—ਬੇਵਕੂਫ਼।
Nun—ਸਾਧਣੀ, ਫ਼ਕੀਰਨੀ।
Nuncio—ਪੋਪ ਦਾ ਏਲਚੀ।
Nuncupative—ਜ਼ਬਾਨੀ, ਲਫ਼ਜ਼ੀ।
Nunnery—ਔਰਤਾਂ ਦੀ ਝੌਂਪੜੀ।
Nuptial—ਵਿਆਹ ਸੰਬੰਧੀ।
Nuptials—ਵਿਆਹ ਦੀਆਂ ਰਸਮਾਂ।
Nurse—ਦਾਈ, ਬੱਚੇ ਜਾਂ ਬੀਮਾਰ ਦੀ ਰੱਖਵਾਲੀ ਕਰਨ ਵਾਲੀ ਔਰਤ।
Nursery—ਉਹ ਥਾਂ ਜਿੱਥੇ ਬੱਚਿਆਂ ਦੀ ਪਰਵਰਿਸ਼ ਹੁੰਦੀ ਹੈ।
Nursling—ਦੁੱਧ ਪੀਂਦਾ ਬੱਚਾ।
Nurture—ਖਾਣਾ, ਵਿੱਦਿਆ ਪੜ੍ਹਾਉਣਾ।
Nut—ਅਖਰੋਟ, ਸੁਪਾਰੀ, ਮੇਵਾ।
Nut-brown—ਭੂਰਾ, ਸਾਂਵਲਾ।
Nut-craker—ਸਰੋਤਾ।
Nutmeg—ਜਾਇਫ਼ਲ।
Nutrient—ਪੁਸ਼ਟ।
Nutriment—ਖ਼ੁਰਾਕ, ਆਹਾਰ।
Nutrition—ਗਿਜ਼ਾ, ਪਰਵਰਿਸ਼।
Nutrity—ਤਾਕਤਵਰ।
Nut-shell—ਅਖਰੋਟ ਦਾ ਘੱਟ ਸਖ਼ਤ ਪੋਸਤ।
Nux-vomica—ਕੁਚਲਾ।
Nuzzle—ਨੱਕ ਵਿੱਚ ਵਾਲੀਆਂ ਪਾਉਣਾ।
Nyctalopy—ਰਤੌਂਦੀ, ਅੱਖਾਂ ਦਾ ਰੋਗ ਜਿਸ ਵਿੱਚ ਤੇਜ਼ ਰੋਸ਼ਨੀ ਵਿੱਚ ਠੀਕ ਨਹੀ ਦਿੱਸਦਾ।
Nymph—ਦੇਵੀ, ਪਰੀ।
Nymphean—ਪਰੀ ਦੇ ਬਰਾਬਰ।

O

O, the fifteenth letter of the English alphabet. ੳ—ਅੰਗ੍ਰੇਜ਼ੀ ਪੈਂਤੀ ਦਾ ਪੰਦਰ੍ਹਵਾਂ ਅੱਖਰ।
O—ਓਏ, ਅਰੇ।
Oaf—ਬੇਵਕੂਫ਼, ਸਿੱਧਾ ਸਾਦਾ।
Oafish—ਸਾਦਾ, ਅਹਿਮਕ।
Oak—ਬਲੂਤ।
Oaken—ਬਲੂਤ ਦਾ ਬਣਿਆ ਹੋਇਆ।
Oakling—ਜਵਾਨ ਬਲੂਤ।
Oakum—ਪੁਰਾਣੀ ਰੱਸੀ ਜਾਂ ਸਣ।
Oaky—ਬਲੂਤ ਵਾਂਗ ਸਖ਼ਤ।
Oar—ਡੰਡ ਲਾਉਣਾ।
Oarsman—ਡੰਡ ਲਾਉਣ ਵਾਲਾ।
Oasis—ਰੇਗਿਸਤਾਨ ਵਿਚ ਹਰਿਆਲੀ ਥਾਂ।
Oast—ਗਰਮ ਕਰਨ ਦਾ ਭੱਠਾ।
Oat—ਜਈ।
Oat-cake—ਜੌਂ ਦੀ ਰੋਟੀ।
Oaten—ਜੌਂ ਦਾ ਬਣਿਆ ਹੋਇਆ।
Oath—ਕਸਮ, ਸਹੁੰ।
Oat meal—ਜੌਂ ਦਾ ਆਟਾ।
Obduracy—ਆਕੜਪਨ।
Obdurate—ਸੰਗਦਿਲ, ਬਹੁਤ ਹੱਠੀ।
Obedience—ਆਗਿਆ ਮੰਨਣ ਵਾਲਾ।

Obedient—ਆਗਿਆਕਾਰੀ।
Obediently—ਆਗਿਆ ਨਾਲ।
Obeisance—ਪ੍ਰਣਾਮ, ਨਮਸਕਾਰ।
Obelish—ਚੌਖੁੰਡਾ ਮੀਨਾਰ।
Obese—ਮੋਟਾ ਤਾਜ਼ਾ।
Obesity—ਮੋਟਾਪਾ।
Obey—ਹੁਕਮ ਮੰਨਣਾ।
Obfuscate—ਹਨੇਰਾ ਕਰਨਾ।
Obit—ਮੌਤ, ਕਿਰਿਆ ਕ੍ਰਮ।
Obituary—ਮ੍ਰਿਤਕ ਦਾ ਰਜਿਸਟਰ।
Object—ਇਤਰਾਜ਼।
Objection—ਇਤਰਾਜ਼, ਸ਼ੱਕ।
Objectionable—ਇਤਰਾਜ਼ ਯੋਗ।
Objective—ਲਕਸ਼, ਹਾਲਤ।
Object-lesson—ਉਹ ਪਾਠ ਜੋ ਸੱਚੇ ਦ੍ਰਿਸ਼ਟਾਂਤ ਵਿਚੋਂ ਮਿਲੇ।
Objector—ਇਤਰਾਜ਼ ਕਰਨ ਵਾਲਾ।
Objurgate—ਸਲਾਮਤ ਕਰਨਾ, ਝਾੜ ਪਾਉਣੀ।
Objurgation—ਡਾਂਟ।
Oblation—ਭੇਟ, ਸਦਕਾ।
Obligate—ਮਜ਼ਬੂਰ ਕਰਨਾ।
Obligation—ਸ਼ਰਤ, ਫ਼ਰਜ਼, ਭਾਵ।
Obligatory—ਜ਼ਰੂਰੀ।
Oblige—ਮਜ਼ਬੂਰ ਕਰਨਾ, ਖੁਸ਼ ਕਰਨਾ, ਧੰਨਵਾਦੀ ਕਰਨਾ।
Obliging—ਮਿਹਰਬਾਨ, ਕ੍ਰਿਪਾਲੂ।
Obligingly—ਮਿਹਰਬਾਨੀ ਨਾਲ।
Oblique—ਤਿਰਛਾ, ਪੇਚਦਾਰ।
Obliquely—ਤਿਰਛਾ, ਮੋੜ ਕੇ, ਟੇਢਾ।
Obliterate—ਮਿਟਾਉਣਾ, ਛਿਲਣਾ।
Obliteration—ਮਿਟਾਓ।
Olivion—ਗੁਮਨਾਮੀ, ਮਾਫ਼ੀ।
Oblivious—ਭੁੱਲਣ ਵਾਲੀ।
Oblong—ਲੰਬਾ।
Obloquy—ਕਲੰਕ, ਨਿੰਦਾ।
Obnoxious—ਨਿੰਦਾਯੋਗ, ਬੁਰਾ।
Obscene—ਬੁਰਾ, ਅਸ਼ਲੀਲ।
Obscenely—ਅਸ਼ਲੀਲਤਾ ਨਾਲ, ਨਾਪਾਕੀ ਨਾਲ।
Obscenity—ਹਨੇਰਾ, ਪੋਸ਼ੀਦਾ।
Obscuration—ਹਨੇਰਾ, ਛੁਪਾਓ।
Obscure—ਧੁੰਦਲਾ, ਛੁਪਿਆ ਹੋਇਆ।
Obscurely—ਹਨੇਰੇ ਨਾਲ।
Obscurity—ਹਨੇਰਾ।
Obsecrate—ਮਿੰਨਤ ਕਰਨਾ, ਪ੍ਰਾਰਥਨਾ ਕਰਨਾ।
Obsecration—ਪ੍ਰਾਰਥਨਾ, ਤਰਲੇ।
Obsequies—ਕਿਰਿਆ ਕਰਮ।
Obsequious—ਕਮੀਨਾ, ਖ਼ੁਸ਼ਾਮਦੀ।
Observable—ਸੋਚਣ ਯੋਗ।
Observance—ਸੋਚ, ਗੌਰ।
Observant—ਖ਼ਬਰਦਾਰ।
Observation—ਧਿਆਨ, ਵਿਚਾਰ।
Observatory—ਆਕਾਸ਼ ਲੋਚਨ।
Observe—ਸੋਚਣਾ, ਲਿਹਾਜ਼ ਕਰਨਾ।
Observer—ਮੰਨਣ ਵਾਲਾ, ਦੇਖਣ ਵਾਲਾ।
Observing—ਚਲਾਕ, ਹੁਸ਼ਿਆਰ।
Observingly—ਧਿਆਨ ਨਾਲ।
Obsession—ਚੜ੍ਹਾਈ, ਹਮਲਾ।
Obsolete—ਰੋਕ, ਅਟਕਾਓ।
Obstetric, Obstetrical—ਦਾਈ ਦੀ ਵਿੱਦਿਆ।
Obstinacy—ਹੱਠ, ਜ਼ਿੱਦ।
Obstinate—ਅਟਲ, ਅਚਲ।
Obstipation—ਸਖ਼ਤ ਕਬਜ਼ੀ।
Obstreperous—ਸ਼ੋਰ ਕਰਨ ਵਾਲਾ।
Obstruct—ਰੋਕਣਾ, ਦੂਰ ਕਰਨਾ।
Obstruction—ਰੁਕਾਵਟ, ਆੜ।
Obtain—ਲੈ ਆਉਣਾ, ਜਾਰੀ ਕਰਨਾ।
Obtestation—ਮਿੰਨਤ, ਬੇਨਤੀ।
Obtrude—ਮਰਜ਼ੀ ਦੇ ਵਿਰੁੱਧ।

Obtrusion—ਖ਼ਿਲਾਫ਼, ਬਿਨਾਂ ਬੁਲਾਏ ਦਾਖ਼ਲ ਹੋਣਾ।

Obtrusive—ਦਖ਼ਲ ਦੇਣ ਵਾਲਾ।

Obturate—ਰਸਤਾ ਰੋਕਣਾ।

Obtuse—ਮੂਰਖ਼, ਸਥੂਲ ਕੋਨ।

Obverse—ਸਿੱਕੇ ਦਾ ਮੂੰਹ ਵਾਲਾ ਪਾਸਾ।

Obvert—ਉਲਟਾਉਣਾ, ਮੂਧਾ ਕਰਨਾ।

Obviate—ਦੂਰ ਕਰਨਾ।

Obvious—ਸਾਫ਼, ਸਾਹਮਣੇ।

Occassion—ਹਾਜ਼ਤ, ਜ਼ਰੂਰਤ।

Occasional—ਇਤਫ਼ਾਕੀਆ।

Occidental—ਪੱਛਮੀ।

Occiput—ਗੁਦੀ।

Occult—ਗੁਪਤ, ਅਲੋਪ।

Occupancy—ਕਾਬਜ਼, ਅਧਿਕਾਰੀ।

Occupation—ਕਬਜ਼ਾ, ਪੇਸ਼ਾ।

Occupy—ਕਬਜ਼ੇ ਵਿਚ ਰੱਖਣਾ।

Occur—ਏਧਰ ਉਧਰ ਮਿਲਣਾ, ਦਿੱਸਣਾ।

Occurrence—ਸੰਜੋਗ, ਘਟਨਾ।

Ocean—ਸਮੁੰਦਰ, ਸਾਗਰ।

Ocellated—ਅੱਖ ਵਰਗਾ, ਧੱਬੇਦਾਰ।

Ochiocracy—ਪਰਜਾ ਦਾ ਰਾਜ।

Ochre—ਪੀਲੀ ਮਿੱਟੀ।

Octagon—ਅੱਠ ਕਿਨਾਰਿਆਂ ਵਾਲਾ।

Octahedral—ਅੱਠ ਬਰਾਬਰ ਕਿਨਾਰਿਆਂ ਵਾਲਾ।

Octangular—ਜਿਸ ਵਿਚ ਅੱਠ ਕੋਣ ਹੋਣ।

Octave—ਅੱਠਾਂ ਵਾਲਾ, ਅੱਠ ਸੁਰਾਂ ਦਾ ਅੰਤਰਾ।

Octavo—ਅੱਠ ਵਰਕੀ, ਅੱਠ ਵਰਕੀ ਕਿਤਾਬ।

Octennial—ਅੱਠ ਸਾਲ।

October—ਅਕਤੂਬਰ, ਅੰਗ੍ਰੇਜ਼ੀ ਕੈਲੰਡਰ ਅਨੁਸਾਰ ਦੱਸਵਾਂ ਮਹੀਨਾ।

Octogenarian—ਅੱਸੀ ਵਰ੍ਹੇ ਦੀ ਉਮਰ ਦਾ।

Octonocular—ਅੱਠ ਅੱਖਾਂ ਵਾਲਾ।

Octroi—ਮਹਿਸੂਲ, ਚੁੰਗੀ।

Ocular—ਅੱਖੀਂ ਦੇਖਿਆ।

Oculist—ਅੱਖਾਂ ਦਾ ਇਲਾਜ ਕਰਨ ਵਾਲਾ।

Odd—ਬੇਮੇਲ, ਅਜੀਬ, ਅਦਭੁੱਤ।

Oddity—ਖ਼ੂਬਸੂਰਤੀ, ਨਿਰਾਲਾਪਨ।

Oddly—ਅਜੀਬ ਤਰੀਕੇ ਨਾਲ।

Odds—ਝਗੜਾ, ਵਿਰੋਧ।

Ode—ਗੀਤ, ਗ਼ਜ਼ਲ।

Odious—ਨਾਗਵਾਰ।

Odiously—ਈਰਖ਼ਾ ਨਾਲ।

Odium—ਨਫ਼ਰਤ।

Odontology—ਦੰਦਾਂ ਦੀ ਵਿੱਦਿਆ।

Odoriferous—ਖ਼ੁਸ਼ਬੂਦਾਰ।

Odorous—ਸੁਗੰਧਿਤ।

Odour—ਸੁਗੰਧ, ਖ਼ੁਸ਼ਬੂ।

Of—ਕਾ, ਕੀ, ਵਾਸਤੇ।

Off—ਦੂਰ ਬੁਰੀ ਜਾਂ ਚੰਗੀ ਹਾਲਤ ਵਿੱਚ।

Offal—ਲਾਸ਼, ਗੰਦਗੀ, ਕੂੜਾ।

Offence—ਜ਼ੁਰਮ, ਨਾਰਾਜ਼ਗੀ।

Offend—ਗੁਨਾਹ ਕਰਨਾ, ਪਾਪ ਕਰਨਾ।

Offensive—ਦੁੱਖਦਾਈ।

Offer—ਪੇਸ਼ ਕਰਨਾ, ਰਾਏ ਦੇਣਾ, ਬੋਲੀ।

Off-hand—ਫੌਰਨ, ਝੱਟਪਟ।

Office—ਦਫ਼ਤਰ।

Office-bearer—ਅਹੁਦੇਦਾਰ, ਪਦਵੀ ਵਾਲਾ।

Officer—ਅਫ਼ਸਰ, ਅਹੁਦੇਦਾਰ।

Official—ਦਫ਼ਤਰ ਦੇ ਕੰਮ ਬਾਰੇ, ਸਰਕਾਰੀ।

Officiate—ਕੰਮ ਕਰਨਾ, ਕਿਸੇ ਲਈ ਕਰਨਾ।

Officious—ਸ਼ੋਖ਼, ਹਰ ਕੰਮ ਵਿਚ ਦਖ਼ਲ ਦੇਣ ਵਾਲਾ।

Offscouring—ਮੈਲ, ਰੱਦੀ।
Offset—ਬਰਾਬਰ ਰਕਮ, ਰਵਾਨਾ ਹੋਣਾ।
Offshoot—ਸ਼ਾਖ।
Offspring—ਲੜਕਾ ਜਾਂ ਲੜਕੀ, ਔਲਾਦ।
Oft—ਅਕਸਰ, ਬਹੁਤ ਵਾਰ।
Often—ਕਈ ਵਾਰੀ।
Ogle—ਤਿਰਛੀ ਨਜ਼ਰ ਨਾਲ ਵੇਖਣਾ।
Ogre—ਦਿਓ, ਦੈਂਤ।
Ogrees—ਹਾਏ, ਉਫ਼।
Oh—ਹਾਏ, ਹਾਏ।
Oil—ਤੇਲ, ਇਤਰ ਫੁਲੇਲ ਆਦਿ।
Oil-cloth—ਰੋਗਨੀ ਕੱਪੜਾ, ਮੋਮਜਾਮਾ।
Oiler—ਮਸ਼ੀਨ ਆਦਿ ਵਿੱਚ ਤੇਲ ਲਗਾਉਣ ਵਾਲਾ ਆਦਮੀ।
Oil-skin—ਉਹ ਕੱਪੜਾ ਜਿਸ ਉਤੇ ਪਾਣੀ ਅਸਰ ਨਾ ਕਰੇ।
Oily—ਤੇਲਿਆ, ਚਿਕਨਾ, ਮੁਲਾਇਮ।
Ointment—ਮਰਹਮ।
Old—ਪੁਰਾਣਾ।
Oleaginous—ਚਿਕਨਾ, ਤੇਲਿਆ।
Oleography—ਰੋਗਨੀ ਤਸਵੀਰ।
Olfactory—ਸੁੰਘਣ ਸ਼ਕਤੀ ਸੰਬੰਧੀ।
Oligarchy—ਉਹ ਰਾਜ ਜਿਸ ਵਿੱਚ ਕੁਝ ਆਦਮੀ ਰਾਜ ਕਰਨ।
Olio—ਗੜਬੜ।
Olive—ਜੈਤੂਨ।
Omber—ਤਾਸ਼ ਦਾ ਖੇਡ।
Omelet—ਅੰਡਿਆਂ ਦਾ ਪਕਵਾਨ।
Omen—ਪਹਿਲੇ ਕਹਿਣਾ।
Ominous—ਮਨਹੂਸ, ਬੁਰਾ ਸ਼ਗਨ।
Omission—ਭੁੱਲ ਚੁਕ।
Omit—ਭੁੱਲ ਜਾਣਾ, ਛੱਡ ਜਾਣਾ।
Omnibus—ਇਕ ਤਰ੍ਹਾਂ ਦੀ ਗੱਡੀ।
Omnifarious—ਹਰ ਤਰ੍ਹਾਂ ਦਾ।
Omnific—ਕਰਤਾਰ।
Omnipotence—ਅਪਾਰ ਸ਼ਕਤੀ।
Omnipotently—ਕੁਦਰਤੀ।
Omnipresent—ਸਰਵ ਵਿਆਪਕ।
Omnivorous—ਸਭ ਚੀਜ਼ਾਂ ਖਾਣ ਵਾਲਾ।
On—ਪਰ, ਉਪਰ, ਲਗਾਤਾਰ।
Onager—ਜੰਗਲੀ ਖੋਤਾ।
Once—ਇਕ ਵਾਰ।
One—ਇਕ, ਇਕ ਆਦਮੀ।
Onerary—ਬੋਝ ਨਾਲ ਭਰੀ ਹੋਈ।
Onerous—ਭਾਰੀ।
Onion—ਪਿਆਜ਼, ਗੰਢੇ।
Onlooker—ਤਮਾਸ਼ਾ ਦੇਖਣ ਵਾਲਾ।
Only—ਕੇਵਲ, ਸਿਰਫ਼।
Onset—ਹਮਲਾ, ਚੜ੍ਹਾਈ।
Onslaught—ਹਮਲਾ, ਧਾਵਾ।
Onus—ਬੋਝ।
Onward—ਅੱਗੇ ਵੱਧ ਕੇ।
Onyx—ਸੁਲੇਮਾਨੀ ਪੱਥਰ।
Oology—ਫ਼ਿਕਰ, ਸੋਚ।
Ooze—ਚਿਕੜ, ਚੋਣਾ, ਡਿੱਗਣਾ।
Opacity—ਧੁੰਦਲਾਪਨ।
Opal—ਵਧੀਆ ਪੱਥਰ।
Opaque—ਅਪਵਿੱਤਰ।
Ope—ਖੋਲ੍ਹਣਾ।
Open—ਖੁੱਲ੍ਹਾ, ਜ਼ਾਹਿਰ ਕਰਨਾ, ਸ਼ੁਰੂ ਹੋਣਾ।
Open-hearted—ਖੁੱਲ੍ਹੇ ਦਿਲ ਦਾ, ਸਾਫ਼ ਦਿਲ।
Opera—ਸੰਗੀਤ ਖੇਡ ਜਾਂ ਨਾਟਕ।
Operate—ਅਸਰ ਕਰਨਾ, ਪੂਰਾ ਕਰਨਾ, ਅਮਲ ਕਰਨਾ।
Opration—ਚੀਰ ਫਾੜ, ਫ਼ਰਜ਼।
Operative—ਪੁਰ ਅਸਰ, ਪ੍ਰਭਾਵਸ਼ਾਲੀ।
Ophi-dian—ਸੱਪਾਂ ਨਾਲ ਸੰਬੰਧਿਤ।
Ophiophagous—ਸੱਪ ਖਾਣ ਵਾਲਾ।
Opiate—ਅਫ਼ੀਮ ਮਿਲੀ ਨੀਂਦ ਵਾਲੀ ਦਵਾਈ।

Opine—ਰਾਏ ਦੇਣਾ।
Opinion—ਰਾਏ, ਵਿਚਾਰ, ਖ਼ਿਆਲ।
Opium—ਅਫ਼ੀਮ, ਪੋਸਤ ਦਾ ਸਤ ਜਾਂ ਰਸ।
Opponent—ਵਿਰੋਧੀ, ਬਰਖ਼ਿਲਾਫ਼।
Opportune—ਠੀਕ ਸਮੇਂ ਦਾ।
Opportunty—ਠੀਕ ਸਮਾਂ, ਮੌਕਾ।
Oppose—ਰੋਕਣਾ, ਮਨ੍ਹਾਂ ਕਰਨਾ।
Opposite—ਮੁਕਾਬਲੇ ਵਿਚ, ਵਿਰੁੱਧ।
Opposition—ਦੁਸ਼ਮਨੀ, ਪ੍ਰਤੀਰੋਧ।
Oppress—ਨਿਰਦੈਤਾ ਨਾਲ, ਜ਼ਬਰਦਸਤੀ ਕਰਨਾ।
Oppression—ਸਖ਼ਤੀ, ਦਬਾਓ।
Oppressive—ਸਖ਼ਤ, ਕਠੋਰ।
Opprobrious—ਨਿੰਦਕ, ਮੁਲਾਮਤ ਕਰਨ ਵਾਲਾ।
Opprobrium—ਅਪਮਾਨ, ਨਿੰਦਾ।
Oppugn—ਮਨ੍ਹਾਂ ਕਰਨਾ, ਰੋਕਣਾ।
Optative—ਚਾਹੁਣ ਵਾਲਾ, ਇੱਛਾਸੂਚਕ ਸ਼ਬਦ।
Optic—ਅੱਖ ਦਾ, ਨੰਜ਼ਰ, ਪ੍ਰਕਾਸ਼।
Optician—ਐਨਕਾਂ ਵੇਚਣ ਵਾਲਾ।
Optimism—ਉਹ ਮੱਤ, ਕਿ ਸੰਸਾਰ ਦੀਆਂ ਸਭ ਚੀਜ਼ਾਂ ਭਲੇ ਲਈ ਬਣੀਆਂ ਹਨ।
Optimist—ਸਭ ਦੀ ਭਲਾਈ ਮੰਗਣ ਵਾਲੇ ਮੱਤ ਦਾ ਪੈਰੋਕਾਰ।
Option—ਮਰਜ਼ੀ, ਪਸੰਦ।
Optional—ਮਰਜ਼ੀ ਉਤੇ।
Opulently—ਦੌਲਤਮੰਦੀ।
Opus—ਗੀਤ, ਰਾਗ।
Opuscule—ਰਸਾਲਾ, ਛੋਟੀ ਕਿਤਾਬ।
Or—ਜਾਂ, ਯਾਨੀ।
Oracular—ਆਕਾਸ਼ਵਾਣੀ ਦਾ, ਮੰਨਣ ਯੋਗ।
Oral, Orally—ਜ਼ਬਾਨੀ।
Orange—ਸੰਤਰਾ, ਨਾਰੰਗੀ।
Orate—ਗੱਲ ਕਰਨਾ।
Orator—ਚੰਗਾ ਬੋਲਣ ਵਾਲਾ।
Oratorio—ਭਜਨ ਜਾਂ ਪੂਜਾ ਦੀ ਥਾਂ।
Oratory—ਚੰਗਾ ਬੋਲਣਾ।
Orb—ਚੱਕਰ, ਪਹੀਆ।
Orbed—ਗੋਲ।
Orbit—ਗਰਦਸ਼ ਦਾ ਰਸਤਾ।
Orchard—ਮੇਵਿਆਂ ਦਾ ਬਾਗ।
Orchestra—ਗਾਉਣ ਵਜਾਉਣ ਵਾਲੇ।
Orchestral—ਗਾਉਣ ਵਾਲਿਆਂ ਦੇ ਥਾਂ ਸੰਬੰਧੀ।
Ordain—ਹੁਕਮ ਦੇਣਾ, ਅਹੁਦੇ ਤੇ ਮੁਕੱਰਰ ਕਰਨਾ।
Ordeal—ਕੋਈ ਸਖ਼ਤ ਇਮਤਿਹਾਨ।
Order—ਹੁਕਮ, ਕਾਇਦਾ, ਢੰਗ।
Ordinal--ਤਰਤੀਬ ਦੱਸਣ ਵਾਲੀ ਕਿਤਾਬ।
Ordinance—ਦਸਤੂਰ, ਨਿਯਮ।
Ordinary--ਸਾਧਾਰਨ, ਮਾਮੂਲੀ, ਆਮਤੌਰ।
Ordinate—ਤਰਤੀਬ ਨਾਲ।
Ordnance—ਤੋਪਖਾਨਾ, ਵੱਡੀਆਂ ਤੋਪਾਂ।
Ordure—ਖਾਦ, ਗੋਬਰ।
Ore—ਕੱਚੀ ਧਾਤੂ।
Organ—ਆਲਾ, ਔਜ਼ਾਰ, ਵਾਜਾ।
Organise—ਬਣਾਉਣਾ, ਤਰਤੀਬ ਦੇਣੀ।
Organism—ਤਰੀਕਾ, ਢੰਗ।
Organization—ਬਨਾਵਟ, ਤਰਕੀਬ, ਸੁਸਾਇਟੀ।
Organize—ਤਿਆਰ ਕਰਨਾ, ਤਰਤੀਬ ਦੇਣਾ।
Ordanist—ਵਾਜਾ ਵਜਾਉਣ ਵਾਲਾ।
Orgasm—ਹਰਕਤ, ਗਰਮੀ।
Orgillous, Orgulous—ਹੰਕਾਰੀ, ਘੁਮੰਡੀ।

Orgy—ਸ਼ਰਾਬ ਪੀਣਾ।
Oriel—ਬਾਰੀ, ਦੀਵਾਰ ਦੀ ਖਿੜਕੀ।
Orient—ਪੂਰਬੀ, ਸੂਰਜ ਵਾਂਗ।
Oriental—ਪੂਰਬੀ।
Orientalist—ਪੂਰਬੀ ਜ਼ਬਾਨਾਂ ਦਾ ਜਾਨਣ ਵਾਲਾ।
Orifice—ਛੇਕ, ਸੁਰਾਖ਼।
Origin—ਅਸਲ, ਸ਼ੁਰੂ।
Original—ਅਸਲੀ, ਤਾਜ਼ਾ।
Originality—ਅਸਲੀਅਤ, ਨਵਾਂਪਨ।
Originate—ਸ਼ੁਰੂ ਹੋਣਾ, ਕੱਢਣਾ।
Orion—ਸਿਤਾਰਿਆਂ ਦਾ ਇਕੱਠ।
Orison—ਪ੍ਰਾਰਥਨਾ, ਨਮਾਜ਼।
Ornament—ਗਹਿਣੇ, ਜ਼ੇਵਰ, ਸਜਾਉਣਾ।
Ornamental—ਸੁੰਦਰ, ਸ਼ੋਭਨੀਕ।
Ornamentation—ਸ਼ਿੰਗਾਰ।
Ornate—ਸੁੰਦਰ।
Ornithology—ਪੰਛੀ ਵਿੱਦਿਆ।
Orographic, Orographical—ਪਹਾੜਾਂ ਦੀ ਉੱਸਤਤ ਦੇ ਬਾਰੇ ਵਿਚ।
Orphan—ਯਤੀਮ, ਬਿਨਾਂ ਮਾਤਾ ਪਿਤਾ ਦਾ ਬੱਚਾ।
Orphanage—ਯਤੀਮਖ਼ਾਨਾ।
Ort—ਟੁਕੜਾ, ਟੋਟਾ।
Orthodox—ਗ੍ਰਹਿਣ ਕੀਤਾ ਹੋਇਆ।
Orthodoxy—ਸੱਚਾਈ।
Ortheopy—ਉਚਾਰਣ।
Orthography—ਵਰਨਣ ਵਿੱਦਿਆ।
Ortolan—ਇਕ ਤਰ੍ਹਾਂ ਦੀ ਛੋਟੀ ਚਿੜੀ।
Orthoptera—ਇਕ ਤਰ੍ਹਾਂ ਦੇ ਕੀੜੇ।
Oscillate—ਲਹਿਰਾਓ।
Oscillatory—ਲਹਿਰਾਂਦੇ ਹੋਏ।
Oscitancy—ਸੁਸਤੀ।
Osculate—ਚੁੰਮਣ, ਬੋਸਾ ਲੈਣਾ।
Osculation—ਚੁੰਮੀ, ਬੋਸਾ।
Osier—ਟੋਕਰੀਆਂ ਬਣਾਉਣ ਵਾਲੀ ਬੈਂਤ।
Osprey, Ospary—ਇਕ ਤਰ੍ਹਾਂ ਦਾ ਉਕਾਬ।
Osseous—ਹੱਡੀਆਂ ਦਾ।
Ossicle—ਛੋਟੀ ਹੱਡੀ।
Ossification—ਹੱਡੀ ਬਣਾਉਣਾ।
Ossify—ਹੱਡੀ ਬਣ ਜਾਣੀ।
Ossifrage—ਸਮੁੰਦਰੀ ਉਕਾਬ।
Ossivorous—ਹੱਡੀਆਂ ਖਾਣ ਵਾਲਾ।
Ostensible—ਜ਼ਾਹਿਰ, ਖੁੱਲ੍ਹਾ।
Ostensive—ਨੁਮਾਇਸ਼, ਜ਼ਾਹਿਰ।
Ostentation—ਤਮਾਸ਼ਾ, ਸ਼ਾਨ।
Ostentatious—ਸ਼ੇਖੀਬਾਜ਼, ਘੁਮੰਡੀ।
Osteology—ਹੱਡੀਆਂ ਦਾ ਵਰਨਣ।
Ostrich—ਸ਼ੁਤਰਮੁਰਗ।
Otalgia—ਕੰਨ ਦਾ ਦਰਦ।
Other—ਹੋਰ, ਦੂਜੇ।
Otherwise—ਵਰਨਾ, ਨਹੀਂ ਤਾਂ।
Otiose—ਬੇਪਰਵਾਹ, ਸੁਸਤ।
Otology—ਕੰਨ ਦੀ ਬੀਮਾਰੀ ਦੀ ਵਿੱਦਿਆ।
Otter—ਉਦਬਿਲਾਵ।
Otto—ਅਤਰ।
Ouch—ਨਗ ਦਾ ਘਰ।
Ought—ਚਾਹੇ, ਜ਼ਰੂਰੀ ਹੋਣਾ।
Ounce—ਔਂਸ, ਅੱਧੀ ਛਟਾਂਕ।
Ouphe—ਭੂਤ, ਪਰੀ।
Our—ਸਾਡਾ, ਆਪਣਾ।
Oust—ਕੱਢਣਾ, ਬੇਦਖ਼ਲ ਕਰਨਾ।
Out—ਬਾਹਰ, ਬਾਹਰ ਦੇ ਪਾਸੇ।
Out and out—ਸੰਪੂਰਨ, ਪੂਰਨ ਰੂਪ ਨਾਲ।
Outbalance—ਭਾਰ ਵਿੱਚ ਵੱਧ ਜਾਣਾ।
Outbid—ਵੱਡੀ ਬੋਲੀ।
Outbreak—ਫੁੱਟ ਪੈਣਾ, ਹਵਾ।

Outbreathe—ਬਾਹਰ ਨੂੰ ਸਾਹ ਕੱਢਣਾ।
Outcast—ਜਾਤੀ ਜਾਂ ਦੇਸ਼ ਤੋਂ ਬਾਹਰ ਕੱਢਿਆ ਹੋਇਆ।
Outcome—ਫਲ, ਪਰਿਣਾਮ।
Outcry—ਪੁਕਾਰ, ਚੀਕ।
Outgo—ਵਧਣਾ।
Outdoor—ਬਾਹਰੀ, ਸਭ ਤੋਂ ਬਾਹਰ ਵਾਲੇ।
Outdoors—ਬਾਹਰ ਖੁੱਲ੍ਹੀ ਹਵਾ ਵਿੱਚ, ਖੁਲ੍ਹੇ ਮੈਦਾਨ ਵਿੱਚ।
Outer—ਬਾਹਰੀ।
Outface—ਮੁਕਾਬਲਾ ਕਰਨਾ, ਸ਼ਰਮਾਉਣਾ।
Outfall—ਮੂੰਹ, ਨਾਲੀ।
Outfit—ਯਾਤਰਾ ਦੀ ਸਮੱਗਰੀ ਜਾਂ ਸਾਧਨ।
Outfitter—ਸਫ਼ਰ ਦੀ ਤਿਆਰੀ।
Outflow—ਵਹਿ ਨਿਕਲਿਆ।
Outgo—ਵਧਣਾ।
Outgrow—ਜ਼ਿਆਦਾ ਵਧਣਾ।
Outgrowth—ਬਹੁਤ ਵਧਣਾ।
Out-house—ਘਰੋਂ ਬਾਹਰ ਛੋਟਾ ਘਰ।
Outing—ਸੈਰ, ਹਵਾਖ਼ੋਰੀ।
Outlandish—ਪਰਦੇਸੀ।
Outlast—ਜ਼ਿਆਦਾ ਠਹਿਰਨਾ।
Outlaw—ਕਾਨੂੰਨ ਤੋਂ ਦੂਰ, ਖ਼ਾਰਜ ਕਰਨਾ।
Outlay—ਖ਼ਰਚ, ਲਾਗਤ।
Outlet—ਨਿਕਾਸ, ਨਾਲ।
Outline—ਖਾਕਾ, ਨਕਸ਼ਾ।
Outlive—ਬਹੁਤ ਜੀਉਣਾ।
Outlook—ਹੁਸ਼ਿਆਰੀ, ਖ਼ਬਰਦਾਰੀ।
Outlying—ਬਾਹਰ ਦਾ, ਦੂਰ ਪਿਆ, ਵੱਖਰਾ, ਸਰਹੱਦੀ।
Outmost—ਸਭ ਤੋਂ ਬਾਹਰ।
Outnumber—ਗਿਣਤੀ ਤੋਂ ਵੱਧ।
Out-door—ਬਾਹਰ।
Outpace—ਅੱਗੇ ਨਿਕਲਣਾ।
Out-patient—ਉਹ ਰੋਗੀ ਜਿਹੜਾ ਹਸਪਤਾਲ ਵਿੱਚ ਨਹੀਂ ਰਹਿੰਦਾ ਪਰ ਦਵਾਈ ਖਾਂਦਾ ਹੈ।
Outpost—ਪੜਾਆ ਤੋਂ ਦੂਰ।
Outpour—ਸੁੱਟਣਾ।
Output—ਨੀਯਤ ਸਮੇਂ ਵਿੱਚ ਪੈਦਾ ਹੋਣ ਵਾਲੀ ਫ਼ਸਲ।
Outrage—ਜ਼ੁਲਮ ਕਰਨਾ, ਬਹੁਤ ਸਖ਼ਤ ਕਹਿਣਾ।
Outreach—ਵਧਣਾ।
Outright—ਤਮਾਮ, ਸਾਰਾ।
Outrival—ਵੱਧ ਜਾਣਾ।
Outrun—ਦੂਰ ਨਿਕਲ ਜਾਣਾ।
Outset—ਸ਼ੁਰੂ, ਆਰੰਭ।
Outshin—ਚਮਕਣ ਵਿਚ ਵੱਧ ਜਾਣਾ।
Outside—ਬਾਹਰੀ, ਸਭ ਤੋਂ ਪਰ੍ਹੇ।
Outskirt—ਹੱਦ, ਕੰਢਾ।
Outspoken—ਤੇਜ਼ ਬੋਲਣ ਵਾਲਾ।
Outspread—ਖੋਲ੍ਹਣਾ, ਖਿਲਾਰਨਾ।
Outstanding—ਕਰਜ਼ਾ, ਬਾਕੀ।
Outstrip—ਵੱਧਣਾ, ਪਿੱਛੇ ਛੱਡਣਾ।
Outvalue--ਕੀਮਤ ਵਿਚ ਵੱਧ ਜਾਣਾ।
Outvie—ਅੱਗੇ ਵੱਧ ਜਾਣਾ।
Outvote—ਚੋਣ ਵਿਚ ਜ਼ਿਆਦਾ ਵੋਟ ਲੈਣਾ।
Outwalk—ਅੱਗੇ ਨਿਕਲ ਜਾਣਾ।
Outward—ਬਾਹਰੀ, ਜ਼ਾਹਰੀ।
Outwear—ਜ਼ਿਆਦਾ ਚੱਲਣਾ।
Outweigh—ਵਜ਼ਨ ਜਾਂ ਮੁੱਲ ਵਿਚ ਜ਼ਿਆਦਾ।
Outwit—ਧੋਖਾ ਦੇਣਾ।
Outwork—ਬਹੁਤ ਕੰਮ ਕਰਨਾ।
Oval—ਗੋਲ, ਅੰਡਾਕਾਰ।
Ovarian—ਮੁਤਾਬਿਕ।

Ovary—ਅੰਡਾ ਪਾਉਣਾ।
Ovation—ਮਾਮੂਲੀ ਜਿੱਤ।
Oven—ਤੰਦੂਰ, ਚੁੱਲ੍ਹਾ।
Over—ਉਪਰੋਂ, ਆਰ-ਪਾਰ।
Overact—ਹੱਦ ਤੋਂ ਜ਼ਿਆਦਾ ਕੰਮ ਕਰਨਾ।
Overbalance—ਭਾਰੀ ਹੋਣਾ, ਜ਼ਿਆਦਤੀ ਕਰਨਾ।
Overbear—ਤੰਗ, ਮਜਬੂਰ ਕਰਨਾ।
Overboard—ਜਹਾਜ਼ ਤੋਂ ਬਾਹਰ ਕਰਨਾ।
Overburden—ਬਹੁਤ ਲੱਦਣਾ।
Overcast—ਛੁਪਾਉਣਾ, ਹਨੇਰਾ ਕਰਨਾ।
Overcharge—ਜ਼ਿਆਦਾ ਮੁੱਲ।
Overcoat—ਕੋਟ ਦੇ ਉਪਰੋਂ ਪਾਉਣ ਵਾਲਾ ਵੱਡਾ ਕੋਟ।
Overcome—ਜਿੱਤਣਾ, ਫਤਹਿ ਕਰਨਾ।
Overdo—ਬਹੁਤ ਜ਼ਿਆਦਾ ਕਰਨਾ।
Overdose—ਵੱਧ ਖ਼ੁਰਾਕ।
Overdraw—ਜਮ੍ਹਾਂ ਰਕਮ ਤੋਂ ਜ਼ਿਆਦਾ ਕੱਢ ਲੈਣਾ।
Overdue—ਜਿਸ ਰਕਮ ਦੀ ਦੇਣ ਦੀ ਤਰੀਕ ਪੂਰੀ ਹੋ ਚੁੱਕੀ ਹੋਵੇ।
Overflow—ਚੜ੍ਹਨਾ, ਸੈਲਾਬ।
Overgrow—ਫੈਲ ਜਾਣਾ, ਬਹੁਤ ਵਧਣਾ।
Overhang—ਝੁਕਣਾ, ਲਟਕਣਾ।
Overhaul—ਜਾਂਚ ਕਰਨਾ, ਪੜਤਾਲ ਕਰਨਾ।
Overhead—ਸਿਰ ਤੇ, ਉੱਤੇ।
Overhear—ਅਚਾਨਕ ਸੁਣ ਲੈਣਾ, ਕੰਨੀਂ ਪੈ ਜਾਣਾ।
Overheat—ਬਹੁਤ ਗਰਮ ਕਰਨਾ।
Overjoy—ਬਹੁਤ ਖ਼ੁਸ਼ ਹੋਣਾ।
Overlap—ਤੋੜਨਾ, ਮੋੜਨਾ।
Overland—ਖੁਸ਼ਕੀ ਦੇ ਰਸਤੇ।
Overlay—ਬਹੁਤ ਲੱਦਣਾ।
Overleap—ਛੱਡ ਜਾਣਾ, ਛਾਲ ਮਾਰ ਜਾਣੀ।
Overlie—ਉਪਰ ਪੈਣਾ।
Overlooz—ਉੱਚੀ ਥਾਂ ਤੋਂ ਦੇਣਾ।
Overnight—ਪਿਛਲੀ ਰਾਤ ਨੂੰ।
Overpay—ਬਹੁਤ ਪੈਸੇ ਦੇਣੇ, ਮਿਹਨਤ ਤੋਂ ਵਧ ਦੇਣਾ।
Overplus—ਬਾਕੀ।
Overpower—ਹਰਾ ਦੇਣਾ।
Over production—ਬਹੁਤ ਜ਼ਿਆਦਾ ਪੈਦਾਵਾਰ।
Over-rate—ਜ਼ਿਆਦਾ ਮੁੱਲ ਲਾਉਣਾ।
Over-rule—ਰੱਦ ਕਰਨਾ।
Over-run—ਜ਼ਿਆਦਾ ਹੋਣਾ।
Over-master--ਕਾਬੂ ਕਰਨਾ, ਹਰਾਉਣਾ।
Over-much—ਬਹੁਤ ਜ਼ਿਆਦਾ।
Oversee—ਨਿਗਰਾਨੀ ਜਾਂ ਦੇਖਭਾਲ ਕਰਨਾ।
Overseer--ਨਿਗਰਾਨ, ਦਰੋਗਾ, ਓਵਰਸੀਅਰ।
Overset--ਉਲਟ ਦੇਣਾ, ਬਰਬਾਦ ਕਰਨਾ।
Overshade—ਹਨੇਰਾ ਕਰਨਾ।
Overshadow—ਰੱਖਿਆ ਕਰਨੀ।
Overshoot—ਜਲਦੀ ਨਿਕਲ ਜਾਣਾ।
Oversight—ਗਲਤੀ, ਭੁੱਲ।
Overspread—ਫੈਲ ਜਾਣਾ।
Overstep—ਅੱਗੇ ਜਾਣ, ਹੱਦ ਤੋਂ ਬਾਹਰ ਜਾਣਾ।
Overstock—ਬਹੁਤ ਭਰਨਾ।
Overt—ਖੁੱਲ੍ਹਾ, ਜ਼ਾਹਿਰ।
Overtake—ਪਹੁੰਚ ਜਾਣਾ, ਮਾਲੂਮ ਕਰਨਾ।
Overthrow—ਉਲਟਾ ਦੇਣਾ, ਤਬਾਹੀ, ਬਰਬਾਦੀ।

Overtime—ਡਿਊਟੀ ਤੋਂ ਜ਼ਿਆਦਾ ਟਾਈਮ।

Overtly—ਜਾਹਰੀ।

Overtop—ਵੱਧ ਜਾਣਾ, ਉੱਚੇ ਹੋਣਾ।

Overture—ਸ਼ੁਰੂ ਦਾ ਰਾਗ।

Overturn—ਉਲਟ ਦੇਣਾ, ਪਾਲਣਾ।

Overvalue—ਬਹੁਤ ਜ਼ਿਆਦਾ ਮੁੱਲ।

Overweening—ਘੁਮੰਡੀ।

Overweigh—ਵਜ਼ਨ ਤੋਂ ਜ਼ਿਆਦਾ ਹੋਣਾ।

Overweight—ਜ਼ਿਆਦਾ ਭਾਰ।

Overwhelm—ਡੁਬੋਣਾ, ਕੁਚਲ ਦੇਣਾ।

Overwise—ਬਹੁਤ ਸਿਆਣਾ।

Overwork—ਜ਼ਿਆਦਾ ਕੰਮ।

Overwrought—ਬਹੁਤ ਮਿਹਨਤ ਨਾਲ, ਸਭ ਨਾਲੋਂ ਸਜਿਆ ਹੋਇਆ।

Oviform—ਅੰਡੇ ਦੀ ਸ਼ਕਲ ਵਰਗਾ।

Ovine—ਭੇਡ ਦੇ ਬਾਰੇ ਵਿੱਚ।

Oviparous—ਅੰਡਾ ਦੇਣ ਵਾਲਾ।

Ovoid—ਅੰਡੇ ਦੀ ਸ਼ਕਲ ਦਾ।

Owe--ਦੇਣਦਾਰ ਹੋਣਾ, ਕਰਜ਼ਦਾਰ ਹੋਣਾ।

Owing—ਸਬੱਬ, ਕਾਰਣ।

Owl—ਉੱਲੂ।

Owlet—ਉੱਲੂ ਦਾ ਬੱਚਾ।

Own—ਆਪਣਾ, ਖ਼ਾਸ ਮਾਲਕ ਹੋਣਾ।

Ownership—ਮਲਕੀਅਤ, ਹੱਕ।

Ox—ਬੈਲ।

Oxygen—ਆਕਸੀਜਨ ਹਵਾ।

Oyez—ਸੁਣੋ, ਧਿਆਨ ਕਰੋ।

Oyster—ਸਿੱਪੀ ਦਾ ਕੀੜਾ।

Oyster-bed—ਸਿੱਪੀ ਦੇ ਕੀੜਿਆਂ ਦੇ ਰਹਿਣ ਦੀ ਥਾਂ।

Ozaena—ਨੱਕ ਦਾ ਰੋਗ।

Ozone—ਇਕ ਤਰ੍ਹਾਂ ਦੀ ਗੈਸ।

P

P, the sixteenth letter of the English alphabet. ਪੀ—ਅੰਗ੍ਰੇਜ਼ੀ ਪੈਂਤੀ ਦਾ ਸੋਲ੍ਹਵਾਂ ਅੱਖਰ।

Pabulum—ਭੋਜਨ, ਖ਼ੁਰਾਕ, ਬਾਲਣ।

Pace—ਕਦਮ, ਚੱਲਣਾ।

Pacha, Pashaw—ਤੁਰਕੀ ਹਾਕਮ।

Pacific—ਸਥਿਰ, ਸੁਲਹ ਕੁਲ।

Pacific Ocean—ਅਮਰੀਕਾ, ਏਸ਼ੀਆ ਤੇ ਆਸਟ੍ਰੇਲੀਆ ਦੇ ਵਿਚਕਾਰਲਾ ਸਮੁੰਦਰ।

Pacitication—ਸੁਲਾਹਕਾਰੀ, ਮਿਲਾਪ, ਸ਼ਾਂਤੀ।

Pachy—ਮਨਾਉਣਾ, ਸੁਲਹ ਕਰਨਾ।

Pack—ਗਿਰੋਹ, ਜੱਥਾ, ਗੱਠਾ।

Package—ਬੰਡਲ, ਗੱਠੜੀ।

Packet—ਗਠਰੀ, ਡਾਕ ਦਾ ਬੰਡਲ।

Packhorse—ਲੱਦੂ ਘੋੜਾ।

Pack-ice—ਤੈਰਦੇ ਹੋਏ ਬਰਫ਼ ਦੇ ਟੁਕੜਿਆਂ ਦਾ ਢੇਰ।

Pack-man—ਬਿਸਾਤੀ।

Packsaddle—ਘੋੜੇ ਦੀ ਜੀਨ।

Pact—ਇਕਰਾਰ, ਸ਼ਰਤ।

Pad—ਗੱਦੀ, ਹੌਲੀ ਚਾਲ ਵਾਲਾ ਘੋੜਾ।

Paddle—ਪਾਣੀ ਵਿੱਚ ਖੇਡਣਾ।

Paddock—ਡੱਡੂ, ਚਾਰੇ ਦਾ ਛੋਟਾ ਅਹਾਤਾ।

Paddv—ਧਾਨ, ਝੋਨਾ।

Padlock—ਤਾਲਾ, ਤਾਲਾ ਲਗਾਉਣਾ।

Paean—ਖ਼ੁਸ਼ੀ ਦਾ ਜੈਕਾਰਾ।

Paganism—ਮੂਰਤੀ ਪੂਜਾ।

Page—ਲੜਕਾ ਜੋ ਸੇਵਾ ਕਰੇ, ਸਫ਼ਾ।

Pageant—ਬਨਾਵਟ।

Pagoda—ਬੁੱਧ ਧਰਮ ਦਾ ਮੰਦਰ।

Pail—ਦੁੱਧ ਜਾਂ ਪਾਣੀ ਵਾਲਾ ਭਾਂਡਾ।

Pain—ਤਕਲੀਫ਼, ਦਰਦ।
Painful—ਦੁੱਖਦਾਈ।
Painstaking--ਮਿਹਨਤ ਕਰਨ ਵਾਲਾ।
Paint—ਨਕਸ਼ਾ ਬਨਾਉਣਾ, ਰੰਗ ਕਰਨਾ।
Painting—ਚਿੱਤਰ, ਤਸਵੀਰ ਖਿੱਚਣੀ।
Pair—ਜੋੜਾ ਮਿਲਾਉਣਾ।
Palace—ਰਾਜਭਵਨ।
Palanquin—ਪਾਲਕੀ।
Palatable—ਸੁਆਦੀ।
Palate—ਤਾਲੂ, ਸੁਆਦ।
Palatial—ਵਧੀਆ, ਸ਼ਾਹੀ।
Palatine—ਸ਼ਾਹੀ ਅਖ਼ਤਿਆਰ ਰੱਖਣ ਵਾਲਾ।
Palaver—ਚਾਪਲੂਸੀ, ਖ਼ੁਸ਼ਾਮਦ।
Pale—ਪੀਲਾ, ਫਿੱਕਾ, ਘੋਰਨਾ, ਤੇਜ਼।
Palestra—ਅਖਾੜਾ।
Paleto—ਓਵਰਕੋਟ।
Paling—ਅਹਾਤਾ, ਘੇਰਾ।
Palisade—ਇਕ ਤਰ੍ਹਾਂ ਦਾ ਡੰਡਾ।
Palish—ਪੀਲਾਪਨ।
Pall—ਚੌੜਾ ਚੋਗਾ, ਕਫ਼ਨ।
Palladium—ਇਕ ਤਰ੍ਹਾਂ ਦੀ ਧਾਤੂ, ਕਿਲ੍ਹਾ।
Pallet—ਘਾਹ ਦਾ ਬਿਸਤਰਾ।
Palliate—ਦੁਬਲਾ ਕਰਨਾ, ਘਟਾਉਣਾ।
Palliation—ਪਰਦਾਪੋਸ਼ੀ।
Pallid—ਪੀਲਾ, ਧੁੰਦਲਾ।
Pallor—ਪੀਲਾਪਨ।
Palm—ਹਥੇਲੀ, ਤਾੜ ਦਾ ਰੁੱਖ।
Palmistry—ਹੱਥ ਦੀਆਂ ਲਕੀਰਾਂ ਦੇਖ ਕੇ ਕਿਸਮਤ ਦਾ ਹਾਲ ਦੱਸਣ ਦੀ ਵਿੱਦਿਆ।
Palmoil—ਤਾੜ ਦਾ ਤੇਲ।
Palmy—ਖਜੂਰ ਦੇ ਰੁੱਖ਼ਾਂ ਨਾਲ ਭਰਿਆ ਹੋਇਆ।
Palpable—ਸਾਫ਼, ਸਪਸ਼ਟ।
Palpitate—ਧੜਕਨਾ, ਤੜਪਨਾ।
Palsy—ਲਕਵਾ, ਫ਼ਾਲਿਜ।
Palter—ਬਦਲਣਾ, ਹੱਥ ਪਾਉਣਾ।
Paltry—ਕਮੀਨਾ, ਨੀਚ।
Pam—ਤਾਸ਼ ਵਿਚ ਪਾਨ ਦਾ ਗੋਲਾ।
Pamper—ਸੈਰ ਕਰਨਾ, ਬਹੁਤ ਖੁਆਉਣਾ।
Pamphlet—ਰਸਾਲਾ, ਛੋਟੀ ਕਿਤਾਬ।
Pan—ਕੜਾਹੀ, ਨਮਕ ਦਾ ਤਲਾਬ, ਖੋਪੜੀ।
Panacea—ਸਭ ਰੋਗਾਂ ਦੀ ਦਵਾਈ।
Pancake—ਪੂਰੀ ਟਿੱਕੀ, ਪੂੜੀ।
Pancreas—ਲਬਾਲਬ।
Pandemonium—ਭੂਤਾਂ ਦਾ ਘਰ।
Pander—ਭੜੂਆ, ਭੈੜੀ ਦਲਾਲੀ ਕਰਨ ਵਾਲਾ।
Pane—ਮੁਰੱਬਾ।
Panegyric—ਉਂਸਤਤ ਦੇ ਗੀਤ।
Pang—ਤਕਲੀਫ਼, ਦੁੱਖ।
Panic—ਭਿਆਨਕ, ਡਰ।
Panicle—ਬੇਲ।
Panoply—ਪੂਰੇ ਸਰੀਰ ਦਾ ਜ਼ੱਗਾ ਬਕਤਰ।
Pansy—ਇਕ ਤਰ੍ਹਾਂ ਦਾ ਬਨਕਸ਼ਾ।
Pant—ਤੜਪਨ, ਦਿਲ ਦਾ ਧੜਕਨਾ।
Pantaloon—ਪਜਾਮਾ, ਭੰਡ।
Pantheism—ਉਹ ਮੱਤ ਜਿਸ ਦੇ ਵਿੱਚ ਸੰਸਾਰ ਨੂੰ ਈਸ਼ਵਰ ਤੋਂ ਵੱਖ ਮੰਨਦੇ ਹਨ।
Pantheistic—ਉਹ ਮੱਤ ਜਿਸ ਵਿੱਚ ਈਸ਼ਵਰ ਤੇ ਸ੍ਰਿਸ਼ਟੀ ਵਿੱਚ ਕੋਈ ਭੇਦ ਨਹੀਂ।
Pantheoh—ਸਭ ਦੇਵਤਿਆਂ ਦਾ ਮੰਦਰ।
Panther—ਤੇਂਦੂਆ।
Pantograph—ਨਕਸ਼ਾ ਆਦਿ ਦੀ ਨਕਲ ਕਰਨ ਦਾ ਯੰਤਰ।

Pantomimic—ਰੀਗਿਆਂ ਦੀ ਨਕਲ ਦੇ ਬਾਰੇ ਵਿਚ।
Pantry—ਭੰਡਾਰ, ਮੋਦੀਖਾਨਾ।
Pap—ਬੱਚਿਆਂ ਦਾ ਨਰਮ ਭੋਜਨ।
Papa—ਪਿਤਾ, ਪਿਓ, ਬਾਪ।
Papel—ਪੋਪ ਦੇ ਬਾਰੇ ਵਿੱਚ।
Paper—ਕਾਗਜ਼, ਅਖ਼ਬਾਰ।
Paper-money—ਸਰਕਾਰੀ ਨੋਟ, ਬੈਂਕ ਦਾ ਕਾਗਜ਼।
Papist—ਰੋਮ ਦੇ ਗਿਰਜੇ ਦਾ ਪੈਰੋ।
Pappy—ਨਰਮ, ਮੁਲਾਇਮ।
Papulose—ਫਿੰਸੀਆਂ ਨਾਲ ਭਰਿਆ।
Par—ਬਰਾਬਰੀ।
Parable—ਦਲੀਲ, ਦ੍ਰਿਸ਼ਟਾਂਤ।
Parachute—ਹਵਾਈ ਛੱਤਰੀ ਜਿਸ ਦੇ ਨਾਲ ਹਵਾਈ ਜਹਾਜ਼ ਤੋਂ ਹੇਠਾਂ ਉਤਰਿਆ ਜਾਂਦਾ ਹੈ।
Paraclete—ਤਸੱਲੀ ਵਾਲਾ।
Parade—ਨੁਮਾਇਸ਼।
Paradigm—ਨਮੂਨਾ।
Paradise—ਸਵਰਗ, ਬੈਕੁੰਠ।
Paradox—ਉਹ ਗੱਲ ਜੋ ਦੇਖਣ ਵਿਚ ਝੂਠੀ ਪਰ ਅਸਲ ਵਿਚ ਸੱਚੀ ਹੋਵੇ।
Paradoxical—ਵਿਚਾਰ ਦੇ ਵਿਰੁੱਧ।
Paragoge—ਸ਼ਬਦ ਦੇ ਅਖ਼ੀਰ ਵਿਚ ਅੱਖਰ ਦਾ ਵਾਧਾ।
Paragon—ਨਮੂਨਾ, ਉੱਸਤਤ।
Paragraph—ਭਾਗ।
Parallel—ਬਰਾਬਰ ਫਾਸਲੇ ਤੇ।
Parallelogram—ਬਰਾਬਰ ਸਤਹ ਵਾਲਾ ਚਿੱਤਰ।
Paralogism—ਕਾਇਦੇ ਵਿਰੁੱਧ ਦਲੀਲ-ਬਾਜ਼ੀ।
Paralyse—ਸੁਸਤ ਹੋਣਾ।
Paralysis—ਲਕਵਾ।
Paralytic—ਲਕਵੇ ਵਾਲਾ।
Paramatta—ਉਨ ਰੇਸ਼ਮ ਜਾਂ ਸੂਤਰ ਮਿਲਿਆ ਕੱਪੜਾ।
Paramount—ਵੱਡਾ, ਸਭ ਦਾ ਅਫ਼ਸਰ।
Paramour—ਯਾਰ, ਦੋਸਤ।
Parapet—ਛਾਤੀ ਤੱਕ ਉੱਚੀ ਦੀਵਾਰ।
Paraphernalia—ਗਹਿਣੇ ਆਦਿ, ਤੀਵੀ ਦੇ ਪੇਕਿਓਂ ਆਇਆ ਧਨ।
Paraphrase—ਟੀਕਾ, ਵਰਨਣ ਕਰਨਾ।
Parasite—ਖ਼ੁਸ਼ਾਮਦੀ, ਚਾਪਲੂਸ।
Parasitic, Parasitical—ਚਾਪਲੂਸ।
Parasol—ਤੀਵੀਆਂ ਦੀ ਛੋਟੀ ਛੱਤਰੀ।
Parboil—ਜੋਸ਼ ਕਰਨਾ।
Parcel—ਹਿੱਸਾ, ਵੰਡਣਾ, ਪਾਰਸਲ।
Parcenary—ਵਿਰਾਸਤ ਜਾਂ ਵੱਡਿਆਂ ਦੇ ਧਨ ਦੀ ਸਾਂਝ।
Parch—ਖ਼ੁਸ਼ਕ ਹੋ ਜਾਣਾ।
Parchment—ਝਿੱਲੀਦਾਰ ਕਾਗਜ਼।
Pardon—ਸਾਫ਼ ਕਰਨਾ, ਬਖ਼ਸ਼ਣਾ।
Pare—ਕੱਟਣਾ, ਛਿਲਣਾ।
Parent—ਮਾਤਾ ਪਿਤਾ।
Parentage—ਖ਼ਾਨਦਾਨ, ਘਰਾਨਾ।
Parental—ਖ਼ਾਨਦਾਨੀ, ਬਜ਼ੁਰਗਾਨਾ।
Parenthesis—ਬਰੈਕਟ, ਨਿਸ਼ਾਨ।
Parget—ਕਲੀ, ਰੰਗ ਰੋਗਨ।
Pariah—ਦੱਖਣੀ ਹਿੰਦ ਵਿੱਚ ਨੀਚ ਕੌਮ ਦਾ ਬੰਦਾ, ਬਰਾਦਰੀ 'ਚੋਂ ਖਾਰਜ।
Parietal—ਦੀਵਾਰ ਦੇ ਬਾਰੇ ਵਿੱਚ।
Parish—ਪਾਦਰੀ ਦਾ ਇਲਾਕਾ।
Parity—ਏਕਤਾ, ਬਰਾਬਰੀ।
Park—ਬਾਗ, ਸ਼ਿਕਾਰਗਾਹ।
Parlance—ਗੱਲਬਾਤ, ਮੁਹਾਵਰਾ।
Parley—ਸਵਾਲ ਜਵਾਬ ਕਰਨਾ।
Parliament—ਲੋਕ ਸਭਾ, ਕਾਨੂੰਨ ਬਣਾਉਣ ਦੀ ਸਭਾ।
Parliamentary—ਕਾਨੂੰਨ ਦੇ ਅਨੁਸਾਰ।
Parlour—ਬੈਠਕ, ਮੁਲਾਕਾਤ ਦਾ ਕਮਰਾ।

Parody—ਇਸ ਤਰ੍ਹਾਂ ਦੀ ਤਰਤੀਬ ਜਿਸ ਵਿੱਚ ਅਸਲ ਲੇਖ ਦਾ ਅਰਥ ਦੂਜੇ ਪਾਸੇ ਘੁੰਮ ਜਾਏ।

Parole—ਸ਼ਬਦ, ਮੂੰਹ ਜ਼ਬਾਨੀ ਇਕਰਾਰ, ਗੁਪਤ ਪਛਾਨਣ ਦਾ ਸ਼ਬਦ, ਜ਼ਬਾਨੀ।

Paroxyzm—ਪੀੜਾ, ਦੌਰਾ, ਦਰਦ ਹੋਣਾ।

Parricide—ਮਾਤਾ ਪਿਤਾ ਨੂੰ ਮਾਰਨ ਵਾਲਾ।

Parrot—ਤੋਤਾ।

Parry—ਰੋਕਣਾ, ਟਾਲਣਾ।

Parse—ਤਰਕੀਬ ਕਰਨਾ।

Parsimonious—ਘੱਟ ਖ਼ਰਚਾ।

Parsimony—ਕਿਫ਼ਾਇਤ।

Parsley—ਖੁਰਾਸਾਨੀ ਅਜਵਾਇਨ।

Parsnip—ਗਾਜਰ, ਚੁਕੰਦਰ।

Parson—ਪਾਦਰੀ।

Parsonage—ਪਾਦਰੀ ਦਾ ਮਕਾਨ।

Part—ਭਾਗ, ਹਿੱਸਾ।

Partake—ਹਿੱਸੇਦਾਰ ਹੋਣਾ।

Parterre—ਬਗੀਚਾ, ਫੁਲਵਾੜੀ, ਚਮਨ।

Partial—ਪੱਖਪਾਤੀ।

Partible—ਜੁਦਾ ਹੋਣ ਦੇ ਯੋਗ।

Participate—ਭਾਗ ਲੈਣਾ, ਸਾਂਝੀ ਹੋਣਾ।

Paticiple—ਇਸਮ ਫਾਈਲ।

Particle—ਮੈਟਰ।

Particular—ਖ਼ਾਸ, ਅਜੀਬ।

Parting—ਜੁਦਾਈ।

Partisanship—ਹਿੱਸੇਦਾਰੀ, ਸਾਂਝ।

Partition--ਵੰਡ, ਹਿੱਸੇ ਕਰਨਾ, ਤਕਸੀਮ।

Partnership—ਹਿੱਸੇਦਾਰੀ, ਸਾਂਝ।

Partridge—ਤਿੱਤਰ।

Parturition—ਪੈਦਾਇਸ਼, ਜੰਮਣਾ।

Party—ਪੰਚਾਇਤ, ਮਜਲਿਸ, ਸਭਾ।

Pass—ਗੁਜਰਨਾ, ਬਿਤਾਉਣਾ, ਮੰਨਣਾ।

Passable—ਆਗਿਆ ਦੇਣ ਯੋਗ।

Passage—ਉਤਰਾਈ, ਰਸਤਾ, ਘਰ ਦੇ ਅੰਦਰ ਜਾਣ ਦਾ ਰਾਹ।

Pass book—ਹਿਸਾਬ ਦੀ ਕਿਤਾਬ।

Passenger—ਮੁਸਾਫ਼ਰ, ਰਾਹੀ।

Passible—ਹੋ ਸਕਣ ਵਾਲਾ।

Passion—ਜੋਸ਼, ਮੁਹੱਬਤ।

Passionate—ਤੁੰਦ ਮਿਜਾਜ਼।

Passion-play—ਹਜ਼ਰਤ ਈਸਾ ਦੀ ਆਖ਼ਰੀ ਮੁਸੀਬਤ।

Passion-Sunday—ਈਸਾਈ ਰੋਜ਼ਿਆਂ ਦਾ ਪੰਜਵਾਂ ਐਤਵਾਰ।

Passive—ਸ਼ਾਂਤ ਸੁਭਾਅ ਵਾਲਾ, ਚੁੱਪਚਾਪ।

Passport—ਪਰਵਾਨਾ, ਰਾਹਦਾਰੀ।

Pass-word—ਪਹਿਚਾਨਣ ਦਾ ਸ਼ਬਦ ਜਾਂ ਸੰਕੇਤ।

Past—ਪਿਛਲਾ, ਭੂਤਕਾਲ।

Paste—ਲੇਵੀ।

Pasteboard—ਰੋਟੀ ਬਨਾਉਣ ਦਾ ਚਕਲਾ।

Pastime—ਤਮਾਸ਼ਾ।

Pastor—ਚਰਵਾਹ, ਪਾਦਰੀ, ਗੁਆਲਾ।

Pastoral—ਪਾਸਬਾਨੀ।

Pastry—ਸਮੋਸਾ, ਮੈਦੇ ਦੀ ਮੱਠੀ।

Pasturage—ਚਰਵਾਹਾ, ਚਾਰਾ।

Pasture—ਚਰਾਗਾਹ, ਚੁਗਣਾ।

Pasty—ਲੇਵੀ ਵਰਗਾ, ਕਚੌੜੀ, ਸਮੋਸਾ।

Pat—ਮੁਨਾਸਬ।

Patch—ਜੋੜ, ਪੈਬੰਦ ਲਾਉਣਾ।

Pate—ਖੋਪੜੀ ਵਰਗਾ।

Patefaction—ਸਪੱਸ਼ਟ ਗੱਲ।

Patent—ਹੱਕ, ਅਧਿਕਾਰ, ਸੁਰੱਖਿਅਤ।

Paternal—ਪੈਤ੍ਰਿਕ।

Paternity—ਪਿਤਾ-ਪਨ।

Paternoster—ਈਸ਼ਵਰ ਦੀ ਪ੍ਰਾਰਥਨਾ।

Path—ਰਸਤਾ, ਸੜਕ, ਰਾਹ।

Pathetic—ਦਿਲ ਤੇ ਅਸਰ ਕਰਨ ਵਾਲਾ।

Pathless—ਬੇਗੁਜ਼ਰ, ਬੇ-ਰਾਹ।

Pathology—ਰੋਗ, ਲੱਛਣ ਵਿੱਦਿਆ।

Pathway—ਰਸਤਾ, ਪਗਡੰਡੀ, ਰਾਹ।

Patience—ਧੀਰਜ।

Patient—ਬੀਮਾਰ, ਧੀਰਜ ਵਾਲਾ।

Patness—ਦਰੁੱਸਤੀ।

Patrician—ਸ਼ਰੀਫ਼, ਮਹਾਂ ਸਭਾ ਸੰਬੰਧੀ, ਅਮੀਰ।

Patrimonial—ਮੈਰੂਸੀ।

Patrimony—ਵਿਰਾਸਤ।

Patriot—ਦੇਸ਼ ਭਗਤ, ਵਤਨ ਦੋਸਤ।

Patriotic—ਦੇਸ਼ਭਗਤੀ ਦਾ।

Patrol—ਗਸ਼ਤ ਕਰਨਾ, ਪਹਿਰੇਦਾਰੀ ਕਰਨਾ।

Patron—ਸਹਾਇਕ, ਜਹਾਜ਼ ਦਾ ਹਾਕਮ।

Patronage—ਮਦਦ, ਪਰਵਰਿਸ਼।

Patronise—ਸਹਾਇਤਾ ਕਰਨਾ।

Patronymic—ਜੱਦੀ ਨਾਮ, ਅੱਲ।

Patter—ਜਲਦੀ ਬੋਲਣਾ, ਬੁੜਬੁੜਾਨਾ।

Pattern—ਨਮੂਨਾ, ਖਾਕਾ, ਦ੍ਰਿਸ਼ਟਾਂਤ ਦੇਣਾ।

Paucity—ਪੇਟ, ਢਿੱਡ, ਤੋਂਦ।

Pauper—ਮੁਹਤਾਜ, ਫ਼ਕੀਰ।

Pause—ਵਿਸ਼ਰਾਮ, ਠਹਿਰਨਾ।

Pave—ਪੱਥਰ ਦਾ ਫ਼ਰਸ਼ ਲਾਉਣਾ।

Pavement—ਪੱਥਰ ਦਾ ਫ਼ਰਸ਼।

Pavilion—ਤੰਬੂ, ਗੋਲ ਛੱਤ ਵਾਲੀ ਇਮਾਰਤ।

Paw—ਪੰਜਾ, ਪੰਜੇ ਨਾਲ ਖੁਰਚਣਾ।

Pawkiness—ਚਲਾਕੀ, ਮੱਕਾਰੀ।

Pawn—ਗਿਰਵੀ ਰੱਖਣਾ।

Pay—ਭਰਨਾ, ਦੇਣਾ, ਉਧਾਰ ਅਦਾ ਕਰਨਾ, ਤਨਖ਼ਾਹ।

Payment—ਦਾਮ, ਮੁੱਲ, ਰੁਪਏ।

Pea—ਮਟਰ ਦਾ ਦਰੱਖ਼ਤ।

Peace—ਟੁਕੜਾ, ਆਰਾਮ, ਸ਼ਾਂਤੀ।

Peaceable—ਅਮਲ ਦਾ।

Peaceful—ਅਮਨ ਨਾਲ, ਸ਼ਾਂਤੀ ਨਾਲ।

Peach—ਆਲੂ ਬੁਖ਼ਾਰਾ।

Peacock—ਮੋਰ।

Peahen—ਮੋਰਨੀ।

Peak—ਪਹਾੜ ਦੀ ਚੋਟੀ।

Peal—ਗਰਜਨਾ, ਗੜਗੜਾਹਟ।

Pear—ਨਾਸ਼ਪਾਤੀ।

Pearl—ਜਵਾਹਰ, ਮੋਤੀ, ਹੀਰੇ।

Peasant—ਪੇਂਡੂ, ਗੰਵਾਰ।

Pease—ਮਟਰ ਦਾ ਢੇਰ।

Peat—ਬਾਲਣ ਵਿਚ ਕੰਮ ਆਉਣ ਵਾਲੀ ਜੜ੍ਹ।

Pebble—ਬਿਲੌਰ, ਚਮਕਦੇ ਹੋਏ ਪੱਥਰ ਦਾ ਟੁਕੜਾ।

Peccability—ਗੁਨਾਹਗਾਰੀ।

Paccadillo—ਕਸੂਰ, ਛੋਟੀ ਜਿਹੀ ਗਲਤੀ।

Paccant—ਕਸੂਰਵਾਰ, ਝਗੜਾਲੂ।

Peck—ਢੇਰ, ਚੁੰਝ ਨਾਲ ਮਾਰਨਾ।

Pectoral—ਛਾਤੀ ਨਾਲ ਸੰਬੰਧਤ।

Paculate—ਗਬਨ ਕਰਨਾ।

Peculair—ਜਾਤੀ, ਨਿੱਜੀ।

Peculiarity—ਸੁਭਾਅ, ਵਿਸ਼ੇਸ਼ਤਾ।

Pecuniary—ਨਕਦੀ ਦਾ, ਰੁਪਏ ਦਾ।

Pedal—ਪੈਰ ਨਾਲ ਸੰਬੰਧਤ।

Pedagogue—ਮਾਸਟਰ, ਪਾਂਧਾ।

Pedant—ਆਪਣੀ ਵਿੱਦਿਆ ਦਿਖਾਉਣ ਵਾਲਾ।

Peddle—ਫੇਰੀ ਕਰਕੇ ਵੇਚਣਾ।

Peddler—ਫੇਰੀ ਵਾਲਾ।

Peddling—ਬੇਕਦਰ।

Pedestal—ਕੁਰਸੀ ਦੀ ਚੌਂਕੀ।

Pedestrain—ਪੈਦਲ ਚੱਲਣ ਵਾਲਾ।

Pedicel—ਡੰਡੀ।

Pedigree—ਵੰਸ਼, ਨਸਲ।

Peduncle—ਰੁੱਖ ਦੇ ਫੁਲ।

Peel—ਛਿਲਣਾ, ਲੁੱਟਮਾਰ ਕਰਨੀ, ਛਿਲਕਾ, ਪੋਸਤ।

Peep—ਤਾਕ ਝਾਂਕ, ਨਜ਼ਰ ਆਉਣਾ।

Peer—ਨਵਾਬ, ਅਮੀਰ ਸਾਥੀ।

Peerage—ਅਮੀਰਾਂ ਦੀ ਪਦਵੀ।

Peerless—ਬੇ-ਮਿਸਾਲ, ਲਾਸਾਨੀ।

Peevish—ਬਦ-ਮਿਜਾਜ਼।

Peevishness—ਬਦਮਿਜਾਜ਼ੀ।

Peg—ਲੱਕੜੀ ਦੀ ਖੂੰਟੀ।

Pelf—ਰੁਪਿਆ, ਦੌਲਤ।

Pelisse—ਔਰਤਾਂ ਦਾ ਰੇਸ਼ਮੀ ਜਾਮਾ।

Pell—ਚਮੜਾ, ਖੱਲ।

Pelliet—ਗੋਲੀ, ਗੁਲੇਲ।

Pellicle—ਝਿੱਲੀ, ਪਤਲਾ ਚਮੜਾ।

Pell-mell—ਘਬਰਾਹਟ ਨਾਲ, ਉੱਘੜ ਦੁੱਗੜ।

Pellucid—ਸਾਫ਼, ਨਿਰਮਲ।

Pelt—ਕੱਚਾ ਚਮੜਾ।

Pelvis—ਪੇਡੂ।

Pemmican—ਸੁੱਕਾ ਤੇ ਦਬਾਇਆ ਹੋਇਆ ਮਾਸ।

Pen—ਕਲਮ, ਵਿਹੜਾ, ਬੰਦ ਕਰਨਾ, ਕੈਦ ਕਰਨਾ।

Penal—ਜੁਰਮੀ, ਪਾਪੀ, ਦੰਡ ਯੋਗ।

Penalty—ਜੁਰਮਾਨਾ, ਦੰਡ।

Penance—ਤੌਬਾ।

Pence—ਇਕ ਅੰਗ੍ਰੇਜ਼ੀ ਸਿੱਕਾ।

Pendant—ਝੁਮਕਾ, ਕਾਂਟਾ, ਲਟਕਣ, ਝੰਡਾ।

Pendency—ਸ਼ੱਕ, ਸ਼ੁਬਾਹ।

Pending—ਮੁਲਤਵੀ, ਵਿਚਕਾਰ।

Pendulous—ਲਟਕਿਆ ਹੋਇਆ।

Pendulum—ਲਟਕਣ, ਸਾਹਿਲ।

Penetrable—ਛੇਕ ਦੇ ਯੋਗ।

Penetrate—ਜਿਸ ਵਿਚ ਛੇਕ ਹੋ ਸਕੇ।

Penetration—ਤੇਜ਼ੀ, ਬੁੱਧੀ।

Peninsula—ਪਰਾਇਆ ਦੀਪ, ਜਜ਼ੀਰਾ ਨੁਮਾ।

Peninsulate--ਜਜ਼ੀਰਾ ਨੁਮਾ ਬਣਾਉਣਾ।

Penitence—ਤੌਬਾ, ਪਸਚਾਤਾਪ।

Penknife—ਕਲਮ ਤਰਾਸ਼।

Panman—ਸੋਹਣੀ ਚਿੱਠੀ।

Pannant—ਝੰਡੀ, ਪਤਾਕਾ।

Pennate—ਖੰਭਦਾਰ, ਬਾਂਹ ਵਾਲਾ।

Penniless—ਗਰੀਬ, ਮੁਹਤਾਜ।

Pannon—ਝੰਡੀ, ਝੰਡਾ।

Penny—ਵਿਲਾਇਤ ਦਾ ਪੈਸਾ।

Penny-wise—ਕਿਫ਼ਾਇਤੀ, ਕੰਜੂਸ।

Pennyworth—ਪੈਸੇ ਦਾ ਮਾਲ, ਸੌਦਾ, ਥੋੜੀ ਮਾਤਰਾ।

Pensile—ਲਟਕਦਾ, ਲਟਕਿਆ ਹੋਇਆ।

Pension—ਪੈਨਸ਼ਨ, ਵਜ਼ੀਫ਼ਾ।

Pensiveness—ਉਦਾਸੀ, ਸੋਚ।

Pent—ਪੰਜ ਕੋਣਾ ਖੇਤਰ।

Pentagraph—ਨਕਸ਼ੇ ਨਕਲ ਕਰਨ ਵਾਲੀ ਮਸ਼ੀਨ।

Pentameter—ਪੰਜ ਸ਼ਬਦੀ ਛੰਦ।

Penthouse—ਉਸਾਰਾ।

Penumbra—ਗ੍ਰਹਿਣ ਦਾ ਸਾਇਆ।

Penurious—ਕੰਜੂਸ, ਤੰਗਦਿਲ।

Pennry—ਤੰਗਦਸਤੀ, ਗਰੀਬੀ।

Peon—ਚਪੜਾਸੀ, ਅਰਦਲੀ, ਪਿਆਦਾ।

Peony—ਇਕ ਵਧੀਆ ਫੁੱਲ।

People—ਲੋਕ, ਪਰਜਾ।

Pepper—ਕਾਲੀ ਮਿਰਚ।

Peppercorn—ਕਾਲੀ ਮਿਰਚਾਂ।

Peppermint—ਇਕ ਤਰ੍ਹਾਂ ਦਾ ਪੁਦੀਨਾ।

Per—ਦਰ, ਹਰ, ਇਕ, ਫੀ।
Peradventure—ਸ਼ਾਇਦ।
Perambulation--ਗਸ਼ਤ, ਦੌਰਾ, ਦੇਖਭਾਲ।
Perceivable—ਜ਼ਾਹਿਰ, ਮਾਲੂਮ ਹੁੰਦਾ ਹੋਇਆ।
Perceive—ਮਹਿਸੂਸ ਕਰਨਾ।
Percentage—ਫੀ ਸਦੀ।
Perceptible—ਜ਼ਾਹਿਰ, ਦਿਖਾਉ।
Perception—ਸਮਝ, ਅਨੁਭਵੀ।
Perceptive—ਸਚੇਤਨ।
Perch—ਲੰਬੀ, ਸਾਢੇ ਪੰਜ ਗੱਜ਼ ਦਾ ਪੈਮਾਨਾ।
Prechance—ਸ਼ਾਇਦ।
Percolate, Percolation—ਟਪਕਣਾ, ਨਿਤਾਰਨਾ, ਛਾਨਣਾ।
Percussion—ਟੱਕਰ, ਠੋਕਰ।
Perdition—ਬਰਬਾਦੀ।
Peregrinate--ਏਧਰ ਉਧਰ ਫਿਰਨਾ।
Peremtorily—ਜ਼ਰੂਰੀ, ਯਕੀਨੀ।
Pereunial—ਸਦਾ ਲਈ।
Perfect—ਮੁਕੰਮਲ, ਖ਼ਾਲਿਸ।
Perfection—ਕਮਾਲ, ਪੂਰਨਤਾ।
Perfectly—ਠੀਕ, ਦਰੁੱਸਤ।
Perfidious—ਵਿਸ਼ਵਾਸਘਾਤੀ।
Perfidy—ਬੇਈਮਾਨੀ।
Perforate—ਛੇਕ ਕਰਨੇ।
Perforation—ਛੇਕ, ਸੁਰਾਖ਼।
Perforator—ਬਰਮਾ, ਛੇਕ ਕਰਨ ਵਾਲੀ ਮਸ਼ੀਨ।
Perforce—ਤਾਕਤ ਨਾਲ।
Perform—ਪੂਰਾ ਕਰਨਾ, ਨਿਭਾਉਣਾ।
Performable--ਮੁਮਕਿਨ, ਕਰਨ ਯੋਗ।
Performance—ਤਮਾਸ਼ਾ, ਸਵਾਂਗ।
Performer—ਨਕਲੀਆ, ਸਵਾਂਗ ਕਰਨ ਵਾਲਾ।
Perfume—ਸੁਗੰਧੀ, ਖ਼ੁਸ਼ਬੂ, ਮਹਿਕ।
Perfumery—ਖ਼ੁਸ਼ਬੂਆਂ, ਸੁਗੰਧੀਆਂ।
Perfunctorily—ਬੇਪਰਵਾਹੀ ਨਾਲ।
Perfunctory—ਬੇਪਰਵਾਹ।
Perhaps—ਸ਼ਾਇਦ।
Perl—ਪਰੀ, ਸੋਹਣੀ।
Pericardium—ਮੁਰਦਾ ਦਿਲ।
Pericranium—ਖੋਪਰੀ ਦਾ ਪਰਦਾ।
Perigee—ਚੰਦ੍ਰਮਾ ਦੇ ਮਦਾਰ ਦਾ ਉਹ ਨੁਕਤਾ ਜਿਹੜਾ ਜ਼ਮੀਨ ਦੇ ਨੇੜੇ ਹੋਵੇ।
Perihelion—ਸਿਤਾਰੇ ਦੇ ਮਦਾਰ ਦਾ ਉਹ ਨੁਕਤਾ ਜਿਹੜਾ ਸੂਰਜ ਦੇ ਨੇੜੇ ਹੋਵੇ।
Peril—ਡਰ, ਖ਼ਤਰਾ।
Perilous, Perilously—ਡਰ ਨਾਲ, ਖ਼ਤਰੇ ਨਾਲ।
Perimeter—ਪਰਿਮਿਤ ਰੇਖਾ।
Period—ਦੌਰਾਨ, ਚਕ੍ਰ, ਵਕਤ।
Periodical—ਮੁਕੱਰਰ, ਮੌਸਮੀ।
Peripatetic—ਅਰੱਸਤੂ ਜਾਂ ਉਸ ਦੇ ਫ਼ਲਸਫ਼ੇ ਦੇ ਸੰਬੰਧ ਵਿੱਚ।
Periphery—ਘੇਰਾ।
Periphrase—ਪੇਚੀਦਾ ਕੰਮ।
Peripneumony—ਫੇਫੜੇ ਦਾ ਰੋਗ, ਤਪੇਦਿਕ।
Perish—ਮਿੱਟ ਜਾਣਾ, ਤਬਾਹ ਹੋਣਾ।
Perishable—ਬਰਬਾਦ ਹੋਣ ਦੇ ਯੋਗ।
Perispheric—ਗੋਲ।
Periwig—ਛੋਟੇ ਵਾਲਾਂ ਦੀ ਟੋਪੀ।
Prejure—ਝੂਠੀ ਕਸਮ ਖਾਣਾ।
Perjury—ਝੂਠੀ ਕਸਮ।
Perk—ਤੇਜ਼, ਅਕੜਨਾ।
Perkin—ਇਕ ਤਰ੍ਹਾਂ ਦੀ ਸੇਬ ਦੀ ਸ਼ਰਾਬ।
Permanency—ਠਹਿਰਾਉ, ਦ੍ਰਿੜ੍ਹਤਾ।

Permanent—ਸਦਾ ਲਈ, ਸਥਿਰ।
Permeable—ਪ੍ਰਵੇਸ਼ ਹੋਣ ਯੋਗ।
Permeate—ਸੁਰਾਖ਼ ਵਿਚੋਂ ਲੰਘਣਾ।
Permeation—ਦਖ਼ਲ।
Permiscible—ਜੋ ਮਿਲ ਸਕੇ।
Permissible—ਮਨਜ਼ੂਰੀ ਦੇ ਯੋਗ।
Permission—ਇਜਾਜ਼ਤ, ਮਨਜ਼ੂਰੀ।
Permissive—ਆਜ਼ਾਦੀ ਦੇਣ ਵਾਲਾ।
Permit—ਇਜਾਜ਼ਤ, ਛੱਡਣਾ, ਇਜਾਜ਼ਤ-ਨਾਮਾ, ਪਰਵਾਨਾ।
Permutation—ਅਦਲ ਬਦਲ।
Pernicious—ਜਲਦ, ਤੇਜ਼।
Peroration--ਵਿਆਖਿਆਨ ਦਾ ਸੰਖੇਪ।
Perpend—ਮਨ ਨਾਲ ਵਿਚਾਰਨਾ।
Perpendicular—ਸਿੱਧਾ, ਖੜਾ।
Perpetrate—ਅਮਲ ਵਿਚ ਲਿਆਉਣਾ।
Perpetration—ਅਮਲ, ਆਚਾਰ।
Pertetrator—ਅਪਰਾਧ ਕਰਨ ਵਾਲਾ।
Perpetual—ਨਿੱਤ ਦਾ, ਰੋਜ਼ ਦਾ।
Perpetuate—ਰੋਜ਼ਾਨਾ ਕਰਨਾ, ਕਾਇਮ ਰੱਖਣਾ।
Perplex—ਤੰਗ ਕਰਨਾ, ਪਰੇਸ਼ਾਨ ਕਰਨਾ।
Perplexity—ਘਬਰਾਹਟ, ਪਰੇਸ਼ਾਨੀ।
Perquisite—ਉਪਰ ਦੀ ਆਮਦਨ।
Perry—ਨਾਸ਼ਪਤੀ ਦੇ ਅਰਕ ਦੀ ਸ਼ਰਾਬ।
Persecute—ਤਕਲੀਫ਼ ਦੇਣਾ।
Persecution—ਤਕਲੀਫ਼।
Persecutor—ਦੁੱਖਦਾਈ, ਜ਼ਾਲਮ।
Perseverance—ਦ੍ਰਿੜ੍ਹਤਾ, ਧੀਰਜ, ਗੰਭੀਰਤਾ।
Persevere—ਕਾਇਮ ਰਹਿਣਾ।
Perseveringly—ਧੀਰਜਤਾ ਨਾਲ।
Persian—ਫ਼ਾਰਸੀ, ਈਰਾਨੀ।
Persist—ਕਾਇਮ ਰਹਿਣਾ, ਲੱਗਿਆਂ ਰਹਿਣਾ।
Persistence—ਜ਼ਿੱਦ, ਹੱਠ।
Person—ਮਨੁੱਖ, ਆਦਮੀ।
Personage—ਵੱਡਾ ਆਦਮੀ।
Personal—ਜ਼ਾਤੀ, ਨਿਜੀ, ਆਪਣਾ।
Personality—ਸ਼ਖ਼ਸੀਅਤ, ਵਿਸ਼ੇਸ਼ਤਾ।
Personally—ਜਾਤੀ ਜਾਇਦਾਦ।
Personation—ਸ਼ਕਲ ਦੀ ਤਬਦੀਲੀ।
Personify--ਬੇਜਾਨ ਨੂੰ ਜਾਨਦਾਰ ਦੱਸਣਾ।
Personnel—ਮੁਲਾਜ਼ਮ।
Perspective—ਚਿੱਤਰ, ਨਿਗਾਹ ਦੇ ਬਾਰੇ ਵਿੱਚ।
Perspicuous—ਸਾਫ਼, ਸੁਥਰਾ।
Perspiration—ਪਸੀਨਾ, ਅਰਕ।
Perspire—ਪਸੀਜਣਾ, ਨਰਮ ਹੋਣਾ।
Persuade—ਨਿਸ਼ਚਾ ਕਰਾਉਣਾ।
Persuasive—ਲਾਲਚ, ਸਿੱਖਿਆ।
Pert—ਗੁਸਤਾਖ਼।
Pertain—ਸੰਬੰਧ ਰੱਖਣਾ।
Pertinacious—ਦ੍ਰਿੜ੍ਹਤਾ, ਜ਼ਿੱਦ।
Pertineace—ਯੋਗਤਾ, ਕਾਬਲੀਅਤ।
Pertinent—ਯੋਗ, ਵਾਜਬ।
Pertly—ਗੁਸਤਾਖ਼ੀ ਨਾਲ, ਢੀਠਤਾ ਨਾਲ।
Pertness—ਚਾਲਾਕੀ, ਚੁਸਤੀ।
Perturb—ਪਰੇਸ਼ਾਨ ਕਰਨਾ।
Perturbation—ਘਬਰਾਹਟ।
Perusal—ਪੜ੍ਹਾਈ।
Peruse—ਧਿਆਨ ਨਾਲ।
Pervade—ਪ੍ਰਵੇਸ਼ ਕਰਨਾ।
Pervasion—ਫੈਲਾਉ, ਖਿਲਾਰ।
Perverse—ਬੇਅਦਬ, ਗੁਸਤਾਖ਼।
Perverseness—ਗੁਸਤਾਖ਼ੀ, ਬੇਅਦਬੀ।
Perversion—ਵਿਗਾੜ।
Pervert—ਉਲਟਣਾ, ਗੁਮਰਾਹ ਕਰਨਾ।
Pervious—ਸਮਝਣ ਯੋਗ।
Pesky—ਦੁਖਦਾਇਕ।

Pessimist—ਸੰਸਾਰਿਕ ਪਦਾਰਥਾਂ ਤੇ ਧਿਆਨ ਦੇਣ ਵਾਲਾ ਮਨੁੱਖ।

Pest—ਬਿਮਾਰੀ, ਘਾਤਕ।

Pester—ਦੁੱਖ ਦੇਣਾ, ਤੰਗ ਕਰਨਾ, ਹੈਰਾਨ ਕਰਨਾ।

Pest house--ਘਾਤਕ ਰੋਗਾਂ ਦਾ ਹਸਪਤਾਲ।

Pestiferous—ਘਾਤਕ, ਨਾਸ਼ ਕਰਨ ਵਾਲੀ।

Pestilent—ਸ਼ਰਾਰਤੀ, ਘਾਤਕ।

Pestle--ਦਸਤਾ, ਮੂਸਲ, ਕੁੱਟਣਾ, ਪੀਸਣਾ।

Pet—ਪੁਚਕਾਰ, ਪ੍ਰੇਮ ਪਾਤਰ।

Petal—ਪੰਖੜੀ, ਫੁੱਲ ਦੀ ਪੱਤੀ।

Petiole—ਪੱਤੀ ਦੀ ਡੰਠਲ।

Petit—ਛੋਟਾ, ਜ਼ੱਗਾ, ਨਕਾਰਾ।

Petition—ਅਰਜ਼ੀ, ਪ੍ਰਾਰਥਨਾ, ਮੰਗਣਾ।

Petitioner—ਪ੍ਰਾਰਥਨਾ ਕਰਨ ਵਾਲਾ।

Petrescent—ਪੱਥਰ ਬਣਾਉਣ ਵਾਲਾ।

Petrel—ਇੱਕ ਝਿੱਲੀਦਾਰ ਸਮੁੰਦਰੀ ਪੰਛੀ।

Petrifaction—ਪੱਥਰ ਹੋ ਜਾਣਾ।

Petrify—ਪੱਥਰ ਬਣਾਉਣਾ।

Petroleum—ਮਿੱਟੀ ਦਾ ਤੇਲ।

Petrolis—ਪੱਥਰ ਵਾਂਗ।

Petticoat—ਸਾਇਆ, ਘਗਰਾ।

Pettifogger—ਛੋਟੇ ਦਰਜੇ ਦਾ ਵਕੀਲ।

Petrifoggery—ਵਕੀਲ ਦਾ ਥੋੜਾ ਕੰਮ।

Pettifogging—ਕਮੀਨਾ।

Pettish—ਤਿੱਖੇ ਸੁਭਾਅ ਵਾਲਾ।

Pettishly—ਚਿੜਚਿੜੇਪਨ ਨਾਲ।

Pettitoes—ਸੂਰ ਦੀਆਂ ਉਂਗਲਾਂ।

Petto—ਛਾਤੀ।

Petty—ਥੋੜਾ, ਛੋਟਾ।

Petulance—ਝੁੰਜਲਾਹਟ, ਸ਼ੋਖੀ।

Petulant—ਤੇਜ਼ ਮਿਜਾਜ਼।

Pew—ਗਿਰਜੇ ਵਿਚ ਬੈਠਣ ਦੀ ਥਾਂ।

Pewter—ਜਿਸਤ, ਕਾਂਸਾ।

Phaeton—ਖੁੱਲ੍ਹੀ ਚਾਰ ਪਹੀਆਂ ਦੀ ਗੱਡੀ।

Phalange—ਭਾਸ਼ਾਵਾਂ ਦੀ ਵਿੱਦਿਆ।

Phalianx—ਮੰਡਲੀ, ਝੁੰਡ।

Phantasm—ਖ਼ਿਆਲ, ਖੁਆਬ।

Phantasmal—ਖ਼ਿਆਲੀ।

Phantom—ਭੂਤ ਪ੍ਰੇਤ।

Pharmaceutic—ਦਵਾਈਆਂ ਦੇ ਸੰਬੰਧ ਵਿੱਚ।

Pharmaceutics--ਦਵਾਈਆਂ ਬਣਾਉਣ ਦੀ ਵਿੱਦਿਆ।

Pharmacy—ਦਵਾਈਆਂ ਬਣਾਉਣਾ।

Pharos—ਰੋਸ਼ਨੀ ਦੀ ਮੀਨਾਰ।

Phase, Phasis—ਨੁਮਾਇਸ਼, ਸੂਰਤ।

Pheasant—ਤਿੱਤਰ।

Phenix—ਇਕ ਖ਼ਿਆਲੀ ਚਿੜੀ।

Phenomenon—ਅਜੀਬ ਸੂਰਤ।

Phial—ਸ਼ੀਸ਼ੀ, ਬੋਤਲ।

Philanthropist--ਪਰਉਪਕਾਰੀ ਆਦਮੀ।

Philanthropy—ਪਰਉਪਕਾਰ।

Philippic—ਸਰਾਪ, ਬੁਰੇ ਸ਼ਬਦ।

Philologist—ਸ਼ਬਦ ਸ਼ਾਸਤ੍ਰੀ।

Philology—ਸ਼ਬਦ ਵਿੱਦਿਆ।

Philomel—ਬੁਲਬੁਲ।

Philosopher—ਪੰਡਿਤ, ਸਿਆਣਾ, ਜਾਨਣ ਵਾਲਾ।

Philosophical—ਸਿਆਣਾ, ਫਿਲਾਸਫਰ, ਬੁੱਧੀਮਾਨ।

Philosophise—ਅਕਲਮੰਦੀ ਨਾਲ ਪਤਾ ਕਰਨਾ।

Philosophy—ਫਲਸਫਾ, ਅਕਲਮੰਦੀ।

Philter—ਟੋਟਕਾ।

Phlegm—ਸੁਸਤੀ, ਆਲਸ।
Phlegmatic—ਬਲਗਮ ਪੈਦਾ ਕਰਨ ਵਾਲਾ।
Phonetics—ਸ਼ਬਦ ਵਿੱਦਿਆ।
Phonograph—ਇਕ ਤਰ੍ਹਾਂ ਦਾ ਵਾਜਾ।
Phosphoric—ਫਾਸਫੋਰਸ ਦਾ ਬਣਿਆ ਹੋਇਆ।
Phosphorus—ਫਾਸਫੋਰਸ।
Photogenic—ਰੋਸ਼ਨੀ ਨਾਲ ਪੈਦਾ ਹੋਣ ਵਾਲਾ।
Photograph—ਅਕਸੀ ਤਸਵੀਰ।
Photography—ਤਸਵੀਰ ਖਿੱਚਣ ਦੀ ਵਿੱਦਿਆ।
Photology—ਰੋਸ਼ਨੀ ਦੀ ਵਿਦਿਆ।
Photometer—ਰੋਸ਼ਨੀ ਦੀ ਤੇਜ਼ੀ ਨਾਪਣ ਦਾ ਯੰਤਰ।
Phrase—ਮੁਹਾਵਰਾ, ਜੁਮਲਾ।
Phraseology—ਇਬਾਰਤ।
Phrenetic—ਪਾਗਲ ਦਿਮਾਗ ਵਾਲਾ।
Phrenology—ਸਿਰ ਦਾ ਇਲਮ।
Phthisis—ਤਪੇਦਿਕ।
Physic—ਇਲਾਜ, ਚੰਗਾ ਕਰਨ ਵਾਲਾ।
Physical—ਸਰੀਰਕ, ਜ਼ਾਹਰੀ।
Physically—ਸਰੀਰ ਦੇ ਸੁਭਾਅ ਨਾਲ।
Physician—ਹਕੀਮ, ਵੈਦ, ਡਾਕਟਰ।
Physics—ਪਦਾਰਥ ਵਿਗਿਆਨ।
Physiognomist—ਮੂੰਹ ਤੋਂ ਅਨੁਮਾਨ ਲਗਾ ਲੈਣ ਵਾਲਾ।
Physiologist—ਜਿਸਮੀ ਵਿੱਦਿਆ ਦਾ ਜਾਣੂ।
Physique—ਜਿਸਮਾਨੀ ਬਨਾਵਟ।
Phytivorous--ਬਨਾਸਪਤੀ ਖਾਣ ਵਾਲਾ।
Phytology—ਫੱਲ ਫੁੱਲ ਦੀ ਵਿੱਦਿਆ।
Pianoforte—ਅੰਗ੍ਰੇਜ਼ੀ ਵਾਜਾ, ਪਿਆਨੋ।
Piastre—ਇਕ ਸਿੱਕਾ।
Piazza—ਸਾਏ ਦਾ ਰਸਤਾ।
Pica—ਇਕ ਤਰ੍ਹਾਂ ਦੀ ਚਿੜੀ, ਵੱਡੇ ਛਾਪੇ ਦੇ ਅੱਖਰ।
Pick—ਚੁੱਕਣਾ, ਜਮ੍ਹਾਂ ਕਰਨਾ, ਕੁਦਾਲੀ।
Picket—ਖੁੰਟਾ, ਚੁੰਝ ਵਾਲੀ ਕਿੱਲ।
Pickpocket—ਜੇਬਕੁਤਰਾ।
Picnic—ਬਹੁਤ ਸਾਰੇ ਆਦਮੀਆਂ ਦਾ ਇਕੱਠੇ ਮਿਲ ਕੇ ਖਾਣਾ ਤੇ ਸੈਰ ਕਰਨਾ।
Pictorial—ਤਸਵੀਰਾਂ ਵਾਲਾ।
Picture—ਤਸਵੀਰ, ਚਿੱਤਰ।
Picturesque—ਸੋਹਣਾ, ਚਿੱਤਰ।
Piddling—ਠਕਾਰਾ, ਹੋਛਾ।
Pie—ਕਚੌਰੀ, ਸਮੋਸਾ।
Piebald—ਰੰਗ ਬਰੰਗਾ, ਕਈ ਤਰ੍ਹਾਂ ਦਾ।
Piece—ਟੁਕੜਾ।
Piece-work—ਠੇਕੇ ਦਾ ਕੰਮ।
Pied—ਰੰਗਾ ਰੰਗ।
Pier—ਪੁਲ ਦਾ ਖੰਭਾ, ਬੰਨ੍ਹ।
Pierce—ਵੜ ਜਾਣਾ, ਚੁੱਭਣਾ।
Piercing—ਤੇਜ਼, ਤਿੱਖਾ।
Pietism—ਜ਼ਬਰਦਸਤ।
Piety—ਈਸ਼ਵਰ ਭਗਤੀ।
Pig—ਤਕੀਏ ਦਾ ਗਿਲਾਫ਼।
Pigeon—ਕਬੂਤਰ।
Pigeon-hearted—ਬੁਜ਼ਦਿਲ, ਡਰਪੋਕ।
Pigeon-hole—ਕਾਗਜ਼ ਆਦਿ ਰੱਖਣ ਦਾ ਖਾਨਾ।
Pigment—ਰੰਗ ਰੋਗਨ।
Pigmy—ਪਿਸਤਾ ਕਦ।
Pike—ਭਾਲਾ, ਨੇਜ਼ਾ।
Picked—ਨੋਕਦਾਰ, ਤੇਜ਼।
Pile—ਅੰਬਾਰ ਜਮ੍ਹਾਂ ਕਰਨਾ।
Piles—ਬਵਾਸੀਰ।
Pilgrim—ਯਾਤਰੀ, ਹਾਜੀ।
Pilgrimage—ਯਾਤਰਾ, ਹੱਜ।

Pill—ਗੋਲੀ।
Pillage—ਲੁਟ, ਲੁਟਮਾਰ ਕਰਨ ਵਾਲਾ।
Pillar—ਖੰਭਾ, ਸਤੂਨ, ਲਾਟ।
Pillion—ਘੋੜੇ ਦੀ ਜ਼ੀਨ।
Pillory—ਲੱਕੜੀ ਦਾ ਫੱਟਾ ਜਿਸ ਦੇ ਛੇਕ ਵਿਚ ਅਪਰਾਧੀ ਦਾ ਸਿਰ ਜਾਂ ਹੱਥ ਜਕੜ ਦਿੱਤੇ ਜਾਂਦੇ ਹਨ।
Pillow—ਸਿਰਹਾਣਾ, ਤਕੀਆ।
Pillowcase—ਗਿਲਾਫ਼।
Pilot—ਜਹਾਜ਼ ਚਲਾਉਣ ਵਾਲਾ।
Pimp—ਦਲਾਲ।
Pimple—ਫੁੰਸੀ, ਮੁਹਾਂਸਾ।
Pin—ਛੋਟੀ ਸੂਈ, ਆੱਲਪਿੰਨ।
Pincers—ਚਿਮਟੀ, ਮੋਚਣਾ।
Pinch—ਨੋਚਣਾ, ਤੰਗ ਕਰਨਾ, ਦਰਦ ਕਰਨਾ।
Pinchback—ਤਾਂਬੇ ਤੇ ਜਿਸਤ ਰਲੀ ਧਾਤੂ।
Pinchers—ਕਿੱਲ ਕੱਢਣ ਦਾ ਹਥੌੜਾ।
Pincushion—ਪਿੰਨ ਰੱਖਣ ਦੀ ਗੱਦੀ।
Pine—ਉਦਾਸ ਹੋਣਾ, ਘੁਲਣਾ।
Pine-apple—ਅਨਾਨਾਸ।
Pinfold—ਪਸ਼ੂਆਂ ਲਈ ਵਿਹੜਾ।
Pinion—ਖੰਭ, ਛੋਟਾ ਦੰਦਿਆਂ ਵਾਲਾ ਪਹੀਆ, ਕੈਦ ਕਰਨਾ, ਖੰਭ ਬੰਨ੍ਹਣੇ।
Pink—ਗੁਲਾਬੀ ਰੰਗ, ਇਕ ਕਿਸਮ ਦਾ ਖ਼ੂਬਸੂਰਤ ਫੁੱਲ।
Pin-money—ਵਹੁਟੀ ਦਾ ਜੇਬ ਖ਼ਰਚ।
Pinnacle—ਬੁਰਜ, ਚੋਟੀ।
Pint—ਅੱਧ ਸੇਰ ਦਾ ਪੈਮਾਨਾ।
Pioneer—ਦੂਜਿਆਂ ਲਈ ਰਸਤਾ ਸਾਫ਼ ਕਰਨ ਵਾਲਾ ਆਦਮੀ।
Pious—ਪਾਕ, ਪਵਿੱਤਰ, ਸਤੀ।
Pip—ਚੂੰ ਚੂੰ ਕਰਨਾ।
Pipe—ਬੰਸਰੀ, ਪਤਲੀ ਨਲਕੀ।
Pipkin—ਹਾਂਡੀ।
Piquancy—ਤੁਰਸ਼ੀ, ਤੇਜ਼ੀ।
Piquant—ਸ਼ੋਖ, ਤੇਜ਼, ਚਰਪਰਾ।
Pique—ਉਭਾਰਨਾ, ਤੰਗ ਕਰਨਾ।
Piracy—ਦਰਿਆਈ ਡਕੈਤੀ।
Pirate—ਦਰਿਆਈ ਡਾਕੂ।
Pirn—ਚਰਖ਼ੀ, ਫ਼ਿਰਕੀ।
Pismire—ਕੀੜੀ, ਚਿਉਂਟੀ।
Pistachio—ਗਰਭ।
Pistol—ਪਿਸਤੌਲ।
Piston—ਪਿਚਕਾਰੀ ਦੀ ਨਲੀ, ਡੰਡਾ।
Pit—ਟੋਇਆ, ਖੱਡਾ।
Pitapat—ਤੇਜ਼ ਕਦਮ।
Pitch—ਧੂਣਾ, ਰਾਲ, ਲਕੀਰ ਪਾਉਣਾ, ਚੜ੍ਹਾਈ ਕਰਨੀ।
Pitch-dark—ਬਹੁਤ ਹਨੇਰਾ।
Pitcher—ਘੜਾ, ਗਾਗਰ।
Piteous—ਗਰੀਬ, ਰਹਿਮ ਦੇ ਯੋਗ।
Pitfall—ਟੋਇਆ, ਖੱਡਾ।
Pith—ਹੀਰਾ, ਕਦਰ, ਸ਼ਕਤੀ।
Pithy—ਤਾਕਤਵਰ, ਦਿਮਾਗ ਵਾਲਾ।
Pitiable—ਦੁਖੀ, ਪੀੜਿਤ।
Pitiful—ਮੁਲਾਇਮ, ਰਹਿਮ।
Pitiless—ਸੰਗਦਿਲ, ਕਠੋਰ।
Pitman—ਖਾਨ ਜਾਂ ਸੁਰੰਗ ਵਿਚ ਕੰਮ ਕਰਨ ਵਾਲਾ।
Pitsaw—ਆਰਾ।
Pittance—ਛੋਟਾ ਭਾਗ, ਵਜ਼ੀਫ਼ਾ।
Pituitous—ਕੱਫ਼ਦਾਰ, ਬਲਗਮੀ।
Pity—ਰਹਿਮ ਕਰਨਾ, ਕਿਰਪਾ ਕਰਨੀ।
Placability—ਮੁਲਾਇਮੀਅਤ, ਸੰਤੋਖ।
Placable—ਮਨਾਉਣ ਯੋਗ, ਸੰਤੋਖਜਨਕ।
Placard—ਇਸ਼ਤਿਹਾਰ, ਇਸ਼ਤਿਹਾਰ ਰਾਹੀ ਸੂਚਿਤ ਕਰਨਾ।
Place—ਜਗ੍ਹਾ, ਥਾਂ, ਕਮਰਾ।
Placeman—ਸਰਕਾਰੀ ਨੌਕਰ।
Placid—ਸੰਤੋਖੀ, ਗੰਭੀਰ।

Placidity—ਗੰਭੀਰਤਾ, ਧੀਰਜ।
Plagiarism—ਇਬਾਰਤ ਦੀ ਚੋਰੀ।
Plague—ਮਹਾਂਮਾਰੀ, ਦੁੱਖਦਾਈ ਚੀਜ਼।
Plaice—ਇਕ ਚੌੜੀ ਮੱਛੀ।
Plain—ਸਾਫ਼, ਬਰਾਬਰ, ਜ਼ਮੀਨ।
Plainness—ਸਫ਼ਾਈ, ਸੱਚਾਈ।
Plaint—ਅਰਜ਼ੀ, ਅਭਿਯੋਗ।
Plaintiff—ਮੁਦੱਈ, ਵਾਦੀ, ਅਭਿਯੋਗੀ।
Plaintive—ਫਰਿਆਦੀ, ਉਦਾਸ।
Plait—ਤਹਿ ਲਗਾਉਣਾ, ਜਾਲੀ ਬਨਾਉਣਾ।
Plan—ਨਕਸ਼ਾ, ਖ਼ਾਕਾ।
Planch—ਤਖ਼ਤੇ ਲਗਾਉਣੇ।
Plane—ਸਾਫ਼ ਕਰਨਾ, ਰੰਦਾ ਚਲਾਉਣਾ।
Planet—ਗ੍ਰਹਿ, ਸਿਤਾਰੇ।
Planish—ਪੱਧਰਾ ਕਰਨਾ।
Plank—ਤਖ਼ਤਾ-ਬੰਦੀ ਕਰਨਾ, ਬੇੜਾ।
Plant—ਫਲ ਫੁੱਲ, ਦਰੱਖ਼ਤ, ਪੌਦਾ।
Plantain—ਕੇਲਾ, ਕਦਲੀ।
Plantation—ਬਾਗ, ਖੇਤੀ।
Plash—ਨਾਲਾ, ਬੰਦ ਪਾਣੀ।
Plasm—ਸਾਂਚਾ, ਜੀਵਾਣੂ, ਢਾਂਚਾ।
Plaster—ਪਲਸਤਰ, ਗਾਰਾ।
Plastic—ਬਣਾਉਣ ਜਾਂ ਢਾਲਣ ਯੋਗ।
Plat—ਗੁੰਨਣਾ, ਬੁਣਨਾ।
Plate—ਚੱਦਰ, ਪਤਰਾ।
Plateau—ਉੱਚਾ ਮੈਦਾਨ, ਧਰਤੀ।
Platform—ਕੁਰਸੀ, ਤਖ਼ਤ, ਸਟੇਜ।
Platinum—ਇਕ ਤਰ੍ਹਾਂ ਦੀ ਧਾਤੂ।
Platitude—ਫਿੱਕੀ, ਲੁਤਫ਼ ਤੋਂ ਬਿਨਾ।
Platonic-love—ਪਵਿੱਤਰ ਪਿਆਰ।
Platoon—ਪਲਟਨ, ਅੱਧੀ ਕੰਪਨੀ।
Platter—ਥਾਲੀ।
Plaudit—ਸ਼ਾਬਾਸ਼।
Plausible—ਜ਼ਾਹਿਰੀ, ਦੇਖਣ ਵਿਚ ਚੰਗਾ।
Play—ਖੇਡ, ਡਰਾਮਾ, ਨਕਲ ਕਰਨਾ।
Play-bill—ਯਾਰ, ਹਮਜੋਲੀ।
Playful—ਖਿਡਾਰੀ, ਚੰਚਲ, ਸ਼ੋਖ।
Playhouse—ਸਿਨਮਾ ਘਰ, ਥੀਏਟਰ।
Playmate—ਖੇਡ ਦੇ ਸਾਥੀ।
Plaything—ਖਿਡੌਣਾ।
Plea—ਮੁਕੱਦਮਾ, ਦਲੀਲ।
Plead—ਦਲੀਲ ਦੇਣਾ, ਬਹਿਸ ਕਰਨਾ।
Pleader—ਵਕੀਲ।
Pleading—ਅਰਜ਼ੀ, ਜਵਾਬਦੇਹੀ, ਦਸਤਾ-ਵੇਜ਼।
Pleasant—ਖ਼ੁਸ਼।
Please—ਮਿਹਰਬਾਨੀ ਕਰਨਾ, ਖ਼ੁਸ਼ ਕਰਨਾ।
Pleasing—ਦਿਲਚਸਪ।
Pleasure—ਅਨੰਦ, ਖ਼ੁਸ਼ੀ, ਪਸੰਦ।
Pledeian—ਆਮ, ਨੀਚ, ਐਰਾ-ਗੈਰਾ, ਆਮ ਵਿਚੋਂ ਕੋਈ ਬੰਦਾ।
Pledge—ਜ਼ਮਾਨਤ, ਗਿਰਵੀ।
Plenary—ਪੂਰਾ, ਸਾਰਾ।
Plenipotent—ਪੂਰਨ ਅਧਿਕਾਰ ਵਾਲਾ ਕਰਮਚਾਰੀ।
Plenarily—ਪੂਰਣ।
Plenipotentiary—ਦੂਤ, ਏਲਚੀ।
Plenitude—ਕਮਾਲ, ਕਸਰਤ।
Plenteous—ਬਹੁਤ ਜ਼ਿਆਦਾ।
Plentiful—ਜ਼ਰਖ਼ੇਜ਼, ਸਰਸਬਜ਼।
Plenty—ਜ਼ਿਆਦਤੀ।
Pleonasm—ਜ਼ਿਆਦਾ ਸ਼ਬਦਾਂ ਦਾ ਪ੍ਰਯੋਗ।
Plethora—ਜੋਸ਼ ਖ਼ੂਨ।
Pliability—ਲਚਕੀਲਾ, ਨਰਮ।
Pliable—ਦੱਬਣਯੋਗ, ਨਰਮ।
Pliant—ਨਰਮ, ਲਚਕੀਲਾ।
Pliers—ਚਿਮਟੀ।
Plight—ਸ਼ਰਤ।
Plinth—ਚੌਕੀ।

Plod—ਰਗੜ ਕੇ ਚੱਲਣਾ।
Plot—ਖਾਕਾ, ਬੰਦਿਸ਼।
Plough—ਹਲ ਚਲਾਉਣਾ।
Ploughman—ਹਲ ਚਲਾਉਣ ਵਾਲਾ।
Plough-share—ਹਲ ਦੇ ਹੇਠਲਾ ਲੋਹਾ।
Plover—ਇਕ ਤਰ੍ਹਾਂ ਦੀ ਚਿੜੀ।
Pluck—ਤੋੜ ਦੇਣਾ, ਘਸੀਟਣਾ, ਹਿੰਮਤ।
Plug—ਡੱਟ, ਕਾਗ।
Plum—ਬੇਰ, ਅਲੂਚਾ।
Plumage—ਪੰਛੀ ਦੇ ਖੰਭ।
Plumber—ਪਾਣੀ ਦਾ ਨਲਕਾ ਲਗਾਉਣ ਵਾਲਾ।
Plume—ਕਲਗੀ, ਤਮਗ਼ਾ।
Plummet—ਲਕੀਰ ਖਿੱਚਣ ਵਾਲੀ ਸ਼ੀਸ਼ੇ ਦੀ ਸਲਾਈ।
Plump—ਮੋਟਾ, ਭਰਿਆ ਹੋਇਆ, ਚੌੜਾ ਕਰਨਾ।
Plunder—ਬਰਬਾਦ ਕਰਨਾ, ਲੁੱਟ।
Plunge—ਡੁਬਕੀ ਦੇਣਾ।
Plural—ਇਕ ਤੋਂ ਜ਼ਿਆਦਾ।
Plurality—ਬਹੁਤ ਜ਼ਿਆਦਾ।
Pluralize—ਬਹੁਵਚਨ ਕਰਨਾ।
Plus—ਜੋੜਨ ਦਾ ਨਿਸ਼ਾਨ (+)
Plush—ਮਖਮਲ ਵਰਗਾ ਕੱਪੜਾ।
Pluvial—ਬਰਸਾਤੀ।
Ply—ਮਿਹਨਤ ਕਰਨਾ, ਰੱਖਣਾ।
Plyer—ਮਿਹਨਤੀ।
Pneumatic—ਹਵਾਈ।
Pneumonitis—ਫੇਫੜੇ ਦੀ ਸੋਜ।
Poach—ਸ਼ਿਕਾਰ ਦੇ ਪਸ਼ੂ ਚੋਰੀ ਕਰਨੇ, ਰੋਕਣਾ, ਛੇੜਨਾ।
Poacher—ਸ਼ਿਕਾਰ ਵਿਚ ਜਾਨਵਰ ਚੋਰੀ ਕਰਨ ਵਾਲਾ।
Poachy—ਨਰਮ, ਗਿੱਲਾ।
Pock—ਚੇਚਕ, ਛਾਲਾ, ਫਿੰਸੀ।
Pocket—ਜੇਬ।
Pocket-money—ਜੇਬ ਖ਼ਰਚ।
Pocky—ਛਾਲਿਆਂ ਨਾਲ ਭਰਿਆ, ਦਾਗਦਾਰ।
Poculent—ਪੀਣ ਯੋਗ।
Pod—ਫਲੀ, ਫੁਲਨਾ।
Podgy—ਮੋਟਾ ਤੇ ਠਿਗਣਾ।
Poem—ਕਵਿਤਾ।
Poesy—ਕਵਿਤਾ ਲਿਖਣ ਦਾ ਗਿਆਨ।
Poet—ਕਵੀ।
Poetaster—ਨਵਾਂ ਕਵੀ, ਅਨਜਾਣ ਕਵੀ।
Poetess—ਕਵਿਤਰੀ।
Poetry—ਕਵਿਤਾ, ਛੰਦ, ਪਦਾਰਥ।
Point—ਨੁਕਤਾ, ਚਿੰਨ੍ਹ, ਸਮਾਂ, ਨੋਕ।
Pointal—ਪੱਤੀ।
Point-blank—ਸਪੱਸ਼ਟ, ਪ੍ਰਗਟ, ਸਿੱਧਾ।
Pointed—ਨੁਕੀਲਾ, ਨੋਕਦਾਰ।
Pointer—ਸ਼ਿਕਾਰੀ ਕੁੱਤੇ ਦੀ ਇਕ ਨਸਲ, ਨਿਸ਼ਾਨ, ਇਕ ਡੰਡਾ।
Pointing—ਜ਼ੇਰ ਜ਼ਬਰ ਲਗਾਉਣਾ।
Pointless—ਬਿਨਾਂ ਨੋਕ ਦਾ ਮੋਥਰਾ।
Poise—ਭਾਰ, ਬੋਝ।
Poison—ਜ਼ਹਿਰ, ਵਿਸ਼।
Poisonous—ਜ਼ਹਿਰੀਲੀ।
Poke—ਸੁਸਤ ਆਦਮੀ, ਚੁਭਾਉਣਾ।
Poker—ਅੱਗ ਜਲਾਉਣ ਦੀ ਸੀਖ।
Polar—ਕਤਬੀ।
Pole—ਡੰਡਾ, ਪੋਲੈਂਡ ਦੇਸ਼ ਦਾ ਵਾਸੀ।
Pole-axe—ਰੀਡਾਸਾ।
Pole-cat—ਉਦਬਿਲਾਵ।
Polemic—ਹੁੱਜਤੀ, ਬਹਿਸ।
Pole-star—ਤਾਰਾ, ਧਰੁਵ ਤਾਰਾ।
Police—ਬੰਦੋਬਸਤ ਕਰਨ ਵਾਲਾ, ਪੁਲਿਸ।
Police-station—ਥਾਣਾ, ਕੋਤਵਾਲੀ।
Policy—ਵਿੱਦਿਆ, ਚਤੁਰਾਈ, ਨੀਤੀ, ਬੀਮਾ।

Polish—ਸਾਫ਼ ਕਰਨਾ।
Polite—ਸੁਸ਼ੀਲ, ਸਭਿਅ, ਸ਼ਿਸ਼ਟ।
Politeness—ਖ਼ੁਸ਼ ਇਖ਼ਲਾਕ।
Politic—ਗਿਆਨੀ, ਰਾਜਨੀਤੀ ਸੰਬੰਧੀ, ਚਤੁਰ।
Political—ਦੇਸ਼ ਸੰਬੰਧੀ।
Politician—ਸਿਆਸਤਦਾਨ, ਰਾਜਨੀਤੀ ਜਾਨਣ ਵਾਲਾ।
Polity—ਰਾਜ ਪ੍ਰਬੰਧ।
Poll—ਚੋਣ ਦਾ ਸਥਾਨ, ਰਾਏ ਦੇਣਾ।
Pollard—ਕੱਟਿਆ ਹੋਇਆ ਰੁੱਖ।
Poll-tax—ਟੈਕਸ, ਡੰਡ।
Pollute—ਗੰਦਾ ਕਰਨਾ, ਅਪਵਿੱਤ੍ਰ ਕਰਨਾ।
Poltroon—ਡਰਪੋਕ, ਬੁਜ਼ਦਿਲ।
Polyandry—ਕਈ ਖਸਮਾਂ ਵਾਲੀ ਤੀਵੀਂ।
Polygamy—ਕਈ ਵਹੁਟੀਆਂ ਰੱਖਣ ਦਾ ਰਿਵਾਜ਼।
Polo—ਇਕ ਤਰ੍ਹਾਂ ਦੀ ਖੇਡ, ਜਿਸ ਨੂੰ ਘੋੜੇ ਉਤੇ ਚੜ੍ਹ ਕੇ ਖੇਡਦੇ ਹਨ।
Polyglot—ਬਹੁਤ ਜ਼ਬਾਨਾਂ ਵਾਲੀ ਪੁਸਤਕ।
Polygon—ਬਹੁਤ ਕਿਨਾਰਿਆਂ ਵਾਲਾ।
Polysyllable—ਕਈ ਟੁਕੜਿਆਂ ਦਾ ਸ਼ਬਦ।
Polythelsm—ਬੁੱਤ ਪ੍ਰਸਤੀ, ਦੇਵ ਪੂਜਾ।
Pomander—ਖ਼ੁਸ਼ਬੂ ਦੀ ਗੋਲੀ।
Pomegranate—ਅਨਾਰ।
Pommel—ਘੁੰਡੀ, ਮਾਰਨਾ, ਛੇਦਣਾ।
Pomp—ਸ਼ਾਨ ਸ਼ੌਕਤ, ਭੀੜ-ਭਾੜ।
Pomposity—ਸ਼ੇਖੀ, ਘੁਮੰਡ।
Pompous—ਸ਼ਾਨਦਾਰ, ਸ਼ਾਹਾਨਾ।
Pond—ਤਾਲਾਬ, ਹੌਜ਼।
Ponder—ਫ਼ਿਕਰ ਕਰਨਾ, ਗੌਰ ਕਰਨਾ।
Ponderous—ਵਜ਼ਨਦਾਰ, ਭਾਰੀ।
Poniard—ਕਟਾਰ, ਖੰਜਰ, ਛੁਰੀ।
Pontiff—ਰੋਮ ਦਾ ਸਭ ਤੋਂ ਵੱਡਾ ਪਾਦਰੀ।
Pony—ਟੱਟੂ, ਛੋਟਾ ਘੋੜਾ।
Poodle—ਰੇਸ਼ਮ ਵਰਗੇ ਵਾਲਾਂ ਵਾਲਾ ਛੋਟਾ ਕੁੱਤਾ।
Pooh—ਲਾਅਨਤ, ਥੂ-ਥੂ।
Pool—ਛੋਟਾ ਤਲਾਬ।
Poor—ਗਰੀਬ, ਦੁਬਲਾ-ਪਤਲਾ।
Poorness—ਗਰੀਬੀ, ਕੰਗਾਲੀ।
Pop—ਸ਼ਰਬਤ, ਅਰਕ ਨਿੰਬੂ।
Pope—ਰੋਮ ਦਾ ਸਰਦਾਰ ਪਾਦਰੀ।
Poplin—ਰੇਸ਼ਮੀ ਕੱਪੜਾ, ਉਨੀ ਕੱਪੜਾ।
Poppy—ਪੋਸਤ, ਖਸਖਸ।
Populace—ਪਰਜਾ।
Popular—ਪ੍ਰਚਲਿਤ, ਹਰਦਿਲ ਅਜੀਜ਼।
Popularity—ਮਸ਼ਹੂਰੀ।
Populate—ਆਬਾਦ ਕਰਨਾ।
Population—ਆਬਾਦੀ।
Porcelain—ਚੀਨੀ ਦੇ ਭਾਂਡੇ।
Porch—ਦਹਿਲੀਜ਼, ਡਿਉਢੀ।
Pore—ਛੇਕ।
Pork—ਸੂਰ ਦਾ ਮਾਸ।
Porker—ਸੂਰ।
Porous—ਛੇਕ ਵਾਲਾ।
Porphyry—ਕੀਮਤੀ ਪੱਥਰ।
Porpoise—ਸਮੁੰਦਰੀ ਸੂਰ।
Porridge—ਦਲੀਆ।
Porringer—ਕਟੋਰਾ, ਥਾਲੀ।
Port—ਬੰਦਰਗਾਹ, ਖੱਬੇ ਹੱਥ ਮੁੜਨਾ।
Portable—ਹਲਕਾ, ਸੌਖਾ।
Portage—ਕਿਰਾਇਆ, ਉਠਵਾਣਾ।
Portal—ਫਾਟਕ, ਛੋਟਾ ਦਰਵਾਜ਼ਾ।
Portend—ਪਹਿਲ ਕਰਨਾ, ਅਕਾਸ਼ਵਾਣੀ ਕਰਨਾ।
Portentous—ਮਨਹੂਸ, ਅਸ਼ੁੱਭ।
Porter—ਮਜ਼ਦੂਰ, ਕੁਲੀ।
Porterage—ਕਿਰਾਇਆ, ਗੱਡੀ।
Portfolio—ਬਸਤਾ।
Portico, Portion—ਹਿੱਸਾ, ਭਾਗ।

Portliness—ਸੱਜ ਧਜ, ਸ਼ਾਨ, ਰੋਅਬ।
Portmanteau—ਕੱਪੜਿਆਂ ਲਈ ਚਮੜੇ ਦਾ ਸੰਦੂਕ।
Portrait—ਤਸਵੀਰ, ਨਕਸ਼ਾ, ਚਿੱਤਰ।
Portray—ਤਸਵੀਰ ਖਿੱਚਣਾ।
Pose—ਢੰਗ, ਬੰਦ ਕਰ ਦੇਣਾ।
Position—ਹਾਲਤ, ਮੌਕਾ, ਢੰਗ।
Positive—ਸਾਫ਼ ਸਾਫ਼, ਸਾਰਾ।
Possess—ਕਬਜ਼ਾ ਕਰ ਲੈਣਾ।
Possession—ਕਬਜ਼ਾ, ਅਧਿਕਾਰ।
Possessive—ਅਧਿਕਾਰ ਸੰਬੰਧੀ।
Possible—ਹੋ ਸਕਣ ਵਾਲਾ।
Post—ਡਾਕ, ਖੰਬਾ, ਡਾਕ ਪਾਉਣਾ, ਰੱਖਣਾ।
Postage—ਡਾਕ ਦਾ ਮਹਿਸੂਲ।
Postal—ਡਾਕ ਸੰਬੰਧੀ।
Post-date—ਅਸਲੀ ਤਰੀਕ ਤੋਂ ਪਿਛੋਂ ਦੀ ਤਰੀਕ।
Poster—ਇਸ਼ਤਿਹਾਰ, ਏਲਚੀ।
Posterity—ਔਲਾਦ, ਲੜਕੇ ਵਾਲੇ।
Postfix—ਜੋੜਨਾ, ਪਿੱਛੇ ਲਗਾਉਣਾ।
Posthumous—ਮਰਨ ਦੇ ਬਾਅਦ ਪੈਦਾ ਹੋਇਆ।
Postil—ਨੋਟ, ਟਿੱਪਣੀ।
Postman—ਡਾਕੀਆ।
Post-master—ਡਾਕਘਰ ਦਾ ਅਫ਼ਸਰ।
Post-mortem—ਮਰਨ ਮਗਰੋਂ ਸਰੀਰ ਦੀ ਚੀਰ-ਫਾੜ ਕਰਨਾ।
Post-office—ਡਾਕਘਰ।
Postpone—ਮੁਲਤਵੀ ਕਰਨਾ, ਦੇਰ ਕਰਨਾ।
Postponement—ਦੇਰੀ।
Postscript—ਉਪ-ਲੇਖ।
Post-town—ਡਾਕਖਾਨੇ ਵਾਲਾ ਕਸਬਾ।
Postulate—ਮੰਗਣਾ, ਉਧਾਰ ਲੈਣਾ।
Postulation—ਦਾਅਵਾ, ਦਲੀਲ।
Posture—ਦਸ਼ਾ, ਹਾਲਾਤ।
Posy—ਕਹਾਵਤ।
Pot—ਧਾਤੂ ਜਾਂ ਮਿੱਟੀ ਦਾ ਭਾਂਡਾ।
Potation—ਸ਼ਰਾਬ ਦਾ ਘੁੱਟ।
Potash—ਖਾਰ, ਮਿੱਟੀ।
Potato—ਆਲੂ।
Potency—ਅਸਰ, ਤਾਕਤ।
Potent—ਤਾਕਤਵਰ, ਬਲਵਾਨ।
Potential—ਅਖ਼ਤਿਆਰੀ।
Pother—ਝੰਜਟ, ਹੰਗਾਮਾ।
Pot-herb—ਸਾਗ-ਸਬਜ਼ੀ, ਭਾਜੀ।
Potion—ਅਰਕ।
Potlid—ਸ਼ਰਬਤ, ਅਰਕ।
Pottage—ਗਾੜ੍ਹਾ ਸ਼ੋਰਬਾ।
Pottery—ਘੁਮਿਆਰ ਦੇ ਭਾਂਡੇ, ਮਿੱਟੀ ਦੇ ਭਾਂਡੇ ਬਣਾਉਣ ਦੀ ਥਾਂ।
Pottle—ਅੱਧੇ ਗੇਲਨ ਦੀ ਇਕ ਨਾਪ, ਟੋਕਰੀ।
Pouch—ਥੈਲੀ, ਨਿਗਲਣਾ।
Poult—ਮੁਰਗੀ ਦਾ ਬੱਚਾ।
Poultice—ਲੇਪ, ਪੁਲਟਿਸ।
Poultry—ਪਾਲਤੂ ਪੰਛੀ, ਮੁਰਗਾ, ਮੁਰਗੀ।
Pounce—ਛਿੜਕਨਾ, ਛੇਕ ਕਰਨਾ।
Pound—ਅੱਧ ਸੇਰ ਦਾ ਵਜ਼ਨ, 20 ਸ਼ਲਿੰਗ, ਅਹਾਤਾ।
Pour—ਪਾਉਣਾ, ਧਾਰ ਬੰਨ੍ਹ ਕੇ ਪਾਉਣਾ।
Pout—ਮੂੰਹ ਫੁਲਾਉਣਾ, ਇਕ ਤਰ੍ਹਾਂ ਦੀ ਸਫੇਦ ਮੱਛੀ।
Poverty—ਦੀਨਤਾ, ਕਮੀ, ਗਰੀਬੀ।
Powder—ਬੁਰਾਦਾ, ਚੂਰਣ।
Power—ਤਾਕਤ, ਜ਼ੋਰ।
Powerful—ਤਾਕਤਵਰ, ਜ਼ਬਰਦਸਤ।
Powerless—ਕਮਜ਼ੋਰ।
Pox—ਗਰਮੀ, ਆਤਸ਼ਕ।
Poy—ਬਾਜ਼ੀਗਰ ਦਾ ਬਾਂਸ।
Practical—ਅਭਿਆਸੀ, ਅਮਲੀ।

Practice—ਆਦਤ, ਅਭਿਆਸ।
Practise—ਅਭਿਆਸ ਕਰਨਾ, ਆਦਤ ਪਾਉਣੀ।
Praise—ਉੱਸਤਤ, ਪ੍ਰਸ਼ੰਸਾ ਕਰਨੀ।
Prance—ਉਛਲਨਾ, ਕੁੱਦਣਾ।
Prank—ਸਜਾਉਣਾ ਸੰਵਾਰਨਾ।
Prate—ਗੱਪ, ਬਕਵਾਸ ਕਰਨਾ।
Prattle—ਬੱਚਿਆਂ ਵਰਗੀਆਂ ਗੱਲਾਂ।
Prawn—ਝੀਂਗ ਮੱਛੀ।
Pray—ਦੁਆ ਕਰਨਾ, ਪ੍ਰਾਰਥਨਾ ਕਰਨਾ, ਮਿੰਨਤ ਕਰਨਾ।
Prayer—ਪ੍ਰਾਰਥਨਾ, ਨਮਾਜ਼, ਦੁਆ।
Prayer book—ਪੂਜਾ ਦੀ ਪੁਸਤਕ।
Prayerless—ਬੇ-ਨਮਾਜ਼ਾ।
Prayer-metting—ਇਕੱਠੀ ਪੂਜਾ।
Preach—ਆਦੇਸ਼ ਕਰਨਾ, ਉਪਦੇਸ਼ ਦੇਣਾ।
Preacher—ਧਰਮ ਉਪਦੇਸ਼ ਕਰਨ ਵਾਲਾ।
Preamble—ਭੂਮਿਕਾ।
Prebend—ਧਾਰਮਿਕ ਕਾਲਜ ਦਾ ਵਜ਼ੀਫ਼ਾ।
Precarious—ਬੇ-ਠਿਕਾਣਾ।
Precautive—ਪ੍ਰਾਰਥੀ।
Precaution—ਅਹਿਤਿਆਤ, ਚੇਤਾਵਨੀ।
Precautionary—ਅਹਿਤਿਆਤੀ।
Precautious—ਦੂਰਅੰਦੇਸ਼ੀ ਨਾਲ।
Precede—ਅੱਗੇ ਹੋਣਾ।
Precedent—ਪਹਿਲਾ, ਦ੍ਰਿਸ਼ਟਾਂਤ।
Precept—ਆਗਿਆ ਪੱਤਰ, ਫਰਮਾਨ।
Preceptive—ਸਿੱਖਿਆ ਵਾਲਾ।
Preceptress—ਅਧਿਆਪਕਾ।
Precession—ਪੇਸ਼ਕੀ।
Precious—ਕੀਮਤੀ, ਅਨਮੋਲ।
Precipice—ਚੱਟਾਨ, ਢਾਲ।
Precipient—ਹੁਕਮ ਦਿੰਦਿਆਂ ਹੋਇਆਂ।
Precipitance—ਜਲਦੀ।
Precipitate—ਸਿਰ ਭਾਰ ਡਿੱਗਣਾ, ਮੈਲ ਜਿਹੜੀ ਹੇਠਾਂ ਇਕੱਠੀ ਹੋਵੇ।
Precipitious—ਸਿਰ ਭਾਰ, ਬਹੁਤ ਢਲਾਨ।
Precise—ਠੀਕ, ਬਰੀਕ।
Precisely—ਠੀਕ ਤਰ੍ਹਾਂ ਨਾਲ।
Preciseness—ਦਰੁੱਸਤ, ਠੀਕ।
Pricision—ਸ਼ੁੱਧਤਾ।
Preclude—ਬੰਦ ਕਰਨਾ।
Preclusion—ਰੋਕ।
Preclusive—ਰੋਕਣ ਵਾਲਾ।
Precocity—ਸਮੇਂ ਤੋਂ ਪਹਿਲਾਂ ਪੱਕਣਾ।
Precognition—ਇਮਤਿਹਾਨ, ਜਾਂਚ।
Preconceit—ਪਹਿਲਾਂ ਹੀ ਰਾਏ ਕਾਇਮ ਕਰਨਾ।
Preconception—ਜਿਹੜੀ ਗੱਲ ਪਹਿਲਾਂ ਵਿਚਾਰ ਲਈ ਜਾਵੇ।
Precursor—ਸ਼ਗੁਨ, ਫਾਲ।
Precursory—ਪੇਸ਼ਗੀ, ਸ਼ੁਰੂ ਦਾ।
Predatory—ਲੁਟੇਰਾ।
Predecease--ਸਮੇਂ ਤੋਂ ਪਹਿਲਾਂ ਮਰਨਾ।
Predecessor--ਵੱਡਾ, ਪਹਿਲਾ ਅਧਿਕਾਰੀ।
Predestinarian—ਕਿਸਮਤ ਮੰਨਣ ਵਾਲਾ।
Predestination—ਕਿਸਮਤ, ਤਕਦੀਰ।
Predetermination—ਪਹਿਲਾਂ ਤੋਂ ਸੋਚਿਆ ਹੋਇਆ ਕੰਮ।
Predial—ਖੇਤ ਸੰਬੰਧੀ।
Predicable—ਜੋ ਬਿਆਨ ਹੋ ਸਕੇ।
Predicament—ਨਾਜ਼ੁਕ ਹਾਲਤ।
Predicate—ਬਿਆਨ ਕਰਨਾ।
Predict—ਛੁਪੀ ਹੋਈ ਗੱਲ।
Prediction—ਭਵਿੱਖਵਾਣੀ।
Predictor—ਭਵਿੱਖ ਦੱਸਣ ਵਾਲਾ।

Predilection—ਪੱਖਪਾਤ।
Predominate—ਨੀਵਾਂ ਕਰਨਾ, ਵੱਡਾ ਹੋਣਾ।
Pre-eminence—ਵਡਿਆਈ।
Pre-emption—ਅੰਸ਼, ਪੜੌਸ।
Pre-engagement-- ਪਹਿਲੇ ਨਿਰਧਾਰਿਤ ਕੀਤਾ ਹੋਇਆ।
Pre-exist—ਪਹਿਲੇ ਤੋਂ ਹੋਣਾ।
Pre-existence—ਹਸਤੀ।
Preface—ਭੂਮਿਕਾ।
Prefatory—ਸ਼ੁਰੂ ਦਾ।
Prefect—ਅਫ਼ਸਰ, ਹਾਕਮ।
Prefer—ਪਸੰਦ ਕਰਨਾ, ਕਦਰ ਕਰਨਾ।
Preferable—ਪਸੰਦ ਕੀਤਾ ਹੋਇਆ।
Preference—ਪਸੰਦ, ਤਰਜੀਹ।
Preferential—ਸਭ ਤੋਂ ਚੰਗਾ।
Prefigure—ਪਹਿਲਾਂ ਤੋਂ ਸ਼ਕਲ ਦਾ ਪ੍ਰਕਾਸ਼ ਕਰਨਾ।
Prefix—ਅੱਖਰ ਜਾਂ ਸ਼ਬਦ ਜੋ ਪਹਿਲਾਂ ਲੱਗੇ।
Pregnancy—ਗਰਭ, ਹਮਲ।
Pregnant—ਗਰਭਵਤੀ।
Prehensible—ਪਕੜਨ ਯੋਗ।
Prehistoric—ਇਤਿਹਾਸਕ ਸਮੇਂ ਤੋਂ ਪਹਿਲਾਂ ਦਾ।
Pre-instruct—ਪਹਿਲਾਂ ਤੋਂ ਸਿਖਾਉਣਾ।
Prejudge—ਮੁਕੱਦਮਾ ਸੁਣਨ ਤੋਂ ਪਹਿਲਾਂ ਫੈਸਲਾ ਕਰਨਾ।
Prejudgment—ਬਿਨਾਂ ਪੁੱਛੇ ਫੈਸਲਾ ਕਰਨਾ।
Prejudicate—ਬਿਨਾਂ ਸੁਣੇ ਸਮਝੇ ਫੈਸਲਾ ਕਰਨਾ।
Prejucie—ਤਜਵੀਜ਼, ਬਿਨਾਂ ਸੋਚ।
Prejudicial—ਹਾਨੀਕਾਰਕ।
Prelacy—ਪਾਦਰੀਆਂ ਦਾ ਗੁਰੂ।
Prelate—ਸੰਨ ਈਸਵੀ।
Prelect—ਲੈਕਚਰ ਦੇਣਾ।
Prelection—ਲੈਕਚਰ।
Prelibation—ਸੁਆਦ ਲੈਣਾ।
Preliminary—ਸ਼ੁਰੂ ਵਾਲਾ, ਆਰੰਭਕ।
Prelude—ਸ਼ੁਰੂ, ਅਰੰਭ।
Prelusive—ਪਹਿਲੇ ਦਾ।
Premature—ਸਮੇਂ ਤੋਂ ਪਹਿਲਾਂ।
Premeoitate—ਪੇਸ਼ਬੰਦੀ ਕਰਨਾ।
Premeditation—ਪਹਿਲ, ਸੋਚ।
Premier--ਪ੍ਰਧਾਨ ਮੰਤਰੀ, ਖ਼ਾਸ, ਮੁੱਖ।
Premiership—ਮੰਤਰੀ ਦੀ ਪਦਵੀ।
Premise—ਅੱਗੋਂ, ਜਾਣਾ।
Premises—ਘਰ ਅਤੇ ਉਸ ਨਾਲ ਲੱਗੀ ਹੋਈ ਜ਼ਮੀਨ।
Premium—ਨਫ਼ਾ, ਇਨਾਮ, ਸੂਦ।
Premonition—ਸੂਚਨਾ, ਚੇਤਾਵਨੀ।
Premonitory—ਪਹਿਲੇ ਸੂਚਨਾ ਦੇਣ ਵਾਲਾ।
Preoccupancy--ਪਹਿਲੇ ਦਾ ਅਧਿਕਾਰ।
Preoccupy—ਪਹਿਲੇ ਕਬਜ਼ਾ।
Preominate—ਪਹਿਲਾਂ ਤੋਂ ਦੱਸਣਾ।
Preordain—ਪਹਿਲਾਂ ਤੋਂ ਨੀਯਤ।
Preordination—ਪਹਿਲੀ ਤਜਵੀਜ਼।
Preparation—ਤਿਆਰੀ, ਰਚਨਾ।
Prepare—ਤਿਆਰ ਕਰਨਾ।
Prepay—ਪੇਸ਼ਗੀ ਦੇਣਾ।
Prepayment—ਪੇਸ਼ਗੀ।
Prepense—ਪਹਿਲਾਂ ਸੋਚਿਆ ਹੋਇਆ।
Preponderance—ਤਾਕਤਵਰ।
Preponderate—ਜ਼ਿਆਦਾ ਕਰਨਾ, ਭਾਰੀ ਕਰਨਾ।
Preposition—ਸੰਬੰਧ ਬੋਧਕ।
Prepositional—ਉਪਸਰਗ ਦੇ ਬਾਰੇ ਵਿੱਚ।

Prepossess—ਪਹਿਲਾਂ ਤੋਂ ਕਬਜ਼ਾ ਕਰ ਲੈਣਾ।
Prepossession—ਪਹਿਲਾਂ ਦਾ ਕਬਜ਼ਾ।
Preposterous—ਅਜੀਬ, ਅਦਭੁੱਤ।
Prerequisite—ਜ਼ਰੂਰੀ।
Prerogative—ਅਧਿਕਾਰ।
Presage—ਫਾਲ।
Presbyter—ਵੱਡਾ ਪਾਦਰੀ, ਪੁਰੋਹਿਤ।
Presbytery—ਪਾਦਰੀਆਂ ਦਾ ਸਮੂਹ।
Prescience, Prescient—ਪੂਰਵ ਗਿਆਨ।
Prescious—ਪੂਰਵ ਗਿਆਨ ਨਾਲ।
Prescribe—ਨੁਸਖ਼ਾ ਦੇਣਾ।
Prescript—ਆਗਿਆ, ਹਦਾਇਤ।
Prescription—ਨੁਸਖਾ, ਦਾਅਵਾ।
Prescriptive—ਪੁਰਾਣਾ, ਰਿਵਾਜੀ।
Presence—ਢੰਗ, ਮੁਕਾਬਲਾ।
Present—ਵਰਤਮਾਨ, ਤੋਹਫ਼ਾ, ਹੁਣ।
Presentation--ਚੜ੍ਹਾਵਾ, ਭੇਂਟ, ਨੁਮਾਇਸ਼।
Presentiment—ਅੱਗੇ ਦੀ ਮੁਸੀਬਤ ਦਾ ਡਰ।
Presently—ਫੌਰਨ, ਹਾਲ ਵਿੱਚ, ਹੁਣੇ।
Presentment—ਨਕਸ਼ਾ, ਪੇਸ਼ੀ।
Preservation—ਅਮਨ, ਬਚਾਅ।
Preservative—ਬਚਾਉਣ ਵਾਲੀ ਚੀਜ਼।
Preserve—ਹਿਫ਼ਾਜ਼ਤ ਨਾਲ ਰੱਖਣਾ।
Preside—ਚੌਧਰੀ ਹੋਣਾ।
Presidency—ਪ੍ਰਧਾਨ ਦਾ ਅਹੁਦਾ, ਸੇਵਾ।
President—ਪ੍ਰਧਾਨ, ਸਰਦਾਰ, ਹਾਕਮ।
Presignify—ਸੂਚਨਾ ਕਰ ਦੇਣਾ।
Press—ਛਾਪੇ ਦੀ ਮਸ਼ੀਨ, ਕੋਹਲੂ, ਸ਼ਿਕੰਜਾ। ਦਬਾਣਾ, ਮਜ਼ਬੂਰ ਕਰਨਾ।
Press-gang—ਨੌਕਰੀ ਲਈ ਬੇਗਾਰ ਕਰਨ ਵਾਲਾ ਆਦਮੀ।
Pressing—ਜ਼ਰੂਰੀ, ਦੁੱਖਦਾਈ।
Pressman—ਛਾਪਣ ਵਾਲਾ।
Pressure—ਦਬਾਅ, ਦੁੱਖ, ਤੰਗੀ, ਜ਼ੋਰ।
Prestige—ਰੋਅਬ-ਦਾਬ, ਦਿਖਾਵੇ ਦੀ ਇੱਜ਼ਤ, ਧੋਖਾ, ਗੌਰਵ।
Presumable—ਮੁਮਕਿਨ, ਵਿਚਾਰਨ ਯੋਗ।
Presume—ਸੋਚਣਾ, ਘੁਮੰਡ ਕਰਨਾ।
Presumption—ਖ਼ਿਆਲ, ਡੀਠਤਾ, ਸ਼ੋਖੀ, ਦਲੇਰੀ।
Presumptive—ਘੁਮੰਡੀ।
Presumptuous—ਜ਼ਿੱਦੀ, ਹਠੀ, ਸ਼ੋਖ।
Presuppose—ਪਹਿਲਾਂ ਤੋਂ ਖ਼ਿਆਲ ਕਰਨਾ।
Presupposition—ਗੁਮਾਨ।
Pretence—ਬਨਾਵਟ, ਛਲ।
Pretend—ਹੱਕ ਜਮਾਉਣਾ।
Pretender—ਝੂਠਾ ਦਾਅਵਾ ਕਰਨ ਵਾਲਾ।
Pretentious—ਅਧਿਕਾਰ ਨਾਲ, ਦਾਅਵਾ ਕਰਨ ਵਾਲਾ।
Preterit—ਬੀਤਿਆ ਹੋਇਆ।
Preterition—ਲੰਘ ਜਾਣ ਦਾ ਕੰਮ।
Pretermit—ਛੱਡ ਦੇਣਾ, ਭੁਲਾ ਦੇਣਾ।
Preternatural—ਬਿਲਕੁਲ, ਅਦਭੁੱਤ।
Pretext—ਹੀਲਾ।
Pretty—ਸੋਹਣਾ, ਖ਼ੂਬਸੂਰਤ।
Prevail—ਪ੍ਰਚਲਿਤ ਕਰਨਾ, ਜਾਰੀ ਕਰਨਾ।
Prevailing—ਉਕਸਾਣ ਵਾਲਾ, ਪ੍ਰਬਲ।
Prevalence—ਅਸਰ, ਰਿਵਾਜ਼।
Prevalent—ਜ਼ਬਰਦਸਤ, ਜਾਰੀ
Prevaricate—ਜ਼ਬਾਨ ਫੇਰਨਾ, ਟਾਲ ਮਟੋਲ ਕਰਨਾ।
Prevenient—ਰੋਕ ਪਾਉਣਾ।
Prevent—ਮਨ੍ਹਾਂ ਕਰਨਾ, ਰੋਕਣਾ।
Prevention—ਰੋਕ, ਅਟਕਾਉ।

Preventive—ਰੋਕਣ ਵਾਲਾ।
Previous—ਪੁਰਾਣਾ, ਪਹਿਲਾ।
Prey—ਲੁੱਟ, ਲੁੱਟ ਦਾ ਮਾਲ।
Price—ਮੁੱਲ, ਇਨਾਮ।
Priceless—ਅਨਮੋਲ, ਵਧੀਆ।
Prick, Prik—ਖ਼ਾਕਾ ਖਿੱਚਣਾ।
Prickly—ਕੰਡਿਆਂ ਵਾਲਾ।
Pride—ਅਭਿਮਾਨ, ਘੁਮੰਡ।
Priest—ਪੁਜਾਰੀ, ਗੁਰੂ।
Prietcraft—ਪਾਦਰੀਆਂ ਦਾ ਫਰੇਬ।
Priestess—ਪੁਜਾਰਣ, ਗੁਰੂ ਦੀ ਇਸਤ੍ਰੀ।
Priestly—ਪੁਜਾਰੀ ਨਾਲ ਸੰਬੰਧਤ।
Prig—ਬਾਂਕਾ, ਛੈਲ ਛਬੀਲਾ।
Prim—ਨਾਜ਼ੁਕ ਮਿਜਾਜ਼।
Primacy—ਸਰਦਾਰ ਦੀ ਪਦਵੀ।
Primal—ਪਹਿਲਾ, ਅਵੱਲ।
Primarily—ਸ਼ੁਰੂ ਦਾ।
Primary—ਅਸਲੀ, ਪਹਿਲਾ।
Primate—ਸਰਦਾਰ ਪਾਦਰੀ।
Prime—ਵਧੀਆ, ਬਹੁਤ ਅੱਛਾ, ਜ਼ਮੀਨ ਬਣਾਉਣਾ।
Primer—ਪ੍ਰਥਮ ਪੁਸਤਕ।
Priming—ਰੰਗ ਦਾ ਅਸਰ।
Primitive—ਅਸਲੀ, ਪੁਰਾਣਾ।
Premness—ਬਨਾਵਟ, ਮਰੋੜ।
Primordial—ਅਨਸਰੀ, ਅਸਲੇ।
Primrose—ਇਕ ਤਰ੍ਹਾਂ ਦਾ ਫੁੱਲ।
Prince—ਰਾਜਕੁਮਾਰ, ਸ਼ਹਿਜ਼ਾਦਾ।
Princely—ਸ਼ਹਿਨਸ਼ਾਹੀ, ਸ੍ਰੇਸ਼ਟ।
Princess—ਰਾਜਕੁਮਾਰੀ, ਸ਼ਹਿਜ਼ਾਦੀ।
Principal—ਸਭ ਤੋਂ ਵੱਡਾ, ਸਕੂਲ/ਕਾਲਜ ਦਾ ਵੱਡਾ ਅਫਸਰ।
Principality—ਰਾਜ, ਹਕੂਮਤ, ਮੁਲਕ।
Principla—ਅਸਲੀ ਨੇਮ।
Principle—ਅਸਲੀ, ਅਸੂਲ, ਕਾਰਣ।
Prink—ਅਕੜਨਾਂ, ਬਨਾਵਟ ਕਰਨੀ।
Print—ਛਾਪਣਾ, ਨਕਸ਼ਾ ਕਰਨਾ, ਮੋਹਰ, ਠੱਪਾ।
Printer—ਛਾਪਣ ਵਾਲਾ
Printing--ਛਾਪਣ ਦੀ ਵਿੱਦਿਆ, ਛਪਾਈ।
Prior—ਪਹਿਲਾ, ਪੁਰਾਣਾ।
Prioress—ਮਹੰਤਣੀ।
Priority—ਫਲ, ਤਕਦੀਰ।
Priory—ਮਠ, ਮੰਦਿਰ।
Prism—ਮਨਸੂਰ।
Prison—ਜੇਲ੍ਹਖਾਨਾ।
Prisoner—ਕੈਦੀ, ਬੰਦੀ।
Pristine—ਪੁਰਾਣਾ, ਅਸਲੀ।
Prithee—ਕਹੋ ਜੀ।
Privacy—ਪੋਸ਼ੀਦਗੀ।
Private—ਜ਼ਾਤੀ, ਖਾਸ, ਏਕਾਂਤ।
Privately—ਚੁੱਪਚਾਪ, ਛੁਪਾ ਕੇ।
Privation—ਹਾਨੀ, ਤੰਗੀ।
Privilege—ਹੱਕ, ਅਧਿਕਾਰ।
Privily—ਛੁਪ ਕੇ।
Privity—ਰਾਜ, ਭੇਦ।
Privy—ਖ਼ਾਸ, ਨਿੱਜੀ।
Prize—ਇਨਾਮ, ਲੁੱਟ ਦਾ ਮਾਲ।
Prize-ring—ਮੁੱਕੇਬਾਜ਼ੀ।
Probabiliy—ਹੋ ਸਕਣਾ, ਮੁਮਕਿਨ।
Probable—ਮੁਮਕਿਨ।
Probate—ਸਨਦ, ਵਸੀਅਤਨਾਮਾ।
Probation—ਇਮਤਿਹਾਨ, ਪਰਖ।
Probationary -- ਸ਼ਾਗਿਰਦੀ, ਉਮੀਦਵਾਰੀ।
Probe—ਇਮਤਿਹਾਨ ਲੈਣਾ।
Probity—ਧਰਮ, ਸੱਚਾਈ।
Problem—ਮਸਲਾ, ਸਵਾਲ।
Problematical—ਅਨਿਸ਼ਚਤ।
Proboscis—ਹਾਥੀ ਦੀ ਸੁੰਢ।
Procedure—ਕਾਰਵਾਈ, ਰੀਤ।

Proceed—ਅੱਗੇ ਚੱਲਣਾ, ਜਾਰੀ ਕਰਨਾ।
Proceeding—ਕਾਰਵਾਈ, ਤਦਬੀਰ।
Proceeds—ਪੈਦਾਵਾਰ, ਆਮਦਨੀ।
Process—ਚਾਲ, ਪਰਵਾਨਾ, ਅਦਾਲਤ।
Proclaim—ਇਸ਼ਤਿਹਾਰ ਦੇਣਾ, ਕਢ ਦੇਣਾ।
Proclamation—ਇਸ਼ਤਿਹਾਰ, ਐਲਾਨ।
Proclivity—ਸਮਝ, ਫੁਰਤੀ।
Procrastinate—ਦੇਰ ਲਗਾਉਣੀ, ਟਾਲਮਟੋਲ।
Procrastination—ਟਾਲਮਟੋਲ।
Procreate—ਬੱਚਾ ਜਨਣਾ, ਪੈਦਾ ਕਰਨਾ।
Procreation—ਪੈਦਾਇਸ਼।
Proctor—ਮੁਫ਼ਤਾਰ, ਨੁਮਾਇਦਾ।
Procurable—ਜੋ ਮਿਲ ਸਕੇ।
Procuration—ਮੁਖ਼ਤਾਰੀ, ਨਜ਼ਰਾਨਾ।
Procurator—ਮੁਖ਼ਤਾਰਕਾਰ, ਵਕੀਲ।
Pprocure—ਮਿਲਾਉਣਾ, ਪਹੁੰਚਾਉਣਾ।
Prodigal—ਫ਼ਜ਼ੂਲ ਖ਼ਰਚ।
Prodigality—ਫ਼ਜ਼ੂਲ ਖ਼ਰਚੀ, ਬਰਬਾਦੀ।
Prodigally—ਫ਼ਜ਼ੂਲ ਖ਼ਰਚੀ ਨਾਲ।
Prodigious—ਅਨੋਖਾ, ਬਹੁਤ ਵੱਡਾ।
Prodigy—ਅਚੰਭਾ, ਹੈਰਾਨੀ।
Produce—ਪੈਦਾ ਕਰਨਾ, ਅੱਗੇ ਖਿੱਚਣਾ, ਪਹੁੰਚਾਣਾ।
Produce—ਪੈਦਾਵਾਰ, ਆਮਦ।
Producer—ਪੈਦਾ ਕਰਨ ਵਾਲਾ।
Producible—ਜੋ ਪੇਸ਼ ਕੀਤੀ ਜਾ ਸਕੇ।
Product—ਪੈਦਾਵਾਰ, ਫਲ।
Production—ਉੱਤਪਤੀ, ਲੰਬਾਈ, ਈਜਾਦ।
Productive—ਪੈਦਾ ਕਰਨ ਵਾਲਾ।
Productiveness—ਪੈਦਾਇਸ਼ ਦੀ ਸ਼ਕਤੀ।
Proem—ਭੂਮਿਕਾ, ਆਰੰਭ।
Profanation—ਨਿੰਦਾ, ਅਪਵਿੱਤ੍ਰਤਾ। ਅਪਵਿਤ੍ਰ, ਖ਼ਰਾਬ ਕਰਨਾ।
Profanely—ਬੇਅਦਬੀ ਨਾਲ, ਗੁਸਤਾਖ਼ੀ ਨਾਲ।
Profanity—ਬੁਰੇ ਬੋਲ, ਡੀਠਤਾਈ।
Profess—ਇਕਰਾਰ ਕਰਨਾ, ਜ਼ਾਹਿਰ ਕਰਨਾ।
Profession—ਕੰਮ, ਧੰਦਾ।
Professional—ਕੰਮ-ਧੰਦੇ ਦੇ ਸੰਬੰਧ ਵਿੱਚ।
Professor--ਪੰਡਿਤ, ਵਿਦਵਾਨ, ਅਧਿਆਪਕ।
Proffer—ਦੇਣਾ, ਅੱਗੇ ਰੱਖਣਾ।
Proficiency—ਲਿਆਕਤ, ਕਾਬਲੀਅਤ।
Proficient—ਲਾਇਕ, ਯੋਗ, ਗੁਣੀ।
Profile—ਇਕ ਪਾਸੇ ਵਾਲੀ ਤਸਵੀਰ।
Profit—ਨਫ਼ਾ, ਲਾਭ।
Profitable—ਲਾਭਦਾਇਕ, ਹਿਤਕਾਰੀ।
Profitably—ਲਾਭ ਨਾਲ।
Profitless—ਬਿਨਾਂ ਲਾਭ।
Profigacy—ਬਦਕਾਰੀ, ਹਰਾਮਖੋਰੀ।
Profound—ਗਹਿਰਾ, ਮੁਕੰਮਲ।
Profoundly, Profundity--ਗੰਭੀਰਤਾ, ਗਹਿਰਾਈ।
Profusion—ਫ਼ਜ਼ੂਲ ਖ਼ਰਚੀ।
Prog—ਭਟਕਣਾ, ਚੋਰੀ ਕਰਨਾ।
Progenitor—ਵੱਡਾ, ਬਜ਼ੁਰਗ।
Progeny—ਔਲਾਦ, ਪਰਿਵਾਰ।
Prognosis—ਰੋਗ, ਜਾਂਚ।
Prognosticate—ਸੂਚਨਾ ਦੇਣਾ, ਪਹਿਲਾਂ ਜ਼ਾਹਿਰ ਕਰਨਾ।
Prognosticator—ਜੋਤਸ਼ੀ।
Programme—ਕਿਸੇ ਕੰਮ ਜਾਂ ਜਲਸੇ ਦੀ ਤਫ਼ਸੀਲ।
Progress—ਤਰੱਕੀ, ਸੈਰ, ਸਫ਼ਰ।
Progression—ਚਾਲ।
Progrssive—ਤਰੱਕੀ ਕਰਨ ਵਾਲਾ।
Prohibit—ਰੋਕਣਾ, ਮਨ੍ਹਾਂ ਕਰਨਾ।

Prohibition—ਮਨਾਹੀ, ਰੋਕ।
Project—ਵਿਚਾਰਨਾ, ਖ਼ਾਕਾ ਖਿੱਚਣਾ, ਤਜਵੀਜ਼।
Projectle—ਅੱਗੇ ਸੁੱਟਿਆ ਹੋਇਆ।
Projector—ਤਜਵੀਜ਼ ਕਰਨ ਵਾਲਾ।
Prolate—ਲੰਬਾ, ਖਿਲਰਿਆ ਹੋਇਆ, ਬੋਲਣਾ, ਉਚਾਰਨ ਕਰਨਾ।
Prolific—ਸਫਲ, ਭਰਿਆ ਹੋਇਆ।
Prolix—ਲੰਬਾ।
Prolixty—ਫੈਲਾਵਟ।
Prologue—ਫੈਲਾਵਟ, ਭੂਮਿਕਾ।
Prolong—ਮੁਲਤਵੀ ਕਰਨਾ, ਲੰਬਾ ਕਰਨਾ।
Prolongation—ਦੇਰ, ਫੈਲਾਵ।
Promenade—ਸੈਰ, ਚਹਿਲਕਦਮੀ।
Prommence—ਟਹਿਲਣਾ, ਫਿਰਨਾ।
Prominent—ਜ਼ਾਹਿਰ ਕਰਨਾ, ਮਸ਼ਹੂਰ ਕਰਨਾ।
Prominenly—ਸ਼ਾਨ ਸ਼ੌਕਤ ਨਾਲ।
Promiscuous—ਗੜਬੜ, ਮਿਲਿਆ ਹੋਇਆ।
Promise—ਇਕਰਾਰ, ਉਮੀਦ ਰੱਖਣਾ।
Promissory—ਇਕਰਾਰੀ, ਸ਼ਰਤੀ।
Promontory—ਸਮੁੰਦਰ ਵਿਚ ਵਧੀ ਹੋਈ ਜ਼ਮੀਨ ਦੀ ਨੋਕ।
Promote—ਤਰੱਕੀ ਦੇਣਾ।
Promoter—ਸਹਾਇਕ, ਦਿਆਲੂ।
Promation—ਤਰੱਕੀ।
Prompt—ਉਕਸਾਉਣਾ, ਦੱਸਣਾ।
Promptly—ਚੁਸਤੀ, ਚਲਾਕੀ।
Promulgate, Promulgation—ਐਲਾਨ ਕਰਨਾ, ਇਸ਼ਤਿਹਾਰ ਦੇਣਾ।
Prone—ਝੁਕਿਆ ਹੋਇਆ।
Pronenss—ਝੁਕਾਅ।
Prong—ਕੰਡਾ, ਸੀਖ।
Pronominal, Pronoun—ਸਰਵਨਾਮ ਸੰਬੰਧੀ।
Pronounce—ਉਚਾਰਣ ਕਰਨਾ, ਹੁਕਮ ਦੇਣਾ।
Pronounciation—ਉਚਾਰਣ।
Proof—ਪ੍ਰਮਾਣ, ਛਾਪਣ ਦਾ ਮਸੌਦਾ, ਫਰਮਾ।
Prop—ਟੇਕ, ਆੜ।
Propaganda—ਮੱਤ-ਪ੍ਰਚਾਰ।
Propagate—ਫੈਲਾਉਣਾ, ਪੈਦਾ ਕਰਨਾ।
Proagation—ਜਨਮ, ਫੈਲਾਉ।
Propel—ਧਕੇਲਨਾ, ਚਲਾਉਣਾ।
Propeller—ਧਕੇਲਣ ਵਾਲੀ ਇਕ ਕਿਸਮ ਦੀ ਕਿਸ਼ਤੀ।
Propensity—ਚਸਕਾ, ਇੱਛਾ, ਸ਼ੌਕ।
Proper—ਅਸਲੀ, ਠੀਕ।
Propcrly—ਠੀਕ ਤਰ੍ਹਾਂ, ਵਾਜਬੀ।
Property—ਜਾਇਦਾਦ, ਅਸਬਾਬ।
Prophecy—ਪੂਰਵ-ਗਿਆਨ।
Prophesy—ਭਵਿੱਖ ਦੀ ਗੱਲ ਦਸਣਾ।
Prophet—ਅਵਤਾਰ, ਪੈਗੰਬਰ।
Prophylactic—ਬੀਮਾਰੀ ਰੋਕਣ ਵਾਲੀ ਦਵਾਈ।
Propiquity—ਰਿਸ਼ਤੇਦਾਰੀ, ਨਾਤਾ।
Proptiate—ਮਨਾਉਣਾ, ਰਾਜ਼ੀ ਕਰਨਾ।
Propitiation—ਮਿੰਨਤ, ਕੁਰਬਾਨੀ।
Propitiatory—ਮਿੰਨਤ।
Propitious—ਮੁਬਾਰਕ, ਨੇਕ, ਮੁਆਫਕ।
Proplasm—ਸਾਂਚਾ, ਢਾਂਚਾ।
Proponent—ਵਿਚਾਰ ਕਰਨ ਵਾਲਾ।
Proportion--ਅੰਦਾਜ਼ਾ ਕਰਨਾ, ਮਿਲਾਉਣਾ।
Proportinate—ਬਰਾਬਰ ਕਰਨਾ।
Propotionally—ਅੰਦਾਜ਼ਾ, ਲੱਗਭਗ।
Proposal—ਰਾਏ, ਪ੍ਰਸਤਾਵ।
Propose—ਤਜਵੀਜ਼ ਕਰਨਾ।
Proposition—ਦਾਅਵਾ, ਤਜਵੀਜ਼।
Propound—ਪੇਸ਼ ਕਰਨਾ, ਦੱਸਣਾ।

Propounder—ਤਜਵੀਜ਼ ਕਰਨ ਵਾਲਾ।
Proprietary—ਮਾਲਕ, ਜ਼ਿੰਮੀਦਾਰ।
Proprieter--ਮਾਲਕ, ਸੁਆਮੀ, ਅਧਿਕਾਰੀ।
Propriety—ਯੋਗਤਾ, ਦਰੁਸਤਗੀ।
Propulsion—ਧੱਕਾ, ਠੇਲਾ।
Prorogation—ਮੋਹਲਤ, ਵਿਸਤਾਰ, ਢਿੱਲ।
Proscribe—ਰੋਕਣਾ, ਕਤਲ ਦਾ ਹੁਕਮ ਦੇਣਾ।
Proscription—ਕਤਲ ਦੀ ਆਗਿਆ।
Prose—ਨਾਟਕ, ਵਾਰਤਾ।
Prosecute—ਜਾਰੀ ਰੱਖਣਾ, ਖੜਾ ਰੱਖਣਾ।
Prosecution--ਪੈਰਵੀ, ਕੋਸ਼ਿਸ਼, ਫਰਿਆਦ।
Prosecutor—ਮੁਦੱਈ, ਫਰਿਆਦੀ।
Proselytise—ਨਵਾਂ ਸ਼ਿਸ਼ ਬਣਾਨਾ।
Proselytime—ਦੂਜਾ ਮੱਤ ਗ੍ਰਹਿਣ ਕਰਨਾ।
Prosody—ਛੰਦ ਵਿੱਦਿਆ, ਪਿੰਗਲ।
Prospect—ਸੈਰ, ਬਹਾਰ।
Prospection—ਅੱਗੇ ਦਾ ਫ਼ਿਕਰ।
Prospectus—ਸੂਚਨਾ, ਸੂਚਨਾ ਪੱਤਰ।
Prosper—ਫਲਣਾ, ਫੁੱਲਣਾ।
Prosperity—ਖ਼ੁਸ਼ਹਾਲੀ, ਸਰਸਬਜੀ।
Prosperous—ਸਫਲ, ਪੂਰਾ।
Prostitute—ਬੁਰੇ ਕੰਮ ਵਿੱਚ ਲੱਗਣਾ।
Protitution—ਬਦਕਾਰੀ, ਰੰਡੀਬਾਜ਼ੀ।
Prostrate—ਪਛਾਣਨਾ, ਸੁੱਟਣਾ।
Prostration—ਉਦਾਸੀ।
Prostyle—ਕਤਾਰਬੰਦੀ।
Prosy—ਸਾਦਾ, ਬੇ-ਮਜ਼ਾ।
Protean—ਬਦਲਣ ਵਾਲਾ।
Protect—ਖ਼ਤਰੇ ਤੋਂ ਬਚਾਉਣਾ।
Protection—ਬਚਾਉਣਾ, ਸ਼ਰਨ।
Protective—ਬਚਾਉਣ ਵਾਲਾ।
Protector—ਮਿਹਰਬਾਨ।
Protectress—ਬਚਾਉਣ ਵਾਲੀ ਇਸਤ੍ਰੀ।
Protege—ਸੁਰੱਖਿਅਤ।
Protest—ਇਕਰਾਰ ਕਰਨਾ, ਇਤਰਾਜ਼ ਕਰਨਾ, ਇਤਰਾਜ਼, ਇਕਰਾਰ।
Protestant—ਈਸਾਈਆਂ ਦਾ ਇਕ ਫ਼ਿਰਕਾ।
Protocol—ਮੂਲ ਪੱਤਰ, ਮਸੌਦਾ।
Protomartyr—ਪਹਿਲਾ ਸ਼ਹੀਦ।
Protract—ਖਿੱਚਣਾ, ਲੰਬਾ ਕਰਨਾ।
Protrction—ਲੰਬਾਈ, ਦੇਰੀ।
Protractor—ਖੇਤਰ ਬਣਾਉਣ ਦਾ ਯੰਤਰ।
Protrude—ਅੱਗੇ ਨਿਕਲ ਜਾਣਾ।
Protrusion—ਨਿਕਾਸ।
Protrusive—ਅੱਗੇ ਨਿਕਲਿਆ ਹੋਇਆ।
Protuberate—ਅੱਗੇ ਨੂੰ ਕੱਢਣਾ।
Proud—ਅਭਿਮਾਨੀ, ਘੁਮੰਡੀ।
Proudly—ਘੁਮੰਡ ਨਾਲ।
Prove—ਸਾਬਿਤ ਕਰਨਾ, ਤਜਰਬਾ ਕਰਨਾ।
Provender—ਤੂੜੀ, ਭੂਸਾ।
Proverb—ਕਹਾਵਤ, ਮਸਲਾ।
Provide—ਪਹਿਲੇ ਫ਼ਿਕਰ ਕਰਨਾ।
Provided—ਅਗਰ, ਬਸ਼ਰਤੇ ਕਿ,
Providence—ਦੂਰ ਅੰਦੇਸ਼ੀ, ਅੰਨਦਾਤਾ।
Provident—ਬੁੱਧੀਮਾਨ, ਦੂਰਦਰਸ਼ੀ।
Provedential—ਈਸ਼ਵਰੀ, ਦੈਵੀ।
Province—ਪ੍ਰਦੇਸ਼, ਸੂਬਾ, ਪ੍ਰਾਂਤ।
Provincial—ਸੂਬੇ ਦਾ, ਪ੍ਰਾਂਤਕ।
Provision—ਖ਼ੁਰਾਕ ਦੇਣਾ, ਰਸਦ।
Provisional—ਆਰਜ਼ੀ, ਥੋੜੇ ਸਮੇਂ ਲਈ।
Provocation—ਕ੍ਰੋਧ ਦੁਆਉਣ ਦਾ ਕੰਮ, ਜੋਸ਼ ਦੁਆਉਣਾ।
Provoke—ਛੇੜਣਾ, ਗੁੱਸਾ ਦੁਆਉਣਾ।
Provost—ਸ਼ਹਿਰ ਦਾ ਹਾਕਮ।

Prowess—ਦਲੇਰੀ, ਬਹਾਦਰੀ।
Proximate—ਲੱਗਭਗ, ਅੰਦਾਜ਼ਾ।
Proximately—ਤਕਰੀਬਨ, ਲੱਗਭਗ।
Proximo—ਦੂਜਾ ਜਾਂ ਅਗਲਾ ਮਹੀਨਾ।
Proxy—ਪ੍ਰਤੀਨਿਧੀ, ਏਲਚੀ।
Prudence—ਅਕਲਮੰਦੀ।
Prudent—ਸਿਆਣਾ, ਹੁਸ਼ਿਆਰ।
Prudery—ਬਨਾਵਟੀ।
Prune—ਆਲੂਬੁਖ਼ਾਰਾ, ਛਾਟਣਾ,
Psalm—ਭਜਨ।
Psalmist—ਭਜਨ ਬਣਾਉਣ ਵਾਲਾ।
Psalmody—ਭਜਨ ਗਾਉਣ ਦਾ ਸੁਰ।
Psalter—ਭਜਨਾਂ ਦੀ ਕਿਤਾਬ।
Psychologic—ਰੂਹਾਨੀ, ਆਤਮਿਕ।
Psychologist—ਆਤਮਕ ਵਿੱਦਿਆ ਦਾ ਜਾਣੂੰ।
Puberty—ਜੋਬਨ, ਜਵਾਨੀ।
Public—ਆਮ ਲੋਕ, ਪਰਜਾ।
Publican—ਸਰ੍ਹਾਂ ਦਾ ਮਾਲਿਕ।
Publication—ਪ੍ਰਕਾਸ਼ਨ, ਛਪੀ ਹੋਈ ਪੁਸਤਕ।
Publicity—ਇਸ਼ਤਿਹਾਰਬਾਜ਼ੀ, ਫੈਲਾਵ।
Publish—ਛਾਪਣਾ, ਫੈਲਾਉਣਾ, ਪ੍ਰਕਾਸ਼ ਕਰਨਾ।
Publisher—ਛਾਪਣ ਵਾਲਾ।
Puck—ਇਕ ਮਸ਼ਹੂਰ ਪਰੀ।
Pucker—ਚੁਣਨਾ।
Pudding—ਇਕ ਤਰ੍ਹਾਂ ਦਾ ਪਕਵਾਨ।
Puddle—ਗੰਦਲਾ ਕਰਨਾ, ਮਿੱਟੀ ਨਾਲ ਬੰਦ ਕਰਨਾ।
Puerile—ਤੁੱਛ, ਹਲਕਾ।
Puerility—ਲੜਕਪਨ, ਹੋਛਾਪਨ।
Puerperal—ਜਾਂਚ ਸੰਬੰਧੀ।
Puff—ਹਵਾ ਦਾ ਝੌਂਕਾ, ਹਵਾ ਭਰਨਾ, ਹਵਾ ਨਾਲ ਫੁੱਲਣਾ।
Puffin—ਇਕ ਸਮੁੰਦਰੀ ਪੰਛੀ।
Pug—ਛੋਟਾ ਕੁੱਤਾ।
Pugh—ਛੀ ਛੀ, ਘ੍ਰਿਣਾ-ਸੂਚਕ।
Pugilism—ਮੁੱਕੇਬਾਜ਼ੀ ਦੀ ਲੜਾਈ।
Pugilist—ਮੁੱਕੇਬਾਜ਼।
Pugnacious—ਫਸਾਦੀ, ਝਗੜਾਲੂ।
Pug-nose—ਛੋਟੀ ਮੋਟੀ ਨੱਕ, ਬਦਮਿਜਾਜ਼ ਆਦਮੀ।
Puissance—ਸ਼ਕਤੀ, ਬਲ।
Puke—ਰੱਦ ਕਰਨਾ, ਉਲਟੀ।
Pule—ਬੱਚਿਆਂ ਵਾਂਗ ਰੋਣਾ।
Pull—ਖਿੱਚਣਾ, ਚੜ੍ਹਾਉਣਾ, ਲੈ ਜਾਣਾ।
Pullet—ਮੁਰਗੀ, ਮੁਰਗੀ ਦਾ ਬੱਚਾ।
Pulley—ਚਰਖੀ।
Pulp—ਗੁਦਾ, ਕਾਗਜ਼ ਨਰਮ ਕਰਨਾ।
Pulpy—ਮੁਲਾਇਮ, ਗੁਦੇਦਾਰ।
Pulsate—ਧੜਕਨਾ, ਹਿਲਨਾ।
Pulsation—ਹਰਕਤ, ਚਾਲ।
Pulse—ਨਬਜ਼, ਨਾੜੀ।
Pulverise—ਚੂਰਾ ਕਰਨਾ, ਬਰੀਕ ਕਰਨਾ।
Pump—ਪਾਣੀ ਖਿੱਚਣ ਦਾ ਯੰਤਰ।
Pumpkin—ਕੱਦੂ, ਕੋਹੜਾ, ਲੌਕੀ।
Pun—ਦੋ-ਅਰਥਾਂ ਵਾਲਾ ਸ਼ਬਦ।
Punch—ਛੈਣੀ, ਬਰਮਾ, ਸੁਰਾਖ਼, ਟਿਕਟ।
Puncheon—ਪੀਪਾ, ਬਰਮਾ।
Punchinello—ਮਸਖ਼ਰਾ, ਭੰਡ।
Punctilio—ਬਾਰੀਕੀ, ਵਿਧੀ, ਸ਼ਿਸ਼ਟਾ-ਚਾਰ।
Punctilious—ਦਰੁੱਸਤ, ਠੀਕ।
Punctually—ਠੀਕ ਤੌਰ ਤੇ, ਠੀਕ ਵਕਤ ਤੇ।
Punctuation—ਵਿਰਾਮ ਚਿੰਨ੍ਹ।
Puncture—ਛੇਕ, ਚੁਭਾਉਣਾ।
Pungency—ਤੇਜ਼ੀ, ਜਲਨ।
Pungent—ਤੁਰਸ਼, ਖ਼ਾਰ।
Punish—ਸਜ਼ਾ ਦੇਣਾ, ਦੰਡ ਦੇਣਾ।

Punishment—ਦੰਡ, ਸਜ਼ਾ।
Punitive—ਸਜ਼ਾ ਕਾਰ।
Punt—ਪੱਧਰੀ ਬੇੜੀ, ਬਾਂਸ ਨਾਲ ਧੱਕ ਕੇ ਬੇੜੀ ਚਲਾਉਣੀ।
Puny—ਛੋਟਾ, ਕਮਜ਼ੋਰ।
Pup—ਜਾਨਵਰ ਦਾ ਬੱਚਾ।
Pupa—ਕੀੜੇ ਦੇ ਜਨਮ ਪਿੱਛੋ ਦੀ ਤੀਸਰੀ ਦਸ਼ਾ।
Pupil—ਸ਼ਾਗਿਰਦ, ਚੇਲਾ।
Puppet—ਗੁੱਡੀ, ਕਠਪੁਤਲੀ, ਅੱਖ ਦੀ ਪੁਤਲੀ।
Puppy—ਘੁਮੰਡੀ।
Pur—ਬਿੱਲੀ ਦੀ ਆਵਾਜ਼।
Purblind—ਚੁੰਨਾ, ਜਿਸ ਨੂੰ ਬਹੁਤ ਨੇੜਿਉਂ ਦਿੱਸੇ।
Purchasable—ਖ਼ਰੀਦਣ ਯੋਗ।
Purchase—ਖ਼ਰੀਦਾਰੀ, ਹਾਸਿਲ ਕਰਨਾ।
Pure—ਖ਼ਾਲਿਸ, ਨਿਰੋਲ, ਪਵਿੱਤਰ।
Purgation—ਸਫ਼ਾਈ।
Purgative—ਜੁਲਾਬ, ਸਾਫ਼ ਰੱਖਣ ਵਾਲੀ।
Purge—ਸਾਫ਼ ਕਰਨਾ, ਜੁਲਾਬ ਲੈਣਾ।
Purification—ਸਫ਼ਾਈ, ਪਵਿੱਤਰਤਾ।
Purify—ਸਾਫ਼ ਕਰਨਾ, ਸ਼ੁੱਧ ਹੋਣਾ।
Purl—ਲੈਸ, ਕਿਨਾਰੀ, ਗੋਟਾ।
Purlieu—ਜ਼ਿਲ੍ਹਾ, ਵਿਹੜਾ, ਆਲਾ-ਦੁਆਲਾ।
Purloin—ਚੋਰੀ ਕਰਨਾ, ਚੁਰਾਉਣਾ।
Purple—ਲਾਲ ਤੇ ਨੀਲਾ ਮਿਲਿਆ ਹੋਇਆ।
Purport—ਮਤਲਬ, ਮਨਸ਼ਾ।
Purpose—ਇਰਾਦਾ, ਉਦੇਸ਼, ਕੰਮ।
Purse—ਬਟੂਆ, ਥੈਲੀ, ਸੁਕੜਨਾ।
Pursuance—ਨਤੀਜਾ, ਪਿੱਛਾ।
Pursue—ਪਿੱਛਾ ਕਰਨਾ, ਲੱਭਣਾ।
Pursuit—ਪੈਰਵੀ, ਕੰਮ ਕਾਰ।
Pursuivant—ਸ਼ਾਹੀ ਸੁਨੇਹਾ ਲੈ ਜਾਣ ਵਾਲਾ, ਸਫ਼ੀਰ।
Pursy—ਫੁੱਲਿਆ, ਮੋਟਾ, ਜਿਸ ਦਾ ਸਾਹ ਛੇਤੀ ਫੁੱਲ ਜਾਵੇ।
Purtenance—ਪਸ਼ੂ ਦਾ ਕਲੇਜਾ।
Purulence--ਮਵਾਦ, ਪੀਕ ਦੀ ਉੱਤਪਤੀ।
Purvey—ਰਸਦ ਖ਼ਰੀਦਣਾ।
Purview—ਮੰਤਵ ਜਾਂ ਅਧਿਕਾਰ ਦੀ ਹੱਦ।
Pus—ਪੀਕ, ਮਕਾਦ।
Push—ਧੱਕਾ ਮਾਰਨਾ, ਤੰਗ ਕਰਨਾ, ਅੱਗੇ ਲਿਜਾਣਾ।
Pusillanimity—ਬੁਜ਼ਦਿਲੀ, ਨਾਮਰਦੀ।
Pusillanimous—ਬੁਜ਼ਦਿਲ, ਕਮਜ਼ੋਰ।
Puss—ਬਿੱਲੀ, ਖ਼ਰਗੋਸ਼।
Pussy—ਬਿੱਲੀ ਅਤੇ ਖ਼ਰਗੋਸ਼ ਦਾ ਬੱਚਾ।
Pustulate—ਆਂਵਲਾ ਪਾਉਣਾ।
Pustule—ਛਾਲਾ, ਫਫੋਲਾ।
Put—ਪ੍ਰਾਰਥਨਾ ਕਰਨਾ, ਪੇਸ਼ ਕਰਨਾ, ਰੱਖਣਾ।
Putative—ਫ਼ਰਜ਼, ਮਸ਼ਹੂਰ, ਪ੍ਰਸਿੱਧ।
Put-off—ਹੀਲਾ, ਬਹਾਨਾ।
Putrefaction—ਸੜਨ।
Putrefy—ਸੜਾਉਣਾ।
Putrid—ਗੰਦਾ, ਸੜਿਆ ਹੋਇਆ।
Putter-on--ਉਕਸਾਉਣ ਵਾਲਾ, ਭੜਕਾਉਣ ਵਾਲਾ।
Putter-out—ਸੂਦ ਤੇ ਰੁਪਿਆ ਲਾਉਣ ਵਾਲਾ।
Puttock—ਚੀਲ।
Putty--ਪੁਟੀਨ, ਜੋੜਨਾ, ਪੁਟੀਨ ਲਗਾਣੀ।
Puzzle—ਹੈਰਾਨੀ, ਪਹੇਲੀ।
Pyramid—ਮੀਨਾਰ, ਖੰਬਾ।
Pyre—ਚਿਤਾ।
Pyrogenous—ਆਤਸ਼ੀ, ਅੱਗ ਵਾਲਾ।

Pyrology—ਅਗਨੀ ਵਿੱਦਿਆ।

Pyrometer—ਪੈਮਾਨਾ, ਗਰਮੀ ਮਾਪਣ ਦਾ ਯੰਤਰ।

Python—ਅਜਗਰ, ਵੱਡਾ ਸੱਪ।

Q

Q, the seventeenth letter of the English alphabet. ਕਿਊ—ਅੰਗ੍ਰੇਜ਼ੀ ਪੈਂਤੀ ਦਾ ਸਤਾਰ੍ਹਵਾਂ ਅੱਖਰ।

Q Boat—ਇਕ ਤਰ੍ਹਾਂ ਦਾ ਜੰਗੀ ਜਹਾਜ਼।

Quack—ਸ਼ੇਖੀ ਕਰਨਾ, ਨੀਮ ਹਕੀਮ।

Quadrangle—ਚਕੋਰ ਸ਼ਕਲ ਵਾਲਾ।

Quadrant—ਚੌਥਾਈ, ਬੁਲੰਦੀ, ਨਾਪਣ ਦਾ ਯੰਤਰ।

Quadernnial—ਚਾਰ ਸਾਲਾਂ ਪਿੱਛੋਂ ਹੋਣ ਵਾਲਾ।

Quadrilateral—ਚਾਰ ਪਾਸਿਆਂ ਦਾ, ਚਕੋਰ ਸ਼ਕਲ।

Quadrille—ਇਕ ਤਰ੍ਹਾਂ ਦਾ ਨਾਚ।

Quadripartite—ਚਾਰ ਹਿੱਸਿਆਂ ਵਿਚ ਵੰਡਿਆ ਹੋਇਆ।

Quadruped—ਚਾਰ ਪੈਰਾਂ ਵਾਲਾ ਪਸ਼ੂ।

Quadruple—ਚਾਰ ਗੁਣਾ।

Quaff—ਬਹੁਤ ਪੀਣਾ।

Quaggy—ਦਲਦਲ, ਛੇਕ ਵਾਲਾ।

Quall—ਬਟੇਰ, ਲਾਵਾ।

Quaint—ਸੁਥਰਾ, ਅਨੋਖਾ।

Quake—ਕੰਬਣਾ, ਥਰਥਰਾਉਣਾ।

Qualification—ਗੁਣ, ਖ਼ੂਬੀ, ਯੋਗਤਾ।

Quality—ਵਿਸ਼ੇਸ਼ਤਾ, ਪਦਵੀ, ਢੰਗ, ਸ਼ਰਾਫਤ।

Quandary—ਹੈਰਾਨੀ, ਸ਼ੰਕਾ।

Quantity—ਹੱਦ, ਅੰਦਾਜ਼ਾ, ਮਾਤਰਾ।

Quaq—ਹਿਲਣਾ, ਧੜਕਣਾ।

Quarrel—ਝਗੜਾ, ਲੜਾਈ।

Quarry—ਜਿੱਥੋਂ ਪੱਥਰ ਖੋਦਿਆ ਜਾਵੇ, ਸ਼ਿਕਾਰ, ਪੱਥਰ ਖੋਦਣਾ, ਸ਼ਿਕਾਰ ਕਰਨਾ।

Quarter—ਚੌਥਾ ਹਿੱਸਾ, ਚਾਰ ਬਰਾਬਰ ਹਿੱਸੇ ਕਰਨਾ।

Quarterly—ਤ੍ਰੈਮਾਸਿਕ ਰਸਾਲਾ।

Quarterage—ਤ੍ਰੈਮਾਸਿਕ ਤਨਖ਼ਾਹ।

Quaterage—ਜਹਾਜ਼ ਦੀ ਛੋਟੀ ਉਪਰ ਦੀ ਛੱਤ।

Quatermaster—ਅਫ਼ਸਰ, ਜੋ ਫ਼ੌਜ ਵਿੱਚ ਰਸਦ ਦਾ ਪ੍ਰਬੰਧ ਕਰਦਾ ਹੈ।

Quaters—ਫ਼ੌਜੀ ਮੁਕਾਮ।

Quash—ਤੋੜਨਾ, ਛੁਪਾਉਣਾ, ਜਿੱਤਣਾ।

Quaternion—ਚਾਰ ਦੀ ਕਤਾਰ।

Quaver—ਥਰਥਰਾਉਣਾ, ਘਬਰਾਉਣਾ।

Quay—ਘਾਟ, ਜਹਾਜ਼ ਤੋਂ ਸਮਾਨ ਉਤਾਰਨ ਦੀ ਥਾਂ।

Queasy—ਨਾਜ਼ਕ।

Queen—ਮਹਾਰਾਣੀ, ਮੱਲਿਕਾ।

Quell—ਅਨੋਖਾ, ਅਜੀਬ।

Quench—ਠੰਡ ਕਰਨਾ, ਬਰਬਾਦ ਕਰਨਾ।

Querulous—ਸ਼ਿਕਾਇਤ ਕਰਨ ਦਾ ਆਦੀ, ਚਿੜਚਿੜਾ।

Query—ਪ੍ਰਸ਼ਨ, ਸਵਾਲ ਪੁੱਛਣਾ।

Quest—ਪ੍ਰਾਰਥਨਾ, ਇਮਤਿਹਾਨ।

Question—ਸਵਾਲ, ਪ੍ਰਸ਼ਨ।

Questionable—ਸਵਾਲੀਆ, ਸ਼ੱਕੀ।

Quib—ਤਾਹਨਾ ਮਿਹਣਾ।

Quibble—ਟਾਲ ਮਟੋਲ, ਬਹਾਨਾ।

Quick—ਜਲਦੀ, ਛੇਤੀ ਨਾਲ।

Quicken—ਖ਼ੁਸ਼ ਕਰਨਾ, ਤੇਜ਼ ਕਰਨਾ।

Quicklime—ਚੂਨਾ, ਸਫ਼ੈਦੀ।

Quick-silver—ਪਾਰਾ, ਸੀਮਾ।

Quid—ਖਾਣ ਵਾਲਾ ਤੰਬਾਕੂ।

Quiddle—ਵੇਲਾ ਗੁਆਉਣਾ।

Quiecence—ਆਰਾਮ, ਚੁੱਪਚਾਪ।

Quiescent—ਖ਼ਾਮੋਸ਼।

Quiet—ਚੁੱਪਚਾਪ।

Quietude—ਸੰਤੋਖ, ਸ਼ਾਂਤੀ।

Quietus—ਮੌਤ, ਅੰਤਿਮ ਨਿਰਣਾ।

Quill—ਪਰ ਦਾ ਕਲਮ।

Quilt—ਰਜ਼ਾਈ, ਗੱਦਾ, ਰਜ਼ਾਈ ਬਣਾਉਣਾ।

Quinary—ਪੰਜ ਦਾ।

Quince—ਇਕ ਤਰ੍ਹਾਂ ਦਾ ਦਰਖ਼ਤ ਤੇ ਉਸ ਦਾ ਫ਼ਲ।

Quinine—ਕੁਨੈਨ।

Quinquennial—ਪੰਜ ਸਾਲਾ।

Quinsy—ਕੰਠਮਾਲਾ।

Quintal—ਸੌ ਪੌਂਡ ਦਾ ਵਜ਼ਨ।

Quitessence—ਜੌਹਰ, ਸੱਤ।

Quintuple—ਪੰਜ ਨਾਲ ਗੁਣਾ ਕਰਨਾ।

Quip—ਤਾਹਨੇਬਾਜ਼ੀ ਕਰਨਾ, ਹਾਸਾ-ਠੱਠਾ ਕਰਨਾ।

Quire—ਦਸਤਾ, 24 ਕਾਗਜ਼ਾਂ ਦਾ ਦਸਤਾ।

Quit—ਛੱਡ ਦੇਣਾ, ਆਜ਼ਾਦ ਕਰਨਾ।

Quitclaim—ਦਾਅਵਾ ਛੱਡ ਦੇਣ ਦਾ ਦਸਤਾਵੇਜ਼।

Quite—ਬਿਲਕੁਲ, ਸਾਰਾ।

Quittance—ਛੁਟਕਾਰਾ।

Quiver—ਘਬਰਾਉਣਾ, ਕੰਬਣਾ।

Quizotism—ਖ਼ਿਆਲੀ ਪੁਲਾਵ।

Quiz—ਬੁਝਾਰਤ, ਪਹੇਲੀ।

Quiot—ਲੋਹੇ ਦਾ ਚੱਕਰ ਜੋ ਨਿਸ਼ਾਨ ਮਾਰਨ ਲਈ ਦੂਰ ਦੱਬਿਆ ਜਾਂਦਾ ਹੈ।

Quondam—ਪੁਰਾਣਾ, ਪਹਿਲਾ।

Quorum—ਕੁੱਝ ਆਦਮੀ ਜੋ ਕੰਮ ਲਈ ਕਾਫੀ ਹੋਣ।

Quota—ਹਿੱਸਾ, ਭਾਗ।

Quotation—ਰੇਟ, ਭਾਅ, ਮਜ਼ਮੂਨ ਜਿਸ ਦਾ ਹਵਾਲਾ ਦਿੱਤਾ ਜਾਵੇ।

Quote—ਨਿਰਖ, ਹਵਾਲਾ ਦੇਣਾ।

Quotidian—ਹਰ ਰੋਜ਼।

Quotient—ਭਾਗ, ਫਲ।

R

R, the eighteenth letter in the English alphabet. **ਆਰ**--ਅੰਗ੍ਰੇਜ਼ੀ ਪੈਂਤੀ ਦਾ ਅਠਾਰ੍ਹਵਾਂ ਅੱਖਰ।

Rabbet—ਸਲਾਨਾ, ਮਿਲਾਉਣਾ।

Rabbi—ਧਰਮ ਉਪਦੇਸ਼ਕ।

Rabble—ਗੰਵਾਰਾਂ ਜਾਂ ਉਪਦਰੀਆਂ ਦੀ ਭੀੜ।

Rabid—ਦੀਵਾਨਾ।

Race—ਤੇਜ਼ ਰਫਤਾਰ, ਦੌੜ, ਸ਼ਰਤ, ਖਾਨਦਾਨ।

Race-ginger—ਸੁੰਢ, ਅੱਦਰਕ।

Raceme—ਝੁੰਡ, ਗੁੱਛਾ, ਸਮੂਹ।

Raciness—ਮਜ਼ਾਕ, ਤੇਜ਼ ਹੋਣ ਦੀ ਸਿਫ਼ਤ।

Rack—ਆਤਿਸ਼ਦਾਨ, ਪਸ਼ੂਆਂ ਨੂੰ ਘਾਹ ਖੁਆਉਣ ਦਾ ਕਟਹਰਾ।

Racket—ਟੈਨਿਸ ਖੇਡਣ ਦਾ ਬੈਟ, ਸ਼ੋਰ ਮਚਾਉਣਾ।

Racy—ਤੇਜ਼, ਖ਼ੁਸ਼ ਮਿਜਾਜ਼।

Raddle—ਝਾੜੀ, ਜੁਲਾਹੇ ਦਾ ਔਜ਼ਾਰ, ਮਿਲ ਕੇ ਬੁਣਨਾ।

Radiance—ਪ੍ਰਕਾਸ਼, ਰੌਸ਼ਨੀ।

Radiant—ਰੌਸ਼ਨ, ਚਮਕੀਲਾ।

Radical—ਅਸਲੀ, ਪੁਰਾਣਾ, ਮੂਲ ਸ਼ਬਦ।

Radish—ਮੂਲੀ।

Radix—ਧਾਤੂ, ਜੜ੍ਹ।

Raff—ਕੂੜਾ-ਕਰਕਟ, ਛੋਟੇ ਲੋਕ, ਚੋਰੀ ਕਰਨੀ, ਖੋਹ ਲੈਣਾ।

Raffle—ਪਾਸਾ ਸੁੱਟਣ ਵਿਚ ਸ਼ਾਮਲ ਹੋਣਾ, ਚਿੱਠੀ ਛੱਡਣਾ।

Raft—ਲੱਕੜੀਆਂ ਦਾ ਬੇੜਾ।

Rage—ਗੁੱਸਾ, ਤੇਜ਼ੀ।

Ragged—ਇਕ ਤਰ੍ਹਾਂ ਦਾ ਪੱਥਰ।

Ragout—ਮਸਾਲੇਦਾਰ ਮਾਸ ਤੇ ਸਬਜ਼ੀ, ਕੋਰਮਾ।

Raid—ਹਮਲਾ, ਧਾਵਾ।

Rail—ਰੇਲ ਦੀ ਪਟੜੀ ਲੱਕੜੀ ਜਾਂ ਲੋਹੇ ਦੀ ਪਟੜੀ।

Railing—ਕਟਿਹਰਾ, ਪਟਰੀਆਂ।

Raillery—ਹਾਸਾ, ਦਿਲਲੱਗੀ।

Raiment—ਕੱਪੜਾ, ਪੁਸ਼ਾਕ।

Rain—ਬਰਸਾਤ, ਬਾਰਿਸ਼, ਵਰਖ਼ਾ।

Rainbow—ਇੰਦਰਧਨੁਸ਼।

Rain-guage—ਵਰਖਾ ਦਾ ਪਾਣੀ ਨਾਪਣ ਦਾ ਯੰਤਰ।

Raise—ਉਪਰ ਚੁੱਕਣਾ, ਤਰੱਕੀ ਦੇਣਾ।

Rake—ਬਰਾਬਰ ਕਰਨਾ ਜਾਂ ਜਮ੍ਹਾਂ ਕਰਨਾ।

Rally—ਬਿਖਰੀ ਹੋਈ ਫ਼ੌਜ ਨੂੰ ਇਕੱਠਾ ਕਰਨਾ।

Ram—ਦੀਵਾਰ ਗਿਰਾਉਣ ਦਾ ਜੰਗੀ ਪੁਰਜਾ, ਬੁਰਜ਼ੀ, ਮੇਖ।

Ramble—ਗਸ਼ਤ ਲਗਾਉਣੀ, ਭ੍ਰਮਨ।

Ramification—ਹਿੱਸਾ, ਸ਼ਾਖ, ਸ਼ਾਖ ਨੂੰ ਵੱਖ ਕਰਨਾ।

Rammer—ਮੁੰਗਲੀ, ਤੋਪ ਦਾ ਗੋਲਾ।

Ramp—ਉਛਲਨਾ, ਕੁੱਦਣਾ।

Rampent—ਬਹੁਤ ਜ਼ਿਆਦਾ।

Rampart—ਪਨਾਹ, ਦੀਵਾਰ।

Ramrod—ਬੰਦੂਕ ਜਾਂ ਤੋਪ ਦੀ ਨਾਲੀ ਸਾਫ਼ ਕਰਨ ਦਾ ਗੱਜ਼।

Rancid—ਗੀਦਾ, ਸੜਿਆ ਹੋਇਆ।

Rancour—ਧ੍ਰੋਹ, ਘ੍ਰਿਣਾ, ਵੈਰ।

Random—ਇਤਫ਼ਾਕੀਆ।

Range—ਕਤਾਰ ਬਣਨਾ, ਸੰਵਾਰਨਾ, ਕਿਸਮ।

Rank—ਦਰਜਾ, ਪਦਵੀ।

Rankle—ਪਕਣਾ, ਖਟਕਣਾ।

Ransack—ਛਾਣ ਮਾਰਨਾ, ਲੁੱਟਣਾ, ਨਸ਼ਟ ਕਰਨਾ।

Ransom—ਛੁਟਕਾਰਾ, ਖਲਾਸੀ, ਛੱਡ ਦੇਣਾ।

Rant—ਡੀਂਗ, ਗੱਪ ਹਕਣੀ।

Rap—ਘਬਰਾਹਟ, ਥੱਪੜ ਮਾਰਨਾ।

Rapacious—ਲੁਟੇਰਾ, ਲੋਭੀ।

Rapacity—ਲੋਭ, ਲਾਲਚ।

Rape—ਜ਼ਬਰਦਸਤੀ ਫੜ ਕੇ ਲੈ ਜਾਣਾ।

Rapid—ਜਲਦ, ਤੇਜ਼।

Rapier—ਕਟਾਰ, ਛੁਰੀ।

Rapine—ਲੁੱਟ, ਹਨੇਰ।

Rapt—ਮਗਨ, ਮੋਹਰ।

Rapture—ਅਨੁਰਾਗ, ਬੇਖੁੱਦੀ।

Rare—ਰਗੜਨਾ, ਫੈਲਿਆ ਹੋਇਆ।

Rarefy—ਪਤਲਾ ਕਰਨਾ।

Rarely—ਕਦੀ ਕਦੀ, ਚੰਗੀ ਤਰ੍ਹਾਂ।

Rarity—ਕਿੱਲਤ, ਦੁਰਲੱਭਤਾ।

Rascal—ਦਗ਼ਾਬਾਜ਼ ਆਦਮੀ, ਨੀਚ।

Rase—ਜ਼ਮੀਨ ਦੇ ਬਰਾਬਰ ਕਰਨਾ, ਰਗੜਨਾ।

Rash—ਬੇਧੜਕ, ਜਲਦੀ ਵਿੱਚ।

Rasure—ਛਿੱਲ ਕੇ, ਕੱਟ ਕੇ।

Rat—ਚੂਹਾ, ਖ਼ੁਸ਼ਕ ਕਰਨਾ।

Ratan—ਬੈਂਤ ਛੜੀ।

Rate—ਨਿਰਖ ਕਰਨਾ, ਅੰਦਾਜ਼ਾ ਕਰਨਾ।

Rather—ਕਿਸੇ ਕਦਰ, ਖ਼ਾਸ ਕਰ।

Ratification—ਨਿਸ਼ਚੇ, ਤਸਦੀਕ।

Ratify—ਮਜਬੂਤ ਕਰਨਾ, ਅੰਗੀਕਾਰ ਕਰਨਾ।

Ratio—ਭਾਗ, ਗੁਣ, ਮਾਤਰਾ।
Ratiocination—ਦਲੀਲਬਾਜ਼ੀ, ਤਰਕ।
Ration—ਨੀਯਤ ਕੀਤੀ ਖ਼ੁਰਾਕ।
Rational—ਠੀਕ ਉਚਿਤ।
Rationality—ਦਲੀਲ ਕਰਨ ਦੀ ਸ਼ਕਤੀ।
Rattle—ਜਲਦੀ ਬੋਲਣਾ।
Ravage—ਖ਼ਰਾਬੀ, ਸੱਤਿਆਨਾਸ।
Rave—ਪਾਗਲਾਂ ਵਾਂਗ ਬਕਣਾ।
Ravel—ਉਲਝਾਉਣਾ, ਖੋਲਣਾ।
Ravenous—ਦਰਿੰਦਾ, ਮਨੁੱਖ ਖਾਣ ਵਾਲਾ।
Raving—ਬਕਣ ਵਾਲਾ, ਦੀਵਾਨਾ।
Ravish—ਜ਼ਬਰਦਸਤੀ ਲੈ ਜਾਣਾ।
Raw—ਕੱਚਾ, ਖ਼ਾਸ।
Ray—ਕਿਰਨ, ਚਮਕ।
Raze—ਮਿਟਾ ਦੇਣਾ, ਨਾਸ ਕਰਨਾ।
Razor—ਉਸਤਰਾ, ਛੁਰਾ।
Reach—ਪਹੁੰਚਣਾ, ਮਲੂਮ ਕਰਨਾ, ਪਸਾਰਨਾ।
Reaction—ਪਲਟਾ, ਵਾਪਸੀ।
Read—ਪੜ੍ਹਨਾ, ਸਿੱਖਣਾ।
Readily—ਜਲਦੀ ਨਾਲ, ਤਿਆਰ।
Readiness—ਤਿਆਰੀ, ਜਲਦੀ।
Reading—ਪੜ੍ਹਾਈ, ਅਭਿਆਸ।
Ready—ਤਿਆਰ, ਕਰੀਬ।
Real—ਅਸਲ ਵਿਚ, ਵਾਸਤਵਿਕ।
Realization—ਵਸੂਲੀ ਪਾਉਣਾ, ਪੂਰਾ ਹੋਣਾ।
Realize—ਮੌਜੂਦ ਕਰਨਾ, ਰੁਪਿਆ ਕੈਸ਼ ਕਰਨਾ।
Realm—ਅਧਿਕਾਰ।
Realty—ਜਾਇਦਾਦ, ਅਟੱਲ ਚੀਜ਼।
Ream--ਕਾਗਜ਼ ਦਾ ਬੰਡਲ, 20 ਦਸਤੇ।
Reap—ਅਨਾਜ ਕੱਟਣਾ।
Reappear—ਫਿਰ ਪ੍ਰਗਟ ਹੋਣਾ।
Reappoint—ਫਿਰ ਮੁਕੱਰਰ ਕਰਨਾ।
Rear—ਪਿੱਛੇ, ਆਖ਼ਰੀ।
Reason—ਕਾਰਣ, ਦਲੀਲ।
Reasonable—ਮੁਨਾਸਿਬ, ਬਾ-ਦਲੀਲ।
Reassign—ਫਿਰ ਦੇ ਦੇਣਾ।
Reassume—ਫਿਰ ਅਖ਼ਤਿਆਰ ਕਰਨਾ।
Reassure—ਫਿਰ ਯਕੀਨ ਦਿਵਾਉਣਾ।
Reave—ਜ਼ਬਰਦਸਤੀ ਲੈਣਾ।
Rebate—ਘੱਟ ਕਰਨਾ, ਕਮੀਸ਼ਨ ਦੇਣਾ।
Rebel—ਬਾਗੀ, ਰਾਜ ਧ੍ਰੋਹੀ।
Rebellion—ਗਦਰ, ਰਾਜ ਧ੍ਰੋਹ।
Rebound—ਪਿੱਛੇ ਨੂੰ ਉੱਛਲਣਾ।
Rebuff—ਅਚਾਨਕ ਰੋਕ, ਹਾਰ, ਇਨਕਾਰ।
Rebuild—ਫਿਰ ਬਣਾਉਣਾ।
Rebuke—ਝਿੜਕਣਾ, ਡਾਂਟ।
Rebus—ਇਕ ਤਰ੍ਹਾਂ ਦੀ ਬੁਝਾਰਤ।
Rebut—ਜਵਾਬ ਦੇਣਾ, ਇਤਰਾਜ਼ ਕਰਨਾ।
Recant—ਵਾਪਸ ਕਰਨਾ।
Recapetulate—ਸੰਖੇਪ ਕਰਕੇ ਕਹਿਣਾ।
Recapture—ਫਿਰ ਪਕੜਨਾ।
Recast—ਫਿਰ ਢਾਲਣਾ, ਫਿਰ ਗਿਣਨਾ।
Receipt—ਵਸੂਲ, ਆਮਦ, ਰਸੀਦ ਦੇਣਾ।
Receive—ਵਸੂਲ ਕਰਨਾ, ਮਿਲਣਾ।
Recension—ਦਰੁੱਸਤੀ, ਨੁਸਖ਼ਾ।
Recent—ਪਿਛਲਾ, ਹਾਲ ਦਾ।
Reception—ਮੁਲਾਕਾਤ, ਕਬੂਲ, ਵਸੂਲ।
Recess—ਗੁਫ਼ਾ, ਛੁੱਟੀ।
Recession—ਵਾਪਸੀ, ਅਵਰੋਧ।
Recipient—ਲੈਣ ਵਾਲਾ।
Reciprocal—ਆਪਸ ਦਾ।
Recital, Recitation--ਪਾਠ, ਵਰਨਣ।
Recite—ਪਾਠ ਕਰਨਾ, ਕਹਿਣਾ।
Reckoning—ਹਿਸਾਬ ਕਿਤਾਬ।

Reclaim—ਵਾਪਸ ਮੰਗਣਾ, ਵਸੂਲ ਕਰਨਾ।

Recline—ਸਹਾਰਾ ਲੈਣਾ।

Recluse—ਇਕਾਂਤਵਾਸੀ।

Recognition—ਇਕਰਾਰ, ਯਾਦਗਾਰ।

Recognize—ਜਾਂਚਣਾ, ਕਬੂਲ ਕਰਨਾ।

Recoil—ਪਿੱਛੇ ਹਟਣਾ।

Recollect—ਯਾਦ ਕਰਨਾ।

Recollection—ਯਾਦਦਾਸ਼ਤ, ਯਾਦ-ਸ਼ਕਤੀ।

Recommend—ਸਿਫ਼ਾਰਸ਼ ਕਰਨਾ, ਉੱਸਤਤ ਕਰਨਾ।

Recommit—ਸਪੁਰਦ ਕਰਨਾ, ਫੇਰ ਦੇਣਾ।

Recompense—ਬਦਲਾ ਦੇਣਾ, ਉਜਰਤ ਦੇਣਾ।

Reconcile—ਰਾਜੀ ਕਰਨਾ, ਫੇਰ ਸੁਲਹ ਕਰਨਾ।

Reconcilliation—ਨਵੇਂ ਸਿਰੇ ਤੋਂ ਪ੍ਰੇਮ।

Reconduct—ਫੇਰ ਰਸਤਾ ਦਿਖਾਉਣਾ।

Reconstruction—ਦੁਬਾਰਾ ਬਣੀ ਹੋਈ ਇਮਾਰਤ।

Record—ਲਿਖਣਾ, ਰਜਿਸਟਰ ਵਿਚ ਦਰਜ ਕਰਨਾ।

Recount—ਵਰਨਣ ਕਰਨਾ, ਵਿਸਤਾਰ ਨਾਲ ਕਹਿਣਾ।

Recoup—ਪੂਰਾ ਕਰਨਾ।

Recourse—ਪ੍ਰਾਰਥਨਾ।

Recover—ਅਰਾਮ ਕਰਨਾ, ਅਛਾ ਕਰਨਾ, ਸੰਭਾਲਣਾ।

Reocvery—ਸਿਹਤਯਾਬੀ, ਸੰਭਾਲ

Recreant—ਡਰੂ, ਬੁਜ਼ਦਿਲ, ਬੇਵਫ਼ਾ।

Recreat—ਬਨਾਣਾ, ਖ਼ੁਸ਼ ਕਰਨਾ।

Recrement—ਮੈਲ, ਖਾਦ।

Recriminate—ਤੁਹਮਤ ਲਗਾਉਣੀ।

Recruit—ਰੰਗਰੂਟ, ਨਵਾਂ ਸਿਪਾਹੀ।

Rectangle—ਸਮਕੋਣ।

Rectify—ਠੀਕ ਕਰਨਾ, ਦਰੁਸਤਗੀ।

Rectitude—ਚਲਾਕੀ, ਹੁਸ਼ਿਆਰੀ।

Rectorship—ਇਲਾਕੇ ਦੇ ਪਾਦਰੀ ਦਾ ਅਹੁਦਾ।

Recumbent—ਸੁਸਤ, ਝੁਕੇ ਹੋਏ।

Recur—ਯਾਦ ਆਉਣੀ।

Recurrence—ਫੇਰ ਹੋ ਜਾਣਾ।

Recusant—ਨਾ ਮੰਨਣ ਵਾਲਾ।

Red—ਲਾਲ, ਸੁਰਖ਼।

Red-coat—ਸਿਪਾਹੀ।

Redden—ਲਾਲ ਕਰਨਾ।

Reddish—ਸੁਰਖ਼ ਰੰਗਾ।

Reddition—ਸਪੁਰਦਗੀ, ਵਾਪਸੀ।

Reddle—ਗੇਰੂ।

Redeem—ਹੁੰਡੀ ਦੇ ਬਦਲੇ ਨਕਦ ਰੁਪਏ ਦੇਣੇ।

Redemption—ਅਜ਼ਾਦੀ, ਖਲਾਸੀ।

Redition—ਵਾਪਸੀ, ਸਪੁੱਰਦਗੀ, ਬਿਆਨ।

Red-lead—ਸਿੰਧੂਰ, ਸ਼ਿੰਗਰਫ।

Redouble—ਦੁਗਣਾ ਕਰਨਾ, ਨੀਯਤ ਕਰਨਾ।

Redoubt—ਮੋਰਚਾਬੰਦੀ, ਕਿਲ੍ਹਾ।

Redound—ਫਾਲਤੂ ਹੋਣਾ।

Redress—ਠੀਕ ਕਰਨਾ।

Red-sear—ਲਾਲ ਹੋ ਕੇ ਪਾਟਣਾ।

Reduce—ਅਸਲੀ ਹਾਲਤ ਤੇ, ਘੱਟ ਕਰਨਾ।

Reduction—ਘਟਾਵ, ਕਮੀ।

Re-echo—ਗੂੰਜਣਾ, ਆਵਾਜ਼ ਪੈਦਾ ਕਰਨਾ।

Reed—ਮਰਕੰਡੇ ਦੇ ਤੀਰ, ਜੁਲਾਹੇ ਦੀ ਕੰਘੀ।

Reef—ਪਾਲ ਨੂੰ ਲਪੇਟ ਕੇ ਘਟਾਣਾ।

Reefy—ਪਹਾੜੀ।

Reek—ਬੁਖ਼ਾਰ, ਧੂੰਆਂ।

Reel—ਚਰਖ਼ੀ।
Re-election—ਦੁਬਾਰਾ ਪਸੰਦ ਕਰਨਾ।
Re-embark—ਜਹਾਜ਼ ਉਤੇ ਫਿਰ ਸਵਾਰ ਹੋਣਾ।
Re-enforce—ਜ਼ੋਰ ਦੇਣਾ।
Re-engage—ਫਿਰ ਲਗਾਉਣਾ।
Re-enter—ਫੇਰ ਦਾਖ਼ਲ ਹੋਣਾ।
Re-establishment—ਬਹਾਲ ਕਰਨਾ, ਫਿਰ ਲਗਾਉਣਾ।
Reeve—ਰੱਸੀ ਨੂੰ ਕੁੰਡੇ ਦੇ ਛੇਕ ਵਿਚ ਪਿਰੋਣਾ।
Refer—ਸੌਂਪਣਾ, ਮਦਦ ਚਾਹੁਣਾ।
Referee—ਜੱਜ, ਮੁਨਸਿਫ਼।
Reference—ਸਪੁਰਦਗੀ, ਹਵਾਲਾ ਦੇਣਾ।
Referendary—ਉਹ ਹਾਕਮ ਜੋ ਰਾਜੇ ਵੱਲੋਂ ਪ੍ਰਾਰਥਨਾ ਪੱਤਰਾਂ ਦੇ ਜਵਾਬ ਦੇਵੇ।
Refined—ਸਾਫ਼, ਉੱਤਮ।
Refit—ਦੂਜੀ ਵਾਰ ਦਰੁੱਸਤ ਕਰਨਾ।
Reflect—ਉਲਟਾ ਸੁਟਣਾ।
Reflex—ਉਲਟਾ ਅਕਸ।
Reflorescence—ਫੇਰ ਤੋਂ ਤਾਜ਼ਾ ਹੋਣ ਵਾਲਾ।
Refluent—ਮੁੜਨਾ।
Reflux—ਪਲਟਾ, ਉਲਟਾ।
Reform—ਦਰੁੱਸਤ ਕਰਨਾ।
Reformer—ਠੀਕ ਕਰਨ ਵਾਲਾ।
Refractory—ਸਰਕਲ, ਨੱਟਖਟ।
Refrain—ਰੋਕਣਾ, ਇਤਰਾਜ਼ ਕਰਨਾ।
Refresh—ਆਰਾਮ ਦੇਣਾ, ਠੰਡਾ ਕਰਨਾ।
Refreshment—ਜਲ-ਪਾਣੀ, ਖ਼ੁਰਾਕ।
Refrigerant—ਠੰਡਾ, ਠੰਡਕ ਪੁਚਾਉਣ ਵਾਲੀ ਦਵਾਈ।
Refrigerator—ਚੀਜ਼ਾਂ ਨੂੰ ਠੰਡਾ ਰੱਖਣ ਵਾਲੀ ਮਸ਼ੀਨ।
Refuge—ਸ਼ਰਨ, ਵਸੀਲਾ।
Refugee—ਸ਼ਰਨਾਰਥੀ।
Refund—ਵਾਪਸ ਕਰਨਾ, ਫੇਰ ਦੇਣਾ।
Refusal—ਨਾ ਮਨਜ਼ੂਰ, ਇਨਕਾਰ।
Refuse—ਇਨਕਾਰ, ਅਸਵੀਕਾਰ, ਰੱਦ ਕਰਨਾ।
Refutation—ਕਾਟ, ਬਗੈਰ ਸਬੂਤ।
Refute—ਕਟ ਕਰਨਾ, ਖੰਡਨ ਕਰਨਾ।
Regain—ਫੇਰ ਪ੍ਰਾਪਤ ਕਰਨਾ।
Regal—ਸ਼ਾਹੀ ਰਾਜ ਸੰਬੰਧੀ।
Regalia—ਸ਼ਾਹੀ ਝੰਡਾ, ਵੱਡੇ ਫਿਰਕੇ ਦਾ ਝੰਡਾ।
Regard—ਆਦਰ ਕਰਨਾ, ਖ਼ਿਆਲ ਕਰਨਾ, ਕ੍ਰਿਪਾ ਕਰਨਾ।
Regarding—ਸੰਬੰਧ ਵਿਚ।
Regardless—ਬੇਪਰਵਾਹ।
Regency—ਰਿਆਸਤ, ਮੁਖ਼ਤਿਆਰੀ।
Regenerate—ਪੁਨਰ ਜਨਮ ਦੇਣਾ।
Regeneration—ਫੇਰ ਜਨਮਿਆ ਹੋਇਆ।
Regent—ਹਾਕਮ, ਰਾਜ ਅਧਿਕਾਰੀ।
Regicide—ਬਾਦਸ਼ਾਹ ਦਾ ਕਾਤਲ।
Regime—ਰਾਜ, ਹਕੂਮਤ।
Regiment—ਹਜ਼ਾਰ ਜਵਾਨਾਂ ਦਾ ਦਸਤਾ।
Regimental—ਪਲਟਨ ਸੰਬੰਧੀ।
Region—ਮੁਲਕ, ਹਿੱਸਾ।
Register—ਹਿਸਾਬ ਦੀ ਕਿਤਾਬ।
Registration—ਸੂਚੀ ਵਿਚ ਨਾਮ ਦਰਜ ਕਰਾਉਣਾ, ਰਜਿਸਟਰੀ ਕਰਾਉਣਾ।
Regnant—ਰਾਜ ਅਧਿਕਾਰੀ।
Regrate—ਬਾਜ਼ਾਰ ਦੀ ਜਿਨਸ ਖਰੀਦਣੀ।
Regret—ਅਫਸੋਸ, ਸੋਗ।
Regretful—ਅਫਸੋਸਨਾਕ, ਦੁਖੀ।
Regular—ਬਕਾਇਦਾ, ਠੀਕ।
Regularty—ਨੇਮ ਅਨੁਸਾਰ।

Regulate—ਠੀਕ, ਬਾਕਾਇਦਾ।
Regulation—ਨੇਮ, ਕਾਇਦਾ।
Rehabilitate—ਬਹਾਲ ਕਰਨਾ, ਪਹਿਲੇ ਅਹੁਦੇ ਨੂੰ ਹਾਸਲ ਕਰਨਾ।
Rehearsal—ਦੁਬਾਰਾ ਬਿਆਨ।
Reign—ਰਾਜ, ਹਕੂਮਤ।
Reimburse—ਵਾਪਸ ਕਰਨਾ, ਫੇਰ ਦੇਣਾ।
Rein--ਰਾਜ ਚਲਾਉਣ ਦੀ ਰੀਤ, ਵਾਗਡੋਰ।
Reindeer—ਇਕ ਤਰ੍ਹਾਂ ਦਾ ਹਿਰਣ।
Reiterate—ਵਾਰ ਵਾਰ ਕਹਿਣਾ।
Reject—ਰੱਦ ਕਰਨਾ, ਨਾ ਮੰਨਣਾ।
Rejection—ਨਾਮਨਜ਼ੂਰੀ।
Rejoice--ਘੁੰਮਡ ਕਰਨਾ, ਖ਼ੁਸ਼ ਹੋਣਾ।
Rejoin—ਫੇਰ ਸ਼ਾਮਲ ਹੋਣਾ।
Rejoinder—ਜੁਆਬ ਦਾ ਜੁਆਬ।
Rejuvenate—ਨੌਜਵਾਨ ਹੋਣਾ।
Relapse—ਫੇਰ ਆਉਣਾ, ਫਿਰ ਫਸ ਜਾਣਾ।
Relation—ਸੰਬੰਧੀ, ਵਰਨਣ।
Relative—ਰਿਸ਼ਤੇਦਾਰ।
Relax—ਢਿੱਲਾ ਕਰਨਾ, ਨਰਮ ਕਰਨਾ।
Relaxative—ਨਰਮ ਕਰਨ ਵਾਲਾ।
Relay—ਡਾਕ ਰਸਦ ਜੋ ਥਾਂ-ਥਾਂ ਇਕੱਠੀ ਰਹਿੰਦੀ ਹੈ।
Release—ਛੱਡਣਾ, ਖਲਾਸੀ।
Relegation--ਦੇਸ਼ ਨਿਕਾਲਾ, ਜਲਾਵਤਨੀ।
Relentless—ਸਖ਼ਤ ਦਿਲ।
Relevant—ਮੌਕੇ ਦਾ।
Reliable—ਭਰੋਸੇ ਵਾਲਾ, ਵਿਸ਼ਵਾਸ ਯੋਗ।
Reliance—ਇਤਬਾਰ, ਭਰੋਸਾ।
Relic—ਨਿਸ਼ਾਨੀ, ਯਾਦਗਾਰ।
Relict—ਦਿਖਾਵਾ।
Relief—ਸਹਾਇਤਾ, ਛੁਟਕਾਰਾ।
Religion—ਧਰਮ, ਮਤ।
Religious—ਧਾਰਮਿਕ।
Relinquish—ਛੱਡਣਾ, ਤਿਆਗਣਾ।
Relish—ਖ਼ੁਸ਼ ਹੋ ਕੇ ਖਾਣਾ।
Reluctance—ਨਾਰਾਜ਼ਗੀ।
Rely—ਭਰੋਸਾ ਕਰਨਾ।
Remain—ਬਾਕੀ, ਠਹਿਰਨਾ।
Remains—ਲਾਸ਼, ਨਿਸ਼ਾਨ।
Remand—ਫੇਰਾ ਦੇਣਾ, ਮੋੜਨਾ।
Remark—ਲਿਹਾਜ਼ ਕਰਨਾ।
Remarkable—ਯਾਦਗਾਰ ਦੇ ਯੋਗ।
Remediable—ਦਵਾਈ ਦੇ ਯੋਗ।
Remedy—ਦਵਾਈ, ਇਲਾਜ।
Remember—ਯਾਦ ਕਰਨਾ।
Remembrance--ਯਾਦਗਾਰ, ਸਮਾਰਕ।
Remind—ਯਾਦ ਦਿਲਾਉਣਾ।
Reminicence—ਯਾਦ, ਸਮ੍ਰਿਤੀ।
Remise—ਮੋੜ ਦੇਣਾ।
Remission—ਕਮੀ, ਰਿਆਇਤ।
Remit—ਹਵਾਲੇ ਕਰ ਦੇਣਾ, ਵਾਪਸ ਲੈਣਾ, ਮਾਫ ਕਰਨਾ, ਭੇਜਣਾ।
Remittance—ਜੋ ਰੁਪਿਆ ਹੁੰਡੀ ਜਾਂ ਬੈਂਕ ਰਾਹੀਂ ਭੇਜਿਆ ਜਾਵੇ।
Remonstrate—ਇਤਰਾਜ ਕਰਨਾ।
Remorse—ਅਫ਼ਸੋਸ।
Remote—ਦੂਰ, ਬੇਗਾਨਾ, ਅਲੱਗ, ਅਜਨਬੀ।
Remoteness—ਫ਼ਾਸਲਾ, ਦੂਰੀ।
Remount—ਫੇਰ ਚੜ੍ਹਨਾ।
Removal—ਥਾਂ ਬਦਲਨਾ, ਜੁਦਾਈ।
Remove—ਹਟਾਉਣਾ, ਦੂਰ ਕਰਨਾ।
Remunerative—ਗੁੰਜਾਇਸ਼ੀ।
Renard—ਲੂੰਮੜੀ।

Rend—ਫਾੜ ਸੁੱਟਣਾ, ਛਾਣ ਲੈਣਾ।
Render—ਵਾਪਸ ਕਰਨਾ।
Rendition—ਤਰਜਮਾ।
Renew—ਨਵਾਂ ਕਰਨਾ, ਫਿਰ ਸ਼ੁਰੂ ਕਰਨਾ।
Reniform—ਗੁਰਦੇ ਦੀ ਸ਼ਕਲ ਦਾ।
Renounce—ਛੱਡਣਾ, ਇਨਕਾਰ ਕਰਨਾ।
Renovate--ਪਹਿਲੀ ਹਾਲਤ ਤੇ ਲਿਆਉਣਾ।
Renown—ਮਸ਼ਹੂਰ ਕਰਨਾ।
Renowned—ਮਸ਼ਹੂਰ, ਨਾਮਵਰ।
Rent—ਮਕਾਨ ਦਾ ਕਿਰਾਇਆ, ਜ਼ਮੀਨ ਦਾ ਮਹਿਸੂਲ।
Rental—ਸਲਾਨਾ ਲਗਾਨ ਦਾ ਰੁਪਿਆ।
Renter—ਕਿਰਾਏਦਾਰ।
Renter—ਬਰੀਕ ਸਿਲਾਈ।
Renunciation--ਇਨਕਾਰ, ਹੱਥ ਉਠਾਉਣਾ।
Reorganisation--ਫੇਰ ਤਰਤੀਬ ਦੇਣਾ, ਫੇਰ ਦਰੁੱਸਤ ਕਰਨਾ।
Repair—ਮੁਰੰਮਤ ਕਰਨਾ, ਠੀਕ ਕਰਨਾ।
Reparation—ਬਦਲਾ, ਮੁਰੰਮਤ।
Repartee—ਹਾਜ਼ਰ ਜਵਾਬੀ।
Repast—ਖ਼ੁਰਾਕ, ਨਾਸ਼ਤਾ।
Repay—ਵਾਪਸ ਕਰਨਾ।
Repeal—ਰੱਦ ਕਰਨਾ, ਹਟਾਉਣਾ।
Repeat—ਦੁਹਰਾਉਣਾ।
Repel—ਹਟਾਉਣਾ, ਰੋਕਣਾ।
Repentance—ਪਛਤਾਵਾ।
Repercussion—ਗੂੰਜ, ਅਕਸ।
Repetition—ਦੋਹਰਾਣਾ, ਵਾਰ-ਵਾਰ ਕਰਨਾ।
Repine—ਦਿਲ ਵਿਚ ਫ਼ਿਕਰ ਕਰਨਾ।
Replace—ਕਿਸੇ ਚੀਜ਼ ਨੂੰ ਉਸ ਦੀ ਪਹਿਲੀ ਥਾਂ ਤੇ ਰੱਖਣਾ, ਵਾਪਸ ਕਰਨਾ।
Replenish—ਭਰਪੂਰ ਕਰਨਾ।
Repletion—ਪੂਰੀ।
Replevy—ਜ਼ਮਾਨਤ ਤੇ ਛੱਡਣਾ।
Replicate--ਉਲਟਾ ਜਾਂ ਮੁੜਿਆ ਹੋਇਆ।
Replication—ਜਵਾਬ, ਜਵਾਬ ਦਾ ਜਵਾਬ।
Reply—ਜਵਾਬ ਦੇਣਾ।
Report—ਸੂਚਨਾ, ਸਰਕਾਰੀ ਤੌਰ ਤੇ ਰਿਪੋਰਟ ਕਰਨਾ।
Repose—ਆਰਾਮ ਕਰਨਾ, ਭਰੋਸਾ ਕਰਨਾ।
Reposit—ਰੱਖ ਛੱਡਣਾ।
Repossess—ਫੇਰ ਅਧਿਕਾਰ ਲੈਣਾ।
Reprehend--ਧਮਕਾਉਣਾ, ਦੋਸ਼ੀ ਠਹਿਰਾਉਣਾ।
Reprehensible—ਅਪਰਾਧੀ, ਕਸੂਰ-ਵਾਰ।
Rrepresent—ਨੁਮਾਇੰਦਗੀ ਕਰਨਾ, ਜ਼ਾਹਿਰ ਕਰਨਾ।
Representation--ਵਕਾਲਤ, ਪ੍ਰਾਰਥਨਾ।
Representative--ਨੁਮਾਇੰਦਾ, ਗੁਮਾਸ਼ਤਾ, ਨਾਇਬ।
Repression—ਰੋਕ, ਦਬਾਉ।
Reprieve—ਮੋਹਲਤ ਦੇਣਾ।
Reprimand—ਝਿੜਕਨਾ, ਧਮਕਾਉਣਾ।
Reprint—ਦੁਬਾਰਾ ਛਾਪਣਾ।
Reprisal—ਬਦਲਾ।
Reproach—ਫਿਟਕਾਰਨਾ, ਝਿੜਕੀ।
Reprobate—ਗੁੰਡਾ, ਬਦਮਾਸ਼।
Reproduce—ਦੁਬਾਰਾ ਪੈਦਾ ਕਰਨਾ।
Reptile--ਰੇਂਗਣ ਵਾਲਾ, ਜਲੀਲ, ਪਸ਼ੂ।
Republic—ਪ੍ਰਜਾਤੰਤਰ ਰਾਜ।
Republish—ਫੇਰ ਛਾਪਣਾ।
Repudiation—ਤਲਾਕ, ਤਿਆਗ, ਤਰਕ।
Repugnant—ਖ਼ਰਾਬ, ਵਿਰੁੱਧ।

Repulse—ਰੋਕ, ਸ਼ਿਕਾਇਤ।
Repulsion—ਹਾਰ, ਰੋਕ।
Reputable—ਨੇਕ ਨਾਮ।
Reputation—ਇੱਜ਼ਤ, ਨੇਕਨਾਮੀ।
Request—ਬੇਨਤੀ ਕਰਨਾ, ਮੰਗਣਾ।
Requiem—ਸੁਰਗਵਾਸੀ ਲਈ ਗੀਤ।
Require—ਮੰਗਣਾ, ਹੁਕਮ ਕਰਨਾ, ਲੋੜ।
Requirement—ਜ਼ਰੂਰਤ, ਲੋੜ।
Requisite—ਜ਼ਰੂਰਤ।
Rescind—ਰੱਦ ਕਰਨਾ, ਕਟਣਾ।
Rescript—ਰਾਜ-ਆਗਿਆ।
Rescue—ਖਤਰੇ ਤੋਂ ਛੁਡਾਣਾ, ਛੱਡਣਾ।
Research—ਤਲਾਸ਼।
Resemble—ਬਰਾਬਰ ਕਰਨਾ।
Resent—ਬੁਰਾ ਮੰਨਣਾ, ਨਰਾਜ਼ ਹੋਣਾ।
Reservation--ਹਵਾਲਾਤ, ਕੈਦ, ਰੁਕਾਵਟ।
Reserve—ਰੋਕ ਰੱਖਣਾ, ਸੁਰੱਖਿਅਤ ਕਰਨਾ।
Reset—ਦੁਬਾਰਾ ਰੱਖਣਾ।
Reside—ਰਹਿਣਾ, ਵਧਣਾ।
Residence—ਨਿਵਾਸ, ਮਕਾਨ।
Residency—ਨਿਵਾਸ ਸਥਾਨ, ਡੇਰਾ।
Resign—ਅਸਤੀਫ਼ਾ ਦੇਣਾ।
Resignation—ਤਿਆਗ, ਤਰਕ।
Rsist—ਉਜਰਦਾਰੀ ਕਰਨਾ।
Resistance—ਮੁਕਾਬਲਾ, ਰੋਕ।
Resistless—ਜਿਸ ਦਾ ਮੁਕਾਬਲਾ ਨਾ ਹੋ ਸਕੇ।
Resolute—ਦ੍ਰਿੜ੍ਹ, ਨਿਸ਼ਚਾ।
Resolution—ਇਰਾਦਾ, ਰਾਏ, ਤਜਵੀਜ਼।
Resolve—ਨਿਸ਼ਚਾ ਕਰਨਾ, ਫੈਸਲਾ ਕਰਨਾ।
Resonance—ਅਵਾਜ਼ ਦੀ ਲਹਿਰ।
Resort—ਆਉਣਾ-ਜਾਣਾ, ਬੈਠਕ।
Resound—ਗੂੰਜਣਾ, ਦੁਬਾਰਾ ਅਵਾਜ਼ ਭਰਨਾ।
Resource—ਦੌਰ, ਦੌਲਤ, ਪੈਦਾਵਾਰ।
Respect—ਮਾਣ, ਇੱਜ਼ਤ।
Respectable—ਭਲਾਮਾਣਸ, ਸ਼ਰੀਫ਼, ਮਾਨਯੋਗ।
Respectful—ਸ਼ਰੀਫ਼, ਚੰਗਾ।
Respective—ਆਪਣਾ-ਆਪਣਾ, ਜੁਦਾ ਜੁਦਾ।
Resperse—ਖਿਲਾਰਨਾ, ਛਿੜਕਣਾ।
Respiration—ਸਾਹ ਲੈਣਾ, ਆਰਾਮ ਕਰਨਾ।
Respite—ਦੇਰ, ਦੇਰ ਕਰਨਾ, ਮੋਹਲਤ ਦੇਣਾ।
Resplendency—ਜੋਤੀ, ਪ੍ਰਕਾਸ਼।
Respond—ਜਵਾਬ ਦੇਣਾ।
Respondent—ਜਵਾਬ ਦੇਣ ਵਾਲਾ।
Response—ਜਵਾਬ, ਇਤਰਾਜ਼।
Responsibility—ਜ਼ਿੰਮੇਦਾਰੀ।
Responsible—ਜ਼ਿੰਮੇਦਾਰ।
Rest—ਆਰਾਮ, ਨੀਂਦ, ਆਰਾਮ ਦੇਣਾ।
Restaurant—ਖਾਣ-ਪੀਣ ਦੀ ਦੁਕਾਨ।
Restiform—ਰੱਸੀ ਦੀ ਸ਼ਕਲ ਦਾ।
Restitution—ਵਾਪਸੀ।
Restless—ਬੇਅਰਾਮ, ਚੰਚਲ।
Restore—ਵਾਪਸ ਦੇਣਾ।
Restrain, Restrict—ਰੋਕਣਾ, ਬੰਦ ਕਰਨਾ।
Restriction—ਬੰਦਿਸ਼, ਰੋਕ।
Result—ਨਤੀਜਾ, ਪਰਿਣਾਮ।
Resumable—ਫਿਰ ਲੈਣ ਯੋਗ।
Resume—ਵਾਪਸ ਕਰ ਲੈਣਾ, ਫੇਰ ਲੈ ਲੈਣਾ।
Resuscitate—ਮੁਰਦਾ ਜ਼ਿੰਦਾ ਕਰਨਾ।
Retail—ਥੋੜ੍ਹੀ ਥੋੜ੍ਹੀ ਚੀਜ਼ ਵੇਚਣੀ।
Retain—ਟਿਕਾਣਾ, ਦੱਬ ਰੱਖਣਾ।

Retake—ਫੇਰ ਲੈਣਾ।
Retard—ਰੋਕਣਾ, ਸੁਸਤ ਕਰਨਾ।
Retch—ਉਲਟੀ ਕਰਨ ਦੀ ਕੋਸ਼ਿਸ਼ ਕਰਨੀ।
Retention—ਕੈਦ, ਪਕੜ।
Reticent—ਚੁੱਪਚਾਪ।
Reticulate—ਜਾਲੀਦਾਰ।
Retinue—ਨੌਕਰ-ਚਾਕਰ, ਸਵਾਰੀ।
Retire—ਨੌਕਰੀ ਛੱਡ ਦੇਣਾ।
Retirement—ਇਕਾਂਤ ਵਾਸ।
Retort—ਮੋੜਨਾ, ਝੁਕਾਉਣਾ।
Retrace—ਲੱਭਣਾ, ਖੋਜਣਾ।
Retraction—ਖਿਚਾਉ, ਉਲਟ-ਫੇਰ।
Retreat—ਪਿੱਛੇ ਹਟਣਾ, ਖਿਸਕਣਾ।
Retrench—ਘੱਟ ਕਰਨਾ, ਕੱਟਣਾ।
Retribute—ਵਾਪਸ ਦੇਣਾ।
Retrieve—ਫੇਰ ਲੈਣਾ।
Retrocede—ਵਾਪਸ ਦੇਣਾ।
Retrograde--ਉਲਟਾ ਪਿੱਛੇ ਨੂੰ ਹਟਣਾ।
Retrospective—ਪਿੱਛੇ ਵੱਲ ਤੱਕਣਾ।
Return—ਵਾਪਸ ਆਉਣਾ।
Reunion—ਨਵਾਂ ਜੋੜ।
Reunite—ਫੇਰ ਜੋੜਨਾ ਜਾਂ ਮਿਲਾਉਣਾ।
Reveal--ਪ੍ਰਕਾਸ਼ ਕਰਨਾ, ਜ਼ਾਹਿਰ ਕਰਨਾ।
Revelation—ਪ੍ਰਕਾਸ਼, ਸੰਦੇਸਾ।
Revenge—ਬਦਲਾ ਲੈਣਾ।
Revenue—ਆਮਦਨ, ਮਹਿਸੂਲ।
Revere—ਆਦਰ-ਮਾਣ ਕਰਨਾ।
Reverence—ਆਦਰ-ਮਾਣ।
Reverend—ਪਾਦਰੀ, ਬਜ਼ੁਰਗ।
Reverse—ਪਿੱਛੇ ਮੁੜਨਾ, ਉਲਟਨਾ।
Revest—ਫੇਰ ਕੱਪੜੇ ਪਾਉਣੇ।
Review—ਫੇਰ ਨਜ਼ਰ ਮਾਰਨੀ।
Revigorate—ਨਵੀਂ ਸ਼ਕਤੀ ਦੇਣਾ।
Revise—ਫੇਰ ਪੜ੍ਹਨਾ, ਫੇਰ ਦੇਖਣਾ।
Revision—ਸੁਧਾਈ, ਦਰੁਸਤੀ।
Revival—ਤਾਜ਼ਗੀ, ਬਹਾਲੀ।
Revocable—ਮਿਟਣ ਯੋਗ।
Revoke—ਰੱਦ ਕਰਨਾ, ਮਿਟਾਉਣਾ।
Revolt—ਬਗ਼ਾਵਤ, ਬਾਗ਼ੀ ਹੋਣਾ।
Revolutionary—ਬਾਗ਼ੀ, ਫ਼ਸਾਦੀ।
Revolve—ਘੁੰਮਣਾ, ਚੱਕਰ ਕਟਣੇ।
Revolver—ਪਿਸਤੌਲ, ਤਮੰਚਾ।
Reward—ਇਨਾਮ ਦੇਣਾ।
Reapsody—ਬੇਜੋੜ ਵਾਕ।
Rheum—ਬਾਦੀ ਰੋਗ, ਗਠੀਆ।
Rhinocerous—ਗੈਂਡਾ।
Rhyme—ਦੋਹ, ਤੁੱਕ ਮਿਲਾਉਣਾ।
Rhythm—ਤਾਲ, ਵਜ਼ਨ।
Rib—ਪਸਲੀ, ਬੰਦ ਕਰਨਾ।
Ribald—ਕਮੀਨਾ, ਪਾਜ਼ੀ, ਨੀਚ।
Riband, Ribbon—ਰੇਸ਼ਮੀ ਫੀਤਾ।
Rice—ਚਾਵਲ।
Rich—ਮਾਲਦਾਰ, ਸ਼ਾਹੂਕਾਰ, ਉਪਜਾਊ।
Riches—ਦੌਲਤ, ਮਾਇਆ।
Ricochet—ਗੋਲੇ ਦਾ ਪਰਤਣਾ।
Rid—ਕੱਢ ਦੇਣਾ, ਦੂਰ ਕਰਨਾ।
Riddle--ਪਹੇਲੀ, ਝਰਨਾ, ਪਹੇਲੀ ਦੱਸਣਾ।
Ride—ਘੋੜੇ ਜਾਂ ਗੱਡੀ ਦੀ ਸਵਾਰੀ।
Ridge—ਸਕੋੜਨਾ, ਪੁਸ਼ਤਾ।
Ridiculous—ਬੇਹੂਦਾ।
Riding-habit—ਤੀਵੀਆਂ ਦੀ ਘੋੜ-ਸਵਾਰੀ ਦੀ ਪੁਸ਼ਾਕ।
Rife—ਪ੍ਰਚੰਡਤਾ।
Riffraff—ਕੂੜਾ ਕਰਕਟ, ਨੀਵੀਂ ਜਾਤੀ ਦੇ ਮਨੁੱਖ।
Rifle—ਇਕ ਤਰ੍ਹਾਂ ਦੀ ਬੰਦੂਕ।
Rift—ਚੀਰਨਾ, ਫਾੜਨਾ।
Rig—ਪੁਸ਼ਾਕ ਪਾਉਣੀ।

Right—ਸੱਜਾ, ਦਰੁੱਸਤ, ਠੀਕ ਠੀਕ।
Right-angle—ਨੱਬੇ ਡਿਗਰੀ ਦਾ ਕੋਣ।
Rightful—ਹੱਕਦਾਰ, ਮੁਨਾਸਿਬ।
Rigid—ਸਖ਼ਤ।
Rigour—ਸਖ਼ਤੀ, ਕੜਾਪਨ।
Rill—ਨਾਲਾ, ਝਰਨਾ।
Rim—ਕਿਨਾਰਾ, ਕੋਰ।
Rime—ਜੰਮੀ ਹੋਈ ਔਸ।
Rimple—ਝੁਰੜੀ, ਵੱਟ।
Rind—ਚਮੜਾ, ਪੋਸਤ।
Ring—ਅੰਗੂਠੀ, ਛੱਲਾ।
Ringleader—ਬਦਮਾਸ਼ਾਂ ਦਾ ਸਰਦਾਰ।
Rink—ਸੜਕ, ਬਰਫ਼ ਉਤੇ ਦੌੜਨ ਦਾ ਇਕ ਤਰ੍ਹਾਂ ਦਾ ਖੇਡ।
Rinse—ਮਾਂਜਣਾ।
Riot—ਦੰਗਾ, ਫ਼ਸਾਦ।
Rip—ਪਾੜਨਾ, ਕੱਟ ਦੇਣਾ।
Ripe—ਪੱਕਿਆ ਹੋਇਆ, ਤਿਆਰ।
Ripple—ਲਹਿਰਾਣਾ।
Rise—ਤਰੱਕੀ ਦੇਣਾ।
Risk—ਖ਼ਤਰਾ, ਜ਼ੋਖਮ।
Rite—ਰੀਤੀ, ਰਿਵਾਜ਼।
Rivalry—ਮੁਕਾਬਲਾ, ਝਗੜਾ।
Rive—ਚੀਰਨਾ, ਪਾੜਨਾ।
River—ਦਰਿਆ, ਨਦੀ।
Road—ਸੜਕ, ਪੱਥ।
Roam—ਘੁੰਮਣਾ, ਫਿਰਨਾ।
Roar—ਉੱਚੀ ਬੋਲਣਾ।
Roast—ਭੁੰਨੀ ਹੋਈ ਚੀਜ਼।
Rob—ਛੁਪਾਉਣਾ।
Robber—ਚੋਰ।
Robbery—ਚੋਰੀ, ਡਕੈਤੀ।
Robe—ਕੱਪੜੇ ਦੇਣਾ।
Robustness—ਮਜ਼ਬੂਤੀ, ਤਾਕਤ।
Roc—ਇਕ ਪੰਛੀ।
Rocky—ਪਥਰੀਲਾਂ।
Rodent—ਕੁਤਰਨ ਵਾਲਾ, ਕੁਤਰਨ ਵਾਲਾ ਜਾਨਵਰ।
Roe—ਮੱਛੀ ਦੇ ਅੰਡੇ, ਹਿਰਣੀ।
Roebuck—ਨਰ-ਹਿਰਨ।
Rogation—ਪ੍ਰਾਰਥਨਾ ਦਾ ਇਕ ਢੰਗ।
Rogue—ਬਦਮਾਸ਼, ਅਵਾਰਾ।
Roister—ਸ਼ੇਖੀ ਮਾਰਨੀ, ਡੀਂਗ ਮਾਰਨੀ।
Role--ਭੇਸ, ਭਾਗ, ਜ਼ਿੰਮੇ ਲੱਗਾ ਕੰਮ।
Roll—ਘੁੰਮਣਾ, ਫਿਰਨਾ।
Roller—ਬੇਲਣ।
Romance—ਕਹਾਣੀ, ਝੂਠੇ ਕਿੱਸੇ।
Romp—ਰੌਲਾ ਪਾਉਣ ਵਾਲੀ ਕੁੜੀ, ਰੌਲਾ ਪਾਉਣਾ।
Rood—ਏਕੜ ਦਾ ਚੌਥਾ ਭਾਗ।
Roof—ਛੱਤ।
Rook—ਲੁੱਟਣਾ, ਧੋਖਾ ਦੇਣਾ, ਕਾਂ।
Room—ਕਮਰਾ।
Roost—ਬਸੇਰਾ, ਰਿਹਾਇਸ਼ ਕਰਨੀ।
Root—ਜੜ੍ਹ, ਕਾਰਣ।
Rope—ਡੋਰੀ, ਰੱਸੀ।
Ropy—ਚਿਪਚਿਪਾ।
Roral—ਔਸ ਦਾ।
Rose—ਗੁਲਾਬ ਦਾ ਫੁੱਲ।
Rosary—ਫੁੱਲਾਂ ਦੀ ਸੇਜ, ਗੁਲਾਬ ਦਾ ਬਾਗ਼।
Rose-water—ਗੁਲਾਬ ਦਾ ਅਰਕ।
Rossel—ਪੋਲੀ ਥਾਂ।
Roster—ਵਾਰੀ ਵਾਰੀ ਕੰਮ ਕਰਨ ਵਾਲੇ ਬੰਦਿਆਂ ਦੀ ਸੂਚੀ।
Rostrum—ਉੱਚੀ ਥਾਂ, ਚਬੂਤਰਾ।
Rot—ਗਲਣਾ, ਸੜਨਾ।
Rotate—ਘੁੰਮਣਾ।
Rotten—ਖ਼ਰਾਬ, ਸੜਿਆ ਹੋਇਆ।
Rotund—ਗੋਲ।

Rough—ਰੁੱਦੀ, ਪਥਰੀਲਾ, ਖੁਰਦਰਾ।
Round—ਗੋਲਾਈ।
Roundabout—ਟੇਢਾ, ਪੇਚੀਦਾ।
Roundly—ਗੋਲ ਸ਼ਕਲ ਵਿਚ।
Rout—ਭੀੜ, ਇਕੱਠ।
Route—ਰਸਤਾ, ਸੜਕ।
Routine—ਤਰੀਕਾ।
Rove—ਭਟਕਾਉਣਾ।
Row—ਕਤਾਰ।
Rowel—ਛੋਟਾ ਪਹੀਆ, ਚਰਖੀ।
Royal—ਸ਼ਾਹੀ।
Royalty—ਬਾਦਸ਼ਾਹਤ, ਮਜ਼ਦੂਰੀ।
Rub—ਰਗੜਨਾ, ਮਾਲਿਸ਼ ਕਰਨਾ।
Rubber—ਰਬੜ, ਮਿਟਾਉਣ ਵਾਲਾ।
Rubbish—ਕੂੜਾ ਕਰਕਟ, ਮਲਬਾ।
Ruby — ਲਾਲ, ਛਾਪੇ ਦਾ ਛੋਟਾ ਅੱਖਰ।
Ruck—ਤਹਿ, ਵੱਟ, ਝੁਰੜੀ।
Rudd—ਤਾਜ਼ੀ ਮੱਛੀ।
Rudder—ਪਤਵਾਰ।
Ruddle—ਸੁਰਖ਼ ਮਿੱਟੀ।
Ruddy—ਲਾਲ, ਲਾਲ ਕਰਨਾ।
Rue—ਅਫ਼ਸੋਸ ਕਰਨਾ।
Rueful—ਉਦਾਸ।
Ruff—ਗੁਲੂਬੰਦ, ਇਕ ਤਰ੍ਹਾਂ ਦੀ ਚਿੜੀ, ਹੁੱਲੜ ਮਚਾਉਣਾ।
Ruffian—ਚੰਡਾਲ, ਬਦਮਾਸ਼, ਘਾਤਕ।
Ruffle—ਪਰੇਸ਼ਾਨ ਕਰਨਾ।
Rule—ਕਾਨੂੰਨ, ਬੰਦੋਬਸਤ ਕਰਨਾ।
Ruler—ਹਾਕਮ, ਰਾਜਾ।
Rum—ਇਕ ਤਰ੍ਹਾਂ ਦੀ ਸ਼ਰਾਬ।
Rumble—ਖੜਖੜਾਹਟ, ਗੱਡੀ ਦੇ ਪਿੱਛੇ ਨੌਕਰਾਂ ਲਈ ਥਾਂ।
Rummage—ਬਹੁਤ ਤਲਾਸ਼ ਕਰਨਾ।
Rummer—ਪਿਆਲਾ, ਗਲਾਸ।
Rumour—ਬਜ਼ਾਰੀ ਖ਼ਬਰ, ਅਫਵਾਹ।
Rump—ਚਿੱਤੜ, ਪਿਛਲਾ ਭਾਗ।
Rumple—ਝੁਰੜੀ ਪੈਣਾ।
Run—ਦੌੜਨਾ, ਨੱਸਣਾ, ਫੈਲਣਾ।
Runaway—ਭਗੌੜਾ, ਫਰਾਰੀ।
Runel—ਨਾਲਾ, ਨਦੀ।
Running—ਦੌੜਨਾ, ਨੱਸਣਾ।
Rupee—ਰੁਪਿਆ।
Ruptute—ਫੁੱਟ, ਵਿਗਾੜ।
Rush—ਦੌੜ, ਝਪਟ।
Rusk—ਇਕ ਹਲਕੀ ਰੋਟੀ।
Rust—ਜੰਗ, ਜੰਗ ਲਾਉਣਾ।
Rustic—ਪੇਂਡੂ, ਗੀਵਾਰ।
Routh—ਤਰਸ, ਦਇਆ।
Ruthless—ਬੇਤਰਸ।

S

S, the nineteenth letter of the English alphabet. ਐਸ—ਅੰਗ੍ਰੇਜ਼ੀ ਪੈਂਤੀ ਦਾ ਉਨੀਂਵਾਂ ਅੱਖਰ।
Sabre—ਤਲਵਾਰ।
Sack—ਥੈਲੀ, ਕੁੱਪੀ।
Saccharine—ਮਿੱਠਾ।
Sachet—ਇੱਤਰਦਾਨ।
Sack—ਥੈਲਾ, ਇਕ ਤਰ੍ਹਾਂ ਦੀ ਸ਼ਰਾਬ।
Sacque—ਖੁੱਲ੍ਹੀ ਪੁਸ਼ਾਕ, ਚੋਗਾ।
Sacred—ਪਵਿੱਤਰ, ਪਾਵਨ।
Sacrifice—ਕੁਰਬਾਨੀ, ਬਲੀਦਾਨ, ਕੁਰਬਾਨੀ ਕਰਨਾ।
Sacristan—ਗਿਰਜੇ ਦੇ ਸਮਾਨ ਦਾ ਰੱਖਿਅਕ।
Sad—ਉਦਾਸ, ਬੁਰਾ।
Saddle—ਜ਼ੀਨ, ਕਾਠੀ।

Safe—ਭਲਾ, ਸੰਦੂਕ ਜਿਸ ਉਤੇ ਅੱਗ ਅਸਰ ਨਹੀਂ ਕਰਦੀ, ਸੁਰੱਖਿਅਤ।
Safety—ਬਚਾਓ।
Saffron—ਕੇਸਰ, ਕੇਸਰ ਵਾਲਾ।
Sag—ਝੁਕਣਾ, ਡਗਮਗਾਉਣਾ।
Sagacious—ਤੇਜ਼ ਸੁਭਾਅ, ਹੁਸ਼ਿਆਰ।
Sagacity—ਹੁਸ਼ਿਆਰੀ।
Sage—ਸਿਆਣਾ।
Sago—ਸਾਗੂਦਾਣਾ।
Sail—ਜਹਾਜ਼ ਦਾ ਚੱਲਣਾ, ਬਾਦਬਾਨ।
Sailer—ਮਲਾਹ।
Saint—ਮਹਾਤਮਾ, ਭਗਤ, ਪੀਰ, ਸੰਤ।
Sainted—ਪਵਿੱਤਰ।
Sake—ਮਤਲਬ, ਕਾਰਣ।
Salad—ਸਾਗ ਦਾ ਅਚਾਰ, ਰਾਇਤਾ।
Salary—ਤਨਖ਼ਾਹ, ਮਜ਼ਦੂਰੀ।
Sale—ਵਿਕਰੀ, ਨੀਲਾਮ।
Salesman—ਵੇਚਣ ਵਾਲਾ।
Salient—ਉਭਰਿਆ ਹੋਇਆ।
Saline—ਨਮਕੀਨ।
Salivate—ਰਾਲ, ਝੁਕਣਾ।
Sallow—ਕੁਝ ਪੀਲਾ, ਝਾੜੀ।
Salmon-trout—ਸਮੁੰਦਰ ਦੀ ਰਾਹੂ ਮੱਛੀ।
Salong—ਬੈਠਕ, ਦਾਲਾਨ, ਮਹਿਮਾਨਘਰ।
Saloon—ਮਹਿਮਾਨ ਖਾਨਾ।
Salt—ਨਮਕ, ਲੂਣ।
Saltation—ਉੱਛਲ, ਧੜਕ।
Salubrious, Salutary—ਖ਼ੁਸ਼ਗਵਾਰ, ਚੰਗਾ।
Salutation—ਪ੍ਰਣਾਮ, ਬੰਦਗੀ।
Salute—ਬੰਦਗੀ ਕਰਨਾ, ਨਮਸਕਾਰ ਕਰਨਾ, ਸਲਾਮੀ।
Salvation—ਛੁਟਕਾਰਾ, ਮੁਕਤੀ।
Same—ਪ੍ਰਕਾਰ, ਇਕ ਬਰਾਬਰ।
Sameness—ਸਮਾਨਤਾ।
Sample—ਨਮੂਨਾ।
Sanative—ਸਿਹਤਮੰਦ।
Sanctify—ਪਵਿੱਤਰ ਕਰਨਾ।
Sancation—ਮੰਜ਼ੂਰੀ, ਮੁਕਰੱਰ ਕਰਨਾ।
Sanctity—ਪਵਿੱਤਰਤਾ।
Sanctum—ਪਵਿੱਤਰ ਗ੍ਰਹਿ।
Sand—ਰੇਤ।
Sandal—ਖੜਾਂਓ, ਸਲੀਪਰ।
Sand-glass—ਰੇਤ ਘੜੀ।
Sandwich—ਸਮੋਸਾ, ਪੂੜੀ।
Sandy—ਰੇਤ ਵਾਲੀ।
Sane—ਤੰਦਰੁਸਤ।
Sanguine—ਖੂਨੀ, ਲਾਲ।
Sanitorrium--ਸਿਹਤ ਲਈ ਲਾਭਦਾਇਕ ਥਾਂ।
Sanitary—ਤੰਦਰੁਸਤੀ ਸੰਬੰਧੀ।
Sanity—ਸਥਿਰ ਬੁੱਧੀ।
Sap—ਸੁਰੰਗ, ਊਣੀ, ਅਰਕ।
Sapid—ਸਵਾਦੀ, ਖ਼ੁਸ਼ ਜ਼ਾਇਕਾ।
Sapience—ਅਕਲ, ਬੁੱਧੀ।
Sapless—ਖ਼ੁਰਕ, ਨੀਰਸ।
Saponify—ਸਾਬਣ ਬਣਾਉਣਾ।
Sapor—ਸਵਾਦ, ਜ਼ਾਇਕਾ।
Sapphire—ਨੀਲਮ, ਨੀਲਾ ਰੰਗ।
Sappy—ਰਸੀਲਾ।
Sarcophagus—ਪੱਥਰ ਦਾ ਤਾਬੂਤ।
Sardine—ਇਕ ਤਰ੍ਹਾਂ ਦੀ ਛੋਟੀ ਮੱਛੀ।
Sash—ਜਾਲ, ਸ਼ੀਸ਼ੇ ਵਾਲੀ ਖਿੜਕੀ ਦਾ ਚੌਖਟਾ।
Satanic—ਸ਼ੈਤਾਨੀ।
Sateen—ਚਮਕਦਾ ਹੋਇਆ, ਸੂਤੀ ਕੱਪੜਾ।
Satellite—ਉਪਗ੍ਰਹਿ।
Satiate—ਸੰਤੁਸ਼ਟ ਕਰਨਾ, ਖ਼ੁਸ਼ਹਾਲ, ਨੱਕੋ ਨੱਕ ਭਰਿਆ ਹੋਇਆ।
Satin—ਸਾਟਨ।
Satisfaction—ਤਸੱਲੀ, ਆਰਾਮ।

Satisfy—ਰਾਜ਼ੀ ਕਰਨਾ, ਤਸੱਲੀ ਦੇਣੀ।
Saturate—ਭਰਨਾ, ਤਰ ਕਰਨਾ।
Saturday—ਸ਼ਨੀਚਰਵਾਰ।
Saturnine—ਸੁਸਤ, ਉਦਾਸ।
Sauce—ਚਟਨੀ, ਅਚਾਰ।
Sauce-pan—ਪਕਾਉਣ ਵਾਲਾ ਭਾਂਡਾ।
Saucer—ਤਸ਼ਤਰੀ, ਰਕਾਬੀ।
Saucy—ਗੁਸਤਾਖ਼।
Sausage—ਸਮੋਸਾ।
Savsage—ਬੇਤਰਸ, ਜੰਗਲੀ।
Savant—ਵਿਦਵਾਨ ਪੰਡਿਤ।
Save—ਰੱਖਿਆ ਕਰਨੀ, ਬਚਾਉਣਾ।
Saving—ਬਚਤ।
Savour—ਸੁਆਦ, ਲੱਜਤ।
Savourless—ਬੇ-ਸੁਆਦ, ਬੇ-ਲੱਜ਼ਤ।
Saw—ਆਰਾ, ਕਹਾਵਤ।
Sawdust—ਲੱਕੜੀ ਦਾ ਬੁਰਾਦਾ।
Sawyer—ਲੱਕੜੀ ਦਾ ਆਰਾ।
Sax-horn—ਪਿੱਤਲ ਦਾ ਬਿਗੁਲ।
Say—ਕਹਿਣਾ, ਬੋਲਣਾ।
Saying—ਕਹਾਵਤ, ਵਚਨ।
Scab—ਨੀਚ ਆਦਮੀ।
Scabbed—ਖੁਜਲਾ, ਨੀਚ।
Scabby—ਖੁਜਲੀ ਵਾਲਾ।
Scabrous—ਗਠੀਲਾ।
Scaffold—ਤਖ਼ਤ, ਫਾਂਸੀ ਦੇਣ ਵਾਲਾ ਤਖ਼ਤਾ।
Scaold—ਗਰਮ ਪਾਣੀ, ਗਰਮ ਪਾਣੀ ਨਾਲ ਸੜਨ ਦਾ ਦਾਗ।
Scale—ਖਾਰੀ, ਪਲਟਾ, ਪਦਵੀ।
Scall—ਖੁਜਲੀ।
Scaly—ਛਿਲਕੇਦਾਰ, ਛਿਲਕੇ ਵਰਗਾ।
Scamp—ਗੁੰਡਾ, ਨੀਚ।
Scamper—ਨੱਠ ਜਾਣਾ, ਤੇਜ਼।
Scan—ਜਾਂਚਣਾ, ਪੜਤਾਲ ਕਰਨਾ।
Scandal—ਕਸੂਰ, ਬਦਨਾਮੀ, ਨਿੰਦਾ।
Scandalize—ਨਾਰਾਜ਼ ਕਰਨਾ, ਬਦਨਾਮੀ।
Scant—ਤੰਗ, ਥੋੜਾ ਖ਼ਰਚ ਕਰਨਾ।
Scantling—ਨਮੂਨਾ, ਥੋੜੀ ਚੀਜ਼।
Scape—ਛੁੱਟ ਜਾਣਾ, ਬਚਾਓ।
Scar—ਜ਼ਖ਼ਮ ਦਾ ਨਿਸ਼ਾਨ।
Scarab—ਗੋਬਰੀਲਾ ਕੀੜਾ।
Scarce—ਥੋੜ੍ਹਾ ਮਿਲਣ ਵਾਲਾ।
Scarcity—ਕਮੀ, ਤੰਗੀ, ਮਹਿੰਗੀ।
Scare—ਭੈਅ ਦਿਲਾਉਣਾ।
Scaf-skin—ਝਿੱਲੀ, ਪੋਸਤ।
Scarify—ਚਮੜਾ ਕੱਟਣਾ।
Scarlet—ਚਟਕੀਲਾ, ਲਾਲ ਰੰਗ।
Scarlet-fever—ਲਾਲ ਬੁਖ਼ਾਰ।
Scarp—ਸਿੱਧਾ, ਢਾਲ।
Scatheful—ਨੁਕਸਾਨ ਦੇਣ ਵਾਲਾ।
Scatter—ਫੈਲ ਜਾਣਾ, ਵੱਖੋ ਵੱਖ ਹੋ ਜਾਣਾ।
Scene—ਨਾਟਕ, ਸਵਾਂਗ।
Scenery—ਤਮਾਸ਼ਾ, ਦ੍ਰਿਸ਼।
Scent—ਖ਼ੁਸ਼ਬੂਦਾਰ, ਮਹਿਕ।
Sceptic—ਸ਼ੱਕੀ, ਨਾਸਤਕ।
Sceptre—ਅਧਿਕਾਰ।
Schedule—ਸੂਚੀ ਪੱਤਰ।
Scheme—ਤਜਵੀਜ਼, ਮਸੌਦਾ, ਉਪਾਅ।
Schism—ਮਤਭੇਦ, ਫੁੱਲ।
Scholar—ਵਿਦਿਆਰਥੀ।
Scholarship—ਵਜ਼ੀਫ਼ਾ।
Scholastic—ਵਿਦਵਾਨ ਜਾਂ ਵਿਸ਼ਵ-ਵਿਦਿਆਲੇ ਸੰਬੰਧੀ।
School—ਪਾਠਸ਼ਾਲਾ, ਮਦਰਸਾ।
Schooling—ਪੜ੍ਹਾਈ।
Science—ਵਿਗਿਆਨ।
Scientific—ਵਿਗਿਆਨ ਸੰਬੰਧੀ।
Scientist—ਵਿਗਿਆਨਕ।
Scientillate—ਚਮਕਣਾ, ਚਿੰਗਾਰੀ ਛੱਡਣਾ।

Sciolist—ਥੋੜੀ ਵਿੱਦਿਆ ਵਾਲਾ।
Scission—ਕਾਂਟ-ਛਾਂਟ।
Scissors—ਕੈਂਚੀ ਕਤਰਨੀ।
Scoff—ਤਾਅਨਾ ਮਾਰਨਾ, ਨਫ਼ਰਤ ਕਰਨਾ।
Scold—ਦੋਸ਼ ਕੱਢਣੇ, ਝਿੜਕਣਾ।
Scolding—ਧਮਕੀ, ਝਾੜ।
Scoop—ਚਮਚਾ, ਕੜਛਾ।
Scope—ਮਤਲਬ, ਸੀਮਾ।
Scorbutic—ਖ਼ਾਰਸ਼ੀ, ਖੁਜਲੀ ਵਾਲਾ।
Scorch—ਝੁਲਸਣਾ, ਜਲਣਾ।
Score—ਹਿਸਾਬ, ਕੌੜੀ, ਦਰਜ ਕਰਨਾ।
Scorer—ਨਿਸ਼ਾਨ ਰੱਖਣ ਵਾਲਾ।
Scoria—ਧਾਤੂ ਦਾ ਮੈਲ।
Scorn—ਨਫ਼ਰਤ, ਘੱਟ ਜਾਣਨਾ।
Scornful—ਨਿੰਦਕ, ਨਫ਼ਰਤ ਕਰਨਾ।
Scropion—ਬਿੱਛੂ, ਬ੍ਰਿਸ਼ਚਕ ਰਾਸ਼ੀ।
Scot-free—ਸਾਫ਼, ਬੇਦਾਗ।
Scoundrel—ਕਮੀਨਾ, ਬਦਮਾਸ਼।
Scour—ਰਗੜਨਾ, ਤੇਜ਼ ਦੌੜਨਾ।
Scourge—ਸਜ਼ਾ ਦੇਣਾ, ਚਾਬੁਕ ਮਾਰਨਾ।
Scout—ਭੇਦੀ, ਜਾਸੂਸ, ਜਾਸੂਸੀ ਕਰਨਾ।
Scowl—ਗੁੱਸਾ ਕਰਨਾ, ਨੱਕ-ਮੂੰਹ ਚਿੜਾਉਣਾ।
Scrabble—ਖੁਰਚਨਾ, ਘਸੀਟਣਾ।
Scragged, Scraggy--ਪਤਲਾ, ਦੁਬਲਾ।
Scramble—ਝਪਟਾ, ਝਪਟੀ।
Scrannel—ਕਮਜ਼ੋਰ, ਹਕੀਰ।
Scrap—ਪਰਚਾ, ਟੁਕੜਾ।
Scrape—ਛਿੜਨਾ, ਖਿਚਾਓ।
Scratch—ਖੁਰਚਣਾ, ਮੋਚਣਾ।
Scrawl—ਘਸੀਟਣਾ, ਗੰਦੀ ਲਿਖਾਈ।
Scream—ਚੀਕਣਾ, ਚਿਲਾਣਾ।
Screed—ਤੀਵਰ ਵਿਆਖਿਆਨ।
Screen—ਪਰਦਾ, ਓਟ।
Screw—ਪੇਚ, ਮਜਬੂਤ ਕਰਨਾ।
Screw-driver—ਪੇਚਕਸ।
Scribble—ਘਸੀਟਣਾ, ਬੁਰੀ ਲਿਖਾਈ।
Scribe—ਕੱਢਣਾ, ਪੋਚਣਾ।
Scrimmage—ਆਹਮਣੇ ਸਾਹਮਣੇ ਹੋਣਾ।
Scrip—ਥੈਲੀ, ਬੈਗ।
Script—ਸ਼ੀਸ਼ੇ ਦੇ ਅੱਖਰ ਜੋ ਲਿਖੇ ਅੱਖਰਾਂ ਵਰਗੇ ਹੋਣ।
Scriptural--ਧਰਮ ਪੁਸਤਕ ਦੇ ਅਨੁਸਾਰ।
Scripture—ਧਰਮ ਪੁਸਤਕ।
Scrivener—ਸੂਦ ਉਤੇ ਰੁਪਏ ਦੇਣ ਵਾਲਾ।
Scrofula—ਕੰਠਮਾਲਾ।
Scroll—ਮਸੌਦਾ, ਪੁਲੰਦਾ।
Scrub—ਰਗੜਨਾ, ਘਿਸਣਾ।
Scrubby—ਨੀਚ, ਕਮੀਨਾ।
Scrupulous—ਹੁਸ਼ਿਆਰ, ਬੁੱਧੀਮਾਨ।
Scrutinize—ਪੜਤਾਲ ਕਰਨੀ, ਜਾਂਚਣਾ।
Scrutiny—ਪਰੀਖਿਆ, ਤਲਾਸ਼।
Scud—ਨੱਠਣਾ, ਦੌੜ ਜਾਣਾ।
Scuffle—ਕੁਸ਼ਤੀ, ਲੜਾਈ।
Scull—ਕਿਸ਼ਤੀ, ਬੇੜੀ।
Scum—ਮੈਲ, ਝੱਗ।
Scumble—ਮੂਰਤੀ ਉਤੇ ਗਾੜ੍ਹਾ ਰੰਗ ਕਰਨਾ।
Scurrile—ਨੀਚ, ਬਦਮਾਸ਼।
Scurrility—ਗਾਲ੍ਹ, ਬੁਰੇ ਸ਼ਬਦ।
Scurvy—ਇਕ ਤਰ੍ਹਾਂ ਦੀ ਬੀਮਾਰੀ।
Scuttle—ਵੱਡਾ ਟੋਕਰਾ।
Scythe—ਗੰਡਾਸਾ।
Sea—ਸਮੁੰਦਰ, ਸਾਗਰ।
Sea-board, Sea-coast—ਸਮੁੰਦਰ ਦਾ ਕਿਨਾਰਾ।
Sea-horse—ਦਰਿਆਈ ਘੋੜਾ।
Sealing-wax—ਮੋਮਬੱਤੀ।
Seam—ਸਿਲਾਈ, ਪਤਲੀ ਧ੍ਹਾਹ।
Seamanship—ਜਹਾਜ਼ਰਾਨੀ, ਮਲਾਹੀ।

Sea-port—ਬੰਦਰਗਾਹ।

Sear—ਜਲਾਉਣਾ, ਬੇਹੋਸ਼ ਕਰਨਾ।

Search—ਤਲਾਸ਼, ਲੱਭਣਾ, ਸੁਰਾਗ।

Season—ਮੌਸਮ, ਰੁੱਤ।

Seat—ਜਗ੍ਹਾ, ਕੁਰਸੀ, ਆਸਣ।

Seaward—ਸਮੁੰਦਰ ਦੇ ਪਾਸੇ।

Secede—ਨਿਕਲ ਜਾਣਾ, ਛੱਡਣਾ।

Secern—ਛੱਡਣਾ, ਵੱਖ ਕਰਨਾ।

Secession—ਵੱਖਰਾ ਕਰਨਾ।

Seclude—ਜੱਥੇ ਤੋਂ ਵੱਖ ਕਰਨਾ।

Second—ਦੂਜਾ, ਮਿੰਟ ਦਾ ਸੱਠਵਾਂ ਹਿੱਸਾ।

Secondary—ਦੂਜੇ ਦਰਜੇ ਦਾ, ਉਤਰਿਆ ਹੋਇਆ।

Second hand—ਪੁਰਾਣਾ, ਦੂਜੇ ਹੱਥ ਦੀ ਵਰਤੀ ਹੋਈ ਚੀਜ਼।

Secret—ਗੁਪਤ, ਭੇਦ।

Secretariate—ਸਕੱਤਰ ਦਾ ਦਫ਼ਤਰ।

Secretary—ਸਕੱਤਰ, ਦੀਵਾਨ।

Secretion—ਵੱਖ ਕਰਨ ਦੀ ਚੀਜ਼।

Secretory—ਸਰੀਰ ਦੇ ਰਸ ਸੰਬੰਧੀ।

Sect—ਜੱਥਾ, ਪੰਥ।

Section—ਹਿੱਸਾ, ਦਫ਼ਾ, ਕਾਟ।

Sector—ਨਕਸ਼ਾਕਸ਼ੀ ਦਾ ਯੰਤਰ।

Secular—ਸੰਸਾਰੀ।

Secure—ਮਜਬੂਤ ਕਰਨਾ, ਨਿਰਭੈ।

Security—ਜ਼ਮਾਨਤ, ਬੀਮਾ।

Sedan—ਪਾਲਕੀ, ਡੋਲੀ।

Sediment—ਮੈਲ ਜੋ ਹੇਠਾਂ ਜਮ੍ਹਾਂ ਹੋ ਜਾਂਦੀ ਹੈ।

Sedition—ਫ਼ਸਾਦ, ਬਗ਼ਾਵਤ।

Seditious—ਬਗ਼ਾਵਤ ਦਾ, ਫ਼ਸਾਦੀ।

Seduce—ਬਹਿਕਾਉਣਾ, ਫਰੇਬ ਦੇਣਾ।

Sedulity—ਕੋਸ਼ਿਸ਼, ਮਿਹਨਤ।

See—ਦੇਖਣਾ, ਮਾਲੂਮ ਕਰਨਾ।

Seed—ਬੀਜ, ਵੰਸ਼, ਜੜ੍ਹ, ਨਸਲ।

Seeing—ਚੂੰਕਿ।

Seek—ਲੱਭਣਾ, ਤਲਾਸ਼ ਕਰਨਾ।

Seem—ਯੋਗ ਹੋਣਾ, ਜ਼ਾਹਿਰ ਹੋਣਾ।

Seeming—ਨੁਮਾਇਸ਼ੀ, ਦਿਖਾਵਾ।

Seemly—ਵਾਜਬ, ਮੁਨਾਸਬ।

See-saw—ਝੂਲਾ, ਪੰਘੂੜਾ।

Seethe—ਉਬਲਣਾ, ਜੋਸ਼ ਦੇਣਾ।

Seegar—ਸਾਂਚਾ।

Segregate—ਵੱਖਰਾ ਕਰਨਾ।

Seize—ਪਕੜਨਾ, ਲੈ ਜਾਣਾ।

Seizure—ਗ੍ਰਿਫ਼ਤਾਰੀ, ਹਮਲਾ।

Seldom—ਕਦੀ ਕਦੀ।

Select—ਚੁਣਨਾ, ਛਾਂਟਣਾ।

Self-confident—ਆਪਣੇ ਉੱਤੇ ਭਰੋਸਾ ਕਰਨ ਵਾਲਾ।

Selfish—ਮਤਲਬੀ, ਖ਼ੁਦਗਰਜ਼।

Sell—ਵੇਚਣਾ, ਖ਼ਰਚ ਕਰਨਾ।

Selvedge—ਕਿਨਾਰਾ, ਗੋਟਾ।

Semen—ਧਾਤ, ਮਨੀ, ਵੀਰਜ।

Semicricle—ਅੱਧਾ ਦਾਇਰਾ।

Semicolon—ਰੁਕਣ ਦਾ ਨਿਸ਼ਾਨ- (;)।

Seminal—ਮੌਲਿਕ, ਅਸਲੀ, ਵੀਰਜ ਸੰਬੰਧੀ।

Sempstress—ਸੀਉਣ ਵਾਲੀ ਔਰਤ।

Send—ਭੇਜਣਾ, ਰਵਾਨਾ ਕਰਨਾ।

Senbal—ਇਕ ਤਰ੍ਹਾਂ ਦਾ ਪਤਲਾ ਰੇਸ਼ਮੀ ਕੱਪੜਾ।

Senile—ਬੁਢੇਪੇ ਦਾ।

Senility—ਬੁਢੇਪਾ।

Senior—ਸਭ ਤੋਂ ਵੱਡਾ।

Sensation—ਜੋਸ਼, ਹਲਚਲ।

Sense—ਹੋਸ਼, ਸਮਝ।

Senseless—ਬੇਹੋਸ਼, ਨਾਦਾਨ।

Sensible—ਗਿਆਨੀ, ਚੇਤੰਨ।

Sensitive—ਨਾਜ਼ੁਕ।

Sensorium—ਦਿਮਾਗ।

Separate—ਜੁਦਾ, ਵੱਖਰਾ।
Separately—ਅਲੱਗ-ਅਲੱਗ, ਵੱਖੋ-ਵੱਖ।
Separation—ਵਿਯੋਗ, ਫ਼ਰਕ।
Sepoy—ਸਿਪਾਹੀ।
Septennial—ਸੱਤ ਵਰ੍ਹੇ ਦਾ।
Septic—ਸੜਨ ਵਾਲੀ ਜਾਂ ਗਲਣ ਵਾਲੀ ਚੀਜ਼।
Septuagenarian—ਸੱਤਰ ਸਾਲ ਦਾ ਬੁੱਢਾ।
Sepulcharl—ਸਮਾਧੀ ਦਾ, ਕਬਰ ਦਾ।
Sepulchre—ਮਕਬਰਾ, ਕਬਰ।
Sequel—ਨਤੀਜਾ, ਪਰਿਣਾਮ।
Sequester—ਅਲੱਗ ਕਰਨਾ, ਕੁਰਕ ਕਰਨਾ।
Sequestrate—ਅਮਾਨਤ ਦੀ ਤਰ੍ਹਾਂ ਰੱਖਣਾ।
Sequestration—ਕੁਰਕੀ।
Seraglio—ਰਾਜ ਭਵਨ, ਹਰਮ, ਮਹੱਲ, ਸਰ੍ਹਾਂ।
Serene—ਸ਼ਾਂਤ, ਠੰਡਾ ਕਰਨਾ।
Serf—ਦਾਸ, ਤਾਬੇਦਾਰ।
Serge—ਇਕ ਤਰ੍ਹਾਂ ਦਾ ਊਨੀ ਕੱਪੜਾ।
Sergeant—ਸੈਨਾ ਦਾ ਇਕ ਅਫ਼ਸਰ।
Serial—ਸਿਲਸਿਲੇਵਾਰ।
Series—ਸਿਲਸਿਲਾ, ਤਰਤੀਬ।
Serious—ਗੰਭੀਰ, ਭਾਰੀ।
Sermon—ਧਰਮ ਉਪਦੇਸ਼, ਵਿਆਖਿਆਨ।
Sermonize—ਧਰਮ ਦਾ ਉਪਦੇਸ਼ ਕਰਨਾ।
Serpent—ਸੱਪ, ਨਾਗ, ਭੁਜੰਗ।
Serpentine—ਸੱਪ ਵਾਂਗ ਟੇਢਾ।
Serrate—ਦੰਦਿਆਂ ਵਾਲਾ।
Serum—ਖੂਨ ਦਾ ਪਾਣੀ, ਦੁੱਧ।
Servant—ਨੌਕਰ ਚਾਕਰ।
Serve—ਸੇਵਾ ਕਰਨੀ, ਕੰਮ ਕਰਨਾ।
Service—ਨੌਕਰੀ, ਸੇਵਾ, ਉਪਕਾਰ।
Serviceable—ਕਾਰ-ਆਮਦ, ਉਪਯੋਗੀ।
Servile—ਚਾਪਲੂਸ, ਨੀਚ।
Servitor—ਸੇਵਕ।
Sesame—ਤਿਲ।
Seasion—ਅਦਾਲਤ, ਇਜਲਾਸ।
Set—ਰੱਖਣਾ, ਠੀਕ ਕਰਨਾ।
Setose—ਕੰਡਿਆਂ ਵਾਲਾ।
Settee—ਬੈਂਚ, ਤਕੀਏ ਵਾਲੀ ਬੈਂਚ।
Setter—ਸ਼ਿਕਾਰੀ, ਸ਼ਿਕਾਰੀ ਕੁੱਤਾ।
Settle—ਜਮ੍ਹਾਂ ਕਰਨਾ, ਸਥਾਪਿਤ ਕਰਨਾ, ਫੈਸਲਾ ਕਰਨਾ।
Settler—ਠਹਿਰਾਉ, ਨਿਰਣਾ।
Seven—ਸੱਤ।
Seventeen—ਸਤਾਰਾਂ।
Seventh—ਸੱਤਵਾਂ।
Seventieth—ਸਤਾਰਵਾਂ।
Sever—ਅਲੱਗ ਕਰਨਾ, ਫਾੜਨਾ, ਚੀਰਨਾ।
Several—ਅਲੱਗ, ਭਿੰਨ, ਔਰਤਾਂ ਦੀ ਚਾਦਰ।
Severally—ਅਲੱਗ ਅਲੱਗ।
Serverance—ਜੁਦਾਈ।
Severe—ਸਖ਼ਤ, ਦੁੱਖਦਾਇਕ।
Severity—ਸਖ਼ਤੀ, ਕਠੋਰਤਾ।
Sew—ਸਿਲਾਈ, ਸੀਉਣਾ।
Sewage—ਨਾਲੇ ਦਾ ਪਾਣੀ।
Sewer—ਦਰਜੀ।
Sewer—ਪਰਨਾਲਾ, ਨਾਲਾ।
Sex—ਇਸਤ੍ਰੀ ਪੁਰਖ ਦੀ ਕਾਮ-ਖੇਡ।
Sextant—ਜੋਤਿਸ਼ ਸੰਬੰਧੀ ਇਕ ਜੰਤਰ।
Sexton—ਗਿਰਜੇ ਦਾ ਇਕ ਅਧਿਕਾਰੀ।
Sextuple—ਛੇ ਗੁਣਾ ਕਰਨਾ।
Sexual—ਇਸਤ੍ਰੀ ਪੁਰਖ ਦੇ ਕਾਮ-ਸੰਬੰਧੀ।
Shabby—ਫਟੇ ਪੁਰਾਣੇ ਕੱਪੜੇ ਪਾਏ ਹੋਏ।
Shackle—ਹੱਥਕੜੀ, ਬੇੜੀ ਪਾਉਣਾ।
Shade—ਸਾਇਆ, ਹਨੇਰਾ।

Shadow—ਸਾਇਆ, ਪਰਛਾਵਾਂ, ਪਰਦਾ ਪਾਉਣਾ।
Shaft—ਛੜੀ, ਬਾਂਸ, ਗੱਡੀ ਦਾ ਬੰਬ।
Shaggy—ਖੁਰਖੁਰਾ।
Shagreen—ਦਾਣੇਦਾਰ ਚਮੜਾ।
Shake—ਕੰਬਣੀ, ਥਰਥਰੀ, ਹਿਲਾਉਣਾ।
Shaky—ਕਮਜ਼ੋਰ।
Shale—ਇਕ ਤਰ੍ਹਾਂ ਦਾ ਪੱਥਰ।
Shall—ਕਿਰਿਆ ਦਾ ਇਕ ਨਿਸ਼ਾਨ ਜਿਵੇਂ ਕਿ—ਗਾ, ਗੇ।
Shallop—ਛੋਟੀ ਬੇੜੀ।
Shallow—ਘੱਟ ਡੂੰਘਾ, ਰੇਤੀਲਾ।
Sham—ਧੋਖਾ, ਸਵਾਂਗ।
Shamble—ਡਗਮਗਾਂਦੇ ਹੋਏ।
Shame—ਸ਼ਰਮ, ਲੱਜਾ।
Shame-faced—ਸ਼ਰਮੀਲਾ।
Shameless—ਬੇਸ਼ਰਮ।
Shampoo—ਕੇਸ ਧੋਣਾ।
Shank—ਲੱਤ, ਇਕ ਤਰ੍ਹਾਂ ਦਾ ਬਿਰਖ਼।
Shanty—ਕੋਠੜੀ, ਝੌਂਪੜਾ।
Shape—ਢਾਂਚਾ, ਸ਼ਕਲ ਬਣਾਉਣੀ।
Shapeless—ਕਰੂਪ।
Shapely—ਸੁਡੌਲ।
Shard—ਠੀਕਰੀ।
Share—ਭਾਗ, ਹਿੱਸਾ।
Share-broker—ਦਲਾਲ।
Share-holder—ਹਿੱਸੇਦਾਰ, ਸ਼ਰੀਕ।
Shark—ਇਕ ਵੱਡੀ ਮੱਛੀ।
Sharp—ਤੇਜ਼, ਫੁਰਤੀਲਾ।
Sharpen—ਤੇਜ਼ ਕਰਨਾ, ਸਾਨ ਧਰਨਾ।
Sharper—ਠੱਗ, ਧੋਖੇਬਾਜ਼।
Sharpness—ਤੀਖਣ, ਤੇਜ਼।
Shatter — ਤੋੜਨਾ, ਟੁਕੜੇ ਟੁਕੜੇ ਕਰਨਾ।
Shave—ਵਾਲ ਬਣਾਉਣਾ, ਟੁਕੜਾ।
Shaver—ਨਾਈ, ਲੁਟੇਰਾ।
Shawl—ਦੁਸ਼ਾਲਾ।
She—ਉਹ ਜ਼ਨਾਨੀ।
Sheaf—ਗੱਠਾ, ਪੱਲਾ, ਬਨਣਾ।
Shear—ਕੱਟਣਾ, ਕਤਰਨਾ।
Shears—ਕੈਂਚੀ, ਕਤਰਨੀ।
Sheath—ਗਿਲਾਫ਼, ਮਿਆਨ।
Sheave—ਨਾਲੀਦਾਰ ਚਰਖੀ।
Shog—ਹਰਕਤ, ਚੋਟ।
Shoot—ਛੱਡਣਾ, ਨਿਸ਼ਾਨਾ ਮਾਰਨਾ।
Shop—ਦੁਕਾਨ, ਹੱਟੀ।
Shore — ਸਮੁੰਦਰ ਦਾ ਕੰਢਾ, ਟੇਕ ਲਗਾਉਣਾ।
Short—ਛੋਟਾ, ਸੰਖੇਪ।
Shortage—ਕਮੀ।
Shorten—ਘੱਟ ਕਰਨਾ।
Shorthand—ਸੰਖੇਪ ਲੇਖ।
Shortly—ਥੋੜੀ ਦੇਰ ਵਿੱਚ।
Shortsighted--ਕਮਜ਼ੋਰ ਨਜ਼ਰ ਵਾਲਾ।
Shoulder—ਮੋਢਾ, ਦੋਸ਼, ਸਹਾਰਾ।
Shout—ਵਾਹ-ਵਾਹ ਕਰਨਾ।
Shove—ਧੱਕਾ ਦੇਣਾ, ਰੋੜਨਾ।
Show—ਖੋਲਣਾ, ਦਿਖਲਾਉਣਾ, ਤਮਾਸ਼ਾ।
Shower—ਬਰਸਾਤ, ਮੀਂਹ ਵਰ੍ਹਨਾ, ਵਾਛੜ।
Shred—ਟੋਟੇ ਟੋਟੇ ਕਰਨਾ।
Shrew—ਚਿੜਚਿੜਾ, ਝਗੜਾਲੂ।
Shrewed—ਬੁਰਾ, ਖ਼ਰੇਬ।
Shriek—ਸ਼ੋਰ ਕਰਨਾ।
Shrimp—ਝਿੰਗਰੀ।
Shrine—ਤੀਰਥ, ਮੰਦਰ।
Shrink—ਸੁਕੜਨਾ, ਸਿਮਟਨਾ।
Shrive—ਭੁੱਲ ਮੰਨਦਾ, ਖ਼ਿਮਾ ਕਰਨਾ।
Shrivel—ਝੁਰੀਆਂ ਵਾਲੀ।
Shroud—ਮੁਰਦਿਆਂ ਦਾ ਕੱਪੜਾ।
Shrub—ਝਾੜੀ, ਛੋਟਾ ਦਰਖ਼ਤ।

Shrubbery—ਝਾੜੀ।
Shrug—ਝਾੜਨਾ, ਮੋਢਾ ਹਿਲਾਉਣਾ।
Shudder--ਡਰ ਨਾਲ ਕੰਬਣਾ, ਥਰਥਰਾਉਣਾ।
Shuffle—ਬਲੀ, ਬਦਲਨਾ।
Shun—ਦੂਰ ਰਹਿਣਾ, ਬਚਣਾ।
Shunt—ਰੇਲ ਦੀ ਇਕ ਸੜਕ ਤੋਂ ਦੂਜੀ ਤੇ ਕਰਨਾ, ਹਟਾ ਦੇਣਾ।
Shut—ਬੰਦ ਕਰਨਾ।
Shutter—ਬੰਦ ਕਰਨ ਵਾਲਾ,
Shuttle—ਜੁਲਾਹੇ ਦੀ ਨਲੀ।
Shuttle-cock—ਪਰਦਾਰ ਗੇਂਦ।
Shy—ਸ਼ਰਮੀਲਾ।
Sibilant—ਜਿਸ ਦੇ ਸ਼ਬਦ ਉਚਾਰਣ ਵਿਚ ਸਨਸਨਾਹਟ ਪੈਦਾ ਹੋਵੇ।
Sibyl—ਭਵਿੱਖ ਦੱਸਣ ਵਾਲੀ ਔਰਤ।
Sic—ਇਸ ਤਰ੍ਹਾਂ ਨਾਲ।
Siccate—ਖ਼ੁਸ਼ਕ ਕਰਨਾ।
Siccity—ਖ਼ੁਸ਼ਕੀ, ਰੁੱਖਾਪਨ।
Sice—ਪਾਸੇ ਦਾ ਛੇਵਾਂ ਨੰਬਰ।
Sickly—ਸੁਸਤੀ ਨਾਲ।
Sickness—ਬੀਮਾਰੀ।
Side—ਪਾਸਾ, ਕੰਢਾ, ਟੇਢਾ।
Sidelong—ਟੇਢਾ, ਤਿਰਛਾ।
Sidereal—ਸਿਤਾਰਿਆਂ ਦਾ।
Side-saddle—ਔਰਤਾਂ ਲਈ ਘੋੜ-ਸਵਾਰੀ ਦੀ ਜ਼ੀਨ।
Siding—ਸਟੇਸ਼ਨ ਨੇੜੇ ਬਗਲੀ ਲਾਈਨ ਜਿਸ ਉਤੋਂ ਗੱਡੀ ਨੂੰ ਇਕ ਲਾਈਨ ਤੋਂ ਦੂਸਰੀ ਲਾਈਨ ਉਤੇ ਲਿਜਾਂਦੇ ਹਨ।
Sidle—ਚੱਲਣਾ।
Siege—ਘੇਰਾ, ਕਿਸੇ ਚੀਜ਼ ਨੂੰ ਲਗਾਤਾਰ ਪਾਉਣ ਦੀ ਕੋਸ਼ਿਸ਼।
Siesta—ਦੁਪਹਿਰ ਦਾ ਆਰਾਮ।
Sieve—ਝਰਨਾ, ਛਲਨੀ।
Sift—ਛਾਣ, ਛਾਨਣੀ ਤੋਂ ਵੱਖਰਾ ਕਰਨਾ।
Sigh—ਆਹ ਮਾਰਨਾ, ਸ਼ੋਕ ਦਾ ਸਾਹ।
Sight—ਨਜ਼ਰ, ਦ੍ਰਿਸ਼ਟੀ।
Sightly—ਸੋਹਣੀ, ਰੂਪਵਾਨ।
Sign—ਨਿਸ਼ਾਨ, ਚਿੰਨ੍ਹ।
Signal—ਨਿਸ਼ਾਨਾ, ਇਸ਼ਾਰਾ।
Siganlize—ਮਸ਼ਹੂਰ ਕਰਨਾ, ਇਸ਼ਾਰਾ ਕਰਨਾ।
Signal-man—ਨਿਸ਼ਾਨ ਦੱਸਣ ਵਾਲਾ।
Signature—ਦਸਤਖ਼ਤ, ਨਿਸ਼ਾਨੀ।
Signet—ਮੋਹਰ, ਸ਼ਾਹੀ ਛਾਪ।
Significance—ਮਤਲਬ, ਕਦਰ।
Signification—ਪ੍ਰਕਾਸ਼, ਮਤਲਬ।
Signify—ਬਿਆਨ ਕਰਨਾ, ਦੱਸਣਾ।
Silence, Silent—ਚੁੱਪ, ਖ਼ਾਮੋਸ਼ੀ।
Siliceous—ਚਕਮਕ।
Silk—ਰੇਸ਼ਮ, ਰੇਸ਼ਮੀ ਕੱਪੜਾ।
Silken—ਰੇਸ਼ਮੀ।
Silk-worm—ਰੇਸ਼ਮ ਦੇਾ ਕੀੜਾ।
Sill—ਦਹਿਲੀਜ਼।
Silly—ਸਾਦਾ, ਬੇਵਕੂਫ਼।
Silt—ਮਿੱਟੀ ਨਾਲ ਬੰਦ ਕਰਨਾ।
Silva—ਜੰਗਲੀ।
Silver—ਚਾਂਦੀ, ਰੁਪਿਆ, ਚਾਂਦੀ ਚੜ੍ਹਾਉਣਾ।
Silersmith--ਸੁਨਿਆਰਾ, ਗਹਿਣੇ ਬਣਾਉਣ ਵਾਲਾ।
Silver-tongued—ਮਿੱਠੀ, ਮਿੱਠਾ ਬੋਲਣ ਵਾਲਾ।
Similar—ਅਨੁਸਾਰ, ਮੁਤਾਬਕ।
Similarity, Similarly—ਉਸੇ ਤਰ੍ਹਾਂ, ਵੈਸਾ ਹੀ।
Similiude—ਸਮਾਨਤਾ, ਬਰਾਬਰੀ।
Simony—ਧਰਮ ਪਦ ਦੇ ਮੁੱਲ ਲੈਣ ਜਾਂ ਵੇਚਣ ਦਾ ਅਪਰਾਧ।
Simper—ਬਨਾਵਟੀ ਹਾਸਾ।
Simple—ਸਿਧਾ, ਸਾਦਾ, ਸਰਲ, ਸਾਫ਼।
Simplicity—ਸਾਦਾ, ਕੋਹੀ।

Simplify—ਅਸਾਨ ਕਰਨਾ, ਸਾਫ਼ ਕਰਨਾ।
Simulate—ਨਕਲ ਕਰਨਾ।
Simulation—ਬਨਾਵਟ, ਜ਼ਾਹਿਰਦਾਰੀ।
Simultaneous—ਇਕੋ ਸਮੇਂ ਦਾ, ਸਮਕਾਲੀ।
Sin—ਪਾਪ, ਅਪਰਾਧ।
Since—ਇਸ ਦੇ ਬਾਅਦ, ਕਿਉਂਕਿ।
Sincere—ਸੱਚਾ, ਖ਼ਰਾ।
Sincerity—ਸੱਚਾਈ, ਖਰਾਪਨ।
Sinerput—ਮੱਥਾ, ਖੋਪੜੀ ਦਾ।
Sinew—ਪਟਾ, ਸਖ਼ਤ ਕਰਨਾ।
Sinewy—ਮਜ਼ਬੂਤ, ਪੱਕਾ।
Sinful—ਪਾਪੀ, ਗੁਨਾਹਗਾਰ।
Sing—ਗਾਣਾ ਬੋਲਣਾ।
Singe—ਝੁਲਸਣਾ, ਜਲਾਉਣਾ।
Singer—ਗਾਉਣ ਵਾਲਾ।
Single—ਕੇਵਲ, ਇਕੱਲਾ।
Sing-song—ਗਾਣਾ।
Singular—ਨਿਰਾਲਾ, ਅਨੋਖਾ, ਇਕ ਵਚਨ।
Sinister—ਕਪਟੀ, ਖ਼ਰਾਬ।
Sink—ਡੁਬੋਣਾ, ਝੁਕਣਾ, ਖੋਦਣਾ।
Sinless—ਪਾਕ, ਬੇਗੁਨਾਹ।
Sinner—ਪਾਪੀ, ਗੁਨਾਹਗਾਰ।
Sinuate—ਪੇਚਦਾਰ ਕਰਨਾ।
Sip—ਘੁੱਟ ਲੈਣਾ, ਚੂਸਣਾ।
Siphon—ਟੇਢੀ ਨਲੀ।
Sippet—ਛੋਟਾ ਘੁੱਟ।
Sir—ਸ਼੍ਰੀਮਾਨ, ਜਨਾਬ।
Siren—ਫਰੇਬਣ, ਠੱਗਣੀ।
Sinup—ਸ਼ਰਬਤ, ਸ਼ੀਰਾ।
Sister—ਭੈਣ, ਦੀਦੀ, ਜੀਜੀ।
Sit—ਬੈਠਣਾ, ਕਚਹਿਰੀ ਕਰਨਾ।
Site—ਠੌਰ, ਥਾਂ, ਜਗ੍ਹਾ।
Sitting—ਬੈਠਕ, ਜਲਸਾ।
Situation—ਨੌਕਰੀ, ਅਹੁਦਾ, ਜਗ੍ਹਾ।
Six—ਛੇ।
Size—ਮਾਪ, ਬਨਣਾ, ਕੱਦ।
Skate—ਬਰਫ਼ ਤੇ ਚਲਣ ਦੀ ਜੁੱਤੀ।
Skean—ਛੋਟੀ ਤਲਵਾਰ ਜਾਂ ਚਾਕੂ।
Skein—ਲੱਛਾ, ਪੇਚਕ।
Skeleton—ਢਾਂਚਾ, ਪਿੰਜਰ।
Sktech—ਖਾਕਾ, ਨਕਸ਼ਾ, ਮਸੌਦਾ।
Skew—ਟੇਢਾ, ਤਿਰਛਾ।
Skewer—ਕਬਾਬ ਭੁੰਨਣਾ।
Skiff—ਬੇੜੀ।
Skilful—ਚਲਾਕ, ਹੁਨਰਮੰਦ, ਹੁਸ਼ਿਆਰ।
Skillet—ਦਸਤੇ ਵਾਲਾ।
Skim—ਮਲਾਈ ਉਤਾਰਨਾ, ਝੱਗ।
Skin—ਚਮੜੀ, ਝਿੱਲੀ, ਖਲ, ਪੋਸਤ।
Skinflint—ਕੰਜੂਸ, ਮਖੀਚੂਸ।
Skinny—ਚਮੜੇ ਦਾ।
Skirmish—ਹਲਕੀ, ਲੜਾਈ, ਝਗੜਾ।
Skit—ਤਾਨੇ ਦੀ ਗੱਲ।
Skulk—ਛੁਪਣਾ, ਡੁਬਕੀ ਲਗਾਉਣਾ।
Skull—ਸਿਰ, ਕਪਾਲ, ਖੋਪਰੀ।
Sky—ਅਸਮਾਨ, ਅਕਾਸ਼।
Sky-light—ਰੋਸ਼ਨਦਾਨ।
Slab—ਸੰਗਮਰਮਰ, ਸਫ਼ੇਦ ਪੱਥਰ।
Slabby—ਚਿਪਚਿਪਾ।
Slack—ਢਿੱਲਾ, ਸੁਸਤ।
Slag—ਧਾਤੂ ਦੀ ਮੈਲ, ਜਵਾਲਾਮੁਖੀ ਪਰਬਤ ਦੀ ਕੀਟ।
Slake—ਪਿਆਸ ਬੁਝਾਉਣਾ, ਭਿਉਂ ਕੇ ਦੂਰ ਕਰਨਾ।
Slam—ਜ਼ੋਰ ਨਾਲ ਮਾਰਨਾ ਜਾਂ ਬੰਦ ਕਰਨਾ।
Slander—ਬਦਨਾਮ ਕਰਨਾ, ਦੋਸ਼ ਲਗਾਉਣਾ।
Slanderous—ਕਲੰਕੀ, ਤੂਫ਼ਾਨੀ।
Slang—ਗਵਾਰੂ ਬੋਲੀ, ਬਜਾਰੂ ਬੋਲੀ।
Slant—ਤਿਰਛਾ, ਢਲਵਾਨ ਹੋਣਾ।

Slap—ਤਮਾਚਾ, ਥੱਪੜ, ਥੱਪੜ ਮਾਰਨਾ।
Slap-dash—ਝਟਪਟ।
Slash—ਕੱਟਣਾ, ਪਾਟਣਾ, ਚੀਰਨਾ।
Slate—ਪੱਥਰ ਦੀ ਤਖ਼ਤੀ।
Slaughter—ਹੱਤਿਆ, ਹੱਤਿਆਬਧ।
Slave—ਗੁਲਾਮ, ਦਾਸ, ਤਾਬੇਦਾਰ।
Slaver—ਮੂੰਹ ਵਿੱਚ ਰਾਲ ਡਿੱਗਣ ਦੀ ਤਕਲੀਫ਼।
Slavish—ਕਮੀਨਾ, ਨੀਚ।
Sled—ਗੱਡੀ ਉਤੇ ਚੜ੍ਹਨਾ।
Sledge—ਬਰਫ਼ ਉਤੇ ਚੱਲਣ ਵਾਲੀ ਗੱਡੀ।
Sleek—ਚਮਕੀਲਾ, ਚਿਕਨਾ।
Sleep—ਸੌਣਾ, ਨੀਂਦ ਲੈਣਾ।
Sleepy—ਨੀਂਦ ਭਰੀ ਹੋਈ।
Sleeve—ਆਸਤੀਨ, ਆਸਤੀਨ ਲਾਉਣੀ।
Sleigh—ਬਰਫ਼ ਉਤੇ ਚੱਲਣ ਵਾਲੀ ਗੱਡੀ।
Slender—ਦੁਬਲਾ ਪਤਲਾ।
Slice—ਟੁਕੜਾ, ਚੌੜਾ ਚਾਕੂ।
Slide—ਖਿਸਕਣਾ, ਫਿਸਲਨਾ।
Slider—ਖਿਸਕਣ ਵਾਲਾ, ਫਿਸਲਨ ਵਾਲਾ।
Slite—ਹਲਕਾ, ਪਤਲਾ, ਨੀਚ ਸਮਝਣਾ।
Slim—ਨਾਜ਼ਕ, ਪਤਲਾ।
Slip—ਛੱਡਣਾ, ਮਲੂਮ ਕਰਨਾ, ਛੁਪਾ ਕੇ ਰੱਖਣਾ।
Slipper—ਢਿੱਲੀ ਜੁੱਤੀ, ਸਲੀਪਰ।
Sliver—ਲੰਬੇ-ਲੰਬੇ ਟੁਕੜੇ ਕੱਟਣਾ।
Slop—ਰਗੜਨਾ, ਤਰ ਕਰਨਾ, ਸ਼ਰਾਬ।
Slope—ਢਾਲ।
Sloth—ਸੁਸਤੀ, ਆਲਸ।
Slothful—ਆਸਲੀ, ਸੁਸਤ।
Slouch—ਨੀਵੀ ਨਿਗਾਹ ਕਰਨਾ, ਝੁਕਣਾ।
Slouge—ਚਿੱਕੜ, ਦਲਦਲ।
Slow—ਹੌਲੀ-ਹੌਲੀ, ਆਹਿਸਤਾ।
Slubber—ਹੌਲੀ-ਹੌਲੀ ਕਰਨਾ।
Slug—ਸੁਸਤ ਆਦਮੀ, ਕੱਚੀ ਗੱਲ।
Sluggard, Sluggish—ਸੁਸਤ, ਆਰਾਮ ਤਲਬ।
Sluice—ਪਾਣੀ ਦੀ ਰਾਹ ਦਾ ਰਸਤਾ, ਮੋਰੀ।
Slumber—ਝਪਕੀ, ਉਂਘਣਾ।
Slumberous—ਨੀਂਦ ਦਾ ਭਰਿਆ ਹੋਇਆ।
Slump—ਇਕੱਠਾ ਕਰਨਾ, ਚੁਬੱਚੇ ਆਦਿ ਵਿਚ ਅਚਾਨਕ ਡਿੱਗ ਪੈਣਾ।
Slur—ਮੈਲਾ ਕਰਨਾ, ਛੁਪਣਾ।
Sly—ਮੱਕਾਰ, ਕਪਟੀ।
Smack—ਚੁੰਮਣਾ।
Small—ਛੋਟਾ, ਥੋੜਾ।
Smallage—ਚੌਲਾਈ ਦਾ ਸਾਗ।
Small-clothes—ਪਜਾਮਾ।
Small-pox—ਚੇਚਕ, ਮਾਤਾ।
Smalt—ਨੀਲਾ ਸ਼ੀਸ਼ਾ।
Smart--ਚਤੁਰ, ਸ਼ੋਖ, ਹੁਸ਼ਿਆਰ, ਟਪਕਣਾ।
Smartly—ਚਲਾਕੀ ਨਾਲ।
Smash—ਟੁਕੜੇ-ਟੁਕੜੇ ਕਰਨਾ।
Smatter—ਥੋੜੀ ਅਕਲ, ਅਲਪਤਾ।
Smell—ਖ਼ੁਸ਼ਬੂ ਲੈਣਾ, ਸੁੰਘਣਾ।
Smelt—ਧਾਤੂ ਨੂੰ ਗਲਾ ਕੇ ਖ਼ਾਲਿਸ ਕਰਨਾ।
Smile—ਮੁਸਕਰਾਉਣਾ, ਹਾਸਾ ਉਡਾਉਣਾ।
Smirk—ਨਖ਼ਰੇ ਨਾਲ ਹੱਸਣਾ।
Smite—ਮਾਰਨਾ, ਹਲਾਕ ਕਰਨਾ।
Smith—ਸੁਨਾਰ, ਲੋਹਾਰ।
Smock-frock—ਮੋਟਾ ਕੁੜਤਾ।
Smoke—ਧੂੰਆਂ, ਹੁੱਕਾ ਪੀਣਾ।
Smooth—ਚਿਕਨਾ, ਖ਼ੁਸ਼ਾਮਦ ਵਾਲਾ।
Smother—ਗਲਾ ਘੁੱਟਣਾ, ਸਾਹ ਰੋਕਣਾ।
Smoulder—ਇਸ ਤਰ੍ਹਾਂ ਜਲਣਾ ਕਿ ਸ਼ੋਲਾ ਨਾ ਨਿਕਲੇ।
Smudge—ਮਿੱਟੀ ਲਪੇਟਣਾ, ਮੈਲਾ ਕਰਨਾ, ਮੈਲਾ ਨਿਸ਼ਾਨ।

Smuggle—ਮਹਿਸੂਲੀ ਮਾਲ ਨੂੰ ਛੁਪਾ ਕੇ ਲੈ ਜਾਣਾ।
Smut—ਕਾਲਾ ਧੱਬਾ, ਧੂੰਏਂ ਦਾ ਦਾਗ।
Smutch—ਧੱਬਾ, ਮੈਲਾ ਨਿਸ਼ਾਨ।
Smutty—ਮੈਲਾ, ਧੂੰਏਂ ਵਾਲਾ।
Snack—ਹਿੱਸਾ, ਹਲਕਾ ਭੋਜਨ।
Snaffle—ਲਗਾਮ ਨਾਲ ਕਾਬੂ ਕਰਨਾ।
Snag—ਗੰਢ, ਸ਼ਾਖ਼, ਟਾਹਣੀ।
Snake—ਸੱਪ, ਨਾਗ।
Snaky—ਸੱਪਾਂ ਸੰਬੰਧੀ, ਸੱਪਾਂ ਨਾਲ ਭਰਿਆ ਹੋਇਆ।
Snap—ਕੱਟ ਖਾਣਾ, ਤੋੜਨਾ, ਕਰਕਰਾਹਟ।
Snare—ਫੰਦਾ, ਜਾਲ ਵਿਚ ਫਸਾਉਣਾ।
Snarl—ਘੁੜਕਣਾ, ਗੁਰੱਉਣਾ।
Snarry—ਜਾਲ ਲਗਾਉਣ ਵਾਲਾ।
Snatch—ਪਕੜਨਾ, ਝਪਟ ਲੈਣਾ।
Sneak—ਗਿੜਗਿੜਾਨਾ, ਖਿਸਕ ਜਾਣਾ।
Sneer—ਹੱਸਣਾ, ਨੱਕ ਚੜ੍ਹਾਨਾ।
Sneeze—ਛਿੱਕ ਮਾਰਨੀ।
Snick—ਕੱਟਣਾ, ਕਤਰਨਾ।
Sniff—ਸੁੰਘਣਾ, ਫੂਕ।
Snip—ਕੁਤਰਨਾ, ਕੱਟਣਾ।
Snob—ਦੇਹਾਤੀ, ਗੰਵਾਰ।
Snooze—ਸੌਣਾ, ਉਂਘਣਾ, ਝਪਕੀ।
Snort—ਖੱਰਾਟੇ ਭਰਨਾ।
Snout—ਥੂਥਣੀ।
Snow—ਬਰਫ਼, ਪਾਲਾ।
Snow-slip—ਬਰਫ਼ ਦਾ ਤੋਦਾ, ਬਰਫ਼ ਦੀ ਪਹਾੜੀ।
Snub—ਰੋਕਣਾ, ਕਤਰਨਾ।
Snuff—ਸੁਕੜਨਾ, ਸਾਹ ਲੈਣਾ।
Snuffle—ਨੱਕ ਵਿਚ ਬੋਲਣ ਵਾਲਾ।
Snuggle—ਚਮਟਣਾ, ਕੋਲ ਸੋਣਾ।
So—ਇਸ ਤਰ੍ਹਾਂ, ਜਦ ਤੀਕਰ, ਸੋ।
Soak—ਡਿੱਗਣਾ, ਸੁੱਕਣਾ।
Soap—ਸਾਬਣ, ਸਾਬਣ ਮਲਣਾ।
Soar—ਉੜਨਾ, ਚੜ੍ਹਨਾ।
Sob—ਸਿਸਕਣਾ, ਸਿਸਕੀ।
Sobrlety—ਗੰਭੀਰਤਾ, ਸੰਜੀਦਗੀ।
Sobriqet—ਬਨਾਵਟੀ ਨਾਮ।
Sociable—ਮਿਲਣਸਾਰ।
Social—ਸਮਾਜਕ, ਮਿਲਣਸਾਰ।
Socially—ਮਿਲਣਸਾਰੀ ਨਾਲ।
Society—ਸਮਾਜ, ਸਾਂਝਾ, ਸਭਾ।
Sociology—ਸਮਾਜ ਤੱਤ।
Sock—ਜ਼ੁਰਾਬ
Socket—ਘਰ, ਦੰਦ ਆਦਿ ਦਾ ਖੱਡਾ।
Soda—ਖਾਰਾ, ਇਕ ਤਰ੍ਹਾਂ ਦੀ ਖਾਰ।
Soda-water—ਖਾਰਾ ਪਾਣੀ, ਇਕ ਤਰ੍ਹਾਂ ਦਾ ਨਮਕੀਨ ਪਾਣੀ।
Sodium—ਇਕ ਨਰਮ ਹਲਕੀ ਚਾਂਦੀ ਦੀ ਧਾਤੂ।
Sofa—ਸੇਜ, ਸੇਜਾ।
Soffit—ਛੱਤ ਦਾ ਹੇਠਲਾਂ ਭਾਗ।
Soft—ਮੁਲਾਇਮ, ਨਰਮ।
Soften—ਨਰਮ ਕਰਨਾ।
Soil—ਲਾਉਣਾ, ਪਾਉਣਾ, ਗੰਦਾ ਕਰਨਾ।
Solace—ਤਸੱਲੀ ਦੇਣਾ, ਦਿਲ ਬਹਿਲਾਣਾ।
Solar—ਸੂਰਜ ਦਾ।
Sole—ਇਕ ਤਰ੍ਹਾਂ ਦੀ ਮੱਛੀ।
Solely—ਕੇਵਲ, ਇਕੱਲਾ।
Solemn—ਪਵਿੱਤਰ, ਧਰਮ ਸੰਬੰਧੀ।
Solemnly—ਗੰਭੀਰਤਾ ਨਾਲ।
Solfa—ਸਰਗਮ, ਰਾਗ ਵਿਚੋਂ ਸੁਰ ਕੱਢਣੇ।
Solicit—ਬੇਨਤੀ ਕਰਨਾ, ਪ੍ਰਾਰਥਨਾ ਕਰਨਾ।
Solicitcr—ਵਕੀਲ, ਮੁਖ਼ਤਾਰ।
Solicitude—ਸਾਵਧਾਨੀ, ਚਿੰਤਾ।
Solid—ਭਾਰੀ, ਠੋਸ।
Solidify—ਮਜ਼ਬੂਤ ਕਰਨਾ, ਭਾਰੀ ਕਰਨਾ।
Solitary—ਹਨੇਰਾ, ਨਿਰਾਲਾ, ਉਜਾੜ।
Solo—ਰਾਗ ਦੀ ਅਵਾਜ਼।

Solution—ਛੁਟਕਾਰਾ, ਕਿਸੇ ਹਲ ਕੀਤੀ ਹੋਈ ਚੀਜ਼ ਦਾ ਪਾਣੀ।

Solvable—ਹਲ ਹੋਣ ਦੇ ਯੋਗ।

Solve—ਸਾਫ਼ ਕਰਨਾ, ਹਲ ਕਰਨਾ।

Solvency—ਕਰਜ਼ਾ ਦੇਣ ਦੀ ਤਾਕਤ।

Solvent—ਗਲਾਉਣ ਵਾਲਾ।

Sombre—ਹਨੇਰਾ, ਧੁੰਦਲਾ।

Some—ਕੁੱਝ, ਕਈ।

Somebody—ਕੋਈ ਆਦਮੀ।

Somehow—ਕਿਸੇ ਤਰੀਕੇ ਨਾਲ।

Something--ਕੁਝ, ਥੋੜਾ, ਕੋਈ ਚੀਜ਼।

Sometimes—ਕਦੀ ਕਦੀ।

Somnambulit—ਨੀਂਦਰ ਵਿੱਚ ਤੁਰਨ ਵਾਲਾ।

Somniferous—ਨੀਂਦਰ ਲਿਆਉਣ ਵਾਲਾ।

Son—ਪੁੱਤਰ, ਬੇਟਾ, ਲੜਕਾ।

Sonant—ਅਵਾਜ਼ ਵਾਲਾ।

Song—ਗੀਤ, ਭਜਨ।

Son-in-law—ਜਵਾਈ, ਦਮਾਦ।

Sonnet—ਕਵਿਤਾ, ਛੰਦ।

Sonorous—ਅਵਾਜ਼ਦਾਰ।

Soon—ਛੇਤੀ, ਜਲਦੀ।

Soot—ਕਾਜਲ ਲਗਾਉਣਾ।

Sooth—ਸੱਚ, ਸਚਾਈ।

Soothe—ਸੁਆਗਤ ਕਰਨਾ, ਧੀਰਜ ਦੇਣਾ।

Sooty—ਕੱਜਲ ਭਰਦੇ ਹੋਏ।

Sop—ਗਿੱਲੀ ਚੀਜ਼।

Soporific—ਨੀਂਦ ਲਿਆਉਣ ਵਾਲੀ।

Sorcery—ਜਾਦੂ, ਟੂਣਾ।

Sore—ਨਾਜ਼ੁਕ, ਬਹੁਤ ਸਾਰਾ।

Sorrily—ਕਮੀਨੇਪਨ ਨਾਲ।

Sorrow—ਰੰਜ, ਫ਼ਿਕਰ।

Sorry—ਅਫਸੋਸ, ਗਿਲਾ।

Sort—ਕਿਸਮ, ਢੰਗ।

Sortie—ਘਿਰੀ ਥਾਂ ਤੋਂ ਨਿਕਾਸ ਜਾਂ ਹੱਲਾ।

So-so—ਵਾਜਬੀ, ਦਰਮਿਆਨਾ, ਐਸਾ ਵੈਸਾ।

Sot—ਮੱਤਵਾਲਾ, ਨਸ਼ੇਬਾਜ਼।

Sottish—ਮਦਹੋਸ਼, ਨਸ਼ੇਬਾਜ਼।

Sough—ਮੋਰੀ, ਨਲ।

Soul—ਜੀਵ ਆਤਮ, ਬੁੱਧੀ।

Souless—ਕਮੀਨਾ, ਬੇਜਾਨ।

Sound—ਅਵਾਜ਼ ਵਜਾਉਣੀ, ਤੰਦਰੁਸਤ, ਪੂਰਾ।

Soundly—ਮਜਬੂਤੀ ਨਾਲ।

Soup—ਸ਼ੋਰਬੇ ਭਰੀ, ਜੂਸ।

Source—ਸਰੋਤ, ਮੂਲ।

Souse—ਗੋਤਾ, ਅਚਾਰ।

South—ਦੱਖਣ, ਦੱਖਣ ਵਲ।

South-eastern—ਦੱਖਣੀ ਪੂਰਬੀ।

Southern—ਦੱਖਣੀ।

Sovereign—ਵੱਡਾ ਬਾਦਸ਼ਾਹ, ਮਹਾਰਾਜਾ, ਸੋਨੇ ਦਾ ਸਿੱਕਾ।

Sovereignty—ਬਾਦਸ਼ਾਹਤ, ਪ੍ਰਭੂਤਵ।

Sow—ਬੋਨਾ, ਫੈਲਾਣਾ, ਸੂਰ।

Space—ਥਾਂ, ਜਗ੍ਹਾ, ਬਰਾਬਰ ਫਾਸਲੇ ਤੇ ਲਗਾਉਣਾ।

Spacious—ਵੱਡਾ, ਲੰਬਾ ਚੌੜਾ।

Spade—ਬੇਲਚਾ, ਕੁਦਾਲ।

Span—ਮਿਹਰਾਬ ਲਗਾਉਣੀ।

Spangle—ਚਮਕਦੀ ਹੋਈ ਚੀਜ਼।

Spank--ਖੁੱਲ੍ਹੇ ਹੋਏ ਹੱਥ ਨਾਲ ਮਾਰਨਾ।

Spar—ਮਸਤੂਲ, ਮੁੱਕੇਬਾਜ਼ੀ ਕਰਨਾ।

Spare—ਫਾਲਤੂ, ਕਮਜ਼ੋਰ।

Spark—ਛੈਲਾ, ਚਿੰਗਾਰੀ, ਪ੍ਰੇਮੀ।

Sparkle—ਚਿੰਗਾਰੀ ਛੱਡਣਾ।

Sparrow—ਚਿੜੀ।

Sparse—ਪਤਲਾ, ਖਿਲਰਿਆ।
Spartan—ਸਖ਼ਤ, ਦਲੇਰ।
Spatter—ਪਾਣੀ ਜਾਂ ਚਿੱਕੜ ਸੁੱਟਣਾ।
Spawn—ਮੱਛੀ ਜਾਂ ਡੱਡੂ ਦੇ ਅੰਡੇ।
Spay—ਮਾਦਾ ਨੂੰ ਬਾਂਝ ਕਰਨਾ।
Speak—ਬੋਲਣਾ, ਕਹਿਣਾ।
Speaker—ਬੋਲਣ ਵਾਲਾ।
Spear—ਨੇਜ਼ਾ, ਬਰਛੀ, ਭਾਲਾ।
Spearman—ਬਰਛੀ ਵਾਲਾ, ਛਾਲੇ ਵਾਲਾ।
Special—ਖ਼ਾਸ, ਅਜੀਬ।
Speciality—ਨਿਪੁੰਨਤਾ।
Species—ਪ੍ਰਕਾਰ, ਕਿਸਮ।
Specific—ਵਿਸ਼ੇਸ਼, ਖ਼ਾਸ ਦਵਾਈ।
Specify—ਬਿਆਨ ਕਰਨਾ, ਵਿਸ਼ੇਸ਼ ਲੱਛਣ।
Specimen—ਨਮੂਨਾ।
Specious—ਜ਼ਾਹਰੀ, ਮਜਬੂਤੀ।
Speckle—ਦਾਗ਼ਦਾਰ, ਬਿੰਦੀ।
Spectacle—ਤਮਾਸ਼ਾ, ਐਨਕ।
Spectator—ਦੇਖਣ ਵਾਲਾ, ਤਮਾਸ਼ਬੀਨ।
Spectre—ਭੂਤ, ਪ੍ਰੇਤ, ਸਾਇਆ।
Speculate--ਖ਼ਿਆਲ ਕਰਨਾ, ਵਿਚਾਰਨਾ।
Speculum—ਸ਼ੀਸ਼ਾ, ਦਰਪਣ।
Speech—ਵਿਆਖਿਆਨ, ਤਕਰੀਰ।
Speed—ਤੇਜ਼ੀ, ਜਲਦੀ ਕਰਨਾ।
Spelling—ਹਿੱਸੇ ਕਰਨਾ।
Spend—ਖ਼ਰਚ ਕਰਨਾ, ਲੁੱਟਾ ਦੇਣਾ।
Sperm—ਵੀਰਜ, ਬੀਜ।
Spew—ਉਲਟੀ ਕਰਨੀ, ਕੱਢ ਦੇਣਾ।
Sphere—ਗੋਲਾ, ਕੜਾ।
Sphinx—ਇਕ ਖ਼ਿਆਲੀ ਚੀਜ਼।
Spice—ਮਸਾਲਾ, ਨਮੂਨਾ।
Spicule—ਕਿੱਲ, ਨੋਕ।
Spicy—ਮਸਾਲੇਦਾਰ, ਤੇਜ਼।
Spike—ਕਿੱਲ, ਮੇਖ।
Spile—ਲੱਕੜੀ ਦੀ ਮੇਖ।
Spin—ਕੱਟਣਾ, ਘੁਮਾਉਣਾ।
Spine—ਰੀੜ੍ਹ, ਸੂਲ।
Spinster—ਕੁਆਰੀ ਕੰਨਿਆ।
Spire—ਲਪੇਟ, ਪੇਚ।
Spirit—ਸਾਹ, ਜਾਨ, ਦਮ, ਹਿੰਮਤ ਵਧਾਉਣੀ।
Spiritual—ਰੂਹਾਨੀ, ਆਤਮਕ।
Spissitude—ਮੋਟਾਈ, ਗਾੜ੍ਹਾਪਨ।
Spit—ਸੀਖ, ਥੁੱਕ।
Spiteful—ਕਮੀਨਾ, ਨੀਚ।
Spittle—ਥੁੱਕ, ਰਾਲ।
Splash—ਮਿੱਟੀ ਉਡਾਉਣਾ।
Spleen—ਕ੍ਰੋਧ, ਗੁੱਸਾ।
Splendid—ਧੂਮਧਾਮ।
Splendcur—ਚਮਕੀਲਾ, ਭੜਕੀਲਾ।
Splice—ਜੋੜਨਾ, ਦੋ ਰੱਸੀਆਂ ਨੂੰ ਬਿਨਾਂ ਗੱਠ ਦਿੱਤਿਆਂ ਜੋੜਨਾ।
Split—ਕੱਟਣਾ, ਪਾਟਣਾ।
Splutter—ਜਲਦੀ ਜਲਦੀ ਬੋਲਣ ਵਾਲਾ, ਬੋਲਦੇ ਹੋਏ ਥੁੱਕ ਕੱਢਣਾ।
Spoil—ਵਿਗਾੜਨਾ, ਬਰਬਾਦ ਕਰਨਾ, ਖ਼ਰਾਬ ਕਰਨਾ।
Spokesman--ਦੂਜੇ ਵਲੋਂ ਬੋਲਣ ਵਾਲਾ।
Spondee—ਦੋ ਸਤਰਾਂ ਦਾ ਬੰਦ।
Sponge—ਨੱਕ ਸਾਫ਼ ਕਰਨਾ।
Sponsor—ਧਰਮ ਪਿਤਾ, ਜ਼ਮਾਨਤੀ।
Spontaneity—ਰਜ਼ਾਮੰਦੀ।
Spool—ਜੁਲਾਹਿਆਂ ਦੀ ਚਰਖ਼ੀ।
Spoon—ਚਮਚਾ, ਕੱੜਛੀ।
Spoonful—ਚਮਚਾ ਭਰ।
Sport—ਖ਼ੁਸ਼ ਕਰਨਾ, ਮਖ਼ੌਲ ਕਰਨ, ਖੇਡ।
Sportman—ਖਿਡਾਰੀ, ਸ਼ਿਕਾਰੀ।

Spot—ਧੱਬਾ, ਦਾਗ, ਥਾਂ।
Spout—ਟੂਟੀ, ਫੁਹਾਰ।
Sparian—ਮਰੋੜ, ਮੋੜ।
Spart—ਇਕ ਤਰ੍ਹਾਂ ਦੀ ਛੋਟੀ ਮੱਛੀ।
Sprawl—ਹੱਥ ਪੈਰ ਫੈਲਾ ਕੇ ਲੇਟਣਾ।
Spray—ਸਮੁੰਦਰ ਦੀ ਲਹਿਰ।
Spread—ਫੈਲਾਉਣਾ, ਵਧਾਉਣਾ।
Sprig—ਟਹਿਣੀ, ਸ਼ਾਖ।
Spring—ਉਛਲਣਾ, ਕੁੱਦਣਾ।
Springe—ਦਾਮ, ਫੰਦਾ।
Springy—ਲਚਕਦਾਰ।
Sprinkle—ਛਿੜਕਣਾ, ਛਿੱਟਾਂ ਮਾਰਨੀ।
Sprout—ਕਲਿਬਾਨਾ।
Spruce—ਫੈਲਾਅ, ਛੱਲ।
Spry—ਚਲਾਕ, ਚੁਸਤ।
Spud—ਛੋਟੀ ਮੋਟੀ।
Spumous—ਝੱਗਦਾਰ।
Spur—ਕੰਡਾ, ਠੋਕਰ, ਜੋਸ਼ ਵਿੱਚ ਆਉਣਾ।
Spurious—ਬਨਾਵਟੀ, ਹਰਾਮੀ।
Spurn—ਛਿੜਕਣਾ, ਠੋਕਰ ਮਾਰ ਕੇ ਹਟਾਉਣਾ।
Sputter—ਥੁੱਕ, ਬਕਵਾਸ।
Spy—ਖੋਜ ਕੱਢਣਾ।
Squab—ਕਬੂਤਰ ਦਾ ਬੱਚਾ।
Squad—ਫ਼ੌਜ ਦਾ ਛੋਟਾ ਭਾਗ, ਛੋਟੀ ਜਮਾਤ।
Squadron—ਜਹਾਜ਼ਾਂ ਦਾ ਬੇੜਾ।
Squall—ਹਵਾ ਦਾ ਝੋਕਾਂ, ਜ਼ੋਰ ਨਾਲ ਚੀਕਣਾ।
Squander—ਬਰਬਾਦ ਕਰਨਾ।
Square—ਚੌਰਸ, ਇਕ ਚਕੋਰ ਮਕਾਨ ਦੀ ਸ਼ਕਲ, ਸੈਨਾ ਦੀ ਤਰ੍ਹਾਂ।
Squash—ਮੱਲਣਾ, ਦਬਾਉਣਾ।
Squat—ਚੋਖੁਟਾ, ਪਲਥੀ ਮਾਰ ਕੇ।
Squeak—ਚੂੰ ਚੂੰ ਕਰਨਾ, ਚੀਕਣਾ।
Squeal—ਤੇਜ਼ ਅਵਾਜ਼ ਨਾਲ ਚਿਲਾਉਣਾ।
Squemish—ਨਾਜ਼ੁਕ ਮਿਜਾਜ਼, ਤੰਗ ਮਿਜਾਜ਼।
Squib—ਅਸਤਬਾਜ਼ੀ, ਬੋਲੀ ਮਾਰਨੀ, ਛਛੂੰਦਰ।
Squill—ਜੰਗਲੀ ਪਿਆਜ਼।
Squire—ਦੇਸੀ, ਭਲਾ ਆਦਮੀ।
Squirrel—ਗਿਲਹਰੀ।
Stab—ਛੁਰਾ ਮਾਰਨਾ, ਜ਼ਖ਼ਮੀ ਕਰਨਾ।
Stable—ਸਥਿਰ, ਅਚਲ।
Stack—ਘਾਹ ਦਾ ਢੇਰ।
Stadium—ਇਕ ਫਰਲਾਂਗ।
Staff—ਲਾਠੀ, ਸਹਾਰਾ, ਫ਼ੌਜ ਦੇ ਸਰਦਾਰ।
Staddle—ਟੇਕ, ਸਹਾਰਾ।
Stag—ਬਾਰਾਂਸਿੰਗਾ।
Stage—ਚਬੂਤਰਾ, ਥੀਏਟਰ।
Stage-player—ਅਭਿਨੇਤਾ, ਭੰਡ।
Stagger—ਲੜਖੜਾਉਣਾ।
Stagnant—ਸਖ਼ਤ, ਗੰਦਲਾ।
Stagnate—ਸਖ਼ਤ ਹੋਣਾ, ਸਖ਼ਤ ਹੋ ਜਾਣਾ।
Stain—ਬਦਨਾਮੀ, ਧੱਬਾ।
Stainless—ਬੇਦਾਗ, ਪਾਕ।
Stair-case—ਪੌੜੀ, ਪੌੜੀ ਦੀ ਥਾਂ।
Stake—ਨੁਕੀਲੀ ਲੱਕੜੀ, ਮੇਖ।
Stale—ਸੜਿਆ ਹੋਇਆ।
Stalk—ਲੰਬੇ ਕਦਮ, ਅਕੜਨਾ।
Stall—ਤਿਪਾਈ, ਦੁਕਾਨ ਦਾ ਤਖ਼ਤਪੋਸ਼।
Stalwart—ਪੱਕਾ, ਤਕੜਾ, ਸਾਹਸੀ।
Staminate—ਧਾਗਿਆਂ ਦਾ ਬਣਿਆ।
Stammer—ਚਿਚੜਾ ਬੋਲਣਾ।
Stamp—ਮੋਹਰ, ਟਿਕਟ, ਸਿੱਕਾ, ਛਾਪ।
Stampede—ਭੱਗਦੜ।
Stanch—ਦ੍ਰਿੜ੍ਹ, ਖ਼ੂਨ ਰੋਕਣਾ।
Stand—ਖੜ੍ਹਾ ਹੋਣਾ, ਠਹਿਰਨਾ।
Standard—ਨਿਸ਼ਾਨ, ਅੰਦਾਜ਼ਾ।

Stanza—ਚੋਪਾਈ, ਦੋਹਰਾ।
Staple—ਬਜ਼ਾਰ, ਪੈਦਾਵਾਰ, ਮਸਾਲਾ।
Star—ਸਿਤਾਰਾ, ਨਿਸ਼ਾਨੀ।
Starboard—ਜਹਾਜ਼ ਜਾਂ ਬੇੜੀ ਦਾ ਸੱਜਾ ਪਾਸਾ।
Starch—ਠੀਕ, ਕਠਿਨ।
Stare—ਘੂਰਨਾ, ਤੱਕਣਾ।
Stark—ਬਿਲਕੁਲ ਸਖ਼ਤ।
Startle—ਡਰਾਉਣਾ।
Starve—ਭੁੱਖੇ ਮਰਨਾ।
State—ਪ੍ਰਜਾ, ਧੂਮਧਾਮ, ਸਰਕਾਰੀ।
Stately—ਸ਼ਾਨਦਾਰ, ਮਸ਼ਹੂਰ।
Statement—ਬਿਆਨ, ਨਿਵੇਦਨ।
Stateman—ਸਿਆਸਤਦਾਨ, ਮੁਲਕੀ ਪ੍ਰਬੰਧ ਕਰਨ ਵਾਲਾ।
Station—ਠਹਿਰਣ ਦੀ ਥਾਂ, ਰੇਲ ਦੇ ਠਹਿਰਣ ਦੀ ਥਾਂ।
Stationary—ਅਚੱਲ, ਸਥਿਰ।
Stationer—ਕਾਗਜ਼ ਕਲਮ ਆਦਿ ਵੇਚਣ ਵਾਲਾ।
Stationery—ਕਾਗਜ਼ ਕਲਮ ਆਦਿ ਸਮਾਨ।
Statistical—ਦੇਸੀ ਹਾਲ ਦੇ ਸੰਬੰਧਕ।
Statuary—ਬੁੱਤ ਬਣਾਉਣ ਵਾਲਾ, ਮੂਰਤੀ।
Statue—ਮੂਰਤੀ, ਬੁੱਤ।
Status—ਰੁੱਤਬਾ, ਪਦਵੀ।
Statute—ਪਾਰਲੀਮੈਂਟ ਦਾ ਕਾਨੂੰਨ।
Statutory—ਕਾਨੂੰਨ ਦੇ ਰੂ ਨਾਲ ਜਾਰੀ ਕੀਤਾ ਗਿਆ।
Staunch—ਬੰਦ ਕਰਨਾ, ਰੋਕਣਾ।
Stave—ਤਖ਼ਤਾ, ਪਟਰੀ।
Stay—ਠਹਿਰਣਾ, ਰੁਕਾਵਟ।
Stays—ਇਸਤ੍ਰੀਆਂ ਦੀ ਚੋਲੀ।
Stead—ਥਾਂ, ਜਗ੍ਹਾ।
Steadfast—ਮਜ਼ਬੂਤ, ਪੱਕਾ।
Steadiness—ਮਜ਼ਬੂਤੀ, ਪਕਿਆਈ।
Steak—ਮਾਸ ਦੀ ਭੁੰਨੀ ਹੋਈ ਬੋਟੀ।
Steal—ਚੋਰੀ ਕਰਨਾ।
Stealth—ਚੋਰੀ।
Steam—ਭਾਫ਼, ਭਾਫ਼ ਉਡਾਉਣਾ।
Steed—ਤੇਜ਼ ਘੋੜਾ।
Steel—ਫੌਲਾਦ, ਲੋਹਾ।
Steep—ਬਹੁਤ ਚਾਲੂ, ਉੱਚਾ।
Steeple—ਲਾਟ, ਮੀਨਾਰ।
Stellar—ਸਿਤਾਰਿਆਂ ਸੰਬੰਧੀ।
Stem—ਦਰੱਖ਼ਤ ਦੀ ਟਾਹਣੀ, ਡਾਲੀ।
Stench—ਬਦਬੂ, ਦੁਰਗੰਧ।
Stencil—ਨਮੂਨੇ, ਜਿਹੜੇ ਫੱਟੀ ਉਤੇ ਦਿਖਾਏ ਗਏ ਹੋਣ।
Stenography—ਸੰਖਿਪਤ ਅੱਖਰ ਲਿਖਣ ਦੀ ਵਿੱਦਿਆ।
Step—ਕਦਮ, ਚੱਲਣਾ, ਪੌੜੀ ਦਾ ਡੰਡਾ।
Step-father—ਸੌਤੇਲਾ ਪਿਉ।
Step-son—ਸੌਤੇਲਾ ਪੁੱਤਰ।
Stereotype—ਸੀਸੇ ਦੇ ਅੱਖਰ ਜਾਂ ਤਖ਼ਤੀ ਢਾਲਣ ਅਤੇ ਛਾਪਣ ਦੀ ਵਿਦਿਆ।
Sterling—ਅੰਗ੍ਰੇਜ਼ੀ ਸਿੱਕਾ, ਅਸਲੀ, ਖਰਾ।
Stern—ਪਿਛਲਾ ਹਿੱਸਾ।
Steremost—ਜਹਾਜ਼ ਦਾ ਸਭ ਤੋਂ ਪਿਛਲਾ ਹਿੱਸਾ।
Sternutation—ਛਿੱਕ।
Stethoscope—ਛਾਤੀ ਆਦਿ ਜਾਂਚਣ ਦਾ ਯੰਤਰ।
Stew—ਹਲਕੀ ਅੱਗ ਉਤੇ ਪਕਾਉਣਾ।
Steward—ਜਹਾਜ਼ ਦਾ ਨੌਕਰ, ਗੁਮਾਸ਼ਤਾ।
Stick—ਸੋਟੀ, ਛੜੀ।
Stickle—ਝਗੜਨਾ, ਤਰਫ਼ਦਾਰੀ।
Sticky—ਨਕਾਰਾ, ਚਿਪਚਿਪਾ।
Stiff—ਸਖ਼ਤ, ਤੇਜ਼।

Stiffen—ਸਖ਼ਤ ਕਰਨਾ।
Stifle—ਦੱਬਣਾ, ਦਮ ਘੁਟਣਾ।
Stigma—ਕਲੰਕ, ਦਾਗ਼।
Still—ਚੁੱਪਚਾਪ, ਅਜੇ ਤੀਕਰ।
Still-born—ਮਰਿਆ ਹੋਇਆ ਪੈਦਾ ਹੋਣਾ।
Stilt—ਖੜਾਉ।
Stimulate—ਉਕਸਾਉਣਾ, ਭੜਕਾਉਣਾ।
Sting—ਛੇੜਨਾ, ਡੰਗ ਮਾਰਨਾ।
Stingily—ਕੰਜੂਸੀ ਨਾਲ।
Stink—ਬਦਬੂ ਦੇਣਾ।
Stint—ਰੋਕ, ਅਟਕਾਉ, ਮਜੂਰੀ ਦੀ ਹੱਦ ਬੰਨ੍ਹਣੀ।
Stipple—ਬਿੰਦੀਆਂ ਦੀ ਮੀਨਾਕਾਰੀ ਕਰਨੀ।
Stipulate—ਮੁਕਰੱਰ ਕਰਨਾ।
Stir—ਬੇਚੈਨੀ, ਸ਼ੋਰ ਸ਼ਰਾਬਾ।
Stitch—ਜੋੜਨਾ, ਸੀਉਣਾ।
Stock—ਗੁਲੂਬੰਦ, ਸਰਕਾਰੀ ਨੋਟ, ਭਰਨਾ, ਇਕੱਠਾ ਕਰਨਾ।
Stockboker—ਵਿਦੇਸ਼ੀ ਜਾਂ ਸਰਕਾਰੀ ਹੁੰਡੀ ਦਾ ਦਲਾਲ।
Socking—ਜੁਰਾਬ।
Stoic—ਉਦਾਸੀ, ਬੈਰਾਗੀ।
Stole—ਲੰਮਾ ਜਾਮਾ, ਛੁਪਾਇਆ ਗਿਆ।
Stolid—ਮੂਰਖ਼।
Stomach—ਮੈਦਾ, ਭੁੱਖ, ਪੇਟ।
Stone—ਪੱਥਰ, ਕੜਾ, 14 ਪੌਂਡ ਦਾ ਵਜ਼ਨ।
Stone-fruit—ਗੁਠਲੀਦਾਰ ਫਲ।
Stony—ਸਖ਼ਤ, ਪੱਥਰ ਦਾ ਬਣਿਆ ਹੋਇਆ।
Stool—ਚੌਕੀ, ਪਾਖਾਨਾ, ਤਿਪਾਈ।
Stoop—ਅੱਗੇ ਨੂੰ ਝੁਕਣਾ।
Stop—ਠਹਿਰਣਾ, ਰੁੱਕਣਾ, ਰੋਕਣਾ।
Stoppage—ਰੋਕ, ਅਟਕ।
Stopple—ਬੋਤਲ ਬੰਦ ਕਰਨ ਦਾ ਡਾਟ।
Store—ਭੰਡਾਰ, ਇਕੱਠਾ ਕਰਨਾ।
Storehouse—ਗੋਦਾਮ।
Story—ਕਹਾਣੀ, ਮਕਾਨ ਦੀ ਮੰਜ਼ਿਲ।
Stoup—ਸੁਰਾਹੀ, ਮੀਨਾ।
Stout—ਮਜ਼ਬੂਤ, ਪੱਕਾ।
Stove—ਅੰਗੀਠੀ, ਭੱਠੀ।
Strabism—ਭੈਂਗਾਪਨ, ਟੇਢੀ ਨਜ਼ਰ।
Straddle—ਲੱਤਾਂ ਫੈਲਾ ਕੇ ਤੁਰਨਾ।
Straight—ਸਿੱਧਾ, ਖਰਾ।
Straighten—ਠੀਕ ਕਰਨਾ, ਦਰੁੱਸਤ ਕਰਨਾ।
Straightforward—ਸਿੱਧਾ, ਸੱਚਾ।
Strain—ਖਿੱਚਣਾ, ਸਹਾਰਨਾ।
Strait—ਤੰਗ, ਚੁਸਤ।
Strand—ਕੰਡਾ, ਕਿਨਾਰਾ।
Strange—ਪਰਦੇਸੀ, ਅਨੋਖਾ, ਅਜੀਬ।
Stranger—ਮਹਿਮਾਨ, ਅਨਜਾਣ।
Strap—ਪੱਟੀ, ਪੱਟੀ ਨਾਲ ਬੰਨ੍ਹਣਾ।
Stratagem—ਘਾਤ, ਚਾਲ, ਧੋਖਾ।
Strategy—ਯੁੱਧ ਕੌਸ਼ਲ।
Stratum—ਪਰਤ, ਤਹਿ।
Straw—ਅਨਾਜ ਦਾ ਭਾਰ, ਭੂਸਾ।
Stray—ਭਟਕਣਾ, ਡਾਵਾਂਡੋਲ।
Stream—ਦਰਿਆ ਦੀ ਧਾਰ, ਵਹਿੰਦੀ ਹੋਈ ਨਦੀ।
Streamer—ਰੋਸ਼ਨੀ ਦੀ ਕਿਰਣ।
Streamlet—ਛੋਟਾ ਦਰਿਆ।
Street—ਗਲੀ, ਕੂਚਾ।
Strength—ਤਾਕਤ, ਦਲੇਰੀ।
Strengthen—ਪੱਕਾ ਕਰਨਾ, ਮਜ਼ਬੂਤ ਕਰਨਾ।
Stretch—ਵਧਾਉਣਾ, ਅੰਗੜਾਈ ਲੈਣਾ।
Strew—ਖਲੇਰਨਾ, ਫੈਲਾਉਣਾ।
Stricken—ਮਾਰ ਖਾਣਾ।

Strict—ਸਖ਼ਤ, ਕਠੋਰ।
Stride—ਲੰਬਾ ਕਦਮ।
Strife—ਝਗੜਾ, ਵੈਰ।
Strike—ਮਾਰਨਾ, ਹੜਤਾਲ, ਤਨਖ਼ਾਹ ਲਈ ਕੰਮ ਬੰਦ ਕਰਨਾ।
String—ਰੱਸੀ, ਬੰਦ ਰੱਸੀ।
Stringent—ਸਖ਼ਤ।
Strip—ਖਿੱਚਣਾ, ਉਖਾੜਨਾ।
Stripe—ਕੋੜੇ ਦੀ ਮਾਰ, ਬੈਂਤਾ ਨਾਲ ਮਾਰਨਾ।
Strive—ਕੋਸ਼ਿਸ਼।
Stroll—ਅਵਾਰਾ ਫਿਰਨਾ।
Strong—ਮਜ਼ਬੂਤ, ਪੱਕਾ।
Strop—ਚਮੜੇ ਦਾ ਟੁਕੜਾ।
Struggle—ਲੜਾਈ, ਝਗੜਾ, ਮਿਹਨਤ।
Strut—ਅਕੱੜ ਕੇ ਤੁਰਨਾ।
Stub—ਪੂਰਾ, ਜੜ੍ਹੋਂ ਪੁੱਟਣਾ।
Stud—ਫੁੱਲ, ਲਗਾਉਣਾ, ਬਟਨ।
Student—ਵਿਦਿਆਰਥੀ।
Studio—ਚਿੱਤਰਕਾਰ ਜਾਂ ਰੰਗਣ ਵਾਲੇ ਦੀ ਦੁਕਾਨ।
Study—ਅਭਿਆਸ, ਪੜ੍ਹਾਈ, ਸੋਚਣਾ।
Stuff—ਕੱਪੜਾ, ਦਵਾਈ, ਮਸਾਲਾ।
Stumble—ਠੋਕਰ ਖਾਣਾ, ਰੋਕਣਾ।
Stun—ਹੈਰਾਨ ਕਰਨਾ।
Stupefy—ਬੇਹੋਸ਼ ਕਰਨਾ, ਅਚੇਤ ਕਰਨਾ।
Stupid—ਬੇਹੋਸ਼, ਬੇਖ਼ਬਰ।
Sty—ਸੂਰ ਦਾ ਵਾੜਾ, ਚੱਕਲੇ ਦਾ ਅੱਡਾ।
Style—ਪਦਵੀ, ਧੁੱਪ ਘੜੀ ਦੀ ਸੂਈ, ਤਰਜ।
Styptic—ਖ਼ੂਨ ਬੰਦ ਕਰਨ ਵਾਲਾ।
Subacid—ਖੱਟਾ।
Subdue—ਜਿੱਤਣਾ, ਵੱਸ ਵਿਚ ਕਰਨਾ।
Subject—ਪਰਜਾ, ਅਧੀਨ, ਸਾਸ਼ਨ ਕਰਨਾ।
Subjective--ਮਨ ਜਾਂ ਗਿਆਨ ਸੰਬੰਧੀ।
Subjugate—ਜਿੱਤ ਲੈਣਾ, ਅਧੀਨ ਕਰਨਾ।
Sublet—ਕਿਰਾਏਦਾਰ ਨੂੰ ਕਿਰਾਇਆ ਦੇਣਾ।
Sublime—ਉੱਚਾ, ਨੇਕ ਚਲਨੀ।
Submarine—ਸਮੁੰਦਰ ਦੇ ਹੇਠਾਂ।
Submarge—ਡੁੱਬਕੀ।
Submisson—ਆਜ਼ਾਦ ਕਰਨਾ, ਤਾਬੇ-ਦਾਰੀ।
Submit--ਆਗਿਆ ਮੰਨਣੀ, ਪੇਸ਼ ਕਰਨਾ।
Suborn—ਝੂਠੀ ਸਹੁੰ ਚੁਕਾਉਣਾ।
Subscribe—ਮੰਨਣਾ, ਦਸਤਖ਼ਤ ਕਰਨੇ।
Subscript—ਹੇਠਾਂ ਲਿਖੇ।
Subscription—ਚੰਦਾ, ਤਸਦੀਕ।
Subsection—ਭਾਗ ਦਾ ਭਾਗ।
Subsequent—ਪਿਛਲਾ, ਆਖ਼ਰੀ।
Subside—ਹੇਠਾਂ ਬਹਿ ਜਾਣਾ, ਝੁਕਣਾ।
Subsidize--ਰੁਪਏ ਨਾਲ ਮਦਦ ਕਰਨੀ।
Subsoil—ਜ਼ਮੀਨ, ਧਰਾਤਲ।
Substance—ਤੱਤ, ਪੂੰਜੀ, ਵਸਤੂ।
Substantial—ਸਰੀਰਕ, ਠੋਸ।
Substaniate—ਪੈਦਾ ਕਰਨਾ, ਪੱਕਾ ਕਰਨਾ।
Substantive—ਅਸਲੀ, ਪੱਕਾ।
Substitute--ਬਦਲਨਾ, ਕਾਇਮ ਮੁਕਾਮ।
Substratum—ਜ਼ਮੀਨ ਦੇ ਹੇਠਲੀ ਤਹਿ।
Subtile—ਕਪਟੀ, ਪਤਲਾ।
Subtilize—ਬਰੀਕ ਕਰਨਾ।
Subtle—ਤੇਜ਼, ਕਪਟੀ।
Suburban—ਸ਼ਹਿਰ ਦੇ ਆਸ ਪਾਸ।

Subversion--ਸਹਾਰਾ, ਸਰਕਾਰੀ ਸਹਾਇਤਾ।
Succeed—ਜਿੱਤਣਾ, ਸਫਲ ਹੋਣਾ।
Success—ਜਿੱਤ, ਸਫਲਤਾ।
Succession—ਵੰਸ਼, ਪੀੜ੍ਹੀ, ਗੋਤ, ਅਵੱਸ਼।
Successor—ਵਾਰਿਸ।
Succumb—ਸਿਰ ਝੁਕਾਉਣਾ, ਦਬਣਾ।
Such—ਇਸ ਤਰ੍ਹਾਂ, ਜੈਸਾ।
Sucker—ਚੂਸਣ ਵਾਲਾ, ਦੁੱਧ ਪੀਣ ਵਾਲਾ।
Suction—ਖਿਚਾਓ।
Sudden—ਅਚਾਨਕ, ਜਲਦੀ।
Sue—ਮੁਦਈ ਬਣਨਾ।
Suffer—ਬਰਦਾਸ਼ਤ ਕਰਨਾ, ਸਹਿਣਾ, ਭੁਗਤਣਾ।
Sufferer—ਬਰਦਾਸ਼ਤ ਕਰਨ ਵਾਲਾ।
Suffering—ਦੁੱਖ, ਬਿਪਤਾ, ਰੰਜ।
Sufficient—ਕਾਫ਼ੀ, ਬਹੁਤ।
Suffix—ਹਰਫ਼ ਆਦਿ ਜੋ ਕਿਸੇ ਲਫ਼ਜ਼ ਦੇ ਪਿੱਛੇ ਲਾਇਆ ਜਾਵੇ।
Suffrage—ਸਵੀਕਾਰ, ਮਰਜ਼ੀ।
Sugar—ਖੰਡ, ਚੀਨੀ, ਮਿੱਠਾ।
Sugarcane—ਗੰਨਾ।
Suggest—ਸਲਾਹ ਦੇਣਾ, ਰਾਏ ਦੇਣਾ।
Suggestion—ਸਲਾਹ, ਰਾਏ।
Suicidal—ਆਤਮਘਾਤ ਨਾਲ ਸੰਬੰਧਤ।
Suicide—ਆਤਮਘਾਤ, ਖੁਦਕੁਸ਼ੀ।
Suit—ਕਚਹਿਰੀ ਵਿਚ ਦਰਖ਼ਾਸਤ ਦੇਣੀ, ਠੀਕ ਕਰਨਾ।
Suitable—ਉਚਿੱਤ, ਮੁਨਾਸਿਬ।
Sully—ਮੈਲਾ ਕਰਨਾ।
Sulphurate—ਗੰਧਕ ਲਗਾਉਣੀ।
Sum—ਤਦਾਦ, ਜੋੜ।
Summarily—ਸੰਖੇਪ ਨਾਲ।
Summary—ਸੰਖੇਪ, ਖੁਲਾਸਾ।
Summer—ਗਰਮੀ ਦਾ ਮੌਸਮ।
Summit—ਚੋਟੀ, ਉਚਾਈ।
Sun—ਸੂਰਜ, ਸੁਕਾਣਾ।
Sunbeam—ਸੂਰਜ ਦੀ ਕਿਰਣ।
Sunday—ਐਤਵਾਰ।
Sundial—ਧੁੱਪ ਘੜੀ, ਤਖ਼ਤਾ।
Sunrise—ਸੂਰਜ ਨਿਕਲਣਾ।
Sunset—ਸੂਰਜ ਡੁੱਬਣਾ।
Sunstrock—ਲੂ ਲੱਗਣਾ।
Superannuate — ਬੁਢੇਪੇ ਦੀ ਪੈਨਸ਼ਨ।
Supercilious—ਹੰਕਾਰੀ, ਘੁਮੰਡੀ।
Superficial—ਬਨਾਵਟੀ, ਥੋੜਾ।
Superfine—ਬਹੁਤ ਵਧੀਆ, ਅਤਿ ਕੋਮਲ।
Superfluous—ਲੋੜ ਤੋਂ ਜ਼ਿਆਦਾ।
Superintendent--ਨਿਗਰਾਨ, ਪ੍ਰਬੰਧਕ।
Superior—ਵਧੀਆ, ਵੱਡਾ।
Superiority—ਵਡਿਆਈ, ਸ੍ਰੇਸ਼ਟਤਾ।
Supernal—ਆਕਾਸ਼ੀ।
Supernatural—ਦੈਵੀ, ਆਸਮਾਨੀ
Superstition—ਦੇਵ ਪੂਜਾ, ਵਿਸ਼ਵਾਸ, ਭਰਮ।
Supervene—ਅੱਪੜਨਾ, ਟੁੱਟ ਪੈਣਾ।
Supervise—ਦੇਖਭਾਲ ਕਰਨਾ, ਜਾਂਚ ਕਰਨਾ।
Supervisor—ਪ੍ਰਬੰਧਕ, ਨਿਗਰਾਨ।
Supinely—ਬੇਖ਼ਬਰੀ ਨਾਲ, ਸੁਸਤੀ ਨਾਲ।
Supper—ਖਾਣਾ, ਭੋਜਨ।
Supple—ਨਰਮ, ਕੋਮਲ।
Supplement—ਭਰਨਾ, ਜੋੜਨਾ।
Supplicate--ਹੱਥ ਫੈਲਾਉਣਾ, ਮੰਗਣਾ।
Supplicatory—ਨਰਮੀ ਨਾਲ।

Supply—ਸਮਾਨ ਲਿਆ ਦੇਣਾ, ਪੂਰਾ ਕਰਨਾ।

Support—ਸਹਾਰਾ, ਹਿਮਾਇਤ ਕਰਨੀ।

Suppose—ਮੰਨਣਾ, ਕਲਪਨਾ ਕਰਨਾ।

Suppress--ਦਬਾਉਣਾ, ਚੁੱਪਚਾਪ ਕਰਾਣਾ।

Suppressive—ਦਬਾਉਣ ਵਾਲਾ, ਰੋਕਣ ਵਾਲਾ।

Supremacy—ਸ੍ਰੇਸ਼ਟਤਾ, ਪ੍ਰਧਾਨਤਾ।

Supreme—ਉੱਤਮ, ਸ੍ਰੇਸ਼ਟ।

Surcharge—ਹੱਦ ਤੋਂ ਜ਼ਿਆਦਾ ਬੋਝ।

Sure—ਅਚਲ, ਨਿਸ਼ਚਿਤ।

Surety—ਜ਼ਮਾਨਤ, ਤਸਦੀਕ।

Surf—ਮੌਜ, ਲਹਿਰ।

Surface—ਖੇਤ, ਧਰਾਤਲ।

Surgeon—ਜ਼ਰਾਹ, ਸਰਜਨ, ਡਾਕਟਰ।

Surgery—ਜ਼ਰਾਹੀ, ਚੀਰ-ਫਾੜ।

Surmise—ਸ਼ੱਕ ਕਰਨਾ, ਸੰਦੇਹ।

Surmount—ਜਿੱਤਣਾ, ਸ਼ਿਕਸਤ ਦੇਣਾ।

Surname—ਪਦਵੀ, ਖ਼ਿਤਾਬ।

Surplus—ਜ਼ਿਆਦਤੀ।

Surprise—ਹੈਰਾਨ ਹੋਣਾ, ਅਸਚਰਜ ਦਿਵਾਉਣਾ।

Surrender—ਵੱਸ ਵਿੱਚ ਕਰਨਾ।

Surround—ਘੇਰਨਾ, ਵਾੜ ਲਾਉਣੀ।

Survey—ਜਾਂਚਣਾ, ਨਾਪਣਾ।

Surveyor—ਜਾਂਚ ਕਰਨ ਵਾਲਾ।

Survive—ਕਿਸੇ ਦੇ ਮਰਨ ਪਿੱਛੋਂ ਜਿਉਂਦਾ ਰਹਿਣਾ।

Susceptibility—ਕੋਮਲਤਾ, ਯੋਗਤਾ।

Suspect--ਭਰਮ ਕਰਨਾ, ਸੰਦੇਹ ਕਰਨਾ।

Suspend--ਰੋਕ ਦੇਣਾ, ਮੁਲਤਵੀ ਕਰਨਾ।

Suspicien—ਸੰਦੇਹ, ਅਵਿਸ਼ਵਾਸ।

Sustain—ਬਰਦਾਸ਼ਤ ਕਰਨਾ।

Suttee—ਸਤੀ।

Swab—ਪਵਿੱਤਰ ਕਰਨਾ।

Swaddle—ਲਪੇਟਨਾ, ਬਨਣਾ।

Swain—ਕਿਸਾਨ, ਚਰਵਾਹਾ, ਪੇਂਡੂ ਨੌਜਵਾਨ।

Swallow—ਨਿਗਲਣਾ, ਇਸਤੇਮਾਲ ਕਰਨਾ।

Swamp—ਦਲਦਲ, ਚਿੱਕੜ।

Swan—ਬਤਖ਼, ਰਾਜਹੰਸ।

Swap—ਚੋਟ ਮਾਰਨਾ।

Swarm—ਸ਼ਹਿਰ ਦੀ ਮੱਖੀਆਂ ਦਾ ਝੁੰਡ।

Swash—ਸ਼ੇਖੀ ਮਾਰਨਾ।

Swath—ਕੱਟੀ ਹੋਈ ਘਾਹ ਜਾਂ ਅਨਾਜ ਦੀ ਕਤਾਰ।

Swathe—ਪੱਟੀ ਬੰਨ੍ਹਣਾ।

Swear—ਕਸਮ, ਸਹੁੰ ਖਾਣਾ, ਈਸ਼ਵਰ ਨੂੰ ਹਾਜ਼ਰ-ਨਾਜ਼ਰ ਮੰਨਣ ਵਾਲਾ।

Sweat—ਪਸੀਨਾ, ਮਿਹਨਤ।

Sweep—ਝਾੜੂ, ਬਹੁਕਰ।

Sweet—ਮਿੱਠੀ, ਸੁਗੰਧਿਤ, ਖ਼ੁਸ਼ਬੂਦਾਰ।

Sweetheart—ਮਾਸ਼ੂਕਾ, ਪ੍ਰੇਮਿਕਾ।

Sweetmeat—ਮਠਿਆਈ।

Swelling—ਗਿਲਟੀ, ਸੋਜ।

Swerve—ਚੱਕਰ ਖਾਣਾ।

Swift—ਫੁਰਤੀਲਾ, ਤੇਜ਼।

Swim—ਤੈਰਨਾ, ਵਹਿਣ।

Swindle—ਦਬਾਉਣਾ।

Swing—ਝੂਮਣਾ, ਹੂਟੇ ਲੈਣਾ।

Swinge—ਚਾਬੁਕ ਜਾਂ ਲਾਠੀ ਮਾਰਨਾ।

Swiss—ਸਵਿਟਜ਼ਰਲੈਂਡ ਦਾ ਵਾਸੀ।

Switch—ਬੈਂਤ, ਬੈਂਤ ਮਾਰਨਾ।

Swoop—ਝਪਟਣਾ।

Sword—ਤਲਵਾਰ, ਕਟਾਰ।

Sycophancy—ਖ਼ੁਸ਼ਾਮਦ।

Syllable—ਇਕੋ ਸ਼ਬਦ ਦਾ ਓਨਾ ਹਿੱਸਾ ਜਿੰਨਾ ਕਿ ਇਕ ਵਾਰੀ ਬੋਲਿਆ ਜਾਵੇ।

Sylvan—ਜੰਗਲੀ, ਜੰਗਲ ਦੀ ਦੇਵੀ।
Symbol—ਨਿਸ਼ਾਨ, ਚਿੰਨ੍ਹ।
Symbolize—ਨਿਸ਼ਾਨ ਨਾਲ ਦੱਸਣਾ।
Sympathetic—ਹਮਦਰਦ, ਦਿਆਲੂ।
Sympathy--ਹਮਦਰਦੀ, ਰਹਿਮ, ਦਇਆ।
Synagogue—ਯਹੂਦੀਆਂ ਦੀ ਸਭਾ ਜਾਂ ਪੂਜਾ ਅਸਥਾਨ।
Synaxis—ਸਭਾ, ਮਹਿਫ਼ਲ।
Synchronal--ਇਕੋ ਸਮੇਂ ਦਾ, ਸਮਕਾਲੀ।
Syndicate—ਇੰਤਜ਼ਾਮ ਕਰਨ ਵਾਲੀ ਸਭਾ।
Synergetic—ਸਹਾਇਕ।
Syntax—ਬੋਲਣ ਦੇ ਯੋਗ।
Synthesis—ਮਿਲਾਵਟੀ।
Synthetical—ਮਿਲਾਵਟੀ।
Syphillis—ਆਤਸ਼ਕ, ਗਰਮੀ।
Syphon—ਟੂਟੀ।
Syringe—ਪਿਚਕਾਰੀ।
Syrup—ਸ਼ਰਬਤ।
System—ਰਿਵਾਜ਼, ਕਾਨੂੰਨ, ਰੀਤੀ।

T

T, the twentieth letter of the English alphabet. ਟੀ—ਅੰਗ੍ਰੇਜ਼ੀ ਪੈਂਤੀ ਦਾ ਵੀਹਵਾਂ ਅੱਖਰ।
Tab—ਜੁੱਤੀ ਦੀ ਨੋਕ।
Tabby—ਰੰਗ ਬਰੰਗਾ, ਧਾਰੀਦਾਰ, ਰੰਗ ਬਿਰੰਗੀ ਬਿੱਲੀ।
Tabefaction—ਕਮਜ਼ੋਰੀ, ਪਤਲਾਪਨ।
Tabid—ਬੀਮਾਰੀ ਨਾਲ ਗਲਿਆ ਹੋਇਆ।
Tablature—ਕੰਧਾਂ ਅਤੇ ਛੱਤ ਉਤੇ ਤਸਵੀਰਕਸ਼ੀ।
Tableau—ਤਸਵੀਰ, ਨਕਸ਼ਾ।
Table-cloth—ਮੇਜ਼ਪੋਸ਼।
Table—ਮੇਜ਼, ਤਖ਼ਤੀ।
Tablet—ਛੋਟੀ ਮੇਜ਼।
Tabour—ਛੋਟਾ ਢੋਲ।
Tabular—ਬਰਾਬਰ।
Tacit—ਚੁੱਪਚਾਪ, ਮਗਨ।
Tack—ਛੋਟੀ ਰੱਸੀ, ਛੋਟੀ ਕਿੱਲ।
Tact—ਚਤੁਰਾਈ, ਗੁਣ।
Tactician—ਲੜਾਈ ਦੇ ਹੁਨਰ ਵਿਚ ਨਿਪੁੰਨ।
Taffeta—ਜਹਾਜ਼ ਦੇ ਉਪਰ ਦਾ ਹਿੱਸਾ।
Tag—ਮੇਖ ਮਾਰਨਾ, ਕੱਸਣਾ।
Tail—ਪੂਛ, ਸਿਰਾ।
Tailor--ਦਰਜ਼ੀ, ਕੱਪੜੇ ਸੀਉਣ ਵਾਲਾ।
Take—ਲੈਣਾ, ਕਬੂਲ ਕਰਨਾ।
Taking—ਖ਼ੂਬਸੂਰਤ।
Tale—ਕਹਾਣੀ।
Talent—ਯੋਗਤਾ, ਲਿਆਕਤ।
Talion—ਬਦਲੇ ਦਾ ਕਾਨੂੰਨ।
Talisman—ਜਾਦੂ, ਤਵੀਤ, ਜੰਤਰ।
Talk—ਬੋਲਣਾ, ਗੱਲ ਕਰਨੀ।
Tall—ਲੰਮਾ, ਉੱਚੇ ਕੱਦ ਦਾ।
Tally—ਲੱਕੜੀ ਜਿਸ ਉਤੇ ਗਿਣਤੀ ਦੇ ਨਿਸ਼ਾਨ ਹੋਣ, ਸਮਾਨਤਾ।
Talmud—ਯਹੂਦੀ ਧਰਮ ਦੇ ਨਿਯਮਾਂ ਦੀ ਪੁਸਤਕ।
Talon—ਸ਼ਿਕਾਰੀ ਪੰਛੀ ਦਾ ਪੰਜਾ।
Tamarind—ਇਮਲੀ ਦਾ ਰੁੱਖ਼ ਅਤੇ ਫਲ।
Tambour—ਇਕ ਛੋਟਾ ਢੋਲ।
Tame—ਪਾਲਤੂ, ਸਿਖਾਉਣਾ।
Tamper—ਅਜਮਾਉਣਾ, ਹੱਥ ਪਾਉਣਾ।

Tan—ਚਮੜੇ ਨੂੰ ਪੱਕਾ ਕਰਕੇ ਭੂਰਾ ਕਰਨਾ।
Tandem—ਟਮਟਮ ਗੱਡੀ।
Tangibilty—ਸਪਰਸ਼, ਟਟੋਲਣਾ।
Tangle—ਫਸਾਉਣਾ, ਮੁਸੀਬਤ।
Tank—ਤਲਾਬ।
Tannery--ਚਮੜਾ ਰੰਗਣ ਦਾ ਕਾਰਖ਼ਾਨਾ।
Tannin—ਕਾਂਸਾ।
Tantamount—ਯੋਗ, ਬਰਾਬਰ।
Tantrum—ਬਦਮਿਜਾਜ਼ੀ।
Tap—ਅਰਕ ਕੱਢਣਾ, ਥਪਥਪਾਉਣਾ, ਸਹਾਰਨਾ।
Tape—ਫੀਤਾ, ਨਿਵਾਰ।
Tapestry--ਦੀਵਾਰ ਦਾ ਸਚਿਤ੍ਰ ਪਰਦਾ।
Tapis—ਮੇਜਪੋਸ਼।
Tar—ਗੀਦਾ ਬਰੋਜਾ।
Tardy—ਪਿੱਛੇ ਚਲਣ ਵਾਲਾ।
Target—ਨਿਸ਼ਾਨ, ਢਾਲ।
Tarpaulin—ਤਿਰਪਾਲ।
Tarry—ਰੱਖ ਛੱਡਣਾ, ਛਿਪਣਾ।
Tartareous—ਦੋਜ਼ਖ਼ੀ, ਨਰਕੀ।
Tartarize—ਸ਼ਰਾਬ ਦੀ ਤਲਛਟ।
Tar-water—ਰਾਲ ਦਾ ਠੰਡ ਭਰਾਵ।
Task—ਜ਼ਿੰਮੇ ਦਾ ਕੰਮ, ਠੇਕਾ, ਕਾਰ।
Tassel—ਰੇਸ਼ਮ ਦੀ ਝਾਲਰ।
Taste—ਸਵਾਦ ਚੱਖਣਾ।
Tasty—ਮਜ਼ੇਦਾਰ।
Tatter—ਬਕਵਾਸ, ਗੁੱਸੇ ਵਿੱਚ ਹੋਣਾ।
Tattoo—ਸਿਪਾਹੀਆਂ ਨੂੰ ਫ਼ੌਜ ਵਿੱਚ ਬੁਲਾਉਣ ਲਈ।
Taunt—ਤਾਨਾ ਮਾਰਨਾ, ਨਿੰਦਾ ਕਰਨੀ।
Taurus—ਬ੍ਰਿਖ ਰਾਸ਼ੀ, ਬੁਰਜ।
Tautology—ਇਕ ਅਰਥ ਨੂੰ ਕਈ ਸ਼ਬਦਾਂ ਵਿਚ ਕਹਿਣਾ।
Taw—ਚਿੱਟੇ ਚਮੜੇ ਨੂੰ ਠੀਕ ਕਰਨਾ।
Tawdry—ਬੇਢੰਗ।
Tawny—ਭੂਰਾ ਰੰਗ।
Tax—ਮਹਿਸੂਲ ਲਗਾਉਣਾ।
Taxable—ਮਹਿਸੂਲ ਦੇ ਯੋਗ।
Tea—ਚਾਹ।
Teach—ਸਿਖਾਉਣਾ, ਦੱਸਣਾ, ਸਿੱਖਿਆ ਦੇਣਾ।
Teacher--ਮਾਸਟਰ, ਸਿਖਿਅਕ, ਉਸਤਾਦ।
Teak—ਸਾਗਵਾਨ, ਸਾਗਵਾਨ ਦੀ ਲੱਕੜ।
Teal—ਮੁਰਗਾਬੀ, ਕੁੱਕੜੀ।
Team—ਕਤਾਰ।
Tear—ਅੱਥਰੂ।
Tear—ਚੀਰਨਾ, ਦਰਾਰ।
Tease—ਤੰਗ ਕਰਨਾ, ਕਲੇਸ਼ ਦੇਣਾ।
Teasel—ਇਕ ਤਰ੍ਹਾਂ ਦਾ ਛੋਟਾ ਰੁੱਖ।
Technical--ਵਿਸ਼ੇਸ਼ ਵਿੱਦਿਆ ਸੰਬੰਧੀ।
Technology—ਹੁਨਰ ਦੀ ਪੁਸਤਕ।
Techy—ਚਿੜਚਿੜਾ, ਤੰਗ ਮਿਜਾਜ਼।
Teem—ਪੈਦਾ ਕਰਨਾ, ਜੰਮਣਾ।
Teens—ਤੇਰਾਂ ਤੋਂ ਉੱਨੀ ਸਾਲ ਤੱਕ ਦੀ ਉਮਰ।
Teeth—ਦੰਦ, ਡਰਾਉਣਾ।
Teeting—ਦੰਦ ਕੱਢਣਾ।
Teetotum—ਫਿਰਕੀ।
Tegument—ਖਾਲ, ਗਿਲਾਫ਼।
Telegram—ਤਾਰ ਦੀ ਖ਼ਬਰ।
Telegraph—ਤਾਰ ਦੀ ਮਾਰਫ਼ਤ ਖ਼ਬਰ ਦੇਣੀ।
Telephone—ਅਵਾਜ਼ ਨੂੰ ਦੂਰ ਪਹੁੰਚਾਉਣ ਵਾਲੀ ਮਸ਼ੀਨ।
Telescope—ਦੂਰਬੀਨ।
Tell—ਕਹਿਣਾ, ਦੱਸਣਾ।
Temerity—ਨਿਡਰਤਾ, ਬੇਪਰਵਾਹੀ।

Temper—ਨਰਮ ਕਰਨਾ।
Temperature—ਗਰਮੀ ਸਰਦੀ ਦਾ ਤਾਪਕ੍ਰਮ।
Templar—ਬਹਾਦਰ, ਕਾਨੂੰਨ ਪੜ੍ਹਨ ਵਾਲਾ।
Temple—ਮੰਦਰ, ਗਿਰਜਾ।
Temporary—ਕੁਝ ਦਿਨਾਂ ਲਈ, ਆਰਜ਼ੀ।
Tempt--ਜਤਨ ਕਰਨਾ, ਕੋਸ਼ਿਸ਼ ਕਰਨੀ।
Temptation—ਲਾਲਚ।
Ten—ਦੱਸ।
Tencity—ਸਖ਼ਤੀ, ਹਠ।
Tenant—ਕਿਰਾਏਦਾਰ, ਅਸਾਮੀ।
Tend—ਝੁਕਣਾ, ਧਿਆਨ ਕਰਨਾ।
Tendency—ਮਿਲਾਨ, ਪ੍ਰਵਿਰਤੀ।
Tender—ਛੋਟੀ ਬੇੜੀ ਜੋ ਵੱਡੀ ਬੇੜੀ ਦੇ ਨਾਲ ਰਹਿੰਦੀ ਹੈ, ਕਮਜ਼ੋਰ।
Tendinous—ਨਸਾਂ ਜਾਂ ਰਗਾਂ ਵਾਲਾ।
Tendon—ਨਸ, ਰਗ।
Tendril—ਵੇਲ।
Tenebrous—ਕਾਲਾ, ਹਨੇਰਾ।
Tenement—ਮਕਾਨ, ਜਾਇਦਾਦ।
Tennis—ਇਕ ਤਰ੍ਹਾਂ ਦੀ ਖੇਡ।
Tent—ਤੰਬੂ, ਡੇਰਾ।
Tentative—ਪਰੀਖਿਆ ਦਾ, ਇਮਤਿਹਾਨ ਦੇ ਤੌਰ ਤੇ।
Tenure—ਅਧਿਕਾਰ, ਪਟਾ, ਕਬਜ਼ਾ।
Term—ਸ਼ਰਤ, ਪ੍ਰਤਿਗਿਆ।
Termagant—ਝਗੜਾਲੂ, ਫਸਾਦੀ।
Terminable—ਸੀਮਾ ਯੋਗ।
Terminate—ਹੱਦ ਬੰਨ੍ਹਣਾ, ਮਿਆਦ।
Terminus—ਰੇਲ ਦੀ ਲਾਈਨ ਦੀ ਹੱਦ।
Terrace—ਚੁਬਾਰਾ, ਕੋਠਾ, ਚਬੂਤਰਾ।
Terrify—ਡਰਾਉਣਾ।
Terriorial—ਦੇਸੀ, ਮੁਲਕੀ।
Territory—ਮੁਲਕ, ਰਾਜ।
Terrorism—ਸਖ਼ਤ, ਹਕੂਮਤ, ਡਰ ਦੀ ਦਸ਼ਾ।
Test—ਪਰੀਖਿਆ, ਇਮਤਿਹਾਨ।
Testament—ਵਸੀਅਤ ਨਾਮਾ।
Tesater—ਪਲੰਘ ਦੀ ਛੱਤਰੀ।
Testify—ਗਵਾਹੀ ਦੇਣਾ।
Testimonial—ਪ੍ਰਮਾਣ ਪੱਤਰ।
Testy—ਚਿੜਚਿੜਾ।
Tetrarch—ਦੇਸ਼ ਦੇ ਚੌਥੇ ਹਿੱਸੇ ਦਾ ਸਵਾਮੀ।
Tetter—ਇਕ ਤਰ੍ਹਾਂ ਦੀ ਬੀਮਾਰੀ।
Text—ਮੂਲ ਗ੍ਰੰਥ।
Text-book—ਪੜ੍ਹਾਈ ਲਈ ਨੀਯਤ ਪੁਸਤਕ।
Textile—ਬੁਣਿਆ ਹੋਇਆ ਕੱਪੜਾ।
Thank—ਧੰਨਵਾਦ, ਸ਼ੁਕਰੀਆ।
That—ਉਹ, ਉਸ।
Thaw—ਪਿਘਲਨਾ, ਗਲਣਾ।
The—ਉਹ, ਇਹ।
Theatre—ਨਾਚਘਰ, ਮੈਦਾਨ।
Thee—ਤੈਨੂੰ।
Theft—ਚੋਰੀ।
Their—ਉਨ੍ਹਾਂ ਦਾ।
Them—ਉਨ੍ਹਾਂ ਨੂੰ।
Then—ਉਸ ਵੇਲੇ, ਤਾਂ।
Theology—ਵੇਦਾਂਤ।
Theopathy—ਮਜ਼ਹਬੀ ਜੋਸ਼ ਜਾਂ ਆਤਮਕ ਬਲ।
Theoretical—ਖ਼ਿਆਲੀ, ਕਲਪਿਤ।
Theosophy—ਈਸ਼ਵਰੀ ਗਿਆਨ।
There—ਉੱਥੇ।
Thereabout—ਲੱਗਭਗ, ਕਰੀਬਨ।
There-after—ਇਸ ਪਿੱਛੋਂ।
Therefore—ਇਸ ਲਈ।

Thereof—ਉਸ ਦਾ।
Thereupon—ਇਸ ਤੇ, ਫੌਰਨ।
Thermometer—ਗਰਮੀ ਨਾਪਣ ਦਾ ਯੰਤਰ।
Thermo-flask—ਕਿਸੇ ਚੀਜ਼ ਨੂੰ ਬਹੁਤ ਸਮੇਂ ਤਕ ਗਰਮ ਜਾਂ ਠੰਡਾ ਰੱਖਣ ਦੀ ਬੋਤਲ।
These—ਇਨ੍ਹਾਂ ਨੂੰ, ਇਹ ਸਾਰੇ।
They—ਉਹ।
Thick—ਗੂੜ੍ਹਾ, ਮੋਟਾ।
Thief—ਚੋਰ।
Thieve—ਚੋਰੀ ਕਰਨਾ।
Thigh—ਪੱਟ।
Thills—ਗੱਡੀ ਦਾ ਬੰਬ ਜਾਂ ਬਾਂਸ।
Thin—ਪਤਲਾ, ਬਰੀਕ।
Thine—ਤੇਰਾ, ਤੇਰੀ।
Thing—ਚੀਜ਼, ਵਸਤੂ
Think—ਸੋਚਣਾ, ਵਿਚਾਰ ਕਰਨਾ।
Thrid—ਤੀਜਾ।
Thrist—ਪਿਆਸ, ਤ੍ਰਿਸ਼ਣਾ।
Thirsty—ਪਿਆਸਾ।
Thrteen—ਤੇਰਾਂ।
Thrity—ਤੀਹ।
This—ਇਹ
Thorax—ਸੀਨਾ, ਛਾਤੀ।
Thorn—ਕੰਡਾ, ਕੰਡੇਦਾਰ ਝਾੜੀ।
Thorough—ਪੂਰਾ, ਪੱਕਾ।
Thoroughfare—ਸਰੇਆਮ, ਆਮ ਰਸਤਾ।
Thoroughly—ਬਾਖ਼ੂਬੀ।
Thorp—ਪਿੰਡ, ਬਸਤੀ।
Those—ਤੂੰ।
Thought—ਖ਼ਿਆਲ।
Thoughtful—ਫ਼ਿਕਰਮੰਦ।
Thoughtless—ਬੇਖ਼ਬਰ।
Thousand—ਹਜ਼ਾਰ।
Thrall—ਗੁਲਾਮ, ਨੌਕਰ।
Thrash—ਮਾਰਨਾ।
Thread—ਧਾਗਾ, ਸੂਤਰ।
Threadbare--ਪੁਰਾਣਾ, ਘਿਸਿਆ ਹੋਇਆ।
Threat—ਧਮਕੀ।
Three—ਤਿੰਨ।
Threefold—ਤਿੰਨ-ਗੁਣਾ।
Thresh—ਮਿਹਨਤ, ਮਜ਼ਦੂਰੀ।
Ttheshold--ਦਰਵਾਜ਼ਾ, ਚੌਖਟ, ਸ਼ੁਰੂ।
Thrice—ਤਿੰਨ-ਗੁਣਾ।
Thrifty—ਘੱਟ ਖ਼ਰਚ।
Thrill—ਕੰਬਣਾ, ਥਰਥਰਾਉਣਾ।
Thrive—ਸਰਸਬਜ਼ ਹੋਣਾ।
Throat—ਗਲਾ।
Throe—ਸਖ਼ਤ ਦਰਦ।
Throne—ਸਿੰਘਾਸਨ, ਤਖ਼ਤਸ਼ਾਹੀ।
Throng—ਭੀੜ, ਇਕੱਠਾ ਹੋਣਾ।
Throttle—ਗਲਾ ਘੁੱਟਣਾ।
Though—ਆਰ-ਪਾਰ।
Throw—ਸੁੱਟਣਾ, ਚਲਾਉਣਾ।
Thrum--ਜੁਲਾਹੇ ਦੇ ਤਾਣੇ ਦਾ ਸਿਰਾ।
Thrust—ਧੱਕਾ ਦੇਣਾ, ਙੂਹਣਾ।
Thumb—ਅੰਗੂਠਾ।
Thunder—ਗੜਗੜਾਹਟ, ਗਰਜ।
Thursday—ਵੀਰਵਾਰ।
Thus—ਇਸ ਤਰ੍ਹਾਂ।
Tick—ਘੜੀ ਦੀ ਅਵਾਜ਼।
Ticket—ਟਿਕਟ।
Tickle—ਖ਼ੁਸ਼ ਕਰਨਾ।
Ticklish—ਚੰਚਲ।
Tiderwaiter—ਅਫ਼ਸਰ, ਜੋ ਮਾਲ ਉਤਾਰਨ ਦੀ ਨਿਗਰਾਨੀ ਕਰਦਾ ਹੈ।
Tidings—ਸਮਾਚਾਰ, ਖ਼ਬਰ।

Tidy—ਜੋੜਨਾ, ਮਜਬੂਤ ਕਰਨਾ।
Tie—ਬੰਨ੍ਹਣਾ, ਜੋੜਨਾ।
Tiffin—ਭੋਜਨ।
Tiger—ਚੀਤਾ, ਸ਼ੇਰ।
Tight—ਪੱਕਾ, ਚੁਸਤ।
Tighten—ਤੰਗ ਕਰਨਾ, ਕਸਣਾ।
Tile—ਖਪੜੈਲ, ਖਪਰਾ।
Till—ਤੀਕਰ।
Timber—ਲੱਕੜੀ, ਸ਼ਹਿਤੀਰ।
Time—ਸਮਾਂ, ਵਕਤ।
Timely—ਵਕਤ ਸਿਰ।
Timepiece—ਘੜੀ।
Timid—ਡਰਪੋਕ, ਬੁਜ਼ਦਿਲ।
Tin—ਕਲਈ ਕਰਨਾ।
Tincture—ਅਰਕ, ਹਲਕਾ ਰੰਗ।
Tine—ਕੰਡੇ ਦੀ ਨੋਕ।
Tinfoil—ਰਾਂਗੇ ਦਾ ਵਰਕ।
Tingle—ਸਨਸਨਾਉਣਾ।
Tinker—ਸੰਵਾਰਨਾ।
Tinkle—ਝਨਕਾਰ।
Tinkling—ਝਨਝਨਾਉਂਦੇ ਹੋਏ।
Tint—ਹਲਕਾ ਰੰਗ।
Tiny—ਛੋਟਾ, ਮਾਸੂਮ।
Tip—ਕੰਡਾ, ਸਿਰਾ।
Tipple—ਘੁੱਟ ਪੀਣਾ, ਚੂਸਣਾ।
Tipsy—ਮਸਤ, ਮਤਵਾਲਾ।
Tiptoe—ਪੈਰ ਦੀਆਂ ਉਂਗਲਾਂ ਦਾ ਸਿਰਾ।
Tiptop—ਸਭ ਤੋਂ ਉੱਚਾ ਦਰਜਾ।
Tire--ਪਹੀਏ ਦਾ ਹਾਲ, ਥਕਿਆ ਹੋਇਆ।
Tirede—ਸ਼ਿਕਾਇਤ ਭਰਿਆ ਬੋਲ।
Tissue—ਜਰਦੋਜੀ।
Tithe—ਦੱਸਵਾਂ।
Tiillation—ਗੁਦਗੁਦਾ।
Title—ਉਪਾਧੀ, ਖ਼ਿਤਾਬ, ਪਦਵੀ।
Titter—ਹੌਲੀ-ਹੌਲੀ ਦੱਸਣਾ।
Titular—ਮੂੰਹ ਬੋਲਾ।
To—ਨੂੰ, ਤਰਫ, ਤੱਕ।
Toast--ਭੁੰਨਣਾ, ਬਹੁਤ ਗਰਮ ਕਰਨਾ।
Tobacco—ਤੰਮਾਕੂ।
Tocsin—ਘੰਟਾ, ਘੜਿਆਲ।
Tod—28 ਪੌਂਡ ਦਾ ਵਜ਼ਨ।
To-day—ਅੱਜ।
Toddy—ਤਾੜੀ, ਸ਼ਰਾਬ।
Toe—ਪੈਰ ਦੀ ਉਂਗਲੀ।
Together—ਮਿਲ ਕੇ, ਇਕੱਠਾ।
Toil—ਮਿਹਨਤ ਕਰਨਾ।
Toilet—ਪੁਸ਼ਾਕਾਂ ਲਈ ਮੇਜ਼।
Token—ਨਿਸ਼ਾਨ, ਲੱਖਣ, ਯਾਦਗਾਰ।
Told—ਕਿਹਾ ਗਿਆ।
Tolerate—ਸਹਿਣ, ਸ਼ਾਂਤੀ।
Toll—ਮਹਿਸੂਲ, ਘੰਟੇ ਦੀ ਅਵਾਜ਼।
Tomb—ਕਬਰ, ਮਕਬਰਾ।
Tomboy--ਸ਼ੋਰ ਮਚਾਉਣ ਵਾਲਾ ਮੁੰਡਾ।
To-morrow—ਆਉਣ ਵਾਲਾ ਕੱਲ੍ਹ।
Ton—ਅਠਾਈ ਮਣ ਦਾ ਤੋਲ, ਪ੍ਰਚਲਿਤ ਫ਼ੈਸ਼ਨ।
Tone—ਸੁਰ ਬਦਲ ਕੇ ਬੋਲਣਾ।
Tongue—ਜੀਭ, ਬੋਲਣਾ।
Tonic—ਤਾਕਤਵਰ ਚੀਜ਼।
Tonnage—ਸਮਾਨ ਦਾ ਮਹਿਸੂਲ।
Too—ਬਹੁਤ ਜ਼ਿਆਦਾ।
Tool—ਔਜ਼ਾਰ, ਦੂਜੇ ਦਾ ਗੁਲਾਮ।
Tooth—ਦੰਦ।
Toothsome—ਸਵਾਦੀ।
Top—ਚੋਟੀ।
Topze—ਪੁਖਰਾਜ।
Tope—ਬਹੁਤ ਸ਼ਰਾਬ ਪੀਣਾ।
Topic—ਮਜ਼ਮੂਨ।

Topography--ਕਿਸੇ ਸ਼ਹਿਰ ਦਾ ਬਿਆਨ।
Topple—ਢੇਹਣਾ।
Topsail—ਉਪਰ ਦਾ ਪਾਲ।
Torch—ਪਲੀਤਾ, ਮਸ਼ਾਲ।
Torment—ਤਕਲੀਫ਼, ਦੁੱਖ।
Torn—ਪਾਟਿਆ ਹੋਇਆ, ਟੁੱਟਿਆ ਹੋਇਆ।
Tornado—ਤੂਫ਼ਾਨ, ਹਨੇਰੀ।
Torpedo—ਜਹਾਜ਼ ਨੂੰ ਬਰਬਾਦ ਕਰਨ ਦੀ ਸਮੁੰਦਰੀ ਕਿਸ਼ਤੀ।
Torpor—ਸੁਸਤੀ।
Torrid—ਗਰਮ, ਜਲਦਾ ਹੋਇਆ।
Tort—ਨੁਕਸਾਨ, ਹਾਨੀ।
Tortoise—ਕੱਛੂ।
Torture—ਦੁੱਖ ਦੇਣਾ, ਸਤਾਉਣਾ।
Tory—ਬਾਦਸ਼ਾਹ ਦਾ ਵਫ਼ਾਦਾਰ।
Toss—ਉਛਾਲਣਾ, ਮੌਜ ਮਾਰਨਾ।
Total—ਜੋੜ, ਕੁਲ।
Totter—ਲੜਖੜਾਉਣਾ।
Touch—ਛੂਹਣਾ, ਚ਼ਰਚਾ ਕਰਨਾ, ਅਸਰ ਕਰਨਾ।
Touchy—ਚਿੜਚਿੜਾ।
Tough—ਮਜਬੂਤ, ਸਖ਼ਤ।
Tour—ਦੌਰਾ, ਗਸ਼ਤ ਕਰਨਾ।
Tourist--ਦੌਰਾ ਜਾਂ ਸੈਰ ਕਰਨ ਵਾਲਾ।
Tournament—ਨੇਜ਼ਾ ਬਾਜ਼ੀ।
Tow—ਸੋਟੀ, ਪਟਸਨ।
Toward—ਤਰਫ਼, ਨੇੜੇ।
Towel—ਤੌਲੀਆ, ਰੁਮਾਲ।
Tower—ਬੁਰਜ, ਮੀਨਾਰ।
Toy—ਖਿਡੌਣਾ, ਖੇਲਨਾ।
Trace—ਨਕਲ ਕਰਨੀ, ਰਸਤਾ।
Track—ਪੈਰ ਦਾ ਨਿਸ਼ਾਨ।
Tract—ਛੋਟੀ ਪੁਸਤਕ।
Tractable—ਸਿੱਧਾ, ਸਿੱਖਣਹਾਰ।
Trade—ਵਪਾਰ, ਸੌਦਾਗਰੀ।
Trade-mark—ਕਾਰਖ਼ਾਨੇ ਦਾ ਨਿਸ਼ਾਨ, ਖ਼ਾਸ ਚਿੰਨ੍ਹ।
Tradition—ਕਥਾ, ਕਿੱਸਾ, ਕਹਾਵਤ।
Traduce—ਤੁਹਮਤ ਲਗਾਉਣ ਵਾਲਾ।
Traffic—ਸੌਦਾਗਰੀ, ਲੈਣ ਦੇਣ।
Tragedy—ਸੋਗ ਵਾਲਾ ਨਾਟਕ।
Tragical—ਸੋਗਵਾਰ, ਰੰਜੀਦਾ।
Trail--ਘਸੀਟਣਾ, ਪਤਾ ਕਰਨਾ, ਖਿੱਚਣਾ।
Train—ਸਿਖਾਉਣਾ, ਸਿੱਖਿਆ, ਰੇਲ-ਗੱਡੀ।
Trait—ਕਾਰੀਗਰੀ, ਰੇਖਾ।
Traitor—ਛਲੀ, ਧੋਖਾ ਦੇਣ ਵਾਲਾ।
Tram—ਬਿਜਲੀ ਦੀ ਗੱਡੀ।
Tramp—ਮਸਲਨਾਂ, ਰੌਂਦਣਾ।
Tranquil—ਸੁਖੀ, ਸ਼ਾਂਤ ਸਰੂਪ।
Tranquilly—ਚੁੱਪਚਾਪ।
Transact—ਕੰਮ ਕਰਨਾ, ਕਾਰੋਬਾਰ ਕਰਨਾ।
Transaction—ਪ੍ਰਬੰਧ।
Transcribe--ਨਕਲ ਕਰਨਾ, ਉਤਾਰਨਾ।
Transcript—ਨੁਸਖ਼ਾ, ਨਕਲ।
Transfer—ਤਬਦੀਲ ਕਰਨਾ, ਟਾਲ ਦੇਣਾ।
Transiguration—ਤਬਦੀਲ ਸ਼ਕਲ।
Transform—ਸ਼ਕਲ ਬਦਲਨਾ।
Transfug—ਭਗੌੜਾ, ਦੁਸ਼ਮਣ ਨਾਲ ਜਾ ਮਿਲਣ ਵਾਲਾ।
Transgress—ਤੋੜਨਾ, ਟਾਲਨਾ।
Transit—ਰਸਤਾ, ਰਵਾਨਗੀ।
Transition—ਤਬਦੀਲੀ, ਗਤੀ।
Transitory—ਕੁਝ ਦਿਨਾਂ ਲਈ।
Translate—ਅਨੁਵਾਦ ਕਰਨਾ।

Translator--ਅਨੁਵਾਦ ਕਰਨ ਵਾਲਾ।

Transmigrate—ਦੂਜੇ ਦੇਸ਼ ਵਿਚ ਚਲੇ ਜਾਣਾ।

Trasmission—ਰਵਾਨਗੀ, ਭੇਜਣਾ।

Transmit—ਭੇਜਣਾ, ਰਵਾਨਾ ਕਰਨਾ।

Transparent—ਸਾਫ਼, ਨਿਰਮਲ।

Transpierce—ਛੇਕਣਾ, ਵਿੰਨ੍ਹਣਾ।

Transport—ਇਕ ਥਾਂ ਤੋਂ ਦੂਜੀ ਥਾਂ ਲੈ ਜਾਣਾ, ਯਾਤਾਯਾਤ।

Transportation—ਕਾਲਾ ਪਾਣੀ, ਜਲਾਵਤਨੀ।

Transverse—ਤਿਰਛਾ, ਟੇਢਾ।

Trap—ਫੰਦਾ, ਰਸਤਾ।

Trapan—ਫੰਦੇ ਨਾਲ ਪਕੜਨਾ, ਦਾਅ।

Trash—ਕੂੜਾ, ਕੁੱਤੇ ਦਾ ਪਟਾ।

Travel—ਸਫ਼ਰ, ਚਲਣਾ।

Traveller—ਮੁਸਾਫ਼ਿਰ, ਯਾਤਰੀ।

Trawl—ਜਾਲ, ਜਾਲ ਨਾਲ ਮੱਛੀਆਂ ਫੜਨੀਆਂ।

Tray—ਕਿਸ਼ਤੀ, ਥਾਲ, ਪਰਾਤ।

Treacherous—ਅਧਰਮੀ, ਕਪਟੀ।

Treachery—ਛਲ, ਕਪਟ।

Tread—ਚਾਲ, ਕਦਮ।

Treason—ਦਗ਼ਾ, ਬਗ਼ਾਵਤ।

Treasure—ਖ਼ਜ਼ਾਨਾ, ਰੋਕੜ, ਕੈਸ਼।

Treasurer—ਖ਼ਜ਼ਾਨਚੀ।

Treasury—ਖ਼ਜ਼ਾਨਾ, ਕੋਸ਼।

Treat--ਸਲੂਕ, ਬਿਆਨ ਕਰਨਾ, ਉਪਾਅ।

Treatment--ਵਰਤਾਓ, ਸਲੂਕ, ਇਲਾਜ।

Treaty—ਸੰਧੀ, ਮੇਲ, ਸੁਲਾਹ।

Tree—ਦਰਖ਼ਤ, ਬਿਰਖ, ਪੇੜ, ਰੁੱਖ।

Trefoil—ਇਕ ਤਰ੍ਹਾਂ ਦਾ ਘਾਹ।

Tremble—ਥਰਥਰਾਉਣਾ, ਕੰਬਣਾ।

Tremendous—ਭਿਆਨਕ, ਡਰਾਉਣਾ।

Tremulous—ਕੰਬਦਾ ਹੋਇਆ।

Trench—ਦਬਾਉਣਾ, ਖਾਈ ਬਣਾਉਣਾ।

Trend—ਇਕ ਪਾਸੇ ਝੁਕਣਾ।

Trepan—ਹੱਡੀ ਕੱਟਣ ਦਾ ਯੰਤਰ।

Trepidation—ਕੰਬਣੀ, ਘਬਰਾਹਟ।

Trespass—ਅਪਰਾਧ ਕਰਨਾ।

Tress—ਜ਼ੁਲਫ਼, ਵਾਲਾਂ ਦਾ ਗੁੱਛਾ।

Trial—ਇਮਤਿਹਾਨ, ਤਜ਼ਰਬਾ।

Triangular—ਤਿਕੋਣਾ।

Tribe—ਫ਼ਿਰਕਾ, ਜਾਤ।

Tribunal—ਅਦਾਲਤ।

Tribune—ਬੋਲਣ ਦਾ ਚਬੂਤਰਾ।

Tribute—ਵਿਆਜ।

Trice—ਪਲ, ਇਕ ਪਲ ਵਿੱਚ, ਰੱਸੀ ਨਾਲ ਖਿੱਚਣਾ।

Tricennial—ਤੀਹ ਵਰ੍ਹੇ ਵਿੱਚ ਇਕ ਵਾਰ ਹੋਣ ਵਾਲਾ।

Trick—ਧੋਖਾ ਦੇਣਾ, ਫਰੇਬ, ਠੱਗ ਵਿੱਦਿਆ।

Trickle—ਝਰਨਾ, ਟਪਕਣਾ।

Trident—ਤ੍ਰਿਸ਼ੂਲ।

Trifid—ਤਿੰਨ ਫਾੜ।

Trifle—ਹਲਕੀ ਗੱਲ, ਨਸ਼ਟ ਕਰਨਾ।

Trifoliate—ਤਿੰਨ ਪੱਤਿਆਂ ਵਾਲਾ।

Trigonometry—ਤ੍ਰਿਕੋਣ।

Trillingual—ਤਿੰਨ ਬੋਲੀਆਂ ਦਾ।

Triliteral—ਜਿਸ ਵਿਚ ਤਿੰਨ ਅੱਖਰ ਹੋਣ।

Trill—ਝਰਨਾ।

Trim—ਸਜਾਉਣਾ, ਠੀਕ ਕਰਨਾ, ਦਰੁਸਤ।

Trimming—ਸਜਾਉਣ ਵਾਲੀ ਚੀਜ਼।

Trinity—ਤ੍ਰਿਮੂਰਤੀ।

Trinket—ਅੰਗੂਠੀ, ਛੱਲਾ।

Trio—ਤਿੰਨ ਅੰਤਰਿਆਂ ਦਾ ਰਾਗ।

Trip—ਚਾਲ, ਗਸ਼ਤ, ਗਸ਼ਤ ਕਰਨਾ।

Tripartite—ਤ੍ਰਿਖੰਡ, ਤਿੰਨ ਭਾਗ।
Triphthong—ਤਿੰਨ ਸੁਰਾਂ ਦੀ ਸਰਗਮ।
Triple—ਤਿਗੁਣਾ।
Triplicate—ਤਿੰਨ ਤਹਿਆਂ ਵਾਲਾ।
Trisyliable—ਤਿੰਨ ਟੁਕੜੀਆਂ ਦਾ ਸ਼ਬਦ।
Trite—ਪੁਰਾਣਾ।
Triturate—ਰਗੜਨਾ, ਖਰਲ ਕਰਨਾ।
Triumph—ਖ਼ੁਸ਼ੀ, ਜਿੱਤ।
Triumvir—ਤਿੰਨ ਅਫ਼ਸਰਾਂ ਵਿਚੋਂ ਇਕ।
Trivial—ਛੋਟਾ, ਹਲਕਾ।
Trocar—ਚੀਰਫਾੜ ਦਾ ਇਕ ਯੰਤਰ।
Troll—ਜ਼ੋਰ ਨਾਲ ਗਾਣਾ, ਘੁੰਮਣਾ।
Trollop—ਫੂਹੜ।
Tromp—ਇਕ ਤਰ੍ਹਾਂ ਦੀ ਧੌਂਕਣੀ।
Troop—ਫ਼ੌਜ, ਸੈਨਾ, ਰਿਸਾਲਾ।
Trooper—ਸਵਾਰ।
Trophy—ਜਿੱਤ ਦੀ ਨਿਸ਼ਾਨੀ।
Tropical—ਹੱਦ, ਸੀਮਾ ਸੰਬੰਧੀ।
Trot—ਦੌੜਨਾ, ਤੇਜ਼ ਚੱਲਣਾ।
Trotter—ਦੁੜਕੀ ਚਾਲ ਚੱਲਣ ਵਾਲਾ ਘੋੜਾ।
Trouble—ਤਕਲੀਫ਼, ਘਬਰਾਹਟ, ਦੁੱਖ।
Troublesome—ਮੁਸ਼ਕਲ।
Trounce—ਦੰਡ, ਸਖ਼ਤ ਸਜ਼ਾ ਦੇਣਾ।
Troupe—ਜੱਥਾ।
Trousers—ਪਜਾਮਾ।
Trow—ਵਿਸ਼ਵਾਸ, ਇਤਬਾਰ।
Truant—ਸੁਸਤ ਆਦਮੀ।
Truce—ਸੁੱਖ, ਥੋੜੇ ਦਿਨਾਂ ਦੀ ਸੁਲਾਹ।
Truck—ਵਪਾਰ, ਸੁਦਾਗਰੀ, ਪਹੀਆ।
Truckle—ਛੋਟਾ ਪਹੀਆ।
Trudge—ਪੈਦਲ ਚਲਨਾ।
True—ਅਸਲੀ, ਸੱਚਾ।
Trump—ਧੱਕਾ ਦੇਣਾ, ਤਾਸ਼ ਦਾ ਖੇਡ।
Trumpet—ਤੁਰਹੀ।
Trumpeter—ਇਕ ਤਰ੍ਹਾਂ ਦਾ ਕਬੂਤਰ।
Truncation—ਕਾਂਟ ਛਾਂਟ।
Trundle—ਛੋਟੀ ਗੱਡੀ।
Trunk—ਸੰਦੂਕ, ਧੜ, ਤਣਾ।
Trust—ਇਤਬਾਰ, ਭਰੋਸਾ।
Trusttee—ਜ਼ਿੰਮੇਦਾਰ।
Trustworthy—ਭਰੋਸੇ ਯੋਗ।
Truth—ਸੱਚਾਈ, ਅਸਲ।
Try—ਪਰੀਖਿਆ, ਕੋਸ਼ਿਸ਼।
Tube—ਨਾਲੀ।
Tubercle—ਗਿਲਟੀ, ਫੋੜਾ।
Tuberculous—ਬਿਮਾਰ, ਜਿਸ ਦੇ ਫੇਫੜੇ ਵਿਚ ਦਾਣੇ ਹੋ ਜਾਂਦੇ ਹਨ।
Tuck—ਸਿਕੋੜਨਾ।
Tuesday—ਮੰਗਲਵਾਰ।
Tug—ਜਹਾਜ਼ ਖਿੱਚਣ ਦੀ ਇਕ ਦੁਖਾਨੀ ਕਿਸ਼ਤੀ।
Tulip—ਇਕ ਤਰ੍ਹਾਂ ਦਾ ਫੁੱਲ।
Tumble—ਡਿੱਗ ਪੈਣਾ, ਪਛਾੜ ਖਾਣੀ।
Tumid—ਸੁੱਜਿਆ ਹੋਇਆ।
Tumour—ਫੋੜਾ, ਗਿਲਟੀ।
Tumult—ਦੰਗਾ।
Tune—ਅਵਾਜ਼, ਸੁਰੀਲਾਪਨ।
Tunic—ਕੁੜਤਾ, ਝਿੱਲੀ।
Tunnel—ਜ਼ਮੀਨ ਦੇ ਹੇਠਲਾ ਰਸਤਾ, ਸੁਰੰਗ।
Tup—ਟੱਕਰ ਖਾਣਾ, ਮੇਢਾ।
Turban—ਪਗੜੀ, ਚੀਰਾ।
Turf—ਘਾਹ ਦਾ ਢੇਲਾ।
Turkey—ਇਕ ਤਰ੍ਹਾਂ ਦੀ ਮੁਰਗੀ।
Turmoil—ਫ਼ਸਾਦ, ਝਗੜਾ।
Turn—ਮੁੜਨਾ, ਫਿਰਨਾ।
Turnip—ਤਾਰਪੀਨ ਦਾ ਤੇਲ।
Turret—ਛੋਟਾ ਬੁਰਜ।
Tusk—ਹਾਥੀ ਜਾਂ ਸੂਰ ਦਾ ਦੰਦ।

Tutelage—ਰੱਖਿਆ।
Tutor—ਉਸਤਾਦ, ਸਿਖਾਉਣ ਵਾਲਾ।
Twang—ਲਲਕਾਰਨਾ।
Tweeds—ਇਕ ਤਰ੍ਹਾਂ ਦਾ ਊਨੀ ਕੱਪੜਾ।
Tweezers—ਮੋਚਣਾ, ਚਿਮਟਾ।
Twelve—12, ਬਾਰ੍ਹਾਂ।
Twice—ਦੋ ਵਾਰ।
Twilight—ਦਿਨ ਰਾਤ ਮਿਲਣ ਦਾ ਸਮਾਂ।
Twin—ਜੁੜਵਾਂ ਬੱਚਿਆਂ ਵਿਚੋਂ ਇਕ।
Twinge--ਬਹੁਤ ਦਰਦ ਮਹਿਸੂਸ ਕਰਨਾ।
Twinkle—ਅੱਖ ਮਟਕਾਉਣਾ।
Twist—ਮਰੋੜਨਾ।
Twitter--ਅਬਾਬੀਲ ਦੀ ਤਰ੍ਹਾਂ ਟਰਟਰਾਣਾ।
Two—ਦੋ।
Tyke—ਕੁੱਤਾ।
Tympanum—ਕੰਨ ਦਾ ਪਰਦਾ।
Type—ਨਿਸ਼ਾਨ, ਠੱਪਾ, ਛਾਪ।
Typhoon—ਸਖ਼ਤ ਹਨੇਰੀ।
Tyrannical—ਬੇਰਹਿਮ, ਜ਼ਾਲਮ।
Tyranny—ਸੁਤੰਤਰ ਰਾਜ।
Tyro—ਕੱਚਾ।

U

U, the fifth vowel and the twenty first letter of the English alphabet. ਯੂ—ਅੰਗ੍ਰੇਜ਼ੀ ਪੈਂਤੀ ਦਾ ਇਕੀਵਾਂ ਅੱਖਰ।
Uberous—ਫਲਦਾਇਕ, ਉਪਜਾਊ।
Ubiquitous—ਸਰਵ-ਵਿਆਪੀ।
Udder—ਥਣ।
Ugly—ਕਰੂਪ।
Uliginous—ਮੈਲਾ, ਚਿੱਕੜ ਤੋਂ ਉੱਗਣ ਵਾਲਾ।
Ulterior—ਪਰੇ, ਦੂਰ, ਹੋਰ ਅੱਗੇ।
Ultimate—ਆਖ਼ਰੀ ਗੱਲ, ਆਖ਼ਰੀ ਸ਼ਰਤ।
Ultimo—ਪਿਛਲੇ ਮਹੀਨੇ ਦਾ।
Ultra—ਪਾਰ, ਬਹੁਤ।
Umber—ਇਕ ਤਰ੍ਹਾਂ ਦਾ ਰੰਗ।
Umbo—ਢਾਲ ਦਾ ਉਭਰਿਆ ਹਿੱਸਾ।
Umbreage—ਗੁੱਸਾ, ਕ੍ਰੋਧ।
Umbrella—ਛੱਤਰੀ।
Umire—ਸਰਪੰਚ।
Uacceptable—ਨਾਪਸੰਦ।
Unaccredited—ਬਿਨਾਂ ਅਧਿਕਾਰ।
Unaccustomed—ਜਿਸ ਦਾ ਅਭਿਆਸ ਨਾ ਹੋਵੇ।
Unacquainted—ਨਾਵਾਕਫ, ਜਿਸ ਨਾਲ ਜਾਣ-ਪਛਾਣ ਨਾ ਹੋਵੇ।
Unalterable—ਤ਼ਬਦੀਲ, ਅਟਲ।
Unanimity—ਇਕ ਦਿਲੀ।
Unanimous—ਸਰਬ-ਸੰਮਤੀ।
Unapproachable—ਜਿੱਥੇ ਪਹੁੰਚ ਨਾ ਹੋ ਸਕੇ।
Unaramed—ਬਿਨਾਂ ਹਥਿਆਰ।
Unavailing—ਬੇਫ਼ਾਇਦਾ।
Unaware—ਬੇਖ਼ਬਰ, ਅਚੇਤ।
Unbeliever—ਬੇ-ਦੀਨ, ਬੇ-ਧਰਮ।
Unblest—ਬਹੁਤ ਦੁਖੀ।
Unbosom—ਭੇਦ ਖੋਲ੍ਹਣਾ।
Unbroken—ਪੂਰਾ, ਮੁਕੰਮਲ।
Unceremonious—ਬੇ-ਤਕਲੁਫ।
Uncertain—ਸ਼ੱਕ ਵਾਲਾ।
Unchangeable—ਇਕ ਰਸ, ਨਿੱਤ।
Unchaste—ਵਿਭਚਾਰੀ, ਅਸ਼ੁੱਧ।

Uncivilized -- ਗੰਵਾਰ, ਬਦ-ਤਹਿਜ਼ੀਬ।
Uncle—ਚਾਚਾ, ਮਾਮਾ।
Unclean—ਅਪਵਿੱਤਰ, ਮਲੀਨ।
Unclouded—ਨਿਰਮਲ।
Uucomfortable—ਬੇ-ਆਰਾਮ।
Uncompromising—ਸੁਲਾਹ ਨਾ ਕਰਦੇ ਹੋਏ।
Unconditional—ਬਿਨਾਂ ਸ਼ਰਤ।
Unconscious—ਬੇਖ਼ਬਰ, ਅਨਜਾਣ।
Uncontrollable—ਬੇ-ਰੋਕ, ਬੇਕਾਬੂ।
Uncover—ਨੰਗਾ ਕਰਨਾ।
Uncultivated--ਗੈਰ ਮੁਹਜ਼ਬ, ਗੰਵਾਰ।
Uudaunted—ਨਿਡਰ, ਨਿਰਭੈ।
Uudecided—ਅਧੂਰਾ।
Undeniable—ਜਿਸ ਤੋਂ ਇਨਕਾਰ ਨਾ ਹੋ ਸਕੇ।
Under—ਹੇਠਾਂ, ਸਿਵਾਏ, ਥੱਲੇ।
Undergo—ਸਹਿਣਾ, ਸਹਿਣ ਕਰਨਾ।
Undergrowth—ਜੋ ਜ਼ਮੀਨੇ ਦੇ ਹੇਠਾਂ ਉੱਗੇ।
Underhand—ਫਰੇਬੀ।
Underlie—ਹੇਠਾਂ ਰਹਿਣਾ।
Underline—ਸ਼ਬਦਾਂ ਦੇ ਹੇਠ ਲਕੀਰ ਖਿੱਚਣੀ।
Undermine—ਸੁਰੰਗ।
Underneath—ਹੇਠਾਂ, ਥੱਲੇ, ਨੀਚੇ।
Undersell—ਦੂਜੇ ਤੋਂ ਘੱਟ ਮੁੱਲ।
Understand--ਸਮਝਣਾ, ਮਲੂਮ ਕਰਨਾ।
Undertake—ਅੰਗੀਕਾਰ ਕਰਨਾ।
Undertaker--ਅਖ਼ਤਿਆਰ ਕਰਨ ਵਾਲਾ।
Undertaking—ਕੰਮ ਕਾਜ।
Underwriter—ਬੀਮੇ ਵਾਲਾ।
Undesirable—ਨਾ ਮੁਨਾਸਬ।
Undivided—ਪੂਰਾ, ਜੋ ਵੰਡਿਆ ਨਾ ਜਾ ਸਕੇ।
Undone—ਨਸ਼ਟ, ਬਰਬਾਦ।
Undutiful—ਹੁਕਮ ਨਾ ਮੰਨਣ ਵਾਲਾ।
Uneasy—ਵਿਆਕੁਲ।
Unequivocal—ਸਾਫ਼, ਸਪਸ਼ਟ।
Unexpected—ਅਚਾਨਕ, ਯਕਦਮ।
Unfair—ਕਪਟੀ, ਚਾਲਬਾਜ਼।
Unfeigned—ਸੱਚਾ।
Unfold—ਖੋਲਣਾ, ਦੱਸਣਾ।
Unforeseen—ਨਾ ਮਾਲੂਮ।
Unfortunate—ਬਦ-ਕਿਸਮਤ।
Unfurl—ਫੈਲਾਉਣਾ।
Ungodly—ਸ਼ੈਤਾਨੀ।
Ungrateful—ਨਾਸ਼ੁਕਰਾ, ਕ੍ਰਿਤਘਣ।
Unhallowed—ਅਪਵਿੱਤਰ, ਮੈਲਾ।
Unhand—ਛੱਡਣਾ
Unhappy—ਅਭਾਗਾ, ਬਦਕਿਸਮਤ।
Unhealthy—ਬੀਮਾਰ।
Unhinge—ਕਬਜ਼ਾ ਉਖਾੜਨਾ।
Uniform—ਵਰਦੀ।
Uniformity—ਬਰਾਬਰੀ।
Unintentional—ਬਿਨਾਂ ਮਰਜ਼ੀ।
Union—ਮਿਲਾਪ, ਏਕਤਾ।
Unique—ਅਨੂਠਾ।
Unit—ਇਕ ਇਕਾਈ।
Unite--ਇਕੱਠਾ ਹੋਣਾ, ਸ਼ਾਮਿਲ ਹੋਣਾ।
Universal—ਵਿਸ਼ਵ ਸੰਬੰਧੀ।
University—ਮਹਾਂ-ਵਿਦਿਆਲਾ।
Unkind—ਬੇਰਹਿਮ, ਨਿਰਦਈ।
Unlearn—ਸਿੱਖਿਆ ਹੋਇਆ ਭੁੱਲ ਜਾਣਾ।
Unless—ਜਦ ਤਕ ਨਾ।
Unload—ਭਾਰ ਉਤਾਰਨਾ।

Unlock—ਤਾਲਾ ਖੋਲ੍ਹਣਾ।
Unmindful—ਬੇਖ਼ਬਰ
Unoccupied—ਖ਼ਾਲੀ, ਬੇਕਾਰ।
Unopposed—ਬੇਰੋਕ।
Unpaid—ਨਾ ਦਿਤਾ ਗਿਆ।
Unparliamentary—ਜਿਸ ਦੇ ਸੰਬੰਧ ਵਿਚ, ਪਾਰਲੀਮੈਂਟ ਵਿਚ ਕਾਨੂੰਨ ਨਾ ਹੋਵੇ।
Unpleasant—ਜੋ ਪਸੰਦ ਨਾ ਹੋਵੇ।
Unprecedented—ਜਿਸ ਦੀ ਮਿਸਾਲ ਨਾ ਹੋਵੇ।
Unprepared—ਜੋ ਤਿਆਰ ਨਾ ਹੋਵੇ।
Unpretending—ਗ਼ਰੀਬ।
Unprofitable—ਨਿਸਫ਼ਲ।
Unpromising—ਅਨ-ਆਸ਼ਾਜਨਕ।
Unqualified—ਅਯੋਗ, ਨਾਲਾਇਕ।
Unready—ਸੁਸਤ।
Unreal—ਝੂਠਾ।
Unreasonable—ਅਯੋਗ।
Unresisting—ਕੱਚਾ।
Unrobe—ਕੱਪੜੇ ਉਤਾਰਨੇ।
Unroll—ਉਧੇੜਨਾ।
Un-safe—ਬੇਅਮਨ, ਭਿਆਨਕ।
Unsatisfactory—ਜਿਸ ਨਾਲ ਸੰਤੋਖ ਨਾ ਹੋਵੇ।
Unseasonable--ਬੇਮੌਸਮ, ਬੇ-ਮੌਕਾ।
Unseat—ਕੁਰਸੀ ਤੋਂ ਸੁੱਟ ਦੇਣਾ।
Unsettle—ਉਖਾੜਨਾ।
Unship—ਜਹਾਜ਼ ਤੋਂ ਉਤਾਰਨਾ।
Unsociable—ਅਨਮੋਲ।
Unsound—ਰੋਗੀ, ਨਾ-ਦਰੁੱਸਤ।
Untasted—ਨਾ ਚਖਿਆ ਹੋਇਆ।
Untidy—ਢਿੱਲਾ।
Unto—ਤੱਕ, ਨੂੰ।
Untrue—ਝੂਠ।
Unveil—ਪਰਦਾ ਪਰ੍ਹੇ ਕਰਨਾ।
Unwary—ਬੇਖ਼ਬਰ, ਅਚੇਤ।
Unwind—ਸੁਲਝਾਉਣਾ।
Unworthy—ਨਿਕੰਮਾ, ਨਾਲਾਇਕ।
Up—ਉਪਰ, ਚੜ੍ਹਾਈ ਉਤੇ।
Uphold—ਉਪਰ ਨੂੰ ਚੁੱਕਣਾ।
Upholsterer--ਫ਼ਰਸ਼ ਵੇਚਣ ਵਾਲਾ।
Upland—ਉੱਚੀ ਜ਼ਮੀਨ।
Uplift—ਉੱਚਾ ਕਰਨਾ।
Upmost—ਸਭ ਤੋਂ ਉੱਚਾ।
Upper—ਉਪਰ ਦਾ।
Uproot—ਜੜ੍ਹ ਤੋਂ ਉਖਾੜਨਾ।
Upshot—ਨਤੀਜਾ, ਪਰਿਣਾਮ।
Uranus—ਇਕ ਗ੍ਰਹਿ।
Urban—ਸ਼ਹਿਰੀ।
Urchin—ਬੱਚਾ, ਮੁੰਡਾ।
Urge—ਮਜਬੂਰ ਕਰਨਾ, ਧਕੇਲਨਾ।
Urgent—ਜ਼ਰੂਰੀ, ਆਵਸ਼ੱਕ।
Urine—ਪਿਸ਼ਾਬ।
Urn—ਸੁਰਾਹੀ, ਕੁੱਜਾ।
Us—ਸਾਨੂੰ।
Use—ਇਸਤੇਮਾਲ, ਅਭਿਆਸ।
Useful—ਲਾਭਦਾਇਕ।
Useless—ਨਿਕੰਮਾ, ਬੇਫਾਇਦਾ।
Usurp—ਇਨਸਾਫੀ ਨਾਲ ਲੈਣਾ।
Utensil—ਰਸੋਈ ਦੇ ਭਾਂਡੇ।
Utility—ਲਾਭ, ਅਰਥ।
Utilize—ਫਾਇਦਾ ਉਠਾਣਾ।
Utmost—ਅਤਿਅੰਤ।
Utter—ਕਹਿਣਾ, ਪ੍ਰਕਾਸ਼ ਕਰਨਾ।
Utterance—ਬੋਲ।
Uttermost—ਬਹੁਤ, ਨਿਹਾਇਤ।
Uvula—ਸੰਘ ਦਾ ਕੜਾ।
Uxoricide—ਵਹੁਟੀ ਦਾ ਕਤਲ ਜਾਂ ਕਾਤਲ।

V

V, the twenty second letter of the English alphabet. ਵੀ—ਅੰਗ੍ਰੇਜ਼ੀ ਪੈਂਤੀ ਦਾ ਬਾਈਵਾਂ ਅੱਖਰ।
Vacancy—ਖਾਲੀ ਥਾਂ, ਫੁਰੱਸਤ।
Vacant—ਖਾਲੀ, ਬੇਫ਼ਿਕਰ।
Vacate--ਖ਼ਾਲੀ ਕਰਨਾ, ਕਬਜ਼ਾ ਛੱਡਣਾ।
Vacation—ਛੁੱਟੀ, ਮੁਹੱਲਤ।
Vaccinate—ਚੇਚਕ ਦਾ ਟੀਕਾ।
Vaccine—ਗਊ ਦੇ ਥਣ।
Vacuity—ਖ਼ਾਲੀ ਥਾਂ।
Vacuum—ਖ਼ਾਲੀ ਥਾਂ।
Vagrancy—ਆਵਾਰਾਗਰਦੀ।
Vague—ਗੋਲ ਮੋਲ।
Vail—ਘੁੰਘਟ, ਪਰਦਾ।
Vain—ਝੂਲਾ।
Vale—ਘਾਟੀ, ਨਾਲੀ।
Valet—ਨੌਕਰ, ਮੁਲਾਜ਼ਮ।
Valiant—ਬਹਾਦਰ।
Valley—ਘਾਟੀ, ਦੱਰਾ।
Valorous—ਬਹਾਦਰ, ਹਿੰਮਤੀ।
Valuable—ਫਾਇਦੇਮੰਦ, ਅਮੁੱਲ।
Value—ਮੁੱਲ, ਫਾਇਦਾ, ਕੰਮ, ਕਦਰ।
Valve—ਦਰਵਾਜ਼ਾ, ਢਕਣਾ।
Vampire—ਜਿੰਨ, ਭੂਤ।
Van—ਪੱਖਾ, ਜਹਾਜ਼, ਬਾਂਹ।
Vanish—ਓਝਲ ਹੋ ਜਾਣਾ, ਮਿਟਣਾ।
Vanquish—ਜਿੱਤਣਾ।
Vapour—ਭਾਫ਼, ਝੂਠਾ ਵਿਚਾਰ।
Variation—ਉਤਾਰ ਚੜਾਅ।
Variety--ਰੰਗ ਬਰੰਗੀ, ਕਿਸਮਾ ਕਿਸਮ।
Varlet—ਬਦਮਾਸ਼, ਦੁਸ਼ਟ।
Varnish—ਰੋਗਨ, ਰੰਗ, ਸੰਵਾਰਨਾ।
Vase—ਗਿਲਾਸ, ਗੁਲਦਾਨ।
Vast—ਚੌੜਾ।
Vault—ਮਕਬਰਾ, ਘੋੜੇ ਦੀ ਛਲਾਂਗ।
Veer—ਮੋੜਨਾ।
Vegetable--ਸਬਜ਼ੀ, ਤਰਕਾਰੀ, ਭਾਜੀ।
Vegetarian—ਸ਼ਾਕਾਹਾਰੀ।
Vegetation—ਹਰਿਆਲੀ।
Vehicle—ਸਵਾਰੀ, ਵਸੀਲਾ।
Vell—ਘੁੰਘਟ।
Velvet—ਮਖਮਲ, ਨਰਮ।
Velveteen—ਨਕਲੀ ਮਖ਼ਮਲ।
Vend—ਵੇਚਣਾ।
Venerable—ਵੱਡਾ, ਸਤਿਕਾਰ ਯੋਗ।
Veneration—ਆਦਰ, ਸਤਿਕਾਰ।
Venesection—ਨਸ਼ਤਰ ਨਾਲ ਖ਼ੂਨ ਕੱਢਣਾ।
Venison—ਹਿਰਨ ਦਾ ਗੋਸ਼ਤ।
Vensin—ਜਾਨਵਰ ਦਾ ਜ਼ਹਿਰ।
Vent—ਛੇਕ, ਦਰਵਾਜ਼ਾ।
Ventilation—ਖ਼ਰਾਬ ਹਵਾ ਦੇ ਬਦਲੇ ਸਾਫ਼ ਹਵਾ ਪਹੁੰਚਾਉਣਾ।
Ventral—ਪੇਟ ਦਾ।
Ventricle—ਹਿਰਦੇ ਦਾ ਕੋਸ਼।
Venture—ਜ਼ੋਖ਼ਮ, ਸਾਹਸ।
Venus—ਪ੍ਰੇਮ ਦੀ ਦੇਵੀ, ਪ੍ਰੇਮ।
Veracious—ਸੱਚਾ, ਧਰਮ।
Verandah—ਬਰਾਮਦਾ।
Verbal—ਜ਼ਬਾਨੀ।
Verbatim—ਸ਼ਬਦ ਪ੍ਰਤੀ ਸ਼ਬਦ।
Verdict—ਪੰਚਾਇਤ ਦਾ ਵਿਚਾਰ।
Verge—ਘੜੀ ਦਾ ਇਕ ਪੁਰਜਾ।
Verification—ਤਸਦੀਕ, ਸਿੱਧ।
Verify—ਤਸਦੀਕ ਕਰਨਾ।
Veritable—ਦਰੁੱਸਤ, ਠੀਕ।

Vermin—ਛੋਟੇ ਕੀੜੇ ਮਕੌੜੇ।
Vernacular—ਦੇਸੀ।
Verse—ਮਿਸਰਾ, ਬੈਂਤ।
Versification--ਕਵਿਤਾ, ਪਦ ਰਚਨਾ।
Version—ਵਿਸਤਾਰ, ਤਰਜਮਾ।
Verve—ਸਰਗਰਮੀ, ਚਟਕ।
Very—ਬਹੁਤ, ਸਭ।
Vesicate—ਛਾਲਾ ਪਾਣਾ।
Vessel—ਭਾਂਡਾ, ਜਹਾਜ਼।
Vestibule—ਡਿਉਢੀ।
Vestment—ਪੁਸ਼ਾਕ, ਜੋੜਾ।
Vestry—ਗਿਰਜੇ ਦਾ ਲਿਬਾਸ।
Vetch--ਮਾਹ, ਮੋਠ ਆਦਿ ਦਾ ਅਨਾਜ।
Veteran—ਪੁਖ਼ਤਾ, ਪੁਰਾਣਾ ਸਿਪਾਹੀ।
Veterinary—ਪਸ਼ੂਆਂ ਦੇ ਇਲਾਜ ਸੰਬੰਧੀ।
Veto—ਰੋਕਨਾ, ਨਾ ਮਨਜ਼ੂਰ ਕਰਨਾ।
Vexation—ਤਕਲੀਫ਼, ਦੁੱਖ।
Via—ਰਾਹੋਂ, ਬਾਰਸਤਾ।
Vibrate—ਝੂਲਨਾ, ਆਵਾਜ਼ ਪੈਦਾ ਕਰਨਾ।
Vice—ਲੋਹੇ ਦਾ ਸ਼ਿਕੰਜਾ।
Viceroy—ਰਾਜ ਪ੍ਰਤੀਨਿਧੀ।
Vicious—ਬਦਕਾਰ, ਖੋਟਾ।
Victim—ਭੇਂਟ, ਸ਼ਿਕਾਰ, ਬਲੀਦਾਨ।
Victor—ਜਿੱਤਣ ਵਾਲਾ।
Victory—ਜਿੱਤ, ਫਤਹਿ।
Vide—ਦੇਖੋ, ਤਕੋ।
Vie—ਦੇਖਾ-ਦੇਖੀ ਕਰਨਾ, ਮੁਕਾਬਲਾ ਕਰਨਾ।
Vigil—ਸ਼ਾਮ ਦੀ ਪੂਜਾ।
Vigilant—ਹੁਸ਼ਿਆਰ, ਖ਼ਬਰਦਾਰ।
Vigorous—ਝਗੜਾ, ਜ਼ਬਰਦਸਤ।
Vila—ਅਮੀਰਾਂ ਦਾ ਮਹਲ।
Village—ਪਿੰਡ।
Villager—ਪੇਂਡੂ।
Vindication—ਤਾਈਦ, ਸਥਾਪਨਾ।
Vine—ਅੰਗੂਰਾਂ ਦੀ ਬੇਲ।
Vinegar—ਸਿਰਕਾ।
Vintner--ਅੰਗ੍ਰੇਜ਼ੀ ਸ਼ਰਾਬ ਵੇਚਣ ਵਾਲਾ।
Viol—ਰਬਾਬ, ਸਾਰੰਗੀ।
Violate—ਤਕਲੀਫ਼ ਪਹੁੰਚਾਣ, ਅਪਮਾਨ ਕਰਨਾ, ਤੋੜਨਾ।
Violence—ਤੇਜ਼ੀ, ਤੁੰਦੀ।
Violent—ਜ਼ਾਲਮ, ਮੁਸ਼ਕਲ।
Violin—ਸਾਰੰਗੀ।
Virago—ਲੜਾਕੀ ਇਸਤ੍ਰੀ।
Virgin—ਕੰਨਿਆ, ਕੁਮਾਰੀ।
Virgo—ਕੰਨਿਆ ਰਾਸ਼ੀ।
Viridity—ਹਰਿਆਵਲ।
Virtual—ਸੱਚਮੁਚ, ਗੁਣਕਾਰੀ।
Virulent—ਜ਼ਹਿਰੀਲਾ।
Virus—ਜ਼ਹਿਰੀਲਾ ਮਾਦਾ।
Viscount—ਵਲਾਇਤ ਵਿੱਚ ਇੱਕ ਖ਼ਿਤਾਬ।
Visible—ਪ੍ਰਗਟ, ਦਿੱਸਣ ਵਾਲਾ।
Vision—ਵਹਿਮ।
Visit—ਦੇਖਣ ਜਾਣਾ, ਮੁਲਾਕਾਤ।
Visitor—ਮੁਲਾਕਾਤੀ।
Visor—ਪਰਦਾ, ਅੱਖਾਂ, ਚਿਹਰਾ।
Vital—ਜੀਵ ਸੰਬੰਧੀ।
Vitrify—ਸ਼ੀਸ਼ਾ ਬਨਾਣਾ।
Vivacious—ਜ਼ਿੰਦਾਦਿਲ।
Vivid—ਭੜਕੀਲਾ, ਚਟਕੀਲਾ।
Vivisection--ਜੀਉਂਦੇ ਪਸ਼ੂ ਦੀ ਚੀਰਫਾੜ।
Vixen—ਝਗੜਾਲੂ ਇਸਤ੍ਰੀ।
Vizard—ਬੁਰਕਾ, ਪਰਦਾ।
Vocal—ਅਵਾਜ਼ਦਾਰ, ਸ਼ਬਦੀ।

Vocation—ਬੁਲਾਵਾ, ਤਾਕੀਦ।
Vogue—ਰਸਤਾ, ਢੰਗ।
Voice—ਅਵਾਜ਼, ਉਪਦੇਸ਼।
Voiceless—ਬੇਅਵਾਜ਼।
Volcano—ਜਵਾਲਾਮੁਖੀ ਪਹਾੜ।
Volley—ਹੜ੍ਹ, ਬੁਛਾੜ।
Voltaism—ਰਸਾਇਣੀ ਬਿਜਲੀ।
Volume—ਕਿਤਾਬ।
Voluntary—ਮਰਜ਼ੀ ਨਾਲ।
Volunteer—ਮਰਜ਼ੀ ਨਾਲ ਕੰਮ ਕਰਨ ਵਾਲਾ, ਮਰਜ਼ੀ ਨਾਲ ਦੇਣਾ।
Vomit--ਉਲਟੀ ਕਰਨਾ, ਰੱਦੀ ਕਰਨਾ।
Voracious—ਖਾਣ ਨੂੰ ਤਰਸਨਾ।
Vortical—ਚੱਕਰ ਖਾਣਾ, ਘੁੰਮਣਾ।
Votary—ਭਗਤ, ਸੇਵਕ, ਦਾਸ।
Vote—ਮਰਜ਼ੀ, ਪਸੰਦੀ।
Vouch—ਗਵਾਹੀ ਦੇਣਾ, ਤਸਦੀਕ ਕਰਨਾ।
Vouchsafe—ਬਖ਼ਸ਼ ਲੈਣਾ, ਕਿਰਪਾ ਕਰਨੀ, ਝੁਕਣਾ।
Vowel—ਸਵਰ।
Vulgar—ਸਾਧਾਰਨ ਲੋਕਾਂ ਦਾ।
Vulture—ਗਿੱਧ।

W

W, the twenty-third letter of the English alphabet. ਡਬਲਯੂ--ਅੰਗ੍ਰੇਜ਼ੀ ਪੈਂਤੀ ਦਾ ਤੇਈਵਾਂ ਅੱਖਰ।
Wabble—ਝੂਮ ਕੇ ਚੱਲਣਾ, ਡੋਲਣਾ।
Wad—ਡਾਟ, ਬੰਦੂਕ ਜਾਂ ਤੋਪ ਦਾ ਡਾਟ।
Wadding—ਰਜ਼ਾਈ ਭਰਨ ਲਈ ਕੋਮਲ ਚੀਜ਼।
Wade—ਪਾਣੀ ਵਿਚ ਖੜੇ ਪੈਰ ਜਾਣਾ।
Wafer—ਪਾਪੜ, ਲਿਫ਼ਾਫ਼ਾ ਬੰਦ ਕਰਨ ਦੀ ਟਿੱਕੀ।
Wag—ਮਸਖ਼ਰਾ।
Wage—ਮਜ਼ਦੂਰੀ, ਤਨਖ਼ਾਹ।
Waggery—ਮਖ਼ੌਲ।
Waggle—ਮਟਕਦੇ ਚੱਲਣਾ, ਹਿਲਾਉਣਾ।
Waggon—ਛਕੜਾ, ਚਾਰ ਪਹੀਆਂ ਦੀ ਗੱਡੀ।
Wain—ਛਕੜਾ।
Wain-scot—ਫੱਟੇ ਲਾਉਣੇ।
Waist—ਲੱਕ, ਮਿਆਨ।
Waistcoat—ਵਾਸਕਟ।
Wait—ਇੰਤਜ਼ਾਰ।
Wake—ਜਗਾਉਣਾ, ਬੇੜੀ ਦੇ ਪਾਣੀ ਵਿੱਚ ਚਲਣ ਦੀ ਲਕੀਰ।
Wale—ਚਾਬਕ ਦਾ ਦਾਗ਼, ਕੱਪੜੇ ਵਿੱਚ ਉਭਰਿਆ ਸੂਤਰ।
Walk—ਚੱਲਣਾ, ਟਹਿਲਣਾ।
Wall—ਕੰਧ, ਦੀਵਾਰ।
Wallop—ਚਾਬਕ ਮਾਰਨਾ, ਲਿਬੜੇ ਹੋਣਾ।
Wallow—ਰਿੜਨਾ, ਬਿਲੜਨਾ।
Walnut—ਅਖਰੋਟ।
Wand—ਡੰਡਾ, ਸੋਟਾ।
Want—ਕਮੀ ਘਟ ਹੋਣਾ।
War—ਲੜਾਈ ਕਰਨਾ।
Ward—ਨਿਗਰਾਨੀ, ਰੋਕਣਾ।
Warder—ਨਿਗਾਹਬਾਨ।
Ware—ਹੁਸ਼ਿਆਰ।
Warehouse—ਗੁਦਾਮ।
Warm--ਗਰਮ, ਤੇਜ਼, ਗਰਮ ਕਰਨਾ।
Warn—ਚੇਤਾਵਨੀ, ਹੁਸ਼ਿਆਰ ਕਰਨਾ।

Warrant--ਗ੍ਰਿਫ਼ਤਾਰ ਕਰਨ ਦਾ ਹੁਕਮਨਾਮਾ, ਅਧਿਕਾਰ ਦੇਣਾ।

Warrior—ਲੜਾਕਾ, ਸਿਪਾਹੀ।

Wary—ਹੁਸ਼ਿਆਰ।

Wash—ਧੋਣਾ, ਪਾਣੀ ਨਾਲ ਸਾਫ਼ ਕਰਨਾ।

Washerman—ਧੋਬੀ।

Wasteful—ਹਾਨੀਕਾਰਕ।

Watch—ਜਾਗਣਾ, ਪਹਿਰਾ ਦੇਣਾ।

Watchman—ਚੌਕੀਦਾਰ।

Watchword--ਚੌਕੀਦਾਰਾਂ ਦਾ ਇਸ਼ਾਰਾ।

Water—ਪਾਣੀ।

Water-melon—ਤਰਬੂਜ਼, ਖਰਬੂਜ਼ਾ, ਸਰਦਾ।

Water-proof—ਜਿਸ ਉੱਤੇ ਪਾਣੀ ਅਸਰ ਨਾ ਕਰ ਸਕੇ।

Wave—ਲਹਿਰ, ਘੁਮਾਉਣਾ।

Wax—ਮੋਮ, ਕੰਨ ਦੀ ਮੈਲ।

Way—ਰਸਤਾ, ਤਰੀਕਾ।

We—ਅਸੀਂ।

Weak—ਕਮਜ਼ੋਰ।

Weal—ਸੁੱਖ, ਅਨੰਦ।

Wealth—ਧੰਨ, ਦੌਲਤ।

Weapon—ਹਥਿਆਰ, ਅਸਤ੍ਰ।

Wear--ਪਹਿਨਣਾ, ਪ੍ਰਗਟ ਕਰਨਾ, ਪੁਸ਼ਾਕ।

Weary—ਥਕਨਾ, ਥਕਾਉਣਾ।

Weather—ਮੌਸਮ, ਰੁੱਤ।

Weave—ਬੁਨਣਾ, ਜੋੜਨਾ।

Weaver—ਜੁਲਾਹਾ।

Wed—ਸ਼ਾਦੀ, ਵਿਆਹ ਕਰਨਾ।

Wedding—ਵਿਆਹ, ਸ਼ਾਦੀ।

Wedge—ਮੇਖ, ਚਪਰ।

Wednesday—ਬੁੱਧਵਾਰ।

Week—ਹਫ਼ਤਾ।

Ween—ਸੋਚਣਾ, ਖ਼ਿਆਲ ਕਰਨਾ।

Weep—ਅੱਥਰੂ ਸੁੱਟਣੇ, ਰੋਣਾ।

Weft—ਕੱਪੜੇ ਦਾ ਥਾਨ।

Weigh—ਤੋਲਣਾ, ਵਜ਼ਨ ਕਰਨਾ, ਲੰਗਰ ਉਠਾਣਾ।

Weight—ਬੋਝ, ਵਜ਼ਨ।

Welcome—ਸਤਿਕਾਰ ਕਰਨਾ, ਸਵਾਗਤ, ਜੀ ਆਇਆਂ ਨੂੰ।

Weld—ਜੋੜਨਾ, ਮਿਲਾਉਣਾ।

Welfare—ਖ਼ੁਸ਼ਹਾਲੀ, ਕੁਸ਼ਮ ਖੇਮ।

Well—ਸੁੰਦਰ, ਖੂਹ, ਅੱਛਾ, ਖ਼ੁਸ਼।

Wen—ਗਿਲਟੀ।

Were—ਸੀ, ਸਨ।

West—ਪੱਛਮ।

Western—ਪੱਛਮੀ।

Wet –ਗਿੱਲਾ।

Wak—ਜ਼ੋਰ ਨਾਲ ਸੱਟ ਮਾਰਨੀ।

Wharf—ਕੰਡਾ।

What—ਕੀ, ਕੌਣ, ਉਹ।

Whatever—ਜੋ, ਕੁੱਝ।

Wheat—ਕਣਕ।

Wheel—ਪਹੀਆ, ਪੈਰਾਂ ਤੇ ਚੱਕਰ ਹੋਣਾ।

Whelp—ਸ਼ੇਰ ਦਾ ਬੱਚਾ, ਪਿੱਲਾ।

When—ਜਦ, ਕਿਸ ਵੇਲੇ।

Whence—ਕਿਸ ਜਗ੍ਹਾ ਤੋਂ।

Where—ਕਿਥੋਂ, ਕਿਸ ਜਗ੍ਹਾ।

Whereabout—ਕਿੱਥੇ।

Whereof—ਕਿਸ ਦਾ, ਜਿਸ ਦਾ।

Whether—ਕੁਝ ਵੀ।

Which—ਕੌਣ, ਕਿਹੜੀ।

While—ਜਦ ਤਕ।

Whim—ਖ਼ਿਆਲ, ਤਰੰਗ।

Whine—ਮੱਧਮ ਅਵਾਜ਼ ਨਾਲ ਰੋਣਾ।

Whip—ਮੰਗਣ ਵਾਲਾ, ਚਾਬਕ, ਚਾਬਕ ਮਾਰਨਾ।

Whirligig—ਫਿਰਕੀ।
Whisker—ਮੁੱਛਾਂ, ਬਿੱਲੀ ਜਾਂ ਸ਼ੇਰ।
Whisky—ਇਕ ਤਰ੍ਹਾਂ ਦੀ ਸ਼ਰਾਬ।
Whisper—ਕਾਨਾਫੂਸੀ ਕਰਨਾ।
Whistle—ਸੀਟੀ, ਸੀਟੀ ਮਾਰਨਾ।
White—ਚਿੱਟਾ, ਫਿਕਾ ਰੰਗ।
Whiten—ਚਿੱਟਾ ਕਰਨਾ।
Whitewash--ਸਫ਼ੈਦੀ, ਕਲੀ ਕਰਨਾ।
Whither—ਕਿੱਥੇ।
Whiting—ਖੜੀਆ ਮਿੱਟੀ।
Who—ਕੌਣ, ਜੋ।
Whole—ਕੁਲ, ਸੰਪੂਰਣ।
Wholesome—ਠੀਕ, ਭਲਾ।
Whom—ਜਿਸ ਨੂੰ।
Whose—ਜਿਸ ਦਾ, ਕਿਸ ਦਾ।
Why—ਕਿਉਂ।
Wick—ਲੈਂਪ ਦੀ ਬੱਤੀ।
Wicker—ਟਾਹਣੀਆਂ ਨਾਲ ਬਣਿਆ।
Wicket—ਗੇਂਦ ਬਲੇ ਦੀ ਲੱਕੜੀ।
Wide—ਚੌੜਾ, ਲੰਬਾ।
Widen—ਚੌੜਾ ਕਰਨਾ।
Widespread—ਫੈਲਿਆ ਹੋਇਆ।
Widow—ਵਿਧਵਾ, ਉਹ ਜ਼ਨਾਨੀ ਜਿਸ ਦਾ ਪਤੀ ਮਰ ਗਿਆ ਹੋਵੇ।
Widower—ਉਹ ਆਦਮੀ ਜਿਸ ਦੀ ਪਤਨੀ ਮਰ ਗਈ ਹੋਵੇ।
Wife—ਇਸਤ੍ਰੀ, ਪਤਨੀ, ਵਹੁਟੀ।
Wild—ਜੰਗਲੀ।
Will—ਇੱਛਾ, ਵਸੀਅਤ, ਪਸੰਦ, ਗਾ, ਗੇ, ਗੀ।
Willing—ਮਨਜ਼ੂਰ।
Win—ਜਿੱਤਣਾ।
Wind—ਹਵਾ, ਸਾਹ।
Windfall—ਟਪਕਾ ਫਲ, ਜੋ ਹਨੇਰੀ ਨਾਲ ਡਿੱਗ ਪਏ।
Winding-sheet—ਕਫ਼ਨ।
Window—ਖਿੜਕੀ।
Wind-pipe—ਸਾਹ ਦੀ ਨਲੀ।
Wine—ਅੰਗੂਰਾਂ ਦੀ ਸ਼ਰਾਬ।
Winter—ਸਰਦੀ, ਜਾੜਾ, ਪਾਲਾ।
Wipe—ਮਿਟਾਨਾ, ਸਾਫ਼ ਕਰਨਾ।
Wire--ਤਾਰ ਨਾਲ ਖ਼ਬਰ ਦੇਣਾ, ਤਾਰ।
Wisdom—ਬੁੱਧੀ, ਅਕਲ।
Wise—ਸਿਆਣਾ।
Wish—ਇੱਛਾ, ਪ੍ਰਾਰਥਨਾ।
Wistful—ਉਦਾਸ, ਚਿੰਤਤ।
Witcn—ਜਾਦੂਗਰਨੀ।
Witchcraft—ਜਾਦੂ ਟੂਣਾ।
With—ਨਾਲ।
Withdraw—ਵਾਪਸ ਕਰਨਾ, ਮੋੜ ਲੈਣਾ।
Withold—ਸੰਭਾਲਣਾ।
Within—ਵਿਚਕਾਰ, ਦਰਮਿਆਨ।
Without—ਬਾਹਰ, ਬਿਨਾਂ, ਪੰਰ੍ਹੇ।
Witness—ਗਵਾਹ, ਗਵਾਹੀ, ਦੇਣੀ।
Wive—ਵਿਆਹ ਕਰਨਾ।
Woe—ਅਫ਼ਸੋਸ, ਦੁੱਖ।
Wolf—ਭੇੜੀਆ।
Woman—ਇਸਤਰੀ, ਔਰਤ।
Wood—ਜੰਗਲ, ਲੱਕੜੀ।
Woof—ਬਾਣਾ, ਕੱਪੜਾ।
Woollen—ਉਨ ਦਾ।
Word--ਲਫ਼ਜ਼, ਸ਼ਬਦ, ਬਿਆਨ ਕਰਨਾ।
Work—ਮਿਹਨਤ ਕਰਨੀ, ਕੰਮ ਕਰਨਾ। ਪ੍ਰਬੰਧ ਕਰਨਾ।
Workshop—ਕਾਰਖ਼ਾਨਾ, ਦੁਕਾਨ।
World—ਦੁਨੀਆ, ਸੰਸਾਰ, ਜਗਤ, ਵਿਸ਼ਵ।
Worm—ਕੀੜਾ।

Worry—ਤੰਗ ਕਰਨਾ।

Worse—ਬੁਰੇ ਤਰੀਕੇ ਨਾਲ, ਬਹੁਤ ਖ਼ਰਾਬ।

Worship—ਪੂਜਾ, ਪੂਜਾ ਕਰਨਾ।

Worst—ਬਹੁਤ ਬੁਰਾ, ਹਰਾਨਾ।

Worth—ਮੁੱਲ, ਕਦਰ।

Worthy—ਕੀਮਤੀ।

Wound—ਜ਼ਖ਼ਮੀ ਕਰਨਾ।

Wrap—ਲਪੇਟਨਾ।

Wreak—ਬਦਲਾ ਲੈਣਾ।

Wreck—ਬਰਬਾਦ ਕਰਨਾ, ਤਬਾਹ ਕਰਨਾ।

Wrench—ਖਿੱਚਣਾ।

Wrest—ਮਰੋੜਨਾ।

Wrestle—ਕੁਸ਼ਤੀ ਕਰਨਾ।

Wright—ਕਾਰੀਗਰ।

Wrist—ਕਲਾਈ, ਪੌਚਾ।

Write—ਲਿਖਣਾ, ਰਚਨਾ।

Wrong—ਗਲਤ, ਭੁੱਲ।

Wrongly—ਗਲਤੀ ਨਾਲ।

X

X, the twenty fourht letter of the English alphabet. **ਐਕਸ**--ਅੰਗ੍ਰੇਜ਼ੀ ਪੈਂਤੀ ਦਾ ਚੌਵੀਵਾਂ ਅੱਖਰ।

Xanthin—ਪੀਲਾ ਰੰਗ।

Xebec—ਇਕ ਤਰ੍ਹਾਂ ਦਾ ਛੋਟਾ ਤਿੰਨ ਮਸਤੂਲ ਦਾ ਜਹਾਜ਼।

Xyster—ਹੱਡੀਆਂ ਚੀਰਨ ਵਾਲਾ ਯੰਤਰ।

Xystus—ਅਖਾੜਾ, ਵਿਹੜਾ।

Y

Y, the twenty fifth letter of the English alphabet. ਵਾਈ--ਅੰਗ੍ਰੇਜ਼ੀ ਪੈਂਤੀ ਦਾ ਪੰਝੀਵਾਂ ਅੱਖਰ।

Yacht—ਸੈਰ ਕਰਨ ਦਾ ਛੋਟਾ ਜਹਾਜ਼।

Yahoo—ਜੰਗਲੀ ਆਦਮੀ, ਬਨਮਾਨਸ਼।

Yak—ਤਿੱਬਤ ਦਾ ਬੈਲ।

Yam—ਕਚਾਲੂ ਦੀ ਇਕ ਕਿਸਮ।

Yammer—ਜ਼ੋਰ ਨਾਲ ਬੁਲਾਉਣਾ, ਬੇਹੂਦਾ ਗੱਲਬਾਤ ਕਰਨੀ।

Yank—ਝਟਕਾ ਦੇ ਕੇ ਖਿੱਚਣਾ।

Yard—ਚੌਕ, ਗਜ਼।

Yarn—ਤਾਰ, ਧਾਗਾ।

Year—ਸਾਲ, ਵਰ੍ਹੇ।

Yeast—ਝੱਗ, ਖਮੀਰ।

Yellow—ਪੀਲਾ।

Yeoman—ਕਿਸਾਨ, ਜ਼ਿਮੀਦਾਰ।

Yes—ਹਾਂ, ਆਹੋ ਜੀ।

Yesterday--ਗੁਜ਼ਰਿਆ ਹੋਇਆ ਦਿਨ।

Yet—ਤਿਸ ਤੇ, ਹੁਣ ਤਕ, ਤਾਂ ਵੀ।

Yield—ਅਧੀਨ ਹੋਣਾ।

Yoke—ਜੋੜਾ।

Yolk—ਅੰਡੇ ਦਾ ਪੀਲਾ ਹਿੱਸਾ।

Yore—ਪ੍ਰਾਚੀਨ।

You—ਤੂੰ।

Young—ਨੌਜਵਾਨ, ਗੱਭਰੂ, ਨਾ ਤਜੁਰਬੇਕਾਰ।

Youngster—ਲੜਕਾ, ਮੁੰਡਾ।

Your—ਤੁਹਾਡਾ।

Yourself—ਤੁਹਾਡੇ ਲਈ।

Youth—ਲੜਕਪਨ।

Youthful—ਜਵਾਨ।

Z

Z, the twenty-sixth letter of the English alphabet. ਜੈਡ—ਅੰਗ੍ਰੇਜ਼ੀ ਪੈਂਤੀ ਦਾ ਅਖੀਰਲਾ ਤੇ ਛੱਬੀਵਾਂ ਅੱਖਰ।

Zeal—ਸਰਗਰਮੀ, ਜੋਸ਼।

Zealot—ਉਤਸ਼ਾਹੀ, ਸਰਗਰਮ।

Zealous—ਸਰਗਰਮ।

Zebra—ਨੀਲ ਗਾਂ, ਖੋਤਾ।

Zend—ਫਾਰਸ ਨਿਵਾਸੀਆਂ ਦੀ ਪੁਰਾਣੀ-ਭਾਸ਼ਾ।

Zero—ਸਿਫ਼ਰ, ਬਿੰਦੀ।

Zigzag—ਮੋੜ-ਤੋੜ, ਦੇਣਾ, ਪੇਚਦਾਰ।

Zinc—ਜਸਤ।

Zone—ਕਮਰਕੱਸਾ।

Zoo—ਚਿੜੀਆਘਰ।

Zoology—ਜੀਵ-ਜੰਤੂਆਂ ਦੀ ਵਿੱਦਿਆ।

PUNJABI - ENGLISH

ਪੰਜਾਬੀ – ਅੰਗ੍ਰੇਜ਼ੀ

ਉ

ਉ First letter of Gurmukhi alphabets, pronounced as 'ura', a vowel.

ਉਸਤਰਾ (ustra)—Razor, blade.

ਉਸਤਾਦ (ustaad)—Teacher, instructor, Expert, clever.

ਉਸਤਾਦਗੀ (ustaadgee) —Teachership, guidance.

ਉਸਰਨ (usaran)—Growth.

ਉਸਰਨਾ (usarnaa)—To grow, to develop.

ਉੱਸਤਤ (ustat)—Praise, appreciation.

ਊਸ਼ਾ (ushaa)—Dawn.

ਉਸਾਸ (usaas)—Breath, expiration.

ਉਸਾਰਨਾ (usaarnaa)—To construct, to build.

ਉਸਰਈਆ (usaareaa)—Builder, maker.

ਉਹ (oh)—He, she, it, they.

ਉਹਨਾਂ (ohna)—They.

ਉਹਲਾ (ohlaa)—A side, secret.

ਉਕਸਾਉਣਾ (udksaaunaa)—To instigate, to excite.

ਉਕਸਾਹਟ (uksaahat)—Excitement, temptation.

ਉਕਤਾਉਣਾ (uktaaunaa)—To bore, to be tired.

ਉਕਰਨਾ (ukarnaa)—To engrave, to pendown.

ਉਕੜ-ਦੁਕੜ (ukar-dukar)—Haphazard, Haphazardly.

ਉਕਾਉਣਾ (ukkaunaa)—To cause, to miss.

ਉਖਲੀ (ukhalee) —Small wooden or stone mortar for pounding grains.

ਉਖੜਨਾ (ukharnaa)—To be uprooted, to be dislocated.

ਉੱਗਣਾ (uggnaa)—To grow, to crop up.

ਉਗਰ (ugar)—Warthful, Intense.

ਉਗਰਵਾਦੀ (ugarvaadi)—Terrorist, Militant.

ਉਗਰਾਹੀ (ugraahee)—Collection, realization.

ਉੱਗਲਨਾ (uggalnaa(—To disclose, to reveal.

ਉਂਗਲ (ungal)—Finger.

ਉਗਾਹ (ugaah)—Witness.

ਉਗਾਲ (ugaal)—Vomit.

ਉਗਾਲਣਾ (ugaalnaa)—To chew the cud.

ਉੱਘਾ (ugga)—Prominent, well known, important.

ਉੱਚ (uchch)—High, superior.

ਉੱਚਕਾ (uchakkaa)—Robber, thief, pickpocket.

ਉਚਤਮ (uchatam)—Supreme, excellent, highest, super.

ਉਚਰਨਾ (ucharnaa)—To say, to speak, to pronounce.

ਉੱਚੜਵਾਂ (ucharvaan)—Movable, portable.

ਉੱਚਾ (uchchaa)—Tall, High, loud, noble, eminent.

ਉਚਾਟ (uchaat)—Indifference, restlessness.

ਉਚਾਰਨ (uchaaran)—Pronunciation, articulation.

ਉਚਾਵੀਂ (uchaaveen)—Movable.

ਉਚਿਤ (uchit)—Reasonable, proper, appropriate, fit.

ਉਚੇਚਾ (uchechaa)—Special, particular, exclusive.

ਉਛਲਣਾ (uchhalnaa)—Jump, to spring up.

ਉਛਾਲਨਾ (uchhaalnaa)—To throw up, to toss up.

ਉਛਾਲਾ (uchhaalaa)—Upward, thrust.

ਉਛਾੜ (uchhaar)—Cover, covor (for a pillow or quilt).

ਉੱਜਡ (ujjad)—Foolish, rash, inconsiderate, unrefined.

ਉਜ਼ਰ (uzar)—Objection, excuse, plea.

ਉਜਰਤ (ujarat)—Wages, pay, fee, emoluments.

ਉਜਲ (ujal)—Clear, shining, brilliant, elegant, sparking.

ਉਜੜਨਾ (ujarnaa) — To be bestroyed or ruined.

ਉਜੜਿਆ (ujariaa)—Destroyed, waste, uprooted.

ਉਜਾਗਰ (ujaagar)—Famous, popular, well-known, bright.

ਉਜਾਲਾ (ujaalaa)—Light, dawn, splendour, daybreak.

ਉਜਾੜ (ujaar)—Lonely place, desert, ruined.

ਉਜਾੜਾ (ujaaraa)—Destruction, ruination.

ਉਜਾੜੂ (ujaaroo) — Wastrel, spendthrift.

ਉਂਝ (unjh)—Otherwise.

ਉਠਕ-ਬੈਠਕ (uthak-baethak)—Company.

ਉਠਣਾ (uthanaa)—To rise, to get up, to grow, to wake up.

ਉਠਾਉਣਾ (uthaaunaa) — To awaken, to carry, to elevate.

ਉਡਣਾ (udnaa)—To fly, to disappear, to explode.

ਉਡਵਾਉਣਾ (udvaaunaa)—To let fly, to diffuse in air.

ਉਡਾਣ (udaan)—Flight.

ਉਡਣ ਖਟੋਲਾ (udan khatola)—A glider or an airborne vehicle in Indian mythology.

ਉਡਾਰੀ (udaree)—Act of flying.

ਉਡਾਰੂ (udaaroo)—Pilot, wilful. Airman.

ਉਡੀਕ (udeek)—Wait, wainting.

ਉਣ (un)—Weave, knit.

ਉਣਨਾ (unnaa)—To Weave, to kint.

ਉਣੰਜਾ (unaja)—Forty-nine.

ਉਣਤਾਲੀ (untalee)—Thirty-nine.

ਉਣੱਤੀ (unattee)—Twenty-nine.

ਉਣਾਸੀ (unaasee)—Seventy-nine.

ਉਣਾਹਠ (unaath)—Fifty-nine.

ਉਣਾਨਵੇਂ (unaanve)—Eighty-nine.

ਉੱਤਸਵ (uttasav)—Festival, occassion, function.

ਉਤਸ਼ਾਹ (utsaah)—Zest, Zeal.

ਉੱਤਸੁਕਤਾ (utasuktaa)—Curiosity, eagerness.

ਉੱਤਪਤੀ (utpatee)—Birth, production, growth, origin.

ਉਤਪੰਨ (utpann)—Created, born, produced.

ਉਤਪਾਦਕ (utpaadak) — Producer, productive.

ਉਤਪਾਦਨ (utpaadan)—Production, output.

ਉੱਤਮ (uttam)—Good, best, of good quality, superior.

ਉੱਤਰ (uttar)—Answer, reply, get down.

ਉੱਤਰ-ਅਧਿਕਾਰੀ (uttar-adhikaree) —Successor, inheritor.

ਉੱਤਰਦਾਇਕ (uttardaayik)—Answerable, responsible.

ਉਤਰਨਾ (utarnaa)—To come down, to decrease, to fade.

ਉਤਰਵਰਤੀ (utarvartee)—Subsequent, latter.

ਉਤਰਾਈ (utraaee)—Slope, descent, decline.

ਉਤਰਾਧਿਕਾਰੀ (utraadhikaaree)—Successor.

ਉਤਲਾ (utlaa)—Upper, over and above the income.

ਉਤਾਰ (utaar)—Fall, slope, reduction, decrease.

ਉਤਾਰਾ (utaaraa)—Copy, a bent upon, determined.

ਉਤਾਰੂ (utaroo)—Hurry, one who can do things quickly.

ਉੱਤੇ (utte)—Upon, on, over, on the top, upward.

ਉੱਤੇਜਕ (utejak)—Exciting, inspiring, stimulant.

ਉਤੇਜਨਾ (utejnaa)—Excitement, stimulation, provocation.

ਉਥਲ-ਪੁਥਲ (uthal-puthal)—Upheaval.

ਉਥਲਣਾ (uthalnaa)—To turn over.

ਉਥਾਪਣਾ (uthaapanaa) — To transplant.

ਉਥੇ (uthe)—At that place, there, over there.

ਉਥੋਂ (uthon)—From there, from that place.

ਉਦਗਮ (udgam) — Rising, upcoming, origin.

ਉਦਘਾਟਨ (udghaatan)—Opening, ceremony, inauguration.

ਉਦਘਾਟਨੀ (udghaatanee)—Inaugural, Inauguratory.

ਉੱਦਮ (udam)—Effort, exertion, industry.

ਉੱਦਮੀ (udamee)—Enterprising, Industrious.

ਉਦਯੋਗ (udyog)—Industry, enterprises.

ਉਦਯੋਗੀ (udyogee)—Industrialist.

ਉਦਰ (udar) — Abdomen, womb, stomach, livelihood.

ਉਦਾਸ (udaas)—Sad, dull, sorrowful.

ਉਦਾਹਰਨ (udaaharan)—Example, illustration, instance.

ਉਦਾਤੀਕਰਣ (udaateekaran)—Sublimation.

ਉਦਾਰ (udaar)—Open minded, liberal, large, hearted.

ਉਦਾਰਵਾਦੀ (udaarvaadi)—Liberal, Liberalist.

ਉਦਾਲਾ (udaalaa)—Environment, neighbourhood.

ਉਦੇ (ude)—Rising, dawn.

ਉਦੇ-ਹੋਣਾ (ude honaa)—Particularly of sun or moon.

ਉਦੇਸ਼ (udesh)—Purpose, aim.

ਉਦੋਂ (udon)—Then, at that time.

ਉੱਧਰ (udhar)—There, on that side, in that direction.

ਉਧਰੋਂ (udhron)—From that side, from there.

ਉਧਲਣਾ (udhalnaa)—To run away with some one to elope.

ਉਧੜਵਾਉਣਾ (udharvaaunaa)—To get unstitched.

ਉਧਾਰ (udhaar)—Loan, credit.

ਉੱਧਾਰ (uddhaar)—Salvation, uplift.

ਉਧਾਲਣਾ (udhaalnaa)—To abduct, to kidnap.

ਉਧੇੜਬੁਣ (udherbun)—Planning, indecision.

ਉਧੇੜਨਾ (udhernaa)—To remove the seams, to unweave.

ਉੱਨ (un)—Wool.

ਉੱਨਤੀ (unati)—Progress, improvement, development.

ਉੱਨਤੀਸ਼ੀਲ (unnatisil)—developing, progressive.

ਉਨਮਤ (unmat)—Crazy, insane.

ਉਨਮਾਦ (unmad)—Ecstasy, intoxication.

ਉਨਮੁਖ (unmukh)—Disposed towards, intent, prone.

ਉਨਮੂਲਨ (unmulan)—Eradiction, rooting out.

ਉੱਨਾਬ (unnab)—Jujube tree, fruit of jujube.

ਉਨਾਬੀ (unabi)—Maroon.

ਉਨੀਂਦਾ (uneendaa)—Sleeplessness, insomnia.

ਉੱਨੀ (unni)—Ninteen, 19

ਉਨ੍ਹੀਵਾਂ (univan)—Nineteenth.

ਉਨ੍ਹਾਂ (unaan)—Them, those.

ਉਪ (upa)—Deputy, vice, sub.

ਉਪਸਥਿਤ (upasthit)—Present.

ਉਪਸਥਿਤੀ (upasthiti)—Attendance. presence.

ਉਪਸਮਿਤੀ (upsamiti)—Subcommittee.

ਉਪਸਰਗ (upsarg)—Suffixed, preposition, such as, ਨੇ, ਨੂੰ, ਵਿਚ, ਵੱਲ

ਉਪਹਾਸ (uphaas)—Joke, satire.

ਉਪਹਾਰ (uphaar)—Present, gift.

ਉਪਕਰਣ (upkaran)—Instrument, apparatus.

ਉਪਕਾਰ (upkaar)—Kindness, help, assistance.

ਉਪਕੁਲਪਤੀ (upkulpati)—Vice-chancellor.

ਉਪਖੇਤਰ (upkhetar)—Sub-area.

ਉਪਗ੍ਰਹਿ (upgreh)—Satellite, moon.

ਉਪਚਾਰ (upchaar)—Treatment, remedy.

ਉਪਜ (upaj)—Crop, product, output, growth.

ਉਪਜਾਉਣਾ (upjaaunaa)—To Produce, to cultivate.

ਉਪਜਾਊ (upjaaoo)—Fertile, Productive, rich.

ਉਪਜੀਵਕਾ (upjeevakaa)—Profession, vocation, livelihood.

ਉਪਦੇਸ਼ (updesh)—Teaching, advice, counsel, lecture.

ਉਪਦੇਸ਼ਕ (updeshak)—Lecturer.

ਉਪਨਗਰ (upnagar)—Sub-urban.

ਉਪਨਾਮ (upnaam)—Nick name, alias, surname.

ਉਪਨਿਆਸ (upaniyaas)—Novel, fiction.

ਉਪਨਿਯਮ (upniyam)—Subrule.

ਉਪਨਿਵੇਸ਼ (upnivesh)—Colony.

ਉਪਭੋਗ (upbhog)—Consumption.

ਉਪ ਬੋਲੀ (upbolee)—Dialect.

ਉਪਭਾਸ਼ਾ (upbhasa)—Dialect.

ਉਪਮਾ (upmaa)—Comparison.

ਉਪਮਾਨ (upmaan)—That with which comparison is made.

ਉਪਮੰਡਲ (upmandal)—Sub-division, an administrative.

ਉਪਮੰਤਰੀ (upmantari)—Deputy minister.

ਉਪਯੋਗ (upyog)—Use, utilisation.

ਉਪਯੋਗਤਾ (upyogtaa)—usefulness, utility service.

ਉਪਰਾਸ਼ਟਰਪਤੀ (uprashtarpati)—Vice president.

ਉਪਰਾਜਪਾਲ (uprajpal)—Lieutenant Governor.

ਉਪਰ (upar)—Up, above, on, over, on the top.

ਉਪਰੰਤ (uprant)—After, next, since, aftarwards.

ਉਪਰਲਾ (uparlaa)—Upper, extra, enternal, outward.

ਉਪਰੀ ਆਮਦਨ (upree aamdan)—Tips, income in addition to salary.

ਉਪਰਲੇ (uparle)—Overhead (charges), seniors, extra.

ਉਪਰਾਉਣਾ (upraaunaa)—To estrange to make oneself appear.

ਉਪਰਾਮ (upraam)—Sick, disconsolate.

ਉਪਰਾਲਾ (upraalaa)—Effot, suggestion, means.

ਉਪਰੋਂ (upron)—From above.

ਉਪਰੋਕਤ (uprokat)—Above-mentioned, aforesaid.

ਉਪਰੋਥਲੀ (upporothali)—One after the other.

ਉਪਲਬਧੀ (uplabadi)—Achievement, gain.

ਉਪਵਾਸ (upvas)—Fast, fasting.

ਉਪਵਾਕ (upvak)—Clause.

ਉਪਾਸ਼ਕ (upaashak)—Worshipper, devotee.

ਉਪਾਧ (upaadh)—Trouble, riots.

ਉਪਾਧੀ (upaadhee)—Degree, title, designation.

ਉਪੜਨਾ (upparnaa)—To reach, to arrive.

ਉਪੜਾਉਣਾ (uprauna)—Convey, carry and deliver.

ਉਫ਼ (uf)—oh !, alas !

ਉਬਸਣਾ (ubasnaa)—To prtrefy, to become mouldy.

ਉਬਕ (ubak)—Vomit.

ਉਬਕਾਈ (ubkaaee)—Retching, nausea.

ਉਬਲਣਾ (ubalnaa)—To boil, to bubble, to simmer.

ਉਬਾਸੀ (ubaasee) — Yawn, gape.

ਉਬਾਰਨਾ (ubaarnaa)—To deliver, to lift of project upward.

ਉਬਾਲ (ubaal)—Boiling, passion, simmering.

ਉਬਾਲਣਾ (ubaalnaa)—To boil, boiling.

ਉਭਾਰਨਾ (ubharnaa)—To rase, to excite, to bounce.

ਉਭਰਵਾਂ (ubharvaan)—Swollen, embossed. bulging.

ਉਭਰਿਆ (ubhariaa)—Risen, protructed.

ਉਭੜਵਾਹੇ (ubharvaahe)—With a start.

ਉਭਾਸਰਨਾ (ubhaasarnaa)—To speak up,

ਉਭਾਰ (ubhaar)—Swelling, Prominence, bulge.

ਉਭਾਰਨਾ (ubhaarnaa) — To raise, to excite, to rouse.

ਉਮਸ (umas)—Sultriness.

ਉਮੰਗ (umang)—Ambition, hope, passion, desire.

ਉਮਰ (umar)—Age, life time.

ਉਮ੍ਹਲਣਾ (ummalnaa) — To spring forth.

ਉਮਾਹ (umaah)—Ambition, excessive.

ਉਮੀਦ (umeed)—Hope, confidence, reliance.

ਉਮੀਦਵਾਰ (umeedvaar)—Candidate, applicant, hopeful.

ਉਰਲਾ (urlaa)—Belonging to this side.

ਉਰਵਾਰ (urvaar) — On this side.

ਉਰੇ (ure)—Here, near.

ਉਰੇ-ਪਰੇ (ure-pare)—Out of the way.

ਉਲੰਘਨਾ (ulanghnaa)—Violation, contravention.

ਉਲਝਣ (uljhan)—Complication, confusion.

ਉਲਝਾਉਣਾ (uljhaaunaa)—To complicate, to confuse.

ਉਲਟ (ulat)—Opposite, contrary, reverse.

ਉਲਟਣਾ (ulatnaa)—To invert, to turn upside down.

ਉਲਟੀ (ultee)—Vomit, overturned, inverted.

ਉਲਥਾ (ulthaa)—Translation, version.

ਉਲਥਾਕਾਰ (ulthaakaar)—Translator.

ਉਲਫ਼ਤ (ulfat)—Love.

ਉਲਰਨਾ (ularnaa)—To be off-balance, to bound.

ਉਲਰਵਾਂ (ularvaan)—Tipped, off-balance.

ਉਲਾਹਮਾ (ulahmaa)—Reproof.

ਉਲਾਂਘ (ulaangh)—Jump, long step.

ਉੱਲੀ (ullee)—Fungus, mould.

ਉਲੀਕਣਾ (uleeknaa)—To draw, to sketch, to trace.

ਉੱਲੂ (ulloo)—Owl, foolish.

ਉੜਦ (urad)—Horse bean.

ਊਸ਼ਾ (ushaa)—Early morning.

ਊਚ ਨੀਚ (uc nic)—high and low, caste of class distinction.

ਊਂਘਣਾ (oonghnaa)—To feel sleepy.

ਊਟ-ਪਟਾਂਗ (oot-pataang)—Irrelevant.

ਊਠ (ooth)—Camel.

ਊਠਣੀ (oothnee)—She camel.

ਊਣਤਾਈ (oontaaee)—Flaw, defect.

ਊਣਾ (oonaa)—Incomplete.

ਊਤ (oot)—Foolish, stupid.

ਊਤਪੁਣਾ (ootpanaa)—Foolishness, stupidity.

ਊਦ-ਬਲਾਉ (ood-balaau)—Otter, an aquatic cat.

ਊਧਮ (oodham)—Noise, disturbance, agitation.

ਊਲ-ਜਲੂਲ (ool-jalool) — Nonsense, senseless (talk).

ਊੜਾ-ਐੜਾ (oora-aera)—Alphabets.

ਓਅੰਕਾਰ (ounkaar)—God, saviour of all.

ਓਹੜ-ਪੋਹੜ (ohar-pohar)—First-aid.

ਓਝਲ (ojhal)—Behind the scene, out of sight.

ਓਟ (ot)—Protection, shelter, shadow.

ਓਥੇ (othe)—There, at the place.

ਓਦਣ (odan)—On that day.

ਓਦਾਂ (odaan)—Like that, otherwise

ਓੜਕ (orak)—Extreme, the end.

ਓਪਰਾ (opraa)—Ousider, stranger.

ਓਪਰਾਪਣ (opraapan)—Otherness, unfamiliarity.

ਓਲਾ (ola)—Hail-stone.

ਅ

ਅ Second letter of Gurmukhi alphabets, pronounced as 'airaa', a vowel.

ਅਉਸਰ (ausar)—Opportunity, occassion, time.

ਅਉਧ (audh)—Life, duration.

ਅਉਗੁਣ (augun)—Fault, defect, vice.

ਅੰਸ਼ (ansh)—Constituent, numerator.

ਅਸ਼ਕ (ashak)—Tear.

ਅਸ਼ੋਕ (ashok)—The emperor, ashoka tree, cheerful, carefree, contented.

ਅਸ਼ਰਧਾ (ashardhaa)—Lack of faith, disbelief, scepticism.

ਅਸੰਖ (asankh)—Countless, innumerable.

ਅਸੰਗਤ (asangat)—Irrelevant, inconsistant.

ਅਸਚਰਜ (ascharaj)—Wonder, astonishment.

ਅਸਚਰਜਜਨਕ (ascharaj janak)—Surprising, marvellous.

ਅਸ਼ਟਾਮ (ashtaam)—Stamp paper, bond.

ਅਸ਼ਟਮੀ (ashtamee)—The eighth of lunar forthnigh.

ਅਸਤਬਲ (astabal)—Stable.

ਅਸਤਰ (astar)—Weapon, lining of a garment, missile.

ਅਸਤੀਫ਼ਾ (asteefaa)—Resignation.

ਅਸੰਤੁਸ਼ਟ (asantusht)—Dissatisfied, displeased.

ਅਸੰਤੋਖ (asantokh)—Dissatisfaction, discontentment.

ਅਸਥਾਈ (asathai)—Temporary, impermanent.

ਅਸਥਾਪਨਾ (asathapana)—Establishment, instalment.

ਅਸਪਸ਼ਟ (aspasht)—Not clear, illegible.

ਅਸਪਾਤ (aspaat)—Steel.

ਅਸਬਾਬ (asbaab)—Luggage, reasons, causes.

ਅਸੰਭਵ (asambhav)—Impossible, impracticable.

ਅਸਮਰਥ (asmarath)—Unable, weak, incompetent.

ਅਸਮਾਨ (asmaan)—Sky, heaven.

ਅਸਮਾਨੀ (asmaanee)—Sky blue, heavenly.

ਅਸਰ (asar)—Result, effect, influence, impression.

ਅਸਰਦਾਇਕ (asardaik)—Effective, impressive.

ਅਸਲ (asal)—True, real, amount, pure defacto.

ਅਸਲੀਅਤ (asliyat)—Reality, actuality.

ਅਸਲਾ (aslaa)—Military weapons, root, source.

ਅਸ਼ਲੀਲ (ashleel)—Vulgar, obscene.

ਅਸ਼ਲੀਲ-ਲਿਖਤ (ashleel likhat)—Pronography.

ਅਸਵਾਰ (aswaar)—Rider.

ਅਸ਼ਾਂਤੀ (ashaantee)—Disorder, disquiet.

ਅਸਾਧ (asaadh)—Incurable, incorrigible.

ਅਸਾਧਾਰਨ (asaadhaaran)—Extraordinary, unusual.

ਅਸਾਨ (asaan)—Easy.

ਅਸਾਰ (asaar)—Traces, width, meaningless.

ਅਸਾਵਧਾਨੀ (asavdani)—Inattention, carelessness.

ਅਸੀਂ (aseen)—We.

ਅੱਸੀ (assee)—Eighty.

ਅਸੀਸ (asees)—Blessing.

ਅਸ਼ੁੱਧ (ashudh)—Impure, incorrect, adulterated.

ਅਸੂਲ (asool) — Rule, law, theory, principal, doctrine.

ਅੱਸੂ (assu)—Name of the seventh month of Bikrami calender.

ਅਸੈਨਿਕ (asenik)—Non-military, civilian.

ਅਹੰਕਾਰ (ahaankaar)—Pride, arrogance.

ਅਸੱਭਿਅਤਾ (asabhiataa)—Lack of culture, barbarism.

ਅਹਿਮ (ahem)—Important, significant.

ਅਹਿੰਸਾ (ahinsaa)—Non-violence.

ਅਹਿਮਕ (ahemak)—Stupid, fool.

ਅਹਿਮੀਅਤ (ahimeeyat)—Importance, significance.

ਅਹਿੱਲ (ahill)—Immovable, public servant, employee.

ਅਹਿਲਕਾਰ (ahilkaar)—Cleark in the court of law, official.

ਅਹਿੰਸਾਵਾਦੀ (ashinsavaadee)—Concerning.

ਅੰਕ (ank)—Figure, number, Act (of a drama), issue (of a newspaper of magazine).

ਅਕਸ (aks)—Image, reflection.

ਅਕਸਰ (aksar)—Mostly, frequently.

ਅੱਕਣਾ (ukkanaa)—To be bored, irritated, tired.

ਅਕਲ (akal)—Sense, intelligence, wisdom.

ਅਕਲਮੰਦ (akalmand)—Sensible, wise.

ਅਕਾਉਣਾ, ਅਕਾਊ (akaaunaa, akaaoo)—Boring.

ਅਕਾਰਥ (akaarath)—Useless, unprofitable.

ਅਕਾਰਨ (akaaran)—Groundless, without cause, needless.

ਅਕਾਲ (akaal)—God, timeless, before time, immortal.

ਅਕਾਲ ਪੁਰਖ (akaal purakh)—God, not affected by death of time.

ਅਕਾਲੀ (akaalee)—A sect of the sikhs, divine.

ਅਕੀਦਾ (akeedaa)—Belief, faith.

ਅਕਤੂਬਰ (aktoobar)—October.

ਅਕੇਵਾਂ (akevaan)—Boredom.

ਅਕਿਰਤਘਣ (akirtghan)—Ungrateful.

ਅਕਿਰਤਘਣਤਾ (akirtghantaa)—Ungratefulness.

ਅੱਖ (akkh)—Eye.

ਅੱਖ ਮਚੋਲੀ (akkh macholee)—Hide and seek.

ਅਖੰਡ (akhand)—Continuous, undivided, whole entire.

ਅਖੰਡ ਪਾਠ (akhand path)—Non-stop recital of Sikh or Hindu scripture.

ਅਖ਼ਤਿਆਰ (akhtiyaar)—Authority, right, competency.

ਅਖ਼ਬਾਰ (akhbaar)—Newspaper.
ਅੱਖਰ (akkhar)—Character (of alphabet), letter.
ਅੱਖਰੀ (akkharee)—Pretainning to letters.
ਅਖਰੋਟ (akhrot)—Walnut.
ਅਖਵਾਉਣਾ (akhvaaunaa)—To be called, get communicated.
ਅੱਖੜ (akhar)—Rude, uncivilized, quarrelsome.
ਅੱਖੜਪੁਣਾ (akharpuna)—Stubborness, arrogance.
ਅਖਾਣ (akhaan)—Proverb, saying, adage.
ਅਖਾੜਾ (akhaaraa)—Wrestling place, arena, amphitheatre.
ਅਖੀਰ (akheer)—Limit, End.
ਅੱਗ (agg)—Fire, flame, very hot.
ਅੰਗ (ang)—Limb, part, division.
ਅੰਗ-ਸੰਗ (ang-sang)—With, present with, omnipresent.
ਅੰਗੀਠੀਪੋਸ਼ (angeetheeposh)—Cloth of cover or decorate mantelpiece or shelf.
ਅਗਸਤ (agasat)—August.
ਅਗਰ (agar)—If, in case.
ਅਗਰਗਾਮੀ (agargaamee)—Progressive, foremost.
ਅੰਗਰੇਜ਼ (angrez)—Britisher, englishman.
ਅੰਗਰੇਜ਼ੀ (angrazee)—English language. British.
ਅਗਵਾ (agwaa)—Abduction, hijack.

ਅਗਵਾਕਾਰ (agvaakaar)—Kidnapper, hijacker.
ਅਗਵਾਈ (agwaaee)—Guidance, leadership.
ਅਗਵਾਨੀ (agvaanee)—Reception, welcome.
ਅਗਵਾੜਾ (agvaaraa)—Front side, front portion.
ਅਗੜ-ਪਿੱਛੜ (aggar-picchar)—One after the other.
ਅੰਗੜਾਈ (angraaee)—Stretching of the limbs.
ਅਗਾਂਹ (agaanha)—Forword, onward, future.
ਅਗਾੜੀ (agaaree)—Front position, forepart.
ਅੰਗੀ (angee)—Brassiere, bra.
ਅੰਗੀਠੀ (angeethee)—Fire pot, stove, furnace, heater.
ਅੰਗੂਠਾ (angoothaa)—Thumb, the great toe.
ਅੰਗੂਠੀ (angoothee)—Ring, finger ring.
ਅੰਗੂਰ (angoor)—Grapes, vines.
ਅਗੇਤਰ (agetar)—Affix, prefix.
ਅਚੰਭਾ (achambhaa)—Wonder, marvel, amazement.
ਅਗੇਰੇ (agere)—Further on, forward, more to the front.
ਅੱਗੋਂ (aggon)—From the front, next, hereafter.
ਅਚਨਚੇਤ (achanchet)—All of a sudden, without warning.
ਅਚਰਜ (acharaj)—Wonderful, amazing, strange.

ਅਚਾਨਕ (achaanak)—Suddenly, by chance.

ਅਚਾਰ (achaar)—Pickles.

ਅਚੇਤ (achet)—Unconscious, senseless.

ਅਚੁੱਕ(achuk)—Unfailing, sure.

ਅਚਿੰਤੇ ਬਾਜ਼ ਪੈਣੇ (achintey baaz paney)—Sudden calamity, death.

ਅੱਛਾ (achhaa)—Nice, fine, alright, good.

ਅਛੂਤ (achhoot)—Untouchable.

ਅਜਗਰ (ajgar)—Python.

ਅੱਜ (ajj)—Today, now.

ਅੱਜ ਕਲ੍ਹ (ajj kal)—Now a days.

ਅਜਨਬੀ (ajanabee)—Stranger, unfamiliar.

ਅਜਬ (ajab)—Rare, wonderfull.

ਅਜ਼ਮਤ (azamat)—Dignity, honour, greatness.

ਅਜ਼ਮਾਇਸ਼ੀ (azmayishee)—On probation.

ਅਜਲਾਸ (ajlaas)—Session.

ਅਜ਼ਾਦੀ/ਆਜ਼ਾਦੀ (azaadee, aazaadee)—Independence, freedom.

ਅੰਜਾਮ (anjaam)—Result, outcome, consequence.

ਅਜ਼ੀਜ਼ (azeez)—Dear, son.

ਅਜੀਬ (ajeeb)—Strange, wonderful.

ਅਜੇ (aje)—Yet, still.

ਅਜੋਕਾ (ajokaa)—Modren, of present date.

ਅਟਕ (atak)—Obstacle, hitch.

ਅਟਕਲ (atakal)—Conjecture, rough estimate, guess.

ਅਟਕਾਉਣਾ (atkaaunaa)—Obstruct, delay, interrupt, to stop.

ਅੱਟਾ-ਸੱਟਾ (attaa-sattaa)—Rough estimate.

ਅਟਾਰੀ (ataaree)—Loft, mansion.

ਅਟਰੇਨਾ (aternaa)—To bring under control.

ਅੱਠ (atth)—Eight, 8.

ਅਠਵੰਜਾ (athvanjaa)—Fifty-eight, 58.

ਅਠਾਈ (athaaee)—Twenty eight, 28.

ਅਠਿਆਨੀ (athiaanee)—Half rupee, fifty paisa coin.

ਅੱਠੇ ਪਹਿਰ (athee pehar)—Throughout day and night.

ਅੱਡਣਾ (adnaa)—To open.

ਅਠੱਤਰ (athatar)—Seventy-eight.

ਅਠੱਤਰਵਾਂ (athatarvaan)—Seventy-eighth.

ਅਠਤਾਲੀ (athataalee)—Fourty-eight.

ਅਠਤਾਲੀਵਾਂ (athataaleevaan)—Fourty-eighth.

ਅਠੱਤੀ (athatee)—Thirty-eight.

ਅਠੱਤੀਵਾਂ (athateevaan)—Thirty-eighth.

ਅਠਪਹਿਰਾ (athpahraa)—A period of 24 hours. complete day and night.

ਅੰਡਾ (andaa)—Egg.

ਅੱਡਾ (addaa)—Station, base, stand.

ਅੱਡੀ (addee)—Heel.
ਅੱਡੀ ਛੜੱਪਾ (addi charapaa)—A children's game.
ਅੱਡੀ ਟੱਪਾ (addi tappa)—Skipping on one leg.
ਅਡੋਲ (adol)—immovable.
ਅੱਡੋ ਅੱਡ (addo add)—Separately, apart.
ਅਣਹੋਣੀ (anhonee)—Impossible. unfamiliar.
ਅਣਖ (anakkh)—Self-honour.
ਅਣਗਿਣਤ (anginat)—Countless, in-numberable.
ਅਣਚਾਹਿਆ (anchahiyaa)—Unwanted.
ਅਣਛਪਿਆ (anchhapiyaa)—Unprinted, unpublished.
ਅਣਡਿੱਠ (andith)—Unseen.
ਅਣਬਣ (anban)—Quarrel.
ਅਣਮੋਲ (anmol)—Priceless, Precious.
ਅਣਭੋਲ (anbhol)—Inadvertent, unintentional.
ਅਣ-ਵਿਆਹਿਆ (anviaahiaa)—Unmarried. bachelor.
ਅਣੂ (anoo)—Molecule, smallest.
ਅਣਗੌਲਣਾ (angoulanaa)—Neglect, avoid, overlook.
ਅਣਛੋਹ (anchoh)—Untouched, unpolluted, brand new.
ਅਣਥੱਕ (anthak)—Tireless, diligent, industrious.
ਅਣਦੇਖੀ ਕਰਨਾ (andekhee karnaa) —To overlook, ignore, not to be mindful of.
ਅੱਤ (att)—Too much, excess.
ਅੰਤਮ (antam)—Last.
ਅੰਤਰੰਗ (antrang)—Executive.
ਅੰਤਰ (antar) — Spacing, difference, between, internal.
ਅੰਤਰ-ਧਿਆਨ (antar dhiaan)—Lost in meditation.
ਅੰਤਰਜਾਮੀ (antarjaamee)—The supreme spirit.
ਅੰਤਰਰਾਸ਼ਟਰੀ (antarraashtree)—International.
ਅੰਤਰਾ (antraa)—Part of a Song or hymn.
ਅਤਰ (attar)—Prefume, essence, scent.
ਅਤਾ-ਪਤਾ (ataa-pataa)—Information, where-abouts.
ਅਤਿਵਾਦ (ativaad)—Terrorism.
ਅਤੇ (ate)—And, as well as.
ਅੱਤਿਆਚਾਰੀ (ateachaaree)—Cruel, tyrannical, presecutor.
ਅਤਿਕਥਨੀ (atekathnee)—Exaggeration, hyperbole.
ਅਤਿਥੀ (athethee)—Guest.
ਅਤਿਥੀ-ਸੇਵਾ (athethee-sevaa)—Hospitality.
ਅੰਤਿਮ (anteem)—Last, final, concluding, end.
ਅਥੱਕ (athakk)—Tireless, untiring.
ਅੱਥਰੂ (atthroo)—Tear.
ਅਦਨਾ (adnaa)—Inferior, small.
ਅਦਬ (adab)—Respect, literature.
ਅਦਬੀ (adbee)—Literary.

ਅਦਰਕ (adarak)—Ginger.
ਅੰਦਰ (andar)—Inside, interior room, in.
ਅੰਦਰਖਾਤੇ (andar khaatey)—Confidentially, secretly.
ਅੰਦਰੋ-ਅੰਦਰ (andro-andar)—Internally.
ਅੰਦਰਲਾ (andarlaa)—Interior, inner, mind.
ਅਦਾ (adaa)—Expression, grace, gesture.
ਅਦਾਕਾਰ (adaakaar)—Actor, performer.
ਅਦਾਕਾਰੀ (adaakaaree)—Acting, preformance.
ਅੰਦਾਜ਼ (andaaz)—Style, manners.
ਅੰਦਾਜ਼ਾ (andaazaa)—Estimate, guess.
ਅੰਦਾਜ਼ਨ (andaazan)—Approximately, roughly.
ਅਦਾਰਾ (adaaraa)—Institution.
ਅਦਾਲਤ (adaalat)—Court, tribunal.
ਅਦਾਲਤੀ (adaaltee)—Pertaining to court, judicial.
ਅੰਦੇਸ਼ਾ (andeshaa)—Apprehension, scare.
ਅੱਦਭੁਤ (adhbhut)—Wonderful, super-natural, strange, unique, wondrous.
ਅੱਧ, ਅੱਧਾ (addh, addhaa)—Half.
ਅੱਧਖੜ (adhkar)—Middle-aged.
ਅਧਰੰਗ (adhrang)—Paralysis.
ਅੱਧਪਕਾ (addhpakaa)—Half baked.

ਅੰਧਰਾਤਾ (andhrata)—Night blindness.
ਅੰਧਾ (andhaa)—Blind, rash.
ਅੰਧਾਧੁੰਦ (andhaadhund)—Blindly, excessively, rashly.
ਅਧਿਆਇ (adhiyae)—Chapter, portion.
ਅਧਿਆਪਕ (adhiyaapak)—Teacher, professor, instructor, tutor.
ਅਧਿਆਪਨ (adhiyaapan)—Teaching.
ਅਧਿਐਨ (adhiyan)—Study, learning.
ਅੰਧਿਆਰਾ (andhiyaraa)—Darkness.
ਅਧਿਕਾਰ (adhikaar)—Authority, right, power, claim, title.
ਅਧਿਕਾਰੀ (adhikaaree)—Officer.
ਅਧੀਨ (adheen)—Dependent, servant.
ਅਧੀਨਗੀ (adheengee)—Submission, humility.
ਅਧੀਰਾਜ (adheeraj)—Emperor, sovereign, ruler.
ਅਧੀਰ (adhir)—Worried, anxious, deeply concerned.
ਅਧੂਰਾ (adhooraa)—Incomplete.
ਅਧੂਰਾਪਣ (adhooraapan)—Imcompletion.
ਅੱਧੋ-ਅੱਧ (addho-addh)—Fifty-fifty.
ਅੰਨ (ann)—Food, grain.
ਅੰਨਦਾਤਾ (anndaataa)—God, farmer.
ਅਨਸਰ (anser)—Element.

ਅਨਹੋਣਾ (anhonaa)—Impossible, improbable.

ਅਨਜਾਣ (anjaan)—Unknown, innocent, ignorant.

ਅਨੰਦ (anand)—Pleasure, happiness, joy.

ਅਨੰਦ-ਕਾਰਜ (anand kaaraj)—Marriage ceremony.

ਅਨਪੜ੍ਹ (anapadh)—Uneducated, illiterate.

ਅਨਪੜ੍ਹਤਾ (anapadhtaa)—Illiteracy.

ਅਨਾਜ (anaaj)—Grain, corn.

ਅਨਾਥ (anaath)—Unprotected, poor, orhan.

ਅਨਾਦਰ (anaadar)—Insult, disrespect.

ਅਨਾਨਾਸ (anaanaas)—Pine apple.

ਅਨਾਰ (anaar)—Pomegranate.

ਅਨਾੜੀ (anaaree)—Unskilled, artless, inexpert.

ਅਨੁਸ਼ਾਸਨ (anushaasan)—Discipline.

ਅਨੁਸੂਚੀ (anusoochee)—Schedule.

ਅਨੁਦਾਨ (anudaan)—Subsidy, grant.

ਅਨੁਪਾਤ (aupaat)—Proportion, ratio.

ਅਨੁਪੂਰਕ (anupoorak)—Suplementary.

ਅਨੁਭਵ (anubhav)—Experience, feeling, sensation.

ਅਨੁਯਾਈ (anuyaaee)—Disciple, follower.

ਅਨੁਵਾਦਕ (anuvaadak)—Interpreter, translator.

ਅਨਹਤ/ਅਨਹਦ (anhatt/anhad)—Unstruck.

ਅਨਜੋੜ (anjor)—Unmatching, misfit, mismatch.

ਅਨੰਤ (anant)—Endless, boundless, eternal, infinite.

ਅੰਨ੍ਹਾ (annaa)—Blind.

ਅੰਨ੍ਹੇਰ (anner)—Darkness, injustice.

ਅੰਨ੍ਹੇਰਗਰਦੀ (aneergardee)—Mismanagement, lawlessness.

ਅੰਨ੍ਹੇਵਾਹ (annevaah)—Rashly, recklessly, blindly.

ਅਪੰਗ (apang)—Handicapped, disabled.

ਅਪਜੱਸ (apjas)—Infame, defamation, ill-repute, ill-fame.

ਅਪਣੱਤ (apanatt)—Attachment, familiarity.

ਅਪਣਾਉਣਾ (apnaaunaa)—To adopt, to acknowledge,

ਅਪਮਾਨ (apmaan)—Dishonour, insult, dis-respect.

ਅਪ੍ਰਵਾਨ (apravaan)—Unacceptable, unapproved.

ਅਪਰਾਧ (apraadh)—Crime, sin, fault, offence.

ਅਪਰਾਧੀ (apraadhee)—Criminal, guilty offender.

ਅਪਵਿੱਤਰ (apvitar)—Unholy, impure.

ਅਪੜਨਾ (aparnaa)—To reach, to arrive.

ਅਪੁੱਠਾ (apputthaa)—Backwards, upside down.

ਅਪਹਰਨ (apharan)—Hijacking.

ਅਪਹੁੰਚ (apahunch) — Inapproachable, inaccessible.

ਅਪੰਗ (apang)—Handicapped, disabled, crippled.

ਅਫਸਰ (afsar)—Boss, officer.

ਅਫਸਾਨਾ (afsaanaa)—Story, tale, fiction.

ਅਫਸਾਨਾ-ਨਵੀਸ (afsaanaa-navees)—Fiction writer.

ਅਫਸੋਸ (afsos)—Sorrow.

ਅਫ਼ਰਾ-ਤਫ਼ਰੀ (afraa-tafree)—Stampede.

ਅਫ਼ਲਾਤੂਨ (aflatoon)—A clever person, plato (the philospher).

ਅਫ਼ਵਾਹ (afvaah)—Unverified statement, rumour.

ਅਫ਼ੀਮ (afeem)—Opium

ਅਫ਼ੀਮੀ (afeemee)—Opium eater or addict.

ਅੰਬ (amb)—Mango.

ਅੰਬਰ (ambar)—Sky, cloud.

ਅੰਬੜੀ (ambaree)—Mother.

ਅੰਬਣਾ (ambnaa)—To get tried, fatigued.

ਅਬਾਬੀਲ (ababeel)—Swallow, kite.

ਅਬਿਨਾਸੀ (abinaasee)—An attribute of God, eternal.

ਅੱਬਾ (abbaa)—Father.

ਅਬਾਦੀ (abbadee)—Population, census.

ਅੰਬਾਰ (ambaar)—Stock, heap, multitude.

ਅਭਾਗਾ (abhaagaa)—Miserable, unlucky.

ਅਭਿਆਸ (abhiyaas)—Training, excercise, practice.

ਅਭਿੱਜ (abhijj)—Water-proof.

ਅਭਿੰਨ (abhinn)—Similar, integral.

ਅਭਿਨੇਤਾ (abhinetaa)—Actor.

ਅਭਿਨੇਤਰੀ (abinetree)—Actress.

ਅਭਿਮਾਨ (abhimaan)—Ego, pride, arrogance.

ਅਮਨ (aman)—Peace.

ਅਮਰ (amar)—Immortal, undying. eternal.

ਅਮਲ (amal)—Action, conduct.

ਅੰਮਾ (ammaa)—Mother.

ਅਮਾਨਤ (amaanat)—Faith, trust.

ਅਮਾਨਤਦਾਰ (amaanatdaar)—Trustee.

ਅਮਾਨਤਨਾਮਾ (amaanatnaamaa)—Trust deed.

ਅਮਾਨਤੀ (amaantee)—Keeper of safe deposits.

ਅਮੀਰ (ameer)—Rich, chief.

ਅਮਰੀਕਾ (amrikaa)—America, U.S.A.

ਅਮਰੀਕਨ (amrikaan)—American.

ਅਮਰੂਦ (amrood)—Guava.

ਅਮੋਲ (amol)—Invaluable.

ਅੰਮ੍ਰਿਤ (ammrit)—Holywater, necter.

ਅੰਮ੍ਰਿਤਧਾਰੀ (ammritdaaree)—Duly baptised (Sikh).

ਅੰਮ੍ਰਿਤ-ਵੇਲਾ (ammritvelaa)—Early morning, ambrosial hour.

ਅੱਯਾਸ਼ (ayyaash)—Debauch, lewd.

ਅੱਯਾਸ਼ੀ (ayyaashee)—Pleasure seeking, profigacy.

ਅਰਸ਼ (arash)—Sky, God's abode.

ਅਰਸਾ (arsaa)—Period, duration.

ਅਰਕ (arak)—Distilled product.

ਅਰਜ਼ (araz)—Request, appeal, petition, solicitation

ਅਰਜ਼ੀ (arzee)—Application, petition, representation.

ਅਰਜ਼ੀਨਵੀਸ (arzeenavees)—Writer of petitions and other legal documents of private accounts.

ਅਰਥ (arath)—Meaning, intention, purpose.

ਅਰਥਵਿਗਿਆਨ (arathvigyaan)—Semantics.

ਅਰਥ-ਸ਼ਾਸਤਰ (arathshaastar)—Economics.

ਅਰਥੀ (arthee)—Hearse, bier.

ਅਰਦਲੀ (ardlee)—Peon, Attendant.

ਅਰਦਾਸ (ardaas)—Prayer, request.

ਅਰਬ (arab)—A thousand million, country's name.

ਅਰਮਾਨ (armaan)—Longing, desire.

ਅਰਾਧਨਾ (araadhanaa)—Prayer.

ਅਰਾਮ (araam)—Rest, comfort.

ਅਲਸਾਉਣਾ (asaaunaa)—To relax, to laze.

ਅਲਗੋਜ਼ਾ (algojaa)—Pipe (musical instrument).

ਅਲ੍ਹੜ (allar)—Immature, foolish, young.

ਅਲਖ (alakh)—Invocation.

ਅਲਜ਼ਾਮ (alzaam)—Blame, censure.

ਅਲਬੇਲਾ, ਅਲਮਸਤ (albelaa, almast)—Carefree.

ਅਲਮ-ਗਲਮ (alam-glam)—Knick-knack, miscellaneous articles.

ਅਲਮਾਰੀ (almaaree)—Almirah.

ਅੱਲਾ (allaa)—God.

ਅਲਾਪ (alaap)—Conversation, song, dialouge.

ਅਲਾਪਣਾ (alaapnaa)—To sing, to say.

ਅਲਾਮਤ (alaamat)—Indication, symptom, sign.

ਅਲੂਣਾ (alloonaa)—Tasteless, without salt.

ਆਲੋਚਕ (aalochak)—Critic, reviewer.

ਆਲੋਚਨਾ (aalochnaa)—Criticism, review.

ਅਵੱਲ (avval) — Topmost, first.

ਅਵਾਜ਼ (avaaz)—Voice, sound.

ਅਵਾਮ (avaam)—People.

ਅਵਾਰਗੀ (avaargee)—Wandering, vagrancy.

ਅਵਾਰਾ (avaaraa)—Loafer, vagrant.

ਅਵੇਰ (aver)—Delay.

ਅੜੰਗਾ (arangaa)—Obstacle, entanglement.

ਅੜੰਗਾ ਪਾਉਣਾ (arangaa paunaa) —To create problems.

ਅੜਚਨ (arachan)—Problem, difficulty.

ਅੜਨਾ (arnaa)—To stop.

ਅੜੀਅਲ (ariyal)—Inflexible.

ਆਇਆ (aaiyaa)—Maid servant.

ਆਸ (aas)—Faith, hope, expectation.

ਆਸ਼ਕ (aashak)—Lover.

ਆਸਣ (aasan) — Yogic posture.

ਆਸਤੀਨ (aasteen)—Sleeve.

ਆਸ਼ਨਾਈ (aashnaaee)—Love affairs, friendship.

ਆਸਰਾ (aasraa)—Protection.

ਆਸਾਨ (aasaan)—Convenient, easy.

ਆਸਾਰ (aasaar)—Symptoms, effects, indications, sign.

ਆਸ਼ਿਆਨਾ (aashiaanaa)—Nest, resting place.

ਆਹ (aah)—Sigh.

ਆਹਰ (aahar)—Impulse, occupation.

ਆਹੂਤੀ (ahutee)—Sacrifice.

ਆਹੂ ਲਾਹੁਣੇ (ahu lahunee)—To massacre, kill in great number.

ਆੜ੍ਹਤੀ (aaharatee)—Broker, commission agent.

ਆਹੋ (aaho)—Yes.

ਆਕੜਨਾ (aakarnaa)—To be proud, to become starchy or stiff.

ਆਕੀ (aakee)—Disobedient, rebel.

ਆਖਣਾ (aakhnaa)—To ask, to say.

ਆਖਰ (aakhar)—Limit, at last, ultimately.

ਆਖਰੀ (aakhree) — Last, final.

ਆਂਗਣ (aangan)—Courtyard, compound.

ਆਗਿਆ (aagiaa)—Permission, Instruction, command.

ਆਗੂ (aagoo)—Leader, captain.

ਆਚਰਣ (aacharan)—Character, behaviour, conduct.

ਆਚਾਰੀਆ (aachaariyaa)—A religious orator, professor.

ਆਜਜ਼ (aajaz)—Humble, helpless.

ਆਟਾ (aataa)—Flour.

ਆਂਢ (aandh)—Joint, relation.

ਆਂਢ-ਗੁਆਂਢ (aandh-guaandh)— Neighbourhood, environment.

ਆਤਸ਼ (aatash)—Flame, fire.

ਆਤਸ਼ਬਾਜ਼ੀ (aatashbaazee)— Firework, pyrotechmy.

ਆਤੰਕ (aatank)—Terror.

ਆਤੰਕਵਾਦ (aatankvaad)—Terrorism.

ਆਤਮ (aatam)—Self.

ਆਤਮਘਾਤ (aatamghaat)—Suicide.

ਆਤਮਕਥਾ (aatamkatha)—Autobiography.
ਆਦਤ (aadat)—Habit, nature.
ਆਦਮ (aadam)—Man, the first man.
ਆਦਮੀ (aadmee)—Man, person.
ਆਦਮੀਅਤ (aadmeeyat)—Civility, humanity.
ਆਦਮਖੋਰ (aadamkhor)—Maneater, connibal.
ਆਂਦਰ (aandar)—Intestine.
ਆਦਰ (aadar)—Respect, honour.
ਆਦਰਸ਼ (aadarsh)—Model, ideal, goai.
ਆਦੀ (aadee)—Habituated.
ਆਨ (aan)—Grace, dignity.
ਆਨਾ (aanaa)—Anna (a coin), eyeball.
ਆਨਾ-ਕਾਨੀ (aanaa-kaanee)—Neglact or refusal, excuses.
ਆਪਾ (aapaa)—Selfhood.
ਆਪਾਧਾਪੀ (aapaadhaapee)—Personal anxiety or interest.
ਆਪੇ (aape)—Automatically.
ਆਫ਼ਤ (aafat)—Misery, misfortune.
ਆਫਰਨਾ (aapharnaa)—To swell out, to boast.
ਆਬਕਾਰੀ (aabkaaree)—Excise.
ਆਬਰੂ (aabroo)—Character.
ਆਬੋ-ਹਵਾ (aabo-hawaa)—Climate.
ਆਮ (aam)—General, ordinary.
ਆਮਦ (aamad)—Arrival.
ਆਮਦਨ (aamdan)—Income.
ਆਰਜ਼ੀ (aarzee)—Temporary.
ਆਰਜ਼ੂ (aarzoo)—Wish, expectation, hope.
ਆਰਾ (aaraa)—Sawing machine, sawmill, pit-saw.
ਆਰੀ (aaree)—Small hand saw.
ਆਲਸੀ (aalsee)—Lazy, idle.
ਆਲ੍ਹਣਾ (aalhnaa)—Nest.
ਆਲਮ (aalam)—Universe, condition,
ਆਲਾ (aalaa)—Abode, asylum.
ਆਲੀਸ਼ਾਨ (aaleeshaan)—Magnificent.
ਆਲੂ (aaloo)—Potato.
ਆਲੂ ਬੁਖਾਰਾ (aaloo bukhara)—Plum.
ਆਵਿਸ਼ਕਾਰ (avishkaar)—Discovery, invention.
ਆਵਾ (aavaa)—Brick kiln.
ਆਵਾਗਮਨ (avagaman)—Cycle of birth and death.
ਆਵਾਜਾਈ (aavaajaaee)—Traffic, frequenting transport and communication.
ਆੜ (aar)—Curtain, screen, wall.
ਆੜ੍ਹਤ (aarhat)—Brokerage, agency for purchase and resale.
ਆੜ੍ਹਤੀ/ਆੜ੍ਹਤੀਆ (aarhati/aarhatiyaa)—Broker, commission agent esp. in garin market.

ਆੜੀ (aaree)—Friend, companion.
ਐਸ਼ (aesh)—Luxury, delight.
ਐਤਵਾਰ (aetwaar)—Sunday.
ਐਥੇ (aethe)—Here, at this place.
ਐਥੋਂ (aethon)—From here.
ਐਨਾ (aenaa)—So much.
ਐਬ (aeb) — Vice, fault, defect.
ਐਰਾ-ਗੈਰਾ (aeraa-gaeraa)—Alien, stranger.
ਐਲਾਨ (aelaan)—Announcement.
ਐਵੇਂ (aiven)—By the way.
ਔਸਤ (ausat)—Average.
ਔਸਤਨ (ausatan)—On the average.
ਔਸਰ (ausar)—Opportunity.
ਔਂਕੜ (aunkar)—Short vowel of maatra indicated by (ੁ) and written below a letter in Gurmukhi script.
ਔਖ (aukh)—Trouble, difficulty.
ਔਖਾ (aukhaa)—Difficult.
ਔਜ਼ਾਰ (auzaar)—Tool.
ਔਤ (aut)—Childless.
ਔਥੇ (authe)—There.
ਔਰਤ (aurat)—Women, wife.
ਔਲਾਦ (aulaad)—Children, generation, offspring.
ਔੜ (aur)—Drought, dearth.
ਔੜਵ (aurav)—Musical measure using only six notes.

ੲ

ੲ Third letter of Gurmukhi alphabets, pronounced as 'eeree'.
ਇਉਂ (iun)—In this way.
ਇਆਣਾ (iaanaa)—Child.
ਇਸ਼ਕ (ishak)—Love, passion.
ਇਸ਼ਕ-ਮਿਜ਼ਾਜੀ (ishak-mizajee)—Lust, Carnal love.
ਇਸ਼ਤਿਹਾਰ (ishitihaar)—Advertisement, poster, notice.
ਇਸ਼ਨਾਨ (ishnaan)—Bath.
ਇਸਪਾਤ (ispaat)—Steel.
ਇਸਬਗੋਲ (isabgol)—Fleawort, plant.
ਇਸਤਕਬਾਲ (istakbaal)—Welcome.
ਇਸਤ੍ਰੀ (istree)—Women, wife, smoothing iron.
ਇਸਥਿਰ (isthir)—Unmoving, still.
ਇਸ਼ਾਰਾ (ishaaraa)—Hint, mark.
ਇਹਸਾਨ (ehsaan)—Obligation, kindness, favour.
ਇਹਸਾਨਮੰਦ (ehsaanmand)—Thankful, grateful.
ਇਸਾਈ (isaaee)—Christian.
ਇਹਤਿਆਤ (ehetiaat)—Precaution, care.
ਇਹਾਤਾ (ihaataa)—Campus, compound.
ਇੱਕ (ik)—One, an, a, united.
ਇਕਸਾਰ (iksaar)—Continuously.

ਇਕਸੁਰ (iksur)—Consonant, of the same opinion.
ਇਕਹਿਰਾ (ikheraa)—Single-layered, thin.
ਇਕਜੁੱਟ (ikjutt)—United.
ਇਕਤਰਫ਼ਾ (iktarfaa)—Partial, one sided.
ਇਕੱਤਾਲੀ (iktaalee)—Forty one, 41.
ਇਕੱਤੀ (ikaatee)—Thirty one, 31.
ਇਕਦਮ (ikdum)—At once, immediately, instantly.
ਇਕਮਿੱਕ (ikmikk)—Closely, mixed, completely united.
ਇੱਕਠ (ikath)—Unity, gathering, meeting, assembly.
ਇਕਬਾਲ (ikbaal)—Confession, dignity.
ਇਕਰਾਰ (ikraar)—Agreement, promise, commitment.
ਇਕਰਾਰਨਾਮਾ (ikraarnaamaa)—Agreement, contract.
ਇਕੱਲਾ (ikallaa)—Single, single-handed, alone.
ਇਕਲੌਤਾ (iklautaa)—Only, lonely.
ਇੱਕਾ-ਦੁੱਕਾ (ikaa-dukaa)—A few, rare.
ਇਕੀ (ikee)—Twenty one, 21.
ਇੱਕੋ (ikko)—Only one.
ਇੱਕੋ-ਇੱਕ (ikko-ik)—The only one.
ਇੱਕੋ ਜਿਹਾ (ikko-jiha)—Similar.
ਇਖ਼ਤਿਆਰ (ikhtiaar)—Authority, right.
ਇਖ਼ਲਾਕ (ikhlaak)—Morality, manners.
ਇੱਜ਼ਤ (izat)—Respect, esteem, honour, glory.
ਇੱਜ਼ਤਦਾਰ (izatdaar)—Respectable, honourable.
ਇਜਾਜ਼ਤ (ijaazat)—Permission.
ਇਜਾਰਾ (ijaaraa)—Lease, monopoly.
ਇੱਟ (itt)—Brick.
ਇਤਹਾਦ (ithaad)—Alliance, unity.
ਇੰਤਕਾਮ (intkaam)—Revenge.
ਇੰਤਕਾਲ (intkaal)—Death.
ਇੰਤਜ਼ਾਮ (intzaam)—Management, arrangement.
ਇੰਤਜ਼ਾਰ (intzaar)—Waiting.
ਇਤਫ਼ਾਕੀਆ (itfaakiaa)—By chance, casual.
ਇਤਬਾਰ (itbaar)—Confidence, trust.
ਇਤਮਿਨਾਨ (itminaan)—Satisfaction.
ਇਤਰਾਜ਼ (itraaz)—Objection.
ਇਤਲਾਹ (itlaah)—Intimation, report, information.
ਇਤਲਾਹਨਾਮਾ (itlaahnaamaa)—Written information.
ਇਤਿਹਾਸ (itihaas)—History, annals, tradition.
ਇਤਿਹਾਸਕਾਰ (itihaaskaar)—Historian.
ਇੰਦਰੀ (indree)—Generative organ.
ਇੱਛਕ/ਇੱਛਾਧਾਰੀ (icchak/icchaadharee)—Willing, desirous.

ਇਨਸਾਨ (insaan)—Man, humanbeing.

ਇਨਸਾਨੀਅਤ (insaaniat)—Humanity, human nature.

ਇਨਸਾਫ਼ (insaaf)—Justice, fairness.

ਇਨਸਾਫ਼ਪਸੰਦ (insaafpasand)—Lover of justice.

ਇਨਕਲਾਬ (inklaab)—Revolution, change.

ਇਨਕਾਰ (inkaar)—Refusal, denial.

ਇੰਨਾ (innaa)—So much.

ਇਨਾਇਤ (inaayit)—Grace, generosity.

ਇਨਾਮ (inaam)—Reward, gift, prize.

ਇਬਾਦਤ (ibaadat)—Devotion, prayer.

ਇਮਤਿਹਾਨ (imtihaan)—Examination, investigation, trial.

ਇਮਦਾਦ (imdaad)—Suppor, help, assistance.

ਇਮਾਨ (imaan)—Belief, faith.

ਇਮਾਨਦਾਰ (imaandaar)—Honest, sincere, loyal, faithful.

ਇਮਾਰਤ (imaarat)—Building.

ਇਮਾਰਤਸਾਜ਼ੀ (imaaratsaazee)—Building process or profession, architecture.

ਇਮਾਰਤੀ ਲੱਕੜੀ (imaaratee lakaree)—Timber.

ਇਰਾਦਾ (iraadaa)—Purpose, intention.

ਇਰਾਦਾ ਕਤਲ (iraadaa katal)—Attempt or conspiracy to murder.

ਇਰਾਦੇ ਨਾਲ (iraadee naal)—Intentionally, deliberately.

ਇਰਦ-ਗਿਰਦ (irad-girad)—All round, on all sides.

ਇਰਾਕ (iraak)—Mesopotamia.

ਇਰਾਕੀ (iraakee)—Belonging to Iraq, (a species of) high-bred. (horse).

ਇੱਲ (ill)—Kite (a bird).

ਇਲਹਾਮ (ilhaam)—Revelation.

ਇਲਜ਼ਾਮ (ilzaam)—Blame, allegation, charge.

ਇੱਲਤ (illat)—Mischief, bad habit.

ਇਲਮ (ilam)—Education, knowledge.

ਇਲਾਹੀ (ilhaahee)—Divine.

ਇਲਾਕਾ (ilaakaa)—Territory, area.

ਇਲਾਕਾਈ (ilaakaaee)—Regional, territorial.

ਇਲਾਇਚੀ (ilaatichee)—Cardamom.

ਇਲਾਜ (ilaaj)—Remedy, cure, treatment.

ਇਲਾਨੀਆ (ilaaniaa)—Publicly, openly.

ਇਲਾਵਾ (ilava)—In addition to, besides.

ਇਵਜ਼ (evaz)—Exchange, replacement.

ਈਸ਼ਵਰ (Ishvar)—God.

ਈਰਖਾ (eerkhaa)—Envy, jealousy.

ਏਕਣ (aekan)—Like this.

ਏਡਾ (edaa)—So much.

ਏਦੂੰ (edoon)—From this.

ਏਲਚੀ (elchee)—Ambassador.

ਸ

ਸ Fourth letter of Gurmukhi alphabets, pronounced as 'sassa'.

ਸੰਸਕ੍ਰਿਤੀ (sanskriti)—Culture.

ਸੰਸਕਾਰ (sanskaar)—Rite, sacrament, ceremony.

ਸੱਸ (sass)—Mother-in-law.

ਸਸਕਾਰ (saskaar)—Cremation.

ਸਸਤਾ (sastaa)—Cheap, easy.

ਸ਼ਸਤਰ (shastar)—Weapon, arms, instrument.

ਸੰਸਥਾ, ਸੰਸਥਾਨ (sansthaa, Sansthaan)—Organisation, institution.

ਸੰਸਥਾਪਕ (sansthaapak)—Founder.

ਸੰਸਦ (sansad)—Parliament.

ਸੰਸਾ (sansaa)—Suspicion, doubt.

ਸੰਸਾਰ (sansaar)—World, universe.

ਸੰਸਾਰਿਕ (sansaarik)—Worldly, temporal, physical.

ਸ਼ਸ਼ੋਪੰਜ (shashopanj)—Indecision, hesitation.

ਸਹਾਇਤਾ (sahaayitaa)—Help, aid, assistance.

ਸ਼ਹਾਦਤ (shahaadat)—Martyrdom, testimony.

ਸਹਾਈ (sahaaee)—One who provides help, conducive.

ਸਹਾਇਕ (sahaaik)—Helper, assistant.

ਸਹਾਰਨਾ (sahaarnaa)—To bear, to suffer, to sustain.

ਸ਼ਹਿ (sheh)—Instigation.

ਸਹਿਆ (sahiaa)—Hare, rabbit.

ਸਹਿਹੋਂਦ (saihond)—Symbiosis, coexistence.

ਸਹਿਕਣਾ (saihkanaa)—To wish to have.

ਸਹਿਕਰਮੀ (saihkarmee)—Colleague, officemate.

ਸਹਿਕਾਰ (saihkaar)—Collaboration, cooperation.

ਸਹਿਗਾਣ (saihgaan)—Chorus.

ਸਹਿਚਾਰਤਾ (saihchartaa)—Association.

ਸਹਿਜ (saihj)—Easy, natural, native.

ਸਹਿਨਸ਼ੀਲ (saihnsheel)—Endurable, tolerable, forbearing.

ਸਹਿਨਸ਼ੀਲਤਾ (saihnsheeltaa)—Tolerant nature, patience.

ਸਹਿਨਯੋਗ (saihanyog)—Tolerable, bearable.

ਸਹਿਮ (saiham)—Dread, terror, fright, awe, apprehension.

ਸਹਿਮਣਾ (saihmnaa)—To be afraid, to wince.

ਸਹਿਪੱਤਰ (saipattar)—Joint communication.

ਸਹਿਪਾਠੀ (saihpaathee)—Classmate, class-fellow.
ਸਹਿਭੋਜ (saihbhoj)—Commensality.
ਸਹੀ (sahee)—Correct, signature, attestation, accurate.
ਸ਼ਹੀਦ (shaheed)—Martyr.
ਸਹੁੰ (sahun) — Affirmation, oath.
ਸਹੁਰਾ (sauhraa)—Father-in-law.
ਸਹੂਲਤ (sahoolat)—Facility.
ਸਹੇਲੀ (sahalee) — Female friend of a lady or girl.
ਸਹੇੜਨਾ (sahernaa)—To acquire, to enter into relationship with.
ਸੱਕ (sakk)—Peel, bark, bark of particular plant used.
ਸੰਕਟ (sankat)—Crisis, agony, danger, calamity.
ਸੰਕਟਕਾਲ (sankatkaal)—Dangerous, hazardous.
ਸਕੱਤਰ (sakatar)—Secretary.
ਸਕੱਤਰੇਤ (sakatteret)—Secretarial job or duties.
ਸ਼ਕਤੀ (shaktee)—Strength, might, power, energy, force.
ਸੰਕਰ (sankar)—Crossbreed, hybrid.
ਸ਼ੱਕੀ (shakkee)—Doubtful.
ਸ਼ੱਕਰ (shakkar)—Rawsugar.
ਸ਼ਕਲ (shakal)—Shape, figure, from face.
ਸੰਕਲਨ (sankalan)—Collection.

ਸ਼ੰਕਾ (shankaa)—Suspicion, doubt, suspense.
ਸਕਾਰਥ (sakaarath)—Meaningful, purposeful.
ਸਕਾਰਨਾ (sakaarna)—To approve, to accept.
ਸਕਿੰਟ (sakint)—1/60th of a mintue.
ਸੰਕੀਰਣ (sankeeran)—Complex, narrow.
ਸੰਕੀਰਣਤਾ (sankeerantaa)—Narrowness, complexity.
ਸਕੂਨ (sakoon)—Peace.
ਸਕੂਲ (sakool)—School.
ਸੰਕੇਤ (sanket)—Hint, symbol, code, sign.
ਸ਼ਖਸ (shakhs)—Individual, person.
ਸੱਖਣਾ (sakhnaa)—Vacant, empty.
ਸਖਤ (sakhat)—Hard, cruel, stiff.
ਸੰਖਿਆ (sankhiaa)—Calculation, number, sum.
ਸੰਖੇਪ (sankhep)—Brief, short, concise, abstract.
ਸੰਗ (sang)—Association, company.
ਸੰਗਮਰਮਰ (sangmarmar)—Marble.
ਸੰਗਤ (sangat)—Religious congregation.
ਸੰਗਰਾਂਦ (sangraand)—First day of Indian solar month.
ਸੰਗਤਰਾ (sangtaraa)—Orange.
ਸੰਗਠਨ (sangathan)—Organisation.

ਸੰਗਣਾ (sangnaa)—To hesitate, to be bashfull.

ਸੰਗਦਿਲ (sangdil)—Cruel.

ਸਗਨ (sagan)—Gift in cash made to bride or bridegroom on the occasion of betrothal or marriage.

ਸਗਾਈ (sagaaee)—Engagement.

ਸੰਗਮ (sangam)—Junction, juncture.

ਸੰਗਲ (sangal)—Chain.

ਸ਼ਗਿਰਦ (shagird)—Student, pupil.

ਸੰਗੀਤ (sangeet)—Music.

ਸੰਗੀਨ (sangeen)—Serious, intense.

ਸੰਗ੍ਰਹਿ (sangreh)—Collection.

ਸਗੋਂ (sagon)—Rather, but, on the contrary.

ਸੰਘ (sangh)—Gullet, throat, organisation.

ਸੰਘਰਸ਼ (sanghrash)—Struggle, friction, conflict.

ਸੱਚ (sachch)—True, truth.

ਸੱਚਾਈ (sachaaee)—Truth, sincerity, fact.

ਸੰਚਾਰ (sanchaar)—Communication, propagation.

ਸੰਚਾਲਕ (sanchaalak)—Conductor, director.

ਸੱਜਣ (sajjan)—Respectable person, well wisher, friend.

ਸੰਜਮ (sanjam)—Brevity, discipline.

ਸੱਜਾ (sajja)—Right.

ਸਜ਼ਾ (sazaa)—Penalty, punishment.

ਸਜਾਉਣਾ (sajaaunaa)—To decorate.

ਸੰਜੀਦਗੀ (sanjeedgee)—Seriousness.

ਸੰਜੀਦਾ (sanjeedaa)—Serious, soleman.

ਸਜੀਲਾ (sajeelaa)—Beautiful, handsome, graceful.

ਸੰਜੋਗ (sanjog)—Luck, chance, opportunity.

ਸੰਝ (sanjh)—Sunset, evening.

ਸੱਟ (satt)—Injury, hit, stroke.

ਸੱਟਾ (sattaa)—Gambling, bluff, business of stock exchange.

ਸੱਟਾ-ਬਜ਼ਾਰ (sattaa bazaar)—Stock Exchange.

ਸੱਟੇਬਾਜ਼ (sattebaaz)—Bluffer, Speculator.

ਸੱਟੇਬਾਜ਼ੀ (sattebaazee)—Bluffing, speculation.

ਸਟੇਸ਼ਨ (sateshan)—Railway station, stoppage.

ਸੱਠ (satth)—Sixty, 60.

ਸੰਢਾ (sandhaa)—Bull, stout, robust.

ਸਤ (sat)—Juice, essence.

ਸੱਤ (satt)—Seven, 7.

ਸੰਤ (sant)—Saint, holy man, medicant.

ਸਤਕਾਰ (satkaar)—Honour, respect, reverence,

ਸਤਿ (sat)—Truth, God.

ਸਤਿ ਸ੍ਰੀ ਅਕਾਲ (sat sri akal)—Sikh salutation, timeless one i.e. God.

ਸਤਿ ਕਰਤਾਰ (sat kartar)—True creator, God.
ਸਤਿਗੁਰ (satguru)—True guru or preceptor.
ਸਤਿਨਾਮਨ (satnaam)—The true name, God.
ਸਤੱਰ (satarr)—Level, standard, degree of excellence.
ਸਤਵੰਤ (satwant)—Virtuous.
ਸਤਾਉਣਾ (sataaunaa)—To torture, to harass, to tease.
ਸਤਾਈ (sataee)—Twenty seven, 27.
ਸੰਤਾਨ (santaan)—Children, offspring,
ਸ਼ੈਤਾਨ (shaetaan)—Devil.
ਸੰਤਾਪ (santaap)—Sorrow, agony, distress.
ਸਤਿਆਨਾਸ (satiaanaas)—Destruction, ruin.
ਸ਼ਤੀਰ (shateer)—Sleeper, beam, log.
ਸੰਤੁਸ਼ਟੀ (santushtee)—Satisfaction.
ਸੰਤੋਖ/ਸੰਤੋਸ਼ (santokh/santosh)—Satisfaction, comfort.
ਸਥਾਪਨਾ (sthaapnaa)—Establishing, installing.
ਸਦਕਾ (sadkaa)—For the sake of, due to, secrifice.
ਸੱਦਣਾ (sadnaa)—To invite.
ਸਦਮਾ (sadmaa)—Shock, sorrow, trauma, grief.
ਸਦਰ (sadar)—Chairman, president, chairperson.
ਸਦਾ (sadaa)—Always, constantly.
ਸੱਦਾ (saddaa)—Invitation, call.
ਸਦਾਚਾਰ (sadaachaar)—Morality, virtue.
ਸੰਦੂਕੜੀ (sandookaree)—Small box.
ਸੰਧੂਰ (sandoor)—Red lead, vermillion.
ਸਨਕੀ (sankee)—Crazy, cynical, capricious, cranky.
ਸਨੱਤ (sanat)—Industry.
ਸਨੱਤਕਾਰ (sanatkaar)—Industrialist.
ਸਨਦ (sanad)—Testimonial, certificate.
ਸੱਨਿਚਰਵਾਰ (sanicharvaar)—Saturday.
ਸਨਮ (sanam)—Beloved, sweet heart.
ਸਨਮਾਨ (sanmaan)—Respect, honour.
ਸਨਮੁਖ (sanmukh)—Facing, in front of.
ਸ਼ਨਾਖਤ (shanaakht)—Identification.
ਸੰਨਾਟਾ (sannaataa)—Silence, quiet, stillness.
ਸਨਾਤਨ (sanaatan)—Traditional, ancient, eternal.
ਸੰਨਿਆਸ (sanniyaas)—Renunciation, monasticism.
ਸਨੇਹਾ (sanehaa)—Message, oral communication.
ਸੱਪ (sapp)—Snake, viper.
ਸਪਤਾਹ (saptaah)—Week.
ਸਪਰੇਟਾ (sapretaa)—Skimmed milk.

ਸੰਪਾਦਕ (sampaadak)—Editor.

ਸਪੋਲੀਆ (sapoliyaa)—Small snake, dangerous.

ਸਫ਼ਰ (safar)—Travel, journey.

ਸਫ਼ਾ (safaa)—Page, leaf.

ਸਫ਼ਾਇਆ (saffaaiyaa)—Eradiction, elimination.

ਸਫ਼ਾਈ (safaaee)—Cleanness, hygiene, evidence or statement in defence esp. during a court case.

ਸਫ਼ਾਰਸ਼ (safaarash)—Recommendation.

ਸਫ਼ਾਰਤ (safaarat)—Diplomatic, mission.

ਸਫ਼ਾਰਤਖਾਨਾ (safaaratkhanaa)—Embassy (building of office).

ਸਫ਼ੀਰ (safeer)—Ambassador, envoy.

ਸਫ਼ੈਦ (safaid)—White, blank.

ਸਫ਼ੈਦ-ਝੂਠ (safaid jhooth)—White lie, blatant lie.

ਸਫ਼ੈਦਾ (safaedaa)—Eucalyptus, putty, zinc oxide.

ਸਫ਼ੈਦੀ (safaedee)—Whitewash, whiteness.

ਸਬਕ (sabak)—Moral, lesson, lecture.

ਸਬਜ਼ (sabaz)—Green fresh.

ਸਬਜ਼ੀ (sabzee)—Vegetable, greenery.

ਸ਼ਬਦ (sabad)—Voice, religious hymn, word.

ਸ਼ਬਦ-ਜੋੜ (sabad-jor)—Spelling.

ਸ਼ਬਦ-ਕੋਸ਼ (sabad-kosh)—Dictionary.

ਸਬੱਬ (sabab)—Cause, basis, reason.

ਸਬਰ (sabar)—Contentment, patience.

ਸ਼ਬਾਬ (shabaab)—Youth.

ਸਬੀਲ (sabeel)—Scheme, plan.

ਸਬੂਤ (saboot)—Proof, evidence.

ਸੰਭਲਣਾ (sambhalna)—To be alert.

ਸਭਾ (sabhaa)—Society, assembly, association, board.

ਸੰਭਾਲ (sambhaal)—Supervision, control, care.

ਸੰਭਾਲਣਾ (sambhaalnaa)—To support, to protect.

ਸੱਭਿਅਤਾ (sabhiyataa)—Civilization.

ਸੱਭਿਆਚਾਰ (sabhiyachaar)—Civility, cultured, moral living.

ਸ਼ਮਸ਼ਾਨ (shamshaan)—Cremation ground.

ਸਮੱਸਿਆ (samasiyaa)—Problem.

ਸ਼ਮਸ਼ੀਰ (shamsheer)—Sword.

ਸਮਝ (samajh)—Sense, understanding, knowledge.

ਸਮਝਦਾਰ (samajhdaar)—Intelligent.

ਸਮਝਾਉਣਾ (samjhaaunaa)—To advise, to explain.

ਸਮਝੌਤਾ (samjhautaa)—Treaty, negotiation, agreement, concilliation.

ਸਮਰਥ (samrath)—Fit, capable.

ਸਮਰਥਨ (samarathan)—Support, backing.

ਸਮਰਪਣ (samarpan)—Dedication, surrender.

ਸਮਾਂ (samaan)—Time, period.

ਸਮਾਗਮ (samaagam)—Meeting, conference, celebration, function, gathering.

ਸਮਾਚਾਰ (samaachaar)—News, information.

ਸਮਾਚਾਰ-ਪੱਤਰ (samaachaar-pattar)—Newspaper.

ਸਮਾਜ (samaaj)—Society, community.

ਸਮਾਧਾਨ (samadhaan)—Solution.

ਸਮਾਪਤੀ (smaaptee)—End, completion, expiry.

ਸਮਾਯੋਜਨ (smaayojan)—Adjustment.

ਸਮਾਰਕ (smaarak)—Memorial.

ਸਮਾਲੋਚਨਾ (samaalochnaa)—Criticism. commentry.

ਸ਼ਮੀਜ (shameez)—Brassiere, feminine underwear.

ਸਮੁੰਦਰ (samunder)—Ocean, sea.

ਸਮੇਟਣਾ (sametnaa)—To collect, to fold up, to finish.

ਸਰ (sar)—Tank, pond.

ਸਰਸਰਾਉਣਾ (sarsraaunaa)—To rustle.

ਸਰਹੱਦ (sarhadd)—Frontier, boundary, limit.

ਸਰਹਾਣਾ (sarhaanaa)—Pillow.

ਸਰਕਟ (sakat)—Circuit.

ਸਰਕੰਡਾ (sarkandaa)—Thick growth of elephant grass.

ਸਰਕਣਾ (sarknaa)—To slide, to slip, to move.

ਸਮੱਗਰੀ (samaggree)—Material, provisions (collectively).

ਸਮਾਉਣਾ (samauna)—To be adjusted or accommoda - ted.

ਸਮਾਧ (samaadh)—Tomb, shrine raised over the ashes of a deceased person.

ਸਮੀਖਿਆ (sameekhiaa)—Critique, detailed or critical study, analysis, review.

ਸਮੋਸਾ (samossa)—A kind of roasted sandwich.

ਸਮੋਣਾ (samonaa)—To absorb, incorporate.

ਸੱਯਾਦ (sayyaad)—Hunter, bird-catcher.

ਸਰਕਾਰ (sarkaar)—Government, administrator.

ਸਰਕਾਰੀ (sarkaaree)—Governmental, official.

ਸਰਗਰਮ (sargaram)—Active, busy, energetic, engaged.

ਸਰਗਰਮੀ (sargarmee)—Zeal, passion, activity.

ਸ਼ਰਨ (sharan)—Protection, shelter.

ਸ਼ਰਤ (sharat)—Bet, condition.

ਸਰਦਾਰ (sardaar)—Leader, chief, foreman.

ਸਰਦਲ (sardal)—Doorstep, bottom piece of a door frame.

ਸਰਦੀ (sardee)—Winter, coldness.

ਸਰਘੀ (sarghee)—Pre-dawn meal taken by Mohammadans observing fast during the month of Ramzan, early breakfast.

ਸ਼ਰਧਾ (shardhaa)—Trust, belief, reliance, faith.

ਸਰਪੰਚ (sarpanch)—Elected head of village council.

ਸਰਪ੍ਰਸਤ (sarprast)—Patron, guardian.

ਸ਼ਰਬਤ (sharbat)—Syrup, sweet drink.

ਸਰਬੱਤ (sarbatt)—All and sundary, all.

ਸ਼ਰਮ (sharam)—Shame, bashfulness.

ਸ਼ਰਮਨਾਕ (sharamnaak)—Shameful, disgreceful.

ਸ਼ਰਮਾਕਲ (sharmaakal)—Bashful, shy.

ਸਰਲ (saral)—Easy, simple, plain, straight.

ਸਰਲਤਾ (saraltaa)—Simplicity.

ਸਰਾਂ (saraan)—Inn.

ਸਰਾਹੁਣਾ (sarrhunaa)—To appreciate, to admire.

ਸਰਾਪ (sraap)—Curse.

ਸ਼ਰਾਫ਼ਤ (shraafat)—Nobility, gentlemanliness.

ਸ਼ਰਾਬ (shraab)—Alcohal, wine, liqour.

ਸ਼ਰਾਰਤ (shraarat)—Mischief, vice.

ਸ਼ਰੀਕ (shreek)—Relative, partner, included.

ਸ਼ਰੀਕਾ (shreekaa)—Companionship, relationship.

ਸ਼ਰੀਫ਼ (shreef)—Gentle, noble.

ਸਰੀਰ (sreer)—Body.

ਸਰੋਕਾਰ (sarokaar)—Relation, interest.

ਸਰੋਪਾ (saropaa)—Robe of honour.

ਸਰੋਵਰ (sarover)—A large pond, lake.

ਸਲਾਹ (slaah)—Counsel, opinion, advice, consulation.

ਸਲਾਹਕਾਰ (slaahkaar)—Counsellor, adviser, consultant.

ਸਲਾਖ਼ (salaakh)—Rod, bar.

ਸਲਾਨਾ (slaanaa)—Yearly, annual.

ਸਲਾਮ (slaam)—Salute, goodbye.

ਸਲਾਮਤ (slaamat)—Safe.

ਸਲੋਕ (salok)—Couplet or short stanza.

ਸਲੂਕ (salook)—Behaviour.

ਸਲੋਨਾ (saloonaa)—Charming.

ਸਵਰਗ (sawarag)—Heaven, paradise.

ਸਵਰਗਵਾਸ (sawaragwaas)—Death, demise, heavenly abode.

ਸਵਾਇਆ (swaaiaa)—One and a quarter times, a little.

ਸਵਾਸ (swaas)—Breath, respiration.

ਸਵਾਹ (swaah)—Ash, dust.

ਸਵਾਂਗ (swaang)—Drama, lmitation, fancy dress.

ਸੰਵਾਦ (sanwaad)—Conversation, dialouge, corespondence.

ਸੰਵਾਦਦਾਤਾ (sanwaaddaataa)—Correspondent, pressmen.

ਸਵਾਦ (swaad)—Taste, flavour, delight, savour.

ਸਵਾਰਥ (swaarath)—Selfishness, desire.

ਸਵਾਰਥੀ (swaarthee)—Selfish.

ਸਵਾਲ (savaal)—Question, query, proposition.

ਸਵਾਲੀਆ (savaliyaa)—Interrogative.

ਸੰਵੀਧਾਨ (sanvidhaan)—Constitution.

ਸਵੀਕਾਰ (saweekaar)—Acceptance, assent, promise.

ਸੜਕ (sarak)—Road, highway, path.

ਸੜਨਾ (sarnaa)—To burn, to decay, to perish.

ਸੜਹਾਂਦ (srhaand)—Smell, purtrid, stench.

ਸਾਹ (saah)—Breath, rest.

ਸ਼ਾਹ/ਸ਼ਾਹੂਕਾਰ (shah/shaahokaar)—Merchant, money lender, banker, king.

ਸ਼ਾਹਾਨਾ (shaahaanaa)—Royal, majestic, regal.

ਸਾਹਿੱਤ (saahit)—Literature.

ਸਾਹਿੱਤਕਾਰ (saahitkaar)—Writer, literateur.

ਸਾਹਿਲ (saahil)—Sea coast.

ਸਾਕਾ (saka)—An historic happening.

ਸਾਕਾ ਸੰਮਤ (saka sammat)—A year of saka era, commencing march 78 A.D.

ਸਾਖ (saakh)—Trust, credibility.

ਸ਼ਾਖ (shaakh)—Branch, sect.

ਸਾਖੀ (saakhee)—Story, anecdote usu. connected with a holy personn, witness.

ਸਾਗ (saag)—Green leafy vegetable.

ਸ਼ਾਗਿਰਦ (shaagird)—Student, pupil, follower.

ਸਾਜ਼ਸ਼ (saazash)—Conspiracy, plot, collusion, complot.

ਸਾਜ਼ਬਾਜ਼ (saazbaaz)—Illegal or secret contacts.

ਸਾਂਝ (saanjh)—Partnership.

ਸਾਂਝਾ (saanjhaa)—Common.

ਸ਼ਾਂਤੀ (shaantee)—Peace.

ਸਾਥੀ (saathee)—Companion, associate, comrade.

ਸਾਦਗੀ (saadgee)—Simplicity.

ਸਾਧਣਾ (saadhnaa)—To settle, to achieve, to gain.

ਸਾਧਨ (saadhan)—Equipment, resource, device, medium.

ਸਾਧੂ (saadhoo)—Saint, monk, mendicant, pious.

ਸ਼ਾਨ (shaan)—Mejesty, splendour, glory, dignity.

ਸਾਫ਼ (saaf)—Clear, neat, smooth, clean, frank.

ਸਾਫ਼ਦਿਲ (saafdil)—Honest.

ਸਾਫ਼ਾ (saafaa) — Turban, washcloth.

ਸਾਬਕ (saabak)—Former, ex.,

ਸਾਬਣ (saaban)—Soap.

ਸਾਬਤ (saabat)—Complete.

ਸਾਂਭ (saambh)—Maintenance, custody, protection, care.

ਸਾਮੰਤ (saamant)—Feudal Lord.

ਸਾਮ੍ਹਣਾ (saamanaa)—Front, encounter, opposition.

ਸਾਮ੍ਹਣੇ (saamane)—Face to face, front, opposite.

ਸਾਮਾਨ (samaan)—Material, goods, stock.

ਸਾਰਨਾ (saarnaa)—To arrange, to complete.

ਸਾਲਾ (saalaa)—Brother-in-law.

ਸਾਵਧਾਨੀ (saavdhaanee)—Alertness, vigilance.

ਸਾਂਵਲਾ (saanwlaa)—Dark, complexioned.

ਸਾੜਨਾ (saarnaa)—To burn.

ਸਾੜ੍ਹੀ (sari)—Ladies garment.

ਸਿਆਸਤ (siaasat)—Politics.

ਸਿਆਸਤਦਾਨ (siaasatdaan)—Politician.

ਸਿਆਹੀ (siaahee)—Darkness.

ਸਿਆਣਨਾ (siaannaa)—To identify, to recognise.

ਸਿਆਣਪ (siaanap)—Cleverness, intelligence, wisdom.

ਸਿਆਪਾ (siaapaa)—Wailing.

ਸਿਆਲ (siaal)—Winter, cold.

ਸਿਸਕਣਾ (sisaknaa)—To flutter.

ਸਿਸਕਾਰਣਾ (siskaarnaa)—To hiss, to produce a hissing sound.

ਸਿਸਟਰ (sistar)—Nurse, sister.

ਸਿਹਤ (sihat)—Health, physical fitness.

ਸਿਹਾਰੀ (sihaaree)—Vowel sign (ਿ) in gurmukhi script.

ਸਿਹਰਾਬੰਦੀ (sihraabandee)—Ceremony of tying a ਸਿਹਰਾ around the bridegroom's head.

ਸਹੇੜਨਾ (sahernaa)—To adopt, to acquire.

ਸਿੱਕ (sikk)—Desire, love, longing.

ਸ਼ਿਕੰਜਵੀ (shikanjavee)—Lemon juice.

ਸ਼ਿਕੰਜਾ (shikanjaa)—Clamp, press, torture.

ਸਿੱਕਾ (sikkaa)—Coin.

ਸ਼ਿਕਾਇਤ (shikaayit)—Complaint, grievance, ailment.

ਸ਼ਿਕਾਰ (shikaar)—Victim, prey.

ਸਿਕਲੀਗਰ (sikligar)—A nomadic tribe whose prefession is to make knives and swords, and to polish them.

ਸਿੱਖ (sikh)—Sikh (community), pupil, advice.

ਸਿੱਖਣਾ (sikhnaa)—To learn, to receive training.

ਸਿਖਲਾਈ (sikhlaaee)—Training, teaching, schooling.

ਸਿੱਖਿਆ (sikhiaa)—Education, instruction, advice.

ਸਿੱਖਿਆ-ਸ਼ਾਸਤਰ (sikhiaa-shaastar) —Theory and art of teaching.

ਸਿਖਾਉਣਾ (sikhaaunaa)—To teach, to educate.

ਸਿਤਮ (sitam)—Oppression.

ਸਿੱਧੜ (siddhar)—Simple.

ਸਿਧਾਂਤ (sidhaant)—Principle, doctrine, theory.

ਸਿਧਾਰਨਾ (sidhaarnaa)—To depart, to proceed.

ਸਿੱਟਾ (sittaa)—Conclusion, result.

ਸਿਪਾਹਸਲਾਰ (sipaahslaar)—Commner-in-chief, general.

ਸਿਪਾਹੀ (sipaahee)—Soldier, constable.

ਸਿਫ਼ਤ (sifat)—Appreciation, praise, attribution.

ਸਿਫ਼ਰ (sifar)—Zero, cypher, nil.

ਸਿਮਰਨ (simaran)—Remembrance, memory.

ਸਿਮਰਨਾ (simaranaa)—To remember, to meditate.

ਸਿਰ (sir)—Head, top.

ਸਿਰਲੇਖ (sirlekh)—Heading, caption, title.

ਸਿਰਨਾਵਾਂ (sirnavaan)—Address.

ਸਿਰੜੀ (sirree)—Hardworking.

ਸਿਰਾ (siraa)—Edge, end, point, side, apex.

ਸਿਲ (sil)—Flat piece of rock.

ਸਿਲਵਰ (silvar)—Aluminium.

ਸਿਲਵੱਟਾ (silvattaa)—Grinding stone.

ਸਿਲਸਿਲਾ (silsilaa)—Sequence, system, serial order, series.

ਸਿਲਾ (silaa)—Reward, recompense, consequence.

ਸ਼ੀਸ਼ਾ (sheeshaa)—Mirror, looking glass.

ਸੀਟੀ (seetee)—Whistle, buzzer.

ਸੀਨਾ (seenaa)—Chest, breast.

ਸੀਨਾ-ਜ਼ੋਰ (seenaa-jor)—Aggressor.

ਸੀਮਾ (seemaa)—Border, limit, landmark.

ਸੀਮਿਤ (seemit)—Limited.

ਸੀਰਾ (seera)—Syrup, sweetened water.

ਸੁਆਹ (suaah)—Ash, cinder.

ਸੁਆਉਣਾ (suaaunaa)—To assist (an animal) to clave or foal, to get (a garment) stitched.

ਸੁਆਗਤ (suaagat)—Welcome, reception, acceptance.

ਸਵਾਗਤੀ (suaatatee)—Receptionist.

ਸੁਆਰਨਾ (suaarnaa) —To improve, reform, repair.

ਸੁਆਰਥ (suarth)—Self-interest.

ਸੁਆਲ (suaal)—Question, querry, problem.

ਸੁਆਲ-ਜੁਆਬ (suaal-juaab)—Question-answer, discussion, dispute

ਸੁਸਤੀ (sustee)—Laziness, negligence, slowness.

ਸੋਹਣਾ (sohnaa)—Beautiful, charming, handsome.

ਸੋਹਬਤ (sobat)—Society, company.

ਸੋਹਰਤ (soharat)—Fame, celebrity.

ਸੁਹਾਗ (suhaag)—Married state of a woman while her husband is alive.

ਸੁਹਾਗ-ਗੀਤ (suhaag-geet)—Nuptial song.

ਸੁਹਾਗਰਾਤ (suhaagraat)—The first nigh of the newly wds sharing a bed.

ਸੁਹਾਗਣ (suhaagan)—A woman whose husband is alive.

ਸੁਹਾਗਾ (suhaagaa)—Borax, orrispowder, tincal.

ਸੁਹੇਲਾ (suhelaa)—Comfortable, easy.

ਸੁੱਕਣਾ/ਸੁਕਾਉਣਾ (suknaa/sukaaunaa))—To dry, to evaporate, to wither.

ਸ਼ੁਕਰੀਆ (shukriyaa)—Thanks.

ਸੁਕੜਨਾ (sukarnaa)—To shrink.

ਸੁੱਖ (sukh)—Pleasure, comfort.

ਸੁੱਖਦਾਈ (sukhdaaee)—Comfortable, soothing.

ਸੁੱਖ-ਦੁੱਖ (sukh-dukh)—Ups and downs.

ਸੁਖਾਉਣਾ (sukhaaunaa)—To agree, to relieve pain.

ਸੁਗੰਧ (sugandh) — Perfume, odour, fragrance, smell.

ਸ਼ੁਗਲ (shugal) — Pastime, hobby, avocation.

ਸੁੰਗੜਨਾ (sungarnaa) — To shrink. to pucker.

ਸੁਗਾਤ (sugaat)—Present, gift.

ਸੁੰਘਣਾ (sunghnaa)—To smell, to sniff, to scent.

ਸੁੱਘੜ (sughar) — Sensible, skillful, competent.

ਸੁੱਚਾ (suchchaa)—Pure, clean, genuine, unpolluted.

ਸੁਚੇਤ (suchet)—Alert, careful, vigilant, conscious, awake.

ਸੁਜਾਖਾ (sujakha)—Not blind, with eyes & eyesight intact.

ਸੁੱਜਣਾ (sujnaa)—To swell, to be puffed.

ਸੁੱਝਣਾ (sujhnaa)—To strike, to come to mind, at once.

ਸੁੰਞਾ (sunjaa)—Vacant, lone.

ਸੁੱਟਣਾ (sutnaa)—To throw.

ਸੁੰਡ (sund)—Trunk of an elephant.

ਸੁੰਢ (sundh)—Dry ginger.

ਸੁਣਕਣਾ (sunaknaa)—To blow the nose.

ਸੁਣਨਾ (sunnaa)—To hear, to listen.

ਸੁਣਵਾਈ (sunvaaee)—Hearing esp. of petition in law suit.

ਸੁਤੰਤਰ (sutantar)—Independent, self-governing, free.

ਸੁੱਥਣ (sutthan)—Trousers usually worn by females.

ਸੁਥਰਾ (suthraa)—Clean, neat.

ਸੁਥਰਾਪਣ (suthraapan)—Cleanliness, tidiness.

ਸੁੰਦਰ (sundar)—Beautiful, fair, handsome, elegant.

ਸ਼ੁਦਾਈ (shudaaee)—Mad, insane, crazy, loony.

ਸੁਦਾਗਰ (sudaagar)—Trader, merchant.

ਸੁੱਧ (suddh)—Consciousense, feeling, sensation.

ਸੁੱਧ-ਬੁੱਧ (suddh-buddh)—Commonsense, sensibility.

ਸ਼ੁੱਧ (shudh)—Pure, unpolluted.
ਸੁਧਰਨਾ (sudharnaa)—To be improve, to get better.
ਸੁਧਾਰ (sudhaar)—Improvement, correction, reforms.
ਸੁਧਾਰਨਾ (sudhaarnaa)—To amend, to renovate.
ਸੁੰਨ (sunn)—Absolute silence.
ਸੁੰਨਤ (sunnat)—Circumcision.
ਸੁਨਸਾਨ (sunsaan)—Lonely.
ਸੁਨੇਹਾ (sunehaa)—Message.
ਸੁਪਨਾ (supnaa)—Dream.
ਸੁਪਾਰੀ (supari)—Betel nut, arecanut.
ਸੁਭਾਉ (subhaau)—Nature, temperament, mentality.
ਸੁਭਾਗ (subhaag)—Good luck, felicity, lucky.
ਸੁਯੋਗ (suyog)—Worthy, befitting.
ਸੁਰ (sur)—Angel, tune, musical sound or voice.
ਸੁਰ-ਸੰਗਮ (sur-sangam)—Symphony.
ਸੁਰਤਾਲ (surtaal)—Musical rhythm.
ਸੁਰਖ਼ (surakh)—Red.
ਸੁਰਖ਼ਾਬ (surkhaab)—Ruddy, sheldrake.
ਸੁਰਖ਼ੀ (surkhee)—Face powder, headline, title, redness.
ਸੁਰਗ (surag)—Heaven, paradise, abode of God or gods.
ਸੁਰੰਗ (surang)—Mine, tunnel.
ਸੁਰਜੀਤ (surjeet)—Alive.

ਸੁਰਤ (surat)—presence of mind, attention, awareness.
ਸੁਰਮਾ (surma)—Lead of pencil, antimony or collyrium powder.
ਸੁਰਾਹੀ (suraahee)—Flask, flagon.
ਸੁਰੱਖਿਅਤ (surakhiat)—Safe, secure, protected.
ਸੁਰਾਖ਼ (suraakh)—Hole, bore, cavity.
ਸੁਰਾਗ (suraag)—Clue, hint, leading intelligence.
ਸੁਰੀਲਾ (sureelaa)—Melodious, musical, harmonious.
ਸੁਲਾਹ (sulaah)—Agreement.
ਸੁਲੱਖਣਾ (sulakhnaa)—Fortunate, gentle.
ਸੁਲਗਾਉਣਾ (sulgaaunaa)—To inflame, to light.
ਸੁਲਝਣਾ (sulajhnaa)—To be settled.
ਸੁਲਤਾਨ (sultaan)—Emperor, ruler, king.
ਸੁਲਫ਼ਾ (sulfaa)—A small ball of crude tobacco or charas.
ਸੁਵੱਲਾ (suvalla)—Cheap, inexpensive,
ਸੁਆਸ (suaas)—Fragrance, perfume, aroma.
ਸੁੜਕਣਾ (suraknaa)—To drink noisily.
ਸੂਆ (sooaa)—Packing needle, injection, canal distributory.
ਸੂਈ (sooee)—Needle, pin.

ਸੂਹ (sooh)—Information, trace, tip-off, clue.

ਸੂਖ਼ਮ (sukham)—Delicate, mysterious, fine, slender.

ਸੂਚਨਾ (soochnaa)—Information, intimation, warning.

ਸੂਚੀ (soochee)—List, catalogue, schedule.

ਸੂਜੀ (soojee)—Coarsly ground flour of wheat.

ਸੂਝ (soojh)—Sensibility, intelligence, insight.

ਸੂਝਵਾਨ (soojhwaan)—Intelligent.

ਸੂਤ (soot)—Cotton yarn, proper, 1/8th of an inch.

ਸੂਤਕ (sootak)—Impurity or uncleanliness associated by Hindu custom with birht in a house.

ਸੂਤਰ (sootar)—Formula, brief precept.

ਸੂਤਰਧਾਰ (sootardhaar)—Stage manager, wirepuller (in a puppet show).

ਸੂਤਲੀ (sootlee)—Pack thread.

ਸੂਤੀ (sootee)—Cotton.

ਸੂਦ (sood)—Interest, profit on cash loan, name of a Khatri subcaste.

ਸੂਦਖ਼ੋਰ (soodkhor)—Money-lender.

ਸੂਦਖ਼ੋਰੀ (soodkhoree)—Money-lending.

ਸੂਫ਼ੀ (soofee)—Holy, pious, sober.

ਸੂਫ਼ੀਆਨਾ (soofeeyanaa)—Pertaining to sufis or sufism.

ਸੂਬਾ (soobaa)—Province.

ਸੂਬੇਦਾਰ (soobeydaar)—Governor.

ਸੂਮ (soom)—Niggard, hunks, stingy, miser.

ਸੂਰਜ (sooraj)—The Sun.

ਸੂਰਤ (soorat)—Face, figure, situation, case, appearance.

ਸੂਰਮਾ (soormaa)—Warrior, brave, hero.

ਸੂਲ (sool)—Thorn, spike.

ਸੂਲੀ (soolee)—The cross, crucifix.

ਸੇਕਣਾ (seknaa)—To warm, to bask.

ਸ਼ੇਖੀ (shekhee)—Boast, bravado.

ਸੇਜ (sej)—Particularly one laid for a couple to lie on or in.

ਸ਼ੇਰ (sher)—Lion, tiger.

ਸ਼ੇਰਨੀ (shernee)—Lioness, tigress.

ਸੇਵਾ (sevaa)—Service, worship.

ਸੇਵਾਦਾਰ (sevaadaar)—Servant, worker (paid or free).

ਸ਼ੈ (shai)—Thing, object.

ਸੈਂਕੜਾ (sainkraa)—Hundred, century (of runs), precent.

ਸੈਨਾ (sainaa)—Army, Military, troop, regiment.

ਸੈਨਾਪਤੀ (sainaapatee)—Commander-in-chief.

ਸੈਨਿਕ (sainik) — Soldier, militaryman.

ਸੈਰ (sair)—outing, walk, excursion, stroll.

ਸੈਰਗਾਹ (sairgaah)—A place for excursion or walk, park, tourist resort.

ਸੈਲਾਨੀ (sailaanee)—Travellor, tourist, rambler.

ਸ਼ੋਹਦਾ (shohdaa)—Innocent, poor fellow.

ਸ਼ੋਕ (shok)—Sorrow, grief.

ਸ਼ੋਖ (shokh)—Cheeky, mercurial, brilliant, sancy.

ਸੋਗ (sog)—Sadnass, mourning, lamentation, sorrow.

ਸੋਗਮਈ (sogmai)—Sorrowful, grievous.

ਸੋਚ (soch)—Thought, thinking, consideration, anxiety.

ਸੋਚਣਾ (sochnaa)—To Imagine, to think, to consider.

ਸੋਜ (soj)—Swelling, tumidity.

ਸੋਜ਼ਸ਼ (sozash)—Inflammation, burning sensation.

ਸੋਟਾ (sotaa)—Stick, batton, bludgeon.

ਸੋਰਠ (sorath)—Name of classical Indian musical measure.

ਸੋਧਣਾ (sodhnaa)—To revise, to amend, to correct.

ਸੋਨਾ (sonaa)—Gold, riches.

ਸ਼ੋਰ (shor)—Noise, cry.

ਸ਼ੌਕ (shauk)—Liking, zest, fondness.

ਸੌਖਾ (saukhaa)—Easy, convenient.

ਸੌਗਾਤ (saugaat)—Gift, present.

ਸੌਗੀ (sogi)—Dried grape.

ਸੌਂਪਣਾ (saupnaa)—To handover, to consign.

ਸੌੜ (saur)—Tightness, pinch.

ਸੌੜਾ (sauraa)—Narrow, tight.

ਸੌੜਾਪਨ (sauraapan)—Narrowness, closeness.

ਹ

ਹ Fifth letter of Gurmukhi alphabets, pronounced as 'hahaa', a vowel.

ਹਉਕਾ (haukaa)—Moan, sigh, suspiration.

ਹਉਕਾ ਭਰਨਾ (haukaa bharnaa) — To moan, to suspire.

ਹਉਮੈਂ (haumen)—Self-pride, egoism, arrogance, conceit.

ਹੰਸ (hans)—Swan, religious soul.

ਹੱਸਣਾ (hassnaa)—To laugh, to make fun of.

ਹਸਤਾਖਰ (haspataal)—Signature, autograph.

ਹਸਤੀ (hastee)—Personality, existence, dignity.

ਹਸਪਤਾਲ (haspataal)—Hospital, dispensary.

ਹੱਸਮੁਖ (hasmukh)—Cheerful, jolly, blithesome, gay.

ਹਸ਼ਰ (hashar)—Result, end.

ਹਸਰਤ (hasrat)—Regret, desire.
ਹਸਾਉਣਾ (hasaaunaa)—To make one laugh, funny.
ਹੱਕ (hakk)—Right, claim.
ਹੱਕਦਾਰ (hakkdaar)—Entitled, claiment, deserving.
ਹੱਕਣਾ (hakknaa)—To drive, to urge on, to push.
ਹਕਲਾ (haklaa)—Stammer.
ਹਕਲਾਉਣਾ (haklaaunaa)—To stammer.
ਹੱਕਾ-ਬੱਕਾ (hakkaa-bakkaa)—confused, stunned.
ਹੰਕਾਰ (hankaar)—Pride, egoism, arrogance.
ਹੰਕਾਰੀ (hankaaree)—arrogant, egoistic.
ਹਕਾਰਤ (hakaarat)—Contempt.
ਹਕੀਕਤ (hakeekat)—Reality, truth, fact.
ਹਕੀਕੀ (hakeekee)—Real, actual, own, true.
ਹਕੀਮ (hakeem)—Physician, doctor.
ਹਕੂਮਤ (hakoomat)—Government, administration, rule.
ਹਗਣਾ (hagnaa)—To exrcete.
ਹੰਗਾਮਾ (hangaamaa)—Disturbance, uproar.
ਹੰਘਾਲਣਾ (hanghalnaa)—To rinse, to swill.
ਹੰਘੂਰਾ (hanghuraa)—Response indication.
ਹਚਕੋਲਾ (hachkaulaa)—Swing, push.

ਹੱਜ (hajj) — Pilgrimage of Mecca, purpose.
ਹਜ਼ਮ (hazam)—Digested.
ਹਜ਼ਰਤ (hazrat)—Majesty, clever, highness.
ਹਜਾਮ (hajaam)—Barber, hair dresser.
ਹਜਾਮਤ (hajaamat)—Shaving, hair cutting.
ਹਜੂਮ (hajoom)—Crowd.
ਹਟਕਣਾ (hataknaa)—To check, to restrain.
ਹਟਣਾ (hatnaa)—To go back, to return, to shift.
ਹੱਟਾ-ਕੱਟਾ (hatta-kattaa) — Strong stout, robust.
ਹਟਾਉਣਾ (hataaunaa)—To remove, to push back.
ਹੱਟੀ (hattee)—Shop.
ਹੱਠ (haatth)—Tenacity, insistence.
ਹੱਡ/ਹੱਡੀ (hadd/haddee) — Bone, skeleton of animal.
ਹੰਡੋਲਾ (handolaa) — Swing, storm.
ਹੰਢਾਉਣਾ (handhaaunaa)—To use till it is worn out.
ਹੱਤਕ (hattak)—Insult, dishonour.
ਹੱਤਿਆ (hattiaa)—Murder, assesination, killing.
ਹੱਤਿਆ ਕਾਂਡ (hattiaakaand)—Murder story, massacre.
ਹਤਿਆਰਾ (hatiaaraa)—Murderer, killer, bloody.
ਹੱਥ (hatth)—Hand, arm.

ਹੱਥਲਿਖਤ (hatth likhat)—Manuscript, hand-written.

ਹੱਥਕੰਡੇ (hatthkandey)—Secret contrivances.

ਹੱਥਕੜੀ (hathkaree)—Handcuff, manacies.

ਹੱਥਣੀ (hatthnee)—Female elephant.

ਹੱਥਾ/ਹੱਥੀ (hatthaa/hatthee)—Handle, grip.

ਹੱਥਾਪਾਈ (hatthaapaaee)—Fight, violence.

ਹਥਿਆਉਣਾ (hathiaaunaa)—To grab, to seize.

ਹਥਿਆਰ (hathiaar)—Weapon, arms, tools.

ਹਥਿਆਰਬੰਦ (hathiaarband)—Armed.

ਹਥੇਲੀ (hathalee)—Palm.

ਹਥੌੜਾ (hathauraa)—Hammer.

ਹੱਦ (hadd)—Limit, border, boundary.

ਹੱਦਬੰਦੀ (haddbandee)—delimitation, demarcation.

ਹਦਵਾਣਾ (hadwaanaa)—Watermelon.

ਹਦਾਇਤ (hadaait)—Instruction, guidance, direction.

ਹਨੇਰ (haner)—Inustice, darkness.

ਹਨੇਰ-ਖਾਤਾ (hanerkhaataa)—Mismanagement.

ਹਨੇਰਗਰਦੀ (hanergardee)—Lawlessness. anarchy.

ਹਨੇਰਾ (haneraa)—Dark, foggy, gloom.

ਹਨੇਰੀ (haneree)—Wind-storm. torando, hurricane.

ਹਫਣਾ (haphnaa)—To be out of breath.

ਹਫ਼ਤਾ (haftaa)—Week.

ਹਫ਼ਤਾਵਾਰ (haftaawaar)—Weekly.

ਹਫੜਾ-ਦਫੜੀ (haphra-daphree)—Confusion, bustle, hurry, commotion.

ਹਬਸ਼ੀ (habshee)—Negro, an african.

ਹੰਬਣਾ (hambanaa)—Spring, after tiredness, determined.

ਹੰਭਾਉਣਾ (hambaaunaa)—To tire out.

ਹਮਸ਼ਕਲ (hamshakal)—Similar.

ਹਮਸਾਇਆ (hamsaaiaa)—Neighbour.

ਹਮਜੋਲੀ (hamjolee)—Nearest friend.

ਹਮਦਰਦੀ (hamdardee)—Sympathy.

ਹਮਰਾਜ਼ (hamraaz)—Confidant.

ਹਮਲ (hamal)—Regnancy.

ਹਮਲ-ਗਿਰਨਾ (hamal-girnaa)—Abortion, miscarriage.

ਹਮਲਾ (hamlaa)—Attack, assault.

ਹਮਲਾਵਰ (hamlaawar)—Attacker, aggressor, raider.

ਹਮਵਤਨ (hamwatan)—Countryman, fellow citizen.

ਹਮਾਇਤ (hamayit)—Support, protection, abetment.

ਹਮਾਕਤ (hamaakat)—Stupidity.

ਹਮਾਮ (hamaam)—A metallic drum with a tap.

ਹਮਾਮ-ਦਸਤਾ (hamaam-dastaa)—Pestle and mortar.

ਹਮੇਸ਼ਾ (hameshaa)—Always.

ਹਯਾ (hayaa)—Modesty, sense of shameness.

ਹਰ (har)—Eevry, each, any.

ਹਰਜਾਈ (harjaaee)—Fickle, inconstant (male lover)

ਹਰ ਵਾਰੀ (har vaaree)—Each or every time.

ਹਰਕਤ (harkat)—Movement, action, motion.

ਹਰਕਾਰਾ (harkaaraa)—Courier, messenger, postman.

ਹਰਜ (haraj)—Loss, waste (of time, money or effort).

ਹਰਜਾਈ (harjaaee)—Omnipresent.

ਹਰਜਾਨਾ (harjaanaa)—Damage, compensation, indemnity.

ਹਰਣ (haran)—Kidnapping, removal.

ਹਰਨ (haran)—Deer, antelope.

ਹਰਣਾ (harnaa)—To kidnap.

ਹਰਫ਼ (haraf)—Word, alphabetical letter.

ਹਰਫ਼ਨ ਮੌਲਾ (harfam maulaa)—Master or jeck of all trades, versatile.

ਹਰਮ (haram)—Seragilo, inner apartments of a house.

ਹਰਵਾਉਣਾ (harvaaunaa)—To cause defeat, someone else.

ਹਰਾ (haraa)—Green, fresh.

ਹਰਾਸਤ/ਹਿਰਾਸਤ (haraasat/hiraasat)—Custody, arrest, care.

ਹਰਾਮ (haraam)—Unlawful, sinful, improper.

ਹਰਾਮਖੋਰ (haraamkhor)—Corrupt person.

ਹਰਾਮਜ਼ਾਦਾ (haraamjaada)—Bastard, rascal, scoundral.

ਹਰਾਮੀ (haraamee)—Rascal, illegal, bastard.

ਹਰਾਰਤ (haraarat)—Fever, temperature, feverishness.

ਹੱਲ (hall)—Solution.

ਹਲਕ (halak)—Throat.

ਹਲਕਣਾ (halknaa)—To go mad.

ਹਲਕਾ (halkaa)—Light, soft, cheap.

ਹਲਚਲ (halchal)—Disorder, agitation, commotion.

ਹਲਦੀ (haldee)—Turmeric.

ਹਲਫ਼ (halaf)—Oath, vow.

ਹਲਫ਼ਨਾਮਾ (halafnaamaa)—Affidavit.

ਹਲਫ਼ੀਆ-ਬਿਆਨ (halafia-biaan)—Statement on oath, affidavit.

ਹਲਵਾ (halwa)—Pudding, sweetmeat.

ਹਲਵਾਈ (halwaaee)—Confectioner, sweet seller.

ਹੱਲਾ (hallaa)—Attack, noise, assault.

ਹੱਲਾ-ਗੁੱਲਾ (halla-gulla)—Noise, mirth, merrymaking.

ਹਲਾ (halaa)—All right, agreed.

ਹਲਾਸ਼ੇਰੀ (halaasharee)—Encouragement.

ਹਲਾਉਣਾ (halaaunaa)—To shake, to move.

ਹਲਾਲ (halaal)—Legal, legitimate.

ਹਲੂਣਾ (haloonaa)—Shaking up, jerk.

ਹਵਸ (hawas)—Lust, yearning.

ਹਵਾ (hawaa)—Air, atmosphere, wind.

ਹਵਾਈ (hawaaee)—Airy, flase.

ਹਵਾਈ ਜਹਾਜ਼ (hawaaee jahaaj)—Aeroplane.

ਹਵਾਈ ਅੱਡਾ (hawaaee adda)—Aerodrome.

ਹਵਾਲਾ (hawaalaa)—Reference, example, mention.

ਹਵਾਲਾਤ (hawaalaat)—Jail, lock up.

ਹਵਾਲੇ (havaale)—In custody.

ਹਵਾੜ (havaar)—Vapours of particles, steam, hot breath.

ਹਵੇਲੀ (havalee)—Mension, large walled house.

ਹੜਤਾਲ (hartaal)—Strike.

ਹੜਪਨਾ (harapnaa)—To gulp.

ਹੜਬੜੀ (harbaree)—Confusion, pell-mell, consternation.

ਹੜ੍ਹ (har)—Flood, deluge.

ਹਾਏ (haae)—An expression of pain, oh, ah, alas.

ਹਾਸਾ (haasaa)—Laughter, giggle, amusement, fun.

ਹਾਸ ਰਸ (haas ras)—Humour in art and literature.

ਹਾਸ਼ੀਆ (haashiyaa)—Margin, edging, side, border.

ਹਾਹਾਕਾਰ (haahaakaar)—Lamentation.

ਹਾਕਮ (haakam)—Governor, ruler, administrator, officer.

ਹਾਜਤ (haajat)—Need, necessity, requirement, want.

ਹਾਜ਼ਮਾ (haazmaa)—Digestion, digestive power.

ਹਾਜਰ (haajar)—Present, available, in attendance, ready.

ਹਾਜ਼ਰ-ਜਵਾਬ (haazar-jawaab)—Ready or mimble-witted.

ਹਾਜਰੀ (haajree)—Attandance, rollcall, presence,

ਹਾਜਰੀਨ (haajreen)—Audience.

ਹਾਣ (haan)—Equality or near equality in age.

ਹਾਣੀ (haanee)—One's equal in age, companion, mate.

ਹਾਨਣ (haanan)—Lady mate of a lady, lady equal in age.

ਹਾਥੀ (haathee)—Elephant.

ਹਾਦਸਾ (haadsaa)—Accident, casualty.

ਹਾਨੀ (haanee)—Damage, loss, harm, disadvantage.

ਹਾਨੀਕਾਰਕ (haaneekarak)—Harmful, disadvantageous.

ਹਾਮੀ (haamee)—Acceptance, assent, consent.

ਹਾਰ (haar)—Frustration, defeat, necklace, wreath.

ਹਾਰ-ਸ਼ਿੰਗਾਰ (haar-shingaar)—Make-up, ornamentation.

ਹਾਲ (haal)—Condition, hall, recent, state, current.

ਹਾਲਤ (haalat)—Situation, stage, circumstances.

ਹਾਵੀ (haavee)—Dominant, overbearing.

ਹਾੜਨਾ (haarnaa)—To measure, to estimate.

ਹਾੜ੍ਹ (haar)—Fourth month of bikrami calender (mid-June to mid-July), summer.

ਹਾੜੇ ਕੱਢਣਾ (hare kadnaa)—Cringe, to supplicate.

ਹਿੱਸਾ (hissa)—Share, contribution, portion.

ਹਿਸਾਬ (hisaab)—Calculation, mathematics, computation.

ਹਿਸਾਬ-ਕਿਤਾਬ (hisaab-kitaab)—Book keeping, account.

ਹਿੱਕ (hikk)—Chest, breast.

ਹਿੱਕਣਾ (hiknaa)—To drive (animal), to urge on.

ਹਿੰਗ (hing)—Asafoetida.

ਹਿਚਕ (hichak)—Hestiation, uncertainty, wavering.

ਹਿਕਮਤ (hikmat)—Art of healing, widom, physic.

ਹਿਚਕਿਚਾਉਣਾ (hichkichaaunaa)—To hesitate, to waver.

ਹਿਚਕੀ (hichkee)—Hiccough, sobbing.

ਹਿਚਕੋਲਾ (hichkaulaa)—Jerk, shock, jolt.

ਹਿੱਜਾ (hijjaa)—Spelling.

ਹਿਣਹਿਣਾਉਣਾ (hinhinaaunaa)—To neigh (of horse).

ਹਿੱਤ (hitt)—Sincerity, interest.

ਹਿੱਤੂ (hittoo)—Well-wisher, benefactor.

ਹਿੰਦੁਸਤਾਨ (hindustaan)—India.

ਹਿਫ਼ਾਜ਼ਤ (hifaazat)—Safety, protection.

ਹਿੰਮਤ (himmat)—Bravery, courage, interprise.

ਹਿਮਾਇਤ (himayit)—Support, help, backing.

ਹਿਰਖ (hirakh)—Irritation, anger, grumble, rage.

ਹੀਆ (heeaa)—Heart, guts, boldness, spirit.

ਹੀਂਗਣਾ (heengnaa)—To cry, to bray.

ਹੀਜੜਾ (heejraa)—Eunuch.

ਹੀਣਤਾ (heentaa)—Inferiority, abjectness.

ਹੀਣਾ (heenaa)—Poor, low, menial.

ਹੀਰਾ (heeraa)—Diamond, gem, jewel, precious.

ਹੀਲ-ਹੁਜਤ (heel-hujat)—Pretext, quirk, evasion.

ਹੀਲਾ (heelaa)—Effort, attampt, contrivance, way.

ਹੁੱਸੜ (husar)—Stuffy weather, sultriness, boredom.

ਹੁਸ਼ਿਆਰ (hushiaar)—Intelligent, clever, sensible, smart.

ਹੁਕਮ (hukam)—Order, mandate, command.

ਹੁਕਮ-ਅਦੂਲੀ (hukam-adoolee)—Disobedience, defiance.

ਹੁਕਮਨਾਮਾ (hukamnamaa)—Decree, warrent.

ਹੁਕਮਰਾਨ (hukamraan)—Ruler, emperor, king.

ਹੁੱਕਾ (hukkaa)—Smoking pipe, hubble-bubble.

ਹੁੱਕਾ ਪਾਣੀ (hukkaa paanee)—Social relations.

ਹੁੰਗਾਰਾ (hungaaraa)—Response or reaction.

ਹੁੱਜਤ (hujjat)—Controversy, excuse, sarcasm, argument.

ਹੁੱਜਤਬਾਜ਼ੀ (hujjatbaazi)—Pointless argumentation.

ਹਜੂਮ (hajoom)—Crowd.

ਹੁੱਟਣਾ (hutnaa)—To feel tired, to be fatigued.

ਹੁਣ (hun)—Now, at present.

ਹੁਨਰ (hunar)—Talent, skill, art.

ਹੁਨਰਮੰਦ (hunarmand)—Skilful.

ਹੁਨਾਲ (hunaal)—Summer.

ਹੁਬਕਣਾ (hubaknaa)—To sob, to blubber.

ਹੁਲਸਾਉਣਾ (hulsaaunaa)—To be pleased, to be elated.

ਹੁਲੜ (hular)—Disturbance, riot, tumult, commotion.

ਹੁਲੱੜਬਾਜ਼ (hularbaaz) —Disturbace maker, rioter.

ਹੁਲਾਸ (hulaas)—Cheerfulness, joy, elation.

ਹੁਲੀਆ (huliaa)—Description, shape, appearance.

ਹੁੜਕ (hurak)—Longing, wish esp, unfulfilled presistent expectation.

ਹੂੰਝਣਾ (hoonjnaa)—To sweep, to flush out.

ਹੂਬਹੂ (hoobahoo)—Exactly, similar, graphic.

ਹੂਰ (hoor)—Fairy of paradise.

ਹੇਕੜੀ (hekree)—Arrogance, show of strength.

ਹੇਠ (heth)—Under, below.

ਹੇਠਲਾ (hethlaa)—Bottom, lower, subordinate.

ਹੇਰ-ਫੇਰ (her-pher)—Disorder, quirk, exchange.

ਹੇਰਾ-ਫੇਰੀ (heraa-pharee)—Trickery, embezziement, deceit, gimmick.

ਹੈਸੀਅਤ (haseeat)—Status, position, capacity.

ਹੈਰਤ (hairat)—Suprise, wonder.

ਹੈਰਾਨ (hairaan)—Worried, surprised, preplexed.

ਹੈਵਾਨ (haivaan)—Rute, rustic.

ਹੈਵਾਨੀਅਤ (haivaaniyat)—Animal nature, beastliness.

ਹੋਕਾ (haukaa)—Announcement, proclamation.

ਹੋਰ (hor)—More, additional.

ਹੋਸ਼ (hosh)—Sense, consciousness.

ਹੋਸ਼-ਹਵਾਸ (hosh-hawaas)—Awareness, mental faculties.

ਹੋਣੀ (honee)—Destiny, fate, the inevitable.

ਹੋੜ (hor)—Competition.

ਹੌਂਸਲਾ (haunslaa)—Spirit, moral, courage.

ਹੌਂਕਣਾ (haunknaa)—To puff, to breath quickly.

ਹੌਂਕਾ (hunkaa)—Sigh.

ਹੌਲ (haul)—Terror, dread, fear.

ਹੌਲਣਾ (haulnaa)—To be frightened.

ਹੌਲਾ (haulaa)—Light, soft, easy.

ਕ

ਕ. Sixth letter of Gurmukhi alphabets, pronounced as 'kakkaa', a vowel.

ਕਊਆ (kauaa)—Crow.

ਕੱਸ਼ (kash)—Puff, inhalation of tobacco.

ਕਸ਼ਸ਼ (kashash)—Tension, attraction.

ਕਸਕ (kasak)—Twinge, spasm, jealousy, enmity.

ਕਸ਼ਟ (kasht)—Agony, hardship, tribulation.

ਕੱਸਣਾ (kassnaa)—To tighten, to clinch.

ਕਸਬਾ (kasbaa)—Town, townlet.

ਕਸਮ (kasam)—Oath.

ਕਸ਼ਮਕਸ਼ (kashmakash)—Struggle, dilemma.

ਕਸ਼ਮੀਰ (kashmeer)—Name of a state in North India, Kashmir.

ਕਸਰ (kasar)—Fraction, default.

ਕਸਰਤ (kasrat)—Exercise, sport, practice.

ਕਸਵਾਉਣਾ (kasvaaunaa)—To get tightened.

ਕੱਸਾ (kassaa)—Deficient, short.

ਕਸਾਈ (kasaaee)—Butcher, tightening, cruel.

ਕਸਾਈਪੁਣਾ (kasaaeepunaa)—Butcher's trade, cruelty.

ਕਸਤੂਰੀ (kasturee)—Musk.

ਕਸੀਦਾ (kaseedaa)—Embroidery, needlework, broche.

ਕਸੈਲਾ (kasailaa)—Astringent, bitter.

ਕਸੈਲਾਪਨ (kasailaapan)—Bitterness, pungentness.

ਕਸੌਟੀ (kasautee)—Norm, touch stone, test, criterion.

ਕਹਾਉਣਾ (kahaaunaa)—To get something communicated.

ਕਹਾਣੀ (kahaanee)—Story, tale, episode.

ਕਹਾਣੀਕਾਰ (kahaaneekaar)—Storywritter.

ਕਹਾਵਤ (kahaavat)—Proverb, saying, dictum, maxim.

ਕਹਿਕਸ਼ਾਂ (kahekashaan)—Rainbow.

ਕਹਿਕਹਾ (kahekahaa)—Loud, laughter.

ਕਹਿਣਾ (kahenaa)—To say, to speak.

ਕਹਿਰ (kaehr)—Calamity, rage, anger.

ਕੱਕਰ (kakkar)—Frost, rime, glazedice.

ਕੰਕਰ (kankar)—Small piece of stone, gravel.

ਕੱਕਾ (kakkh)—Brown haired, blonde, the letter (ਕ).

ਕਕਾਰ (kakkar)—The five symbols of Sikh faith.

ਕਕੋਰੀਆ (kakoriaa)—Blue eyed.

ਕੱਖ (kakkh)—Straw, piece of chaff dry stalk of grass.

ਕੰਗਣ (kangan)—Bangle, bracelet, ornament for wrist.

ਕੰਗਲਾ/ਕੰਗਾਲ (kanglaa/kangaal)—Beggerly, poor.

ਕੰਘਾ/ਕੰਘੀ (kanghaa/kanghee)—Comb.

ਕੰਘੀ-ਪੱਟੀ (kanghee-patee)—Hairdressing, make-up.

ਕੱਚ (kachch)—Glass, rawness, inexperience.

ਕੱਚ-ਪੱਕ (kachch-pakk)—Uncertainity.

ਕਚਹਿਰੀ (kachheree)—Court, assembly, public office.

ਕਚਕਚ (kachkach)—Foolish talk.

ਕਚਪਕਾ (kachpakka)—Half-baked.

ਕਚਰਾ (kachraa)—Rubbish, debris, embryo.

ਕੱਚਾ (kachchaa)—Raw, weak, undeveloped, unripe.

ਕੱਚਾ-ਚਿੱਠਾ (kachchaa-chithaa)—Inside story, naked truth.

ਕਚਿਆਉਣਾ (kachiaaunaa)—To feel embarrassed.

ਕਚੂਮਰ (kachoomar)—Anything cut into small pieces or crushed badly.

ਕਚਨਾਰ (kachnaar)—Name of a tree.

ਕਚਾਲੂ (kachaaloo)—An esculent tuberous root.

ਕੱਛਾ (kachhaa)—Underwear, shorts.

ਕੱਛੀ (kachhee)—Underwear of a child.

ਕੰਜ (kanj)—A small girl.

ਕੰਜ-ਕੁਆਰੀ (kanj-kuaaree)—Innocent virgin, barren.

ਕੰਜਕ (kanjak)—Innocent virgin girl.

ਕੰਜਣਾ (kanjnaa)—To cover, to veil.

ਕੰਜਰ (kanjar)—A man dealing with prostitutes, shameless man.

ਕੰਜਰਖਾਨਾ (kanjarkhanaa)—House of ill fame, brothel.

ਕੰਜਰਪੁਣਾ (kanjarpunaa)—Prostitution, shamelessness.

ਕੰਜਰੀ (kanjree)—Prostitute.

ਕੰਜੂਸ (kanjoos)—Miserly, hunks, stingy.

ਕੰਜੂਸੀ (kanjoosee)—Miserliness, niggardliness.

ਕੱਟਣਾ (katnaa)—To cut, to chop, to deduct.

ਕਟਵਾਈ (katvaaee)—Cutting, reaping.

ਕੱਟੜ (katar)—Othodox, fanatic, fundamentalist.

ਕੱਟੜਤਾ (katartaa)—Fundamentalism, dogmatism.

ਕੱਟੜਪੰਥੀ (katarpanthee)—Fundamentalist (person).

ਕਟਾਰ/ਕਟਾਰੀ (kataar/kataaree) —Dagger, dirk.

ਕਟੋਰਾ (katauraa)—Bowl, cup.

ਕਟੋਰੀ (katauree)—Small bowl.

ਕਟੌਤੀ (kataulee)—Deduction, discount.

ਕੰਠ (kanth)—Throat.

ਕੰਠਮਾਲਾ (kanthmaalaa) — Necklace.

ਕਠਪੁਤਲੀ (kathputlee)—Puppet, obsequious person.

ਕੰਠੀ (kanthee)—An ornament for the neck.

ਕਠਫੋੜਾ (kathphoraa)—Woodpecker.

ਕਠੋਰ (kathor)—Hard, rough, unbending, rigid.

ਕੰਡ (kand)—Back, behind.

ਕੰਡਾ (kandaa)—Thorn, fork, weighing machine.

ਕੰਡੀ (kandee)—Small weighing scale.

ਕੱਢਣਾ (kadhnaa)—To draw forth, to turn out, to embroider.

ਕੰਢਾ (kandhaa)—Coast, edge, margin, verge.

ਕਢਾਉਣਾ (kadhaaunaa)—To get embroided.

ਕਢਾਈ (kadhaaee)—Embroidary.

ਕਣ (kan)—particle, seed, gain.

ਕਣਕ (kanak)—Wheat.

ਕਣੀ (kanee)—Rain drop, broken rice.

ਕੱਤਣਾ (kattnaa)—To spin.

ਕਤਰਨਾ (katarnaa)—To cut, to trim, to chop.

ਕਤਰਾ (katraa)—Drop.

ਕਤਰਾਉਣਾ (katraaunaa)—To avoid, to shirk, clipped.

ਕਤਲ (katal)—Murder, slaughter.

ਕਤਲਗਾਹ (katalgaah)—Slaughter house.

ਕਤਾਰ (kataar)—Line, series, row.

ਕਤੂਰਾ (katooraa)—Pup, cur.

ਕਤੀਰਾ ਗੂੰਦ (kateeraa goond)—Gum used medicinally.

ਕਥਾ (kathaa)—Tale, anecdote, narrative.

ਕੱਦ (kadd)—Height, size, stature, magnitude.

ਕਦਮ (kadam)—Step, foot.

ਕਦਰ (kadar)—Respect, value, merit, worth.

ਕਦਰਦਾਨ (kadardaan)—Patron, connoisseur.

ਕਦਾਚਾਰ (kadaachaar)—Misconduct, bad behaviour.

ਕਦਾਵਰ (kadaavar)—Tall, stalwart, hefty.

ਕਦੀ (kadee)—Sometimes, on some occasion.

ਕਦੀਮ (kadeem)—Ancient, old.

ਕੱਦੂ (kaddoo)—Pumkin, dull, simpleton, follish, gourd.

ਕੱਦੂਕਸ਼ (kaddookash)—Grater.

ਕੰਧ (kandh)—Wall.

ਕੰਧਾ (kandhaa)—Shoulder.

ਕੰਧੀ (kandhee)—Bank (of a river), border, margin.

ਕੰਧੂਈ (kandhooee)—Darning needle.

ਕੰਨ (kann)—Ear.

ਕਨਪੇੜਾ (kanperaa)—Swelling behind the ears, mumps.

ਕਨਾਤ (kanaat)—Canopy, canvas wall.

ਕਨੂੰਨ (kanoon)—Law, legislation, rule, statute.

ਕਨੂੰਨਦਾਨ (kanoondaan)—Lawyer, legal expert.

ਕਨੂੰਨਨ (kanoonan)—According to or as per law.

ਕਨੂੰਨੀ (kanoonee)—Legal, lawful, legitimate.

ਕਪਟ (kapat)—Fraud, trick, guile, cajolery.

ਕਪਟਤਾ (katatta)—Deceitfulness.

ਕਪਤਾਨ (kaptaan)—Captain.

ਕੰਪਨ (kampan)—Shivering, vibration, trembling.

ਕੱਪੜਾ (kapraa)—Cloth, fabric.

ਕਪਾਹ (kapaah)—Cotton.

ਕਪਾਲ (kapaal)—Head, skull, destiny.

ਕਪੂਰ (kapoor)—Camphor.

ਕਪੂਰਾ (kapooraa)—Testicle or kidney of male goat.

ਕੰਪੋਡਰ (kampodar)—Compounder, dispenser.

ਕਫ਼ਨ (kafan)—Coffin, shroud, pall.

ਕਫ਼ਾਇਤ (kafaait)—Economy, sufficiency.

ਕੰਬਖ਼ਤ (kambhakhat)—Unlucky, unfortunate.

ਕੰਬਖ਼ਤੀ (kambhakhtee)—Misfortune, adversity.

ਕਬਜ਼/ਕਬਜ਼ੀ (kabaz/kabazee)—Constipation, catching.

ਕਬਜ਼ਕੁਸ਼ਾ (kabazkushaa)—Laxative, digestive.

ਕਬਜ਼ਾ (kabzaa)—Possession, hold, grip, hinge, occupancy.

ਕੰਬਣਾ (kambnaa)—To shiver, to tremble, to shake.

ਕੰਬਣੀ (kambanee)—Vibration, shiver, motion, trembling.

ਕਬਰ (kabar)—Tomb, grave.

ਕਬਰਸਤਾਨ (kabarstaan)—Graveyard, cemetry.

ਕੰਬਲ (kambal)—Blanket, wollen sheet.

ਕਬਾਇਲੀ (kabaailee)—Tribal, tribesman.

ਕਬਾਬ (kabaab)—Roasted meat.

ਕਬਾੜ (kabaar)—Broken material, junk, useless.

ਕਬਾੜਖਾਨਾ (kabaarkhaanaa)—Junk store.

ਕਬਾੜਾ (kabaaraa)—Ruination.

ਕਬਾੜੀ (kabaaree)—Dealer in second hand & useless material, junkman.
ਕਬਿੱਤ (kabitt)—Verse, poetry.
ਕਬੀਲਾ (kabeelaa)—Tribe, clan.
ਕਬੂਤਰ (kabootar)—Pigeon.
ਕਬੂਤਰਖਾਨਾ (kabootarkhaanaa)—Pigeon house, loft.
ਕਬੂਲ (kabool)—Accepted, confessed.
ਕਬੂਲਣਾ (kaboolnaa)—To accept, to confess.
ਕਮ (kam)—Less, little.
ਕਮ-ਉਮਰ (kam-umar)—Adolescent.
ਕਮ-ਅਕਲ (kam-akal)—Stupid, feeble minded.
ਕਮਸਿਨ (kamsin)—Young, minor, child.
ਕੰਮ (kamm)—Work, act, service, business, purpose.
ਕੰਮੀ (kammee)—Low class craftsman or workman (in village community).
ਕਮਜ਼ਾਤ (kamzaat)—Of low birth or caste, base, ignoble.
ਕਮਜ਼ੋਰ (kamzor)—Weak, insecure, feeble.
ਕਮਜ਼ੋਰੀ (kamzoree)—Weakness, infirmity, debility.
ਕਮਰ (kamar)—Waist, loins.
ਕਮਰ-ਕੱਸਣੀ (kamar-kasnee)—To get ready.
ਕਮਰ-ਟੁੱਟਣੀ (kamar-tutnee)—To lose support.
ਕਮਰਾ (kamraa)—Room, chamber, closet.
ਕਮਲ (kamal)—Lotus.
ਕਮਾਉਣਾ (kamaaunaa)—To earn, to ecquire.
ਕਮਾਊ (kamaau)—Earner, bread-winner, industrious.
ਕਮਾਈ (kamaaee)—Eaning, wages.
ਕਮਾਦ (kamaad)—Sugercane.
ਕਮਾਨੀ (kamaanee)—Spring.
ਕਮਾਲ (kamaal)—Miracle, excellence, prefection.
ਕਮੀਜ਼ (kameez)—Shirt.
ਕਮੀਨਾ (kameenaa)—Mean, base, low.
ਕਮੀਨਾਪਨ (kameenaapan)—Meanness.
ਕਰਜ਼ (karaz)—Loan, debit.
ਕਰਜ਼ਦਾਰ (karazdaar)—Debitor, indebted.
ਕਰਜ਼ਾਈ (karzaaee)—Borrower.
ਕਰਨੀ (karnee)—Doing performance, deed.
ਕਰਤਬ (kartab)—Trick, action, performance, skill.
ਕਰਤਾਰ (kartaar)—God, the creator.
ਕਰਤੂਤ (kartoot)—Misconduct, misdeed.
ਕਰਨਹਾਰ (karanhaar)—Doer, God, creator.
ਕਰਨਾ (karnaa)—To act perform, to do.
ਕਰਨੀ (karnee)—Actions, deeds, conduct.
ਕਰੰਸੀ (karansee)—Currency (money).

ਕਰਨੈਲ (karnail)—Colonel.

ਕ੍ਰਮ (kram) —Sequence, series, grade.

ਕ੍ਰਮ-ਸੰਖਿਆ (kram-sankhiaa)—Serial number.

ਕਰਮ (karam)—Performance, action, destiny, fate.

ਕਰਮਸ਼ਾਲਾ (karamshaalaa)—Workshop.

ਕਰਮਚਾਰੀ (karamchaaree)—Worker, official, servant.

ਕਰਵਟ (karvat)—Side, back.

ਕਰੜਾ (karraa)—Hard, stiff, inflexible, difficult, strict.

ਕਰੜਾਈ (karraaee)—Hardness, strictness, stiffness.

ਕਰਾਉਣਾ (kaaraaunaa)—To get or have (something) done.

ਕਿਰਾਏਦਾਰ (keraaedaar)—Tenant, lodger, hirer.

ਕਰਾਹੁਣਾ (krahunaa)—To groan, to cry in pain.

ਕਰਾਮਾਤ (kraamaat)—Miracle, magic, wonder.

ਕਰਾਮਾਤੀ (karaamaatee)—Miracle-maker, thaumaturgic.

ਕਰਾਰ (karaar)—Promise, word of honour, stability.

ਕਰਾਰਾ (kraaraa) — Spicy, strong, crisp.

ਕਰਾੜ (kraar)—Miser, money-lender, small businessman.

ਕਰਿਆਨਾ (kariyaanaa)—Grocery, provision.

ਕਰੀਚਣਾ (kareechnaa)—To grind, grit (teeth).

ਕਰੀਬ (kareeb)—Near about, approximately, close to.

ਕਰੀਬੀ (kareebee)—Close (relation or place), nearness.

ਕਰੀਮ (kareem)—Kind, An artribute of God, benign.

ਕਰੇੜਨਾ (karernaa)—To scrape.

ਕਰੋਸ਼ੀਆ (karoshiaa)—Crochet-needle.

ਕਰੋਧ (kordh)—Anger, rage, resentment, fury.

ਕਰੋੜ (karor)—Crore, ten million.

ਕਰੋੜਪਤੀ (karorpatee)—Multi-millinaire, a very rich person.

ਕਰੜ-ਬਰੜ (karar-barar)—Greying (hair).

ਕਰਵਾਚੌਥ (karvaacuth)—Day of fasting observed by Hindu married woman for the sake of their husband's long life and well-being.

ਕੱਲ (kall)—Tomorrow, yesterday.

ਕਲਹ (kalah)—Quarrel, clash.

ਕਲੰਕ (kalank)—Moral stain, disgrace, blemish, stigma.

ਕਲਪਣਾ (kalapnaa)—To grieve, to lament.

ਕਲਪਾਉਣਾ (kalpaaunaa)—To irritate, to vex, to cause grief or annoyance.

ਕਲਫ਼ (kalaf)—Hairdye, farina, starch.

ਕਲਬੂਤ (kalboot)—Body, shoe-stretcher, mould, frame.

ਕਲਮ (kalam)—Pen, unshaved tuft of hair near the temples.

ਕਲਮ-ਦਾਨ (kalam-daan)—Inkstand, inkpot stand.

ਕਲਮ-ਕਰਨਾ (kalam-karnaa)—To cut, to sever.

ਕਲਮ-ਫੇਰਨੀ (kalam-phernee)—To delete, to cancel.

ਕਲਮਾ (kalmaa)—Muhammadan's sacred formula.

ਕਲਮੀ (kalmee)—Written, (fruit) bone by a grafted tree.

ਕਲਪਨਾ (kalpnaa)—Imagination, hypothesis, fancy.

ਕਲਮੂੰਹਾ (kalmoonhaa)—Swart, swarthy.

ਕੱਲ੍ਹ-ਪਰਸੋਂ (kallh-parson)—A few day back.

ਕਲਾ (kalaa)—Art, craft, supernatural power.

ਕਲਾਕਾਰ (kalaakaar)—Artist.

ਕਲਾਬਾਜ (kalaabaaz)—Gymnast, acrobat.

ਕਲਾਬਾਜ਼ੀ (kalaabaazee)—Acrobatic feat, gymnastics.

ਕੱਲਾ (kallaa)—Lonely, single.

ਕਲਾਮ (kalaam)—Sacred text, utterance, poem, speech.

ਕਲਾਵਾ (kalaavaa)—Grip with both arms extended.

ਕਲਿਆਣ (kaliyaan)—Welfare, success.

ਕਲਿਆਣਕਾਰੀ (kaliyaankaaree) — Blissful, auspicious.

ਕਲੂਟਾ (kalootaa)—Dark, complexioned.

ਕਲੇਸ਼ (kalesh)—Trouble, agony, affliction, anguish.

ਕਲੇਜਾ (kalejaa)—Liver, heart, courage.

ਕਲੇਜੀ (kalejee) —Liver of slaughtered bird or animal.

ਕੱਲਜੁਗ (kalyug)—Age of darkness, the last of the four eons in Indian philosophy.

ਕੁਆਰਾ (kuaaraa)—Unmarried youth, bachelor.

ਕਵਿਤਾ (kavitaa)—Poetry, verse.

ਕਵਿੱਤਰੀ (kavittaree)—Poetess.

ਕੜਕ (karak)—Cracking, sound of breaking up.

ਕੜਕਣਾ (karaknaa)—To crackle, to thunder, to chuck.

ਕੜਛਾ/ਕੜਛੀ (karchhaa/karchhee)—Large cooking spoon, ladle.

ਕੜ੍ਹਨਾ (karnaa)—To boil.

ਕੜਾ (karaa)—Metal ring, wrislet, hard, stout.

ਕੜਾਹ (karaah)—Pudding of flour, sugar and butter.

ਕੜਾਹਾ (karaahaa)—Large frying pan, cauldron.

ਕੜਾਹੀ (karaahee)—Frying pan, stewpan.

ਕੜਾਕਾ (karakaa)—Cracking sound, intenseness.

ਕਾਂ (kaan)—Crow.

ਕਾਇਦਾ (kaaidaa)—Rule, base, elementary text book, good manner.

ਕਾਇਲ (kaail)—Convinced, subdued.

ਕਾਇਲ-ਹੋਣਾ (kaail-honaa)—To be convinced, to believe, the impressed.

ਕਾਇਰ (kaiar)—Coward, chicken-hearted.

ਕਾਇਰਤਾ (kaiartaa)—Timidity, cowardice.

ਕਾਈ (kaaee)—Fungus, moss.

ਕਾਸਦ (kaasad)—Messenger, ambassador.

ਕਾਸ਼ਤ (kaashat)—Cultivation, tilth, sowing.

ਕਾਸ਼ਤਕਾਰ (kaashatkaar)—Cultivatior, agriculturist.

ਕਾਸ਼ਤਕਾਰੀ (kaashatkaaree)—Farming, agriculture.

ਕਾਹਲ (kaahal)—Indolent, lethargic.

ਕਾਹਲੀ (kaahlee)—Hastly, fast, quickly.

ਕਾਹਨੂੰ (kaahnoo)—Why, what for.

ਕਾਹਲਾ (kaahlaa)—Hasty, impetuous.

ਕਾਕੜਾ (kaakraa)—Measles.

ਕਾਗਜ਼ (kaagaz)—Paper, written document.

ਕਾਂਗੜੀ (kanngree)—Warming pan.

ਕਾਂਗਰਸ (kangress)—Congress, Name of a political party in India.

ਕਾਟ (kaat)—Deduction, cutting, wound, dissection.

ਕਾਠ (kaath)—Wood, timber.

ਕਾਠੀ (kaathee)—Saddle, body, shape, appearance.

ਕਾਣ (kaan)—Defect, blemish.

ਕਾਣਾ (kaanaa)—One eyed.

ਕਾਤਲ (kaatal)—Murderer, killer, assassin.

ਕਾਦਰ (kaadar)—God, creator or lord of creation, almighty.

ਕਾਨਾਫੂਸੀ (kanaaphoosee)—Secret talk in a low tone, whisper

ਕਾਫ਼ਰ (kaafar)—Non-believer in God or in Islamic, atheist, agnostic, apostate.

ਕਾਫ਼ਲਾ (kaaflaa)—Caravan.

ਕਾਫ਼ੀ (kafee)—Coffee, enough, adequate, sufficient.

ਕਾਬਜ਼ (kaabaz)—In possession, in occupation, holding.

ਕਾਬਲ (kaabal)—intelligent, qualified, fit, name of city in Afghanistan, Kabul.

ਕਾਬਲੀਅਤ (kableeyat)—Ability, capacity, wothiness.

ਕਾਬੂ (kaboo)—Hold, control, power.

ਕਾਮੁਕ (kamuk)—Amatory, aphrodisiac.

ਕਾਮਯਾਬ (kaamyaab)—Successful.

ਕਾਰਸਤਾਨੀ (kaarastaanee)—Conspiracy, mischief.

ਕਾਰਕੁੰਨ (kaarkun)—Member, agent, clerk.

ਕਾਰਖ਼ਾਨਾ (kaarkhaanaa)—Factory, mill.

ਕਾਰਗਰ (kaargar)—Effective.

ਕਾਰਗੁਜ਼ਾਰ (kaarguzaar)—Performer, worker.

ਕਾਰਗੁਜ਼ਾਰੀ (kaarguzaaree)—Work, performance.

ਕਾਰਜ (kaaraj)—Work, action, business, transaction.

ਕਾਰਜ-ਭਾਰ (kaaraj-bhaar)—Responsibility, work load.

ਕਾਰਨ (kaaran)—Reason, cause, factor, purpose, by virtue of.

ਕਾਰਨਾਮਾ (kaarnaamaa)—Achievement, laudable deed.

ਕਾਰਵਾਈ (kaarvaaee)—Action, proceedings, activity.

ਕਾਰਿੰਦਾ (kaarindaa)—Worker, agent.

ਕਾਰੀਗਰ (kaareegar)—Mechanic, workman, craftsman.

ਕਾਰੀਗਰੀ (kaareegaree)—Workmanship, skill, mastery.

ਕਾਰੋਬਾਰ (kaarobaar)—Business, occupation.

ਕਾਨਾਫੂਸੀ (kanaaphusee)—Whisper.

ਕਾਲ (kaal)—Era, period, death, tense (gr), famine.

ਕਾਲ-ਕੋਠੜੀ (kaal-kothree)—Dark cell, dungeon.

ਕਾਲਖ (kaalakh)—Smudge, bolt, soot.

ਕਾਲਾ (kaalaa)—Black, dark.

ਕਾਲਾ-ਚੋਰ (kaalaa-chor)—Thief, notorious.

ਕਾਲਾ-ਮੋਤੀਆ (kaalaa-motiaa)—Glaucoma.

ਕਾਲੀ-ਮਿਰਚ (kaalee-mirch)—Black pepper.

ਕਾਵਿ (kaavi)—Poetry, poetic literature.

ਕਾਵਿ-ਸ਼ਾਸਤਰ (kaav-shaastar)—Prosody, poetics.

ਕਾਵਿ-ਕਲਾ (kaav-kalaa)—Art of poetry, poetic art.

ਕਾਵਿ-ਰਚਨਾ (kaav-rachnaa)—Poetic work or composition.

ਕਾੜ੍ਹਨਾ (kaarhnaa)—To boil thoroughly, to decoct.

ਕਾੜ੍ਹਾ (kaarhaa)—Herbs and drugs decocted in water, intensily hot.

ਕਿਆਰਾ (kiaaraa)—Subdivision of a field, plot.

ਕਿਆਮਤ (kiyaamat)—Calamity, doom, oppression.

ਕਿਸ਼ਤ (kisht)—Instalment.

ਕਿਸ਼ਤੀ (kishtee)—Boat dinghy, canoe.

ਕਿਸਮ (kisam)—Variety, kind, type, class.

ਕਿਸਮਤ (kismat)—Fortune, luck, fate.

ਕਿੱਸਾ (kissaa)—Story, romantic tale in verse, legend, folk-tale.

ਕਿਸਾਨ (kisaan)—Farmer, agriculturist, peasant.

ਕਿਹੜਾ (kehraa)—Which, what, who?

ਕਿੱਕਰ (kikkar)—Acacia.

ਕਿਕਣ (kikan)—How ?

ਕਿੱਕਲੀ (kicklee)—A kind of folk dance performed by females.

ਕਿਚਕਿਚਾਉਣਾ (kichkichaa-unaa)—To grind or gnash teeth in anger.

ਕਿਣਕਾ (kinkaa)—Granule, broken piece of grain, atom.

ਕਿਤਾਬ (kitaab)—Book, publication.

ਕਿਤਾਬਚਾ (kitaabcha)—Booklet, pamphlet.

ਕਿੱਥੇ (kithe)—Where?

ਕਿੱਦਣ (kiddan)—When, on what day or date.

ਕਿਧਰੇ (kidhre)—Possibly, perchance.

ਕਿਧਰੋਂ (kidron)—From where ?, from which side or direction.

ਕਿਨਵਾਂ (kinvaan)—Which one, where (in a series or sequence).

ਕਿਨਾਰਾ (kinaaraa)—Bank, shore coast, border.

ਕਿਨਾਰਾਕਸ਼ੀ (kinaaraakashee)—Standing apart.

ਕਿਨਾਰੀ (kinaaree)—Lace, fringe, edging, tatting.

ਕਿਰਕਿਰਾ (kirkiraa)—Sandy, spoiled, gritty.

ਕਿਰੱਤਗ/ਕਿਰਤਾਰਥ (kirtagg/kirtaarath) — Grateful, obliged.

ਕਿਰੱਤਗਤਾ (kirtaggtaa)—Obligation, gratitude.

ਕਿਰਤਘਣ (kiratghan)—Ungrateful, unthankful.

ਕਿਰਪਾ (kirpaa)—Kindness, favour, mercy, grace.

ਕਿਰਪਾ-ਕਰਨੀ (kirpaa-karnee)—To be kind, to favour.

ਕਿਰਦਾਰ (kirdaar)—Character, role.

ਕਿਰਪਾਨ (kirpaan)—Sword.

ਕਿਰਪਾਲਤਾ (kirpaaltaa)—Graciousness.

ਕਿਰਲੀ (kirlee)—Lizzard.

ਕਿਰਾਇਆ (kiraayiaa)—Rent, fare, hiring or conveyance charges.

ਕਿੱਲ (kill)—Iron nail, pin, tack.

ਕਿਲਾ (killaa)—Garrison, fort, castle.

ਕਿਲਕਾਰੀ (kilkaaree)—Joyful, outcry.

ਕਿੱਲਤ (killat)—Shortage, deficiency, scarcity, dearth.

ਕਿੱਲੀ (killee)—Peg, trenail.

ਕਿਵਾੜ (kivaar)—Door, gate.

ਕਿੜਕਿੜ (kirkir)—Cracking sound.

ਕੀ (kee)—What, whether.

ਕੀਕਣ (keekan)—How, in what way.

ਕੀਨਾ (keenaa)—Spite, feeling, malice.

ਕੀਮਾ (keemaa)—Minced meat.

ਕੀਮੀਆਗਰ (kimiaagar)—Alchemist.

ਕੀਮੀਆਗਰੀ (kimiaagaree)—Alchemy, chemistry.

ਕੀਰਤਨ (kirtan)—Hymn singing, devotional singing in praise of deity.

ਕੀਰਤਨੀਆ (kirtaniaa)—One who performs.

ਕੀਰਤਨ-ਕਰਨਾ (kirtan-karnaa)—To perform hymn.

ਕੀਰਤੀ (keertee)—Fame, reputation, glory.

ਕੀੜਾ (keeraa)—Insect, worm.

ਕੀੜੇਮਾਰ (kiremaar)—Insecticide, pesticide.

ਕੁਸਕਣਾ (kusaknaa)—To speak meekly, to utter a word.

ਕੁਸੰਗਤ (kusangat)—Bad company.

ਕੁਸ਼ਤੀ (kushtee)—Wrestling.

ਕੁਹਾੜਾ (kuhaaraa)—Small axe, chopper.

ਕੁੱਕੜ (kukkar)—Cock.

ਕੁੱਕੜਖਾਨਾ (kukkarkhaanaa)—Poultry farm.

ਕੁੱਕੜੀ (kukkree)—Hen, bobbin.

ਕੁੱਖ (kukkh)—Womb, cavity.

ਕੁਚੱਜਾ (kuchajjaa)—Lack of proper manner or method, tactlessness, clumsiness.

ਕੁਚਲਣਾ (kuchalnaa) — To crush, to tread, to squast.

ਕੁੱਛੜ (kuchchhar) — Lap, bosom, haunch.

ਕੁੰਜੀ (kunjee)—Key, annotation of a book.

ਕੁੱਟਣਾ (kutnaa)—To beat, to pound, to cudgel.

ਕੁਟਾਈ (kutaaee)—Beating, thrashing.

ਕੁੰਡਲ (kundal)—Curl lock (of hair, coil, spiral, large heavy ear-ring.

ਕੁੰਡਲੀ (kundlee)—Small coil or ring, horoscope.

ਕੁੰਡਾ/ਕੁੰਡੀ (kundaa/kundee)—Hook, chain, hatchet, bolt.

ਕੁੱਤਪੁਣਾ (kutpunaa)—Wrangling, doglike, querrel.

ਕੁਤਰਨਾ (kutarnaa)—To cut into small pieces.

ਕੁੱਤਾ (kuttaa)—Dog, a low and mean person.

ਕੁੱਤੀ (kuttee)—Bitch.

ਕੁਤਾਹੀ (kutaahee)—Deficiency, carelessness.

ਕੁੱਦਣਾ (kudnaa)—To jump, to dance, to hop.

ਕੁੰਦਨ (kundan)—Pure gold, in perfect health, honest.

ਕੁਦਰਤ (kudarat)—Nature, divinity, power.

ਕੁਦਰਤਨ (kudaratan)—By chance, naturally.

ਕੁਨਬਾ (kunbaa)—Family.

ਕੁੱਪਤ (kupatt)—Quarrel, wrangle, dishonorable or disorderly behaviour.

ਕੁੱਪਤਾ (kupattaa)—Wrangler, quarrelsome.

ਕੁੱਪਾ (kuppaa)—Large vessel made from raw hide (for holding and carrying oil).

ਕੁੱਪੀ (kuppee)—Oil container.

ਕੁਫ਼ਰ (kufar)—Unbelief in the existence of God, atheism.

ਕੁੱਬ (kubb)—Curve, bend or crook in body, hump.

ਕੁਮਲਾਉਣਾ (kumlaaunaa)—To fade, to lose luster.

ਕੁਰਸੀ (kursee)—Chair, seat, authority.

ਕੁਰਕੀ (kurkee)—Attachment, seizure.

ਕੁਰਾਨ (kuraan)—Muhammadan scripture, the quran.

ਕੁਰਬਾਨ (kurbaan)—Sacrificed, martyred.

ਕੁਰਬਾਨੀ (kurbaanee)—Sacrifice.

ਕੁਰਬਾਨ-ਹੋਣਾ (kurbaan-honaa)—To give one's life for, to become a martyr.

ਕੁਰਲਾਉਣਾ (kurlaaunaa)—To cry, to groan.

ਕੁਰੇਦਨਾ (kurednaa)—To scratch, to scrape.

ਕੁੱਲ (kull)—Family, dynasty, lineage caste, race.

ਕੁਲਟਾ (kultaa)—Bad woman, prostitute.

ਕੁਲਾਂਚ (kulaanch)— Jump, bound, hop.

ਕੁਲਚਾ (kulchaa)—Kind of bun or bread-roll, scone.

ਕੁੜੱਕੀ (kurkkee)—Trap, net.

ਕੁੜਮ (kuram)—Father-in-law of one's son or daughter.

ਕੁੜਮਾਈ (kurmaaee)—Engagement, betrothal.

ਕੁੜਨਾ (kurnaa)—To feel displeased, to grieve.

ਕੁੜੀ (kuree)—Girl, daughter virgin.

ਕੁਹਣੀ (kuhnee)—Elbow.

ਕੂਕ (kook)—Whistle, complaint, shout, woes.

ਕੂਕਣਾ (kooknaa)—To cry, to shout, to sob.

ਕੂਕਾਂ (kookaan)—Screams, Cries.

ਕੂਚਣਾ (koochnaa)—To cleanse thoroughly by scrubbing.

ਕੂਚੀ (koochee) — Brush, swab.

ਕੂੜ (koor)—Falsehood, lie.

ਕੂੜਾ (kooraa)—Waste, false, lying, trash.

ਕੇਸ (kes)—Hair.

ਕੇਸਾਧਾਰੀ (kesaadhaaree)—(one) keeping untrimmed hair and beard.

ਕੇਸਰ (kesar)—Saffron.

ਕੇਸਰੀ/ਕੇਸਰੀਆ (kesree/kasreeaa)—Deep orange or yellow.

ਕੇਂਦਰ (kendar)—Centre, focus, head quarters, the central government.

ਕੇਂਦਰੀ (kendree)—Central, main, nuclear.

ਕੈਦੀ (kaidee)—Prisoner, convict, captive.

ਕੈਫ਼ੀਅਤ (kaifiat)—Well-being, state-condition, detail,

ਕੈ (kai)—Vomitting.

ਕੈਂਚੀ (kainchee)—Scissors.

ਕੈਦ (kaid)—Imprisonment, restraint.

ਕੈਦਖਾਨਾ (kaidkhaanaa)—Jail, prison, gaol.

ਕੋਇਲ (koil)—Nightngale, cuc-koo.

ਕੋਇਲਾ (koilaa)—Coal, charcoal.

ਕੋਈ (koee)—Anybody, someone, anyone.

ਕੋਸ਼ (kosh)—Dictionary, treasure.

ਕੋਸਣਾ (kosnaa)—To curse, to execrate.

ਕੋਸਾ (kosaa)—Luke warm, tepid.

ਕੋਸ਼ਿਸ਼ (koshish)—Attempt, endeavour.

ਕੋਹ (koh)—Mountain, a unit of distance approximately equal to 24 kilometers.

ਕੋਹਣਾ (kohnaa)—To kill, to torture.

ਕੋਹਰਾ (kohraa)—Frost.

ਕੋਹਲੂ (kohloo)—Oil press.

ਕੋਹੜਾ (kohraa)—Leper.

ਕੋਕਾ (kokaa)—Nosepin, small nil.

ਕੋਚ (koch)—Coach (trainer).

ਕੋਝਾ (kojhaa)—Ugly, unseemly.

ਕੋਠੜੀ (kothree)—Cell, cabin, room.

ਕੋਠਾ (kothaa)—Upper storey, terrace.

ਕੋਠੀ (kothee)—Banglow, masonary house.

ਕੋਣ (kon)—Angle.

ਕੋਤਵਾਲ (kotwaal)—Chief police officer, police inspector.

ਕੋਤਵਾਲੀ (kotwaalee)—Police station.

ਕੋਤਾਹੀ (kotaahee)—Default, negligance.

ਕੋਫ਼ਤ (koft)—Trouble, botheration.

ਕੋਰਮਾ (kormaa)—Cooked meat.

ਕੋਰਾ (koraa)—Fresh, new, unwashed.

ਕੌਡੀ (kaudee)—Small sea shell, cowrie.

ਕੌਮ (kaum)—Nation, tribe, sect, caste.

ਕੌਮਾਂਤਰੀ (komantree)—International.

ਕੌਮੀ (kaumee)—National.

ਕੌਮੀਅਤ (kaumeeat)—Nationality.

ਕੌਲ (kaul)—Promise, agreement, word.

ਕੌੜਾ (kauraa)—Bitter, pungent.

ਕੌੜਾਪਣ (kauraapan)—Bitterness.

ਖ

ਖ Seventh letter of Gurmukhi alphabets, pronounced as 'khakhaa', a vowel.

ਖਸਖਸ (khasskhass)—Poppy seed.

ਖਸਤਾ (khastaa)—Crisp, dilapidated, poor.

ਖਸਤਾ-ਹਾਲ (khastaahaal)—Miserable, pitiable.

ਖਸਮ (khasam)—Husband, master, lord.

ਖਸਮ-ਕਰਨਾ (khasam-karnaa)—To emarry.

ਖਸਮ-ਖਾਣੀ (khasamkhaanee)—Widow, devourer of husband.

ਖਸਮਾਨਾ (khasmaanaa)—Husbandhood, patronage, refuge.

ਖਸਰਾ (khasraa)—Measles.

ਖੱਸੀ (khassee)—Sterilized, impotent.

ਖੱਸੀ-ਕਰਨਾ (khassee-karnaa)—To sterilise, to castrate.

ਖਸੂਸੀਅਤ (khasoosiat)—Charactersitic or trait, special quality.

ਖਹਿਣਾ (khaihnaa)—To rub, to push with body, to provoke or start a quarrel.

ਖਹਿਬੜਨਾ (khaibarnaa)—To quarrel, to squabble.

ਖਹਿੜਾ (khairaa)—Impulsion, insistence, urging.

ਖਹੁਰਾ (khauraa)—Hard, hot-tampered, harash,

ਖੱਖਰ (khakkhar)—Hives of wasps.

ਖੱਖੜੀ (khakkaree)—Musk-melon, spilt, broken.

ਖੰਗਾਲਣਾ (khangaalnaa)—To rinse, to cleanse.

ਖੰਘ (khang)—Cough.

ਖੰਘਣਾ (khanghnaa)—To cough.

ਖੰਘਾਰ (khanghaar)—Sputum, phlegm.

ਖੱਚ (khachch)—Noise, trouble.

ਖਚਰ (khachar)—Mule.

ਖਚਰ-ਪੁਣਾ (khachar-punaa)—Cleverness, williness.

ਖਚਰਾ (khachraa)—Mulish, preverse.

ਖੰਜਰ (khanjar)—Dagger.

ਖੱਜਲ (khajjal)—Ruined, wretched.

ਖਜ਼ਾਨਚੀ (khazaanchee)—Treasurer, cashier.

ਖਜ਼ਾਨਾ (khazaanaa)—Treasury, repository, magazine.

ਖ਼ਜ਼ਾਬ (khazaab)—Dye, hair-dye.

ਖਜੂਰ (khajoor)—Date.

ਖਟਕਣਾ (khataknaa)—To be offended, to prick.

ਖਟਕਾ (khatkaa)—Apprehension, suspicion, doubt, fear.

ਖਟਕਾਉਣਾ (khatkaaunaa)—To knock, to strike.

ਖਟਣਾ (khatnaa)—To gain, to benefit, to earn.

ਖਟਪਟ (khatpat)—Quarrel, conflict, disagreement.

ਖਟਮਲ (khatmal)—Bug, bed-bug.

ਖੱਟੜਾ (khattraa)—Plain bed.

ਖੱਟਾ (khattaa)—Acidic, a little curd added to milk to curdle or coagulate it.

ਖਟਾਈ/ਖਟਾਸ (khtaaee/khtaas)—Sourness, acidity.

ਖਟਿਆ (khatiaa)—Earned.

ਖੱਟੀ (khatee)—Earning, income, gain.

ਖਟੀਕ (khateek)—Tanner.

ਖੰਡ (khand)—Sugar, part, piece, segment.

ਖੰਡਣ (khandan)—Refutation, denial, contradition.

ਖੰਡਣ-ਕਰਨਾ (khandan-karnaa)—Reject, repudiate, to refute

ਖੱਡ/ਖੱਡਾ (khadd/khaddaa)—Ditch, pit, cavity, dugout.

ਖੰਡਾ (khandaa)—Broad sword.

ਖੱਡੀ (khaddee)—Weaver's pit, loom.

ਖ਼ਤ (khat)—Letter, line, hand-writing.

ਖ਼ਤਮ (khatam)—Finished, complete, ended.

ਖ਼ਤਮ-ਹੋਣਾ (khatam-honaa)—To be finished, to expire.

ਖ਼ਤਮ-ਕਰਨਾ (khatam-karnaa)—To finish, to kill.

ਖਤਰਨਾਕ (khatarnaak)—Dangerous, alarming, serious.

ਖਤਰਾ (khatraa)—Danger, risk.

ਖਤਰੰਮਾ (khatramaan)—Pertaining to Khatri caste or class.

ਖਤਨਾ (khatnaa)—Circumcision.

ਖ਼ੰਦਕ (khandak)—Trench, deep ditch.

ਖੱਦਰ (khaddar)—Coarse cotton.

ਖਦੇੜਨਾ (khadernaa)—To cast out.

ਖੰਨੀ (khannee)—Half, quarter (loaf).

ਖੱਪ (khapp)—Noise, fuss.

ਖੱਪਖਾਨਾ (khappkhaanaa)—Noisy scene, pointless talk.

ਖੱਪਣਾ (khapnaa)—To worry, to be destroyed.

ਖਪਤ (khapat)—Consumption, sale, expenditure.

ਖਪਤਕਾਰ (khapatkaar)—Consumer.

ਖਪਤੀ (khaptee)—Crack, crazy, insane, obsessed.

ਖਪਰੈਲ (khaprail)—Tiled hut.

ਖਪਾਉਣਾ (khapaaunaa)—To tease, to finish, to consume.

ਖੱਪੀ (khappee)—Noisy, quarrelsome, prone to raise noise.

ਖਫ਼ਾ (khaffaa)—Angry, unhappy, displeased.

ਖੱਬਚੂ (khabchoo)—Left handed.

ਖ਼ਬਰ (khabar)—News, information, report.

ਖ਼ਬਰਦਾਰ (khabardaar)—Alert, cautious, beware.

ਖੱਬਾ (khabbaa)—Left, left handed.

ਖੰਭਾ (khambhaa)—Pillar, post.

ਖਮਿਆਜ਼ਾ (khamiaazaa)—Compensatory, consequence.

ਖਮੀਰ (khameer)—Yeast, leaven, bacterization.

ਖਮੀਰੀ ਰੋਟੀ (khameeree rotee)—Scone.

ਖਮੋਸ਼ੀ (khamoshee)—Silence, muteness, quiet.

ਖਮ੍ਹਣੀ (khammanee)—Multicoloured yarn.

ਖਰਚਾ (kharchaa)—Expenditure, overhead expeness, costs (in law suit).

ਖਰਬ (kharab)—One hundred thousand million, 100,000,000,00.

ਖਰਬੂਜ਼ਾ (kharbujaa)—Musk melon, cantaloupe.

ਖਰਾ (kharaa)—Pure, real, geniune, unadulterated.

ਖਰਾਪਨ (kharaapan)—Purity, geniuneness.

ਖਰ ਪਤਵਾਰ (khar patvaar)—Weeds.

ਖ਼ਰਾਇਤ (kharaait)—Charity, alms.

ਖਰਾਇਤੀ (kharaaitee)—Charitable.

ਖਰਾਸ਼ (kharaash)—Abrasion, bruise scratch.

ਖਰਾਂਟ (kharaant)—Cunning, clever, mischievous.

ਖਰਾਂਟ-ਪੁਣਾ (kharaant-punaa)—Cunningness, cleverness.

ਖ਼ਰਾਬ (kharaab)—Defective, bad, sinful, wicked.

ਖਰੀਦ (khareed)—Shopping, purchase.

ਖਰੀਦਦਾਰ (khareedaar)—Customer, buyer,

ਖਰੀਦਦਾਰੀ (khareedaaree)—Purchase, buying.

ਖਰੀਦਣਾ (khareednaa)—To purchase, to buy.

ਖਰੂੰਡ (kharoond)—Scratch, caused to finger nails or paws or claws.

ਖਰੀਂਡ (khareend)—Hard crust formed over sores or wounds.

ਖਰੋਚਣਾ (kharochnaa)—To Scratch, to scrape.

ਖਰੋੜਾ (kharoraa)—Lower leg including hock and fetlock joints of animals.

ਖਲ (khal)—Oil cake.

ਖੱਲ (khall)—Sikn, bellows.

ਖਲਕ (khalak)—Creation, creatures.

ਖਲਕਤ (khalkat)—People, world, crowd.

ਖਲਬਲੀ (khalbalee)—Disturbence, agitation, outgate.

ਖਲਲ (khalal)—Obstruction, confusion, interruption.

ਖੱਲੜੀ (khalree)—Skin.

ਖਲ੍ਹਾਰਨਾ (khalihaarnaa)—To make one stay, to cause to stop.

ਖਲੋਣਾ (khalonaa)—To stand, to stop or wait.

ਖਲੋਤਾ (khalotaa)—Standing, stagnant.

ਖੜਕਣਾ (kharaknaa)—To clank, to jingle, to ring, to be knocked to cross swords.

ਖੜਕਾ (kharkaa)—Clattering sound, noise (as of bang, knock etc.).

ਖੜਕਾ-ਦੜਕਾ (kharkaa-darkaa)—Public disturbance, disorder, threatening noise.

ਖੜਕਾਉਣਾ (kharkaaunaa)—To knock, to beat producing ratting or clanking noise.

ਖੜਗ (kharag)—Sword.

ਖੜਨਾ (kharnaa)—To take away, to carry away.

ਖੜਾਉਣਾ (kharaaunaa)—To be deprived of, to lose.

ਖੜਾਵਾਂ (kharaawaan)—Wooden sandles, wooden shoes.

ਖਾਈ (khaaee)—Ditch, pit.

ਖ਼ਾਸ (khaas)—Special, chief, particular, specific.

ਖਾਂਸੀ (khaansee)—Cough.

ਖਾਸੀਅਤ (khaasiyat)—Quality, natural disposition.

ਖਾਹਮਖਾਹ (khaamkhaa)—Without or justification or provocation, uncalled.

ਖਾਹਿਸ਼ (khaahish)—Passion, wish, will aspiration.

ਖਾਹਿਸ਼ਮੰਦ (khaahishmand)—Willing, desirous.

ਖ਼ਾਕ (khaak)—Ashes, nothing. earth.

ਖ਼ਾਕ-ਛਾਣਨੀ (khaak-chanee)—To labour in vain.

ਖਾਕਾ (khaakaa)—Sketch, map, rough plan, outline.

ਖਾਕੀ (khaakee)—Greyish brown, of the dust colour.

ਖਾਣ (khaan)—Mine, mineral deposits or source, treasure.

ਖਾਣਾ (khaanaa)—To eat, to consume, meal, food, diet.

ਖਾਤਮਾ (khaatmaa)—Death, end, ennihitation.

ਖਾਤਰ (khaatar)—Service, hospitality.

ਖਾਤਰ-ਦਾਰੀ (khaatardaaree)—Hospitality, servitude.

ਖਾਤਾ (khaataa)—Account, account book.

ਖਾਤਾ-ਵਹੀ (khaataa-wahee)—Ledger.

ਖਾਤੀ (khaatee)—Carpenter, woodcuter, carver.

ਖਾਦ (khaad)—Manure, fertilizer, waste.

ਖਾਦਮ (khaadam)—Attendant, servant.

ਖਾਨਸਾਮਾ (khaansaamaa)—Butler, steward.

ਖਾਨਦਾਨ (khaandaan)—Family, dynsaty.

ਖਾਨਦਾਨੀ (khaandaanee)—Hereditary, of good birth.

ਖ਼ਾਨਾ (khanaa)—Chamber, column, house, compartment.

ਖ਼ਾਨਾ-ਖ਼ਰਾਬੀ (khanaa-khraabee)—Destruction, ruin.

ਖ਼ਾਨਾ-ਪੂਰੀ (khanaa-puree)—Filling in the blanks.

ਖ਼ਾਨਾ-ਬਦੋਸ਼ (khanaa-badosh)—Nomadic, vagaboned.

ਖ਼ਾਬ (khaab)—Dream.

ਖਾਮੀ (khaamee)—Defect, flaw.

ਖ਼ਾਮੋਸ਼ੀ (khaamoshee)—Silence.

ਖਾਰਸ਼ (khaarash)—Itch, sabbies.

ਖ਼ਾਰਜ (khaaraj)—Discharged, expelled, dismissed.

ਖ਼ਾਰਜ-ਕਰਨਾ (khaaraj-karnaa)—To discharge, to rusticate.

ਖ਼ਾਰਾ (khaaraa)—Alkaline, saltish, hardstone.

ਖਾਲਸਾ (khaalsaa)—Pure, Sikh.

ਖਾਲਿਸ (khaalis)—Geniune, pure, real.

ਖਾਲੀ (khaalee)—Empty, blank, vacant.

ਖਾਲੀ-ਕਰਨਾ (khaalee-karnaa)—To vacate, to clear.

ਖਾਵੰਦ (khaawand)—Husband, master, lord.

ਖਾੜਕੂ (khaarkoo)—Courageous, militant, brave, bold.

ਖਾੜੀ (khaaree)—Gulf, bay, oceanic, creek.

ਖਿਆਨਤ (khiaanat)—Dishonesty, misappropriation.

ਖਿਆਲ (khiyaal)—Idea, imagination, thought, opinion.

ਖਿਆਲ-ਰੱਖਣਾ (khiyaal-rakhnaa)—To take care.

ਖਿਆਲੀ (khiyaalee)—Imaginary, idle, dreamy.

ਖਿਸਕਣਾ (khisaknaa)—To slip, to steal away.

ਖਿਸਕਾਉਣਾ (khiskaaunaa)—To move, to draw back.

ਖਿਸਕੂ (khiskoo)—Truant, fickle, shirker.

ਖਿੱਚ (khichch)—Attraction, tension, strain, lure.

ਖਿੱਚਣਾ (khichnaa)—To pull, to drag, to suck up.

ਖਿਚੜੀ (khichree)—Dish of rice & pulse, hotch-potch.

ਖਿਚਾਈ (khichaaee)—Haulage.

ਖ਼ਿਜ਼ਾਬ (khizaab)—Hair-dye.

ਖਿੱਝ (khijjh)—Irritation, annoyance.

ਖਿੱਝਣਾ (khijjhnaa)—To be angry, to be irrtated.

ਖਿੰਡਣਾ (khindnaa)—To Scatter, to diffuse, to disperse.

ਖਿੰਡਾਉਣਾ (khindaaunaa)—To spread, to disperse.

ਖਿਡਾਰੀ (khidaaree)—Player.

ਖਿਡੌਣਾ (khidaunaa)—Toy, plaything.

ਖ਼ਿਤਾਬ (khitaab)—Title, surname, address.

ਖਿਦਮਤ (khidmat)—Service, duty, appointment.

ਖਿਦੇੜਨਾ (khidernaa)—To push back.

ਖਿਮਾ (khimaa)—Excuse, pardon, apology, forgiveness.

ਖਿਲਾਫ਼ (khilaaf)—Against, contrary, opposite.

ਖਿਲਾਰ (khilaar)—Spread, expansion, dispersal.

ਖਿੱਲੀ (khilee)—Humour, fun, joke laughter.

ਖਿਲੇਰਨਾ (khilearnaa)—To scatter, to disperse.

ਖਿੜਕੀ (khirkee)—Window, venthole.

ਖਿੜਖਿੜਾਉਣਾ (khirkhiraaunaa)—To laugh, to bloom.

ਖਿੜਨਾ (khirnaa)—To cheerful, to blossom.

ਖੀਸਾ (kheesaa)—Pocket, bag.

ਖੀਰ (kheer)—Rice pudding, rice cooked in sweetened milk.

ਖੁਆਉਣਾ (khuaaunaa)—To feed, to cause to eat.

ਖੁਆਰ (khuaar)—Dishonoured, disgraced.

ਖੁਆਰੀ (khuaaree)—Disgrace, dishonour.

ਖੁਸ਼ (khush)—Happy, cheerful, glad, delighted.

ਖੁਸ਼-ਹਾਲ (khush-haal)—Fortune, prosperous, happy.

ਖੁਸ਼-ਗਵਾਰ (khush-gawaar)—Pleasant, soothing.

ਖੁਸ਼ੀ (khushee)—Happiness, plasure, cheerfulness.

ਖੁਸ਼ਕ (khushak)—Dry, withered.

ਖੁਸ਼ਕੀ (khushkee)—Drynees, drought.

ਖੁਸ਼ਖਤ (khushkhat)—Fine writting.

ਖੁਸਣਾ (khusnaa)—To be snatc ed, to be seized.

ਖੁਸ਼ਬੂ (khushboo)—Fragrance, perfume, odour.

ਖੁਸਰਾ (khusraa)—Eunuch, hermaphrodite.

ਖੁਸ਼ਾਮਦ (khushaamad)—Flattery, sycophancy.

ਖੁੰਘੀ (khungee) — Sharp remnant of branch sticking from a log or a piece of wood.

ਖੁਜਲਾਉਣਾ (khujllaaunaa)—To scratch, to itch.

ਖੁਟਕਣਾ (khutakanaa) — To strike, to apprehend.

ਖੁਟਣਾ (khutnaa)—To be finished, to end.

ਖੁੱਡ (khudd)—Hole, narrow cave.

ਖੁੱਡੇ-ਲੱਗਣਾ (khuddee lagnaa)—To be sidelined, ignored.

ਖੁੰਢ (khund)—Unhewn tree trunk, old rascal, crook.

ਖੁਣਸ (khunas)—Animosity, enmity, ill will.

ਖੁਣਨਾ (khunnaa)—To dig, to sink.

ਖੁਤਖੁਤੀ (khuthkhutee)—Hesitation, fear.

ਖੁੱਤੀ (khuttee)—Small pit or hole dug and used as target in children's games.

ਖ਼ੁਦਕੁਸ਼ੀ (khudkushee)—Suicide.

ਖੁਦਗਰਜ਼ (khudgarz)—selfish.

ਖੁਦਗਰਜ਼ੀ (khudgarzee)—Selfishness.

ਖੁੱਦਦਾਰ (khuddaar)—Self-respecting.

ਖੁੱਦਦਾਰੀ (khudaaree)—Self-respect, sense of honour.

ਖੁਦ-ਬਖੁਦ (khudbakhud)—Auto matically, of one's own vilition.

ਖੁਦਾ (khudaa)—God, lord, almighty.

ਖੁਦਾ-ਵੰਦ (khudaa-wand)—God, lord, master.

ਖੁਦਾਈ (khudaaee)—Excavation, engraving.

ਖੁੰਧਕ (khundhak)—Irritation, provocation.

ਖੁਨਕ (khunak)—Cold, chilled.

ਖੁਫ਼ੀਆ (khufiaa)—Secret, confidential.

ਖੁੰਬ (khumb) — Mashroom, agaricus.

ਖੁੱਭਣਾ/ਖੁਭੋਣਾ (khubhnaa/khu bhonaa)—To thrust, press (into), enter, prick.

ਖੁਮਾਰੀ (khumaaree)—Intoxication, hangover.

ਖੁਰ (khur)—Hoof, cloven.

ਖੁਰਕ (khurak)—Itch, scabies.

ਖੁਰਕਣਾ (khuraknaa)—To itch, to scratch.

ਖੁਰਚਣਾ (khurachnaa)—To erase, to raze, to scrape.

ਖ਼ੁਰਦਬੀਨ (khuradbeen)—Microscope.

ਖੁਰਦਰਾ (khurdaraa)—Rough, crude, not smooth.

ਖੁਰਦਰਾ-ਪਣ (khurdaraapan)—Roughness, coarseness.

ਖੁਰਪਾ (khurpaa)—Weeding knife, implement.

ਖੁਰਪੀ (khurpee)—Small weeding knife.

ਖੁਰਾਕ (khuraak)—Diet, food, dose, victuals.

ਖੁੱਲਣਾ (khulnaa)—To open, to get loose, to be exposed.

ਖੁਲਾਸਾ (khulaasaa)—Abstract, summary, essence, outline.

ਖੂਸਟ (khoosat)—Decrepit, haggard.

ਖੂਹ (khooh)—Well.

ਖੂਨ (khoon)—Blood, murder.

ਖੂਨ-ਕਰਨਾ (khoon-karnaa)—To murder.

ਖੂਨ-ਪੀਣਾ (khoon-peenaa)—To harass continually, to suck blood.

ਖੂਨੀ (khoonee)—Murderer, assissin.

ਖ਼ੂਬੀ (khoobee)—Virtue, quality, merit, grace.

ਖੇਹ (kheh)—Dust, ash.

ਖੇਹ-ਖਾਣਾ (kheh-khaanaa)—Adulterous.

ਖੇਹ-ਛਾਣਨੀ (kheh-channee)—To wander fruitlessly.

ਖੇਚਲ (khechal)—Inconvenience, trouble.

ਖੇਚਲ-ਕਰਨੀ (khechal-karnee)—To bother, to take trouble.

ਖੇਡ (khed)—Play, game, sport, show, pastime.

ਖੇਡਣਾ (khednaa)—To play, to act.

ਖੇਤ (khet)—Farm, cultivated land, battle field.

ਖੇਤਰ (khetar)—Region, field, land.

ਖੇਤਰ-ਫਲ (khetar-phal)—Area.

ਖੇਤੀ (khatee)—Agriculture, farming, crop.

ਖੇਤੀਬਾੜੀ (khateebaaree)—Agricultre.

ਖੇਪ (khep)—A load carried in one trip, merchandise.

ਖੈਰ (khair)—Well-being, welfare, catechu (tree).

ਖੈਰਾਤ (khairaat)—Charity, alms.

ਖੋਖਲਾ (khokhlaa)—Empty, hollow, excavated.

ਖੋਖਾ (khokhaa)—Empty cartridge or shell, hut, cabin.

ਖੋਜ (khoj)—Enquiry, discovery, search, investigation.

ਖੋਜਣਾ (khojnaa)—To trace, to search, to investigate.

ਖੋਟ (khot)—Impurity, defect, flax, blemish.

ਖੋਟਾ (khotaa)—Impure, defective, false.

ਖੋਤਾ (khotaa)—Donkey, ass.

ਖੋਤੀ (khotee)—Jennet, jenny.

ਖੋਦਣਾ (khodnaa)—To dig, to engrave.

ਖੋਪੜੀ (khopree)—Skull, cranium, pate.

ਖੋਪਾ (khopaa)—Coconut.

ਖੋਂਚਾ (khonchaa)—Long-handled, scraper or stirrer.

ਖੋਲ੍ਹਣਾ (kholnaa)—To open, to loose, to detach.

ਖੌਫ਼ (khauf)—Terror, fear, aprehension, misgiving.

ਖੌਲਣਾ (khaulnaa)—To boil, to bubble, to be agitated.

ਗ

ਗ Eight letter of Gurmukhi alphabets, pronounced as 'gaggaa'.

ਗਊ (gau)—Cow, gentle, meek.

ਗ਼ਸ਼ (gush)—Fainting, swoon, stupor.

ਗਸ਼ਤ (gasht)—Patrolling walk, stroll, circuit.

ਗਸ਼ਤੀ (gashtee)—Mobile, circular.

ਗਹਿਣੇ (gahene)—Oranaments, jewellery.

ਗੰਜ (gunj)—Baldness, grain market, small colony.

ਗਜ਼ (gaz)—Yard, spike.

ਗੱਜਣਾ (gajnaa)—To thunder, to roar, to howl.

ਗ਼ਜ਼ਬ (gazab)—Outrage, vilence, injustice, something strange.

ਗਜਰਾ (gajraa)—Armlet, bangles, chaplet, necklace.

ਗ਼ਜ਼ਲ (gazal)—Ode, sonnet, lyric, poem.

ਗੰਜਾ (ganjaa)—Bold, sclap head.

ਗਟਕਣਾ (gataknaa)—To gulp, to swellon.

ਗੱਟਾ (gatta)—Stopper, cork, plug, sprag.

ਗਠ (gath)—Knot, node.

ਗੱਠਣਾ (gathnaa)— To tie, to join, to sew, to organize.

ਗੱਠੜ (gathree)—Bundle.

ਗਠੜੀ (gathar)—A big packet, A large bundle, bale.

ਗਠੀਲਾ (gatheelaa)—Muscular, compect, well-built.

ਗੱਡਣਾ (gadnaa)—To bury, to fix, to plant, to entomb.

ਗਡਰੀਆ (gadariyaa)—Shepherd, grazier.

ਗੱਡਾ (gadda)—Bullock card.

ਗੰਡਾਸਾ (gandaasaa)—Sickle, axe for chopping fodder, hatchet.

ਗੱਡੀ (gaddee)—Cart, carrige, train, car,wagon.

ਗੰਢ (gandh)—Bundle, pack, parcel, bale, knot.

ਗੰਢਣਾ (gandhnaa)—To patch, to mend, to cobble, to repair.

ਗੰਢਵਾਈ (gandhwaaee)—Wages for repairing.

ਗੰਢਾ (gandhaa)—Onion.

ਗਣਨਾ (gannna)—Counting, enumeration, calulation.

ਗਣਿਤ (ganit)—Airthmatic.

ਗਤ (gat)—Condition, state, plight.

ਗੱਤਾ (gattaa)—Card, cardboard.

ਗਤਕਾ (gatka)—Sword play, sword practice with wooden sticks.

ਗਤੀ (gatee)—Movement, motion, speed, velocity.

ਗੰਦ (gand)—Impurity,refuse, dirt, filth, foulness.

ਗੱਦ (gadd)—Prose.

ਗਦਗਦ (gadgad)—Joyful, delighted, very happy.

ਗ਼ਦਰ (gaddar)—Munity, revolt, rebellion.

ਗੰਦਲ (gandal)—Tender stem, stalk or shoot.

ਗੱਦਾ (gadda)—Cushion, padded seat or mattress, pallet.

ਗੰਦਾ (gandaa)—Threacherous, turncoat, traitor, disloyal.

ਗੱਦਾਰ (gaddaar)—Traitor, disloyal, turncoat.

ਗੱਦੀ (gaddee)—Pad, cushion, seat, throne.

ਗਦੇਲਾ (gadelaa)—Cushion, quilt.

ਗੰਧ (gandh)—Smell, odour.

ਗੰਧਕ (gandhak)—Sulphur, brimstone.

ਗੰਧਲਾ (gandhlaa)—Fragrant, sweet-smelling

ਗਧਾ (gadhaa)—Ass, donkey, fool, stupid fellow.

ਗੰਨਾ (ganna)—Sugarcane.

ਗਨੀਮਤ (ganeemat)—Plunder, boon, blessing, satisfaction.

ਗਨੇਰੀ (ganeree)—Small bit of sugarcane

ਗੱਪ (gapp)—Gossip, chat, false report.

ਗਪੋੜ (gapor)—Rumour, boastful, gossip.

ਗਫ਼ਲਤ (gafalat)—Carelessness, indifference.

ਗੱਫਾ (gapphaa)—A lion'share, a big morsel

ਗ਼ਬਨ (gaban)—Embezziement, fraud.

ਗੱਭਣ (gabbhan)—Pregnant mostly for cattles.

ਗੱਭਰੂ (gabhroo)—Young man, hasband.

ਗੰਭੀਰ (gambheer)—Serious, sober, reserve.

ਗ਼ਮ (gam)—Grief, sorrow, woe, anxity

ਗਮਲਾ (gamala)—Flowerpot, vase.

ਗ੍ਰਹਿ (greh)—Planet.

ਗ੍ਰਹਿਣ (grehn)—Eclipse.

ਗ਼ਰਕ (garak)—Immersed, sunk.

ਗਰਕਣਾ (garaknaa)—To perish,to sink.

ਗ਼ਰਜ਼ (garaz)—Need, object, concern, interest, selfishness,

ਗ੍ਰੰਥ (granth)—Book, scripture of the sikhs.

ਗ੍ਰੰਥੀ (granthee)—Priest (in sikh religion).

ਗਰਦਨ (gardan)—Neck.

ਗਰਭ (garabh)—Preganancy, conception, womb.

ਗਰਮ (garam)—Hot, warm.

ਗਰਮਾ-ਗਰਮੀ (garmaa-garmee)—Excitement, heated exchange.

ਗਰਮੀ (garmee)—Heat, warmth, summer.

ਗਰਾਰਾ (garara)—Loose-fitting trousers, gargle.

ਗਰਾਰੀ (graaree)—Pinion, pully, gear.

ਗ੍ਰਿਫ਼ਤਾਰ (griftaar)—Arrested, captured.

ਗਰੀਬ (gareeb)—Poor, needy, helpless.

ਗਰੂਰ (garoor)—Pride, vanity.

ਗੱਲ (gall)—Talk, dialogue, affair.

ਗਲ (gal)—Throat, larynx, neck.

ਗਲਗਲ (galgal)—Fruit of citrus medica mostly used for pickles.

ਗਲਤ (galat)—Wrong, mistaken, incorrect, faully.

ਗਲਤੀ (galti)—Mistake, error, misunderstanding.

ਗੱਲਾਂ (gallaan)—Idle talk.

ਗਲਾ (galaa)—Throat.

ਗੱਲਾ (gallaa)—Money box, safe, a chest for money.

ਗਲਾਉਣਾ (galaaunaa)—To melt, to fuse.

ਗਲਾਸ (glaas)—Tumbler, glass.

ਗਲਾਸੀ (glaasee)—Small tumbler.

ਗਲਿਆਰਾ (galiaaraa)—Corridor, gallery.

ਗਲੀ (galee)—Street, lane, passage.

ਗਲਾਧੜ (galadar)—Talkative, babbler, glib talker, wordy.

ਗ਼ਲੀਚਾ (galeechaa)—Carpet.

ਗਲੇਡੂ (galeedoo)—Tears (before they come out of the eyes).

ਗਵੱਈਆ (gavvaiyaa)—Singer, musician, vocalist.

ਗਵਾਹ (gawaah)—Witness, deponent.

ਗਵਾਚਣਾ (gwaachnaa)—To be lost.

ਗਵਾਂਢ (gawaandh)—Neighbourhood.

ਗੂੰਜਣਾ (goonjnaa)—To resound, to echo.

ਗੂੰਦ (goond)—Gum, glue.

ਗੂੜ੍ਹ (goorh)—Close intimacy, fastness.

ਗੂੜ੍ਹਾ (goorhaa)—Deep, fast, dark.

ਗੜਗੱਜ (gargaajj)—Thunderous sound or speech, roaring.

ਗਿਆਨਹੀਣ (giaanheen)—Ignorant, devoid of knowledge.

ਗਿਆਨ ਬੋਧ (giaanbodh)—Cognition.

ਗਿਆਰਾਂ (geaaraan)—Eleven.

ਗਿਆਰ੍ਹਵਾਂ (geaaravaan)—Eleventh.

ਗਿੱਟਾ (gittaa)—Ankle.

ਗਿੱਟਲ (gittal)—With ankles abnormally or noticeably protruding, weak, emaciated.

ਗਿਠਮੁਠੀਆ/ਗਿੱਠਾ (githmuthiaa/githaa) — Dwarfish, pigmy, midget, shorty, tom thumb.

ਗਿੱਧਾ (gidhaa)—A ladies dance of Punjab accompanied by singing and clapping of hands.

ਗੁਸਤਾਖ਼ੀ (gustaakhee)—Rudeness, impudence, affront.

ਗੁੱਛੀ (gucchee)—Diminutive, a kind of edible mashroom.

ਗੁੱਜਰ (gujjar)—Name of cattle-rearing tribe or community.

ਗੁਟਕਾ (gutkaa)—Handbook of prayers.

ਗੁੱਡੀਆਂ ਪਟੋਲੇ (guddiaan-patolee) —Playthings of small girls.

ਗੁੱਥਮਗੁੱਥਾ (guthammguthaa)—Locked into scuffle or hand-to-hand fight.

ਗੁਫ਼ਤਗੂ (gufatgoo)—Conversation, talk, dialouge.

ਗੁਫ਼ਤਾਰ (guftaar)—Speech, utterance.

ਗੁਰਦੁਆਰਾ (gurduaaraa)—Sikh place of worship, Sikh temple.

ਗੁਰਧਾਮ (gurdhaam)—Sikh place of pilgrimage, place connected with one or more of the Sikh gurus.

ਗੁਰਪੁਰਬ (gurpurab)—Religious festival commemorating a guru.

ਗੇਂਦ (gend)—Ball.

ਗੇੜਾ (geraa)—Tum, circuit, chance, opportunity.

ਗੇਂਦਾ (gendaa) — Marigold flower.

ਗਾਰਦ (gaarad)—Group of soldiers or policemen deployed for protection or close watch.

ਗੈਂਡਾ (gaindaa)—Rhinoceros.

ਗ਼ੈਰ (gair) stranger, alien, foreign.

ਗ਼ੈਰਹਾਜ਼ਰ (gairhaazar)—Absent.

ਗ਼ੈਰਤ (gairat)—Shame, honour, modesty.

ਗਾਤਰਾ (gaataraa)—Sword-belt.

ਗੋਸ਼ਟੀ (goshtee)—Seminar, conversation, discussion.

ਗੋਸ਼ਟ (gosht)—Meat, flesh.

ਗੋਹਾ (gohaa)—Cowdung, ordure.

ਗੋਗੜ (gogar)—Pot belly, paunch.

ਗੋਡਾ (godaa)—Knee.

ਗੋਤਾ (gotaa)—Dip, drive immersion.

ਗੋਦੀ (godee)—Lap.

ਗੋਰਾ (gora)—White, fair, beautiful, europeon.

ਗੋਰਖਧੰਦਾ (gorakhdhandaa)—Complicated problem/situation or business, chinese puzzle.

ਗੋਰਖਾ (gorkhaa)—A Nepalese Rajput, any Nepalese male.

ਗੋਲ (gol)—Round, circular, goal.

ਗੋਲ-ਮਾਲ (gol-maal)—Confusion, mess.

ਗੋਲ-ਮੋਲ (gol-mol)—Global, round, vague, fat.

ਗੋਲਕ (golak)—Money box, charity box.

ਗੋਲਾਬਾਰੀ (golaabaaree)—Bombardment, shelling.

ਗੌਣ (gaun)—Song, minor, secondary auxiliary.

ਗ਼ੌਰ (gaur)—Consideration, close attention.

ਗੌਰਮਿੰਟ (gaurmint)—Government.

ਗੌਰਵ (gaurav)—Glory, dignity.

ਘ

ਘ Ninth letter of Gurmukhi alphabets, pronounced as 'ghaghaa'.

ਘਉਂ-ਘਪ (ghaoon-ghapp)—Disappeared, stolen, embezzied.

ਘਸਣਾ (ghasnaa)—To rub, to wear out.

ਘੱਸਾ (ghassaa)—Push with hip, jostle, jerk.

ਘਸਾਈ (ghasaaee)—Work of rubbing, hard labour, friction.

ਘਸਿਆਰਾ (ghasiaaraa)—To pull, to drag, to scribble.

ਘਸੀਟਣਾ (ghasunn)—Clenched fist, box, punch,

ਘਸੁੰਨ (ghaggaa)—Hoarse.

ਘਗਿਆਉਣਾ (ghagiaaunaa)—To implore.

ਘਚੋਲਣਾ (ghacholnaa)—To foul, to mix, to make turbid.

ਘਚੋਲਾ (ghacholaa)—Confusion, disorder, bungling.

ਘਟਨਾ (ghatnaa)—Incident, happening, event, accident.

ਘੰਟਾ (ghantaa)—Bell, hour, gong.

ਘੱਟਾ (ghattaa)—Cloudiness, dust.

ਘਟਾ (ghataa)—Shortness, contraction, shrinkage.

ਘਟਾਉਣਾ (ghataaunaa)—To deduct, to reduce, to subtract.

ਘੰਟੀ (ghantee)—Call bell, bell tinkle, telephone bee.

ਘਟੀਆ (ghatiyaa)—Inferior, cheap, worthless.

ਘੰਡੀ (ghandee)—Adam's apple, larynx, sound box.

ਘੰਦੂਈ (ghandooee)—Big needle.

ਘਨਚੱਕਰ (ghanchakar)—blockhead.

ਘਪਲਾ (ghaplaa)—Bungling, mess, confusion.

ਘਬਰਾਉਣਾ (ghabraaunaa)—To be confused, to be puzzled, to be disturbed

ਘਮੰਡ (ghamand)—Pride, haughtiness, conceit, elation.

ਘਮੰਡੀ (ghamandee)—Proud, haughty, lofty, conceited.

ਘਰ (ghar)—Home, house, residence, family.

ਘਰ-ਜਵਾਈ (ghar-jawaaee)—Resident son-in-law.

ਘਰਵਾਲਾ (gharwaalaa)—Husband, owner.

ਘਰਵਾਲੀ (gharwaalee)—Wife, mistress of the house.

ਘਲਣਾ (ghalnaa)—To send, to forward, to despatch, to transmit.

ਘੱਲੂਘਾਰਾ (ghalooghaaraa)—Holocaust, great destruction, deluge.

ਘੜਨਾ (gharnaa)—To mould, to coin, to frame, to fashion, to construct.

ਘੜਮੱਸ (gharmass)—Milling crowd, confusion.

ਘੜਵਾਉਣਾ (gharvaaunaa)—To get something manufactured by cutting.

ਘੜਾ (ghraa)—Pitcher, waterpot.

ਘੜਿਆਲ (ghrriyaal)—Big bell, big gong, crocodile.

ਘੜੀ (gharee)—Watch, clock, moment.

ਘੜੀ-ਮੁੜੀ (gharee-muree)—Time and again.

ਘਾਹ (ghaah)—Grass, fodder, straw.

ਘਾਘ (ghaagh)—Shrewd, cunning, experienced.

ਘਾਟ (ghaat)—Bathing place on the bank of river, quay.

ਘਾਟਾ (ghaataa)—Loss, falling, deficiency, decline.

ਘਾਟੀ (ghaatee)—Valley, dale, pass, gorge.

ਘਾਣੀ (ghaanee)—Oil mill, mass of mud plaster mixed with wheat-chaff.

ਘਾਬਰਨਾ (ghaabarnaa)—To be confused, to be anxious.

ਘਾਲ (ghaal)—Toil, hard task, painful, service, effort.

ਘਿਓ (ghio)—Butter oil, clarified.

ਘਿਸਣਾ (ghisnaa)—To be warn out, to wear out.

ਘਿੱਗੀ (ghigee) —Hiccup caused by crying and sobbing.

ਘਿੱਚ-ਪਿਚ (ghich-pich)—Illegible scribble, careless scrawl.

ਘਿਰਣਾ (ghirnaa)—Hatred, contempt, scorn.

ਘਿਰਨਾ (ghirnaa)—To be surrounded, cornered, encircled.

ਘੀਸੀ (gheesee)—Rubbing of buttocks on the ground.

ਘੁਸਣਾ (ghussnaa)—To err, to make a mistake.

ਘੁਸਪੈਠ (ghuspaeth)—Intrusion, infitration.

ਘੁਸਪੈਠੀਆ (ghuspaethiaa)—Intruder, infiltratior.

ਘੁਸਮੁਸਾ (ghusmusaa)—Semi-darkness (as at dawn, or dusk).

ਘੁਸਾਉਣਾ (ghusaaunaa)—To cause to enter, to shirk.

ਘੁੰਗਰੂ (ghungroo)—An ornament worn round the ankle, small bells.

ਘੁੰਗਰਾਲੇ (ghungraalee)—Curly, crispate (hair)

ਘੁੱਗੂ (ghugoo)—Owl.

ਘੁੱਟ (ghutt)—One sip, drought.

ਘੁੱਟੀ (ghuttee) — Purgative, laxative for infants.

ਘੁਟਣ (ghuttan)—Suffocation, tightness, stifle.

ਘੁਟਣਾ (ghutnaa)—To press, to squeeze, to tighten.

ਘੁੰਡ (ghund)—Veil, covering the face by women or a modesty, protective screen.

ਘੁੰਡੀ (ghundee)—Trick, knot, complication, problem.

ਘੁਣ (ghun)—Worm that infest woodk, decaying disease.

ਘੁੱਪ (ghup)—Dark, dense.

ਘਪਲਾ (ghaplaa)—Fraud, embezzlement, confusion.

ਘੁੱਮਕੜ (ghummakar)—Wanderer, traveller, rover.

ਘੁੰਮਣਾ (ghummakar)—To circulate, to roam, to rotate.

ਘੁਮਾਉਣਾ (ghumaaunaa)—To rotate, to revolve, to spin.

ਘੁਰਕਣਾ (ghuraknaa) — To chide, to reprimand.

ਘੁਰਕੀ (ghurkee)—Threatening sound and gesture, growl.

ਘੁਰਨਾ (ghurnaa)—Pit made by animals with their paws, hiding place, den, lair.

ਘੁਰਾੜੇ (ghuraare)—Snorings.

ਘੁਲਣਾ (ghulnaa)—To dissolve, to wrestle.

ਘੁੜਸਵਾਰ (ghurswaar)—Horse rider, cavalier, horseman.

ਘੁੜਸਾਲ (ghursaal)—Horse stable.

ਘੂਕਣਾ (ghooknaa)—To produce whirling sound or buzzing sound.

ਘੂਰਨਾ (ghoornaa)—To stare, to look lustfully, to rebuke.

ਘੇਰਨਾ (ghernaa)—To round up, to blockade, to fence.

ਘੇਰਾ (gheraa)—Circle, circumference, ambit, gamut.

ਘੋਗਾ (ghogaa)—Sea-shel, oyster, whelk, snail.

ਘੋਟਣਾ (ghotnaa)—To choke, a short round club with which spice or bhangs is ground.

ਘੋਟਾ (ghotaa)—Cramming, learn by heart.

ਘੋਲ (ghol)—Wrestling, struggle, conflict, duel.

ਘੋਲੀ (gholee)—Wrestler.

ਘੋਲਣਾ (gholnaa)—To dissolve.
ਘੋੜਾ (ghoraa)—Horse, steed, gun-lock, chess knight.
ਘੋੜੀ (ghoree)—Female horse, a marriage song, portable wooden platform.
ਘੋੜੀ-ਚੜ੍ਹਨਾ (ghoree-charnaa)—A marriage ceremony in which the bridegroom ride a mare while going to bride's place.
ਘੌਲ (ghaul)—Laziness, indolence, negligence.
ਘੌਲੀ (ghaulee)—Lazy, negligent, careless, indolent.

ਙ

ਙ Tenth letter of Gurmukhi alphabets, pronounced as 'ngaa'.

ਚ

ਚ Eleventh letter of Gurmukhi alphabets, pronounced as 'chachchaa'.
ਚਸਕਾ (chaskaa)—Taste, habit, pleasure, addiction.
ਚਸਕੇਦਾਰ (chaskedaar)—Delicious, tempting, spicy.
ਚਸ਼ਮਦੀਦ (chashamdeed)—Seen, witnessed.
ਚਸ਼ਮਦੀਦ-ਗਵਾਹ (chashamdeed-gawaah)—Eye-witness.
ਚਸ਼ਮਾ (chashmaa)—Goggles, spring, spectacles.
ਚਹਿਕਣਾ (chaheknaa)—To chirp, to warble.
ਚਹੇਤਾ (chahetaa)—Favourite.
ਚਕਨਾਚੂਰ (chaknaachoor)—Broken to pieces, splintered.
ਚਕਮਾ (chakmaa)—Trick, deception, temptation.
ਚੱਕਰ (chakkar)—Circle, wheel, rotation.
ਚੱਕਰ-ਖਾਣਾ (chakaar-khanaa)—To be preplexed.
ਚੱਕਰ-ਮਾਰਨੇ (chakkar-marnee)—To come again and again.
ਚੱਕਰ-ਦਾਰ (chakkar-daar)—Circuitous, spirally.
ਚੱਕਰਵਰਤੀ (chakkarvartee)—Emperor, universal monarch.
ਚਕਰਾਉਣਾ (chakraaunaa)—To be confused, to be bewildered.
ਚਕਲਾ (chaklaa)—Flat round discused for flattening bread.
ਚੱਕ (chakk)—A bite or cut made with teeth, potter's wheel.
ਚੱਕ-ਬੰਦੀ (chakk-bandee)—Divison of land into compact portions.
ਚਕਾਚੌਂਧ (chakaachaundh)—Dazzie, brilliance.
ਚੱਕੀ (chakkee)—A grinding mill, hand mill, cake.
ਚਖਣਾ (chakhnaa)—To taste, to relish, to eat.

ਚੰਗਾ (changaa)—Good, nice, fine, salutary.

ਚੰਗਾ-ਭਲਾ (changaa-bhalaa)—Healthy, hale & hearty.

ਚੰਗਿਆਈ (changiaaee)—Goodness.

ਚੰਗੇਰ (changeraa)—Better, superior, preferable.

ਚੰਘਿਆੜਨਾ (changhiaarnaa)—To roar, to trumpet.

ਚੰਚਲ (chanchal)—Unsteady, agile, restless, fickle.

ਚੱਜ (chajj)—Conduct, good behaviour, dexterity.

ਚੱਟਣਾ (chatnaa)—To lick, to lap, to fondle, to embezzie.

ਚਟਕ (chatak)—Smack, crash.

ਚਟਕ-ਮਟਕ (chatak-matak)—Brightness, lustre, brilliance.

ਚਟਕਣਾ (chataknaa)—To snap, to crack, to burst.

ਚਟਕਰਾਨਾ (chatkaarnaa)—To produce sound by snapping the tongue.

ਚਟਕੀਲਾ (chatakeelaa)—Relishing, pungent, flavoury.

ਚਟਣੀ (chatnee)—Sauce, condiment.

ਚਟਪਟਾ (chatpataa)—Spicy, saucy, delicious.

ਚਟਾਈ (chataaee)—Mat.

ਚਟਾਕ (chataak)—Crack, scar, patch.

ਚਟਾਨ (chataan)—Rock.

ਚੱਟੀ (chattee)—Fine, loss, punishment, expenditue.

ਚੱਠ (chatth)—Inauguration.

ਚੰਡਾਲ (chandaal)—Merciless, a wretch, untouchable.

ਚੰਡਾਲ-ਚੌਂਕੜੀ (chandaal- chowkree) — Bunch of rascals or bad characters.

ਚਤਰ (chatar)—Intelligent, wise , smart, clever, skillful.

ਚੰਦਨ (chandan)—Sandalwood.

ਚੰਦਰ (chandar)—Moon.

ਚੱਦਰ (chaddar)—A bed sheet, wrap.

ਚੰਦਾ (chandaa)—Contribution, collection, subscription.

ਚੰਨ (chann)—Beautiful, pleasure giving, moon.

ਚੰਪਤ (champat)—Disappeared, hidden, out of sight.

ਚੱਪਲ (chappal)—A footwear, chappal.

ਚੱਪਣ (cappan)—Large earthen lid.

ਚੱਪਣ ਕੱਦੂ (cappan kadoo)—Type of gourd.

ਚਪੜਾਸੀ (chapraasee)—Peon, official attendant or messenger.

ਚੱਪਾ (chappa)—One forth, paddle, oar.

ਚੱਪਾ-ਚੱਪਾ (chappa-chappa)—Every little space.

ਚਪਾਤੀ (chapaatee)—Bread, a thin cake.

ਚੱਪੂ (chappoo)—An oar, a paddle.

ਚਪੇੜ (chaper)—A slap, smack, blow, risk, loss.

ਚੱਬਣਾ (chabbnaa)—To chew, to munch, tomasticate.

ਚੰਬੜ (chambar)—Clinging, clasping, adhesion.

ਚਬੂਤਰਾ (chabootraa)—Platform, dais, stand, stage.

ਚੰਭਲਾਉਣਾ (chambhlaaunaa)—To instigate, to excite, to spoil.

ਚੰਮ (chamm)—Leather, skin, hide, felt.

ਚੰਮ-ਉਧੇੜਨਾ (chamm-udhernaa) —To beat mercilessly, to flog.

ਚਮਕ (chamak)—Brilliance, shine, illumination, flash.

ਚਮਕ-ਦਮਕ (chamak-damak)—Splendour, brightness.

ਚਮਕਦਾਰ (chamakdaar)—Bright, luminous, shining.

ਚਮਕਣਾ (chamaknaa)—To sparkle, to flash , to shine, to glow, to twinkle .

ਚਮਗਾਦੜ (chamgaadar)—Bat, a vampire.

ਚੱਮਚ/ਚਮਚਾ (chamach /chamchaa)—Spoon.

ਚਮਚਾ-ਗੀਰੀ (chamchaa-giri)—Obsequiousness, sycophancy.

ਚਮਨ (chaman)—Small garden, a lawn.

ਚਮੜਾ (chamraa)—Leather.

ਚਮੜੀ (chamree)—Skin.

ਚਰਸ (charas)—Intoxicating drug of hemp.

ਚਰਖੜੀ (charkhree)—Pulley.

ਚਰਖਾ (charkhaa)—Spinning wheel.

ਚਰਖੀ (charkhee)—Pulley, spindle, a small spinning wheel.

ਚਰਾਗਾਹ (caraaga)—Grassland, pasture. sward.

ਚਰਚਾ (charchaa)—Talk, discussion.

ਚਰਨਾ (charnaa)—To graze, to pasture, to feed.

ਚਰਬੀ (charbee)—Fat, grease, tallow.

ਚਰਵਾਹਾ (charwaahaa)—Herdman, grazier.

ਚਰਾਉਣਾ (charaaunaa)—To graze, to pasture.

ਚਰਿੱਤਰ (charittar)—Character, behaviour, habit, nature.

ਚਲਣ (chalan)—Motion, conduct, method.

ਚੱਲਣ-ਸਾਰ (chalan-saar)—Durable.

ਚੱਲਣਾ (chalnaa)—To walk, to move, to go, to proceed.

ਚੱਲਦਾ (chaldaa)—Moving, continued, in motion.

ਚੱਲਦਾ-ਪੁਰਜਾ (chaldaa-purjaa)—Component in motion or in working order, clever, smart.

ਚੱਲਦਾ-ਫਿਰਦਾ (chaldaa-firdaa)—Mobile, paddler, active.

ਚਲਾਕ (chalaak)—Clever, cunning, nimble, artful.

ਚੱਲਿਤਰ (chalitar)—Trick, quile, pretence.

ਚੜ੍ਹਨਾ (charnaa)—To ascent, to rise, to climb, to go up.

ਚੜ੍ਹਾਈ (charhaaee)—Ascent, rise, attack, push.

ਚੜ੍ਹਦੀ ਕਲਾ (cardee kalaa)—High morale, prosperity.

ਚੜ੍ਹਾਵਾ (charaawaa)—Offering to a god, exaltation, oblation.

ਚਾ (chaa)—Tea.

ਚਾਹ (chaah)—Desire, will, longing.

ਚਾਹਤ (chaahat)—Fondness, desire, longing.

ਚਾਹੁਣਾ (chaahunaa)—To desire, to like, to need, to require.

ਚਾਕਰੀ (chaakree)—Service.

ਚਾਕੂ (chaakoo)—Knife.

ਚਾਚਾ (chaachaa)—Uncle, father's younger brother.

ਚਾਟ (chaat)—Taste, liking, habit, weakness.

ਚਾਦਰ (chaadar)—Bed sheet, coverlet.

ਚਾਦਰ-ਪਾਉਣੀ (chaadar-paunee) —To marry (a widow) through a ceremony.

ਚਾਂਦਨੀ (chaandnee)—Moonlight, canopy, bed sheet.

ਚਾਂਦੀ (chandee)—Silver.

ਚਾਂਦਮਾਰੀ (chandmaaree)—Firing or shooting practice at firing range.

ਚਾਨਣ (chaanan)—Light, sunshine, brightness.

ਚਾਪਲੂਸ (chaaploos)—Flatterer, servile, wheedler.

ਚਾਬਕ (chaabak)—Lash, whip, a thrash.

ਚਾਬੀ (chaabee)—Key.

ਚਾਰਪਾਈ (chaarpaaee)—Cot.

ਚਾਰਾ (chaaraa)—Fodder, pasture, lure.

ਚਾਮਚੜਿੱਕ (chamchathik)—Bat vampire.

ਚਾਲ (chaal)—Motion, walk, movement, manner.

ਚਾਲ-ਢਾਲ (chaal-dhaal)—Fashion, gait, manner.

ਚਾਲ-ਬਾਜ਼ (chaal-baaz)—Tricker, deceitful, cunning.

ਚਾਲੂ (chaaloo)—Current, prevalent.

ਚਾਲੂ-ਕਰਨਾ (chaaloo-karnaa)—To promote, to promulgate.

ਚਾਵਲ (chaawal)—Rice.

ਚਾੜ੍ਹਨਾ (chaarnaa)—To lift, to offer, to cook.

ਚਿੱਕ (chikk)—Curtain or screen made of split bamboo sticks, mire.

ਚਿਕਣਾ (chiknaa)—Greasy, oily, smooth.

ਚਿਕਨਾਈ (chiknaaee)—Fatness, greasiness, lubricant.

ਚਿੱਕੜ (chikkar)—Mud, mire, clay, filth.

ਚਿਖਾ (chikhaa)—A funeral pyre.

ਚਿੰਗਾਰੀ (chingaaree)—Spark.

ਚਿੰਘਾੜ (chinghaar)—Shrill cry, the trumppeting of an elephant.

ਚਿੰਘਾੜਨਾ (chingaarnaa)—To trumpet, to scream.

ਚਿਚਲਾਉਣਾ (chichlaaunaa)—To cry out, to hoot, to howl.

ਚਿੱਚੜ (chichar)—A louse or tick which sticks to the body of cattle.

ਚਿਟਕਣਾ (chitaknaa)—To crack.

ਚਿਟਕਣੀ (chitkanee)—Bolt, catchbar.

ਚਿੱਟਾ (chittaa)—White, fair, milky.

ਚਿੱਠਾ (chitthaa)—Balance sheet, account book, memorandum of account.

ਚਿੱਠੀ (chitthee)—Letter, a written note, document.

ਚਿਣਨਾ (chinnaa)—To decorate, to lay (bricks)

ਚਿਣਾਈ (chinaaee)—Masonary assortment, building work.

ਚਿੱਤ-ਲਾਉਣਾ (chit-launaa)—To concertrate.

ਚਿੱਤ-ਕਬਰਾ (chit-kabraa)—Spotted, dappled, speckled.

ਚਿੰਤਨ (chintan)—Thinking, reflection.

ਚਿੱਤਰ (chitter)—A picture, painting, diagram.

ਚਿੱਤਰਕਾਰ (chittarkaar)—Artist, painter.

ਚਿਤਰੀ ਵਾਲਾ (chitree waalaa)—Spotted, speckled (banana).

ਚਿੱਤੜ (chitar)—Buttock, posterior, bottom.

ਚਿੰਤਾ (chintaa)—Worry, anxiety, doubt, thought.

ਚਿਤੇਰਾ (chiteraa)—Painter.

ਚਿੱਥਣਾ (chitthnaa)—To munch, to chew, to crush with teeth.

ਚਿੰਨ੍ਹ (chinnh)—Sign, symbol, token.

ਚਿਪਕਣਾ (chipaknaa)—To stick, to adhere.

ਚਿਪਚਿਪਾ (chipchipaa)—Greasy, waxy, gummy.

ਚਿੰਬੜਨਾ (chimbarnaa)—To cling, to embrace.

ਚਿੱਭੜ (chibbar)—Kind of edible wild fruit borne by a creeper weed.

ਚਿਰਾਗ਼ (chiraag)—Lamp.

ਚਿਲਕਣਾ (chilaknaa)—To shine,to glitter, to glow.

ਚਿਲਮ (chilam)—Earthen pipe where fire and tobacco are placed for smoking.

ਚਿਲਮਚੀ (chilamchee)—A wash basin.

ਚਿੜ (chir)—Irritation, vexation, detestation.

ਚਿੜਨਾ (chirnaa)—To be irritated, to be chafed.

ਚਿੜਾਉਣਾ (chiraaunaa)—To vex, to chafe, to irritate.

ਚਿੜਚਿੜਾ (chirchiraa)—Snappish, ill-natured, irritable, short-tempered, snappy.

ਚਿੜੀ (chiree)—Female sparrow, the shuttle cock.

ਚਿੜੀ-ਛਿੱਕਾ (chiree-chikkaa)—Badminton.

ਚੀਕ (cheek)—Scream, yell, shrill cry.

ਚੀਕਣਾ (cheeknaa) — To scream, to yell, to cry, oily, slippery.

ਚੀਚੀ (cheechee)—Smallest finger of hand.

ਚੀਜ਼ (cheez)—A thing, article, a substance.

ਚੀਥੜਾ (cheethraa)—Rag, a tatterred garment.

ਚੀਨੀ (cheenee) — Sugar, chinese national.

ਚੀਰਨਾ (cheernaa)—To saw, to tear, to rip.

ਚੀਰਾ (cheeraa)—A cut, operation.

ਚੀਲ (cheel)—A kite.

ਚੀੜ੍ਹਾ (chirhaa)—Hard, rigid, stiff, tough.

ਚੁਆਉਣਾ (chuaaunaa)—To get (a milk animal) milked.

ਚੁਆਤੀ (chuaatee)—Spark, ember, small smouldring piece of wood.

ਚੁਸਕੀ (chooskee)—Sip.

ਚੁਸਤ (chusat)—Active, smart, clever, tight-fitting (garment or dress), brisk, spry.

ਚੁਸਤੀ (chustee)—Activity, alertness, readiness.

ਚੁਹਲ (chuhal)—Merriment, festivity, sportiveness.

ਚੁੱਕ (chukk)—Stiffening of or pain in back muscles or backbone.

ਚੁੱਕ-ਕੱਢਣੀ (chukk-kadhnee)—To treat or heal spinal disorder.

ਚੁੱਕ-ਪੈਣੀ (chukk-panee)—To suffer from spinal dislocation.

ਚੁੱਕ-ਦੇਣਾ (chukk-denaa)—To lift, to raise.

ਚੁੱਕ-ਲੈਣਾ (chukk-laenaa)—Pick up, take up, to carry.

ਚੁੱਕਣਾ (chukknaa)—To lift, to carry, to excite.

ਚੁਕੰਨਾ (chukannaa)—Alert, active, cautions.

ਚੁਗਣਾ (chugnaa)—To peck, to pick food with beak.

ਚੁਗ਼ਲਖੋਰ (chugalkhoor)—Backbiter, sycophant.

ਚੁਗਲੀ (chuglee)—An instance of backbiting, false and mlicious report.

ਚੁਗਲੀ-ਕਰਨੀ (chuglee-karnee)—To backbite.

ਚੁਗਿਰਦਾ (chugirdaa)—Boundary, surrounding perimeter.

ਚੁੰਗੀ (chungee)—Toll, cess, excise duty.

ਚੁੰਝ (chunjh)—Beak, nib, corner, pointed end.

ਚੁਟਕੀ (chutkee)—A pinch, fillip, a snapping with finger.

ਚੁਟਕਲਾ (chutkalaa)—Tit-bit, joke, humorous or amusing gossip, witty.

ਚੁਣਨਾ (chunnaa)—To select, to pick, to choose, to arrange.

ਚੁੰਧਲਾਉਣਾ (chundhlaaunaa)—To dazzie.

ਚੁੰਨ੍ਹਾਂ (chunnhaa)—Bleary eyed, purblind, having small eyes.

ਚੁੰਨੀ (chunnee)—A head cloth for women.

ਚੁੱਪ (chupp)—Silent, mute, mum.

ਚੁੱਪ-ਚਾਪ (chupp-chaap)—In silence.

ਚੁੱਪ-ਚੁਪੀਤਾ (chupp-chupeetaa)—Without uttering a single word.

ਚੁਪਾਲ (chupaal)—Meeting place for village elders or assembly.

ਚੁਫ਼ੇਰੇ (chuphere)—Around, all around, also.

ਚੁੰਬਕ (chumbak)—Magnet, loadstone.

ਚੁਬਾਰਾ (chubaaraa)—An attic, upper story, summer house.

ਚੁਬੁਰਜੀ (chuburjee)—Pavillion.

ਚੁੱਭਣਾ (chubhnaa)—To pierce, to sting.

ਚੁੰਮਣਾ (chumnaa)—To kiss, to suckle, to lip.

ਚੁੰਮੀ (chummee)—Kiss, osculation.

ਚੁਰਸਤਾ (churastaa)—A crossing.

ਚੁਰਾਉਣਾ (churaaunaa)—To steal, to pilfer, to thieve.

ਚੁਲਬੁਲਾ (chulbulaa)—Vivacious, agile, restless.

ਚੁਲਬੁਲਾਉਣਾ (chulbulaaunaa)—To be playful, to be restless.

ਚੁੜੇਲ (churail)—Witch, hag, female giant.

ਚੂਸਣਾ (choosnaa)—To suck, to sip.

ਚੂਹਾ (choohaa)—Mouse, rat.

ਚੂਕਣਾ (chooknaa)—To blunder, to fail, to miss.

ਚੂਚਾ (choochaa)—Chicken, squeaker.

ਚੂੰਢੀ (choondhee) — Pinch, clothespin, paper clip.

ਚੂਨਾ (choonaa)—Lime, mortar.

ਚੂਰਨ (chooran)—A powder (especially of medicine).

ਚੂਰਾ (chooraa)—Sawdust, powder.

ਚੂਰੀ (chooree)—Crushed bread mixed with ghee and suger.

ਚੂੜੀ (chooree)—Bangle, bracelet, spire, pitch.

ਚੇਚਕ (chechak)—Small pox.

ਚੇਤਣਾ (chetnaa)—To recollect, to remember, to be alert.

ਚੇਤਨਾ (chetnaa)—Consciousness, under-standing.

ਚੇਪੀ (chepee)—Sticker, patch, a piece of cloth or paper.

ਚੈਨ (chain)—Rest, relief,ease.

ਚੋਖਾ (chokhaa)—Sufficient, enough, tolerable.

ਚੋਗਾ (choga)—Birdfeed, bait.

ਚੋਟ (chot)—Wound, blow, hurt, bruise.

ਚੋਟੀ (chotee)—Top knot, summit, peak, top.

ਚੋਣ (chon)—Election, choice, option, pick.

ਚੋਣ-ਹਲਕਾ (chon-halkaa)—Constituency, electorate.

ਚੋਣਵਾਂ (chonwaan)—Selected, chosen.

ਚੋਪੜਨਾ (choparnaa)—To butter, to besmear.

ਚੋਰ (chor)—Thief, burgler.

ਚੋਰ-ਬਜ਼ਾਰ (chor-bazaar)—Black market.

ਚੋਰ-ਦਰਵਾਜ਼ਾ (chor-darwaazaa)—Backdoor.

ਚੋਰੀ (choree)—Theft, burglary.

ਚੋਰੀ-ਚੋਰੀ (choree-choreee)—Seretly, privately.

ਚੋਰੀ-ਛਿਪੇ (choree-chhipee)—Stealthly.

ਚੋਲਾ (cholaa)—A long robe worn by saints, human body, shirts.

ਚੋਲਾ-ਛੱਡਣਾ (cholaa-chaddnaa)—To die.

ਚੋਲਾ-ਬਦਲਣਾ (cholaa-badlanaa)—To be reborn, to change physical frame.

ਚੋਲੀ (cholee)—Blouse, Bodice, vest, corset.

ਚੌਸਰ (chausar)—Chess, chess board.

ਚੌਕ (chauk)—Cross road, public square, crossing, plaza.

ਚੌਕਸੀ (chauksee)—Alertness, watchfulness, vigilance.

ਚੌਂਕਣਾ (chaunknaa)—To stratle, to be astonished.

ਚੌਕੰਨਾ (chaukannaa)—Alert, cautious.

ਚੌਕੜੀ (chaukaree)—Posture of sitting cross-legged.

ਚੌਕਾ (chaukaa)—Kitchen, clean place for cooking.

ਚੌਕੀ (chaukee)—Stool, a small wooden chair with no arm.

ਚੌਕੀਦਾਰ (chaukeedaar)—Watchman.

ਚੌਧਰੀ (chaudharee)—Head-man, leader, chieftain.

ਚੌਪੜ (chaupar)—Chess, dice.

ਚੌਪਾਲ (chaupaal)—Rural meeting place.

ਚੌਰਸ (chauras)—Square, flat, plane, smooth.

ਚੌਲ (chaul)—Rice.

ਚੌੜ (chaur)—Spoiling, ruin, wasted.

ਚੌੜ-ਕਰਨਾ (chaur-karnaa)—To spoil, to damage, to waste.

ਚੌੜਾ (chauraa)—Wide, open, flat, broad.

ਚੌੜਾਈ (chauraaee)—Width, extension.

ਛ

ਛ Twelth letter of Gurmukhi alphabets, pronounced as 'chhachhaa'.

ਛਕਣਾ (chhaknaa)—To eat satisfactorily, to deceive.

ਛਕਾਉਣਾ (chhakaaunaa)—To serve, to decieve, to satiate.

ਛਕੜਾ (chhakraa)—Cart, van, wagon, truck.

ਛੱਕਾ (chhakkaa)—A group of six, sixth at cards, sixer.

ਛੰਗਵਾਉਣਾ (chhangvaaunaa)—To get trimmed, to get pruned.

ਛਛੂੰਦਰ (chhachhoondar) — Musk-rat, mole

ਛੱਜ (chhajj)—Winnowing basket, winnower.

ਛੱਜਾ (chhajjaa)—Balcony, gallery-shelf, brim.

ਛਜਲੀ (chhajlee)—Hood (of a snake).

ਛਟਾਂਕ (chhataank)—A measure of weight, approximately 2 ounces.

ਛੱਡਣਾ (chhadnaa)—To leave, to relinquish, to quit, to vacate, to release, to remit.

ਛੰਡਣਾ (chhandnaa)—To dust, to reprimand, to toss.

ਛਣਕ (chhanak)—Clang, clink, sound produced by clattering of metal or coin.

ਛਣਕਣਾ (chhanaknaa)—To clink, to babble, to clatter.

ਛਣਨਾ (chhannaa)—To be sieved, to get worn out, thinned.

ਛੱਤ (chhatt)—Roof, ceiling, storey.

ਛੱਤਾ (chhattaa)—Honey comb. beehive.

ਛਤਰੀ (chhatree)—Umbrelaa, parachute, dome.

ਛੰਨਾ (chhannaa)—Cup, bowl.

ਛੱਪਰ (chhappar)—Thatched roof or shed, booth.

ਛੱਪਰੀ (chhappreee)—Cottage, hut, hovel, shed.

ਛਪਵਾਉਣਾ (chhapvaaunaa)—To cause to be printed or embossed or stamped.

ਛਪਵਾਈ (chhapvaaee)—Printing.

ਛੱਪੜ (chhappar)—Pool, pond.

ਛੱਪੜੀ (chhapree)—Small pond, puddle, cesspool.

ਛਪਾਕੀ (chhapaakee)—White gum, erysipelas.

ਛਬੀਲ (chhabeel)—Place where water is distrubuted gratuitously.

ਛਮਕ (chhamak)—Stick, cane.

ਛਮਕ-ਛਲੋ (chhamakchhaloo)—A passionate woman, a beautiful girl.

ਛਲ (chhal)—Deception, trap, fraud, dodge, trick.

ਛਲਕਣਾ (chhalaknaa)—To overflow, to spill, to wobble.

ਛੱਲਾ (chhallaa)—Plain ring worn on fingers, annulus.

ਛੱਲੀ (chhallee)—Corncob of maize, stiffened muscle, spool, enlarged spleen.

ਛਲਾਵਾ (chhalaawaa)—Illusion, hallucination, dodge.

ਛਲੀਆ (chhaliyaa)—Artful, tricky, cheat, fraudulent.

ਛੜਾ (chharaa)—Bachelor, unmarried, lone, single.

ਛੜਾ-ਛਾਂਟ (chharaa-chhant)—All alone.

ਛੜੀ (chharee)—A rod, cane, stick, good.

ਛਾਂ (chhaan)—Shade.

ਛਾਉਣੀ (chhaaunee)—Cantonment, permanant military camp or barrack.

ਛਾਈ (chhaaee)—Dark, pimples, ashes, spot.

ਛਾਂਟਣਾ (chhaatnaa)—To select, to choose, to sort out (mail).

ਛਾਣਨਾ (chhaannaa)—To filter, to sift, to sieve.

ਛਾਣਨੀ (chhaannee)—Bolter, sieve.

ਛਾਣਬੀਣ (chhaanbeen)—Sifting, probe.

ਛਾਤੀ (chhaatee)—Chest, breast, heart, bosom.

ਛਾਪਣਾ (chhaapnaa)—To print, to publish.

ਛਾਪਾ (chhaapaa)—Sudeen attack, surprise visit.

ਛਾਪਾ-ਮਾਰਨਾ (chhaapaa - maarnaa)—To raid, to attack suddenly.

ਛਾਬਾ (chhaabaa)—Small basket, A pan of weighing scale.

ਛਾਬੜੀ (chhaabree)—Small basket.

ਛਾਬੜੀ-ਵਾਲਾ (chhaabree-waalaa)—Hawker, pedler.

ਛਾਲ (chhaal)—Peel, bark, jump, plunge.

ਛਾਲ-ਮਾਰਨਾ (chhaal-maarnaa)—To jump, to skip. to leap.

ਛਿਆਸੀ (chhiaasee)—Eighty-six.

ਛਿਆਲੀ (chhiaalee)—Forty-six.

ਛਿੱਕਾ (chhikkaa)—Cup-shaped network with strings for fasterning over animal's mouth against its damaging crops or for hanging eatables to protect them against cats, tennis or badminton racket.

ਛਿਜਣਾ (chhijnaa)—To decrease, to lessen.
ਛਿੱਟ (chhitt)—Drop, splash.
ਛਿੱਟਾ (chiittaa)—Water splash.
ਛਿਣਕਣਾ (chhinaknaa)—To sprinkle.
ਛਿੱਤਰ (chhittar)—Used foot wear, worn out shoes.
ਛਿੱਤਰ-ਮਾਰਨਾ (chhittar-maarnaa)—To beat with shoes.
ਛਿੱਥਾ (chhitthaa)—Annoyed, abashed, peevish.
ਛਿਨ (chhin)—A moment.
ਛਿੰਨ-ਭਿੰਨ (chhinn-bhinn)—Decomposed, scattered, cut.
ਛਿਪਾਉਣਾ (chhipaaunaa)—To hide, to conceal, to cover.
ਛਿੱਲ (chhil)—Skin, peel, shell, husk, rind.
ਛਿੱਲਣਾ (chhilnaa)—To raze, to rind, to peel, to shell.
ਛਿੱਲੜ (chhillar)—Rind, skin, husk, crust.
ਛਿੜ ਜਾਣਾ (chhir jaanaa)—To straggle, to break out (war).
ਛਿੜਨਾ (chhirnaa)—Beginning, to start, to go for a grazing.
ਛੁਹਰ (chhuhar)—A lad, boy, youngster.
ਛੁਹਾਉਣਾ (chhuhaaunaa)—To touch.
ਛੁਹਾਰਾ (chhuhaaraa)—Dried date, palm.
ਛੁਟਕਣਾ (chhutaknaa)—To slip, to break loose, to abscise.
ਛੁਟਕਾਰਾ (chhutkaaraa)—Rescue, release, discharge.
ਛੁੱਟੜ (chhutar)—Divorced, woman abandoned by the husband.

ਛੁੱਟੀ (chhuttee) — Leave, vacation, holiday, intermission.
ਛੁਡਾਉਣਾ (chhudaaunaa)—To save, to get removed, to liberate.
ਛੁਪਣਾ (chhupnaa)—To hide, to be concealed, to disappear.
ਛੁਰਾ (chhuraa)—A long khife, dagger, chopper.
ਛੁਰੀ (chhuree)—A knife.
ਛੂਤ (chhoot)—Infection, contagion.
ਛੂਤ-ਛਾਤ (chhoot-chhaat)—Untouchability (now legally banned in India).
ਛੇਕ (chhek)—Hole, gap, puncture, loophole, cut.
ਛੇਕਣਾ (chheknaa)—To boycott. to ostracise, to disown.
ਛੇਕੜ (chhekar)—At last, ultimately.
ਛੇਤੀ (chhetee)—Soon, briskness, shortly, promptness.
ਛੇਤੀ-ਕਰਨਾ (chhetee-karnaa)—To make haste, to speed up.
ਛੇਤੀ-ਨਾਲ (chhetee-naal)—Quickly, swiftly.
ਛੇੜਨਾ (chhernaa)—To irritate, to tease, to harass.
ਛੈਣੀ (chhainee) — Graver, chisel.
ਛੈਣਾ ਮੁਰਗੀ (chhainaa murgee) —Bengali sweetmeat.
ਛੋਕਰਾ (chhokraa)—Boy, youngster, lad.
ਛੋਟਾ (chhotaa)—Small, short, junior, tiny, little.

ਛੋਲਾ (chholaa)—Chick-pea, gram.

ਛੋਲੀਆ (chholiaa)—Green gram.

ਛੌਂਕਣਾ (chhaunknaa)—To fry and season with spices.

ਜ

ਜ Thirteenth letter of Gurmukhi alphabets, pronounced as 'jajjaa'.

ਜਸ (jas)—Glory, splendour, fame, reputation.

ਜਾਸੂਸ (jasoos)—Detective, informer, spy.

ਜਸ਼ਨ (jashan)—Celebration, feast, merriment.

ਜਹਾਜ (jahaaj)—Aeroplane, ship, steamer, launch.

ਜਹਾਜਰਾਨੀ (jahhajraanee)—Shipping, nautical, naval.

ਜਹਾਜੀ ਬੇੜਾ (jahhajeeberaa)—Navy, fleet, armada.

ਜਹੰਨਮ (jahannam)—Hell, inferno.

ਜਹਾਂ (jahaan)—World.

ਜਹਾਂ-ਗੀਰ (jahaangeer)—World conquerer.

ਜਹਾਲਤ (jahaalat)—Stupidity, ignorance.

ਜਹਾਦ (jahaad)—Holywar, crusade.

ਜ਼ਹਿਮਤ (zhemat)—Botheration, difficutly, afflication.

ਜ਼ਹਿਰ (zehar)—Poison, venom.

ਜ਼ਹੀਨ (zaheen)—Intelligent, sagacious.

ਜਕੜ (jakar)—Grip, hold.

ਜਕੜਨਾ (jakarnaa)—To grip, to fasten tightly.

ਜੱਕੋ-ਤੱਕਾ (jakko-takkaa)—Hesitation, double mindedness.

ਜੰਕਸ਼ਨ (jankashan)—Railway junction, a junction station.

ਜੱਖਣਾ (jakkhanaa)—Essence, existence.

ਜ਼ਖ਼ਮ (zakham)—Wound, cut.

ਜ਼ਖ਼ਮੀ (zakhmee)—Wounded, hurt.

ਜ਼ਖ਼ੀਰਾ (zakheeraa)—Store house, repository, stock, hoard.

ਜਗ (jag)—World, cosmos, universe.

ਜਗਿਆਸਾ (jagiaasaa)—Desire to know.

ਜੱਗ-ਹਸਾਈ (jag-hasaaee)—Public disgrace, contempt, infamy.

ਜੰਗ (jang) — War, battle, compaign, fight.

ਜੰਗ ਕਰਨੀ (jang karnee)—To fight, to wage war.

ਜੰਗ ਛੇੜਨੀ (jang chheranee)—To declare war (against), to go to the war (with).

ਜੰਗ ਬੰਦੀ (jang bandee)—Ceasefire, trace

ਜੰਗਜੂ (jangajoo)—Warrior, fighter.

ਜੰਗੀ (jangee)—Martial, brave, warlike.

ਜਗਣਾ (jagnaa)—To light, to burn.

ਜਗਤ (jagat)—World, universe.

ਜਗਮਗ (jagmag)—Shining, glearning, glimmering.

ਜਗਮਗਾਉਣਾ (jagmagaaunaa)—To shine, to glitter, to gleam.

ਜਗਰਾਤਾ (jagraataa)—Keeping awake throughout the night singing hymns.

ਜੰਗਲ (jangal)—Forest, woods, wilderness.

ਜੰਗਲੀ (janglee) — Wild, barbarion, savage.

ਜੰਗਲਾ (janglaa)—Railing, fencing, palisade.

ਜੰਗਾਲ (jangaal)—Rust, corrosion, verdigris.

ਜਗਾਉਣਾ (jagaaunaa)—To awaken, to wake up, to burn. to light.

ਜਗੀਰ (jageer)—Estate, manor, grant, free land.

ਜਗੀਰਦਾਰ (jageerdaar)—Landlord, grantee.

ਜਚਣਾ (jachnaa)—To match, to suit, to befit.

ਜੱਚਾ (jachchaa) — Woman who has just delivered a child.

ਜੱਚਾਖਾਨਾ (jachchaakhanaa)—Meternity home.

ਜੰਜ (janj)—Marriage party.

ਜੰਜ ਚੜ੍ਹਨੀ (janj charnee)—To depart for marriage.

ਜੰਜ ਘਰ (janj ghar)—Place where marriage party is stayed.

ਜਜ਼ਬਾ (jazbaa)—Emotion, sentiement, feeling.

ਜਜਮਾਨ (jajmaa)—Host.

ਜੰਜਾਲ (janjaal)—Trouble, difficulty, perflexity.

ਜਜ਼ੀਆ (jaziaa)—Toll tax, capitation tax.

ਜ਼ੰਜੀਰ (zanjeer)—Chain, zipper.

ਜਜ਼ੀਰਾ (jazeeraa)—Island.

ਜੰਞੂ/ਜੰਵੂ (janjoo/janju)—The sacred thread worn by Hindus.

ਜੰਞ (janj)—Marriage party, marriage procession led by the bridegroom.

ਜੱਟ (jatt) — Name of an agricultrual class of northwestern India, farmer.

ਜਟਾ (jataa)—Strand of matted hair, elf-lock.

ਜਣਨਾ (jannaa)—To give birth to, to bring forth, to breed.

ਜਣਨੀ (jannee)—Mother, projentrix.

ਜਤਨ (jatan)—Effort, attempt, exertion, diligence.

ਜਤਨਸ਼ੀਲ (jatansheel)—Attempting, endeavouring, trying on the job.

ਜੰਤਰ (jantar)—Instrument, apparatus, machine.

ਜੰਤਰੀ (jantree)—Calender, almanac.

ਜਤਾਉਣਾ (jataaunaa)—To remind, to inform, to caution.

ਜਤੀ (jatee)—Ascetic, chaste.

ਜੰਤੂ (jantoo)—Animal, creature.

ਜੱਥਾ (jathaa)—Group, squad, company, batch.

ਜੱਥੇਦਾਰ (jathedaar)—Leader of a group.

ਜੱਥੇਬੰਦ (jatheband)—Organised, united, embodied as a working group.

ਜੱਥੇਬੰਦੀ (jathebandee)—Organisation, union, grouping.

ਜੰਦਰਾ (jandraa)—Lock, machine.

ਜੱਦੀ (jaddee)—Patrimonial, hereditary, ancestral.

ਜਦੋਂ (jadon)—When.

ਜਦੋਂ-ਕਦੇ (jadon-kadey)—Whenever, as and when.

ਜਦੋਂ-ਤੀਕ (jadon-teek)—Until, as long as, till such time as.

ਜ਼ਨ-ਮੁਰੀਦ (zan-mureed)—Henpecked, husband, cuckold.

ਜਨ-ਸੰਖਿਆ (jan-sankhiaa)—Population.

ਜਨ-ਗਣਨਾ (jan-gannaa)—Census.

ਜਨ-ਤੰਤਰ (jan-tantar)—Democracy.

ਜੰਨਤ (jannat)—Heaven, paradise.

ਜਨਮ (janam)—Birth, origin.

ਜਨਮ-ਕੁੰਡਲੀ (janam-kundlee)—Horoschope, birth chart.

ਜਨਮ-ਜਾਤ (janam-jaat)—Inborn, inherent.

ਜਨਮ-ਦਾਤਾ (janam-daataa)—Creator, God, father.

ਜਨਾਜ਼ਾ (janaazaa)—Coffin, hearse, funeral procession.

ਜ਼ਨਾਨਾ (zanaanaa)—Feminine, female.

ਜ਼ਨਾਨੀ (zanaanee)—Women, wife.

ਜਨੂੰਨ (jannoon)—Mania, lunacy.

ਜਪ (jap)—Recitation or silent repetition of God's name, mystical formula or prayer.

ਜਪ-ਮਾਲਾ (jap-maalaa)—Rosary.

ਜਪਣਾ (japnaa)—To repeat God's name mentally or orally in low tone.

ਜੱਫ਼ਾ (japphaa)—Holding tightly by waist.

ਜ਼ਬਤ (zabat)—Forfeiture, self-command, control.

ਜਬਰ (jabar)—Compulsion, coercion, opression.

ਜਬਰ-ਕਰਨਾ (jabar-karnaa)—To coerce, to oppress.

ਜਬਰਦਸਤ (jabardast)—Strong, powerful, vigorous.

ਜਬਰਨ (jabaran)—By force, forcibly, illegally.

ਜਬਰੀ (jabree)—Forcibly, compulsorily.

ਜ਼ਬਾਨ (zabaan)—Tongue, dialect, language, speech.

ਜ਼ਬਾਨ-ਖੋਲ੍ਹਣੀ (zabaan-kholnee)—To speak out.

ਜ਼ਬਾਨ-ਦਰਾਜ਼ੀ (zabaan-daraajee)—Rudeness, impertinence.

ਜ਼ਬਾਨ-ਦੇਣੀ (zabaan-danee)—To promise.

ਜਬਾਨੀ (jabaanee)—Orally, verbally, by word of mouth.

ਜਬਾੜਾ (jabaaraa)—Jaw, jowbone, jowl.

ਜਮਹੂਰੀ (jamhooree)—Democratic.

ਜਮਹੂਰੀਅਤ (jamhooreeat)—Democracy.

ਜੰਮਘਟਾ (jamghattaa)—Crowd, large assemblage, multitude.

ਜੰਮਣਾ (jammnaa)—To take birth, to take root, to freeze, to settle, to crudle.

ਜਮਾਉਣਾ (jamaaunaa)—To be get, to create, to grow.

ਜਮਦੂਤ (jamdoot)—Angel of death.

ਜਮਾਤ (jamaat)—Class, group, society, party.

ਜਮਾਤੀ (jamaatee)—Classfellow, classmate.

ਜਮਾਂਦਰੂ (jamaandroo)—Inborn, congential, inbred, natural.

ਜਮਾਂਦਾਰ (jamaadaar)—A junior commissioned military rank, supervisor of labour gang or squad, sweeper.

ਜਮਾਂਦਾਰੀ (jamadaaree)—Rank, job of junior military.

ਜ਼ਮਾਨਤ (zamaanat)—Bond, guarantee, bail.

ਜ਼ਮਾਨਤ-ਨਾਮਾ (zamaanat-naamaa)—Security bond.

ਜ਼ਮਾਨਾ (zamaanaa)—Times, age, present day world.

ਜ਼ਮੀਨ (zameen)—Earth, land.

ਜ਼ਮੀਰ (zameer)—Conscience.

ਜ਼ਰ (zar)—Wealth, gold.

ਜ਼ਰਖ਼ੇਜ਼ (zarkhez)—Productive, fertile.

ਜ਼ਰਦ (zarad)—Yellow, pale.

ਜ਼ਰਦਾ (zaradaa)—Powdered tobacco.

ਜ਼ਰਾ (zaraa)—Little, somewhat.

ਜ਼ਰਾਇਤ (zarraait)—Agriculture, faming.

ਜੱਰਾਹ (jarrah)—Surgeon.

ਜ਼ਰੀਆ (zariaa)—Means.

ਜ਼ਰੂਰ (zaroor)—Surely, necessarily, certainly, doubtless.

ਜ਼ਰੂਰੀ (zarooree)—Necessary, requisite.

ਜ਼ਰੂਰਤ (zaroorat)—Need, want, requirement.

ਜਲ (jal)—Water, aqua.

ਜਲ-ਘਰ (jal-ghar)—Waterworks.

ਜਲ-ਥਲ (jal-thal)—Flood, inundation.

ਜਲ-ਧਾਰਾ (jal-dhaaraa)—Water current.

ਜਲਵਾਯੂ (jalvaau)—Climate.

ਜਲਸਾ (jalsaa)—Conference, a meeting, festivity, gathering.

ਜ਼ਲਜ਼ਲਾ (jalzalaa)—Earthquake.

ਜਲਣਾ (jalnaa)—To burn, to be jealous.

ਜਲਦਬਾਜ਼ (jaldbaaz)—Prone to hasty decision or action, rash, reckless.

ਜਲਦੀ (jaldee)—Hurry, haste, quickness.

ਜਲਵਾ (jalvaa)—Pleasing glimpse or sight. glitter, glow. grace.

ਜਲਾਲ (jalaal)—Splendour, majesty, diginty.

ਜਲਾਲਤ (jalaalat)—Meanness, disgrace.

ਜ਼ਲੀਲ (zaleel)—Mean, disgraced, humiliated.

ਜ਼ਲੀਲ-ਕਰਨਾ (zaleel-karnaa)—To dishonour, to humiliate.

ਜਲੂਸ (jaloos)—Procession.

ਜਵਾਈ (jawaaee)—Son-in-law.

ਜਵਾਹਰ (jawahhar)—Jewel, gem, precious stone.

ਜਵਾਨ (jawaan)—Young, youth, youngman.

ਜਵਾਨੀ (jawaanee)—Stage of life between boyhood and middle age, youth, full bloom.

ਜਵਾਨੀ-ਚੜ੍ਹਨਾ (jawaanee-charnaa)—To become youth to come of prime age.

ਜਵਾਬ (jawaab)—Answer, reply, refusal.

ਜਵਾਬ-ਸਵਾਲ (jawaab-sawaal)—Discussion, altercation.

ਜਵਾਬ-ਤਲਬੀ (jawaab-talbee)—Explanation.

ਜਵਾਬਦੇਹ (jawaabdeh)—Answerable, accountable.

ਜਵਾਂਮਰਦ (jawaanmarad)—Brave person, manly.

ਜਵਾਂਮਰਦੀ (jawaanmardee)—Bravery, manliness, courage, vigour.

ਜਵਾਰ (javaar)—Kind of Indian millet sorghum.

ਜਵਾਰ-ਭਾਟਾ (javaar-bhaataa)—Tidal waves, ebb and flow, rise and fall of seas.

ਜਵਾਲਾ (jawaalaa)—Flame, balze, fire.

ਜਵਾਲਾਮੁਖੀ (jawaalaamukhee)—A volcano.

ਜੜ (jar)—Foundation, root, senseless, dumb, irrational.

ਜੜਤ (jarat)—Insetting, inlay or inset work.

ਜੜਨਾ (jarnaa)—to fit, to set (jewels), to join.

ਜੜੀ (jaree)—Herb, medicainal herb.

ਜਾਇਆ (jaaiyaa)—Born, son, offspring.

ਜ਼ਾਇਕਾ (zaaikaa)—Taste.

ਜਾਇਦਾਦ (jaaidaad)—Property, estate, assets.

ਜਾਹਲ (jaahal)—Vulgar, sophistication, backward, stupid, uncivilized, illiterate.

ਜਾਗਣਾ (jaagnaa)—To get up from the bed, to awake.

ਜਾਗੋ-ਮੀਟੀ (jagoo meetee)—Half awake, in wakeful slumber.

ਜਾਂਗਲੀ (jaanglee)—Wild, bestial, aboriginal

ਜਾਂਘੀਆ (jaanghiaa)—Underwear, napkin (for child).

ਜਾਂਚ (jaanch)—Audit, inspection, investigation, trial.

ਜਾਂਚਣਾ (jaanchnaa)—To examine, to inspect, to calculate.

ਜਾਣਕਾਰ (jaankaar)—who knows, well-informed, conversant, familiar.

ਜਾਣਨਾ (jaannaa)—To know, to consider.

ਜਾਤਕ (jaatak)—Child, babe.

ਜ਼ਾਤੀ (zaatee)—Personal, self, individual.

ਜਾਦੂ (jaadoo)—Magic, spell, charm, enchantment.

ਜਾਦੂਗਰ (jaadoogar)—Magician, wizard.

ਜਾਦੂ-ਟੂਣਾ (jaadoo-toonaa)—Sorcery, black art.

ਜਾਨ (jaan)—Life, essence, vital, spirit, force.

ਜਾਨ-ਸੁੱਕਣੀ (jaan-suknee)—To be much afraid or worried.

ਜਾਨ-ਕੱਢਣੀ (jaan-kadhnee)—To put too much trouble, to kill.

ਜਾਨ-ਖਪਾਉਣੀ (jaan-khapaunee)—To work very hard.

ਜਾਨ-ਦੇਣੀ (jaan-danee)—To die, to scrifice one's life.

ਜਾਨ-ਪੈਣੀ (jaan-panee) — To come to life, to get relief.

ਜਾਨਸ਼ੀਨ (jaansheen)—Successor'e heir.

ਜਾਨਦਾਰ (jaandaar)—Organic, living.

ਜਾਂਬਾਜ਼ (jaanbaaz)—Brave, courageous.

ਜਾਨਵਰ (jaanwar)—Animal, beast.

ਜਾਨੀ (jaanee)—Dear, beloved, sweet heart.

ਜਾਨੀ-ਦੁਸ਼ਮਣ (jaanee-dushman)—Deadly foe.

ਜਾਨੀ-ਦੋਸਤ (jaanee-dost)—Fast friend, bosom friend.

ਜ਼ਾਬਤਾ (zaabtaa)—Control, code, discipline.

ਜ਼ਾਬਰ (zaabar)—Opperessor, tyrant.

ਜਾਮ (jaam)—Wine glass, fruit jam, traffic jam.

ਜਾਰੀ (jaaree)—Continued, in force, running.

ਜਾਰੀ-ਕਰਨਾ (jaaree-karnaa)—To issue, to commence.

ਜਾਰੀ-ਰੱਖਣਾ (jaaree-rakhnaa)—To continue, to carry on.

ਜਾਲ (jaal)—Net, web, trap, mesh. network.

ਜ਼ਾਲਮ (zaalam) — Cruel, barbrous, tyrannical.

ਜਾਲਾ (jaalaa)—Cobweb, spider's web, net moss.

ਜਾਲੀ (jaalee)—Snood, gauze, lattice.

ਜਾਲੀਦਾਰ (jaaleedaar)—Gauzy, neted, latticed.

ਜਾੜਾ (jaaraa)—Winter, cold weather.

ਜਿਉਣਾ (jiunaa)—To live, to exist, to be alive.

ਜਿਸ (jis)—Who, which, that, where.

ਜਿਸ ਕਾਰਨ (jis kaaran)—Where of.

ਜਿਸ-ਥਾਂ (jis thaan)—Where.

ਜਿਸ ਨੂੰ (jisnoon)—Whom.

ਜਿਸ-ਵੇਲੇ (jis waley)—When, at the time when.

ਜਿਸਮ (jisam)—Body.

ਜਿਸਮਾਨੀ (jismaanee)—Corporol.

ਜਿਹੜਾ (jehraa)—Who, which, that.

ਜਿਹਾ (jihaa)—Like, similar, as.

ਜ਼ਿਕਰ (zikar)—Mention, remarks.

ਜਿਗਰ (jigar)—Liver, bile.

ਜਿਗਰਾ (jigraa)—Courage, bravery, patience.

ਜਿਗਰੀ (jigree)—Friendly, intimate.

ਜਿੱਚ (jichch)—Vexed, irritated, sullen, peevish.

ਜਠਾਣੀ (jithaanee)—Sister-in-law, wife of husband's elder brother.

ਜਠੇਰਾ (jitheraa)—Elder.

ਜਿਤਨਾ (jitnaa)—To win, to conquer.

ਜਿੱਥੇ (jitthey)—Where.

ਜਿੱਥੇ-ਕਿੱਥੇ (jitthey-kithey)—Wherever.

ਜਿੱਥੋਂ (jithon)—From where.

ਜ਼ਿਦ (zid)—Persistance, obstinancy.

ਜ਼ਿੱਦੀ (ziddee)—Stiff, obstinate.

ਜਿੱਦਣ (jiddan)—On the day when.

ਜ਼ਿੰਦਗੀ (zindagee)—Life, age, lifetime.

ਜ਼ਿੰਦਾ (zindaa)—Living, animate.

ਜ਼ਿੰਦਾਦਿਲ (zindaadil)—Lively, gay, vivacious.

ਜ਼ਿੰਦਾਦਿਲੀ (zindaadilee)—Liveliness, blithness.

ਜ਼ਿੰਦਾਬਾਦ (zindaabaad)—Long live, may ... live long.

ਜਿੰਨ (jinn)—Ghost, devil, demon.

ਜ਼ਿਬਾਹ (zibbaah)—Act of killing or slaughtering.

ਜਿੰਮੀਕੰਦ (jimeekand)—An edible tuberous root, yam.

ਜ਼ਿਮੀਂਦਾਰ (zimeendaar)—Landlord, landholder.

ਜ਼ਿਮੀਂਦਾਰਾ (zimeendaaraa)—Pertaining to agriculture or faming.

ਜ਼ਿਮੀਂਦਾਰੀ (zineendaaree)—Landlordism, faming, agricultre.

ਜ਼ਿੱਲਤ (zillat)—Insult, dishonour, disgrace.

ਜਿਲਦ (jilad)—Bindin (of book), cover, ligament.

ਜਿਲਦਸਾਜ਼ (jiladsaaj)—Bookbinder.

ਜ਼ਿਲ੍ਹਾ (zillaa)—District, commune.

ਜਿੱਲਾ (jillaa)—Lazy, sluggish.

ਜਿਵੇਂ (jiven)—As, in the manner of, for example.

ਜਿਵੇਂ-ਕਿਵੇਂ (jiven-kiven)—By hook or crook, somehow.

ਜੀਭ (jeebh)—Tongue.

ਜੀਭ ਚਲਣੀ (jeebh chalnee)—To have a fluent tongue.

ਜੀਭ-ਚਲਾਉਣੀ (jeebh chalunee)—To talk too much.

ਜੀਵ (jeev)—Creature, animal, mortal, soul.

ਜੀਵਨ (jeevan)—Life, existence.

ਜੀਵਨ-ਸਾਥੀ (jeevan-saathee)—Life partner, husband.

ਜੀਵਨੀ (jeevnee)—Biography.

ਜ਼ੁਕਾਮ (zookaam)—Cold.

ਜੁਗਤ (jugat)—Method, skill, tool, plan, scheme.

ਜੁਗਨੀ (jugnee)—A mode of Punjabi folk song. a heart shaped ornament for the neck.

ਜੁਗਨੂੰ (jugnoon)—Glow-worm, lightning bug, firefly.

ਜੁਗਾਲੀ (jugaalee)—The chewing of the cud.

ਜੁਗਾੜ (jugaar)—Contrivance, arrangement.

ਜੁਝਾਰੂ (juhjaaroo)—Fighter, heroic, militant, aggressive.

ਜੁਟਣਾ (jutnaa)—To unite, to be assembled, to work seriously.

ਜੁੱਤੀ (juttee)—Shoe, boot, slipper.

ਜੁਦਾ (judaa)—Seperate, distinct, apart, different.

ਜੁਦਾਈ (judaaee)—Separation from a dear one.

ਜੁੱਧ (juddh)—Battle, war, armed encounter, combat action or engagement.

ਜੁੱਧ ਕਰਨਾ (juddh karnaa)—To fight, to fight a war.

ਜੁੱਧ ਛਿੜਨਾ (juddh chhirnaa)—For war to break out commence.

ਜੁਰਮ (juram)—Crime, offence, charge, fault, guilt.

ਜੁਰਮਾਨਾ (jurmaanaa)—Fine, penalty.

ਜੁਰਾਬ (juraab)—One of a pairof socks or stockings.

ਜ਼ੁਲਫ਼ (zulaf)—Lock of hair, curl, ringlet.

ਜ਼ੁਲਮ (zulam)—Cruelty, outrage, oppression.

ਜੁਲਾਹਾ (julaahaa)—Weaver, timid, fool.

ਜੁੜਨਾ (jurnaa)—To be joined, to associate, to get together.

ਜੁੜਵਾਂ (jurvaan)—Twin, conjoint, synthetic.

ਜੂੰ (joon)—A louse, pediculus.

ਜੂਆ (juaa)—Gambling, any game of chance played with stakes, dice.

ਜੂਆ ਖਾਨਾ (juaa khaanaa)—Gambling house.

ਜੂਝਣਾ (joojhnaa)—To struggle, to fight.

ਜੂਠ (jooth)—Garbage, refuse, leavings, ort, offal.

ਜੂੜਾ (jooraa)—Knot of braided hair, top knot.

ਜੇਠ (jeth) — Brother-in-law, elder brother of husband.

ਜੇਬ (jeb)—Pocket, pouch.

ਜ਼ੇਵਰ (zevar)—Ornaments, jewellary.

ਜੋਸ਼ (josh)—Zeal, passion, emotion, excitment.

ਜੋਖਣਾ (jokhnaa)—To weigh, to estimate, to appraise.

ਜੋਗੀ (jogee)—Ascetic, saint, devotee.

ਜੋਟਾ (jotaa)—Pair, couple.

ਜੋਤਸ਼ (jotash)—Astrology, astronomy.

ਜੋਤਣਾ (jotnaa)—To yoke, to harness,

ਜੋਬਨ (joban)—Lustre, bloom of youth, brilliance.

ਜ਼ੋਰ (zor)—Strength, power, vitality, pressure, effort.

ਜ਼ੋਰ-ਚੱਲਣਾ (zor-chalnaa)—To have sway.

ਜ਼ੋਰ-ਮਾਰਨਾ (zor-maarnaa)—To try level best, to compel.

ਜ਼ੋਰ-ਅਜ਼ਮਾਈ (zor-azmaaee)—Trial of strength.

ਜ਼ੋਰ-ਸ਼ੋਰ (zor-shor)—Zest, enthusiasm.

ਜ਼ੋਰਦਾਰ (zordaar)—Energetic, powerful.

ਜੋਰਾਵਰ (joraavar) — (For persons) strong, mighty, bully.

ਜੋਰੂ (joroo)—Wife, life partner.

ਜੋੜ (jor)—Joint, addition, connection, total, match, bond.

ਜੋੜਨਾ (jornaa)—To join, to link, to cement, to attach, to paste.

ਜੋੜਾ (joraa)—Couple, pair, twin.

ਜੌਹਰ (jauhar)—A self-sacrificing ceremony by women folk of Rajput warriors in the medieval times. Excellence, talent, essence.

ਜੌਹਰੀ (johree)—Jeweller.

ਝ

ਝ Fourteenth letter of Gurmukhi alphabets,. pronounced as 'jhajhaa'.

ਝਉਲਾ (jhaulaa)—Glance, glimpse.

ਝਈ (jhaee)—Gritting teeth in anger, crouching, attack.

ਝੱਸਣਾ (jhasnaa)—To massage (with oil, etc.), to rub.

ਝਕਾਉਣਾ (jhakaaunaa)—To tease, to tentalize.

ਝਕਝੋਰਨਾ (jhakjhornaa)—To shake violenlty, to jerk.

ਝੰਕਾਰ (jhankaar)—Jingling sound, tinkling sound.

ਝੱਕੀ (jhakkee)—Hesitant, shy.

ਝਕੋਲਣਾ (jhakolnaa)—To shake, to stir.

ਝੱਖ (jhakh)—Nonsensical talk.

ਝੱਖ-ਮਾਰਨਾ (jhakh-maarnaa)—To waste time for nothing.

ਝੱਖਮਾਰ (jhakhmaar)—To muddle, to rinse.

ਝਖਣਾ (jhakhnaa)—To rave.

ਝੱਖੜ (jhakhar)—Storm, wind, tempset, hurricane.

ਝੱਗ (jhagg)—Foam, scum, lather.

ਝੱਗਦਾਰ (jhaggdaar)—Foamy, frothy, lathery.

ਝਗੜਨਾ (jhagarnaa)—To quarrel, to wrangle, to dispute.

ਝਗੜਾ (jhagraa)—Conflict, quarrel, dispute, tussel.

ਝਗੜਾਲੂ (jhagraaloo)—Quarrelsome, rowdy, contentious.

ਝੱਗਾ (jhaggaa)—A loose garment for babies, frock, shirt.

ਝੰਜਟ (jhanjat) — Botheration, encumberance, difficulty.

ਝੱਜਰ (jhajjar)—Small porous earthen pitcher with a long neck.

ਝੰਜੋੜਨਾ (jhanjornaa)—To jog , to shake, a thing with a voilent jerk.

ਝੱਟ (jhatt)—Immediately, moment, quickly, at once.

ਝਟਕਣਾ (jhataknaa)—To toss violently, to give a jerk.

ਝੰਡਾ (jhandaa)—Flag, banner.

ਝਪਟਣਾ (jhapatnaa)—To pounce upon, to grab.

ਝੰਬਣਾ (jhambnaa)—To flog, to thrash, to beat.

ਝੰਮਕਣਾ (jhamaknaa) — To twinkel, to wink.

ਝਮੇਲਾ (jhamelaa) — Mess, Botheration, disturbance.

ਝਰਨਾ (jharnaa)—Waterfall, spring, brook, cataract.

ਝਰੀਟ (jhareet)—Scratch, slight wound, abrasion.

ਝਰੀਟਣਾ (jhareetnaa)—To scratch, to scribble.

ਝਰੋਖਾ (jharokhaa)—Window, a small aperture, casement.

ਝੱਲ (jhall)—Craze, insanity, frenzy, madness, passion.

ਝਲਕ (jhalak)—Glimpse, reflection, blink, hint.

ਝਲਕਣਾ (jhalaknaa)—To sparkle, to glare, to shine.

ਝਲਕਾਰਾ (jhalkaaraa)—Glimpse, sight reflection, flash.

ਝੱਲਣਾ (jhallnaa)—To bear, to sustain, to endure.

ਝੱਲਾ (jhallaa)—Mad, stupid, foolish, crazy.

ਝੜੀ (jharee)—Downpour, incessant rain.

ਝੜਨਾ (jharnaa)—To drop, to fall off.

ਝੜਪ (jharap) — Quarrel, skirmish, scuffle, contention.

ਝਾਂਸਾ (jhaansaa)—Fraud, bluff, dodge, deception.

ਝਾਂਸਾ-ਦੇਣਾ (jhaansaa-denaa)—To cheat, to mislead.

ਝਾਂਕਣਾ (jhanknaa)—To look, to glance, to peep.

ਝਾਕਾ (jhaakaa)—Hesitation, shyness, diffidence.

ਝਾਂਜਰ (jhaanjar)—An ornament for the ankles, jingling anklet.

ਝਾਂਟ (jhaant)—Publis hair.

ਝਾਲਰ (jhaalar)—Festooned edging or border, frill, suffle.

ਝਾਲਰਦਾਰ (jhaalardaar)—Festooned, frilled, fringed.

ਝਾੜ (jhaar)—Bosk, underwood, clump, censure.

ਝਾੜਨ (jhaaran)—Duster.

ਝਾੜਨਾ (jhaarnaa)—To brush, to sweep, to clean, to broom.

ਝਾੜਾ (jhaaraa)—Stools, excreta, faeces.

ਝਾੜੀ (jhaaree)—Thicket, bush.

ਝਾੜੀਦਾਰ (jhaareedaar)—Bushy, fruticose.

ਝਾੜੂ (jhaaroo)—Broom, swab.

ਝਿਜਕ (jhijak)—Hesitation, chariness, shyness.

ਝਿਲਮਿਲ (jhilmil)—Sparkling, flickering (of light), glittering.

ਝਿਲਮਿਲਾਉਣਾ (jhilmilaaunaa)—To sparkle, to glitter.

ਝਿੜਕ (jhirak)—Rebuke, scolding, snub.

ਝਿੜਕਣਾ (jhiraknaa)—To scold, to snub, to reprimand.

ਝੀਲ (jheel)—Lake.

ਝੁਕਣਾ (jhuknaa)—To bend, to droop, to decline.

ਝੁੱਗਾ (jhuggaa)—House, residential place.

ਝੁੱਗੀ (jhuggee)—Cottage, hut.

ਝੁੰਜਲਾਉਣਾ (jhunjlaaunaa) — To be irritated, to be fretful.

ਝੁਠਲਾਉਣਾ (jhuthlaaunaa)—To be false, to pretend.

ਝੁੰਡ (jhund) — Crowd, group, flock, herd.

ਝੁੱਡੂ (jhudoo)—A fool, henpecked husband.

ਝੁਰਮਟ (jhurmat)—A cluster of shrubs, hive.

ਝੁਲਸਣਾ (jhulasnaa)—To char, to burn, to scorch.

ਝੁਲਾਉਣਾ (jhulaaunaa)—To fan, to dangle, to vibrate.

ਝੁੰਗਾ (jhungaa) — Something given for bargaining, tret.

ਝੂਟਣਾ (jhootnaa)—To swing, to dangle.

ਝੂਠ (jhooth)—Lie, falsehood.

ਝੂਠਾ (jhoothaa)—False, artificial, liar, bogus.

ਝੂੰਮਣਾ (jhoomnaa)—To rock, to swing.

ਝੂਲਣਾ (jhoolnaa)—To wave, to oscillate.

ਝੂਲਾ (jhoolaa)—Swing, merry go round.

ਝੇਲਣਾ (jhelnaa)—To endure, to bear.

ਝੋਂਕਾ (jhonkaa)—Puff, gust, whiff.

ਝੋਟਾ (jhotaa)—Bull, male buffalo, stout, fat.

ਝੌਂਪੜਾ (jhaunpraa)—Hut, a big cottage.

ਞ

ਞ Fifteenth letter of Gurmukhi alphabets, pronounced as 'jhanja'.

ਟ

ਟ Sixteenth letter of Gurmukhi alphabets, pronounced as 'tainkaa'.

ਟੱਸ (tass)—Decoration, impressive personal appearance.

ਟੱਸ-ਕੱਢਣੀ (tass-kadhanee)—To dress impressively, to decorate.

ਟਸਰ (tassar)—Variety of coarse silk cloth, raw silk.

ਟਸੂਏ (tasooe)—Tears.

ਟਹਿਕਣਾ (taheknaa)—To blossom, to be happy.

ਟਹਿਣੀ (tahenee)—Branch (of tree.

ਟਹਿਲਣਾ (tahelnaa)—To walk, to roam, to stroll.

ਟਕ (tak)—Cut, gaze, stare.

ਟਕਸਾਲ (taksaal)—Mint, Institution for standardised study of Sikh theology.

ਟਕਸਾਲੀ (taksaalee)—Pertaining to standard, genuine, trustworthy.

ਟੱਕਰ (takkar)—Collision, clash, quarrel, conflict, contention encounter.

ਟਕਰਨਾ (takarnaa)—To come across, to meet, to fight.

ਟਕਰਾਉਣਾ (takraunaa)—To clash, to knock together, the heads of two persons.

ਟੈਂਕੀ (tankee)—Tank, cistern.

ਟਕੋਰ (takor)—A mild stroke, hit.
ਟੰਗ (tang)—Leg.
ਟੰਗ-ਅੜਾਉਣੀ (tang-araunee)—To obstruct, to interfere.
ਟੰਗੜੀ (tangree)—Small leg.
ਟੰਗਣਾ (tangnaa)—To hang, to put to gallows; hanger.
ਟਟਹਿਣਾ (tatahenaa)—Glow-worm, lightining bug, firefly.
ਟਟਪੂੰਜੀਆ (tatpoonjiaa)—A man of small means, very poor man.
ਟੰਟਾ (tantaa)—Wrangling, contest, altercation, quarrel.
ਟੱਟਾ (tattaa)—Testicle.
ਟੱਟੀ (tattee)—Stools, excreta, toilet, A reed screen.
ਟਟਿਆਉਣਾ (tatiaaunaa)—To cry, to raise hue and cry.
ਟੱਟੂ (tattoo)—Pony
ਟਟੋਲਣਾ (tatolnaa)—To search, to finger, to explore.
ਟੱਡਣਾ (taddnaa)—To open, to spread.
ਟਣਕਣਾ (tanknaa)—To clang.
ਟੱਪ (tapp)—Tub, cistern.
ਟੱਪ ਟੱਪ (tapp tapp)—Sound of dripping water.
ਟਪਕਣਾ (tapaknaa)—To drop, to drip, to dribble.
ਟੱਪਣਾ (tapnaa)—To jump, jump up, to skip, to hop, spring.
ਟਪਰੀ (tapree)—Hut, cottage, thatched.
ਟਪਲਾ (taplaa)—Doubt, misunderstanding, suspicion.
ਟੱਪਾ (tappaa)—A line of a song.
ਟੱਬਰ (tabbar)—Family, house hold, clan.
ਟਮਕ (tamak)—Kettledurm.
ਟਮਕਾਉਣਾ (tamkaaunaa)—To twinkle, to light (a small lamp) with low, to wink.
ਟਮਾਟਰ (tamaatar)—Tomato.
ਟਰੰਕ (tarank)—Trunk, metal box, suitcase.
ਟਰਕਾਉਣਾ (tarkaaunaa)—To evade, to postpone, to bluff.
ਟਰਟਰਾਉਣਾ (tartraaunaa)—To creak.
ਟੱਲ (tall)—Big-bell, gong.
ਟੱਲੀ (tallee)—Small bell.
ਟਲਣਾ (talnaa)—To finch, to be averted, to slip.
ਟਾਹਣ (taahan)—Bough, large branch of tree.
ਟਾਹਣੀ (taahnee)—Small branch of tree, twig.
ਟਾਕਰਾ (taakraa)—Conflict, encounter, competition.
ਟਾਂਕਾ (taankaa)—Stitching, joint, solder.
ਟਾਕੀ (takkee)—Piece of cloth, patch, talkie, small cinema hall.
ਟਾਟ (taat)—Convas, matting cloth.
ਟਾਪੂ (taapoo)—Island, isle.
ਟਾਲ (taal)—Heap, shop for buying wood, stock.
ਟਾਲਣਾ (taalnaa)—To postpone, to shift, to avoid, to avert.

ਟਿਕਟਿਕੀ (tiktikkee)—Store, gaze.

ਟਿਕਣਾ (tiknaa)—To stay, to lodge, to stop.

ਟਿੱਕਾ (tikkaa)—Sandal paste or vermillion mark on the forehead, an ornament worn on the forehead.

ਟਿੱਕੀ (tikkee)—Small loaf of bread, tablet, cake (of soap etc.).

ਟਿਕਾਉਣਾ (tikaaunaa)—To lodge, to house.

ਟਿਕਾਣਾ (tikaanaa)—Residence, dwelling, place, destination.

ਟਿਚਕਰ (tichkar)—Joke, taunt, clicking sound produced by retroflexion of tongue.

ਟਟਿਆਉਣਾ (tatiaaunaa)—To shriek.

ਟਿੰਡ (tind)—Clean shaven head.

ਟਿੱਡਾ (tiddaa)—Grass hopper.

ਟਿਪਸ (tipas)—Arrangement, manipulation.

ਟਿੱਬਾ (tibbaa)—Sandy place, high mound-small ridge.

ਟਿਮਕਣਾ (timaknaa)—To glimner, to twinkle.

ਟਿਮਟਿਮਾਉਣਾ (timtimaaunaa)—To twinkle, to ficker.

ਟਿੱਲ (till)—Effort, attempt, force, might.

ਟੀਕਰੀ (teekree)—Mare

ਟੀਕਾ (teekaa)—Annotation, commentry, remarks, injection.

ਟੀਕਾਕਾਰ (teekaakaar)—Translator, exegate.

ਟੁੱਕ (tukk) — Insignificant, small, trivial.

ਟੁਕਣਾ (tuknaa)—To chop, to cut, to bite.

ਟੁੱਕਰ (tukar)—Indian loaf, bread.

ਟੁਕੜਾ (tukraa)—A piece, a portion, a part.

ਟੁਕੜੀ (tukree)—Small piece, small body (of troops), contingent.

ਟੁੰਗਣਾ (tungnaa)—To tuck up, to tag.

ਟੁੱਟ-ਭੱਜ (tutt-bhajj)—Breakage.

ਟੁੱਟਣਾ (tutnaa)—To break, to burst, to wreck.

ਟੁੱਟਾ (tuttaa) — Broken, cracked.

ਟੁੰਡਾ (tundaa)—Armless, a person with an amputated limb.

ਟੁਣਕਣਾ (tunaknaa)—To chime, to clink.

ਟੁੰਬਣਾ (tumbnaa)—To excite, to inspire, to prompt.

ਟੁੱਭੀ (tubbee)—Dip, dive.

ਟੁਰਨਾ (turnaa)—To walk, to go.

ਟੁੱਲ (tull)—Hit, blow.

ਟੁੱਲ ਲਾਉਣਾ (tull launaa)—To hit (a ball), to make a wild guess.

ਟੂਟੀ (tootee)—Tap, nozzle, pupa, stopcock.

ਟੂਣਾ (toonaa))—Witchcraft, enchantment, hex.

ਟੇਕ (tek)—Support, reliance, stay, backing.

ਟੇਕਣਾ (teknaa)—To support, to rest, to prop.

ਟੇਢਾ (tedhaa)—Oblique, a slope, crooked, cunning (person).

ਟੇਢਾਪਣ (tedhaapan)—Crookedness, curve, slant.

ਟੇਵਾ (tewaa)—Horoscope, calculation of nativity.

ਟੋਆ (toaa)—A pit, a ditch.

ਟੋਹ (toh)—Clue, search, secret, hint.

ਟੋਹਣਾ (tohnaa)—To grope, to search, to fathom.

ਟੋਕਣਾ (toknaa)—To Interrupt, to obstruct.

ਟੋਕਰਾ (tokraa)—Basket, punnet.

ਟੋਕਾ (tokaa)—Crasscutter, chopper.

ਟੋਕਾ-ਟਾਕੀ (tokaa-taakee)—Criticism, censoriousness.

ਟੋਟਕਾ (totkaa)—Spell, charm, aphorism.

ਟੋਟਾ (totaa)—Piece, fragment, loss, deficiency.

ਟੋਡੀ (todee)—Toady, lick spittle, yesman.

ਟੋਪ (top)—Hat, high cap.

ਟੋਪਾ (topaa)—A large cap to cover the ears also.

ਟੋਪੀ (topee)—Cap, hat.

ਟੋਰਨਾ (tornaa)—To walk, to send, to see off, to cause.

ਟੋਲਣਾ (tolnaa)—To search for, to find out.

ਟੋਲਾ (tolaa)—Group, crowd.

ਠ

ਠ Seventeenth letter of Gurmukhi alphabets, pronounced as 'thatthaa'.

ਠਹਾਕਾ (thahaakkaa)—Loud laugh, bang, resounding blow.

ਠਹਾਕਾ-ਮਾਰਨਾ (thahaakkaa-maarnaa)—To laugh loudly, to give out a full-throated laugh.

ਠਹਿਕਣਾ (thaheknaa)—To be knocked or sturck (as of metalic vessels), to stumble.

ਠਹਿਰਨਾ (thahernaa)—To stop, to wait, to stay.

ਠਕਠਕਾਉਣਾ (thakthakaunaa)—To knock, to tap.

ਠੱਕਾ (thakkaa)—Cold wind, thunder storm.

ਠਕੋਰਨਾ (thakornaa)—To knock or hammer gently.

ਠੱਗ (thagg)—Cheat, robber, trickester, imposter.

ਠੱਗਣਾ (thaggnaa)—To cheat, to rob, to swindle.

ਠੱਗੀ (thaggee)—Act of cheating, trickery.

ਠੱਟਾ (thattaa)—Small village, hamlet.

ਠੱਠ (thatth)—A throng, crowd.

ਠੱਠਾ (thatthaa)—Joke, fun, jest, witticism.

ਠਠੰਬਰਨਾ (thathambarnaa)—To tremble, to shudder with fear, shirnk, cower.

ਠਠੇਰਾ (thatheraa)—Brass maker, tinker.

ਠੰਡ (thand)—Cold, chilliness.
ਠੰਡਾ (thandaa)—Cool, chilly, passionless.
ਠੰਡਾ-ਹੋਣਾ (thandaa-honaa)—To die to be pacified.
ਠੰਡਾ-ਕਰਨਾ (thandaa-karnaa)—To cool, to pacify.
ਠਣਕਣਾ (thanknaa)—To jingle, to resound.
ਠੱਪਣਾ (thapnaa)—To close down, to shut, to fold.
ਠੱਪਾ (thappaa)—Stamp, impression, seal, label.
ਠਪਾਈ (thapaaee)—Embossing, printing, price of stamping.
ਠਰ੍ਹਾ (tharhaa)—Inferior liquid, hooch, country made.
ਠਰਕ (tharak)—Infatuation, craze, false desire.
ਠਰਕੀ (tharkee)—Crazy, sexy, peeping tom, amorous.
ਠਰਨਾ (tharnaa)—To cool, to freeze, to be chilled.
ਠਲ੍ਹਣਾ (thalnaa)—To hold, to stop.
ਠਾਕਾ (thaakaa)—Engagement ceremony, preliminary to formal betrothal.
ਠਾਠ (thaath)—Spelndour, elegance, pomp, luxury.
ਠਾਠ-ਬਾਠ (thaath-baath)—Luxiousness, pomp and show, magnificence.
ਠਾਠਾਂ (thaathaan)—Waves, billows, breakers.
ਠਾਣਨਾ (thaannaa)—To intend, to determine, to resolve.
ਠਾਣਾ (thaanaa)—Police station.
ਠਿੱਠ (thitth)—Shamefaced, humiliated.
ਠਿੱਠ-ਹੋਣਾ (thitth-honaa)—To feel small, to blush.
ਠਿੱਠ-ਕਰਨਾ (thitth-karnaa)—To humilate, to put to shame.
ਠਿਠਰਨਾ (thitharnaa)—To shiver with cold.
ਠੀਹਾ (theehaa)—Dwelling, smithy, shop, abode.
ਠੀਕ (theek)—Correct, accurate, exact, proper, strict.
ਠੀਕ-ਠਾਕ (theek-thaak)—Alright, hale & hearty.
ਠੀਕਰ (theekar)—A broken piece of earthern ware, shard, postsherd.
ਠੁੱਕ (thuk)—Respect, pride, aptness.
ਠੁਕਰਾਉਣਾ (thukraaunaa)—To kick, to refuse.
ਠੁਕਾਉਣਾ (thukaaunaa)—To get hammered, to get inserted,
ਠੂੰਗਣਾ (thungnaa)—To peck, to dig.
ਠੁੱਠ (thutth)—Thumb, nothing, refusal.
ਠੁੱਡਾ (thuddaa)—Kick, stumbling.
ਠੁਣਕਣਾ (thunaknaa)—To weep slowly, to whimper, to sob.
ਠੁਮਕ (thumak) — Jerky moverment, rhythmic foot work in dancing.
ਠੁਮਕ-ਠੁਮਕ (thumak-thumak)—To walk gracefully.
ਠੂੰਗਾ (thoongaa)—A tap with knuckles of forefinger.
ਠੂੰਗਾ ਮਾਰਨਾ (thoongaa-maar naa)—To peck at, to strike with forefinger.

ਠੂਠਾ (thoothaa)—A begging bowl, a clay pot.

ਠੂਠੀ (thoothee)—Small earthern pot, half of a coconut.

ਠੇਸ (thes)—Shock knock, hurt, injured feeling.

ਠੇਕਾ (thekaa)—Contract, wineshop, leasehold.

ਠੇਕੇਦਾਰ (thekedaar)—Contractor.

ਠੇਠ (theth)—Pure, unpolluted, chaste, proper, plain.

ਠੇਲ੍ਹਣਾ (thellhnaa)—To push, to dislocate, to relegate.

ਠੇਲ੍ਹਾ (thellaah)—Trolley, wheel barrow, push.

ਠੋਸ (thos)—Solid, hard, dense.

ਠੋਕਣਾ (thoknaa)—To strike, to hammer, to insert, to thrash.

ਠੋਕਰ (thokar)—Stroke, kick, bumper, thump, blow.

ਠੋਕਾ (thokaa)—Rammer, carpenter.

ਠੋਡੀ (thodee)—Chin.

ਡ

ਡ Eighteenth letter of Gurmukhi alphabets, pronounced as 'daddaa'.

ਡੱਸਣਾ (dasnaa)—To bite.

ਡਹਿਕਣਾ (daheknaa)—To be tempted.

ਡਹਿਣਾ (dahenaa)—To be engaged.

ਡੰਕ (dank)—Wooden block stopper, obstacle, barrier.

ਡੰਕਾ (dankaa)—A big drum.

ਡੱਕਣਾ (dakknaa)—To shut, to block the way, to stop.

ਡਕਰਾ (dakraa)—Piece, slice.

ਡਕਾਰ (dakaar)—Belch, eructation, bellowing.

ਡਕਾਰ-ਜਾਣਾ (dakaar-jaanaa)—To devour.

ਡਕਾਰ-ਮਾਰਨਾ (dakaar-maarnaa)—To belch.

ਡਕਾਰ-ਲੈਣਾ (dakaar-lenaa)—To embezzle, to swallow.

ਡਕਾਰਨਾ (dakaarnaa)—To bellow, to digest, to embezzle.

ਡਕੈਤ (dakaet)—Decoit, robber.

ਡੰਗ (dang)—Bite, sting, meal time.

ਡੰਗਣਾ (dangnaa)—To bite, to sting.

ਡੰਗਰ (dangar)—Animal, cattle, foolish, stupid.

ਡੰਗਰ-ਪੁਣਾ (dangar-punaa)—Stupidity.

ਡੱਗਾ (daggaa)—Drum stick, tuck.

ਡੱਗਾ-ਮਾਰਨਾ (daggaa-maarnaa)—To beat the drum.

ਡਟਣਾ (datnaa)—To stand firm, to face squarely.

ਡੱਟਾ (dattaa)—Plug, cork, stopper.

ਡੰਠਲ (danthal)—Stem, a small shoot of a plant.

ਡੰਡ (dand)—Ransom, penalty, noise, an exercise, push ups.

ਡੰਡ-ਕੱਢਣੇ (dand-kadhnee)—To take exercise.

ਡੰਡ-ਪਾਉਣੀ (dand-paunee)—To make noise, to create disturbance.

ਡੰਡ-ਪੇਲਣੇ (dand-palnee)—To exercise continuously.

ਡੰਡ-ਬੈਠਕਾਂ (dand-baethakaan)—Sternuous physical exercise continuously and stand exercises.

ਡੰਡ-ਦੇਣਾ (dand-denaa)—To punish, to chastise.

ਡੰਡਾ (dandaa)—Rod, stick, shaft, baton, a bar.

ਡੰਡਾ-ਮਾਰਨਾ (dandaa-maarnaa)—To cudgel.

ਡੰਡਾ-ਵਿਖਾਉਣਾ (dandaa-vikh aunaa)—To terrorise.

ਡੰਡੀ (dandee)—A thin stick, butt, shaft.

ਡਡਿਆਉਣਾ (dadiaaunaa)—To cry out of fear.

ਡੱਡੂ (daddoo)—Frog, toad.

ਡੰਡੌਤ (dandaut)—Salutation, prostration.

ਡੰਨ (dann)—Fine, penality, punishment.

ਡੰਨ-ਲਾਉਣਾ (dann-launaa)—To impose fine, to penalise.

ਡਪਟਣਾ (dapatnaa)—To shout at, to rebuke.

ਡੱਫਣਾ (daphnaa)—To eat too much (in bad sense), to swill.

ਡਫਲੀ (daflee)—A small drum, timbrel, tabor.

ਡੱਬ (dabb)—Spot, mark, blot, stain, smear.

ਡੱਬਾ (dabbaa)—Tin box, casket, compartment, bogie.

ਡੱਬੀ (dabbee)—Small box, case.

ਡਮਰੂ (damroo)—Tabor.

ਡਰ (dar)—Terror, dread, fear.

ਡਰ-ਜਾਣਾ (dar-jaaṇaa)—To be freightened.

ਡਰਪੋਕ (darpok)—Timid, pigeon hearted, chicken hearted.

ਡਰਾਉਣਾ (daraaunaa)—To freighten, to alarm, to terrify.

ਡਲ੍ਹਕ (dalhak)—Reflection, shine, glitter, flash.

ਡਲੀ (dalee)—Small piece, gobbet, ingot.

ਡਾਹਣਾ (daanhaa)—To spread, to place.

ਡਾਕ (daak)—Post, mail.

ਡਾਕਾ (daakaa)—Robbery, dacoity.

ਡਾਕੀਆ (daakiaa)—Postman.

ਡਾਂਗ (daang)—Big thick rod.

ਡਾਂਗਰੀ (daangree)—Cowherd, cattle grazer.

ਡਾਚੀ (daachee)—Female camel yet to deliver for the first time.

ਡਾਂਟ-ਡਪਟ (daant-dapat)—Reprimand, curse, rebuke.

ਡਾਂਟਣਾ (daantnaa)—To take to task, to reprimand.

ਡਾਢਾ (daadhaa)—Strong, powerful, mighty, vigorous.

ਡਾਢੀ (daadhee)—Nasty, shocking, poignant.

ਡਾਢੀ-ਲੋੜ (daadhee-lor)—Crying need.

ਡਾਲ (daal)—Branch, offshoot, offspring.

ਡਿਓੜ੍ਹੀ (dioree)—Gateway, porch, portico.

ਡਿੱਗਣਾ (dignaa)—To fall, to drop.

ਡੀਕ (deek)—Gulp, long sip.

ਡੁਸਕਣਾ (dusaknaa)—To weep, to sob, to blubber.

ਡੁਗਡੁਗੀ (dugdugee)—Small two-sided drum with lashes attached for drubbing the sides.

ਡੁੱਡਾ (duddaa) — Lame, bandy legged.

ਡੂੰਨ (dunn)—Follish, idiot, dull-witted, blockhead.

ਡੂੰਨ-ਵੱਟਾ (dunn-wattaa)—Sullen, silent, sukling (person).

ਡੁਬਕੀ (dubkee)—A dip, A plunge.

ਡੁੱਬਣਾ (dubnaa)—To sink, to drown, to dip.

ਡੁੱਲ੍ਹਣਾ (dulhnaa)—To flow, to be split, to be spill.

ਡੂੰਘਾ (doongaa)—Deep, intense, below.

ਡੂੰਘਾ-ਕਰਨਾ (doongaa-karnaa)—To deepen.

ਡੂੰਘਾ-ਮਿੱਤਰ (doongaa-mittar)—intimate-friend, chum.

ਡੂਮ (doom)—Bard, village singer.

ਡੇਰਾ (deraa)—Camp, loding, quarter, residence.

ਡੇਲਾ (delaa)—An eye ball.

ਡੈਣ (dain)—Witch, sorceress.

ਡੋਂਗਾ (dongaa)—A large canoe, boat without sail.

ਡੋਡਾ (dodaa)—Pod of poppy plant, boll.

ਡੋਡੀ (dodee)—Bud, pod, boll (of cotton).

ਡੋਬਣਾ (dobnaa)—To submerge, to sink, to dip, to drown.

ਡੋਬਾ (dobaa)—Dip, immersion.

ਡੋਰ (dor)—Thread, cord, string.

ਡੋਰੀ (doree)—string, cord, jess, lace.

ਡੋਲ (dol)—Bucket, pail.

ਡੋਲ੍ਹਣਾ (dolahnaa)—To spill, to overflow, to effuse.

ਡੋਲਚੀ (dolchee) — Small bucket.

ਡੋਲਣ (dolan)—Fluctuation, oscillation.

ਡੋਲੀ (dolee)—Palanquin (in which bride is carried to her in-law's house).

ਡੌਂਗਾ (daungaa)—Serving bowl.

ਡੌਲ (daul)—Manner, form, shape, mode.

ਡੌਲਾ (daullaa)—Muscles of the upper arm.

ਢ

ਢ Ninteenth letter of Gurmukhi alphabets, pronounced as 'dhaddhaa'.

ਢਹਿਣਾ (dhahenaa)—To fall down, to be defeated.

ਢੱਕਣ (dhakkan)—Lid, cover, shutter.

ਢੱਕਣਦਾਰ (dhakkandaar)—Provided with a lid.

ਢੱਕਣਾ (dhakknaa)—To cover, to enshroud, to cloud.

ਢਕੋਸਲਾ (dhakoslaa)—Myth, superstition, deception, stunt, sham.

ਢੰਗ (dhang)—Manner, system, style, design.

ਢੱਗਾ (dhaggaa)—Bull, ox, poor, weak.

ਢੰਗੀ (dhangee)—Intelligent, clever, cunning, skilful.

ਢੱਗੀ (dhaggee)—Cow.

ਢੱਟਾ (dhattaa)—Bull, baffalo bull.

ਢੰਡੋਰਚੀ (dhandorchee)—Announcer, announcement proclamation by beating drum.

ਢੰਡੋਲਣਾ (dhandolnaa)—To search.

ਢਲਕਣਾ (dhalknaa)—To be slackened, to shop down.

ਢਲਣਾ (dhalnaa)—To decline, to flow, to thow, to set.

ਢਲਵਾਨ (dhalwaan)—Stope, tilt, tilted, steep.

ਢਲਾਈ (dhalaaee)—Casting, moulding.

ਢਵਾਉਣਾ (dhawaaunaa)—To cuase, to demolish, to dismantle.

ਢਾਇਆ (dhaaiaa)—Two and half times.

ਢਾਈ (dhaaee)—Two and half.

ਢਾਹ (dhaa)—Ruin, erosion, landslide.

ਢਾਹੁਣਾ (dhaahunaa)—To pull down, to demolish, to raze, to destroy.

ਢਾਂਚਾ (dhaanchaa)—Frame, sketch, outline, desine, model.

ਢਾਡੀ (dhaadee)—Bard, balled singer, musicion.

ਢਾਬਾ (dhaabaa)—A small hotal, wayside restarurants serving fast food.

ਢਾਰਸ (dhaaras)—Consolation, confidence, solace.

ਢਾਲ (dhaal)—Stope, steepness, slant, manner, mode.

ਢਾਲਣਾ (dhaalnaa)—To mould, to shape, to cast.

ਢਿੱਗ (dhigg)—Landslide, large mass of rock or earth.

ਢਿੱਡ (dhidd)—Abdomen, ummy, pregnancy, womb.

ਢਿੱਡ ਭਰਨਾ (dhidd bharnaa)—To feed.

ਢਿੱਡਲ (dhiddal)—Abdominous, fat, potbelly.

ਢਿਬਰੀ (dhibree)—Nut.

ਢਿੱਲ (dhill)—Slackness, looseness, delay.

ਢਿੱਲਪੁਣਾ (dhillpunaa)—Looseness.

ਢਿੱਲ ਲਾਉਣੀ (dhill launee)—To delay, to prolong.

ਢਿਲਕਣਾ (dhilaknaa)—To roll, to slide, to sag, to loosen.

ਢਿੱਲੜ (dhillar)—Tardy, slow-moving, lazy.

ਢਿੱਲੜ ਹੋਣਾ (dhillar honaa)—To become loose, to be unwell.

ਢਿੱਲੜ-ਕਰਨਾ (dhillar-karnaa)—To loosen, to slacken.

ਢਿੱਲੜਪਣ (dhillarpan)—Looseness, slackness.

ਢਿੱਲਾ (dhillaa)—Slow, insert, sluggish, lazy.

ਢੀਠ (dheeth)—Obstinate, ircorrigible, daring.

ਢੁਆਈ (dhuaaee)—Cartage, porterage, transporation charges.

ਢੁਕਣਾ (dhuknaa)—To go, to approach, to go to bride's place for marrige.

ਢੁਕਾਅ (dhukaa)—Approach, arrival of marrige party at the bride's house.

ਢੁੱਚਰ (dhuchchar)—Excuse, pretext, hindrance.

ਢੂਈ (dhooee)—Back, rear part of back surface of human body.

ਢੂੰਡ (dhoond)—Search, investigation, quest.

ਢੂੰਡਣਾ (dhoondnaa)—To search, to explore, to investigate, to trace.

ਢੇਰ (dher)—Heap, pile, mass, collection.

ਢੇਰ ਲਾਉਣਾ (dher launaa)—To mass to dump.

ਢੇਰੀ (dheree)—Heap, collection.

ਢੇਲਾ (dhelaa)—A piece of brick, or stone, or of earth.

ਢੋਆ (dhoaa)—Gift, offer, present.

ਢੋਈ (dhoee)—Refuge.

ਢੋਕ (dhok)—Detached village, hamlet, outlying homestead.

ਢੋਡਾ (dhodaa)—Thick cake of bread.

ਢੋਣ (dhon)—Freight, transit, carriage, of goods.

ਢੋਣਾ (dhonaa)—To transport, to carry, to convey.

ਢੋਲ (dhol)—Large drum, barrel.

ਢੋਲਚੀ (dholchee)—Drummer.

ਢੋਲਣ (dholan)—Sweetheart, beloved, love.

ਢੋਲਣਾ (dholnaa)—An ornament.

ਢੋਲਾ (dholaa)—Lover, sweetheart.

ਢੌਂਗ (dhaung)—Fraud, trick, stunt, imposture.

ਢੌਂਗੀ (dhaungee)—Imposter, fraud, deceitful.

ਤ

ਤ Twenty letter of Gurmukhi alphabets, pronounced as 'tattaa'.

ਤਅੱਸਬੀ (tayassbee)—Fanatic, bigoted, fundamentalist.

ਤਅੱਜਬ (tajjab)—Astonishment, amazement.

ਤਅੱਲਕ (tallak)—Connection, concern, relation.

ਤੁਆਰਫ (tuaaraf)—Introduction, presentation.

ਤਸਕਰ (taskar)—Smuggler, thief.

ਤਸ਼ਤਰੀ (tashtree)—Small plate, dish, saucer, tray.

ਤਸ਼ੱਦਦ (tashaddad)—Violence.

ਤਸਦੀਕ (tasdeek)—Attestation, affirmation, verification.

ਤਸਮਾ (tasmaa)—Leather strap, brace, shoe lace.

ਤਸ਼ਰੀਹ (tashree)—Explanation, exegesis, elucidation.

ਤਸ਼ਰੀਫ਼ (tashreef)—Honouring, paying visit, presence.

ਤਸਲਾ (tasalaa)—Basin, shallow pan.

ਤਸੱਲੀ ਕਰਨੀ (tasallee karnee)—To satisfy, to assure.

ਤਸੱਲੀ ਦੇਣੀ (tasallee danee)—To console, to reassure.

ਤਸੱਵਰ (tasavvar)—Assumption, imagination.

ਤਸਵੀਰ (tasveer)—Picture, photo, image, sketch.

ਤਸੀਹੇ (taseehe)—Torture, torment, agony.

ਤਹੱਈਆ ਕਰਨਾ (tahaiaa karnaa) —To determine, to resolve.

ਤਹਿ (tahe)—Layer, surface, base, bottom.

ਤਹਿ ਕਰਨਾ (tahe karnaa)—To fold, to pack.

ਤਹਿਖ਼ਾਨਾ (tahekhaanaa)—Basement, underground place.

ਤਹਿਜ਼ੀਬ (tahezeeb)—Culture, refined behaviour.

ਤਹਿਮਤ (tahmat)—Sheet used as garment for the lower body.

ਤਹਿਲਕਾ (tahelkaa)—Turmoil, commotion, disturbance.

ਤਕ (tak)—To, up to,

ਤੱਕ (takk)—Glance, look, sight, hope.

ਤਕਸੀਮ (takseem)—Division, partition, distribution.

ਤਕਸੀਰ (takseer)—Fault, error, offence, guilt.

ਤੱਕਣਾ (takknaa)—to look at, to stare at, to watch.

ਤਕਦੀਰ (takdeer)—Destiny, fate, luck.

ਤਕਨੀਕ (takneek)—Technique.

ਤਕਨੀਕੀ (takneekee)—Technical, technological.

ਤਕਰਾਰ (takraar)—Controversy, dispute, quarrel, contention.

ਤਕਰੀਬਨ (takreeban)—Approximately, nearly, roughly.

ਤਕਰੀਰ (takreer)—Speech, lacture, discourse, talk.

ਤਕਰੀਰ ਕਰਨੀ (takreer karnee)—To deliver lecture, to speak.

ਤਕੱਲਫ਼ (takalaf)—Formailty, etiquette.

ਤਕਲੀਫ਼ (takleef)—Difficulty, hardship, distress, trouble.

ਤਕਲੀਫ਼ ਦੇਣੀ (takleef danee)—To cause trouble, to bother.

ਤਕੜਾ (takraa)—Strong, healthy, sound, muscular.

ਤੱਕੜੀ (takkree)—Balance, scale, ample (amount).

ਤਕਾਜ਼ਾ (takaazaa)—Claim, insistence on demand.

ਤਕੀਆ (takiyaa)—Pillow, cushion.

ਤਖ਼ਤ (takhat)—Throne, royal seat.

ਤਖ਼ਤਾ (takhtaa)—Wooden plank.

ਤਖ਼ਤੀ (takhtee)—Wooden tablet (for writing practice),

ਤਖ਼ੱਲਸ (takhallas)—Nickname, poetic name.

ਤੰਗ (tang)—Troubled, close, narrow.

ਤੰਗ-ਹਾਲ (tang haal)—Poor, distressed.

ਤੰਗ ਕਰਨਾ (tang karnaa)—To trouble, to irritate.

ਤੰਗਦਿਲ (tangdil)—Narrow-minded, intolerant.

ਤਗ਼ਮਾ (tagmaa)—Medal, decoration.

ਤੰਗੀ (tangee)—Difficutly, tightness, paucity.

ਤਜਰਬਾ (tajarbaa)—Experience, experiment.

ਤਜ਼ਰਬਾਕਾਰ (tazarbaakaar)—Experienced, old bird.

ਤਜ਼ਵੀਜ਼ (tazveez)—Scheme, plan, proposal, view.

ਤਿਜੋਰੀ (tejoree)—Cash box, safe.

ਤਣਨਾ (tannaa)—To tighten, to stretch.

ਤਣਵਾਉਣਾ (tanvaaunaa)—To get or cause to be stretched.

ਤਣਾ (tanaa)—Trunk (of a tree), main stem.

ਤਣੀ (tanee)—String, cord.

ਤੱਤ (tatt)—Essence, element, substance.

ਤੱਤ ਕੱਢਣਾ (tatt kadnaa)—To extract essence.

ਤਤਸਮ (tatsam)—(of borrowed words) in the same or original form.

ਤਤਕਰਾ (tatkaraa)—Table of contents.

ਤਤਕਾਲ (tatkaal)—Immediately, at that very moment.

ਤਤਪਰ (tatpar)—Ready alert.

ਤਤਪਰਤਾ (tatpartaa)—Readiness, preparedness.

ਤੱਤਾ (tattaa)—Warm, hot.

ਤੱਥ (tatth)—Fact, reality, basis.

ਤੱਥਹੀਣ (tatthheen)—Pointless.

ਤੰਦ (tand)—Thread, fibre, string (of musical instrument).

ਤੰਦਰੁਸਤ (tandrust)—Healthy, hale & hearty.

ਤੰਦੂਰ (tandoor)—Oven.

ਤਨ (tan)—Body, physique.

ਤਨਹਾ (tanhaa)—Alone, single, lonely, all by oneself.

ਤਨਹਾਈ (tanhaaee)—Loneliness, sloitariness.

ਤਨਖ਼ਾਹ (tankhaah)—Salary, wages, pay.

ਤਪਸ਼ (tapash)—Heat, warmth.

ਤਪਣਾ (tapnaa)—to be heated, to burn with grief or pain.

ਤੱਪੜ (tappar)—Matting, sack cloth.

ਤਪਾਉਣਾ (tapaaunaa)—To heat, to warm, to trouble.

ਤਫ਼ਸੀਲ (tafseel)—Detail, detailed description.

ਤਫ਼ਤੀਸ਼ (tafteesh)—Investigation, inquest.

ਤਫ਼ਰੀਹ (tafreeh)—Past time, recess.

ਤਬਕਾ (tabkaa)—Sect, class, stratum.

ਤਬਦੀਲ ਕਰਨਾ (tabdeel karnaa)—To change, alter, transform.

ਤਬਲਾ (tablaa)—Tambourine, beater.

ਤਬਾਹੀ (tabaahee)—Ruin, destruction, downfall.

ਤਬਾਦਲਾ (tabaadlaa)—Transfer, migration, change.

ਤੰਬੀ (tambee)—A type of trousers.

ਤਬੀਅਤ (tabeeyat) — Disposition, state of health, mood.

ਤੰਬੂ (tamboo)—Tent, camp.

ਤੰਬੂਰਾ (tambooraa)—A musical instrument.

ਤਬੇਲਾ (tabelaa)—Horse-stable, mews.

ਤਮੰਚਾ (tamanchaa)—Pistol, revolver.

ਤਮੰਨਾ (tamannaa)—Desire, longing, wish.

ਤਮਾਸ਼ਾ (tamaashaa)—Show, spectacle, performance, play.

ਤਮਾਸ਼ਬੀਨ (tamashbeen)—Spectator, on looker.

ਤਮਾਕੂ (tamaakoo)—Tobacco, weed.

ਤਮੀਜ਼ (tameez)—Good manners, sense.

ਤਰਸਨਾ (tarasnaa)—To long for, to desire earnestly.

ਤਰਸਾਉਣਾ (tarsaaunaa)—To set agog, to torment with false hope.

ਤਰਕ (tarak)—Rationale, reasoning, argument.

ਤਰਕ-ਸ਼ਾਸਤਰ (tarak-shaastar)—Logic.

ਤਰਕਸ਼ (tarakash)—Quiver, arrow case.

ਤਰਕਾਰੀ (tarkaaree)—Cooked or green vegetable.

ਤਰਕਾਲਾਂ (tarkaalaan)—Evening, dusk nightfull.

ਤਰੱਕੀ (tarakkee)—Promotion, progreass, growth, development.

ਤਰਕੀਬ (tarkeeb)—Plan, device, arrangment.

ਤਰਖਾਣ (tarkhaan)—Carpenter.

ਤਰੰਗ (tarang)—Wave, ripple, emotion, impulse.

ਤਰਜ਼ (taraz)—Mode, tune, design, fashion.

ਤਰਜਮਾ (tarjmaa)—Translation, version, rendering.

ਤਰਜਮਾਨ (tarajmaan)—Spokesman, representative.

ਤਰਜੀਹ (tarjeeh)—Preference.

ਤਰਤੀਬ (tarteeb)—Arrangement, plan, sequence.

ਤਰਤੀਬ-ਦਾਰ (tarteeb-daar)—Serially, systematically.

ਤਰਥੱਲੀ (tarthallee)—Disorder, disturbance, disarray.

ਤਰੰਨਮ (tarannam)—Melody.

ਤਰਪਾਲ (tarpaal)—Tarpaulin.

ਤਰਫ਼ (taraf)—Side, direction, towards, with.

ਤਰਫ਼ਦਾਰ (tarafdaar)—Partial, accomplice.

ਤਰਬੂਜ਼ (tarbooz)—Watermelon.

ਤਰਮੀਮ (tarmeem)—Amendment, modification.

ਤਰਲ (taral)—Liquid, unsteady.

ਤਰਲਾ-ਕਰਨਾ (tarlaa-karnaa)—To beseech, to beg, to entreat.

ਤਰਵੰਜਾ (tarvanjaa)—Fifty - three.

ਤਰਾਉਣਾ (taraaunaa)—To float.

ਤਰਾਈ (taraaee)—Foothill, low land, watering the new construction.

ਤਰਾਸ਼ਣਾ (traashnaa)—To trim, to shape, to cut.

ਤਰਾਸਦੀ (taraasdee)—Tragedy.

ਤਰਾਕ (taraak)—Swimmer.

ਤਰਾਜ਼ੂ (taraazoo)—Scales, balance.

ਤਰਾਨਾ (traanaa)—A kind of song, harmony, anthem.

ਤਰਾਵਟ (traavat)—Freshness, moisture, verdure.

ਤਰੀਕ (tareek)—Date.

ਤਰੀਕਾ (tareekaa)—Manner, way, mode, method.

ਤਰੀਫ਼ (tareef)—Praise, description.

ਤ੍ਰੀਮਤ (treemat) — Women, wife.

ਤਰੁੱਟੀ (trutee)—Defect, flaw, short coming.

ਤ੍ਰੇਲ (trel)—Dew.

ਤ੍ਰੇੜ (trer)—Crack, fissure, fracture.

ਤ੍ਰਕੋਣ (trikon)—Triangle.

ਤ੍ਰੌਂਕਣਾ (traunknaa)—To sprinkle, to spray.

ਤ੍ਰੌਂਕਾ (traunkaa)—Sprinkling, spray.

ਤਲ (tal)—Bottom, surface, depth.

ਤਲਖ਼ (talakh)—Bitter, hot, pungent, acrid.

ਤਲਖ਼-ਮਿਜਾਜ਼ (talakh-mijaz)—Hot tempered.

ਤਲਖ਼ੀ (talkhee)—Bitterness, acridity.

ਤਲਣਾ (talnaa)—To fry.

ਤਲਬ (talab)—Desire, longing, demand, pay, salary.

ਤਲਬ-ਹੋਣੀ (talab-honee)—To have want, to need.

ਤਿਲਮਲਾਉਣਾ (tilmalaaunaa)—To fidget, to writhe.

ਤਲਵਾ (talvaa)—Sole, bottom.

ਤਲਵਾਰ (talwaar)—Sword, sabre, bilbo.

ਤਲਾਅ (talaa)—Tank, pond, water reservoir.

ਤਲਾਸ਼/ਤਲਾਸ਼ੀ (talaash/talaashee)—Search, investigation.

ਤਲਾਸ਼ੀ-ਲੈਣੀ (talaashee-laenee)—To carry out search.

ਤਲਾਕ (talaak)—Divorce.

ਤਲਾਕਸ਼ੁਦਾ (talaakshudaa)

ਤਲਾਕ-ਦੇਣਾ (talaak-denaa)—To divorce.

ਤਲਾਕਨਾਮਾ (talaaknaamaa)—Decree or document of divorce.

ਤਲਾਂਜਲੀ (talaanjalee)—Abjuration, rununciation.

ਤਲਾਬ (talaab)—Tank, water pool.

ਤਲਿੱਸਮੀ (talissmee)—Magical.

ਤਲੀ (talee)—Hand, palm, sole.

ਤਲੀ-ਭਰ (talee-bhar)—In small quantity, palmful.

ਤਵਾ (tawaa)—Round iron plate for baking bread.

ਤੜਕਣਾ (taraknaa)—To fry.

ਤੜਕਾ (tarkaa)—Day break, early morning.

ਤੜਤੜਾਹਟ (tartraahat)—Cracking or pattering sound.

ਤੜਪ (tarap)—Writhing, violent passion.

ਤਤੜਫੜਾਉਣਾ (tarpharaaunaa)—To flutter, to palpitate.

ਤੜਾਕ (taraak)—Cracking sound, crashing sound.

ਤੜਾਤੜ (taraatar)—Quickly, continuously.

ਤੜੀ (taree)—Drubbning, false pride.

ਤਾਅ (taa)—Heat, warmth, rage, temperature.

ਤਾਇਆ (taaiyaa)—Elder paternal uncle (elder brother of father).

ਤਾਇਨਾਤ (taainaat)—Posted, appointed.

ਤਾਈਂ (taaeen)—Upto, till.

ਤਾਈ (taaee)—Elder paternal aunt.

ਤਾਈਦ (taaeed)—Confirmation, ratification, support.

ਤਾਸ਼ (taash)—Playing cards.

ਤਾਸੀਰ (taaseer)—Effect, influence, impression.

ਤਾਹਨਾ (taahnaa)—Taunt, sarcasm.

ਤਾਹਨਾ-ਮਾਰਨਾ (taahnaa maar naa)—To taunt, to deride.

ਤਾਕਤ (taakat)—Strength, force, might, power, vigour.

ਤਾਕਤਵਰ (taakatvar)—Strong, powerful.

ਤਾਕੀ (taakee)—Window, arch.

ਤਾਕੀਦ (taakeed)—Injunction, order or request with emphasis.

ਤਾਂਗਾ (taangaa)—Horse driven carriage.

ਤਾਂਘ (taangh) — Anxiety, desire, yearning.

ਤਾਜ (taaj)—Crown, diadem.

ਤਾਜਪੋਸ਼ੀ (taajposhee)—Coronation.

ਤਾਜ਼ਗੀ (taazgee)—Freshness, greeness, health.

ਤਾਜ਼ਾ (taazaa)—Freash, recent.

ਤਾਣਨਾ (taannaa)—To stretch, to brace, to spread.

ਤਾਦਾਦ (taadaad)—Number, quantity.

ਤਾਨ (taan)—Tune, tone, trill.

ਤਾਨਪੂਰਾ (taanpuraa) — A stringed musical instrument.

ਤਾਨਾਸ਼ਾਹ (taanaashah)—Autocrat, dictator.

ਤਾਨਾਸ਼ਾਹੀ (taanaashahee)—Dictatorship, absolute rule.

ਤਾਪ (taap)—Fever, heat.

ਤਾਪਮਾਨ (taapmaan)—Temperature.

ਤਾਂਬਾ (taambaa)—Copper.

ਤਾਬਿਆ (taabiaa)—Dependent, under command, obedient.

ਤਾਬੂਤ (taaboot)—Coffin, effigy.

ਤਾਬੇਦਾਰ (taabedaar)—Loyal, dutiful, obedient.

ਤਾਮੀਲ (taameel)—Execution, compliance.

ਤਾਮੀਲ-ਕਰਨੀ (taameel-karnee)—To obey, to carryout.

ਤਾਰ (taar) — Wire, string, filament, telegram, thread.

ਤਾਰਕੋਲ (taarkol)—Coal tar.

ਤਾਰ-ਘਰ (taar-ghar)—Telegraph office.

ਤਾਰ-ਦੇਣਾ (taar-denaa)—To telegraph, to wire.

ਤਾਰਾ (taaraa)—Star, planet.

ਤਾਰਾਮੀਰਾ (taaraameeraa)—Variety of mustard seed; its plant.

ਤਾਰੀਖ਼ (taareekh)—Date, fixed date, history.

ਤਾਰੀਫ਼ (taareef)—Praise, commendation.

ਤਾਲ (taal)—Musical tune, tank, swimming pool.

ਤਾਲਮੇਲ (taalmale)—Coordination.

ਤਾਲਾ (taalaa)—Lock, padlock.

ਤਾਲਾਬੰਦੀ (taalaabandee)—Lockout.

ਤਾਲੀ (taalee)—Small lock, clapping of hands.

ਤਾਲੀਮ (taaleem)—Education, study, tuition.

ਤਾਲੀਮ-ਦੇਣਾ (taaleem-denaa)—To teach, to educate.

ਤਾੜ (taar)—Palm tree, watch, look out.

ਤਾੜ-ਜਾਣਾ (taar-jaanaa)—To spot, to guess.

ਤਾੜ-ਰੱਖਣੀ (taar-rakhnee)—To be on the watch.

ਤਾੜ-ਲੈਣਾ (taar-lanaa)—To detect, to scent.

ਤਾੜ-ਵਿੱਚ (taar-vich)—Under a watch, in ambush.

ਤਾੜੀ (taaree)—Toddy, gaze, clapping.

ਤਿਊੜੀ (tiooree)—Frown, angry look, wrinkle in brow.

ਤਿਓਹਾਰ (tiohaar)—Festival.

ਤਿਆਗ (tiaag)—Abandonment, sacrifice, resignation.

ਤਿਆਗੀ (tiaagee)—Renouncer, hermit, ascetic.

ਤਿਆਰ (tiaar)—Ready, prepared, complete.

ਤਿਆਰ ਕਰਨਾ (tiaar karnaa)—To get ready.

ਤਿਆਰੀ (tiaaree)—Readiness, completion, physical fitness.

ਤਿਹੱਤਰ (tihattar)—Seventy three.

ਤਿਹਾਈ (tihaaee)—One third, third part.

ਤਿਕੜੀ (tikaree)—Group of three, triad.

ਤਿੱਖ਼ਾ (tikkhaa)—Sharp, fast, smart, swift.

ਤਿਜ਼ਾਰਤ (tijaarat)—Business, trade.

ਤਿਜ਼ਾਬ (tizaab)—Acid.

ਤਿਜੋਰੀ (tijoree)—Safe, cash box.

ਤਿੱਤਰ (tittar)—Partridge, pheasant.

ਤਿੱਤਲੀ (tittlee)—Butterfly, ladybird.

ਤਿਨਕਾ (tinkaa)—Straw, sedge.

ਤਿਮੰਜਲਾ (timanjalaa)—Three storeyed, a three-storey building.

ਤਿਮਾਹਾ (timaahaa)—Quarterly

ਤਿਰਸ਼ੂਲ (tirshool)—Trident.

ਤਿਰਛਾ (tirchhaa)—Slanting, oblique, crooked.

ਤਿਲ (til)—Mole, black spot on the body, sesame seed.

ਤਿਲ ਭਰ (til bhar)—A little quantity.

ਤਿਲ੍ਹਕਣ (tilhkan)—Slippery (place), slipping.

ਤਿਲਕ (tilak)—Coronation, mark on the forehead.

ਤਿੱਲਾ (tillaa)—Gold lace, gold thread.

ਤਿੜਕ (tirak)—Crack.

ਤਿੜਕਣਾ (tiraknaa)—To crack, to crackle.

ਤੀਹ (teeh)—Thirty.

ਤੀਬਰ (teebar)—Intense, sharp, severe.

ਤੀਬਰਤਾ (teebartaa)—Intensity, sharpness, ardency.

ਤੀਰ (teer)—Arrow, dart, water-side, bank, crest.

ਤੀਰ ਤੁੱਕਾ (teer tukaa)—Wild guess.

ਤੀਰਥ (teerath)—A sacred place, holy spot, pilgrimage centre.

ਤੀਰਥ ਯਾਤਰਾ (teerath yatraa)—Pilgrimage.

ਤੀਰਥ ਯਾਤਰੀ (teerath yatree)—Pilgrim.

ਤੀਲੀ (teelee)—Match stick. spokes of a bicycle.

ਤੀਲੀ ਲਾਉਣੀ (teelee launee)—To set fire to.

ਤੀਵੀਂ (teeveen)—Women, wife, fair sex.

ਤੀਵੀਂ ਜਾਤ (teeveen jaat)—Eve, women folk.

ਤੁਹਮਤ (tohmat)—Calumny, false. allegation, blame.

ਤੁਹਾਥੋਂ (tuhaathon)—From you.

ਤੁਹਾਨੂੰ (tuhaanoon)—To you.

ਤੁਕ (tuk)—Part of a song, a line of poetry, a verse.

ਤੁਕਬੰਦੀ (tukbandee)—Versification, rhyming.

ਤੁੱਕਾ (tukka)—Corn-comb.

ਤੁੱਕਾ ਮਾਰਨਾ (tukka maarnaa)—To guess, to concoct.

ਤੁੱਛ (tuchchh)—Small, poor, worthless, insignificant.

ਤੁਣਕਾ (tunkaa)—Sudden pull, jerk.

ਤੁਤਲਾਉਣਾ (tutalaaunaa)—To lisp, to prattle.

ਤੁਨਕ-ਮਿਜ਼ਾਜ (tunak mizaaj)—Mumpish.

ਤੁੰਨਣਾ (tunnaa)—To pack, to stuff, to the full.

ਤੁਫ਼ਾਨ (tufaan)—Typhoon, tempest, gale, disaster.

ਤੁਫ਼ਾਨੀ (tufaanee)—Stromy, violent.

ਤੁਫ਼ਾਨੀ-ਝੱਖੜ (tufaanee-jhakhar) —Blizzrd.

ਤੁਫ਼ਾਨੀ-ਦੌਰਾ (tufaanee-dauraa)—Flying visit.

ਤੁਰੰਤ (turant)—Quickly, immediately, speedily, hastily.

ਤੁਰਨਾ (turnaa)—To walk, to proceed.

ਤੁੱਰਾ (turraa)—Flying end of turban, red breasted fly catcher.

ਤੁਲਨਾ (tulnaa)—Comparison.

ਤੁਲਨਾ ਕਰਨਾ (tulnaa karnaa)—To compare.

ਤੁਲਾਈ (tulaaee)—Wages for weighing, light quilt.

ਤੁੜਾਉਣਾ (turaaunaa)—To cause to be broken, to exchange small coins for a higher valued note.

ਤੂਤੀ (tootee)—Trumpet, horn.

ਤੂੜੀ (tooree)—Wheat chaff.

ਤੇਈਆ (taeaa)—Malaria.

ਤੇਸਾ (tesaa)—Adze.

ਤੇਗ (teg)—Sword, sabre.

ਤੇਜ (tej)—Glory, lustre, fast, speedy, clever, intelligent.

ਤੇਜ-ਕਰਨਾ (tej-karnaa)—To sharpen, to speed up.

ਤੇਜ-ਤਰਾਰ (tej-taraar)—Clever, smart.

ਤੇਜਵੰਤ (tejwant)—Glorious, luminious, splendid.

ਤੇਜ਼ੀ (tezee)—Sharpness, quickness, fastness, speed.

ਤੇਥੋਂ (tethon)—From you, by you.

ਤੇਲ (tel)—Oil.

ਤੇਲੀ (tallee)—Oilman.

ਤੈਸ਼ (taish)—Anger, rage, strong emotion.

ਤੋਸ਼ਾ (toshaa)—Sugar coated cereals, provision, store.

ਤੋਸ਼ਾਖਾਨਾ (toshaakhaanaa)—A place for keeping precious articles, store room.

ਤੋੱਟਾ (tottaa)—Loss, deficiency, lack.

ਤੋਤਾ (totaa)—Parrot.

ਤੋਪ (top)—Cannon, gun.

ਤੋਪਖਾਨਾ (topkhaanaa)—Artillery, battery.

ਤੋਪਚੀ (topchee)—Conductor of artillery, gunner.

ਤੋਰਨਾ (tornaa)—To despatch, to cause to depart.

ਤੋਲਣਾ (tolnaa)—To weigh, to balance, to estimate.

ਤੋਲਾ (tolaa)—Weight of 11.664 grms (12 mashas), weigh man.

ਤੋੜ (tor)—Beach, crack, climax, the utmost of biginning, extent.

ਤੋੜ ਦੇਣਾ (tor denaa)—To break down, to smash.

ਤੋੜ ਚੜ੍ਹਨਾ (tor charhnaa)—To reach completion, to end.

ਤੋੜ ਫੋੜ (tor phor)—Breakage, sabotage.

ਤੌਹੀਨ (tauheen)—Insult, disgrace, defamation.

ਤੌਬਾ (taubaa)—Determination never to do again bad some things.

ਤੌਬਾ ਕਰਨੀ (taubaa karnee)—To repent, to vow never to repeat.

ਤੌਬਾ ਤੌਬਾ (taubaa taubaa)—An expression of horror.

ਤੌਲੀਆ (tauliaa)—Towel.

ਤੌਲੇ (taule)—Hastily, quickly.

ਤੌੜਾ (tauraa)—Earthern cooking pot.

ਥ

ਥ Twenty second letter of Gurmukhi alphabets, pronounced as 'thatthaa'.

ਥਹੀ (thaee)—Pile, small heap or stack.

ਥਹੁ (thaho)—Location, lnkling, information, memory.

ਥਹੁ ਪਤਾ (thaho pataa)—Address, location.

ਥਹੁ ਟਿਕਾਣਾ (thaho tikaanaa)—Whereabout, place.

ਥੱਕਣਾ (thaknaa)—To be tired, to be fatigued.

ਥਕਾਊ (thakaaoo)—Tiring, wearing, tiresome, tedious.

ਥਣ (than)—Teat, udder, breast.

ਥੱਥਲਾ (thathlaa)—Stammerer.

ਥਥਲਾਉਣਾ (thathlaaunaa)—To stammer. to lisp.

ਥਪਕਣਾ (thapaknaa)—To pat, to soothe, to tap.

ਥਪਕੀ (thapkee)—Pat, stroke.

ਥੱਪੜ (thappar)—Slap, flap, spank.

ਥੱਬਾ (thabbaa)—United bundle, pile (grass or vegetable or papers).

ਥੰਮ੍ਹਣਾ (thammnaa)—To stop, to support, to cease.

ਥਰਥਰਾਉਣਾ (tharthraaunaa)—To tremble, to shiver, to vibrate.

ਥਲ (thal)—Place, dryland, sandy region.

ਥਲ ਸੈਨਾ (thal sainaa)—Army, land forces.

ਥੱਲੇ (thalle)—Under beneath, below.

ਥੜ੍ਹਾ (tharraa)—Platform, stage, rosturm.

ਥਾਂ (thaan)—Place, locality, site, venue, room, spot.

ਥਾਂ ਦੇਣੀ (thaan danee)—To accommodate, to make room.

ਥਾਉਂ (thaaun)—Instead of, in place of.

ਥਾਹ (thaah)—Bottom, depth, limit.

ਥਾਹ ਪਾਉਣੀ (thaah paunee)—To understand, to fathom.

ਥਾਹ ਲੱਭਣੀ (thaah labhnee)—To seek refuge.

ਥਾਣਾ (thaanaa)—Police station.

ਥਾਣੇਦਾਰ (thaanedaar)—Police inspector, office incharge of a police station.

ਥਾਨ (thaan)—Roll of cloth (20 to 40 mtrs), place, spot, site.

ਥਾਪਣਾ (thaapnaa)—To appoint, to engage, to install, to set.

ਥਾਲੀ (thaalee)—Metal plate, small dish.

ਥਿੱਤ (thit)—Date.

ਥਿੰਦਾ (thindaa)—Greasy, oily.

ਥਿੜਕਨਾ (thiraknaa)—To err, to be unsettled, to slip.

ਥੁੱਕ (thuk)—Spit, sputum.

ਥੁੱਕ ਦੇਣਾ (thuk denaa)—To spit, to leave, to give up.

ਥੁੱਕ ਲਾਉਣੀ (thuk launee)—To cheat, to deceive.

ਥੁੜ (thur)—Want, scarcity, need, shortage. rarity.

ਥੁੜਨਾ (thurnaa)—To be in want, to feel hard up.

ਥੈਲਾ (thailaa)—Sack, large bag.

ਥੈਲੀ (thalee)—Small bag, pouch, purse, follicle.

ਥੋਕ (thok)—Wholesale, bulk.

ਥੋਥਾ (thothaa) — Hollow, empty.

ਥੋਥਾਪਣ (thothaapan)—Hollowness, emptiness.

ਥੋਪਣਾ (thopnaa)—To foist upon, to impose upon.

ਥੋੜਾ (thoraa)—Small, little, insufficient.

ਥੋੜਾ ਬਹੁਤ (thoraa bahut)—More or less about.

ਥੌਹ ਟਿਕਾਣਾ (thau tikaanaa)—Whereabouts, address.

ਦ

ਦ Twenty third letter of Gurmukhi alphabets, pronounced as 'ura', a vowel.

ਦਇਆ (daiaa)—Pity, mercy, kindness, sympathy.

ਦਇਆਲੂ (daiaaloo)—Merciful, kind, gracious.

ਦਸਖ਼ਤ (daskhat)—Signature, handwriting,

ਦੱਸਣਾ (dassnaa)—To tell, to direct, to imform, to intimate.

ਦੱਸਤ (dast)—Hand, loose motion, diarrhoea.

ਦਸਤਕਾਰ (dastkaar)—Handicraftman, artisan.

ਦਸਤਕਾਰੀ (dastkaaree)—Handwork, handicraft.

ਦਸਤਗੀਰ (dastgeer)—Helper, supporter.

ਦਸਤਕ (dastak)—Knock, knocking.

ਦਸਤਰਖ਼ਾਨ (dastarkhaan)—Dining table, table cloth of a dining table.

ਦਸਤਾ (dastaa)—Quire (of paper), grip, handle of an instrument, troop, corps.

ਦਸਤਾਨਾ (dastaanaa)—Glove, guantlet.

ਦਸਤਾਰਬੰਦੀ (dastaarbandee)—Turban ceremony.

ਦਸਤਾਵੇਜ਼ (dastavez)—Document, deed, bond.

ਦਸਤੀ (dastee)—Manual, through hand, per bearer.

ਦਸਤੂਰ (dastoor)—Custom, fashion, manner, convention.

ਦਹਾਈ (dahaaee)—Place and value of tens digit in a number.

ਦਹਾਕਾ (dahaakaa)—Decade, tens.

ਦਹਾੜਨਾ (dahaarnaa)—To roar.

ਦਹਿਸ਼ਤ (daheshat)—Terror, panic, fear.

ਦਹਿਸ਼ਤਗਰਦ (daheshatgard)—Terrorist.

ਦਹਿਸ਼ਤਗਰਦੀ (daheshatgardee)—Terrorism.

ਦਹਿਲਣਾ (dahelnaa)—To tremble with fear, to be terrified.

ਦਹਿਲੀਜ਼ (dahileez)—Doorsill, threashold.

ਦਹੀਂ (dahee)—Curd, youghurt, coagulated milk.

ਦਹੇਜ (dahej)—Dowry.

ਦੱਖਣ (dakha)—The south, deccan.

ਦਖ਼ਲ (dakhal)—Interference, intervention, possesion.

ਦਖ਼ਲ ਦੇਣਾ (dakhal-denaa) — To interfere, to interpose.

ਦੰਗ (dang)—Amazed, wonderstruck.

ਦੰਗ ਕਰਨਾ (dang karnaa)—To astonish, to surprise.

ਦੰਗਲ (dangal)—Wrestling, tournament, Arena.

ਦਗ਼ਾ (dagaa)—Disloyalty, cheating, betrayel.

ਦਗ਼ਾਬਾਜ਼ (dagaabaaz)—Disloyal, deciever, betrayer.

ਦੰਗਾ (dangaa) — Riot, hub-hub, disturbance, turbulance.

ਦੰਡ (dand)—Punishment, Penalty, fine.

ਦੰਦ (dand)—Tooth.

ਦੰਦ-ਸਾਜ਼ (dand-saaz)—Dentist.

ਦੰਦ-ਕਥਾ (dand-kathaa)—Hearsay.

ਦਦਿਅਹੁਰਾ (dadiahura)—Husband's grand father.

ਦਦੇਹਸ (dadehas)—Husband's grand mother.

ਦਫ਼ਤਰ (daftar)—Office, bureau.

ਦਫ਼ਤਰੀ (daftaree)—Official, record keeper, book binder.

ਦਫ਼ਨ (dafan)—Buried, entombed.

ਦਫ਼ਨਾਉਣਾ (dafnaaunaa)—To bury, to entomb.

ਦਫ਼ਾ (dafaa)—Clause, section of law, one time, one turn.

ਦਫ਼ਾ ਲਾਉਣੀ (dafaa launee)—To frame a charge.

ਦਫ਼ਾ ਕਰਨਾ (dafaa karnaa)—To remove to repel.

ਦਫ਼ੇਦਾਰ (dafedaar)—Corporal.

ਦਬਕਾ (dabkaa)—Veral threat, snub, vault, chiding.

ਦਬਕਾਉਣਾ (dabkaaunaa)—To threaten, to snub, to bully.

ਦੱਬਣਾ (dabnaa)—To entomb, to press, to crush, to conceal.

ਦਬਦਬਾ (dabdabaa)—Grandeur, sway.

ਦਬਾਉਣਾ (dabaaunaa)—To overpower, to compel.

ਦੱਬੂ (daboo)—Recessive, servile.

ਦਬੋਚਣਾ (dabochnaa)—To catch hold of.

ਦੰਭ (damb)—Fraud, dissimulation, hyprocrisy.

ਦੰਭੀ (dambee)—Hypocrite. coxcomb.

ਦਮ (dam)—Breath, endurance.

ਦਮ-ਤੋੜਨਾ (dam tornaa)—To die, to breathe one's last.

ਦਮ-ਮਾਰਨਾ (dam maarnaa)—To boast.

ਦਮ-ਲਾਉਣਾ (dam launaa)—To smoke.

ਦਮ-ਲੈਣਾ (dam lainaa)—To take rest.

ਦਮਕਣਾ (damaknaa)—To shine, to glitter.

ਦਮਦਮਾ (damdamaa)—Mound, raised platform, temporary resting place.

ਦਮਨ (daman)—Repression, subjugation.

ਦਮਨ-ਕਰਨਾ (daman karnaa)—To suppress, to crush.

ਦਮੜਾ (damraa)—Rupee, wealth.

ਦਮਾ (damaa)—Asthma.

ਦਮਾਮਾ (damaamaa)—Large kettle drum, pomp and show.

ਦਰ (dar)—Door, gate, rate, price.

ਦਰਸ਼ਕ (darshak)—Visitor, sightseer, spectator.

ਦਰਸ਼ਨ (darshan)—Philosophy, view, holy presence, sight.

ਦਰਸ਼ਨੀ (darshanee)—Good looking, worthseeing.

ਦਰਕਿਨਾਰ (darkinaar)—Apart from, besides.

ਦਰਖ਼ਤ (darakkhat)—Tree.

ਦਰਖ਼ਾਸਤ (darkhaast)—Application, appeal, request.

ਦਰਗਾਹ (dargaah)—Tomb of a saint, mosque, shrine, court of law.

ਦਰਜ (daraj)—Registered, entered.

ਦਰਜਾ (darjaa)—Rank, degree, category, grade, class.

ਦਰਜਨ (darja)—Dozen, twelve in number.

ਦਰਜ਼ੀ (darjee)—Tailor.

ਦਰਜ਼ੀਗੀਰੀ (darjeegeeree)—Tailoring.

ਦਰਦ (darad)—Pain, ache, agony, pity, pathos.

ਦਰਦਨਾਕ (dardanaak)—Painful, dreadful, pitiable.

ਦਰਦੀ (dardee)—Sympathiser.

ਦਰਪਨ (darpan)—Mirror, looking glass.

ਦਰਬਾਨ (darbaan)—Gatekeeper, watchman, janitor.

ਦਰਬਾਰ (darbaar)—Royal court, hall of audience.

ਦਰਬਾਰੀ (darbaaree)—Courtier, related to court.

ਦਰਮਿਆਨ (darmiaan)—Centre, middle, in the course of, amid, between.

ਦਰਮਿਆਨਾ (darmiaanaa)—Middle, average, moderate.

ਦ੍ਰਵ (drav)—Liquid, fluid.

ਦਰਵਾਜ਼ਾ (darwaazaa)—Door, gate, entrance.

ਦਰਵੇਸ਼ (darvesh)—A muslim saint, mendicant, hermit.

ਦਰੜਨਾ (dararnaa)—To crush, grind, to destroy.

ਦੱਰਾ (darraa)—Mountain pass.

ਦਰਾਣੀ (daraanee)—Sister-in-law, wife of husband's younger brother.

ਦਰਾੜ (daraar)—Fissure, crack, crevice, distance or break (in relations. chink, slit.

ਦਰਿਆ (dariaa)—River, stream.

ਦਰਿਆ-ਦਿਲ (dariaa dil)—Large hearted, generous.

ਦਰਿੰਦਾ (darindaa)—Carnivorous, animal, any dangerous or ferocious animal, beast.

ਦਰੀ (daree)—Cotton mat or carpet, durrie.

ਦਰੁੱਸਤ (darust)—Correct, accurate, true, proper, fit.

ਦਰੁੱਸਤ ਕਰਨਾ (darust karnaa)—To correct, to amend, to adjust, to repair, to improve.

ਦਰੋਗਾ (darogaa)—Superintendent, jailor, sub-inspector of police.

ਦਲ (dal)—Party, group or team, armed force, troop, organised.

ਦਲਦਲ (daldal)—Marsh, bog, marshland, swamp.

ਦੱਲਾ (dallaa)—Pimp, procurer, pander, go-between.

ਦਲਾਲ (dalaal)—Broker, commission-agent.

ਦਲਿੱਦਰ (dallidar)—Laziness, indolence, sloth, idleness.

ਦਲੀਲ (daleel)—Argument, plea, consideration, reason.

ਦਲੇਰ (daler)—Brave, courageous, dashing, bold.

ਦਲੇਰੀ (daleree)—Bravery, valour, boldness, courage.

ਦਵਾ/ਦਵਾਈ (davaa/davaaee)—Remedy, cure, drug, medicine.

ਦਵਾਖ਼ਾਨਾ (davaakhaanaa)—Dispensary, pharmacy.

ਦਵਾ-ਦਾਰੂ (davaa-daaroo)—Treatment, medication.

ਦਵਾਈ ਕਰਨਾ (davaaee karnaa)—To treat, to medicate.

ਦਵਾਤ (dawaat)—Inkpot, inkstand.

ਦਵਾਰ (dwaar)—Gate, door, passage.

ਦਵਾਰਪਾਲ (dwaarpaal)—Gatekeeper.

ਦੜਬਾ (darbaa)—Hen house, loft. hen-coop.

ਦੜਾ (daraa)—Mixed grain, any impure, adulterated or substandard stuff.

ਦਾਅ (daa)—Opportunity, trick (in wrestling also), strategem, turn, statke, wager.

ਦਾਅ-ਮਾਰਨਾ (daa-maarnaa)—To make use of a trick.

ਦਾਅਵਾ (daawaa)—Claim, law suit, demand, case.

ਦਾਅਵਾ-ਕਰਨਾ (daawaa-karnaa)—To claim to sue.

ਦਾਇਰਾ (daairaa)—Circle, ring, circuit, society, club.

ਦਾਈ (daaee)—Nurse, midwife.

ਦਾਸ (daas)—Servant, slave, bondsman.

ਦਾਸਤਾ (daastaa)—Slavery, bondage.

ਦਾਸਤਾਨ (daastaan)—Story, tale, incident.

ਦਾਹ (daah)—Cremation, burning.

ਦਾਹ-ਸੰਸਕਾਰ (daah-sanskaar)—Funeral ceremony.

ਦਾਅਵਤ ਦੇਣਾ (daawat denaa)—To give a feast/party.

ਦਾਖ (daakh)—Dry grape.

ਦਾਖ਼ਲ (daakhal)—Entered, inserted, admitted.

ਦਾਖ਼ਲ ਹੋਣਾ (daakhal honaa)—To enter, to introduce.

ਦਾਖ਼ਲ ਕਰਨਾ (daakhal karnaa)—To admit, to enrol.

ਦਾਗ਼ (daag)—Spot, stain, blemish, scar, mark, burn, blot.

ਦਾਜ (daaj)—Dowry, bride's portion.

ਦਾਣਾ (daanaa)—Grain, seed, granule, bird or cattle-feed, pimple.

ਦਾਣਾ-ਪਾਣੀ (daanaa-paanee)—Livehood, fate, victuals.

ਦਾਣਾ-ਮੰਡੀ (daanaa-mandee)—Grain market.

ਦਾਤਣ (daatan)—Twing or walnut bark used for cleansing teeth.

ਦਾਤਰੀ (daatree)—Reaping hook, sickle, scythe.

ਦਾਤਾਰ (dataar)—An attribution of God, giver.

ਦਾਦ (daad)—Ringworm, praise, appreciation.

ਦਾਦ-ਦੇਣੀ (daad-danee)—To appreicate, to backup.

ਦਾਦ-ਫ਼ਰਿਆਦ (daad-fariaad)—Petition, complaint.

ਦਾਦਾ (daadaa)—Paternal grand father.

ਦਾਨ (daan)—Donation, charity, alms, benefaction, gift.

ਦਾਨਸ਼ਮੰਦ (daanshmand)—Wise, prudent, a wise person, intellectual, intelligent.

ਦਾਨਵ (daanav)—Devil, demon, evil spirit, gaint.

ਦਾਬ (daab)—Impression, suppression, layer.

ਦਾਬਾ-ਪਾਉਣਾ (daabaa-paunaa)—To dominate, to impose.

ਦਾਮਨ (daaman)—Skirt of garment, foot-hill.

ਦਾਰੂ (daaroo)—Medicine, drug, wine, alcohal.

ਦਾਰੋਮਦਾਰ (daaromadaar)—Dependence, reliance.

ਦਾਲ (daal) — Pulse, split grain.

ਦਾੜ੍ਹ (daarh)—Grinder tooth, cheek tooth, tricuspid.

ਦਾੜ੍ਹੀ (daarhee)—Beard.

ਦਾੜ੍ਹੀ-ਖੋਹਣੀ (daarhee-khonee)—To insult, to disgrace.

ਦਿਓਰ (dior) — Husband's younger brother, brother-in-law.

ਦਿਆਨਤ (diaanat)—Honesty, truthfulness.

ਦਿਆਨਤਦਾਰ (diaanatdaar)—Honest, truthful.

ਦਿਆਨਤਦਾਰੀ (diaanatdaaree)—Honesty, moral integrity.

ਦਿਆਲ (diaal)—Merciful, gracious, benign, kind.

ਦਿਸਣਾ (disnaa)—To be seen, to appear.

ਦਿਸ਼ਾ (dishaa)—Direction, side, region.

ਦਿਹਾੜੀ (dihaaree)—Daily wages, day's labour.

ਦਿੱਕਤ (dikkat)—Difficulty, trouble.

ਦਿਖਾਉਣਾ (dikhaaunaa)—To show, to display, to exhibit.

ਦਿਖਾਵਾ (dikhaavaa)—Display, exhibition, show.

ਦਿਦਾਰ (didaar)—Look, sight.

ਦਿਨ (din)—Day, suitable occasion, luck.

ਦਿਨ-ਕੱਟਣਾ (din-katnaa)—To pass time in misery.

ਦਿਨ-ਗੁਜ਼ਾਰਨਾ (din-guzaarnaa)—To idle, to waste time.

ਦਿਨ-ਚੜ੍ਹਨਾ (din-charnaa)—Rising of Sun.

ਦਿਨ-ਫਿਰਨੇ (din-firnee)—To begin, to prosper.

ਦਿਨ-ਦਿਹਾੜੇ (din-diharee)—In broad day light.

ਦਿਨ-ਰਾਤ (din-raat)—Day & night, always, at all time.

ਦਿਮਾਗ਼ (dimaag)—Brain, mind, head, arrogance.

ਦਿਮਾਗ਼-ਲੜਾਉਣਾ (dimaag-lar aunaa)—To cudgel one's brain, to think on a subject carefully.

ਦਿਲ (dil)—Heart, mind, courage.

ਦਿਲ-ਹਾਰਨਾ (dil-haarnaa)—To lose heart.

ਦਿਲ-ਕਰਨਾ (dil-karnaa)—To aspire, to wish.

ਦਿਲ-ਟੁੱਟਣਾ (dil-tutnaa)—To lose courage, to be distracted.

ਦਿਲ-ਦੇਣਾ (dil-denaa)—To fall in love with.

ਦਿਲ-ਰੱਖਣਾ (dil-rakhnaa)—To oblige, to comply with one's wishes.

ਦਿਲ-ਲੱਗਣਾ (dil-lagnaa)—To be attached.

ਦਿਲਬਰ (dilbar)—Sweetheart, beloved, paramour.

ਦਿਲਲਗੀ (dillagee)—Amusement, joke.

ਦਿਲਾਸਾ (dilaasaa)—Consolation, encouragement.

ਦਿਲੀ (dilee)—Hearty, sincere, cordial warm-hearted.

ਦਿਲੋਂ (dilon)—Heartily, sincerely, from the bottom of one's heart.

ਦਿਵਾਲਾ (divaalaa)—Bankruptcy, liquidation.

ਦਿਵਾਲੀ (divaalee)—Festival of lamps, feast.

ਦਿਵਾਲੀਆ (divaaleeaa)—Bankrupt, insolvent.

ਦੀਨ (deen)—Poor, needy, humble, religion, faith.

ਦੀਨ-ਈਮਾਨ (deen-imaan)—Virtue religion.

ਦੀਨਤਾ (deentaa)—Humility, modesty.

ਦੀਨ-ਬੰਧੂ (deen-bandhu)—God, friend of the poor.

ਦੀਮਕ (deemak)—White ant.

ਦੀਵਾਨ (deewan)—Minister, congregation.

ਦੀਵਾਨਖ਼ਾਨਾ (deewankhaanaa)—Court chamber, audience hall.

ਦੀਵਾਨਗੀ (deevaangee)—Madness, lunacy, insanity.

ਦੁਆ (duaa)—Prayer, blessing, supplication.

ਦੁਆ-ਦੇਣਾ (duaa-denaa)—To bless.

ਦੁਆ-ਸਲਾਮ (duaa-salaam)—Salutation, greetings, compliments.

ਦੁਸ਼ਟ (dusht)—Rascal, villain, soundral.

ਦੁਸ਼ਮਣ (dushman)—Enemy, foe.

ਦੁਸ਼ਾਲਾ (dushaalaa)—Shawl, embroidered wrapper.

ਦੁਹਣਾ (duhnaa)—To milk.

ਦੂਹਰਾ (duhraa)—Double, duplicate, two fold.

ਦੁਹਰਾਉ (duhraau)—Repetition, revision, iteration.

ਦੁਹਰਾਉਣਾ (duhraaunaa)—To repeat, to revise, to go over.

ਦੁਹਾਈ (duhaaee)—Cry for help, appeal, invocation.

ਦੁਹਾਈ ਦੇਣੀ (duhaaee danee)—To call upon, to make an appeal.

ਦੁਹਾਜੂ (duhaaju)—One who is married a second time.

ਦੁਕਾਨ (dukaan)—Shop, warehouse.

ਦੁਕਾਨਦਾਰ (dukaandaar)—Shop keeper.

ਦੁਕਾਨਦਾਰੀ (dukaandaaree)—Shopkeeping, business.

ਦੁੱਖ (dukh)—Suffering, grief, misery, pain, trouble, agony.

ਦੁੱਖ ਦੇਣਾ (dukh denaa) — To harass, to torment.

ਦੁੱਖਣਾ (dukhnaa)—To pain, to ache, to hurt.

ਦੁਖੜਾ (dukhraa)—Tale of suffering, grievance, trouble.

ਦੁਖਾਂਤ (dukhaant)—Tragic end, tragedy, tragic play.

ਦੁਖੀਆ (dukhiaa)—Unfortunate, troubled, surrowful.

ਦੁਚਿੱਤਾ (duchittaa)—Double-minded, in two minds, hesitant. diffident.

ਦੁਤਰਫ਼ਾ (dutarfaa)—Mutual, reciprocal.

ਦੁੱਧ (duddh)—Milk, juice of some plants & trees, sap.

ਦੁੱਧ ਵਾਲਾ (duddh walaa)—Milkman.

ਦੁਨੀਆ (duniaa)—The world, cosmos, people.

ਦੁਨੀਆਦਾਰ (duniaadaar)—Worldywise.

ਦੁਨੀਆਦਾਰੀ (duniaadaaree)—Worldiness.

ਦੁਪਹਿਰ (dupehr)—Midday, noon.

ਦੁਪੱਟਾ (dupattaa)—Veil, wrapper.

ਦੁਫ਼ਾੜ (duphaar)—To fragments, thing cut into two.

ਦੁਬਲਾ (dublaa)—Thin, slim, slender.

ਦੁਬਲਾ-ਪਤਲਾ (dublaa-patlaa)—Slender, scrawny.

ਦੁੰਬਾ (dumbaa)—Fat-tailed ram.

ਦੁਬਾਰਾ (dubaaraa)—Again, for the second time.

ਦੁਭਾਸ਼ੀਆ (dubhaashiyaa)—Interpreter.

ਦੁੰਮ (dum)—Tail, end.

ਦੁੰਮਕਟਾ (dumkataa) — Bob tailed.

ਦੁਮਦਾਰ (dumdaar)—With tail, tailed.

ਦੁਮੰਜ਼ਲਾ (dummanzalaa)—Double storeyed.

ਦੁਰਕਾਰਨਾ (durkaarnaa)—To condemn, to repulse.

ਦੁਰਗਤ (durgat)—Dishonour, disgrace, insult.

ਦੁਰਗੰਧ (durgandh)—Bad smell, fetid odour, stench.

ਦੁਰਜਨ (durjan) — Rascal, mischief maker. scounderal.

ਦੁਰਬਲ (durbal)—Weak, frail, invalid, thin, poor.

ਦੁਰਲਭ (durlabh)—Rare, unattainable, scare.

ਦੁਰਾਚਾਰ (duraachaar)—Corruption, misconduct.

ਦੁਲਹਨ (dulhan)—Bride, newely married woman.

ਦੁਲਾਰ (dulaar)—Love, affection, fonding.

ਦੁੜਾਉਣਾ (duraaunaa) — To make or get one run, drive away.

ਦੂਜਾ (doojaa)—Second, next, another.

ਦੂਣਾ (doonaa)—Double, two times, twice in size or quantity, twofold.

ਦੂਤ (doot)—Envoy, consul, messenger, ambassador.

ਦੂਰ (door)—Distance, far, away.

ਦੂਰ-ਹੋਣਾ (door honaa)—To be away.

ਦੂਰ-ਕਰਨਾ (door karnaa)—To remove, to repel.

ਦੂਰ-ਅੰਦੇਸ਼ (door-andesh)—Far-sighted.

ਦੂਰ-ਦੂਰ (door-door)—Widely apart.

ਦੂਰਬੀਨ (doorbeen)—Telescope.

ਦੂਰੀ (dooree)—Distance, far-ness, estrangement.

ਦੂਲ੍ਹਾ (dulhaa)—Bridegroom.

ਦੇਸ (des)—Country, motherland, fatherland, territory.

ਦੇਸ-ਨਿਕਾਲਾ (des-nikalaa)—Deportation, externment.

ਦੇਸੀ (dasee)—Home made, local, native, indigenous.

ਦੇਸੀ-ਸ਼ੱਕਰ (dasee-shakkar)—Jaggery.

ਦੇਸੀ-ਖੰਡ (dasee-khand)—Brown sugar.

ਦੇਸੀ-ਬੋਲੀ (dasee-bolee)—Vernacular.

ਦੇਹਾਂਤ (dehaant)—Death, demise.

ਦੇਖਣਾ (dekhnaa)—To see, to look to, to find, to take care, to examine.

ਦੇਖ-ਰੇਖ (dekh-rekh)—Care, supervision.

ਦੇਗ (deg) — Large narrow-mouthed cooking vessel, kettle.

ਦੇਗਚੀ (degchee)—Small cooking pot, kattle.

ਦੇਣ (den)—Debt, liability, due, contribution.

ਦੇਣਦਾਰ (dendaar)—Payer, debtor, liable.

ਦੇਣਹਾਰ (den-haar)—Worth giving, giver.

ਦੇਣਾ (denaa)—To give, to pay, to allow, to hand over.

ਦੇਰ (der)—Delay, lateness.

ਦੇਵ (dev)—God, holy spirit, deity.

ਦੇਵਦੂਤ (devdoot)—Mercury.

ਦੇਵਰ (devar)—Brother-in-law, younger brother of husband.

ਦੇਵੀ (davee)—Goddess, pious lady.

ਦੈਵੀ (daivee)—Angelic, heavenly, divine, celestial.

ਦੋਸ਼ (dosh)—Fault, flaw, defect, sin, offence.

ਦੋਸ਼-ਲਾਉਣਾ (dosh-launaa)—To blame, to accuse.

ਦੋਸ਼ੀ (doshee)—Accused, criminal, culprit, culpable.

ਦੋਸਤ (dost)—Frient, lover.

ਦੋਸਤਾਨਾ (dostaanaa)—Friendly.

ਦੋਸਤੀ (dostee)—Friendship.

ਦੋਗਲਾ (doglaa)—Bastard, illegitimate, half-bred.

ਦੌਰ (daur) — Era, period, phase, state, course.

ਦੌਰਾਨ (dauraan)—Duration, during, meantime.

ਦੌਲਤ (daulat)—Wealth, money, property.

ਦੌਲਤਖਾਨਾ (daulatkhanaa)—Residence, house.

ਦੌਲਤਮੰਦ (daulatmand)—Rich, wealthy.

ਦੌੜ (daur)—Run, race, gallop.

ਦੌੜਨਾ (daurnaa)—To run, to speed up, to race.

ਦੌੜ ਜਾਣਾ (daur janaa)—To run away.

ਧ

ਧ Twenty fourth letter of Gurmukhi alphabets, pronounced as 'dhaddhaa'.

ਧਸਣਾ (dhasnaa)—To enter, to go deep into, to thrust.

ਧੱਕਣਾ (dhaknaa)—To push, to oust.

ਧਕ-ਧਕ (dhak-dhak)—Heart beat, fear, anxiety, palpitation.

ਧੱਕਮ ਧੱਕਾ (dhakkan-dhakkaa) —Hustle, pushing and jostling, great rush.

ਧੱਕਾ (dhakkaa)—Jerk, push, shock, stroke, aggression.

ਧੱਕਾ ਦੇਣਾ (dhakkaa denaa)—To push, to jerk.

ਧੱਕੇਸ਼ਾਹੀ (dhake shaahee)—High handedness, despotism.

ਧੱਕੇਬਾਜ਼ੀ (dhake-baazee)—Force, violence, oppression.

ਧੰਦਾ (dhandaa)—Occupation, profession, business.

ਧੰਨ (dhann)—God bless you!, well done!, bravo !.

ਧੰਨ-ਧੰਨ (dhann-dhann)—Applause, accolade.

ਧੰਨਭਾਗ (dhannbhaag)—Fortunately.

ਧੰਨਵਾਦ (dhannwaad)—Thanks.

ਧਨ (dhan)—Wealth, property, money, capital, positive.

ਧਨਵਾਨ (dhanwaan)—Rich, wealthy affluent.

ਧਨੁਸ਼ (dhanush)—Bow.

ਧਨੁਸ਼ਧਾਰੀ (dhanushdharee)—Archer.

ਧੱਫੜ (dhapphar)—Nettle rash, swelling due to biting of an insect.

ਧੱਬਾ (dhabbaa)—Spot, stain, blot.

ਧੰਮ (dhamm)—Dull sound, thud.

ਧਮਕਣਾ (dhamaknaa) —To thump, to arrive suddenly.

ਧਮਕਾਊ (dhamkaau)—Threatning, frightening, daunt ing.

ਧਮਕੀ (dhamkee)—Threat, menace, bullying.

ਧਮਾਕਾ (dhamaakaa)—Explosion, thunder, bump, crash.

ਧਰਤੀ (dhartee)—Earth, land, soil, ground.

ਧਰਤੀ ਮਾਤਾ (dhartee mataa)—Mother land.

ਧਰਨਾ (dharnaa)—Picket, to keep, to place, to put.

ਧਰਮ (dharam)—Regligion, duty, faith, belief.

ਧਰਮ-ਅਸਥਾਨ (dharam-asthaan)—Holy place, religious place.

ਧਰਮ-ਸ਼ਾਸਤਰ (dharam-shaastar) —Scriptures.

ਧਰਮਸ਼ਾਲਾ (dharamshalaa)—Pilgrims house, inn.

ਧਰਮ ਪਤਨੀ (dharampatnee)—Wife.

ਧਰਮਾਤਮਾ (dharmaatmaa)—Religious, pious, holy, virtuous, godly.

ਧਰਵਾਉਣਾ (dharvaaunaa)—To get placed, to have something put down.

ਧਰਾਤਲ (dharaatal)—Land, surface, area.

ਧੜ (dhar)—Trunk of body, body.

ਧੜਕਣ (dharkan)—Beating of the heart, pulsation.

ਧੜੰਮ (dhrumm)—Thud, thump.

ਧੜੱਲੇਦਾਰ (dharalledaar)—Forceful, vehement impressive.

ਧੜਾ (dharaa)—Group, party, side, counter balance.

ਧੜਾਧੜ (dharaadhar)—Quickly, continously, incessantly.

ਧੜੇਬਾਜ਼ (dharebaaz)—Partisan, factious, cliquish.

ਧਾਕ (dhaak)—Awe, terror, fame, credit, grandeur.

ਧਾਗਾ (dhaagaa)—Thread, cord.

ਧਾਂਤ (dhaant)—Semen

ਧਾਤ (dhaat)—Metal, mineral. semen.

ਧਾਤ-ਖੁਲ੍ਹੀ (dhaat-khulee)—Bullion.

ਧਾਤੂ (dhaatoo)—Root of a word. element, constituent.

ਧਾਂਦਲੀ (dhaandlee)—Anarchy, disorder, disturbance.

ਧਾਨ (dhaan)—Rice plant, husky rice, paddy.

ਧਾਰ-ਕੱਢਣੀ (dhaar-kadhnee)—To milk.

ਧਾਰ-ਮਾਰਨੀ (dhaar-marnee)—To urinate, to damn care.

ਧਾਰਣਾ (dhaarnaa)—Conception, notion, assumption.

ਧਾਰਨਾ (dharnaa)—To determine, to resolve, to assume.

ਧਾਵਾ (dhaavaa)—Raid, attack, assault, invasion.

ਧਾੜਵੀ (dhaarvee)—Robber, raider, dacoit, mugger.

ਧਿਆਉਣਾ (dhiaaunaa)—To meditate (upon), to repeat (the name of deity.)

ਧਿਆਨ (dhiaan)—Attention, meditation, absorption.

ਧਿਆਨ-ਕਰਨਾ (dhiaan-karnaa)—To pay attention to, to take care.

ਧਿਆਨ-ਦੇਣਾ (dhiaan-denaa)—To pay heed, to attend.

ਧਿਆਨ-ਮੋੜਨਾ (dhiaan-mornaa)—To divert attention.

ਧਿਆਨਯੋਗ (dhiaanyog)—Note worthy, remarkable.

ਧਿਕਾਰਨਾ (dhikaarnaa)—To reproach, to curse.

ਧੀ (dhee)—Daughter.

ਧੀਮਾ (dheemaa)—Slow, mild, gentle, dim, feeble.

ਧੀਰੇ-ਧੀਰੇ (dheere-dheere)—Step by step, little by little.

ਧੁਆਂਖ (dhuaankh)—Smoke-deposit, smut, soot.

ਧੁਖਣਾ (dhukhnaa)—To burn without flame, to ignite, to take fire.

ਧੁੰਦ (dhund)—Fog, mist, haziness.

ਧੁਨ (dhun)—Single mindedness, paasion, abosorption in thought or action.

ਧੁਨੀ (dhunee)—Tune, musical mode, sound, speech-sound, melody.

ਧੁਨੀ-ਵਿਗਿਆਨ (dhuneevigiaan)—Musicology, phonology, phonetics, phonemics.

ਧੁੰਨੀ (dhunee)—Navel, umbilicus.

ਧੁੱਪ (dhupp)—Sunshine, sunlight, sun.

ਧੁਰਾ (dhuraa)—Axle, shaft, hub, pivot.

ਧੂੰਆ (dhooaan)—Smoke, fume.

ਧੂੰਆਧਾਰ (dhooaandhaar)—Full of smoke, high flown (speech), heavy (rain).

ਧੂਹ (dhoo)—Pull, attraction, pang, pain, spasm.

ਧੂਣੀ (dhoonee)—Open fire, fire kept going by ascetics practising austerities.

ਧੂਣੀ-ਬਾਲਣੀ (dhoonee-balnee)—To make an open fire.

ਧੂਣੀ-ਰਮਾਉਣੀ (dhoonee-ramaaunee)—To make and maintain fire burning (by ascetics), to become an ascetic.

ਧੂਮ (dhoom)—Reputation, fame, comet.

ਧੂਮਧਾਮ (dhoomdhaam)—Pomp and show, boom, tumplt.

ਧੂੜ (dhoor)—Dust, grit, fine powder.

ਧੂੜ-ਉਡਣੀ (dhoor-udnee)—For dust to blow or rise.

ਧੋਖਾ (dhokhaa)—Fraud, deceit, deception, dupe.

ਧੋਣਾ (dhonaa)—To wash, to cleanse, to flush, to launder.

ਧੋਤੀ (dhotee)—Colth worn round the waiste.

ਧੋਬੀ (dhobee)—Washerman, launderer.

ਧੌਂਸ (dhauns)—Bullying, bluster, awe, threat.

ਧੌਣ (dhaun)—Neck.

ਧੌਣ-ਸੁੱਟਣੀ (dhaun-sutnee)—To lose heart, to be depressed.

ਧੌਲਾ (dhaulaa)—Grey, white, hoary.

ਨ

ਨ Twenty fifth letter of Gurmukhi alphabets, pronounced as 'nannaa'.

ਨਸ (nas)—Nerve, vien.

ਨਸਲ (nasal)—Breed, clan, genealogy, generation, race.

ਨਸ਼ਾ (nashaa)—Intoxication, stimulation.

ਨਸ਼ੀਲਾ (nasheelaa)—Intoxicating, inebriant.

ਨਸ਼ਈ (nashai)—Drunkard, under influence of drink, drug-addict, alcoholic.

ਨਸ਼ਾਬੰਦੀ (nashaabandee)—Prohibition.

ਨੱਸਣਾ (nassnaa)—To run, to flee, to decamp.

ਨਸਾਉਣਾ (nasaaunaa)—To make run.

ਨਸਬੰਦੀ (nasbandee)—Vasectomy.

ਨਸੀਹਤ (naseehat)—Advice, counsel, instruction.

ਨਸੀਬ (naseeb)—Destiny, fortune, fate, luck.

ਨਹਾਉਣਾ (nhaaunaa)—To take bath.

ਨਹਿਰ (naher)—Canal, stream, water way.

ਨਹੀਂ (naheen)—No, not, refusal.

ਨਹੁੰ (nahun)—Finger nail, nail.

ਨੱਕ (nakk)—Nose, organ.

ਨੱਕ-ਰਗੜਨਾ (nakk-ragarnaa)—To be seech humbly, to eat humble pie.

ਨੱਕ-ਵੱਢਣਾ (nakk-vadhnaa)—To inflict humiliation to dishonour.

ਨੱਕ-ਵਾਲਾ (nakk-walaa)—Honourable, having prestige.

ਨਕਸ਼ (nakash)—Inpression, sign, appearance.

ਨਕਸ਼ਾ (nakshaa)—Map, chart, layout plan, sketch, model.

ਨਕਸ਼ਾ-ਨਵੀਸ (nakshaa-navees) —Draftsman, tracer.

ਨਕਸੀਰ (nakseer)—Bleeding from nose.

ਨਕਦ (nakad)—Cash, in cash.

ਨਕਲ-ਕਰਨਾ (nakal-karnaa)—To copy, to imitate.

ਨਕਲੀ (naklee)—Artificial, imitative, false.

ਨਕਾਸ਼ੀ (nakaashee)—Drawing, painting, engraving.

ਨਕਾਬ (nakaab)—Mask, veil.

ਨਕਾਬਪੋਸ਼ (nakaabposh)—Masked.

ਨਕਾਰਨਾ (nkaarnaa)—To reject, to dishonour.

ਨਕਾਰਾ (nakaaraa)—Useless, unfit, valueless.

ਨਕੇਲ (nakel)—Cavesson, camel's nose band.

ਨਕੇਲ-ਪਾਉਣੀ (nakel-paunee)—To put nosebar, to check.

ਨਖੱਟੂ (nakhattoo)—Non-earning, worhtless.

ਨਖ਼ਰਾ (nakhraa)—Coquetry, pretence, trick.

ਨਖਿੱਧ (nakhiddh)—Worthless, unworthy, inferior.

ਨਖੇੜਨਾ (nakhernaa)—To disunite, to separate, to divorce.

ਨੱਗ (nagg)—Item, package, piece.

ਨੰਗ (nang)—Nakedness, Nudity, poverty,

ਨੰਗ-ਧੜੰਗ (nang-dharang)—Absolute make, starked nude.

ਨਗ਼ਮਾ (nagmaa) — Song, melody.

ਨਗਰ (nagar)—City, town.

ਨਗਰ-ਨਿਗਮ (nagar-nigam)—Municipal corporation.

ਨਗਰਪਤੀ (nagarpatee)—Mayor.

ਨਗਰਪਾਲਿਕਾ (nagarpalkaa)—Municipal committee.

ਨੰਗਾ (nangaa)—Naked, bare, nude, unclothed, shameless.

ਨੰਗਾ-ਕਰਨਾ (nangaa-karnaa)—To denude, to unclothe, to expose.

ਨਗਾਰਾ (nagaaraa)—Kettle drum.

ਨਗੀਨਾ (nageenaa)—Gem, a precious stone set in ring.

ਨੱਚਣਾ (nachchnaa)—To dance, to fret.

ਨਚੋੜਨਾ (nachornaa)—To compress, to rinse, to squeeze.

ਨਛੱਤਰ (nachhattar)—Star, planet, zodic sign, position of moon in lunar orbit.

ਨਜ਼ਦੀਕ (nazdeek)—Near, close, adjacent, in vicinity.

ਨਜ਼ਮ (nazam)—Verse, poetry, poem.

ਨਜ਼ਰ (nazar)—Sight, vision, glance, present, dedication.

ਨਜ਼ਰ-ਆਉਣਾ (nazar-aunaa)—To come in sight, to appear.

ਨਜ਼ਰਬੱਟੂ (nazarbattoo)—To avert the evil eye.

ਨਜ਼ਰਬੰਦੀ (nazarbandee)—Detention, confinement.

ਨਜ਼ਰਾਨਾ (nazraanaa)—Gift, present.

ਨਜ਼ਰੀਆ (nazariaa)—Point of view, attitude, approach.

ਨਜ਼ਲਾ (nazlaa)—Bad cold, flu.

ਨਜ਼ਾਕਤ (nazaakat)—Elegance, delicacy.

ਨਜ਼ਾਰਾ (nazaara)—Sight, view, scence, glance.

ਨਜਿੱਠਣਾ (najitthnaa)—To fulfil, to tackle, to settle, to conclude, to endure.

ਨਜੂਮੀ (najoomee)—Astrologer, fortune teller, star gazer.

ਨੱਢਾ (naddhaa)—Boy, youth, youngman.

ਨੱਢੀ (naddhee) — Youngwoman, damsel.

ਨਤੀਜਾ (nateejaa)—Result, conclusion, consequence.

ਨੱਥ (natth)—Nose ring.

ਨੱਥੀ (natthee)—Attached, appended, enclosed.

ਨੱਥੂ-ਖੈਰਾ (natthoo-khaeraa)—Any tom, dick or harry.

ਨਦਾਨ (nadaan)—Innocent, ignorant, foolish.

ਨਦੀ (nadee)—River, small stream, rivulet.

ਨਦੀ-ਤਲ (nadee-tal)—River bed.

ਨਨਾਣ (nanaan)—Sister-in-law, husband's sister.

ਨਪੀੜਨਾ (napeernaa)—To squeeze, to compress.

ਨਫ਼ਰਤ (nafrat)—Hatred, contempt, aversion, disgust.

ਨਫ਼ਾ (nafaa)—Profit, gain, benefit, advantage.

ਨਫ਼ਾਖੋਰ (nafaakhor)—Profiteer.

ਨਫ਼ਾਖੋਰੀ (nafaakhoree)—Profiteering.

ਨਬਜ਼ (nabaz)—Pulse (of the hand).

ਨਬਜ਼-ਵੇਖਣੀ (nabaz-vakhnee)—To feel the pulse.

ਨੰਬਰ (nambar)—Number, marks, scroe.

ਨੰਬਰਦਾਰ (nambardaar)—Village headman.

ਨੰਬਰੀ (nambree)—Regular, established, numbered.

ਨਾਬਾਲਗ (nabaalag)—Minor, ward.

ਨਬੇੜਨਾ (nabernaa)—To settle, to finish, to conclude.

ਨਮਕ (namak)—Salt.

ਨਮਕ-ਹਰਾਮ (namak-haraam)—Disloyal, unfaithful.

ਨਮਕ-ਹਲਾਲ (namak-halaal)—Loyal, faithful.

ਨਮਕੀਨ (namkeen)—Saltish, saline, beautiful.

ਨਮੀ (namee)—Moisture, humidity.

ਨਮੂਨਾ (namoonaa)—Model, sample, specimen, design, example.

ਨਰਕ (narak)—Hell, very dirty place.

ਨਰਮ (naram)—Soft, gentle, mild, delicate.

ਨਰਮਦਿਲ (naram dil)—Kind hearted.

ਨਰਾਜ਼ (naraaz)—Displeased, angry, offended, unhappy.

ਨਰੇਲ (narel) — Coconut, coconunt palm.

ਨਲਕਾ (nalkaa)—Water trap, hand pump.

ਨਲੈਕ (nalaik)—Duffer, incompetent, inefficient.

ਨਵਾਂ (nawaan)—New, fresh, recent, modren.

ਨਵਾਂ-ਨਕੋਰ (nawaan-nakor)—Brand new, unused, fresh.

ਨਵਾਬ (nawaab)—Baron, nawab.

ਨਵੇਕਲਾ (naveklaa)—Isolated, separate, exclusive, alone.

ਨਵੇਕਲਾਪਣ (naveklaapan)—Exculsiveness, isolation.

ਨਾਂ-ਹੋਣਾ (naan-honaa)—To win credit, to be famous.

ਨਾਂ-ਦੇਣਾ (naan-denaa)—To label, to name.

ਨਾ (naa)—No, Not, refusal, denial.

ਨਾਉਂ (naao)—Boat, sailing, vessel.

ਨਾਅਰਾ (naaraa)—Slogan, war cry.

ਨਾਇਬ (naaib)—Deputy, assistant.

ਨਾਈ (naaee)—Barber, hair dresser.

ਨਾਸ (naas)—Destruction, ruin, waste.

ਨਾਸਤਕ (naastak)—Infidel, unbeliever, heretic.

ਨਾਸ਼ਤਾ (naashtaa)—Breakfast, light refreshment.

ਨਾਸੂਰ (naasor)—Ulcer, cancer.

ਨਾਹਕ (naahak)—Undeserved, invain.

ਨਾਕਾ (naakaa)—Barrier, block, barricade.

ਨਾਕਾਬੰਦੀ (naakaabandee)—Blockade.

ਨਾਕਾਮ (naakaam)—Unsuccessful.

ਨਾਕਾਮਯਾਬੀ (naakaamyaabee)—Defeat, failure.

ਨਾਖ਼ੂਨ (naakhoon)—Nail.

ਨਾਗ (naag)—Snake, serpent, a cruel personal.

ਨਾਗਰਿਕ (naagrik)—Citizen, city, dweller.

ਨਾਗਰਿਕਤਾ (naagriktaa)—Citizenship.

ਨਾਚ (naach)—Dance, ballet.

ਨਾਚਘਰ (naachghar)—Ball room.

ਨਾਜ਼ (naaz)—Delicacy, gracefulness, fonding.

ਨਾਜ਼ਨੀਨ (naazneen)—Delicate woman, beautiful damsel.

ਨਾਜਾਇਜ਼ (naajaaiz)—Improper, illigitimate, unbecoming.

ਨਾਟਕ (naatak)—Drama, play.

ਨਾਟਕਕਾਰ (naatakkaar)—Dramatist, playwright.

ਨਾਤਾ (naataa)—Relationship, alliance.

ਨਾਨਕਾ (naankaa)—Belonging to maternal grandfather's family or village.

ਨਾਨਾ (naanaa)—Maternal grand father.

ਨਾਨੀ (naanee)—Maternal grand mother.

ਨਾਪ (naap)—Measurement, scale.

ਨਾਪਾਕ (naapaak)—Unholy, polluted, unclean.

ਨਾਫ਼ਰਮਾਨ (naafarmaan)—Disobedience, insubordination.

ਨਾਮ (naam)—Name, designation, fame, reality.

ਨਾਮ-ਕਮਾਉਣਾ (naam-kamaunaa)—To earn name and fame.

ਨਾਮ-ਲੇਵਾ (naam-levaa)—Descendant, follower.

ਨਾਮਜ਼ਦ (naamzad)—Nominated, designated, nominee.

ਨਾਮਜ਼ਦ ਕਰਨਾ (naamzad karnaa)—To nominate, to appoint, to designate.

ਨਾਮਣਾ (namnaa)—Renown, fame, honour, to designate.

ਨਾਮਰਦ (naamarad)—Impotent, cowardly, eunuch.

ਨਾਮਵਰ (naamvar)—Renowned, famous.

ਨਾਮੀ (naamee)—Famous, reputed, renowned.

ਨਾਮੀ-ਗਰਾਮੀ (naamee-gramee)—Famous, well-known.

ਨਾਮੁਰਾਦ (naamuraad)—Issueless, childless, unlucky.

ਨਾਰਾਜ਼ਗੀ (naaraazgee)—Anger, displeasure.

ਨਾਰੀ (naaree)—Women, female, eve.

ਨਾਲ-ਹੋਣਾ (naal-honaa)—To accompany to side.

ਨਾਲ-ਲੱਗਣਾ (naal-lagnaa)—To touch, to conjoin.

ਨਾਲ-ਲਾਉਣਾ (naal-launaa)—To touch.

ਨਾਲਸ਼ (naalash)—Law suit, complaint.

ਨਾਲਾ (naalaah)—Big drain, water course, sewer, gutter.

ਨਾਲਾਇਕੀ (naalaiki)—Dullness, stupidity, ineffciency.

ਨਾਂਵ (naanv)—Noun, name.

ਨਾਵਿਕ (naavik)—Nautical, naval.

ਨਾੜ (naar)—Pulse, vein.

ਨਾੜਾ (naaraa)—Trouser string, drawer string, bamboo pole.

ਨਿਉਣਾ (nuinaa)—To bow, to stop, to bend.

ਨਿਉਲਾ (niolaa)—Mongoose.

ਨਿਆਂ (niaan)—Justice, logic, equity.

ਨਿਆਂਕਾਰ (niaankaar)—Judge, justice.

ਨਿਆਂਸ਼ੀਲ (niaansheel)—Just judicious, equitable.

ਨਿਆਣਾ (niaanaa)—young, baby, child.

ਨਿਆਮਤ (niaamat)—Gift, present, blessing.

ਨਿਆਰਾ (niaaraa)—Uncommon, distinct, seperate.

ਨਿਸ਼ਚਾ (nishchaa)—Faith, certainly belif, determination

ਨਿਸ਼ਚਿਤ (nishchit)—Definite, settled, resoived, sure.

ਨਿਸ਼ਠਾ (nishthaa)—Allegiance, faith.

ਨਿਸ਼ਠਾਵਾਨ (nishthaawan)—Faithful, religious (person).

ਨਿਸਤਾਰਨਾ (nistaarnaa)—To liberate, to save, to redeem.

ਨਿਸ਼ਾਨ (nishaan)—Flag, banner, symbol, sign, mark.

ਨਿਸ਼ਾਨਾ (nishaanaa)—Aim, mark, target, goal.

ਨਿਸ਼ਾਨੀ (nishaanee)—Token, sign, symptom.

ਨਿਹੰਗ (nihang)—A sect of baptised Sikh, without taint, pure.

ਨਿਹੱਥਾ (nihathaa)—Unarmed, empty handed.

ਨਿਹਾਲ (nihaal)—Happy, exalted, satisfied.

ਨਿਹੋਰਾ (nihoraa)—Complaint, reproach.

ਨਿਕੰਮਾ (nikammaa)—Useless, idle, adject, valueless.

ਨਿੱਕਰ (nikkar)—shorts, knicker.

ਨਿਕਲਣ (nikalan)—Exit.

ਨਿਕਲਣਾ (nikalnaa)—To come out, to go out, to evolve, to issue.

ਨਿਕੜਾ (nikraa)—Small in stature, diminutive.

ਨਿੱਕਾ (nikkaa)—Small, little, petty, short.

ਨਿਕਾਸ (nikaas)—Outlet, exit, opening.

ਨਿਕਾਹ (nikaah)—Nupital, muslim marrige.

ਨਿਖੱਟੂ (nikhattoo)—Worthless, unemployed, idle.

ਨਿਖਰਨਾ (nikharnaa)—To brighten up, to be clear.

ਨਿਖੜਨਾ (nikharnaa)—To be separated, to come apart.

ਨਿਖਾਰ (nikhaar)—Whiteness, brightness.

ਨਿਖਾਰਨਾ (nikhaarnaa)—To cleanse, to brighten, to bleach.

ਨਿਖੇੜਨਾ (nikhernaa)—To separate, to differentiate, to select.

ਨਿਗਮ (nigam)—Corporation, corporate body.

ਨਿੱਗਰ (niggar)—Solid, hard, heavy, strong.

ਨਿਗਰਾਨ (nigraan)—Supervisor, controller manager.

ਨਿਗਰਾਨੀ (nigraanee)—Observation, watch, supervision.

ਨਿਗਰਾਨੀ ਕਰਨਾ (nigraanee karnaa)—To watch, to look after.

ਨਿਗਲਣਾ (nigalnaa)—To swallow, to gulp, to eat.

ਨਿਗਾਹਬਾਨ (nigahbaan)—Protecter, guardian.

ਨਿਗਾਹ (nigaah)—sight, vision.

ਨਿਗੂਣੀ (nigoonee)—Paltary, of little value.

ਨਿੱਘਾ (nigghaa)—Moderately, warm, self-controlling.

ਨਿਘਾਰਨਾ (nigaarnaa)—To cause to sink, submerge.

ਨਿਚਲਾ (nichlaa)—Lower, under.

ਨਿੱਛ (nichchh)—Sneeze.

ਨਿਜਾਤ (nijaat)—Salvation, freedom.

ਨਿਜ਼ਾਮ (nizaam)—Rular, management, rule.

ਨਿਜੀ (nijee)—Personal, private, own, self.

ਨਿਡਰ (nidar)—Fearless, dauntless, undaunted.

ਨਿਡਰਤਾ (nidartaa)—Fearlessness, temerity.

ਨਿਢਾਲ (nidhaal)—Exhaused, weak, helpless.

ਨਿੱਤ (nit)—Always, ever.

ਨਿਤਨੇਮ (nitname)—Daily, routine.

ਨਿਤਰਨਾ (nitarnaa)—To be clarified.

ਨਿਤਾਣਾ (nitaanaa)—Weak, faint, powerless.

ਨਿਤਾਰਨਾ (nitaarnaa)—To clarify, to decant.

ਨਿੰਦਕ (nindak)—Caluminator, defamer, slanderer.

ਨਿੰਦਾ (nindaa)—Censure, reproach, slander.

ਨਿੰਦਾ ਕਰਨਾ (nindaa karnaa)—To condemn.

ਨਿਧੜਕ (nidharak)—Fearless, bold, outspoken.

ਨਿਧੜਕਤਾ (nidharaktaa)—Fearlessness, audaciousness.

ਨਿਪਟਣਾ (nipatnaa)—Tosettle, to trakle, to decide.

ਨਿਪਟਾਰਾ (niptaaraa)—Disposal, settlement.

ਨਿਪਟਾਰਾ ਕਰਨਾ (niptaaraa karnaa)—To settle, to dispose of, to decide.

ਨਿਪੁੱਤਾ (niputta)—Sonlees, with out male issue.

ਨਿਪੁੰਨ (nipunn)—Adept, skilful, expert.

ਨਿਪੁੰਨਤਾ (nipunntaa)—Efficiency, mastery

ਨਿਬੰਧ (nibandh)—Essay, article, thsis.

ਨਿਬੰਧਕਾਰ (nibandhkaar)—Essayist, essay writer.

ਨਿਬੜਨਾ (nibarnaa)—To be settled, to be decided, to be finished.

ਨਿੰਬੂ (nimboo)—Lemon.

ਨਿਭਣਾ (nibhnaa)—To pull on, to caary on, to finish.

ਨਿੰਮ (nimm)—Margosa tree; Azadirachta indica.

ਨਿਮਰਤਾ (nimartaa)—Modesty, hunbleness, courtesy.

ਨਿਮਾਣਾ (nimaanaa)—Humble, simple, meek, poor.

ਨਿਯਤ (niyat)—Fixed, settled, appointed.

ਨਿਯੰਤਰਣ (niyantran)—Control, management.

ਨਿਯਮ (niyam)—Rule, norm, principle.

ਨਿਯੁਕਤ (niyukta)—Appointed.

ਨਿਯੁਕਤੀ (niyukti)—Appointmant, nomination.

ਨਿਰੰਕਾਰ (nirankaar)—Formless; the Formless One, God.

ਨਿਰਗੁਣ (nirgun)—Absolute, virtueless, formless.

ਨਿਰਛਲ (nirchhal)—Candid, frank, naive.

ਨਿਰੰਜਣ (niranjan)—Formless; The formlees one, God.

ਨਿਰਣਾ (nirnaa)—Desicion, verdict, judjement.

ਨਿਰੰਤਰ (nirantar)—Continous, ceaseless, perpetual, constant.

ਨਿਰਦਈ (nirdaee)—Cruel, ruthless, brutal, stern.

ਨਿਰਦੇਸ਼ (nirdesh)—Direction, reference.

ਨਿਰਦੇਸ਼ਕ (nirdeshak)—Director, supervisor.

ਨਿਰਦੋਸ਼ (nirdosh)—Faultless, guiltless, correct.

ਨਿਰਨਾ (nirnaa)—Empty, stomach, taking no food.

ਨਿਰਨਾਇਕ (nirnaaik)—Decisive, affirmative.

ਨਿਰਪੱਖ (nirpakkh)—Impartial, neutral.

ਨਿਰਬਲ (nirbal)—Weak, powerless, frail.

ਨਿਰਭੈ (nirbhai)—Fearless, dauntless, bold.

ਨਿਰਮਲ (nirmal)—Clear transparent, pure, clean.

ਨਿਰਮਾਣ (nirmaan)—Construction, manufacture, production.

ਨਿਰਮੂਲ (nirmool)—Baseless, groundless.

ਨਿਰਮੋਹੀ (nirmohee) — Indiffrent, with out love and affection.

ਨਿਰਲੇਪ (nirlep)—neutral, disinterested.

ਨਿਰਵੈਰ (nirvair)—With out malice, with out hetred.

ਨਿਰਾ (niraa)—More, simple, only, sheer.

ਨਿਰਾਸ (niraas)—Disappointed; dispaired.

ਨਿਰਾਸਤਾ (niraastaa)—Despair, dejection, frustration.

ਨਿਰਾਹਾਰ (niraahaar)—Fasting, without meals.

ਨਿਰਾਕਾਰ (niraakaar)—Incorporeal, formless.

ਨਿਰਾਦਰ (niraadar)—Insult, dishonour, disrespect.

ਨਿਰਾਦਰੀ (niraadaree)—Disgrace, abasement.

ਨਿਰਾਲਾ (niraalaa)—Peculiar, extraordinary, exellent, odd strange.

ਨਿਰਾਲਾਪਨ (niraalaapan)—Strangeness, unusualness.

ਨਿਰੀਖਣ (nireekhan)—Observation, inspection, inviglation.

ਨਿਰੋਧ (nirodh)—Restriction, repression, condom.

ਨਿਰੋਲ (nirol)—Unadurated, unmixed, pure, clear.

ਨਿਲੱਜ (nillaj)—Shameless, immodest, devoid of a sense of honour.

ਨਿਲਾਮੀ (nillamee)—Auction.

ਨਿਵਾਉਣਾ (nivaaunaa)—To cause, to humble, to bend.

ਨਿਵਾਸ (nivass)—Recidence, house, quarter.

ਨਿਵਾਸੀ (nivaasee)—Resident, dweller, citizen.

ਨਿਵਾਜਣਾ (nivaajnaa)—To honour, to dignify, to crown.

ਨਿਵਾਣ (nivaan) — Slope, drop, downward, lownless, valley.

ਨਿਵਾਰਨ (nivaaran)—Healing, prevention, hindering or removing.

ਨਿਵਾਲਾ (nivaalaa)—Morsel, mouthful.

ਨਿਵੇਦਨ (nivedan)—Request, appeal, represantation.

ਨੀਹ (neenh)—Foundation, base, basemen, bottom.

ਨੀਚਤਾ (neechtaa)—Meaness, degeneracy, vulgarity.

ਨੀਝ (neejh)—Sharp look, close inspection.

ਨੀਂਦ (neend)—Sleep, slumber.

ਨੀਮ (neem)—Prep half, middle, quasi, semi.

ਨੀਮ ਪਾਗਲ (neem paagal)—Hal mad.

ਨੀਲ (neel)—Bruise, blue, indigo; Ten billion, 10,000, 000, 000,000.

ਨੀਲਮ (neelam)—Germ, sapphire.

ਨੀਲਾ (neelaa)—Blue, bluish, azure.

ਨੁਸਖਾ (nuskhaa)—Prescription, recipe, treatise.

ਨੁਸ਼ਾਦਰ (nushaadar)—Ammonium, chloride.

ਨੁਹਾਰ (nuhaar)—Appearance, features, outline, face.

ਨੁਕਸ (nukas)—Defect, fault, weakness, blemish.

ਨੁਕਸਾਨ (nuksaan)—Loss, harm, demage, deficiency.

ਨੁਕਤਾ (nuktaa)—Point, dot.

ਨੁਕਤਾਚੀਨ (nuktaacheen)—Fault finding.

ਨੁੱਕਰ (nukkar)—Corner, exteri mity, nook.

ਨੁਕੀਲਾ (nukeelaa)—Pointed, sharp, angular.

ਨੁਮਾਇੰਦਗੀ (numaindagee)—Representation, representativeness.

ਨੁਮਾਇੰਦਾ (numaindaa)—Representative, deputy, agent.

ਨੁੱਚੜਨਾ (nucharnaa)—To exude.

ਨੁਮਾਇਸ਼ (numaaish)—Show, exhibition.

ਨੂੰਹ (noonh)—daughter-in-law, son's wife.

ਨੂਰ (noor)—Light, splendour.

ਨੂਰੀ (nooree)—bright, lustrous.

ਨੇਸਤੀ (nestee)—Laziness, lethargy; non-existance.

ਨੇਹੁੰ (nehun)—Love, afffection.

ਨੇਕ (nek)—Good, kind, virtuous.

ਨੇਕਦਿਲ (nekdil)—Sincere, honest.

ਨੇਕੀ (nekee)—Goodness, virtue, kindness.

ਨੇਜ਼ਾ (nezaa)—Long spear, lance.

ਨੇਤਰ (netar)—Eye.

ਨੇਤਾ (netaa)—Leader, chief.

ਨੇਤਾਗੀਰੀ (netaageeree)—Leadership, demogogy.

ਨੇੜੇ (nere)—Near, close by, beside, at hand.

ਨੋਕ (nok)—point, end, tip.

ਨੋਕ-ਝੋਕ (nok-jhok)—Mutual repartee, pleasantry.

ਨੋਕਦਾਰ (nokdaar)—Pointed, angular, sharp, conical.

ਨੋਚਣਾ (nochnaa)—To pinch, to tear, to scratch, to pluck.

ਨੋਟ (not)—note, noting, minutes, Currency note.

ਨੋਟ ਕਰਨਾ (not karnaa)—To note down, to take notes.

ਨੌਕਰ (naukar) — Servant, attendent, employees.

ਨੌਕਰੀ (naukree)—Service, employment, job, post.

ਨੌਜਵਾਨ (naujwaan)—Youth, youngman, youthful.

ਨੌਬਤ (naubat)—Turn time, condition, opportunity, state.

ਨੌਲਖਾ (naulakhaa)—Very valuable, costing nine lakhs currency priceless.

ਪ

ਪ Tewenty sixth letter of Gurmukhi alphabets, pronounced as 'pappa', a vowel.

ਪਊਂਚਾ (pauncha)Talon, opening of trousers.

ਪਊਲਾ (paulaa)—Shoe, footwear.

ਪਉੜੀ (pauree)—Stanza.

ਪਸ਼ਚਾਤਾਪ (pashchaataap)—Repetence, remorse.

ਪਸਤੌਲ (pastaul)—Pistal, revolver.

ਪਸੰਦ (pasand)—Choice, liking, selection.

ਪਸ਼ਮੀਨਾ (pashmeenaa)—Soft fine wool, fur.

ਪਸਰਨਾ (pasarnaa)—To spread out, to expand.

ਪਸਲੀ (paslee)—Rib.

ਪਸ਼ਾਬ (pashaab)—Urine.

ਪੰਸਾਰੀ (pansaaree)—Grocer, spice seller.

ਪਸੀਜਣਾ (paseejnaa)—To deliquesce, to relent.

ਪਸੀਨਾ (paseenaa)—Sweat, prespiration.

ਪਸ਼ੂ (pashoo)—Animal, beast, cattle.

ਪਸ਼ੇਮਾਨ (pashemaan)—Sorry, ashamed, regretful.

ਪਹਾੜ (pahaar)—Mountain.

ਪਹਾੜਾ (pahaaraa)—Multiplication table.

ਪਹਾੜੀ (pahaaree)—Hill, alpine, mountainous.

ਪਹਾੜੀ-ਦੱਰਾ (pahaaree-daraa)—Revine, mountain pass.

ਪਹਿਨਣਾ (pahinnaa)—To wear, to put on, to dress.

ਪਹਿਰਾ (paheraa)—Watch, escort, patrol.

ਪਹਿਰਾਵਾ (paheraawaa)—Dress, fashion, costume.

ਪਹਿਲ (pahel)—Priority, preference, precedence.

ਪਹਿਲਵਾਨ (pahelwaan)—Wrestler, champion.

ਪਹਿਲਾ (pahelaa)—First, primary.

ਪਹੀਆ (pahiyaa)—Wheel, cart track.

ਪਹੁੰਚ (pahunch)—Arrival, access.

ਪਹੁੰਚਣਾ (pahunchnaa)—To reach, to arrive at, to attain.

ਪਹੇਲੀ (pahelee)—Riddle, quiz.

ਪਕਵਾਨ (pakwaan)—Cooked, delicacies, pastry.

ਪਕੜ (pakar)—Hold, catch, clamp.

ਪਕੜਨਾ (pakarnaa)—To catch, to arrest, to hold.

ਪੱਕਾ (pakkaa)—Cooked, ripe, strong, perfect.

ਪੱਕਾ-ਕਰਨਾ (pakkaa-karnaa)—To confirm, to affirm, to stabilize.

ਪੱਕਾ-ਖਾਣਾ (pakkaa-khanaa)—Friend cooked food.

ਪੱਕਾ ਦੋਸਤ (pakkaa-dost)—Fast frient,

ਪੱਕਾ ਰੰਗ (pakkaa rang)—Fast colour.

ਪੱਕਾ ਮਾਲ (pakkaa-maal)—Finished goods.

ਪਕਾਉਣਾ (pakaaunaa)—To cook, to bake, to try, to make firm.

ਪਖੰਡ (pakhand)—Hypocricy, humbug, pretence.

ਪੱਖਪਾਤ (pakkhpaat)—Partiality, favour, partisanship.

ਪਖਵਾੜਾ (pakhwaaraa)—Fortnight, lunar ortnight.

ਪੱਖਾ (pakkhaa)—Fan, propeller.

ਪੱਖੀ (pakkhee)—Partial, bird, handfan, supporter.

ਪੰਖੇਰੂ (pankheroo) — Bird, winged animal, spirit.

ਪੱਗ (pagg)—Turban.

ਪੱਗ-ਲਾਹੁਣੀ (pagg-lauhnee)—To insult.

ਪੱਗ-ਵਟਾਉਣੀ (pagg-vataunee)—To make friends with.

ਪੰਗਤ (pangat)—Line, row, column.

ਪੰਗਾ (pangaa)—Briar, thorn, splinter.

ਪੰਗੇਬਾਜ਼ (pangebaaz)—Problematist, quarrelsome.

ਪੰਘਰਨਾ (pangharnaa)—To melt, to fuse, to smell.

ਪੰਘੂੜਾ (panghooraa)—Cradle, crib.

ਪਚਣਾ (pachnaa) —To be digested, to be consumed.

ਪੰਚਮ (pancham)—Fifth, high pitched, sharp.

ਪੰਚਰ (panchar)—Puncture in rubber tube or bladder punctured.

ਪਛਤਾਉਣਾ (pachhtaaunaa)—To repent, to grieve, to regret.

ਪੱਛਮੀ (pachhmee)—Western.

ਪਛੜਨਾ (pachharnaa)—To lag behind, to fall behind.

ਪਛਾਣ (pachaan)—Recognition, acquaintance, identification.

ਪਛਾੜਨਾ (pachhaarnaa)—To over power, to defeat, to overthrow.

ਪੰਛੀ (panchhee)—Bird.

ਪੱਜ (pajj)—Excuse, pretence, pretext.

ਪੰਜਾ (panjaa)—Paw, claw, the figure 5.

ਪਜਾਮਾ (pajaamaa)—Trousers.

ਪੰਜੇਬ (panjeb)—Anklet, tinkling

ਪਟਕਣਾ (pataknaa)—To knock down, to over throw.

ਪਟਕਾ (patkaa)—A waist cloth, turban, sash, belt.

ਪਟੜਾ (patraa)—Wooden plank, wash board.

ਪਟਾ (pataa)—Strap, badgee, dogcoller.

ਪਟਾਕ (pataak) — Crash, exploshion, thump.

ਪਟਾਕਾ (pataakaa)—Cracker.

ਪੱਟੀ (pattee)—Bandage, clothor metal strip.

ਪੱਟੀ ਪੜ੍ਹਾਉਣਾ (pattee paraunaa) —To tutor

ਪੱਠਾ (patthaa)—Muscles, tendon, a fodder plant or grass.

ਪੰਡ (pand)—Bundle, package, bale burden.

ਪੰਡਾਲ (pandaal)—Sitting place for marriage or public meeting.

ਪੱਤ (pat)—Honour, respect.

ਪੱਤ ਲਾਹੁਣੀ (pat lahunee)—To dishonour, to disgrace.

ਪਤੰਗ (patang)—kite.

ਪਤੰਗਾ (patangaa)—Worm, moth.

ਪੱਤਰ (pattar)—Letter, document, deed, leaf.

ਪਤਲਾ (patlaa)—Thin, lean, slim, weak.

ਪਤਲਾਪਨ (patlaapan)—Thinness, leanness.

ਪਤਾ (pataa)—Address, knowledge, information.

ਪੱਤਾ (pattaa)—Leaf, card.

ਪਤਾਸਾ (pataasaa)—A kind of sweat meat prepared by sugar only.

ਪਤਾਲ (pataal)—Hell, lower, world, hader.

ਪੰਤਾਲੀ (pantaalee)—forty-five.

ਪਤਿਆਉਣਾ (patiaaunaa)—To confied in, to trust.

ਪਤੀ (patee)—Husband, master.

ਪੱਤੀ (pattee)—Portion, share, division.

ਪਤੀਜਣਾ (pateejanaa)—To be reassured, satisfied or trustful.

ਪਤੀਲਾ (pateelaa)—Cooking pot, cooking vessel.

ਪੱਤੇਬਾਜ਼ (pattebaaz)—Tricksy, cheat, swindler.

ਪੱਥਣਾ (patthnaa)—To make or mould with strokes of hand.

ਪੱਥਰ (pathar)—Stone, gem; hard, heavy.

ਪੱਥਰ-ਦਿਲ (pathar-dil)—Hard hearted.

ਪੱਥਰ-ਮਾਰਨਾ (pathar-marnaa)—To stone, to pelt.

ਪਥਰਾਉਣਾ (pathraaunaa)—To become hard, to be dead.

ਪੱਥਰੀ (patthree)—Flint, small stone, stone in kidney.

ਪਥਰੀਲਾ (pathreelaa)—Stony, full of stones.

ਪਦ (pad)—Foot; foot step.

ਪਦ-ਉਨਤੀ (pad-untee)—Promotion.

ਪਦ-ਅਧਿਕਾਰੀ (pad-adhikaaree) —Officer, official.

ਪੱਦ (padd)—fart, passing wind noisily through anus.

ਪੰਦਰਾਂ (pandraan)—Fifteen.

ਪਦਵੀ (padvee)—Position, rank, status.

ਪਦਾਰਥ (padaarath)—Thing, stuff, object, matter.

ਪਦਾਰਥਵਾਦ (padaarathvaad)—Matrialism.

ਪੱਧਤੀ (paddhatee)—System method; custom; ritual.

ਪੱਧਰ (paddhar)—Level, plane, standard, measure.

ਪੰਨਾ (pannaa)—Leaf, page.

ਪਨਾਹ (panaah)—Refuge, protection, shelter.

ਪਨਾਹ ਦੇਣੀ (panaah danee)—To shelter.

ਪਨੀਰ (paneer)—Cheese.

ਪਪੜੀ (papree)—Crust.

ਪੱਪੀ (pappee)—Kiss.

ਪਪੀਹਾ (papeehaa)—Rain bird.

ਪਪੀਤਾ (papeetaa)—Papaya.

ਪਰ (par)—Feather, wing, but, however.

ਪਰਉਪਕਾਰ (parupkaar)—Benevolence, beneficence.

ਪ੍ਰਸੰਸਾ (prasansaa)—Praise, admiration, appriciation.

ਪ੍ਰਸੰਗ (prasang)—Context, theme, topic, incident.

ਪ੍ਰਸਤਾਵ (prastaav)—Proposal, essay.

ਪ੍ਰਸਤਾਵਨਾ (prastaavnaa)—Foreward, introduction, preface.

ਪ੍ਰਸੰਨ (prasann)—Glad, happy.

ਪ੍ਰਸੰਨਤਾ (prasanntaa)—Happiness, joy, merriment.

ਪ੍ਰਸ਼ਨ (prashan)—Question, enqiry, problem.

ਪਰਸਪਰ (parsapar)—Mutual, reciprocal, respective.

ਪ੍ਰਸ਼ਾਸਨ (prashaasan)—Administration.

ਪ੍ਰਸਾਦ (prasaad)—Kindness, favour, food offered to God.

ਪ੍ਰਸਾਰ (prasaar)—Extention, transmisson, propagation.

ਪ੍ਰਸਾਰਣ (prasaaran)—Broadcast, transmision, propagation.

ਪ੍ਰਸਿੱਧ (prasiddh)—Famous, eminent, reputed.

ਪ੍ਰਸੂਤ (prasoot)—Maternity, childbirth.

ਪਰਸੋਂ (parsoon)—Day after tommarow, day before yesterday.

ਪਰਾਂ (praan)—Beyond, further, at a distance.

ਪਰਹੇਜ਼ (parhez)—Forbearance, prevention, avoidance.

ਪ੍ਰਕਾਸ਼ (prakaash)—Light, day, light.

ਪਰਖ (parakh)—Trial, examination

ਪਰਖਣਾ (parakhnaa)—To test, to evalute, to review.

ਪਰਗਟ (pargat)—Apparent, clear, overt, known.

ਪ੍ਰਗਤੀ (pragtee)—Progress, growth.

ਪਰਚਲੱਤ (parchallat)—Current, prevailling.

ਪਰਚਾ (parchaa)—Examination paper, newspaper.

ਪਰਚਾਉਣਾ (parchaaunaa)—To amuse, to divert, to entertain.

ਪਰਚਾਰ (parchaar)—Publicity.

ਪਰਚੂਣ (parchoon)—Grocery; in retail.

ਪਰਛੱਤੀ (parchattee)—Loft.

ਪਰਛਾਵਾਂ (paracchavaan)—Shadow, shade, rejection.

ਪਰਜਾ (parjaa)—Public, people.

ਪਰਜਾਤੰਤਰ (parjaatantar)—Republic, democracy.

ਪਰਤੱਖ (partakkh)—Direct, evident, clear, visible.

ਪਰਤੱਖ-ਹੋਣਾ (partakkh-honaa)—To materialize.

ਪਰਤਣਾ (partana)—To turn, to return, to get back.

ਪਰਤੰਤਰਤਾ (partantarta)—Depnedence, reliance.

ਪਰਤਾਉਣਾ (partaunaa)—To return, to refund, to test.

ਪਰਤਾਪ (partaap)—Splendour, brilliance, glory.

ਪ੍ਰਤੀਨਿਧ (pratinidh)—Representative.

ਪ੍ਰਤਿਯੋਗਤਾ (pratityogtaa)—Competition.

ਪ੍ਰਤੀਕ (prateek) — Symbol, sign.

ਪ੍ਰਤੀਕ-ਸ਼ਾਸਤਰ (prateek-shaastar)—Symbolics.

ਪ੍ਰਤੀਕਵਾਦ (parteekvaad)—Symbolism.

ਪ੍ਰਤੀਖਿਆ (prateekhiyaa)—Wait, expectation.

ਪਰਦਾ (pardaa)—Curtain, screen, partition wall.

ਪਰਦਾ ਕਰਨਾ (pardaa karnaa)—To draw a curtain or veil, to hide from view.

ਪਰਦੇਸ (pardes)—Foreign, country.

ਪਰਧਾਨ (pardhaan)—President, chief, chairman.

ਪਰਨਾਲਾ (parnaalaa)—Gutter, spout.

ਪਰੰਪਰਾ (paramparaa)—Tradition, convention.

ਪ੍ਰਫੁੱਲਤ (parphullat) — Glad, happy, pleased.

ਪ੍ਰਬੰਧ (prabandh)—Management, organisation.

ਪ੍ਰਬਲ (prabal)—Strong, mighty, violent.

ਪ੍ਰਭਾਵ (parbhaav)—Influence, efect, impretion.

ਪ੍ਰਭਾਵਸ਼ਾਲੀ (parbhaavshaalee) — Effective, inspiring, influential, impressive.

ਪਰਮਾਣ (parmaan)—Proof, example, authority.

ਪਰਮਾਣ-ਪੱਤਰ (parmaan-patar)—Certificate.

ਪਰਮਾਣੂ (parmanoo)—Atom.

ਪਰਮਾਣੂ-ਸ਼ਕਤੀ (parmaanoo-shaktee)—Atomic energy.

ਪਰਮਾਤਮਾ (parmaatmaa)—God, the supreme being.

ਪ੍ਰਯਤਨ (prayatan)—Effort, attempt, struggle.

ਪ੍ਰਯੋਗ (prayog)—Experiment, usage.

ਪਰਲੋ (parlo)—Doomsday, the day of last judjement.

ਪਰਵਰਿਸ਼ (parvarish)—Nourishment, support, fostering.

ਪਰਵਾਸ (parvaas)—Migration.

ਪਰਵਾਸੀ (parvaasee)—Migrant, emigrant, resident in foreign country.

ਪਰਵਾਹ (parvaah)—Care, concern, regard.

ਪਰਵਾਨ (parvaan)—Accepted, true, just.

ਪਰਵਾਨਗੀ (parvaangee)—Approval, sanction, recogintion.

ਪਰਵਾਨ ਚੜ੍ਹਨਾ (parvaan charnaa) —To grow up, to be accepted.

ਪਰਵਾਨਾ (parvaanaa)—Moth, buttterfly, warrant.
ਪਰਵਾਰ (parvaar)—Family, household, relation.
ਪਰਵਾਰ-ਨਿਯੋਜਨ (parvaar-nijojan)—Family planning.
ਪਰਾਂ (paraan)—away, beyond, further on, apart.
ਪਰਾਇਆ (praaiaa)—Stranger, foreign, alien.
ਪ੍ਰਾਸਚਿਤ (praaschit)—Repentance, expiation.
ਪ੍ਰਾਹੁਣਾ (praahunaa)—Guest, visitor.
ਪ੍ਰਾਣ (praan)—Breath, life, energy.
ਪ੍ਰਾਣ-ਦੇਣਾ (praan-denaa)—To give up life.
ਪ੍ਰਾਣ-ਲੈਣਾ (praan-lenaa)—To kill.
ਪ੍ਰਾਣੀ (praanee)—Animal, living, creature, man or woman.
ਪਰਾਂਦਾ (praandaa)—Baneau, braid, coloured yarn for tying up hair.
ਪ੍ਰਾਰਥਨਾ (praathnaa)—Prayer, request, submisson.
ਪਰਿਣਾਮ (parinaam)—Conclusion, result.
ਪਰਿੰਦਾ (parindaa)—Bird.
ਪਰਿਭਾਸ਼ਾ (paribhaashaa)—Definition.
ਪਰੀ (paree)—Fairy, elf, sprite.
ਪਰੀਖਿਆ (pareekhiaa)—Examination, test, investigation.
ਪ੍ਰੀਤ (preet)—Love, affection.
ਪ੍ਰੀਤਮ (preetam)—Dearest, dear, lover, husband.
ਪਰੇ (pare)—Beyond, younder, at a distance.
ਪਰੇਸ਼ਾਨ (pareshaan)—Perplexed, confused, troubled.
ਪ੍ਰੇਤ (pret)—Ghost, evil, spirit.
ਪ੍ਰੇਮ (prem)—Love, affection.
ਪ੍ਰੇਰਨਾ (prernaa)—Inspiration, motivation.
ਪ੍ਰੇਰਿਤ (prerit)—Induced, motivated.
ਪ੍ਰੇਰਿਤ ਕਰਨਾ (prerit karnaa)—To inspire.
ਪਰੋਖ (parokh)—Indirect, not visible.
ਪ੍ਰੋਣਾ (pronaa)—To thread, to string, to needle.
ਪਰੌਂਠਾ (paraunthaa)—Indian loaf imlaid with butter and then fried.
ਪਲ (pal)—Moment, second, twinkling of an eye.
ਪਲਕ (palak)—Eye lid, eye lash, moment.
ਪਲੰਘ (palangh)—Sleeping, bed.
ਪਲਟਣ (paltan)—Battalion, infantry, corps.
ਪਲਟਣਾ (paltnaa)—To overturn, to return, to upset.
ਪਲਟਾ (patlaa)—Turn, change, retaliation.
ਪਲਣਾ (palnaa)—To be nourished, to grow, to develop.
ਪਲੜਾ (palraa)—Pan.
ਪੱਲਾ (palla)—Border of a cloth, lap, skirting.
ਪੱਲਾ-ਛੱਡਣਾ (palla-chadnaa)—To let one go.
ਪੱਲਾ-ਫੜਨਾ (palla-farnaa)—To catch or hold, to shelter.

ਪਲਾਂਘ (palaangh)—Long step, leap, jump.

ਪਲੀਤਾ (paleetaa)—Torch, gun, cotton.

ਪਲੀਤਾ ਲਾਉਣਾ (paleetaa launaa) —To ignite, to incite.

ਪੱਲੂ (palloo)—Border of garment, sail, bunt.

ਪਵਿੱਤਰ (pavitar)—Pure, sacred, holy.

ਪਵਿੱਤਰ ਅਸਥਾਨ (pavitar asthaan)—Shirne.

ਪਵਿੱਤਰ ਆਤਮਾ (pavitar atmaa)—Holy spirit.

ਪੜਚੋਲ (parchol)—Investigation, inquiry.

ਪੜਚੋਲ ਕਰਨੀ (parchol karnee)—To inquire into, to investigate, to verify, to comment.

ਪੜਛੱਤੀ (parcchattee)—Shelf made under the roof, loft.

ਪੜਤਾਲ (partaal)—Enquiry, checking, search.

ਪੜਦਾਦਾ (pardaadaa)—Great-grand father, father's grand father.

ਪੜ੍ਹਨਾ (parhnaa)—To read, to learn, to study.

ਪੜਨਾਨਾ (parnaanaa)—Great-grand father, mother's grand.

ਪੜਪੋਤਾ (parpotaa)—Great-grand son's grandson.

ਪੜ੍ਹਾਕੂ (parhaakoo)—Studious; student.

ਪੜੋਸ (paros)—Neighbourhood, vicinity.

ਪਾਉਣਾ (paaunaa)—To find, to get, to obtain, to add.

ਪਾਏਦਾਨ (paaedaan)—Footboard, footrest, doormat.

ਪਾਏਦਾਰ (paaedaar)—Durable, lasting, strong.

ਪਾਸਾ (paasaa)—Side, direction, face, quarter.

ਪਾਗਲ (paagal)—Insane, mad, crazy, loony, fool.

ਪਾਗਲਖਾਨਾ (paagalkhaanaa)—Lunatic asylum, mental hospital.

ਪਾਗਲਪਣ (paagalpan)—Madness, lunancy.

ਪਾਟਣਾ (paatnaa)—To be torn, to split, to burst.

ਪਾਟਾ ਪੁਰਾਣਾ (paataa puranaa)—Worn-out, old (garment), rag, tatters.

ਪਾਠ (paath)—Lesson, text, religous study.

ਪਾਠਸ਼ਾਲਾ (paathshaalaa)—School.

ਪਾਣੀ (paanee)—Water.

ਪਾਤਸ਼ਾਹ (paatshaah)—King, emperor, sovereign.

ਪਾਤਸ਼ਾਹਤ (paatshaahat)—Empire, government.

ਪਾਦਰੀ (paadree)—Priest, chaplain, bishop, pastor.

ਪਾਂਧੀ (paandhee)—Traveller.

ਪਾਪ (paap)—Sin, vice, evil, guilt, crime.

ਪਾਪ ਕਰਨਾ (paap karnaa)—To commit a sin.

ਪਾਪੜ (paapar)—Thin crisp cake made of pulse.

ਪਾਬੰਦੀ (paabandee)—Restriction, check, ban, avidance.

ਪਾਰ (paar)—The opposite bank, far side, limit.

ਪਾਰ ਉਤਾਰਾ (paar utaaraa)—Salvation, liberation, success.

ਪਾਰਸ (paaras)—Torchstone.

ਪਾਰਸ-ਪੱਥਰ (paaras-pathar)—Philosopher's stone (which converts any metal into gold on touching).

ਪਾਰਖੂ (paarkhoo)—Evalutor, assayer, critic.

ਪਾਰਾ (paaraa)—Mercury, quick, silver.

ਪਾਰਾਵਾਰ (paaraawaar)—Farthest, limit, expanse, vastness.

ਪਾਲਣ (paalan)—Nourishing, bringing up, nurture.

ਪਾਲਣਹਾਰ (paalanhaar)—Nourisher, breeder, sustainer, God, protector.

ਪਾਲਤੂ (paltoo)—Domesticated, pet.

ਪਾਲਾ (paalaa)—Frost, cold, chilly weather.

ਪਾਲਾ ਮਾਰਨਾ (paalaa marnaa)—To feel afraid.

ਪਾੜ (paar)—Breach, gap, opening, hole.

ਪਾੜਨਾ (paarnaa)—To tear, to split, to rip.

ਪਿਉ (pio)—Father, sire, male, parent.

ਪਿਆਉਣਾ (piaaunaa)—To serve, to water to get or cause one to drink.

ਪਿਆਉ (piaao) — Staal for serving water free to the needy.

ਪਿਆਜ (piaaj)—Onion, allium, cepa.

ਪਿਆਦਾ (piaadaa)—Foot soldier, footman, pawn.

ਪਿਆਸਾ (piaasaa)—Thirsty, desirous of.

ਪਿਆਰ (piaar)—Affection, love, regard.

ਪਿਆਲਾ (piaalaa)—Cupbowl, powder-pan.

ਪਿਸਣਾ (pisnaa)—To be ground, to be pulverised.

ਪਿਸ਼ਾਬਖਾਨਾ (pishaabkhanaa)—Urinal.

ਪਿੱਸੂ (pissoo)—Flea, gnat.

ਪਿਘਲਣਾ (pighalnaa)—To melt, to be moved.

ਪਿਚਕਣਾ (pichaknaa)—To be squeezed, to shrival.

ਪਿੱਛਲਗ (pichchhlag)—Henchman, follower.

ਪਿਛਲਾ (pichhlaa)—Last, back, past, previos.

ਪਿੱਛੇ (pichchhe)—Bhind, afterwards, on the backside.

ਪਿੱਛੇ-ਪਿੱਛੇ (pichchhe-pichchhe)—At one's heels, in the wake of.

ਪਿਛੋਂ (pichchhon)—Afterwards, at the back, from behind.

ਪਿੰਜਰ (pinjar)—Rib, skelton, anatomy.

ਪਿੰਜਰਾ (pinjraa)—Cage, trap.

ਪਿੰਜਵਾਉਣਾ (pinjwaaunaa)—To get the cotton carded for spinning.

ਪਿੱਟਣਾ (pitnaa)—To lament by beating breast, lamentation.

ਪਿਟਵਾਉਣਾ (pitvaaunaa)—To get some one beaten up.

ਪਿੱਠ (pith)—Back, behind.

ਪਿੱਠ-ਠੋਕਣੀ (pith-thoknee)—To encourage, to pat on the back, to bolster up.

ਪਿੱਠ-ਦੇਣੀ (path-danee)—To leave, to run away.

ਪਿੱਠ ਪਿੱਛੇ (pith pichche)—Behind one's back.

ਪਿੱਠ ਲਾਉਣੀ (pith launee)—To defeat, to floor.

ਪਿੱਠੂ (pithoo)—Basket, pannier, pack carrier, assistant.

ਪਿੰਡ (pind)—Village, heap, lump.

ਪਿੰਡਾ (pindaa)—Body.

ਪਿੱਤ (pitt)—Prickly heat.

ਪਿੱਤਰ (pittar)—Ancestors, forefathers.

ਪਿੱਤਰ (pittal)—Brass.

ਪਿਤਾ (pitaa)—Father, dad, daddy.

ਪਿਦਣਾ (pidnaa)—To run hitheror thither in game.

ਪਿੱਦੀ (piddee)—Tomtit.

ਪਿੰਨਾ (pinnaa)—Ball, thread ball.

ਪਿਲਪਿਲਾ (pilpilaa)—Soft, flabby, pulpy.

ਪਿਲਪਿਲਾਪਣ (pilpillapan)—Flabbiness, softness.

ਪੀਸਣਾ (peesna)—To grind, to reduce, to mill.

ਪੀਂਘ (peengh)—Swing, rainbow.

ਪੀਡਾ (peedaa)—Firm, solid.

ਪੀਡਾਪਣ (peedaapan)—Toughness, hardness.

ਪੀਣਾ (peenaa)—To drink, to absorb.

ਪੀਪ (peep)—Pus.

ਪੀਪਾ (peepaa)—Cask, tin, can, butt.

ਪੀਲਾ (peelaa)—Yellow, pale.

ਪੀਲਾਪਣ (peelaapan)—Palenes, yellowness.

ਪੀਲੀਆ (peeliya)—Jaundice, xanthosis.

ਪੀੜ (peer)—Pain, ache, anguish, ailment.

ਪੀੜ੍ਹੀ (peerhee)—Generation, race.

ਪੁਆੜਾ (poaaraa)—Dispute, quarrel, discord.

ਪੁਆੜਾ ਪਾਉਣਾ (poaaraa paunaa) —To create or cause dispute.

ਪੁਸ਼ਟ (pusht)—Nourishing; strong, muscular.

ਪੁਸ਼ਟੀ ਕਰਨੀ (pushtee karnee)—To confirm, to corroborate.

ਪੁਸ਼ਤ ਦਰ ਪੁਸ਼ਤ (pusht dar pusht)—Generation to generation.

ਪੁਸਤਕ (pustak)—Book, volume.

ਪੁਸ਼ਾਕ (pushaak)—Dress, costume, garment, cloth.

ਪੁਕਾਰਨਾ (pukaarnaa)—To shout, to call out.

ਪੁਗਣਾ (pugnaa)—To arrive, to mature, to end.

ਪੁਗਾਉਣਾ (pugaaunaa)—To terminate, to make one suceed.

ਪੁਚਕਾਰਨਾ (puchkaarnaa)—To pat, to blandish, to fondle.

ਪੁਚਾਉਣਾ (puchaaunaa)—To convey, to transmit, to carry.

ਪੁੱਛ (puchh)—Enquiry, question, querry.

ਪੁੱਛ ਹੋਣੀ (puchh honee)—To be sought after, to be in demand,

ਪੁੱਛਗਿਛ (puchh gichh)—Investigation, interrogation.

ਪੁੰਜ (punj)—Heap, mass, embodiment.

ਪੁੱਜਣਾ (pujnaa)—To reach, to come.

ਪੁੱਟਣਾ (putnaa)—To dig, to pull out.

ਪੁੱਠਾ (putthaa)—Reversed, indirect.

ਪੁਣਨਾ (punnaa)—To filter, to abuse.

ਪੁੱਤਰ (putter)—Son.

ਪੁਤਲਾ (putlaa)—Idol, image, incarnation.

ਪੁਤਲੀ (putlee)—Doll, puppet; pupil of the eye.

ਪੁੰਨ (punn)—Charity, alms, dole.

ਪੁੰਨਿਆਂ (puniaan)—Full moon night.

ਪੁਰਖ (purakh)—Man, male, person.

ਪੁਰਾਣਾ (puraanaa)—Old, aged, ancient

ਪੁਲ (pul)—Bridge, pons.

ਪੁਲੰਦਾ (pulandaa)—Bundle, wad, sheat.

ਪੁਲਾੜ (pulaar)—Space, cosmos.

ਪੁੜਾ (puraa)—Large packet.

ਪੁੜੀ (puree)—Small parcel, dose of medicine.

ਪੂਛ (poochh)—Tail, hanger-on, importance.

ਪੂਜਣਾ (poojnaa)—To worship, to rever, to adrose.

ਪੂਜਾ (poojaa)—Worship, adoration, respect.

ਪੂੰਜੀ (poonjee) — Capital, wealth, stock.

ਪੂੰਜੀਵਾਦ (poonjeewaad)—Capitalism.

ਪੂੰਝਣਾ (poonjhnaa)—To wipe, to clean, to scrub.

ਪੂਰਨ (pooran)—Full, entire, complete.

ਪੂਰਨਾ (poornaa)—To fill, to blow, to fulfil, to finish.

ਪੂਰਾ (pooraa)—Full, complete, all.

ਪੂਰਾ ਸੂਰਾ (pooraa sooraa)—Self-contained, just enough.

ਪੂਰਾ ਪੂਰਾ (pooraa pooraa)—Out and out, exhaustive, all out.

ਪੇਸ਼ਕਸ਼ (peshkash)—Offer, present.

ਪੇਸ਼ਗੀ (peshgee)—Advance, earnest money.

ਪੇਸ਼ਬੰਦੀ (peshbandee)—Forestalling, anticipation.

ਪੇਸ਼ਾ (peshaa)—Profession, trade, occupation.

ਪੇਸ਼ਾਵਰ (peshaawar)—Professional career.

ਪੇਸ਼ੀ (peshee)—Presence, trial.

ਪੇਕਾ (pekaa)—Parent's house, paternal.

ਪੇਚ (pech)—Screw.

ਪੇਚਕਸ (pechkas)—Screw driver.

ਪੇਚਦਾਰ (pechdaar)—Zigzag, complex, twisted.

ਪੇਚਸ (pechas)—Dysentery.

ਪੇਚਾ (pechaa)—Tangle, involvement, complication.

ਪੇਚਾ ਪਾਉਣਾ (pechaa paunaa)—Complicate, to entangle.

ਪੇਚੀਦਗੀ (pecheedgee)—Complexity, intricacy.

ਪੇਚੀਦਾ (pecheedaa)—Complicated.

ਪੇਟ (pet)—Stomach, abdomen, belly.

ਪੇਟੀ (petee)—Belt, gridle, box, big trunk.

ਪੇਟੂ (petoo)—Glottonous, ravenous.

ਪੇਂਡੂ (pendoo)—Village, rustic, rural.

ਪੇਂਡੂ ਬੋਲੀ (pendoo bolee)—Patios, brogue.

ਪੈਸਾ (paesaa)—Pice, money, paisa.

ਪੈਸਾ ਉਡਾਉਣਾ (paesaa udaunaa)—To spend money lavishly.

ਪੈਸਾ ਖੁਆਉਣਾ (paesaa khuaunaa)—To bride.

ਪੈਸਾ ਬਣਾਉਣਾ (paesaa banaunaa)—To mint money.

ਪੈਸਾ ਲਾਉਣਾ (paesaa launaa)—To invest money.

ਪੈਗੰਬਰ (paegambar)—Prophet, apostle.

ਪੈਗ਼ਾਮ (paegaam)—Massage, embassy.

ਪੈਜ (paej)—Honour, fair name, promise.

ਪੈਂਠ (paenth)—Dominating, sixty five, reputation.

ਪੈਂਡਾ (paendaa)—Distance, trek, journey.

ਪੈਂਤੜਾ (paentraa)—Strategy, position, attitude.

ਪੈਦਲ (paedal)—Marching, onfoot, afoot.

ਪੈਦਾ (paedaa)—Born, produced.

ਪੈਦਾਇਸ਼ (paedaaish)—Birth, creatio, production.

ਪੈਦਾਵਾਰ (paedaawaar)—Produce, crop, output, product.

ਪੈਮਾਇਸ਼ (paemaaish)—Measurement, survey.

ਪੈਮਾਨਾ (paemaanaa)—Scale, measure.

ਪੈਰ (paer)—Foot, step, traces.

ਪੈਰ ਚੱਟਣੇ (paer chatnee)—To fawn.

ਪੈਰ ਚੁੰਮਣੇ (paer chumnee)—To worship, to show reverence.

ਪੈਰ ਜੰਮਣੇ (paer jamnee)—To be well-settled, to be firmly lodged.

ਪੈਰਵੀ (paervee)—Pursuit, follow up, conduct.

ਪੋਸਣਾ (posnaa)—To nurish, to rear, to develop.

ਪੋਸਤੀ (postee)—Lazy person, one addicted to poppy pods.

ਪੋਟਲੀ (potlee)—Small bundle or package tied in cloth piece.

ਪੋਣਾ (ponaa)—Straining cloth, kitchen napkin, dish cloth.

ਪੋਚਣਾ (pochnaa)—To smear, to daub, to besmear.

ਪੋਚਾ (pochaa)—Daub, dab, coating plaster.

ਪੋਚਾ ਪਾਚੀ (pochaa paachee)—Camouflage.

ਪੋਤਰਾ (potraa)—Grand son.

ਪੋਤੜਾ (potraa)—Babycloth, napkin, nappies.

ਪੋਥਾ (pothaa)—Big book, tome.

ਪੋਥੀ (pothee)—Book, tract.

ਪੋਪਲਾ (poplaa)—Toothless, shrivelled.

ਪੋਲ (pol)—Hollow, space, pole.

ਪੋਲਾ (polaa)—Soft, hollow, porous.

ਪੋਲਾਪਣ (polaapan)—Hollowness, weakness.

ਪੌਣ (paun)—Air, wind, breeze.

ਪੌਦਾ (paudaa)—Plant, sapling.

ਪੌਰਾਣਿਕ (pauraanik)—Mythological, legendary.

ਪੌਲਾ (paulaa)—One foot of shoe.

ਪੌੜੀ (pauree)—Ladder, progression.

ਫ

ਫ Twenty seven letter of Gurmukhi alphabets, pronounced as 'phaphaa'.

ਫਸਣਾ (phasnaa)—To be entrapped, to be caught, to be involved.

ਫ਼ਸਲ (fasal)—Harvest, crop, produce.

ਫ਼ਸਲੀ (faslee)—Seasonal.

ਫਸਾਉਣਾ (phasaaunaa)—To implicate, to trap, to ensnare.

ਫ਼ਸਾਦ (fasaad)—Disput, quarrel, disturbance.

ਫ਼ਸਾਦ ਛੇੜਨਾ (fasaad chernaa)—To create disturbance.

ਫੱਕ (phakk)—Fine chaff of rice or barley.

ਫੱਕਣਾ (phaknaa)—To put something, powderedin to mouth from the palm.

ਫੱਕੜ (phakkar)—Carefree, poor, mendicant.

ਫੱਕੜਪੁਣਾ (phakkarpunaa)—Carelessness, carefreeness.

ਫੱਕੀ (phakkee)—Medicinal powder.

ਫ਼ਕੀਰ (fakeer)—Hermit, sadhu, begger.

ਫ਼ਖਰ (fakhar)—Pride, justified, righteous.

ਫ਼ਜ਼ਲ (fazal)—Favour, kindnees, bounty.

ਫ਼ਜ਼ੀਹਤ (fazeehat)—Discomfiture, insult.

ਫ਼ਜ਼ੂਲ (fazool)—Surplus, excess, useless.

ਫ਼ਜ਼ੂਲ ਖ਼ਰਚ (fazool kharach)—Extravagant.

ਫਟ (phat)—Wound, cut, instantly.

ਫਟਕਣਾ (phataknaa)—To winnow, to shake, to flutter.

ਫਟਣਾ (phatnaa)—To be torn, to be burst, to be cut.

ਫੱਟਾ (phattaa) — Aplank, wooden, sign board.

ਫੰਡਣਾ (phandnaa)—To bat, to winnow, to dust.

ਫਣ (phan)—Expanded hood of snake.

ਫਣੀਅਰ (phaneear)—Hooded snake, cobra.

ਫ਼ਤਿਹ (fathate)—Victory, success, triumph.

ਫ਼ਤੂਹੀ (fatoohee)—A waist coat, a sleeveless coat.

ਫ਼ਤੂਰ (fatoor)—Infirmity, defect.

ਫੰਦਾ (phandaa)—A snare, a loop, trap.

ਫ਼ਨਾਹ (fanaah)—Destruction, ruin.

ਫਫੇਕੁਟਣੀ (phaphekutnee)—Old talkative and cunning woman.

ਫੱਬਣਾ (phabnaa)—To look well, to suit, to appear beautiful.

ਫਰ (phar)—Fur, soft wool on the body of sheep.

ਫ਼ਰਸ਼ (farash)—Floor, pavement.

ਫ਼ਰਸਾ (fharsaa)—Battle axe.

ਫ਼ਰਕ (farak)—Diffrence, deficiency, disparity.

ਫਰਕਣਾ (pharaknaa)—To tremble, to vibrate, to beat.

ਫ਼ਰੰਗੀ (farangee)—An english man.

ਫ਼ਰਜ਼ (faraz)—Duty, moral duty, responsility.

ਫ਼ਰਜ਼ੰਦ (farzand)—Son.

ਫ਼ਰਜ਼ੀ (farzee)—Hypothetical, assumed, supposed.

ਫ਼ਰੰਟ (farant)—Opponent, one who opposes, Disbedient.

ਫਰਦ (farad)—A catalogue, document, sheet of wool or paper.

ਫ਼ਰਮਾ (farmaa)—Frame, format.

ਫ਼ਰਮਾਉਣਾ (farmaaunaa)—To order, to command.

ਫ਼ਰਮਾਇਸ਼ (farmaaish)—Command order, royal edict.

ਫ਼ਰਮਾਂਬਰਦਾਰ (farmaanbardaar)—Obedient, dutiful, loyal.

ਫ਼ਰਲੋ (farlo)—Absent, without leave, furlogh.

ਫੱਰਾ (pharraa) — Banner, penant, any loose paper.

ਫ਼ਰਖ਼ (faraakh)—Open, spacious, commodious.

ਫ਼ਰਾਖ਼ਦਿਲ (faraakhdil)—Openhearted, large hearted, liberal.

ਫ਼ਰਾਟਾ (faraataa)—Rush, puff.

ਫ਼ਰਾਰ (faraar)—Absconding, at large.

ਫ਼ਰਿਆਦ (fariyaad)—A request, a complaint.

ਫ਼ਰਿਸ਼ਤਾ (farishtaa)—An angel, a messenger of god.

ਫ਼ਰੇਬ (fareb)—Fraud, deception, treachery.

ਫਰੋਲਣਾ (phrolnaa)—To search, to probe.

ਫਲ (phal)—Fruit, reward, profid, blade of instrument or weapon.

ਫਲਸਫਾ (phalsaphaa)—Philosophy.

ਫਲਕ (phalak)—Sky heavan, plane.

ਫਲਣਾ (phalnaa)—To be fruitful, to bear fruit.

ਫ਼ਲਾਣਾ (falaanaa)—Such a one, so and so.

ਫੜ੍ਹ (pharh) — Broast, false prompt, a bet.

ਫੜਕਣਾ (pharaknaa)—To pulsate, to throb, to flutter.

ਫੜਨਾ (pharnaa)—To catch hold of, to arrest, to catch.

ਫੜਫੜਾਉਣਾ (pharpharaaunaa) —To flutter, to flap, to throb.

ਫ਼ਾਇਦਾ (faaidaa)—Profit, gain, advantage.

ਫ਼ਾਸਲਾ (faaslaa)—Distance, space, gap.

ਫਾਂਸੀ (phaansee)—Execution, death by hanging.

ਫਾਂਸੀ ਲੱਗਣਾ (phaansee lagnaa) —To be hanged till death.

ਫਾਹ (phaah)—Snaring, hanging.

ਫਾਹ ਦੇਣਾ (phaah denaa)—To strangle.

ਫਾਕਾ (phaakaa)—Fast, going with out food.

ਫਾਕਾਕਸ਼ੀ (phaakaakashee)—Starvation, hunger, fasting.

ਫਾਕਾ ਕਰਨਾ (phaakaa karnaa)—To fast, to go without food, to miss a meal.

ਫ਼ਾਜ਼ਿਲ (faazil)—Proficient, learned.

ਫਾਟਕ (phaatak)—Door, gate, postern.

ਫਾਡੀ (phaadee)—Lazy, slake, lethargic.

ਫ਼ਾਨੀ (faanee)—Mortal, temporal, destructible.

ਫ਼ਾਰਗ (faarag)—Free.

ਫਾਲਜ (phaalaj)—Paralysis, hemiplegia.

ਫ਼ਾਲਤੂ (faaltoo)—Extra, spare, useless.

ਫਾੜੀ (phaaree)—Fragment, segment, natural section (as of certain fruits like orange).

ਫਿੱਸਣਾ (phisnaa)—To be crushed, to discharge matter.

ਫਿਸਲਣਾ (phisalnaa)—To slip, to glid, to be degrated.

ਫ਼ਿਕਰ (fikar)—Care, worry, consideration.

ਫ਼ਿਕਰਮੰਦ (fikarmand)—Anxious, worried, pensive.

ਫਿੱਕਾ (phikkaa)—Tasteless, dim, pale, unkind.

ਫਿੱਕਾਪਣ (phikkaapan)—Tastelessness, dimness, indifference, paleness.

ਫਿਟਕਾਰ (phitkaar)—Disdain, scolding, reproof.

ਫਿੱਟਣਾ (phitnaa)—To be overfed, to turn sour.

ਫਿਟਿਆ (phitiaa)—Spoilt, turned sour.

ਫ਼ਿਤਰਤ (fitarat)—Nature, disposition.

ਫ਼ਿਦਾ (fidaa)—Devoted, inftuated.

ਫਿਰਕਣੀ (phirkanee)—Any rotating disc or a machine, flywheel.

ਫ਼ਿਰਕਾ (firkaa)—Sect, tribe, clan.

ਫ਼ਿਰਕਾਪ੍ਰਸਤੀ (firkaaparastee)—Communalism, sectarianism.

ਫਿਰਕੀ (phirkee)—Bobbin, spool, reel; pully.

ਫਿਰਨਾ (phirnaa)—To go round, to be rotated, to walk about.

ਫ਼ਿਰੌਤੀ (firautee)—Ransom.

ਫਿਲਹਾਲ (philhaal)—For the time being, for the present.

ਫੀਤਾ (pheetaa)—Measuring tape, ribbon, lace.

ਫੁਸਲਾਉਣਾ (phuslaaunaa)—To lure, to fondle, to coax.

ਫੁਸਲਾਹਟ (phuslaahat)—Inducement, temptation.

ਫੁਹਾਰ (phuhaar)—Drizzle, spray.

ਫੁਹਾਰਾ (phuhaaraa)—Fountain, watering pot.

ਫੁੰਕਾਰ (phunkaar)—Hissing sound, loud and strong breathing.

ਫੁੱਟ (phut)—Discord, disagreement.

ਫੁੱਟ ਪੈਣੀ (phut paenee)—To be disunited, to be divided in opinion.

ਫੁਟਕਲ (phutkal)—Miscellaneous, retail, separate.

ਫੁੱਟਣਾ (phutnaa)—To sprout, to ratoon, to go away.

ਫੁੱਟਾ (phuttaa)—Foot ruler.

ਫੁੰਡਣਾ (phundnaa)—To strike, to shoot.

ਫੁਦਕਣਾ (phudaknaa)—To jump, to hop, to leap.

ਫੁੱਫੜ (phupphar)—Husband of father's sister; uncle.

ਫੁੰਮਣ (phumman)—Tassel, cockade (satirically, lovingly used for young man).

ਫੁਰਸਤ (fursat)—Spare time, vacant hour.

ਫੁਰਤੀ (phurtee)—Smartness, quickness.

ਫੁਰਤੀਲਾ (phurteelaa)—Smart, prompt, active, nimble.

ਫੁੱਲ (phull)—Flower, blossom.

ਫੁੱਲਵਾੜੀ (phullvaaree)—Flower bed.

ਫੁਲਕਾ (phulkaa)—Light indian bread, loaf.

ਫੁਲਝੜੀ (phuljharee)—A kind of firework emiting bright sparks; slang.

ਫੁਲਣਾ (phulnaa)—To swell, to bloom, to be happy.

ਫੂਕ (phook)—Air blown with mouth or inflator, puff, blow.

ਫੂਕ ਕੱਢਣੀ (phook kadhnee)—To deflate, to frighten.

ਫੂਕ ਦੇਣੀ (phook danee)—To flatter, to incite.

ਫੂਕ ਮਾਰਨੀ (phook maarnee)—To blow (in order to make fire or to warm up (skin), to puff.

ਫੂਕਣਾ (phooknaa)—To blow, to burn, to waste.

ਫੇਹਣਾ (phehnaa)—To crush, to crack, to trample.

ਫੇਫੜਾ (phephraa)—Lung.

ਫੇਰਨਾ (phernaa)—To revolve, to rotate, to return.

ਫੇਰੇ (phere)—Rounds, cirumambulation.

ਫੇਰੇ ਲੈਣੇ (phere laene)—To marry.

ਫ਼ੈਸਲਾ (faislaa)—Decious, judgement, settlement, agreement.

ਫ਼ੈਸਲਾ ਕਰਨਾ (faislaa karnaa)—To settle, to decide.

ਫ਼ੈਸਲਾ ਹੋਣਾ (faislaa honaa)—To come to a mutual agreement.

ਫੈਂਟਣਾ (phaintnaa)—To shuffle, to beat.

ਫੈਲਣਾ (phailnaa)—To be stread, to expand, to be propagated.

ਫੋਕਾ (phokaa)—Hollow, tasteless, inspid.

ਫੋੜਾ (phoraa)—Ulcer, boil, sore, abscess, pustule.

ਫ਼ੌਜ (fauj)—Military, army, defence forces.

ਫ਼ੌਜਦਾਰ (faujdaar) — Commander.

ਫ਼ੌਜਦਾਰੀ (faujdaaree)—Criminal.

ਫ਼ੌਰਨ (fauran)—Immediately, at once, quickly.

ਫ਼ੌਲਾਦ (faulaad)—Steel.

ਬ

ਬ Tewnty eight letter of Gurmukhi alphabets, pronounced as 'babbaa'.

ਬੱਸ (bass)—Bus, enough, sufficient, no more.

ਬੱਸ ਕਰਨਾ (bass karnaa)—To stop, to finish.

ਬਸੰਤ (basant)—Spring (season)

ਬਸਤਰ (bastar)—Clothing, dress, garment.

ਬਸਤਰਹੀਣ (bastarheen)—Nude, naked.

ਬਸਤਾ (bastaa)—Stachel, bundle.

ਬਸਤਾ ਬੰਨ੍ਹਣਾ (bastaa bannaa)—To be ready to go away, to be dismissed.

ਬਸਤੀ (bastee)—Village, inhabitation, dwelling.

ਬਸੰਤੀ (basantee)—Light-yellow, xanthic.

ਬੰਸਰੀ (bansree)—Flute, pipe.

ਬਸੇਰਾ (baseraa)—Rasting place, bird's perch, haunt, roost.

ਬਹੱਤਰ (bahattar)—Seventy two.

ਬਹਾਉਣਾ (bahaaunaa)—To set to flow, to spill, to throw away.

ਬਹਾਦਰ (bahaadar)—Valiant, brave, bold, fearless.

ਬਹਾਦਰੀ (bahaadree)—Bravery, doughtiness, interpidity, boldness.

ਬਹਾਨਾ (bahaanaa)—Pretence, pretext, guise.

ਬਹਾਨੇਬਾਜ਼ (bahaanebaaz)—Habitual, shammer, veader.

ਬਹਾਰ (bahaar)—Spring (season), bloom, beauty.

ਬਹਾਲ (bahaal)—Reinstated, restored.

ਬਹਿਸ (bahes)—Discussion, debate, pleading.

ਬਹਿਸ਼ਤ (bahisht)—Heavan, paradise, garden of eden.

ਬਹਿਕਣਾ (baheknaa)—To go astray, to be lead astray, to be deceived.

ਬਹਿਣਾ (bahenaa)—To sit, to flux, to float.

ਬਹਿਰਾ (baheraa)—Deaf, hard of hearing.

ਬਹਿਲਣਾ (bahelnaa)—To be molified, to be amused.

ਬਹੀ (bahee)—Account book, ledger; stale, not fresh.

ਬਹੁ (bahu)—Many, several, multi.

ਬਹੁਗੁਣਾ (bahugunaa)—Many fold.

ਬਹੁਤਾ (bahutaa)—Enough, plentiful.

ਬਹੁਤੇਰਾ (bahutaeraa)—Sufficient, abundance, plentiful.

ਬਹੁਤ (bahut)—Very, to much, sufficient.

ਬਹੁਤਾਤ (bautaat)—Excess, abundance, excesiveness, profusion.

ਬਹੁਮੁੱਲਾ (bahumullaa)—Costly, precious, dear, high-priced.

ਬਹੁੜਨਾ (bahurnaa)—To reach, to come back, to return.

ਬਕਸੂਆ (baksooaa)—Safety pin, buckle.

ਬੱਕਰਾ (bakraa)—He goat.

ਬਕਵਾਸ (bakvaas)—Prattle, gossip, chatter.

ਬਕਵਾਸ ਕਰਨਾ (bakvaas karnaa) —To gossip, to talk irrelevently.

ਬਕਾਇਆ (bakaaiyaa)—Balance, arreers, outstanding.

ਬਖ਼ਸ਼ਣਾ (bakhashnaa)—To bestow, to excuse, to pardin.

ਬਖਸ਼ਿਸ਼ (bakshish)—Grant, donation, forgiveness.

ਬਖਤਾਵਰ (bakhtaavar)—Lucky, fortunate, wealthy.

ਬਖੇੜਾ (bakheraa)—Joke, jest, taunt.

ਬਗ਼ਲਗੀਰ (bagalgeer)—One who embraces.

ਬਗਲਾ (baglaa)—Indian pond heron.

ਬੱਗਾ (baggaa)—White, grey, colourless.

ਬਗ਼ਾਵਤ (bagaawat)—Mutiny, revolt, rebellion.

ਬਗ਼ੀਚਾ (bageechaa)—Garden, plantation.

ਬਗੈਰ (bagaer)—Without, except, save, but, sans.

ਬਘਿਆੜ (baghiaar)—Wolf.

ਬੱਘੀ (bagghee)—Horse-drivan fourwheeled carriage.

ਬਚਣਾ (bachnaa)—To escape, to survive, to avoid.

ਬਚਤ (bachat)—Saving, gain, profit.

ਬਚਨ (bachan)—Promise, speech, utterance.

ਬਚਨ ਦੇਣਾ (bachan denaa)—To promise.

ਬਚਨਬੱਧ (bachanbadh)—Committed.

ਬਚਨ ਲੈਣਾ (bachan laenaa)—To get a promise.

ਬਚਨ ਪਾਲਣਾ (bachan paalnaa) —To keep one's words.

ਬਚਪਨ (bachpan)—Child hood.

ਬੱਚਾ (bachchaa)—Child, baby, boy.

ਬਚਾਉ (bachaau)—Protection, defence, security.

ਬੱਚੂ (bachchoo)—Diminutive and endearment term for 'baahchaa' child.

ਬੱਚੇਦਾਨੀ (bachdannee)—Uterus, womb.

ਬਛੜਾ (bachharaa)—Calf.

ਬੱਜ (bajj)—Stigma, blemish, defect.

ਬੰਜਰ (banjar)—Barren, unproductive.

ਬਜਰ (bajar)—Heavy, strong, stout.

ਬਜਰੀ (bajree)—Shingle, gravel small stones used in concrete.

ਬਜਾਜੀ (bajaajee)—Cloth for sale, textiles.

ਬਜ਼ਾਰ (bazaar)—Bazar, market.

ਬਜ਼ੁਰਗ (bazurg)—Elderly. order person.

ਬੱਝਣਾ (bajjhnaa)—To be bound, to be entangled, to be arrested.

ਬਟਵਾਰਾ (batwaaraa)—Partition, distribushion.

ਬਟੂਆ (batooaa)—Purse, wollet, small money bag.

ਬੱਠਲ (batthal)—Earthen bowl or trough; shallow person.

ਬਠਾਉਣਾ (bathaaunaa)—To make one be seated, to seat, to usher one to a seat.

ਬੰਡੀ (bandee)—Jacket, waistcoat.

ਬਣਨਾ ਠਣਨਾ (bannaa thannaa) —To be decked, to try to appear beautiful.

ਬਣਾਉਟੀ (banautee)—Artificial, fake, bogus.

ਬੱਤੀ (battee)—Lamp, eick, electric light, stick.

ਬਤੌਰ (bataur)—By way of, as a substitute for.

ਬੰਦ (band)—Closed, shut, locked, stopped.

ਬੰਦ ਕਰਨਾ (band karnaa)—To close, to shut, to imprison, to seal.

ਬਦ (bad)—Bad, vicious, mean.

ਬਦਅਸੀਸ (badassees)—Curse.

ਬਦਅਮਨੀ (badamnee)—Distrubance, breach of peace. disorder.

ਬਦਸ਼ਕਲ (badshakal)—Ugly.

ਬਦਹਜ਼ਮੀ (badhajmee)—Indigestion.

ਬਦਕਾਰ (badkaar)—Wicked, prostitute.

ਬਦਜਾਤ (badjaat)—Mean, depraved.

ਬੱਦਦੁਆ (badduaa)—Malediction, curse.

ਬਦਨਸੀਬ (badnaseeb)—Unfortunate. ill-fated.

ਬਦਨੀਤ (badneet)—False, deceitful, intentioned.

ਬੰਦਸ਼ (bandash)—Restriction, restraint.

ਬੰਦਗੀ (bandgee)—Worship, prayer, service.

ਬਦਨ (badan)—Body.

ਬਦਬੂ (badboo)—Foul, smell, stink.

ਬਦਮਾਸ਼ (badmaash)—Mischievous, wicked, rough, villian.

ਬਦਮਾਸ਼ੀ (badmaashee)—Villanious act, villainy, rascality, hooliganism.

ਬੰਦਰ (bandar)—Monkey, ape.

ਬੰਦਰਗਾਹ (banadrgaa)—Portharbour, haven, seaport, riverport.

ਬੱਦਲ (baddal)—Cloud.

ਬਦਲਣਾ (badalnaa)—To change, to be transferred, to convert.

ਬਦਲਾ (badlaa)—Revenge, recompense.

ਬਦਲੀ (badlee)—Change, exchange.

ਬਦਲੀ ਕਰਨਾ (badlee karnaa)—To change, exchange, replace, substitue, to transfer.

ਬੰਦਾ (bandaa)—Human being, man, servant.

ਬਦਾਮ (baddam)—Almond.

ਬੰਦੀ (bandee)—Prisoner, maid, womanslave.

ਬੰਦੀਖਾਨਾ (bandeekhaanaa)—Prisoner, Jail, lockup.

ਬੰਦੂਕ (bandook)—Gun, musket, carbine.

ਬੰਦੂਕਚੀ (bandookchee)—Rifleman, gunman.

ਬੰਦੋਬਸਤ (bandobast)—Arrangement, administration.

ਬਦੋਬਦੀ (badobadee)—Forcibly, unwillingly.

ਬਦੌਲਤ (badolat)—By virtue of, due to.

ਬੰਧਨ (bandhan)—Restraint, check, attachment, restrictiion.

ਬੰਧੂਆ (bandhuaa)—Bonded labour, slave, prisoner.

ਬੰਨ੍ਹ (bannh)—Dam, barrage, hindrance.

ਬੰਨ੍ਹਣਾ (banhnaa)—To arrest, to bind, to commit.

ਬਨਾਵਟ (banaawat)—Construction, formation.

ਬਨਿਆਨ (baniaan)—Undergarment, vest.

ਬਨੇਰਾ (baneraa)—Roof boundry, parapet, coping.

ਬੰਬ (bamb)—Bomb, shell, shaft of a carrige.

ਬੰਬੀ (bambee)—Tube-well.

ਬਰਸਾਤ (barsaat)—Rainy season, rains.

ਬਰਸੀ (barsee)—Death anniversary.

ਬਰਕਤ (barkat)—Blessing, auspiciousness, gain.

ਬਰਖ਼ਾਸਤ (barkhaast)—Dismissed, discharged.

ਬਰਖ਼ਿਲਾਫ਼ (barkhilaaf) —Against, in opposition.

ਬਰਖੁਰਦਾਰ (barkhurdaar)—Obedient, faithful.

ਬਰਛਾ (barchhaa)—Lance, dart.

ਬਰਤਨ (bartan)—Utensil, pot.

ਬਰਤਰਫ਼ (bartaraf)—Removed, discharged, dismissed.

ਬਰਤਰਫ਼ ਕਰਨਾ (bartaraf karnaa) —To remove, to dismiss, to terminate services of.

ਬਰਤਾਨੀਆ (bartaaniaa)—Britain.

ਬਰਦਾਸ਼ਤ (bardaasht)—Endurance, perseverance.

ਬਰਫ਼ (baraf)—Icwe, snow.

ਬਰਫ਼ਾਨੀ (barfaanee)—Snow-clad snowy.

ਬਰਫ਼ੀ (barfee)—Sweetmeat prepared by condensing milk.

ਬਰਬਾਦ (barbaad)—Ruined, destroyed.

ਬਰਬਾਦ ਕਰਨਾ (barbaad karnaa) —To destroy, to ruin.

ਬਰਾਸਤਾ (baraastaa)—En route, via.

ਬਰਾਂਡਾ (baraandaa)—Balcony, terrace, corridor.

ਬਰਾਤ (baraat)—Marrige party.

ਬਰਾਦਰੀ (barradree)—Community, relative, brotherhood.

ਬਰਾਬਰੀ (baraabree)—Equality, exactness.

ਬਰੀ (baree)—Relinquished, acquitted, released.

ਬਰੀਕ (bareek) —Thin, subtle, intricate.

ਬਰੀਕੀ (bareekee)—Thinness, fineness, subtleness.

ਬਰੂਦ (barood)—Gun powder.

ਬਲ (bal)—Strength, force, support.

ਬਲਹੀਣ (balheen)—Impetent, weak.

ਬਲਗਮ (balgum)—Phlegm.

ਬਲਣਾ (balnaa)—To burn, to smoulder, to be jealous.

ਬਲਾ (balaa)—Calamity, trouble, witch, ghost.

ਬਲਿਹਾਰ (balihaar)—Excellent, fine, very good.

ਬਲੀ (balee)—Sacrifice, immolation, strong.

ਬਲੀਦਾਨ (baleedaan)—Sacrifice, martyrdom.

ਬਲੂੰਗੜਾ (baloongraa)—Kitten.

ਬਲੈਕੀਆ (balaekiaa)—Blackmarketeer, smuggler.

ਬਵਾਸੀਰ (bawaaseer)—Piles, haemorrhoid.

ਬੜਬੜਾਹਟ (barbraahat)—Muttering, chattering, vain talk.

ਬੜਬੋਲਾ (barbolaa)—Prattle, boaster, babbler.

ਬਾਂਸ (baans)—Bamboo, a rod.

ਬਾਸ (baas)—Residence, abode, smell, boss.

ਬਾਸ਼ਿੰਦਾ (bashindaa)—Resident, inhabitant.

ਬਾਂਹ (baanh)—Arm, support, associate.

ਬਹਾਰ (baahar)—Outside, out of station.

ਬਾਕਾਇਦਾ (baakaaidaa)—According of rules, regular, formal.

ਬਾਕੀ (baakee)—Remaining, due, balance, remainder.

ਬਾਗ਼ (baag)—Garden, orchard.

ਬਾਗ਼ਬਾਨ (baagbaan)—Gardener.

ਬਾਗਡੋਰ (baagdor)—Control.

ਬਾਗ਼ੀ (baagee)—Rebal, mutineer, insurrectionsist.

ਬਾਜ (baaj)—Hawk, falcon.

ਬਾਜ਼ੀ (baazee)—Stake, turn, in a game or play.

ਬਾਜ਼ੀਗਰ (baazeegar)—Acrobat, one who performs athletic feats of agility and dexterity.

ਬਾਜ਼ੂ (baajoo)—Arm, wing, side, helper.

ਬਾਜ਼ੂਬੰਦ (baajooband)—Armlet, an ornament for arm.

ਬਾਂਝ (baajh)—Barren woman, barren, sterile.

ਬਾਣ (baan)—Arrow, shaft.

ਬਾਣਾ (baanaa)—Dress, habit, garb.

ਬਾਣੀ (baanee)—Speech, writings, in Guru Granth (a sacred book of Sikhism).

ਬਾਣੀਆ (baaniaa)—Trader, merchant, shopkeeper.

ਬਾਦਸ਼ਾਹ (baadshaah)—King, ruler.

ਬਾਦਸ਼ਾਹਤ (baadshaahat)—Kingship, empire, rule.

ਬਾਦਸ਼ਾਹੀ (badshaaee)—Kingly, royal, regal.

ਬਾਨਵੇ (baanave)—Ninety-two.

ਬਾਬਤ (baabat)—Prep-connection, affair, matter.

ਬਾਲ (baal)—Child, younger, hair.

ਬਾਲਵਾੜੀ (baalvaaree)—Nursery, kindergarten.

ਬਾਲਕ (baalak)—Child, lad, pupil, disciple.

ਬਾਲਗ਼ (baalag)—Adult, major.

ਬਾਲਟੀ (baaltee)—Bucket, pail.

ਬਾਲਣ (baalan)—Fuel, firewood.

ਬਾਲੜੀ (baalree)—Innocent girl, infant.

ਬਿਆਸੀ (biaasee)—Eighty-two.

ਬਿਆਨ (biaan)—Statement, narration, explanation.

ਬਿਸਤਰਾ (bistaraa)—Bad, bedding, bed-clothes.

ਬਗਾਨਾ (bagaanaa)—Unrelated, alien, another's.

ਬਿਜਲੀ (bijlee)—Electricity.

ਬਿਜਲੀਘਰ (bijleeghar)—Power house.

ਬਿਠਾਉਣਾ (bthaaunaa)—To seat, to cause to sit or withdraw.

ਬਿੰਦੀ (bindee)—Dot, point, zero, round mark on the forhead.

ਬਿਫ਼ਰਨਾ (bipharnaa)—To be furious, to rage.

ਬਿਬੇਕ (bibek)—Discretion, intelligence.

ਬਿਮਾਰ (bimaar)—Sick, ill.

ਬਿਰਥਾ (birthaa)—Useless, vain, worthless.

ਬਿਲਟੀ (biltee)—Freight receipt, invoice, R/R.

ਬਿੱਲਾ (billaa)—Badge, medal, tom cat.

ਬੀਜ (beeaabaan)—Deserted place, devastated place.

ਬੀਜ (beej)—Seed, grain, source, semen.

ਬੀਨ (been)—Harp, lyre, flute.

ਬੀਬਾ (beebaa)—Lovely, docile, amiable.

ਬੀਬੀ (beebee)—Lady, dame, mistress.

ਬੀਮਾ (beemaa)—Insurance.

ਬੀਵੀ (beewee)—Wife, better half.

ਬੀੜਾ (beeraa)—Betel.

ਬੀੜਾ ਚੁੱਕਣਾ (beeraa chuknaa)—To accept a challenge, to undertake a challenging task.

ਬੀੜੀ (beeree)—Crude form of cigratte.

ਬੁਸਕਣਾ (busaknaa)—To sob, to weep slowly.

ਬੁਸਬੁਸਾ (busbusaa)—Rotton, stinking.

ਬੁੱਕ (bukk)—Both hands joined with palms up and joined together to form a bowl or cup.

ਬੁੱਘੀ (bugee)—Light bullcart.

ਬੁਜ਼ਦਿਲ (buzdil)—Coward, timid chicken-hearted.

ਬੁੱਝਣਾ (bujjhnaa)—To guess, to understand.

ਬੁਝਾਉਣਾ (bujjhaaunaa)—To make one understand, to put out, to swith off light.

ਬੁਝਾਰਤ (bujhaarat)—Riddle.

ਬੁੱਢਾ (buddhaa)—Old man, aged person.

ਬੁਢੇਪਾ (budhepaa)—Old age.

ਬੁਣਨਾ (bunnaa)—To weave, to knit, to intertwine.

ਬੁੱਤ (butt)—Idol, image, motionless, statue.

ਬੁੱਧੀ (buddhee)—Mind, knowledge, thought.

ਬੁੱਧੂ (budhoo)—Foolish, stupid, silly.

ਬੁਨਿਆਦ (buniaad)—Foundation, base, source.

ਬੁਰਸ਼ (burash)—Brush.

ਬੁਰਕਾ (burkaa)—Veil, mantle.

ਬੁਰਜ (buraj)—Tower, dome, pinnacle.

ਬੁਰਾ (buraa)—Bad, faulty, wicked.

ਬੁਰਾ ਸ਼ਗਨ (buraa shagan)—Ill omen.

ਬੁਰਾ ਮੰਨਣਾ (buraa mannaa)—To take ill.

ਬੁਰਾ ਲਗਣਾ (buraa lagnaa)—To dislike.

ਬੁਰਾਈ (buraaee)—Badness, evil, vice.

ਬੂਰਾਦਾ (buraadaa)—Sawdust.

ਬੁਲਬੁਲ (bulbul)—Nightingale.

ਬੁਲਬੁਲਾ (bulbulaa)—Bubble.

ਬੁਲਾਉਣਾ (bulaaunaa)—To call, to invite, to summon.

ਬੁੜਬੁੜਾਉਣਾ (burburaaunaa)—To mutter, to mumble, to murmur.

ਬੂਹਾ (booaa)—Door.

ਬੂਟਾ (bootaa)—Herb, medicinal plant, design or pattern worked on cloth.

ਬੂੰਦ (boond)—Drop.

ਬੂੰਦਾ-ਬੂੰਦੀ (boondaa-boondee)—Drizzle, intermittent light rain.

ਬੇ-ਉਮੀਦ (be-umeed)—Without hope, hopeless.

ਬੇ-ਉਲਾਦ (be-ulaad)—Childless.

ਬੇ-ਅਕਲ (be-akal)—Foolish, stupid.

ਬੇਅੰਤ (be-ant)—Limitless, unending, infinite.

ਬੇ-ਅਦਬ (be-adab)—Impudent, unmannerly, rude.

ਬੇ-ਅੰਦਾਜ਼ (be-andaaz)—Boundless, limitless, countless.

ਬੇ-ਆਵਾਜ਼ (be-awaaz)—Soundless, quiet.

ਬੇ-ਆਰਾਮ (be-aaraam)—Restless.

ਬੇਇੱਜ਼ਤ (beizat)—Insulted, dishonoured.

ਬੇ-ਇਤਬਾਰ (be-itbaar)—Un-dependable.

ਬੇ-ਇਨਸਾਫ (be-insaaf)—Unjust, invidious.

ਬੇ-ਇਲਾਜ (be-ilaaz)—Irremediable, without treatment.

ਬੇਈਮਾਨ (beeemaan)—Dishonest, cheater, unreliable.

ਬੇਸਹਾਰਾ (besahaaraa)—Helpless, unsupported.

ਬੇਸ਼ੱਕ (beshakk)—Of course, doubtlessly, certainly.

ਬੇਸੰਕੋਚ (besankoch)—Without hesitation.

ਬੇਸਬਰ (besabar)—Impatint, restive.

ਬੇਸਮਝ (besamajh)—Fool, foolish, ignorant.

ਬੇਸ਼ਰਮ (besharam)—Shameless, unabashed.

ਬੇਸੁਆਦ (besuaad)—Tastless, distasteful upleasant.

ਬੇਸੁੱਧ (besudh)—Senseless, unconscious, swooned.

ਬੇਸ਼ੁਮਾਰ (beshumaar)—Innumberable, countless, many.

ਬੇਹੋਸ਼ (behosh)—Senseless, unconcious.

ਬੇਕਸੂਰ (bekasoor)—Innocent, faultless.

ਬੇਕਰਾਰ (bekaraar)—Impatient, restless.

ਬੇਕਾਬੂ (bekaaboo)—Out of control, runaway.

ਬੇਕਾਰ (bekaar)—Idle, unemployed, unoccupied.

ਬੇਖ਼ਬਰ (bekhabar)—Uninformed, unaware.

ਬੇਗੁਨਾਹ (begunaah)—Innocent, guiltles.

ਬੇ-ਗ਼ੈਰਤ (begairat)—Shameless, devoid of self respect.

ਬੇਚੈਨ (bechain)—Restless, uneasy.

ਬੇਚੈਨੀ (bechainee)—Restlessness.

ਬੇਜ਼ਬਾਨ (bezabaan)—Mute, dumb.

ਬੇਜਾਨ (bejaan)—Lifeless, dead.

ਬੇਜੋੜ (bejor)—Matchless, unique, unparalleled.

ਬੇਟਾ (betaa)—Son.

ਬੇਟੀ (betee)—Daughter, girl.

ਬੇਡੌਲ (bedol)—Ugly, misshapen.

ਬੇਤਹਾਸ਼ਾ (betahaashaa)—Recklessly, without caution.

ਬੇਤਾਜ (betaaj)—Uncrowned, without crown.

ਬੇਤਾਰ (betaar)—Wireless.

ਬੇਤਾਬ (betaab)—Eager, anxious, impatient.

ਬੇਤੁੱਕਾ (betukkaa)—Incongrous absurd, irrelevant.

ਬੇਦਖ਼ਲ (bedakhal)—Ejected, dispossessed.

ਬੇਦਰਦ (bedarad)—Cruel, hard, unmerciful.

ਬੇਦਾਗ਼ (bedaag)—Spotless, immaculate, unblemished.

ਬੇਦਿਲ (bedil)—Unwilling, heartless.

ਬੇਧੜਕ (bedharak)—Undaunted, unhesitating.

ਬੇਨਜ਼ੀਰ (benazeer)—Matchless, peerless, unequalled.

ਬੇਮਿਸਾਲ (bemisaal)—Un-exampled, matchless, unique, rare.

ਬੇਰੁਖ਼ੀ (berukhee)—Antipathy, unconcern.

ਬੇਰੁਜ਼ਗਾਰ (beruzgaar)—Unemployed.

ਬੇਰੁਜ਼ਗਾਰੀ (beruzgaaree)—Unemployment.

ਬੇ-ਲਿਹਾਜ਼ (be-lihaaz)—Unprejudiced, unobliging, unkind.

ਬੇਲੀ (belee)—Associate, friend, chum.

ਬੇਵਫ਼ਾ (bewafaa)—Unfaithful, infidel.

ਬੇਵਾ (bevaa)—Widow.

ਬੇੜੀ (beree)—Boat, shackless, fetters for the legs.

ਬੇੜੀ ਪੈਣੀ (beree paenee)—To be arrested, to be married.

ਬੈਠਕ (baithak)—Sitting, meeting, drawing room.

ਬੈਰਾ (bairaa)—Bearer.

ਬੈਲ (bael)—Bull, ox, bullock.

ਬੋਹਣੀ (bohnee)—First sale of the day.

ਬੋਝ (bojh) — Burden, load, weight.

ਬੋਝਲ (bojhal)—Heavy, worrying, burdensome.

ਬੋਣਾ (bonaa)—To sow.

ਬੋਤਲ (botal)—Bottle.

ਬੋਤਾ (botaa)—Camel.

ਬੋਦਾ (bodaa)—Foolish, fragile, decayed.

ਬੋਦੀ (bodee)—Tuft of hair left unshorn on top of head.

ਬੋਲਣਾ (bolnaa)—To speak, to utter, to say, to tell.

ਬੋਲਾ (bolaa)—Deaf, hard of hearing.

ਬੋਲੀ (bolee)—Dialect, language, tongue.

ਬੌਣਾ (baunaa)—Dwarf, Dwarfish.

ਬੌਲਾ (baulaa)—Mad.

ਭ

ਭ Twenty ninth letter of Gurmukhi alphabets, pronounced as 'bhabhaa'.

ਭਉ (bhau)—Fear, fright, alarm, dizziness.

ਭਸਮ (bhasam)—Ash, calx, burnt to ashes.

ਭਸੂੜੀ (bhasooree)—Undue haste or confusion, trouble, quarrel.

ਭਖਣਾ (bhakhnaa)—To burn, to burst, in to flame, to get hot.

ਭੰਗ (bhang)—Intoxicating hemp, broken, dissolved.

ਭੰਗਣ (bhangan)—Female sweeper, wife of scavenger.

ਭਗਤ (bhagat)—Devotee, worshipper, holyman.

ਭਗੰਦਰ (bhagandar)—Fistula.

ਭਗਦੜ (bhagdar)—Stampede.

ਭਗਵਾ (bhagwaa)—Saffron coloured.

ਭਗਵਾਨ (bhagwaan)—God.

ਭੰਗੜਾ (bhangraa)—A folk dance of Punjab.

ਭੰਗੀ (bhangee)—Sweeper, addicted to bhang.

ਭਗੌੜਾ (bhagoraa)—Absconder, runaway, deserter.

ਭੱਜਣਾ (bhajnaa)—To run, to escape, to break.

ਭਜਨ (bhajan)—Devotional song, hymn, remebrance or repetition of God's name.

ਭਜਨ-ਮੰਡਲੀ (bhajan-mandlee)—Choir.

ਭਟਕਣਾ (bhataknaa)—To go astray, to wander, to deviate.

ਭੱਠਾ (bhatthaa)—Brick kiln, a large oven or furnace.

ਭੱਠੀ (bhatthee)—Furnace, small kiln, parcher's oven.

ਭੰਡਣਾ (bhandnaa)—To defame, to slander.

ਭੰਡਾਰ (bhandaar)—Store house, repository.

ਭੰਡਾਰਾ (bhandaaraa)—Feast (mostly for religious people).

ਭੰਡਾਰਾ ਕਰਨਾ (bhandaaraa karnaa)—To organise a general feast.

ਭੰਡਾਰੀ (bhandaaree)—Storekeeper, treasurer, storeholder.

ਭੰਡੀ (bhandee)—Slanderer defamation, noise.

ਭਣਵਈਆ (bhanvayiaa)—Husband of sister, brother-in-law.

ਭਣੇਵਾ (bhanewaa)—Sister's son.

ਭੱਤਾ (bhattaa)—Allowance, additional salary for some purpose.

ਭਤੀਜੀ (bhateejee)—Niece, brother's daughter.

ਭੱਦਾ (bhaddaa)—Clumey, ugly, ridiculous.

ਭੰਨਣਾ (bhannaa)—To break, to smash, to bend, to fold.

ਭਬਕ (bhabak)—Roar, threat.

ਭਬਕਣਾ (bhabaknaa)—To speak in angry tone, to roar.

ਭਬਕੀ (bhabkee)—Threat.

ਭਬਕੀ ਦੇਣੀ (bhabkee daenee)—To frighten, to bully, to threaten.

ਭੰਬੀਰੀ (bhambeeree)—Rotating toy.

ਭਰਜਾਈ (bharjaaee)—Brother's wife, sister-in-law.

ਭਰਤੀ (bhartee)—Recruitment, enlistment.

ਭਰਤੀ ਹੋਣਾ (bhartee honaa)—To enrol or enlist, to be admitted (in hospital).

ਭਰਨਾ (bharnaa)—To fill, to complete, to load.

ਭਰਪੂਰ (bharpoor)—Quite, full, completely.

ਭਰਮ (bharam)—Suspicion, illusion, doubt, confusion.

ਭਰਮਾਉਣਾ (bharmaaunaa)—To misguide, to decieve.

ਭਰਾ (bharaa)—Brother.

ਭਰਿਸ਼ਟਾਚਾਰ (bharishtachaar)—Corruption.

ਭਰੋਸਾ (bharosaa)—Confidence, reliance, faith, hope.

ਭਲਕੇ (bhalke)—Tomorrow.

ਭਲਾ (bhalaa)—Well, good, gain, gentle.

ਭਲਾ ਕਰਨਾ (bhalaa karnaa)—To help, to do a good, turn.

ਭਲਾ ਚੰਗਾ (bhalaa changaa)—Hale and hearty, in good health.

ਭਲਾਈ (bhalaaee)—Wellbeing, goodness, welfare.

ਭੰਵਰ (bhanwar)—Whirlpool, swivel.

ਭਵਾਂ (bhawaan)—Eyebrow.

ਭਵਾਟਣੀ (bhawaatnee)—Circumlocution, somersault, acrobatics.

ਭਵਿੱਖ (bhavikkh)—Future, prospects.

ਭਵਿੱਖਬਾਣੀ (bhavikkhbaanee)—Forecast, prediction.

ਭੜਕ (bharkan)—Blaze.

ਭੜਕਣਾ (bharknaa)—To burst in to flame, to be angry.

ਭੜਕਾਉਣਾ (bharkaaunaa)—To inflame, to excite, to provoke.

ਭੜਕੀਲਾ (bharkeela)—Exciting, provocative.

ਭੜਭੂੰਜਾ (bharbhoonjaa)—Grain roaster, grain pracher.

ਭੜਾਸ (bharaas)—Pent up feelings, hot vapours.

ਭੜਾਸ ਕਢਣਾ (bharaas kadhnaa) —To give vent, to pent up feelings.

ਭੜੂਆ (bharooaa)—Shameless, procurer, person living on the prostitute's earning.

ਭਾਉਣਾ (bhaaunaa)—To like, to love, to agree.

ਭਾਈ (bhaaee)—Elder brother, (Sikh) priest.

ਭਾਈਚਾਰਾ (bhaaeechaaraa)—Brotherhood, fraternity.

ਭਾਈਬੰਦ (bhaaeeband)—Brethern, relations, kin.

ਭਾਈਵਾਲ (bhaaeewaal)—Partner, co-sharer.

ਭਾਈਵਾਲੀ (bhaaeewaalee)—Partnership.

ਭਾਈਆ (bhaaiyaa)—Sister's husband brother-in low , elder brother, father, old man.

ਭਾਸ਼ਣ (bhaashan)—Speech, talk, discourse.

ਭਾਸ਼ਾ (bhaashaa)—Language, speech.

ਭਾਗ (bhaag)—Part, share, portion, division.

ਭਾਜੀ (bhaajee)—Gruel, vegetable.

ਭਾਂਡਾ (bhaandaa)—Utensil, pot.

ਭਾਣਜੀ (bhanjee)—Sister's daughter.

ਭਾਣ (bhaan)—Fatigue, weariness, fold.

ਭਾਣਾ (bhaanaa)—God's will, to agree, to suit, thought.

ਭਾਂਪਣਾ (bhaanmpnaa)—To guess, to comprehend.

ਭਾਪਾ (bhaapaa)—Elder brother, daddy, papa.

ਭਾਫ (bhaaph)—Steam.

ਭਾਂਬੜ (bhaambar)—Big fire, high leaping flames, conflagration, bonfire.

ਭਾਬੀ (bhaabee)—Brother's wife, mother.

ਭਾਰ (bhaar)—Burden, load, responsibility, obligation.

ਭਾਰਾ (bhaaraa)—Heavey, weighty, difficult to bear, great, indigestible.

ਭਾਰਾਪਨ (bhaaraapan)—Heaviness, massiveness, mass.

ਭਾਲਣਾ (bhaalnaa)—To find, to search, to hunt.

ਭਾਵ (bhaav)—Intention, meaning, effect, emotion.

ਭਾਵਹੀਣਤਾ (bhaavheentaa)—Inferiority complex.

ਭਾਵੁਕ (bhaavuk)—Sentimental, emotional.

ਭਾਵੁਕਤਾ (bhaavuktaa)—Sentimentalism, sentimentality.

ਭਾਵੇਂ (bhaaven)—Even if, although, either, just, may be.

ਭਾੜਾ (bhaaraa)—Fare, wages, rent, hire, conveyance.

ਭਿਉਣਾ (bhiunaa)—To wet, to moisten, to soak.

ਭਿਆਨਕ (bhiaanak)—Terrible, horrible, fearful.

ਭਿਆਨਕਤਾ (bhiaanaktaa)—Horribleness, fearfulness.

ਭਿੱਖ (bhikkh)—Alms, charity, beggin.

ਭਿੱਖਮੰਗਾ (bhikkhmangaa)—Beggar, mendicant.

ਭਿਜਣਾ (bhijnaa)—To become wet, to be drenched.

ਭਿੱਟ (bhitt)—Defilement, impurity, contamination.

ਭਿਣਕ (bhinak)—Clue, unconfirmed news, rumours.

ਭਿੜਨਾ (bhirnaa)—To collide, to fight, to quarrel.

ਭੀੜ (bheer)—Crowd, throng mob, misfortune, trouble.

ਭੀੜਾ (bheeraa)—Narrow.

ਭੁਆਉਣਾ (bhuaaunaa)—To rotate, to turn about, to revolve.

ਭੁਗਤਣਾ (bhugatnaa)—To suffer, to be settled.

ਭੁਚੱਕਾ (bhuchakkaa)—Startled, dumb, founded, aghast.

ਭੁੱਚਰ (bhuchchar)—Foolish, fat, flabby.

ਭੁਚਾਲ (bhuchaal)—Earthquake, upheavel.

ਭੁੱਜਣਾ (bhujnaa) — To be parched, to be annoyed.

ਭੁੰਨਣਾ (bhunnaa)—To parch, to roast.

ਭੁਰਨਾ (bhurnaa)—To crumble, to moulder.

ਭੁੱਲ (bhull)—Mistake, error, omission, oversight.

ਭੁੱਲ-ਚੁਕ (bhull-chukk)—Error and omissions.

ਭੁੱਲਕੜ (bhullakar)—Forgetful, blunderhead.

ਭੁਲਾਵਾ (bhulaavaa)—Delusion, misconception illusion.

ਭੁਲੇਖਾ (bhulekhaa)—Misunderstanding, wrong notion, omission, oversight.

ਭੂਆ (bhuaa)—Father's sister, aunt.

ਭੂੰਡ (bhoond)—Wasp, black bee, yellow insect, irascible person, slang.

ਭੂਤ (bhoot)—Ghost, evil spirit, past, gone.

ਭੂਮਿਕਾ (bhoomikaa)—Preface, introduction.

ਭੂਮੀ (bhoomee)—Land, earth ground, landed property, soil, its land surface.

ਭੂਰਾ (bhooraa)—Brown, grey.

ਭੇਜਣਾ (bhejnaa)—To send, to confine, to transmit.

ਭੇਜਾ (bhejaa)—Brain.

ਭੇਟ (bhet)—Meeting, offering, gift, donation.

ਭੇਡ (bhed)—Sheep, coward.

ਭੇਡਚਾਲ (bhedchaal)—Mob mentality.

ਭੇਤ (bhet)—Secret, mystery.

ਭੇਤ ਲੈਣਾ (bhet laenaa)—To find out the secret, to spy.

ਭੇਦ (bhed)—Difference, contrast.

ਭੇੜਨਾ (bhernaa)—To shut, to close.

ਭੈ (bhai)—Fear, dread, alarm, peril, fright.

ਭੈਂਸ (bhains)—Female buffalo.

ਭੈਂਗਾ (bhaingaa)—Cock-eyed, squint eyed, squinter.

ਭੈਣ (bhain)—Sister.

ਭੇੜਾ (bhairaa)—Bad, wicked, evil, worthless.

ਭੋਗਣਾ (bhognaa)—To endure, to suffer, to undergo.

ਭੋਜ (bhoj)—Feast, entertainment, festivity.

ਭੋਜਨ (bhojan)—Food, diet.

ਭੋਰਨਾ (bhornaa)—To break into small pieces.

ਭੋਰਾ (bhoraa)—Underground apartment.

ਭੋਲਾ (bholaa)—Simple, innocent, artless.

ਭੋਲਾਪਣ (bholaapan)—Simplicity, innocence.

ਭੌ (bhau)—Fear, dread, terror, panic, scare, jitters.

ਭੌਂਕਣਾ (bhaunknaa)—To bark.

ਭੌਣਾ (bhaunaa)—To rotate, to revolve, to circumlocate.

ਮ

ਮ Thirtheth letter of Gurmukhi alphabets, pronounced as 'mammaa'.

ਮਸ਼ਹੂਰ (mashoor)—Famous, eminent, well-known.

ਮਸ਼ਕ (mashak)—Leathern water bag.

ਮਸ਼ਕ ਕਰਨਾ (mashak karnaa)—To practice.

ਮਸਕੀਨ (maskeen)—Wretched, poor, simple.

ਮਸ਼ਕੂਰ (mashkoor)—Thankful, greatful, obliged.

ਮਸਖਰਾ (maskharaa)—Jester, joker.

ਮਸਖਰਾਪਣ (maskharaapan)—Buffoonery.

ਮਸਜਿਦ (masjad)—Mosque.

ਮਸਤ (mast)—Carefree, lustful, drunk.

ਮਸਤ-ਮਲੰਗ (mast-malang)—Carefree, lively.

ਮਸਤਾਨਾ (mastaanaa)—Careless, mendicant, drunk.

ਮਸਤੀ (mastee)—Intoxication, lust, wantonness.

ਮਸਲਨਾ (masalnaa)—To crush, to press hard, to rub.

ਮਸਰੂਫ਼ (mashroof)—Busy.

ਮਸਰੂਰ (masroor)—Happy, pleased, glad.

ਮਸਲਤ (maslat)—Counsel, advise.

ਮਸਲਨ (maslan)—For example, for instance.

ਮਸਲਾ (maslaa)—Problem.

ਮਸ਼ਵਰਾ (mashawaraa)—Advise, consultation.

ਮੱਸਾ (massaa)—Mole, wart, papilla.

ਮਸਾਂ (masaan)—With great difficulty, hardy.

ਮਸਾਣ (masaan)—Cemetry, creamation ground.

ਮਸਾਨਾ (masaanaa)—Urinary, bladder.

ਮਸ਼ਾਲ (mashaal)—Torch.

ਮਸ਼ਾਲਚੀ (mashaalchee)—Torch bearer.

ਮਸਾਲਾ (masaalaa)—Spices, condiment.

ਮਸਾਲੇ (masaale)—Spices.

ਮਸਾਲੇਦਾਰ (masaaleedaar)—Spicy, tasty.

ਮਸਾਲੇਦਾਨੀ (masaaleedaanee)—Spice case.

ਮੱਸਿਆ (massiaa)—Moonless night, no moon.

ਮਸੀਹ (maseeh)—Jesus Christ.

ਮਸ਼ੂਕ (mashook)—Beloved, darling.

ਮਸੂਮ (masoom)—Innocent, child like.

ਮਸੂਮੀਅਤ (massomiat)—Innocence.

ਮਸੂਲ (masool)—Tax, toll, duty.

ਮਸੂੜਾ (masooraa)—Gum.

ਮਸੋਸਣਾ (masosnaa)—To grieve, to regret, to wring.

ਮਹੰਤ (mahant)—Monk, abbot.

ਮਹੱਤਵ (mahattav)—Importance, superbness.

ਮਹੱਤਵਪੂਰਨ (mahattavpuran)—Important.

ਮਹੱਲ (maihall)—Palace, ststly mansion.

ਮਹੱਲਾ (mahallaa)—Localithy, ward (of town), street, a term followed by numeral indicating guru-authors of hymns in Guru Granth Sahib.

ਮਹਾਜਨ (mahaajan)—Moneylender, banker.

ਮਹਾਤਮ (mahaatam)—Significance of a good deed, Grandeur.

ਮਹਾਤਮਾ (mahaatmaa)—Saint, sage, noble.

ਮਹਾਨ (mahaan)—Great.

ਮਹਾਨਤਾ (mahaantaa)—Greatness, elegance.

ਮਹਾਂਮਾਰੀ (mahaamaaree)—Epidemic, pestilence, plague.

ਮਹਾਰਤ (mahaarat)—Expertise, expertness, practice.

ਮਹਾਰਾਜ (mahaaraaj)—Emperor, king, magesty, highness.

ਮਹਿਕ (mahek)—Odour, fragrance, scent.

ਮਹਿਕਣਾ (maheknaa)—To give out fragrance or smell.

ਮਹਿਕਮਾ (mahekmaa)—Department.

ਮਹਿਕਾਉਣਾ (mahekaaunaa)—To perfume, to flavour.

ਮਹਿੰਗਾ (mahngaa)—Costly, dear, expensive.

ਮਹਿਜ਼ (mahez)—Only, just.

ਮਹਿੰਦੀ (mahendee)—Myrtle, henna, inermis.

ਮਹਿਫ਼ਲ (mahefal)—Recreational, assembly.

ਮਹਿਬੂਬ (mahiboob)—Beloved, dear, darling.

ਮਹਿਮਾ (mahemaa)—Praise, dignity, exaltation.

ਮਹਿਮਾਨ (mahemaan)—Guest.

ਮਹਿਰੀ (maehree)—Utencil cleaner, waterwoman.

ਮਹਿਰੂਮ (maihroom)—Deprived, lacking, without.

ਮਹੀਨ (maheen)—Thin, fine, delicate.

ਮਹੀਨਾ (maheenaa)—Month.

ਮਹੁਰਾ (mauraa)—Poison, hemlock or any other deadly drug or drink.

ਮਹੂਰਤ (mahoorat)—Auspicious, moment.

ਮਕਸਦ (maksad)—Intention, aim, objective, motive.

ਮਕਬਰਾ (makbaraa)—Mausoleum, tomb.

ਮਕਬੂਲ (makbool)—Popular, favorite.

ਮਕਬੂਲੀਅਤ (makbooliat)—Popularity, acceptance.

ਮੱਕੜੀ (makree)—Spider locust, grass hopper.

ਮਕਾਨ (makaan)—House, residence.

ਮਕਾਮ (makaam)—Place, stay.

ਮੱਕਾਰ (makkar)—Imposter, cheat.

ਮੱਕੀ (makkee)—Maize, zea mays.

ਮਕੋੜਾ (makoraa)—Large black ant, beetle.

ਮੱਖਣ (makkhan)—Butter.

ਮੱਖਮਲ (makhmal)—Velvet.

ਮੱਖੀ (makkhee)—Fly.

ਮਖੋਟਾ (makhotaa)—Mask.

ਮਖੌਲ (makhaul)—Joke, jest.

ਮਖੌਲ ਕਰਨਾ (makhaul karnaa)—To joke, to jet.

ਮਗਜ਼ (magaz)—Brain, marrow.

ਮਗਜ਼ ਖਾਣਾ (magaz khaanaa)—To bother, to harass, to tax.

ਮਗਜ਼ ਮਾਰਨਾ (magaz marnaa)—To think too much, brainwork.

ਮੰਗਣਾ (mangnaa)—To demand, to seak, to request.

ਮੰਗਤਾ (mangtaa)—Beggar.

ਮਗਨ (magan)—Absorbed, engrossed.

ਮਗਰ-ਪੈਣਾ (magar paenaa)—To follow, to force, to become hostile.

ਮਗਰਮੱਛ (magarmach)—Crocodile, alligator.

ਮਗਰਲਾ (magarlaa)—Subsequent, last.

ਮਗ਼ਰੂਰ (magroor)—Proud, arrogant.

ਮਗਰੋਂ (magron)—Later, after.

ਮਗਰੋਂ ਲਾਹੁਣਾ (magron lahunaa)—To break contact, to get rid of, to disengage.

ਮੰਗਲ (mangal)—Rejoicing, bliss, planet.

ਮੰਗਾਉਣਾ (mangaaunaa)—To send for, to cause to, be brought.

ਮੰਗੇਤਰ (mangetar)—Fiance, fiancee.

ਮਚਲਨਾ (machalnaa)—To persist, to insist, to be perverse.

ਮਚਲਾ (machlaa)—Stubborn, insisting, refractory.

ਮਚਾਉਣਾ (machaaunaa)—To produce, tp light.

ਮੱਛਰ (machchhar)—Mosquito,

ਮੱਛਰਦਾਨੀ (machchhardaanee)—Mosquito net.

ਮਛਲੀ (machlee)—Fish, bicep.

ਮਜ਼ਦੂਰ (mazdoor)—Labourer, workman.

ਮੰਜਨ (manjan)—Tooth powder.

ਮਜ਼ਬੂਤ (mazboot)—Strong, firm.

ਮਜਬੂਰ (majboor)—Helpless, forced.

ਮਜ਼ਮੂਨ (mazmoon)—Subject, topic.

ਮੰਜ਼ਲ (manzal)—Destination, target, goal.

ਮਜਲਸ (majlas)—Convention, meeting, assembly.

ਮਜ਼ਲੂਮ (mazloom)—Oppressed, wronged.

ਮੰਜਵਾਉਣਾ (manjvaaunaa)—To get, cleanedby rubbing and scrubbing.

ਮਜ਼੍ਹਬ (mazhab)—Religious, sect.

ਮਜ਼੍ਹਬੀ (mazhabee)—Religious,

ਮੰਜਾ (manjaa)—Cot, four poster.

ਮਜ਼ਾ (mazaa)—Taste, fun, pleasure.

ਮਜ਼ਾ ਚਖਾਉਣਾ (mazaa chakhaunaa)—To teach a lesson, to punish.

ਮਜ਼ਾਕ (mazaak)—Joke, jest, witicism.

ਮਜ਼ਾਜ (mazaaj)—Nature, pride, health.

ਮਜ਼ਾਰ (mazaar)—Tomb, grave, shrine.

ਮਜ਼ਾਲ (majaal)—Strength, power, ability.

ਮਜ਼ੇਦਾਰ (mazedaar)—Delicious, tasty, enjoyable.

ਮੱਝ (majj)—Adult female buffalo.

ਮੱਟ (matt)—Large earthern pot, pitcher.

ਮਟਕਣਾ (mataknaa)—To flirt, to walk.

ਮਟਕੀ (matkee)—pitcher.

ਮੱਠ (matth)—Monastry, convent.

ਮੱਠਾ (matthaa)—Churned curd, slow, butter milk.

ਮੱਠੀ (mathee)—Small-sized crisp, round.

ਮੰਡਪ (mandap)—Canopy, temple, dome.

ਮੰਡਲਾਉਣਾ (mandlaaunaa)—To hover, to flutter about.

ਮੰਡਲੀ (mandlee)—Group, gang, trupe.

ਮੰਡੀ (mandee)—Market, trading, centre, cattle fair.

ਮਣਕਾ (mankaa)—Jewl, stone.

ਮਣੀ (manee)—Semen, jewel, gem.

ਮੱਤ (matt)—Advice, opinion, thought, sence.

ਮੱਤ ਦੇਣੀ (matt danee)—To advice.

ਮੱਤਭੇਦ (mattbhed)—Differences, dissent.

ਮੱਤਦਾਤਾ (mattdaataa)—Voter, elector.

ਮੱਤਦਾਨ (mattdaan)—Poll.

ਮਾਤਹਿਤ (maateht)—Subordinate.

ਮੰਤਰ (mantar)—Counsel, vedic text or hymn.

ਮੰਤਰੀ (mantree)—Minister, counsellor.

ਮਤਰੇਆ (matreaa)—Step brother, sister.

ਮਤਲਬ (matlab)—Meaning, purpose, idea.

ਮਤਲਬ ਪ੍ਰਸਤੀ (matlab prastee)—Selfishness.

ਮਤਲਬੀ (matlabee)—Selfish.

ਮਤਵਾਲਾ (matwaalaa)—Intoxicated, careless.

ਮਤਾ (mataa)—Resolution, motion.

ਮਥਣਾ (mathnaa)—To churn.

ਮੱਥਾ (matthaa)—Forehead, top, front.

ਮੱਥਾ-ਟੇਕਣਾ (matthaa teknaa)—To pay respect.

ਮੱਥਾ-ਪਿਟਣਾ (mattha pitnaa)—To lament, to wail.

ਮੱਥਾ ਮਾਰਨਾ (mattha marnaa)—To try to convince, to talk one's head off.

ਮੰਦ (mand)—Slow, mild, dull.

ਮੰਦਹਾਲੀ (mandhaalee)—Bad days, hard time, proverty distitution.

ਮਦ (mad)—Intoxication, wine, madness.

ਮਦਹੋਸ਼ (madhosh)—Inoxicated, drunk, unconsious, in ecstacy.

ਮੰਦਾ (mandaa)—Dull, slow, bad.

ਮਦਾਨ (maadaan)—Plain, open ground of field, play ground.

ਮਧਰਾਪਣ (madhraapan)—Short stature, low height.

ਮਧਾਣੀ (madhaanee)—Chrun, churning stick or staff.

ਮਧੁਰ (madhur)—Mellodious, sweet, soft.

ਮਧੂ (madhoo)—Honey.

ਮਧੋਲਣਾ (madholnaa)—To crumple, to crush in hands or under feet.

ਮਨ (man)—Mind, soul, heart.

ਮਨ ਮਾਰਨਾ (man maarnaa)—To control one's mind or passion, to be patient, diligent.

ਮਨਸ਼ਾ (manshaa)—Wish, desire, will.

ਮਨਸੂਖ (mansookh)—Rescinded, annulled.

ਮਨਸੂਬਾ (mansoobaa)—Plan, intention.

ਮਨਹੂਸ (manhoos)—Iauoicious, unlucky.

ਮਨੱਕਾ (mankaa)—Dried grapes.

ਮਨਚਲਾ (manchalaa) — Fearness, assiduos, bold.

ਮਨਜ਼ੂਰ (manzoor)—Accepted, agreeable.

ਮੰਨਣਾ (mannnaa)—To agree, to profess, to accept.

ਮੰਨਤ (mannat)—Vow, promise, decision to offer something to a deity after fulfilmentof desire.

ਮੰਨਵਾਉਣਾ (manvaaunaa)—To make one to agree.

ਮਨ੍ਹਾਂ (manhaan)—Forbidden, prohibited.

ਮਨਾਉਣਾ (manaaunaa)—To persuade, to appease.

ਮਨੁੱਖਤਾ (manukkhtaa)—Humanity, manhood, civility.

ਮਨੋਹਰ (manohar)—Alluring, beautiful, lovely.

ਮਨੋਰੰਜਨ (manoranjan)—Recreation.

ਮਨੋਰਥ (manorath)—Wish, hope, desire.

ਮਨੌਤੀ (manautee)—Postulate, promise.

ਮਮਟੀ (mamtee)—A small room built above the first storey.

ਮੰਮਾ (mammaa)—Breast, teat.

ਮਮਿਆਉਣਾ (mamiaaunaa)—(for goats) To bleat.

ਮਰਹੂਮ (marhoom)—Late, dead, expired.

ਮਰਕਜ਼ (markaz)—Centre, axis.

ਮਰਕਜ਼ੀ (markazee)—Central.

ਮਰਜ਼ (maraz)—Disease, ailment, illness.

ਮਰਜ਼ੀ (marzee)—Willingness, desire.

ਮਰਜੀਵੜਾ (marjeevaraa)—Living poorly, stingy, miser.

ਮਰਦ (marad)—Man, husband.

ਮਰਦਾਨਾ (mardaanaa)—Male, manlike, manly.

ਮਰਦਮਸ਼ੁਮਾਰੀ (mardamshumaaree)—Census.

ਮਰਨ (maran)—Death.

ਮਰਨ ਕਿਨਾਰੇ (maran kinare)—Death bed, dying.

ਮਰਨਾ (marnaa)—To die, to pass away, to expire.

ਮਰਮਰ (marmar)—Marble.

ਮਰਯਾਦਾ (maryaadaa)—Decorum, custom, propriety of conduct.

ਮਰਯਾਦਾਹੀਣ (maryaadaaheen)—Wanton, unconventional.

ਮਰਲਾ (marlaa)—A unit of area measuring 1/160th of an acre. 5 yards square or 25 square yards.

ਮਰੀਅਲ (mariyal)—Sickly, feeble, weak.

ਮਰੀਜ਼ (mareez)—Patient, sick, ill.

ਮਰੋੜ (maror)—Twist, tortion, contortion.

ਮਰੋੜਨਾ (marornaa)—To twist, to wring, to contrast.

ਮਰੋੜਾ (maroraa)—Twist, dysentery.

ਮਲਕ (malak)—King, chieftain, name of a Khatri subcaste.

ਮਲਕਾ (malkaa)—Queen, empress.

ਮਲਕੀਅਤ (malkiat)—Possesion, ownership, property.

ਮਲੰਗ (malang)—Fakir, Muslim mendicant, carefree.

ਮੱਲਣਾ (mallnaa)—To occupy (seat, land).

ਮਲਬਾ (malbaa)—Refuse, debris, rubbish.

ਮਲ੍ਹੱਪ (malapp)—Worm round worm nematode, stomach.

ਮਲ੍ਹਮ (malham)—Ointment, salve.

ਮਲਮਲ (malmal)—Muslin, linen.

ਮਲਾਈ (malaaee)—Cream (of milk), essence.

ਮਲਾਹ (malaah)—Boatman, sailor, oarsman.

ਮਲਾਲ (malaal)—Remorse, dejection, rower.

ਮਲੀਆਮੇਟ (maliaamet)—Totally or completely destroyed.

ਮਲੀਦਾ (maleedaa)—Crushed, mashed.

ਮਲੂਕ (malook)—Delicate, tender, unfit for hand work.

ਮਲੇਛ (malechh)—Wicked, barbarian, outcaste, sinful person, of low caste.

ਮਵਾਦ (mavaad)—Pus, purulent, matter.

ਮਵੇਸ਼ੀ (maveshee)—Cattle, beast.

ਮੜ੍ਹਨਾ (marhnaa)—To wrap, to surround with a layer.

ਮੜੀ (marhee)—Funeral pyre, memorial built at site of cremation.

ਮਾਂ (maan)—Mother.

ਮਾਊਂ (maaun)—Coward, timid, foolish, silent, cat's mew.

ਮਾਅਨਾ (maaynaa)—Meaning.

ਮਾਇਆ (maaiaa)—Money, illusion, magical power of deity.

ਮਾਸ (maas)—Flesh, meat, month.

ਮਾਸਖੋਰ (maaskhor)—Carnivorous.

ਮਾਸਟਰ (maaster)—Teacher, master.

ਮਾਸਾਹਾਰੀ (maasaahaaree)—Non-vegetarian.

ਮਾਸਿਕ (maasik)—Monthly, per month.

ਮਾਹੌਲ (maahol)—Environment, atmosphere.

ਮਾਚਸ (maachas)—Match-box, match stick, lucifer match.

ਮਾਂਜਣਾ (maanjnaa)—To scrub, to cleanse, to scour.

ਮਾਜਰਾ (maajraa)—Happening, occurence, indicent, matter.

ਮਾਣ (maan)—Respect, honour, esteem, pride, self-respect.

ਮਾਣ-ਹਾਨੀ (maan-haane)—Loss of self-respect, humilliation, disgrace, insult.

ਮਾਣ-ਕਰਨਾ (maan-karnaa)—To be proud, to respect.

ਮਾਤਮ (maatam)—Death, bereavement.

ਮਾਤਮ-ਕਰਨਾ (maatam-karnaa)—To moum, to lament.

ਮਾਤਮਪੁਰਸੀ (maatampursee)—Consolence.

ਮਾਤਾ (maataa)—Mother, small pox.

ਮਾਨਤਾ (maantaa)—Recognition.

ਮਾਪ (maap)—Measurement, size, dimension.

ਮਾਪਣਾ (maapnaa)—To measure, to take measurement.

ਮਾਫ਼ (maaf)—Pardoned, excused.

ਮਾਫ਼-ਕਰਨਾ (maaf-karnaa)—To condone, to excuse, to remit, to pardon.

ਮਾਫ਼ਕ (maafak)—Suitable, fit, favourble, agreeable, like.

ਮਾਫ਼ੀ (maafee)—Pardon, remission.

ਮਾਫ਼ੀਨਾਮਾ (maafeenaamaa)—Written apology, request for pardon.

ਮਾਮਲਾ (maamlaa)—Affair, matter, problem, business.

ਮਾਮੂਲੀ (maamoolee)—Ordinary, insignificant, common, petty, trivial.

ਮਾਯੂਸ (maayoos)—Disappointed, furstrated.

ਮਾਰ (maar)—Beating, range, blow.

ਮਾਰਕਾਟ (maarkaat)—Riot, flight.

ਮਾਰਧਾੜ (maardhaar)—Robbery, spoilation.

ਮਾਰਗ (maarag)—Path, road, passage, channle, way.

ਮਾਰਨਾ (maarnaa)—To kill, to hit, to beat.

ਮਾਰਫ਼ਤ (maarfat)—Through, by, care of, via.

ਮਾਲ (maal)—Public revenue, luggage, goods, money, wares.

ਮਾਲਗੱਡੀ (maalgadee)—Goods train.

ਮਾਲਦਾਰ (maaldaar)—Wealthy.

ਮਾਲਮਤਾ (maalmattaa)—Wealth, effects.

ਮਾਲ-ਗੁਦਾਮ (maalgudaam)—Godown.

ਮਾਲਸ਼ (maalash)—Rubbing of oil on body, massage.

ਮਾਲਸ਼ੀਆ (malshiaa)—Masseur.

ਮਾਲਕ (maalak)—Owner, master, lord, proprieter, husband.

ਮਾਲਕੀ (maalkee)—Ownership.

ਮਾਲਾ (maalaa)—Garland, rosary.

ਮਾਲਾਮਾਲ (maalaamaal)—Very rich, very wealthy.

ਮਾੜਾ (maaraa)—Weak, poor, bad, very little.

ਮਾੜਾ-ਮੋਟਾ (maaraa-motta)—Ordinary, cheap, to some extent.

ਮਿਆਦ (miaad)—Duration, time, tenure, period, durability, term.

ਮਿਆਨ (miyaan)—Sheath, scabbard.

ਮਿਆਰ (miyaar)—Standard.

ਮਿਸਤਰੀ (mistree)—Craftman, artisan.

ਮਿਸਰੀ (misree)—Sugar candy.

ਮਿਸਲ (misal)—File of office or court.

ਮਿਸਾਲ (misaal)—Example, instance.

ਮਿੱਸੀ (missee)—Mixed.

ਮਿੱਸੀ-ਰੋਟੀ (missee-rotee)—Bread by mixing wheat flour and gram flour.

ਮਿਹਣਾ (mehnaa)—To reproach, to chide, to upraide.

ਮਿਹਨਤ (mehnat)—Labour, hard work, toil, effort.

ਮਿਹਨਤੀ (mehnatee)—Hard-working, labourious.

ਮਿਹਨਤਾਨਾ (mehnatanaa)—Wages, remuneration.

ਮਹਿਮਾਨ (mahemaan)—Guest.

ਮਹਿਮਾਨੀ (mahemaanee)—Hospitality, care and service of guests.

ਮਿਹਰ (mehar)—Kindness, mercy, compassion.

ਮਿਹਰਬਾਨ (meharbaan)—Merciful, compassionate.

ਮਿਹਰਬਾਨੀ (meharbaanee)—Kindness, benevolence.

ਮਿਕਦਾਰ (mikdaar)—Quantity, proportion.

ਮਿਜ਼ਾਜ (mizaaj)—Tempramemt, mood, nature, disposition.

ਮਿੱਝ (mijj)—Marrow, pitch, pulp.

ਮਿੰਟ (mint)—Minute.

ਮਿਟਣਾ (mitnaa)—To be erased, to be wiped out.

ਮਿਟਾਉਣਾ (mitaaunaa)—To erase, to wipe off, to destroy.

ਮਿੱਟੀ (mittee)—Soil, dust, clay, ashes, earth.

ਮਿੱਟੀ ਦਾ ਤੇਲ (mittee da teal)—Kerosene oil.

ਮਿੱਠਾ (mitthaa)—Sweet, delicious.

ਮਿਠਾਸ (mithaas)—Sweetness.

ਮਠਿਆਈ (mathiaaee)—Sweetmeat, confectionary, candy.

ਮਿੱਤਰ (mittar)—Friend, comrade, companion.

ਮਿਤੀ (mitee)—Date.

ਮਿੱਥਣਾ (mithnaa)—To decide, to imagine, to allocate.

ਮਿੱਥਿਆ (mithiaa)—Untrue, false, delusion, lie.

ਮਿਧਣਾ (midhnaa)—To crush (under feet), to trample, to pound.

ਮਿੰਨਤ (minnat)—Request, entreaty, supplication.

ਮਿਰਗ (mirag)—Deer, antelope.

ਮਿਰਗੀ (mirgee)—Epilpsy, apoplexy.

ਮਿਰਚ (mirach)—Chilli.

ਮਿਰਤੂ (mritoo)—Death, mortality, thanatos.

ਮਿਰਤੂ-ਦੰਡ (mritoo-dand)—Death sentence, death penalty.

ਮਿਲਣ (milan)—Meeting, union, mixing, contact.

ਮਿਲਣਸਾਰ (milansaar)—Sociable, qourteous.

ਮਿਲਣਾ (milnaa)—To meet, to merge, to assamble.

ਮਿਲਣਾ-ਜੁਲਣਾ (milnaa-julnaa)—To meet cordially.

ਮਿਲਾਪ (milaap)—Union, concord, social intercourse.

ਮਿਲਾਪੜਾ (milaapraa)—Sociable, courteous, amiable.

ਮਿਲਾਵਟ (milaavat)—Adulteration, blend, additive

ਮਿਲਾਵਟ ਕਰਨਾ (milaavat karnaa)—To adulterate.

ਮਿਲਾਵਟੀ (milaavatee)—Adulterated.

ਮਿਲੀ-ਭਗਤ (milee-bhagat)—Collusion, conspiracy, secret understanding.

ਮੀਸਣਾ (meesnaa)—Preverse, not disposed to answer.

ਮੀਂਹ (meenh)—Rain.

ਮੀਚਣਾ (meechnaa)—To close, to shut (eyes).

ਮੀਟਣਾ (meetnaa)—To shut or close (as eye, palm, book etc.)

ਮੀਨਾ (meenaa)—A type of precious stone of blue colour used in inset work.

ਮੀਨਾਕਾਰ (meenaakaar)—Artist or craftsman skilled in inset work in metal, a painter of intricate designs.

ਮੀਨਾਕਾਰੀ (meenaakaaree)—Inset work in stone, painting or any other visual art in intricate designs.

ਮੁਆਇਨਾ (muaainaa)—Inspection, visitation, visit.

ਮੁਆਫ਼ਕ (muaafak)—Agreeable, favourable, suitable, effective.

ਮੁਆਵਜ਼ਾ (muaavazaa)—Compensation.

ਮੁਆਵਜ਼ਾ ਦੇਣਾ (muaavazaa denaa)—To compensate, to indemnify.

ਮੁਸ਼ਕ (mushak)—Smell, odour, fragrance, stench, stink.

ਮੁਸ਼ੱਕਤ (mushakat)—Hard work, labour, toil.

ਮੁਸਕਰਾਹਟ (muskaraahat)—Smile.

ਮੁਸ਼ਕਲ (mushkal)—Difficult, trouble, hardship, intricate.

ਮੁਸ਼ਟੰਡਾ (mushtandaa)—Stout, robust, strong & powerful (not in good sense).

ਮੁਸਲਮਾਨ (musalmaan)—Mohammedan, muslim.

ਮੁਸਾਫ਼ਰ (musaafar)—Traveller, passenger.

ਮੁਸੀਬਤ (museebat)—Misfortune, calamity, trouble.

ਮੁਹਤਾਜ (muhtaaj)—Needy, dependent, poor.

ਮੁਹੱਬਤ (muhabbat)—Love, affection.

ਮੋਹਰ (mohar)—Seal, stamp, gold coin.

ਮੁਹਰਬੰਦ (muharband)—Sealed.

ਮੁਹਲਤ (muhalat)—Duration, limit of, reprieve.

ਮੁਹੱਲਾ (muhalla)—Particular portion of town, mohallaa.

ਮੁਹਾਂਦਰਾ (muhaandraa)—Feature (facial), appearance, face, form.

ਮੁਹਾਰਤ (muhaarat)—Expertness.

ਮੁਹਾਲ (muhaal)—Difficult, absurd.

ਮੁਹਾਵਰਾ (muhaavraa)—Idiom, usage.

ਮੁਹਿੰਮ (muhimm)—Compaign, attack, expedition.

ਮੁਕਟ (mukat)—Crown, crest.

ਮੁੱਕਣਾ (muknaa)—To end, to be finished.

ਮੁਕਤ (mukat)—Free, released, liberated, redeemed.

ਮੁਕੱਦਰ (mukaddar)—Fortune, destiny, fate.

ਮੁਕੰਮਲ (mukammal)—Complete, entire, finalised, finished.

ਮੁਕਰਨਾ (mukarnaa)—To go back upon, to retreat.

ਮੁਕੱਰਰ (mukarrar)—Appointed, assigned, nominated, settled, repeat, say again.

ਮੁਕੱਰਰ ਕਰਨਾ (mukarrar karnaa)—To appoint, to assign, to determine, to set.

ਮੁੱਕਾ (mukkaa)—Fist, blow with a fist.

ਮੁਕਾਉਣਾ (mukaaunaa)—To bring to an end, to finish, to spend, to consume.

ਮੁਕਾਣ (mukaan)—Consoling, condolence.

ਮੁਕਾਬਲਾ (mukaabalaa)—Competition, encouter, comparision.

ਮੁਕਾਮ (mukaam)—Place, locale, site, halting place.

ਮੁੱਖ (mukkh)—Main, principal, premier, topmost, head, leading, first, chief.

ਮੁੱਖਮੰਤਰੀ (mukkhmantree)—Chief minister

ਮੁਖਤਾਰ (mukhtaar)—Attorney, agent.

ਮੁਖ਼ਬਰ (mukhbar)—Reporter, informer, spy.

ਮੁਖੜਾ (mukhraa)—Mouth, face.

ਮੁਖਾਲਫ਼ (mukhaalaf)—Opposite, antagonistic, adversary.

ਮੁਖਾਲਫ਼ਤ (mukhaalafat)—Opposition.

ਮੁਖੀ (mukhee)—Head, chief.

ਮੁਖੀਆ (mukheeiaa)—Leader, chief.

ਮੁਖੋਟਾ (mukhotaa)—Mask.

ਮੁਗਾਲਤਾ (mugaaltaa)—Misunderstanding.

ਮੁੱਛ (muchchh)—Mostaches, whiskers.

ਮੁਜ਼ਰਮ (mujaram)—Criminal, offender.

ਮੁਜਰਾ (mujraa)—Professional singing and dancing by prostitutes

ਮੁਜਾਹਿਦ (mujaahid)—Crusader.

ਮੁਜ਼ਾਹਿਰਾ (muzaahiraa)—Demonstration.

ਮੁੰਜੀ (munjee)—Rice, paddy.

ਮੁਟਾਪਾ (mutaapaa)—Fatness, corpulence.

ਮੁਟਿਆਰ (mutiaar)—A yound woman, maiden, damsel.

ਮੁੱਠ (mutth)—Grip, clutch, handful.

ਮੁੱਠਭੇੜ (mutthbar)—Encounter, tussle, clash, skirmish.

ਮੁੱਠੀ (mutthee)—Grip, fist.

ਮੁੱਠੀ-ਭਰ (mutthee-bhar)—Very few, a little.

ਮੁੰਡਨ (mundan)—Tonsure.

ਮੁੰਡਾ (mundaa)—Boy, lame, lad, urchin.

ਮੁੰਡਾ-ਖੁੰਡਾ (mundaa khundaa)—Boy irresponsible fellow.

ਮੁੱਢ (muddh)—Root, origin, begining.

ਮੁੱਢਲਾ (muddhlaa)—Primary, initial, elementary, original, preliminary.

ਮੁਤੱਲਕ (mutalak)—About, regarding, in connection with.

ਮੁਤਾਬਕ (mutaabak)—Corresponding, suitable, conforming, similar, according to, on or under the authority of.

ਮੁਥਾਜ (muthaaj)—Needy, in want, dependent, indigent.

ਮੁੱਦਈ (muddaee)—Plaintiff, complainant, prosecutor.

ਮੁੱਦਤ (muddat)—Duration, space of time.

ਮੁੰਦਰੀ (mundaree)—Ring, finger ring.

ਮੁੰਨਣਾ (munnaa)—To shave, to cheat.

ਮੁਨਾਦੀ (munaadee)—Proclamation by beat of drum.

ਮੁਨਾਫ਼ਾ (munaafaa)—Profit, gain.

ਮੁਨਾਫ਼ਾਖੋਰ (munaafaakhor)—Profiteer.

ਮੁਨਿਆਰੀ (muniaaree)—General stores, grocery.

ਮੁਨੀਮ (muneem)—Accountant.

ਮੁਫ਼ਤ (mufat)—Free, gratis.

ਮੁਬਾਰਕ (mubaarak)—Congraulation, welcome, blessed, auspicious.

ਮੁਮਕਿਨ (mumkin)—Possible, feasible

ਮੁਰਸ਼ਦ (murshad)—Spiritual teacher, preceptor.

ਮੁਰਗਾ (murgaa)—Cock, rooster, broiler, male chicken.

ਮੁਰਗੀ (murgee)—Hen, female chicken.

ਮੁਰਗੀਖਾਨਾ (murgeekhaanaa)—Poultry farm.

ਮੁਰਝਾਉਣਾ (murjhaaunaa)—To fade, to droop, to become dejected.

ਮੁਰਦਾ (murdaa)—Dead body, lifeless, deceased.

ਮੁਰਦਾਘਰ (murdaaghar)—Mortuary.

ਮੁਰੱਬਾ (murabbaa)—Jam, marmalade, square.

ਮੁਰੰਮਤ (murammat)—Repair, beating.

ਮੁਰਮੁਰਾ (murmuraa)—Parched, millet or maize, crisp.

ਮੁਰਲੀ (murlee)—Flute, pipe.

ਮੁਰਾਦ (muraad)—Wish, desire.

ਮੁਰਾਦ-ਮੰਗਣੀ (muraad-mangnee)—To pray for boon.

ਮੁਰੀਦ (mureed)—Follower, pupil, devotee, disciple.

ਮੁੱਲ (mull) — Cost, price, value.

ਮੁਲਕ (mulak)—Country, domain, region.

ਮੁਲਜਮ (mulzam)—Accused.

ਮੁਲਤਵੀ (multavee)—Adjourned, postponed.

ਮੁਲਤਵੀ ਕਰਨਾ (multavee karnaa) —To adjourn.

ਮੁਲਾਇਮ (mulaaim)—Tender, soft, gentle.

ਮੁਲਾਇਮ ਕਰਨਾ (mulaaim karnaa) —To soften.

ਮੁਲਾਹਜਾ (mulaahjaa)—Consideration, kindness, regard.

ਮੁਲਾਕਾਤ (mulaakaat)—Meeting, visit, interview.

ਮੁਲਾਜ਼ਮ (mulaazam)—Servant.

ਮੁੜ (mur)—Again.

ਮੁੜ-ਮੁੜ (mur-mur)—Repeatedly, again and again.

ਮੁੜਨਾ (murnaa)—To come back, to return, to bend.

ਮੂੰਹ (moonh)—Mouth, face.

ਮੂੰਹ ਚਟਣਾ (moonh chattnaa)—To lick, to fondle.

ਮੂੰਹ ਜ਼ਬਾਨੀ (moonh zabanee)—Oral.

ਮੂੰਹ ਫਟ (moonh phat)—Blunt, insolent, abusive.

ਮੂਤ (moot)—Urine.

ਮੂਰਖ (moorakh)—Foolish, stupid, idiotic, silly.

ਮੂਰਖਤਾ (muoorakhtaa)—Stupidity, foolishness.

ਮੂਰਤ (moorat)—Portrait, form, picture.

ਮੂਰਤੀ (murtee)—Statue, effigy, idol.

ਮੂਰਤੀਕਾਰ (murteekaar)—Iconographer.

ਮੂਰਤੀ-ਪੂਜਾ (murteepoojaa)—Idol worship, idolatory.

ਮੂਲ (mool)—Root, source, substantive, principal.

ਮੂਲ-ਅਧਿਕਾਰ (mool-adhikaar)—Fundamental right.

ਮੂਲ-ਧਨ (mool-dhan)—Capital.

ਮੂਲੀ (moolee)—Radish.

ਮੂੜ੍ਹ (moorh)—Simpleton, fool, stupid, demented.

ਮੇਖ (mekh)—Nail, hob nail, brad, pegcotter.

ਮੇਚ (mech)—Measurement, size, fitting, matching.

ਮੇਚ-ਲੈਣਾ (mech-laenaa)—To take measurement (for garments, shoes etc.).

ਮੇਜ਼ (mez)—Table.

ਮੇਜ਼-ਪੋਸ਼ (mez-posh)—Table cloth.

ਮੇਜ਼ਬਾਨ (mezbaan)—Host.

ਮੇਟਣਾ (metnaa)—To erase, to delete, to rub off, to wipe.

ਮੇਮਣਾ (memnaa)—Lamb.

ਮੇਲ (mel)—Connection, harmony, match, guests collected as marriage or other family function.

ਮੇਲਣਾ (melnaa)—To gather, to mix, to cause to meet.

ਮੇਲਾ (melaa)—Fair, assembliatge.

ਮੈਦਾਨ (maidaan)—Open field, ground.

ਮੈਦਾਨ-ਮਾਰਨਾ (maidaan maarnaa)—To win, to go to answer the call of nature.

ਮੈਲ (mail)—Dirt, rust, mud.

ਮੈਲਖੋਰਾ (mailkhoraa)—Dust coloured, gray, colour that would not look dirty soon.

ਮੋਹ (moh)—Attraction, affection, love, attachment.

ਮੋਹਣਾ (mohnaa)—To fascinate, to attract infatuate, attractive, handsome, charming.

ਮੋਹਰਲਾ (moharlaa)—Earlier, foremost, front, leading.

ਮੋਹੜੀ (mohree)—Small wooden pillar.

ਮੋਹਿਤ (mohit)—Enchanted, allured fascinated.

ਮੋਚ (moch)—Sprain, twist.

ਮੋਚਣਾ (mochnaa)—To pull out.

ਮੋਚੀ (mochee)—Shoemaker.

ਮੋਟਾ (motaa)—Fat, heavy, fleshy.

ਮੋਟਾ ਝੋਟਾ (motaa jhotaa)—Rough coarse.

ਮੋਟਾ ਤਾਜ਼ਾ (motaa taazaa)—Robust, plump.

ਮੋਟੀ (motee)—Fat.

ਮੋਟੀ ਅਕਲ (motee akal)—Dullness, poor intelligence.

ਮੋਟੀ ਸਾਮੀ (motee saamee)—Rich wealthy, opulent person.

ਮੋਢਾ (modhaa)—Shoulder.

ਮੋਦੀ (modee)—Storekeeper, gain dealer, steward.

ਮੋਨਾ (monaa)—Clean shaven, (one) with cropped hair.

ਮੋਮ (mom)—Wax, tallow.

ਮੋਮਜਾਮਾ (momjaamaa)—Oil cloth, waterproof cloth.

ਮੋਮ-ਦਿਲ (mom-dil)—Soft hearted, kind, merciful.

ਮੋਮਬਤੀ (mombattee)—Candle.

ਮੋਮੀ (momee)—Waxy, waxen.

ਮੋਰ (mor)—Peacock.

ਮੋਰਚਾ (morchaa)—Trench, defence post.

ਮੋਰਚਾਬੰਦੀ (morchaabandee)—Enternchment.

ਮੋਰੀ (moree)—Hole, sewer.

ਮੋੜ (mor)—Bend, twist, turn of road.

ਮੋੜਦਾਰ (mordaar)—Zigzag.

ਮੋੜਨਾ (mornaa)—To bend, to twist, to return.

ਮੌਸਮ (mausam)—Weather, season.

ਮੌਕਾ (maukaa)—Opportunity, chance.

ਮੌਕਾਪ੍ਰਸਤ (maukaaprast)—Opportunist.

ਮੌਜ (mauj)—Enjoyment, pleasure, emotion, delight.

ਮੌਜੀ (maujee)—Carefree (fellow), gayful.

ਮੌਜ਼ਾ (mauzaa)—Sock, stocking.

ਮੌਤ (maut)—Death, mortality, demise. calamity.

ਯ

ਯ Thirty first letter of Gurmukhi alphabets, pronounced as 'yayyaa'.

ਯਹੂਦੀ (yahoodee)—Jew.

ਯਕਤਰਫ਼ਾ (yaktarfaa)—Unilateral, one sided.

ਯਕਦਮ (yakdam)—Immediately.

ਯੱਕਮੁਸ਼ਤ (yakmusht)—In one instalment, as a whole.

ਯੱਕੜ (yakar)—Meaningless or nonsensical talk, gossip.

ਯੱਕਾ (yakkaa)—Tonga, ace.

ਯੱਕਾਯਕ (yakkaayak)—All of a sudden.

ਯਕੀਨ (yakeen)—Confidence, assurance, faith.

ਯਕੀਨਨ (yakeenan)—Definitely, surely, certainly.

ਯੱਖ਼ (yakkh)—Ice, snow, ice cold.

ਯੱਗ (yagg)—Religious sacrifice, oblation.

ਯਤਨ (yatan)—Effort, attempt.

ਯੰਤਰ (yantar)—Instrument, machine, implement.

ਯਤੀਮ (yateem)—Orphan, father-less child.

ਯਤੀਮਖ਼ਾਨਾ (yateemkhaanaa)—Orphanage.

ਯਥਾਰਥ (yathaarath)—Reality, fact, accurate.

ਯਥਾਰਥਵਾਦ (yathaarathvaad)—Realism.

ਯਮਲਾ (yamlaa)—Unintelligent, stupid, clever but pretending to be a simpleton.

ਯਰਕਾਉਣਾ (yarkaaunaa)—To bully, to cow down.

ਯਰਕਾਨ (yarkaan)—Jaundice.

ਯਾਰਾਨਾ (yaraanaa)—Friendship, association, illegal love affairs.

ਯਾਚਨਾ (yaachnaa)—Appeal, petition, request.

ਯਾਤਰਾ (yaatraa)—Journey, pilgrimage, travel.

ਯਾਤਰੀ (yaatree)—Traveller, pilgrim.

ਯਾਦ (yaad)—Remembrance, memory, recollection.

ਯਾਦ-ਆਉਣਾ (yaad-aaunaa)—To remember.

ਯਾਦਗਾਰ (yaadgaar)—Memorial, commenoration.

ਯਾਦਾਸ਼ਤ (yaadaasht)—Memory.

ਯਾਨੀ (yaanee)—Namely, that is, that is to say, I mean.

ਯਾਰ (yaar)—Lover, paramour, friend. companion.

ਯੁੱਗ (yug)—Era, period, age, epoch.

ਯੁੱਧ (yuddh)—War, battle, combat, hostilities.

ਯੁੱਧ-ਵਿਰਾਮ (yuddh-viraam)—Truce,

ਯੁੱਧ-ਭੂਮੀ (yuddh-bhoomee)—Warfiled, battle field.

ਯੋਗ (yog)—Yoga, suitable, qualified, capable.

ਯੋਗਦਾਨ (yogdaan)—Contribution.

ਯੋਜਨਾ (yojnaa)—Plan, scheme.

ਯੋਜਨਾਬੱਧ (yojnaabadh)—Planned.

ਯੋਨੀ (yonee)—Vegina, source.

ਰ

ਰ Thirty second letter of Gurmukhi alphabets, pronounced as 'raaraa'.

ਰਈਸ (raees)—Rich person. nobleman.

ਰੱਸ (ras)—Juice, essence, taste, enjoyment.

ਰਸਹੀਣ (rasheen)—Tasteless.

ਰੱਸਦਾਰ (rasdaar)—Juicy.

ਰਸ਼ਕ (rashak)—Envy, emulation.

ਰਸਤਾ (rastaa)—Road, path, route, way, street.

ਰਸਦ (rasad)—Provision, ration, supplies.

ਰਸਨਾ (rasnaa)—Tongue.

ਰਸਮ (rasam)—Custom, ritual, ceremony, rite.

ਰਸਮੀ (rasmee)—Customary, ceremonial.

ਰੱਸਾ (rassaa)—Rope.

ਰੱਸਾਕਸ਼ੀ (rassaakashee)—Tug of war.

ਰਸਾਤਲ (rasaatal)—Under world, hell, lowest layer.

ਰਸਾਲਾ (rasaalaa)—Cavalry, battalion, magazine, journal.

ਰੱਸੀ (rasee)—Cord, string, twine.

ਰਸੀਦ (raseed)—Receipt, acknowledgment, a note.

ਰਸੀਲਾ (reseelaa)—Delicious, tasty, attractive, sweet.

ਰਸੂਖ਼ (rasookh)—Influnce, access, friendship.

ਰਸੋਈ (rasoee)—Kitchen.

ਰਸੋਈਆ (rasoeeiaa)—Cook.

ਰਹੱਸ (raihass)—Secret, mystery, enigma.

ਰਹੱਸਮਈ (raihassmaiee)—Mysterious, mystical.

ਰਹਿਣਾ (raihnaa)—To reside, to remain, to live, to stay.

ਰਹਿਨੁਮਾ (raihnumaa)—Guide.

ਰਹਿਨੁਮਾਈ (raihnummaie)—Guidance.

ਰਹਿਬਰ (raihbar)—Leader.

ਰਹਿਮ (raihm)—Mercy, pity, kindness, sympathy.

ਰਕਤ (rakat)—Blood.

ਰਕਬਾ (rakbaa)—Area.

ਰਕਮ (rakam)—Sum, money.

ਰਕਾਬ (rakaab)—Stirrup.

ਰਖਸ਼ਕ (rakshak)—Protector, saviour.

ਰੱਖਣਾ (rakhnaa)—To keep, to put, to hold, to have, to contain, to engage.

ਰੱਖਵਾਲਾ (rakhwaalaa)—Guard, keeper, protector, guardian.

ਰੱਖਿਆ (rakhiyaa)—Safety, protection, patronage.

ਰਖੇਲ (rakhel)—Concubine, mistress, keep.

ਰਗ (rag)—Vein, nerve, streak.

ਰੰਗ (rang)—Colour, complextion, dye, paint.

ਰੰਗ-ਉਡਣਾ (rang-udnaa)—To fade, to turn pale with fear.

ਰੰਗਦਾਰ (rangdaar)—Coloured.

ਰੰਗਸ਼ਾਲਾ (rangshaalaa)—Theater.

ਰੰਗਸਾਜ਼ (ransaaz)—Painter, dyer.

ਰੰਗ-ਬਰੰਗਾ (ran-brangaa)—Colouful, multicoloured.

ਰੰਗਵਾਈ (rangwaie)—Act of dyeing.

ਰੰਗਮੰਚ (rangmanch)—Stage.

ਰੰਗ-ਰਲੀਆਂ (rang-raliaan)—Merriment, mirth.

ਰੰਗ-ਰੂਪ (rang-roop)—Beauty, appearance, mode.

ਰੰਗਰੂਟ (rangroot)—Newly recruited soldier, novice.

ਰਗੜ (ragar)—Friction, abrasion, concussion.

ਰੰਗੀਨ (rangeen)—Coloured, painted, mirthful.

ਰੰਗੀਲਾ (rangeelaa)—Colourful, jovial, loving, showy, merry.

ਰਚਨਾ (rachnaa)—Creation, workmanship, literary composition.

ਰਚਨਾਕਾਰ (rachnaakaar)—Creator, writer, workman.

ਰਚਨਾਤਮਕ (rachnaatamak)—Constructive, creative, compositional.

ਰਚਨਾਵਲੀ (rachnaawalee)—Writings.

ਰੰਜ (ranj)—Grief, sorrow, pain, sadness.

ਰੰਜਕ (ranjak)—Gladdening, delighting.

ਰੱਜਣਾ (rajjnaa)—To eat to the fill, to be satisfied.

ਰਜ਼ਾ (razaa)—Will, God's pleasure, consent, assent.

ਰਜ਼ਾਕਾਰ (razaakaar)—Volunteer.

ਰਜ਼ਾਮੰਦ (razaamand)—Willing, consenting.

ਰਜ਼ਾਮੰਦੀ (razaamandee)—Agreement, willingness.

ਰਜਾਉਣਾ (rajaaunaa)—To fill, to satisfy, to feed to the full.

ਰਜ਼ਾਈ (razaaee)—Quilt, satisfied, happy.

ਰਟਣਾ (ratnaa)—To learn by rote, to repeat, to mug up.

ਰੰਡਾ (randaa)—Widower.

ਰੰਡੀ (randee)—Widow, prostitute.

ਰੰਡੀਬਾਜ਼ੀ (randeebaazee)—Adultery, prostitution.

ਰੰਡੀ-ਰੋਣਾ (randee-honaa)—Constant, whimpering, complaining or nagging.

ਰਣ (ran)—War, battle, combat.

ਰਣਭੂਮੀ (ranbhoomee)—Battle field.

ਰਣ-ਨੀਤੀ (ran-neetee)—Strategy.

ਰੱਤ (ratt)—Blood.

ਰਤਨ (ratan)—Gem, jewel, ruby.

ਰਥ (rath)—Chariot, carriage car.

ਰਥਵਾਨ (rathwaan)—Charioteer.

ਰੱਦ (radd)—Cancelled, null and void, rejected, repealed.

ਰੱਦ-ਕਰਨਾ (radd-karnaa)—To reject, to cancle, to set aside.

ਰੰਦਾ (randaa)—Carpenter's plane, jack plane, router place.

ਰੱਦੀ (raddee)—Waste, useless, waste paper, refuse.

ਰੰਨ (rann)—Woman, lady, wife.

ਰਨ (ran)—Run (cricket)

ਰਫ਼ਤਾਰ (raftaar)—Speed.
ਰਫ਼ੂ (rafoo)—Patching, darning.
ਰੱਬ (rabb)—God, Lord, divinity, providence.
ਰੱਬੀ (rabbee)—Godly, divine, providential.
ਰਮਣੀਕ (ramneek)—Beautiful, pleasurable, enjoyable.
ਰਮਤਾ (ramtaa)—Wandering, roving, rover.
ਰਲਣਾ (ralnaa)—To mix, to be intermixed, to resemble.
ਰਵਈਆ (ravaiyaa)—Attitude, behaviour, trend.
ਰਵਾਂ (ravaan)—Flowing, running, moving (for machinery or equipment), moving or working smoothly.
ਰਵਾਇਤ (ravaait)—Tradition, legend, history.
ਰਵਾਨਗੀ (ravaangee)—Departure, setting out, going.
ਰੜਕ (rarak)—Irritation, rankle, deficiency, animosity.
ਰੜਕਣਾ (raraknaa)—To munch, to eat with noise, to torment.
ਰਵਾਨਾ (ravaanaa)—Proceeding to, departed.
ਰਵਾਨਾ-ਹੋਣਾ (ravaanaa-honaa)—To depart, to start.
ਰਾਈ (raaee)—Mustard, charlock.
ਰਾਏ (raae)—Opinion, view, advice, counsel.
ਰਾਸ਼ਟਰ (raashter)—Nation, country, territory.
ਰਾਸ਼ਟਰ-ਗਾਨ (raashtar-gaan)—National anthem.
ਰਾਸ਼ਟਰਪਤੀ (raashtarpatee)—President.
ਰਾਸ਼ਟਰਵਾਦ (raashtarvaad)—Nationalism.
ਰਾਸ਼ਟਰੀਕਰਨ (rasshtreekaran)—Nationalization.
ਰਾਹ (raah)—Path, road, way, custom, method.
ਰਾਹਗੀਰ (raahgeer)—Traveller, dedestrain, wayfarer.
ਰਾਹਜ਼ਨ (raahzan)—Robber, highway-man.
ਰਾਹਦਾਰੀ (raahdaree)—Toll-tax, transit duties.
ਰਾਹਤ (raahat)—Relief, compenstion, aid to victims of calamities.
ਰਾਖ (raakh)—Ashes.
ਰਾਖਸ਼ (raakhash)—Demon, a giant, a monster, wicked person.
ਰਾਖਵਾਂ (raakhwaan)—Reserved.
ਰਾਖਾ (raakhaa)—Guard, protector, keeper, watchman.
ਰਾਗ-ਰੰਗ (raag-rang)—Merriment, dance and music, fun and frolic.
ਰਾਗਣੀ (raagnee)—Musical mode.
ਰਾਗੀ (raagee)—Singer, musician.
ਰਾਜ਼ਕਾਰ (raazkaar)—Confident, one who knows secret.
ਰਾਜਾ (raajaa)—King, ruler, monarch, sovereign.
ਰਾਜ਼ੀਨਾਮਾ (raazeenaamaa)—Deed of compromise, writ filed in court.
ਰਾਂਝਾ (raanjhaa)—Title of a lover of heer, beloved.
ਰਾਤ (raat)—Night.

ਰਾੜਨਾ (raarhnaa)—To roast.

ਰਿਆਇਆ (riaaiyaa)—The public, subject.

ਰਿਆਇਤੀ (riyaaitee)—Concessional.

ਰਿਆਸਤ (riyaasat)—Estate, deminion, territory.

ਰਿਆਸਤੀ (riyaasatee)—Dominiational, territorial.

ਰਿਆਜ਼ (riaaz)—Regular practice.

ਰਿਸਣਾ (risnaa)—To leak, to drip, to exude, to ooze.

ਰਿਸ਼ਤਾ (rishtaa)—Relationship, connection, engagement.

ਰਿਸ਼ਤੇਦਾਰ (rishtedaar)—Relative, kith and kin.

ਰਿਸ਼ਤੇਦਾਰੀ (rishtedaaree)—Relationship.

ਰਿਸ਼ਵਤਖੋਰੀ (rishwatkhoree)—bribery, corruption.

ਰਿਸ਼ੀ (rishee)—Saint, religious person.

ਰਿਹਾ (rihaa)—Released, discharged.

ਰਿਹਾ ਕਰਨਾ (rihaa karnaa)—To release, to liberate, to free.

ਰਿਹਾਇਸ਼ (rihaaish)—Residence, stay, dwelling.

ਰਿੱਛ (richchh)—Bear.

ਰਿਜ਼ਕ (rizak)—Provision, food, daily bread, subsistence.

ਰਿੱਝਣਾ (rijhnaa)—To boil, to simmer, to be boiled or throughly cooked, to sulk.

ਰਿਣ (rin)—Debt, obligation.

ਰਿਣ-ਪੱਤਰ (rin-patar)—Debenture.

ਰਿਣੀ (rinee)—Debtor, indebted, obliged.

ਰਿਤੂ (ritoo)—Season, weather, blood, menses.

ਰਿਵਾਜ (rivaaj)—Custom, fashion, pratice, usage.

ਰਿੜ੍ਹਨਾ (rirhnaa)—To slide, to roll, to slip.

ਰਿੜਕਣਾ (riraknaa)—To churn, churning, process churn.

ਰੀਸ (rees)—Habit of copying, following a precept, emulation.

ਰੀਸ-ਕਰਨੀ (rees-karnee)—To copy to imitate, to vie with.

ਰੀਂਗਣਾ (reengnaa)—To creep, to crawl.

ਰੀਝ (reejh)—Ardent desire, fondness or wish, longing.

ਰੀਤ (reet)—Custom, ceremony, ritual, mode, rite.

ਰੀਤੀ (reetee)—Custom, style.

ਰੀਤੀ-ਰਿਵਾਜ (reete-riwaaj)—Traditions, customs.

ਰੀਲ (reel)—Spool, cassette.

ਰੀੜ੍ਹ (reerh)—Back bone, spinal column, spine.

ਰੁੱਸਣਾ (rusnaa)—To be displeased, to be angry.

ਰੁਸਵਾਈ (ruswaaiee)—Disgrace, humiliation, infamy.

ਰੂਹਾਨੀ (ruhaanee)—Spiritual.

ਰੁਕਣਾ (ruknaa)—To stop, to stay, to halt.

ਰੁੱਕਾ (rukkaa)—Note, letter, a piece of paper on which message in written.

ਰੁਕਾਵਟ (rukaawat)—Resistance, blockade, barrier, check, obstacle.

ਰੁੱਖ (rukkh)—Tree.

ਰੁਖ਼ਸਤ (rukhsat)—Departure, leave, furlough.

ਰੁਖ਼ਸਤ ਕਰਨਾ (rukhsat karnaa)—To see off, to send away.

ਰੁੱਖਾ (rukkhaa)—Rough, rude, dry, inhospitable, rugged.

ਰੁਚੀ (ruchee) — Interest, taste, liking, tendency, aptitude.

ਰੁਜ਼ਗਾਰ (ruzgaar)—Service, occupation, trade, employment, job, profession.

ਰੁੰਡ-ਮੁੰਡ (rund-mund)—Truncated, doddered.

ਰੁਤਬਾ (rutbaa)—Status, rank, dignity, degree.

ਰੁਬਾਈ (rubaaee)—Stanza of four lines, a form of poetry.

ਰੁਮਕਣਾ (rumaknaa)—To blow slowly or elegantly.

ਰੁਮਾਂਸ (rumaans)—Romance.

ਰੁਮਾਂਚ (rumaanch)—Thrill, rapture.

ਰੁਮਾਲ (rumaal) — Handkercheif, searf.

ਰੁਲਣਾ (rulnaa)—To be trampled, to be uncared.

ਰੁਲਦਾ-ਖੁਲਦਾ (ruldaa-khuldaa)—In the state of neglect, uncared for.

ਰੁਲਾਉਣਾ (rulaaunaa)—To neglect, to leave uncared.

ਰੁੜ੍ਹਨਾ (rurhnaa)—To flow, to float, to be washed away.

ਰੂੰ (roon)—Cleaned cotton.

ਰੂੰ-ਕਤਣਾ (roon-katnaa)—To spin.

ਰੂ-ਬ-ਰੂ (roobaroo)—In front of, in the presence of before.

ਰੂਸੀ (roosee)—Dandruff, Russian language, people of Russia.

ਰੂਹ (rooh)—Soul, spirit, life.

ਰੂਪ (roop)—Beauty, form, countenance.

ਰੂਪਰੇਖਾ (rooprekhaa)—Outlines, blue print, synopsis.

ਰੂਪਵਾਦ (roopvaad)—Formalism.

ਰੂਪਵਾਨ (roopwaan)—Handsome, good looking.

ਰੂਪ-ਵਿਗਿਆਨ (roop-vigiaan)—Morphology.

ਰੂਪਾਤਮਕ (roopaatmak)—Formal.

ਰੂਪਕ (roopak)—Allegory, metaphor.

ਰੂਪਾਂਤਰ (roopaantar)—Adaptation, allotropic from.

ਰੂਪਾਂਤਰਣ (roopaantaran)—Metamorphism, modification, version.

ਰੂਪੋਸ਼ (rooposh)—Disappeared, hiding, underground, runaway, with face covered.

ਰੂੜ੍ਹੀ (roorhee)—Convention, motif, tradition.

ਰੂੜ੍ਹੀਗਤ (roorheegat)—Conventional, traditional, stereotype.

ਰੇਸ਼ਮ (resham)—Silk.

ਰੇਸ਼ਾ (rashaa)—Fibre, filament, bad cold, catarrh.

ਰੇਹੜੀ (rehree)—Small cart, hand cart.

ਰੇਖਾ (rekhaa)—Line, fate, destiny.

ਰੇਖਾ-ਚਿੱਤਰ (rekhaa-chittar)—Diagram, pen portrait.

ਰੇਗਮਾਰ (regmaar)—Sand paper.

ਰੇਗਿਸਤਾਨ (registaan)—Desert, sandy place.
ਰੇਤ (ret)—Sand.
ਰੇਤਣਾ (retnaa)—To file, to rasp.
ਰੇਤਲਾ (retlaa)—Sandy, silty.
ਰੇਤਲਾ-ਪੱਥਰ (retlaa-pathar)—Sandstone.
ਰੇਤੀ (retee)—File, rasp.
ਰੇਲ (rel)—Railway train.
ਰੇਲ-ਪਟੜੀ (rel-pattree)—Railway line, railway track.
ਰੇਲ-ਪੇਲ (rel-pel)—Crowd, rush, hustle and bustle.
ਰੇੜਕਾ (rerkaa)—Contention, quarrel, causeless dispute.
ਰੈਣ (rain)—Night.
ਰੈਣ-ਬਸੇਰਾ (rain-baseraa)—Night's stay, temorary stay.
ਰੋਸ਼ਨ (roshan)—Lighted, bright, conspicuous.
ਰੋਹ (roh)—Anger, rage, fury.
ਰੋਕ (rok)—Cash, money, barrier, interception.
ਰੋਕ-ਟੋਕ (rok-tok)—Restriction, resistance, destruction.
ਰੋਕੜ (rokar)—Ready money, cash, fund.
ਰੋਕੜ-ਖਾਤਾ (rokar-khaataa)—Cash book, cash account.
ਰੋਗ (rog)—Disease, ailment, disorder, illness, sickness.
ਰੋਗਨ (rogan)—Varnish, polish, oil paint.
ਰੋਚਕ (rochak)—Interesting, appetising.
ਰੋਚਕਤਾ (rochaktaa)—Liveliness.
ਰੋਜ਼ (roz)—Everyday, daily.
ਰੋਜ਼ਨਾਮਚਾ (roznaamchaa)—Dairy, logbook.
ਰੋਜ਼ਾ (rozaa)—Fast, fasting day.
ਰੋਜ਼ੀ (rozee)—Occupation, daily food, means of sustenance.
ਰੋਟੀ (rotee)—Bread, roasted cake, loaf, livelihood.
ਰੋਣ (ron)—Weeping, crying, blubber, wailing.
ਰੋਂਦੂ (rondoo)—Weepy, foul player, player who cheats.
ਰੋਲਣਾ (rolnaa)—To pick over, to overcome.
ਰੋੜਾ (roraa)—Pebble, fragments of stone.
ਰੋੜ੍ਹਨਾ (rorhnaa)—To sweep away, to wash away.
ਰੌਣਕ (raunak)—Splendour, elegance, mirht.
ਰੌਲਾ (raulaa)—Clamour, tumlut, uproar.
ਰੌਲਾ-ਗੌਲਾ (raulaa-gaulaa)—Fuse, noise, confusion.

ਲ

ਲ Thirty third letter of Gurmukhi alphabets, pronounced as 'lallaa'.
ਲਈ (laee)—For, to, for the sake of, in order to.
ਲਸੰਸਦਾਰ (lasansdaar)—Licensee, licence holder.
ਲਸ਼ਕਰ (lashkar)—Army, artillery men, host.
ਲੱਸੀ (lassee)—Drink by churring curd with water, buttermilk.

ਲਹਿਜਾ (lahejaa)—Accent, tone.

ਲਹਿਣਾ (lahenaa)—Luck, an outstanding debt, to get down, to descend.

ਲਹਿੰਦੀ (lahindee)—A language spoken in West Punjab (now in Pakistan).

ਲਹਿਰ (laher)—Wave, surf, whim, movement.

ਲਹਿਰਾਉਣਾ (laheraaunaa)—To wave, to ripple, to fluctuate.

ਲਹੂ (lahoo)—Blood.

ਲੱਕ (lakk)—Waist, gridle.

ਲੱਕ-ਟੁੱਟਣਾ (lakk-tutnaa)—To be disappointed.

ਲੱਕ-ਬੰਨ੍ਹਣਾ (lakk-bannaa)—To get ready, grid up to loins.

ਲਕਸ਼ (lakash)—Aim, objective target.

ਲਕਵਾ (lakwaa)—Paralysis, palsy.

ਲੱਕੜ (lakkar)—Wood, timber, firewood.

ਲੱਕੜਹਾਰਾ (lakkarhaaraa)—Woodcutter.

ਲੱਕੜ-ਮੰਡੀ (lakkar-mandee)—Timber market.

ਲਕੜਬੱਘਾ (lakar bagghaa)—Jaguar, hyaena.

ਲੰਕਾ (lankaa)—Ceylon, Srilanka courty.

ਲਕੀਰ (lakeer)—Line, stripe.

ਲੱਖ (lakkh)—Lac, one hundred thousand.

ਲੱਖਪਤੀ (lakkhpatee)—Rich, millionaire.

ਲੰਗੜਾ (langraa)—Crippled, lame.

ਲੱਗਣਾ (laggnaa)—To pinch, to have painful sensation.

ਲਗਨ (lagan)—Attachment, affection, devotion, auspicious time.

ਲੱਗਭਗ (lagbhag)—Approximately, almost, about.

ਲੰਗਰ (langar)—Anchor, kedge, public kitchen, free community kitchen.

ਲਗਵਾਉਣਾ (lagvaaunaa)—To get planted, to get engaged.

ਲੰਗੜਾਉਣਾ (langraaunaa)—To limp, to cripple.

ਲਗਾਤਾਰ (lagaataar)—Continuoulsly, incessantly.

ਲਗਾਨ (lagaan)—Revenue, rent.

ਲਗਾਮ (lagaam)—Bridle, hit and reins.

ਲੰਗੂਰ (langoor)—Ape, monkey, gorilla.

ਲੰਗੋਟ/ਲੰਗੋਟੀ (langot/langotee)—Loin cloth.

ਲੰਘਣਾ (langhnaa)—To pass, to cross.

ਲੰਘਾਉਣਾ (langhaaunaa)—To pass through, to help in passing.

ਲਘੂ (laghoo)—Small, short.

ਲਚਕ (lachak)—Elasticity, resilence, softness.

ਲਚਕੀਲਾ (lachkeelaa)—Flexible, elastic, spring.

ਲਚਰ (lachar)—Lewd, obscene, foolish.

ਲਚਰਪੁਣਾ (lacharpunaa)—Lewdness, foolishness.

ਲੱਛਣ (lachchhan) — Traits, qualities, character, sign, attribute, features.

ਲੱਛੇਦਾਰ (lachchhedaar)—With fine shred.

ਲੱਜਾ (lajjaa)—Shyness, modesty, shame, pudency.

ਲੱਜ਼ਤ (lazzat)—Taste, flavour, pleasure.

ਲੱਜ਼ਤਦਾਰ (lazzatdaar)—Tasty, delicious.

ਲਟ (lat)—Lock (of hair), ringlet, flame.

ਲਟਕਣਾ (lataknaa)—To hang, to be postponed, to be kept waiting.

ਲੱਟੂ (lattoo)—Top, (child's) plummet.

ਲੱਠਬਾਜ਼ (latthbaaz)—Cudgel fighter.

ਲੰਡੇ (lande)—Trader's script, script of Lahanda language.

ਲੱਤ (lat)—Leg.

ਲਤਾੜ (lattar)—Scolding.

ਲਤਾੜਨਾ (lataarnaa)—To insult, to trample under foot.

ਲਤੀਫ਼ਾ (lateefaa)—Joke, witty remark, tit bit.

ਲੱਥਪੱਥ (lathpath)—Besmeared, steeped.

ਲੱਦਣਾ (ladnaa)—To load, to burden, to fright.

ਲਪਕਣਾ (lapaknaa)—To rush forth, to flash, to walk fast.

ਲਪੇਟ (lapet)—Envelopment, fold, entanglement.

ਲਪੇਟਣਾ (lapetnaa)—To roll up, to coil, to pack, to warp.

ਲਫ਼ੰਗਾ (lafangaa)—Vagabond, loafer, having loose character.

ਲਫ਼ਜ਼ (lafaz)—Word, term, phrase, saying.

ਲਫ਼ਟੈਨ (laftain)—Lieutenant.

ਲਫ਼ਾਫ਼ਾ (lafaafaa)—Envelope, paperbag, outward show.

ਲੰਬੜ (lambar)—Leader, chief.

ਲੰਬੜਦਾਰ (lambardaar)—Village headman.

ਲੰਬਾ (lambaa)—Tall, long.

ਲੰਬਾ-ਚੌੜਾ (lambaa-churaa)—Huge, vast.

ਲਬਾਲਬ (labaalab)—Brimful, upto the brim or top.

ਲੰਬੂ (lamboo)—A very tall man, conflagration.

ਲੰਬੂਤਰਾ (lambootraa)—Oblong, elongated, long.

ਲਬੇੜਨਾ (labernaa)—To soak, to drench, to smear.

ਲੱਭਣਾ (labhnaa)—To search, to find out, to be discovered.

ਲਮਢੀਂਗ (lamdheeng) — Awkwadly tall.

ਲਰਜ਼ਣਾ (laraznaa)—To tremble, to vibrate, to throb.

ਲਲਕਾਰ (lalkaar)—Challege, call, threat.

ਲਲਕਾਰਨਾ (lalkaarnaa)—To challenge, to threaten.

ਲਲਚਾਉਣਾ (lalchaaunaa)—To tempt, to allure, to covet.

ਲਵਾਉਣਾ (lavaaunaa)—To get affixed, to get sharpened, to get registered.

ਲੜ (lar)—End or corner (of a cloth or garment).

ਲੜ-ਫੜਨਾ (lar-pharnaa)—To take refuge.

ਲੜਕਾ (larkaa)—Boy, son, child, bridegroom.

ਲੜਕੀ (larkee)—Girl, daughter.

ਲੜਖੜਾਉਣਾ (larkharaaunaa)—To stagger, to falter, to reel.

ਲੜਨਾ (larnaa)—To quarrel, to fight, to struggle.

ਲੜਾਈ (laraaee)—Battle, fight, quarrel, encounter.

ਲੜਾਕਾ (laraakaa)—Quarrelsome, militant, fighter.

ਲੜੀ (laree)—Chain, series, row, a string or pearls, link.

ਲਾਉਣਾ (laaunaa)—To fix, to appoint, to assign, to plant.

ਲਾਇਕ (laaik)—Able, capable, fit, intelligent.

ਲਾਇਲਾਜ (laailaaj)—Incurable, hopeless, irremediable.

ਲਾਸ਼ (laash)—Dead body, carcass.

ਲਾਸਾਨੀ (laasaanee)—Unmatched, unparalleled.

ਲਾਹਨਤ (laahnat)—Scolding, condemnation, curse.

ਲਾਖ (laakh)—Shellac, wax, sealing, lac, hundred thousand.

ਲਾਗਤ (laagat)—Cost, outlay, expenditure.

ਲਾਂਗਰੀ (laangree)—Cook.

ਲਾਗੂ (laagoo)—Applicable, relevant, in force.

ਲਾਗੇ (laage)—Near, near by, close by.

ਲਾਂਘਾ (laanghaa)—Thoroughfare, passage, vestibule.

ਲਾਚਾਰ (laachaar)—Helpless, compelled, destitute.

ਲਾਜ (laaj)—Modesty, shame, shyness, pudicity bashfulness.

ਲਾਜ-ਰੱਖਣੀ (laaj-rakhnee)—To protect one's honour.

ਲਾਜ਼ਮੀ (laazmee)—Compulsory, mandatory, obligatory.

ਲਾਟ (laat)—Governor, lord, flame, blaze.

ਲਾਟਰੀ (laatree)—Lottery.

ਲਾਠੀ (laathee)—Stick, club, cudgel.

ਲਾਡ (laad)—Love, fonding, caressing, endearment.

ਲਾਡਲਾ (laadlaa)—Dear, darling, pet.

ਲਾਪਤਾ (laapataa)—Disappeared, unknown, absconding.

ਲਾਪਰਵਾਹ (laaparwaah)—Careless, negligent, reckless.

ਲਾਭ (laabh)—Advantage, proft, gain, benefit, dividend.

ਲਾਂਭੇ (laambhe)—Aside, away.

ਲਾਰ (laar)—Saliva.

ਲਾਲ (laal)—Red, angry, darling, son, boy, ruby.

ਲਾਲਸਾ (laalsaa)—Longing, craving, ardent, ambition, desire.

ਲਾਲਚ (laalach)—Greed, temptation, avarice.

ਲਾਲਟੈਣ (laaltain)—Lantern.

ਲਾਲਾ (laalaa)—Address term for shopkeeper, businessman, oldman, father etc.

ਲਾਵਾ (laavaa)—Lava.

ਲਾਵਾਰਸ (laavaaras)—Heirless, orphan, unclaimed.

ਲਾੜਾ (laaraa)—Bridegroom.

ਲਾੜੀ (laaree)—Bride.

ਲਿਆਕਤ (liaakat)—Ability, calibre, capability, skill.

ਲਿਸ਼ਕ (lishak)—Shine, sheen, glitter, lustre.

ਲਿੱਸਾ (lissaa)—Weak, pale, feeble.

ਲਿੱਸਾਪਣ (lissaapan)—Thinness, weakness.

ਲਿਹਾਜ਼ (lihaaz)—Consideration, favour, indulgence.

ਲਿਖਣਾ (likhnaa)—To write, to note down, to inscribe.

ਲਿਖਣਾ-ਪੜ੍ਹਨਾ (likhnaa-parnaa)— Study, reading and writing.

ਲਿਖਵਾਉਣਾ (likhvaaunaa)—To get written, to dictate.

ਲਿਖਾਈ (likhaaee)—Writing, art of writing, wages for writing.

ਲਿਖਾ-ਪੜ੍ਹੀ (likhaa-parhee)—Correspondence, written negotiation.

ਲਿੰਗ (ling)—The male organ, gender, sex.

ਲਿੰਗੀ (lingee)—Sexual.

ਲਿਟਾਉਣਾ (litaaunaa)—To lay dow, to cause to lie down.

ਲਿਤਾੜਨਾ (litaarnaa)—To trample under feet, to scold.

ਲਿੱਦ (lidd)—Horse-turd, dung of ass or elephant.

ਲਿਪਟਨਾ (lipatnaa)—To cling, to be coiled round.

ਲਿਫ਼ਾਫ਼ਾ (lifaafaa)—Envelope, warpper.

ਲਿਬੜਨਾ (libarnaa)—To smear.

ਲਿਬਾਸ (libaas)—Dress, apparel, clothing, garb.

ਲੀਕ (leek)—Line, mark, trace.

ਲੀਖ (leekh)—Egg of louse, nit.

ਲੀਚੜ (leechar)—Niggardly, mean, bad paymaster.

ਲੀੜਾ (leeraa)—Torn out, cloth, garment.

ਲੁਹਾਉਣਾ (luhaaunaa)—To get unloaded, to help in unloading.

ਲੁਹਾਰ (luhaar)—Blacksmith, ironsmith.

ਲੁਹਾਰਾ (luhaaraa)—Job of blacksmith.

ਲੁਕਣਾ (luknaa)—To be concealed, to hide.

ਲੁਕਾਉਣਾ (lukaaunaa)—To hide, to conceal, to cover.

ਲੁਗਾਈ (lugaaee) — Wife, woman.

ਲੁੰਗੀ (lungee)—Striped, chequered or embroidered sheet for use as garment for lower body.

ਲੁੱਚਾ (luchchaa) — Wicked, shameless, corrupt, vagabond, scamp. knave.

ਲੁੱਟਣਾ (lutnaa)—To rob, to loot, to plunder, to ravage.

ਲੁਟੇਰਾ (luteraa)—Robber, plunderer, highwayman.

ਲੁਪਤ (lupt)—Concealed, hidden, disguised, missing.

ਲੁਭਾਉਣਾ (lubhaaunaa)—To allure, to captivate, to be charmed.

ਲੁੜੀਂਦਾ (lureendaa)—Wanted, required, needful, desired.

ਲੂਣ (loon)—Salt, sodium chloride.

ਲੂਣ-ਤੇਲ (loon-tail)—Articles of bare subsistence, bread and butter.

ਲੂੰਬੜ (loombar)—Fox.

ਲੂਲਾ (loolaa)—Maimed, crippled.

ਲੇਸ (les)—Sticking fluid, adhesiveness.
ਲੇਸਦਾਰ (lesdaar)—Sticky, gummy.
ਲੇਖ (lekh)—Composition, essay, article, writing, destiny, fate.
ਲੇਖਕ (lekhak)—Writer.
ਲੇਖਣੀ (lekhnee)—Pen style.
ਲੇਖਾ (lekhaa)—An account, calcutation.
ਲੇਖਾਕਾਰ (lekhaakaar)—Accountant.
ਲੇਖਾ-ਜੋਖਾ (lekhaa-jokhaa)—Assessment.
ਲੇਪ (lep)—Layer, coat, spread (of plaster, ointment etc.).
ਲੇਲਾ (lelaa)—Lamb.
ਲੈਣ-ਦੇਣ (len-den)—Trade, commerce, give and take, transaction, dealings.
ਲੈਣਾ (lainaa)—To get, to receive, to take, to hold.
ਲੋਈ (loee)—A thin blanket or wrapper, public.
ਲੋਹਾ (lohaa)—Iron.
ਲੋਹਾ-ਲੈਣਾ (lohaa-laenaa)—To wage a war.
ਲੋਕ (lok)—People, mankind, public, folk, world.
ਲੋਕ ਸਭਾ (lok sabhaa)—House of people.
ਲੋਕ-ਸੇਵਕ (lok-sewak)—Public servant.
ਲੋਕ-ਹਿੱਤ (lok-hitt)—Public interest.
ਲੋਕ-ਕਥਾ (lok-kathaa)—Folk tale.
ਲੋਕਰਾਜ (lokraaj)—Democracy.

ਲੋਭ (lobh)—Greed, temptation, allurement.
ਲੋਭੀ (lobhee)—Greedy, voracious.

ਵ

ਵ Thirty fourth letter of Gurmukhi alphabets, pronounced as 'vaavaa'.
ਵੱਸ (vass)—Power, control, will, to bring under control.
ਵੱਸਣਾ (vassnaa)—To reside, to lodge, to dwell, to rain.
ਵਸਾਉਣਾ (vasaaunaa)—To populate, to colonise, to shower.
ਵਸਾਹ (vasaah)—Trust, credit, reliance.
ਵਸੀਅਤ (vaseeat)—Will, bequest, legacy.
ਵਸੀਅਤਨਾਮਾ (vaseeatnaamaa)—Will testament.
ਵਸੀਕਾ (vaseekaa)—Written agreement, bond.
ਵਸੀਕਾ-ਨਵੀਸ (vaseekaa-navees)—Deed writer.
ਵਸੀਲਾ (vaseelaa)—Support, means.
ਵਸੂਲ (vasool)—Collected, received, realised, obtained.
ਵਸੂਲੀ (vasoolee)—Collection of dues, recovery.
ਵਸੇਬਾ (vasebaa)—Living, peaceful and honourable living.
ਵਹਿਸ਼ੀ (vaheshee)—Savage, uncivilized, barbarian, rude.

ਵਹਿਮ (vahem)—False notion, whim, doubt, apprehension.

ਵਹਿਮੀ (vahemee)—Whimsical, suspecious.

ਵਹੀ (vahee)—Accountbook, record of debts and debtors.

ਵਹੀਖਾਤਾ (vaheekhaataa)—Cashbook, ladge of transactions.

ਵਹੁਟੀ (vahutee)—Bride, wife.

ਵਕਤ (vakat)—Time, season, circumstances.

ਵਕਤਾ (vaktaa)—Speaker, orator.

ਵਕਫ਼ਾ (vakfaa)—Interval, recess, period.

ਵੱਕਾਰ (vakkaar)—Prestive, honour, dignity.

ਵਕਾਲਤ (vakaalat)—Laywer profession, pleadership, advocacy.

ਵਕਾਲਤਨਾਮਾ (vakaalatnaamaa)—Power of attorney given by client to advocate.

ਵਕੀਲ (vakeel)—Lawyer, advocate, counsel, pleader.

ਵੱਖਰਾ (vakhraa)—Separate, distinctive, isolated.

ਵਖਾਣ (vakhaan)—Description, explanation.

ਵਖਾਣਨਾ (vakhaannaa)—To describe, to explain.

ਵੱਖੀ (vakkhee)—Side.

ਵੰਗ (vang)—Glass bangle.

ਵਗਣਾ (vagnaa)—To flow, to blow.

ਵਗਾਰ (vagaar)—Forced or unpaid labour, bonded labour.

ਵੰਗਾਰ (vangaar)—Challenge

ਵੰਗਾਰ-ਮੰਨਣੀ (vangaar-mannee)—To accept a challenge.

ਵੰਗਾਰਨਾ (vangaarnaa)—To challenge.

ਵਚਨ (vachan)—Number, singlular number.

ਵਚਨਬੱਧ (vachanbadh)—Committed.

ਵੱਛਾ (vachchaa)—Calf.

ਵੱਜਣਾ (vajnaa)—To produce sound, to ring, to chime.

ਵਜ਼ਨ (vazan)—Weight, burden, measure.

ਵਜ਼ਨਦਾਰ (vazandaar)—Heavy, weighty.

ਵਜਾਉਣਾ (vajaaunaa)—To play on a musical instrument.

ਵਜ਼ਾਰਤ (vazaarat)—Ministry, cabinet, ministership.

ਵਜ਼ੀਫ਼ਾ (vazeefaa)—Scholarship, stipend.

ਵਜ਼ੀਰ (vazeer)—Minister.

ਵਜ਼ੀਰੇ-ਆਲ੍ਹਾ (vazeerae-allaa)—Chief minister.

ਵਜ਼ੀਰੇ-ਆਜ਼ਮ (vazerae-aazam)—Prime minister.

ਵਜੂਦ (vajood)—Existence, body.

ਵਟਣਾ (vatnaa)—To interwine, to be exchanged.

ਵੱਟਾ (vattaa)—Stone, weight, brickbat, discount.

ਵੱਟਾ-ਖਾਤਾ (vattaa-khaataa)—Bd debt account, dead loss.

ਵਟਾਂਦਰਾ (vataandraa)—Exchange, replacement.

ਵੰਡਣਾ (vandnaa)—To divide, to distribute, to allocate.

ਵੱਡਾ (vaddaa)—Elder, great, senior, major, share.

ਵੱਡਾ-ਦਿਨ (vaddaa-din)—Christmas day.
ਵਡਿਆਉਣਾ (vadiaaunaa)—To praise, to puff off.
ਵਡਿਆਈ (vadiaaee)—Praise, greatness, excellence.
ਵੱਡੀ ਮਾਤਾ (vaddee maataa)—Small pox.
ਵਡੇਰਾ (vaderaa)—Ancestor, forefather, larger, greater.
ਵੱਢਣਾ (vaddhnaa)—To cut, to abscind.
ਵੱਢੀ (vaddhee)—Bribe, hush money, illegal gratification.
ਵਣ (van)—Forest, jungle, wood,
ਵਣਗੀ (vangee)—Sample, sepcimen.
ਵਣਜ (vanaj)—Business, trade, commerce.
ਵਤਨ (vatan)—Motherland, fatherland, native country, homeland.
ਵਤੀਰਾ (vateeraa)—Behaviour, attitude.
ਵਧਣਾ (vadhnaa)—To increase, to grow, to enlarge.
ਵਧਾਈ (vadhaaee)—Congratulation, felicitation.
ਵਧੀਆ (vadhiaa)—Fine, excellent, nice, superior.
ਵਧੀਕੀ (vadheekee)—Outrage, oppression.
ਵੰਨ ਸੁਵੰਨਾ (vann suvannaa)—Of different shapes, variegated.
ਵੰਨਗੀ (vangee)—Sample.
ਵਪਾਰ (vapaar)—Business, trade.
ਵਪਾਰਕ (vapaarak)—Commerical, mercantile.

ਵਫ਼ਦ (vafad)—Delegation.
ਵਫ਼ਾ (vafaa)—Sincerity, fidelity, fulfilment of promise.
ਵਫ਼ਾਦਾਰ (vafaadaar)—Faithful, loyal.
ਵਫ਼ਾਦਾਰੀ (vafaadaaree)—Loyalty, faithfulness.
ਵਰ (var)—Bridegroom, husband, boon, blessing, favour.
ਵਰਕ (varak)—Leaf (of gold, silver or tin).
ਵਰਗ (varag)—Square, a class, group, genus.
ਵਰਗ-ਭੇਦ (varag-bhed)—Class distinction, discrimination.
ਵਰਗਲਾਉਣਾ (varglaaunaa)—To seduce, to instigate.
ਵਰਗਾ (vargaa)—Similar, like, resembling.
ਵਰਜ਼ਸ਼ (varzash)—Physical exercise, gymnastics (athletic).
ਵਰਜਣਾ (varjanaa)—To check, to prohibit, to debar.
ਵਰਤ (varat)—Fast.
ਵਰਤਣਾ (vartanaa)—To treat, to use.
ਵਰਤਾਉਣਾ (vartaaunaa)—To distribute.
ਵਰਦੀ (vardee)—Uniform, dress.
ਵਰ੍ਹਾ (varhaa)—Year.
ਵੱਲ (val)—Hale and hearty, method, tact, coil, turn.
ਵੱਲ-ਪਾਉਣਾ (val-paunaa)—To make a loop, to spiral.
ਵਲਵਲਾ (valvalaa)—Excitement, passion, sentimentality.

ਵਲਾਇਤ (valaait)—Foreign country, alien country.

ਵਲੂੰਧਰ (valoondhar)—Scratch.

ਵਲ੍ਹੇਟਣਾ (valhetnaa)—To fold, to wrap, to grid.

ਵੱਲੋਂ (vallon)—From, on behalf of, from the side of.

ਵਾਇਦਾ (vaaidaa)—Promise.

ਵਾਈ (vaaee)—Flatulence.

ਵਾਸਕਟ (vaaskat)—Waist coat.

ਵਾਸਤਾ (vaastaa)—Concern, relation, connection.

ਵਾਸਨਾ (vaasnaa)—Lust, sensuality, desire, smell.

ਵਾਸਨਾਮਈ (vaasnaamaie)—Sensual, lusty.

ਵਾਹਿਗੁਰੂ (vaheguru)—God, almighty.

ਵਾਹੁਣਾ (vaahunaa)—To plough, to drive (car, tonga etc.).

ਵਾਕਫ਼ (vaakaf)—Conversant, knowing, aware of.

ਵਾਕਫ਼ੀਅਤ (vaakfiat)—Knowledge, acquaintance.

ਵਾਕਿਆ (vaakiaa)—Event, incident, happening, news.

ਵਾਛੜ (vaachhar)—Shower, rain.

ਵਾਜਬ (vaajab)—Reasonable, proper, fit, suitable.

ਵਾਜਾ (vaajaa)—Harmonium, musical instrument, band.

ਵਾਣ (vaan)—Coarse twine for cot.

ਵਾਤਾਵਰਣ (vaataavaran)—Atmosphere, climate, surroundings.

ਵਾਦੀ (vaadee)—Valley, vale.

ਵਾਧਾ (vaadhaa)—Increase, promotion, extension.

ਵਾਧੂ (vaadhoo)—Superfluous, not needed, in excels.

ਵਾਪਸ (vaapas)—Returned, given back.

ਵਾਪਰਨਾ (vaaparnaa)—To happen occur, to come a pass, to befall.

ਵਾਰ (vaar)—Blow, attack, day, turn, sacrificing ballad.

ਵਾਰਸ (vaaras)—Heir, successor.

ਵਾਰਤਾ (vaartaa)—Negotiation, narrative, news, report.

ਵਾਰਦਾਤ (vaardaat)—Incident, happening, skirmish.

ਵਾਰਨਾ (vaarnaa)—To sacrifice, to devote, to offer something to deity.

ਵਾਲ (vaal)—Hair.

ਵਾਲੀ (vaalee)—Master, owner, lord, ruler, guardian.

ਵਾੜਨਾ (vaarnaa)—To thrust into, to stuff, to penetrate.

ਵਿਅਕਤਿੱਤਵ (vihaktitav)—Personality.

ਵਿਅਕਤੀ (viyaktee)—Person, individual.

ਵਿਅੰਗ (viang)—Joke, Irony, sarcasm.

ਵਿਅਰਥ (viyarth)—Useless, fruitless, null, to no effect.

ਵਿਆਹ (viaah)—Marriage, wedding, matrimony.

ਵਿਆਂਹਦੜ (viaanhdhar)—About to be married, bride, bridegroom.

ਵਿਆਹੁਣਾ (viaahunaa)—To marry, to wed.

ਵਿਆਕਰਣ (viaakaaran)—Grammer, science of language.

ਵਿਆਕੁਲ (viaakul)—Confounded, distempered, agitated.

ਵਿਆਖਿਆ (viaakhiyaa)—Description, explanation, elucidation.

ਵਿਆਜ (viaaj)—Interest.

ਵਿਸਤਾਰ (vistaar)—Detail, extersion, expansion.

ਵਿਸਫੋਟ (visphot)—Explosion, violent out burst.

ਵਿਸਰਜਨ (visarjan)—Adjournment.

ਵਿਸ਼ਰਾਮ (vishraam)—Rest, relaxation, stop, repose.

ਵਿਸ਼ਰਾਮ-ਚਿੰਨ੍ਹ (vishraam-chinh)—Punctuation.

ਵਿਸ਼ਵ (vishaw)—World, univers, cosmos.

ਵਿਸ਼ਵਕੋਸ਼ (vishawkosh)—Encyclopaedia.

ਵਿਸ਼ਵ-ਵਿਦਿਆਲਾ (vishaw-vidiaalaa)—University.

ਵਿਸ਼ਵਾਸ (vishvaas)—Faith, belief, reliance, trust.

ਵਿਸ਼ਵਾਸਘਾਤ (vishvaasghaat)—Violation of trust, betrayal, treason.

ਵਿਸ਼ਵਾਸ-ਪਾਤਰ (vishvaas-paatar)—Faithfully.

ਵਿਸ਼ੈਲਾ (vishailaa)—Poisonous, virose, toxic.

ਵਿਕਣਾ (viknaa)—To be sold, to sell.

ਵਿੱਕਰੀ (vikkree)—Sale, quantity sold, sale proceeds.

ਵਿਕਾਸ (vikaas)—Development, evolution.

ਵਿਕਾਸਸ਼ੀਲ (vikaassheel)—Developing, evloving.

ਵਿਖਾਉਣਾ (vikhaaunaa)—To show.

ਵਿਖਾਈ (vikhaaee)—Showing, unveiling.

ਵਿਗੜਨਾ (vigarnaa)—to be spoiled, to be deteriorate.

ਵਿੰਗਾ (vingaa)—Crooked, bent, not straight.

ਵਿਗਾੜ (vigaar)—Breach, discord, damage, disorder.

ਵਿਗਾੜਨਾ (vigaarnaa)—To spoil, to demage, to destroy.

ਵਿਗਿਆਨ (vigiaan)—Science.

ਵਿਗਿਆਨਕ (vigiaanak)—Scientific.

ਵਿਗਿਆਨੀ (vigiaanee)—Scientist.

ਵਿਗਿਆਪਨ (vigiaapan)—Advertisement.

ਵਿਘਨ (vighan)—Interruption, obtacle, hindrance, hitch.

ਵਿਚਾਰ (vichaar)—Idea, feeling, consideration, judgement, opinion.

ਵਿਚਾਰਸ਼ੀਲ (vichaarsheel)—Deliberative.

ਵਿਚਾਰਵਾਨ (vichaarvaan)—Thinker, philosopher.

ਵਿਚੋਲਾ (vicholaa)—Mediator, middleman.

ਵਿਛਣਾ (vichhnaa)—To be spread, to be stretched.

ਵਿਛੋੜਾ (vichhoraa)—Separation, parting, detachment.

ਵਿਜੋਗ (vijog)—Disunion, absence.
ਵਿੱਤ (vitt)—Finance.
ਵਿੱਥ (vitth)—Distance, difference, space.
ਵਿਦਰੋਹੀ (vidrohee)—Rebellious.
ਵਿਦਵਾਨ (vidwaan)—Scholar, learned person.
ਵਿੱਦਿਆ (vidiyaa)—Education, instruction, learning, study.
ਵਿਦਿਆਰਥੀ (vidiyaarathee)—Student, pupil.
ਵਿਦੇਸ਼ (videsh)—Foreign counrty.
ਵਿਧਾਨ (vidhaan)—Legislation, constitution.
ਵਿੰਨ੍ਹਣਾ (vinnhnaa)—To perforate, to pierce.
ਵਿਨਾਸ਼ (vinaash)—Destruction, ruin, disaster.
ਵਿਭਚਾਰ (vibhchaar)—Adultery, prostitution, fornication.
ਵਿਭਾਗ (vibhaag)—Department.
ਵਿਭਾਜਨ (vibhaajan)—Division.
ਵਿਮੋਚਨ (vimochan)—Release, acquittal.
ਵਿਰਲਾ (virlaa)—Rare.
ਵਿਰਾਸਤ (viraasat)—Inhertance, legacy, heredity.
ਵਿਲਕਣਾ (vilaknaa)—To sob, to weep, to cry.
ਵਿਵਾਦ (vivaad)—Controversy, dispute.
ਵਿਵਾਦਗ੍ਰਸਤ (vivaadgrast)—Disputed, controversial.
ਵਿਵੇਕ (vivek)—Discretion, reason.
ਵਿਵੇਕਸ਼ੀਲ (viveksheel)—Rational.
ਵਿਵੇਕੀ (vivekee)—Discretionary.
ਵੀਰ (veer)—Brother, brave, gallant, valiant.
ਵੇਸਣ (vesan)—Gramflour.
ਵੇਖਣਾ (vekhnaa)—To see, to look, to observe, to view.
ਵੇਚਣਾ (vechnaa)—To sell, to dispose of.
ਵੇਦੀ (vedee)—Altar.
ਵੇਰਵਾ (vervaa)—Detail, particulars, description.
ਵੇਲਾ (velaa)—Time, occasion, hour.
ਵੇੜ੍ਹਾ (vehraa)—Compound, courtyard, patio.
ਵੈਰ (vair)—Enmity, ill will, hostility.
ਵੈਰੀ (varee)—Enemy, foe, hostile person.
ਵੈਰਾਗ (vairaag)—Renunciation, alienation, disconsolation.

ੜ

ੜ Thirty fifth letter of Gurmukhi alphabets, pronounced as 'raaraa'.
ੜਾੜ (raar)—Quarrel, dispute, wrangle, fight.